മനുഷ്യരാശിയുടെ കഥ

Manushyarasiyude Kadha
History

Hendrik Willem Van loon

Original Title
The Story of Mankind

Translation
C P Aboobacker

CHINTHA PUBLISHERS
Thiruvananthapuram

First Edition
November 2015

Fourth Edition
March 2019

Fifth Edition
July 2022

Published & Typesetting
Chintha Publishers, Thiruvananthapuram

Printed at
Repro India Ltd, Mumbai

Cover Design
Prasoon

ISBN : 978-93-85045-13-4

CR - 3181 / 6033

Email: chinthapublishers@gmail.com
Website: www.chinthapublishers.com

A version is available at National Libraries
Kolkata, Mumbai, Chennai and Delhi

Distribution
DESHABHIMANI BOOKHOUSE
H O Thiruvananthapuram 695035

Branch
Head Office Kunnukuzhi • Statue Thiruvananthapuram
KSRTC Bus Terminal Thampanoor • Saphalyam Complex Thiruvananthapuram
KSRTC Bus Station Alappuzha • KSRTC Bus Station Ernakulam
Machingal Lane Thrissur • IG Road Kozhikode
Mavoor Road Kozhikode • NGO Union Building Kannur
Central Bus Terminal Complex Thavakkara Kannur

മനുഷ്യരാശിയുടെ കഥ

ഹെൻറിക് വില്യം വാൻ ലൂൺ

പരിഭാഷ

സി പി അബൂബക്കർ

ചിന്ത പബ്ലിഷേഴ്സ്
തിരുവനന്തപുരം-695 035
വില: ₹ 630

ഹെൻറിക് വില്യം വാൻ ലൂൺ

1882 ജനുവരി 14 ന് നെതർലാന്റ്സിലെ റോട്ടർഡാമിൽ ജനിച്ചു. പിതാവ്: ഹെൻറിക് വില്യം വാൻ ലൂൺ. മാതാവ്: എലിസബത്ത് യോഹന്നാ ഹാങ്കെൻ. അമേരിക്കയിലെ കോർണൽ യൂണിവേഴ്സിറ്റിയിൽ നിന്ന് ബിരുദം പൂർത്തിയാക്കി. 1906 ൽ എലീസ ഇംഗർ സോൾ ബൗഡിച്ചിനെ വിവാഹം ചെയ്തു (പിന്നീട് 1920 ൽ എലീസ ഹെലനെയും 1927 ൽ ഫ്രാൻസസ് ഗോഡ്റിച്ച് ആമെസിനെയും അദ്ദേഹം വിവാഹം കഴിച്ചു). തുടർന്ന് ജർമ്മനിയിൽ താമസമാക്കി. 1911 ൽ മ്യൂണിക് സർവ്വകലാശാലയിൽ നിന്ന് 'ഡച്ച് റിപ്പബ്ലിക്കിന്റെ പതനം' എന്ന വിഷയത്തിൽ പി എച്ച് ഡി നേടി. 1913 ൽ ഇത് പുസ്തകമായി പ്രസിദ്ധീകരിച്ചു. 1905 ൽ റഷ്യൻ വിപ്ലവകാലത്തും 1914 ൽ ഒന്നാം ലോക മഹായുദ്ധകാലത്തും 'അസോസിയേറ്റ് പ്രസി'ന്റെ കറസ്പോണ്ടന്റായി പ്രവർത്തിച്ചു. 1919 ൽ അമേരിക്കൻ പൗരത്വം സ്വീകരിച്ചു.

കുട്ടികൾക്കും യുവാക്കൾക്കും വേണ്ടി നിരവധി ഗ്രന്ഥങ്ങൾ വാൻ ലൂൺ രചിച്ചിട്ടുണ്ട്. തന്റെ പുസ്തകങ്ങൾക്ക് ഇല്ലസ്ട്രേഷൻ നിർവ്വഹിക്കാറുണ്ടായിരുന്നു. *ദി സ്റ്റോറി ഓഫ് മാൻകൈന്റ് (മനുഷ്യരാശിയുടെ കഥ)*യാണ് അദ്ദേഹത്തിന്റെ വിഖ്യാത കൃതി. 1920 ൽ വാൻ ലൂൺ നാസി ജർമ്മനിയിൽ കടക്കുന്നത് നിരോധിക്കപ്പെട്ടു. 1938 ൽ അദ്ദേഹം രചിച്ച *ഔവർ ബാറ്റിൽ* എന്ന ഗ്രന്ഥം ഹിറ്റ്ലറുടെ *മൈ ബാറ്റിൽ* എന്ന കൃതിക്കുള്ള മറുപടിയായിരുന്നു. അമേരിക്കൻ പ്രസിഡന്റായിരുന്ന ഫ്രാങ്ക്ളിൻ റൂസ്വെൽറ്റിനെപ്പോലുള്ളവരുടെ ബഹുമാനവും ആദരവും പിടിച്ചു പറ്റാൻ വാൻ ലൂണിന് കഴിഞ്ഞു.

Liberation of mankind, The Home of Mankind തുടങ്ങിയവ മറ്റു പ്രധാന കൃതികളിൽ പെടുന്നു.

1944 മാർച്ച് 11 ന് അദ്ദേഹം അന്തരിച്ചു.

സി പി അബൂബക്കർ

1945 ൽ കോഴിക്കോട് ജില്ലയിലെ പുതുപ്പണത്ത് ജനിച്ചു. പിതാവ് പരേതനായ കോയോട്ടി. മാതാവ് പരേതയായ കദീശ. ചെട്ട്യാത്ത് യു പി സ്കൂൾ പുതുപ്പണം, എം യു എം ഹൈസ്കൂൾ വടകര, എസ് ഡി കോളേജ് ആലപ്പുഴ, ഗവൺമെന്റ് മടപ്പള്ളി കോളേജ് വടകര, ഗവൺമെന്റ് ബ്രണ്ണൻ കോളേജ് ധർമ്മടം തലശ്ശേരി എന്നിവിടങ്ങളിൽ വിദ്യാഭ്യാസം.

കെ എസ് എഫ് കണ്ണൂർ ജില്ലാ വൈസ്പ്രസിഡന്റ്, കെ എസ് എഫ് സംസ്ഥാന പ്രസിഡന്റ്, എസ് എഫ് ഐ അഖിലേന്ത്യാരൂപീകരണ സമിതി മെമ്പർ, പ്രഥമ സംസ്ഥാനസെക്രട്ടറി, കേന്ദ്രപ്രവർത്തകസമിതി അംഗം എന്നീ നിലകളിൽ പ്രവർത്തിച്ചു. 1971 ൽ സർക്കാർ സർവ്വീസിൽ അദ്ധ്യാപകനായതിനെ തുടർന്ന് അസോസിയേഷൻ ഓഫ് കേരളാ ഗവൺമെന്റ് കോളേജ് ടീച്ചേഴ്സിൽ (എ കെ ജി സി ടി) സജീവമായി. 2000 മാർച്ച് 31 ന് സർവ്വീസിൽനിന്ന് വിരമിച്ചു. കേരള സംസ്ഥാന പിന്നോക്കവിഭാഗകമ്മീഷനിൽ അംഗമായി പ്രവർത്തിച്ചു. 2005 മുതൽ 2011 വരെ കാലിക്കറ്റ് സർവ്വകലാശാലാ സിന്റിക്കേറ്റിൽ അംഗമായിരുന്നു.

ദേശാഭിമാനി സ്റ്റഡിസർക്കിൾ പാലക്കാട് ജില്ലാ സെക്രട്ടറിയും കോഴിക്കോട് ജില്ലാ കമ്മിറ്റി അംഗവും ആയിരുന്നു. പുരോഗമനകലാസാഹിത്യസംഘം കോഴിക്കോട് ജില്ലാ കമ്മിറ്റി വൈസ്പ്രസിഡന്റ്, സംസ്ഥാനനിർവ്വാഹക സമിതി അംഗം എന്നീ നിലകളിൽ പ്രവർത്തിക്കുന്നു. കേരളാ ഗവൺമെന്റിന്റെ സാംസ്കാരിക പ്രസിദ്ധീകരണ ഉപദേശക സമിതി അംഗമായിരുന്നു. പല ഇംഗ്ലീഷ് വെബ് സൈറ്റുകളിലും സ്ഥിരമായി എഴുതുന്നു. ഇർഫാൻ ഹബീബ്, സീതാറാം യെച്ചൂരി ഉൾപ്പെടെ നിരവധി പ്രമുഖരുടെ ഗ്രന്ഥങ്ങൾ വിവർത്തനം ചെയ്തിട്ടുണ്ട്. ചിന്ത പബ്ലിഷേഴ്സിൽ ചീഫ് എഡിറ്ററായി പ്രവർത്തിച്ചിരുന്നു. ദേശാഭിമാനി വാരികയുടെ പത്രാധിപരായി പ്രവർത്തിച്ചിരുന്നു. നിലവിൽ കേരള സാഹിത്യ അക്കാദമി സെക്രട്ടറി

മുറിവേറ്റവരുടെ യാത്രകൾ എന്ന നോവലും നദികളിൽ ഒഴുകാത്തത് എന്ന കവിതാസമാഹാരവും ഇന്ത്യ എന്ന വിസ്മയം എന്ന ചരിത്രവിവർത്തനവും ഉൾപ്പെടെ മുപ്പതിലധികം ഗ്രന്ഥങ്ങൾ പ്രസിദ്ധീകരിച്ചിട്ടുണ്ട്.

ഭാര്യ	:	സറീന
മക്കൾ	:	നീലിമ, ശോണിമ, ശശിനാസ് ഏലിയാസ് ഹരിത
ജാമാതാക്കൾ	:	അസീസ്, ഷാനവാസ്, ഷാജഹാൻ
വിലാസം	:	തണൽ, മേപ്പയ്യൂർ, കോഴിക്കോട് ജില്ല
മൊബൈൽ	:	9447287569, 9446928321
e-mail	:	cpaboobacker@gmail.com

ഉള്ളടക്കം

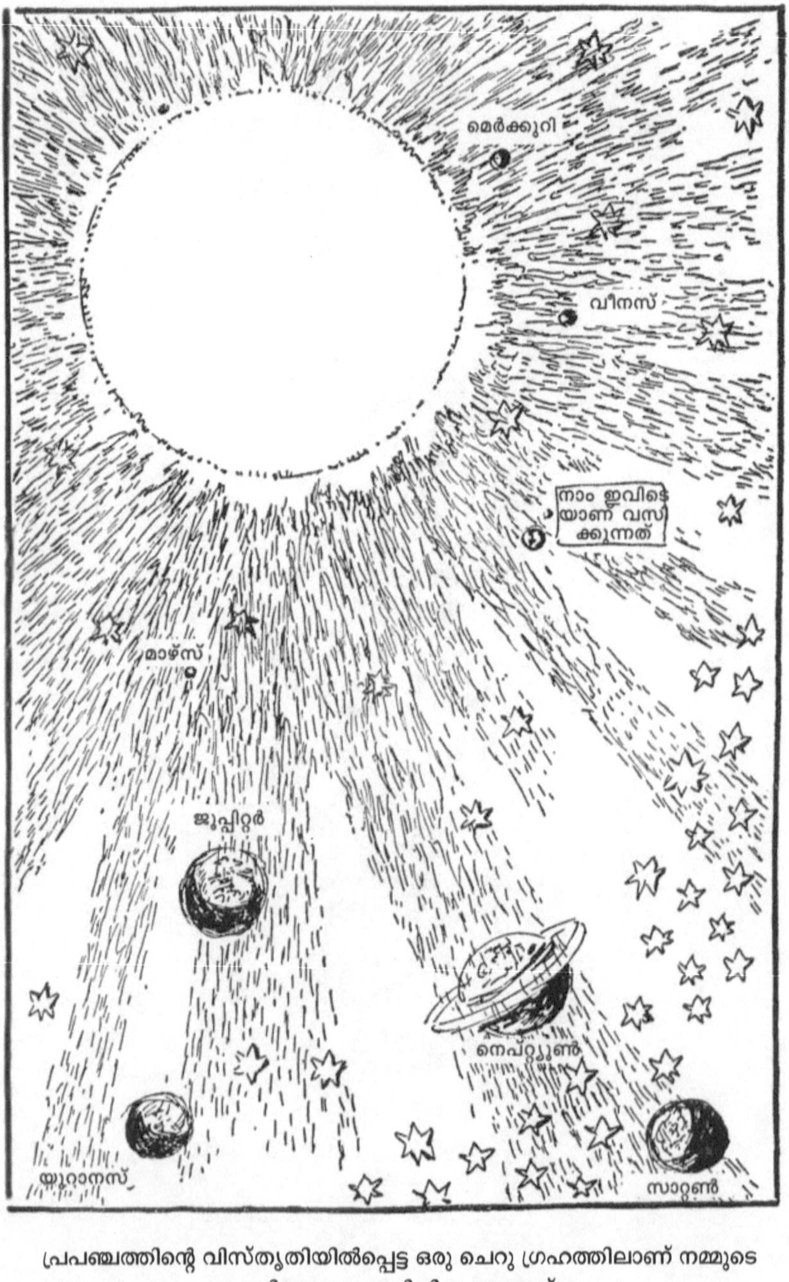

പ്രപഞ്ചത്തിന്റെ വിസ്തൃതിയിൽപ്പെട്ട ഒരു ചെറു ഗ്രഹത്തിലാണ് നമ്മുടെ ചരിത്രരംഗം സ്ഥിതി ചെയ്യുന്നത്.

മനുഷ്യരാശിയുടെ കഥ

ഹെൻറിക് വില്യം വാൻ ലൂൺ

ജിമ്മിക്ക് സമർപ്പണം

ചിത്രങ്ങളില്ലാത്ത പുസ്തകം എന്തിന് കൊള്ളാം? - ആലീസ്

പ്രസാധകക്കുറിപ്പ്

മനുഷ്യരാശിയുടെ ചരിത്രത്തിന് അന്തമില്ലാത്ത അടരുകളാണു ള്ളത്. ഓരോ സമകാല സന്ദർഭത്തിലും നാം തിരിഞ്ഞുനോക്കുന്നു, സംവാദത്തിൽ ഏർപ്പെടുന്നു. നടന്നുപോയ വഴികൾ മായ്ച്ചു കള യുകയല്ല മനുഷ്യൻ ചെയ്തുപോന്നത്. നാഴികക്കല്ലുകൾ സ്ഥാപി ക്കുകയും അവന്റെ വിരല്പാടുകളും കാല്പാടുകളും അവശേഷി പ്പിക്കുകയും ചെയ്തിട്ടുണ്ട്. ചരിത്രത്തെ അതിന്റെ ആഖ്യാനചാ രുത ഒട്ടും കൈവിട്ടുപോകാതെ മുത്തച്ഛൻ കുട്ടികൾക്കെന്നപോലെ പകർന്നു നല്കുകയാണ് ഹെൻറിക് വില്യം വാൻ ലൂൺ *മനുഷ്യ രാശിയുടെ കഥ* എന്ന ഈ പുസ്തകത്തിലൂടെ. 1922 ൽ ഇംഗ്ലീ ഷിൽ ആദ്യപതിപ്പിറങ്ങിയ ഈ പുസ്തകത്തിന് ലോകത്ത് പല ഭാഷകളിലായി എണ്ണമറ്റ പതിപ്പുകളിറങ്ങി. താൻ ജീവിച്ച കാലത്തെ ശാസ്ത്രീയ ധാരണകൾ ഈ പുസ്തകരചനയിൽ അദ്ദേഹം ഉപയോഗിച്ചിട്ടുണ്ട്. അതിനിപ്പോഴും ഒട്ടും ഊനം തട്ടിയി ട്ടില്ല. സ്വന്തം കൈകളാൽ രചിച്ച മനോഹരമായ ചിത്രങ്ങൾ ഈ പുസ്തകത്തിന്റെ ആഴം കൂട്ടുന്നു. മനുഷ്യൻ മനുഷ്യനായതിന്റെ കഥ പറയുന്ന ഈ കഥാപുസ്തകം കുട്ടികളെ ലക്ഷ്യംവച്ചാണ് എഴുതപ്പെട്ടതെങ്കിലും പ്രായവ്യത്യാസമില്ലാതെ ലോക ജനത ഇതിനെ നെഞ്ചേറ്റി. ചരിത്രാദ്ധ്യാപകൻ കൂടിയായ പ്രൊഫ. സി പി അബൂബക്കർ ഈ പുസ്തകത്തിന്റെ അന്തഃസത്ത ഒട്ടും ചോരാതെ ഭാഷാന്തരം നിർവ്വഹിച്ചിരിക്കുന്നു. ഓരോ ഗൃഹലൈബ്ര റിയിലും ഒഴിവാക്കാനാവാത്ത ഈ പുസ്തകത്തിന്റെ മൂന്നാം പതിപ്പ് അഭിമാനത്തോടെ സമർപ്പിക്കുന്നു.

ചിന്ത പബ്ലിഷേഴ്സ്

പരിഭാഷകന്റെ കുറിപ്പ്

മനുഷ്യവംശത്തിന്റെ പ്രത്യാശകൾക്ക് പ്രകൃതി ഒരു പരിധിയും കല്പിച്ചിട്ടില്ല. ചങ്ങലകളിൽ നിന്ന് വിമോചിതമായിട്ടും, ചരിത്രത്തിന്റെ വീഥിയിൽ സത്യത്തിന്റെയും നന്മയുടെയും ആനന്ദത്തിന്റെയും ഉറച്ച ചുവടുകൾ വെച്ച് മുന്നേറിയിട്ടും മനുഷ്യൻ സ്വന്തം പ്രമാദങ്ങളെപ്പറ്റി കുറ്റകൃത്യങ്ങളെപ്പറ്റി അനീതികളെപ്പറ്റി സമാശ്വസിക്കുന്ന ദൃശ്യമാണ് ലോകത്തെമ്പാടുമുള്ളത്. അത് ഭൂമിയെ മലിനമാക്കുന്നു, പീഡിപ്പിക്കുന്നു.

ഇത് വിലാപതുല്യമായ ഒരു പ്രസ്താവമായിരുന്നു. ഇരുനൂറ്റിയിരുപത്തഞ്ച് വർഷം മുമ്പ് ചരിത്രത്തിലെ ഏറ്റവും മഹത്തായ വിപ്ലവങ്ങളിലൊന്നിന്റെ സഹയാത്രികനായി വിധിവൈപരീത്യത്താൽ വിപ്ലവത്തിന്റെ പേരിൽ നിരന്തര പീഡനത്തിന് വിധേയനായി മരിച്ചുപോയ മാർക്വിസ് കണ്ടോർസെറ്റിന്റെ വിലാപമാണിത്. പുരോഗതിയുടെ സ്തോത്രങ്ങൾ ആലപിച്ചുകൊണ്ട് മനുഷ്യക്കുരുതിയിലേർപ്പെട്ട മനുഷ്യരുടെ ചെയ്തിയിലുള്ള ദുഃഖമാണ് കണ്ടോർസെറ്റ് ഇവിടെ പറയാൻ ശ്രമിച്ചത്.

എന്നാൽ ഇതിനൊരു മറുവശമുണ്ട്. അജ്ഞതയുടെ താഴ്‌വാരത്തിൽ ആനന്ദപൂർവ്വം ജീവിച്ച മനുഷ്യരുടെ കഥയുണ്ട്. അവർ സ്വയം സമ്പൂർണ്ണമായ ഒരു സമൂഹമാണെന്ന് തെറ്റിദ്ധരിച്ചു. നാലുപാടും കൊക്കകളുള്ള പർവ്വതച്ചെരിവുകളിൽ ഭക്ഷണം ശേഖരിച്ചും അന്യോന്യം സ്നേഹിച്ചും ദ്വേഷിച്ചും പോരാടിയും അവർ ജീവിച്ചു. അവരുടെ രാജ്യവും ഭൂമിയും പ്രപഞ്ചവും ആ പർവ്വത താഴ്‌വരത്തിലവസാനിക്കുകയായിരുന്നു. പുറത്തേക്കു പോയവർ ഭ്രഷ്ടരായിത്തീർന്നു. മിക്കപ്പോഴും പോയവർ തിരിച്ചുവന്നില്ല. സഹസ്രാബ്ദങ്ങളിലൂടെ പർവ്വതച്ചെരിവിൽ നിന്നകന്നു പോയ ഇടയസംഘങ്ങൾ മുമ്പേ പോയവരുടെ ധൂസരമായ അസ്ഥികൾ കൊക്കകളിൽ കണ്ടിട്ടുണ്ടാവാം. പർവ്വതച്ചെരിവിൽ നിന്ന് കുടിയിറങ്ങിയവർ ഇതര

ശാദ്വലതടങ്ങളിൽ കുടിയേറിപ്പാർത്തിരിക്കണം. പുൽമേടുകളുടെ നാശം കുടിയിറക്കത്തിന് കാരണമായിരുന്നിരിക്കാം. ഇങ്ങനെ കുടിയിറക്കങ്ങളും കുടിയേറ്റങ്ങളും നടന്നില്ലായിരുന്നുവെങ്കിൽ ചരിത്രം ഉണ്ടാകുമായിരുന്നില്ല.

വാസസ്ഥലത്തിന്റെ കാര്യത്തിലും ജീവിതത്തിലുമുണ്ടായ മാറ്റം സമൂഹത്തിലും വസ്തുക്കളിലും ആശയങ്ങളിലുമെല്ലാം ഉണ്ടായി. സമൂഹ ഘടനയിൽ ഉണ്ടായി. ഈ മാറ്റങ്ങളുടെ ജൈവവർണ്ണനയാണ് ചരിത്രം. ഈ മാറ്റമാണ്, മാറ്റത്തിന്റെ ഓരോ യുഗത്തിലെയും പ്രകാശനമാണ് ഹെൻറിക് വില്യം വാൻ ലൂൺ *മനുഷ്യരാശിയുടെ കഥ*യിൽ വിവരിക്കുന്നത്.

വാൻ ലൂൺ ഏറെ സവിശേഷതകളുള്ള ഒരു ചരിത്രകാരനാണ്. ഇറാസ്മസിന്റെ നാട്ടിലാണദ്ദേഹം പിറന്നത്, നെതർലാന്റ്സിലെ റോട്ടർ ഡാമിൽ. 1882 ജനുവരി 14 നാണദ്ദേഹം ജനിച്ചത്. ഇരുപതാം വയസ്സിൽ വാൻ ലൂൺ അമേരിക്കയിലേക്കുപോയി. കോർനൽ സർവ്വകലാശാല യിൽനിന്ന് 1905 ൽ അദ്ദേഹം ബിരുദം നേടി. 1906 ൽ എലിസാ ബോഡി ച്ചിനെ വിവാഹം ചെയ്തു. പിന്നീട് ജർമ്മനിയിലെ മ്യൂണിച്ച് സർവ്വകലാ ശാലയിൽ നിന്ന് പി എച്ച് ഡി ബിരുദം നേടി. 1913 ലാണ് അദ്ദേഹത്തി ന്റെ ആദ്യപുസ്തകം പ്രസിദ്ധീകരിച്ചത്. *ഡച്ച് റിപ്പബ്ലിക്കിന്റെ പതനം* എന്നായിരുന്നു ആ പുസ്തകത്തിന്റെ പേര്. 1905 ലെ റഷ്യൻ വിപ്ലവകാ ലത്ത് റഷ്യയിലും 1914 ൽ ഒന്നാം ലോകമഹായുദ്ധത്തിന്റെ തുടക്കത്തിൽ ബെൽജിയത്തിലും അദ്ദേഹം അസോസിയേറ്റ് പ്രസിന്റെ കറസ്പോണ്ടന്റ് ആയിരുന്നു. 1915 മുതൽ 1917 വരെ കോർനൽ സർവ്വകലാശാലയിലെ ഒരു ലെക്ചററായിരുന്നു അദ്ദേഹം. 1919 ൽ വാൻ ലൂൺ അമേരിക്കൻ പൗരത്വം നേടി. 1920 ലും 1927 ലുമായി അദ്ദേഹം വീണ്ടും രണ്ടു തവണ കൂടി വിവാഹിതനാവുന്നുണ്ട്.

1910 മുതൽ 1944 ൽ മരിക്കുന്നതുവരെ അനേകം ഗ്രന്ഥങ്ങൾ വാൻ ലൂൺ എഴുതിയിട്ടുണ്ട്. പുസ്തകങ്ങളിലെല്ലാം ചേർത്ത ചിത്രങ്ങൾ അ ദ്ദേഹം തന്നെയാണ് വരച്ചത്. പടങ്ങളില്ലാത്ത പുസ്തകം എന്തിനു കൊ ള്ളാമെന്ന അത്ഭുതദ്വീപിലെ ആലിസിന്റെ ചോദ്യമാണ് വാൻ ലൂണും ചോദിച്ചിരുന്നത്. അദ്ദേഹത്തിന്റെ ഏറ്റവും വിഖ്യാതമായ രചന *മനുഷ്യ രാശിയുടെ കഥ* തന്നെയാണ്.

ഈ പുസ്തകം കുട്ടികൾക്കുവേണ്ടിയാണ് വാൻ ലൂൺ രചിച്ചത്. പക്ഷേ, പ്രായപൂർത്തിയായവരും നിർബ്ബന്ധമായി വായിച്ചിരിക്കേണ്ട ഒ രു മഹദ്ഗ്രന്ഥമാണിത്. അജ്ഞതയുടെ താഴ്വരയിൽനിന്ന് നാഗരികത യുടെ ഭ്രമങ്ങളിലേക്ക് പരിവർത്തനം ചെയ്ത മനുഷ്യന്റെ കഥയാണിതി ലുള്ളത്. ഓരോ പരിവർത്തനത്തിലുമുണ്ടായ കഠിനമായ വേദനകളും യാതനകളുമാണ് വാൻ ലൂൺ വിശദമാക്കുന്നത്. പരിവർത്തനമില്ലാതെ പ്രകൃതിക്കു അസ്തിത്വമില്ലെന്നു കരുതുന്ന ചരിത്രകാരനാണ് അദ്ദേഹം. ചരിത്രം എന്നാൽ മാനവരാശി കടന്നുവന്ന പരിവർത്തനങ്ങളുടെ ആക ത്തുകയാണ്.

ഈ പുസ്തകം നിറയെ വാൻ ലൂൺ വരച്ച ചിത്രങ്ങളുണ്ട്. ചിത്ര ങ്ങളിൽനിന്ന് പാഠങ്ങളിലേക്കെത്താൻ കുഞ്ഞുങ്ങൾക്കെളുപ്പമാണെന്ന് അദ്ദേഹം വിശ്വസിച്ചു. ചിത്രങ്ങളുടെ സഹായത്തോടെ ഈ പുസ്തകം

തുടങ്ങുന്നത് ഇപ്രകാരമാണ്:

> ഭീമാകാരമായ ഒരു ചോദ്യചിഹ്നത്തിന്റെ നിഴലിലാണ് നാം ജീവിക്കുന്നത്.
>
> ആരാണ് നമ്മൾ?
>
> എവിടെനിന്നാണ് നാം വരുന്നത്?
>
> എവിടേക്കാണ് പോവുന്നത്?
>
> പതുക്കെ, എന്നാൽ, ധീരമായി, സ്ഥിരതയാർന്ന, ചക്രവാളത്തിനപ്പുറത്തുള്ള വിദൂരസ്ഥമായ രേഖയിലേക്ക് തള്ളിക്കൊണ്ടുപോവുകയായിരുന്നു. അവിടെ നിന്നാണ് നാം ഒരു ഉത്തരം പ്രതീക്ഷിക്കുന്നത്.
>
> നാം വളരെ അകലെയൊന്നും പോയിട്ടില്ല.
>
> ഇപ്പോഴും നമുക്ക് വളരെ, വളരെ കുറച്ചേ അറിയൂ. എങ്കിലും ഒരുപാട് കാര്യങ്ങൾ ഊഹിച്ചെടുക്കാൻ കഴിയുന്ന ഒരു ബിന്ദുവിൽ (ഏതാണ്ട് കൃത്യമായിത്തന്നെ) നാം എത്തിച്ചേർന്നിരിക്കുന്നു.
>
> അതെ വളരെ കുറച്ചുമാത്രമേ മനുഷ്യനറിയൂ. എന്നാലും എന്തൊരു നാട്യമാണ്? എന്തൊരാത്മവിശ്വാസമാണ്? എന്തൊരു പോരിമയാണ്? അതാണ് മനുഷ്യൻ.

ഡിഗ്രിക്കു പഠിക്കുമ്പോഴാണ് ഈ കഥ വായിച്ചത്. മനുഷ്യരാശിയുടെ പരിവർത്തനത്തിന്റെ കഥ. ക്രമേണ ഇത് വിവർത്തനം ചെയ്യണമെന്ന മോഹമുണ്ടായി. അതിനിടയിലാണ് ഇർഫാൻ ഹബീബിന്റേയും മറ്റും ചില ചരിത്രകൃതികൾ വിവർത്തനം ചെയ്യാൻ കഴിഞ്ഞത്. *ബാഷാമിന്റെ ഇന്ത്യയെന്ന വിസ്മയം* ഇതുപോലെ ഭ്രമിപ്പിച്ച ഒരു ഗ്രന്ഥമായിരുന്നു. അത് തർജ്ജമചെയ്തതോടെ ഈ കഥ ചെയ്യുന്നതിലുള്ള പരിഭ്രമമൊക്കെ മാറി. അതിന്റെ ഫലമാണ് മലയാളത്തിലുള്ള *മനുഷ്യരാശിയുടെ കഥ.*

1921 ലാണ് വാൻ ലൂൺ ഈ ഗ്രന്ഥം എഴുതിപൂർണ്ണമാക്കിയത്. റഷ്യൻവിപ്ലവം നടന്നിട്ട് അധികകാലമായിട്ടില്ല. 1905 ൽ പരാജിതമായ റഷ്യൻവിപ്ലവം റിപ്പോർട്ട് ചെയ്യാൻ അസോസിയേറ്റ് പ്രസ് നിയോഗിച്ചത് അദ്ദേഹത്തെയായിരുന്നു. റഷ്യൻവിപ്ലവം ഈ ഗ്രന്ഥത്തിൽ വിവരിക്കപ്പെടുന്നില്ല. ഒന്നാം ലോകമഹായുദ്ധം പരാമർശിക്കപ്പെടുന്നുമുണ്ട്.

ലോകയുദ്ധം ഭീകരമായ ഒരു വിപത്തായിരുന്നു. പക്ഷേ, അത് ലോകത്തിന്റെ അവസാനമാണെന്നർത്ഥമില്ല. മറിച്ച് അത് പുതിയൊരു നാളിനെ നമ്മുടെ മുന്നിലേക്കാനയിച്ചിരിക്കുന്നു എന്ന്, ലോകയുദ്ധത്തെപറ്റി, അതിന്റെ കെടുതികളിൽനിന്ന് മനുഷ്യന് മോചനം സാദ്ധ്യമാണെന്ന ശുഭാപ്തിവിശ്വാസം കലർത്തി വാൻ ലൂൺ എഴുതുന്നുണ്ട്.

> സമകാലിക സംഭവങ്ങളുടെ സത്യസന്ധമായ വിവരണം നല്കുക എളുപ്പമല്ല. നാം ഇടപഴകുന്ന മനുഷ്യരുടെ മനസ്സിലെ പ്രശ്നങ്ങൾ നമ്മുടേയും പ്രശ്നങ്ങളാണ്. അവ നമ്മെ ഏറെ നൊമ്പരപ്പെടു

ത്തുന്നു. അല്ലെങ്കിൽ അവ നമ്മെ നന്നായി സന്തോഷിപ്പിക്കുന്നു; വിവരിക്കാനാവാത്ത വിധം. ചരിത്രം എഴുതുമ്പോൾ ഇതാവശ്യമാണ്. പ്രചാരവേലയുടെ പെരുമ്പറ മുഴക്കുകയല്ല വേണ്ടത്.

തന്റെ വിവരണം പരമാവധി സത്യസന്ധമായിരിക്കണമെന്നു നിർബ്ബന്ധമുള്ള ചരിത്രകാരനാണ് വാൻ ലൂണെന്ന് ഇതിൽനിന്ന് മനസ്സിലാക്കാൻ കഴിയും. ഒരുപക്ഷേ റഷ്യൻവിപ്ലവത്തെ പറ്റി സത്യസന്ധമായി തനിക്കെഴുതാനാവില്ലെന്ന് വാൻ ലൂൺ കരുതിയിരിക്കണം.

യൂറോകേന്ദ്രിതമായ ഒരു ചരിത്രപുസ്തകമല്ലേ ഇത്? തീർത്തു പറയാനാവില്ല. ഈജിപ്തിനും മെസപ്പൊട്ടാമിയക്കും അർഹമായ പ്രാതിനിധ്യം ഈ ഗ്രന്ഥത്തിലുണ്ട്. പിന്നെ അത് ഗ്രീസിലും റോമിലും മറ്റും അഭിരമിക്കുകയും യൂറോപ്യൻരാജ്യങ്ങളിലൂടെ, സമൂഹങ്ങളിലൂടെ ചരിത്രയാത്ര നടത്തുകയും ചെയ്യുന്നു. യൂറോകേന്ദ്രിതമല്ലാത്ത ഒരു ചരിത്രരചനാശൈലി അന്നു വളർന്നുവന്നിരുന്നില്ല. മാർട്ടിൻ ബർണലിന്റെ *ബ്ലാക്ക് അഥീന*യൊക്കെ വളരെ കഴിഞ്ഞുമാത്രമുണ്ടായ കൃതികളാണല്ലോ. നിലവിലുള്ള രചനാസംവിധാനമുപയോഗിച്ച് പരമാവധി സ്വീകാര്യമായ, സഹിഷ്ണുതാപൂർണ്ണമായ ഒരു വിശ്വചരിത്രഗ്രന്ഥമാണ് അദ്ദേഹം കുട്ടികൾക്കായി തയ്യാറാക്കിയിട്ടുള്ളത്. യൂറോകേന്ദ്രിത ചരിത്രരചനയുടെ കുറ്റം വാൻ ലൂണിൽ ആരോപിക്കാൻ ഒരു നിവൃത്തിയുമില്ലാത്തത് അതുകൊണ്ടാണ്.

എന്താണ് വാൻ ലൂൺ തന്റെ ചരിത്രഗ്രന്ഥത്തിലൂടെ സംവേദനം ചെയ്യുന്നത്? എന്താണ് അദ്ദേഹം കുഞ്ഞുങ്ങളോടും മുതിർന്നവരോടും പറയുന്നത്? സഹിഷ്ണുതയുടെ മഹത്ത്വമാണത്. സഹിഷ്ണുതയെ പറ്റിയുള്ളതാണ് വാൻ ലൂണിന്റെ ഏറ്റവും പ്രശസ്തമായ ഒരു കൃതി. *ദി സ്റ്റോറി ഓഫ് മാൻകൈന്റ്* എന്ന ഗ്രന്ഥം അന്യാദൃശമായ ഒരു രചനയാണ്. *ടോളറൻസ്* അഥവാ *സഹിഷ്ണുത* ഉൾപ്പെടെ അനേകം ഗ്രന്ഥങ്ങൾ വാൻ ലൂൺ രചിച്ചിട്ടുണ്ട്.

പരസ്യങ്ങളിൽ ജനപ്രിയചരിത്രകാരനെന്നാണ് സഹിഷ്ണുതയുടെ പ്രവാചകനായ ഈ ചരിത്രകാരൻ വിശേഷിപ്പിക്കപ്പെടുന്നത്. അദ്ദേഹത്തിന്റെ ക്ലാസിക്കെന്നു വിളിക്കാവുന്ന *മനുഷ്യരാശിയുടെ കഥ* വിനയപൂർവ്വം വായനക്കാർക്കായി സമർപ്പിക്കുന്നു.

തിരുവനന്തപുരം
2015 ഏപ്രിൽ 11

സി പി അബൂബക്കർ

അങ്ങു വടക്ക്, സ്വിജോദ് എന്ന പ്രദേശത്ത്, ഒരു പാറയുണ്ടായിരുന്നു. അതിനു ആയിരം മൈൽ നീളമുണ്ടായിരുന്നു, ആയിരം മൈൽ വീതിയും. ആയിരം കൊല്ലം കൂടുമ്പോൾ ഒരു ചെറുപക്ഷി തന്റെ കൊക്കിനു മൂർച്ച കൂട്ടുന്നതിനായി ഈ പാറയിൽ വന്നിരുന്നു.

അങ്ങനെ പാറ അടർന്നില്ലാതാവുന്നതോടെ, അനശ്വരതയുടെ ഒരു ദിനം അവസാനിക്കുമായിരുന്നു.

രംഗവേദി ഒരുക്കപ്പെടുന്നു

ഭീമാകാരമായ ഒരു ചോദ്യചിഹ്നത്തിന്റെ നിഴലിലാണ് നാം ജീവിക്കുന്നത്.

ആരാണ് നമ്മൾ?

എവിടെനിന്നാണ് നാം വരുന്നത്?

എവിടേക്കാണ് പോവുന്നത്?

പതുക്കെ, എന്നാൽ, ധീരമായി, സ്ഥിരതയാർന്ന, ചക്രവാളത്തിനപ്പുറത്തുള്ള വിദൂരസ്ഥമായ രേഖയിലേക്ക് തള്ളിക്കൊണ്ടുപോവുകയായിരുന്നു. അവിടെ നിന്നാണ് നാം ഒരു ഉത്തരം പ്രതീക്ഷിക്കുന്നത്.

നാം വളരെ അകലെയൊന്നും പോയിട്ടില്ല.

ഇപ്പോഴും നമുക്ക് വളരെ, വളരെ കുറച്ചേ അറിയൂ. എങ്കിലും ഒരുപാട് കാര്യങ്ങൾ ഊഹിച്ചെടുക്കാൻ കഴിയുന്ന ഒരു ബിന്ദുവിൽ(ഏതാണ്ട് കൃത്യമായിത്തന്നെ) നാം എത്തിച്ചേർന്നിരിക്കുന്നു.

ഈ അദ്ധ്യായത്തിൽ മനുഷ്യന്റെ ആവിർഭാവത്തിനു യോജിച്ച രംഗവേദി ഒരുക്കപ്പെട്ടതെങ്ങനെയെന്ന് (നമ്മുടെ ഏറ്റവും ശരിയായ വിശ്വാസമനുസരിച്ച്) ഞാൻ പറഞ്ഞുതരാം.

ഭൂമിയിൽ അവസാനമായി ആവിർഭവിച്ചത് മനുഷ്യനാണ്. പക്ഷേ, പ്രകൃതിശക്തികളെ കീഴ്പെടുത്തുകയെന്നലക്ഷ്യത്തിനായി സ്വന്തം

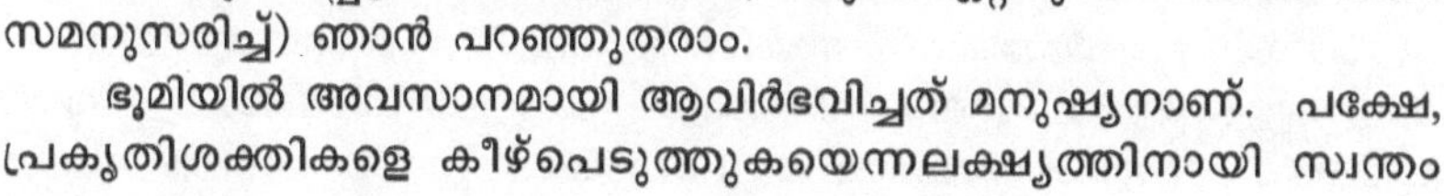

മസ്തിഷ്കം ആദ്യമായി ഉപയോഗിച്ചതും മനുഷ്യൻ തന്നെ. അതുകൊണ്ടാണ്, രസകരമായ ഒരു ചരിത്രമുണ്ടായിട്ടും പൂച്ചകളെയോ പട്ടി

കളെയോ കുതിരകളെയോ പറ്റി പഠിക്കുന്നതിനു പകരം, നാം മനുഷ്യനെ പറ്റി പഠിക്കാൻ തുനിയുന്നത്.

അനുസ്യൂതമായ മഴ

ആദിയിൽ, നാം ജീവിക്കുന്ന ഈ ഗ്രഹം (നമുക്കറിയാവുന്നിടത്തോളം) ചലിച്ചുകൊണ്ടിരുന്ന ദ്രവ്യത്തിന്റെ വലിയൊരു ബാൾ ആയിരുന്നു, അനന്തമായ ബഹിരാകാശമണ്ഡലത്തിലെ നിസ്സാരമായ ഒരു മേഘധൂമം. ക്രമത്തിൽ, ദശലക്ഷക്കണക്കിൽ വർഷങ്ങളിലൂടെ, അതിന്റെ ഉപരിതലം സ്വയം കത്തിത്തീരുകയും പാറകളുടെ നേർത്ത പടലങ്ങൾ അതിനെ ആവരണം ചെയ്യുകയും ചെയ്തു. അചേതനമായ ഈ പാറകൾക്കുമേൽ അനന്തപ്രവാഹങ്ങളായി മഴ പെയ്തുകൊണ്ടിരുന്നു; കടുത്ത കരിങ്കൽപ്പാറകളിൽ വിള്ളലുകളുണ്ടാക്കി അതിൽ നിന്നുള്ള ധൂളീപടലങ്ങൾ ചുട്ടുപൊള്ളുന്ന ഭൂമിയുടെ ഉയർന്ന കൊക്കകൾക്കിടയിലെ താഴ്വാരങ്ങളിലേക്ക് ഒഴുകിപ്പോയി.

അവസാനം ആ സമയം വന്നു; സൂര്യൻ മേഘങ്ങൾ തുരന്ന്, ഈ കൊച്ചുഗ്രഹം എത്രയെത്ര ചെറുതടാകങ്ങളാൽ ആവൃതമാണെന്നു കണ്ടു; ഈ തടാകങ്ങൾ പശ്ചിമാർദ്ധഗോളത്തിലും ഉത്തരാർദ്ധഗോളത്തിലും മഹാസമുദ്രങ്ങളായി വികാസം പ്രാപിച്ചു.

പിന്നെ ഒരു ദിവസം ആ മഹാത്ഭുതം സംഭവിച്ചു. മൃതമാണെന്നു തോന്നിയിരുന്നത് ജീവന് ജന്മം നല്കി.

ആദ്യത്തെ ജീവകോശം കടൽ വെള്ളത്തിലൂടെ ഒഴുകി നടന്നു.

ദശലക്ഷക്കണക്കായ വർഷങ്ങൾ അത് അലക്ഷ്യമായി ജലപ്രവാഹങ്ങളിലൊഴുകി; ഈ സമയത്തെല്ലാം അത് ചില പുതിയ സ്വഭാവങ്ങൾ സമാർജ്ജിക്കുകയായിരുന്നു; ആതിഥ്യമര്യാദയില്ലാത്ത ഈ ഭൂമിയിൽ അതിന് എളുപ്പത്തിൽ അതിജീവിക്കാൻ കഴിയുമെന്ന അവസ്ഥയുണ്ടായി. ഈ കോശങ്ങളിൽ ചിലതിനു പഥ്യം തടാകങ്ങളുടെയും ഇതര ജലാശയങ്ങളുടെയും അഗാധമായ കയങ്ങളായിരുന്നു. കുന്നുകൾക്കുമുകളിൽ നിന്നു വരുന്ന ഊറലുകളിൽ അവ ആഴത്തിൽ വേരുപിടിച്ചു, സസ്യങ്ങളായി. മറ്റുള്ളവ പിന്നെയും ചലിച്ചുകൊണ്ടിരുന്നു, അവയ്ക്ക് കൂട്ടി ഘടിപ്പിക്കപ്പെട്ട അത്ഭുതകരമായ കാലുകൾ വളർന്നു വന്നു, കടലിനടിയിൽ, സസ്യങ്ങൾക്കും ജെല്ലിമത്സ്യം പോലെ മങ്ങിയ പച്ചവസ്തുക്കൾക്കുമിടയിൽ, തേളുകളെ പോലെ അവ ഇഴഞ്ഞു. ഇനിയും ചില കോശങ്ങൾ

(ശരീരത്തിൽ ചെതുമ്പൽ പൊതിഞ്ഞവ) ആഹാരം തേടിക്കൊണ്ട് ഒരിടത്തുനിന്ന് മറ്റൊരിടത്തേക്കുള്ള നിരന്തരമായ നീന്തൽപ്രക്രിയയിൽ ഏർപ്പെട്ടു; ക്രമേണ അവയിൽ ചിലവ, സമുദ്രാന്തർഭാഗത്തെ വാസസ്ഥലമാക്കിയ അനന്തസംഖ്യ മത്സ്യങ്ങളായിത്തീർന്നു.

ഇതിനിടയിൽ സസ്യങ്ങളുടെ എണ്ണം വർദ്ധിച്ചു; അവർക്കു നിലനില്ക്കാൻ കൂടുതൽ വാസതലങ്ങൾ തേടേണ്ടതുണ്ടായിരുന്നു. കടലാഴങ്ങളിൽ അവയ്ക്ക് ഇടമില്ലായിരുന്നു. വൈമനസ്യത്തോടെ അവ ജലരാശിയെ ഉപേക്ഷിക്കുകയും പർവ്വത താഴ്‌വാരങ്ങളിലെ ചതുപ്പുകളിലും ചെളിക്കൂമ്പാരങ്ങളിലും പുതിയ വാസയിടങ്ങളൊരുക്കുകയും ചെയ്തു. ദിവസം രണ്ടുതവണ, സമുദ്രവേലിയേറ്റങ്ങൾ അവയെ ലവണജലത്തിൽ പൊതിഞ്ഞു. മറ്റുനേരങ്ങളിൽ അസുഖകരമായ ഈയവസ്ഥയിൽനിന്നു കരകയറാനവ ശ്രമിച്ചു; ഗ്രഹോപരിതലത്തിലെ ലഘുവായുവിൽ അതിജീവനത്തിനായി യത്നിച്ചു. ശതാബ്ദങ്ങളിലൂടെയുള്ള പരിശീലനത്തിനു ശേഷം സസ്യങ്ങൾക്ക് പലതരം ആകൃതികൾ കൈവന്നു; കുറ്റിച്ചെടികളും

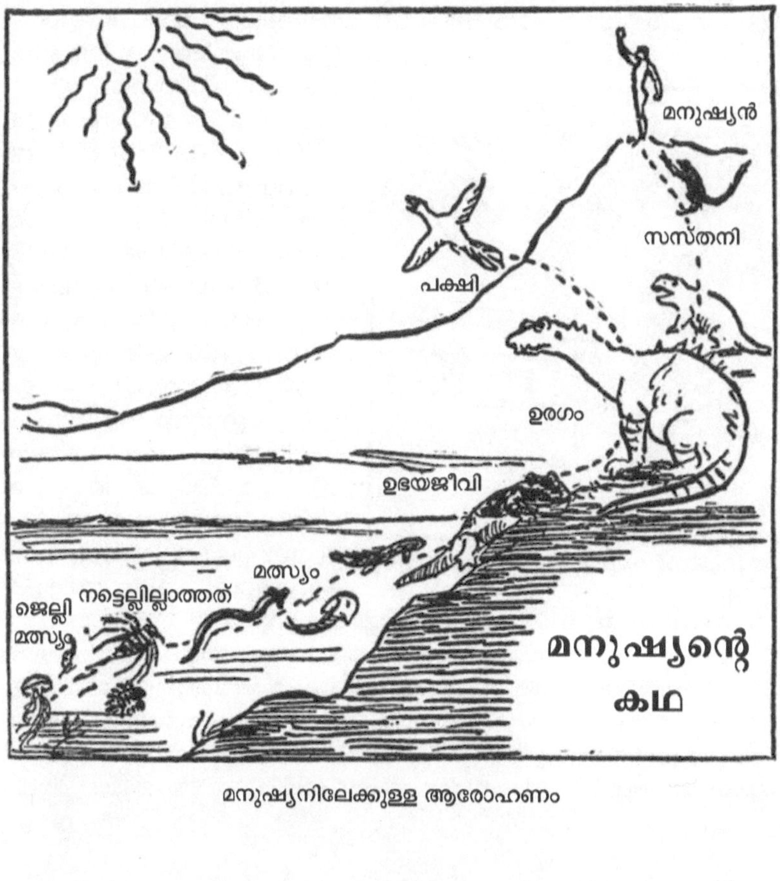

മനുഷ്യനിലേക്കുള്ള ആരോഹണം

പുൽമുളകളും വൃക്ഷങ്ങളുമായിത്തീർന്നു. അവസാനം തേനീച്ചകളെയും പക്ഷികളെയും ആകർഷിക്കുന്ന മനോജ്ഞപുഷ്പങ്ങൾ വിരിയിക്കാനവയ്ക്കുകഴിഞ്ഞു. ശലഭങ്ങളും പക്ഷികളും വിസ്തൃതമായ ഭൂതലങ്ങളിൽ വിത്തുകൾ വഹിച്ചുകൊണ്ടുപോയി. ഭൂമി മുഴുവൻ ഹരിതാഭമായ പുൽമേടുകൾ വളർന്നു. അല്ലാത്തയിടങ്ങൾ വൻമരങ്ങളുടെ നിഴലുകൾ വീണ് നിബിഡശ്യാമളമായിത്തീർന്നു. ഇതിനിടയിൽ തന്നെ ചില വലിയ മത്സ്യങ്ങൾ കടലുപേക്ഷിക്കാൻ തുടങ്ങിയിരുന്നു. അവ ശ്വാസകോശങ്ങൾ വഴിയും ചെളുക്കകൾ വഴിയും ശ്വസിക്കാൻ പഠിച്ചിരുന്നു. അവയെ നാം ഉഭയജീവികളെന്നാണ് വിളിക്കുന്നത്. കരയിലും വെള്ളത്തിലും ഒരുപോലെ ജീവിക്കാൻ അവർക്കു കഴിയുമെന്നാണിതിനർത്ഥം. ഉഭയജീവിയായിരിക്കുന്നതിന്റെ ആഹ്ലാദം, നിങ്ങൾ വഴിയിൽ കാണുന്ന ആദ്യത്തെ തവള തന്നെ നിങ്ങളോടുപറയും.

ജലത്തിൽ നിന്നകന്നതോടെ, ഈ ജന്തുക്കൾ ക്രമേണ കരയിലെ ജീവിതവുമായി കൂടുതൽ കൂടുതൽ ഇഴുകിച്ചേരാൻ തുടങ്ങി. ചിലത് ഉരഗങ്ങളായി (ഗൗളികളെ പോലെ ഇഴഞ്ഞുനീങ്ങുന്ന ജീവികൾ), അവ കീടങ്ങളോടൊപ്പം വനത്തിന്റെ നിശ്ശബ്ദത പങ്കുവെച്ചു. അവയ്ക്ക് ഇളം മണ്ണിൽ അതിവേഗത്തിലിഴഞ്ഞു നീങ്ങാൻ കഴിഞ്ഞിരുന്നു. ഈ ചലനത്തിൽ അവയുടെ കാലുകൾ ശക്തിപ്രാപിക്കുകയും അവയുടെ ശരീരം വികാസം പ്രാപിക്കുകയും ചെയ്തു. ലോകത്താകമാനം ഭീമാകാരമായ ജന്തുക്കൾ വസിക്കുന്നതുവരെ ഇതു തുടർന്നു. (ഇവയെ ജീവശാസ്ത്രപുസ്തകങ്ങളിൽ ഇഷ്തിയോസാറസ്, മെഗലോസാറസ്, ബ്രോൺഠോസാറസ് എന്നിങ്ങനെയാണ് വിവരിക്കുന്നത്). അവയ്ക്കു മുപ്പതു-നാല്പതടി നീളമുണ്ടായിരുന്നു, പൂർണ്ണവളർച്ചയെത്തിയ പൂച്ച തന്റെ കുട്ടികളോട് കളിക്കുന്നതുപോലെ അവയ്ക്ക് ആനകളോട് കളിക്കാമായിരുന്നു.

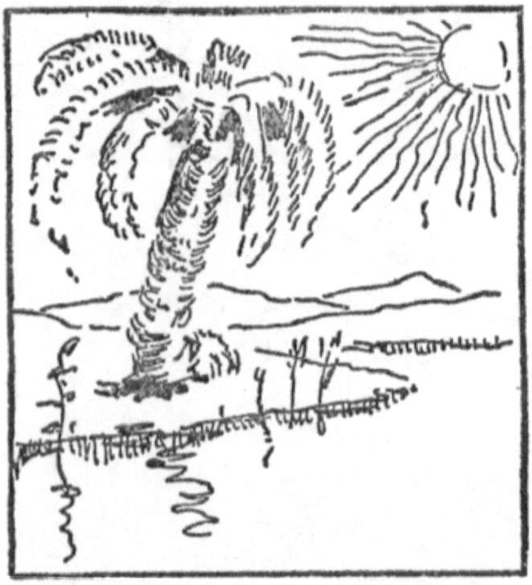
സസ്യങ്ങൾ കടലുകളിൽ നിന്നകലുന്നു

ഈ ഉരഗകുടുംബത്തിലെ ചില അംഗങ്ങൾ മരങ്ങൾക്കുമുകളിലാണ് വസിച്ചിരുന്നത്. മിക്ക മരങ്ങൾക്കും ഉയരം വളരെ കൂടുതലായിരുന്നു, മിക്കപ്പോഴും നൂറടിയിൽ കൂടുതലായിരുന്നു. ഇപ്പോഴവർക്കു ചലിക്കാൻ കാലുകളുടെ ആവശ്യമേയില്ല. എന്നാൽ ശാഖകളിൽനിന്നു ശാഖകളിലേക്കു വേഗത്തിൽ ചെന്നെത്തേണ്ടതുണ്ടായിരുന്നു. അങ്ങനെ അവ

സ്വന്തം ചർമ്മത്തിന്റെ ഒരുഭാഗം പാരച്യൂട്ടുപോലെ പരിവർത്തനം ചെയ്തു. ഈ ഭാഗം ശരീരത്തിന്റെ ഇരുവശങ്ങൾക്കും മുൻകാലുകളുടെ വളരെ ചെറിയ ഉപ്പൂറ്റികൾക്കും ഇടയിലായി സംയോജിച്ചു. ക്രമത്തിൽ ചർമ്മാഛാദിതമായ ഈ പാരച്യൂട്ടിൽ തൂവലുകളുണ്ടാവാൻ തുടങ്ങി. വാലുകൾ ഒരുതരം സ്റ്റീയറിങ് ഗിയറായി പ്രവർത്തിക്കാൻ തുടങ്ങി. അവ മരങ്ങളിൽനിന്നു മരങ്ങളിലേക്കു പറക്കാൻ തുടങ്ങി. അങ്ങനെ ശരിയായ പക്ഷികളായി വികാസം പ്രാപിച്ചു.

കുറെ കഴിഞ്ഞപ്പോൾ ഒരത്ഭുതം സംഭവിച്ചു. എല്ലാ ഭീമ ഉരഗങ്ങളും കുറഞ്ഞകാലംകൊണ്ടു ചത്തുവീണു. നമുക്കതിന്റെ കാരണമറിയില്ല. ഒരുപക്ഷേ, പെട്ടെന്നുണ്ടായ കാലാവസ്ഥാവ്യതിയാനം മൂലമാവാം. ഒരുപക്ഷേ, അവ വളരെ വലുതായതുകൊണ്ടാവാം. അവയ്ക്കു നീന്താനോ നടക്കാനോ ഇഴയാനോ കഴിയാഞ്ഞതുകൊണ്ടാവാം. കാഴ്ചപ്പുറത്തുതന്നെ അവ പട്ടിണിയായി മരിച്ചതാവാം, ചലിക്കാനാവാതെ, മരങ്ങൾക്കരികിലേക്കോ പൂപ്പൽച്ചെടികളിലേക്കോ എത്തിച്ചേരാനാവാതെ നിസ്സഹായരായി അവ അവസാനിച്ചിരിക്കണം. കാരണമെന്തായാലും ദശലക്ഷക്കണക്കിൽ വർഷക്കാലം നിലനിന്ന ഭീമാകാര ഉരഗങ്ങളുടെ ലോകസാമ്രാജ്യം അതോടെ അസ്തമിച്ചു.

ഇപ്പോൾ ലോകത്തിൽ പലതരം വ്യത്യസ്ത ജീവികൾ വസിച്ചുതുടങ്ങി. അവ ഉരഗജീവികളുടെ പിൻഗാമികൾതന്നെ, പക്ഷേ, അവയിൽനിന്നു തികച്ചും വ്യത്യസ്തമായിരുന്നു. അവയ്ക്ക് മാതാവിന്റെ സ്തനങ്ങളിൽനിന്നാണ് ആഹാരം ലഭിച്ചിരുന്നത്. ഇതുകാരണം അവയെ സസ്തനികൾ എന്നാണ് ആധുനികശാസ്ത്രം വിളിക്കുന്നത്. അവ ശരീരത്തിൽനിന്നു ചെതുമ്പലുകളൊക്കെ ഉപേക്ഷിച്ചു കഴിഞ്ഞിരുന്നു. അതുപോലെ പക്ഷിത്തൂവലുകളും അവ സ്വീകരിച്ചില്ല, പകരം രോമം കൊണ്ടാണ് ശരീരം ആവരണം ചെയ്തിരുന്നത്. സസ്തനികൾ ഇതരജീവികളിൽനിന്ന് ഭിന്നമായ പല സവിശേഷതകളും ആർജ്ജിച്ചു. ഇവയുടെ വംശത്തിനു ഇതര ജീവജാലങ്ങൾക്കില്ലാത്ത പല മേന്മകളുമുണ്ടായിരുന്നു. സസ്തനികളിലെ പെൺജീവികൾ കുഞ്ഞുങ്ങളുണ്ടാകാനുള്ള അണ്ഡങ്ങൾ സ്വശരീരത്തിൽ സൂക്ഷിച്ച്, അടയിരിക്കുകയും മുട്ടവിരിഞ്ഞു കുഞ്ഞാകുകയും ചെയ്തു. ഇതുവരെ ജീവജാലങ്ങളെ അവ ഉണ്ടായ ഉടനെ , വന്യജീവികളും പ്രകൃതിയിലെ ശൈത്യവും ഉഷ്ണവുമുൾപ്പെടെ എല്ലാ വിപത്തുകൾക്കും മുന്നിൽ തുറന്നിടുകയായിരുന്നു പതിവ്. എന്നാൽ അടയിരിക്കുന്ന തള്ളകൾ ഇവയെ ദീർഘകാലം വിപത്തുകളിൽനിന്ന് സംരക്ഷിച്ചുനിർത്തി; ശത്രുക്കളിൽനിന്ന് ദുർബ്ബലരായ കുഞ്ഞുങ്ങളെ അമ്മമാർ എപ്പോഴും രക്ഷിക്കുകയും അഭയംനല്കുകയും ചെയ്തു. കുഞ്ഞുസസ്തനികൾക്കു ഇതുവഴി കൂടുതൽ അതിജീവനസാദ്ധ്യതകൾ ലഭിച്ചു. അവർക്ക് പലകാര്യങ്ങളും അമ്മമാരിൽനിന്നു ലഭിച്ചു. പൂച്ചയെയും പൂച്ചക്കുട്ടികളെയും ശ്രദ്ധിച്ചാൽ ഇതു മനസ്സിലാവും. സ്വയം രക്ഷനേടാനും മുഖം ശുദ്ധീകരിക്കാനും എലിയെ പിടിക്കാനുമൊക്കെ പൂച്ചക്കുട്ടി

കൾ അമ്മപ്പൂച്ചയിൽ നിന്നാണ് പഠിക്കുന്നത്.

ഈ സസ്തനികളെ പറ്റി ഞാനേറെയൊന്നും നിങ്ങളോട് പറയേണ്ടതില്ല. അവയെ പറ്റി നിങ്ങൾക്കു നന്നായറിയാം. അവ നിങ്ങൾക്കു ചുറ്റുമുണ്ട്. തെരുവിലും വീട്ടിലുമെല്ലാം അവ നിങ്ങളുടെ കൂട്ടുകാരാണ്. അത്രയൊന്നും പരിചിതരല്ലാത്ത ബന്ധുക്കളെ ജന്തുശാസ്ത്രവനങ്ങളുടെ കമ്പിവേലികൾക്കുപിറകിൽ നിങ്ങൾക്കുകാണാം.

ഇനി നമുക്ക് ആ വഴിപിരിയലിനെ പറ്റി പഠിക്കാം. അതോടെയാണ് മനുഷ്യൻ ഊമകളായി ജീവിക്കുകയും മരിക്കുകയും ചെയ്ത ജീവികളുടെ അനന്തമായ മഹാഘോഷയാത്രയിൽനിന്നും പെട്ടെന്നു പുറത്തേക്കു കടക്കുന്നത്, സ്വന്തം വംശത്തിന്റെ ഭാഗധേയം രൂപപ്പെടുത്തുന്നതിനുവേണ്ടി സ്വന്തം യുക്തിയെ ഉപയോഗപ്പെടുത്താൻ തുടങ്ങുന്നത്.

ആഹാരവും പാർപ്പിടവും കണ്ടെത്തുന്നതിൽ ഇതരജീവികളെ അപേക്ഷിച്ച് സസ്തനികൾ വളരെ മുന്നിലായിരുന്നു. ഇരയെ പിടിക്കുന്നതിനു മുൻകാലുകളുപയോഗിക്കാൻ അവ പഠിച്ചിരുന്നു; ശിക്ഷണത്തിലൂടെ അത് കൈപ്പത്തിപോലൊരു നഖം വികസിപ്പിച്ചിരുന്നു. നിരവധി നിരവധി പ്രയത്നങ്ങളിലൂടെ ശരീരത്തിന്റെ മുഴുവൻ ഭാരവും പിൻകാലുകളിൽ താങ്ങാൻ പഠിച്ചിരുന്നു. (ഇത് വളരെ ദുഷ്കരമായൊരുകാര്യമാണ്. മനുഷ്യരാശി ഇത് ദശലക്ഷക്കണക്കിൽ വർഷങ്ങളായി ശീലിച്ചുവരുന്നതാണെങ്കിലും ഓരോ മനുഷ്യക്കുഞ്ഞും ഇതു പുതുതായി പഠിച്ചെടുക്കുകതന്നെവേണം).

പകുതി വാനരനും പകുതി മർക്കടനുമായിരുന്ന, എന്നാൽ ഇരുവരേക്കാൾ വളർച്ച പ്രാപിച്ചു കഴിഞ്ഞിരുന്ന ഈ ജീവി, ഏതു കാലാവസ്ഥയിലും ഉപജീവനം നേടാൻ കഴിയുന്ന നല്ല ഒരു വേട്ടക്കാരനായിത്തീർന്നു. വർദ്ധിച്ച സുരക്ഷയ്ക്കുവേണ്ടി ഇവ സംഘംചേർന്നാണ് ചലിച്ചിരുന്നത്. ആസന്നമായ ആപത്തിനെ പറ്റി കുഞ്ഞുങ്ങൾക്കു മുന്നറിയിപ്പുനല്കാൻ സവിശേഷമായ ആർത്തനാദം പുറപ്പെടുവിക്കാനും അവ പഠിച്ചിരുന്നു. ആയിരമായിരം ശതസഹസ്രവർഷങ്ങൾക്കുശേഷം ഈ ഗളനാദങ്ങൾ ഭാഷണത്തിനായി ഉപയോഗിക്കാൻ അവയ്ക്കുകഴിഞ്ഞു.

നിങ്ങളിതു വിശ്വസിക്കാനിടയില്ലെങ്കിലും ഈ ജീവിയായിരുന്നു നിങ്ങളുടെ ആദ്യത്തെ 'മനുഷ്യസദൃശ' മുൻഗാമികൾ.

നമ്മുടെ ഏറ്റവും പുരാതനരായ മുൻഗാമികൾ

ആദ്യത്തെ 'ശരിയായ' മനുഷ്യരെ പറ്റി നമുക്കറിയില്ല. നാം അവരുടെ ചിത്രങ്ങൾ കണ്ടിട്ടേയില്ല. അതിപ്രാചീനമായ കളിമണ്ണടരുകളിലൊന്നിൽ ഒരുപക്ഷേ, നാമതിന്റെ അസ്ഥിശകലങ്ങൾ കണ്ടിട്ടുണ്ടാവാം. വളരെ വളരെ മുമ്പ് ഭൂമുഖത്തുനിന്ന് അപ്രത്യക്ഷരായ മൃഗങ്ങളുടെ അസ്ഥികൂടങ്ങൾക്കിടയിലാണ് ഇവ അടക്കം ചെയ്യപ്പെട്ടിരുന്നത്. നരവംശശാസ്ത്രജ്ഞർ (മനുഷ്യനെ ജന്തുലോകത്തിന്റെ ഭാഗമായിക്കണ്ടു പഠനം നടത്താൻ ജീവിതമുഴിഞ്ഞുവെച്ച പണ്ഡിതരായ ശാസ്ത്രജ്ഞരാണവർ) ഈ അസ്ഥിശകലങ്ങളെടുത്തു പരിശോധനനടത്തിയിട്ടുണ്ട്. സാമാന്യമായി നല്ല കൃത്യതയോടെ നമ്മുടെ ഏറ്റവും പൗരാണികരായ മുൻഗാമികളെ പുനർനിർമ്മിച്ചെടുക്കാനവർക്കു കഴിഞ്ഞിട്ടുണ്ട്.

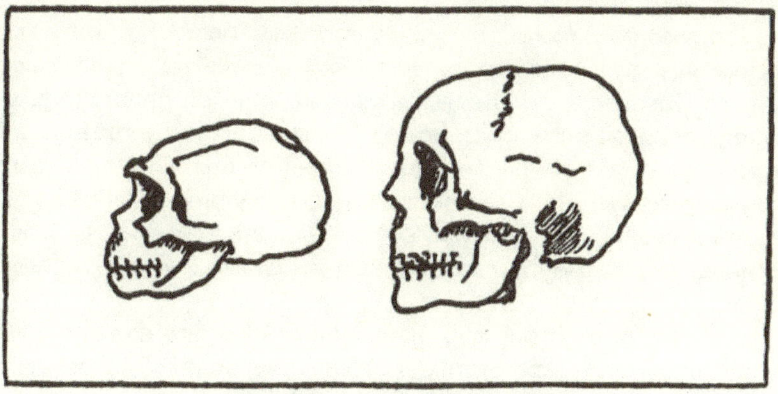

മനുഷ്യന്റെ തലയോട്ടിയുടെ വളർച്ച

മനുഷ്യവംശത്തിന്റെ മുതു-മുതു- മുതു മുത്തച്ഛനായ മുൻഗാമി കാഴ്ചയിൽ വിരൂപവും അനാകർഷകവുമായ ഒരു സസ്തനിയായിരുന്നു. അയാൾ വളരെ കുറിയ ഒരു മനുഷ്യനായിരുന്നു, ഇന്നത്തെ മനുഷ്യനേക്കാൾ എത്രയോ കുള്ളനായ ഒരാൾ. സൂര്യന്റെ ചൂടും കടുത്തശൈത്യകാലത്തെ തീക്ഷ്ണമായ കാറ്റും മൂലം അയാളുടെ ചർമ്മത്തിന് കടും തവിട്ടുനിറമായിരുന്നു.

അയാളുടെ തലയും ശരീരത്തിന്റെ മിക്കഭാഗവും പ്രാകൃതമായ ഒരുതരം രോമം മൂടിയിരുന്നു; കൈകളിലും കാലിന്മേലുമെല്ലാം ഇത്തരം രോമമായിരുന്നു. വളരെ മെലിഞ്ഞ, എന്നാൽ കരുത്തുള്ള വിരലുകളാണയാൾക്കുണ്ടായിരുന്നത്; കൈകൾ ഏതാണ്ട് കുരങ്ങിന്റേതാണെന്ന് തോന്നിക്കുമായിരുന്നു. വീതികുറഞ്ഞ നെറ്റിത്തടമായിരുന്നു അയാളുടേത്. ഹിംസ്രമൃഗത്തിന്റേതുപോലുള്ള താടിയെല്ലായിരുന്നു നമ്മുടെ മുതുമുത്തച്ഛന്റേത്; പല്ലായിരുന്നു അയാളുടെ കത്തിയും ഫോർക്കും എല്ലാം. അയാൾ വസ്ത്രം ധരിച്ചിരുന്നില്ല. അഗ്നി അദ്ദേഹം കണ്ടിട്ടേയില്ല; ഭൂമിയിൽ പുകയും ലാവയും നിറയ്ക്കുന്ന അഗ്നിപർവ്വതങ്ങളിൽ നിന്നു പതഞ്ഞുപൊങ്ങുന്ന ജ്വാലകൾ മാത്രമാണ് അദ്ദേഹം കണ്ടിരുന്നത്.

ഇന്നും ആഫ്രിക്കയിൽ പിഗ്മികൾ ചെയ്യുന്നതു പോലെ വിസ്തൃത വനങ്ങളിലെ നനവാർന്ന ശ്യാമതലങ്ങളിലാണയാൾ ജീവിച്ചത്. വിശപ്പിന്റെ വിളിയുണ്ടാവുമ്പോൾ പച്ചിലകൾ പറിച്ചും കിഴങ്ങുകൾ കുഴിച്ചെടുത്തും അയാൾ തിന്നു. പക്ഷിയുടെ മുട്ടകൾ കവർന്നെടുത്തു കുഞ്ഞുങ്ങളെ തീറ്റി. ചിലപ്പോഴൊക്കെ, ദീർഘവും ക്ഷമാപൂർവ്വവുമായ ഒരു വേട്ടയ്ക്കുശേഷം, അയാൾ ഒരു കിളിയെ, ചെറിയൊരു കാട്ടുനായയെ, അല്ലെങ്കിലൊരു മുയലിനെ പിടിച്ചിരുന്നു. ഇറച്ചി അയാൾ പച്ചയായിതിന്നു; പാകം ചെയ്ത ഭക്ഷണത്തിന് കൂടുതൽ രുചിയുണ്ടാവുമെന്ന കാര്യം അയാൾ കണ്ടുപിടിച്ചിരുന്നില്ല.

പകൽ സമയങ്ങളിൽ ഈ പ്രാകൃത മനുഷ്യജീവി ആഹാരത്തിനുള്ള വസ്തുക്കൾ തേടിയലഞ്ഞു.

ഭൂമിക്കുമേൽ രാത്രി വന്നുചേരുന്നതോടെ അയാൾ ഇണയെയും കുഞ്ഞുങ്ങളെയും വലിയൊരു മരത്തിന്റെ പൊത്തിലോ വലിയ പാറകൾക്കു പിന്നിലോ ഒളിപ്പിക്കും; എല്ലാ ഭാഗത്തും ഹിംസ്രജീവികളായിരുന്നു; രാത്രിയായാൽ അവ ആഹാരം തേടിയലയും, അവർക്കുമുണ്ട് ഇണകളും കുഞ്ഞുങ്ങളും; അവർക്കോ മനുഷ്യമാംസത്തിന്റെ രുചി അത്യധികം ഇഷ്ടമായിരുന്നു. ഒന്നുകിൽ തിന്നുക അല്ലെങ്കിൽ തിന്നപ്പെടുക എന്നതായിരുന്നു ആ ലോകത്തിന്റെ നിയമം. ജീവിതം തികച്ചും അസന്തുഷ്ടിജനകമായിരുന്നു; ജീവിതം നിറയെ ഭീതിയും കഷ്ടപ്പാടുമായിരുന്നു.

വേനലിൽ സൂര്യന്റെ തുളച്ചുകയറുന്ന രശ്മികളുടെ ദാക്ഷിണ്യത്തിലായിരുന്നു മനുഷ്യൻ; തണുപ്പുകാലത്താവട്ടെ സ്വന്തം കുഞ്ഞുങ്ങൾ അയാളുടെ കൈകളിൽ മരവിച്ച് ചാവുമായിരുന്നു. അങ്ങനെയുള്ളൊരു

നമ്മുടെ അതിപുരാതനരായ മുൻഗാമികൾ

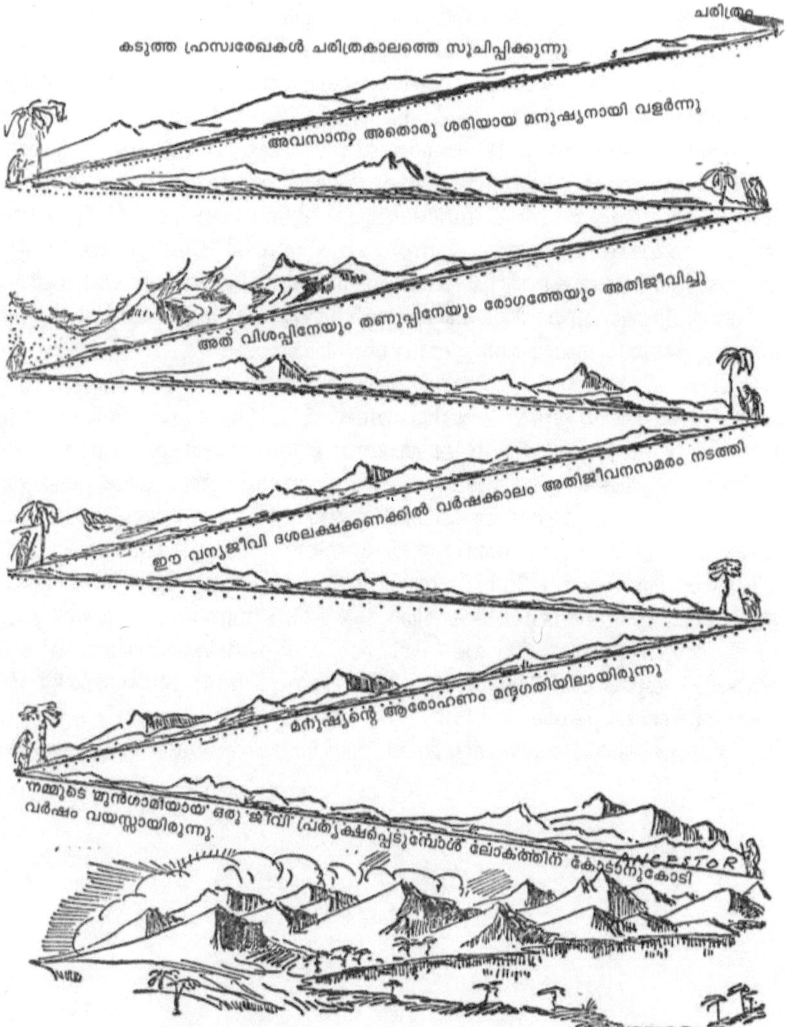

വളഞ്ഞുപുളഞ്ഞ വരകൾ പ്രാക്ചരിത്രകാലത്തെ സൂചിപ്പിക്കുന്നു

പ്രാക് ചരിത്രവും ചരിത്രവും

ജീവിക്ക് സ്വയം പരിക്കേല്ക്കുമ്പോൾ (മൃഗവേട്ടയിൽ എല്ലുമുറിയുകയും, നെരിയാണിയിൽ ഉളുക്കുണ്ടാവുകയും ചെയ്യുന്നത് സർവ്വസാധാരണം) അയാളെ ശുശ്രൂഷിക്കാനാരുമുണ്ടായിരുന്നില്ല, അയാളുടെ അന്ത്യം ഭയാനകമായിരുന്നു.

കാഴ്ചബംഗ്ലാവുകളിലെ കൗതുകകരമായ മൃഗങ്ങളെപ്പോലെ ആദ്യ മനുഷ്യനും അവ്യക്തമായ ശബ്ദങ്ങളുണ്ടാക്കിയിരുന്നു. അയാൾ അർത്ഥ രഹിതമായ സ്വന്തം ശബ്ദം വീണ്ടും വീണ്ടുമുണ്ടാക്കി അതിൽ രസം കണ്ടെത്തിയിരുന്നു. ക്രമത്തിൽ തന്റെ ശബ്ദം വഴി സഹജീവികൾക്ക് വിപത്തിനെപ്പറ്റി മുന്നറിയിപ്പ് നല്കാമെന്നയാൾക്ക് മനസ്സിലായി. ആപത്ത് കണ്ടറിഞ്ഞാൽ ശബ്ദത്തിൽ ഏറ്റക്കുറച്ചിൽ വരുത്തി സഹജീവികളെ അറിയിച്ചു; ഒരുതരം ആക്രന്ദനത്തിലൂടെ "ഇതാ കടുവയുണ്ടേ", "ഇതാ അഞ്ച് ആന വരുന്നുണ്ടേ" എന്നും മറ്റും സഹജീവികളെ അറിയിച്ചു. പകരം, ഇത് കേൾക്കുന്നവർ പ്രാകൃതശബ്ദങ്ങളിലൂടെ മറുപടി നല്കി: "ഞങ്ങളറിഞ്ഞേ", "ഓടി രക്ഷപ്പെടാമേ" എന്നും മറ്റും. മിക്കവാറും എല്ലാ ഭാഷകളുടെയും ഉല്പത്തി ഇങ്ങിനെയായിരുന്നു.

പക്ഷേ, മുകളിൽ പറഞ്ഞതുപോലെ, ഈ തുടക്കങ്ങളെപ്പറ്റി നമുക്കൊന്നുമറിഞ്ഞുകൂടാ. ആദിമമനുഷ്യന് ടൂളുകളുണ്ടായിരുന്നില്ല, അയാൾ വീടുണ്ടാക്കിയിരുന്നില്ല. അയാൾ ജീവിച്ചു, മരിച്ചു. അയാൾ നില നിന്നതിന്റെ അടയാളങ്ങളൊന്നും ബാക്കിവെച്ചില്ല; ഒരുപക്ഷേ, എങ്ങോ ചില തോളെല്ലുകൾ, തലയോടുകൾ ഉണ്ടാവാം, അത്രമാത്രം. അനേകായിരം കൊല്ലംമുമ്പ്, ഇതരമൃഗങ്ങളിൽ നിന്ന് തികച്ചും വ്യത്യസ്തരായ ചില സസ്തനികൾ ജീവിച്ചിരുന്നുവെന്ന് ഇവ പറയുന്നു - അവ രൂപാന്തരപ്പെട്ടത് വാനരതുല്യമായ ഏതോ മൃഗത്തിൽ നിന്നാവാം, ആ മുൻഗാമി പിൻകാലുകളുപയോഗിച്ച് നടന്നിരിക്കാം, മുൻകാലുകൾ കൈയായി ഉപയോഗിച്ച് തുടങ്ങിയിരിക്കാം, അവർക്ക് നമ്മുടെ നേർ മുൻഗാമിയുമായി ബന്ധമുണ്ടായിരിക്കാം.

വളരെ കുറച്ച് മാത്രമേ നമുക്കറിയൂ, ബാക്കിയെല്ലാം ഇരുട്ടിലാണ്.

പ്രാക് ചരിത്രമനുഷ്യൻ

പ്രാക് ചരിത്രമനുഷ്യൻ സ്വന്തമായി വസ്തുക്കൾ നിർമ്മിക്കുന്നു

ആദിമമനുഷ്യൻ സമയമെന്തെന്നറിയുമായിരുന്നില്ല. ജന്മദിനങ്ങളുടെയോ വിവാഹവാർഷികങ്ങളുടെയോ മരണനേരത്തിന്റെയോ രേഖകളൊന്നും അയാൾ സൂക്ഷിച്ചിരുന്നില്ല. ദിവസങ്ങളെ, ആഴ്ചകളെ, വർഷങ്ങളെപറ്റിപോലും അയാൾക്ക് ഒരു ധാരണയുണ്ടായിരുന്നില്ല. എന്നാൽ സാമാന്യമായി ഋതുഭേദങ്ങളെപ്പറ്റി സഹജമായ ഒരു ബോധം അയാൾക്കുണ്ടായിരുന്നു; കടുത്ത ശൈത്യകാലം കഴിയുമ്പോൾ ആർദ്രമായ പൂക്കാലം വരുന്നുവെന്നയാൾ ശ്രദ്ധിച്ചിട്ടുണ്ടാവുമല്ലോ; വസന്തം ക്രമേണ കടുത്ത വേനലിലേക്ക് നയിക്കുമെന്നയാൾ കണ്ടിട്ടുണ്ടാവുമല്ലോ; അപ്പോൾ പഴങ്ങൾ പക്വമാവുകയും ധാന്യങ്ങൾ തിന്നാറാവുകയും ചെയ്യുമല്ലോ; വേനൽ - ഗ്രീഷ്മം - കഴിയുമ്പോൾ തുടർച്ചയായ കാറ്റുകളിൽ മരങ്ങളിലെ ഇലകൾ പൊഴിയുകയും അനേകം സസ്യങ്ങൾ ദീർഘമായ ശീതകാല നിദ്ര പൂകുകയും ചെയ്യുമായിരുന്നല്ലോ.

പക്ഷേ, ഇതാ ഇപ്പോൾ തികച്ചും അസ്വാഭാവികവും ഭയജനകവുമായ എന്തോ സംഭവിച്ചിരിക്കുന്നു. കാലാവസ്ഥക്കാണിത് സംഭവിച്ചിരിക്കുന്നത്. വേനലിന്റെ ഊഷ്മളദിനങ്ങൾ വളരെ വൈകിയാണ് വന്നത്. പഴങ്ങൾ പാകമായില്ല. പർവ്വതോപരിതലങ്ങൾ പച്ചപ്പുല്ല് പുതച്ചുനില്ക്കുന്നതിനു പകരം കനത്ത ഹിമത്തിനടിയിലായിരിക്കുന്നു.

പിന്നെ, ഒരു പ്രഭാതത്തിൽ, ആ പ്രദേശത്ത് മുമ്പ് ജീവിച്ചിരുന്നവരിൽ നിന്ന് ഭിന്നമായൊരു കൂട്ടം ജനങ്ങൾ, കൊടുമുടികളിൽനിന്ന് അലഞ്ഞുതിരിഞ്ഞു വന്നെത്തി. വിശക്കുന്നേ എന്നായിരിക്കാം അവർ പറഞ്ഞുകൊണ്ടിരിക്കുന്നത്. മുമ്പേ ഉണ്ടായിരുന്നവർക്കും പുതുതായി വന്നവർക്കും ആവശ്യമായ ഭക്ഷണമവിടെ ഉണ്ടായിരുന്നില്ല. വന്നവർ കൂടുതൽ അവിടെ താമസിക്കാൻ ശ്രമിച്ചപ്പോൾ പല്ലും നഖവുമെല്ലാമുപയോഗിച്ച്, കാലും കൈയുമുപയോഗിച്ച് കടുത്ത യുദ്ധം തന്നെ നടന്നു; കുടും

ബങ്ങൾതന്നെ കൊല്ലപ്പെട്ടു. മറ്റുള്ളവർ മലഞ്ചെരിവിലേക്ക് ഓടി രക്ഷപ്പെട്ടു. പിന്നെ വന്ന ഹിമപാതങ്ങളിൽ അവരും മരിച്ചു.

വനപ്രദേശങ്ങളിലെ ജനങ്ങൾ വല്ലാതെ ഭയപ്പെട്ടുപോയി. ഈ സമയത്തെല്ലാം പകൽ സമയങ്ങൾ ചുരുങ്ങിവന്നു. രാത്രികാലം അതിശൈത്യം നിറഞ്ഞ് ആവശ്യത്തിലധികം നീണ്ടുനീണ്ടു പോയി.

ഒടുക്കം, രണ്ടു കുന്നുകൾക്കിടയിൽ പച്ചപ്പു കലർന്ന മഞ്ഞു കാണായ് വന്നു. ക്രമത്തിൽ അത് വർദ്ധിച്ചു. ഭീമാകാരമായ ഹിമപാളികൾ കുന്നിൻചെരിവുകളിൽ നിപതിച്ചു. ഭീമൻകല്ലുകൾ താഴ്‌വാരങ്ങളിലേക്ക് തള്ളിവന്നു. ഡസൻകണക്കിൽ കൊടുങ്കാറ്റുകളുടെ ശബ്ദത്തോടെ ഹിമപാതങ്ങളുണ്ടായി; ചെളിയും കരിങ്കൽപ്പാറകളും ജനങ്ങൾക്കിടയിലേക്ക് വീണു; ശൈത്യനിദ്രയിലായിരുന്ന മനുഷ്യർ കൊല്ലപ്പെട്ടു. നൂറ്റാണ്ട് കാലത്തെ വളർച്ചയുള്ള വന്മരങ്ങൾ കേവലം തടിക്കഷണങ്ങളായി. അങ്ങനെ മഞ്ഞുപെയ്യാൻ തുടങ്ങി.

മാസങ്ങളോളം മഞ്ഞുപെയ്തു. സസ്യങ്ങളെല്ലാം നശിച്ചു. മൃഗങ്ങൾ ദക്ഷിണസൂര്യനേയും തേടിപ്പാഞ്ഞു. കുഞ്ഞുങ്ങളെ പിന്നിലേന്തി മനുഷ്യനും ഓടി. വന്യജീവികളെപോലെ മനുഷ്യന് സഞ്ചരിക്കാൻ കഴിഞ്ഞില്ല; മനുഷ്യന് ഒരു തെരഞ്ഞെടുപ്പ് വേണ്ടിവന്നു, സത്വര ചിന്ത അല്ലെങ്കിൽ സത്വര മരണം. മനുഷ്യൻ തെരഞ്ഞെടുത്തത് ആദ്യത്തേതാണെന്ന് തോന്നുന്നു; നാലു ഹിമയുഗങ്ങളും ഭൂമുഖത്തുള്ള എല്ലാ മനുഷ്യരേയും കൊന്നൊടുക്കുമെന്ന വലിയ ഭീഷണിയായിരുന്നല്ലോ, ആ ഭീഷണിയെ അതിജീവിച്ച് മനുഷ്യൻ നിലനിന്നല്ലോ.

ആദ്യം വേണ്ടിയിരുന്നത് കടുത്ത തണുപ്പിൽ മരവിച്ച് മരവിച്ചു പോവാതിരിക്കുന്നതിനുവേണ്ടി മനുഷ്യൻ വസ്ത്രധാരണം നടത്തുകയായിരുന്നു. മണ്ണിൽ കുഴിയെടുത്ത് അതിനെ വൃക്ഷശാഖകൾ കൊണ്ടും ഇലകൾ കൊണ്ടുംമൂടുക; അതിൽ കരടിയെയും ഹയനയേയും (കഴുതപ്പുലി) ഒക്കെ വീഴ്ത്തി. എന്നിട്ട് അവയെ വലിയ കല്ലുപയോഗിച്ചുകൊന്നു. അവയുടെ ചർമ്മം തനിക്കും കുടുംബാംഗങ്ങൾക്കും കോട്ടായി ഉപയോഗിച്ചു.

പിന്നെയാണ് പാർപ്പിടപ്രശ്നം. അത് വളരെ ലളിതമായിരുന്നു. പല മൃഗങ്ങളും ഇരുണ്ടഗുഹകളിലാണ് ഉറങ്ങിയത്. മനുഷ്യൻ മൃഗങ്ങളെ അനുകരിച്ചു, മൃഗങ്ങളെ അവയുടെ ഊഷ്മള ഭവനങ്ങളിൽ നിന്ന് ആട്ടിയോടിച്ചു, ആ ഭവനങ്ങൾ സ്വന്തമാക്കി.

എന്നാലും കാലാവസ്ഥ മിക്കവർക്കും സഹിക്കാനാവാത്തത്ര കഠിനമായിരുന്നു. വൃദ്ധരും യുവാക്കളുമെല്ലാം വൻതോതിൽ ചത്തുപോയി. അപ്പോഴാണ് അവരുടെ കൂട്ടത്തിലൊരു ബുദ്ധിമാൻ, പ്രതിഭാശാലി, തീ ഉപയോഗിക്കുന്നതിനെപ്പറ്റി ആലോചിച്ചത്. ഒരിക്കൽ വേട്ടയാടിക്കൊണ്ടിരുന്നപ്പോൾ, അയാൾ ഒരു കാട്ടുതീയിൽ പെട്ടുപോയിരുന്നു. ആ ഓർമ്മ ഇപ്പോഴയാളെ സഹായിച്ചു. തീ ഒരു ചങ്ങാതിയായി. ഗുഹയിലേക്ക് ഒരു ഉണക്കമരം വലിച്ചു കൊണ്ടുവന്നു, അതിന്റെ ശാഖകളുരസി തീയു

പ്രാക് ചരിത്ര മനുഷ്യൻ

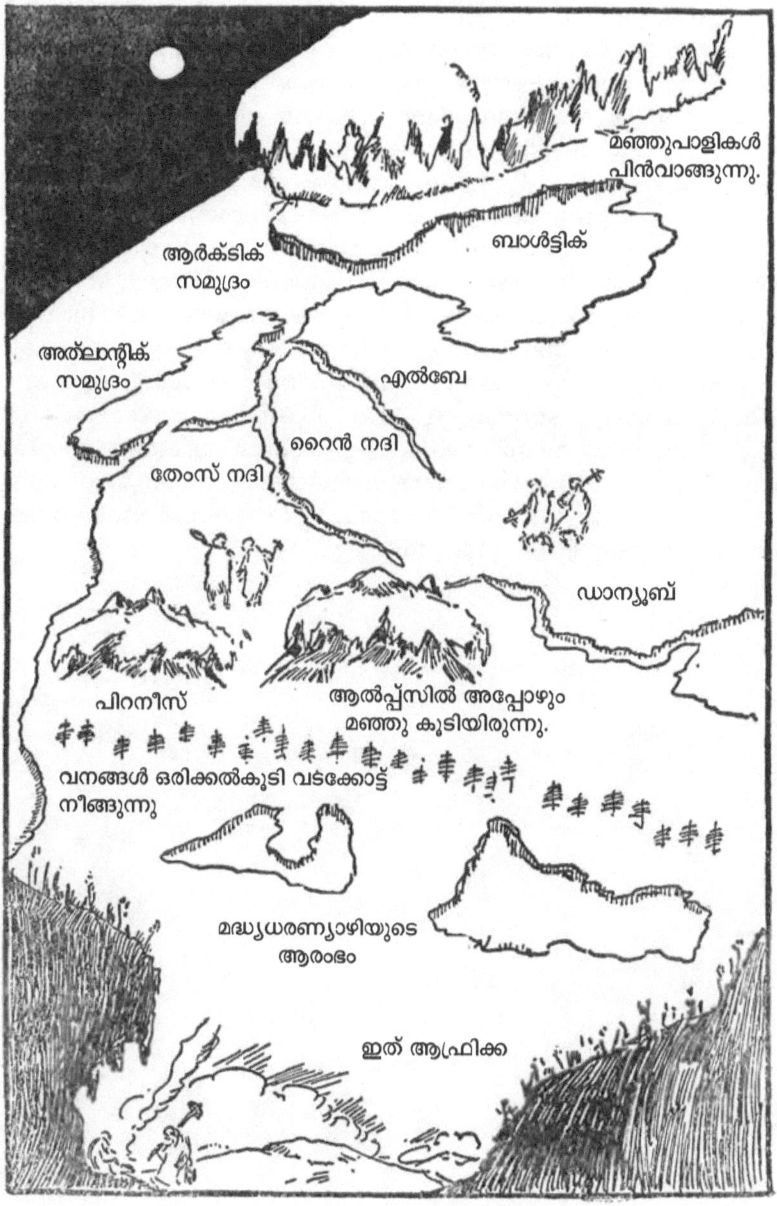

പ്രാക് ചരിത്ര യൂറോപ്പ്

ണ്ടാക്കി; അതിൽനിന്ന് വിറക്കൊള്ളികൾക്ക് തീകൊടുത്തു. ഇങ്ങനെ ഗുഹ ഊഷ്മളസുന്ദരമായ ഒരു ചെറുമുറിയായിമാറി.

പിന്നെ ഒരു സായാഹ്നത്തിൽ ഒരു ചത്തപക്ഷി തീയിൽവീണു. അത് നന്നായി മൊരിഞ്ഞു. അതുവരെ അത് പുറത്തെടുക്കാനായില്ല. തീയിൽ വെന്ത ഇറച്ചി കൂടുതൽ സ്വാദിഷ്ഠമാണെന്ന് മനുഷ്യൻ കണ്ടെത്തി. തുടർന്ന് മറ്റു മൃഗങ്ങളോടൊപ്പം ശീലിച്ചുവന്ന ഒരു പഴയ സ്വഭാവം മനുഷ്യൻ നിർത്തി. ഇപ്പോൾ ഭക്ഷണം പാകം ചെയ്യാൻ തുടങ്ങി.

ഇങ്ങനെ ആയിരക്കണക്കിന് വർഷങ്ങൾ കഴിഞ്ഞുപോയി. ഏറ്റവും സമർത്ഥമായ തലച്ചോറുള്ളവർ മാത്രം അതിജീവിച്ചു. തണുപ്പിനും വിശപ്പിനുമെതിരെ രാവും പകലും പോരാടേണ്ടിയിരുന്നു; ടൂളുകൾ ഉണ്ടാക്കാൻ അവർ നിർബ്ബന്ധിതരായി. കല്ലുകൾ കോടാലിയാക്കിമാറ്റാനും മുട്ടികൾ ഉണ്ടാക്കാനും അവർ പഠിച്ചു. അനന്തമായ തണുപ്പുകാലത്തേക്ക് ആഹാരം ശേഖരിച്ചുവെക്കാൻ അവർ നിർബ്ബന്ധിതരായി, കളിമണ്ണുകൊണ്ട് പാത്രങ്ങളും ഭരണികളുമുണ്ടാക്കി സൂര്യപ്രകാശത്തിൽ വെച്ചാൽ ഉറച്ചുകിട്ടുമെന്നവർ മനസ്സിലാക്കി. മനുഷ്യവംശത്തിനു മുമ്പിൽ നശീകരണ ഭീഷണിയുയർത്തിയ ഹിമയുഗങ്ങൾതന്നെ മനുഷ്യരാശിയുടെ ഏറ്റവും നല്ല അദ്ധ്യാപകനായി, കാരണം ഹിമയുഗങ്ങൾ തലച്ചോറുപയോഗിക്കാൻ മനുഷ്യനെ നിർബ്ബന്ധിച്ചു.

ഹീറോഗ്ലിഫിക്സ്

ഈജിപ്തുകാർ എഴുത്തുവിദ്യ കണ്ടുപിടിക്കുന്നു ചരിത്രത്തിന്റെ രേഖപ്പെടുത്തൽ തുടങ്ങുന്നു

യൂറോപ്പിന്റെ വന്യഭൂഭാഗങ്ങളിൽ ജീവിച്ചുകൊണ്ടിരുന്ന നമ്മുടെ അതിപുരാതന മുൻഗാമികൾ വളരെ വേഗത്തിൽ അനേകം പുതിയ കാര്യങ്ങൾ പഠിക്കുകയായിരുന്നു. കാലക്രമത്തിൽ അവർ പ്രാകൃത ജീവിതമാർഗ്ഗങ്ങൾ ഉപേക്ഷിച്ചുവെന്നും സ്വന്തമായ ഒരു പരിഷ്കൃതി വളർത്തിയെടുത്തുവെന്നും പറഞ്ഞുനിർത്തുന്നതാണ് നല്ലത്. പക്ഷേ, വൈകാതെ അവരുടെ ഒറ്റപ്പെടൽ അവസാനിച്ചു; അവരെ ലോകം കണ്ടെത്തി.

അജ്ഞാതമായ ദക്ഷിണദേശത്തുനിന്നുള്ള ഒരാൾ, കടൽ കടന്ന്, പർവ്വതപാതകൾ താണ്ടിവരാൻ ധൈര്യം കാണിച്ചൊരാൾ എങ്ങനെയോ യൂറോപ്പ് വൻകരയിലെ ഈ പ്രാകൃതജനങ്ങൾക്കരികിലെത്തി. അയാൾ ആഫ്രിക്കയിൽ നിന്നാണ് വന്നത്. ഈജിപ്തിലായിരുന്നു അയാളുടെ വാസസ്ഥലം.

യൂറോപ്യൻ ജനത ഫോർക്കിന്റെയോ ചക്രത്തിന്റെയോ വീടിന്റെയോ സാദ്ധ്യതകളെപ്പറ്റി സ്വപ്നം കാണുന്നതിനും ആയിരക്കണക്കിനു കൊല്ലംമുമ്പ് നൈൽ നദീതീരം ഉയർന്നതലത്തിലുള്ള ഒരു പരിഷ്കൃതി വളർത്തിയെടുത്തിരുന്നു. ആയതിനാൽ നമുക്ക് നമ്മുടെ മുതു-മുതു-മുതു-മുത്തച്ഛന്മാരെ അവരുടെ ഗുഹകളിൽ വിട്ടേക്കുക, മധ്യധരണ്യാഴിയുടെ തെക്കും‌കിഴക്കും തീരങ്ങൾ സന്ദർശിക്കുക; മനുഷ്യവംശത്തിന്റെ ആദ്യപാഠശാല അവിടെയായിരുന്നു.

ഈജിപ്തുകാർ നമ്മെ പലതും പഠിപ്പിച്ചിട്ടുണ്ട്. ഒന്നാംതരം കർഷകരായിരുന്നു അവർ. ജലസേചനത്തെപ്പറ്റി അവർക്കറിയാത്തതൊന്നും ഉണ്ടായിരുന്നില്ല. അവർ ക്ഷേത്രങ്ങൾ പണിതു. അവ പിന്നീട് ഗ്രീക്കുകാർ അനുകരിച്ചു. ഇപ്പോൾ നാം ആരാധന നടത്തുന്ന ചർച്ചുകൾ ഈ മാതൃകയിലാണുണ്ടായത്. അവർ പഞ്ചാംഗം നിർമ്മിച്ചു. ഇത് സമയം

അളക്കുന്നതിന്, കണക്ക് കൂട്ടുന്നതിന് സഹായിക്കുന്നൊരു ഉപാധിയായി. അല്പം ചില മാറ്റങ്ങളോടെ ആ പഞ്ചാംഗം ഇന്നും നിലനില്ക്കുന്നു. എന്നാൽ ഏറ്റവും പ്രധാനം സംസാരഭാഷയാണ്. ഭാവിതലമുറകൾക്കായി സംസാരഭാഷ സൂക്ഷിച്ചുവെക്കാൻ ഈജിപ്തുകാർക്കു കഴിഞ്ഞിരുന്നു. അവർ എഴുത്തുവിദ്യ കണ്ടുപിടിച്ചിരുന്നു.

നമുക്കിന്നു പത്രങ്ങളും പുസ്തകങ്ങളും മാഗസിനുകളുമായി നല്ല അടുപ്പമുണ്ട്; നാം കരുതുന്നത് ലോകത്തിന് എല്ലായ്പ്പോഴും എഴുത്തും വായനയും അറിയുമായിരുന്നുവെന്നാണ്. സത്യം പറഞ്ഞാൽ, മനുഷ്യന്റെ നിർമ്മിതികളിൽ ഏറ്റവും പ്രധാനമായ എഴുത്ത്, തികച്ചും പുതിയതാണ്. ലിഖിത രേഖകളില്ലെങ്കിൽ നാം പൂച്ചകളെയും നായ്ക്കളെയും പോലാകുമായിരുന്നു. അവയ്ക്ക് സ്വന്തം പൂച്ചക്കുട്ടികളെയും നായ്ക്കുട്ടികളെയും ചിലകാര്യങ്ങൾ മാത്രം പഠിപ്പിക്കുവാനേ കഴിയൂ. കാരണം അവയ്ക്ക് എഴുത്തറിയില്ല; മുൻതലമുറക്കാരായ പൂച്ചകളുടെയും നായകളുടെയും അനുഭവങ്ങൾ ഉപയോഗപ്പെടുത്താനാവില്ല.

നമ്മുടെ ക്രിസ്തുവർഷത്തിന് ഒരു നൂറ്റാണ്ട് മുമ്പ്, റോമാക്കാർ ഈജിപ്തിൽ വന്നപ്പോൾ, അവർ ഈ തീരത്തുകണ്ടത് നിറയെ ചിത്രങ്ങളാണ്. അതിന് ഒരു നാടിന്റെ ചരിത്രവുമായി എന്തോ ബന്ധമുണ്ടെന്നുതോന്നി. എന്നാൽ റോമാക്കാർക്ക് 'വിദേശകാര്യ'ങ്ങളിലൊന്നിലും താല്പര്യമുണ്ടായിരുന്നില്ല; അതുകൊണ്ട് ക്ഷേത്രഭിത്തികളും കൊട്ടാരമതിലുകളും നിറയെയുണ്ടായിരുന്ന ദുരൂഹമായ ചിത്രങ്ങളെപ്പറ്റിയൊന്നും അവരന്വേഷിച്ചില്ല; പാപ്പിറസ് ചെടിത്തണ്ടിൽ നിന്നുണ്ടാക്കിയ പരന്ന ഷീറ്റുകളുടെ അനന്തമായ ചുരുളുകളെന്തെന്നും അവർ അന്വേഷിച്ചില്ല. അത്തരം ചിത്രങ്ങളുണ്ടാക്കുന്ന അവസാനത്തെ പുരോഹിതൻ പലവർഷങ്ങൾക്കുമുമ്പ് മരിച്ചുപോയിരുന്നു. ഇതിനകം ഈജിപ്തിന് സ്വാതന്ത്ര്യം നഷ്ടപ്പെട്ടിരുന്നു; എന്നാൽ സുപ്രധാനമായ ചരിത്രരേഖകൾ നിറഞ്ഞ വലിയൊരു കലവറയായിരുന്ന ഈജിപ്ത്; ആർക്കുമത് വേർതിരിച്ചറിയാൻ കഴിഞ്ഞില്ല; മനുഷ്യനോ മൃഗത്തിനോ ഭൗതികമായ യാതൊരു പ്രയോജനവും അതുകൊണ്ടുണ്ടായിരുന്നില്ല.

പതിനേഴ് നൂറ്റാണ്ടുകൾ കടന്നുപോയി. ഈജിപ്ത് നിഗൂഢതകളുടെ ഭൂമിയായി നിലകൊണ്ടു. എന്നാൽ 1798 ൽ ബോണാപാർട്ട് എന്നു പേരുള്ളൊരു ഫ്രഞ്ച് ജനറൽ കിഴക്കനാഫ്രിക്ക സന്ദർശിക്കാനിടയായി. ബ്രിട്ടീഷുകാരുടെ ഇന്ത്യൻ കോളനികൾ ആക്രമിക്കാനുള്ള തയ്യാറെടുപ്പിന്റെ ഭാഗമായിരുന്നു അത്. അദ്ദേഹം നൈലിനിപ്പുറം വന്നില്ല. അദ്ദേഹത്തിന്റെ സൈനികയാത്ര ഒരു പരാജയമായിരുന്നു. എന്നാൽ, തികച്ചും യാദൃച്ഛികമായി സുപ്രസിദ്ധമായ ആ ഫ്രഞ്ച് സൈന്യയാത്രയ്ക്ക് പ്രാചീന ഈജിപ്ഷ്യൻ ചിത്രഭാഷയുടെ ചുരുളഴിക്കാൻ കഴിഞ്ഞു.

ഒരുദിവസം ഒരു യുവ സൈനിക ഉദ്യോഗസ്ഥൻ റോസറ്റാ നദിക്കരയിലെ (നൈലിന്റെ ഒരു ശാഖ) ചെറുദുർഗ്ഗത്തിലെ ദുസ്സഹജീവിതം മടുത്ത് നൈൽ തടത്തിലെ നാശാവശിഷ്ടങ്ങളിലൂടെ ഒരലസയാത്ര ചെയ്യാൻ

തീരുമാനിച്ചു. അപ്പോൾ അതാ നോക്കുക! അദ്ദേഹം ഒരു ശില കണ്ടു; അതദ്ദേഹത്തെ അത്ഭുതപ്പെടുത്തി. ഈജിപ്തിലെ മറ്റെന്തുമെന്നപോലെ ഈ ശില നിറയെ ചെറുചിത്രങ്ങളായിരുന്നു. എന്നാൽ കറുത്ത ഉപ്പു പാറകൊണ്ടുള്ള ഈ ഫലകം അന്നു വരെ കണ്ടെടുത്തതിൽനിന്ന് എത്രയും വ്യത്യസ്തമായിരുന്നു. അതിൽ മൂന്ന് ആലേഖനങ്ങളുണ്ടായിരുന്നു. അവയിലൊന്ന് ഗ്രീക്ക് ഭാഷയിലായിരുന്നു. ഗ്രീക്ക് ഭാഷ അറിയുന്നതാണല്ലോ. "ചെയ്യേണ്ടത് ഗ്രീക്ക് പാഠത്തെ ഈജിപ്ഷ്യൻ ചിത്രങ്ങളുമായി താരതമ്യം ചെയ്യുകമാത്രമാണ്. അവ സ്വന്തം രഹസ്യം വെളിപ്പെടുത്തും." സംഗതി വളരെ എളുപ്പമായിത്തോന്നി. പക്ഷേ ഈ രഹസ്യം പരിഹരിക്കാൻ ഏതാണ്ട് ഇരുപത് വർഷമെടുത്തു. 1802 ൽ കാംപോളിയോൺ എന്നൊരു ഫ്രഞ്ച് പ്രൊഫസർ റോസറ്റാശിലയിലെ ഗ്രീക്ക്-ഈജിപ്ഷ്യൻ പാഠങ്ങൾ തമ്മിൽ താരതമ്യം ചെയ്തു തുടങ്ങി. 1823 ൽ പതിനാല് ചിത്രങ്ങളുടെ അർത്ഥം താൻ കണ്ടുപിടിച്ചതായി അദ്ദേഹം പ്രഖ്യാപിച്ചു. അല്പംകഴിഞ്ഞ് കഠിനാദ്ധ്വാനം മൂലം അദ്ദേഹം മരിച്ചു; പക്ഷേ, ഈജിപ്ഷ്യൻ ചിത്രാക്ഷരങ്ങളുടെ പ്രധാനതത്ത്വങ്ങൾ ഇതിനകം മനസ്സിലായിക്കഴിഞ്ഞിരുന്നു. ഇന്ന് മിസിസിപ്പി തീരത്തിന്റെ കഥയേക്കാൾ നന്നായി നൈൽ തടത്തിന്റെ കഥ നമുക്കറിയാം. നാലായിരം വർഷത്തെ ചരിത്രം രേഖപ്പെടുത്തിയ ഒരു ലിഖിതരേഖ നമ്മുടെ കൈവശമുണ്ട്.

ഹീറോഗ്ലിഫിക്സ് എന്ന പദത്തിനർത്ഥം 'ദൈവികമായ എഴുത്ത്' എന്നാണ്. പ്രാചീന ഈജിപ്ഷ്യൻ ഹീറോഗ്ലിഫിക്സ് ചരിത്രത്തിൽ വലിയൊരു പങ്കുവഹിച്ചിട്ടുണ്ട്. (അവയിൽ ചിലത് ചെറിയ മാറ്റങ്ങളോടെ നമ്മുടെ അക്ഷരമാലയിൽ കാണാൻ കഴിയും.) ഏതാണ്ട് 50 നൂറ്റാണ്ടുകൾക്കുമുമ്പ് സംസാരിച്ച വാക്കുകൾ ഭാവി തലമുറകൾക്കായി കരുതിവെക്കാൻ ഉപയോഗിച്ചിരുന്ന നൈസർഗ്ഗികമായ ഒരു സംവിധാനമുണ്ടായിരുന്നു; ഈ സന്ദർഭത്തിൽ അതിനെപ്പറ്റി ചിലത് നിങ്ങൾ അറിയേണ്ടതുണ്ട്.

തീർച്ചയായും നിങ്ങൾക്കറിയാം, ചിഹ്നഭാഷയെന്താണെന്ന്. നമ്മുടെ പടിഞ്ഞാറൻ സമതലങ്ങളിൽ പ്രചാരത്തിലുള്ള എല്ലാ ഇന്ത്യൻ (അമേരിക്കൻ ഇന്ത്യൻസ് - വിവ) കഥകളിലും ചെറുചിത്രങ്ങളിലെഴുതപ്പെട്ട അസാധാരണ സന്ദേശങ്ങൾക്കായി സമർപ്പിക്കപ്പെട്ട ഒരദ്ധ്യായമുണ്ട്; എത്ര മഹിഷങ്ങൾ കൊല്ലപ്പെട്ടു, ഒരു പ്രത്യേകസംഘത്തിൽ എത്ര വേട്ടക്കാരുണ്ടായിരുന്നു എന്നൊക്കെ ആവാമതിലെ സന്ദേശങ്ങൾ. സാമാന്യമായി ഈ സന്ദേശങ്ങളുടെ അർത്ഥം വായിച്ചെടുക്കാൻ പ്രയാസമില്ല.

പ്രാചീന ഈജിപ്ഷ്യൻ ഭാഷ, പക്ഷേ, ചിഹ്നഭാഷയായിരുന്നില്ല. നൈൽ തടത്തിലെ സമർത്ഥരായ ജനത എത്രയോമുമ്പ് ആ ഘട്ടം കടന്നുപോയിരുന്നു. അവരുടെ ചിത്രങ്ങളുടെ ഭാഷ, അതിൽ വരച്ചിട്ടുള്ള വസ്തുവിനേക്കാൾ എത്രയോ കൂടുതൽ അർത്ഥം ഉൾക്കൊള്ളുന്നു. അതാണ് ഞാൻ ഇനി വിശദീകരിക്കുന്നത്.

നിങ്ങൾ കാംപോളിയനാണെന്ന് കരുതുക, നിങ്ങൾ ഒരു കൂട്ടം പാപ്പി

റസ് ഷീറ്റുകൾ പരിശോധിക്കുകയാണെന്ന് വെക്കുക, അവ നിറയെ ഹീറോഗ്ലിഫിക്സ് ചിത്രങ്ങളുണ്ടെന്ന് വിചാരിക്കുക. പെട്ടെന്ന്, ഈർച്ച വാളുമായി നില്ക്കുന്ന ഒരു മനുഷ്യന്റെ ചിത്രം കാണുന്നു. “നല്ലതുതന്നെ”, നിങ്ങൾ പറഞ്ഞേക്കും, “ഒരു കർഷകൻ ഒരു മരം മുറിക്കാൻ പോയെന്നാണതിനർത്ഥം.” അപ്പോൾ നിങ്ങൾ മറ്റൊരു പാപ്പിറസ് ഷീറ്റെടുക്കുന്നു. 82-ാം വയസ്സിൽ മരണംവരിച്ച ഒരു രാജ്ഞിയെപ്പറ്റിയാണത്. ഒരു വാക്യത്തിന്റെ മദ്ധ്യത്തിലാണ് ഈർച്ചവാളുമായി നിൽക്കുന്ന മനുഷ്യന്റെ ചിത്രം ഉള്ളത്. 82 വയസ്സുള്ള രാജ്ഞിമാർ ഈർച്ചവാളെടുക്കുകയില്ല. അപ്പോൾ ചിത്രത്തിന് മറ്റെന്തോ അർത്ഥമാണ്. പക്ഷേ, എന്താണത്?

ഈ കുരുക്കാണ് ഫ്രഞ്ചുകാരൻ അഴിച്ചത്. ഇന്ന് നാം “ഫൊണെറ്റിക് എഴുത്ത്” (ശബ്ദാക്ഷരം) എന്നു വിളിക്കുന്ന ലിപി ആദ്യമായി ഉപയോഗിച്ചത് ഈജിപ്തുകാരാണെന്ന് അദ്ദേഹം കണ്ടുപിടിച്ചു. സംസാരിച്ച വാക്കിന്റെ ശബ്ദം പുനരാവിഷ്കരിക്കുന്ന ഒരു രീതിയാണത്; ചില ചിഹ്നങ്ങളുപയോഗിച്ച് അതെഴുതുന്നു. അങ്ങനെ നാം സംസാരിക്കുന്ന എല്ലാ വാക്കുകളും അക്ഷരങ്ങളായി, വാക്കുകളായി പരാവർത്തനം ചെയ്യാം; കുറെ കുത്തുകൾ, വരകൾ, അങ്ങനെ.

ഒരു നിമിഷം നമുക്ക് ഈർച്ചവാളുമായി നില്ക്കുന്ന ആ കൊച്ചു മനുഷ്യന്റെ അടുത്തേക്കു പോകാം. “Saw” എന്നത് ഏതെങ്കിലും ആശാരിപ്പണിയിടത്തെ ഉപകരണമാവാം, അതല്ലെങ്കിൽ see എന്ന വാക്കിന്റെ ഭൂതകാലമാവാം (saw).

ഇങ്ങനെയാണ് നൂറ്റാണ്ടുകളിലൂടെ പദങ്ങൾ പരിണമിച്ചുണ്ടായത്. ആദ്യമാദ്യം അതിന് ഒരു വസ്തുവിന്റെ പ്രാതിനിധ്യമാണുണ്ടായിരുന്നത്. ക്രമത്തിൽ ചിത്രത്തിന് ആ അർത്ഥം നഷ്ടമായി; അത് ഒരു ക്രിയാശബ്ദത്തിന്റെ ഭൂതകാലക്രിയാബന്ധം (past participle) ആയിമാറി. പഴയ നൂറ്റാണ്ടുകൾ കഴിഞ്ഞപ്പോൾ, ഈജിപ്തുകാർക്ക് ഈ രണ്ടർത്ഥങ്ങളും കണ്ണിൽപെടാതെയായി; ചിത്രം  ആകെക്കൂടി ഒരക്ഷരമായി മാറി. ‘S’ എന്നതാണ് ആ അക്ഷരം. ഒരു ചെറിയവാക്യം വഴി ഇത് മനസ്സിലാക്കാനാവും. ഹീറോഗ്ലിഫിക്സിൽ എഴുതിയ ഒരു ചെറിയ ഇംഗ്ലീഷ് വാക്യമാണിത്. 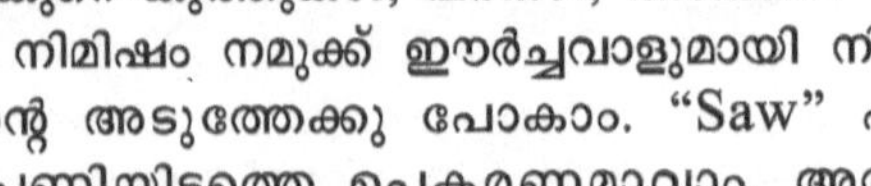

എന്താണ് ഈ ചിത്രത്തിനർത്ഥം? ഒന്നുകിൽ 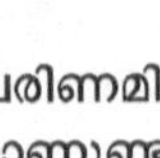 അത് നിങ്ങളുടെ തലയ്ക്കുള്ളിലെ രണ്ട് ഉരുണ്ട വസ്തുക്കളിൽ ഒന്നാണ്. അല്ലെങ്കിൽ അതിനർത്ഥം ഈ സംസാരിക്കുന്ന ‘ഞാൻ’ (I) എന്ന വ്യക്തിയെന്നാണ്.

 ഒന്നുകിൽ തേൻ ശേഖരിക്കുന്ന കീടമാണ് (bee). അല്ലെങ്കിലത് to be എന്ന ക്രിയയാണ്. to be എന്നതിനർത്ഥം നിലനിൽക്കുക (അസ്തിത്വമുള്ളതായിരിക്കുക) എന്നാണ്. അത് ചിലപ്പോൾ become എന്നോ behave എന്നോ ഉള്ള ക്രിയയുടെ ആദ്യഭാഗമാവാം. ഈ പ്രത്യേക ഉദാഹരണത്തിൽ ഇതിനെ അനുഗമിക്കുന്ന ചിത്രം  leaf (ഇല) ആണ്. അതിന് leaf എന്നോ leave എന്നോ lieve എന്നോ അർത്ഥമാവാം (മൂന്ന് വാക്കിന്റെയും ഉച്ചാരണം സമാനമാണ്).

അങ്ങനെ ആദ്യത്തെ ചിത്രത്തിനർത്ഥം eye എന്നാവുന്നു. അവസാനം നിങ്ങൾക്ക്  ചിത്രം ലഭിക്കുന്നു. അത് ജിറാഫിന്റെ ചിത്രമാണ്. അത് പഴയ ചിഹ്നഭാഷയുടെ ഭാഗമാണ്. ചിഹ്നഭാഷയിൽ നിന്നാണ് ഹീറോഗ്ലിഫിക്സ് ഉണ്ടായിവന്നത്.

ഇപ്പോൾ ആ വാക്യം നിങ്ങൾക്ക് വലിയ ബുദ്ധിമുട്ടില്ലാതെ വായിക്കാൻ കഴിയും.

"I believe I saw a giraffe." (ഞാനൊരു ജിറാഫിനെ കണ്ടുവെന്ന് വിശ്വസിക്കുന്നു).

ഈ സമ്പ്രദായം മനസ്സിലായതിനുശേഷം, ആയിരക്കണക്കിനു വർഷങ്ങളിലൂടെ ഈജിപ്തുകാർ ഒരു സമ്പൂർണ്ണഭാഷ വികസിപ്പിച്ചു. ഇപ്രകാരം "സൂക്ഷിച്ച പദങ്ങളു"പയോഗിച്ച് അവർ സ്നേഹിതന്മാർക്ക് സന്ദേശങ്ങളയച്ചു, കച്ചവടരേഖകൾ എഴുതിസൂക്ഷിച്ചു, സ്വന്തം രാജ്യത്തിന്റെ ചരിത്രമെഴുതിവെച്ചു; ഭൂതകാലത്തെ ജനങ്ങളുടെ തെറ്റുകൾ മനസ്സിലാക്കി ഭാവിതലമുറകൾക്ക് പ്രയോജനമുണ്ടാക്കുന്നതിനാണിത്.

നൈൽ നദീതടം

നൈൽ നദീതടത്തിലെ നാഗരികതയുടെ ആരംഭം

മനുഷ്യചരിത്രം ആഹാരം തേടുന്ന വിശക്കുന്ന ഒരു ജീവിയെപ്പറ്റിയുള്ള രേഖയാണ്. എവിടെയൊക്കെ ആഹാരം ധാരാളം ലഭ്യമായിരുന്നോ അവിടെയൊക്കെ വാസഗൃഹം സ്ഥാപിക്കുന്നതിനായി മനുഷ്യൻ യാത്ര ചെയ്തു.

നൈൽ നദീതടത്തിന്റെ പ്രശസ്തി വളരെ പ്രാചീനകാലം മുതൽ വ്യാപിച്ചിരിക്കണം. ആഫ്രിക്കയുടെ ഉൾപ്രദേശങ്ങളിൽനിന്നും അറേബ്യൻ മരുഭൂമിയിൽ നിന്നും ഏഷ്യാവൻകരയുടെ പടിഞ്ഞാറൻ ഭാഗത്തുനിന്നും ഈജിപ്തിലേക്ക് ജനങ്ങൾ ഒഴുകിയെത്തി; അവിടത്തെ സമൃദ്ധമായ കൃഷിയിടങ്ങളുടെ പങ്കുപറ്റാനായിരുന്നു അത്. ഇങ്ങനെവന്ന ജനങ്ങളെല്ലാം ചേർന്ന് പുതിയ ഒരു വംശത്തിന് രൂപംനല്കി. അവർ സ്വയം 'റെമി' (Remi) എന്ന് വിളിച്ചു; മനുഷ്യർ എന്നാണിതിനർത്ഥം. നാം ചിലപ്പോൾ അമേരിക്കയെ "ദൈവത്തിന്റെ സ്വന്തം നാട്" എന്നു വിളിക്കാറില്ലേ, അതുപോലെ. വളരെ നേർത്ത ഈ ഭൂഖണ്ഡത്തിലേക്ക് അവരെ നയിച്ച വിധിയോട് കൃതജ്ഞതയുള്ളവരായിരിക്കാൻ അവർക്ക് ഏറെ കാരണങ്ങളുണ്ടായിരുന്നു. എല്ലാ വർഷവും വേനൽക്കാലത്ത് നൈൽ നദി കയംകുറഞ്ഞ ഒരു തടാകമായിത്തീരുന്നു; വെള്ളം താണുകഴിഞ്ഞാൽ ധാന്യവയലുകളും പുൽമേടുകളുമെല്ലാം പലയിഞ്ച് (inch) ഫലപുഷ്ടിയുള്ള ഈറൻമണ്ണിൽ മൂടും.

ഈജിപ്തിൽ കാരുണ്യവതിയായ ഒരു നദി ദശലക്ഷക്കണക്കിന് മനുഷ്യരുടെ പണിയെടുത്തു; ചരിത്രത്തിൽ നമുക്കറിയുന്ന ആദ്യ നഗരങ്ങളിലെ വർദ്ധിച്ചുവരുന്ന ജനസഹസ്രങ്ങൾക്ക് ആഹാരം നല്കി, കൃഷിയോഗ്യമായ ഭൂമി മുഴുവൻ നദീതടത്തിലായിരുന്നില്ലെന്നത് സത്യം. ചെറുതോടുകളും കിണറുകളുമടങ്ങിയ സങ്കീർണ്ണമായൊരു സംവിധാനം വഴി

ഈജിപ്ഷ്യൻ നദീതടം

എല്ലായിടങ്ങളിലും ജലം ലഭ്യമായി; അതിനേക്കാൾ സങ്കീർണ്ണമായ ഒരു ജലസേചനസംവിധാനം വഴി ഈജിപ്തിലെങ്ങും വെള്ളം കിട്ടി.

പ്രാക് ചരിത്രയുഗത്തിലെ മനുഷ്യന് ആകെയുള്ള 24 മണിക്കൂറിൽ 16 ഉം ആഹാരം ശേഖരിക്കുന്നതിനായി ചെലവഴിക്കേണ്ടിയിരുന്നു. എന്നാൽ ഈജിപ്തിലെ കർഷകനും നഗരവാസിക്കും അല്പം വിശ്രമ സമയം ലഭിച്ചിരുന്നു. ഈ വിശ്രമവേളയെ അവർ ഫലപ്രദമായി ഉപയോഗപ്പെടുത്തി; അത്രയൊന്നും ഉപയോജനമൂല്യമില്ലാത്ത അലങ്കാരവസ്തുക്കളുടെ നിർമ്മാണത്തിനാണ് അവർ ആ മിച്ചസമയം ഉപയോഗിച്ചത്.

അതിലധികം, ഒരിക്കലൊരുനാൾ ഈജിപ്തുകാരൻ തന്റെ തലച്ചോറിന്റെ സിദ്ധികൾ മനസ്സിലാക്കി. ഭക്ഷണം കഴിക്കലുമായോ ഉറക്കവുമായോ പാർപ്പിടം കണ്ടെത്തലുമായോ ഒരു ബന്ധവുമില്ലാത്ത എല്ലാത്തരം കാര്യങ്ങളും ചിന്തിക്കാൻ തലച്ചോറിന് കഴിയുമെന്ന സത്യം അവർ കണ്ടെത്തി. താൻ നേരിടുന്ന അനേകം അത്ഭുതകരമായ കാര്യങ്ങളെപ്പറ്റി അയാൾ ആലോചിക്കാൻ തുടങ്ങി. നക്ഷത്രങ്ങൾ എവിടെനിന്നാണ്

വരുന്നത്? തന്നെ ഏറെ ഭയപ്പെടുത്തുന്ന ഇടിയൊച്ച ആരുടെ നിർമ്മിതിയാണ്? ആരാണ് നൈൽ നദിയുടെ ഉയർച്ചതാഴ്ചകൾ കൃത്യമായ ക്രമത്തോടെ ആവിഷ്കരിക്കുന്നത്? അതിന്റെ അടിസ്ഥാനത്തിലൊരു പഞ്ചാംഗമുണ്ടാക്കത്തക്കരീതിയിൽ വാർഷികപ്രളയങ്ങളുടെ ആവിർഭാവവും അസ്തമയവും എങ്ങനെ സാദ്ധ്യമാവുന്നു? ആരാണ് താനെന്ന അത്ഭുത പ്രതിഭാസമായ ഈ കൊച്ചുജീവി? എല്ലാഭാഗത്തും മരണം, രോഗം എന്നിവയാൽ മൂടപ്പെട്ടവൻ, എന്നാൽ എപ്പോഴും ആഹ്ലാദചിത്തനും ചിരിനിറഞ്ഞവനുമായ മനുഷ്യൻ?

അയാൾ ഈ ചോദ്യങ്ങൾ പലവുരു ചോദിച്ചു. ചിലർ സന്തോഷപൂർവ്വം അവർക്ക് കഴിയും വണ്ണം ഇവയ്ക്കുത്തരം നല്കാൻ മുന്നോട്ടുവന്നു. ഈജിപ്തുകാർ അവരെ 'പുരോഹിതർ' എന്നുവിളിച്ചു. പുരോഹിതർ ഈജിപ്ഷ്യൻ മനുഷ്യന്റെ ചിന്തകളുടെ രക്ഷകർത്താവായി മാറി; അവർക്ക് സമൂഹത്തിൽ ഉയർന്ന പദവി ലഭിച്ചു. ലിഖിതരേഖകൾ സൂക്ഷിച്ചുവെക്കാൻ നിയോഗിക്കപ്പെട്ട മഹാജ്ഞാനികളായിരുന്നു പുരോഹിതർ. ഇഹലോക ജീവിതത്തിന്റെ അടിയന്തിരനേട്ടങ്ങൾ മുൻനിർത്തിയുള്ള ആലോചനകൾ മാത്രം നടത്തുന്നത് മനുഷ്യനെ സംബന്ധിച്ചിടത്തോളം നല്ല കാര്യമല്ലെന്ന് മനസ്സിലാക്കിയവരായിരുന്നു പുരോഹിതന്മാർ. പശ്ചിമ പർവ്വതങ്ങൾക്കപ്പുറത്ത് ആത്മാവ് വസിക്കേണ്ടിവരുന്ന ഭാവിയിലെ നാളുകളിലേക്ക് മനുഷ്യന്റെ ശ്രദ്ധ അദ്ദേഹം ക്ഷണിച്ചു; അവിടെ ജീവിക്കുന്നവരുടെയും മരിച്ചവരുടെയും നാഥനായ ഓസിരിസിന്റെ സ്വന്തം ചെയ്തികളെപറ്റിയുള്ള വിവരങ്ങൾ മനുഷ്യൻ നല്കേണ്ടതായിവരും; ഓരോ ചെയ്തിയേയും അതിന്റെ മെറിറ്റനുസരിച്ച് ഓസിരിസ് ദേവൻ വിലയിരുത്തും, വിധി കല്പിക്കും. സത്യത്തിൽ ഐസിസിന്റെയും ഓസിരിസിന്റെയും മഹാരാജ്യത്തെ ഭാവിദിനങ്ങൾ എത്രമാത്രം പ്രധാനമാണെന്ന് പുരോഹിതർ പഠിപ്പിച്ചു; അതോടെ ഈജിപ്ഷ്യന്മാരെ സംബന്ധിച്ചിടത്തോളം ജീവിതമെന്നത് പരലോക ജീവിതത്തിനുള്ള ഹ്രസ്വമായ ഒരു തയ്യാറെടുപ്പായിത്തീർന്നു. നൈൽ നദീതടം മരിച്ചവർക്കായി സമർപ്പിക്കപ്പെട്ട ഒരു പ്രദേശമായി അനുഭവപ്പെട്ടു.

ഇഹലോക ജീവിതകാലത്ത് ആത്മാവിന്റെ വാസസ്ഥലമായ ശരീരമില്ലാതെ ആത്മാവിന് ഓസിരിസിന്റെ ലോകത്തിൽ പ്രവേശനമുണ്ടാവുകയില്ലെന്ന അസാധാരണമായ ഒരു വിശ്വാസം ഈജിപ്തുകാർ പുലർത്തിവന്നു. അതുകൊണ്ട്, ഒരാൾ മരണമടഞ്ഞ ഉടനെ ബന്ധുക്കൾ അയാളുടെ ശരീരത്തെ എംബാം (Embalm) ചെയ്യുന്നു (ഒരുതരം ലേപനം പുരട്ടുന്നു). കുറെ ആഴ്ചകൾ ഈ ശരീരം നേട്രൻ ലായനിയിൽ മുക്കിയിടുന്നു. അതിനുശേഷം ശരീരത്തിൽ, അതുകേടുവരാതെ സൂക്ഷിക്കാൻ സഹായിക്കുന്ന സംരക്ഷണ വസ്തു നിറയ്ക്കുന്നു. ഈ സംരക്ഷണ വസ്തുവിന്റെ പേർഷ്യൻ പേര് 'മുമിയായ്' (Mumiai) എന്നാണ്. ലേപനം നടത്തപ്പെട്ട ശരീരം 'മമ്മി' എന്ന് അറിയപ്പെട്ടു. അതിനുശേഷം, പ്രത്യേകമായി നിർമ്മിക്കപ്പെട്ട ഒരുതരം ലിനൻതുണിയിൽ ശരീരം പൊതിയുന്നു;

അനേകംവാര നീളമുള്ള ലിനൻതുണിയാണ് ഇതിനായി ഉപയോഗിച്ചിരുന്നത്. പിന്നീട് പ്രത്യേകമായി തയ്യാറാക്കപ്പെട്ട ഒരു ശവപ്പെട്ടിയിൽ ഈ ശരീരം സൂക്ഷിക്കപ്പെടുന്നു; അവസാനം അതിന്റെ വാസഗേഹത്തിലേക്ക് കൊണ്ടുപോവുന്നു. ഈജിപ്ഷ്യൻ ശ്മശാനം ശരിക്കും ഒരു ഭവനംതന്നെയായിരുന്നു. മൃതദേഹത്തിനു ചുറ്റും ഫർണിച്ചർ സംഗീതോപകരണങ്ങൾ (കാത്തിരിപ്പിന്റെ വിരസത മാറികടക്കുന്നതിനാണിത്), പാചകക്കാരുടെയും അപ്പനിർമ്മാതാക്കളുടേയും ക്ഷുരകന്മാരുടേയും ചെറുപ്ര

പിരമിഡുകളുടെ നിർമ്മാണം

തിമകളുമെല്ലാം സ്ഥാപിച്ചിരുന്നു (ശ്മശാനത്തിലെ അന്തേവാസി ആഹാരം തേടി അലയേണ്ടി വരരുത്, ക്ഷൗരം ചെയ്യാതെ പുറത്തുപോവരുത്).

ആദ്യമാദ്യം ഈ ശ്മശാനങ്ങൾ പടിഞ്ഞാറൻ പർവ്വതങ്ങളിലെ പാറകളിലാണ് കൊത്തിയുണ്ടാക്കിയിരുന്നത്. പക്ഷേ, പിന്നീടുള്ള ഈജിപ്തുകാർ വടക്കൻ പ്രദേശങ്ങളിലേക്ക് യാത്രയായതോടെ, അവർ മരുഭൂമിയിലും സെമിത്തേരികൾ നിർമ്മിക്കാൻ തുടങ്ങി. മരുഭൂമിയിൽ ഹിംസ്രമൃഗങ്ങളുണ്ടായിരുന്നു, ഭീകരന്മാരായ കൊള്ളക്കാരുണ്ടായിരുന്നു, അവർ

ശ്മശാനം തുരന്ന് അതിലുള്ള ആഭരണങ്ങളും മറ്റും മോഷ്ടിച്ചിരുന്നു. അത്തരത്തിലുള്ള ഹീനവൃത്തികൾ ചെയ്യുന്നതിനായി, ശ്മശാനത്തിനു മുകളിൽ ശിലാകൂമ്പാരങ്ങൾ നിർമ്മിക്കാൻ തുടങ്ങി. ഈ ചെറുകൂമ്പാരങ്ങൾ ക്രമേണ വലുതായിത്തുടങ്ങി. സമ്പന്നർ വലിയ കൂമ്പാരങ്ങൾ പണിതു; ദരിദ്രർ ചെറുതും. ഏറ്റവും വലിയ കുമ്പാരം നിർമ്മിക്കുന്നതാരെന്നറിയുന്നതിന് മത്സരമുണ്ടായിരുന്നു. ഏറ്റവും വലിയ ശിലാകൂമ്പാരം മഹാരാജാവിന്റേതായിരുന്നു. ഗ്രീക്കുകാർ അദ്ദേഹത്തെ ചിയോപ്പ്സ് എന്നു വിളിച്ചു. അദ്ദേഹം ക്രി.മു. മുപ്പതാം നൂറ്റാണ്ടിലാണ് ജീവിച്ചിരുന്നത്. അദ്ദേഹത്തിന്റെ ശിലാകൂമ്പാരത്തെ ഗ്രീക്കുകാർ പിരമിഡ് എന്നുവിളിച്ചു. (ഉയർന്ന ഇടത്തിനുള്ള ഈജിപ്ഷ്യൻ പദം പി -രെ-മഡ് ആണ്.) അതിന് അഞ്ഞൂറ് അടിയിലധികം ഉയരമുണ്ടായിരുന്നു.

ഏതാണ്ട് 13 ഏക്കർ മരുഭൂമിയാണ് ഈ ശ്മശാനത്തിനായി ഉപയോഗിച്ചത്. ക്രൈസ്തവലോകത്തിന്റെ ഏറ്റവും വലിയ വാസ്തുവായ സെയിന്റ് പീറ്റേഴ്സ് ചർച്ചിനേക്കാൾ മൂന്നിരട്ടി വിസ്തൃതിയാണ് ഈ സ്ഥലത്തിന്.

ഇരുപത് വർഷക്കാലം, ഏകദേശം ഒരുലക്ഷം മനുഷ്യർ നദിയുടെ മറുകരയിൽ പോയി ശിലകൾ കൊണ്ടുവരുന്നതിന് പണിയെടുത്തു. അത് നൈൽ നദിയിലൂടെ കൊണ്ടുവന്നു (അതെങ്ങനെ സാധിച്ചുവെന്നത് മനസ്സിലാക്കാൻ പ്രയാസമാണ്). ദീർഘദൂരം മരുഭൂമിയിലൂടെ വലിച്ചിഴച്ചു കൊണ്ടുവന്നു. അവസാനം അവയെ നിവർത്തി ശരിയായ നിലയിലേക്ക് ഉയർത്തി. രാജകീയ വാസ്തുശില്പികളും എഞ്ചിനീയർമാരും നല്ല ജോലി തന്നെയാണ് ചെയ്തത്. രാക്ഷസശിലയുടെ ഹൃദയത്തിൽ രാജസ്മാരകത്തിലേക്കുള്ള നടപ്പാത, എല്ലാവശങ്ങളിൽ നിന്നും സമ്മർദ്ദം ചെലുത്തുന്ന ആയിരക്കണക്കിന് ടൺ ഭാരം നിമിത്തം ഒരിക്കലും രൂപമാറ്റം കൂടാതെനിന്നു.

ഈജിപ്തിന്റെ കഥ

ഈജിപ്തിന്റെ ഉയർച്ചയും താഴ്ചയും

നൈൽ നദി കാരുണ്യവതിയായ ഒരു കൂട്ടുകാരിയായിരുന്നു. എന്നാൽ ചിലപ്പോഴത് കഠിനവേല ചെയ്യിക്കുന്ന ഒരു പ്രതിഭാസവുമാണ്. തന്റെ തീരത്ത് ജീവിക്കുന്ന ജനങ്ങളെ 'കൂട്ടായ പ്രവർത്തന'മെന്ന കുലീനമായ കല പഠിപ്പിച്ചു. ജലസേചനച്ചാലുകൾ വെട്ടുന്നതിലും അണകളുടെ അറ്റകുറ്റപ്പണികൾ നടത്തുന്നതിലും അവർ അന്യോന്യം ആശ്രയിച്ചു. അയൽക്കാരോടൊപ്പം എങ്ങനെ ജീവിക്കണമെന്ന് അവർ പഠിച്ചു; അവരുടെ ഈ പരസ്പരാശ്രയസംഘം ക്രമത്തിൽ സംഘടിതമായി വളർന്നു.

അങ്ങനെയിരിക്കെ, അയൽക്കാരിലൊരാൾ കൂടുതൽ കരുത്തനായി വളർന്നു പശ്ചിമേഷ്യയിൽ നിന്നുള്ള അസൂയാലുക്കളായ ആളുകൾ നൈലിന്റെ ഐശ്വര്യപൂർണ്ണമായ താഴ്വരയെ ആക്രമിക്കാൻ വരുമ്പോൾ അയാൾ സമുദായനേതാവും സൈന്യാധിപനുമായിത്തീർന്നു. ക്രമത്തിൽ അയാൾ അവരുടെ രാജാവായി; മദ്ധ്യധരണ്യാഴി മുതൽ പശ്ചിമപർവ്വതങ്ങൾ വരെയുള്ള ഭൂപ്രദേശത്തെ ഭരിച്ചു.

ഫറോവയുടെ (ഫറോവ എന്ന വാക്കിനർത്ഥം വലിയ ഭവനത്തിൽ വസിക്കുന്നവനെന്നാണ്) ഈ രാഷ്ട്രീയ സാഹസികതകൾ ക്ഷമാശീലനും അദ്ധ്വാനശാലിയുമായ ധാന്യകൃഷിക്കാരനെ ആകർഷിച്ചില്ല. നീതിയുക്തമായ നികുതിമാത്രം പിരിപ്പിക്കുകയാണെങ്കിൽ, ഫറോവഭരണത്തെ ദൈവഭരണത്തിന് തുല്യമായി (ഓഹരി ഭരണത്തിന് തുല്യമായി) കൃഷിക്കാരൻ സ്വീകരിച്ചു.

എന്നാൽ ഒരു വിദേശാക്രമണകാരി വന്ന് തന്റെ കൈവശ സമ്പത്ത് കവർന്നെടുക്കുമ്പോൾ കാര്യം വ്യത്യസ്തമായിരുന്നു. ഇരുപത് നൂറ്റാണ്ടു കാലത്തെ സ്വതന്ത്രമായ നിലനില്പിനുശേഷം, ഹിക്സോകൾ എന്ന

ഒരു പ്രാകൃത അറബിഗോത്രം ഈജിപ്തിനെ ആക്രമിച്ചു. പിന്നീട് അഞ്ഞൂറു വർഷക്കാലം നൈൽ നദീതടത്തിന്റെ അധിപതികൾ അവരായിരുന്നു. അവരെ ജനങ്ങൾ ഒട്ടും ഇഷ്ടപ്പെട്ടില്ല. അതുപോലെ ദീർഘകാലം മരുഭൂമിയിലൂടെ അലഞ്ഞുതിരിഞ്ഞ് അവസാനം കൃഷി യോഗ്യമായ ഗോഷന്റെ ഭൂമിയിൽ അഭയം കണ്ടെത്താനായിവന്ന ഹീബ്രു ജനവിഭാഗങ്ങളോടും ജനങ്ങൾക്ക് കടുത്ത വെറുപ്പായിരുന്നു; അവർ ഹിക്സോ ആക്രമണകാരികൾക്ക് നികുതി പിരിവുകാരായും സിവിൽ ഉദ്യോഗസ്ഥരായും സഹായം ചെയ്തുകൊടുത്തിരുന്നു.

എന്നാൽ ബി സി 1700-ാമാണ്ട് കഴിഞ്ഞയുടനെ തീബ്സിലെ ജനങ്ങൾ ഒരു വിപ്ലവം ആരംഭിച്ചു; ദീർഘകാലത്ത സമരത്തിനുശേഷം ഹിക്സോകളെ നാട്ടിൽനിന്ന് തുരത്തി; ഈജിപ്ത് ഒരിക്കൽക്കൂടി സ്വതന്ത്രമായി.

ഒരായിരം കൊല്ലം കഴിഞ്ഞ്, അസ്സീറിയ പശ്ചിമേഷ്യയെ മുഴുവൻ കീഴടക്കിയപ്പോൾ, ഈജിപ്ത് സർദാനാപാലസിന്റെ സാമ്രാജ്യത്തിന്റെ ഭാഗമായി. ബി സി ഏഴാം നൂറ്റാണ്ടിൽ അത് വീണ്ടും സ്വതന്ത്രരാജ്യമായി. നൈൽ തടത്തിലെ സായിസ് നഗരത്തിലെ രാജാവിന് കീഴിലായിരുന്നു അന്ന് ഈജിപ്ത്. ബി സി 525 ൽ പേർഷ്യൻ രാജാവായ കാംബിസസ് ഈജിപ്ത് കൈവശപ്പെടുത്തി. ബി സി നാലാം നൂറ്റാണ്ടിൽ പേർഷ്യൻ സാമ്രാജ്യം മഹാനായ അലക്സാണ്ടറിന്റെ കൈകളിലായപ്പോൾ, ഈജിപ്തും ഒരു മാസിഡോണിയൻ പ്രവിശ്യയായിത്തീർന്നു. അലക്സാണ്ടറിന്റെ സൈന്യാധിപന്മാരിലൊരാൾ ഈജിപ്ഷ്യൻ രാജാവായി സ്വയം അവരോധിച്ചപ്പോൾ, ഈജിപ്തിന് സ്വതന്ത്രമാണെന്ന ഒരു ഛായ കൈവന്നു. ഈ രാജാവാണ് ടോളമി (Ptolemy) രാജവംശം സ്ഥാപിച്ചത്. പുതിയ നഗരമായ അലക്സാണ്ട്രിയയായിരുന്നു ടോളമിമാരുടെ തലസ്ഥാനം.

അവസാനം ബി സി 39 ൽ റോമക്കാർ വന്നു. അവസാനത്തെ ഈജിപ്ഷ്യൻ റാണിയായ ക്ലിയോപാട്ര രാജ്യം സംരക്ഷിക്കുന്നതിനായി പരമാവധി പരിശ്രമിച്ചു. അര ഡസൻ ഈജിപ്ഷ്യൻ സൈന്യവ്യൂഹങ്ങളേക്കാൾ റോമൻ സൈന്യാധിപന്മാർക്ക് ആപത്കരമായിരുന്നു ക്ലിയോപാട്രയുടെ അഴകും മാദകത്വവും. റോമൻ ആക്രമണകാരികളുടെ ഹൃദയങ്ങളിലേക്ക് അവർ നടത്തിയ ആക്രമണങ്ങളിൽ രണ്ടു തവണ അവർ വിജയം വരിച്ചിരുന്നു. എന്നാൽ ബി സി മുപ്പതാമാണ്ടിൽ, ജൂലിയസ് സീസറിന്റെ അനന്തരവനും അനന്തരാവകാശിയുമായ അഗസ്റ്റസ് അലക്സാണ്ട്രിയയിൽ എത്തിച്ചേർന്നു. സുന്ദരിയായ റാണിയുടെ സൗന്ദര്യത്തിന് മാതുലൻ കല്പിച്ച ആരാധന അഗസ്റ്റസ് പ്രകടിപ്പിച്ചില്ല. അദ്ദേഹം ക്ലിയോപാട്രയുടെ സൈന്യത്തെ നശിപ്പിച്ചു. എന്നാൽ ക്ലിയോപാട്രയുടെ ജീവനെടുത്തില്ല. വിജയശ്രീലാളിതനായി ഘോഷയാത്ര നടത്തുമ്പോൾ യുദ്ധനേട്ടങ്ങളിലൊന്നായി അവരെ പ്രദർശിപ്പിക്കാമെന്നദ്ദേഹം വിചാരിച്ചു. ഈ പദ്ധതിയറിഞ്ഞ ക്ലിയോപാട്ര വിഷം കഴിച്ച് ആത്മഹത്യ ചെയ്തു. ഈജിപ്ത് ഒരു റോമൻ പ്രവിശ്യയായി മാറി.

മെസൊപ്പൊട്ടാമിയ

മെസൊപ്പൊട്ടാമിയ - പൗരസ്ത്യ നാഗരികതയുടെ രണ്ടാമത്തെ കേന്ദ്രം

അത്യുന്നതനായ പിറമിഡിന്റെ മുകൾഭാഗത്തേക്ക് ഞാൻ നിങ്ങളെകൊണ്ടുപോവുകയാണ്. നിങ്ങൾക്ക് കഴുക ദൃഷ്ടികളുണ്ടെന്ന് സങ്കല്പിക്കാൻ ആവശ്യപ്പെടാൻ പോവുകയാണ്. അകലെയകലെ, മരുഭൂമിയുടെ മഞ്ഞമണൽത്തരികൾക്കപ്പുറം നിങ്ങൾ ഹരിതാഭമായ ഒരു വസ്തു കാണുന്നില്ലേ? അത് രണ്ടു നദികൾക്കിടയിലെ തീരമാണ്. ബൈബിൾ പഴയനിയമത്തിലെ പറുദീസയാണ്. ഗ്രീക്കുകാർ മെസൊപ്പൊട്ടാമിയ എന്ന് വിളിച്ച, രണ്ടു നദികൾക്കിടയിലെ തീരം എന്നു വിശേഷിപ്പിച്ച നിഗൂഢതയുടെയും അത്ഭുതത്തിന്റെയും നാടാണത്.

നദികളുടെ പേര് യൂഫ്രട്ടീസ് (ബാബിലോണിയക്കാർ അതിനെ പുരട്ഥു [purattu] എന്നാണ് വിളിച്ചത്) എന്നും ടൈഗ്രീസ് (ദിക്ലത്ത് [Diklat]എന്നാണതറിയപ്പെട്ടത്) എന്നും ആണ്. നോഹയുടെ പെട്ടകം സ്ഥിരമായി വിശ്രമിക്കുന്ന ആർമീനിയൻ പർവ്വതങ്ങളിലെ മഞ്ഞലകൾക്കിടയിലാണ് ഈ നദികൾ ഉത്ഭവിക്കുന്നത്; ദക്ഷിണ സമതലങ്ങളിലൂടെ അവ മന്ദമായൊഴുകുന്നു; ഒടുവിലത് പേർഷ്യൻ ഉൾക്കടലിന്റെ ചെളിനിറഞ്ഞ തീരത്ത് ഒഴുകിച്ചേരുന്നു. വലിയൊരു സേവനമാണ് ഈ നദികൾ ചെയ്യുന്നത്. പശ്ചിമേഷ്യയിലെ വരണ്ട പ്രദേശങ്ങളെ അവ ഫലഭൂയിഷ്ഠമായ ഒരു ഉദ്യാനമാക്കി മാറ്റുന്നു.

ജനങ്ങൾക്ക് താരതമ്യേന എളുപ്പത്തിൽ ഭക്ഷണം നല്കിയതിനാലാണ് നൈൽ നദി ജനങ്ങളെ ആകർഷിച്ചത്. നദികൾക്കിടയിലെ ഭൂമിയും ഇതുകൊണ്ടുതന്നെ ജനങ്ങളെ ആകർഷിച്ചു. നിറയെ പ്രതീക്ഷകൾ നല്കുന്നൊരു ഭൂമിയായിരുന്നു ഇത്. ഉത്തരപർവ്വതദേശവാഹികളും ദക്ഷിണ സമതലങ്ങൾ താങ്ങുന്ന ഗോത്രവർഗ്ഗക്കാരും ഒരുപോലെ ഈ ഭൂമി അവകാശപ്പെട്ടു. ഇതിന്റെ പേരിൽ പർവ്വതവാഹികളും മരുഭൂയാത്രികരും തമ്മിൽ നടന്ന സ്ഥിരമായ ശത്രുത അനന്തമായ യുദ്ധങ്ങൾക്ക് കാരണമായി. ഏറ്റവും കരുത്തരായവർക്ക്, ഏറ്റവും ധീരരായവർക്ക് മാത്രമേ

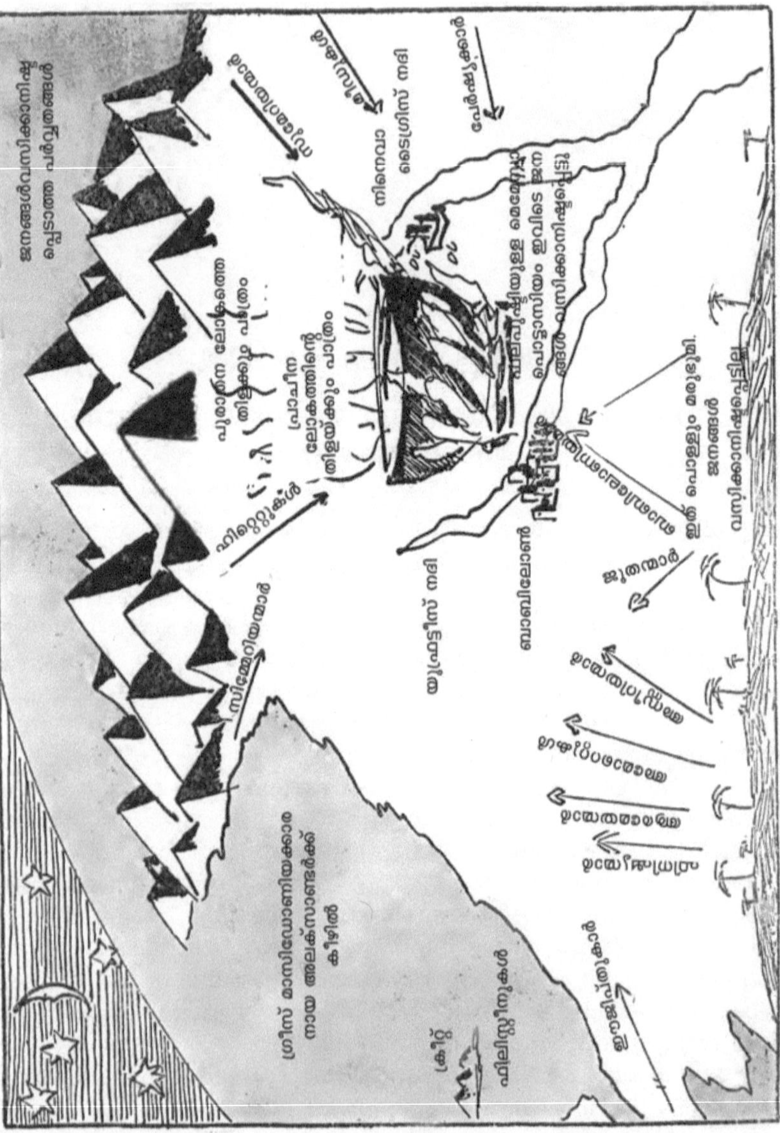

മെസോപ്പൊട്ടാമിയ, പുരാതനലോകത്തെ തിളക്കും പാത്രം

അതിജീവിക്കാൻ കഴിയുമായിരുന്നുള്ളൂ. മെസൊപ്പൊട്ടാമിയയിൽ അതിശക്തമായൊരു മനുഷ്യവംശം ആവിർഭവിച്ചതിന് ഇതാവാം കാരണം. അവർ അവിടെ നല്ലൊരു പരിഷ്കൃതി വളർത്തിയെടുത്തു. എല്ലാം കൊണ്ടും ഈജിപ്ഷ്യൻ പരിഷ്കൃതിപോലെ പ്രധാനമായിരുന്നു ഇതും.

സുമേറിയക്കാർ

സുമേറിയയിലെ ആപ്പെഴുത്തുകാർ - അവരുടെ ഫലകങ്ങൾ അസ്സീറിയയുടെയും ബാബിലോണിയയുടെയും കഥ പറയുന്നു. മഹത്തായ സെമിറ്റിക് ജനവിഭാഗത്തിന്റെ തിളയ്ക്കും പാത്രം

പതിനഞ്ചാം നൂറ്റാണ്ട് മഹത്തായ കണ്ടുപിടിത്തങ്ങളുടെ കാലമായിരുന്നു. കൊളംബസ് കാത്തേ ദ്വീപിലേക്കൊരു വഴി കണ്ടെത്താൻ ശ്രമിച്ചു. എന്നാൽ പുതിയൊരു വൻകരയിൽ, നിസ്സംശയമായും പുതിയൊരു വൻകരയിൽ, തട്ടി ആ യാത്ര അവസാനിച്ചു. ഇതേകാലത്ത് ഒരു ആസ്ത്രിയൻ ബിഷപ്പ് പൗരസ്ത്യ ദേശത്തേക്കൊരു പര്യവേക്ഷണയാത്ര സംഘടിപ്പിച്ചു; മസ്കോവിയിലെ ഗ്രാന്റ് ഡ്യൂക്കിന്റെ വാസസ്ഥാനം കണ്ടെത്തുകയായിരുന്നു ലക്ഷ്യം; ഈ യാത്ര തികഞ്ഞ ഒരു പരാജയമായി കലാശിച്ചു; പാശ്ചാത്യർക്ക് മോസ്കോവിലെത്താൻ കഴിഞ്ഞത് ഒരു തലമുറകൂടി കഴിഞ്ഞാണ്. അതിനിടയിൽ ബാർബെറോ എന്ന ഒരു വെനീഷ്യക്കാരൻ പശ്ചിമേഷ്യയിലെ നാശാവശിഷ്ടങ്ങളിലൂടെ ഒരു യാത്ര നടത്തിയിരുന്നു; അവിടുത്തെ അതികൗതുകകരമായ ഭാഷയെപ്പറ്റിയുള്ള വിവരങ്ങളുമായാണ് അദ്ദേഹം തിരിച്ചെത്തിയത്; ഈ ഭാഷ ഷിറാസിലെ ക്ഷേത്രഭിത്തികളായ പാറകളിൽ കൊത്തിവെച്ചതായും അനേകം ചുട്ടെടുത്ത കളിമൺ ഫലകങ്ങളിൽ എഴുതിയിരുന്നതായും അദ്ദേഹം കണ്ടിരുന്നു.

എന്നാൽ യൂറോപ്പിന് മറ്റനേകം തിരക്കുകളുണ്ടായിരുന്നു. പതിനെട്ടാം നൂറ്റാണ്ടിന്റെ അവസാനം മാത്രമാണ് നീബർ എന്ന പേരുള്ളൊരു ഡാനിഷ് സർവ്വെയർ ക്യൂനിഫോം ലിഖിതങ്ങൾ യൂറോപ്പിലേക്ക് കൊണ്ടുപോയത്. ലത്തീൻ ഭാഷയിൽ ക്യൂനിസ് (Cuneus) എന്നാൽ ആപ്പ് എന്നാണർത്ഥം. അതുകൊണ്ടാണ് ക്യൂനിഫോം എന്ന് ഈ അക്ഷരമാലയ്ക്ക് പേരുവന്നത്. പിന്നീട് മുപ്പതുകൊല്ലം കഴിഞ്ഞാണ് ഗ്രോടിഫെന്റ് എന്ന ഒരു ജർമ്മൻ സ്കൂൾ മാസ്റ്റർ ഈ ഭാഷയിലെ ആദ്യത്തെ 4 അക്ഷരങ്ങൾ മനസിലാക്കിയത് - D, A, R, SH- പേർഷ്യൻ രാജാവായ ഡാരിയ

സിന്റെ പേരാണ് അദ്ദേഹം വായിച്ചെടുത്തത്. പിന്നെയും 20 വർഷം കഴിഞ്ഞാണ് ഹെൻറി റോളിൻസൺ എന്ന ഒരു ബ്രിട്ടീഷ് ഓഫീസർ ബഹിസ്റ്റനിലെ ലിഖിതം കണ്ടെത്തിയതും പശ്ചിമേഷ്യയിലെ ആപ്പക്ഷരങ്ങൾ വായിച്ചെടുക്കാൻ പര്യാപ്തമായ ഒരു രീതി ആവിഷ്കരിച്ചതും.

ഈ ലിഖിതങ്ങൾ തിരിച്ചറിയുന്നതിന്റെ പ്രശ്നവുമായി താരതമ്യം ചെയ്യുമ്പോൾ കംപോളിയന്റെ പണി വളരെ എളുപ്പമുള്ളതായിരുന്നു. ഈജിപ്തുകാർ ചിത്രങ്ങളാണുപയോഗിച്ചത്. എന്നാൽ മെസപ്പൊട്ടാമിയയിലെ ആദ്യ ജനവിഭാഗമായ സുമേറിയന്മാർ വാക്കുകൾ കളിമൺ ഫലകങ്ങളിൽ ആണികൊണ്ട് വരച്ചിടുന്ന വിദ്യ ആവിഷ്കരിച്ചു; അവർ ചിത്രങ്ങളെ പൂർണ്ണമായി നിരാകരിച്ചു; V ആകൃതിയിലുള്ള രൂപങ്ങൾ ഉപയോഗിച്ച് എഴുതുന്ന ഒരു വ്യവസ്ഥ അവർ നിർമ്മിച്ചു; ഈ രൂപങ്ങൾ ആവിർഭവിച്ചത് ചിത്രങ്ങളിൽ നിന്നാണെങ്കിലും അവയുമായി ഈ രൂപങ്ങൾക്ക് ഒരു സാദൃശ്യവുമുണ്ടായിരുന്നില്ല. ചില ഉദാഹരണങ്ങൾ കൊണ്ടിതു വ്യക്തമാകും. തുടക്കത്തിൽ നഖചിത്രമായി കളിമൺ ഇഷ്ടികയിൽ ഒരു നക്ഷത്രം വരച്ചാൽ കിട്ടുന്ന ചിത്രം ഇങ്ങിനെയായിരുന്നു.

 ഈ അടയാളം വളരെ ക്ലിഷ്ടമായിരുന്നു; കുറെകഴിഞ്ഞ് നക്ഷത്രത്തിന് സ്വർലോകവുമായി ബന്ധം കല്പിക്കപ്പെട്ടപ്പോൾ ചിത്രം ഇങ്ങിനെ  ലഘൂകരിക്കപ്പെട്ടു. ഇതേ മാതൃകയിൽ കാള  ഇതിൽനിന്ന്  ഈ രീതിയിലേക്കും മത്സ്യം  ഇതിൽനിന്ന്  ഈ രീതിയിലേക്കും മാറി. സൂര്യൻ ആദ്യം ഒരു സാധാരണ വൃത്തരൂപം  കൊണ്ട് സൂചിപ്പിക്കപ്പെട്ടുവെങ്കിലും അത് ക്രമേണ ഈ രൂപത്തിലേക്ക്  മാറി. ഇന്നു നാം സുമേറിയൻ ലിപിയാണുപയോഗിക്കുന്നതെങ്കിൽ ഇത്  എഴുതുന്നത് ഇങ്ങിനെ

 ആയിരിക്കും. നമ്മുടെ ആശയങ്ങൾ ഇപ്രകാരമെഴുതുന്നത് വളരെ സങ്കീർണ്ണമാണെന്നു തോന്നാം. എന്നാൽ 30 നൂറ്റാണ്ടുകളിലധികം കാലം സുമേറിയക്കാരും ബാബിലോണിയക്കാരും അസ്സിറിയക്കാരും പേർഷ്യക്കാരും ഈ ഫലസമൃദ്ധതടത്തിൽ കടന്നുവന്ന എല്ലാ ജനവംശങ്ങളും ഈ ഭാഷയാണുപയോഗിച്ചത്.

അനന്തമായ യുദ്ധങ്ങളുടെയും വെട്ടിപ്പിടുത്തത്തിന്റേതുമാണ് മെസൊപ്പൊട്ടോമിയയുടെ കഥ. തുടക്കത്തിൽ ഉത്തരഭാഗത്തുനിന്നു സുമേറിയന്മാർ വന്നു. പർവ്വതദേശങ്ങളിൽ ജീവിച്ചിരുന്ന വെളുത്ത ഒരു ജനതയായിരുന്നു അവർ. അവർ ദൈവാരാധന നടത്തിയിരുന്നത് കുന്നിൻ മുകളിലാണ്. അവർ സമതലത്തിൽ വാസമാരംഭിച്ചപ്പോൾ അവർ കൃത്രിമമായ കുന്നുകൾ നിർമ്മിക്കുകയും അവയ്ക്ക് മുകളിൽ അൾത്താരകൾ

ബബേൽ ഗോപുരം

(ആരാധനാമണ്ഡപങ്ങൾ) ഉണ്ടാക്കുകയും ചെയ്തു. പടികൾ ഉണ്ടാക്കുന്ന വിദ്യ അവർക്കറിയില്ലായിരുന്നു. അതുകൊണ്ട് അവരുടെ ഗോപുരങ്ങൾ നിർമ്മിച്ചത് പാർശ്വങ്ങളിൽ ചെരിവുള്ള ഗാലറികളുമായിട്ടായിരുന്നു. നമ്മുടെ എഞ്ചിനീയർമാർ ഈ ആശയം കടമെടുത്തു. നമ്മുടെ വലിയ റെയിൽ റോഡ് സ്റ്റേഷനുകളിൽ ഇതുകാണാം. ഇത്തരം ചെരിവുള്ള ഗാലറികൾ ഉപയോഗിച്ചാണ് വിവിധ നിലകൾ ബന്ധിപ്പിക്കുന്നത്. സുമേറിയന്മാരിൽ നിന്ന് വേറെയും ആശയങ്ങൾ നാം കടമെടുത്തിരിക്കാം, പക്ഷേ,

നിനേവാ നഗരം

നമുക്കതറിയില്ല. പില്ക്കാലത്ത് ഫലസമൃദ്ധതടത്തിലെത്തിച്ചേർന്ന നരവംശങ്ങളുമായി സുമേറിയക്കാർ പൂർണ്ണമായി ലയിച്ചു ചേർന്നു. ഇപ്പോഴും മെസൊപ്പൊട്ടാമിയയുടെ അവശിഷ്ടങ്ങൾക്കിടയിൽ അവരുടെ ഗോപുരങ്ങൾ കാണാനുണ്ട്. ബാബിലോണിലേക്ക് രാജ്യഭ്രഷ്ടരായി എത്തിച്ചേർന്ന ജൂതജനങ്ങൾ ഇത് കാണാനിടയായി; അവർ അതിനെ ബാബിളി ഗോപുരങ്ങൾ എന്നുവിളിച്ചു, അല്ലെങ്കിൽ ബാബേലിന്റെ ഗോപുരമെന്ന്.

നമ്മുടെ കാലത്തിന് 40 നൂറ്റാണ്ടുമുമ്പ് സുമേറിയന്മാർ മെസൊപ്പൊട്ടാമിയയിൽ കുടിയേറി. വൈകാതെ അക്കേഡിയന്മാർ അവരെ പരാജയപ്പെടുത്തി. അറേബിയാ മരുഭൂമിയിലെ പല ഗോത്രങ്ങളിലൊന്നായിരുന്നു അക്കേഡിയന്മാർ. അവർക്ക് ഒരു പൊതുഭാഷയുണ്ടായിരുന്നു; അവർ സെമൈറ്റുകൾ എന്നറിയപ്പെടുന്നു; കാരണം പ്രാചീനകാലത്ത് ജനങ്ങൾ കരുതിയത് അവർ നോഹയുടെ മൂന്നു മക്കളിലൊരുവനായ ഷെമിന്റെ പിൻഗാമികളായിരുന്നുവെന്നാണ്. ഒരായിരമാണ്ടു കഴിഞ്ഞപ്പോൾ അമൊറൈറ്റുകൾ എന്നൊരു ജനവിഭാഗം അക്കേഡിയന്മാരെ തോല്പിച്ച് അധികാരം കൈവശപ്പെടുത്തി. അവരും മരുഭൂവാസികളായ ഒരു ഗോത്രജനവിഭാഗമായിരുന്നു. അവരുടെ മഹാരാജനായ ഹമുറാബി ബാബിലോൺ നഗരത്തിൽ തനിക്കായി ഒരു വലിയ കൊട്ടാരം പണികഴിപ്പിച്ചു. അദ്ദേഹം ജനങ്ങൾക്കായി കുറെ നിയമങ്ങൾ ആവിഷ്കരിച്ചു. ഈ നിയമങ്ങൾ കാരണം, ബാബിലോണിയൻ രാഷ്ട്രം പ്രാചീനലോകത്തെ ഏറ്റവും നല്ല

ഭരണമുള്ള രാജ്യമായിത്തീർന്നു. പിന്നെ ഈ സമൃദ്ധതടത്തിൽ വന്നത് ഹിറ്റൈറ്റുകളായിരുന്നു. അവരെപ്പറ്റി പഴയനിയമത്തിൽ കാണാൻകഴിയും. അവർക്ക് കവർന്നെടുത്തു കൊണ്ടുപോകാൻ കഴിയാത്തതെന്തും അവർ

പുണ്യബാബിലോൺ നഗരം

നശിപ്പിച്ചു. അവരെ പിന്നീട് വന്ന മരുഭൂദൈവമായ അഷറിന്റെ ആരാധകരായ ജനങ്ങൾ പരാജയപ്പെടുത്തി. ഇവർ സ്വയം അസുരന്മാർ (അസീറിയന്മാർ) എന്ന് വിളിച്ചു. വിശാലവും ഭീകരവുമായ അസീറിയൻ സാമ്രാജ്യത്തിന്റെ തലസ്ഥാന നഗരമായ നിനേവ അവർ പടുത്തുയർത്തി. പശ്ചിമേഷ്യ മുഴുവനും ഈജിപ്തും അസീറിയൻ സാമ്രാജ്യത്തിന്റെ ഭാഗമായി; പരാജയപ്പെട്ട എല്ലാ ജനവിഭാഗങ്ങളിൽ നിന്നും അവർ നികുതി ഈടാക്കി. അപ്പോഴാണ് മറ്റൊരു സെമിറ്റിക് ഗോത്രമായ കൽദായന്മാർ ബാബിലോൺ പുനർനിർമ്മിക്കുകയും അതിനെ അവരുടെ പ്രധാന തലസ്ഥാനനഗരമാക്കുകയും ചെയ്തത്. അവരുടെ രാജാക്കന്മാരിൽ ഏറ്റവും

പ്രശസ്തൻ നെബുക്കദ്നെസർ ആയിരുന്നു. അദ്ദേഹം ശാസ്ത്രപഠനം പ്രോത്സാഹിപ്പിച്ചു. ആധുനികജ്യോതി ശാസ്ത്രജ്ഞാനവും ഗണിതശാസ്ത്രവുമെല്ലാം കൽദായന്മാരുടെ കാലത്ത് കണ്ടുപിടിച്ച പ്രഥമ തത്ത്വങ്ങളിലധിഷ്ഠിതമായിരുന്നു. ബി സി 538-ാമാണ്ടിൽ പേർഷ്യൻ ഇടയന്മാരുടെ ഒരു പ്രാകൃതഗോത്രം ഈ പഴയ പ്രദേശത്തെ ആക്രമിച്ചു; കൽദായ സാമ്രാജ്യത്തെ അധികാരത്തിൽ നിന്നു പുറത്താക്കി. 200 വർഷം കഴിഞ്ഞപ്പോൾ ഈ പേർഷ്യൻ മേലാളന്മാരെ മഹാനായ അലക്സാണ്ടർ പുറത്താക്കി. അദ്ദേഹം സംസ്കാരങ്ങളുടേതായ ഈ തിളയ്ക്കും പാത്രത്തെ, ഈ സമൃദ്ധതടത്തെ, ഒരു ഗ്രീക്ക് പ്രവിശ്യയാക്കി. പിന്നീട് റോമക്കാർ വന്നു. അവർക്കുശേഷം തുർക്കികൾ വന്നു. ലോകനാഗരികതയുടെ ദ്വിതീയ കേന്ദ്രമായിരുന്ന മെസൊപ്പൊട്ടാമിയ വിസ്തൃതമായ ഒരു വന്യദേശമായി മാറി; അവിടത്തെ വലിയ മൺകൂനകൾ പുരാതനമായ മഹത്ത്വത്തിന്റെ കഥകൾ പറഞ്ഞുകൊണ്ടിരുന്നു.

മോസസ്സ്

യഹൂദ ജനതയുടെ നേതാവായ മോസസ്സ്

നമ്മുടെ കാലത്തിനും 20 നൂറ്റാണ്ടുമുമ്പ്, ചെറിയ അപ്രധാനമായൊരു സെമിറ്റിക്ക് ഇടയഗോത്രം അതിന്റെ പഴയ വാസപ്രദേശം വെടിഞ്ഞു. യൂഫ്രട്ടീസ് നദിയുടെ തീരത്തെ 'ഉർ' ആയിരുന്നു ഈ ദേശം. ബാബിലോണിലെ രാജാക്കന്മാരുടെ അധീനദേശങ്ങളിലെവിടെയെങ്കിലും പുതിയ പുൽമേടുകൾ കണ്ടെത്തുകയായിരുന്നു അവരുടെ ലക്ഷ്യം. രാജകീയ ഭടന്മാർ അവരെ ആട്ടിയോടിച്ചു. തുടർന്ന് അവർ പടിഞ്ഞാറൻ ദേശങ്ങളിലേക്കു നീങ്ങി; അവിടെ ജനവാസമില്ലാത്ത പ്രദേശത്തെവിടെയെങ്കിൽ തമ്പടിക്കാമല്ലോ എന്നായിരുന്നു അവരുടെ വിചാരം.

ഈ ഇടയഗോത്രം ഹീബ്രുക്കൾ എന്നാണറിയപ്പെട്ടിരുന്നത്, അല്ലെങ്കിൽ നാമവരെ വിളിക്കുന്നതുപോലെ ജൂതന്മാർ (യഹൂദികൾ) എന്ന്. അവർ ഏറെയേറെ സഞ്ചരിച്ചിരുന്നു. ദീർഘകാലത്തെ അഭിശപ്തമായ അലഞ്ഞു തിരിയലിനുശേഷം അവർക്ക് ഈജിപ്തിലൊരഭയസ്ഥാനം ലഭിച്ചു. അഞ്ചുനൂറ്റാണ്ടിലേറെ കാലം അവർ ഈജിപ്തുകാർക്കിടയിൽ ജീവിച്ചു. ഹിക്സോ ആക്രമണകാരികൾ അവരുടെ പുതിയവാസഗേഹത്തെ ആക്രമിച്ചപ്പോൾ, ജൂതന്മാർ വിദേശാക്രമണകാരിക്ക് സഹായം നല്കി; അതുവഴി തങ്ങളുടെ മേച്ചിൽപ്പുറങ്ങളിൽ ആരിൽനിന്നും അല്ലലില്ലാതെ അലട്ടില്ലാതെ അവർക്ക് കഴിഞ്ഞുകൂടാൻ സാദ്ധ്യമായി. എന്നാൽ ദീർഘകാലം നീണ്ടുനിന്ന സ്വാതന്ത്ര്യപ്പോരാട്ടത്തിൽ ഈജിപ്തുകാർ ഹിക്സോകളെ രാജ്യത്തുനിന്ന് നിഷ്കാസനം ചെയ്തു. ഇതോടെ ജൂതന്മാർക്ക് ചീത്ത കാലമായി. അവർ പൊതു അടിമകളുടെ പദവിയിലേക്ക് തരംതാഴ്ത്തപ്പെട്ടു. രാജകീയവീഥികളിലും പിരമിഡുകളിലും തൊഴിലെടുക്കാൻ അവർ നിർബ്ബന്ധിതരായി. അതിർത്തികളിലെ രക്ഷാഭടന്മാരെല്ലാം ഈജിപ്തുകാരായതിനാൽ, ജൂതന്മാർക്കു

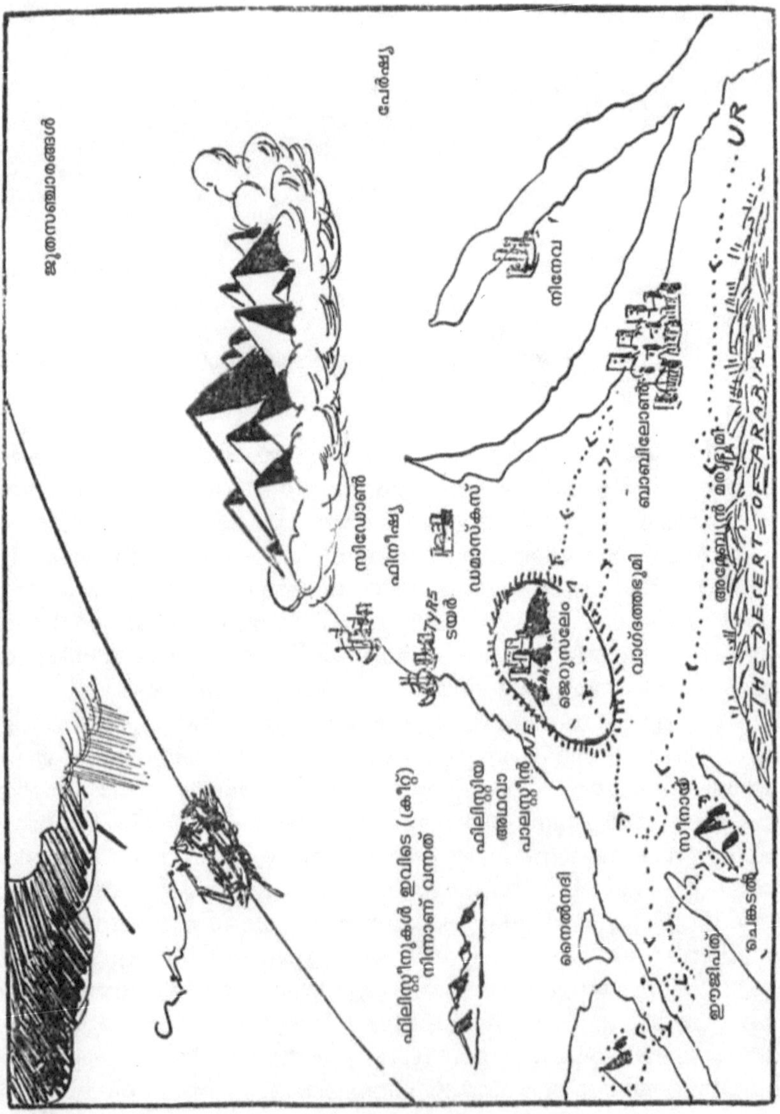

ജൂതന്മാരുടെ അലഞ്ഞുതിരിയലുകൾ

രക്ഷപ്പെടാനൊരു പഴുതുമുണ്ടായില്ല.

അനേകവർഷങ്ങളായുള്ള ഈ ദുരിതത്തിൽനിന്നും വിധിയിൽനിന്നും അവരെ രക്ഷിച്ചത് യുവജൂതനായ മോശ (മോശ മുസ്ലിങ്ങൾ മൂസാനബിയെന്ന് വിളിക്കുന്ന ജനനേതാവാണ് - വിവ) ആയിരുന്നു. മോശ ദീർഘകാലമായി മരുഭൂമിയിലാണ് പാർത്തിരുന്നത്. തന്റെ മുൻഗാമികളുടെ വളരെ ലളിതമായ ഗുണവിശേഷങ്ങളിൽ ആകൃഷ്ടനായിരുന്നു, അദ്ദേഹം. അവർ നഗരങ്ങളിൽ നിന്നും നാഗരികജീവിതത്തിൽനിന്നും വേറിട്ടുനിന്നിരുന്നു. വിദേശപരിഷ്കൃതിയുടെ സുഖവും ആഡംബരവും അവർ തിരസ്കരിച്ചിരുന്നു.

പിതൃക്കളുടെ വഴിയിലേക്ക് സ്വന്തം ജനതയെ തിരിച്ചുകൊണ്ടുവരാൻ മോശ നിശ്ചയിച്ചു. തനിക്കെതിരെ വിന്യസിച്ച ഈജിപ്ഷ്യൻ പടയുടെ കണ്ണുവെട്ടിച്ച്, സീനാമലയുടെ താഴ്വാരത്തിലേക്ക് ഗോത്രസഹോദരങ്ങളെ നയിക്കാനദ്ദേഹത്തിന് കഴിഞ്ഞു. മരുഭൂമിയിലെ ദീർഘവും ഏകാന്തവുമായ ജീവിതത്തിൽ, ഇടിമുഴക്കത്തിന്റെയും കൊടുങ്കാറ്റിന്റെയും മഹാദേവന്റെ ചൈതന്യത്തെ ആദരിക്കാനദ്ദേഹം പഠിച്ചിരുന്നു. സ്വർലോകത്തിന്റെ ഉന്നതികളുടെ നാഥനായിരുന്നു ആ ദേവൻ. ജീവനും പ്രകാശത്തിനും ശ്വാസത്തിനുംവേണ്ടി ഇടയന്മാർ ഈ ദേവനെയാണാശ്രയിച്ചിരിക്കുന്നത്. പശ്ചിമേഷ്യയിൽ ആരാധിക്കപ്പെട്ടിരുന്ന അനേകം ദിവ്യശക്തികളിലൊന്നായിരുന്നു ഈ ദേവൻ; അവിടുന്ന് അറിയപ്പെട്ടത് ജെഹോവ എന്നായിരുന്നു; മോശയുടെ നേതൃത്വത്തിൽ ജെഹോവ ഹീബ്രു വംശത്തിന്റെ ഏക അധിനാഥനായിത്തീർന്നു.

ഒരുനാൾ, യഹൂദ പാളയത്തിൽനിന്ന് മോശ അപ്രത്യക്ഷനായി. പരുത്ത പ്രതലമുള്ള രണ്ട് ശിലാഫലകങ്ങളുമായിട്ടാണ് അദ്ദേഹം പോയതെന്ന് രഹസ്യഭാഷണങ്ങൾ പ്രചരിച്ചു. അന്ന് സായാഹ്നത്തിൽ പർവ്വതശിഖരം അദൃശ്യമായി നിലകൊണ്ടു. കടുത്ത ഒരു കൊടുങ്കാറ്റിന്റെ അന്ധകാരം അതിനെ മനുഷ്യദൃഷ്ടികളിൽ നിന്ന് മറച്ചു. പക്ഷേ, പിന്നെ മോശ തിരിച്ചെത്തിയപ്പോൾ, അതാ, ശിലാഫലകങ്ങളിൽ ജെഹോവാ വചനങ്ങൾ ആലേഖനം ചെയ്യപ്പെട്ടിരിക്കുന്നു. ഇസ്രായേൽ ജനതയ്ക്കുള്ളതാണവ; ഇടിമുഴക്കങ്ങൾക്കും മിന്നൽപ്പിണരുകൾക്കും ഇടയിലാണതെഴുതപ്പെട്ടത്! ആ നിമിഷം മുതൽ, യെഹോവ അവരുടെ ഭാഗധേയത്തിന്റെ ഒരേയൊരു വിധാതാവായിത്തീർന്നു, ജൂതന്മാർ അവരുടെ ഒരേയൊരു സത്യദൈവമായി യഹോവയെ വാഴ്ത്തി. പത്തുകല്പനകളിലെ വിവേകപാഠങ്ങൾ പിന്തുടർന്ന് എങ്ങനെ പുണ്യജീവിതം നയിക്കാമെന്ന് യഹോവ അവരെ പഠിപ്പിച്ചു.

അവർ മോശയെ മരുഭൂമിയിലൂടെ പിന്തുടർന്നു. മോശയുടെ ആഹ്വാനം അവർ ചെവിക്കൊള്ളുകയായിരുന്നു. എന്തു തിന്നണമെന്നും എന്തു കുടിക്കണമെന്നും മോശ നിർദ്ദേശിച്ചപ്പോൾ അവർ അക്ഷരംപ്രതി അനുസരിച്ചു; എന്തു ഭക്ഷണമുപേക്ഷിക്കണമെന്ന നിർദ്ദേശവും അവർ സ്വീകരിച്ചു. മരുഭൂമിയിലെ ഉഷ്ണകാലാവസ്ഥയിൽ ആരോഗ്യം നില

മോസസ്സ് പുണ്യഭൂമി ദർശിക്കുന്നു

നിർത്തുന്നതിനായിരുന്നു ഇത്. അവസാനം, വർഷങ്ങളായുള്ള അലച്ചിലിനുശേഷം, സുഖദവും ഐശ്വര്യപൂർണ്ണവുമായ ഒരു പ്രദേശത്ത് അവരെത്തി. ഈ പ്രദേശം പലസ്തീൻ എന്നറിയപ്പെട്ടു. ഫിലിസ്റ്റൈനുകളുടെ, അഥവാ പിലിസ്തുവിന്റെ നാട് എന്നാണിതിനർഥം. ക്രീറ്റിൽനിന്നുള്ള ഒരു ചെറുവർഗ്ഗമായിരുന്നു ഇവർ. സ്വന്തം ദ്വീപിൽനിന്ന് ആട്ടിയോടിക്കപ്പെട്ടതിനാൽ സമുദ്രതീരത്ത് കുടിയേറിപ്പാർത്തവരായിരുന്നു ഫിലിസ്റ്റൈനുകൾ. നിർഭാഗ്യവശാൽ, മുഖ്യഭൂമിയായ പലസ്തീനിൽ മറ്റൊരു സെമിറ്റിക്ക് വംശമായ കാനനൈറ്റുകൾ അധിവാസമുറപ്പിച്ചിരുന്നു. ജൂതന്മാർ താഴ്വരകളിലേക്ക് ബലം പ്രയോഗിച്ചു കടന്നുചെന്നു, നഗരങ്ങൾ പണിതു, ജെറുസലേം എന്നവർ വിളിച്ച ഒരു നഗരത്തിൽ വലിയൊരു ദേവാലയം പണികഴിപ്പിച്ചു. ശാന്തിയുടെ ഗൃഹം എന്നാണ് ജറുസലേം എന്ന വാക്കിന്റെയർത്ഥം. പിന്നീട് മോശയായിരുന്നില്ല ജനങ്ങളുടെ നേതാവ്. വിദൂരത്ത് നിന്ന് പലസ്തീനിന്റെ പർവ്വതശിഖരങ്ങൾ കാണാനദ്ദേഹത്തിന് അനുമതി ലഭിച്ചു. ഒടുവിൽ തന്റെ ക്ലാന്തമായ മിഴികൾ അദ്ദേഹം എന്നന്നേക്കുമായി അടച്ചു. യഹോവയെ പ്രീണിപ്പിക്കുന്നതിനായി അദ്ദേഹം വിശ്വസ്തതയോടെയും കഠിനമായും പ്രയത്നിച്ചു. വിദേശ മേധാവികളുടെ അടിമത്തത്തിൽ നിന്ന് സ്വന്തം ജനങ്ങളെ അനാശ്രിതവും സ്വതന്ത്രവുമായ ഒരു വാസഗേഹത്തിലേക്ക് അദ്ദേഹം നയിച്ചു; മാത്രമല്ല, എല്ലാം ദേശങ്ങളേക്കാളും ആദ്യമായി ഏകദൈവവിശ്വാസം പുലർത്തുന്ന ജനതയായി അദ്ദേഹം ജൂതന്മാരെ വാർത്തെടുത്തു.

ഫിനീഷ്യന്മാർ

നമുക്കൊരു അക്ഷരമാല നല്കിയ ഫിനീഷ്യക്കാർ

മറ്റൊരു സെമിറ്റിക്ക് ഗോത്രമാണ് ഫിനീഷ്യക്കാരുടേത്. ജൂതജനങ്ങളുടെ അയൽവാസികളായിരുന്നു അവർ. വളരെ പണ്ടുകാലം മുതൽ മദ്ധ്യധരണ്യാഴിയുടെ തീരത്ത് അവർ വാസമുറപ്പിച്ചിരുന്നു. രണ്ടു സുരക്ഷിത നഗരങ്ങൾ അവർ പണിതുയർത്തിരുന്നു, ടയറും സിഡോണും. ചുരുങ്ങിയ കാലംകൊണ്ട് പശ്ചിമസമുദ്രങ്ങളിലെ വ്യാപാരകുത്തക അവർ നേടിയെടുത്തു. അവരുടെ കപ്പലുകൾ ഗ്രീസിലേക്കും ഇറ്റലിയിലേക്കും സ്പെയിനിലേക്കും ക്രമമായി സഞ്ചരിച്ചു. ചിലപ്പോൾ ജിബ്രാൾട്ടറിനപ്പു

ഫിനീഷ്യൻ വ്യാപാരി

റത്തേക്കും അവ കടന്നുചെന്നു; തകരം (tin) വാങ്ങുന്നതിനായി അവർ സിസിലി ദ്വീപുകളിലേക്കും പോയി. പോയേടങ്ങളിലെല്ലാം അവർ ചെറിയ വ്യാപാരകേന്ദ്രങ്ങൾ സ്ഥാപിച്ചു; ഇവയെ അവർ കോളനികളെന്ന് വിളിച്ചു. ഇവയിൽ പലതും ആധുനിക നഗരങ്ങളുടെ മുൻഗാമികളായി മാറി, കാഡിസ്, മാഴ്സെയിൽസ് എന്നിവപോലെ.

നല്ല ലാഭം കിട്ടുമെന്നു തോന്നുന്ന ഏതു വസ്തുവും അവർ വാങ്ങുകയും വില്ക്കുകയും ചെയ്തു. മനസ്സാക്ഷിയെന്ന കാര്യം അവർക്കൊരു വേവലാതിയും ഉണ്ടാക്കിയില്ല. അവരുടെ അയൽപ്രദേശത്തുകാരെ വിശ്വസിക്കുകയാണെങ്കിൽ സത്യസന്ധത, ആർജ്ജവം എന്നീ പദങ്ങളുടെ അർത്ഥം ഫിനീഷ്യന്മാർക്കറിയുമായിരുന്നില്ല. നല്ല പൗരന്മാരുടെ ഉന്നതാദർശം, അവരുടെ അഭിപ്രായത്തിൽ നിറഞ്ഞ ഒരു പെട്ടിയായിരുന്നു. സത്യത്തിൽ അവർ ഒരു സന്തുഷ്ട ജനതയായിരുന്നു. അവർക്ക് സുഹൃത്തുക്കളാരുമുണ്ടായിരുന്നില്ല. എന്നിരിക്കിലും വരാനിരിക്കുന്ന തലമുറകൾക്ക് മുഴുവനുമായി അവർ അമൂല്യമായൊരു സംഭാവന നൽകിയിട്ടുണ്ട്. അവർ നമുക്കൊരു അക്ഷരമാല തന്നു.

സുമേരിയക്കാർ ആവിഷ്കരിച്ച എഴുത്തുവിദ്യ ഫിനീഷ്യന്മാർക്ക് പരിചിതമായിരുന്നു. പക്ഷേ, ഈ ആപ്പെഴുത്ത് വിലക്ഷണമായൊരു സമയദുർവ്യയമായിട്ടാണവർ കണ്ടത്. പ്രായോഗികമതികളായ കച്ചവടക്കാരായിരുന്നു അവർ. രണ്ടോ മൂന്നോ അക്ഷരങ്ങളെഴുതുന്നതിന് മണിക്കൂറുകൾ ചെലവഴിക്കാനവർക്ക് കഴിയില്ലായിരുന്നു. അതുകൊണ്ടവർ അക്ഷരമാലയിൽ മാറ്റങ്ങൾ വരുത്തി, പുതിയൊരു ലിപിവ്യവസ്ഥ ആവിഷ്കരിച്ചു; പഴയതിനേക്കാൾ എത്രയോ നല്ലതായിരുന്നു ഇത്. ഈജിപ്ഷ്യൻ അക്ഷരമാലയിൽ നിന്ന് കുറെ ചിത്രങ്ങൾ അവർ കടമെടുത്തു. സുമേരിയക്കാരുടെ ആപ്പക്ഷരങ്ങൾ പലതും ലഘൂകരിച്ചു. പഴയ ലിപിവ്യവസ്ഥയുടെ സുന്ദരരൂപം അവർ പരിഗണിച്ചില്ല, അവർക്ക് സൗകര്യമായിരുന്നു പ്രധാനം. വേഗത്തിലും സൗകര്യത്തോടെയും എഴുതുകയായിരുന്നു അവർക്ക് വേണ്ടത്. ആയിരക്കണക്കിൽ അക്ഷരചിത്രങ്ങൾ അവർ വേണ്ടെന്ന് വെച്ചു, പകരം ഹ്രസ്വവും കൈകാര്യം ചെയ്യാൻ എളുപ്പമുള്ളതുമായ 22 അക്ഷരങ്ങളുള്ള ഒരക്ഷരമാല അവർ നിർമ്മിച്ചു.

കാലക്രമത്തിൽ ഈ അക്ഷരമാല ഈജിയൻ കടൽ കടന്ന് ഗ്രീസിലെത്തി. ഗ്രീക്കുകാർ അവരുടെ വക ചില അക്ഷരങ്ങൾ കൂട്ടിച്ചേർത്ത് അക്ഷരമാല പരിഷ്കരിച്ചു. പരിഷ്കരിച്ച അക്ഷരമാല ഇറ്റലിയിലെത്തി. റോമക്കാർ ഇതിൽ അവരുടേതായ ചില പരിഷ്കാരങ്ങൾ വരുത്തി, പശ്ചിമയൂറോപ്പിലെ അപരിഷ്കൃതരായ ബർബ്ബര ജനങ്ങളെ പഠിപ്പിച്ചു. ഈ അപരിഷ്കൃത ബർബ്ബരന്മാരാണ് നമ്മുടെ സ്വന്തം മുൻഗാമികൾ. അതുകൊണ്ടാണ് ഈ പുസ്തകം ഫിനീഷ്യൻ ഉല്പത്തിയുള്ള അക്ഷരങ്ങളിലെഴുതുന്നത്, ഈജിപ്ഷ്യൻ ഹീറോഗ്ലിഫിക്സിലോ സുമേരിയൻ ആപ്പക്ഷരങ്ങളിലോ എഴുതാത്തത്.

ഇന്തോ-യൂറോപ്യന്മാർ

ഇന്തോ-യൂറോപ്യന്മാരായ പേർഷ്യക്കാർ സെമിറ്റിക്-ഈജിപ്ഷ്യൻ ലോകത്തെ കീഴടക്കുന്നു

ഈജിപ്തിന്റെ, ബാബിലോണിന്റെ അസ്സിറിയയുടെ, ഫിനീഷ്യയുടെ ഈ ലോകം ഏതാണ്ട് മുപ്പത് നൂറ്റാണ്ടുകാലം നിലനിന്നു; സമൃദ്ധ വസന്തതടങ്ങളിലെ ആദരണീയ മനുഷ്യവംശങ്ങൾ വാർദ്ധക്യം ബാധിച്ചതും പരിക്ഷീണവുമായിത്തീർന്നു. ചക്രവാളത്തിൽ പുതിയ, കൂടുതൽ ഊർജ്ജസ്വലമായ ഒരു വംശത്തിന്റെ അടയാളങ്ങൾ കണ്ടതോടെ അവരുടെ അന്ത്യം ഉറപ്പായി. ഈ വംശത്തെ നാം ഇന്തോ-യൂറോപ്യൻ വംശമെന്ന് വിളിക്കുന്നു; കാരണം അത് യൂറോപ്പിനെ മാത്രമല്ല കീഴടക്കിയത്, ഇപ്പോൾ ബ്രിട്ടീഷിന്ത്യയെന്നറിയപ്പെടുന്ന രാജ്യത്തിന്റെയും ഭരണവർഗ്ഗമായി അവർ സ്വയം അവരോധിച്ചു.

സെമൈറ്റുകളെപ്പോലെ ഇന്തോയൂറോപ്യന്മാരും വെളുത്ത മനുഷ്യരായിരുന്നു. എന്നാൽ അവർ സംസാരിച്ചത് വ്യത്യസ്തമായൊരു ഭാഷയായിരുന്നു. ഹംഗേറിയൻ, ഫിന്നീഷ് എന്നീ ഭാഷകളും ഉത്തര സ്പെയിനിലെ ബാസ്ക് ഗ്രാമീണഭാഷകളുമൊഴിച്ചുള്ള എല്ലാ യൂറോപ്യൻ ഭാഷകളുടേയും മുൻഭാഷയായിരുന്നു ഈ ഭാഷ.

അവരെപ്പറ്റി നാം ആദ്യം കേൾക്കുന്നത്, കാസ്പിയൻ കടലിന്റെ തീരത്ത് പല നൂറ്റാണ്ടുകാലം അവർ ജീവിക്കുന്നതിനെപ്പറ്റിയാണ്. പക്ഷേ, ഒരുനാൾ അവർ തമ്പുകൾ അഴിക്കുകയും എല്ലാം ചുരുട്ടിയെടുത്ത് പുതിയൊരു വാസസ്ഥലമന്വേഷിച്ച് യാത്രയാരംഭിക്കുകയും ചെയ്തു. അവരിൽ ചിലർ മദ്ധ്യേഷ്യൻ മലനിരകളിലേക്ക് നീങ്ങി; പല നൂറ്റാണ്ടുകൾ അവർ കൊടുമുടികളിൽ കഴിഞ്ഞുകൂടി. ഇറാൻ പീഠഭൂമിയുടെ ചുറ്റുമുള്ളതായിരുന്നു ഈ ശിഖരങ്ങൾ. അതുകൊണ്ടാണ് നാം അവരെ ആര്യന്മാരെന്ന് വിളിക്കുന്നത്. മറ്റുള്ളവർ അസ്തമയ സൂര്യനെ അനുഗമിച്ച് യൂറോപ്യൻ സമതലങ്ങൾ കൈവശപ്പെടുത്തി. അതിനെപ്പറ്റി പിന്നീട്, ഗ്രീസിനെയും റോമിനെയും പറ്റി പരാമർശിക്കുമ്പോൾ, പറയാം.

തല്ക്കാലം നമുക്ക് ആര്യന്മാരെ അനുഗമിക്കാം. സാരതുഷ്ട്രയായിരുന്നു (സൊറാസ്റ്റർ) അവരുടെ മഹാഗുരുനാഥൻ. അദ്ദേഹത്തിന്റെ നേതൃത്വത്തിൽ അവർ പർവ്വതഗൃഹങ്ങളുപേക്ഷിച്ച്, അതിവേഗത്തിൽ കടലിലേക്കൊഴുകുന്ന സിന്ധുനദിയുടെ വഴിയിൽ യാത്രചെയ്തു.

മറ്റുള്ളവർ പശ്ചിമേഷ്യൻ കുന്നുകളിൽ താമസിക്കാനാണിഷ്ടപ്പെട്ടത്. അവർ അർദ്ധ സ്വതന്ത്ര സമൂഹങ്ങളായ മീഡുകളും പേർഷ്യക്കാരുമായിത്തീർന്നു. ഈ രണ്ടു പേരുകൾ പഴയ ഗ്രീക്ക് ചരിത്ര പുസ്തകങ്ങളിൽനിന്നാണ് നാം പകർത്തിയത്. ക്രസ്തുവിന്മുമ്പ് ഏഴാം ശതകത്തിൽ മീഡുകൾ മീഡിയ എന്നൊരു രാജ്യം സ്ഥാപിച്ചിരുന്നു. പക്ഷേ, ആൻഷൻ എന്ന കുലത്തിന്റെ അധിപതിയായ സൈറസ് എന്നൊരാൾ എല്ലാ പേർഷ്യൻ ഗോത്രങ്ങളുടെയും രാജാവായി സ്വയം അവരോധിച്ചതോടെ ഈ മീഡ് രാജ്യം ഇല്ലാതായി. സൈറസാകട്ടെ കടന്നാക്രമണങ്ങളും പിടിച്ചടക്കലുകളും തുടങ്ങി. അതോടെ അദ്ദേഹവും സന്തതികളും പശ്ചിമേഷ്യയുടെയും ഈജിപ്തിന്റെയും ചോദ്യം ചെയ്യപ്പെടാത്ത അധിപതികളായി മാറി.

ഇന്തോ-യൂറോപ്യന്മാരായ പേർഷ്യക്കാർ വളരെ ശക്തിയോടെയാണ് പാശ്ചാത്യദേശങ്ങളിൽ മുന്നേറിയത്; എവിടെയും വിജയശ്രീലാളിതരായിരുന്നു അവർ. പക്ഷേ, ഈ വിജയയാത്രകളിൽ മറ്റു ചില ഇന്തോ-യൂറോപ്യൻ വിഭാഗങ്ങളുമായി അവർക്ക് ഏറ്റുമുട്ടേണ്ടിവന്നു. നൂറ്റാണ്ടു

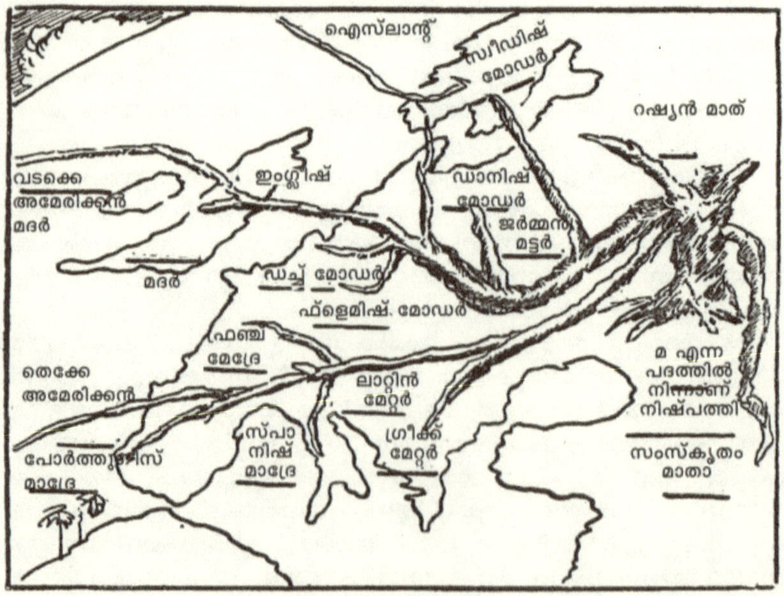

ഒരു വാക്കിന്റെ ചരിത്രം

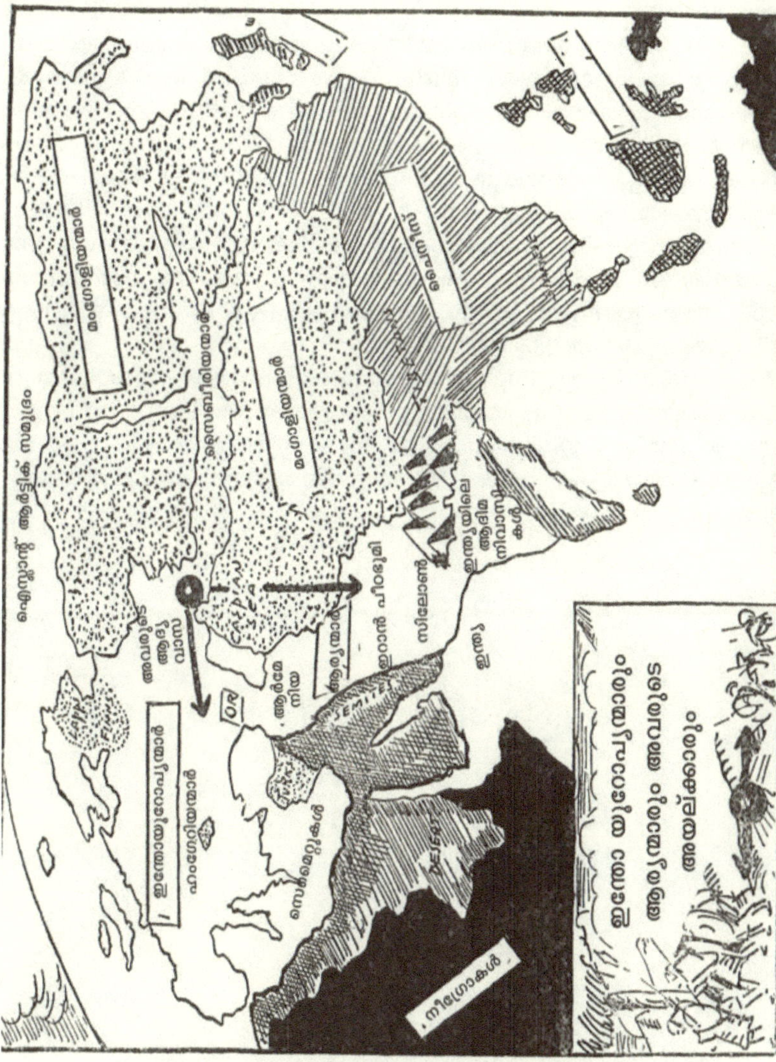

ഇന്തോ-യൂറോപ്യൻമാരും അവരുടെ അയൽക്കാരും

കൾക്കുമുമ്പ് യൂറോപ്പിൽ എത്തിച്ചേർന്നവരായിരുന്നു, അവർ. ഗ്രീക്ക് അർദ്ധദ്വീപും ഈജിയൻ കടലിലെ ദ്വീപുകളും അവർ കൈവശപ്പെടുത്തിയിരുന്നു.

ഈ സംഘട്ടനങ്ങളാണ് ഗ്രീസും പേർഷ്യയും തമ്മിലുള്ള മൂന്ന് പ്രഖ്യാത യുദ്ധങ്ങളിലേക്കു നയിച്ചത്; ഇതിനിടയിൽ പേർഷ്യൻ രാജാക്കന്മാരായ ദരിയൂസും സെർക്സസും ഗ്രീക്ക് അർദ്ധദ്വീപിന്റെ ഉത്തരഭാഗങ്ങൾ ആക്രമിച്ചു. ഗ്രീക്കുകാരുടെ ഭൂപ്രദേശങ്ങളിലാകമാനം അവർ നാശം വിതച്ചു; യൂറോപ്യൻ ഭൂഖണ്ഡത്തിൽ ചുവടുറപ്പിക്കാൻ വേണ്ടി കഠിനമായി യത്നിച്ചു.

പക്ഷേ, ഇതിലവർ വിജയിച്ചില്ല. ഏഥൻസിന്റെ നാവികസേന അജയ്യമായിരുന്നു. പേർഷ്യൻ സൈന്യത്തിനുള്ള ആയുധ ആഹാര സേവനങ്ങൾ തടഞ്ഞുകൊണ്ട്, ഗ്രീക്ക് നാവികർ ഏഷ്യൻ ഭരണാധികാരികളെ നിർവ്വിശങ്കം തടഞ്ഞുനിർത്തി.

പുരാതന ഗുരുനാഥനായ ഏഷ്യയും ജിജ്ഞാസുവായ യുവയൂറോപ്പെന്ന ശിഷ്യനും തമ്മിലുള്ള പ്രഥമയുദ്ധമായിരുന്നു അത്. ഈ പുസ്തകത്തിന്റെ ഇനി വരാനിരിക്കുന്ന അദ്ധ്യായങ്ങൾ, ഇപ്പോഴും നടക്കുന്ന പാശ്ചാത്യ-പൗരസ്ത്യ സംഘട്ടനങ്ങളെപറ്റി വിശദമായി സംസാരിക്കും.

ഈജിയൻ കടൽ

ഈജിയൻ കടലിലെ ജനങ്ങൾ പുരാതന ഏഷ്യൻ നാഗരികത യൂറോപ്പിന്റെ വന്യതയിലേക്ക് കൊണ്ടുവന്നു

ട്രോജൻ കുതിര

ഹെൻറിക് ഷ്ളീമാൻ ഒരു കൊച്ചുകുട്ടിയായിരുന്നപ്പോഴാണ്, അച്ഛൻ അവനോട് ട്രോയിയുടെ കഥ പറഞ്ഞത്. അതിനുമുമ്പ് താൻ കേട്ട എല്ലാ കഥകളേക്കാളും നല്ലതായിരുന്നു ഇത്. വീട് വിട്ട് യാത്ര ചെയ്യാവുന്നത്ര വലുതായാൽ ഗ്രീസിലേക്കു പോവുമെന്നും "ട്രോയി കണ്ടെത്തു"മെന്നും അവൻ നിശ്ചയിച്ചു. മെക്ക്ലൻബർഗ് ഗ്രാമത്തിലെ ദരിദ്രനായൊരു ഗ്രാമപുരോഹിതന്റെ മകനാണെന്ന കാര്യം അവനെ തളർത്തിയില്ല. പണം വേണ്ടിവരുമെന്നൊക്കെ അവനറിയാമായിരുന്നു. ആദ്യം നിധിയുണ്ടാക്കുക, പിന്നീട് കുഴിച്ചുനോക്കുകയെന്നതായിരുന്നു അവന്റെ നിശ്ചയം. വൈകാതെ അയാൾക്ക് ഒരു നിധി ലഭിച്ചു. ഒരു പര്യവേക്ഷണത്തിനാവശ്യമായ പണം ലഭിച്ചപ്പോൾ അയാൾ ഏഷ്യാമൈനറിന്റെ വടക്കു പടിഞ്ഞാറൻ ദിശയിലേക്ക് പോയി. അവിടെയാണ് ട്രോയ്നഗരം എന്നാണയാൾ കരുതിയത്.

ഏഷ്യാമൈനറിന്റെ ആ പഴയ മൂലയിൽ ധാന്യവയലുകൾ മൂടിയ ഒരു ഉയർന്ന മൺകൂനയുണ്ടായിരുന്നു. വിശ്വാസമനുസരിച്ച് ട്രോയ് രാജാ

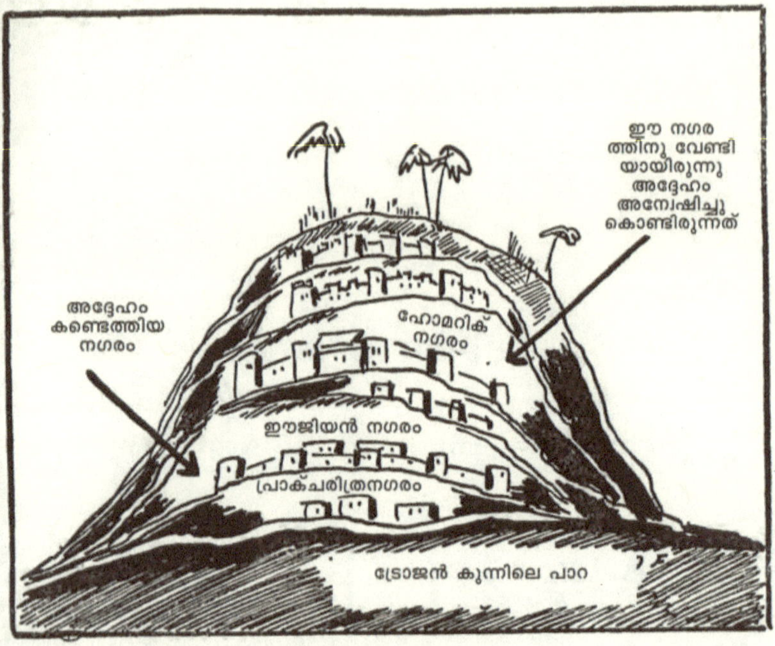

ഷ്ളീമാൻ കുഴിച്ച കുഴി

വായ പ്രിയാമസിന്റെ വാസഗേഹമായിരുന്നു. അറിവിനേക്കാൾ ആവേശവുമായി നടക്കുകയായിരുന്നു ഷ്ളീമാൻ; അതുകൊണ്ടുതന്നെ പ്രാഥമിക പര്യവേക്ഷണങ്ങൾ തുടങ്ങാൻ അദ്ദേഹം അല്പവും വൈകിയില്ല. പെട്ടെന്നുതന്നെ അദ്ദേഹം ഭൂമി കുഴിക്കാൻ തുടങ്ങി. അത്രയും ആവേശത്തിലും വേഗത്തിലും കുഴിച്ചതിനാൽ, ഷ്ളീമാൻ കുഴിച്ച ട്രഞ്ച് തുളഞ്ഞുപോയത് അന്വേഷിച്ചുകൊണ്ടിരുന്ന നഗരത്തിന്റെ ഹൃദയത്തിലൂടെയാണ്; മാത്രമല്ല, പിന്നെയും താണുകുഴിച്ചപ്പോൾ ഹോമർ തന്റെ വിഖ്യാതകൃതികളിൽ പാടിയ ട്രോയ് നഗരത്തേക്കാൾ ഒരായിരം വർഷം പഴക്കമുള്ള മറ്റൊരു നഗരത്തിന്റെ അവശിഷ്ടങ്ങളിലാണ് ഷ്ളീമാൻ എത്തിയത്! അപ്പോൾ വളരെ രസകരമായൊരു കാര്യം സംഭവിച്ചു. ഷ്ളീമാൻ അല്പസ്വല്പം പോളിഷ് ചെയ്ത കല്ലുമുട്ടികളും പ്രാകൃത പാത്രശകലങ്ങളും കണ്ടെത്തിയിരുന്നെങ്കിൽ ആരും അത്ഭുതപ്പെടുമായിരുന്നില്ല. പ്രാക്ചരിത്ര മനുഷ്യനുമായി ബന്ധപ്പെട്ട അത്തരം അവശിഷ്ടങ്ങളല്ല കണ്ടെത്തിയത്. ഗ്രീക്കുകാരുടെ ആഗമനത്തിനുമുമ്പ് ഈ പ്രദേശങ്ങളിൽ പ്രാക്ചരിത്ര മനുഷ്യരാണ് ജീവിച്ചിരുന്നത്. പകരം, ഷ്ളീമാൻ കണ്ടെത്തിയ മനോഹരമായ ശില്പങ്ങളും വിലകൂടിയ ആഭരണങ്ങളും അലങ്കാരപ്പണികളുള്ള പാത്രങ്ങളുമായിരുന്നു. ഇതുപോലുള്ള മോത്യകകൾ ഗ്രീക്കുകാർക്ക് അജ്ഞാതമായിരുന്നു. ഇതിനെപ്പറ്റി ഷ്ളീമാൻ മുന്നോട്ടു വെച്ച അഭി

പ്രായം ഏറെ സാഹസികമായിരുന്നു; ടോജൻ യുദ്ധത്തിനും പത്ത് നൂറ്റാണ്ടുകൾക്ക്മുമ്പ് ഈജിയൻ കടൽക്കരയിൽ പ്രാകൃത ഗ്രീക്കു ഗോത്രക്കാരേക്കാൾ വളർച്ച പ്രാപിച്ച നിഗൂഢ സ്വഭാവമുള്ള ഒരു ജനവിഭാഗം താമസിച്ചിരുന്നു; പ്രാകൃത ഗ്രീക്കു ഗോത്രക്കാർ അവരുടെ രാജ്യത്തെ ആക്രമിക്കുകയും അവരുടെ പരിഷ്കൃതിയെ നശിപ്പിക്കുകയും ചെയ്തു; അല്ലെങ്കിലോ ആ പരിഷ്കൃതിയുടെ മൗലികസ്വഭാവം സമ്പൂർണ്ണമായി

മൈസിനേ നഗരം

ഇതാകുന്നതുവരെ അത് ഗ്രീക്ക് ഗോത്ര പരിഷ്കൃതിയിൽ ലയിച്ചു ചേർന്നു. അത്ഭുതം എന്തെന്നോ, ഷ്ളീമാന്റെ ഈ സിദ്ധാന്തം ശരിയായിരുന്നു! കഴിഞ്ഞ നൂറ്റാണ്ടിന്റെ (19-ാം നൂറ്റാണ്ടിന്റെ - വിവർത്തകൻ) ഏഴാം ശതകത്തിന്റെ അവസാനം ഷ്ളീമാൻ മൈസിനേയുടെ നാശാവശിഷ്ടങ്ങൾ സന്ദർശിച്ചു. ഈ അവശിഷ്ടങ്ങൾ അതിപുരാതനമായിരുന്നു. റോമൻ ഗൈഡ് - ബുക്കുകൾ അവയുടെ പൗരാണികതയെപ്പറ്റി അത്ഭുതം കൂറുന്നുണ്ട്. വീണ്ടും അത്ഭുതമുണ്ടായി. വൃത്താകൃതിയിലുള്ള ഒരു വലയത്തിനുള്ളിലെ പരന്ന ശിലാഫലകങ്ങൾക്ക് പിന്നിൽ ഷ്ളീമാൻ അതിശയമുളവാക്കുന്നൊരു ധനശേഖരണ പേടകത്തിൽ തട്ടിവീണു. ഇത് ആ നിഗൂഢ ജനത ഉപേക്ഷിച്ചു പോയതായിരുന്നു. അവർ ഗ്രീസിന്റെ

തീരദേശങ്ങളിൽ താമസിച്ചവരായിരുന്നു, അവർക്ക് നഗരങ്ങളുണ്ടായിരുന്നു, അവർ വൻമതിലുകൾ പടുത്തുയർത്തിയിരുന്നു; ഈ വസ്തുക്കളുടെ വലുപ്പം കാരണം ഗ്രീക്കുകാർ ഇവയെ ടൈറ്റനുകൾ നിർമ്മിച്ചതാണെന്ന് കരുതി. ദൈവതുല്യരായ ഒരുതരം ഭീമസങ്കല്പങ്ങളത്രേ ടൈറ്റനുകൾ; അവ വളരെ പ്രാചീനമായ നാളുകളിൽ പർവ്വതശിഖരങ്ങൾകൊണ്ട് പന്തുകളിച്ചിരുന്നുവത്രേ.

ഈജിയൻ കടൽ

ഈ അവശിഷ്ടങ്ങൾ വളരെ ആഴത്തിലുള്ള പഠനങ്ങൾക്ക് വിധേയമാക്കി; ഈ പഠനങ്ങൾ കഥയുടെ കാല്പനിക സവിശേഷതകൾ തിരസ്കരിച്ചുകളഞ്ഞു. പ്രാചീന കലാനിർമ്മിതികളും ദുർഗ്ഗങ്ങളും നിർമ്മിച്ച ഈ മനുഷ്യരാരും തന്നെ കൂടോത്രക്കാരോ മന്ത്രവാദികളോ ആയിരുന്നില്ല; വെറും നാവികന്മാരും വണിക്കുകളുമായിരുന്നു. അവർ ക്രീറ്റിലാണ് ജീവിച്ചിരുന്നത്; അതുപോലെ ഈജിയൻ കടലിലെ മറ്റനേകം ദ്വീപുകളിലും. അവർ കഠിനയത്നം നടത്തുന്ന നാവികന്മാരായിരുന്നു; അവർ ഈജിയൻ കടലിനെ വലിയൊരു വ്യാപാരകേന്ദ്രമാക്കി; ഉന്നതമായ പരിഷ്കൃതിയുള്ള പൗരസ്ത്യ നഗരങ്ങളും മന്ദമായി വികസിച്ചുവരുന്ന യൂറോപ്യൻ വൻകരയുടെ വന്യതയും തമ്മിൽ പല ഉല്പന്നങ്ങളും അവർ കൈമാറ്റം ചെയ്തു.

ഏതാണ്ടൊരായിരം കൊല്ലത്തിലധികം കാലം അവർ ഒരു ദ്വീപസാമ്രാജ്യം നിലനിർത്തിയിരുന്നു. ആ സാമ്രാജ്യത്തിൽ അത്യുന്നതമായ ഒരു കലാരൂപം വികസിച്ചിരുന്നു. അവരുടെ ഏറ്റവും പ്രധാനമായ നഗരം

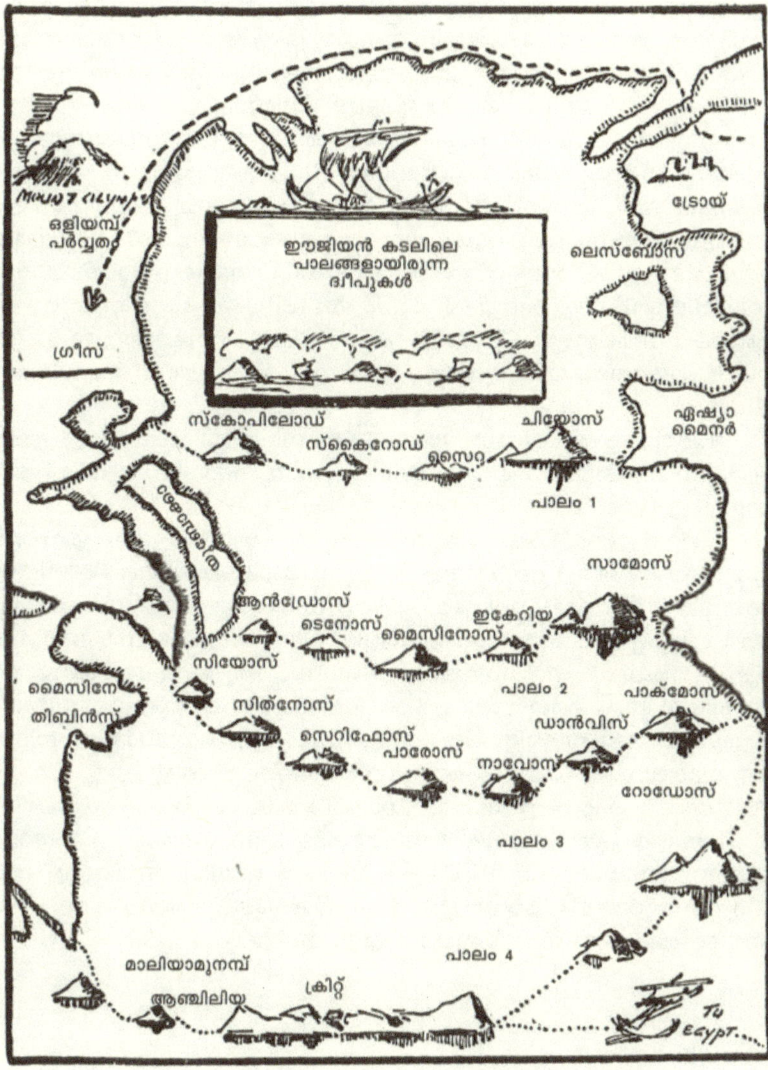

ഏഷ്യയെയും യൂറോപ്പിനെയും ബന്ധിപ്പിക്കുന്ന ദ്വീപുകൾ

നോസ്സസ്സ് (Cnossus) ആയിരുന്നു. ക്രീറ്റിന്റെ വടക്കൻ തീരത്തായിരുന്നു, ഈ നഗരം. ശുചിത്വത്തിലും സുഖജീവിതത്തിലും വല്ലാതെ ഊന്നിയ ഒരു സംസ്കൃതിയായിരുന്നു ഇത്. ആ അർത്ഥത്തിൽ വളരെ ആധുനിക രായിരുന്നു അവർ. കൊട്ടാരത്തിന് നല്ലൊരു അഴുക്കു നിർമ്മാർജന സംവി ധാനമുണ്ടായിരുന്നു. വീടുകളിൽ എല്ലാം നല്ല തരം സ്റ്റൗ ഉണ്ടായിരുന്നു. ഇന്നുവരെ അജ്ഞാതമായ ബാത്ത്ടബ്ബ് ദിവസേന ഉപയോഗിച്ചിരുന്നു നോസ്സസ്സിലെ ജനങ്ങൾ. രാജസൗധങ്ങൾക്ക് നല്ല ചുറ്റുകോണികളും വലിയ സൽക്കാരശാലകളും (Banquet Hall) ഉണ്ടായിരുന്നു. കൊട്ടാര ത്തിനടിയിലെ ചാറകളിൽ (Cellar) വീഞ്ഞും ധാന്യവും ഒലിവെണ്ണയും കരുതിവെച്ചിരുന്നു; അവ വളരെ വലുപ്പമുള്ളതായിരുന്നു. ഗ്രീക്കു സന്ദർശ കന്മാരിൽ ഇത്, വലിയ മതിപ്പുളവാക്കി; അങ്ങനെയാണ് അവർ "ലാബിറിന്തി"ന്റെ കഥയ്ക്ക് രൂപം നല്കിയത്; വളഞ്ഞുപുളഞ്ഞ് അനേകം വഴികളുള്ള, പുറത്തുകടക്കാൻ നിർവ്വാഹമില്ലാത്ത, അവയിൽ പെട്ടുപോയവരെ ഭയപ്പെടുത്തുന്ന രാവണൻ കോട്ടകളാണ് ലാബിറിന്തു കൾ.

മഹത്തായ ഈജിയൻ സാമ്രാജ്യത്തിന് എന്തു സംഭവിച്ചു? അത് എങ്ങനെ പൊടുന്നനെ ഇല്ലാതായി? ഇതൊന്നും പറയാൻ എനിക്ക് കഴി യില്ല.

ക്രീറ്റൻ ജനങ്ങൾക്ക് എഴുത്തുവിദ്യ അറിയുമായിരുന്നു. എന്നാൽ, ഇതുവരെ ആർക്കും അത് വേർതിരിച്ചു വായിച്ചെടുക്കാൻ കഴിഞ്ഞിട്ടില്ല. അതുകൊണ്ടുതന്നെ അവരുടെ ചരിത്രം നമുക്കജ്ഞാതമാണ്. ഈജിയ ന്മാർ വിട്ടേച്ചുപോയ അവശിഷ്ടങ്ങളിൽനിന്ന് അവരുടെ സാഹസികത കളുടെ രേഖകൾ നാം പുനർനിർമ്മിക്കണം. ഒരു കാര്യം വ്യക്തമാണ് ഈജിയൻ ലോകത്തെ അവരേക്കാൾ പരിഷ്കാരം കുറഞ്ഞ ഒരു വിഭാഗം ആക്രമിച്ചു കൈവശപ്പെടുത്തി. അക്രമികൾ ഉത്തരയൂറോപ്പിൽ നിന്നു വന്നവരായിരുന്നു. നമുക്കു തെറ്റുപറ്റിയിട്ടില്ലെങ്കിൽ, ഒരു കാര്യം സുനി ശ്ചിതമാണ്. ക്രീറ്റൻ-ഈജിയൻ നാഗരികതയുടെ നാശത്തിന് കാരണ ഭൂതരായ പ്രാകൃതജനങ്ങൾ, അലഞ്ഞുതിരിയുന്ന ഒരുതരം ഇടയന്മാരാ യിരുന്നു. അഡ്രിയാറ്റിക് കടലിനും ഈജിയൻ കടലിനുമിടയിലുള്ള പാറ നിറഞ്ഞ അർദ്ധദ്വീപ് അവർ ഇതിനകം കൈവശപ്പെടുത്തിയിരുന്നു. നാം അവരെ അറിയുന്നത് ഗ്രീക്കുകാർ എന്ന പേരിലാണ്.

ഗ്രീക്കുകാർ

ഹെല്ലനിസിലെ ഇന്തോ യൂറോപ്യൻ ഗോത്രം ഗ്രീസ് കൈവശപ്പെടുത്തുന്നു

പിരമിഡുകൾ നിർമ്മിച്ച് ആയിരക്കണക്കിന് വർഷം കടന്നുപോയി. അവ ക്ഷതപ്പെടുന്നതിന്റെ ആദ്യലക്ഷണങ്ങൾ കണ്ടുതുടങ്ങി. ബാബിലോണിലെ വിവേകിയായ രാജാവ് ഹമുറാബി അന്തരിച്ച് ചില ശതാബ്ദങ്ങൾ കഴിഞ്ഞു. അക്കാലത്ത് ചെറിയൊരു ഇടയഗോത്രം ഡാന്യൂബിന്റെ തീരത്തെ അവരുടെ പൂർവ്വവാസഗൃഹങ്ങളുപേക്ഷിച്ച്, പുതിയ പുൽമേടുകൾ തേടി തെക്കൻ ദേശങ്ങളിലേക്ക് നടന്നു. അവർ സ്വയം

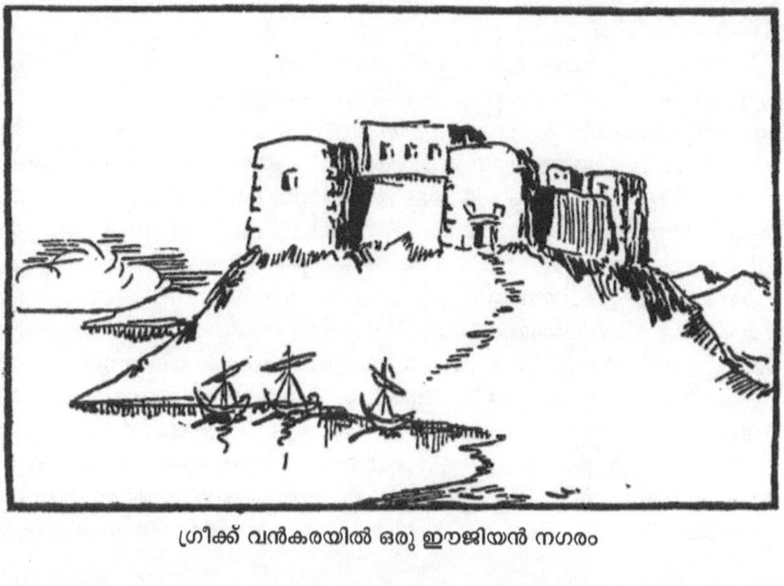

ഗ്രീക്ക് വൻകരയിൽ ഒരു ഈജിയൻ നഗരം

അക്കേയന്മാർ ഈജിയൻ നഗരം കൈവശപ്പെടുത്തുന്നു

വിശേഷിപ്പിച്ചത് ഹെല്ലെനിസ് എന്നായിരുന്നു. ഡ്യൂക്കാലിയന്റെയും പൈറയുടെയും മകനായ ഹെലന്റെ പിൻഗാമികളെന്നാണിതിനർത്ഥം. പഴയ കാലത്തെ മിത്തുകൾ പ്രകാരം, ചരിത്രത്തിലെ ആ മഹാപ്രളയമുണ്ടല്ലോ, അതിനെ അതിജീവിച്ച രണ്ടു മനുഷ്യർ അവരായിരുന്നു. അസംഖ്യം വർഷങ്ങൾക്കുമുമ്പ് ഈ പ്രളയം ലോകത്തെമ്പാടുമുള്ള ജനങ്ങളെയെല്ലാം നശിപ്പിച്ചു; മനുഷ്യർ ദുഷ്ടരായിത്തീർന്ന്, ഒളിമ്പസ് പർവ്വതത്തിലെ മഹാദൈവമായ സിയൂസിനെ വെറുപ്പിച്ചതിനെതുടർന്നാണ് ഈ പ്രളയമുണ്ടായത്.

ഈ ആദ്യകാല ഹെല്ലെനിസിനെ പറ്റി നമുക്കൊന്നുമറിയില്ല. ഏഥൻസിന്റെ പതനത്തെപ്പറ്റി ആധികാരികമായി എഴുതിയ ചരിത്രകാരൻ ത്യൂസിഡൈഡ്സ് തന്റെ അതിപുരാതന മുൻഗാമികളെപ്പറ്റി എഴുതുന്നത് “അവർ അത്രയൊന്നും പ്രാധാന്യമുള്ളവരല്ലെ”ന്നാണ്; ഇത് മിക്കവാറും സത്യമാണ്. അവർക്ക് നല്ല പെരുമാറ്റരീതിയൊന്നുമില്ലായിരുന്നു. അവർ പന്നികൾക്ക് സമാനമായ ജീവിതമാണ് നയിച്ചിരുന്നത്. ശത്രുക്കളുടെ മൃതദേഹങ്ങൾ, നായ്ക്കൾക്കെറിഞ്ഞുകൊടുത്തു; സ്വന്തം ആടുകളുടെ സൂക്ഷിപ്പുകാരായിരുന്നു, ഈ നായ്ക്കൾ. മറ്റു മനുഷ്യരുടെ അവകാശങ്ങളെ അവർ തെല്ലും മാനിച്ചില്ല. ഗ്രീക്ക് അർദ്ധദ്വീപിലെ ജനങ്ങളെ (അവർ അറിയപ്പെട്ടത് പെലാസ്ഗിയൻസ് എന്നായിരുന്നു) അവർ കൊന്നൊടുക്കി. അവരുടെ കൃഷിയിടങ്ങൾ കവർന്നെടുക്കുകയും കന്നുകാലികളെ കൈവശമാക്കുകയും ചെയ്തു. ശത്രുക്കളുടെ പത്നിമാരെയും പുത്രിമാരെയും അടിമകളാക്കി. അതേസമയം അക്കേയമാരുടെ കുലത്തിന്റെ ധീരത പ്രകീർത്തിച്ചുകൊണ്ട് അനേകം ഗാനങ്ങൾ രചിച്ചു; തെസാലിയിലേയും പെലോപോണിസസിലേയും പർവ്വതങ്ങളിലേക്കുള്ള

ഹെല്ലെനിക് മുന്നേറ്റത്തിന്റെ മുന്നണിപ്പടയായിരുന്നു അക്കേയന്മാർ.

പക്ഷേ, ഉന്നതമായ പാറകൾക്കു മുകളിൽ, അങ്ങിങ്ങായി, അവർ ഈജിയന്മാരുടെ കോട്ടകൾ കണ്ടു; അവയെ അവർ ആക്രമിച്ചിരുന്നില്ല; കാരണം ഈജിയൻ പട്ടാളക്കാരുടെ ലോഹവാളുകളും കുന്തങ്ങളും അവർക്ക് പേടിയായിരുന്നു; പ്രാകൃതമായ കന്മഴുകൊണ്ട് അവരെ തോല്പിക്കാനാവില്ലെന്നു ഉറപ്പായിരുന്നു.

പല നൂറ്റാണ്ടുകാലം അവർ താഴ്‌വരകളിലും പർവ്വതപ്രാന്തങ്ങളിലും അലഞ്ഞുതിരിഞ്ഞു. അപ്പോഴേയ്ക്കും അവരുടെ ഭൂമി മുഴുവൻ കൈവശപ്പെടുത്തിക്കഴിഞ്ഞിരുന്നു; കുടിയേറ്റത്തിന് അവസാനമായിക്കഴിഞ്ഞിരുന്നു.

അതായിരുന്നു ഗ്രീക്ക് നാഗരികയുടെ ആരംഭത്തിന്റെ നിമിഷം. ഈജിയൻ കോളനികളുടെ കാഴ്ചപ്പുറത്തായിരുന്നു ഗ്രീക്ക് കൃഷിക്കാരൻ ജീവിച്ചിരുന്നത്; ഈ കർഷകൻ കൗതുകംകൊണ്ട് ഈജിയൻ അയൽക്കാരെ സന്ദർശിക്കാൻ പ്രേരിതനായി. മൈസിനേയുടെയും തിറിൻസിലേയും ഉയർന്ന കന്മതിലുകൾക്ക് പിന്നിൽ താമസിച്ചിരുന്ന ഈ മനുഷ്യരിൽനിന്ന് പ്രയോജനപ്രദമായ പലകാര്യങ്ങളും പഠിക്കാനുണ്ടെന്ന് ഗ്രീക്ക് കർഷകൻ കണ്ടെത്തി.

ഈ കൃഷിക്കാരൻ സമർത്ഥനായൊരു പഠിതാവായിരുന്നു. ചുരുങ്ങിയ സമയംകൊണ്ട് ഇരുമ്പായുധങ്ങൾ കൈകാര്യം ചെയ്യുന്ന വിദ്യ അയാൾ സ്വായത്തമാക്കി. ഈജിയന്മാർ ബാബിലോണിൽ നിന്നും തീബ്സിൽ നിന്നും കൊണ്ടുവന്നതായിരുന്നു ഇവ. സമുദ്രയാനത്തിന്റെ നിഗൂഢതകൾ അയാൾ മനസ്സിലാക്കി; സ്വന്തം ആവശ്യത്തിനായി ചെറുതോണികൾ നിർമ്മിച്ചു.

ഈജിയന്മാർക്ക് പഠിപ്പിക്കാൻ കഴിയുമായിരുന്ന എല്ലാ കാര്യങ്ങളും

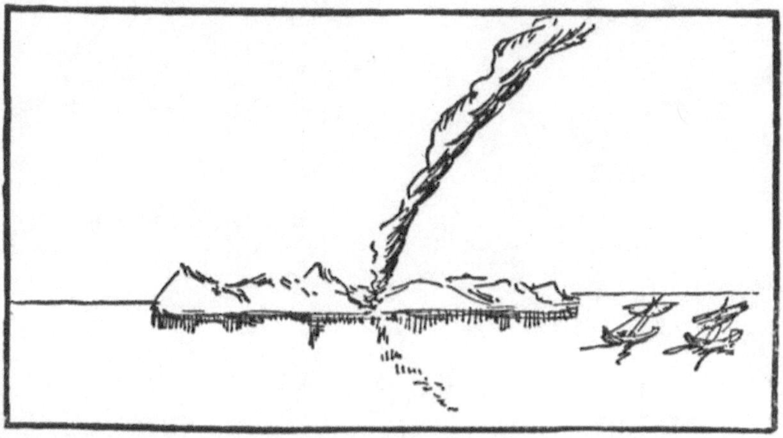

നോസോസ്സിന്റെ പതനം

പഠിച്ചു കഴിഞ്ഞതോടെ, അയാൾ ആ ഗുരുനാഥന്മാർക്കു നേരെ തിരിഞ്ഞു, അവരെ സ്വന്തം ദ്വീപുകളിലേക്ക് ആട്ടിയോടിച്ചു. വൈകാതെ അയാൾ കടലിലും സാഹസങ്ങൾ കാണിച്ചു തുടങ്ങുകയും ഈജിയൻ കടലിലെ എല്ലാ നഗരങ്ങളും പിടിച്ചടക്കുകയും ചെയ്തു. ഒടുവിൽ, നമ്മുടെ യുഗത്തിൽനിന്ന് പതിനഞ്ചു നൂറ്റാണ്ടുകൾക്കുമുമ്പ് അയാൾ നോസ്സസിനെ കൊള്ളയടിക്കുകയും നശിപ്പിക്കുകയും ചെയ്തു. ആദ്യം പ്രത്യക്ഷപ്പെട്ട് പത്തു നൂറ്റാണ്ടുകൾ കഴിഞ്ഞപ്പോൾ, ഹെല്ലെനീസുകൾ ആയിരുന്നു ഗ്രീസിന്റെയും ഈജിയൻ പ്രദേശങ്ങളുടെയും ഏഷ്യാമൈനറിന്റെ തീരദേശങ്ങളുടെയും ചോദ്യം ചെയ്യപ്പെടാത്ത ഭരണാധികാരികൾ. പഴയ പരിഷ്കൃതിയിലെ ശക്തമായ വ്യാപാരകേന്ദ്രമായിരുന്ന ട്രോയ് ബി സി പതിനൊന്നാം നൂറ്റാണ്ടിൽ നശിപ്പിക്കപ്പെട്ടു. യൂറോപ്യൻ ചരിത്രം അതിന്റെ എല്ലാ ഗൗരവത്തോടെയും സമാരംഭിക്കുകയായിരുന്നു.

ഗ്രീക്കുനഗരങ്ങൾ

ഫലത്തിൽ രാഷ്ട്രങ്ങളായിരുന്ന ഗ്രീക്കു നഗരങ്ങൾ

നമ്മൾ, ആധുനിക ജനങ്ങൾക്ക് "വലുത്" (big) എന്ന പദം ഇഷ്ടമാണ്. നമ്മൾ ലോകത്തിലെ "ഏറ്റവും വലിയ" (biggest) രാജ്യമുള്ളവരാണെന്നതിൽ, "ഏറ്റവും വലിയ" നാവികസൈന്യം നമുക്കുണ്ടെന്നതിൽ, "ഏറ്റവും വലിയ" ഓറഞ്ചുകളും ഉരുളക്കിഴങ്ങും കൃഷിചെയ്യുന്നവരാണെന്നതിൽ അഭിമാനം കൊള്ളുന്നു. നമുക്കിഷ്ടം ദശലക്ഷക്കണക്കിൽ ജനങ്ങളുള്ള നഗരങ്ങളിൽ വസിക്കാനാണ്. നമ്മൾ മരിച്ചാലോ, നമ്മുടെ ശവം അടക്കം ചെയ്യുന്നത് "രാഷ്ട്രത്തിലാകമാനമുള്ള ഏറ്റവും വലിയ സെമിത്തേരി"യിലാണ്.

നാം ഈ പറയുന്നത് പ്രാചീന ഗ്രീസിലെ ഒരു പൗരൻ കേൾക്കാൻ ഇടയായാൽ, നാം പറയുന്നതിന്റെ അർത്ഥം അയാൾക്കു മനസ്സിലാവുകയില്ല. "എല്ലാ കാര്യങ്ങളിലും മിതത്വം" എന്നതായിരുന്നു അയാളുടെ ജീവിതത്തിലെ ആദർശം; വെറും വലുപ്പം അയാളെ ഒട്ടും ആകർഷിച്ചിരുന്നില്ല. മിതത്വത്തോടുള്ള സ്നേഹം ഏതെങ്കിലും സവിശേഷ സന്ദർഭത്തിലെ പൊള്ളയായ പദമായിരുന്നില്ല. അത് ജനനം മുതൽ മരണം വരെ ഗ്രീക്കുകാരെ സ്വാധീനിച്ചു. അത് അവരുടെ സാഹിത്യത്തിന്റെ ഭാഗമായിരുന്നു; ചെറുതെങ്കിലും പൂർണ്ണതയുള്ള ക്ഷേത്രങ്ങൾ നിർമ്മിക്കാനവർക്ക് കഴിഞ്ഞത് ഈ ആദർശം മൂലമാണ്. പുരുഷന്മാർ ധരിച്ച വസ്ത്രങ്ങളിലും, അവരുടെ പത്നിമാർ അണിഞ്ഞ മോതിരങ്ങളിലും ബ്രെയ്സ്ലെറ്റുകളിലുമെല്ലാം ഇത് പ്രകടമായിരുന്നു. നാടകശാലകളിലേക്ക് പോയ ജനക്കൂട്ടത്തിലും ഈ മിതത്വമുണ്ടായിരുന്നു; സത്സംഗത്തിന്റേതും സദ്ഭാവനയുടെതുമായ ഉരുക്കുനിയമം ലംഘിക്കുന്ന ഏത് നാടകത്തിനെയും കൂകിവിളിച്ച് ഒതുക്കാനവർക്ക് ശേഷിനല്കിയത് ഈ മിതത്വബോധമാണ്.

രാഷ്ട്രീയക്കാരും മിതത്വം പാലിക്കണമെന്ന് ഗ്രീക്കുകാർക്ക് നിർബ്ബന്ധമായിരുന്നു; കായികതാരങ്ങൾക്കും ഇതു ബാധകമായിരുന്നു. കരുത്തനായൊരു സ്പാർട്ടൻ ഓട്ടക്കാരൻ ഹെല്ലാസിലെ മറ്റാരേക്കാളുമധികം നേരം തനിക്ക് ഒരു കാലിൽ നില്ക്കാൻ കഴിയുമെന്ന് വീരസ്യം പറഞ്ഞപ്പോൾ നഗരവാസികൾ അയാളെ പുറത്താക്കി; കാരണമെന്തെന്നോ, മറ്റേതൊരാൾക്കും അയാളെ തോല്പിക്കാൻ കഴിയുന്നൊരു നേട്ടമാണയാളുടേത്. "അതൊക്കെ ശരി", നിങ്ങൾ പറയും, "മിതത്വത്തിനും പൂർണ്ണതയ്ക്കും വേണ്ടിയുള്ള ഈ ശ്രദ്ധ മഹത്തായൊരു ഗുണവിശേഷം തന്നെ. പക്ഷെ, എന്തുകൊണ്ടാണ് പഴയകാലത്ത് ഈ ഗുണവിശേഷം വികസിപ്പിക്കുന്ന ജനത ഗ്രീക്കുകാർ മാത്രമായത്?" ഒരുത്തരത്തിന്, ഗ്രീക്കുകാർ ജീവിച്ച രീതിയെപ്പറ്റി ഞാൻ വിശദമാക്കാം.

ഈജിപ്തായാലും മെസൊപ്പൊട്ടാമിയയായാലും, അവിടത്തെ ജനങ്ങൾ നിഗൂഢതകളുള്ള ഒരു പരമാധികാരിയുടെ 'പ്രജകൾ' ആയിരുന്നു; ഈ ഭരണാധികാരി ജീവിച്ചത് ഏറെ മൈലുകൾ അകലെയുള്ള ഇരുണ്ടൊരു കൊട്ടാരത്തിലാണ്. ബഹുജനങ്ങൾക്ക് അവരെ കാണാൻ കിട്ടാറില്ലായിരുന്നു. മറിച്ച്, ഗ്രീക്കുകാർ നൂറോളം ചെറു 'നഗര'ങ്ങളിലെ 'സ്വതന്ത്ര പൗരന്മാരാ'യിരുന്നു; അവയിൽ ഏറ്റവും വലിയ രാജ്യത്തെ ജനങ്ങൾ ആധുനികകാലത്തെ ഒരു ഗ്രാമത്തിലെ ജനങ്ങളുടെ അത്രവരില്ലായിരുന്നു. 'ഉർ' നഗരത്തിൽ ജീവിച്ച ഒരു കൃഷിക്കാരൻ താൻ ബാബിലോണിയക്കാരനാണെന്ന് പറയുമ്പോൾ അയാളുദ്ദേശിക്കുന്നത് ഇത്രമാത്രം: അപ്പോൾ പശ്ചിമേഷ്യയുടെ അധിപനായ രാജാവിന് മറ്റു ദശലക്ഷക്കണക്കിൽ ജനങ്ങളെപോലെ കരം കൊടുക്കുന്ന ഒരാളാണ് താൻ. എന്നാൽ ഗ്രീക്കുകാരൻ താൻ അഥീനിയനാണെന്നോ, ഥീബനാണെന്നോ പറയുമ്പോൾ അതിനർഥം അയാൾ ഒരു ചെറിയ നഗരത്തിലായിരുന്നുവെന്നാണ്; അതയാളുടെ വാസഗേഹമായിരുന്നു, രാജ്യമായിരുന്നു. അങ്ങാടിസ്ഥലത്തെ ജനങ്ങളുടെ ഇച്ഛയല്ലാതെ ആ നഗരം മറ്റൊരധിപനെയും അംഗീകരിച്ചിരുന്നില്ല.

ഗ്രീക്കുകാരന് താൻ ജനിച്ച സ്ഥലമായിരുന്നു പിതൃഭൂമി; അക്രോപോളിസിലെ പാറക്കെട്ടുകളിൽ ബാല്യകൗമാരങ്ങളിലെ നിഷിദ്ധകേളികൾ ഒളിച്ചാടിയ ഇടം; വേറൊരായിരം ബാലികാ-ബാലകന്മാരോടൊപ്പം അയാൾ യൗവനത്തിലേക്ക് കാലെടുത്തുവെച്ചിടം; അവരുടെയൊക്കെ വിളിപ്പേരുകൾ ഇന്ന് നിങ്ങൾക്ക് സ്കൂൾ സഹപാഠികളുടേതെന്നപോലെ അയാൾക്കറിയുമായിരുന്നു. അച്ഛനും അമ്മയും അടക്കം ചെയ്യപ്പെട്ട വിശുദ്ധമായ മണ്ണാണ് അയാൾക്ക് പിതൃഭൂമി. സുരക്ഷിതനഗത്തിന്റെ ഉയർന്ന ഭിത്തികൾക്കുള്ളിലെ കൊച്ചുഭവനത്തിലാണ് അയാളുടെ ഭാര്യയും കുഞ്ഞുങ്ങളും സുരക്ഷിതമായി ജീവിച്ചത്. അതൊരു സമ്പൂർണ്ണലോകമായിരുന്നു, നാലഞ്ചേക്കറിലധികം വിസ്തൃതിയില്ലാത്ത പാറക്കൊടുമ്പായിരുന്നു അത്. ഒരു മനുഷ്യന്റെ പ്രവൃത്തികളിലും ചിന്തകളിലും ഇത് എങ്ങനെയെല്ലാം സ്വാധീനിച്ചിരിക്കണമെന്ന് നിങ്ങൾക്കൂഹിക്കാൻ കഴി

ദൈവങ്ങളുടെ അധിവാസകേന്ദ്രമായിരുന്ന ഒളിമ്പസ് പർവ്വതം

യില്ലേ? ബാബിലോണിലെയും അസ്സിറിയയിലെയും ഈജിപ്തിലേയും ജനങ്ങൾ ബൃഹത്തായയൊരു ജനസഞ്ചയത്തിന്റെ ഭാഗമായിരുന്നു. അവർ ബഹുത്വത്തിൽ നഷ്ടപ്പെട്ടവരായിരുന്നു. മറിച്ച്, സമീപ സാഹചര്യങ്ങളിൽനിന്ന്, തന്റെ കൊച്ചുനഗരത്തിൽനിന്ന് ഒരിക്കലും ഗ്രീക്കുകാരൻ വേറിട്ടുനിന്നില്ല; അവിടെ ഏവർക്കും ഏവരേയുമറിയാം. വിവേകശാലികളായ അയൽക്കാരുടെ നിതാന്ത ശ്രദ്ധയിലാണയാൾ. എന്തുചെയ്താലും, നാടകമെഴുതിയാലും ശരി, വെണ്ണക്കൽ പ്രതിമ നിർമ്മിച്ചാലും ശരി, ഗാനരചന നടത്തിയാലും ശരി, അയാളുടെ യത്നങ്ങൾക്ക് വിധി പറയുന്നത് ജന്മനഗരത്തിലെ സ്വതന്ത്രപൗരന്മാരാണെന്നയാൾ ഓർമ്മിച്ചിരുന്നു; അവർക്കും ഈ പ്രവൃത്തികളൊക്കെ അറിയാമായിരുന്നു. ഈ അറിവ് ഏത് പ്രവൃത്തിയിലും പൂർണ്ണതയുണ്ടാക്കുന്നതിനയാളെ പ്രേരിപ്പിച്ചു. ശൈശവം മുതൽക്കേ അയാളെ പഠിപ്പിച്ചിരുന്നു, മിതത്വമില്ലാതെ പൂർണ്ണതയുണ്ടാവുകയില്ലെന്ന്.

ഈ ദുഷ്കരപാഠശാലയിൽ, പലകാര്യങ്ങളിലും ഗ്രീക്കുകാർ ശ്രേഷ്ഠമായ നേട്ടങ്ങളുണ്ടാക്കി, അവർ പുതിയ ഭരണ സംവിധാനങ്ങൾ സൃഷ്ടിച്ചു, പുതിയ സാഹിത്യരൂപങ്ങളാവിഷ്കരിച്ചു, പുതിയ കലാ ആദർശങ്ങൾ രൂപപ്പെടുത്തി; ഇവയെ കവച്ചുവെക്കാൻ ഇതുവരെ നമുക്ക് കഴിഞ്ഞിട്ടില്ല. ഈ ജാലവിദ്യ അവർ കാണിച്ചതോ, ചെറിയ ഗ്രാമങ്ങളിലായിരുന്നു; അവയുടെ ആകെ വിസ്തൃതിയോ നാലോ അഞ്ചോ ആധുനിക നഗര ബ്ലോക്കുകളുടെയത്ര മാത്രമായിരുന്നു.

ഇനി നോക്കുക, എന്താണവസാനം സംഭവിച്ചത്!

നമ്മുടെ യുഗത്തിന് നാലു നൂറ്റാണ്ടുകൾക്ക് മുമ്പ് മാസിഡോണിയ

യിലെ അലക്സാണ്ടർ ലോകം പിടിച്ചടക്കി. യുദ്ധം നിർത്തിയ ഉടനെ അലക്സാണ്ടർ നിശ്ചയിച്ചു, യഥാർത്ഥ ഗ്രീക്കു പ്രതിഭയുടെ നേട്ടങ്ങൾ മാനവരാശിക്കാകെ നല്കണമെന്ന്. അദ്ദേഹമത് ചെറുനഗരങ്ങളിൽ നിന്നും ചെറുഗ്രാമങ്ങളിൽ നിന്നും അടർത്തിയെടുത്തു. താൻ പുതുതായി നേടിയ മഹാ സാമ്രാജ്യത്തിന്റെ രാജകീയ വാസസ്ഥലങ്ങൾക്കിടയിൽ അവ പൂക്കുമെന്നും കായ്ക്കുമെന്നും അദ്ദേഹം വിശ്വസിച്ചു. സ്വന്തം ക്ഷേത്രങ്ങളുടെ ദൃശ്യപരിധിയിൽനിന്ന് വേറിട്ടുപോയ ഗ്രീക്കുകാർക്ക്, വളഞ്ഞു പുളഞ്ഞ സ്വന്തം തെരുവുകളുടെ നാദവും ഗന്ധവും നഷ്ടമായ ഗ്രീക്കുകാർക്ക്, അവരുടെ ആഹ്ലാദവും ആനന്ദവും നഷ്ടമായി; അവരുടെ അത്ഭുതകരമായ മിതത്വബോധവും നഷ്ടമായി. പഴയനഗര രാഷ്ട്രങ്ങളുടെ മഹത്ത്വത്തിനായി യത്നിച്ചപ്പോൾ അവരുടെ കരങ്ങൾക്കും മസ്തിഷ്കത്തിനും പ്രചോദനമായിരുന്നത് ഇതൊക്കെ ആയിരുന്നു. അവർ വിലകുറഞ്ഞ കൈവേലക്കാരായി; അവരുടെ നിർമ്മിതികളും രണ്ടാം തരമായി. പഴയ ഹെല്ലാസിന്റെ ചെറിയ നഗര രാഷ്ട്രങ്ങൾക്ക് സ്വാതന്ത്ര്യം നഷ്ടമായനാൾ, അവ വലിയൊരു രാഷ്ട്രത്തിന്റെ ഭാഗമാകാൻ നിർബ്ബന്ധിതരായനാൾ, പഴയ ഗ്രീക്ക് ചൈതന്യം നശിച്ചു. അതോടെ അത് മൃതമായിത്തീർന്നു.

ഗ്രീക്ക് സ്വയംഭരണം

സ്വയംഭരണത്തിന്റെ വിഷമകരമായ പരീക്ഷണം ആദ്യം നടത്തിയത് ഗ്രീക്കുകാരായിരുന്നു

തുടക്കത്തിൽ എല്ലാ ഗ്രീക്കുകാരും ഒരുപോലെ സമ്പന്നരും ഒരു പോലെ ദരിദ്രരും ആയിരുന്നു. ഓരോരുത്തർക്കും നിശ്ചിത എണ്ണം പശുക്കളും ആടുകളുമുണ്ടായിരുന്നു. ചെളികൊണ്ട് നിർമ്മിച്ച കുടിലായിരുന്നു അയാളുടെ കോട്ട. തനിക്കിഷ്ടമുള്ളപ്പോൾ വരാനും പോകാനും അയാൾക്ക് സ്വാതന്ത്ര്യമുണ്ടായിരുന്നു. ആവശ്യമായി വരുമ്പോൾ പൊതു പ്രാധാന്യമുള്ള വിഷയം ചർച്ച ചെയ്യാൻ എല്ലാ പൗരന്മാരും അങ്ങാടി സ്ഥലത്ത് സമ്മേളിക്കുമായിരുന്നു. ഗ്രാമത്തിലെ ഒരു മുതിർന്ന പൗരനെ അദ്ധ്യക്ഷനായി തെരഞ്ഞെടുത്തു. എല്ലാർക്കും അഭിപ്രായം പറയാനവസരം നല്കേണ്ടത് അയാളുടെ ചുമതലയായിരുന്നു. യുദ്ധമുണ്ടായാൽ, സവിശേഷമായ ശേഷിയും ആത്മവിശ്വാസവുമുള്ള ഒരു ഗ്രാമീണനെ സൈന്യാധിപനായി തെരഞ്ഞെടുത്തു. ആപത്തടങ്ങിയാൽ, അയാളെ നേതൃസ്ഥാനത്ത് വാഴിച്ച ജനങ്ങൾക്കുതന്നെ അയാളെ ആ സ്ഥാനത്ത് നിന്ന് പുറത്താക്കാനും അധികാരമുണ്ടായിരുന്നു.

പക്ഷേ, ക്രമത്തിൽ ഗ്രാമം നഗരമായി വളർന്നു കഴിഞ്ഞിരുന്നു. ജനങ്ങളിൽ ചിലർ കഠിനമായി പ്രവർത്തിച്ചിരുന്നു, ചിലർ അലസരുമായിരുന്നു. ചിലരെങ്കിലും നിർഭാഗ്യവാന്മാരായിരുന്നു; മറ്റു ചിലരാവട്ടെ അയൽക്കാരുമായുള്ള ബന്ധത്തിൽ ഒട്ടും സത്യസന്ധത പാലിക്കാത്തവരായിരുന്നു; അവർ അങ്ങനെ ധാരാളം സ്വത്ത് സമ്പാദിച്ചിരുന്നു. ഇതിന്റെ ഫലമോ? ഇപ്പോൾ ഒരുപോലെ സമ്പന്നരായ കുറെ മനുഷ്യരായിരുന്നില്ല, നഗരവാസികൾ. മറിച്ച്, വളരെ കുറച്ച് സമ്പന്നരും വളരെ വളരെയേറെ ദരിദ്രരും അധിവസിക്കുന്ന ഇടമായിത്തീർന്നു ഗ്രീക്ക് നഗരങ്ങൾ.

മറ്റൊരു മാറ്റവുമുണ്ടായിരുന്നു. പഴയ സൈന്യാധിപനെ ജനങ്ങൾ ഇഷ്ടപ്രകാരം 'തലവ'നോ 'രാജ'നോ ആയി വാഴിച്ചിരുന്നു; കാരണം

അദ്ദേഹം തന്റെ ജനങ്ങളെ എപ്പോഴും വിജയത്തിലേക്കു നയിച്ചിരുന്നു; ആ സൈന്യാധിപൻ ഇപ്പോൾ രംഗത്ത് നിന്ന് തിരോധാനം ചെയ്തു. അയാളുടെ സ്ഥാനം പ്രഭുക്കന്മാർ ഏറ്റെടുത്തു. കൃഷിയിടങ്ങളുടെയും ഭൂസ്വത്തിന്റെയും ഗണ്യമായ ഭാഗം കൈയടക്കാൻ കഴിഞ്ഞ ഒരു പുതിയ വർഗ്ഗമായിരുന്നു ഈ പ്രഭുക്കന്മാർ.

ഈ പ്രഭുക്കന്മാർക്ക് സ്വതന്ത്രരായ സാധാരണ ജനങ്ങളേക്കാൾ പല മെച്ചങ്ങളുമുണ്ടായിരുന്നു. അവർക്ക് ഏറ്റവും നല്ല ആയുധങ്ങൾ വാങ്ങാൻ കഴിയുമായിരുന്നു; കിഴക്കൻ മെഡിറ്ററേനിയനിലെ വിപണികളിൽ ഇവ സുലഭമായിരുന്നു. അവർക്ക് ധാരാളം വിശ്രമസമയമുണ്ടായിരുന്നു; ഈ വിശ്രമവേളയിൽ അവർ യുദ്ധകല നന്നായി അഭ്യസിച്ചു. അവർ നല്ല ഉറപ്പാർന്ന കെട്ടിടങ്ങളിൽ താമസിച്ചു; തങ്ങൾക്കുവേണ്ടി പോരാടാൻ പട്ടാളക്കാരെ കൂലിക്കെടുക്കാൻ അവർക്കു കഴിയുമായിരുന്നു. നഗരം ആരു ഭരിക്കണമെന്നതിനെസംബന്ധിച്ച തർക്കത്തിൽ അവർ നിരന്തരം മല്ലടിച്ചുകൊണ്ടിരുന്നു. വിജയിയായ പ്രഭു അയൽക്കാരുടെമേൽ ആധിപത്യം സ്ഥാപിച്ചു. അയാൾ ഒരു തരത്തിലൊരു രാജാവായി മാറി. ഉൽക്കർഷേച്ഛുവായ മറ്റൊരു പ്രഭു അയാളെ തോല്പിക്കുകയോ പുറത്താക്കുകയോ ചെയ്യുന്നതുവരെ അയാൾ മറ്റുള്ളവരെ ഭരിച്ചു.

ഒരു ഗ്രീക്ക് നഗര രാഷ്ട്രം

കൂലിപ്പട്ടാളക്കാരുടെ കരുത്തിന്റെ മേന്മയിൽ അയാൾ 'ടയറന്റ്' (Tyrant - ഏകാധിപതി) എന്നറിയപ്പെട്ടു. ബി സി ഏഴും ആറും നൂറ്റാണ്ടുകളിൽ എല്ലാ ഗ്രീക്ക് നഗരങ്ങളും അല്പകാലം ഇത്തരം ടയറന്റുമാരുടെ ഭരണത്തിലായിരുന്നു. അവരിൽ ചിലർ അസാമാന്യമാംവിധം ശേഷിയുള്ളവരായിരുന്നു. പക്ഷേ, കാലം പോകെ, ഈ സ്ഥിതി ദുസ്സഹമായിത്തീർന്നു. അപ്പോൾ പരിഷ്കാരത്തിനുള്ള പരിശ്രമങ്ങളുണ്ടായി. ഈ

പരിഷ്കാരങ്ങളിൽ നിന്നാണ് രേഖപ്പെടുത്തപ്പെട്ട ആദ്യത്തെ ജനാധിപത്യ ഗവൺമെന്റ് ലോകത്തിലുണ്ടായത്.

ബി സി ഏഴാം നൂറ്റാണ്ടിന്റെ ആരംഭത്തിലായിരുന്നു അത്; ഏഥൻസിലെ ജനങ്ങൾ നല്ല ചില പരിഷ്കാരങ്ങൾ നടപ്പാക്കി. അക്കേയൻ മുൻഗാമികളുടെ കാലത്തുണ്ടായിരുന്നതുപോലെ ഭരണത്തിൽ സ്വതന്ത്ര പൗരന്മാർക്ക് ശബ്ദം നൽകാനുള്ള നടപടികളുണ്ടായി. ധനികരുടെ കടന്നാക്രമങ്ങളിൽ നിന്ന് ദരിദ്രജനങ്ങളെ സംരക്ഷിക്കാനുള്ള നിയമങ്ങളുണ്ടാക്കണമെന്ന് അവർ ഡ്രേക്കോ എന്നൊരാളോടാവശ്യപ്പെട്ടു. ഡ്രേക്കോ പ്രവർത്തനം തുടങ്ങി. നിർഭാഗ്യവശാൽ അദ്ദേഹം തൊഴിൽകൊണ്ട് അഭിഭാഷകനായിരുന്നു; സാധാരണ ജനജീവിതവുമായി അദ്ദേഹത്തിന് ഒരു ബന്ധവുമില്ലായിരുന്നു. അദ്ദേഹത്തിന്റെ വീക്ഷണത്തിൽ കുറ്റകൃത്യം കുറ്റകൃത്യം തന്നെയായിരുന്നു. ഡ്രേക്കോവിന്റെ നിയമസംഹിത പൂർത്തിയായപ്പോൾ ഏഥൻസിലെ ജനങ്ങൾക്കു മനസ്സിലായി അവ വളരെ കഠിനമാണെന്ന്, അവ നടപ്പിലാക്കാൻ സാധിക്കുകയില്ലെന്ന്. ഈ പുതിയ നിയമ വ്യവസ്ഥപ്രകാരം ആളുകളെ തൂക്കിക്കൊല്ലാനാവശ്യമായ കയർ ലഭിക്കുകയില്ലെന്നതായിരുന്നു അവസ്ഥ; ആപ്പിൾ മോഷ്ടിക്കുന്നത് വധ ശിക്ഷ ലഭിക്കുന്ന കുറ്റമായിത്തീർന്നു.

ഏഥൻസിലെ ജനങ്ങൾ കൂടുതൽ മാനവികതയുള്ള ഒരു പരിഷ്കർത്താവിനെ അന്വേഷിച്ചു. ഒടുവിൽ അവർ ഒരാളെ കണ്ടെത്തുകതന്നെ ചെയ്തു. മറ്റാരേക്കാളും നന്നായി ഭരണപരിഷ്കാര നടപടികൾ ആവിഷ്കരിക്കുന്ന ഒരാൾ. സോളൻ എന്നായിരുന്നു അദ്ദേഹത്തിന്റെ പേര്. അദ്ദേഹം ഒരു പ്രഭു കുടുംബജാതനായിരുന്നു. അദ്ദേഹം ലോകമെമ്പാടും യാത്ര ചെയ്തിരുന്നു; പല രാജ്യങ്ങളുടേയും ഭരണരൂപങ്ങളെപറ്റി പഠിച്ചറിഞ്ഞിരുന്നു. വിഷയം നന്നായി പഠിച്ചതിനുശേഷം, സോളൻ നല്ലൊരു നിയമവ്യവസ്ഥ ഏഥൻസിന് നല്കി. ഗ്രീക്കു സ്വഭാവത്തിന്റെ അവശ്യഭാഗമായ മിതത്വമെന്ന അത്ഭുതകരമായ തത്ത്വത്തിലധിഷ്ഠിതമായിരുന്നു സോളന്റെ നിയമങ്ങൾ. അദ്ദേഹം കൃഷിക്കാരുടെ നില മെച്ചപ്പെടുത്താൻ ശ്രമിച്ചു; അതേസമയം പ്രഭുക്കന്മാരുടെ ഐശ്വര്യം നശിപ്പിച്ചില്ല; കാരണം ഈ പ്രഭുക്കന്മാർ സൈനികരെന്ന നിലയിൽ രാജ്യത്തിന് വിലപ്പെട്ടവരായിരുന്നു. ന്യായാധിപന്മാരുടെ ഭാഗത്തുനിന്ന് ദരിദ്രവർഗ്ഗങ്ങൾക്ക് ചില നീതിരാഹിത്യങ്ങൾ നേരിടേണ്ടി വരാറുണ്ടായിരുന്നു; ന്യായാധിപന്മാരധികവും പ്രഭുക്കന്മാരായിരുന്നു, കാരണം അവർക്ക് പ്രതിഫലമൊന്നുമില്ലായിരുന്നു. ഈ ന്യായരാഹിത്യം പരിഹരിക്കുന്നതിന് സോളൻ വ്യവസ്ഥകളുണ്ടാക്കി; അത്തരം പരാതികളുള്ള പൗരന്മാർക്ക് സാധാരണ അഥീനിയന്മാർക്കിടയിൽനിന്ന് തെരഞ്ഞെടുക്കപ്പെട്ട മുപ്പതംഗങ്ങൾക്കു മുമ്പിൽ കേസ് വാദിക്കാനവകാശം നല്കി.

ശരാശരി സ്വതന്ത്ര പൗരന്മാരെ നഗരകാര്യങ്ങളിൽ പ്രത്യക്ഷവും വ്യക്തിപരവുമായ പങ്കാളിത്തം വഹിക്കാൻ പ്രേരിപ്പിച്ചുവെന്നതാണ് സോളന്റെ പരിഷ്കാരങ്ങളിൽ ഏറ്റവും പ്രധാനമായത്. അയാൾക്ക് വീട്ടി

ലൊതുങ്ങിയിരുന്ന് "ഓ, ഞാൻ തിരക്കിലാണ്" എന്നോ "ഇന്ന് മഴയാണ്, ഞാൻ പുറത്തു പോവുന്നില്ല" എന്നോ പറഞ്ഞ് ഉദാസീനനായിരിക്കാൻ കഴിയുമായിരുന്നില്ല. അയാളുടെ പങ്ക് അയാൾ നിർവ്വഹിക്കണമായിരുന്നു; ടൗൺ കൗൺസിൽ (നഗരസഭ) യോഗത്തിൽ പങ്കെടുക്കണമായിരുന്നു; രാഷ്ട്രത്തിന്റെ സംരക്ഷയ്ക്കും ഐശ്വര്യത്തിനുമുള്ള ഉത്തരവാദിത്വത്തിൽ പങ്കു ചേരണമായിരുന്നു.

ഡിമോസിന്റെ (Demos) അഥവാ ജനങ്ങളുടെ ഭരണം അത്രയൊന്നും വിജയകരമായിരുന്നില്ല. ഒട്ടേറെ അലസഭാഷണങ്ങളുണ്ടായിരുന്നു. വിദ്വേഷാത്മകവും സ്പർദ്ധനിറഞ്ഞതുമായ അനേകം രംഗങ്ങളുണ്ടായിരുന്നു. എതിരാളികൾ തമ്മിൽ ഔദ്യോഗിക ബഹുമതികൾക്കായി കടുത്ത മത്സരമുണ്ടായിരുന്നു. എന്നാൽ സ്വാശ്രയശീലമുള്ളവരായിരിക്കാൻ അത് ഗ്രീക്കുജനതയെ പഠിപ്പിച്ചു, സ്വന്തം മോക്ഷത്തിനു സ്വാശ്രയത്വം ശീലിക്കുവാൻ പഠിപ്പിച്ചു. ഇത് വളരെ നല്ലൊരു കാര്യമായിരുന്നു.

ഗ്രീക്കു ജീവിതം

ഗ്രീക്കുകാർ എങ്ങനെ ജീവിച്ചു?

പക്ഷേ, നിങ്ങൾ ചോദിച്ചേക്കും, പുരാതന ഗ്രീക്കുകാർക്ക് അവരുടെ കുടുംബവും തൊഴിലും ശ്രദ്ധിക്കാൻ സമയം കിട്ടിയിരുന്നോ എന്ന്; എല്ലായ്പ്പോഴും രാഷ്ട്രകാര്യങ്ങൾ ചർച്ചചെയ്യാൻ അങ്ങാടിസ്ഥലത്തേക്ക് ഓടിയെത്തണ്ടേ? ഈ അദ്ധ്യായത്തിൽ ഞാനത് പറയാം.

എല്ലാ ഭരണകാര്യങ്ങളിലും ഗ്രീക്ക് ജനാധിപത്യവ്യവസ്ഥ ഒരു പൗരവർഗ്ഗത്തെ മാത്രമേ അംഗീകരിച്ചിരുന്നുള്ളു. സ്വതന്ത്രമനുഷ്യരെ. എല്ലാ ഗ്രീക്കു നഗരരാഷ്ട്രങ്ങളിലും ചെറിയൊരെണ്ണം സ്വതന്ത്ര പൗരന്മാരും ധാരാളം അടിമകളും അല്പസ്വല്പം വിദേശികളുമുണ്ടായിരുന്നു.

അപൂർവ്വമായ ഇടവേളകളിൽ (സാധാരണയായി സൈന്യത്തിലേക്ക് ആളുകൾ ആവശ്യമായി വരുന്ന യുദ്ധകാലത്ത്) ഗ്രീക്കുകാർ പരിഷ്കൃത ബർബ്ബരർക്ക് പൗരത്വം നല്കിയിരുന്നു. വിദേശികളെ ബർബ്ബരന്മാർ എന്നാണ് ഗ്രീക്കുകാർ വിളിച്ചിരുന്നത്. പക്ഷേ, ഇത് ഒരസാധാരണ നടപടിയായിരുന്നു. പൗരത്വം എന്നത് തികച്ചും ജന്മത്തെ അടിസ്ഥാനപ്പെടുത്തിയുള്ള കാര്യമായിരുന്നു. നിങ്ങൾ ഒരു അഥീനിയനാവുന്നത്, അതിന് മുമ്പ് നിങ്ങളുടെ അച്ഛനും അമ്മയും അഥീനിയന്മാരായിരുന്നതുകൊണ്ടാണ്. കച്ചവടക്കാരനെന്ന നിലയിലോ പട്ടാളക്കാരനെന്ന നിലയിലോ നിങ്ങളുടെ യോഗ്യത എത്രമേൽ മഹത്തരമായിരുന്നാലും നിങ്ങൾ അഥീനിയൻ രക്ഷിതാക്കൾക്കല്ല പിറന്നതെങ്കിൽ, അന്ത്യകാലം വരെ നിങ്ങൾ ഒരു 'വിദേശി' ആയിരിക്കും.

രാജാവിന്റെയോ ടയറന്റിന്റെയോ ഭരണത്തിലല്ലാതിരുന്നപ്പോഴൊക്കെ ഗ്രീക്കുനഗരം സ്വതന്ത്ര പൗരന്മാർ സ്വതന്ത്ര പൗരന്മാർക്കുവേണ്ടി നടത്തിയ നഗരരാഷ്ട്രമായിരുന്നു. വലിയൊരു അടിമവ്യൂഹമില്ലെങ്കിൽ ഇത് നടക്കുമായിരുന്നില്ല; ഒരു സ്വതന്ത്രപൗരന് അഞ്ചോ ആറോ അടിമകളെന്ന നിരക്കിൽ അടിമകളുണ്ടായിരുന്നു. അവരാണ് ജോലിക

ളൊക്കെ ചെയ്തിരുന്നത്. കുടുംബത്തെ പോറ്റി വളർത്താനും വീട്ടുവാടക നല്കാനും മറ്റുമായി ഇത്രയും ജോലിചെയ്യുകയെന്നത് ആധുനിക മനുഷ്യരായ നമുക്ക് വളരെ ദുഷ്കരമായിരിക്കും; നമ്മുടെ സമയവും ഊർജ്ജവും അതിനായി ഏറെ ചെലവഴിക്കേണ്ടിവരും. എല്ലാ പാചകവും ബേക്കറിപ്പണിയും മെഴുകുതിരിനിർമ്മാണവും അടിമകളാണ് ചെയ്തത്. ടെയ്‌ലർമാരും ആശാരിമാരും ആഭരണപ്പണിക്കാരും സ്കൂളദ്ധ്യാപകരും കണക്കെഴുത്തുകാരുമൊക്കെയായി പണിയെടുത്തത് അടിമകളായിരുന്നു. സ്റ്റോറുകൾ നോക്കിനടത്തിയതും ഫാക്ടറികൾ പ്രവർത്തിപ്പിച്ചതുമെല്ലാം അടിമകൾതന്നെ. ഉടമസ്ഥൻ രാഷ്ട്ര വ്യവഹാരങ്ങളിലും യുദ്ധകാര്യചർച്ചയിലും ഏർപ്പെട്ടിരിക്കുമ്പോൾ അല്ലെങ്കിൽ ഈസ്കിലസിന്റെ ഏറ്റവും പുതിയ നാടകം കാണുന്നതിനായി നാടകശാലയിലായിരിക്കുമ്പോൾ, അതുമല്ലെങ്കിൽ മഹാദൈവമായ സിയൂസിന്റെ സർവ്വശക്തിയെ ചോദ്യം ചെയ്തുകൊണ്ടുള്ള യൂറിപിഡിസിന്റെ വിപ്ലവകരമായ ആശയങ്ങളെ പറ്റിയുള്ള ചർച്ചകളിൽ പങ്കെടുത്തുകൊണ്ടിരിക്കുമ്പോളെല്ലാം അടിമകളാണ് നഗരത്തിന്റെ ദൈനംദിനജീവിതം മുന്നോട്ടു നയിച്ചിരുന്നത്.

സത്യത്തിൽ പ്രാചീന ഏഥൻസ് ആധുനികമായ ഒരു ക്ലബ്ബിന് സമാനമായിരുന്നു. എല്ലാ സ്വതന്ത്ര പൗരന്മാരും ജന്മനാ അതിലെ അംഗങ്ങളായിരുന്നു, എല്ലാ അടിമകളും പരമ്പരാഗതമായി വേലക്കാരായിരുന്നു; യജമാനന്മാരുടെ ആവശ്യങ്ങൾ കണ്ടറിഞ്ഞ് അടിമകൾ പ്രവർത്തിച്ചു.

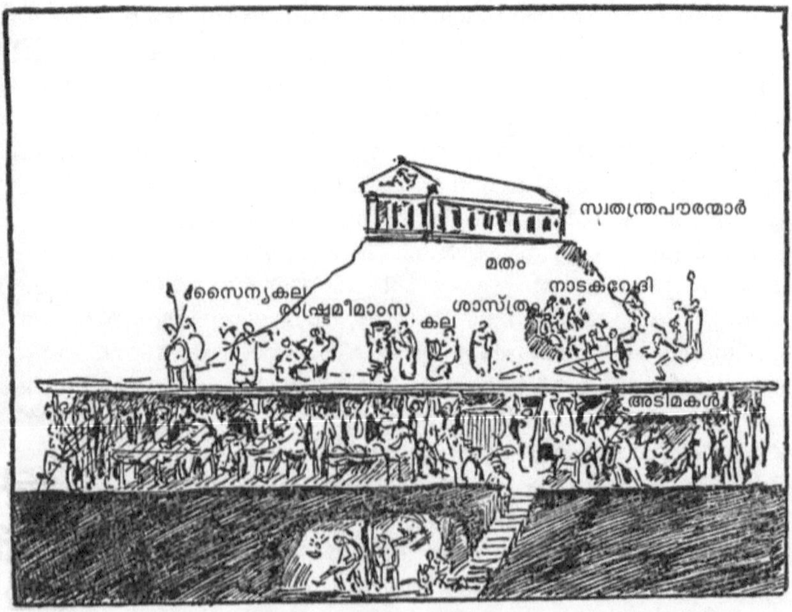

ഗ്രീക്ക് സമൂഹം

ഈ സംഘടനാ സംവിധാനത്തിലൊരു അംഗമായിരിക്കുകയെന്നത് ആഹ്ലാദകരമായ ഒരു കാര്യമായിരുന്നു.

പക്ഷേ, നാം അടിമകളെപ്പറ്റി പറയുമ്പോൾ നാം ഉദ്ദേശിക്കുന്നത് *ടോം അമ്മാവന്റെ ചാള (Uncle Tom's Cabin)* എന്ന കൃതിയിൽ പരാമർശിക്കുന്ന മാതിരി അടിമകളെയല്ല. പാടത്ത് കൃഷിപ്പണി ചെയ്തിരുന്ന അടിമകളുടെ സ്ഥിതി അസന്തുഷ്ടമായിരുന്നുവെന്നത് സത്യമാണ്. എന്നാൽ പാടത്ത് കൂലിപ്പണിക്കുപോയ സ്വതന്ത്ര മനുഷ്യന്റെ സ്ഥിതിയും വളരെ ദുരിതപൂർണ്ണമായിരുന്നു. നഗരങ്ങളിൽ ദരിദ്രരായ സ്വതന്ത്ര പൗരന്മാരേക്കാൾ സമ്പന്നരായിരുന്നു, അടിമകൾ. എല്ലാ കാര്യങ്ങളിലും മിതത്വം ഇഷ്ടപ്പെട്ട ഗ്രീക്കുകാർ തങ്ങളുടെ അടിമകളോട് റോമക്കാരെ പോലെ മോശമായി പെരുമാറിയിരുന്നില്ല. ആധുനികകാലത്തെ ഒരു ഫാക്ടറിയിൽ എഞ്ചിനുള്ളത്ര അവകാശങ്ങൾ മാത്രമേ പ്രാചീന റോമിൽ അടിമകൾക്കുണ്ടായിരുന്നുള്ളു. ചെറിയൊരു കാരണമുണ്ടായാൽ അടിമകളെ ഹിംസ്രജന്തുക്കൾക്കു മുന്നിൽ കാഴ്ചവെക്കുമായിരുന്നു.

ഗ്രീക്കുകാർ അടിമത്തത്തെ ആവശ്യമുള്ളൊരു സ്ഥാപനമായി അംഗീകരിച്ചു. അവരില്ലാതെ ഒരു നഗരത്തിനും പരിഷ്കൃതജനങ്ങളുടെ വാസസ്ഥലമാകാൻ കഴിയില്ലായിരുന്നു.

ഇക്കാലത്ത് വണിക്കുകളും വിദഗ്ദ്ധരും ചെയ്യുന്ന പണികളും അടിമകൾ ചെയ്തിരുന്നു. നിങ്ങളുടെ അമ്മ ഒരുപാടു സമയം ചെലവാക്കുന്ന വീട്ടുജോലികൾ, അച്ഛൻ ഓഫീസിൽ നിന്നുവരുമ്പോൾ വേവലാതിപ്പെടുന്ന അനേകം കാര്യങ്ങൾ- ഇവയെല്ലാമുണ്ട്. ഇത്തരം ചുമതലകൾ പരമാവധി കുറക്കുവാൻ ഗ്രീക്കുകാർ പരിശ്രമിച്ചിരുന്നു; അവരുടെ ജീവിതം വളരെ ലളിതമായിരുന്നു; വിശ്രമവേളയുടെ പ്രാധാന്യം അവർക്ക് നന്നായി അറിയാമായിരുന്നു.

ഉദാഹരണത്തിന്, അവരുടെ വീടുകൾ വളരെ സാധാരണ മട്ടിലുള്ളതായിരുന്നു. ധനാഢ്യരായ പ്രഭുക്കൾപോലും ഒരുതരം കളപ്പുര കൂടാരത്തിലാണ് താമസിച്ചിരുന്നത്. ആധുനികകാലത്തെ തൊഴിലാളി തന്റെ ജന്മാവകാശമായി കരുതുന്ന ഒരു സുഖസൗകര്യവും ഈ വീടുകൾക്ക് ഇല്ലായിരുന്നു. ഗ്രീക്ക് ഭവനത്തിലുണ്ടായിരുന്നത് നാലുചുമരും ഒരു മോന്തായവുമായിരുന്നു. വീട്ടിൽനിന്ന് തെരുവിലേക്ക് കടക്കാനൊരു വാതിലുണ്ടായിരുന്നു, പക്ഷേ, ജാലകങ്ങളുണ്ടായിരുന്നില്ല. അടുക്കളയും വാസമുറികളും നിദ്രാമുറികളുമെല്ലാം ഒരു തുറന്ന അങ്കണത്തിനു ചുറ്റുമാണ് പണിതിരുന്നത്. ഈ അങ്കണത്തിലൊരു ചെറിയ ജലധാരയോ, ഒരു പ്രതിമയും കുറെ സസ്യങ്ങളുമോ ഉണ്ടായിരുന്നു. അന്തരീക്ഷം ശോഭായമാനമായി നിർത്തുന്നതിനു വേണ്ടിയായിരുന്നു, ഇത്. ഈ അങ്കണത്തിലാണ് മഴയോ കടുത്ത തണുപ്പോ ഇല്ലാത്തപ്പോൾ കുടുംബം പാർത്തിരുന്നത്. അങ്കണത്തിന്റെ ഒരു മൂലയിൽ പാചകക്കാരൻ (ഒരടിമ) ഭക്ഷണം തയ്യാറാക്കി; മറ്റൊരു മൂലയിൽ അദ്ധ്യാപകൻ (അതും ഒരടിമ) അക്ഷരമാലയും ഗുണനപ്പട്ടികകളും പഠിപ്പിച്ചു; ഇനിയൊരു മൂലയിൽ

യവന ക്ഷേത്രം

വീട്ടമ്മ തന്റെ ഭർത്താവിന്റെ കോട്ട് റിപ്പയർ ചെയ്യുകയായിരുന്നു. അതി നവരെ സഹായിക്കുന്നത് അവരുടെ അടിമയായ സ്വന്തം തയ്യൽക്കാരി യായിരുന്നു; ഈ വീട്ടമ്മ ഒരിക്കലും തന്റെ ഈ പരിധിക്കുപുറത്ത് പോവു കയേയില്ലായിരുന്നു. വിവാഹിതകൾ തെരുവിൽ കാണപ്പെടുന്നത് ആശാ സ്യമായി അംഗീകരിക്കപ്പെട്ടിരുന്നില്ല. വീടുമായി ബന്ധപ്പെട്ട ചെറിയ ഓഫീസിൽ കൃഷിയിടത്തിന്റെ ഓവർസീയർ (അയാളും അടിമയായി രുന്നു) കൊണ്ടുവന്ന കണക്കുകൾ പരിശോധിക്കുകയായിരുന്നു, ഗൃഹ നാഥൻ.

രാത്രിഭക്ഷണം വിളമ്പാറാവുമ്പോൾ കുടുംബം ഒരുമിച്ച് ചേർന്ന് ആഹരിക്കുമായിരുന്നു; ആഹാരം വളരെ ലളിതമായിരുന്നു, അത് കഴി ക്കാൻ വളരെകുറച്ച് സമയം മതിയാകുമായിരുന്നു. ഭോജനം ഒഴിവാക്കാ നാവാത്ത ഒരു തിന്മയായിട്ടാണ്, ആഹ്ലാദകരമായ അനുഭവമായിട്ടല്ല, ഗ്രീക്കുകാർ കണ്ടത്. മ്ലാനമായ അനേകം മണിക്കൂറുകൾ അതുകൊണ്ട് നഷ്ടപ്പെടുന്നതായി അവർ കണക്കാക്കി; അത് ക്രമേണ ആളുകളെ കൊല്ലുന്നതായും കരുതപ്പെട്ടു. അപ്പം, വീഞ്ഞ്, അല്പം മാംസം, കുറച്ച് പച്ചക്കറികൾ ഇത്രയുമായിരുന്നു അവരുടെ ആഹാരത്തിലുണ്ടായിരുന്നത്. കുടിക്കാൻ മറ്റൊന്നുമില്ലെങ്കിൽ മാത്രമേ അവർ വെള്ളം കുടിച്ചിരുന്നുള്ളൂ; അത് ആരോഗ്യത്തിന് ഗുണകരമല്ലെന്നവർ കരുതി. അവർ എല്ലാവരേയും ഡിന്നറിന് ക്ഷണിച്ചിരുന്നു; പക്ഷേ, അമിതഭോജനത്തിലേക്കു നയിക്കുന്ന ഭോജനോത്സവമായിരുന്നില്ല അത്; ഒരാൾക്ക് ഗുണകരമായതിൽ കവിഞ്ഞ് ആഹരിക്കാനുമായിരുന്നില്ല; അത്തരമൊരു ഭോജനം അവർക്ക് ചെടിപ്പുളവാക്കുമായിരുന്നു. അവർ ആഹാരമേശയ്ക്കു ചുറ്റുമിരുന്നത് നല്ല ഒരു സംഭാഷണത്തിനും, ഒരു ഗ്ലാസ് വീഞ്ഞും വെള്ളവും കുടിക്കാനുമാ യിരുന്നു; മിതത്വം പാലിച്ചവരാകയാൽ അമിതപാനവും അവർ എതിർത്തി രുന്നു.

ഭക്ഷണമുറിയിൽ നിലനിന്ന ഈ ലാളിത്യം വസ്ത്രങ്ങളുടെ തെര ഞ്ഞെടുപ്പിലും പ്രബലമായി നിന്നു. ശുചിത്വം പാലിക്കുന്നതും നന്നായി വസ്ത്രം ധരിക്കുന്നതും അവരിഷ്ടപ്പെട്ടു. തലമുടിയും താടിയും ശരിക്ക് വെട്ടിക്കുറയ്ക്കാനും, വ്യായാമം വഴിയും ജിംനേഷ്യത്തിലെ നീന്തൽവ ഴിയും ശരീരം ശക്തമാക്കി നിർത്താനും അവർ ഇഷ്ടപ്പെട്ടു. എന്നാൽ അതിവർണ്ണവും അപരിചിത മാതൃകകളുമുള്ള ഏഷ്യൻ ഫാഷൻ അവർ ഇഷ്ടപ്പെട്ടില്ല. അവർ ഒരു വെളുത്ത നീളൻ കോട്ട് ധരിച്ചു. ഇന്ന് നീണ്ട നീലയങ്കി ധരിക്കുന്ന ഇറ്റാലിയൻ ഓഫീസറെപോലെ ഊർജ്ജസ്വലരാ യിരുന്നു അവർ.

പത്നിമാർ ആഭരണമണിയുന്നത് അവർക്കിഷ്ടമായിരുന്നു. പക്ഷേ, അതിന്റെ പേരിൽ സാമ്പത്തികശേഷിയോ ഭാര്യമാരെയോ പൊതുസ്ഥ ലത്ത് പ്രദർശിപ്പിക്കുന്നത് ഒരു വഷളൻ ഏർപ്പാടായിട്ടാണവർ കരുതി യത്. സ്ത്രീകൾ വീട്ടിൽനിന്ന് പുറത്തേക്ക് പോകുമ്പോൾ അവർ പരമാ വധി ആരുടെയും ശ്രദ്ധയിൽപ്പെടാതെ സൂക്ഷിച്ചു.

ചുരുക്കത്തിൽ ഗ്രീക്കു ജീവിതത്തിന്റെ കഥ മിതത്വത്തിന്റെ മാത്ര മല്ല, ലാളിത്യത്തിന്റേയും കഥയായിരുന്നു. കസാലയും മേശയും പുസ്തകവും വീടും വാഹനവുമുൾപ്പെടെ എല്ലാ വസ്തുക്കളും ഉടമസ്ഥന്റെ സമയം കവരുന്നവയായിരുന്നു. ഒടുവിൽ ഉടമസ്ഥൻ അവയുടെ അടിമയായിത്തീരുമെന്ന് കരുതപ്പെട്ടു; അയാളുടെ സമയം അവ നന്നായിനില നിർത്തുന്നതിൽ, തുടച്ചുമിനുസപ്പെടുത്തി പോളിഷ് ചെയ്ത്, പെയിന്റ് ചെയ്ത് നിർത്തുന്നതിൽ ദുർവ്യയം ചെയ്യപ്പെടുമെന്ന് കരുതപ്പെട്ടു. മറ്റെന്തിലുമുപരി സ്വതന്ത്രരായിരിക്കാനാണ് ഗ്രീക്കുകാർ ഇഷ്ടപ്പെട്ടത്; മനസ്സിനും ശരീരത്തിനും അവർക്ക് സ്വാതന്ത്ര്യം വേണമായിരുന്നു. സ്വാതന്ത്ര്യം നിലനിർത്തുന്നതിനുവേണ്ടി ശരിക്കും സ്വതന്ത്രരായിരിക്കാൻവേണ്ടി ദൈനംദിന ജീവിതാവശ്യങ്ങൾ അവർ പരമാവധി കുറച്ചിരുന്നു.

ഗ്രീക്കുനാടകവേദി

നാടകവേദിയുടെ ഉദ്ഭവം, പൊതുവിനോദത്തിന്റെ ആദ്യരൂപം

ചരിത്രത്തിന്റെ ആദ്യഘട്ടങ്ങളിൽത്തന്നെ ഗ്രീക്കുകാർ കവിതകൾ ശേഖരിച്ചിരുന്നു. ഹെല്ലാസിൽനിന്ന് പെലാസ്ജിയന്മാരെ പുറന്തള്ളുകയും ട്രോയ്നഗരത്തിന്റെ ശക്തിക്ഷയിപ്പിക്കുകയും ചെയ്തവരായ ധീരരായ മുൻഗാമികൾക്കുള്ള ആദരമായിരുന്നു കവിതകൾ. ഈ കവിതകൾ പൊതുസ്ഥലങ്ങളിൽ ആലപിക്കപ്പെട്ടു; ജനങ്ങൾ അവ ശ്രവിക്കാൻ സമ്മേളിച്ചു. എന്നാൽ ഇപ്രകാരം ആലപിക്കപ്പെടുന്ന ധീരനായകന്മാരുടെ ആരാധനയിൽ നിന്നല്ല നാടകവേദി രൂപംകൊണ്ടത്. നാടകവേദി അവരുടെ ജീവിതത്തിന്റെ അവശ്യഭാഗമായിരുന്നു. അതിന്റെ ഉല്പത്തി ദുരൂഹമായിരുന്നു. അതിനെപ്പറ്റി പ്രത്യേകമായ ഒരദ്ധ്യായത്തിൽ പറയാം.

ഗ്രീക്കുകാർക്ക് എല്ലായ്പ്പോഴും പരേഡുകൾ ഇഷ്ടമായിരുന്നു. വർഷംതോറും അവർ മുടങ്ങാതെ വീഞ്ഞിന്റെ ദൈവമായ ഡയോണിസസിനെ ആദരിച്ചുകൊണ്ട് പുണ്യ ഘോഷയാത്രകൾ നടത്തിയിരുന്നു. എല്ലാ ഗ്രീക്കുകാരും വീഞ്ഞു കുടിച്ചിരുന്നു. (അവർ കരുതിയത് വെള്ളം നീന്താനും കപ്പലോടിക്കാനും മാത്രമേ പറ്റൂ എന്നായിരുന്നു) അതുകൊണ്ട് ഈ ദൈവത്തിന് നല്ല ജനപ്രിയതയുണ്ടായിരുന്നു.

വീഞ്ഞിന്റെ ദൈവം മുന്തിരിവള്ളികൾക്കിടയിൽ ജീവിക്കുന്നതായി പരിഗണിക്കപ്പെട്ടു. അതുകൊണ്ട് പകുതി മനുഷ്യനും പകുതി ആടുമായ സതീറുകളുടെ (Satyrs) നടുവിൽ, ഘോഷയാത്രയ്ക്കുവന്ന ജനക്കൂട്ടം ആട്ടിൻതോൽ ധരിച്ച് ആടുകളെ അനുകരിച്ച് ശബ്ദം പുറപ്പെടുവിച്ചു. ആടിന്റെ ഗ്രീക്ക് പദം Tragos എന്നാണ്; പാട്ടുകാരന്റെ ഗ്രീക്കുപദം Oidos എന്നും. ആട്ടിനെ അനുകരിച്ച് ശബ്ദമുണ്ടാക്കുന്ന പാട്ടുകാരനെ അവർ ട്രാഗോസ് - ഒയ്ഡോസ് (Tragos - Oidos) എന്ന് വിളിച്ചു. അജഗായകൻ എന്നാണിതിനർത്ഥം. ഈ അത്ഭുത ശബ്ദമാണ് ആധുനികകാലത്തെ ട്രാജഡി ആയി വികാസം പ്രാപിച്ചത്. നാടകവേദിയിൽ ഇതിന്റെ അർത്ഥം

എങ്ങനെയോ ദുഃഖപര്യവസായി എന്നായിത്തീർന്നു; അതുപോലെ ശുഭ പര്യവസായിയായ കലാരൂപങ്ങൾക്ക് കോമഡി എന്നു പേരുവന്നു. Comos ആയി, അഥവാ സന്തോഷത്തോടെ എന്തെങ്കിലും ആലപിക്കുന്നതാണ് കോമഡി.

ഇവിടെ നിങ്ങൾ ചോദിക്കും: വേഷപ്രച്ഛന്നരായ ഈ സംഘശബ്ദ ത്തിൽ നിന്ന്, ആട്ടിന്റെ ശബ്ദം അനുകരിക്കുന്നവരിൽനിന്ന് എങ്ങനെ യാണ് കഴിഞ്ഞ രണ്ടായിരംവർഷമായി ലോകനാടകവേദിയിൽനിറഞ്ഞു നില്ക്കുന്ന മഹത്തായ ട്രാജഡികൾ അഥവാ ദുരന്തനാടകങ്ങൾ രൂപം കൊണ്ടത്?

അജഗായകനും ഹാംലറ്റും (ഷെയ്ക്സ്പിയറിന്റെ ദുരന്തനായകൻ) തമ്മിലുള്ള ബന്ധം സത്യത്തിൽ വളരെ ലളിതമാണ്. അത് ഞാൻ ഒരു നിമിഷംകൊണ്ട് തെളിയിക്കാം.

സംഘമായി പാടുന്നത് തുടക്കത്തിൽ വളരെ ആഹ്ലാദകരമായിരുന്നു. വൻ ജനക്കൂട്ടങ്ങളെ അത് ആകർഷിച്ചു. അവർ വീഥിക്കരികിൽ നിന്ന് ആസ്വദിച്ച് ചിരിച്ചു. പക്ഷേ വൈകാതെ ഈ വ്യർത്ഥാനുകരണം അത്യന്തം ക്ഷീണദായകമായിത്തീർന്നു. ഈ മടുപ്പ് ഗ്രീക്കുകാർക്ക് ഒട്ടും ഇഷ്ടമായിരുന്നില്ല. അത് വൈരൂപ്യം പോലെ, രോഗംപോലെ ഒരു തിന്മ യാണെന്ന് അവർ കരുതി. കൂടുതൽ ആഹ്ലാദകരമായ മറ്റെന്തെങ്കിലും വേണമെന്ന് അവരാഗ്രഹിച്ചു. അപ്പോൾ അറ്റിക്കയിലെ ഐകാരിയാ ഗ്രാ മത്തിൽ നിന്നുള്ള ഭാവനാശാലിയായ ഒരു യുവകവി പുതിയൊരാശയ വുമായി രംഗത്തുവന്നു. അത് ഒരു വൻവിജയമായിരുന്നു. അജസംഘ ത്തിലെ ഒരംഗത്തോട് ഒരടി മുന്നോട്ടുവെച്ച് സംഗീതസംഘത്തിന്റെ നായ കനുമായി സംഭാഷണത്തിലേർപ്പെടാൻ യുവകവി നിർദ്ദേശിച്ചു. സംഗീ തസംഘത്തിന്റെ നായകൻ ഘോഷയാത്രയുടെ മുന്നിൽ കുഴൽവിളിച്ചു കൊണ്ടാണ് നീങ്ങിക്കൊണ്ടിരുന്നത്. ഇങ്ങനെ മുന്നോട്ട് നീങ്ങുന്ന അജ സംഘാംഗത്തിന് അണിയിൽനിന്ന് മാറിനില്ക്കാനനുവാദമുണ്ടായിരുന്നു. അയാൾ കൈകൾ വീശുകയും സംസാരിച്ചുകൊണ്ടിരിക്കുമ്പോൾ ആംഗ്യ ങ്ങൾ കാണിക്കുകയും ചെയ്തു (അതായത് മറ്റുള്ളവർ അണിനിരന്ന് പാടിക്കൊണ്ടിരുന്നപ്പോൾ അയാൾ അഭിനയിച്ചു). അയാൾ അനേകം ചോദ്യങ്ങൾ ചോദിച്ചു. ഇതിനൊക്കെ യുവകവി എഴുതിനിറച്ച പാപ്പിറസ് ചുരുളിലെ നിർദ്ദേശമനുസരിച്ച് സംഗീതനായകൻ ഉത്തരം പറഞ്ഞു.

പരുക്കനും തയ്യാറെടുത്തുപറയുന്നതുമായ ഈ വർത്തമാനം - ഡയ ലോഗ് - ഡയോണിസസിന്റേയോ മറ്റേതെങ്കിലും ദൈവത്തിന്റെയോ കഥ യെപ്പറ്റിയായിരുന്നു. ഇത് ജനങ്ങളെ ഏറെ ആകർഷിച്ചു. അതിനുശേഷം എല്ലാ ഡയണിഷ്യൻ ഘോഷയാത്രയിലും ഒരഭിനയരംഗമവതരിപ്പിച്ചുതുട ങ്ങി. വൈകാതെ ഘോഷയാത്രയേക്കാളും അനുകരണ ശബ്ദത്തേ ക്കാളും പ്രധാനമായിത്തീർന്നു അഭിനയരംഗം.

ട്രാജഡി എഴുത്തുകാരിൽ ഏറ്റവുമധികം വിജയം വരിച്ചത് ഈസ്കി ലസ് ആയിരുന്നു. അദ്ദേഹം ദീർഘമായ ജീവിതത്തിനിടയിൽ (BC 526

- 455) എൺപതോളം നാടകങ്ങളെഴുതി; നാടകത്തിൽ അദ്ദേഹം വലിയൊരു പരിവർത്തനം വരുത്തി - ഒന്നിനു പകരം രണ്ട് അഭിനേതാക്കളെ അദ്ദേഹം നിയോഗിച്ചു. ഒരു തലമുറയ്ക്കുശേഷം സോഫോക്കിൾസ് അഭിനേതാക്കളുടെ എണ്ണം മൂന്നാക്കി വർദ്ധിപ്പിച്ചു. ബി സി അഞ്ചാം നൂറ്റാണ്ടിലാണ് യൂറിപിഡിസ് തന്റെ ഭീതിജനകമായ ട്രാജഡികൾ രചിച്ചത്. അദ്ദേഹത്തിന് ആവശ്യമായത്ര അഭിനേതാക്കളെ ഉപയോഗിക്കാൻ അനുമതി ലഭിച്ചു. പിന്നീട് അരിസ്റ്റോഫനീസ് തന്റെ പ്രസിദ്ധമായ കോമഡികൾ എഴുതി. ഇവയിൽ അദ്ദേഹം എല്ലാറ്റിനേയും എല്ലാവരേയും പരിഹസിച്ചു, ഒളിമ്പസ് പർവ്വതത്തിലെ ദൈവങ്ങളെ പോലും പരിഹസിച്ചു. ഈ കോമഡികളിൽ അദ്ദേഹം കോറസിനെ പാർശ്വവർത്തികളായി ലഘൂകരിച്ചു; പ്രധാന അഭിനേതാക്കളുടെ പിറകിൽ കോറസ് അണിനിരന്നാൽ മതിയെന്നായി. പ്രധാന അഭിനേതാക്കളുടെ പിറകിൽ അവർ "ഇതൊരു ഭീകരലോകമാ"ണെന്ന് പാടുകമാത്രം ചെയ്തു; അപ്പോഴൊക്കെ പ്രധാന അഭിനേതാവിന്റെ ധീരനായകൻ രംഗവേദിയുടെ മുൻവശത്ത് ദൈവേഛയ്ക്ക് എതിരായി എന്തെങ്കിലും കുറ്റകൃത്യം ചെയ്യുകയായിരുന്നു.

ഈ പുതിയ നാടകകലയ്ക്ക് ശരിയായ സജ്ജീകരണങ്ങളാവശ്യമായിരുന്നു. പിന്നെയെല്ലാം വേഗത്തിൽ നടന്നു. ഓരോ ഗ്രീക്ക് നഗരത്തിലും ഒരു നാടകവേദി രൂപീകരിക്കപ്പെട്ടു. സമീപദേശത്തെ പാറ കൊത്തി രംഗവേദി നിർമ്മിച്ചു. കാഴ്ചക്കാർ വീതിയുള്ളൊരു വൃത്തത്തിന്ന് അഭിമുഖമായി മരബഞ്ചുകളിലിരുന്നു. (ഇന്നത്തെ ഓർക്കസ്ട്രയ്ക്ക് ഒരു സീറ്റിന് മൂന്ന് ഡോളർ മൂന്ന് സെന്റാണ് ചാർജ്ജ്.) രംഗവേദിയായ അർദ്ധവൃത്തത്തിന്മേൽ അഭിനേതാക്കളും കോറസും നിലയുറപ്പിച്ചു. അവക്ക് പിന്നിൽ ഒരു ടെന്റിൽ വെച്ചാണ് കളിമൺ മുഖംമൂടികളുപയോഗിച്ച് അവർ വേഷംമാറിയത്. ഇത് അവരുടെ മുഖം മറച്ചു. ഈ മുഖാവരണങ്ങളിൽനിന്ന് അഭിനേതാവ് സന്തുഷ്ടനാണോ മന്ദഹസിക്കുകയാണോ അസന്തുഷ്ടനാണോ വിലപിക്കുകയാണോ എന്നൊക്കെ പ്രേക്ഷകർക്ക് മനസ്സിലായി. ടെന്റിനുള്ള ഗ്രീക്കുപദം സ്കീൻ (Skene) എന്നാണ്. അതുകൊണ്ടാണ് നാം രംഗവേദിയിലെ സീനറി (ദൃശ്യം) യെപ്പറ്റി സംസാരിക്കുന്നത്.

അങ്ങനെ ട്രാജഡി ഗ്രീക്കുജീവിതത്തിന്റെ ഭാഗമായിത്തീർന്നു. അപ്പോൾ ഗ്രീക്കു ജനത അത് വളരെ ഗൗരവമായെടുത്തുതുടങ്ങി. പിന്നീടവർ നാടകം കാണാൻ പോയത് ഒഴിവുസമയം ആസ്വദിക്കാനായിരുന്നില്ല. പുതിയൊരു നാടകമെന്നാൽ തെരഞ്ഞെടുപ്പും മറ്റുംപോലെ വളരെ പ്രധാനമായ കാര്യമായിത്തീർന്നു. വിജയിയായി തിരിച്ചെത്തുന്ന ഒരു സൈന്യാധിപന് ലഭിക്കുന്നതിനേക്കാൾ ആദരവ് വിജയകരമായി നാടകമെഴുതിയ നാടകക്കാരന് ലഭിച്ചുതുടങ്ങി.

പേർഷ്യൻ യുദ്ധങ്ങൾ

എങ്ങനെ ഗ്രീക്കുകാർ യൂറോപ്പിനെതിരായ ഏഷ്യനാക്രമണം തടഞ്ഞു, എങ്ങിനെ പേർഷ്യക്കാരെ ഈജിയൻ കടലിലൂടെ പിന്തിരിഞ്ഞോടിച്ചു?

ഈജിയന്മാരിൽ നിന്നാണ് ഗ്രീക്കുകാർ വാണിജ്യകല പഠിച്ചത്; ഈജിയന്മാർ ഫിനീഷ്യക്കാരിൽനിന്നും. ഫിനീഷ്യൻ മാതൃകയിൽ അവർ കോളനികൾ സ്ഥാപിച്ചു. ഫിനീഷ്യൻ രീതികൾ അവർ പരിഷ്കരിക്കുക പോലും ചെയ്തു. വിദേശ ഇടപാടുകാരുമായി ഇടപഴകുമ്പോൾ പണം കൂടുതൽ വ്യാപകമായി ഉപയോഗിച്ചുകൊണ്ടാണ് അവർ ഇതുചെയ്തത്. ബി സി ആറാം നൂറ്റാണ്ടിൽ അവർ ഏഷ്യാമൈനറിന്റെ തീരത്താകെ ആധിപത്യം സ്ഥാപിച്ചു. വാണിജ്യത്തിന്റെ കുത്തക അവർ ഫിനീഷ്യന്മാരിൽനിന്ന് അതിവേഗത്തിൽ ഏറ്റെടുക്കുകയായിരുന്നു. ഇത് തീർച്ചയായും ഫിനീഷ്യക്കാർക്ക് ഇഷ്ടപ്പെട്ടില്ല. പക്ഷേ, ഗ്രീക്കു പ്രതിയോഗികളുമായി യുദ്ധം ചെയ്യാനുള്ളശേഷി അവരിൽ അവശേഷിച്ചിരുന്നില്ല. അവർ കാത്തിരുന്നു, ആ കാത്തിരിപ്പ് വെറുതെ ആയില്ല.

മുമ്പൊരദ്ധ്യായത്തിൽ വിനയാന്വിതമായ ഒരു പേർഷ്യൻ ഇടയഗോത്രം എങ്ങനെ യുദ്ധോന്മുഖരായിത്തീർന്നുവെന്ന് ഞാൻ പറഞ്ഞിട്ടുണ്ട്; അവർ പശ്ചിമേഷ്യയുടെ മഹാഭാഗങ്ങൾ കൈവശപ്പെടുത്തിയതിനെക്കുറിച്ചും വിവരിച്ചിട്ടുണ്ട്. പേർഷ്യക്കാർ അതീവ പരിഷ്കൃതരായതിനാൽ പുതിയ പ്രജകളെ കൊള്ളയടിക്കാനവർക്കു കഴിയുമായിരുന്നില്ല. അവർ വാർഷികകരം കൊണ്ട് തൃപ്തിയടഞ്ഞു. ഏഷ്യാമൈനറിന്റെ തീരപ്രദേശത്തെത്തിയപ്പോൾ ലിഡിയയിലെ കോളനികൾ പേർഷ്യൻ രാജാക്കന്മാരെ അധിപതികളായി അംഗീകരിക്കണമെന്നും നിശ്ചിതനികുതി നല്കണമെന്നും അവരാവശ്യപ്പെട്ടു. ഗ്രീക്ക് കോളനികൾ പ്രതിഷേധിച്ചു. പേർഷ്യക്കാർ നിർബ്ബന്ധിച്ചു. അപ്പോൾ ഗ്രീക്ക് കോളനികൾ മാതൃരാജ്യത്തിനു മുമ്പിൽ സങ്കടം ബോധിപ്പിച്ചു. അങ്ങനെ കലഹത്തിനുള്ള വേദി ഒരുങ്ങി.

സത്യം പറയുകയാണെങ്കിൽ ഗ്രീക്ക് നഗരരാഷ്ട്രങ്ങളെ പേർഷ്യക്കാർ ആപത്കരമായ രാഷ്ട്രീയ സ്ഥാപനങ്ങളായിട്ടാണ് പരിഗണിച്ചിരുന്നത്. ശക്തരായ പേർഷ്യൻ രാജാക്കളെ ക്ഷമയോടെ അനുസരിക്കുന്ന അടിമകളായിത്തീരേണ്ട എല്ലാ ജനവിഭാഗങ്ങൾക്കും മുന്നിൽ അനിഷ്ടകരമായ ഉദാഹരണങ്ങളായിരുന്നു ഗ്രീക്ക് നഗര രാഷ്ട്രങ്ങൾ.

തീർച്ചയായും ഗ്രീക്കുകാർക്ക് ഒരളവിൽ സുരക്ഷിതത്വമുണ്ടായിരുന്നു; കാരണം അവരുടെ രാജ്യം ഈജിയൻ കടലിന്റെ ആഴജലങ്ങൾക്കപ്പുറം ഒളിഞ്ഞുകിടന്നു. പക്ഷേ, അവിടെ അവരുടെ പഴയകാല ശത്രുക്കളായ ഫിനീഷ്യന്മാർ, പേർഷ്യക്കാരെ സഹായിക്കാൻ മുന്നോട്ടുവന്നു. പേർഷ്യൻ രാജാവ് പട്ടാളക്കാരെ നല്കിയാൽ അവരെ യൂറോപ്പിലെത്തിക്കാനുള്ള കപ്പൽ ഫിനീഷ്യന്മാർ കൊടുക്കും എന്നായിരുന്നു വ്യവസ്ഥ. ക്രിസ്തു

എത്തോസ് പർവ്വതത്തിനടുത്ത് പേർഷ്യൻ നാവികസൈന്യം നശിപ്പിക്കപ്പെടുന്നു

ജനിക്കുന്നതിന് 492 വർഷം മുമ്പായിരുന്നു അത്; യൂറോപ്പിന്റെ ഉയർന്നുവരുന്ന ശക്തിയെ തകർക്കാൻ ഏഷ്യ ഒരുമ്പെടുകയായിരുന്നു.

അവസാന മുന്നറിയിപ്പെന്ന നിലയിൽ പേർഷ്യൻ രാജാവ് ഗ്രീക്കുകാരോട് 'മണ്ണും വെള്ളവു'മർപ്പിച്ച് കീഴടങ്ങാനാവശ്യപ്പെട്ടു. ഗ്രീക്കുകാർ ഈ മുന്നറിയിപ്പ് അടുത്തൊരു പൊട്ടക്കിണട്ടിലെറിഞ്ഞു; അവിടെ അത് 'മണ്ണും വെള്ളവും' കണ്ടു. ഇതോടെ സമാധാനം അസാദ്ധ്യമായി.

പക്ഷേ, ഒളിമ്പസിലെ ദൈവങ്ങൾ അവരുടെ പ്രിയ സന്തതികൾക്ക് സഹായം ചെയ്തു. പേർഷ്യൻ പട്ടാളക്കാരുമായി ഫിനീഷ്യൻ കപ്പൽനിര അടുത്തപ്പോൾ, അത് ആഥോസ് പർവ്വതത്തിനടുത്തെത്തിയപ്പോൾ കൊടുങ്കാറ്റിന്റെ ദൈവം മൂക്ക് പിഴിഞ്ഞു, വലിയ കൊടുങ്കാറ്റിൽ ഫിനീഷ്യൻ കപ്പൽനിര തകർന്നടിഞ്ഞു. പേർഷ്യൻ പട്ടാളക്കാരെല്ലാം മുങ്ങിമരിച്ചു.

രണ്ടുകൊല്ലം കഴിഞ്ഞ് അവർ തിരിച്ചുവന്നു. ഇത്തവണ അവർ ഈജിയൻ കടൽ നേരിട്ടു കടന്നുവന്നു. മാരത്തോൺ ഗ്രാമത്തിനടുത്ത് കരയടുത്തു. ഇതുകേട്ട പാടേ, അഥീനിയന്മാർ പതിനായിരം പട്ടാളക്കാരടങ്ങിയ ഒരു സൈന്യവ്യൂഹത്തെ മാരത്തോൺ സമതലങ്ങളിലേക്കയച്ചു, ചുറ്റുമുള്ള കുന്നുകൾ സംരക്ഷിക്കാനണിനിരത്തി. അതേസമയം അവർ നല്ലൊരോട്ടക്കാരനെ സഹായമർത്ഥിച്ച് സ്പാർട്ടയിലേക്കയച്ചു. എന്നാൽ

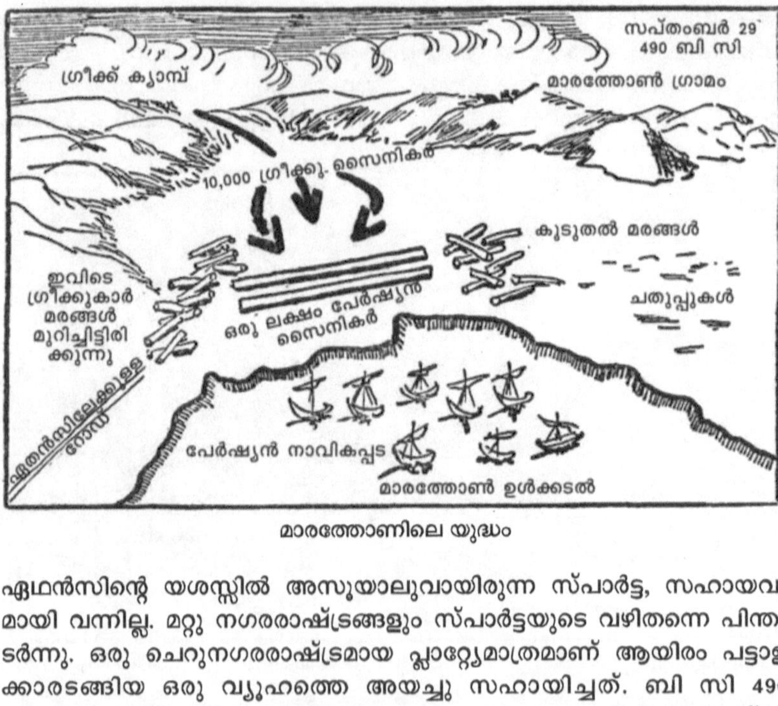

മാരത്തോണിലെ യുദ്ധം

ഏഥൻസിന്റെ യശസ്സിൽ അസൂയാലുവായിരുന്ന സ്പാർട്ട, സഹായവുമായി വന്നില്ല. മറ്റു നഗരരാഷ്ട്രങ്ങളും സ്പാർട്ടയുടെ വഴിതന്നെ പിന്തുടർന്നു. ഒരു ചെറുനഗരരാഷ്ട്രമായ പ്ലാറ്റ്യേമാത്രമാണ് ആയിരം പട്ടാളക്കാരടങ്ങിയ ഒരു വ്യൂഹത്തെ അയച്ചു സഹായിച്ചത്. ബി സി 490 സെപ്തംബർ 12 ന് അഥീനിയൻ സൈന്യാധിപനായ മിൽത്തിയേഡ്സ് ഭീമൻ പേർഷ്യൻ ആക്രമണനിരയ്ക്കെതിരെ തന്റെ സൈന്യത്തെ വിന്യസിച്ചു. പേർഷ്യൻ അസ്ത്രപ്രവാഹത്തെ ഗ്രീക്ക് സൈന്യം മുറിച്ചു കടന്നു. അസംഘടിതമായ ഏഷ്യൻ ആക്രമണസൈന്യം ഗ്രീക്കു കുന്തങ്ങൾക്കുമുമ്പിൽ അസ്തപ്രഭമായി. അത്തരമൊരാക്രമണം അവർ മുമ്പു കണ്ടിരുന്നില്ല.

ആ രാത്രിയിൽ കത്തിയുയരുന്ന കപ്പലുകളിൽ നിന്നുള്ള തീനാളങ്ങളാണ് ഏഥൻസിലെ ജനങ്ങൾ കണ്ടത്. അവർ വാർത്തകൾക്കായി ഉൽക്കണ്ഠാപൂർവ്വം കാത്തിരുന്നു. അവസാനം വടക്കോട്ടുള്ള വീഥിയിൽ പൊടിപടലങ്ങളുയർന്നു കാണാറായി. ഓട്ടക്കാരനായ ഫീഡിപ്പീഡ്സ് ആയിരുന്നു, അത്. അയാൾ തളർന്നുപോയിരുന്നു, അയാളുടെ അന്ത്യം അടു

ത്തെത്തിക്കഴിഞ്ഞിരുന്നു. അല്പനാളുകൾക്കുമുമ്പാണ് സ്പാർട്ടയ്ക്കുള്ള സന്ദേശം നല്കി അയാൾ തിരിച്ചെത്തിയത്. മിൽത്തിയേഡ്സിനൊപ്പം ചേരാൻ ഓടിയെത്തിയതാണയാൾ. അന്ന് കാലത്ത് അയാൾ ആക്രമണത്തിൽ പങ്കെടുത്തിരുന്നു. വൈകിട്ട് തന്റെ പ്രിയനഗരത്തിന്റെ വിജയവാർത്തയും വഹിച്ച് ഓടാൻ അയാൾ മുന്നോട്ടുവന്നതാണ്. അയാൾ വീഴുന്നത് ജനങ്ങൾ കണ്ടു; അവനെ താങ്ങാനവരോടിയടുത്തു. "നാം വിജയിച്ചു," അയാൾ മൊഴിഞ്ഞു, പിന്നീട് വീണുമരിച്ചു. ഒരു മഹത്തായ മരണമായിരുന്നു അത്. എല്ലാ മനുഷ്യർക്കും അസൂയയുളവാക്കിയൊരു മരണമായിരുന്നു അത്.

പേർഷ്യക്കാരോ ഈ പരാജയത്തെതുടർന്ന് ഏഥൻസിലിറങ്ങാൻ ശ്രമിച്ചെങ്കിലും അവിടെ ഗ്രീക്കു സൈന്യത്തെക്കണ്ട് പിൻവാങ്ങി അപ്രത്യക്ഷരായി. ഒരിക്കൽകൂടി ഹെല്ലാസ് രാജ്യം സുരക്ഷിതമായി.

എട്ടുകൊല്ലം കഴിഞ്ഞു. അപ്പോഴും ഗ്രീക്കു സൈന്യം അലസമായിരുന്നില്ല. അന്തിമമായ ഒരാക്രമണം അവർ എപ്പോഴും പ്രതീക്ഷിച്ചിരുന്നു. എന്നാൽ ആപത്ത് എങ്ങനെ ഒഴിവാക്കിയെടുക്കാമെന്നതിനെപ്പറ്റി അവർക്കിടയിൽ അഭിപ്രായൈക്യമുണ്ടായില്ല. ചിലർ കരസൈന്യത്തിന്റെ ശക്തി വർദ്ധിപ്പിക്കാനാവശ്യപ്പെട്ടു. മറ്റു ചിലർ നാവികശക്തി വർദ്ധിപ്പിച്ചാലേ വിജയമുണ്ടാകൂ എന്നു പറഞ്ഞു. കരസൈന്യത്തിന്റെ വക്താവായ അരിസ്റ്റൈഡ്സിന്റേയും, നാവികസൈന്യത്തിന്റെ വക്താവായ തെമിസ്റ്റോക്കിൾസിന്റെയും പക്ഷക്കാർ തമ്മിൽ കടുത്ത സംഘട്ടനം നടന്നു. അരിസ്റ്റൈഡ്സിനെ രാജ്യഭ്രഷ്ടനാക്കി. അതുവരെ സംഘർഷം തടയാൻ ആരും ഒന്നും ചെയ്തില്ല. തെമിസ്റ്റോക്കിൾസിന് ഒരവസരം ലഭിച്ചു. ആവുന്നത്ര കപ്പലുകൾ അയാൾ പണികഴിപ്പിച്ചു. പിറേയൂസിനെ ശക്തമായ നാവികത്താവളമാക്കി വികസിപ്പിച്ചു.

ബി സി 481 ൽ ശക്തമായ ഒരു പേർഷ്യൻ സൈന്യം തെസ്സാലിയിൽ പ്രത്യക്ഷപ്പെട്ടു; ഗ്രീസിന്റെ വടക്കുഭാഗത്തുള്ളൊരു പ്രവിശ്യയായിരുന്നു ഇത്. ആപത്ഘട്ടത്തിൽ ഗ്രീസിലെ വലിയ സൈനിക നഗരമായ സ്പാർട്ടയെ സർവ്വ സൈന്യാധിപസ്ഥാനത്ത് അവരോധിച്ചു. തങ്ങളുടെ രാജ്യം ആക്രമിക്കപ്പെടുന്നില്ലെങ്കിൽ ഉത്തരഗ്രീസിനെന്തു സംഭവിക്കുന്നതിലും സ്പാർട്ട അല്പംപോലും വേവലാതി പ്രകടിപ്പിച്ചില്ല. ഗ്രീസിനുള്ളിലേക്കുള്ള മലമ്പാതകളുടെ സംരക്ഷണത്തിനായി സ്പാർട്ടക്കാർ ഒന്നും ചെയ്തില്ല.

തെസ്സാലിയെ ദക്ഷിണപ്രവിശ്യകളുമായി ബന്ധിപ്പിക്കുന്ന പർവ്വതങ്ങൾക്കും കടലിനുമിടയിലെ വീതികുറഞ്ഞ റോഡ് സംരക്ഷിക്കാൻ ലിയോണിദാസിന്റെ നേതൃത്വത്തിലുള്ള ഒരു ചെറുസൈന്യവ്യൂഹം നിയോഗിക്കപ്പെട്ടു. ലിയോണിദാസ് തനിക്കുള്ള ഉത്തരവുകൾ പൂർണ്ണമായി അനുസരിച്ചു. അദ്ദേഹം ധീരമായി പോരാടുകയും സമാനതകളില്ലാത്ത സാഹസവൃത്തിയിലൂടെ മലമ്പാത സംരക്ഷിക്കുകയും ചെയ്തു. എന്നാൽ എഫിയാൽട്ടിസ് എന്നൊരു ചാരനുണ്ടായിരുന്നു. അയാൾക്ക്

തെർമോപിലേ

മാലിസിലെ ചെറിയ ഉപവഴികളെല്ലാം അറിയുമായിരുന്നു. അയാൾ പേർഷ്യൻ റെജിമെന്റിനെ കുന്നുകളിലൂടെ നയിച്ചു. അവർക്ക് ലിയോണിദാസിനെ പിന്നിൽ നിന്നാക്രമിക്കാൻ സാധിച്ചു. തെർമേപിലേയിലെ ചൂടുകിണറുകൾക്കടുത്ത് (Warm wells), ഭീകരമായ ഒരു യുദ്ധം നടന്നു.

രാത്രിയായതോടെ ലിയോണിദാസും അദ്ദേഹത്തിന്റെ വിശ്വസ്ത സൈനികരും ശത്രുസൈനികരുടെ ജഡങ്ങൾക്കിടയിൽ മരിച്ചുകിടന്നു.

പക്ഷേ, മലമ്പാത നഷ്ടപ്പെട്ടു കഴിഞ്ഞിരുന്നു; ഗ്രീസിന്റെ സിംഹഭാഗം പേർഷ്യക്കാരുടെ കൈകളിലായി. അവർ ഏഥൻസിലേക്ക് മാർച്ചു ചെയ്തു. അക്രോപോളിസിന്റെ പാറകളിൽനിന്ന് ആക്രമണം തുടങ്ങി, നഗരം ചുട്ടുചാമ്പലാക്കി. ജനങ്ങൾ സലാമിസ് ദ്വീപിലേക്ക് പലായനം ചെയ്തു. എല്ലാം നഷ്ടമായതായി തോന്നി. എന്നാൽ ബി സി 480 സെപ്തംബർ 20-ാം തീയതി തെമിസ്റ്റോക്കിൾസ് തന്റെ നാവിക സൈന്യവുമായി പേർഷ്യക്കാരെ നേരിട്ടു. സലാമിസ് ദ്വീപിനെ വൻകരയുമായി ബന്ധിപ്പിക്കുന്ന കടലിടുക്കിൽ വെച്ചായിരുന്നു യുദ്ധം. ചുരുങ്ങിയസമയംകൊണ്ട് മുക്കാൽഭാഗം പേർഷ്യൻ കപ്പലുകളും നശിച്ചു.

അതോടെ തെർമോപീലേയിലെ പേർഷ്യൻ വിജയം അർത്ഥശൂന്യ

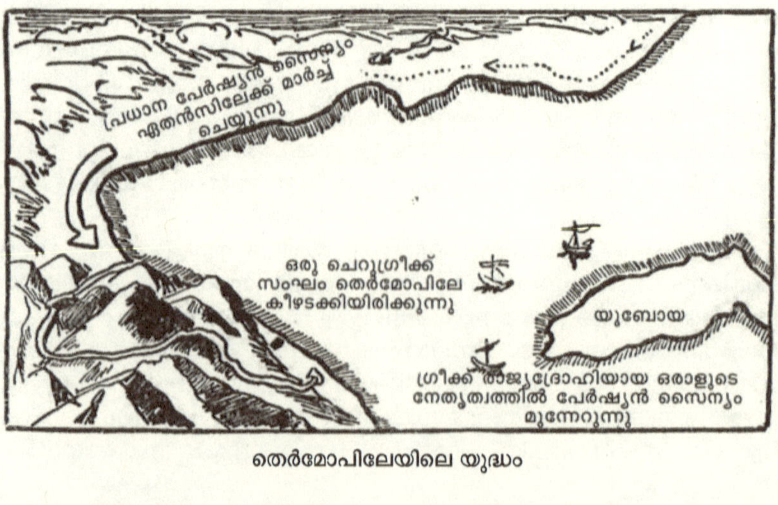

തെർമോപിലേയിലെ യുദ്ധം

മായി. സെർക്സസ് രാജാവ് പിൻവാങ്ങാൻ നിർബ്ബന്ധിതനായി. അടുത്ത വർഷം അന്തിമതീരുമാനമാകുമെന്ന് അദ്ദേഹം വിളംബരം ചെയ്തു. അദ്ദേഹം സൈന്യവുമായി തെസ്സാലിയിലേക്കു നീങ്ങി. അവിടെ അദ്ദേഹം

പേർഷ്യക്കാർ ഏതൻസിന് തീകൊളുത്തുന്നു

വസന്തത്തിനായി കാത്തിരുന്നു.

പക്ഷേ ഇത്തവണ സ്പാർട്ടക്കാർക്ക് കാര്യത്തിന്റെ ഗൗരവം മനസ്സിലായി. കോറിന്ത് മുനമ്പിലൂടെ അവർ കെട്ടിയുയർത്തിയിരുന്ന സുരക്ഷിതമായ അഭയകേന്ദ്രം അവർ കൈയൊഴിഞ്ഞു. പൗസേനിയാസിന്റെ നേതൃത്വത്തിൽ അവർ പേർഷ്യൻ സൈന്യാധിപനായ മാർഡോണിയസ്സിനെതിരെ മുന്നേറി. ഏകീകൃത ഗ്രീക്കുപട (പന്ത്രണ്ട് ഗ്രീക്കുനഗരങ്ങളിൽ നിന്നായി ഏതാണ്ട് ഒരു ലക്ഷം സൈനികർ) മൂന്നുലക്ഷത്തിലധികം വരുന്ന പേർഷ്യൻ പടയെ പ്ലാറ്റിയേയിൽ വെച്ച് ആക്രമിച്ചു. ഒരിക്കൽകൂടി ഗ്രീക്കുകാരുടെ ശക്തമായ കാലാൾപട പേർഷ്യക്കാരുടെ അസ്ത്രനിര ഭേദിച്ച് മുന്നേറി. പേർഷ്യക്കാർ പരാജയമടഞ്ഞു. മാരത്തോണിൽ സംഭവിച്ചതുപോലെ തന്നെ. ഇത്തവണ പേർഷ്യക്കാർ സ്ഥലം വിട്ടുപോയി. ആശ്ചര്യകരമെന്ന് പറയട്ടെ, പ്ലാറ്റിയേയിൽ പേർഷ്യക്കെതിരെ ഗ്രീക്കുകാർ വിജയംവരിച്ച അതേദിവസം അഥീനിയൻ കപ്പൽപട ഏഷ്യാമൈനറിനടുത്തുള്ള മൈക്കാലേ മുനമ്പിനടുത്തുവെച്ച് ശത്രുവിന്റെ കപ്പൽവ്യൂഹത്തെ നശിപ്പിച്ചു.

അങ്ങനെ, ഏഷ്യയും യൂറോപ്പും തമ്മിലുള്ള ആദ്യ സംഘർഷം

അവസാനിച്ചു. ഏഥൻസ് വിജയ മഹത്ത്വത്തിൽ സ്വയം മൂടി; സ്പാർട്ട നന്നായി, ധീരമായി പൊരുതി. രണ്ടു നഗരങ്ങളും യോജിച്ചുനിന്നിരുന്നു വെങ്കിൽ, അവയ്ക്കിടയിലുള്ള കൊച്ചുകൊച്ചസൂയകൾ വിസ്മരിക്കാൻ കഴിഞ്ഞിരുന്നുവെങ്കിൽ, അവയ്ക്ക് ശക്തവും ഏകീകൃതവുമായ ഒരു ഹെല്ലാസിന്റെ നേതൃത്വത്തിൽ വരാമായിരുന്നു.

പക്ഷേ, എന്തുചെയ്യും? വിജയത്തിന്റെയും ആവേശത്തിന്റെയും സന്ദർഭം അവർ കളഞ്ഞു കുളിച്ചു. ഈ അവസരം അവർക്ക് പിന്നീട് തിരിച്ചു കിട്ടിയില്ല.

ഏതൻസും സ്പാർട്ടയും തമ്മിൽ

ഗ്രീസിന്റെ നേതൃത്വത്തിനുവേണ്ടി ഏതൻസും സ്പാർട്ടയും തമ്മിൽ ദീർഘകാലം പോരാടി

ഏഥൻസും സ്പാർട്ടയും രണ്ടു ഗ്രീക്കു നഗരങ്ങളായിരുന്നു. രണ്ടിടത്തേയും ജനങ്ങൾ ഒരേഭാഷ സംസാരിച്ചു. മറ്റെല്ലാ അർത്ഥത്തിലും അവർ വ്യത്യസ്തരായിരുന്നു. ഏഥൻസ് സമതലത്തിൽ നിന്നുയർന്നാണ് സ്ഥിതിചെയ്യുന്നത്. കടലിൽ നിന്നുള്ള ശുദ്ധവായു സുലഭമായി ലഭിക്കുന്ന ഒരിടമാണ് ഏഥൻസ്. സന്തുഷ്ടനായ ഒരു കുഞ്ഞിന്റെ കണ്ണുകളോടെയാണ് അത് ലോകത്തെ വീക്ഷിച്ചിരുന്നത്. മറിച്ച്, സ്പാർട്ട ആഴമുള്ളൊരു താഴ്‌വരയുടെ അടിഭാഗത്താണ് പടുത്തുയർത്തപ്പെട്ടിരുന്നത്. ചുറ്റുമുള്ള പർവ്വതങ്ങൾ വിദേശാക്രമണങ്ങളിൽ നിന്ന് സ്പാർട്ടയെ രക്ഷിച്ചു നിർത്തി. ഏഥൻസ് തിരക്കാർന്ന വാണിജ്യത്തിന്റെ നഗരമായിരുന്നു. സ്പാർട്ട ഒരു സായുധ പാളയമായിരുന്നു. അവിടെ ജനങ്ങൾ പട്ടാളക്കാരായിരുന്നു, പട്ടാളമാവുന്നതിനുവേണ്ടി അവർ പട്ടാളമായിത്തീർന്നു. ഏഥൻസിലെ ജനങ്ങൾ സൂര്യപ്രകാശത്തിലിരുന്ന് കവിതയെപ്പറ്റി ചർച്ച ചെയ്യുകയോ ദാർശനികനായൊരാളുടെ വിവേകപൂർണ്ണമായ വാക്കുകൾ ഗ്രഹിക്കുകയോ ചെയ്തു. മറിച്ച് സ്പാർട്ടയോ? സാഹിത്യമായി പരിഗണിക്കാവുന്ന ഒരുവരിപോലും അവരെഴുതിയിരുന്നില്ല. പക്ഷേ, അവർക്കു യുദ്ധം ചെയ്യാനറിയുമായിരുന്നു; യുദ്ധം ചെയ്യാനവർക്കിഷ്ടമായിരുന്നു. സൈനികസന്നദ്ധതയെന്ന ആദർശത്തിനായി സ്പാർട്ടക്കാർ എല്ലാ മാനവിക വികാരങ്ങളും ബലി കഴിച്ചു.

ഇരുണ്ട വീക്ഷണമുള്ള സ്പാർട്ടക്കാർ ഏഥൻസിന്റെ വിജയങ്ങളെ ഏറെക്കുറെ ദുഷ്ടമായ വിദ്വേഷത്തോടെയാണ് വീക്ഷിച്ചത്. പൊതുഭൂമിയുടെ രക്ഷയ്ക്കായി വളർത്തിയെടുത്ത ശേഷി കൂടുതൽ സമാധാനപരമായ ആവശ്യങ്ങൾക്കായി ഏഥൻസുകാർ വിനിയോഗിച്ചു. അക്രോപോളിസ് പുനർനിർമ്മിച്ചു; അഥീനാദേവതയ്ക്കായി അവിടെ ഒരു വെണ്ണ

ക്കൽ വിഗ്രഹം സമർപ്പിച്ചു. അക്കാലത്ത് പെരിക്ലിസ് ആയിരുന്നു ഏഥൻസിലെ ഭരണാധികാരി. അഥീനിയൻ ജനാധിപത്യത്തിന്റെ നേതാവായിരുന്നു അദ്ദേഹം. അദ്ദേഹം വിദൂരസ്ഥലങ്ങളിൽനിന്നുപോലും പ്രശസ്ത ശില്പികളെയും ചിത്രകാരന്മാരെയും ശാസ്ത്രജ്ഞരെയും വരുത്തി. നഗരത്തെ മോടിപിടിപ്പിക്കുന്നതിനും സൗന്ദര്യവല്ക്കരിക്കുന്നതിനും വേണ്ടിയായിരുന്നു ഇത്. ഏഥൻസിലെ യുവാക്കൾക്ക് അവരുടെ ജന്മനാട് മൂല്യവത്തായി അനുഭവപ്പെടുന്നിതിനുവേണ്ടിയായിരുന്നു ഇത്. അതേസമയം പെരിക്ലിസ് സ്പാർട്ടയുടെ നടപടികളെ എപ്പോഴും ഗൗരവത്തോടെ വീക്ഷിച്ചുകൊണ്ടിരുന്നു; ഏഥൻസിനെ കടലുമായി ബന്ധിപ്പിക്കുന്ന ഉയർന്ന മതിലുകൾ നിർമ്മിച്ചുകൊണ്ടിരുന്നു. അങ്ങനെ ഏഥൻസ് അക്കാലത്തെ അതിശക്തമായ ഒരു ദുർഗ്ഗമായിമാറി.

രണ്ടു നഗരങ്ങളും തമ്മിലുള്ള അപ്രധാനമായൊരു സംഘർഷം അവസാന യുദ്ധത്തിലേക്ക് നീങ്ങി. മുപ്പതുവർഷക്കാലം ഏതൻസും സ്പാർട്ടയും തമ്മിലുള്ള യുദ്ധം നീണ്ടുനിന്നു. ഏഥൻസിന് ഈ യുദ്ധം ഭീകരമായ ഒരു വിപത്തായി കലാശിച്ചു.

യുദ്ധത്തിന്റെ മൂന്നാംവർഷം നഗരത്തെ പ്ലേഗ് ബാധിച്ചു. പകുതിയിലധികം ജനങ്ങളും അവരുടെ നേതാവായ പെരിക്ലിസും മരിച്ചു. പ്ലാഗിനെ തുടർന്ന് അധികാരത്തിൽ വന്നവർ വിശ്വസിക്കാൻ കൊള്ളാത്ത ചീത്ത നേതാക്കളായിരുന്നു. ആൽസിബിയാഡ്സ് എന്നൊരു ഊർജ്ജസ്വലനായ യുവാവ് ജനകീയ അസംബ്ലിയുടെ അംഗീകാരം നേടിയെടുത്തിരുന്നു. സിസിലിയിലെ സ്പാർട്ടൻ കോളനിയായ സൈറാക്യൂസിൽ ഒരു ആക്രമണം നടത്തണമെന്നദ്ദേഹം നിർദ്ദേശിച്ചു. ഒരു സംഘത്തെ സന്നദ്ധമാക്കി നിർത്തി; എല്ലാ തയ്യാറെടുപ്പുകളും നടത്തി. ഇതിനിടയിൽ ആൽസിബിയാഡ്സ് ഒരു തെരുവു സംഘർഷത്തിൽപ്പെട്ട്, പലായനം ചെയ്തു. അയാളെ പിന്തുടർന്നുവന്ന സൈന്യാധിപൻ ദുസ്സാമർത്ഥ്യക്കാരനും കൊള്ളരുതാത്തവനുമായിരുന്നു. ആദ്യം അയാൾക്ക് കപ്പലുകൾ നഷ്ടമായി, പിന്നീട് സൈന്യം നഷ്ടമായി. അവശേഷിച്ച ഏഥൻസ് സൈന്യം സൈറാക്യൂസിലെ കുഴികളിലേക്കെറിയപ്പെട്ടു; അവിടെ വിശപ്പും ദാഹവുമായി അവർ മരിച്ചു.

ഈ സൈന്യയാത്രയിൽ ഏഥൻസിലെ യുവാക്കളെല്ലാം മരിച്ചു മണ്ണടിഞ്ഞു. നഗരം നശിച്ചു. ദീർഘമായൊരു ഉപരോധ (Siege)ത്തിനുശേഷം ബി സി 404 ഏപ്രിൽ മാസത്തിൽ ഏഥൻസ് നഗരം കീഴടങ്ങി. ഏഥൻസിന്റെ ഉയർന്ന രക്ഷാമതിലുകൾ പൊളിച്ചുമാറ്റി. നാവികസൈന്യം സ്പാർട്ടയുടെ അധീനതയിൽ വന്നു. ഒരു കൊളോണിയൽ സാമ്രാജ്യമായുള്ള ഏഥൻസിന്റെ നിലനില്പ് അപകടത്തിലായി. സമ്പൽ സമൃദ്ധിയുടെ നാളുകളിൽ നേടിയതെല്ലാം ഏഥൻസിന് നഷ്ടപ്പെട്ടു. എന്നാൽ മറ്റുള്ളവർക്കില്ലാത്ത ഒന്ന് ഏഥൻസിനുണ്ടായിരുന്നു - പഠിക്കാനും അറിയാനുമുള്ള അഭിലാഷം, അന്വേഷണത്വര - ഇവ മഹത്ത്വത്തിന്റെയും ഐശ്വര്യത്തിന്റെയും നാളുകളിൽ ഏഥൻസിലെ സ്വതന്ത്രപൗരന്മാരുടെ

സവിശേഷസിദ്ധിയായിരുന്നു. ഈ സിദ്ധി നഷ്ടപ്പെട്ടില്ല, നശിച്ചുപോയില്ല. അത് നിലനിന്നു, കൂടുതൽ ശോഭയോടെ നിലനിന്നു.

ഗ്രീസിന്റെ ഭാഗധേയങ്ങൾ നിശ്ചയിക്കുന്നതിൽ ഏഥൻസിന് ഒരു പങ്കും ഇല്ലാതായി. എന്നാൽ ലോകത്തിന്റെ ആദ്യത്തെ മഹത്തായ സർവ്വകലാശാലയുടെ ആസ്ഥാനമെന്നനിലയിൽ ഹെല്ലാസിന്റെ പരിമിതമായ അതിരുകൾ ഭേദിച്ച് ലോകത്തെമ്പാടുമുള്ള മനീഷികളുടെ മനസ്സിനെ നഗരം സ്വാധീനിച്ചു.

മഹാനായ അലക്സാണ്ടർ

മാസിഡോണിയക്കാരനായ അലക്സാണ്ടർ ഒരു ലോകസാമ്രാജ്യം സ്ഥാപിക്കുന്നു

അതിന്റെ ശേഷിപ്പുകൾ എന്ത്?

ഡാന്യൂബ് നദിയുടെ തീരത്തൂടെ പുതിയ പുൽമേടുകൾതേടി അക്കേയന്മാർ അവരുടെ വാസഗൃഹംവിട്ട് യാത്രയായപ്പോൾ അല്പസമയം അവർ മാസിഡോണിയൻ പർവ്വതങ്ങൾക്കിടയിൽ തങ്ങിയിരുന്നു. തുടർന്നുള്ള കാലത്ത് ഈ പ്രദേശത്തെ ജനങ്ങളുമായി ഗ്രീക്കുകാർ ഏതാണ്ട് ഔപചാരികമായ ബന്ധം നിലനിർത്തിയിരുന്നു. ഗ്രീസിലെ സ്ഥിതിഗതികളെക്കുറിച്ച് മാസിഡോണിയക്കാർക്ക് എപ്പോഴും വിവരം ലഭിച്ചിരുന്നു.

ഹെല്ലാസിന്റെ നേതൃത്വത്തിനുവേണ്ടി ഏഥൻസും സ്പാർട്ടയും നടത്തിയ ആപല്ക്കരമായ യുദ്ധം അവസാനിക്കുന്നകാലത്ത്, മാസിഡോണിയ ഭരിച്ചിരുന്നത് അസാധാരണമാംവിധം സമർത്ഥനായ ഫിലിപ്പ് എന്ന ഒരാളായിരുന്നു. സാഹിത്യത്തിലും കലയിലുമുള്ള ഗ്രീക്കുകാരുടെ അഭിനിവേശത്തെ ഫിലിപ്പ് ആരാധനാഭാവത്തോടെയാണ് കണ്ടിരുന്നത്. എന്നാൽ രാഷ്ട്രീയ കാര്യങ്ങളിലുള്ള ഗ്രീക്കുകാരുടെ ആത്മനിയന്ത്രണമില്ലായ്മയോട് അദ്ദേഹത്തിന് എതിർപ്പായിരുന്നു. അർത്ഥശൂന്യമായ കലഹങ്ങളിൽ മഹത്തായ ജനത ആളും അർത്ഥവും കളഞ്ഞുകുളിക്കുന്നത് അദ്ദേഹത്തിൽ ഈർഷ്യയുളവാക്കി. ഈ പ്രശ്നം അദ്ദേഹം പരിഹരിച്ചത് സ്വയം ഗ്രീസിന്റെ ആകമാനം ആധിപത്യം പിടിച്ചെടുത്തുകൊണ്ടാണ്. എന്നിട്ട് അദ്ദേഹം തന്റെ പുതിയ പ്രജകളെ ആവേശകരമായൊരു കാര്യത്തിനായി ഉദ്ബോധനം ചെയ്തു. നൂറ്റമ്പത്‌വർഷം മുമ്പ് പേർഷ്യൻ രാജാവായ സെർക്സസ് ഗ്രീക്ക് പ്രദേശങ്ങളിൽ നടത്തിയ കടന്നാക്രമണങ്ങൾക്കുപകരമായി, പേർഷ്യയിലേക്ക് താൻ നടത്താനിരിക്കുന്ന യാത്രയിൽ പങ്കെടുക്കണമെന്നാണ് അദ്ദേഹം ജനങ്ങളോടാവശ്യപ്പെട്ടത്.

നിർഭാഗ്യവശാൽ നന്നായി തയ്യാറെടുത്ത ഈ യാത്ര നിർവ്വഹിക്കുന്നതിനുമുമ്പ് ഫിലിപ്പ് വധിക്കപ്പെട്ടു. ഏഥൻസിന്റെ നശീകരണത്തിന് പ്രതികാരം ചെയ്യാനുള്ള ദൗത്യം ഫിലിപ്പിന്റെ പുത്രനായ അലക്സാണ്ടറിന്റെ ചുമലിൽ അർപ്പിതമായി. ഗ്രീക്കു ഗുരുനാഥന്മാരിൽ ഏറ്റവും ബുദ്ധിമാനായ അരിസ്റ്റോട്ടിലിന്റെ പ്രിയശിഷ്യനായിരുന്നു അലക്സാണ്ടർ.

ബി സി 334 ന്റെ വസന്തകാലത്താണ് അലക്സാണ്ടർ യൂറോപ്പിനോട് വിടപറഞ്ഞത്. ഏഴുവർഷം കഴിഞ്ഞ് അദ്ദേഹം ഇന്ത്യയിലെത്തി. ഇതിനിടയിൽ അദ്ദേഹം ഗ്രീക്കു കച്ചവടക്കാരുടെ പഴയ ശത്രുവായ ഫിനിഷ്യയെ നശിപ്പിച്ചു. ഇതിനകം, അദ്ദേഹം ഈജിപ്തും കൈവശപ്പെടുത്തിയിരുന്നു. നൈൽ നദിക്കരയിലെ ജനങ്ങൾ അദ്ദേഹത്തെ ഫറോവമാരുടെ പുത്രനും പിൻഗാമിയുമായി ആരാധിച്ചുതുടങ്ങിയിരുന്നു. അവസാനത്തെ പേർഷ്യൻ രാജാവിനെ അദ്ദേഹം പരാജയപ്പെടുത്തി; പേർഷ്യൻ സാമ്രാജ്യത്തെ പരാജയപ്പെടുത്തിയതിനുശേഷം, ബാബിലോൺ പുനർനിർമ്മിക്കുന്നതിന് അദ്ദേഹം ഉത്തരവിട്ടു. ഹിമാലയ പർവ്വതത്തിന്റെ ഹൃദയഭാഗം വരെ തന്റെ സൈന്യത്തെ അദ്ദേഹം നയിച്ചു. ഏതാണ്ട് ലോകം മുഴുവൻ അദ്ദേഹം മാസിഡോണിയൻ പ്രവിശ്യയോ ആശ്രിത രാജ്യമോ ആക്കി മാറ്റി. തുടർന്ന് അതിനേക്കാൾ വലിയ പദ്ധതികളാണ് അദ്ദേഹം നടപ്പാക്കാൻ ഉദ്ദേശിച്ചത്.

പുതുതായി സ്ഥാപിക്കപ്പെട്ട സാമ്രാജ്യത്തെ ഗ്രീക്ക് മനസ്സിന്റെ സ്വാധീനത്തിൽ കൊണ്ടുവരേണ്ടതുണ്ടായിരുന്നു. ജനങ്ങളെ ഗ്രീക്കുഭാഷ പഠിപ്പിക്കണം, അവർ ഗ്രീക്കു മാതൃകയിൽ നിർമ്മിച്ച നഗരങ്ങളിൽ ജീവിക്കണം. അലക്സാണ്ട്രിയൻ യോദ്ധാവ് ഏതാണ്ട് ഒരു സ്കൂളദ്ധ്യാപകനായിമാറി. ഇന്നലത്തെ സൈന്യപാളയങ്ങൾ, പുതുതായി ഇറക്കുമതി ചെയ്യപ്പെട്ട ഗ്രീക്കുനാഗരികതയുടെ സമാധാനപൂർണ്ണമായ കേന്ദ്രങ്ങളായി. ഗ്രീക്കു പെരുമാറ്റരീതികളുടെയും ആചാരങ്ങളുടെയും പ്രളയം ഉണ്ടാവുന്നതിനിടയിൽ അലക്സാണ്ടർ ചക്രവർത്തിയെ ഒരു ജ്വരം ബാധിച്ചു; ബി സി 323–ാമാണ്ടിൽ ഹമുറാബി രാജാവിന്റെ പഴയ കൊട്ടാരത്തിൽവച്ച് അദ്ദേഹം മൃതിയടഞ്ഞു.

പിന്നെ വെള്ളം കുറയാൻ തുടങ്ങി. പക്ഷേ, അത് ഉന്നത പരിഷ്കൃതിയുടേതായ ഫലപുഷ്ടിയുള്ള കളിമണ്ണ് അവശേഷിപ്പിച്ചു. ബാലസഹജമായ ആഗ്രഹങ്ങൾക്കും നിസ്സാര പൊങ്ങച്ചങ്ങൾക്കുമപ്പുറം അലക്സാണ്ടർ ചക്രവർത്തി വളരെ മൂല്യവത്തായ ആ സേവനമർപ്പിച്ചു. അദ്ദേഹത്തിനുശേഷം ആ വലിയ സാമ്രാജ്യം നിലനിന്നില്ല. ഉത്കർഷേച്ഛരുക്കളായ സൈന്യാധിപന്മാർ സാമ്രാജ്യം വിഭജിച്ചെടുത്തു. പക്ഷേ, അവരും ലോകസാഹോദര്യത്തിന്റെയും ഏഷ്യനാശയങ്ങളുടെയും വിജ്ഞാനത്തിന്റെയും ആരാധകന്മാരായിരുന്നു.

റോമക്കാർ പശ്ചിമേഷ്യയും ഈജിപ്തും അവരുടെ സാമ്രാജ്യത്തോടു കൂട്ടിച്ചേർക്കുംവരെ ഈ ഗ്രീക്കധീനപ്രദേശങ്ങൾ സ്വാതന്ത്ര്യം നിലനിർത്തിയിരുന്നു. ഹെല്ലനിക പരിഷ്കൃതിയുടെ അതിശയകരമായ

ഈ പൈതൃകം (ഭാഗികമായി ഗ്രീക്ക്, ഭാഗികമായി പേർഷ്യൻ, ഭാഗികമായി ഈജിപ്ഷ്യനും ബാബിലോണിയനും) റോമൻ ആക്രമണകാരികൾ ഏറ്റെടുത്തു. പിന്നത്തെ നൂറ്റാണ്ടുകളിൽ അത് റോമൻ ലോകത്തെ ആകമാനം സ്വാധീനിച്ചു. ഇന്നും ആ സ്വാധീനം നമ്മുടെ ദൈനംദിന ജിവിതത്തിൽ നമുക്കനുഭവപ്പെടുന്നു.

ഗ്രീസ്

ഒരു സംഗ്രഹം

അദ്ധ്യായം ഒന്നു മുതൽ ഇരുപത് വരെ ഒരു ലഘുസംഗ്രഹം

ഇതുവരെ, നമ്മുടെ ഗോപുരത്തിലിരുന്ന് നാം കിഴക്കോട്ടു നോക്കുകയായിരുന്നു. ഇനിമുതൽ ഈജിപ്ഷ്യൻ ചരിത്രത്തിന്റെ യും മൊസെപ്പൊട്ടാമിയയുടെയും കഥ നമുക്കത്രയൊന്നും ഹൃദ്യമായനുഭവപ്പെടുന്നില്ല. ഇനി നാം പടിഞ്ഞാറൻ ഭൂപ്രദേശങ്ങളെപറ്റിയാണ് പഠിക്കുന്നത്.

അതിനുമുമ്പ്, ഇതിനകം നാം കണ്ടുകഴിഞ്ഞ കാര്യങ്ങളെന്തെന്നു നോക്കാം.

തുടക്കത്തിൽ ഞാൻ നിങ്ങൾക്കു കാണിച്ചുതന്നത് പ്രാക്ചരിത്രമനുഷ്യനെയാണ്. ലളിതമായ പെരുമാറ്റവും അനാകർഷകമായ ആചാരമര്യാദകളുമുള്ളൊരു ജീവിയായിരുന്നു അയാൾ. അഞ്ചു ഭൂഖണ്ഡങ്ങളിലെ വിശാലമായ വിജനതകളിൽ പ്രതിരോധമില്ലാതെ അനേകം മൃഗങ്ങളോടൊപ്പം അയാളെങ്ങിനെ അലഞ്ഞുതിരിഞ്ഞുവെന്ന് ഞാൻ നിങ്ങളോട് പറഞ്ഞു. പക്ഷേ താരതമ്യേന വലിയ മസ്തിഷ്കത്തിന്റെ സഹായത്തോടെ അയാൾ സ്വന്തം കാലിൽ നിന്നുവെന്നും ഞാൻ പറഞ്ഞു.

പിന്നെ ഹിമപടലങ്ങൾ വന്നു; അനേകം നൂറ്റാണ്ടുകളിലൂടെയുള്ള തണുത്ത കാലാവസ്ഥയിൽ ഈ ഗ്രഹത്തിലെ ജീവിതം ദുഷ്കരമായിത്തീർന്നു. നിലനില്ക്കണമെന്ന് തീരുമാനിക്കാൻതന്നെ ചുരുങ്ങിയത് മൂന്ന് തവണ ആലോചിക്കേണ്ടിയിരുന്നു. അതിജീവിക്കാനുള്ള അഭിലാഷമാണ് മനുഷ്യന്റെ പ്രധാന ജീവിതത്വരകം; ജീവിതാവസാനം വരെ അതങ്ങിനെയാണ്. അതുകൊണ്ടുതന്നെ ഹിമയുഗമനുഷ്യൻ അവസാനശ്വാസംവരെ അദ്ധ്വാനിച്ചു. അനേകായിരം ഹിംസ്രമൃഗങ്ങളെ കൊന്നുകളഞ്ഞ ദീർഘവും കഠിനവുമായ ശൈത്യത്തെ അതിജീവിക്കുക മാത്രമല്ല ഈ ജനങ്ങൾ ചെയ്തത്. ഭൂമി വീണ്ടും ഊഷ്മളവും സുഖകരവുമായപ്പോഴേക്ക് പ്രാക്ചരിത്രമനുഷ്യൻ അനേകം പുതിയ കാര്യങ്ങൾ പഠിച്ചു.

തന്റെ അത്ര ബുദ്ധിയില്ലാത്ത അയൽക്കാരുമായുള്ള ബന്ധത്തിൽ അയാൾക്ക് മേൽക്കൈ ലഭിച്ചു. അന്തിമനാശമെന്ന ആപത്താണവരെ അന്ന് നേരിട്ട ഏറ്റവും വലിയ പ്രശ്നം. പുതിയ അറിവോടെ അതിനുള്ള സാദ്ധ്യത വളരെ വളരെ വിദൂരമായിത്തീർന്നു.

നമ്മുടെ അതിപുരാതന മുൻഗാമികൾ എങ്ങനെ ആയാസപ്പെട്ടു മുന്നേറിക്കൊണ്ടിരുന്നുവെന്ന് ഞാൻ പറഞ്ഞു. അപ്പോഴാണ്, പെട്ടെന്ന് (ഇപ്പോഴും നന്നായി മനസ്സിലായിട്ടില്ലാത്ത കാരണങ്ങളാൽ) നൈൽ നദീ തീരവാസികളായ ജനങ്ങൾ ഏതാണ്ട് ഒരു രാത്രികൊണ്ട് ആദ്യ നാഗരികതയുടെ കേന്ദ്രം സ്ഥാപിച്ചത്.

പിന്നെ ഞാൻ നിങ്ങൾക്ക് മെസൊപ്പൊട്ടാമിയ കാണിച്ചുതന്നു, “രണ്ടു നദികൾക്കിടയിലെ ദേശം.” മനുഷ്യരാശിയുടെ രണ്ടാമത്തെ മഹത്തായ വിദ്യാലയമാണത്. ഈജിയൻ കടലിലെ ചെറിയ ദ്വീപുപാലങ്ങളുടെ ഒരു ഭൂപടം ഞാൻ വരച്ചുതന്നു. ഈ പാലങ്ങളിലൂടെയാണ് ജ്ഞാനവും ശാസ്ത്രവും പഴയ പൗരസ്ത്യ തീരത്തുനിന്ന് യുവപാശ്ചാത്യ ലോകത്തേക്ക്, ഗ്രീക്കുകാർ ജീവിച്ച പ്രദേശത്തേക്ക് എത്തിച്ചേർന്നത്.

പിന്നെ ഞാൻ നിങ്ങളോട് ഹെല്ലനിസ് എന്ന ഇന്തോ-യൂറോപ്യൻ ഗോത്രത്തെ പറ്റി പറഞ്ഞു. ആയിരക്കണക്കിൽ വർഷങ്ങൾക്കുമുമ്പ് ഏഷ്യയുടെ ഹൃദയഭാഗം വിട്ടുപോന്നവരാണവർ. ബി സി 11-ാം നൂറ്റാണ്ടിൽ കുന്നും പാറയും നിറഞ്ഞ ഗ്രീക്ക് അർദ്ധദ്വീപിൽ അവരെത്തിച്ചേർന്നു. അതു മുതൽ അവർ ഗ്രീക്കുകാരെന്നറിയപ്പെട്ടു. പിന്നീട്, ശരിക്കും രാഷ്ട്രങ്ങളായിരുന്ന, ഗ്രീക്കു നഗരങ്ങളെപ്പറ്റി ഞാൻ പറഞ്ഞുതന്നു. അവിടെ പ്രാചീന ഈജിപ്തിന്റെയും മെസൊപ്പൊട്ടാമിയയുടെയും സംസ്കാരം തികച്ചും പുതിയൊരു പരിഷ്കൃതിയായി പരിണമിച്ചതിനെപ്പറ്റി ഞാൻ പറഞ്ഞു; മുമ്പുണ്ടായിരുന്ന എന്തിനേക്കാളും കുലീനമായിരുന്നു, മനോജ്ഞമായിരുന്നു, അത്.

ഭൂപടം നോക്കുമ്പോൾ നിങ്ങൾക്കറിയാം, എങ്ങനെ ഇതിനിടയിൽ നാഗരികത ഒരർദ്ധ വൃത്തരൂപം പ്രാപിച്ചുവെന്ന്. അത് ഈജിപ്തിലാണ് ആരംഭിക്കുന്നത്. മെസൊപ്പൊട്ടാമിയയിലൂടെ, ഈജിയൻ കടലിലൂടെ നീങ്ങി പാശ്ചാത്യാഭിമുഖമായി ചലിച്ച്, അത് യൂറോപ്യൻ വൻകരയിലെത്തുന്നു. ആദ്യത്തെ നാലായിരംവർഷം, ഈജിപ്തുകാരും ബാബിലോണിയക്കാരും ഫിനിഷ്യക്കാരും ഒട്ടനവധി സെമിറ്റിക്ക് ഗോത്രങ്ങളും (ജൂതന്മാർഇത്തരമൊരു സെമിറ്റിക് വർഗ്ഗമായിരുന്നുവെന്ന് ഓർമ്മിക്കുമല്ലോ) ലോകത്തെ ഉദ്ദീപ്തമാക്കി തീപ്പന്തം ചുമന്നിട്ടുണ്ട്. ഇപ്പോഴും അവരത് ഇന്തോ യൂറോപ്യന്മാരായ ഗ്രീക്കുകാരെ ഏല്പിക്കുന്നു. അവർ മറ്റൊരു ഇന്തോ യൂറോപ്യൻ ഗോത്രക്കാരായ റോമക്കാരുടെ ഗുരുനാഥന്മാരായിത്തീരുന്നു. ഇതിനിടയിൽ സെമൈറ്റുകൾ ആഫ്രിക്കയുടെ വടക്കൻ തീരപ്രദേശത്തൂടെ, പടിഞ്ഞാറൻദേശങ്ങളിലേക്കു മുന്നേറ്റം നടത്തി; അവർ മദ്ധ്യധരണിയുടെ പശ്ചിമഭാഗത്തിന്റെ ഭരണാധികാരികളായി; അതിന്റെ

പൗരസ്ത്യ ഭാഗമാവട്ടെ ഗ്രീക്കുകാരെന്ന ഇന്തോ യൂറോപ്യൻ ജനവിഭാഗത്തിന്റെ കൈകളിൽ വന്നു.

ഇനി ഒരുനിമിഷംകൊണ്ട് നിങ്ങൾ കാണാൻ പോവുന്നതുപോലെ രണ്ടും ശത്രുവംശങ്ങൾ തമ്മിലുള്ള ഭീതിദമായ ഒരു സംഘട്ടനമായി പരിണമിച്ചു. ആ സംഘട്ടനത്തിൽ നിന്നാണ് വിജിഗീഷുമായ റോമാസാമ്രാജ്യം ഉദയം ചെയ്തത്. ഈ സാമ്രാജ്യം ഈജിപ്ഷ്യൻ - മെസൊപ്പൊട്ടാമിയൻ - ഗ്രീക്ക് നാഗരികതയെ യൂറോപ്യൻ ഭൂഖണ്ഡത്തിന്റെ വിദൂരകോണുകളിൽപ്പോലും എത്തിച്ചു. ആധുനിക സമൂഹത്തിന്റെ അടിത്തറയായത് ഈ സംസ്കാരവ്യാപനമാണ്.

ഇതൊക്കെ വളരെ സങ്കീർണ്ണമാണെന്നെനിക്കറിയാം. ഈ തത്ത്വങ്ങൾ നിങ്ങൾക്ക് പിടികിട്ടി കഴിഞ്ഞാൽ, നമ്മുടെ ചരിത്രത്തിന്റെ ശിഷ്ടഭാഗം വളരെ എളുപ്പമായിരിക്കും. വാക്കുകൾക്ക് പറയാൻ കഴിയാത്തത് ഭൂപടങ്ങൾ പറയും. ഈ ചെറിയ ഇടവേളയ്ക്കുശേഷം, നമുക്ക് കഥയിലേക്കു തിരിച്ചുപോവാം. ഇനി ഞാൻ കാർത്തേജും റോമും തമ്മിൽ നടന്ന യുദ്ധത്തെ പറ്റി പറയാം.

റോമും കാർത്തേജും

ആഫ്രിക്കയുടെ വടക്കൻതീരത്തെ സെമിറ്റിക് കോളനിയായ കാർത്തേജും ഇറ്റലിയുടെ പടിഞ്ഞാറൻതീരത്തെ ഇന്തോ-യൂറോപ്യൻ കോളനിയായ റോമും തമ്മിൽ പശ്ചിമ മദ്ധ്യധരണിക്കുവേണ്ടി പോരാടുകയും കാർത്തേജ് നശിപ്പിക്കപ്പെടുകയും ചെയ്തു

കാർത് - ഹദ്ഷത് എന്ന ചെറിയ ഫിനീഷ്യൻ വാണിഭകേന്ദ്രം ആഫ്രിക്കൻ കടലിന്റെ തീരത്തുള്ള ഒരു കൊച്ചുകുന്നിൻപുറത്തായി നിലക്കൊണ്ടു. ആഫ്രിക്കയെയും യൂറോപ്പിനെയും വേർതിരിക്കുന്ന 90 നാഴിക (144 കി മീ)വീതിയുള്ളൊരു ജലപ്പരപ്പാണ് ആഫ്രിക്കൻ കടൽ. വാണിജ്യകേന്ദ്രമാകാൻ തികച്ചും അനുയോജ്യമായിരുന്നു ആ സ്ഥലം. മിക്കവാറും ആവശ്യത്തിലധികം അനുയോജ്യമായ ഒരിടം. അത് വളരെവേഗത്തിൽ വളർന്നു, അതിസമ്പന്നമായിത്തീർന്നു. ബി സി ആറാം നൂറ്റാണ്ടിൽ, ബാബിലോണിലെ നെബുക്കദ്നെസാർ ടയർ നഗരത്തെ നശിപ്പിച്ചു; അപ്പോൾ കാർത്തേജ് മാതൃരാജ്യവുമായുള്ള എല്ലാ ബന്ധങ്ങളും വിഛേദിച്ചു; അത് ഒരു സ്വതന്ത്ര രാജ്യമായിത്തീർന്നു - സെമിറ്റിക് വംശങ്ങളുടെ വലിയൊരു മുന്നേറ്റ കേന്ദ്രമായി അത് വളർന്നു.

നിർഭാഗ്യവശാൽ ഒരായിരം വർഷം ഫിനീഷ്യക്കാർ ആർജ്ജിച്ച സ്വഭാവ വിശേഷങ്ങളെല്ലാം ഈ നഗരത്തിന് പൈതൃകമായി ലഭിച്ചിരുന്നു. അത് വലിയൊരു വ്യാപാര സംവിധാനമായിരുന്നു, ശക്തമായ ഒരു നാവികസൈന്യം അതിനെ സംരക്ഷിച്ചു നിർത്തിയിരുന്നു, ജീവിതത്തിന്റെ ആർദ്രമനോഹര ഭാവങ്ങളിൽ തികച്ചും നിസ്സംഗമായിരുന്നു, ഇത്. നഗരവും ചുറ്റുമുള്ള ഗ്രാമപ്രദേശങ്ങളും വിദൂരസ്ഥമായ കോളനികളുമെല്ലാം ശക്തമായ ഒരു സമ്പന്നവർഗ്ഗത്തിന്റെ ഭരണത്തിൻകീഴിലായിരുന്നു. ധനികർക്കുള്ള ഗ്രീക്കുപദം Ploutos (പ്ലൂട്ടോസ്) എന്നാണ്; ധനികവർഗ്ഗത്തിന്റെ ഭരണത്തെ ഗ്രീക്കുകാർ പ്ലൂട്ടോക്രസി എന്നാണ് വിളിച്ചത്. കാർത്തേജ് ഒരു പ്ലൂട്ടോക്രസി ആയിരുന്നു; രാഷ്ട്രത്തിന്റെ യഥാർത്ഥ അധികാരം ഏതാണ്ട് ഒരു ഡസൻ വരുന്ന വലിയ കപ്പലുടമകൾ, വണിക്കുകൾ, വ്യാപാരികൾ എന്നിവരുടെ കൈകളിലായിരുന്നു. അവർ ഒരു ഓഫീസിന്റെ പിന്മുറിയിലിരുന്നാണ് ഭരണകാര്യങ്ങൾ നിശ്ചയിച്ചിരുന്നത്. പിതൃ

കാർത്തേജ്

ഭൂമി അവർക്ക് വലിയൊരു കച്ചവട സംരംഭമായിരുന്നു. അതിൽനിന്ന് മാന്യമായ ലാഭം കിട്ടിയാൽ മതിയാകുമായിരുന്നു അവർക്ക്. അവർ പക്ഷേ, സദാ ജാഗരൂകരായിരുന്നു, ഊർജ്ജസ്വലരും കഠിനാദ്ധ്വാനികളുമായിരുന്നു.

വർഷങ്ങൾ കൊഴിഞ്ഞുപോകെ, അയൽക്കാരുടെമേൽ കാർത്തേജിന്റെ സ്വാധീനം വർദ്ധിച്ചു; ആഫ്രിക്കൻ തീരദേശം, സ്പെയിൻ, ഫ്രാൻസിന്റെ ചില ഭാഗങ്ങൾ എന്നിവ കാർത്തേജീനിയൻ പ്രദേശങ്ങളായിമാറി; അവ ആഫ്രിക്കൻതീരത്തെ കരുത്താർന്ന ഈ നഗരത്തിന് കരവും നികുതിയും ഡിവിഡന്റും നല്കിവന്നു.

നിശ്ചയമായും ഇത്തരമൊരു "പ്ലൂട്ടോക്രസി" എപ്പോഴും ജനക്കൂട്ടത്തിന്റെ ദാക്ഷിണ്യത്തിന് വിധേയരായിരുന്നു. ജനങ്ങൾക്ക് നല്ല പണിയുണ്ടായിരുന്നു, ഉയർന്ന കൂലി കിട്ടിയിരുന്നു. അതുകൊണ്ടുതന്നെ ഭൂരിപക്ഷം പൗരന്മാരും സംതൃപ്തരായിരുന്നു. ഇക്കാരണത്താൽ അവർ ഭരണാധികാരികളെ അവരുടെ പാട്ടിനുവിട്ടു, അവരോട് ഞെട്ടിക്കുന്ന ചോദ്യങ്ങളൊന്നും ചോദിച്ചില്ല. പക്ഷേ, കപ്പലുകൾ തുറമുഖത്തുനിന്ന് പുറപ്പെടാതായപ്പോൾ, ഉരുക്ക് ചൂളകളിലേക്ക് അയിരുകൾ എത്താതായപ്പോൾ, തുറമുഖത്തൊഴിലാളികൾക്കും കപ്പലിലെ കയറ്റിറക്കുകാർക്കും പണിയില്ലാതായപ്പോൾ അമർഷവും രോഷവുമുണ്ടായി; പഴയകാലത്ത് കാർത്തേജ് സ്വയംഭരണ റിപ്പബ്ലിക്കായിരുന്ന കാലത്തെപോലെ ജനകീയ

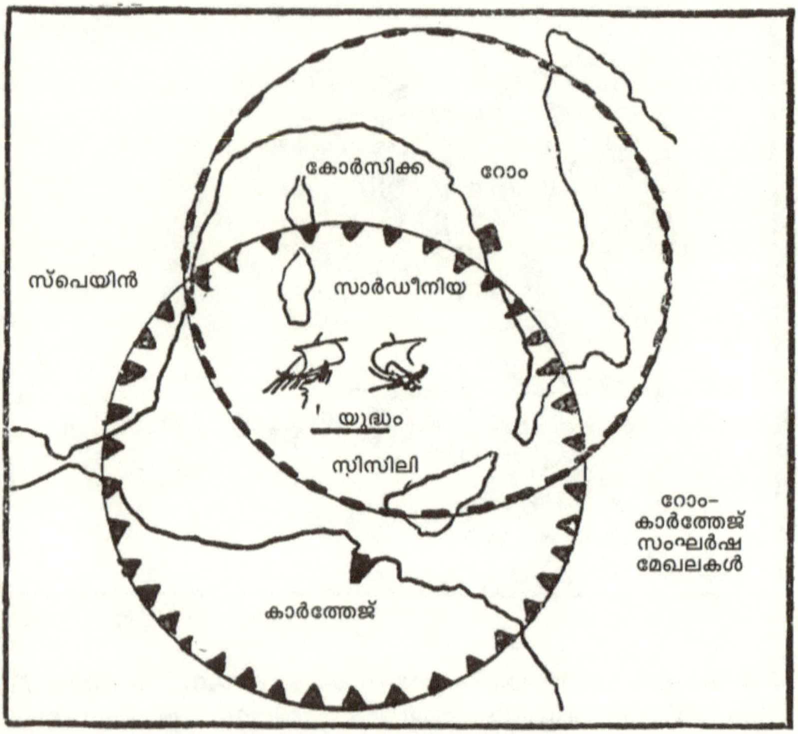

സ്വാധീനമേഖലകൾ

അസംബ്ലി വിളിച്ചു ചേർക്കണമെന്ന ആവശ്യം ഉയർന്നുവന്നു.

ഇതു തടയുന്നതിന് നഗരഭരണ കാര്യങ്ങൾ അതിവേഗത്തിൽ നടക്കുകയല്ലാതെ മാർഗ്ഗമില്ലെന്ന് പ്ലൂട്ടോക്രസിക്കറിയാമായിരുന്നു. ഏതാണ്ട് അഞ്ച് നൂറ്റാണ്ടുകാലം അവർ ഇത് വിജയകരമായി നടപ്പാക്കിയിരുന്നു; ഇറ്റലിയുടെ പടിഞ്ഞാറൻ തീരത്തുനിന്ന് വല്ലാതെ വേവലാതിപ്പെടുത്തുന്ന ചില ഊഹാപോഹങ്ങൾ വന്നപ്പോഴൊക്കെ അവർക്കിതു കഴിഞ്ഞിരുന്നു. ടൈബർ നദിയുടെ തീരത്തുള്ളൊരു കൊച്ചുഗ്രാമം വലിയൊരു ശക്തിയായി മാറിക്കഴിഞ്ഞുവെന്നും, മദ്ധ്യഇറ്റലിയിലെ ലത്തീൻ ഗോത്രക്കാരുടെ അനിഷേധ്യ നേതാവായി മാറിക്കഴിഞ്ഞുവെന്നും കേൾക്കുന്നുണ്ടായിരുന്നു. റോം എന്ന് വിളിക്കപ്പെടുന്ന ഈ ഗ്രാമം കപ്പൽ നിർമ്മിക്കാനുദ്ദേശിക്കുന്നുവെന്നും സിസിലിയിലേയും ഫ്രാൻസിന്റെ ദക്ഷിണതീരത്തേയും വാണിജ്യത്തിലിടപെടാൻ തീരുമാനിക്കുന്നുവെന്നുമൊക്കെ വാർത്തകൾ കേട്ടിരുന്നു.

ഇത്തരമൊരു മത്സരം സഹിഷ്ണുതയോടെ വീക്ഷിക്കുവാൻ കാർത്തേജിനു കഴിയുമായിരുന്നില്ല. ഈ പുതിയ എതിരാളിയെ നശിപ്പിച്ചി

ല്ലെങ്കിൽ പശ്ചിമ മദ്ധ്യധരണിയിലെ പരമാധികാരികളെന്ന കാർത്തേജ് ഭരണാധികാരികളുടെ അന്തസ്സിനിടിവ് തട്ടുമെന്ന കാര്യം നിർവ്വിശങ്കമായിരുന്നു. ഈ ഊഹാപോഹങ്ങളെപ്പറ്റി കൃത്യമായ അന്വേഷണം നടന്നപ്പോൾ, സാമാന്യമായി അവയൊക്കെ വസ്തുതകളാണെന്ന് മനസ്സിലായി.

ഇറ്റലിയുടെ പശ്ചിമതീരം ദീർഘകാലമായി അവഗണിക്കപ്പെട്ട പ്രദേശമായിരുന്നു. പരിഷ്കൃതിയുടെ കിരണങ്ങൾ അവിടെ എത്തിനോക്കിയിരുന്നില്ല. ഗ്രീസിലെ നല്ല തുറമുഖങ്ങളെല്ലാം പൗരസ്ത്യാഭിമുഖവും തിരക്കാർന്ന ഈജിയൻ ദ്വീപുകളുടെ ദർശനസൗഭാഗ്യമുള്ളവയുമായിരുന്നു; അതേസമയം ഇറ്റലിയുടെ പശ്ചിമതീരത്തിന് കാണാൻ മദ്ധ്യധരണ്യാഴിയിലെ നിരാനന്ദമായ തിരമാലകൾ മാത്രമേയുണ്ടായിരുന്നുള്ളൂ. ഗ്രാമപ്രദേശം ദരിദ്രമായിരുന്നു. വിദേശവണിക്കുകൾ അവിടം സന്ദർശിച്ചിരുന്നില്ല. നാട്ടുകാരാവട്ടെ കൈയിലുള്ള കുന്നുകളും ചതുപ്പാർന്ന സമതല പ്രദേശങ്ങളുമായി അലട്ടില്ലാതെ കഴിയാൻ അനുവദിക്കപ്പെട്ടു.

ഈ പ്രദേശത്തിനു നേരെ ഗൗരവസ്വഭാവത്തിലുള്ള ആദ്യകടന്നാക്രമണം വടക്കുഭാഗത്തു നിന്നാണുണ്ടായത്. അനിശ്ചിതമായ ഒരു നാൾ ചില ഇന്തോ യൂറോപ്യൻ ഗോത്രങ്ങൾ ആൽപ്സ് പർവ്വതത്തിന്റെ ചുരങ്ങളിലൂടെ കടന്നുവരികയും തെക്കുഭാഗത്തേക്കു നീങ്ങുകയും ചെയ്തു. അവർ ഇറ്റാലിയൻ ഗ്രാമങ്ങളിലെത്തിച്ചേരുകയും അവിടത്തെ ജനങ്ങളെ വേട്ടയാടുകയും ചെയ്തു. ഈ ആദ്യകാല ആക്രമണകാരികളെപ്പറ്റി നമുക്കൊന്നും അറിയില്ല. അവരുടെ മഹത്ത്വം വാഴ്ത്തിപ്പാടാൻ ഒരു ഹോമറുണ്ടായിരുന്നില്ല. റോമിന്റെ നിർമ്മിതിയെപ്പറ്റിയുള്ള അവരുടെ വിവരണങ്ങൾ കേവലം യക്ഷിക്കഥകളായിരുന്നു; അവ ചരിത്രത്തിൽ ചേർക്കാനൊന്നും പറ്റുകയില്ല. (ഈ കഥയാവട്ടെ ഏകദേശം എണ്ണൂറുകൊല്ലം കഴിഞ്ഞാണുണ്ടായത്, റോമാനഗരം സാമ്രാജ്യ കേന്ദ്രമായിമാറിയതിനുശേഷം). റോമുലസും രേമസ്സും അന്യോന്യം ചുമരുചാടിക്കടന്നതും മറ്റും (ആര് ആരുടെ ചുമർ ചാടിക്കടന്നുവെന്ന് ഞാൻ എപ്പോഴും മറന്നു പോവുന്നു) വായനയെ രസകരമാക്കുന്നു. പക്ഷേ, റോമാനഗരത്തിന്റെ അസ്തിവാരമൊരുക്കിയ കാര്യം സത്യത്തിൽ തീരെ മുഷിപ്പനായ ഒരു സംഗതിയാണ്. ഒരായിരം അമേരിക്കൻ നഗരങ്ങളുടെ കാര്യത്തിൽ സംഭവിച്ചതുപോലെ കൈമാറ്റക്കച്ചവടത്തിനും കുതിരപ്പന്തയത്തിനും ഏറെ സൗകര്യമുള്ള സ്ഥലമെന്ന നിലയിലാണ് റോമാനഗരത്തിന്റെ നിർമ്മിതി ആരംഭിച്ചത്. മദ്ധ്യ ഇറ്റാലിയൻ സമതലഭൂമിയുടെ ഹൃദയഭാഗത്തായിരുന്നു, അത്. ടൈബർ നദി സമുദ്രത്തിലേക്ക് നേരിട്ട് പ്രവേശനം നല്കി. വടക്കുനിന്ന് തെക്കുഭാഗത്തേക്കുള്ള കരമാർഗ്ഗം ഇവിടെ നല്ലൊരു കടവ് കണ്ടെത്തി; വർഷം മുഴുവൻ ഉപയോഗിക്കാമായിരുന്നു, ഈ കടവ്. നദീതീരത്തെ ഏഴ് കുന്നുകൾ നഗരവാസികൾക്ക് ശത്രുക്കളിൽനിന്നുള്ള അഭയ സ്ഥാനമായിരുന്നു. പർവ്വതങ്ങളിലും സമുദ്രത്തിൽ നിന്ന് ദൃശ്യമാവുന്ന ചക്രവാളത്തിനപ്പുറത്തുമാണ് ശത്രുക്കൾ ജീവിച്ചിരുന്നത്.

റോമാനഗരം രൂപപ്പെടുന്നു

പർവ്വതാരോഹകർ അറിയപ്പെട്ടിരുന്നത് സബൈനുകൾ എന്നാണ്. എളുപ്പത്തിൽ കൊള്ള നടത്തുകയെന്ന ചീത്തമോഹങ്ങളുള്ള ഒരു പരുക്കൻ ജനക്കൂട്ടമായിരുന്നു ഇവർ. അവർ വളരെ പിന്നാക്കം നില്ക്കുന്നവരായിരുന്നു; കന്മഴുവും തടികൊണ്ടുണ്ടാക്കിയ ചുറ്റികയുമായിരുന്നു അവരുടെ ആയുധങ്ങൾ. റോമാക്കാരുടെ ഉരുക്കുവാളുകൾ നേരിടാനവർക്ക് ഒരുതരത്തിലും കഴിയുമായിരുന്നില്ല. എന്നാൽ സമുദ്രജനത ആപല്ക്കാരികളായ ശത്രുക്കളായിരുന്നു. അവർ എട്രസ്കന്മാർ എന്നറിയപ്പെട്ടു. അവർ അന്നും ഇന്നും ചരിത്രത്തിലെ വലിയൊരു നിഗൂഢതയാണ്; എവിടെനിന്നു വന്നുവെന്നാർക്കുമറിയുമായിരുന്നില്ല, ഇന്നുമറിയില്ല. ആരായിരുന്നു അവർ, അവരുടെ ആദ്യവാസഗൃഹത്തിൽനിന്ന് അവരെങ്ങനെ പുറത്തായി ഇതൊന്നുമാർക്കുമറിയില്ല. ഇറ്റാലിയൻ തീരത്തുടനീളം അവരുടെ നഗരാവശിഷ്ടങ്ങളും, സെമിത്തേരികളും അവരുടെ ജലസംഭരണികളുമെല്ലാം നാം കണ്ടെത്തിയിട്ടുണ്ട്. അവരുടെ ലിഖിതങ്ങൾ നമുക്കറിയാം. എന്നാൽ ആർക്കും എട്രസ്കൻ അക്ഷരമാല വായിച്ചെടുക്കാൻ കഴിഞ്ഞിട്ടില്ല. അതുകൊണ്ട് ഈ ലിഖിതസന്ദേശങ്ങൾ ഒരു ശല്യമായി നിലനില്ക്കുന്നു, അവകൊണ്ട് ഒരു പ്രയോജനവുമില്ല.

ഏറ്റവും കൂടിയാൽ നമുക്ക് ഊഹിക്കാൻ കഴിയുന്നത് എട്രസ്കന്മാർ വന്നത് ഏഷ്യാമൈനറിൽ നിന്നാണെന്നാണ്. ഒരു വലിയ യുദ്ധമോ, മഹാവ്യാധിയോ കാരണം അവർ പുതിയ വാസഗേഹം തേടി അവിടം വിട്ടുപോയി. യാത്രയുടെ കാരണമെന്തായാലും, എട്രസ്കന്മാർ ചരിത്രത്തിൽ വലിയൊരു പങ്കുവഹിച്ചു. പൗരസ്ത്യ ലോകത്തുനിന്ന് പരിഷ്കൃതിയുടെ പരാഗം അവർ പാശ്ചാത്യലോകത്തേക്കു കൊണ്ടുവന്നു. വടക്കൻനാടുകളിൽ നിന്നുവന്ന റോമക്കാരെ, വാസ്തുവിദ്യയുടെയും തെരുവ് നിർമ്മിതിയുടെയും യുദ്ധത്തിന്റെയും കലകളുടെയും പാചകവിദ്യയുടെയും ഔഷധീയത്തിന്റെയും നക്ഷത്രപഠനത്തിന്റെയും ആദ്യതത്ത്വങ്ങൾ അവരാണ് പഠിപ്പിച്ചത്.

ഗ്രീക്കുകാർക്ക് ഈജിയൻ ഗുരുനാഥന്മാരെ ഇഷ്ടമില്ലാതിരുന്നതുപോലെ, റോമക്കാരും അവരുടെ എട്രസ്കൻ ആചാര്യന്മാരെ വെറുത്തിരുന്നു. കഴിയുന്നത്രവേഗം അവർ എട്രസ്കന്മാരെ ഒഴിവാക്കി. ഗ്രീക്കു കച്ചവടക്കാർ ഇറ്റലിയുടെ വാണിജ്യസാദ്ധ്യതകൾ കണ്ടെത്തിയതോടെ ഇതിനുള്ള അവസരം കൈവന്നു; ആദ്യത്തെ ഗ്രീക്കുകപ്പലുകൾ റോമിലെത്തിയതോടെ ഇത് സാദ്ധ്യമായി. ഗ്രീക്കുകാർ കച്ചവടം ചെയ്യാനാണ് വന്നത്, പക്ഷേ, പഠിപ്പിക്കാൻവേണ്ടി അവർ റോമിൽ പാർത്തു. റോമൻ ഗ്രാമങ്ങളിൽ താമസിച്ചിരുന്ന ലത്തീനുകൾ എന്നു വിളിക്കപ്പെട്ട ഗോത്രങ്ങൾ പ്രായോഗിക പ്രയോജനമുള്ള സംഗതികൾ പഠിക്കാൻ താല്പര്യമുള്ളവരായിരുന്നു. ലിഖിതമായൊരക്ഷരമാലയുടെ പ്രാധാന്യം അവർക്കു പെട്ടെന്നു തന്നെ ബോദ്ധ്യമായി; അവർ ഗ്രീക്ക് അക്ഷരമാല പകർത്തി. കൃത്യമായി ക്രമീകരിച്ച നാണയങ്ങളുടെയും അളവുതൂക്കങ്ങളുടെയും വാണിജ്യ പ്രാധാന്യം അവർ മനസ്സിലാക്കി. ക്രമേണ റോമക്കാർ ഗ്രീക്ക്

പരിഷ്കൃതി പൂർണ്ണമായി ഉൾക്കൊണ്ടു.

എന്തിന്, അവർ ഗ്രീക്ക് ദൈവങ്ങളെപോലും റോമാ രാജ്യത്തിലേക്ക് സ്വാഗതം ചെയ്തു. സിയൂസിനെ റോമിൽ സ്വീകരിച്ചു, അവിടെ അദ്ദേഹം ജൂപ്പിറ്റർ ആയി. തുടർന്ന് മറ്റു ദൈവങ്ങളും റോമിൽ സ്വീകരിക്കപ്പെട്ടു. എന്നാൽ റോമൻ ദൈവങ്ങൾ ഗ്രീക്കു ദൈവങ്ങളെന്നപോലെ ജീവിതവീഥികളിലും ചരിത്രത്തിലും മമതയോടെ ജനങ്ങളോടൊപ്പം ചരിക്കുന്നവരായിരുന്നില്ല. റോമൻ ദൈവങ്ങൾ രാഷ്ട്രചര്യകൾ നിർവ്വഹിക്കുന്നവരായിരുന്നു. ഓരോ ദൈവത്തിനും ഒരു വകുപ്പുണ്ടായിരുന്നു, നല്ല നീതിബോധമുണ്ടായിരുന്നു; പകരം തന്റെ ആരാധകന്മാരുടെ കൃത്യമായ അനുസരണം ദൈവം ആവശ്യപ്പെട്ടിരുന്നു. ശ്രദ്ധാപൂർവ്വമാണ് റോമക്കാർ ദൈവങ്ങളെ അനുസരിച്ചത്. പക്ഷേ, ഒളിമ്പസ് പർവ്വതത്തിലെ ദൈവങ്ങളും പഴയ ഹെല്ലനിസ് ജനതയും തമ്മിലുണ്ടായിരുന്ന അരുമയായ ആ സൗഹൃദം റോമാക്കാരും അവരുടെ ദൈവങ്ങളും തമ്മിലുണ്ടായിരുന്നില്ല.

റോമക്കാർ ഗ്രീക്ക് ഭരണസംവിധാനം അനുകരിച്ചില്ല. പക്ഷേ അവർ ഇന്തോ-യൂറോപ്യന്മാരായിരുന്നു, ഹെല്ലാസിലെ ജനങ്ങളെപോലെ. അതുകൊണ്ടുതന്നെ റോമിന്റെ ആദ്യകാലചരിത്രം ഏഥൻസിന്റെയും ഇതര ഗ്രീക്കു നഗരങ്ങളുടെ ചരിത്രത്തിന് സമാനമാണ്. രാജാക്കന്മാരെ ഒഴിവാക്കാനൊന്നും അവർക്ക് ഒരു വിഷമവുമുണ്ടായിരുന്നില്ല; പ്രാചീന ഗോത്രത്തലവന്മാരുടെ പിൻഗാമികളായിരുന്നല്ലോ അവർ. പക്ഷേ, രാജാവിനെ നഗരഭരണത്തിൽനിന്ന് നീക്കം ചെയ്തു കഴിഞ്ഞാൽ പ്രഭുക്കന്മാരുടെ അധികാരവുമായി ഒത്തുപോവാൻ അവർ നിർബ്ബന്ധിതരായിരുന്നു; പിന്നീട് കൃത്യമായൊരു സംവിധാനം ആവിഷ്കരിക്കുന്നതിന് നൂറ്റാണ്ടുകൾ തന്നെ വേണ്ടിവരുമായിരുന്നു. അങ്ങനെയൊരു വ്യവസ്ഥ വന്നു കഴിഞ്ഞപ്പോൾ റോമിലെ എല്ലാ സ്വതന്ത്രപൗരർക്കും നഗരഭരണത്തിൽ പങ്കാളിത്തം വഹിക്കാൻ കഴിഞ്ഞിരുന്നു.

ഇതിനുശേഷം ഗ്രീക്കുകാരെ അപേക്ഷിച്ച്, റോമാക്കാർക്ക് വലിയ ഒരു നേട്ടമുണ്ടായി. അവർ രാജ്യഭരണം നടത്തിയത് അധികം പ്രസംഗമൊന്നും കൂടാതെയായിരുന്നു. ഗ്രീക്കുകാരേക്കാൾ ഭാവന കുറവായിരുന്നു അവർക്ക്. ഒരു പൗണ്ട് വാക്കുകളേക്കാൾ ഒരൗൺസ് പ്രവൃത്തിയാണവരിഷ്ടപ്പെട്ടത്. അവർക്ക് ബഹുജനങ്ങളുടെ പ്രവണത നന്നായിട്ടറിയുമായിരുന്നു (സ്വതന്ത്ര പൗരന്മാരുടെ അസംബ്ലി അറിയപ്പെട്ടത് പ്ലീബ് എന്നാണ്); അതുകൊണ്ടുതന്നെ വെറും വർത്തമാനത്തിന് വേണ്ടി അമൂല്യമായ സമയം ദുർവ്യയം ചെയ്യാനവർക്കിഷ്ടമില്ലായിരുന്നു. നഗരഭരണത്തിന്റെ ശരിയായ ഉത്തരവാദിത്വം അവർ രണ്ടു കോൺസൽമാരെ ഏല്പിച്ചു; അവരെ സഹായിക്കാൻ സമൂഹത്തിലെ മുതിർന്നവരുടെയും വിവേകശാലികളുടേതുമായ ഒരു സഭ രൂപീകരിച്ചു; സെനറ്റ് എന്നായിരുന്നു ഇതിന്റെ പേര് (സെനക്സ് - senex എന്ന പദത്തിന്റെയർത്ഥം വൃദ്ധൻ എന്നാണ്). ആചാരമെന്ന നിലയിലും പ്രായോഗികനേട്ടം

മുൻനിർത്തിയും സെനറ്റർമാരെ പ്രഭുക്കന്മാർക്കിടയിൽ നിന്നാണ് തെരഞ്ഞെടുത്തത്. പക്ഷേ, അവരുടെ അധികാരങ്ങൾ കൃത്യമായി നിർവ്വചിക്കപ്പെട്ടിരുന്നു.

ഒരുകാലത്ത് റോം ദരിദ്രരും ധനികരും തമ്മിലുള്ള ഒരുതരം സമരത്തിലൂടെ കടന്നുപോയിരുന്നു. അത്തരമവസരത്തിൽ ഏഥൻസ് ഡ്രാക്കോവിനെയോ സോളനെയോ നിയമനിർമ്മാണച്ചുമതല ഏല്പിച്ചു. റോമിൽ ഈ സംഘർഷം നടന്നത് ബി സി 5-ാം നൂറ്റാണ്ടിലായിരുന്നു. അതിന്റെ ഫലമായി സ്വതന്ത്രമനുഷ്യന് ലിഖിതമായ ഒരു നിയമസംഹിത ലഭിച്ചു; പ്രഭുകുലജാതരായ ന്യായാധിപന്മാർ ഏകാധിപത്യഭരണം നടത്തുന്നതിൽനിന്ന് ട്രിബ്യൂൺ എന്ന സ്ഥാപനം വഴി ഈ നിയമസംഹിത ജനങ്ങളെ രക്ഷിച്ചു, ട്രിബ്യൂണുകൾ എന്നാൽ നഗര മജിസ്ട്രേറ്റുമാരായിരുന്നു; സ്വതന്ത്രപൗരന്മാരാണ് അവരെ തെരഞ്ഞെടുത്തത്. ഗവൺമെന്റുദ്യോഗസ്ഥന്മാരുടെ ഏതുതരം അനീതിയിൽ നിന്നും പൗരന്മാരെ രക്ഷിക്കാൻ ട്രിബ്യൂണുകൾക്കധികാരമുണ്ടായിരുന്നു. ഒരു മനുഷ്യനെ വധശിക്ഷയ്ക്കു വിധിക്കാൻ കോൺസൽമാർക്കധികാരമുണ്ടായിരുന്നു. എന്നാൽ കുറ്റം സമ്പൂർണ്ണമായി തെളിയിക്കപ്പെട്ടിട്ടില്ലെങ്കിൽ അയാൾക്കുവേണ്ടി ഇടപെടാനും അയാളെ രക്ഷപ്പെടുത്താനും ട്രിബ്യൂണുകൾക്കധികാരമുണ്ടായിരുന്നു.

പക്ഷേ റോം എന്നു പറയുമ്പോൾ, കുറെ ആയിരം മനുഷ്യർ മാത്രമുള്ള ഒരു നഗരത്തെയാണ് ഞാൻ വിവക്ഷിക്കുന്നതെന്നുതോന്നും. എന്നാൽ റോമിന്റെ യഥാർത്ഥശക്തി നഗരഭിത്തികൾക്കു പുറത്തുള്ള ഗ്രാമ ഡിസ്ട്രിക്റ്റുകളായിരുന്നു. ഈ പ്രവിശ്യകളുടെ ഭരണത്തിലാണ് ആദ്യകാലം മുതൽ റോം ഒരു കൊളോണിയൽ അധികാരശക്തിയായിത്തീർന്നത്.

ആദ്യകാലം മുതൽക്കുതന്നെ മദ്ധ്യ ഇറ്റലിയിലെ ദുർഗ്ഗനഗരമായി ബലപ്പെടുത്തപ്പെട്ട ഒരേയൊരു നഗരമായിരുന്നു റോം. പക്ഷേ, ആക്രമണഭീഷണിയിൽപ്പെട്ട ഇതര ലത്തീൻ ഗോത്രങ്ങൾക്ക് റോം എല്ലായ്പോഴും അഭയം നല്കിയിരുന്നു. കരുത്തുള്ള അത്തരമൊരു സുഹൃത്തുമായി ഐക്യത്തിൽ വർത്തിക്കുന്നതിന്റെ നേട്ടങ്ങൾ ലത്തീനയൽക്കാർ അംഗീകരിച്ചിരുന്നു. രണ്ടു കൂട്ടരും തമ്മിൽ പ്രതിരോധത്തിനും പ്രത്യാക്രമണത്തിനുമുള്ള ഒരുതരത്തിലുള്ള സഖ്യം രൂപപ്പെട്ടിരുന്നു. മറ്റു ദേശങ്ങളിലുള്ള ഈജിപ്ഷ്യന്മാരായാലും ബാബിലോണിയന്മാരായാലും ഫിനീഷ്യന്മാരായാലും എന്തിന് ഗ്രീക്കുകാരായാൽ പോലും അപരിഷ്കൃതരായ ബർബ്ബരന്മാരിൽനിന്ന് സമ്പൂർണ്ണമായി കീഴടങ്ങുന്ന ഒരുടമ്പടിക്ക് നിർബ്ബന്ധം പിടിക്കുമായിരുന്നു. എന്നാൽ റോമക്കാർ അത്തരത്തിലൊരു നിർബ്ബന്ധവും പ്രകടിപ്പിച്ചില്ല. അവർ 'അന്യ' ന്ന് പൊതുരക്ഷയ്ക്കായുള്ള സന്ധിയിൽ പങ്കാളികളാകാൻ അവസരം നല്കി. അവരുമൊത്ത് 'റെസ് പബ്ലിക്ക' അഥവാ കോമൺവെൽത്ത് സ്ഥാപിച്ചു.

"നിങ്ങൾക്ക് ഞങ്ങളുമായി യോജിക്കേണ്ടതുണ്ട്," അവർ പറഞ്ഞു,

"ശരി, ശരി. ആയിക്കൊള്ളൂ, യോജിച്ചുകൊള്ളൂ. നിങ്ങളെ റോമിലെ പൂർണ്ണ പൗരന്മാരായി ഞങ്ങൾ പരിഗണിച്ചുകൊള്ളാം. ഇതിന് പകരമായി ആവശ്യമായിവന്നാൽ റോമിനുവേണ്ടി യുദ്ധംചെയ്യാൻ നിങ്ങൾ തയ്യാറാകണം, അതാണ് നമ്മുടെയെല്ലാം മാതാവ്."

"അന്യ"ന്ന് ഈ ഔദാര്യം ഇഷ്ടമായി; കലവറയില്ലാത്ത വിശ്വസ്തതവഴി അയാൾ തന്റെ നന്ദി പ്രകടിപ്പിച്ചു.

ഒരു ഗ്രീക്കുനഗരം ആക്രമിക്കപ്പെട്ടിരുന്നപ്പോൾ, കഴിയുന്നത്ര വേഗത്തിൽ വിദേശികൾ പുറത്തുപോവുമായിരുന്നു. തങ്ങൾക്കുവേണ്ടാത്ത, തങ്ങളെവേണ്ടാത്ത, തങ്ങൾക്ക് ഒന്നുമില്ലാത്ത നഗരത്തിനുവേണ്ടി എന്തിനു പോരാടണം? ശരിയായ വാടകകൊടുത്താൽ താമസിക്കാവുന്ന ഒരു വാടകവീടല്ലേ ഈ നഗരം? എന്നാൽ റോമിന്റെ കവാടങ്ങളിൽ ശത്രു എത്തുമ്പോൾ എല്ലാ ലത്തീൻ ജനവിഭാഗങ്ങളും പ്രതിരോധത്തിനും സുരക്ഷയ്ക്കുമായി കുതിച്ചെത്തിയിരുന്നു. അമ്മയാണ് ആപത്തിലകപ്പെട്ടിരിക്കുന്നത്. അതവരുടെ 'ശരിയായ' വസതിയായിരുന്നു, അവരുടെ വാസം ഒരു നൂറ് മൈൽ അകലെയാണെങ്കിലും, വിശുദ്ധമലകളുടെ ഭിത്തികൾ അവരൊരിക്കലും കണ്ടിട്ടില്ലെങ്കിൽപ്പോലും.

പരാജയത്തിലോ വിപത്തിലോ ഈ വികാരം മാറിയിരുന്നില്ല. ബിസി നാലാം ശതാബ്ദത്തിന്റെ പ്രാരംഭത്തിൽ അപരിഷ്കൃതരായ ഗാളുകൾ (Gauls) ഇറ്റലിക്കുമേൽ സമ്മർദ്ദം ചെലുത്തി. അല്ലിയാനദിയുടെ തീരത്ത് അവർ റോമൻ സൈന്യത്തെ തോല്പിച്ചു; നഗരത്തിനു നേരെ മുന്നേറി. അവർ റോം പിടിച്ചടക്കി; തുടർന്ന് ജനങ്ങൾ സമാധാനാഭ്യർത്ഥന നടത്തുമെന്നവർ പ്രതീക്ഷിച്ചു. അവർ കാത്തിരുന്നു, ഒന്നും സംഭവിച്ചില്ല. ചുരുങ്ങിയ സമയത്തിനുള്ളിൽ ശത്രുതയുള്ള ജനങ്ങൾ ഗാളുകളെ വളഞ്ഞു. ഇതോടെ ഗാളുകൾക്ക് നിലനില്ക്കാനുള്ള വിഭവങ്ങളുടെ സപ്ലൈ ഇല്ലാതായി. ഏഴുമാസംകൊണ്ട് വിശപ്പ് കാരണം അവർ പിന്മാറി. 'വിദേശി' യെ തുല്യനിലയിൽ കാണാനുള്ള റോമിന്റെ നയം വൻവിജയമായിത്തീർന്നു, റോം എന്നത്തേക്കാളും ശക്തമായി നിലനിന്നു.

റോമിന്റെ ഈ ആദ്യകാലചരിത്രം കാണിക്കുന്നത് ആരോഗ്യമുള്ള രാഷ്ട്രമെന്ന റോമൻ ആദർശവും കാർത്തേജ് നഗരത്തിലൂടെ പ്രകടമായ പുരാതന ലോകത്തിന്റെ ആദർശവും തമ്മിലുള്ള അന്തരമാണ്. റോമാക്കാർ ആശ്രയിച്ചത് അനേകം 'തുല്യപൗരന്മാർ' ക്കിടയിലുള്ള ആഹ്ലാദകരവും ഹാർദ്ദവുമായ സഹകരണത്തെയാണ്. ഈജിപ്തിന്റെയും പശ്ചിമേഷ്യയുടെയും മാർഗ്ഗമാണ് കാർത്തേജുകാർ പിന്തുടർന്നത്; പ്രജകളുടെ യുക്തിരഹിതവും അനിഷ്ടത്തോടെയുള്ളതുമായ അനുസരണ മനോഭാവത്തെയാണ് അവരാശ്രയിച്ചത്. ഇതു പരാജയമടഞ്ഞപ്പോൾ തങ്ങൾക്കുവേണ്ടി യുദ്ധം ചെയ്യാൻ അവർ കൂലിപ്പട്ടാളക്കാരെ വിളിച്ചു.

ഇപ്പോൾ നിങ്ങൾക്ക് മനസ്സിലായിട്ടുണ്ടാകും എന്തുകൊണ്ടാണ് റോമിനെപോലെ സമർത്ഥവും ശക്തവുമായ ഒരു ശത്രുവിനെ കാർത്തേജ്

ഭയപ്പെട്ടതെന്ന്, എന്തുകൊണ്ടാണ് കാർത്തേജിലെ പ്ലൂട്ടോക്രസി റോമുമായി ഒരു സംഘർഷം അതിയായി ആഗ്രഹിച്ചതെന്ന്, വളരെ വൈകുന്നതിനുമുമ്പ് റോമിനെ നശിപ്പിക്കാനവർ തീരുമാനിച്ചതെന്ന്.

വേഗം കൂടിയ ഒരു റോമൻ യുദ്ധനൗക

എന്നാൽ കാർത്തേജുകാർ നല്ല വണിക്കുകളായിരുന്നു. ധൃതി പിടിച്ചെന്തെങ്കിലും ചെയ്യുന്നത് കൊണ്ട് നേട്ടമില്ലെന്നവർക്കറിയുമായിരുന്നു. അവർ റോമിന്റെ മുന്നിൽ ഒരു നിർദ്ദേശംവെച്ചു, ഭൂപടത്തിൽ രണ്ടു വൃത്തങ്ങൾ അടയാളപ്പെടുത്തുക, റോമും കാർത്തേജും. ഇവയിലോരോവൃത്തം സ്വന്തം "സ്വാധീനമേഖല"യാക്കുക, അപരന്റെ സ്വാധീനവലയത്തിൽ ഇടപെടുകയില്ലെന്ന് വാക്കുനല്കുക. ഒത്തുതീർപ്പിന് രണ്ടു പേരും തയ്യാറായി; അതുപോലെതന്നെ അത് ലംഘിക്കപ്പെടുകയും ചെയ്തു. സമൃദ്ധമായ ഒരു മണ്ണും ചീത്ത ഗവൺമെന്റും കാരണം എപ്പോഴും വിദേശ ഇടപെടൽ ക്ഷണിച്ചുകൊണ്ടേയിരുന്ന സിസിലിയിലേക്ക് സൈന്യത്തെ അയക്കാനുള്ള ഏറ്റവും പറ്റിയ സന്ദർഭത്തിൽ രണ്ടുപേരും അത് ലംഘിച്ചു.

തുടർന്നുണ്ടായ യുദ്ധം (ഒന്നാം പ്യൂണിക് യുദ്ധമെന്നാണതറിയപ്പെടുന്നത്) ഇരുപത്തിനാലുവർഷം നീണ്ടു നിന്നു. പുതുതായി രൂപപ്പെട്ട റോമൻ നാവികസൈന്യത്തെ അനുഭവ സമ്പന്നമായ കാർത്തേജിന്റെ കടൽപ്പട എളുപ്പത്തിൽ തോല്പിക്കുമെന്ന് തോന്നി. കാർത്തേജുകാർ അവരുടെ പഴയ അടവുകൾ തന്നെ പ്രയോഗിച്ചു. അവർ ശത്രുവിന്റെ യാനപാത്രങ്ങൾക്കെതിരെ ആഞ്ഞടിച്ചു; അല്ലെങ്കിൽ പാർശ്വങ്ങളിലൂടെ ധീരമായി കടന്നാക്രമിച്ച് ശത്രുവിന്റെ അണിയങ്ങൾ തകർത്തു; പിന്നീട് അമ്പും അഗ്നിഗോളങ്ങളുമുപയോഗിച്ചു നാവികന്മാരെ കൊന്നു. പക്ഷേ,

ഇതിനിടയിൽ റോമൻ എഞ്ചിനീയർമാർ പുതിയൊരു സൂത്രം നിർമ്മിച്ചിരുന്നു. ആ സൂത്രം അന്നത്തെ ഉയർന്ന ഒരു കണ്ടുപിടിത്തമായിരുന്നു. കാലാൾപടയ്ക്കുപയോഗിക്കാവുന്ന കൃത്രിമമായ ഒരു പാലമായിരുന്നു അത്. ഈ പാലത്തിന്റെ സഹായത്തോടെ അവർ കടലിൽ കേമന്മാരായ ശത്രുക്കളുടെ കപ്പലുകൾ തകർത്തു. ഇതോടെ കാർത്തേജീനിയൻ നാവികപ്പടയുടെ വിജയങ്ങൾക്ക് അറുതിവന്നു. മൈലേയിലെ യുദ്ധത്തിൽ അവരുടെ സൈന്യം ദയനീയമായി പരാജയമടഞ്ഞു. സമാധാനത്തിനപേക്ഷിക്കേണ്ടിവന്നു, കാർത്തേജിന്. സിസിലി റോമൻ പ്രദേശമായിത്തീർന്നു.

23 വർഷത്തിനുശേഷം പുതിയ പ്രതിസന്ധികളുണ്ടായി. ചെമ്പിനുവേണ്ടിയുള്ള അന്വേഷണത്തിന്റെ ഭാഗമായി റോം സാർഡിനിയ പിടിച്ചടക്കി. വെള്ളിക്കുവേണ്ടിയുള്ള അന്വേഷണത്തിൽ കാർത്തേജ് തെക്കൻ സ്പെയിൻ പൂർണ്ണമായി കൈവശപ്പെടുത്തി. ഇതോടെ കാർത്തേജ് റോമക്കാരുടെ നേരിട്ടുള്ള അയൽക്കാരനായി. റോമക്കാർക്ക് ഇത് ഒട്ടും ഇഷ്ടമായില്ല. റോമൻ സൈന്യം പിറനീസ് പർവ്വതംകടന്ന് കാർത്തേജിനിയൻ അധിനിവേശ സൈന്യത്തിന്റെ നീക്കങ്ങൾ ശ്രദ്ധിച്ചു.

രണ്ടു ശത്രുക്കളും തമ്മിലുള്ള രണ്ടാം യുദ്ധത്തിനുള്ള കളമൊരുങ്ങി. കാർത്തേജീനിയന്മാർ സ്പെയിനിന്റെ കിഴക്കൻ തീരത്തുള്ള സഗുൻറം വളഞ്ഞുവെച്ചു. അവിടത്തെ ജനങ്ങൾ റോമിനോട് രക്ഷാഭ്യർത്ഥന നടത്തി. കാർത്തേജിനിയന്മാർക്കെതിരെ അവരെ സഹായിക്കാൻ റോം എപ്പോഴും സന്നദ്ധമായിരുന്നു. ലത്തീൻ സൈന്യങ്ങളുടെ സഹായം സെനറ്റ് വാഗ്ദാനം ചെയ്തു. പക്ഷേ, ഇതിനുള്ള തയ്യാറെടുപ്പിന് അല്പം സമയം വേണ്ടിവന്നു. ഇതിനിടയിൽ സഗുൻറം പിടിച്ചടക്കപ്പെടുകയും നശിപ്പിക്കപ്പെടുകയും ചെയ്തു. ഇത് റോമിന്റെ ഇച്ഛയ്ക്ക് തികച്ചും എതിരായിരുന്നു. സെനറ്റ് യുദ്ധം പ്രഖ്യാപിച്ചു. ഒരു സൈന്യം ആഫ്രിക്കൻ കടൽ കടന്ന് കാർത്തേജിന്റെ മണ്ണിൽ ഇറങ്ങാൻ തീരുമാനിച്ചു. മറ്റൊരു സൈന്യവിഭാഗം കാർത്തേജിനെ സ്പെയിനിൽ നേരിടാൻ തീരുമാനിച്ചു. സ്പെയിനിലെ കാർത്തേജ് സൈന്യത്തെ അവിടെത്തന്നെ പിടിച്ചുനിർത്താനുള്ള, അവർ കാർത്തേജിലേക്ക് സഹായവുമായി ചെല്ലാതിരിക്കാനുള്ള ഒരു സൂത്രമായിരുന്നു ഇത്. ഒന്നാംതരം ആസൂത്രണമായിരുന്നു ഇത്. ഇത് വിജയിക്കുമെന്ന് എല്ലാവരും പ്രതീക്ഷിച്ചു. പക്ഷേ, ദൈവങ്ങൾ മറിച്ചാണ് തീരുമാനിച്ചത്.

ബി സി 218 ലെ ശിശിരമായിരുന്നു അത്. സ്പെയിനിലെ കാർത്തേജ് സൈന്യത്തെ ആക്രമിക്കാനുള്ള റോമൻ സൈന്യം ഇറ്റലിയിൽ നിന്ന് യാത്രപുറപ്പെട്ടു. സത്വരവും പൂർണ്ണവുമായ ഒരു യുദ്ധവിജയത്തിന്റെ വാർത്ത പ്രതീക്ഷിച്ചിരിക്കുകയായിരുന്നു ജനങ്ങൾ. അപ്പോൾ പോ (Po) സമതലത്തിൽ ഭീകരമായ ഒരു കഥ പ്രചരിച്ചു തുടങ്ങി. പ്രാകൃതരായ പർവ്വതാരോഹകരാണ് ഈ കഥ പറഞ്ഞത്, പേടികൊണ്ട് വിറയാർന്ന ചുണ്ടുകളുമായിട്ടാണ് അവർ ആ കഥ പറഞ്ഞത്. തവിട്ടുനിറമുള്ള മനുഷ്യർ, ഒപ്പം അതുവരെ അറിയാത്ത ഒരുതരം വന്യമൃഗങ്ങളുമായി, "ഒരു

ഹാനിബാൾ ആൽപ്പ്സ് പർവ്വതം കടക്കുന്നു

വീടോളം വലുപ്പമുള്ള" വന്യമൃഗങ്ങളുമായി മഞ്ഞുപടലങ്ങൾക്കിടയിലൂടെ പ്രത്യക്ഷപ്പെട്ടിരിക്കുന്നു. ഗ്രേയൻ ചുരത്തിനുചുറ്റും മഞ്ഞുപടലങ്ങളുണ്ടായിരുന്നു. ഈ ചുരത്തിലൂടെയാണ് സഹസ്രാബ്ദങ്ങൾക്കുമുമ്പ് ഹെർക്കുലീസ്, സ്പെയിനിൽ നിന്ന് ഗ്രീസിലേക്കു പോവുകയായിരുന്ന ഗ്രെയോണിന്റെ കാളകളെ തെളിച്ചത്, ഈ കഥ പ്രചരിച്ചതിന് പിറകെ നിരാശ്രയരായ അനേകം അഭയാർത്ഥികൾ റോമിന്റെ കവാടങ്ങൾക്കടുത്തെത്തി. അവർ സംഭവത്തിന്റെ കൂടുതൽ വിശദാംശങ്ങൾ നല്കി. ഹാമിൽക്കറിന്റെ പുത്രനായ ഹാനിബാൾ, അമ്പതിനായിരം വരുന്ന സൈന്യവും ഒമ്പതിനായിരം അശ്വാരൂഢന്മാരും 37 യുദ്ധഗജങ്ങളുമായി പിറനീസ് പർവ്വതം കടന്നുവരികയായിരുന്നു. റോൺ നദീതീരത്ത് വെച്ച്, അയാൾ സിപ്പിയോവിന്റെ നേതൃത്വത്തിലുള്ള റോമൻ സൈന്യത്തെ തോല്പിച്ചു. ഒക്ടോബർ മാസമായിരുന്നെങ്കിലും ആൽപ്സിന്റെ മലമ്പാതകളിലൂടെ തന്റെ സൈന്യത്തെ അയാൾ സുരക്ഷിതമായി നയിച്ചു. വഴിനിറയെ മഞ്ഞുപടലങ്ങളും ഹിമപാളികളുമായിരുന്നു. അവിടെനിന്ന് അയാൾ ഗാളുകളുമായി ചേർന്നു. രണ്ടു സംഘവും ചേർന്ന് ട്രേബിയ കടക്കുന്നതിനു മുമ്പുതന്നെ റോമക്കാരുടെ രണ്ടാമതൊരു സൈന്യത്തെ തോല്പിച്ചു; തുടർന്ന് റോമിനെ ആൽപൈൻ പ്രവിശ്യയുമായി ബന്ധിപ്പിക്കുന്ന പ്ലാസൻഷ്യയെ വളഞ്ഞു.

അത്ഭുതപരതന്ത്രമായ സെനറ്റ്, പക്ഷേ, സ്വാഭാവികമായും ശാന്തമായും ഊർജ്ജസ്വലവുമായിട്ടാണ് യുദ്ധവാർത്തകൾ മനസ്സിലാക്കിയത്. പരാജയ വർത്തമാനം സെനറ്റ് ഒളിച്ചുവെച്ചു. ആക്രമണകാരിയെ തടയാൻ രണ്ടു സൈന്യസംഘത്തെ പുതുതായി അയച്ചു. ട്രാൻസിമീൻ തടാകത്തിന്റെ കരയിലൊരു ചെറുവീഥിയിൽവെച്ച് ഹാനിബാൾ രണ്ടു സംഘത്തെയും പിന്നിൽനിന്നാക്രമിച്ചു, എല്ലാ റോമൻ സൈന്യനേതാക്കളെയും വധിച്ചു, അവരുടെ മിക്ക പട്ടാളക്കാരേയും കൊന്നു. ഇതോടെ റോമിലെ ജനങ്ങൾക്കിടയിൽ ആപൽഭീതിയുണ്ടായി. പക്ഷേ, സെനറ്റ് ശാന്തമായിത്തന്നെ നിലക്കൊണ്ടു. മൂന്നാമതൊരു സൈന്യത്തെ സംഘടിപ്പിച്ച്, അതിന്റെ ചുമതല ക്വിന്റസ് ഫേബിയസ് മാക്സിമസ് എന്ന സൈന്യാധിപന് നല്കി. "രാജ്യത്തെ രക്ഷിക്കാനാവശ്യമായ" ഏതു നടപടിയും സ്വീകരിക്കാനുള്ള സമ്പൂർണ്ണമായ അധികാരം അദ്ദേഹത്തിന് നല്കി.

താൻ വളരെ ശ്രദ്ധാലുവായിരിക്കുന്നില്ലെങ്കിൽ പരാജയം സുനിശ്ചിതമാണെന്ന് ഫാബിയസിനറിയാമായിരുന്നു. അദ്ദേഹത്തിന്റെ സൈന്യത്തിലുണ്ടായിരുന്നത് പുതിയ, പരിശീലനം സിദ്ധിക്കാത്ത പട്ടാളക്കാരായിരുന്നു, അവശേഷിച്ച സേനാനികളായിരുന്നു, അവർ; ഹാനിബാളിന്റെ യുദ്ധവിദഗ്ദ്ധരായ സൈനികരോടു കിടപിടിക്കാൻ കൊള്ളാത്തവരായിരുന്നു ഇവർ. ഫാബിയസ് ഇതിന് സ്വീകരിച്ച തന്ത്രം ഇപ്രകാരമായിരുന്നു; അദ്ദേഹം നേരിട്ടുള്ള യുദ്ധാവസരങ്ങൾ ഒഴിവാക്കിക്കൊണ്ടിരുന്നു; അപ്പോഴും തന്റെ സൈന്യത്തോടൊപ്പം ഹാനിബാളിനെ പിന്തുടർന്നു

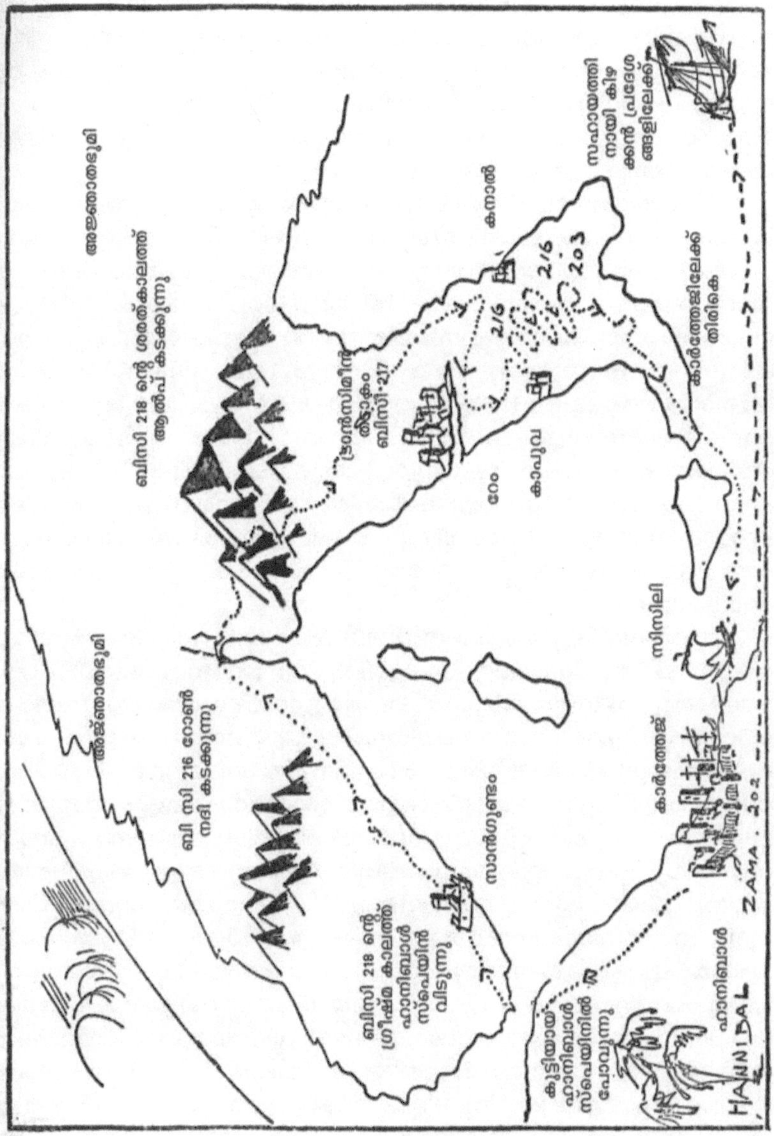

ഹാനിബാളിന്റെ മുന്നേറ്റങ്ങൾ

കൊണ്ടിരുന്നു. കാർത്തേജ് സൈനികർക്ക് ലഭിക്കാവുന്ന ഭോജ്യ വസ്തുക്കൾ മുഴുവൻ ഫാബിയസും സംഘവും നശിപ്പിച്ചുകൊണ്ടിരുന്നു, റോഡുകൾ മുഴുവൻ അവർ നശിപ്പിച്ചു, കാർത്തേജിന്റെ ചെറുസംഘങ്ങളെ ആക്രമിച്ചു; ഗറില്ലാ യുദ്ധതന്ത്രമായിരുന്നു അത്; ശത്രുവിന് വിനാശവും വേദനയും ശല്യവുമുണ്ടാക്കുന്നതും അവരുടെ ആത്മധൈര്യം ചോർത്തിക്കളയുന്നതുമായ യുദ്ധതന്ത്രമായിരുന്നു ഇത്.

റോമാനഗരത്തിന്റെ അതിർത്തിക്കുള്ളിൽ അഭയം തേടിയിരുന്ന ഭയാകുലരായ ജനങ്ങൾ, പക്ഷേ, ഇതുകൊണ്ട് സംതൃപ്തരായില്ല. അവർക്കു വേണ്ടത് 'പ്രവൃത്തി'യായിരുന്നു. എന്തെങ്കിലും ചെയ്യണം, പെട്ടെന്നു തന്നെ ചെയ്യണം. ജനങ്ങൾക്കിടയിൽ നിന്ന് ഒരു ധീരനായകൻ രംഗപ്രവേശം ചെയ്തു. വാറോ എന്നായിരുന്നു അയാളുടെ പേര്. യുദ്ധകാര്യങ്ങളിൽ "വിളംബക്കാര"നായ (Delayer) ഫാബിയസിനേക്കാൾ എത്രയോ മെച്ചപ്പെട്ട രീതിയിൽ താൻ യുദ്ധം നയിക്കുമായിരുന്നുവെന്ന് അയാൾ ജനങ്ങളോട് പറഞ്ഞു. ജനങ്ങൾ അയാളെ വിശ്വസിച്ചു. അതോടെ വാറോവിനെ സൈന്യാധിപനാക്കി. ബി സി 216 ൽ കാനായ് എന്ന സ്ഥലത്ത് നടന്ന യുദ്ധത്തിൽ അയാൾ റോമൻ ചരിത്രത്തിലെ ഏറ്റവും ദയനീയമായ തോല്‌വി ഏറ്റുവാങ്ങി. എഴുപതിനായിരത്തിലധികം യോദ്ധാക്കൾ കൊല്ലപ്പെട്ടു. ഇതോടെ ഹാനിബാൾ ഇറ്റലിയുടെയാകെ അധിപനായി.

അർദ്ധദ്വീപിന്റെ ഒരറ്റം മുതൽ മറ്റേ അറ്റം വരെ ഹാനിബാൾ വിജയയാത്ര ചെയ്തു. "റോമിന്റെ നുകത്തിൽനിന്ന് ജനങ്ങളെ മോചിപ്പിച്ചവ" നായി അദ്ദേഹം സ്വയം വിളംബരം ചെയ്തു. റോമിനെതിരെ തന്നോടൊപ്പം ചേരാൻ അദ്ദേഹം റോമൻ പ്രവിശ്യകളെ ആഹ്വാനം ചെയ്തു. പക്ഷേ, ഒരിക്കൽക്കൂടി റോമിന്റെ വിവേകം കുലീനമായ ഫലമുളവാക്കി. കാപുവ, സൈറാക്യൂസ് എന്നിവയൊഴികെ എല്ലാ റോമൻ നഗരങ്ങളും റോമിനോട് വിശ്വസ്തത പുലർത്തി. എന്നാൽ വിമോചകവേഷമണിഞ്ഞ ഹാനിബാൾ, സുഹൃത്തുക്കളാണെന്ന് കരുതിയ ജനങ്ങളുടെ എതിർപ്പിന് വിധേയനായി. അദ്ദേഹമാവട്ടെ സ്വരാജ്യത്തുനിന്ന് ഏറെയേറെ അകലെയായിരുന്നു. ഈ സ്ഥിതി അദ്ദേഹത്തിന് തീരെ ഇഷ്ടമായില്ല. വിഭവങ്ങൾക്കും പുതിയ പട്ടാളക്കാർക്കുമായി അദ്ദേഹം കാർത്തേജിലേക്ക് സന്ദേശവാഹകന്മാരെ അയച്ചു. കഷ്ടം, കാർത്തേജിന് ഒന്നും ചെയ്യാൻ കഴിഞ്ഞില്ല. തങ്ങൾ നിർമ്മിച്ച കൃത്രിമ പാലങ്ങളുടെ സഹായത്താൽ റോമാക്കാർ സമുദ്രത്തിന്റെ അധിനാഥന്മാരായിരുന്നു. ഹാനിബാളിന് സ്വയം സഹായമല്ലാതെ മാർഗ്ഗമുണ്ടായിരുന്നില്ല. തനിക്കെതിരെ വന്ന റോമൻ സേനാവ്യൂഹങ്ങളെ അദ്ദേഹം തോല്പിച്ചു. പക്ഷേ, സ്വന്തം സൈന്യശക്തി അതിവേഗം ക്ഷയിച്ചു വരികയായിരുന്നു. ഇറ്റാലിയൻ കർഷകരും ഹാനിബാളിന്റെ 'വിമോചക' പദവി അംഗീകരിച്ചില്ല.

തുടർച്ചയായി വിജയം ആസ്വദിക്കുകയായിരുന്നു, ഹാനിബാൾ. എന്നാൽ താൻ ഇയ്യിടെ കൈവശപ്പെടുത്തിയ പ്രദേശം തന്നെ വളഞ്ഞി

റോമിന്റെ ഉയർച്ച

എങ്ങനെ റോം ഉണ്ടായി

റോമാസാമ്രാജ്യം ചരിത്രത്തിലെ ഒരു യാദൃച്ഛികതയാണ്. ആരും ആസൂത്രണം ചെയ്തതല്ല അത്. അത് അങ്ങനെയങ്ങ് സംഭവിച്ചു: പ്രശസ്തനായൊരു സൈന്യാധിപനോ ഭരണതന്ത്രജ്ഞനോ കഴുത്തറുപ്പുകാരനോ ഒരിക്കലും ഇപ്രകാരം പറഞ്ഞില്ല: “സ്നേഹിതരേ, റോമക്കാരേ, പൗരന്മാരേ, നമുക്കൊരു സാമ്രാജ്യം പണിതുയർത്താം. എന്നെ പിന്തുടരുക, നമുക്കൊരുമിച്ച് ഹെർക്യുലീസിന്റെ കവാടങ്ങൾ മുതൽ ടോറസ് കൊടുമുടി വരെയുള്ള ഭൂപ്രദേശം കൈവശപ്പെടുത്താം.”

റോം പ്രശസ്തരായ സൈന്യനായകന്മാരെയും അതുപോലെതന്നെ

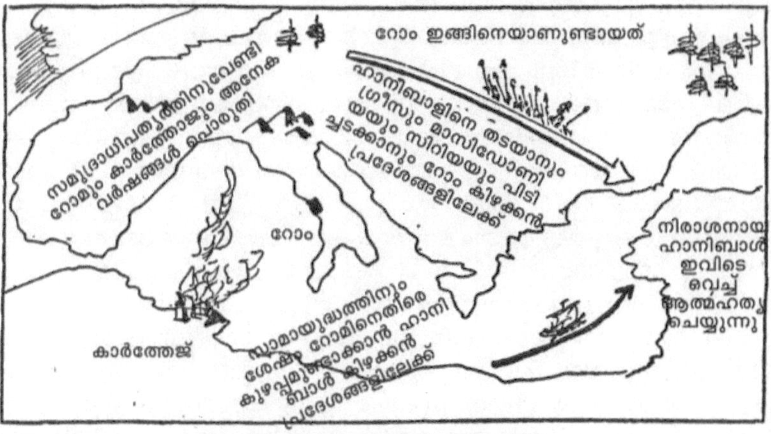

റോം ഇങ്ങനെയാണ് ഉണ്ടായത്

അന്യാദൃശരായ ഭരണതന്ത്രജ്ഞന്മാരേയും കഴുത്തറുപ്പന്മാരെയും സൃഷ്ടിച്ചിട്ടുണ്ട്. റോമൻ സൈന്യങ്ങൾ ലോകത്തെമ്പാടും പൊരുതിയിട്ടുണ്ട്. പക്ഷേ റോമൻ സാമ്രാജ്യനിർമ്മിതി നടന്നത് മുൻകൂട്ടി നിശ്ചയിച്ച ഒരു പരിപാടിയുമില്ലാതെയാണ്. ശരാശരി റോമക്കാരൻ കേവലം ഒരു സാധാരണ പൗരനായിരുന്നു. ഭരണസംവിധാനത്തെപറ്റിയുള്ള സിദ്ധാന്തങ്ങളൊന്നും അയാൾക്കിഷ്ടമായിരുന്നില്ല. ആരെങ്കിലും "റോമാ സാമ്രാജ്യത്തിന്റെ നീക്കം കിഴക്കോട്ടാണ്" എന്ന് ഉരുവിടാൻ പോവുന്നുവെങ്കിൽ റോമൻ പൗരൻ വേദിവിട്ടിറങ്ങി പോകുമായിരുന്നു. അയാൾ കൂടുതൽ കൂടുതൽ ഭൂമി ആർജ്ജിച്ചത് സാഹചര്യങ്ങളുടെ സമ്മർദ്ദം നിമിത്തമായിരുന്നു. അതിനയാൾക്ക് ആഗ്രഹമോ ആർത്തിയോ ഇല്ലായിരുന്നു. പ്രകൃതം കൊണ്ടും മനോഭാവംകൊണ്ടും അയാളൊരു കൃഷിക്കാരനായിരുന്നു. സ്വന്തം വീട്ടിൽ കഴിഞ്ഞു കൂടാനായിരുന്നു അയാളുടെ മോഹം. എന്നാൽ ആക്രമണം വന്നപ്പോൾ ആത്മരക്ഷ അനിവാര്യമായിത്തീർന്നു. ശത്രു കടൽ കടന്നുവരികയും വിദൂരസ്ഥമായ ഒരു രാജ്യത്തിൽനിന്ന് സഹായമഭ്യർത്ഥിക്കുകയും ചെയ്തപ്പോൾ ക്ഷമാശീലമുള്ള റോമാക്കാരൻ ആപല്ക്കരമായ ശത്രുവിനെ തോല്പിക്കുന്നതിന് വിരസമായ അനേകം നാഴികകൾ മാർച്ച് ചെയ്തു. ലക്ഷ്യം നേടിക്കഴിഞ്ഞശേഷം പുതുതായി പിടിച്ചടക്കിയ സ്ഥലങ്ങൾ ഫലപ്രദമായി ഭരിക്കുവാൻ അയാൾ അവിടെത്തന്നെ തങ്ങി; അല്ലെങ്കിൽ ആ പ്രദേശങ്ങളൊക്കെ നായാടികളായ അപരിഷ്കൃത ബർബ്ബരന്മാരുടെ കൈകളിലെത്തുമായിരുന്നു; അത് റോമിന്റെ സുരക്ഷയ്ക്ക് ആപല്ക്കരമാവുമായിരുന്നു. ഇതൊക്കെ വളരെ സങ്കീർണ്ണമായ കാര്യങ്ങളായിത്തോന്നുന്നു. പക്ഷേ അക്കാലത്തെ മനുഷ്യർക്ക് ഇതെല്ലാം വളരെ ലളിതമായിരുന്നു. ആ കഥയാണ് ഒരു നിമിഷംകൊണ്ട് നിങ്ങളറിയാൻ പോവുന്നത്.

ബി സി 203 ൽ സിപ്പിയോ ആഫ്രിക്കൻ കടൽ കടന്നിരുന്നു, യുദ്ധത്തെ ആഫ്രിക്കയിലേക്കെത്തിച്ചിരുന്നു. കാർത്തേജ് ഹാനിബാളിനെ തിരിച്ചു വിളിച്ചിരുന്നു. തന്റെ കൂലിപ്പട്ടാളക്കാരുടെ ദുർബ്ബലമായ പിന്തുണ കാരണം സാമായിലെ യുദ്ധത്തിൽ അദ്ദേഹം പരാജയപ്പെട്ടിരുന്നു. റോമക്കാർ അദ്ദേഹത്തിന്റെ അടിയറവ് ആവശ്യപ്പെട്ടിരുന്നു. മാസിഡോണിയയിലേയും സിറിയയിലേയും രാജാക്കന്മാരുടെ പിന്തുണ തേടി അദ്ദേഹം പലായനം ചെയ്തിരുന്നു. ഇതൊക്കെ കഴിഞ്ഞ അദ്ധ്യായത്തിൽ ഞാൻ പറഞ്ഞിട്ടുണ്ട്.

രണ്ടു രാജ്യങ്ങളുടെയും ഭരണാധികാരികൾ (മഹാനായ അലക്സാണ്ടറിന്റെ സാമ്രാജ്യത്തിന്റെ അവശേഷങ്ങൾ) ആ സമയം ഈജിപ്തിനെതിരായ ഒരു സൈന്യവിന്യാസത്തെപറ്റി ആലോചിക്കുകയായിരുന്നു. സമ്പന്നമായ നൈൽതടം അന്യോന്യം വിഭജിച്ചെടുക്കുവാൻ അവർ തീരുമാനിച്ചിരുന്നു. ഈജിപ്തിലെ രാജാവ് ഇതറിഞ്ഞിരുന്നു, സഹായത്തിനായി റോമിനെ സമീപിച്ചിരുന്നു. പലതരം ഗൂഢാലോചനകൾക്കും പ്രതിഗൂഢാലോചനകൾക്കും അനുയോജ്യമായ അരങ്ങ് ഒരുങ്ങിയിരുന്നു.

പക്ഷേ, ഭാവനാശൂന്യരായ റോമക്കാർ നാടകം തുടങ്ങുന്നതിനു മുമ്പു തന്നെ തിരശ്ശീല വലിച്ചുതാഴ്ത്തിക്കളഞ്ഞു. ശക്തമായ ഗ്രീക്ക് പടയണികളെ റോമൻ സൈന്യം സമ്പൂർണ്ണമായി പരാജയപ്പെടുത്തി. അപ്പോഴും മാസിഡോണിയക്കാർ ഈ വിന്യാസതന്ത്രമാണ് യുദ്ധത്തിലുപയോഗിച്ചിരുന്നത്. ബി സി 19 ലാണിതു സംഭവിച്ചത്; മദ്ധ്യതെസ്സാലിയിലെ സൈനോസെഫാലേയിലെ (ശ്വാനശീർഷം എന്നാണിതിനർത്ഥം) സമതലങ്ങളിൽ വെച്ചാണ് ഈ യുദ്ധം നടന്നത്.

പിന്നീട് റോമൻ സൈന്യം തെക്കുഭാഗത്തുള്ള അറ്റിക്കയിലേക്ക് മുന്നേറി; “മാസിഡോണിയൻ നുകത്തിൽനിന്ന് ഹെല്ലനീസിനെ വിമോചിപ്പിക്കുന്നതിനുവേണ്ടിയാണ്” തങ്ങൾ വന്നെത്തിയിരിക്കുന്നതെന്ന് അവർ ഗ്രീക്കുകാരെ അറിയിച്ചു. അർദ്ധ അടിമത്തത്തിന്റെ നീണ്ട വർഷങ്ങളിൽ ഒരു പാഠവും പഠിച്ചിരുന്നിട്ടില്ലാത്ത ഗ്രീക്കുകാർ, അവർക്ക് കിട്ടിയ

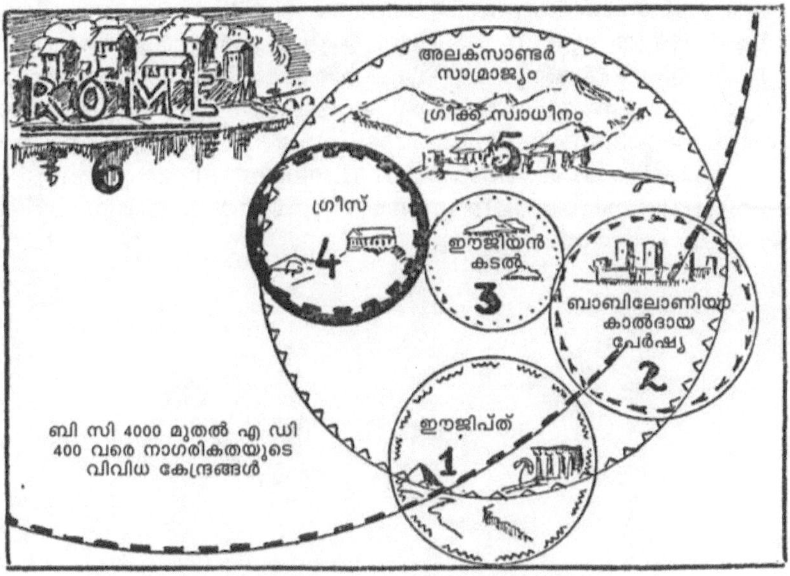

നാഗരികത പടിഞ്ഞാറൻ പ്രദേശങ്ങളിലെത്തുന്നു

ഈ പുതിയ സ്വാതന്ത്ര്യത്തെ തികച്ചും ദൗർഭാഗ്യകരമായ ഒരു രീതിയിലാണുപയോഗിച്ചത്. പഴയ പ്രതാപകാലത്ത് ചെയ്തിരുന്നതുപോലെ ഇപ്പോഴും അവർ അന്യോന്യം കലഹിച്ചു തുടങ്ങി. റോമക്കാർക്ക് ഈ ജനവംശത്തെ ഒട്ടും ഇഷ്ടമല്ലായിരുന്നു. അന്യോന്യകലഹങ്ങൾ എന്തിനെന്ന് റോമക്കാർക്ക് മനസ്സിലായില്ല. എന്നിട്ടും, അവർ വലിയ ക്ഷമാശീലം കാണിച്ചു. അനന്തമായ ഉൾപ്പോരുകൾ കണ്ട് പരിക്ഷീണരായ

റോമക്കാരുടെ ക്ഷമ നഷ്ടപ്പെട്ടു; അവർ കോറിന്ത് നഗരത്തെ അഗ്നിക്കിരയാക്കി (ഇതര ഗ്രീക്കുകാർക്ക് പ്രോത്സാഹനം നല്കുന്നതിനായിരുന്നുവത്രേ ഇത്); പ്രക്ഷുബ്ധമായ ആ പ്രവിശ്യയെ ഭരിക്കുന്നതിനായി ഏതൻസിലേക്ക് റോമൻ ഗവർണ്ണറെ അയച്ചു. അങ്ങനെ മാസിഡോണിയയും ഗ്രീസും റോമിന്റെ കിഴക്കനതിർത്തി സംരക്ഷിക്കുന്ന നിഷ്പക്ഷ രാജ്യങ്ങളായി നിലക്കൊണ്ടു.

ഇതിനിടെ, ഹെല്ലെസ്പോണ്ടിനു കുറുകെ സിറിയൻ രാജ്യം നിലനില്ക്കുമായിരുന്നു. വിസ്തൃതമായ ആ ഭൂമിയെ ഭരിക്കുന്ന ആന്റിയോക്കസ് മൂന്നാമൻ വളരെ ജിജ്ഞാസയോടെ തന്റെ അതിഥിയായ ഹാനിബാളിന്റെ വാക്കുകൾ മുഖവിലയ്ക്കെടുക്കുകയായിരുന്നു. ഇറ്റലിയെ കടന്നാക്രമിക്കുന്നതും റോമാനഗരത്തിന് തീ കൊടുക്കുന്നതും എത്ര എളുപ്പമായിരിക്കും!

ആഫ്രിക്കയിൽ ഹാനിബാളിനെയും കാർത്തേജുകാരെയും സാമായിൽവെച്ച് തോല്പിക്കുന്നതിന് നേതൃത്വം നല്കിയ സിപ്പിയോവിന്റെ സഹോദരനായ ലൂഷ്യസ് സിപ്പിയോവിനെ ഏഷ്യാമൈനറിലേക്ക് അയച്ചു, ബി സി 190 ൽ അദ്ദേഹം സിറിയൻ രാജാവിന്റെ സൈന്യത്തെ മാഗ്നേഷ്യയിൽ വച്ച് നാമാവശേഷമാക്കി. വൈകാതെ, ആന്റിയോക്കസിനെ സ്വന്തം ജനങ്ങൾ തന്നെ വിചാരണയില്ലാതെ വധിച്ചു. ഏഷ്യാമൈനർ ഒരു റോമൻ സംരക്ഷിതരാജ്യമായി (Protectorate). മദ്ധ്യധരണ്യാഴി അതിർത്തിയായ മിക്കരാജ്യങ്ങളുടെയും റാണിയായി ചെറിയ നഗര റിപ്പബ്ലിക്കായ റോം മാറി.

റോമാസാമ്രാജ്യം

നൂറ്റാണ്ടുകളായുള്ള അസ്വസ്ഥതകൾക്കും വിപ്ലവത്തിനും ശേഷം റോമാ റിപ്പബ്ലിക് സാമ്രാജ്യമായി മാറുന്നു

വിജയകരമായ യുദ്ധങ്ങൾക്കുശേഷം നാട്ടിലേക്കു മടങ്ങിയ റോമൻ സൈന്യങ്ങൾ വലിയ ആഹ്ലാദത്തോടെയാണ് സ്വീകരിക്കപ്പെട്ടത്. കഷ്ടം എന്നല്ലാതെന്തു പറയാനാണ്? ഈ സത്വരമഹത്ത്വമൊന്നും രാജ്യത്തെ സവിശേഷമായി സന്തുഷ്ടമാക്കിയില്ല. നേരെമറിച്ചായിരുന്നു സ്ഥിതി. അനന്തമായ യുദ്ധങ്ങൾ കർഷകരെ നശിപ്പിച്ചിരുന്നു. സാമ്രാജ്യനിർമ്മാണത്തിന്റെ ഭാരവും ദുരിതവും സഹിക്കേണ്ടിവന്നത് കർഷകരായിരുന്നു.. വിജയികളായ സൈന്യാധിപന്മാരുടെ കൈകളിൽ അമിതാധികാരം കേന്ദ്രീകരിക്കപ്പെട്ടിരുന്നു; അതുപോലെ, അവരുടെ സ്വകാര്യ സുഹൃത്തുക്കളുടെ കൈയിലും. അവരൊക്കെ യുദ്ധത്തെ സമ്പൂർണ്ണമായ കൊള്ളയടിക്കുള്ള സന്ദർഭമായി ഉപയോഗപ്പെടുത്തുകയായിരുന്നു.

പഴയ റോമൻ റിപ്പബ്ലിക്കിന്റെ സവിശേഷത അതിന്റെ ലാളിത്യമായിരുന്നു; അതിലെ പ്രശസ്തരായ വ്യക്തികളുടെ ജീവിതം രൂപപ്പെടുത്തിയത് ഈ ആശയമാണ്. എന്നാൽ അതായിരുന്നില്ല പുതിയ റിപ്പബ്ലിക്കിന്റെ സ്ഥിതി. സ്വന്തം പിതാമഹന്മാരുടെ കാലത്ത് ഫാഷനായിരുന്ന മുഷിഞ്ഞ കോട്ടും ഉന്നതാശയങ്ങളും പുതിയ റിപ്പബ്ലിക്കിന്റെ ആളുകളിൽ നാണക്കേടുണ്ടാക്കി. ധനികർ, ധനികർക്കുവേണ്ടി ഭരിക്കുന്ന ധനികരുടെ രാജ്യമായിത്തീർന്നു അത്. അതുകൊണ്ടുതന്നെ അതിന് ദാരുണമായ പരാജയം നേരിട്ടേ തീരൂ; അതാണ് ഞാനിപ്പോൾ പറയാൻ പോകുന്നത്.

കേവലം ഒന്നര നൂറ്റാണ്ടുകാലം റോം മദ്ധ്യധരണ്യാഴിക്ക് ചുറ്റുമുള്ള മിക്കവാറും സകല ഭൂപ്രദേശത്തിന്റെയും ആധിപത്യം നേടി. ആ പഴയ കാലത്ത് യുദ്ധത്തടവുകാരന് തന്റെ സ്വാതന്ത്ര്യം നഷ്ടപ്പെട്ടു, അയാളൊരടിമയായിത്തീർന്നു. റോമാക്കാരൻ യുദ്ധത്തെ ഗൗരവമുള്ള വിഷയമായി

കരുതി. കീഴടക്കപ്പെട്ട ശത്രുവിനോട് അയാൾ ഒരു ദയയും കാണിച്ചില്ല. കാർത്തേജിന്റെ പതനത്തിനുശേഷം, കാർത്തേജീനിയൻ സ്ത്രീകളും കുട്ടികളും അവരുടെ അടിമകളോടൊപ്പം വില്ക്കപ്പെട്ടു. സമാനമായ വിധി തന്നെയാണ് ശാഠ്യക്കാരായ ഗ്രീക്കു മാസിഡോണിയൻ - സ്പെയിൻ - സിറിയൻ നിവാസികളേയും അവർ കലാപസന്നദ്ധരായപ്പോൾ കാത്തിരുന്നത്.

രണ്ടായിരം വർഷംമുമ്പ് ഒരടിമയെന്നാൽ ഒരുതരം യന്ത്രം മാത്രമായിരുന്നു. ഇക്കാലത്ത് സമ്പന്നന്മാർ ഫാക്ടറികളിലാണ് ധനം നിക്ഷേപിക്കുന്നത്. റോമിലെ ധനികന്മാർ (സെനറ്റർമാരും സൈന്യാധിപന്മാരും യുദ്ധലാഭക്കൊതിയന്മാരും) അവരുടെ ധനം ഭൂമിയിലും അടിമകളിലും നിക്ഷേപിച്ചു. ഒന്നുകിൽ വിലകൊടുത്ത് വാങ്ങിയ, അല്ലെങ്കിൽ പുതിയ പ്രവിശ്യകളിൽ നേടിയെടുത്ത ഭൂമി. ഏറ്റവും വിലക്കുറവുള്ള കമ്പോളങ്ങളിൽ നിന്ന് വാങ്ങുന്ന അടിമകൾ. ബി സി മൂന്നും രണ്ടും നൂറ്റാണ്ടുകളിൽ അടിമസപ്ലൈ സുലഭമായുണ്ടായിരുന്നു. അതുകൊണ്ടുതന്നെ ഭൂവുടമകൾ അടിമകൾ ചാവുന്നതുവരെ കഠിനമായി പണിയെടുപ്പിച്ചു. അപ്പോളവർ കോറിന്തിലേയോ കാർത്തേജിലേയോ തടവുകാർക്കിടയിൽനിന്ന് അവിടങ്ങളിലെ വിലപേശലിടങ്ങളിൽനിന്ന്, പുതിയ അടിമകളെ വാങ്ങി.

അപ്പോൾ നോക്കൂ സ്വതന്ത്രനായി ജനിച്ച കൃഷിക്കാരന്റെ വിധി!

അയാൾ റോമിനോടുള്ള തന്റെ കർത്തവ്യം നിർവ്വഹിച്ചതായിരുന്നു. അയാൾ പരാതിയില്ലാതെ യുദ്ധം ചെയ്തിരുന്നു. പത്തോ പതിനഞ്ചോ ഇരുപതോ വർഷംകഴിഞ്ഞ് അയാൾ തിരിച്ചെത്തുമ്പോൾ അയാളുടെ കൃഷിഭൂമി നിറയെ വിഷച്ചെടികൾ നിറഞ്ഞിരിക്കുമായിരുന്നു, അയാളുടെ കുടുംബം നശിച്ചിട്ടുണ്ടാകുമായിരുന്നു. പക്ഷേ അയാൾ കരുത്തനായ മനുഷ്യനായിരുന്നു. ജീവിതം പുതുതായി തുടങ്ങാനിച്ഛിക്കുന്നൊരാളായിരുന്നു. അയാൾ വിതച്ചു, നട്ടു, കൊയ്യാനായി കാത്തിരുന്നു. അയാൾ ധാന്യവുമായി അങ്ങാടിയിൽ പോയി, കൂട്ടത്തിൽ കോഴിയും കന്നുകാലികളുമെല്ലാമുണ്ടായിരുന്നു. എന്താണ് സംഭവിച്ചത്? അടിമകളെക്കൊണ്ടു പണിയെടുപ്പിച്ച വൻകിട ഭൂസ്വാമിമാർ എത്രയോ കുറഞ്ഞ വിലയ്ക്ക് ഉല്പന്നങ്ങൾ നല്കിയിരുന്നു. സാധാരണ കൃഷിക്കാരന് എപ്പോഴും വലിയ നഷ്ടംവന്നു. കുറെകാലം അയാൾ പിടിച്ചുനില്ക്കാൻ ശ്രമിച്ചു. അവസാനം നൈരാശ്യത്തോടെ അയാൾ സ്വയം കൈവിട്ടു. അയാൾ രാജ്യംവിട്ടു, അടുത്ത നഗരത്തിലേക്കു പോയി. മണ്ണിൽ പണിയെടുത്ത കാലത്തെന്നപോലെ നഗരത്തിലും അയാൾക്ക് കഠിനമായി വിശന്നു. എന്നാൽ നഗരത്തിൽ ഇതുപോലെ ആയിരക്കണക്കിൽ സ്വയം നഷ്ടമായ ആളുകളുണ്ടായിരുന്നു. അയാൾ അവരോടൊപ്പം ദുരിതങ്ങൾ പങ്കുവെച്ചു. വൻനഗരങ്ങളുടെ ചുറ്റുപാടുമുള്ള വൃത്തിഹീനമായ കൂരകളിൽ അവർ കിടന്നുറങ്ങി. അവർക്ക് രോഗബാധയുണ്ടാവുക സ്വാഭാവികമായിരുന്നു, പകർച്ചവ്യാധികളിൽ മരിക്കുന്നതും. അവരെല്ലാം തീർത്തും അസംതൃപ്തരായിരുന്നു. അവർ രാജ്യത്തിനായി പോരാടി, കിട്ടിയ പ്രതി

ഫലമോ ഇതും. വിശപ്പുള്ള കഴുകന്മാരെപോലെ സംഘം ചേർന്ന് ആളുകളെ മയക്കുന്നവരുടെ ഭാഷണങ്ങൾ കേൾക്കാനവർക്കിഷ്ടമായിരുന്നു. വേഗത്തിൽ തന്നെ അവർ രാജ്യരക്ഷയ്ക്ക് വലിയ ഒരു വിപത്തായി മാറി.

പക്ഷേ, പുതിയ പണക്കാർ ചുമ്മാ ചുമല് കുലുക്കി. "നമുക്ക് നമ്മുടെ സൈന്യമുണ്ട്, പോലീസുകാരും" അവർ വാദിച്ചു, "അവർ ജനക്കൂട്ടത്തെ നിലയ്ക്കുനിർത്തും." കൊട്ടാരഭിത്തികൾക്കുള്ളിലെ സന്തുഷ്ടിയിൽ സ്വയം ഒളിച്ചിരുന്നുകൊണ്ട് അവർ ഉദ്യാനങ്ങൾ നിർമ്മിച്ചു, ഏതോ ഒരു ഹോമറിന്റെ കവിതകൾ വായിച്ചു. ഏതോ ഒരു ഗ്രീക്കടിമ അത് രസകരമായി ലത്തീൻ വൃത്തങ്ങളിലേക്ക് വിവർത്തനം ചെയ്തിരുന്നു.

അല്പം ചില കുടുംബങ്ങളിൽ മാത്രം കോമൺവെൽത്തിനു (പൊതു ക്ഷേമത്തിന്) നിസ്വാർത്ഥ സേവനമർപ്പിക്കുകയെന്ന പരമ്പരാഗത രീതി നിലനിന്നു. സിപ്പിയോ ആഫ്രിക്കാനസിന്റെ മകളായ കോർണീലിയയെ വിവാഹം ചെയ്തിരുന്നത് ഒരു ഗ്രാക്കസ് ആയിരുന്നു. അവർക്ക് രണ്ടു പുത്രന്മാരുണ്ടായി, തിബര്യൂസും ഗയസും. വളർന്നുവന്നപ്പോൾ അവർ രാഷ്ട്രീയത്തിൽ ചേർന്നു; വളരെ ആവശ്യമായ ചില പരിഷ്കാരങ്ങൾ നടപ്പാക്കാനവർ ശ്രമിച്ചു. ഇറ്റാലിയൻ അർദ്ധദ്വീപിലെ മിക്കഭൂമിയും ഏതാണ്ട് മൂവായിരം കുലീന കുടുംബങ്ങൾ കൈയടക്കിയിരിക്കുകയാണെന്ന് ഒരു സെൻസസ് തെളിയിച്ചു. തിബര്യൂസ് ഗ്രാക്കസ് ഒരു ട്രിബ്യൂണായി തെരഞ്ഞെടുക്കപ്പെട്ടു. സ്വതന്ത്ര പൗരന്മാരെ സഹായിക്കാനദ്ദേഹം ശ്രമിച്ചു. ഒരാൾക്ക് കൈവശം വയ്ക്കാവുന്ന ഭൂമിക്ക് പരിധി നിശ്ചയിക്കുന്ന ചില പഴയ നിയമങ്ങൾ അദ്ദേഹം പുനഃസ്ഥാപിച്ചു. ഇങ്ങനെ പഴയകാലത്തെ ചെറിയ, സ്വതന്ത്ര ഭൂവുടമകളടങ്ങുന്ന അവസ്ഥ തിരികെ കൊണ്ടുവരാമെന്നദ്ദേഹം പ്രത്യാശിച്ചു. പുതിയ പണക്കാരൻ അദ്ദേഹത്തെ കൊള്ളക്കാരനെന്നും, രാജ്യത്തിന്റെ ശത്രുവെന്നും ആക്ഷേപിച്ചു. തെരുവുകളിൽ കലാപമുണ്ടായി. ജനപ്രിയനായ ട്രിബ്യൂണിനെ വധിക്കാൻ കൊള്ളക്കാരെ വാടകയ്ക്കെടുത്തു. അസംബ്ലി ഹാളിലേക്ക് കടക്കുന്നതിനിടെ തിബര്യൂസിനെ അവർ ആക്രമിക്കുകയും അടിച്ചുകൊല്ലുകയും ചെയ്തു. പത്തുവർഷത്തിനുശേഷം അദ്ദേഹത്തിന്റെ സഹോദരൻ ഗയസ് ഈ പരീക്ഷണം തുടർന്നു. ശക്തമായ ഒരു പ്രത്യേകാവകാശവർഗ്ഗത്തിന്റെ സ്പഷ്ടമായ ആഗ്രഹങ്ങൾക്കെതിരായിരുന്നു അദ്ദേഹത്തിന്റേയും നീക്കം. തകർന്നുപോയ കർഷകരെ സഹായിക്കുന്നതിനായി അദ്ദേഹം ദരിദ്രർക്കുള്ള "Poor Law" (ദരിദ്ര നിയമം) അംഗീകരിച്ചു. ഇതോടെ റോമൻ പൗരന്മാരിൽ മഹാഭൂരിപക്ഷവും യാചന തൊഴിലായി സ്വീകരിച്ചവരായി.

സാമ്രാജ്യത്തിന്റെ വിദൂരദേശങ്ങളിൽ അദ്ദേഹം ദരിദ്രജനങ്ങൾക്കായുള്ള കോളനികൾ സ്ഥാപിച്ചു. ഈ കോളനികൾ, പക്ഷേ, സദ്ഭാവനയുള്ള മനുഷ്യരെ ആകർഷിച്ചില്ല. കൂടുതൽ ഉപദ്രവമുണ്ടാക്കുന്നതിനു

മുമ്പ് ഗയസ് ഗ്രാക്കസും വധിക്കപ്പെട്ടു; അദ്ദേഹത്തിന്റെ അനുയായികൾ വധിക്കപ്പെടുകയോ നാടുകടത്തപ്പെടുകയോ ചെയ്തു. ആദ്യത്തെ രണ്ടു പരിഷ്കർത്താക്കളും മഹാന്മാരായിരുന്നു. അവർക്കുശേഷം വന്ന രണ്ടു പേർ വ്യത്യസ്തരായിരുന്നു. അവർ തൊഴിൽകൊണ്ട് പട്ടാളക്കാരായിരുന്നു. ഒരാളുടെ പേര് മരിയൂസ് എന്നായിരുന്നു, മറ്റയാളുടെ പേര് സുല്ലയെന്നും. രണ്ടു പേർക്കും ധാരാളം അനുയായികളുണ്ടായിരുന്നു.

സുല്ല ഭൂവുടമകളുടെ നേതാവായിരുന്നു. മരിയൂസ് ഒരു യുദ്ധജേതാവായിരുന്നു; ആൽപ്സിന്റെ താഴ്വരയിൽ ട്യൂട്ടോണുകളേയും സിംബ്രി വംശജരേയും നശിപ്പിച്ച യുദ്ധത്തിന്റെ ധീരനായകനായിരുന്നു. എല്ലാം നഷ്ടമായ സ്വതന്ത്രപൗരന്മാരുടെ ജനകീയ ധീരനായകനായിരുന്നു, അദ്ദേഹം.

ഇത് സംഭവിച്ചത് ബി സി 88-ാമാണ്ടിലാണ്; ഏഷ്യയിൽ നിന്നു വന്നിരുന്ന വാർത്തകൾ റോമൻ സെനറ്റിൽ പരിഭ്രാന്തിയുണ്ടാക്കി. കരിങ്കടൽ ത്തീരത്തെ ഒരു രാജ്യത്തിന്റെ രാജാവും അമ്മവഴി ഗ്രീക്കുകാരനുമായിരുന്നു മിത്രഡേറ്റ്സ്. ഒരു രണ്ടാം അലക്സാണ്ട്രിയൻ സാമ്രാജ്യം സ്ഥാപിക്കുന്നതിന് സാദ്ധ്യതയുണ്ടെന്നദ്ദേഹം കരുതി. ലോകാധിപത്യത്തിനുള്ള പ്രവർത്തനം അദ്ദേഹം ആരംഭിച്ചു. ഏഷ്യാമൈനറിലെ റോമൻ പൗരന്മാരെ വധിച്ചുകൊണ്ടാണ് അദ്ദേഹം തുടങ്ങിയത് - പുരുഷന്മാരേയും സ്ത്രീകളേയും കുട്ടികളേയും ആരേയും ബാക്കിവെച്ചില്ല. ഈ കൃത്യം യുദ്ധത്തിന് തുല്യമായിരുന്നു. പോണ്ടസിലെ രാജാവിന്റെ ചെയ്തികൾക്കെതിരെ അയാളെ ശിക്ഷിക്കുന്നതിന് സെനറ്റ് ഒരു സൈന്യത്തെ സജ്ജീകരിച്ചു. ആരായിരിക്കണം സർവ്വസൈന്യാധിപൻ? “സുല്ല”, സെനറ്റ് പറഞ്ഞു. “കാരണം അദ്ദേഹം കോൺസൽ ആണ്.” “മരിയൂസ്” ജനങ്ങൾ പറഞ്ഞു “കാരണം അദ്ദേഹം അഞ്ചുവട്ടം കോൺസൽ ആയിട്ടുണ്ട്, അദ്ദേഹം ഞങ്ങളുടെ അവകാശങ്ങളുടെ സംരക്ഷകനുമാണ്.”

സ്വത്തുടമസ്ഥതയാണ് പ്രധാനം. സുല്ല സൈന്യാധിപനായി. അദ്ദേഹം പടിഞ്ഞാറ് മിത്രഡേറ്റ്സിനെ തോല്പിക്കാൻ പോയി; മരിയൂസ് ആഫ്രിക്കയിലേക്കും പോയി. സുല്ല ഏഷ്യയിലേക്ക് പോയെന്ന വിവരം കിട്ടുന്നതുവരെ അവിടെ മരിയൂസ് കാത്തിരുന്നു. പിന്നെ അയാൾ ഇറ്റലിയിലേക്കുപോയി, അസംതൃപ്തരായ ഒരു കൂട്ടത്തെ ശേഖരിച്ചു, റോമിലേക്കു മാർച്ച്ചെയ്തു. കൊള്ളക്കാരോടൊപ്പം നഗരത്തിൽ പ്രവേശിച്ചു, അഞ്ചുദിനരാത്രങ്ങൾ അവിടെ ചെലവഴിച്ചു, സെനറ്റോറിയൽ പാർട്ടിയുടേതായ ശത്രുക്കളെ കശാപ്പു ചെയ്തു. പിന്നീട് മരിയൂസ് കോൺസലായി തെരഞ്ഞെടുക്കപ്പെട്ടു; കഴിഞ്ഞ രണ്ടാഴ്ച കാലത്തെ ജിജ്ഞാസയിലും കൗതൂഹലത്തിലും ഉണ്ടായ സമ്മർദ്ദത്താൽ മരിച്ചുപോയി.

തുടർന്ന് നാലുകൊല്ലത്തെ ക്രമരാഹിത്യമായിരുന്നു. അതിനിടയിൽ സുല്ല മിത്രഡേറ്റ്സിനെ തോല്പിച്ചിരുന്നു. ഇനി താൻ റോമിലേക്ക് മടങ്ങാൻ തയ്യാറാണെന്നും തനിക്കവിടെ ചില കണക്കുകൾ തീർക്കേണ്ടതുണ്ടെന്നും സുല്ല പ്രഖ്യാപിച്ചു. അയാൾ വാക്കു പാലിച്ചു. അയാളുടെ

പട്ടാളക്കാർ ജനാധിപത്യത്തോട് ആനുകൂല്യം പ്രകടിപ്പിച്ച സഹോദര പൗരന്മാരെ കൊന്നൊടുക്കി. ഒരു ദിവസം അവർ മരിയൂസിനൊപ്പം പലപ്പോഴും കണ്ട ഒരു ചെറുപ്പക്കാരനെ പിടിച്ചു. അവർ അയാളെ തൂക്കിക്കൊല്ലാൻ പോവുകയായിരുന്നു. അപ്പോൾ ആരോ ഒരാൾ ഇടപെട്ടു. “കുട്ടി വളരെ ചെറുപ്പമാണ്,” ഇടപെട്ടയാൾ പറഞ്ഞു, ആ ചെറുപ്പക്കാരനെ അവർ വെറുതെ വിട്ടു. അയാളുടെ പേർ ജൂലിയസ് സീസർ എന്നായിരുന്നു. അടുത്ത പേജിൽ നമുക്ക് അദ്ദേഹത്തെ വീണ്ടും കണ്ടുമുട്ടാം.

സുല്ലയുടെ കഥ: അയാൾ ഡിക്ടേറ്റർ ആയി, എല്ലാ റോമൻ സ്വത്തുക്കളുടേയും ഏകവും പരമവും ആയ അധികാരി. അയാൾ നാലുകൊല്ലം റോമിനെ ഭരിച്ചു; സമാധാനമായി സ്വന്തം കിടക്കയിൽ കിടന്നുമരിച്ചു. അവസാനത്തെ വർഷം അയാൾ ആർദ്രതയോടെ കാബേജ് കൃഷിചെയ്യുകയായിരുന്നു. സഹപൗരന്മാരെയും ജനങ്ങളെയും കശാപ്പ് ചെയ്ത മിക്ക റോമക്കാരും ഇതാണ് ചെയ്തിരുന്നത്.

ഇതുകൊണ്ടൊന്നും സ്ഥിതിഗതികൾ മാറിയില്ല, മറിച്ച്, കൂടുതൽ വഷളായിത്തീർന്നു. സുല്ലയുടെ അടുത്ത സുഹൃത്തായ ഗ്നേയസ് പോമ്പ്യസ് (പോംപി എന്നാണിദ്ദേഹം അറിയപ്പെട്ടിരുന്നത്) എന്ന ഒരു സൈന്യാധിപൻ കിഴക്കൻ പ്രദേശങ്ങളിലേക്കുപോയി; എല്ലായ്പോഴും പ്രശ്നമുണ്ടാക്കിയിരുന്ന മിത്രഡേറ്റ്സിനെതിരെ യുദ്ധം പുനരാരംഭിച്ചു. ശക്തനായ ആ എതിരാളിയെ അദ്ദേഹം പർവ്വതങ്ങളിലേക്ക് ഓടിച്ചു; അവിടെ മിത്രഡേറ്റ്സ് വിഷം കഴിച്ച് മരിച്ചു; റോമൻ തടവുകാരനായാലുള്ള ഗതിയും വിധിയും അദ്ദേഹത്തിനറിയാമായിരുന്നു. തുടർന്ന് സിറിയക്കുമേൽ റോമിന്റെ ആധിപത്യം സ്ഥാപിച്ചു, ജെറുസലേം നശിപ്പിച്ചു, പശ്ചിമേഷ്യയിലാകമാനം സഞ്ചരിച്ചു; മഹാനായ അലക്സാണ്ടറിന്റെ മിത്ത് പുനരുജ്ജീവിപ്പിക്കുകയായിരുന്നു ലക്ഷ്യം. അവസാനം (ബി സി 62 ൽ) റോമിലേക്ക് മടങ്ങി; ഒരു ഡസൻ കപ്പലുകളിൽ നിറയെ താൻ പരാജയപ്പെടുത്തിയ രാജാക്കന്മാരും രാജകുമാരന്മാരും സൈന്യാധിപന്മാരുമുണ്ടായിരുന്നു പോമ്പിക്കൊപ്പം. പോമ്പിയുടെ വിജയഘോഷയാത്രയിൽ ഇവരെയൊക്കെ അണിനിരത്തി. വളരെ ജനപ്രിയനായ ഈ റോമാക്കാരൻ ഏതാണ്ട് 40 ദശലക്ഷം ഡോളർ മൂല്യം വരുന്ന സംഖ്യ തന്റെ പ്രിയനഗരത്തിന് സമ്മാനിച്ചു; ഇത് അദ്ദേഹം കൊള്ള ചെയ്തുണ്ടാക്കിയ സമ്പത്തായിരുന്നു.

റോമിന്റെ ഭരണം ശക്തനായ ഒരാളുടെ കൈകളിൽ ഏല്പിക്കേണ്ടതുണ്ടായിരുന്നു. കുറച്ച് മാസങ്ങൾക്കുമുമ്പ് പട്ടണത്തിന്റെ ഭരണം ഒന്നിനും കൊള്ളാത്ത ഒരു ചെറുപ്പക്കാരന്റെ കൈകളിലാകുമായിരുന്നു. അയാൾ പ്രഭുകുമാരനൊക്കെയാണ്; കാറ്റിലിൻ എന്നായിരുന്നു അയാളുടെ പേര്. അയാൾ പണം മുഴുവൻ ചൂതുകളിച്ച് നഷ്ടപ്പെടുത്തിയിരുന്നു. അല്പം കൊള്ളയൊക്കെ നടത്തി തന്റെ നഷ്ടം നികത്തണമെന്നായിരുന്നു അയാളുടെ ആഗ്രഹം. ഈ ഗൂഢലക്ഷ്യം പൊതുജനതാല്പര്യമുള്ള അഭിഭാഷകൻ സിസെറോ കണ്ടുപിടിച്ചു; സെനറ്റിനു മുന്ന

റിയിപ്പ് നല്കി, കാറ്റിലിൻ ഒളിച്ചോടിപ്പോവാൻ നിർബ്ബന്ധിതനായി. എന്നാൽ സമാനമായ ലക്ഷ്യങ്ങളുള്ള വേറെയും യുവാക്കളുണ്ടായിരുന്നു; അലസഭാഷണത്തിനുള്ള സന്ദർഭമായിരുന്നില്ല അത്.

പോമ്പി തന്റേതായ ഒരു പരിഹാരമുണ്ടാക്കി, ഭരണം ഏറ്റെടുക്കുന്നതിനായി ഒരു ത്രിമൂർത്തിസംഘത്തെ (Triumvirate) സംഘടിപ്പിച്ചു. ഈ ജാഗ്രതാ സമിതിയുടെ നേതൃത്വം അദ്ദേഹം സ്വയം ഏറ്റെടുത്തു. സ്പെയിനിലെ ഗവർണ്ണർ എന്ന നിലയിൽ ശ്രദ്ധേയനായ ഗയസ് ജൂലിയസ് സീസറായിരുന്നു രണ്ടാമൻ. മൂന്നാമത്തെയാൾ അല്പം അശ്രദ്ധയുണ്ടായിരുന്ന ക്രാസ്സസ് എന്നൊരാളായിരുന്നു. അദ്ദേഹം അവിശ്വസനീയമാം വിധം സമ്പന്നനായിരുന്നു. യുദ്ധവസ്തുക്കൾ സപ്ലൈ ചെയ്യുന്നതിൽ വിജയം വരിച്ച ഒരു കോൺട്രാക്ടറായിരുന്നു അദ്ദേഹം. അതുകൊണ്ടാണദ്ദേഹത്തെ തെരഞ്ഞെടുത്തത്. ക്രാക്കസ് പാർഥ്യന്മാർക്കെതിരായ ഒരാക്രമണത്തിന് പോവുകയും കൊല്ലപ്പെടുകയും ചെയ്തു.

മൂന്ന് പേരിൽ ഏറ്റവും പ്രഗത്ഭൻ ജൂലിയസ് സീസറായിരുന്നു; ഒരു ജനനായകനാകണമെങ്കിൽ കുറെക്കൂടി സൈനികാനുഭവം വേണമെന്നദ്ദേഹം തീരുമാനിച്ചു. അദ്ദേഹം ആൽപ്സ് പർവ്വതം മുറിച്ചുകടക്കുകയും ഇന്ന് നാം ഫ്രാൻസ് എന്നു വിളിക്കുന്ന പ്രദേശം പിടിച്ചെടുക്കുകയും ചെയ്തു. തുടർന്ന് റൈൻ നദിക്ക് നല്ലൊരു മരപ്പാലം നിർമ്മിച്ച്, അപരിഷ്കൃതരായ ട്യൂട്ടോണുകളുടെ ഭൂമി കൈവശപ്പെടുത്തുകയും ചെയ്തു. പിന്നെ ജൂലിയസ് സീസർ ഒരു കപ്പലിൽ ഇംഗ്ലണ്ട് സന്ദർശിച്ചു. ഇറ്റലി

ജൂലിയസ് സീസറിന്റെ പടിഞ്ഞാറൻ യുദ്ധയാത്ര

യിലേക്കു തിരിച്ചുപോവാൻ നിർബ്ബന്ധിക്കപ്പെട്ടിരുന്നില്ലെങ്കിൽ അദ്ദേഹം എവിടെ ചെന്നെത്തുമായിരുന്നുവെന്ന് ദൈവത്തിനു മാത്രമറിയുന്ന കാര്യമാണ്. അദ്ദേഹത്തിനു കിട്ടിയ വിവരമനുസരിച്ച് പോമ്പിയെ ആജീവനാന്ത ഡിക്ടേറ്റർ ആയി നിയമിച്ചിരുന്നു. ഇതിനർത്ഥം സീസർ "പിരിഞ്ഞുപോയ ഓഫീസർമാ"രിൽ ഒരാളായിത്തീരുമെന്നായിരുന്നു; അത് അദ്ദേഹത്തിന് അത്ര പഥ്യമായില്ല. മരിയൂസിന്റെ അനുയായിയായിട്ടാണ് താൻ പൊതുജീവിതമാരംഭിച്ചതെന്ന് സീസർ ഓർമ്മിച്ചു. സെനറ്റർമാരേയും അവരുടെ 'ഡിക്ടേറ്റ'റേയും ഒരു പാഠം പഠിപ്പിക്കാനദ്ദേഹം നിശ്ചയിച്ചു. അദ്ദേഹം സിസ് - ആൽപൈൻ ഗാൾ പ്രവിശ്യയെ ഇറ്റലിയിൽ നിന്ന് വേർതിരിക്കുന്ന റൂബിക്കോൺ നദികടന്നു; എല്ലാ സ്ഥലത്തും "ജനങ്ങളുടെ സുഹൃത്ത്" എന്ന് വാഴ്ത്തപ്പെട്ടു. യാതൊരു വൈഷമ്യവുമില്ലാതെ സീസർ റോമിൽ പ്രവേശിച്ചു. പോമ്പി ഗ്രീസിലേക്ക് ഓടിപ്പോയി. സീസർ പിന്തുടർന്നു, ഫർസാലസിനടുത്ത് വെച്ച് പോമ്പിയുടെ അനുയായികളെ തോല്പിച്ചു. പോമ്പി മദ്ധ്യധരണ്യാഴി കടന്ന് ഈജിപ്തിലേക്ക് രക്ഷപ്പെട്ടു. അവിടെയിറങ്ങിയപ്പോൾ യുവാവായ ടോളമി രാജാവിന്റെ ആജ്ഞയനുസരിച്ച് അദ്ദേഹത്തെ വധിച്ചു. അല്പദിനങ്ങൾ കഴിഞ്ഞ് സീസർ എത്തിച്ചേർന്നു. താനൊരു കെണിയിലാണെന്നദ്ദേഹം മനസ്സിലാക്കി. പോമ്പിയോടു വിശ്വസ്തത പുലർത്തിയ ഈജിപ്തുകാരും റോമൻ സൈന്യവ്യൂഹവും അദ്ദേഹത്തിന്റെ പാളയത്തെ ആക്രമിച്ചു.

എന്നാൽ ഭാഗ്യം സീസറുടെ കൂടെയായിരുന്നു. ഈജിപ്ഷ്യൻ നാവികപ്പടക്ക് തീ കൊടുക്കാനദ്ദേഹത്തിന്റെ സൈന്യത്തിനു കഴിഞ്ഞു. സന്ദർഭവശാൽ കപ്പൽപ്പടയിൽ നിന്നുള്ള തീപ്പൊരികൾ ചരിത്ര പ്രസിദ്ധമായ അലക്സാണ്ട്രിയാ ലൈബ്രറിക്കുമേൽ വീണു (കടൽത്തീരത്തായിരുന്നു ഇത്); ആ ഗ്രന്ഥാലയം നശിച്ചു. പിന്നെ അദ്ദേഹം ഈജിപ്ഷ്യൻ സൈന്യത്തെ ആക്രമിച്ചു, സൈന്യത്തെ നൈലിലേക്ക് ഓടിച്ചു, ടോളമി രാജാവിനെ മുക്കിക്കൊന്നു, ക്ലിയോപാട്രയുടെ നേതൃത്വത്തിൽ പുതിയൊരു ഗവൺമെന്റ് സ്ഥാപിച്ചു; മുങ്ങിമരിച്ച രാജാവിന്റെ സഹോദരിയായിരുന്നു അവർ. അപ്പോഴാണ് അദ്ദേഹമറിഞ്ഞത്, മിത്രഡേറ്റ്സിന്റെ മകനായ ഫർനാസസ് യുദ്ധോത്സുകനായി വരികയാണെന്ന്. സീസർ വടക്കോട്ട് മാർച്ച് ചെയ്തു, അഞ്ച് ദിവസം നീണ്ടുനിന്ന യുദ്ധത്തിൽ ഫർനാസസ്സിനെ തോല്പിച്ചു; എന്നിട്ട് വിജയത്തെപ്പറ്റിയുള്ള പ്രസിദ്ധമായ സന്ദേശം റോമിലേക്കയച്ചു: "Veni, Vidi, Vici," ഞാൻ വന്നു, ഞാൻ കണ്ടു, ഞാൻ കീഴടക്കി. തുടർന്ന് ഈജിപ്തിലേക്ക് മടങ്ങിയ സീസർ, ഈജിപ്ത് റാണി ക്ലിയോപാട്രയുമായി അഗാധമായ പ്രണയത്തിലായി. ബി സി 46-ാം ആണ്ടിൽ റോമിലേക്കു മടങ്ങിയ സീസറിനോടൊപ്പം ക്ലിയോപാട്രയും പോയി. നാല് വിജയാഘോഷയാത്രകളുടെ മുമ്പിലാണ് സീസർ മാർച്ച് ചെയ്തത്, നാല് വിജയങ്ങളാണദ്ദേഹം നേടിയത്.

പിന്നെ സീസർ സെനറ്റിൽ വന്ന് തന്റെ ധീരകൃത്യങ്ങൾ അറിയിച്ചു. കൃതജ്ഞതാപൂർവ്വം സെനറ്റ് അദ്ദേഹത്തെ പത്തുവർഷത്തേക്ക് 'ഡിക്ടേ

മഹത്തായ റോമാ സാമ്രാജ്യം

റ്റർ' ആയി നിയമിച്ചു. ഇത് മരണതുല്യമായ ഒരു നടപടിയായിരുന്നു.

പുതിയ ഡിക്‌ടേറ്റർ റോമാരാജ്യത്തെ പരിഷ്കരിക്കുന്നതിനുള്ള ഗൗരവമുള്ള ശ്രമങ്ങൾ നടത്തി. സ്വതന്ത്രപൗരന്മാർക്ക് സെനറ്റംഗങ്ങളാവാനുള്ള സൗകര്യമുണ്ടാക്കി. പഴയകാലത്ത് ചെയ്തതുപോലെ വിദൂരസ്ഥമായ സമൂഹങ്ങൾക്കും റോമൻ സാമ്രാജ്യത്തിൽ പൗരത്വം നല്കി. 'വിദേശികൾ'ക്ക് ഗവൺമെന്റിൽ സ്വാധീനമുണ്ടാകാൻ അനുവാദം കൊടുത്തു. വിദൂരപ്രവിശ്യകളുടെ ഭരണസംവിധാനം പരിഷ്കരിച്ചു. ഇവ ചില പ്രഭുകുടുംബങ്ങൾ സ്വകാര്യസ്വത്തായി കൈവശം വെച്ചിരിക്കുകയായിരുന്നു. ചുരുക്കത്തിൽ ഭൂരിപക്ഷം ജനങ്ങളുടെ നന്മയ്ക്കുതകുന്ന കാര്യങ്ങൾ അദ്ദേഹം നടപ്പിലാക്കി. എന്നാൽ രാജ്യത്തെ ഏറ്റവും ശക്തരായ ആളുകളുടെ എതിർപ്പാണ് ഇതുകൊണ്ടുണ്ടായത്. അമ്പതോളം വരുന്ന യുവാക്കൾ 'റിപ്പബ്ലിക്കി'നെ സംരക്ഷിക്കുന്നതിനുവേണ്ടി ഒരു ഗൂഢാലോചന നടത്തി. ഐഡ്സ് ഓഫ് മാർച്ച് എന്ന ദിവസം (സീസർ ഈജിപ്തിൽ നിന്നുകൊണ്ടുവന്ന പുതിയ കലണ്ടറിന്റെ, അടിസ്ഥാനത്തിൽ മാർച്ച് 15 ന്) സീസർ കൊലചെയ്യപ്പെട്ടു; അദ്ദേഹം സെനറ്റ് ഹാളിൽ പ്രവേശിക്കുന്ന സമയത്തായിരുന്നു ഇത്. ഒരിക്കൽ കൂടി റോമിന് നാഥനില്ലാതെയായി.

സീസറിന്റെ മാഹാത്മ്യം തുടരാൻ ശ്രമിച്ച രണ്ടു പേരുണ്ടായിരുന്നു. ഒരാൾ, സീസറിന്റെ മുൻ സെക്രട്ടറി ആന്റണിയായിരുന്നു. മറ്റെയാൾ സീസറിന്റെ കൊച്ചനന്തരവനും, അനന്തരാവകാശിയുമായ ഒക്ടേവിയനായിരുന്നു. ഒക്ടേവിയൻ റോമിൽതന്നെ നിന്നു; ആന്റണി ഈജിപ്തിൽ ക്ലിയോപാട്രയുടെ അടുത്തേക്ക്പോയി; അവരുമായി അയാളും പ്രണയത്തിലായിക്കഴിഞ്ഞിരുന്നു. ഇതാണെന്നു തോന്നുന്നു മിക്കവാറും എല്ലാ റോമൻ സൈന്യാധിപന്മാരുടെയും സ്വഭാവം.

രണ്ടുപേരും തമ്മിൽ ഒരു യുദ്ധമുണ്ടായി. ആക്ടിയം യുദ്ധത്തിൽ ആന്റണിയെ ഒക്ടേവിയൻ പരാജയപ്പെടുത്തി. ആന്റണി ആത്മഹത്യ ചെയ്തു. ക്ലിയോപാട്ര ഏകാകിനിയായി, ശത്രുവിനെ നേരിട്ടു. ഒക്ടേവിയനെ തന്റെ മൂന്നാമത്തെ റോമൻ കാമുകനാക്കാൻ ക്ലിയോപാട്ര കിണഞ്ഞു പരിശ്രമിച്ചു. എന്നാൽ അഭിമാനിയായ ഈ റോമൻ പ്രഭുവിനെ ആകർഷിക്കാനാവില്ലെന്ന് ബോദ്ധ്യമായതോടെ ക്ലിയോപാട്ര ആത്മഹത്യചെയ്തു. ഈജിപ്ത് റോമൻ പ്രവിശ്യയായിത്തീർന്നു.

ഒക്ടേവിയൻ ബുദ്ധിശാലിയായിരുന്നു. തന്റെ പ്രശസ്തനായ മാതുലന്റെ തെറ്റുകൾ അദ്ദേഹം ആവർത്തിച്ചില്ല. ജനങ്ങൾക്കുമേൽ വാക്കുകൾക്കുള്ള സ്വാധീനം അദ്ദേഹത്തിനറിയാമായിരുന്നു. റോമിൽ തിരിച്ചെത്തിയപ്പോൾ അദ്ദേഹത്തിന് മിതമായ ആവശ്യങ്ങളേയുണ്ടായിരുന്നുള്ളൂ. അദ്ദേഹത്തിന് 'ഡിക്‌ടേറ്റർ' പദവി വേണ്ടായിരുന്നു. "ആദരണീയൻ" എന്ന് വിളിക്കപ്പെടുന്നതുകൊണ്ട് സംതൃപ്തനായിരുന്നു അദ്ദേഹം. പക്ഷേ, കുറച്ച് വർഷങ്ങൾ കഴിഞ്ഞപ്പോൾ സെനറ്റ് അദ്ദേഹത്തെ അഗസ്റ്റസ് എന്ന് വിളിച്ചു; ഉജ്ജ്വല പുരുഷൻ എന്നായിരുന്നു ഇതിനർത്ഥം; അദ്ദേഹം ഇതിനെ

എതിർത്തില്ല. കുറെക്കൂടി കഴിഞ്ഞ് സാധാരണ മനുഷ്യർ അദ്ദേഹത്തെ സീസർ എന്നോ കൈസർ എന്നോ വിളിച്ചു. പട്ടാളക്കാർക്ക് ഒക്ടേവിയൻ അജയ്യനായ സൈന്യാധിപനായിരുന്നു. അവർ അദ്ദേഹത്തെ തലവൻ എന്നും ഇമ്പറേറ്റർ അഥവാ എംപറർ എന്നും വിളിച്ചു. റിപ്പബ്ലിക്ക് ഒരു സാമ്രാജ്യമായിത്തീർന്നു. പക്ഷേ, ഇതൊന്നും ശരാശരി റോമാക്കാരന് അറിയില്ലായിരുന്നു.

എ ഡി 14-ാമാണ്ടായപ്പോഴേക്ക് റോമാ ജനതയുടെ പരമാധികാരിയെന്ന അദ്ദേഹത്തിന്റെ സ്ഥാനം സുസ്ഥാപിതമായിക്കഴിഞ്ഞു. അദ്ദേഹത്തെ ജനങ്ങൾ ആരാധിക്കാൻ തുടങ്ങി. അന്നുവരെ ദൈവങ്ങൾക്കു മാത്രമാണ് ആരാധന ലഭിച്ചിരുന്നത്. അദ്ദേഹത്തിന്റെ പിൻഗാമികൾ ശരിയായ ചക്രവർത്തിമാരായിത്തീർന്നു; ലോകം കണ്ട ഏറ്റവും മഹത്തായ സാമ്രാജ്യത്തിന്റെ പരമാധികാരികൾ.

സത്യം പറഞ്ഞാൽ ശരാശരി പൗരന് അരാജകത്വവും ക്രമരാഹിത്യവും മടുത്തിരുന്നു. ആരു ഭരിക്കുന്നുവെന്നത് അയാൾക്കു പ്രശ്നമേയല്ലായിരുന്നു. സമാധാനത്തോടെ ജീവിക്കാൻ സാധിച്ചാൽ മതിയായിരുന്നു അവന്, തെരുവ് കലാപങ്ങളില്ലാതെ കഴിഞ്ഞുകൂടിയാൽ മതിയായിരുന്നു. നാല്പതുകൊല്ലക്കാലം ഒക്ടേവിയൻ അവർക്ക് സമാധാനം ഉറപ്പുവരുത്തി. അദ്ദേഹത്തിന് അതിർത്തി വികസനമോഹങ്ങൾ ഇല്ലായിരുന്നു. എ ഡി 9-ാമാണ്ടിൽ, ട്യൂട്ടോണുകൾ അധിവസിക്കുന്ന ഉത്തരവനപ്രദേശങ്ങൾ കൈവശപ്പെടുത്താനദ്ദേഹം ആഗ്രഹിച്ചിരുന്നു. എന്നാൽ സൈന്യാധിപനായ വാറസും പട്ടാളക്കാരും ട്യൂടോബർഗ് വുഡ്സിൽവെച്ച് കൊല്ലപ്പെട്ടു. പിന്നീട് പ്രാകൃതരായ ഈ ജനങ്ങളെ പരിഷ്കരിക്കാൻ ഒരു ശ്രമവും റോമക്കാർ നടത്തിയില്ല.

ആഭ്യന്തര പരിഷ്കരണമെന്ന ഭീമൻ ചുമതല നിർവ്വഹിക്കുന്നതിലാണ് അവർ ശ്രദ്ധ കേന്ദ്രീകരിച്ചത്. പക്ഷേ, വളരെ വൈകിപ്പോയ ഒരു പ്രയത്നമായിരുന്നു അത്. അതുകൊണ്ട് കാര്യമായ പ്രയോജനമൊന്നുമുണ്ടായില്ല. രണ്ടു നൂറ്റാണ്ടുകാലത്തെ വിപ്ലവങ്ങളും വിദേശയുദ്ധങ്ങളും യുവതലമുറയിൽ ഏറ്റവും നല്ല മനുഷ്യരെ കൊന്നൊടുക്കിയിരുന്നു. സ്വതന്ത്ര കർഷകരെന്ന വർഗ്ഗത്തെ അത് ഉന്മൂലനം ചെയ്തിരുന്നു. അടിമപ്പണി നടപ്പിലായിരുന്നു; അതിനെതിരെ സ്വതന്ത്ര പൗരന്മാർക്ക് മത്സരിക്കാനാവില്ലായിരുന്നു. പാപ്പരായ, ആരോഗ്യമില്ലാത്ത, ഒളിച്ചോടിവന്ന കൃഷിക്കാരുടെ കൂട്ടങ്ങൾ അധിവസിക്കുന്ന തേനീച്ചക്കൂടുകളായി നഗരങ്ങൾ മാറിയിരുന്നു. വലിയൊരു ഉദ്യോഗസ്ഥവൃന്ദം ഉടലെടുത്തു കഴിഞ്ഞിരുന്നു. മോശമായ വേതനം ലഭിക്കുന്ന ചെറുകിട ഉദ്യോഗസ്ഥരായിരുന്നു അവർ. അതിന്റെ ഫലമോ? അവർക്കും കുടുംബത്തിനും ആഹാരവും വസ്ത്രവും വാങ്ങുന്നതിന് കൈക്കൂലി സ്വീകരിക്കാനവർ നിർബ്ബന്ധിതരായിരുന്നു. ഇതിനേക്കാളൊക്കെ പരിതാപകരമായ സംഗതി, ജനങ്ങൾക്ക് ഹിംസയോട്, രക്തച്ചൊരിച്ചിലിനോട്, വേദനകളിലും അന്യരുടെ കഷ്ടപ്പാടിലും ആനന്ദം കണ്ടെത്തുന്ന പ്രാകൃതമായ ഒരുതരം ആന

ന്ദത്തോട് ആഭിമുഖ്യമുണ്ടായിക്കഴിഞ്ഞിരുന്നു.

എന്നാൽ ഉപരിതലത്തിൽ നമ്മുടെ യുഗത്തിന്റെ ആദ്യ നൂറ്റാണ്ടിൽ റോമാരാജ്യം കാഴ്ചവെച്ചത് മഹത്തായ ഒരു രാഷ്ട്രീയ ഘടനയായിരുന്നു. വളരെ വിപുലമായിരുന്നു അത്; അലക്സാണ്ടറിന്റെ സാമ്രാജ്യം അതിലെ ചെറിയൊരു പ്രവിശ്യ മാത്രമായിരുന്നു. ഈ ഉപരിതല മാഹാത്മ്യത്തിനടിയിൽ ദശലക്ഷക്കണക്കായ ദരിദ്ര-ദുർബ്ബല മനുഷ്യർ ജീവിച്ചിരുന്നു. അവർ ഉറുമ്പുകളെപോലെ കഠിനാധ്വാനം ചെയ്തു. മറ്റാരുടെയോ ആവശ്യത്തിനുവേണ്ടി അവർ പ്രവർത്തിച്ചു; സ്വന്തം ഭക്ഷണം പാടത്തെ മൃഗങ്ങളുമായി പങ്കിട്ടു; അവർ തൊഴുത്തുകളിൽ ജീവിച്ചു; ഒരു പ്രത്യാശയുമില്ലാതെ മരിച്ചുപോയി.

റോം നിർമ്മിച്ച് എഴുന്നൂറ്റമ്പത്തി മൂന്നാം വർഷമായിരുന്നു അത്. സാമ്രാജ്യഭരണമെന്ന മഹത്തായ കർത്തവ്യത്തിലേർപ്പെട്ട് പലാറ്റിൻ ഹില്ലിലെ കൊട്ടാരത്തിൽ ഗയസ് ജൂലിയസ് സീസർ ഒക്ടേവിയസ് അഗസ്റ്റസ് പ്രൗഢിയിൽ ജീവിക്കുകയായിരുന്നു.

> വിദൂരസ്ഥമായ സിറിയയിലെ ഒരു കൊച്ചുഗ്രാമത്തിൽ ആശാരിയായ ജോസഫിന്റെ പത്നി മേരി ബെതൽഹേമിലെ ഒരു തൊഴുത്തിൽ ഭൂജാതനായ തന്റെ കൊച്ചുമകനെ ലാളിച്ചു വളർത്തുകയായിരുന്നു.

ഇത് അത്ഭുതകരമായൊരു ലോകമാണ്.

> അധികം വൈകാതെ കൊട്ടാരവും തൊഴുത്തും തമ്മിൽ തുറന്ന യുദ്ധം നടക്കുമായിരുന്നു.
>
> അതിൽ തൊഴുത്ത് വിജയം വരിക്കുമായിരുന്നു.

നസറേത്തിലെ ജോഷ്വാ

ഗ്രീക്കുകാർ ജീസസ് എന്നു വിളിച്ച നസറേത്തിലെ ജോഷ്വായുടെ കഥ

നഗരവർഷം 815 ന്റെ ശരത്ക്കാലത്ത് (നമ്മുടെ രീതിയിൽ കൂട്ടിയാൽ അത് 62 എ ഡിയാണ്) ഈസ്കുലാപിയസ് ക്യൂൽട്ടില്ലസ് എന്ന ഒരു റോമൻ ഭിഷക്ക് സിറിയയിൽ സൈന്യസേവനം നടത്തുന്ന തന്റെ അനന്തിരവന് എഴുതി:

എന്റെ പ്രിയപ്പെട്ട അനന്തിരവന്,

കുറച്ച് ദിവസം മുമ്പ് പോൾ എന്ന ഒരു രോഗിയെ നോക്കാൻ ഞാൻ പോയി. ജൂതരക്ഷിതാക്കൾക്ക് ജനിച്ച ഒരു റോമൻ പൗരനാണയാളെന്ന് തോന്നുന്നു. നല്ല വിദ്യാഭ്യാസവും പെരുമാറ്റവുമുള്ള ഒരാൾ. ഒരു കേസുമായി ബന്ധപ്പെട്ടാണയാൾ ഇവിടെ വന്നിരിക്കുന്നതെന്ന് എന്നോട് പറഞ്ഞു. കിഴക്കൻ മദ്ധ്യധരണിയിലെ സിസേറിയയിലോ അതുപോലെവിടെയോ ഉള്ള ഒരു പ്രവിശ്യാ കോടതിയിൽനിന്ന് അപ്പീലുമായിട്ടാണത്രേ അയാൾ വന്നത്. അയാൾ 'അപരിഷ്കൃതനും ഹിംസാമനസ്സുള്ളവനു'മായ ഒരാളാണെന്നാണ് ചിലർ എന്നോട് പറഞ്ഞത്. ജനങ്ങൾക്കും നിയമത്തിനുമെതിരെ പ്രസംഗിക്കാറുമുണ്ടത്രേ, അയാൾ. എനിക്കു തോന്നിയത് അയാൾ ബുദ്ധിമാനും സത്യസന്ധനുമാണെന്നാണ്.

ഏഷ്യാമൈനറിൽ സൈന്യസേവനത്തിലായിരുന്ന ഒരു സുഹൃത്ത് എന്നോട് പറഞ്ഞത് അയാളെപറ്റി താൻ എഫിസസിൽ വെച്ച് കേട്ടിരുന്നുവെന്നാണ്. അയാൾ ഇന്നുവരെ അറിയാത്തൊരു പുതിയ ദൈവത്തെപ്പറ്റി പ്രഭാഷണങ്ങൾ നടത്തുകയായിരുന്നുവത്രേ. ഇത് സത്യമാണോയെന്ന് ഞാൻ രോഗിയോട് ചോദിച്ചു; നമ്മുടെ പ്രിയങ്കരനായ ചക്രവർത്തിക്കെതിരെ കലാപം നടത്താൻ ജനങ്ങളോടു

പറഞ്ഞിരുന്നോ എന്നും ഞാൻ ചോദിച്ചു. ഈ ലോകത്തിലെ രാജ്യത്തെപറ്റിയല്ല താൻ പറഞ്ഞതെന്ന് പോൾ എന്നോടു പറഞ്ഞു; എനിക്കു മനസ്സിലാകാത്ത വേറെ അനേകം അത്ഭുതകാര്യങ്ങളും പറഞ്ഞു; ഒരുപക്ഷേ, അതൊക്കെ അയാളുടെ ജ്വരബാധ കൊണ്ടാവാം.

അയാളുടെ വ്യക്തിത്വം എന്നെ നന്നായി ആകർഷിച്ചു. കുറച്ച് നാളുകൾക്കുമുമ്പ് ഓസ്റ്റ്യൻ റോഡിൽവെച്ച് അയാൾ കൊല്ലപ്പെട്ടുവെന്ന് കേട്ടപ്പോൾ എനിക്കു ദുഃഖം തോന്നി. അതുകൊണ്ടാണ് ഞാൻ നിനക്ക് ഈ കത്തെഴുതുന്നത്. ഇനി നീ ജെറുസലേം സന്ദർശിക്കുമ്പോൾ എന്റെയീ സ്നേഹിതൻ പോളിനെപ്പറ്റി അന്വേഷിക്കണം; അയാളുടെ ഗുരുനാഥനായ ജൂത പ്രവാചകനെപ്പറ്റിയും അന്വേഷിക്കണം. മിശിഹായെന്ന് വിളിപ്പേരുള്ള ഈ മനുഷ്യനെപറ്റി കേട്ടിട്ട് നമ്മുടെ അടിമകൾക്കെല്ലാം വലിയ ജിജ്ഞാസയാണ്. അവരിൽ ചിലർ, പുതിയ രാജ്യം (അതിന്റെ അർത്ഥം എന്തായാലും) കുരിശിലേറ്റപ്പെട്ടുവെന്ന് പരസ്യമായി പറയുന്നുണ്ട്. ഈ ഊഹാപോഹങ്ങളെപ്പറ്റിയുള്ള സത്യമറിയണമെന്നുണ്ട് എനിക്ക്.

നിന്റെ സമർപ്പിതനായ മാതുലൻ

ഈസ്കുലാപിയസ് ക്യൂൽട്ടില്ലസ്

ആറാഴ്ച കഴിഞ്ഞ് ഏഴാം ഗാളിക്ക് കാലാൾപ്പടയിലെ ക്യാപ്റ്റനായ അനന്തിരവൻ ഗ്ലാഡിയസ് എൻസ ഇപ്രകാരം മറുപടി അയച്ചു:

എന്റെ പ്രിയപ്പെട്ട അമ്മാവന്,

അങ്ങയുടെ കത്ത് കിട്ടി, നിർദ്ദേശങ്ങളെല്ലാം അനുസരിച്ചു.

രണ്ടാഴ്ചമുമ്പ് ഞങ്ങളുടെ ബ്രിഗേഡിനെ ജെറുസലേത്തിലേക്ക് അയച്ചു. കഴിഞ്ഞ നൂറ്റാണ്ടിൽ അവിടെ അനേകം വിപ്ലവങ്ങൾ നടന്നു. പഴയനഗരം ഇപ്പോൾ തീരെ അവശേഷിക്കുന്നില്ല. ഇവിടെ ഞങ്ങൾ ഏതാണ്ടൊരുമാസമായി. നാളെ ഞങ്ങൾ പെട്രയിലേക്ക് മാർച്ച് ചെയ്യും. അവിടെ ചില അറബ്ഗോത്രങ്ങൾ പ്രശ്നമുണ്ടാക്കുന്നുണ്ട്. ഈ സായാഹ്നത്തിൽ ഞാൻ അങ്ങയുടെ ചോദ്യങ്ങൾക്ക് മറുപടിയെഴുതാം. പക്ഷേ, എന്റെ കൈയിൽ വിശദവിവരങ്ങളില്ല.

നഗരത്തിലെ മുതിർന്ന മനുഷ്യരിൽ മിക്കവരുമായും ഞാൻ സംസാരിച്ചു; കൃത്യമായ വിവരം നല്കാൻ അവർക്കാർക്കും കഴിഞ്ഞില്ല. കുറച്ച് ദിവസം മുമ്പ് ഒരു വഴിവാണിഭക്കാരൻ ഞങ്ങളുടെ ക്യാമ്പിൽവന്നു. ഞാൻ കുറച്ച് ഒലിവെണ്ണയും മറ്റും വാങ്ങി. യുവാവായിരിക്കെ കൊല്ലപ്പെട്ട പ്രശസ്തനായ മിശിഹായെപ്പറ്റി കേട്ടിട്ടുണ്ടോ എന്ന് ഞാനയാളോടു ചോദിച്ചു. താനത് വ്യക്തമായി

പുണ്യഭൂമി

ഓർക്കുന്നുവെന്ന് അയാൾ പറഞ്ഞു; കാരണം (നഗരത്തിനു പുറത്തുള്ള) വധശിക്ഷ നടപ്പാക്കുന്നത് കാണാൻ ഗോൽഗൊത്താ മലയിലേക്ക് പിതാവ് തന്നെ കൊണ്ടുപോയിരുന്നു. ജൂഡിയായിലെ ജനങ്ങളുടെ നിയമം ലംഘിക്കുന്ന ശത്രുക്കൾക്കെന്തു സംഭവിക്കുന്നുവെന്ന് കാണിക്കാനാവണം തന്നെകൊണ്ടുപോയതെന്നും അയാൾ പറഞ്ഞു. അയാൾ തനിക്ക് ഒരു ജോസഫിന്റെ മേൽവിലാസം തന്നു. അയാൾ മിശിഹായുടെ അടുത്ത സ്നേഹിതനായിരുന്നു. കൂടുതലറിയണമെങ്കിൽ അയാളെ പോയി കാണണമെന്നും വാണിഭക്കാരൻ എന്നോടു പറഞ്ഞു.

ഇന്ന് രാവിലെ ഞാൻ ജോസഫിനെ ചെന്നുകണ്ടു. അയാളൊരു വൃദ്ധനാണ്. ഒരു മീൻപിടുത്തക്കാരനായിരുന്നു അയാൾ. പക്ഷേ, അയാൾക്ക് വ്യക്തമായ ഓർമ്മകളുണ്ട്. ഞാൻ ജനിക്കുന്നതിനു മുമ്പത്തെ കലങ്ങിമറിഞ്ഞ നാളുകളിലുണ്ടായ സംഭവങ്ങളെപ്പറ്റി അയാൾ ഏതാണ്ട് കൃത്യമായ വിവരങ്ങൾ നല്കി.

നമ്മുടെ മഹാനായ, മഹത്വമേറിയ തിബര്യൂസ് ചക്രവർത്തിയായിരുന്നു അന്ന് ഭരിച്ചിരുന്നത്. പോണ്ടിയസ് പിലാത്തോസ് എന്ന

ഓഫീസറായിരുന്നു ജൂഡിയയിലെയും സമരിയായിലേയും ഗവർണ്ണർ. പിലാത്തോസിനെപ്പറ്റി ജോസഫിന് ഒന്നുമറിയില്ലായിരുന്നു. പ്രവിശ്യയുടെ സത്യസന്ധനായ, നല്ല ഒരു ഭരണാധികാരിയായിരുന്നു പോണ്ടിയസ് പിലാത്തോസ്. 755 ലോ 756 ലോ (ഏതാണെന്ന് ജോസഫിനോർമ്മയില്ല) ഒരു കലാപം കാരണം പിലാത്തോസിനെ ജെറുസലേമിലേക്ക് വിളിച്ചു. നസറേത്തിലെ ഏതോ ഒരാശാരിയുടെ മകൻ റോമാ ഗവൺമെന്റിനെതിരായി വിപ്ലവം ആസൂത്രണം ചെയ്യുന്നുണ്ടെന്നായിരുന്നു അറിവ്. എന്നാൽ നന്നായി വിവരശേഖരണം നടത്തുന്ന നമ്മുടെ ഉദ്യോഗസ്ഥർക്ക് ഇതിനെപ്പറ്റിയൊന്നും ഒരറിവുമുണ്ടായിരുന്നില്ല. അവർ പരിശോധിച്ചു നല്കിയ റിപ്പോർട്ടിൽ ആശാരി വളരെ നല്ല ഒരു പൗരനാണെന്നും അയാൾക്കെതിരെ നടപടികളെടുക്കുന്നത് ശരിയല്ലെന്നും റിപ്പോർട്ട് ചെയ്തു. എന്നാൽ ജോസഫിന്റെ അഭിപ്രായത്തിൽ പഴയ മട്ടുകാരായ ജൂതവിശ്വാസികളുടെ മനസ്സമാധാനം നഷ്ടപ്പെട്ടിരുന്നു. ദരിദ്ര ഹീബ്രു ജനങ്ങൾക്കിടയിൽ അയാൾക്കുള്ള സ്വാധീനം അവർ തീരെ ഇഷ്ടപ്പെട്ടില്ല. നല്ല മാന്യമായ ജീവിതം കാംക്ഷിക്കുന്ന ഗ്രീക്കുകാരനോ, റോമാക്കാരനോ, ഫിലിസ്റ്റീനോ ആരായാലും മോശയുടെ പഴയ നിയമം പഠിക്കുന്ന ജൂതനെ പോലെ തന്നെ മാന്യനാണെന്ന് ഈ നസ്രാണി (അവർ അങ്ങനെയാണ് പിലാത്തോസിനോട് പറഞ്ഞത്) പരസ്യമായി പ്രഖ്യാപിച്ചു. ഈ വാദഗതി പിലാത്തോസ് അംഗീകരിച്ചുവെന്ന് തോന്നുന്നില്ല. എന്നാൽ ചുറ്റുമുള്ള ജനക്കൂട്ടം ജീസസിനെയും അനുയായികളേയും വധിക്കാൻ തുനിഞ്ഞപ്പോൾ, പിലാത്തോസ് ഇടപെട്ടു; അയാളുടെ ജീവൻ രക്ഷിക്കുന്നതിനുവേണ്ടി ആശാരിയെ തടവിലാക്കി.

കലഹത്തിന്റെ യഥാർത്ഥ കാരണം പിലാത്തോസിനു മനസ്സിലായില്ല. ജൂതപുരോഹിതന്മാരോട് അവരുടെ പരാതി വിശദീകരിക്കാനയാൾ ആവശ്യപ്പെട്ടു. അപ്പോഴൊക്കെ, വളരെ ആവേശത്തോടെ അവർ 'മതദ്രോഹം', 'രാജ്യദ്രോഹം' എന്നൊക്കെ ആക്രോശിക്കുകമാത്രം ചെയ്തു. അവസാനം, ജോസഫ് എന്നോടു പറഞ്ഞു, പിലാത്തോസ് ജോഷ്വായ്ക്ക് ആളയച്ചു (അതാണ് നസ്രാണിയുടെ പേര്, പക്ഷേ, ഭൂലോകത്തിന്റെ ഈ ഭാഗത്തു ജീവിക്കുന്ന ഗ്രീക്കുകാർ ആ വാക്ക് എപ്പോഴും ജീസസ് എന്നുച്ചരിച്ചു); അയാളെ നേരിട്ട് പരിശോധിക്കാൻവേണ്ടിയായിരുന്നു അത്. അവർ അനേകം മണിക്കൂറുകൾ സംസാരിച്ചു. ഗലീലി കടൽത്തീരത്ത് പ്രചരിപ്പിച്ചു നടന്ന 'ആപല്ക്കരമായ തത്ത്വങ്ങ"ളെപ്പറ്റി പിലാത്തോസ് അയാളോട് ചോദിച്ചു. താനൊരിക്കലും രാഷ്ട്രീയം പരാമർശിച്ചിട്ടില്ലെന്ന് ജീസസ് മറുപടി പറഞ്ഞു. തനിക്കു മനുഷ്യശരീരത്തിൽ താല്പര്യമില്ല, ആത്മാവിലാണ് താല്പര്യം. എല്ലാ മനുഷ്യരും അയൽക്കാരെ

സഹോദരന്മാരായി പരിഗണിക്കണം; എല്ലാ ജീവജാലങ്ങളുടെയും പിതാവായ ഏകദൈവത്തെ സ്നേഹിക്കണം.

സ്റ്റോയിക്കുകളുടെയും ഇതര ഗ്രീക്കുദാർശനികരുടെയും തത്ത്വങ്ങളിൽ പാണ്ഡിത്യമുണ്ടായിരുന്നിരിക്കണം പിലാത്തോസിന്; അതിനാൽ ഈ സംഭാഷണത്തിൽ കുറ്റകരമായി ഒന്നും അദ്ദേഹം കണ്ടെത്തിയില്ല. എനിക്കു വിവരം നല്കിയ സ്നേഹിതന്റെ അഭിപ്രായത്തിൽ കാരുണ്യവാനായ പ്രവാചകനെ രക്ഷപ്പെടുത്താൻ പിലാത്തോസ് ഒരു ശ്രമം കൂടി നടത്തി. അദ്ദേഹം ജീസസിനെ വധിക്കുന്നത് നീട്ടിക്കൊണ്ടുപോയി. ഇതിനിടെ, പുരോഹിതന്മാരുടെ പ്രേരണയിൽ രോഷാകുലരായിത്തീർന്ന ജൂതജനങ്ങൾ ആളിക്കത്തുന്ന പകയിൽ ആവേശഭരിതരായി. ഇതിനുമുമ്പ് ജെറുസലേമിൽ അനേകം കലാപങ്ങളുണ്ടായിട്ടുണ്ട്. വിളിപ്പുറത്ത് വിരലിലെണ്ണാവുന്ന റോമൻ സൈനികർ മാത്രമേ ഉണ്ടായിരുന്നുള്ളൂ. സിസേറിയയിലെ റോമൻ അധികാരികൾക്ക് പിലാത്തോസിനെപ്പറ്റി പരാതി പോയി; അയാൾ "നസ്രാണിയുടെ തത്ത്വങ്ങൾക്ക് ഇരയായിരിക്കുന്നു." പിലാത്തോസിനെ തിരിച്ചു വിളിക്കണമെന്ന നിവേദനങ്ങൾ പോയി; അയാൾ ചക്രവർത്തിയുടെ ശത്രുവാണ്. വിദേശപ്രജകളുമായി പരസ്യമായ സംഘർഷമുണ്ടാക്കരുതെന്ന് ഗവർണ്ണർമാർക്ക് കർശനമായ നിർദ്ദേശമുണ്ട്. രാജ്യത്തെ ആഭ്യന്തരയുദ്ധത്തിൽ നിന്ന് രക്ഷപ്പെടുത്താൻ പിലാത്തോസ് തന്റെ തടവുകാരനായ ജോഷ്വായെ വധിക്കാൻ തീരുമാനിച്ചു. അയാൾ വലിയ അന്തസ്സിലാണ് പെരുമാറിയത്. തന്നെ വെറുത്ത എല്ലാവരോടും അയാൾ ക്ഷമിച്ചു. ജെറുസലേം ജനക്കൂട്ടത്തിന്റെ കൂക്കുവിളികൾക്കും പൊട്ടിച്ചിരികൾക്കുമിടയിൽ അയാളെ കുരിശിലേറ്റി.

ഇതാണ് ജോസഫ് എന്നോടു പറഞ്ഞത്. അത് പറയുമ്പോൾ അയാളുടെ കവിൾത്തടങ്ങളിലൂടെ കണ്ണീരൊലിക്കുന്നുണ്ടായിരുന്നു. വിട്ടുപോരുമ്പോൾ ഞാനയാൾക്കൊരു സ്വർണ്ണത്തുണ്ട് നല്കി, അയാളത് സ്വീകരിച്ചില്ല, തന്നേക്കാൾ ദരിദ്രനായ ആർക്കെങ്കിലും അത് കൊടുക്കണമെന്നെന്നോടപേക്ഷിച്ചു. അങ്ങയുടെ സുഹൃത്തായ പോളിനെപറ്റിയും ചില ചോദ്യങ്ങൾ ഞാൻ ചോദിച്ചു. പോളിനെ ജോസഫിന് നേരിയ തോതിലറിയാം. അയാൾ ഒരു ടെന്റ് നിർമ്മാതാവായിരുന്നു. എന്നാൽ സ്നേഹിക്കുകയും ക്ഷമിക്കുകയും ചെയ്യുന്ന ദൈവത്തിന്റെ വചനങ്ങൾ പ്രചരിപ്പിക്കുന്നതിന്നായി അയാൾ തൊഴിലുപേക്ഷിച്ചു. യഹൂദന്മാർ എപ്പോഴും നമ്മളോട് പറയുന്ന യെഹോവയിൽ നിന്ന് തികച്ചും വ്യത്യസ്തനായിരുന്നു ഈ ദൈവം. അതിനുശേഷം പോൾ ഏഷ്യാമൈനറിലും ഗ്രീസിലും ദീർഘദൂരം യാത്ര ചെയ്തിരുന്നുവെന്ന് വേണം കരുതാൻ. എല്ലാവരും സ്നേഹം ചൊരിയുന്ന ഒരു പിതാവിന്റെ മക്കളാണെന്ന് അടിമകളോട് അദ്ദേഹം പറഞ്ഞുകൊണ്ടിരുന്നു;

എല്ലാവരേയും ആനന്ദം കാത്തിരിക്കുന്നു, ധനികരേയും ദരിദ്രരേയും എല്ലാം; സത്യസന്ധമായി ജീവിക്കുകയും കഷ്ടപ്പെടുന്നവരേയും ദുരിതമനുഭവിക്കുന്നവരേയും സഹായിക്കുന്ന എല്ലാവരേയും.

അങ്ങയുടെ ചോദ്യങ്ങൾക്ക് തൃപ്തികരമായി മറുപടി നല്കിയെന്ന് ഞാൻ പ്രത്യാശിക്കുന്നു. രാജ്യരക്ഷയുടെ കാര്യത്തിൽ ഈ കഥ തികച്ചും നിരുപദ്രവമാണെന്ന് തോന്നുന്നു. പക്ഷേ, നമ്മൾ റോമാക്കാർക്ക്, ഈ പ്രവിശ്യയിലെ ജനങ്ങളെ ഒരിക്കലും മനസ്സിലാക്കാൻ കഴിഞ്ഞിട്ടില്ല. അങ്ങയുടെ സ്നേഹിതനായ പോളിനെ അവർ വധിച്ചതിൽ എനിക്ക് വ്യസനമുണ്ട്. ഞാൻ വീട്ടിലായിരുന്നെങ്കിൽ എന്നാശിച്ചു പോവുകയാണ്.

അങ്ങയുടെ ചുമതലാബോധമുള്ള
അനന്തിരവൻ

ഗ്ലാഡിയസ് എൻസ

റോമിന്റെ പതനം

റോമിന്റെ അന്തിനേരം

റോമിന്റെ പതനം സംഭവിച്ചത് എ ഡി 476 ലാണെന്ന് പ്രാചീന ചരിത്ര പുസ്തകങ്ങൾ പറയുന്നു. കാരണം ആ വർഷത്തിലാണ് അവസാന റോമാചക്രവർത്തി സ്ഥാനഭ്രഷ്ടനായത്. റോം ഒരുനാളുകൊണ്ടുണ്ടായതല്ലല്ലോ. പതനം സംഭവിക്കാനും റോമിന് ദീർഘകാലം വേണ്ടിവന്നു. പതനത്തിന്റെ പ്രക്രിയ നടന്നത് വളരെ മന്ദഗതിയിലായിരുന്നു, പതുക്കെപ്പതുക്കെയായിരുന്നു; മിക്ക റോമാക്കാർക്കും തങ്ങളുടെ ഈ പ്രാചീന ലോകം അവസാനിക്കുകയായിരുന്നുവെന്ന് മനസ്സിലായിരുന്നില്ല. അക്കാലത്തെ അസ്വസ്ഥതകളെപറ്റി അവർ പരാതിപ്പെട്ടുകൊണ്ടിരുന്നു; ഭക്ഷ്യവസ്തുക്കളുടെ വിലക്കയറ്റത്തെയും തൊഴിലെടുക്കുന്നവർക്ക് കിട്ടുന്ന കുറഞ്ഞകൂലിയെയും പറ്റി അവർ മുറുമുറുത്തു കൊണ്ടിരുന്നു. ധാന്യത്തിന്റെയും കമ്പിളിയുടെയും സ്വർണ്ണനാണ്യങ്ങളുടെയും കുത്തകക്കാരായ ലാഭക്കൊതിയന്മാരെ അവർ ശപിച്ചുകൊണ്ടിരുന്നു. അസാധാരണമാംവിധം കടുപ്പക്കാരനായ ഒരു ഗവർണ്ണർ വന്നാൽ ചിലപ്പോളവർ കലാപം നടത്തുകയും ചെയ്തിരുന്നു. പക്ഷേ മഹാഭൂരിപക്ഷം ജനങ്ങളും നമ്മുടെ യുഗത്തിന്റെ ആദ്യത്തെ നാലു നൂറ്റാണ്ടുകളിൽ സാധാരണജീവിതം നയിച്ചു; കൈയിലുള്ള പണത്തിന്റെ അളവനുസരിച്ച് തിന്നുകയും കുടിക്കുകയും ചെയ്തു; സ്വഭാവമനുസരിച്ച് സ്നേഹിക്കുകയോ വെറുക്കുകയോ ചെയ്തു; സൗജന്യമായ ഗുസ്തി മത്സരമുണ്ടാവുമ്പോൾ തിയറ്ററിൽ പോയി; അല്ലെങ്കിലോ, വൻനഗരങ്ങളിലെ ചേരിപ്രദേശങ്ങളിൽ പട്ടിണികിടന്നു. സാമ്രാജ്യം ഉപയോഗശൂന്യമായിക്കഴിഞ്ഞിരിക്കുന്നുവെന്നും, അത് നാമാവശേഷമാകാൻ പോകുന്നുവെന്നും അറിഞ്ഞിരുന്നില്ല.

അതിന് അവർക്കെങ്ങിനെ കഴിയും? റോമിന് നല്ല പുറംമോടിയു

ണ്ടായിരുന്നു. നല്ല റോഡുകൾ പ്രവിശ്യകളെ തമ്മിൽ ബന്ധിപ്പിച്ചിരുന്നു, ഇംപീരിയൽ പൊലീസ് സജീവമായിരുന്നു, കൊള്ളക്കാരോടും അവർ യാതൊരു മാർദ്ദവവും കാണിച്ചിരുന്നില്ല. പ്രാകൃതഗോത്രങ്ങളുടെ ആക്രമണങ്ങളിൽ നിന്ന് അതിർത്തി നന്നായി സംരക്ഷിക്കപ്പെട്ടിരുന്നു. ഉത്തര യൂറോപ്പിലെ തരിശുഭൂമികളിലാണ് ഈ ഗോത്രങ്ങൾ അധിവസിച്ചിരുന്നത്. ലോകം മുഴുവൻ, ശക്തമായ റോമാനഗരത്തിന് ആദരവർപ്പിച്ചുകൊണ്ടിരുന്നു; ഭൂതകാലപിഴവുകൾ പരിഹരിക്കുന്നതിന് എല്ലായ്പ്പോഴും കഴിവുറ്റ മനുഷ്യർ പണിയെടുത്തുകൊണ്ടിരുന്നു. ആദ്യകാല റോമാറിപ്പബ്ലിക്കിലെ സന്തുഷ്ടസാഹചര്യങ്ങൾ പുനഃസ്ഥാപിക്കാൻ കഠിനയത്നങ്ങളുണ്ടായിരുന്നു.

എന്നാൽ രാഷ്ട്രദൗർബല്യത്തിനുള്ള അന്തർലീനമായ കാരണങ്ങൾ ഒഴിവാക്കപ്പെട്ടിരുന്നില്ല; (അവയെപറ്റി മുമ്പൊരദ്ധ്യായത്തിൽ പറഞ്ഞിട്ടുണ്ട്.) അതുകൊണ്ട് പരിഷ്കാരം അസാദ്ധ്യമായിരുന്നു.

പ്രാഥമികമായും അന്തിമമായും എല്ലാകാലത്തും റോം ഒരു നഗരരാഷ്ട്രം മാത്രമായിരുന്നു, ഏഥൻസും കോറിന്തും പുരാതന ഹെല്ലാസിലെ നഗരരാഷ്ട്രങ്ങളായിരുന്നതുപോലെ. അതിന് ഇറ്റാലിയൻ അർദ്ധദ്വീപിൽ ആധിപത്യം സ്ഥാപിക്കാൻ കഴിഞ്ഞു. എന്നാൽ പരിഷ്കൃതലോകത്തിന്റെയാകമാനം ഭരണാധികാരിയായി റോം നിലനില്ക്കുക അസാദ്ധ്യമായിരുന്നു, അതിന് നിലനില്പില്ലായിരുന്നു. അവസാനമില്ലാത്ത യുദ്ധങ്ങളിൽ യുവജനങ്ങൾ മരിച്ചുവീണു. ദീർഘകാല സൈന്യസേവനവും കടുത്തനികുതിയും കർഷകരെ നശിപ്പിച്ചു. അവർ ഒന്നുകിൽ യാചന തൊഴിലാക്കി; അല്ലെങ്കിൽ ധനികഭൂസ്വാമിമാരുടെ കൂലിവേലക്കാരായി; ധനികകൃഷിക്കാർ അവർക്ക് താമസവും ഭക്ഷണവും നല്കി; അവർ അടിയാളന്മാരായി (serfs); അടിമകളോ സ്വതന്ത്ര പൗരരോ അല്ലാത്ത നിർഭാഗ്യവാന്മാരായ അടിയാളന്മാർ; പശുക്കളെപോലെ, വൃക്ഷങ്ങളെപോലെ മണ്ണിന്റെ ഭാഗമായിത്തീർന്നു, അവർ.

സാമ്രാജ്യം, രാഷ്ട്രം മാത്രമായി അവർക്ക് എല്ലാം. സാധാരണ പൗരൻ പൂജ്യത്തിനും താഴേക്ക് വീണു. അടിമകളാവട്ടെ പോളിന്റെ വചനങ്ങൾ കേട്ടുകഴിഞ്ഞിരുന്നു. നസറേത്തിൽ നിന്നുള്ള വിനയവാനായ ആശാരിയുടെ സന്ദേശം അവർ സ്വീകരിച്ചിരുന്നു. അവർ യജമാനന്മാർക്ക് എതിരെ കലാപം നടത്തിയില്ല. മറിച്ച്, അവരിൽ അനുസരണശീലം വളർത്തി; മേലാളന്മാരെ അവർ അനുസരിച്ചു. പക്ഷെ ഈ ലോകകാര്യങ്ങളിലുള്ള എല്ലാ താല്പര്യവും അവർക്ക് നഷ്ടപ്പെട്ടിരുന്നു; അധിവാസയോഗ്യമല്ലാത്ത, ദുരിതം നിറഞ്ഞ ഒരിടമായിരുന്നു അവർക്ക് ലോകം. സ്വർഗ്ഗരാജ്യത്തിലേക്ക് പ്രവേശിക്കാനുള്ള നല്ല യുദ്ധം ചെയ്യാനായിരുന്നു അവർക്ക് ഇഷ്ടം. ഏതെങ്കിലും അധികാരമോഹിയായ ചക്രവർത്തിയുടെ നേട്ടത്തിന് വേണ്ടി യുദ്ധം ചെയ്യാൻ അവർക്ക് ഇഷ്ടമില്ലായിരുന്നു; പാർത്ഥിയന്മാരുടെയോ നുമീഡിയന്മാരുടെയോ സ്കോട്ടുകാരുടെയോ ഭൂമിയിൽ ചെന്ന് ഒരു വിദേശയുദ്ധം നടത്തി മഹത്വം നേടുകയായിരുന്നു

ഈ ചക്രവർത്തിയുടെ ആഗ്രഹം.

നൂറ്റാണ്ടുകൾ കടന്നുപോകേ സ്ഥിതിഗതികൾ വഷളായിവന്നു. ആദ്യചക്രവർത്തിമാർ നേതൃത്വപാരമ്പര്യം തുടർന്നിരുന്നു; പഴയ ഗോത്രത്തലവന്മാർക്ക് അവരുടെ പ്രജകളുടെ നേതൃത്വം നിലനിർത്താൻ കഴിഞ്ഞിരുന്നു. രണ്ടുംമൂന്നും നൂറ്റാണ്ടുകളിലെ ചക്രവർത്തിമാർ സൈന്യപാളയത്തിലെ ചക്രവർത്തിമാരായിരുന്നു; യുദ്ധം തൊഴിലായി സ്വീകരിച്ച പടയാളികളായിരുന്നു; പ്രേട്ടോറിയന്മാരെന്നു പേരുള്ള ബോഡീഗാഡിന്റെ സംരക്ഷണത്തിലാണവർ നിലനിന്നത്. ഭീതിദമായ വേഗത്തിലാണ് അവർ അന്യോന്യം വിജയിച്ചിരുന്നത്; കൊലചെയ്തുകൊണ്ട് അവർ കൊട്ടാരത്തിലെത്തി, പിൻഗാമികൾക്ക് ബോഡീഗാഡിന്റെ സഹായം ലഭിക്കുമ്പോൾ അവരാൽ കൊലചെയ്യപ്പെടുകയും ചെയ്തു.

ഇതിനിടെ വടക്കനതിർത്തിയിൽ അപരിഷ്കൃത ബർബ്ബര ജനങ്ങൾ ഇടയ്ക്കിടെ ആക്രമണം നടത്തുന്നുണ്ടായിരുന്നു. അവരെ ചെറുക്കാനോ തോല്പിക്കാനോ റോമിന്റെ സ്വന്തമായ സൈന്യമൊന്നും അവശേഷിച്ചിരുന്നില്ല; അതുകൊണ്ട് ആക്രമണകാരികളെ നേരിടാൻ വിദേശ കൂലിപ്പട്ടാളക്കാരെ ആശ്രയിക്കേണ്ടിവന്നു. ഈ കൂലിപ്പട്ടാളക്കാരധികവും ആക്രമണകാരികളുടെ അതേ രക്തമുള്ളവരായിരുന്നു; അതിനാൽ, ശത്രുവിനോട്

ബാർബേറിയന്മാർ ഒരു റോമാനഗരം കൈവശപ്പെടുത്തിയപ്പോൾ

ഈ കൂലിപ്പട്ടാളക്കാർ വളരെ മൃദുത്വത്തിലാണ് പോരാടിയത്. അവസാനമായി ഒരു പരീക്ഷണമെന്ന നിലയിൽ ചില ഗോത്രങ്ങൾക്ക് സാമ്രാജ്യപരിധിയിൽ അധിവസിക്കാനനുമതി നല്കിയിരുന്നു. ഇതിനെ തുടർന്ന് വേറെയും ഗോത്രങ്ങൾ വന്നു. വൈകാതെ, ഇവരിൽ നിന്ന് ആർത്തിക്കാരായ റോമൻ നികുതിപിരിവുകാരെ പറ്റി പരാതികളുയർന്നുവന്നു; ഈ നികുതിപിരിവുകാർ അവസാനത്തെ ചില്ലിക്കാശു വരെ പിഴിഞ്ഞെടുത്തി

റോമാനഗരം

രുന്നു. ഇതിന് പരിഹാരം ഉണ്ടാകാതെ വന്നപ്പോൾ അവർ റോമിലേക്ക് മാർച്ച് ചെയ്തു, തങ്ങളുടെ പരാതികൾ കേൾക്കണമെന്ന് ഉച്ചത്തിൽ, ഉറച്ച ശബ്ദത്തിൽ പറഞ്ഞു.

ചക്രവർത്തിയുടെ വാസസ്ഥലമെന്ന നിലയിൽ ഇത് റോമിൽ വലിയ അസൗകര്യങ്ങളുണ്ടാക്കി. (AD 323 മുതൽ 337 വരെ) ചക്രവർത്തിയായിരുന്ന കോൺസ്റ്റന്റൈൻ പുതിയ ഒരു ആസ്ഥാനത്തിനുവേണ്ടി അന്വേഷണം നടത്തി. അദ്ദേഹം ബൈസാന്റിയം തെരഞ്ഞെടുത്തു. യൂറോപ്പും ഏഷ്യയും തമ്മിലുള്ള വ്യാപാരത്തിന്റെ പ്രവേശനകവാടമായിരുന്നു ഈ സ്ഥലം. നഗരത്തിന്റെ പേര് കോൺസ്റ്റാന്റിനോപ്പിൾ എന്നാക്കിമാറ്റി. രാജധാനി ഈ പൗരസ്ത്യ തലസ്ഥാനത്തേക്കുമാറ്റി. കോൺസ്റ്റന്റൈൻ മരിച്ചപ്പോൾ, ഭരണസൗകര്യത്തിനുവേണ്ടി, അദ്ദേഹത്തിന്റെ രണ്ടുമക്കൾ സാമ്രാജ്യത്തെ രണ്ടായി ഭാഗിച്ചു. മൂത്തയാൾ റോമിൽ ജീവിച്ചു, സാമ്രാജ്യത്തിന്റെ പശ്ചിമഭാഗം ഭരിച്ചു. ഇളയയാൾ കോൺസ്റ്റാന്റിനോപ്പിളിൽ തങ്ങി, പൗരസ്ത്യഭാഗത്തിന്റെ അധിപതിയായി.

പിന്നെ നാലാം നൂറ്റാണ്ടുവന്നു, ഹൂണന്മാരുടെ ഭയാനകമായ ആക്രമണങ്ങളും. രണ്ടുനൂറ്റാണ്ടുകാലം ഉത്തരയൂറോപ്പിൽ ആധിപത്യം വഹിച്ച ഒരു നിഗൂഢ അശ്വാരൂഢ ജനതയായിരുന്നു ഹൂണന്മാർ. എ ഡി 451 വരെ അവർ ചോരപ്പുഴയൊഴുക്കിക്കൊണ്ടിരുന്നു. ആ വർഷം ഫ്രാൻസിലെ ഷാലൻസ് – സർ – മാണേ എന്ന സ്ഥലത്ത് വെച്ച് അവർ തോല്പിക്കപ്പെട്ടു. ഡാന്യൂബിന്റെ തീരത്തെത്തിയ കാലം മുതൽ അവർ ഗോഥുകളെ ആക്രമിച്ചുകൊണ്ടിരുന്നു. ഇതിൽനിന്ന് രക്ഷനേടാൻ ഗോഥുകൾക്ക് റോമിനെ ആക്രമിക്കുകയല്ലാതെ വഴിയില്ലായിരുന്നു. വാലൻസ് ചക്രവർത്തി അവരെ തടയാൻ ശ്രമിച്ചു; എന്നാൽ എ ഡി 378 ൽ അഡ്രിയാനോപ്പിളിൽ നടന്ന യുദ്ധത്തിൽ കൊല്ലപ്പെട്ടു. 22 വർഷത്തിനുശേഷം ഇതേ പടിഞ്ഞാറൻ ഗോഥുകൾ അവരുടെ രാജാവായ അലാരിക്കിന്റെ നേതൃത്വത്തിൽ പടിഞ്ഞാറൻ പ്രദേശങ്ങളിലേക്ക് മുന്നേറുകയും റോമിനെ ആക്രമിക്കുകയും ചെയ്തു. അവർ കൊള്ളയടിച്ചില്ല, വളരെകുറച്ച് കൊട്ടാരങ്ങൾ നശിപ്പിക്കുക മാത്രമാണ് ചെയ്തത്. പിന്നെ വാൻറലുകൾ എന്ന ഒരു ബർബ്ബര സംഘമാണ് വന്നത്; അവർക്ക് ഈ പഴയ നഗരത്തിന്റെ ആദരണീയ പാരമ്പര്യങ്ങളോട് അത്രയൊന്നും ബഹുമാനമുണ്ടായിരുന്നില്ല. പിന്നെവന്നത് ബർഗണ്ടിയന്മാരായിരുന്നു, തുടർന്ന് കിഴക്കൻ ഗോഥുകൾ. പിന്നീട് അലൈമന്നികൾ, തുടർന്ന് ഫ്രാങ്കുകൾ വന്നു. ഈ ആക്രമണപരമ്പരകൾക്ക് അന്ത്യമുണ്ടായിരുന്നില്ല. കുറെ ആളുകളെ സംഘടിപ്പിക്കാൻ കഴിയുന്ന ഹൈവേ കൊള്ളക്കാരുടെ ദാക്ഷിണ്യത്തിലായിരുന്നു അവസാനകാലത്ത് റോമാനഗരം.

എ ഡി 402–ാം വർഷം ചക്രവർത്തി റാവെന്നയിലേക്ക് രക്ഷപ്പെട്ടു; സുശക്തമായ രക്ഷാസജ്ജീകരണങ്ങളുള്ള ഒരു തുറമുഖ ദുർഗ്ഗമായിരുന്നു ഇത്. അവസാനം എ ഡി 475 ൽ ജർമൻ കൂലിപ്പട്ടാളക്കാരുടേതായ ഒരു സേനാവ്യൂഹത്തിന്റെ അധിപനായ ഒഡൈസർ ആണ് ഈ കഥയ്ക്കൊ

രവസാനമുണ്ടാക്കിയത്. അവർക്ക് വേണ്ടത് ഇറ്റലിയിലെ കൃഷിയിടങ്ങൾ വിഭജിച്ചു കിട്ടുകയായിരുന്നു. അവസാനത്തെ റോമാ ചക്രവർത്തിയായ റോമുലസ് അഗസ്തുലസിനെ, ഒഡൈസർ വളരെ മാന്യമായി, എന്നാൽ ഫലപ്രദമായി സിംഹാസനഭ്രഷ്ടനാക്കി; ഒഡൈസർ സ്വയം റോമിന്റെ പാട്രിയാർക്കായി, ഭരണാധികാരിയായി പ്രഖ്യാപിച്ചു. കിഴക്കൻ റോമാ സാമ്രാജ്യത്തിലെ ചക്രവർത്തിക്ക് തന്റേതായ സ്വന്തം പ്രശ്നങ്ങളുണ്ടായിരുന്നു. അദ്ദേഹം പുതിയ പശ്ചിമറോമൻ ഭരണാധികാരിയെ അംഗീകരിച്ചു. പത്തുവർഷക്കാലം ഒഡൈസറായിരുന്നു അവശിഷ്ട പശ്ചിമറോമിന്റെ ഭരണാധികാരി.

കുറച്ച് വർഷങ്ങൾ കഴിഞ്ഞ്, കിഴക്കൻ ഗോഥുകളുടെ രാജാവായ തിയോഡറിക്ക് പുതിയ പാട്രിസിയേറ്റിനെ ആക്രമിച്ചു, റാവെന്ന കൈവശപ്പെടുത്തി, സ്വന്തം ഭക്ഷണമേശമേൽ ഒഡൈസറെ കൊലപ്പെടുത്തി, പശ്ചിമ റോമാ സാമ്രാജ്യത്തിന്റെ അവശിഷ്ടങ്ങളിൽ ഒരു ഗോഥിക്ക് രാജ്യം സ്ഥാപിച്ചു. ഈ രാജ്യം അധികകാലം നീണ്ടുനിന്നില്ല. ആറാം നൂറ്റാണ്ടിൽ ഒരു സംഘം ആക്രമണകാരികൾ (അവരുടെ കൂട്ടത്തിൽ ലോംഗോബാർഡുകൾ, സാക്സണുകൾ, സ്ലാവുകൾ, ആവാറുകൾ എല്ലാമുണ്ടായിരുന്നു) ഇറ്റലിയെ ആക്രമിച്ചു, ഗോഥിക് രാജ്യം നശിപ്പിച്ചു; പിന്നീട് പാവിയ ആസ്ഥാനമായി ഒരു രാജ്യം സ്ഥാപിച്ചു.

അങ്ങനെ അവസാനം സാമ്രാജ്യനഗരം പൂർണ്ണമായ തിരസ്കാരത്തിലും നൈരാശ്യത്തിലുംപെട്ട് തകർന്നുപോയി. പ്രാചീന കൊട്ടാരങ്ങൾ പലപ്പോഴായി കൊള്ളയടിക്കപ്പെട്ടു. സ്കൂളുകൾക്ക് തീക്കൊടുത്തു. അദ്ധ്യാപകർ വിശന്നുമരിച്ചു. ധനിക ജനങ്ങളെ അവരുടെ വില്ലകളിൽ നിന്ന് ആട്ടിയോടിച്ചു. അവയിലൊക്കെ ദുർമ്മണമുള്ള, മുടിനീട്ടി വളർത്തിയ ബർബ്ബരന്മാർ താമസം തുടങ്ങി. റോഡുകൾ താറുമാറായി. പഴയപാലങ്ങൾ തകർന്നു, വ്യാപാരം നിലച്ചു. ഈജിപ്തുകാരുടെയും ബാബിലോണിയക്കാരുടെയും ഗ്രീക്കുകാരുടെയും റോമാക്കാരുടെയും ആയിരക്കണക്കിൽ വർഷങ്ങളുടെ ക്ഷമാപൂർണ്ണമായ പ്രയത്നത്തിന്റെ ഫലമായുണ്ടായ ആ ഉല്പന്നം - നാഗരികത - പാശ്ചാത്യലോകത്ത് നിന്ന് പൂർണ്ണമായി ഇല്ലാതാവുമെന്ന ഭീഷണിയാണുണ്ടായത്; അതിപുരാതനകാലത്തെ മുൻഗാമികളുടെയെല്ലാം ഏറ്റവും സാഹസികമായ സ്വപ്നങ്ങളുടെയും മേലെ മനുഷ്യനെ ഉയർത്തിയത് നാഗരികതയായിരുന്നു.

വീണ്ടുമൊരായിരം വർഷക്കാലം വിദൂരമായ പൗരസ്ത്യദേശത്ത്, കോൺസ്റ്റാന്റിനോപ്പിൾ ഒരു സാമ്രാജ്യകേന്ദ്രമായി തുടർന്നുവെന്നത് സത്യമാണ്. പക്ഷേ, അത് യൂറോപ്പു വൻകരയുടെ ഭാഗമായി കരുതപ്പെട്ടിരുന്നില്ല. അതിന്റെ താല്പര്യങ്ങളെല്ലാം പൗരസ്ത്യ ലോകത്തായിരുന്നു. പാശ്ചാത്യമായ ഉല്പത്തിയൊക്കെ അത് മറന്നുപോയി. ക്രമേണ റോമൻ ഭാഷ ഉപേക്ഷിക്കപ്പെടുകയും ഗ്രീക്ക് സ്വീകരിക്കപ്പെടുകയും ചെയ്തു. റോമൻ അക്ഷരമാല അവഗണിക്കപ്പെട്ടു. റോമാനിയമം ഗ്രീക്ക് ലിപിയിൽ

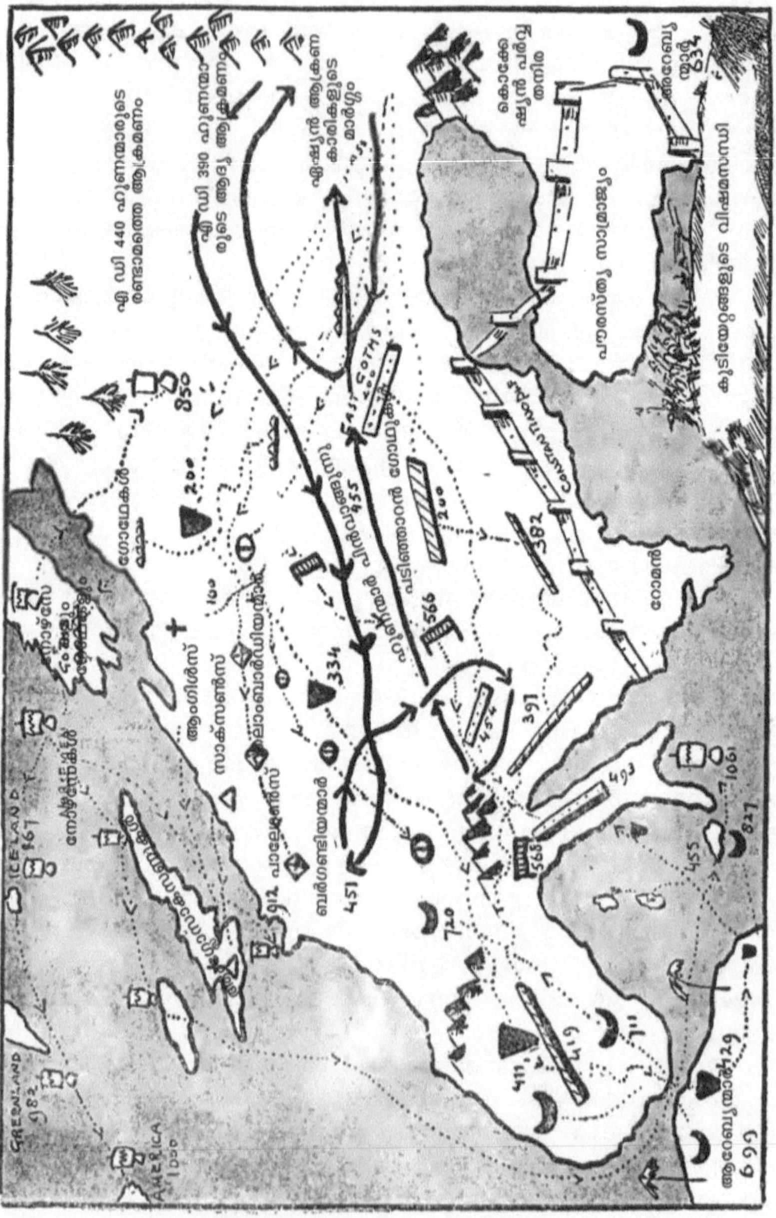

ബാർബേറിയന്മാരുടെ കടന്നാക്രമണം

എഴുതി, അതിന്റെ വ്യാഖ്യാതാക്കൾ ഗ്രീക്ക് ന്യായാധിപന്മാരായിമാറി. ചക്രവർത്തി ഒരു ഏഷ്യൻ ഏകാധിപതിയായി മാറി. പണ്ടു മൂവായിരം വർഷങ്ങൾക്കുമുമ്പ് നൈൽ നദിക്കരയിൽ ആരാധിക്കപ്പെട്ടതുപോലെ രാജാക്കൾ ദൈവതുല്യരായി ആരാധിക്കപ്പെട്ടു. പുതിയ പ്രവർത്തന മേഖലകൾ തേടിയ ബൈസന്റൈൻ ചർച്ചിന്റെ മിഷനറിമാർ കിഴക്കോട്ട് സഞ്ചരിക്കുകയും, ബൈസന്റൈൻ നാഗരികത റഷ്യയുടെ വിശാലമായ വന്യതകളിലേക്കു കൊണ്ടെത്തിക്കുകയും ചെയ്തു.

പശ്ചിമ റോം അപരിഷ്കൃതബർബ്ബരന്മാരുടെ ദയക്ക് വിധേയമായി ത്തീർന്നു. പന്ത്രണ്ട് തലമുറക്കാലം കൊല, യുദ്ധം, പിടിച്ചുപറി, കൊള്ളി വയ്പ്, കൊള്ള എന്നിവയായി റോമിന്റെ മുഖമുദ്ര. ഒരുസ്ഥാപനം - ഒരുസ്ഥാപനം മാത്രമാണ് - സമ്പൂർണ്ണനാശത്തിൽനിന്ന്, ഗുഹാമനുഷ്യരുടെയും ഹയന(കഴുതപ്പുലി)കളുടെയും കാലത്തേക്കുള്ള തിരിച്ചുപോക്കിൽ നിന്ന് റോമിനെ രക്ഷപ്പെടുത്തിയത്.

അത് ചർച്ചായിരുന്നു. ഏറെ നൂറ്റാണ്ടായി നസറേത്തിലെ ആശാരിയായ ജീസസിന്റെ അനുയായികളായിരുന്ന സ്ത്രീ പുരുഷന്മാരുടെ സംഘമായിരുന്നു അത്. ജീസസ് കൊല്ലപ്പെട്ടിരുന്നു. സാമ്രാജ്യത്തിന്റെ ഭാഗമായ സിറിയയിലെവിടെയോ ഉള്ള ഒരു ചെറിയ നഗരത്തിൽ തെരുവുയുദ്ധങ്ങളൊഴിവാക്കാൻ വേണ്ടിയായിരുന്നു ജീസസിനെ വധിച്ചത്.

ചർച്ചിന്റെ ഉദയം

റോം ക്രൈസ്തവ ലോകത്തിന്റെ കേന്ദ്രമായിത്തീരുന്നു

സാമ്രാജ്യത്തിനു കീഴിൽ ജീവിച്ച ശരാശരി ബുദ്ധിയുള്ള റോമാക്കാരന് തന്റെ പിതാക്കളുടെ ദൈവത്തിൽ അല്പമാത്രമായ താല്പര്യം പോലുമുണ്ടായിരുന്നില്ല. കൊല്ലത്തിൽ ചില സന്ദർഭങ്ങളിൽ അയാൾ ക്ഷേത്രത്തിൽ പോയിരുന്നു, ആചാരത്തിന്റെ ഭാഗമായി മാത്രം. ജനങ്ങൾ ഭക്തിസാന്ദ്രമായ ഒരു ഘോഷയാത്രയോടെ ഒരു മതാഘോഷം നടത്തുന്നത് അയാൾ ക്ഷമാപൂർവ്വം കണ്ടു. ജൂപ്പിറ്ററിനേയും മിനർവ്വയേയും നെപ്ട്യൂണിനേയും ആരാധിക്കുന്നത് ബാലിശമായിട്ടാണ് അയാൾ പരിഗണിച്ചത്; പഴയ റിപ്പബ്ലിക്കിന്റെ കാലത്തുനിന്നുള്ള ദുരൂഹമായ ഒരവശിഷ്ടം മാത്രമായിരുന്നു അയാൾക്കത്. സ്റ്റോയിക്കുകളുടേയും എപിക്യൂറിയന്മാരുടെയും ഏഥൻസിലെ ഇതര ചിന്തകന്മാരുടെയും കൃതികൾ ഹൃദിസ്ഥമാക്കിയ മനുഷ്യന് പഴയ ആരാധനാക്രമങ്ങൾ പഠനവിഷയമാക്കേണ്ടതില്ലായിരുന്നു.

ഈ മനോഭാവം റോമാക്കാരനെ സഹിഷ്ണുതയുള്ളവനാക്കി. എല്ലാ ക്ഷേത്രങ്ങളിലും സ്ഥാപിച്ചിരുന്ന ചക്രവർത്തിപ്രതിമയുടെ മുമ്പിൽ ആദരവ് കാണിക്കണമെന്ന് എല്ലാ പ്രജകളോടും റോമാക്കാരോടും വിദേശികളോടും ഗ്രീക്കുകാരോടും ജൂതന്മാരോടും ഗവൺമെന്റ് ആവശ്യപ്പെട്ടിരുന്നു. അമേരിക്കൻ പോസ്റ്റ് ഓഫീസിൽ പ്രസിഡന്റിന്റെ ഫോട്ടോ തൂക്കിയിടുന്നതിനപ്പുറമൊന്നുമായിരുന്നില്ല ക്ഷേത്രത്തിൽ പ്രതിമ സ്ഥാപിക്കുന്നത്. അഗാധമായ അർത്ഥമൊന്നുമില്ലാത്ത ഒരു ഔപചാരികത മാത്രമായിരുന്നു ഇത്. സാമാന്യമായി ആർക്കും അയാളുടെ ഇഷ്ടത്തിനനുസരിച്ച് ദൈവങ്ങളെ ആരാധിക്കാമായിരുന്നു. അതിന്റെ ഫലമായി റോമിലുടനീളം പലതരം ക്ഷേത്രങ്ങളുണ്ടായിരുന്നു, ചെറുതും വലുതുമായ ക്ഷേത്രങ്ങൾ - ഈജിപ്തിൽനിന്നും ആഫ്രിക്കയിൽനിന്നും ഏഷ്യയിൽനിന്നുമുള്ള ദൈവങ്ങൾക്ക് സമർപ്പിതമായിരുന്നു ഈ ക്ഷേത്രങ്ങൾ.

ജീസസിന്റെ ആദ്യ ശിഷ്യന്മാർ റോമിൽ വന്ന് മനുഷ്യന്റെ സാർവ്വജനീന സാഹോദര്യത്തെപ്പറ്റി പ്രഭാഷണം നടത്തിയപ്പോൾ ആരും എതിർത്തിരുന്നില്ല. തെരുവിലെ സാധാരണ മനുഷ്യൻ അത് കേട്ടു. ലോകത്തിന്റെ തലസ്ഥാനമായ റോം എല്ലായ്പ്പോഴും സഞ്ചാരികളായ മതപ്രഭാഷകന്മാരുടെ നഗരമായിരുന്നു. ഓരോ പ്രഭാഷകനും അയാളുടേതായ ചില ദുരൂഹതകൾ ഉണ്ടായിരുന്നു. ഇങ്ങനെ സ്വയം നിയമിതരായ മിക്ക പുരോഹിത - പ്രഭാഷകരും ജനങ്ങളുടെ ഇന്ദ്രിയങ്ങളെയാണ് ആകർഷിച്ചത് - സ്വന്തം മതത്തിന്റെ, ദൈവത്തിന്റെ അനുയായികൾക്ക് സ്വർണ്ണവും അനന്തമായ ആനന്ദവും ലഭിക്കുമെന്നായിരുന്നു വാഗ്ദാനം. പെട്ടെന്നു തന്നെ തെരുവിലെ മനുഷ്യന് മനസ്സിലായി ക്രിസ്ത്യാനികൾ (ക്രിസ്തുവിന്റെ അഥവാ മാമ്മോദീസാ മുക്കിയവന്റെ) വളരെ വ്യത്യസ്തമായ ഒരു ഭാഷയാണ് സംസാരിക്കുന്നതെന്ന്. ധനംകൊണ്ടോ പ്രഭുപദവികൊണ്ടോ അവരെ ആകർഷിക്കാൻ കഴിയുമായിരുന്നില്ല. ദരിദ്രതയുടെ, വിനയത്തിന്റെ, അനുസരണയുടെ സൗന്ദര്യങ്ങളാണ് അവർ വിവരിച്ചുകൊണ്ടിരുന്നത്. റോമിനെ ലോകത്തിന്റെ കാമിനിയാക്കിയ ഗുണങ്ങൾ ഇവയായിരുന്നില്ല. റോമൻ മഹത്വത്തിന്റെ കാലമായിരുന്നു അത്. ഐഹികമായി വിജയം അവർക്ക് അനന്തമായ ആനന്ദം നല്കുകയില്ലെന്ന സന്ദേശമാണ് ക്രിസ്ത്യാനികൾ നല്കിയത്. ഈ 'ദുരൂഹ' സന്ദേശം ശ്രവിക്കുന്നത് തന്നെ സവിശേഷമായൊരനുഭവമായിരുന്നു.

ഇതിനു പുറമെ, ശരിയായ ദൈവത്തിന്റെ വാക്കുകൾക്ക് ചെവികൊടുക്കാത്തവരെ കാത്തിരിക്കുന്ന വിധിയെപ്പറ്റി ഭയാനകമായ കഥകൾ മതപ്രഭാഷകന്മാർ പ്രചരിപ്പിച്ചു. ഭാഗ്യപരീക്ഷണം നടത്തുന്നത് ബുദ്ധിപൂർവ്വകമായിരിക്കില്ല. പഴയ റോമാദൈവങ്ങൾ ഉണ്ടായിരുന്നു; പക്ഷെ വിദൂരസ്ഥമായ ഏഷ്യയിൽ നിന്നുവന്ന ഈ പുതിയ ദൈവത്തിന്റെ സിദ്ധികൾക്കെതിരെ ജനങ്ങളെ സംരക്ഷിക്കാൻ ഈ പഴയ ദൈവങ്ങൾക്ക് ശക്തിയുണ്ടോ? ജനങ്ങൾക്കു സംശയങ്ങളുണ്ടായി. അവർ ജീസസിന്റെ വാക്കുകൾ ശ്രദ്ധിച്ചു. ശരാശരി റോമൻ പുരോഹിതരിൽ നിന്ന് വ്യത്യസ്തരായിരുന്നു ക്രൈസ്തവ പ്രചാരകർ. അവരെല്ലാവരും ഭയാനകമാംവിധം ദരിദ്രരായിരുന്നു. അവർക്ക് അടിമകളോടും മൃഗങ്ങളോടും കാരുണ്യമുണ്ടായിരുന്നു. അവർക്ക് ധനമോഹമുണ്ടായിരുന്നില്ല, മറിച്ച് കൈയിലുള്ളതെല്ലാം അവർ ദാനം ചെയ്തു. ഇവരുടെ നിസ്വാർത്ഥജീവിതം, പഴയ റോമൻ മതം കൈവെടിയാൻ പല റോമാക്കാരെയും പ്രേരിപ്പിച്ചു. അവരിൽ പലരും ചെറിയ ക്രിസ്ത്യൻ ഗ്രൂപ്പുകളിൽ ചേർന്നു. സ്വകാര്യ ഭവനങ്ങളിലോ തുറസ്സുകളിലോ തിരസ്കൃത ക്ഷേത്രങ്ങളിലോ ആണ് അവർ സമ്മേളിച്ചിരുന്നത്.

ഇതു വർഷങ്ങളായി തുടർന്നു. ക്രിസ്ത്യാനികളുടെ എണ്ണം വർദ്ധിച്ചു. ചെറുചർച്ചുകളുടെ താല്പര്യം സംരക്ഷിക്കുന്നതിന് പുരോഹിതന്മാരെ അഥവാ പ്രെസ്ബിറ്റർമാരെ തെരഞ്ഞെടുത്തു (ഗ്രീക്കുഭാഷയിൽ ഇതിനർത്ഥം മുതിർന്നവരെന്നാണ്). ഒരു പ്രോവിൻസിനുള്ളിലുള്ള എല്ലാ

കമ്യൂണിറ്റികളുടെയും തലവനായി ഒരു ബിഷപ്പിനെ തിരഞ്ഞെടുത്തു. പോളിനെ റോമിലേക്ക് അനുഗമിച്ച പീറ്റർ ആയിരുന്നു റോമിലെ പ്രഥമ ബിഷപ്പ്. കാലക്രമത്തിൽ അദ്ദേഹത്തിന്റെ പിൻഗാമികൾ (അവർ പിതാവ് അഥവാ പാപ്പ എന്നാണ് അഭിസംബോധന ചെയ്യപ്പെട്ടത്) പോപ്പുമാരായി അറിയപ്പെട്ടു.

സാമ്രാജ്യത്തിനുള്ളിലെ ശക്തമായ ഒരു സ്ഥാപനമായിത്തീർന്നു ചർച്ച്. ഇഹലോകത്തിൽ നിരാശയായവരെ ക്രൈസ്തവതത്ത്വങ്ങൾ ആകർഷിച്ചു. സാമ്രാജ്യഗവൺമെന്റിന് കീഴിൽ ജീവിതം പടുത്തുയർത്താൻ കഴിയാതിരുന്ന പല കരുത്തന്മാരെയും അവർ ആകർഷിച്ചു. നസ്രാണി ആചാര്യന്റെ വിനീതരായ അനുയായികൾക്കിടയിൽനിന്ന് നേതൃത്വപദവിയിൽ വരാൻ അവർക്കു കഴിഞ്ഞു. അവസാനം ഭരണകൂടം അവരെ ശ്രദ്ധിക്കേണ്ടിവന്നു. അശ്രദ്ധ വഴിയുള്ള ഒരുതരം സഹിഷ്ണു

ക്ലോയ്സ്റ്റർ

തയാണ് റോമാചക്രവർത്തിമാർക്കുണ്ടായിരുന്നത് (ഇത് ഞാൻ നേരത്തെ പറഞ്ഞിട്ടുണ്ട്). മോക്ഷം നേടാൻ എല്ലാ സ്ത്രീ പുരുഷന്മാർക്കും അവരുടെ വഴി തേടാമെന്നതായിരുന്നു അവരുടെ മനോഭാവം. പക്ഷേ, റോമാചക്രവർത്തിമാർ ഒരു കാര്യത്തിൽ മാത്രം നിർബ്ബന്ധം പിടിച്ചു. സമാധാനം സൂക്ഷിക്കണം. "ജീവിക്കുക, ജീവിക്കാനനുവദിക്കുക" എന്ന വിവേക പൂർണ്ണമായ നിയമം അനുവദിക്കണം.

എന്നാൽ ക്രൈസ്തവ കമ്യൂണിറ്റികൾക്ക് ഒരുതരത്തിലുള്ള സഹിഷ്ണുതയും ഉണ്ടായിരുന്നില്ല. അവരുടെ ദൈവം, അവരുടെ ദൈവം മാത്രമാണ ്, സ്വർഗ്ഗത്തിന്റെയും ഭൂമിയുടെയും നാഥനെന്നും മറ്റു ദൈവങ്ങളെല്ലാം വ്യാജമാണെന്നും അവർ പരസ്യമായി പ്രഖ്യാപിച്ചു. മറ്റു മതവിഭാഗങ്ങൾക്ക് ഇത് അന്യായമായി അനുഭവപ്പെട്ടു; അത്തരം പ്രഖ്യാപനങ്ങളെ പോലീസ് നിരുത്സാഹപ്പെടുത്തി. ക്രൈസ്തവർ ശാഠ്യത്തോടെ സ്വന്തം ആശയങ്ങൾ പ്രചരിപ്പിച്ചു.

ഇതിനെ തുടർന്ന് പ്രശ്നങ്ങളുണ്ടായി. ചക്രവർത്തിക്കു മുമ്പിൽ തലകുനിക്കുന്ന ഔപചാരികത നിർവ്വഹിക്കാൻ ക്രിസ്ത്യാനികൾ കൂട്ടാക്കിയില്ല; സൈന്യത്തിൽ ചേരാൻ കൂട്ടാക്കിയില്ല. റോമിലെ മജിസ്ത്രേട്ടുമാർ അവരെ ശിക്ഷിക്കുമെന്ന് ഭീഷണിപ്പെടുത്തി. ഈ ദുരിതലോകം ആഹ്ലാദകരമായ സ്വർഗ്ഗത്തിലേക്കുള്ള ഒരുക്കമുറി മാത്രമാണെന്നും തത്ത്വങ്ങൾക്കായി മരണം വരിക്കാൻ സന്നദ്ധരാണെന്നും ക്രിസ്ത്യാനികൾ മറുപടി നല്കി. ഈ പെരുമാറ്റത്തിൽ അത്ഭുതസ്തിമിതരായ റോമാക്കാർ ചിലപ്പോൾ കുറ്റവാളികളെ വധിച്ചുവെങ്കിലും, മിക്കപ്പോഴും അവർക്ക്

ഗോത്തുകളുടെ ആഗമനം

ശിക്ഷകളൊന്നും നല്കിയില്ല. ചർച്ചിന്റെ ആദ്യനാളുകളിൽ ചില വിധിപ്രസ്താവങ്ങളും വധശിക്ഷകളും മറ്റുമുണ്ടായിട്ടുണ്ട്. അത്, പക്ഷേ, എല്ലാ കുറ്റങ്ങൾക്കും ക്രൈസ്തവരെ ഉത്തരവാദികളാക്കിയ ജനക്കൂട്ടത്തിൽ ചിലരുടെ പണിയായിരുന്നു. (കുട്ടികളെ കൊന്നുതിന്നുക, രോഗങ്ങളും പ്രകൃതിക്ഷോഭങ്ങളും കൊണ്ടുവരിക, ആപത്കാലത്ത് രാജ്യത്തെ വഞ്ചിക്കുക തുടങ്ങിയ കുറ്റങ്ങളാണവരുടെ പേരിൽ ചുമത്തിയിരുന്നത്.) ഇതിന് കാരണമുണ്ടായിരുന്നു; ക്രിസ്ത്യാനികളെ പ്രതിക്കൂട്ടിൽ കയറ്റി ശിക്ഷിക്കു

ന്നത് എളുപ്പമായിരുന്നു, അവർ തിരിച്ച് ആക്രമിക്കുകയില്ലായിരുന്നു.

ഇതിനിടെ, റോം തുടർച്ചയായി ബർബ്ബരന്മാരുടെ ആക്രമണത്തിനടിപ്പെട്ടു. റോമിന്റെ സൈന്യം തോറ്റിടത്ത്, ക്രൈസ്തവ മിഷനറിമാർ പ്രാകൃതരായ ട്യൂട്ടോണുകളോട് സമാധാനത്തിന്റെ സുവിശേഷം പ്രസംഗിച്ചു. അവർ ചുണയുള്ളവരായിരുന്നു, അവർക്ക് മരണഭീതിയുണ്ടായിരുന്നില്ല. പശ്ചാത്താപം ചെയ്യാത്ത പാപികളുടെ ഭാവിയെപ്പറ്റി ഒരു സന്ദേഹവും തോന്നാത്ത തരത്തിൽ കൃത്യമായിരുന്നു അവരുടെ ഭാഷ. ട്യൂട്ടോണുകൾ ആഴത്തിൽ സ്പർശിക്കപ്പെട്ടു. അവർക്ക് ഇപ്പോഴും പ്രാചീന റോമാനഗരത്തിന്റെ ബൗദ്ധികശേഷിയോട് അഗാധമായ ആദരവുമുണ്ടായിരുന്നു. ഇവർ - ക്രിസ്ത്യാനികൾ - റോമാക്കാരായിരുന്നു. ഒരുപക്ഷേ അവർ പറയുന്നത് സത്യമായിരിക്കാം. വൈകാതെ ട്യൂട്ടോണുകളുടെയും ഫ്രാങ്കുകളുടെയും പ്രാകൃത ദേശങ്ങളിൽ ക്രൈസ്തവ മിഷനറി ഒരു ശക്തിയായി മാറി. വലിയൊരു സൈനിക റെജിമെന്റിന്റെ അതേ മൂല്യമാണ് അര ഡസൻ മിഷനറിമാർക്കു കല്പിക്കപ്പെട്ടത്. ക്രിസ്ത്യാനികളും തങ്ങൾക്കു പ്രയോജനപ്പെടുമെന്ന് ചക്രവർത്തിമാർ മനസ്സിലാക്കിത്തുടങ്ങി. ചില പ്രവിശ്യകളിൽ അവർക്ക് പഴയ ദൈവങ്ങളെ ആരാധിക്കുന്നവർക്കൊപ്പം തുല്യാവകാശങ്ങൾ ലഭിച്ചു. വലിയ മാറ്റമുണ്ടായത് നാലാം നൂറ്റാണ്ടിന്റെ അവസാന പകുതിയോടെയായിരുന്നു.

കോൺസ്റ്റന്റൈൻ - ചിലപ്പോൾ അദ്ദേഹം മഹാനായ കോൺസ്റ്റന്റൈൻ എന്നും വിളിക്കപ്പെടുന്നു (അതെന്തിനെന്ന് ദൈവത്തിനറിയാം) - ആയിരുന്നു ചക്രവർത്തി. അദ്ദേഹം ഒരു മുരടൻ സ്വഭാവക്കാരനായിരുന്നു; എന്നാൽ അക്കാലത്തതല്ലാതെ വഴിയുണ്ടായിരുന്നില്ല, മൃദുല സ്വഭാവികളായ ആളുകൾ കഠിനമായ സംഘട്ടനങ്ങളുള്ള ആ കാലത്ത് അതിജീവിക്കാനൊരു സാദ്ധ്യതയുമുണ്ടായിരുന്നില്ല. ദീർഘവും, പ്രതിസന്ധികൾ നിറഞ്ഞതുമായ ആ ജീവിതത്തിൽ കോൺസ്റ്റന്റൈൻ പല തരത്തിലുള്ള കയറ്റിറക്കങ്ങൾ നേരിട്ടിരുന്നു. ഒരിക്കൽ, പരാജയം മിക്കവാറും ആസന്നമായ ഒരു ഘട്ടത്തിൽ, കോൺസ്റ്റന്റൈൻ വിചാരിച്ചു, എല്ലാവരും പറഞ്ഞുകൊണ്ടിരിക്കുന്ന ഈ ഏഷ്യൻ ദേവന്റെ ശക്തി പരീക്ഷിച്ചാലോ എന്ന്. വരുന്ന യുദ്ധത്തിൽ വിജയിക്കുകയാണെങ്കിൽ താനും ക്രിസ്ത്യാനിയാകുമെന്നദ്ദേഹം വാക്കുകൊടുത്തു. അദ്ദേഹം വിജയം വരിച്ചു, ക്രിസ്ത്യൻ ദൈവത്തിന്റെ ശക്തിയെപ്പറ്റി ബോദ്ധ്യപ്പെട്ടു, മാമോദീസ ചെയ്യാൻ സമ്മതിച്ചു.

ആ നിമിഷം മുതൽ ക്രൈസ്തവസഭയ്ക്ക് ഔദ്യോഗികാംഗീകാരം കിട്ടി. ഇതോടെ പുതിയ മതത്തിന്റെ നില ഏറെ ശക്തമായിത്തീർന്നു.

പക്ഷേ, അപ്പോഴും ക്രിസ്ത്യാനികൾ ജനങ്ങളിൽ ഒരു ചെറിയ ന്യൂനപക്ഷം മാത്രമായിരുന്നു (അഞ്ചോ ആറോ ശതമാനത്തിൽ കൂടുതൽ ഇല്ലായിരുന്നു അവർ); അവർക്കു വിജയം വരിക്കേണ്ടിയിരുന്നു, അതുകൊണ്ടു തന്നെ എല്ലാ വിട്ടുവീഴ്ചകളെയും നിരാകരിക്കാൻ അവർ നിർബ്ബന്ധിതരായി. പഴയ ദൈവങ്ങളെ നശിപ്പിക്കേണ്ടിയിരുന്നു. ചുരുങ്ങിയ ഒരു കാലം,

ഗ്രീക്കു വിജ്ഞാനപ്രേമിയായിരുന്ന ജൂലിയൻ ചക്രവർത്തി, പഴയ ദൈവങ്ങളെ സമ്പൂർണ്ണനാശത്തിൽ നിന്നു രക്ഷപ്പെടുത്തുന്നതിൽ വിജയം വരിച്ചു. എന്നാൽ പേർഷ്യയിലെ ഒരു യുദ്ധത്തിൽ ഉണ്ടായ മുറിവ് കാരണം ജൂലിയൻ ചക്രവർത്തി മരിച്ചു. അദ്ദേഹത്തിന്റെ പിൻഗാമിയായ ജോവിയൻ ക്രൈസ്തവ ദേവാലയത്തെ എല്ലാ മഹത്വത്തിലും പുനസ്ഥാപിച്ചു. ഒന്നിനു പിറകെ മറ്റൊന്നായി പുരാതനക്ഷേത്രങ്ങളുടെ വാതിലുകൾ അടയ്ക്കപ്പെട്ടു. പിന്നെ ജസ്റ്റിനിയൻ ചക്രവർത്തിയായി (അദ്ദേഹമാണ് കോൺസ്റ്റാന്റിനോപ്പിളിലെ സെയിന്റ് സോഫിയാ ചർച്ച് കെട്ടിയത്). അദ്ദേഹം, പ്ലേറ്റോ സ്ഥാപിച്ച ഏതൻസിലെ തത്ത്വശാസ്ത്ര വിദ്യാലയം നിർത്തലാക്കി.

പഴയ ഗ്രീക്കു ലോകത്തിന്റെ അന്ത്യമായിരുന്നു അത്; ഈ ലോകത്തിൽ മനുഷ്യർക്കു ഇഷ്ടാനുസരണം സ്വന്തമായി ചിന്തിക്കാനും സ്വന്തം സ്വപ്നങ്ങൾ കാണാനും അനുവാദമുണ്ടായിരുന്നു; പ്രാകൃതത്വത്തിന്റെ പ്രളയത്തിനുശേഷം ജീവിതത്തിന്റെ യാനപാത്രത്തെ ശരിയായ ദിശയിലേക്കു നയിക്കാനുള്ള ശേഷിയൊന്നും പഴയ തത്ത്വങ്ങൾക്കുണ്ടായിരുന്നില്ല; വ്യവസ്ഥാപിതമായ ക്രമത്തെ അജ്ഞത പൂർണ്ണമായി കൈയടക്കിയിരുന്നു. കൂടുതൽ പ്രത്യക്ഷവും നിയതവുമായ എന്തെങ്കിലും അത്യാവശ്യമായിരുന്നു. ഇതാണ് ചർച്ച് നല്കിയത്.

ഒന്നും നിശ്ചിതമല്ലാതിരുന്ന ഒരു കാലത്ത്, പള്ളി പാറപോലെ ഉറച്ചു നിന്നു; സത്യമെന്നും ദൈവികമെന്നും പള്ളി കരുതിയ തത്ത്വങ്ങളിൽ നിന്ന് അത് അണുവിട വ്യതിചലിച്ചില്ല. ഈ ധൈര്യം ബഹുജനങ്ങളുടെ ആരാധനയ്ക്കു പാത്രമായി; ഈ അചഞ്ചലമായ ധീരത തന്നെയാണ് ആപത്തുകാലത്ത് റോമിലെ ചർച്ചിനെ സംരക്ഷിച്ചുനിർത്തിയത്; ഇതാണ് റോമൻ സ്റ്റേറ്റിന്റെ നാശത്തിനു കാരണമായത്.

എന്നാൽ ക്രൈസ്തവ മതവിശ്വാസത്തിന്റെ അന്തിമ വിജയത്തിനു പിന്നിൽ അല്പം ഭാഗ്യവുമുണ്ടായിരുന്നു. തിയഡറിക്കിന്റെ റോമൻ - ഗോഥിക്ക് രാജ്യം ഇല്ലാതായിക്കഴിഞ്ഞതിനുശേഷം അഞ്ചാം നൂറ്റാണ്ടിൽ ഇറ്റലി വിദേശാക്രമണങ്ങളിൽനിന്ന് താരതമ്യേന സ്വതന്ത്രമായിരുന്നു. ഗോഥുകൾക്കുശേഷം വന്ന ലൊംബാർഡുകളും സാക്സണുകളും സ്ലാവുകളും ദുർബ്ബലരും പിന്നാക്ക ഗോത്രക്കാരുമായിരുന്നു. ഈ സാഹചര്യങ്ങളിൽ റോമിലെ ബിഷപ്പുമാർക്ക് നഗരത്തിന്റെ സ്വാതന്ത്ര്യം നിലനിർത്താൻ കഴിഞ്ഞു. ഇതോടെ, ഉപദ്വീപിലാകെ ചിന്നിച്ചിതറിയിരുന്ന സാമ്രാജ്യത്തിന്റെ അവശിഷ്ടങ്ങളായിരുന്നവർ റോമിലെ ഡ്യൂക്കുമാരെ (അഥവാ ബിഷപ്പുമാരെ) അവരുടെ രാഷ്ട്രീയ-ആത്മീയ നേതാക്കളായി സ്വീകരിച്ചു.

കരുത്തനായ ഒരു മനുഷ്യന്റെ ആവിർഭാവത്തിനുള്ള സമയം സമാഗതമായിരുന്നു. അദ്ദേഹം എ ഡി 590 ൽ ആഗമിച്ചു. അദ്ദേഹത്തിന്റെ പേര് ഗ്രിഗറി എന്നായിരുന്നു. പുരാതന റോമിലെ ഭരണവർഗ്ഗത്തിൽ പെട്ടൊരാളായിരുന്നു ഗ്രിഗറി. അദ്ദേഹം നഗരത്തിന്റെ "പ്രിഫക്റ്റ്" അഥവാ

മേയർ ആയിരുന്നു. പിന്നെ അദ്ദേഹം സന്ന്യാസിയായി, ബിഷപ്പായി. അവസാനം, അദ്ദേഹത്തിന്റെ ഇച്ഛയ്ക്ക് വിപരീതമായി (അദ്ദേഹത്തിന്റെ ആഗ്രഹം ഒരു മിഷനറിയായി ഇംഗ്ലണ്ടിലെ അവിശ്വാസികളുടെ ഇടയിൽ ക്രൈസ്തവ തത്ത്വം പ്രചരിപ്പിക്കാനായിരുന്നു) സെയിന്റ് പീറ്ററിന്റെ ചർച്ചിലേക്ക് വലിച്ചിഴക്കപ്പെട്ടു. പോപ്പാവുന്നതിനുവേണ്ടിയായിരുന്നു ഇത്. അദ്ദേഹം 14 വർഷം മാത്രമേ ഭരിച്ചിട്ടുള്ളൂ. പക്ഷേ അദ്ദേഹം മരിച്ചപ്പോൾ പശ്ചിമയൂറോപ്പിലെ ക്രിസ്ത്യാനികൾ റോമിലെ ബിഷപ്പിനെ, പോപ്പിനെ, ക്രൈസ്തവസഭയുടെയാകമാനം തലവനായി അംഗീകരിച്ചിരുന്നു.

ഈ അധികാരം, പക്ഷേ, പൗരസ്ത്യ ലോകത്തേക്ക് വ്യാപിച്ചില്ല. കോൺസ്റ്റാന്റിനോപ്പിളിലെ ചക്രവർത്തിമാർ പഴയ ആചാരം തുടർന്നു. അഗസ്റ്റസിന്റേയും തിബര്യൂസിന്റെയും പിൻഗാമികളെ അവർ ഭരണത്തലവനായും വ്യവസ്ഥാപിതമതത്തിന്റെ പ്രധാന പുരോഹിതനായും അംഗീകരിച്ചു. 1453-ാം മാണ്ടിൽ തുർക്കികൾ പൗരസ്ത്യ റോമാ സാമ്രാജ്യം കൈവശപ്പെടുത്തി. കോൺസ്റ്റാന്റിനോപ്പിൾ അവരുടെ കൈകളിലായി. അവസാന റോമാചക്രവർത്തിയായ കോൺസ്റ്റന്റൈൻ പലിയോലോഗ് സോഫിയാ പള്ളിയുടെ പടവുകളിൽ കൊലചെയ്യപ്പെട്ടു.

കുറച്ചു വർഷങ്ങൾക്കുമുമ്പ് അദ്ദേഹത്തിന്റെ സഹോദരൻ തോമസിന്റെ പുത്രി റഷ്യയിലെ ഐവാൻ മൂന്നാമനെ വിവാഹം ചെയ്തിരുന്നു. ഈ രീതിയിൽ മോസ്കോവിലെ ഗ്രാന്റ് ഡ്യൂക്കുമാർ കോൺസ്റ്റാന്റിനോപ്പിൾ പാരമ്പര്യത്തിന്റെ അനന്തരാവകാശികളായി. പഴയ ബൈസാന്റിയത്തിലെ ഇരട്ടക്കഴുകൻ (റോമാ സാമ്രാജ്യം രണ്ടായി വിഭജിക്കപ്പെട്ടതിനെ അനുസ്മരിപ്പിക്കുന്ന അടയാളം) ആധുനിക റഷ്യയുടെ കൈകളുടെ അടയാളമായിത്തീർന്നു. സാർ സത്യത്തിൽ റഷ്യൻ പ്രഭുക്കന്മാരിൽ പ്രഥമൻ മാത്രമായിരുന്നു. ഇതോടെ അദ്ദേഹത്തിന് ഒരു റോമാ ചക്രവർത്തിയുടെ ആഭിജാത്യവും അന്തസ്സും കൈവന്നു; അദ്ദേഹത്തിനു മുമ്പിൽ ചെറുതും വലുതുമായ എല്ലാ പ്രജകളും യാതൊരു പരിഗണനയുമില്ലാത്ത അടിമകളായി മാറി.

പൗരസ്ത്യ മാതൃകയിൽ രാജധാനി പരിഷ്കരിക്കപ്പെട്ടു. പൗരസ്ത്യ റോമാ ചക്രവർത്തിമാർ ഏഷ്യയിൽനിന്നും ഈജിപ്തിൽനിന്നും ഇറക്കുമതി ചെയ്തതായിരുന്നു ഈ മാതൃക. ഇത് അലക്സാണ്ടർ ചക്രവർത്തിയുടെ രാജധാനിക്കു സദൃശമായിരുന്നു (അവരങ്ങിനെ ആത്മപ്രശംസാപരമായി അവകാശപ്പെട്ടു). ആസന്നമരണനായ ബൈസന്റൈൻ ചക്രവർത്തി പൈതൃകമായി നല്കിയ ഈ അത്ഭുതമാതൃക ആറ് നൂറ്റാണ്ടു കാലംകൂടി നിലനിന്നു. കോൺസ്റ്റാന്റിനോപ്പിളിന്റെ ഇരട്ടക്കഴുകൻ അടയാളം* കിരീടത്തിൽ അവസാനമായി ധരിച്ചത് സാർ നിക്കളൊസ് ആയിരുന്നു. അടുത്ത കാലത്താണദ്ദേഹം വധിക്കപ്പെട്ടത് (ഈ ഗ്രന്ഥമെഴുതുന്ന കാലത്തിന്റെ തൊട്ടുമുമ്പായിരുന്നു അത് - വിവ). അദ്ദേഹത്തിന്റെ ശരീരം ഒരു കിണട്ടിലേക്കെറിയപ്പെട്ടു. അദ്ദേഹത്തിന്റെ പുത്രനും പുത്രിമാരും

* റഷ്യയുടെ വിസ്തൃതമായ സമതലങ്ങളിലായിരുന്നു ഇത്.

വധിക്കപ്പെട്ടു. അദ്ദേഹത്തിന്റെ എല്ലാ പുരാതന അവകാശങ്ങളും അധികാരങ്ങളും ഇല്ലാതായി. കോൺസ്റ്റന്റൈന്റെന്ന് മുമ്പ് റോമിൽ ഉണ്ടായിരുന്ന പദവിയിലേക്ക് പള്ളിയുടെ സ്ഥാനം താഴ്ത്തപ്പെട്ടു.

പൗരസ്ത്യസഭ വേറൊരു രീതിയിലാണ് നീങ്ങിയത്. അത് നാം അടുത്ത അദ്ധ്യായത്തിൽ പഠിക്കും. അറേബ്യയിലെ ഒരു ഒട്ടകക്കാരനായ ഒരാളുടെ മതത്തിന്റെ നശീകരണ ഭീഷണിയിൽ പൗരസ്ത്യലോകത്തിലെ മുഴുവൻ ക്രൈസ്തവ ലോകവും കഴിയുകയായിരുന്നു.

മുഹമ്മദ്

അറേബിയൻ മരുഭൂമിയിൽ പ്രവാചകനായിത്തീർന്ന അഹമ്മദെന്ന ഒട്ടകക്കാരൻ

ഏകദൈവമായ അല്ലാഹുവിന്റെ മഹത്ത്വത്തിനുവേണ്ടി സ്വന്തം അനുയായികൾ അറിയപ്പെടുന്ന ലോകത്തെയാകമാനം കൈവശപ്പെടുത്തി.

കാർത്തേജിന്റെയും ഹാനിബാളിന്റെയും കാലത്തിനുശേഷം സെമിറ്റിക് ജനതയെപ്പറ്റി നമ്മൾ സംസാരിച്ചിട്ടില്ല. ബാബിലോണിയക്കാരും അസ്സിറിയക്കാരും ഫിനീഷ്യക്കാരും ജൂതന്മാരും അരാമിയന്മാരും കൽദായന്മാരും ആയ സെമൈറ്റുകൾ മുപ്പത്-നാല്പത് നൂറ്റാണ്ടുകാലം പശ്ചിമേഷ്യയിലെ ഭരണാധികാരികളായിരുന്നു. അവരെ പലരും ആക്രമിച്ചു, അവരുടെ പ്രദേശങ്ങൾ കൈവശപ്പെടുത്തി. ആദ്യമത് ഇന്തോ-യൂറോപ്യൻ പേർഷ്യക്കാരായിരുന്നു; അവർ കിഴക്കുനിന്നു വന്നവരായിരുന്നു. പിന്നെയത് ഇന്തോ-യൂറോപ്യൻ ഗ്രീക്കുകാരായിരുന്നു, അവർ പടിഞ്ഞാറുനിന്ന് വന്നവരായിരുന്നു. മഹാനായ അലക്സാണ്ടർ മരിച്ച് ഒരു നൂറ്റാണ്ട് കഴിഞ്ഞപ്പോൾ സെമിറ്റിക് ഫിനിഷ്യന്മാരുടെ ഒരു കോളനിയായ കാർത്തേജ്, മദ്ധ്യധരണിയിലെ ആധിപത്യത്തിനായി ഇന്തോ-യൂറോപ്യൻ റോമക്കാരുമായി യുദ്ധം ചെയ്തു. കാർത്തേജ് തോല്പിക്കപ്പെടുകയും നശിപ്പിക്കപ്പെടുകയും ചെയ്തു. എണ്ണൂറുകൊല്ലക്കാലം റോമക്കാർ ലോകത്തിന്റെ അധിപതികളായിരുന്നു. എന്നാൽ ഏഴാം നൂറ്റാണ്ടിൽ മറ്റൊരു സെമിറ്റിക് ഗോത്രം രംഗവേദിയിൽ പ്രത്യക്ഷപ്പെട്ടു; അവർ പാശ്ചാത്യാധികാരത്തെ വെല്ലുവിളിച്ചു. അറബികളായിരുന്നു ഇത്. സമാധാനകാംക്ഷികളായ ഇടയന്മാരായിരുന്നു അവർ. ഒരുതരത്തിലുള്ള സാമ്രാജ്യമോഹവും കാണിക്കാതെ കാലത്തിന്റെ ആരംഭം മുതൽ അവർ മരുഭൂമിയിലൂടെ അലയുകയായിരുന്നു.

പിന്നെ അവർ മുഹമ്മദിന്റെ ശ്രോതാക്കളായി; ഇതോടെ അവർ

അശ്വാരൂഢരായിത്തീരുകയും ഒരു നൂറ്റാണ്ടിൽ കുറഞ്ഞകാലംകൊണ്ട് യൂറോപ്പിന്റെ ഹൃദയത്തിലേക്ക് കടന്നുകയറുകയും ഒരേയൊരു ദൈവമായ അല്ലാഹുവിന്റെയും ഏകദൈവത്തിന്റെ പ്രവാചകനായ മുഹമ്മദിന്റെയും മാഹാത്മ്യം ലോകത്തിന്റെ മുമ്പിൽ വിളംബരപ്പെടുത്തുകയും ചെയ്തു; ഭയപ്പെട്ടുപോയ ഫ്രാൻസിലെ കൃഷിക്കാരെയാണ് അവർ അഭിസംബോധന ചെയ്തത്.

അബ്ദുല്ലയുടെയും ആമിനയുടെയും മകനായ അഹമ്മദിന്റെ കഥ 'ആയിരത്തൊന്നുരാത്രികളിലെ' ഒരദ്ധ്യായം പോലെ രോമാഞ്ചജനകമാണ്. (മുഹമ്മദ് എന്നാണ് അദ്ദേഹം സാധാരണയായി അറിയപ്പെട്ടിരുന്നത്, "വാഴ്ത്തപ്പെട്ടവൻ" എന്നാണതിനർത്ഥം.) മെക്കയിൽ ഭൂജാതനായ ഒരു ഒട്ടകക്കാരനായിരുന്നു അദ്ദേഹം. അദ്ദേഹത്തിന് അപസ്മാരബാധയുണ്ടായിരുന്നുവെന്ന് തോന്നുന്നു. അദ്ദേഹത്തിന് അസാധാരണ സ്വപ്നങ്ങളുണ്ടായിരുന്നു; ഈ സ്വപ്നവേളകളിൽ അബോധാവസ്ഥ ഉണ്ടാകുമായിരുന്നുവെന്ന് ചിലർ പറയുന്നു. അദ്ദേഹം ഗബ്രിയേൽ മാലാഖയുടെ ശബ്ദം കേട്ടിരുന്നു. ഗബ്രിയേലിൽ നിന്നുള്ള വാക്കുകൾ പിന്നീട് *ഖുർ-ആൻ* എന്ന ഒരു വിശിഷ്ട ഗ്രന്ഥത്തിൽ ക്രോഡീകരിക്കപ്പെട്ടു. വർത്തകസംഘത്തിന്റെ തലവനായി അദ്ദേഹം അറേബിയയിലുടനീളം സഞ്ചരിച്ചിരുന്നു, ജൂത - ക്രൈസ്തവവണിക്കുകളുമായി അദ്ദേഹത്തിന് ഇടപെടേണ്ടിവന്നു. ഏകദൈവാരാധനയുടെ മഹത്ത്വം അദ്ദേഹം ഉൾക്കൊണ്ടു. അദ്ദേഹത്തിന്റെ സ്വന്തം ജനതയായ അറബികൾ പലതരം കല്ലുകളെയും മരങ്ങളെയും ആരാധിച്ചിരുന്നു. ഇതായിരുന്നു അവരുടെ പുരാണപിതാക്കൾ പതിനായിരക്കണക്കിൽ വർഷങ്ങൾക്കുമുമ്പ് ചെയ്തിരുന്നത്. അവരുടെ വിശുദ്ധനഗരമായ മെക്കയിൽ ഒരു ചതുരക്കെട്ടിടമുണ്ടായിരുന്നു; കഅബ എന്നാണതിന്റെ പേര്; അതിൽ നിറയെ വിഗ്രഹങ്ങളും അസാധാരണമായ ആരാധനാരീതികളും ഹൂഡു (Hoo-doo)പൂജയും മറ്റുമാണുണ്ടായിരുന്നത്.

ഹെജിറ

അറബി ജനതയുടെ മോസസ്സ് ആവാൻ മുഹമ്മദ് തീരുമാനിച്ചു, ഒരേസമയത്ത് പ്രവാചകനും ഒട്ടകക്കാരനുമാവാൻ അദ്ദേഹത്തിനു കഴിയുമായിരുന്നില്ല. അതിനാൽ തനിക്ക് തൊഴിൽ നല്കിയ ധനികവിധവയായ ഖദീജയെ വിവാഹം ചെയ്തുകൊണ്ട് അദ്ദേഹം സ്വതന്ത്രനായിത്തീർന്നു. തുടർന്നദ്ദേഹം മക്കാനിവാസിക

ളിൽ അടുപ്പമുള്ളവരോട് താനാണ് അല്ലാഹു പറഞ്ഞയച്ച പ്രവാചകനെന്ന് പറഞ്ഞു. ലോകമോചനത്തിനുവേണ്ടിയാണ് താൻ അയക്കപ്പെട്ടിരിക്കുന്നത്. അയൽക്കാരും മറ്റും ഈ പ്രസ്താവത്തെ ചിരിച്ചു തള്ളി. പ്രഭാഷണങ്ങൾ വഴി ശല്യം ചെയ്യുന്നുവെന്ന് പറഞ്ഞ് അദ്ദേഹത്തെ വധിക്കാൻ ചിലർ തീരുമാനിച്ചു. ഒരു ദയയും അർഹിക്കാത്ത ഭ്രാന്തനെന്നും പൊതുശല്യക്കാരനെന്നും അവർ അദ്ദേഹത്തെ വിളിച്ചു. മുഹമ്മദ് ഗൂഢാലോചനയെപറ്റി അറിഞ്ഞു, രാത്രിക്കു രാത്രി അദ്ദേഹം തന്റെ ഇഷ്ടശിഷ്യനായ അബൂബക്കറോടൊപ്പം മദീനയിലേക്ക് പലായനം ചെയ്തു. എ ഡി 622–ാമാണ്ടിലാണിത് നടന്നത്. ഇസ്ലാമിക ചരിത്രത്തിലെ സുപ്രധാനമായ ഒരു തിയതിയാണത്. അതറിയപ്പെടുന്നത് ഹെജിറ അഥവാ മഹാപലായനത്തിന്റെ വർഷം എന്നാണ്.

മദീനയിൽ അപരിചിതനായിരുന്നു അദ്ദേഹം. തന്റെ സ്വന്തം നഗരമായ മക്കയിലേതിനേക്കാൾ എളുപ്പത്തിൽ മദീനയിൽ പ്രവാചകനാണെന്ന് പ്രഖ്യാപിക്കാനദ്ദേഹത്തിനു കഴിയുമായിരുന്നു; മക്കയിൽ അദ്ദേഹം ചിരപരിചിതനായിരുന്നു, ഒട്ടകക്കാരനായിരുന്നു. വൈകാതെ അദ്ദേഹത്തിന്റെ അനുയായിവൃന്ദം വികസിക്കാൻ തുടങ്ങി. അവർ മുസ്ലിം എന്ന പേരിൽ അറിയപ്പെട്ടു; ഇസ്ലാം സ്വീകരിച്ചവർ എന്നാണതിനർത്ഥം; ഇസ്ലാം എന്നാൽ "ദൈവേച്ഛയ്ക്കു വഴങ്ങൽ" എന്നും. ഇതാണ് മനുഷ്യന്റെ സദ്ഗുണങ്ങളിൽ അത്യുന്നതമായത്. ഏഴുവർഷക്കാലം അദ്ദേഹം മദീനയിലെ ജനങ്ങൾക്കിടയിൽ മതപ്രചാരണം നടത്തി. പണ്ട് തന്നെയും തന്റെ ദൗത്യത്തെയും എതിർക്കുകയും അപഹസിക്കുകയും ചെയ്ത അയൽക്കാർക്കെതിരെ പോരാടാൻ സമയമായെന്നദ്ദേഹം ഉറച്ചു. മദീനക്കാരുടെ ഒരു സൈന്യത്തിന്റെ തലപ്പത്ത് അദ്ദേഹം മരുഭൂമിയിലൂടെ മുന്നേറി. വലിയ വിഷമമൊന്നും കൂടാതെ അദ്ദേഹത്തിന്റെ അനുയായികൾ മക്ക പിടിച്ചടക്കി. യുദ്ധത്തിൽ അനേകം പേർ കൊല്ലപ്പെട്ടു. അവശേഷിച്ചവരെ മുഹമ്മദ് മഹാനായ പ്രവാചകനാണെന്ന് ബോദ്ധ്യപ്പെടുത്താൻ പ്രയാസം നേരിട്ടില്ല.

ആ സമയം മുതൽ നിര്യാണം വരെ ഏറ്റെടുത്ത കാര്യങ്ങളിലെല്ലാം മുഹമ്മദ് വിജയം വരിച്ചു.

ഇസ്ലാമിന്റെ വിജയത്തിനു രണ്ടു കാരണങ്ങളുണ്ട്. ഒന്നാമത്തേത് മുഹമ്മദ് തന്റെ അനുയായികളെ പഠിപ്പിച്ച മതം വളരെ ലളിതമായിരുന്നു. ലോകനിയന്താവും കരുണാനിധിയും കാരുണ്യമൂർത്തിയുമായ അല്ലാഹുവിനെ ആരാധിക്കണമെന്ന് അദ്ദേഹം ശിഷ്യസമൂഹത്തോട് അരുൾ ചെയ്തു. അവർ രക്ഷിതാക്കളെ ആദരിക്കുകയും അനുസരിക്കുകയും വേണം. അയൽക്കാരോട് സത്യസന്ധതയില്ലാതെ പെരുമാറുന്നവർക്ക് മുന്നറിയിപ്പ് നല്കി; ദരിദ്രരോടും രോഗികളോടും വിനയത്തോടെ, ഔദാര്യത്തോടെ പെരുമാറണമെന്ന് നിർദ്ദേശം നല്കി. അവസാനമായി മദ്യപാനത്തിൽനിന്ന് ഒഴിഞ്ഞുനില്ക്കാനും ആഹാരക്രമത്തിൽ മിതത്വം പാലിക്കാനും ശാസനയുണ്ടായി. ഇത്രയേ ഉണ്ടായിരുന്നുള്ളൂ. കുഞ്ഞാടുകളുടെ

ഇടയന്മാരായ, പൊതുമുതൽ ഉപയോഗിച്ച് കഴിയുന്ന പുരോഹിതന്മാരുണ്ടായിരുന്നില്ല. മുസ്ലിം പള്ളികൾ ഇരിപ്പിടങ്ങളോ അധികാര ചിത്രങ്ങളോ ഇല്ലാത്ത ശിലാനിർമ്മിത ഹാളുകൾ മാത്രമായിരുന്നു. വിശ്വാസികൾക്ക് (അവർക്കങ്ങിനെ തോന്നിയാൽ) *ഖുർ ആനിലെ* അദ്ധ്യായങ്ങൾ വായിക്കാനും ചർച്ചചെയ്യാനും വേണ്ടി സമ്മേളിക്കുന്നിടമായിരുന്നു പള്ളി. പക്ഷേ, ശരാശരി മുസ്ലിമിന്ന് മതം തന്നോടൊപ്പം തന്നെയായിരുന്നു; വ്യവസ്ഥാപിതമായ ഒരു സഭയുടെ നിബന്ധനകളും ക്രമീകരണങ്ങളും അയാൾക്കില്ലായിരുന്നു. ദിവസം അഞ്ച് നേരം വിശുദ്ധനഗരമായ മെക്കയ്ക്കഭിമുഖമായിനിന്ന് അയാൾ പ്രാർത്ഥിച്ചു. വളരെ ലളിതമായൊരു പ്രാർത്ഥനയായിരുന്നു ഇത്. അവശേഷിച്ച സമയം അയാൾ വിധിക്കു സ്വയം അർപ്പിച്ചുകഴിഞ്ഞു.

തീർച്ചയായും അത്തരമൊരു മനോഭാവം വിശ്വാസികളെ വൈദ്യുതോപകരണങ്ങളോ റെയിൽറോഡുകളോ ആവിക്കപ്പൽ മാർഗ്ഗങ്ങളോ നിർമ്മിക്കാൻ പ്രേരിപ്പിച്ചില്ല. എന്നാൽ ഇത് എല്ലാ മുസ്ലീങ്ങൾക്കും ഒരളവിൽ സംതൃപ്തി നല്കി. സ്വന്തമായി സമാധാനിച്ചിരിക്കാൻ അത് പ്രേരണ നല്കി; താൻ ജീവിച്ചിരിക്കുന്ന ലോകത്തോടും അയാൾ ശാന്തിയിൽ വർത്തിച്ചു. അതൊരു നല്ല കാര്യമായിരുന്നു.

ക്രിസ്ത്യാനികൾക്കെതിരായ യുദ്ധങ്ങളിൽ മുസ്ലീങ്ങളുടെ വിജയത്തിനാധാരമായ രണ്ടാമത്തെ കാരണം സത്യവിശ്വാസത്തിനു വേണ്ടിയുള്ള പോരാട്ടത്തിൽ മുസ്ലിം യോദ്ധാക്കളുടെ പെരുമാറ്റമായിരുന്നു. ശത്രുവിനെ നേരിട്ട്, പോർക്കളത്തിൽ വീണുമരിക്കുന്നവർക്ക് നേരിട്ട് സ്വർഗ്ഗാവകാശം ലഭിക്കുമെന്ന് പ്രവാചകൻ വാഗ്ദാനം ചെയ്തു. ഭൂമിയിൽ ദീർഘകാലം ക്ലേശങ്ങളോടെ ജീവിക്കുന്നതിനേക്കാൾ പോർക്കളത്തിലെ സത്വര മൃത്യു അവർക്ക് അഭികാമ്യമായിത്തോന്നി. ഇത് മുസ്ലീങ്ങൾക്ക് കുരിശുയോദ്ധാക്കളുടെമേൽ മുൻകൈ നല്കി; ക്രൈസ്തവയോദ്ധാക്കൾ പരലോകത്തെ ഇരുണ്ട ജീവിതത്തെ എപ്പോഴും ഭയത്തോടെയാണ് കണ്ടിരുന്നത്; കഴിയാവുന്നിടത്തോളം ഈ ജീവിതത്തിലെ നല്ല കാര്യങ്ങൾ ആസ്വദിക്കാനായിരുന്നു അവർക്കിഷ്ടം. ഫലമെന്തായാലും യൂറോപ്യൻ മെഷീൻഗണ്ണിന്റെ അഗ്നിയിലേക്ക് കടന്നുചെല്ലാൻ മുസ്ലിം യോദ്ധാക്കളെ ഇന്നും പ്രേരിപ്പിക്കുന്നത് ഇതാണ്. അതുകൊണ്ടാണ് മുസ്ലിം സൈനികർ ആപത്കാരികളും ദൃഢനിശ്ചയമുള്ളവരുമായ എതിരാളികളാവുന്നത്.

തന്റെ മതവിഭാഗത്തെ ക്രമപ്പെടുത്തിയശേഷം, അനേകം അറബ് ഗോത്രങ്ങളുടെ ചോദ്യം ചെയ്യപ്പെടാത്ത ഭരണാധികാരിയായി മുഹമ്മദ് മാറി. പ്രതിസന്ധികളുടെ കാലത്ത് മഹാന്മാരായിരുന്ന പലരും വിജയത്തിൽ പ്രശ്നങ്ങൾ നേരിട്ടവരായിരുന്നു. ധനികരായ ആളുകൾക്കുകൂടി സ്വീകാര്യമായ ചില ക്രമീകരണങ്ങൾ ഇസ്ലാമിക ഭരണകൂടത്തിൽ നടത്തപ്പെട്ടു. വിശ്വാസികളായ പുരുഷന്മാർക്ക് നാലു പത്നിമാരെ സ്വീകരിക്കാൻ അനുമതി നല്കപ്പെട്ടു. ഒരു ഭാര്യയെ സ്വന്തമാക്കുന്നതുതന്നെ വളരെ ചെലവേറിയ കാലമായിരുന്നു അത്; ആ സാഹചര്യത്തിൽ നാലു

പത്നിമാരെന്നത് സുഖഭോഗം തന്നെയായിരുന്നു. വിശാലമായ ആകാശത്തിൻ കീഴിലെ മരുഭൂമിയിലുള്ള കരുത്തരായ വേട്ടക്കാർ മാത്രമുണ്ടായിരുന്ന മതം നഗരവാണിഭങ്ങളുടെ ഉടമസ്ഥരായ വണിക്കുകളുടെ ആവശ്യങ്ങൾക്കും ഉതകുന്നതായി മാറി. ഇത് ദുഃഖകരമായൊരു മാറ്റമായിരുന്നു, ഇസ്ലാമിന് പ്രയോജനമൊന്നും ചെയ്യാത്ത ഒരു മാറ്റം. പ്രവാചകനാണെങ്കിൽ അല്ലാഹുവിന്റെ സത്യം പ്രചരിപ്പിച്ചുകൊണ്ടും പുതിയ ചട്ടങ്ങൾ അനുശാസിച്ചുകൊണ്ടും മരണംവരെ കഴിഞ്ഞു. പെട്ടെന്നാണദ്ദേഹത്തിന്റെ നിര്യാണമുണ്ടായത്; ഒരു പനിയായിരുന്നു മരണഹേതു. എ ഡി 632 ജൂൺ മാസം 7 നാണ് പ്രവാചകനായ മുഹമ്മദ് നിര്യാണമടഞ്ഞത്.

അദ്ദേഹത്തിന്റെ പിൻഗാമിയായി ഖലീഫയായത് ശ്വശുരനായ അബൂബക്കർ ആയിരുന്നു. പ്രവാചക ജീവിതത്തിന്റെ ആദ്യകാല കഷ്ടതകൾ പങ്കുവെച്ച ധീരനായിരുന്നു അദ്ദേഹം. രണ്ടുവർഷം കഴിഞ്ഞപ്പോൾ അബൂബക്കർ നിര്യാതനാവുകയും ഉമർ ഇബ്നു അൽ ഖത്താബ് ഖലീഫയാവുകയും ചെയതു. പത്തുകൊല്ലത്തിൽ കുറഞ്ഞകാലംകൊണ്ട് അദ്ദേഹം ഈജിപ്ത്, പേർഷ്യ, ഫിനീഷ്യ, പലസ്തീൻ എന്നീ സ്ഥലങ്ങൾ പിടിച്ചടക്കുകയും, ദമാസ്കസിനെ പ്രഥമ മുസ്ലിം ലോകസാമ്രാജ്യത്തിന്റെ തലസ്ഥാനമാക്കുകയും ചെയ്തു.

ഉമറിന്റെ പിൻഗാമി അലി ആയിരുന്നു. (ഉമറിന്റെ പിൻഗാമി ഖലീഫ ഉസ്മാനാണ്; ഖലീഫാ ഉസ്മാൻ വധിക്കപ്പെട്ടതിനെ തുടർന്നാണ് അലി ഖലീഫയാകുന്നത് - ഇതാണ് ഇസ്ലാമിക ചരിത്രത്തിൽനിന്ന് ലഭിക്കുന്ന അറിവ് - വിവർത്തകൻ). മുഹമ്മദിന്റെ പുത്രി ഫാത്തിമയുടെ ഭർത്താവായിരുന്നു അലി. ഇസ്ലാമിക തത്ത്വങ്ങളുടെ കാര്യത്തിലുണ്ടായ കലഹത്തിന്റെ ഫലമായി അദ്ദേഹം കൊലചെയ്യപ്പെട്ടു. അദ്ദേഹത്തിന്റെ മരണത്തിനുശേഷം ഖിലാഫത്ത് പരമ്പരാഗതമായിത്തീർന്നു. ഒരു മതവിഭാഗത്തിന്റെ ആത്മീയനേതാക്കളായിരുന്ന വിശ്വാസികളായ ഭരണാധികാരികൾ വിശാലമായ സാമ്രാജ്യത്തിന്റെ അധിപതികളായിത്തീർന്നു. അവർ യൂഫ്രട്ടീസിന്റെ കരയിൽ ബാബിലോണിന്റെ അവശിഷ്ടങ്ങൾക്കരികിൽ ഒരു പുതിയ നഗരം പണിതു. അതിനെ ബാഗ്ദാദ് എന്നു വിളിച്ചു. അശ്വാരൂഢന്മാരായ അറബികളെ പുതിയ കുതിരപ്പട്ടാള റെജിമെന്റുകളായി സംഘടിപ്പിച്ച് ഇസ്ലാമിക വിശ്വാസത്തിന്റെ ആനന്ദം അവിശ്വാസികൾക്കിടയിലേക്ക് വ്യാപിപ്പിക്കാനുള്ള ജൈത്രയാത്ര തുടങ്ങി. എ ഡി 700-ാമാണ്ടിൽ താരിഖ് എന്ന ഒരു മുസ്ലീം സൈന്യാധിപൻ ഹെർക്യൂലിസിന്റെ പഴയ കവാടം കടന്ന് ജിബൽ അൽ താരിഖ് എന്നദ്ദേഹം വിളിച്ച യൂറോപ്യൻ ഭാഗത്തുള്ള പാറക്കരികിൽ എത്തിച്ചേർന്നു. ഇതാണ് പ്രസിദ്ധമായ ജിബ്രാൾട്ടൻ അഥവാ താരിഖിന്റെ മല.

പതിനൊന്ന് കൊല്ലംകഴിഞ്ഞ് സെലസ് ദ ലാ ഫ്രോണ്ടിരാ യുദ്ധത്തിൽ അദ്ദേഹം വിസിഗോത്തുക്കളുടെ രാജാവിനെ പരാജയപ്പെടുത്തി. പിന്നീട് മുസ്ലിം സൈന്യം വടക്കോട്ട് മുന്നേറുകയും ഹാനിബാളിന്റെ

യാത്രാ പഥത്തിലൂടെ പിറനീസ് ചുരങ്ങൾ കടക്കുകയും ചെയ്തു. ബോർദിയുവിൽ വെച്ച് അവരെ തടയാൻ ശ്രമിച്ച അകിറ്റാനിയയിലെ പ്രഭുവിനെ (Duke) അവർ പരാജയപ്പെടുത്തി, എന്നിട്ടു അവർ പാരീസ് പിടിച്ചടക്കാൻ യാത്രയാരംഭിച്ചു. പക്ഷേ, എ ഡി 732 ൽ (പ്രവാചകന്റെ മരണം കഴിഞ്ഞു നൂറുകൊല്ലത്തിനുശേഷം) ഫ്രാങ്കുകളുടെ തലവനായ ചാൾസ്മാർട്ടൽ (Charles with the Hammer) യൂറോപ്പിനെ മുസ്ലീം ആധിപത്യത്തിൽ നിന്നു രക്ഷപ്പെടുത്തി. അദ്ദേഹം മുസ്ലീങ്ങളെ ഫ്രാൻസിൽ നിന്നു തുരത്തി. പക്ഷേ മുസ്ലീങ്ങൾ സ്പെയിൻ നിലനിർത്തി. അവിടെ അബ്ദുൾ റഹ്മാൻ കോർഡോവാ ഖിലാഫത്ത് സ്ഥാപിച്ചു. മദ്ധ്യകാല യൂറോപ്പിലെ ഏറ്റവും മഹത്തായ ശാസ്ത്ര-കലാകേന്ദ്രമായിരുന്നു അത്.

ഈ മൂർ രാജ്യം ഏഴു നൂറ്റാണ്ടുകാലം നിലനിന്നു. ഈ പ്രദേശം ആക്രമിച്ച് കൈവശപ്പെടുത്തിയത് മൊറോക്കോവിലെ മൗറിട്ടാനിയയിൽനിന്നുള്ളവരാണ്. അതുകൊണ്ടാണ് ഇതിന് മൂർ രാജ്യമെന്ന പേരു വന്നത്.

കുരിശും ചന്ദ്രക്കലയും തമ്മിലുള്ള യുദ്ധം

1492 ൽ മുസ്ലിം ശക്തികേന്ദ്രമായ ഗ്രനേഡ പിടിച്ചെടുത്തതിനുശേഷം മാത്രമാണ് പര്യവേക്ഷണയാത്ര നടത്തുന്നതിന് കൊളമ്പസിന് രാജകീയ ഗ്രാന്റ് ലഭിച്ചത്. പക്ഷേ, മുസ്ലീങ്ങൾ അവരുടെ പ്രഭാവം പെട്ടെന്നു തന്നെ പുനഃസ്ഥാപിച്ചു. ഏഷ്യയിലും ആഫ്രിക്കയിലും പുതിയ സ്ഥലങ്ങൾ അവർ പിടിച്ചടക്കി; ഇപ്പോൾ ക്രിസ്തുവിനുള്ളത്ര തന്നെ അനുയായികൾ മുഹമ്മദിനും ലോകത്തിലുണ്ട്.

ചാർലിമെയിൻ

ഫ്രാങ്കുകളുടെ രാജാവായ ചാർലിമെയിൻ ചക്രവർത്തി പദം നേടുന്നു; ലോകസാമ്രാജ്യമെന്ന പഴയ ആദർശം പുനഃസ്ഥാപിക്കാൻ ശ്രമിക്കുന്നു.

പൊയിറ്റിയേഴ്സ് യുദ്ധം യൂറോപ്പിനെ മുസ്ലീങ്ങളിൽ നിന്നു രക്ഷിച്ചു. പക്ഷേ, ആഭ്യന്തരശത്രു നിലനിന്നു. റോമാശക്തിയെന്ന പൊലീസ് അപ്രത്യക്ഷമായതിനുശേഷം ഉണ്ടായ ആഭ്യന്തരമായ ക്രമ രാഹിത്യമായിരുന്നു ഈ ആഭ്യന്തരശത്രു. ഉത്തരയൂറോപ്പിലെ നവക്രൈ സ്തവർക്ക് റോമിലെ കരുത്തരായ ബിഷപ്പിനോടു അഗാധമായ ബഹു മാനമുണ്ടായിരുന്നു. പക്ഷേ, വിദൂരപർവ്വതങ്ങൾ വീക്ഷിച്ചപ്പോൾ ആ ദരി ദ്രബിഷപ്പിന് ഒരു സുരക്ഷിതത്വവും അനുഭവപ്പെട്ടില്ല. ആൽപ്സു കടന്ന് ഏത് പുതിയ ബർബ്ബരക്കൂട്ടമാണ് വരികയെന്ന് ദൈവത്തിനുമാത്രമേ അറി യൂ, അവരെപ്പോഴാണ് റോമിനെ ആക്രമിക്കുകയെന്നും അറിയില്ല. ലോക ത്തിന്റെ ആത്മീയാധികാരി ശക്തമായ വാൾ കൈയിലുള്ള ഒരു സഖ്യകക്ഷിയെ കണ്ടെത്തേണ്ടത് ആവശ്യമായിരുന്നു - വളരെ ആവ ശ്യമായിരുന്നു. അഭിവന്ദ്യതിരുമേനിയെ ആപത്തിൽ നിന്ന് സംരക്ഷിക്കാൻ സന്നദ്ധനായ ഒരു ഉരുക്കുമുഷ്ടിക്കാരന്റെ സൗഹൃദം ആവശ്യമായിരുന്നു.

പോപ്പുമാർ വളരെ പരിശുദ്ധർ മാത്രമല്ല വളരെ പ്രായോഗികമതി കളുമായിരുന്നു. അവർ ഒരു സുഹൃത്തിനെ അന്വേഷിക്കുകയായിരുന്നു. അതിനായി അവർ പ്രാരംഭ ചർച്ചകൾ നടത്തി. ഏറ്റവും ശ്രദ്ധേയമായ ഒരു ജർമ്മാനിക് ഗോത്രവുമായിട്ടാണ് അവർ ആശയവിനിയമം നടത്തി യത്. റോമിന്റെ പതനത്തിനുശേഷം വടക്കു പടിഞ്ഞാറൻ യൂറോപ്പിനെ കൈവശപ്പെടുത്തിയത് ഈ ഗോത്രമായിരുന്നു. ഫ്രാങ്കുകൾ എന്നായി രുന്നു അവർ അറിയപ്പെട്ടത്. അവരുടെ ആദ്യരാജാക്കളിലൊരാളായിരുന്നു മെറോവിച്ച്. കാറ്റലോണിയൻ പോർക്കളങ്ങളിൽ എ ഡി 451 ൽ നടന്ന യുദ്ധത്തിൽ അവർ റോമാക്കാരെ സഹായിച്ചിരുന്നു. ആ യുദ്ധത്തിൽ ഹൂണന്മാരെ പരാജയപ്പെടുത്താൻ കഴിഞ്ഞു. അദ്ദേഹത്തിന്റെ പിൻഗാ മികൾ മെറോവിഞ്ചിയന്മാർ എന്നറിയപ്പെട്ടു. എ ഡി 486 വരെ അവർ

സാമ്രാജ്യഭൂമിയുടെ ചെറുശകലങ്ങൾ പലപ്പോഴായി കൈവശപ്പെടുത്തി. എ ഡി 486 ൽ അവരുടെ രാജാവ് ക്ലോവിസി (ഇത് ലൂയി എന്ന പദത്തിനുള്ള പഴയ ഫ്രഞ്ച് വാക്കായിരുന്നു)ന്ന് റോമാക്കാരെ പരാജയപ്പെടുത്താൻ കഴിയുമെന്ന് തോന്നി. പക്ഷേ, അദ്ദേഹത്തിന്റെ പിൻഗാമികൾ ദുർബ്ബല മനുഷ്യരായിരുന്നു. അവർ രാജ്യഭരണത്തിന്റെ ചുമതല പ്രധാനമന്ത്രിയിലർപ്പിച്ച് ഉദാസീനരായിക്കഴിഞ്ഞുകൂടി. കൊട്ടാരം സൂക്ഷിപ്പുകാരൻ അഥവാ മേജർ ഡോമുസ് എന്നായിരുന്നു പ്രധാനമന്ത്രി അറിയപ്പെട്ടത്.

ചാൾസ് മാർട്ടലിന്റെ പുത്രനായ കുള്ളനായ പെപ്പിൻ കൊട്ടാരം സൂക്ഷിപ്പുകാരനായി അധികാരമേറ്റപ്പോൾ എന്തുചെയ്യണമെന്ന് അയാൾക്കൊരു നിശ്ചയവുമുണ്ടായിരുന്നില്ല. അന്നത്തെ രാജാവ് അടിയുറച്ച മതശാസ്ത്രജ്ഞനായിരുന്നു. അദ്ദേഹത്തിന് രാഷ്ട്രീയതാല്പര്യം തെല്ലുമുണ്ടായിരുന്നില്ല. പെപ്പിൻ പോപ്പിന്റെ ഉപദേശമാരാഞ്ഞു. പോപ്പ് ഒരു പ്രായോഗികബുദ്ധിയായിരുന്നു. "അധികാരം കൈയിലുള്ളയാൾക്കാണ് രാജ്യാധികാരം" എന്ന ഉപദേശമാണ് പോപ്പ് നല്കിയത്. പെപ്പിന് സൂചന മനസ്സിലായി. അവസാനത്തെ മെറോവിഞ്ചിയൻ രാജാവായ ഷിൽഡറിക്കിനെ സന്ന്യാസിയാവാൻ പെപ്പിൻ പ്രേരിപ്പിച്ചു. ഇതര ജർമ്മാനിക്ക് ഗോത്രത്തലവന്മാരുടെ അംഗീകാരത്തോടെ പെപ്പിൻ സ്വയം രാജാവായി അവരോധിച്ചു. ഇതുകൊണ്ടും പെപ്പിൻ തൃപ്തനായില്ല. പ്രാകൃതനായ ഒരു ബർബ്ബര തലവനപ്പുറം എന്തെങ്കിലുമാവാനായിരുന്നു അദ്ദേഹത്തിന്റെ താല്പര്യം. അദ്ദേഹം വിപുലമായ ഒരു മതചടങ്ങ് നടത്തി. വടക്കുപടിഞ്ഞാറൻ യൂറോപ്പിലെ ഏറ്റവും വലിയ മിഷനറിയായ ബോണിഫേസ് ശീർഷത്തിൽ വിശുദ്ധ ജലം തളിച്ച് അദ്ദേഹത്തെ "ദൈവാനുഗ്രഹത്താൽ രാജാവാ"യി വാഴിച്ചു. ആ വാക്കുകൾ മൊഴിഞ്ഞു കിട്ടുക ഏറെ പ്രയാസമായിരുന്നു, 'ഡെൽഗ്രാഷ്യ' (Del Gracia). ഏതാണ്ട് 1500 വർഷമായി ആ വാക്കുകൾ നിലനില്ക്കുന്നു.

സഭയുടെ ഈ കാരുണ്യത്തിന് ആത്മാർത്ഥമായ നന്ദിയുണ്ടായിരുന്നു പെപ്പിന്. പോപ്പിനെ ശത്രുക്കളിൽ നിന്നു രക്ഷിക്കുന്നതിന് പെപ്പിൻ രണ്ടുതവണ ഇറ്റലിയിലേക്കു മാർച്ചുചെയ്തു. റാവെന്നയും മറ്റനേകം നഗരങ്ങളും അദ്ദേഹം ലോംഗോബാഡുകളിൽ നിന്ന് പിടിച്ചെടുത്തു. അവ പോപ്പ് തിരുമനസ്സിന് സമർപ്പിച്ചു. പോപ്പ് ഈ പുതിയ പ്രദേശങ്ങളും പാപ്പൽ രാജ്യത്തിന്റെ ഭാഗമാക്കി; അരനൂറ്റാണ്ടുമുമ്പു വരെ ഈ രാജ്യം ഒരു സ്വതന്ത്ര രാഷ്ട്രമായി നിലനിന്നു.

പോപ്പിന്റെ മരണത്തിനുശേഷവും റോമും എയ്ലാഷപേൽ (Aix La Chapella) അല്ലെങ്കിൽ നിംവെഗൻ (Nym Wegen) അല്ലെങ്കിൽ ഇംഗൽഹീം (ഫ്രാങ്കിഷ്‌രാജാക്കന്മാർക്ക് സുനിശ്ചിതമായ ഒരു ഔദ്യോഗിക വാസസ്ഥലമുണ്ടായിരുന്നില്ല, അവർ മന്ത്രിമാരും ഉദ്യോഗസ്ഥരുമൊപ്പം പലേടങ്ങളിലായി യാത്ര ചെയ്യുകയായിരുന്നു പതിവ്) എന്നീ സ്ഥലങ്ങളും തമ്മിലുള്ള ബന്ധം കൂടുതൽ കൂടുതൽ സൗഹൃദ പൂർണ്ണമായി. അവ

സാനം പോപ്പും രാജാവും മറ്റൊരു നടപടി സ്വീകരിച്ചു. ഈ നടപടി യൂറോപ്പിന്റെ ചരിത്രത്തെ അഗാധമായി സ്വാധീനിച്ചു.

സാമാന്യമായി കാർലസ് മാഗ്നെ അഥവാ ചാർലിമെയിൻ എന്നറിയപ്പെടുന്ന ചാൾസ് എ ഡി 768 ൽ പെപ്പിന്റെ പിൻഗാമിയായി അധികാരത്തിൽ വന്നു. കിഴക്കൻ ജർമ്മനിയിലെ സാക്സൺ ഭൂമി അദ്ദേഹം പിടിച്ചടക്കിയിരുന്നു, ഉത്തര യൂറോപ്പിലാകമാനം പട്ടണങ്ങളും സന്ന്യാസിമഠങ്ങളും നിർമ്മിച്ചിരുന്നു. അബ്ദുൾ റഹ്മാന്റെ ചില ശത്രുക്കളുടെ അഭ്യർത്ഥനയനുസരിച്ച് മൂറുകൾക്കെതിരെ പോരാടുന്നതിനായി സ്പെയിൻ ആക്രമിച്ചിരുന്നു. പക്ഷേ, പിറനീസ് പർവ്വതത്തിൽ ബാസ്കുകൾ അദ്ദേഹത്തെ ആക്രമിച്ചു. ചാർലിമെയിൻ റിട്ടയർ ചെയ്യാൻ നിർബ്ബന്ധിതനായി. ഈ സന്ദർഭത്തിലാണ് ബ്രിട്ടണിയിലെ മഹാപ്രഭു (മാർഗ്രേസ്) വാല റോളണ്ട് അക്കാലത്തെ ഫ്രാങ്കിഷ് തലവനെന്നാലെന്തെന്ന് ലോകത്തിന് കാണിച്ചുകൊടുത്തത്; അദ്ദേഹം രാജാവിൽ വിശ്വാസം പ്രഖ്യാപിക്കുകയും പിൻമാറുന്ന രാജകീയ സൈന്യത്തിന്റെ സുരക്ഷയ്ക്കായി തന്റേയും അനുയായികളുടെയും ജീവൻ ബലി നല്കുകയും ചെയ്തു.

എങ്കിലും എട്ടാം നൂറ്റാണ്ടിന്റെ അവസാനത്തെ പത്തുവർഷങ്ങളിൽ ചാൾസിന്റെ ശ്രദ്ധ മുഴുവൻ ദക്ഷിണ യൂറോപ്പിന്റെ കാര്യങ്ങളിലായിരുന്നു. ഒരു കൂട്ടം റോമൻ റൗഡികൾ പോപ് ലിയോ മൂന്നാമനെ ആക്രമിച്ചിരുന്നു; മരിച്ചുപോയെന്നു കരുതി അവർ പോപ്പിനെ തെരുവിലുപേക്ഷിച്ചു. ദയാശീലരായ ചില ആളുകൾ അദ്ദേഹത്തിന്റെ മുറിവുകൾ കെട്ടുകയും ചാൾസിന്റെ ക്യാമ്പിലേക്ക് രക്ഷപ്പെടാൻ സഹായിക്കുകയും ചെയ്തു; ചാൾസിനോടും അദ്ദേഹം സഹായമഭ്യർത്ഥിച്ചു. ഫ്രാങ്കുകളുടെ ഒരു സൈന്യം സമാധാനം പുനഃസ്ഥാപിക്കുകയും പോപ്പിനെ ലാറ്ററൽകൊട്ടാരത്തിലേക്കു കൊണ്ടുപോവുകയും ചെയ്തു; കോൺസ്റ്റന്റൈന്റെ കാലം മുതൽ ഇതായിരുന്നു പോപ്പിന്റെ വസതി. 799 ഡിസംബറിലായിരുന്നു ഇത്. അടുത്ത വർഷം ക്രിസ്തുമസിന് റോമിലായിരുന്ന ചാർലിമെയിൻ പ്രാചീനമായ സെയിന്റ് പീറ്റേഴ്സ് ചർച്ചിലെ ചടങ്ങുകളിൽ പങ്കെടുത്തു. രാജാവ് പ്രാർത്ഥന കഴിഞ്ഞെഴുന്നേറ്റപ്പോൾ പോപ്പ് അദ്ദേഹത്തിന്റെ ശിരസ്സിൽ ഒരു കിരീടം വയ്ക്കുകയും അദ്ദേഹത്തെ റോമാക്കാരുടെ ചക്രവർത്തിയെന്ന് അഭിസംബോധന ചെയ്യുകയും അദ്ദേഹത്തിന് ഒരിക്കൽകൂടി “അഗസ്റ്റസ്” എന്ന സ്ഥാനപ്പേരു കൊടുക്കുകയും ചെയ്തു. ഒരു നൂറ്റാണ്ടുകാലം പറഞ്ഞു കേൾക്കാത്ത പേരായിരുന്നു അത്.

ഒരിക്കൽക്കൂടി ഉത്തരയൂറോപ്പ് റോമൻ സാമ്രാജ്യത്തിന്റെ ഭാഗമായിത്തീർന്നു. പക്ഷേ, ഈ പദവി വഹിച്ചിരുന്നത്, അല്പ മാത്രമായി വായിക്കാനറിയുന്ന, എഴുതാനൊരിക്കലും പഠിച്ചിട്ടില്ലാത്ത ഒരു ജർമ്മൻ ഗോത്രത്തലവനായിരുന്നു. പക്ഷേ, അദ്ദേഹത്തിന് യുദ്ധം ചെയ്യാനറിയാമായിരുന്നു; അല്പകാലം നിയമക്രമം നിലനിന്നു. കോൺസ്റ്റാന്റിനോപ്പിളിലെ

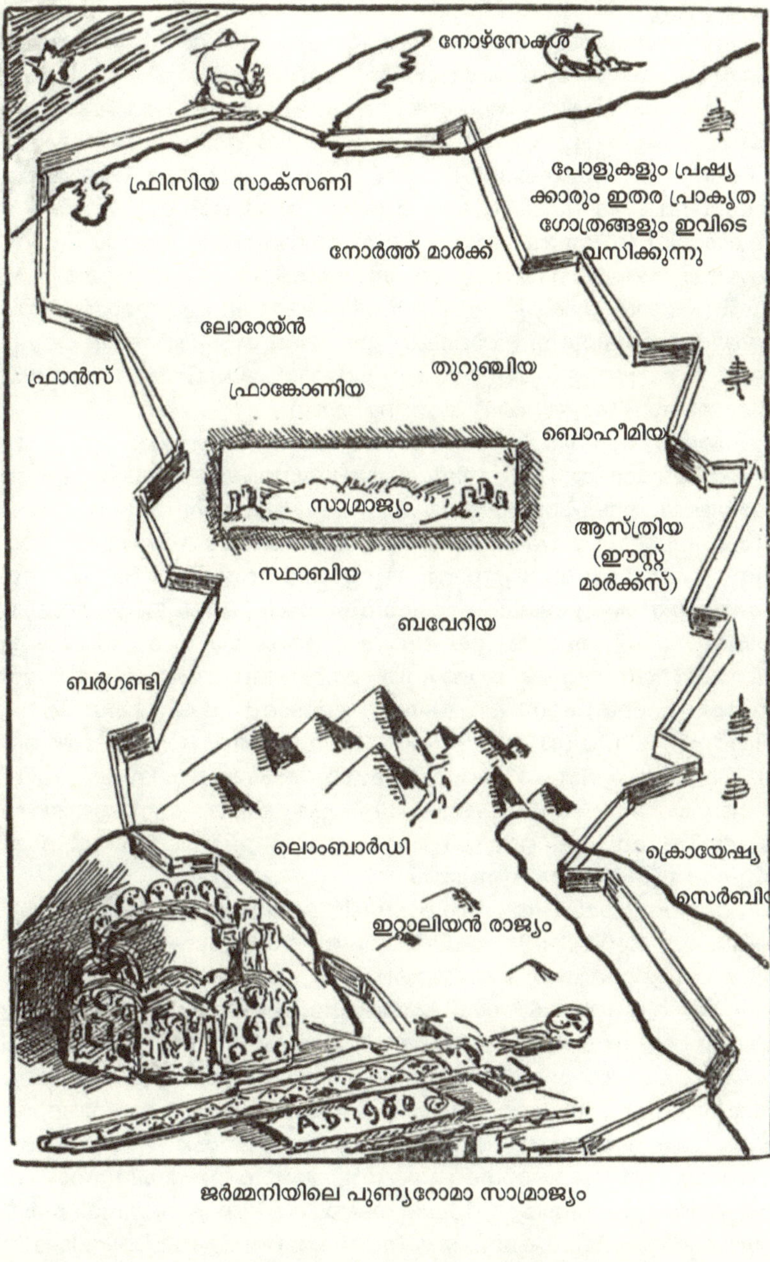

ജർമ്മനിയിലെ പുണ്യറോമാ സാമ്രാജ്യം

ശത്രുവായ ചക്രവർത്തിപോലും തന്റെ "പ്രിയസഹോദരന്ന്' അംഗീകാരപത്രമയച്ചു.

നിർഭാഗ്യവശാൽ മഹാഗംഭീരനായ ഈ വൃദ്ധൻ എ ഡി 814 ൽ അന്തരിച്ചു. സാമ്രാജ്യപൈതൃകത്തിന്റെ വലിയ പങ്കിനായി മക്കളും മക്കളുടെ മക്കളും തമ്മിൽ യുദ്ധമുണ്ടായി. രണ്ടു തവണ കരോലിഞ്ചിയൻ ഭൂമി വിഭജിക്കപ്പെട്ടു, എ ഡി 843 ൽ വെർഡൻ ഉടമ്പടിപ്രകാരവും എ ഡി 870 ൽ മെഴ്സൺ-ഓൺ-ദ-മ്യൂസ് ഉടമ്പടി പ്രകാരവും. രണ്ടാമത്തെ ഉടമ്പടി പ്രകാരം ഫ്രാങ്കുരാജ്യം രണ്ടായി വിഭജിക്കപ്പെട്ടു. ചാൾസ് ദ ബോൾഡിന് (ധീരനായ ചാൾസ് എന്ന് വേണമെങ്കിൽ പറയാം - വിവ) പാശ്ചാത്യഅർദ്ധഭാഗം ലഭിച്ചു. ആ ഭാഗത്തായിരുന്നു പഴയ റോമൻ പ്രവിശ്യയായ ഗോൾ ഉൾപ്പെട്ടിരുന്നത്; അവിടത്തെ ഭാഷ പൂർണ്ണമായി റോമാവല്ക്കരിക്കപ്പെട്ടിരുന്നു. ഫ്രാങ്കുകൾ ഈ ഭാഷ സംസാരിക്കാൻ പഠിച്ചു, ഫ്രാൻസ് പോലുള്ള പൂർണ്ണമായ ഒരു ജർമ്മാനിക്ക് ഭൂമിയിൽ ഒരു ലാറ്റിൻ ഭാഷ സംസാരിക്കുന്നതിന്റെ കാരണമിതാണ്.

മറ്റൊരു പൗത്രന് പൗരസ്ത്യഭാഗം ലഭിച്ചു. റോമക്കാർ ഈ പ്രദേശത്തെ ജർമ്മാനിയ എന്നു വിളിച്ചു. ഇതര ജനവിഭാഗങ്ങളോടു ഒട്ടും മമതയില്ലാത്ത ഈ പ്രദേശം ഒരിക്കലും പഴയ സാമ്രാജ്യത്തിന്റെ ഭാഗമായിരുന്നില്ല. ഈ "ദൂരപൗരസ്ത്യ" പ്രദേശം കൈവശപ്പെടുത്താൻ അഗസ്റ്റസ് ശ്രമിച്ചിരുന്നു. എന്നാൽ ട്യൂട്ടോബർഗ്വുഡിൽവെച്ച് എ ഡി 9-ാമാണ്ടിൽ അദ്ദേഹത്തിന്റെ സൈന്യം നശിപ്പിക്കപ്പെട്ടു. ഉന്നതമായ റോമൻ നാഗരികതയാൽ ഈ ജനങ്ങൾ ഒരിക്കലും സ്വാധീനിക്കപ്പെട്ടില്ല. അവർ ജനങ്ങളുടെ ജർമ്മാനിക് ഭാഷയാണ് സംസാരിച്ചത്. ജനങ്ങൾക്ക് (People) എന്ന പദത്തിനുള്ള ട്യൂട്ടോൺ വാക്ക് "Thiot"എന്നായിരുന്നു. ക്രിസ്ത്യൻ മിഷനറിമാർ അതുകൊണ്ട് ജർമ്മൻ ഭാഷയെ ലിംഗ്വാ തിയോട്രിസ്കാ" എന്ന് അഥവാ "ലിംഗ്വാ ട്യൂട്ടിസ്കാ" എന്ന് അതായത് "ജനകീയ ഭാഷ" എന്ന് വിളിച്ചു. ട്യൂട്ടിസ്കാ എന്ന ഈ വാക്ക് ക്രമത്തിൽ ഡ്യൂഷ് എന്നായി മാറി; ഇതിൽ നിന്നാണ് ജർമ്മനിക്ക് ഡ്യൂഷ്ലാന്റ് എന്ന പേരുണ്ടായത്.

സുപ്രസിദ്ധമായ ആ സാമ്രാജ്യകിരീടത്തെപ്പറ്റി പറഞ്ഞാൽ അത് വൈകാതെ കരോലിഞ്ചിയൻ പിൻഗാമികളുടെ ശിരസ്സുകളിൽ നിന്ന് തെറിച്ചുപോയി; ഇറ്റാലിയൻ സമതലത്തിലേക്കു തിരിച്ചുവന്നു. ഇറ്റലിയിലത് അനേകം ചെറുകിട ഭരണാധികാരികളുടെ കളിവസ്തുവായി. തുടർച്ചയായ ചോരപ്പുഴകൾക്കിടയിൽ അവർ കിരീടം പലവുരു അന്യോന്യം മോഷ്ടിച്ച്, അലങ്കാരമായി ധരിച്ചു (പോപ്പിന്റെ അനുമതിയോടെയും അല്ലാതെയും ധരിച്ചു), സ്ഥാനമോഹിയായ മറ്റൊരു അയല്ക്കാരൻ വരുന്നതു വരെ. വീണ്ടും ശത്രുക്കളാൽ വലയം ചെയ്യപ്പെട്ട പോപ്പ് സഹായത്തിനായി വടക്കൻ പ്രദേശത്തേക്ക് കൈനീട്ടി. ഇത്തവണ പശ്ചിമ ഫ്രാങ്കിഷ് രാജ്യത്തോടല്ല സഹായാഭ്യർത്ഥന നടത്തിയത്. അദ്ദേഹത്തിന്റെ സന്ദേശവാഹകർ ആല്പ്സ് കടന്ന്, സാക്സൺ രാജാവായ ഓട്ടോവിനോടാണ്

മലമ്പാതകൾ

സഹായം ചോദിച്ചത്. വിഭിന്ന ജർമ്മാനിക് ഗോത്രങ്ങളിൽ ഏറ്റവും ശക്തനായ ഗോത്രത്തലവനായിരുന്നു ഓട്ടോ.

തന്റെ ജനങ്ങൾക്ക് ഇറ്റലിയുടെ നീലാകാശങ്ങളോടും സന്തുഷ്ടരും സൗന്ദര്യമുള്ളവരുമായ ഇറ്റാലിയൻ ജനങ്ങളോടുമുള്ള മമതാബന്ധം പങ്കുവെക്കുന്ന ഒരാളായിരുന്നു ഓട്ടോ. അദ്ദേഹം ഉടൻ പോപ്പിന്റെ രക്ഷയ്ക്കായി ഓടിയെത്തി. സേവനങ്ങൾക്കുള്ള പ്രതിഫലമായി പോപ് ലിയോ എട്ടാമൻ ഓട്ടോവിനെ "ചക്രവർത്തി"യാക്കി. ചാൾസിന്റെ പഴയ രാജ്യത്തിന്റെ കിഴക്കൻ ഭാഗം ഇതിനുശേഷം "ജർമ്മൻ രാജ്യത്തിന്റെ പുണ്യറോമാസാമ്രാജ്യം" (Holy Roman Empire of the German Nation) എന്നറിയപ്പെട്ടു.

അസാധാരണമായ ഈ രാഷ്ട്രീയസൃഷ്ടി 839 വർഷത്തെ പക്വമായ പ്രായം വരെ നിലനിന്നു. 1801-ാമാണ്ടിൽ (തോമസ് ജെഫേഴ്സൺ പ്രസിഡന്റായിരുന്നപ്പോൾ) അത് ഒട്ടും ആദരവില്ലാതെ ചരിത്രത്തിന്റെ ചവർകൂമ്പാരത്തിലേക്ക് തള്ളപ്പെട്ടു. പഴയ ജർമ്മാനിക്ക് സാമ്രാജ്യത്തെ നശിപ്പിച്ച നിഷ്ഠുരനായ വ്യക്തി ഒരു കോർസിക്കൻ നോട്ടറി - പബ്ലിക്കിന്റെ മകനായിരുന്നു. ഫ്രഞ്ച് റിപ്പബ്ലിക്കിന്റെ ജീവനക്കാരനെന്ന നിലയിൽ അയാൾ തിളക്കമാർന്ന പ്രവർത്തനം കാഴ്ച വച്ചിരുന്നു. പ്രശസ്തനായ ഗാഡ് റെജിമെന്റ്സ് എന്ന തന്റെ സൈന്യത്തിന്റെ സഹായത്തിൽ അയാൾ യൂറോപ്പിന്റെ ഭരണാധികാരിയായിരുന്നു. പക്ഷേ, അതിലുപരി സ്വന്തമായ വ്യക്തിമുദ്ര പതിപ്പിക്കണമെന്ന് ആഗ്രഹമുണ്ടായിരുന്നൊരാളായിരുന്നു അയാൾ. അദ്ദേഹം പോപ്പിനെ വിളിക്കാൻ റോമിലേക്ക് ആളെ അയച്ചു. പോപ്പ് വന്നു. പോപ്പ് നില്ക്കെ ജനറൽ നേപ്പോളിയൻ സാമ്രാജ്യ കിരീടം സ്വയം തന്നിലർപ്പിക്കുകയും ചാർലിമെയിനിന്റെ പരമ്പരാഗത അനന്തരാവകാശിയായി സ്വയം പ്രഖ്യാപിക്കുകയും ചെയ്തു. ചരിത്രം ജീവിതം പോലെയാണ്. കാര്യങ്ങൾ എത്രയേറെ മാറുന്നുവോ അവ അത്ര തന്നെ അവയായി നില്ക്കുന്നു.

നോഴ്സ് ജനത

എന്തുകൊണ്ടാണ് പത്താം നൂറ്റാണ്ടിലെ ജനങ്ങൾ അവരെ നോഴ്സ് ജനതയുടെ ക്രോധത്തിൽ നിന്നും രക്ഷിക്കണേ എന്ന് പ്രാർത്ഥിച്ചത്?

മൂന്നും നാലും നൂറ്റാണ്ടുകളിൽ മദ്ധ്യയൂറോപ്പിലെ ജർമ്മാനിക്ക് ഗോത്രങ്ങൾ സാമ്രാജ്യത്തിന്റെ പ്രതിരോധം തകർത്ത് മുന്നേറിയിരുന്നു. റോമിനെ കൊള്ളയടിച്ച് ആ ഭൂമിയിലെ ധനം കൊണ്ടു ജീവിക്കണമെന്നായിരുന്നു അവരുടെ ധാരണ. എന്നാൽ എട്ടാം നൂറ്റാണ്ടിൽ "കൊള്ളയടിക്കപ്പെടുന്നവ"രായി ജർമ്മനിക്കാർ മാറി. ഇതവർക്ക് തീരെ ഇഷ്ടമായിരുന്നില്ല. ശത്രുക്കൾ അവർക്കു വളരെ അടുത്ത ബന്ധമുള്ള മച്ചുനിയന്മാരായാൽപ്പോലും. നോഴ്സ് ജനതയായിരുന്നു ഈ ശത്രുക്കൾ. അവർ ഡെന്മാർക്കിലും സ്വീഡനിലും നോർവ്വേയിലുമായി ജീവിച്ചു.

കഠിനാദ്ധ്വാനികളായ നാവികർ എങ്ങനെ കടൽക്കൊള്ളക്കാരായെന്ന് നമുക്കറിയില്ല. പക്ഷേ, കടൽക്കൊള്ളയുടെ നേട്ടങ്ങളും ആനന്ദവും അറിഞ്ഞതിനുശേഷം അവരെ തടഞ്ഞു നിറുത്തുവാൻ ആർക്കും സാധിച്ചില്ല. നദീതീരത്തെ പ്രശാന്തമായ ഏതെങ്കിലും ഫ്രാങ്ക് ഗ്രാമത്തിൽ അല്ലെങ്കിൽ ഫ്രീസിയൻ ഗ്രാമത്തിൽ അവർ പെട്ടെന്ന് കടന്നു ചെല്ലും. എല്ലാ പുരുഷന്മാരെയും കൊല്ലും, സ്ത്രീകളെ കവർന്നെടുക്കും. എന്നിട്ട് അതിവേഗയാനപാത്രങ്ങളിൽ കടന്നുപോകും. രാജാവിന്റെയോ ചക്രവർത്തിയുടെയോ പട്ടാളക്കാർ എത്തുമ്പോഴേക്ക് അവർ അപ്രത്യക്ഷരായിട്ടുണ്ടാവും; അല്പം ചില നാശാവശിഷ്ടങ്ങളല്ലാതെ ഒന്നും അവശേഷിക്കുന്നുണ്ടാവില്ല.

ചാർലിമെയിന്റെ മരണത്തെത്തുടർന്നുണ്ടായ ക്രമരാഹിത്യത്തിനിടയിൽ ഈ നോഴ്സ് ജനത അവരുടെ പ്രവർത്തനം വികസിപ്പിച്ചു. അവരുടെ കപ്പലുകൾ എല്ലാ രാജ്യങ്ങളിലും ആക്രമണം നടത്തി; അവരുടെ നാവികന്മാർ ഹോളണ്ടിന്റെയും ഫ്രാൻസിന്റെയും ഇംഗ്ലണ്ടിന്റെയും ജർമ്മനിയുടെയും തീരപ്രദേശങ്ങളിൽ ചെറിയ സ്വതന്ത്രരാജ്യങ്ങൾ സ്ഥാപി

ച്ചു. ഇറ്റലിയിൽ പോലും അവർ ഇടയ്ക്കിടെ ആക്രമണങ്ങൾ നടത്തി. നോഴ്സുകൾ വളരെ ബുദ്ധിയുള്ളവരായിരുന്നു. അവർ പെട്ടെന്നുതന്നെ പുതിയ പ്രജകളുടെ ഭാഷ പഠിച്ചു, പഴയ വൈക്കിങ്ങുകളുടെ (സീകിങ്ങുകൾ = സമുദ്രാധിപന്മാർ) അപരിഷ്കൃതമാർഗ്ഗങ്ങൾ ഉപേക്ഷിക്കുകയും ചെയ്തു; ഏറെ ബാഹ്യമോടിയുള്ളവരെങ്കിലും വൃത്തിഹീനരും അതിക്രൂരരുമായിരുന്നു വൈക്കിങ്ങുകൾ.

നോഴ്സ് ജനങ്ങളുടെ അധിവാസസ്ഥലം

പത്താംനൂറ്റാണ്ടിന്റെ ആരംഭത്തിൽ റോളോ എന്ന പേരുള്ള ഒരു വൈക്കിങ് ഫ്രാൻസിന്റെ തീരപ്രദേശം ആക്രമിച്ചിരുന്നു. അവരെ ചെറുക്കാനുള്ള ശേഷിയൊന്നും ഫ്രാൻസിലെ രാജാവിനുണ്ടായിരുന്നില്ല. അതുകൊണ്ട് അദ്ദേഹം അവരെ കൈക്കൂലികൊടുത്തു നന്നാക്കാൻ ശ്രമിച്ചു. ദേശങ്ങൾ ആക്രമിക്കുകയില്ലെങ്കിൽ നോർമണ്ടി എന്ന പ്രവിശ്യ അവർക്ക് നല്കാമെന്ന് വാഗ്ദാനം ചെയ്തു. റോളോ ഇതു സ്വീകരിച്ച് "നോർമണ്ടിയിലെ ഡ്യൂക്ക്" ആയി.

പക്ഷേ, അദ്ദേഹത്തിന്റെ മക്കളുടെ രക്തത്തിൽ വെട്ടിപ്പിടിക്കാനുള്ള മോഹം വളരെ ശക്തമായിരുന്നു. ഇംഗ്ലീഷ് ചാനലിനക്കരെ യൂറോപ്യൻ

നോഴ്സ് ജനത റഷ്യയിലേക്ക്

ഭൂഖണ്ഡത്തിൽനിന്ന് കുറച്ച് മണിക്കൂറുകൾ മാത്രമകലെ ഇംഗ്ലണ്ടിലെ മഞ്ഞണിഞ്ഞ പർവ്വതപംക്തികളും ഹരിതാഭമായ പാടങ്ങളും അവർ കാണുന്നുണ്ടായിരുന്നു. പാവം ഇംഗ്ലണ്ട്, അതിന് ദുരിതനാളുകൾ കടന്നുവരികയായിരുന്നു. ഇരുന്നൂറ് വർഷക്കാലം അത് ഒരു റോമൻ കോളനി ആയിരുന്നു. റോമാക്കാർ പോയപ്പോൾ സാക്സണുകളും ആംഗിളുകളും (Saxons & Angles) ഇംഗ്ലണ്ട് കൈവശപ്പെടുത്തി. ഷ്‌ളെസ് വിഗ്ഗിൽ നിന്നുള്ള രണ്ട് ജർമ്മാനിക്ക് ഗോത്രങ്ങളായിരുന്നു അവർ. പിന്നെ ഡന്മാർക്കുകാർ (Danes) ഇംഗ്ലണ്ടിന്റെ വലിയ ഭാഗം കൈക്കലാക്കി.

നോർമൻ ജനത ഇംഗ്ലീഷ് ചാനലിനക്കരെ വീക്ഷിക്കുന്നു

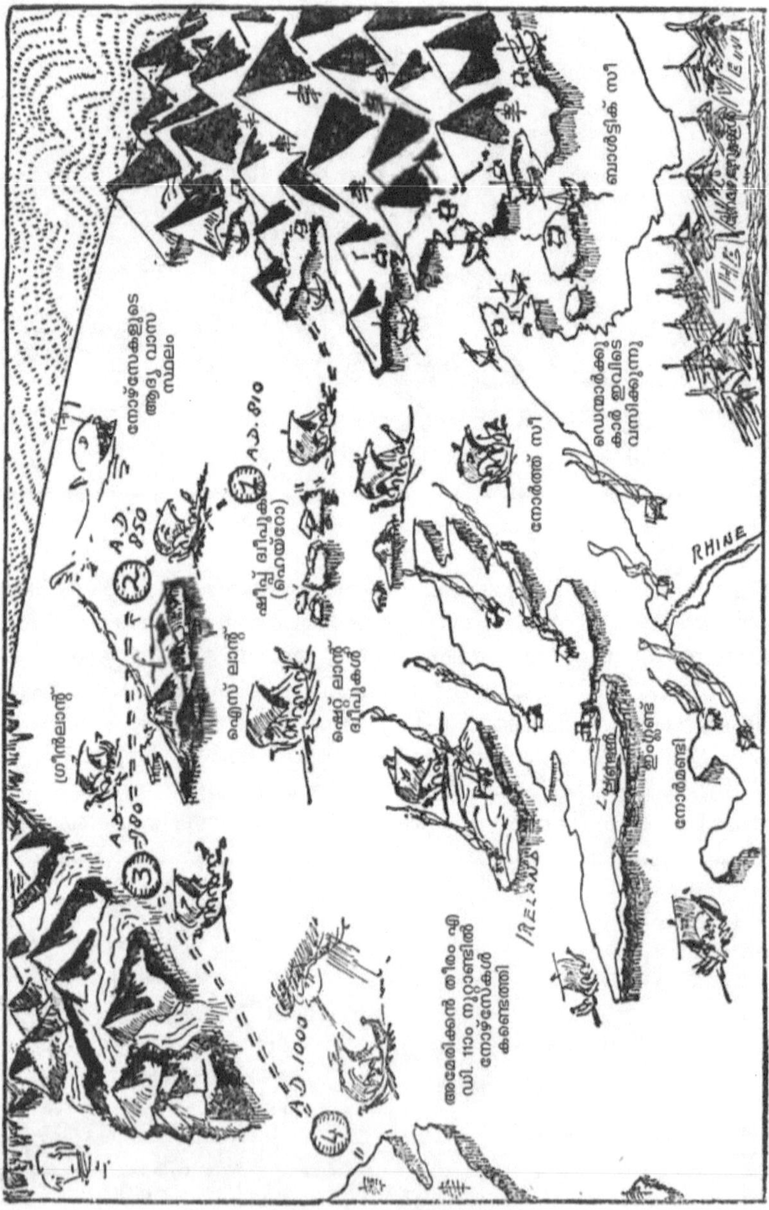
ഗ്രീൻലാന്റ്
A.D. 980
A.D. 850
നോഴ്സേകളുടെ
ആദ്യ വാസ
സ്ഥലം
ഐസ് ലാന്റ്
A.D. 810
ഷീപ്പ് ദ്വീപുകൾ
(ഹെയ്റോ)
A.D. 1000
ഷെറ്റ് ലാന്റ്
ദ്വീപുകൾ
അമേരിക്കൻ തീരം എ
ഡി. 1100 നൂറ്റാണ്ടിൽ
നോഴ്സേകൾ
കണ്ടെത്തി
IRELAND
നോർത്ത് സീ
ഡെന്മാർക്കു
കാർ ഇവിടെ
വസിക്കുന്നു
ബാൾട്ടിക് സീ
ഇംഗ്ലണ്ട്
നോർമണ്ടി
RHINE

നോഴ്സ് ജനതയുടെ ലോകം

അവർ നട്ട് (cnut) എന്ന രാജ്യം സ്ഥാപിച്ചു. ഡന്മാർക്കുകാരെ സാക്സണുകൾ സ്ഥാനഭ്രഷ്ടരാക്കി; പുതിയൊരു സാക്സൺ രാജാവായ എഡ്വേഡാണ് രാജാവായത്. കുമ്പസാരിക്കുന്നവനായ എഡ്വേഡ് (Confessing Edward) എന്നായിരുന്നു അദ്ദേഹം അറിയപ്പെട്ടത്. അധികകാലം സിംഹാസനത്തിലുണ്ടാവും എഡ്വേഡെന്ന് പ്രതീക്ഷിക്കപ്പെട്ടിരുന്നില്ല, അയാൾക്കു മക്കളുണ്ടായിരുന്നുമില്ല. അങ്ങനെ സാഹചര്യങ്ങളെല്ലാം സ്ഥാനമോഹികളായ നോർമണ്ടി പ്രഭുക്കൾക്ക് അനുകൂലമായിരുന്നു.

1066 ൽ എഡ്വേഡ് മരിച്ചു. പെട്ടെന്നു തന്നെ നോർമണ്ടിയിലെ വില്യംസ് ഇംഗ്ലീഷ് ചാനൽ കടന്നുവന്നു: ഹേസ്റ്റിങ്സ് എന്നിടത്തു നടന്ന യുദ്ധത്തിൽ വില്യംസ് വെസെക്സിലെ ഹാരോൾഡിനെ തോല്പിക്കുകയും വധിക്കുകയും ചെയ്തു. തുടർന്ന് വില്യംസ് ഇംഗ്ലണ്ടിലെ രാജാവായി സ്വയം അവരോധിച്ചു.

മറ്റൊരദ്ധ്യായത്തിൽ എങ്ങിനെ ഒരു ജർമ്മൻ ഗോത്രത്തലവൻ എ ഡി 800-ാമാണ്ടിൽ റോമാ ചക്രവർത്തിയായിത്തീർന്നുവെന്ന് ഞാൻ നിങ്ങളോട് പറഞ്ഞിട്ടുണ്ട്. ഇപ്പോൾ എ ഡി 1066-ാം വർഷം ഒരു നോഴ്സെ കൊള്ളക്കാരന്റെ പൗത്രൻ ഇംഗ്ലണ്ടിലെ രാജാവായി അംഗീകരിക്കപ്പെട്ടു.

ചരിത്രത്തിന്റെ സത്യം ഇത്രമേൽ രസകരവും കലാത്മകവുമായിരിക്കെ, എന്തിനാണ് നാം യക്ഷിക്കഥകൾ വായിക്കുന്നത്?

ഫ്യൂഡലിസം

മൂന്ന് ഭാഗത്ത് നിന്ന് ആക്രമിക്കപ്പെട്ട മദ്ധ്യയൂറോപ്പ് എങ്ങനെ ഒരു സായുധ പാളയമായി? ആ പ്രൊഫഷണൽ യോദ്ധാക്കളുണ്ടായിരുന്നില്ലെങ്കിൽ യൂറോപ്പ് എന്തുകൊണ്ട് നശിച്ചുപോകുമായിരുന്നു? ഫ്യൂഡൽ വ്യവസ്ഥയുടെ ഭാഗമായിരുന്ന ഭരണാധികാരികൾ

അപ്പോൾ എ ഡി ആയിരാമാണ്ടിൽ ഇതാണ് യൂറോപ്പിന്റെ അവസ്ഥ. മിക്കയാളുകളും അസന്തുഷ്ടരായിരുന്നു. ലോകാവസാനത്തെ പറ്റിയുള്ള പ്രവചനമൊക്കെ വിശ്വസിച്ച്, അനേകം ആളുകൾ സന്ന്യാസിമഠങ്ങളിലേക്കു ഓടിപ്പോയിരുന്നു; വിധി ദിവസം അവരെല്ലാം ഭക്തിസാന്ദ്രമായ കർത്തവ്യങ്ങളിൽ മുഴുകിയതായി കാണപ്പെടണമെന്ന ആഗ്രഹം മൂലമായിരുന്നു ഇത്.

അജ്ഞാതമായ ഏതോ സന്ദർഭത്തിൽ ജർമ്മാനിക് ഗോത്രങ്ങൾ ഏഷ്യയിലെ പഴയ വസതി വിട്ടുപോവുകയും പടിഞ്ഞാറ് യൂറോപ്പിലേക്ക് യാത്രയാവുകയും ചെയ്തു. എണ്ണത്തിന്റെ സമ്മർദ്ദശക്തി മൂലമാണ് റോമൻ സാമ്രാജ്യത്തിൽ പ്രവേശിക്കാനവർക്കു കഴിഞ്ഞത്. മഹത്തായ പശ്ചിമറോമാ സാമ്രാജ്യത്തെ അവർ നശിപ്പിച്ചു; എന്നാൽ അതിന്റെ കിഴക്കൻ ഭാഗം കുടിയേറ്റങ്ങളുടെ പ്രധാന പാതയ്ക്കു പുറത്തായിരുന്നതുകൊണ്ട് ആക്രമണങ്ങളെ അതിജീവിക്കുകയും റോമിന്റെ പുരാതന മഹത്ത്വം ദുർബ്ബലമായിത്തുടരുകയും ചെയ്തു.

തുടർന്നുണ്ടായ ക്രമരാഹിത്യത്തിന്റെ നാളുകളിൽ (ചരിത്രത്തിലെ ശരിയായ അന്ധകാരയുഗം' അതായത് നമ്മുടെ യുഗത്തിന്റെ ആറും ഏഴും നൂറ്റാണ്ടുകൾ) ക്രൈസ്തവമതം സ്വീകരിക്കാൻ ജർമ്മാനിക്ക് ഗോത്രങ്ങൾ നിർബ്ബന്ധിതരായി. അവർ റോമിലെ ബിഷപ്പിനെ പോപ്പായി അഥവാ ലോകത്തിന്റെ ആത്മീയതലവനായി അംഗീകരിച്ചു. ഒമ്പതാം നൂറ്റാണ്ടിൽ ചാർലിമെയിനിന്റെ സംഘാടകപ്രതിഭ റോമാസാമ്രാജ്യം പുനരുദ്ധരിച്ചു. പശ്ചിമയൂറോപ്പിന്റെ ഗണ്യഭാഗത്തെ ഒരൊറ്റ രാഷ്ട്രമായി ഏകീകരിക്കാൻ അദ്ദേഹത്തിനു കഴിഞ്ഞു. പത്താംനൂറ്റാണ്ടിൽ ഈ സാമ്രാജ്യം പല കഷണങ്ങളായിചിന്നിച്ചിതറി. പടിഞ്ഞാറൻ ഭാഗമായ ഫ്രാൻസ് പ്രത്യേക രാജ്യ

മായിത്തീർന്നു. കിഴക്കൻ ഭാഗം ജർമ്മൻ രാജ്യത്തിന്റെ പുണ്യ റോമാ സാമ്രാജ്യമായിത്തീർന്നു. രാജ്യങ്ങളുടേതായ ഈ ഫെഡറേഷനിലെ ഭരണാധികാരികൾ സീസറിന്റെയും അഗസ്റ്റസിന്റെയും നേരിട്ടുള്ള അനന്തരാവകാശികളായി ഭാവിച്ചു.

നിർഭാഗ്യവശാൽ ഫ്രഞ്ചു രാജാക്കന്മാരുടെ അധികാരം രാജകീയ വസതിക്കപ്പുറം പ്രാവർത്തികമായിരുന്നില്ല. ശക്തരായ പ്രജകളാവട്ടെ, അവരുടെ ലാഭമോ താല്പര്യമോ അനുസരിച്ച് പുണ്യറോമാചക്രവർത്തിയെ ധിക്കരിക്കുകയും ചെയ്തു.

ബഹുജനങ്ങളുടെ ദുരിതം വർദ്ധിപ്പിക്കുന്നതരത്തിൽ പശ്ചിമയൂറോപ്പ് മൂന്ന് ഭാഗത്തുനിന്നുള്ള ആക്രമങ്ങളുടെ നിരന്തര ഭീഷണിയിലായിരുന്നു. ദക്ഷിണഭാഗത്ത് എപ്പോഴും ആപല്ക്കാരികളായ മുസ്ലീങ്ങളുണ്ടായിരുന്നു. പശ്ചിമതീരത്ത് നിഷ്ഠുരന്മാരായ നോഴ്സെ ജനങ്ങളായിരുന്നു. കിഴക്കനതിർത്തി (അല്പഭാഗത്ത് കാർപ്പാത്തിയൻമലകളുണ്ടെന്നതൊഴിച്ചാൽ തികച്ചും പ്രതിരോധരഹിതമായിരുന്നു) എല്ലായ്പ്പോഴും ഹൂണന്മാരുടെയും ഹംഗേറിയന്മാരുടെയും സ്ലാവുകളുടെയും താർത്താറുകളുടേയും ദാക്ഷിണ്യത്തിലായിരുന്നു.

റോമൻ സമാധാനമെന്നത് വിദൂരഭൂതകാലത്തെ കാര്യമായി മാറിയിരുന്നു, ഇങ്ങിനി വരാത്തവണ്ണം പോയ് മറഞ്ഞ "പഴയനല്ലകാലത്തെപ്പറ്റിയുള്ള സ്വപ്നം മാത്രം. "പോരാടുക അല്ലെങ്കിൽ മരിക്കുക" എന്നതു മാത്രമായിരുന്നു പോംവഴി. ജനങ്ങൾ സ്വാഭാവികമായും പോരാടാനാണ് ഇഷ്ടപ്പെട്ടത്. സാഹചര്യങ്ങളുടെ സമ്മർദ്ദത്തിൽ യൂറോപ്പ് ഒരു സായുധ പാളയമായിത്തീർന്നു. ശക്തമായ നേതൃത്വം ആവശ്യമായിത്തീർന്നു. രാജാവും ചക്രവർത്തിയുമെല്ലാം വിദൂരദേശങ്ങളിലായിരുന്നു. അതിർത്തി കാവൽക്കാരായ ആളുകൾക്ക് സ്വയം സഹായമല്ലാത്ത മാർഗ്ഗമുണ്ടായിരുന്നില്ല. എ ഡി ആയിരാമാണ്ടിൽ യൂറോപ്പിന്റെ മിക്കഭാഗവും കേവലം അതിരുകൾ മാത്രമായിരുന്നു. പുറംപോക്കിലെ ഡിസ്ട്രിക്റ്റുകൾ ഭരിക്കുന്നതിനായി വന്ന രാജകീയ പ്രതിനിധികൾക്കു മുമ്പിൽ അവർ സ്വയം സമർപ്പിച്ചു. ഒരു വ്യവസ്ഥയേ അവർക്കുണ്ടായിരുന്നുള്ളൂ, ശത്രുക്കളിൽ നിന്ന് രക്ഷിക്കണം.

ചെറുരാജ്യങ്ങളുൾക്കൊള്ളുന്ന ഒരു പ്രദേശമായി മദ്ധ്യയൂറോപ്പ് മാറി; ഡ്യൂക്കുമാരുടെയോ കൗണ്ടുമാരുടെയോ ബാരൺമാരുടെയോ ഭരണത്തിലായിരുന്നു അവ. അവർ രാജാവിനോട് വിധേയത്വം പ്രതിജ്ഞ ചെയ്യേണ്ടിയിരുന്നു. രാജാവ് അവർക്ക് ഫ്യൂഡം ദാനം ചെയ്തു. (ഇതിൽ നിന്നാണ് ഫ്യൂഡൽ എന്ന പദമുണ്ടാവുന്നത്). അവരുടെ വിശ്വസ്ത സേവനത്തിനും നിശ്ചിത നികുതിക്കുമുള്ള പ്രതിഫലമായിരുന്നു ഇത്. അക്കാലത്ത് യാത്ര വളരെ മന്ദഗതിയിലുള്ളതായിരുന്നു; വാർത്താവിനിമയോപാധികൾ വളരെ മോശമായിരുന്നു. അതുകൊണ്ട് രാജകീയ അഥവാ സാമ്രാജ്യ ഭരണപ്രതിനിധികൾക്ക് വലിയൊരളവിൽ സ്വാതന്ത്ര്യം നിലനിർത്താൻ കഴിഞ്ഞു. സ്വന്തം അതിർത്തിക്കുള്ളിൽ രാജാവിന്റെ അധി

നോഴ്സ് ജനതയുടെ ആഗമനം

കാരങ്ങളും അവകാശങ്ങളുമെല്ലാം അവർ കൈയടക്കി.

പതിനൊന്നാം നൂറ്റാണ്ടിലെ ജനങ്ങൾ ഈ ഭരണ രൂപത്തെ എതിർത്തുവെന്ന് ആരെങ്കിലും വിചാരിച്ചാൽ അവർക്ക് തെറ്റുപറ്റി. വളരെ പ്രായോഗികവും അവശ്യം ആവശ്യവുമായ ഒരു ഭരണ സംവിധാനമായിരുന്നു അത്. അതുകൊണ്ട് ജനങ്ങൾ അതിനെ പിന്താങ്ങി. അവരുടെ പ്രഭു അഥവാ യജമാനൻ അധിവസിച്ചിരുന്നത് ശിലാ നിർമ്മിതമായ ഒരു വലിയ വീട്ടിലായിരുന്നു. ഉയർന്ന പാറമേലോ, ആഴമേറിയ രണ്ടുകിടങ്ങുകൾക്കിടയിലോ ആയിരുന്നു ഈ വീടു നിർമ്മിക്കപ്പെട്ടത്. ഏതായാലും പ്രജകൾക്ക് കാണാവുന്നിടത്തായിരുന്നു പ്രഭുമന്ദിരം. ആപത്തു വരുമ്പോൾ പ്രഭുമന്ദിരത്തിന്റെ സുരക്ഷിതത്ത്വത്തിൽ ജനങ്ങൾ അഭയം തേടി. ജനങ്ങൾ പ്രഭുദുർഗ്ഗത്തിന് പരമാവധി അടുത്താണ് വസിച്ചിരുന്നത്. പല യൂറോപ്യൻ നഗരങ്ങളും ഫ്യൂഡൽ കോട്ടകൾക്കു ചുറ്റുമാണ് വികസിച്ചുവന്നത്.

എന്നാൽ മദ്ധ്യകാലത്തിന്റെ തുടക്കത്തിലെ മാടമ്പി (Knight) ഒരു പ്രൊഫഷണൽ യോദ്ധാവ് മാത്രമായിരുന്നില്ല, അക്കാലത്തെ സിവിൽ ഉദ്യോഗസ്ഥൻ കൂടിയായിരുന്നു. അയാളായിരുന്നു ന്യായാധിപൻ, അയാൾ തന്നെയായിരുന്നു പൊലീസധികാരിയും. അയാൾ കൊള്ളക്കാരെ പിടികൂടി നിലയ്ക്കു നിർത്തുകയും വഴിവാണിഭക്കാരായ അന്നത്തെ വണിക് സമൂഹത്തെ സംരക്ഷിക്കുകയും ചെയ്തു. അണക്കെട്ടുകളും ബണ്ടുകളും നോക്കി സംരക്ഷിച്ചതും മാടമ്പിമാരായിരുന്നു. ഉൾനാടുകളിൽ പ്രളയം വരാതിരിക്കുന്നതിനുവേണ്ടിയായിരുന്നു ഇത് (നാലായിരം വർഷം മുമ്പ് നൈൽ നദീതടത്തിലെ പ്രഭുക്കന്മാരും ഇതുചെയ്തിരുന്നു). കുടിയേറ്റ കാലത്തെ മഹായുദ്ധങ്ങളിലെ ധീരനായകന്മാരുടെ കഥകൾ കാവ്യങ്ങളാക്കി പാടിനടന്നിരുന്ന ട്രോബഡോർമാരെ മാടമ്പിമാർ പ്രോത്സാഹിപ്പിച്ചു. സ്വന്തം പ്രദേശത്തെ ചർച്ചുകളും സന്ന്യാസിമഠങ്ങളും മാടമ്പിമാർ സംരക്ഷിച്ചു. അവർക്ക് എഴുത്തും വായനയുമൊന്നുമറിയില്ലായിരുന്നു (അത്തരം കാര്യങ്ങളറിയുന്നത് പൗരുഷമല്ലെന്നായിരുന്നു അക്കാലത്തെ ധാരണ) എങ്കിലും കണക്കുകൾ, വിവാഹരജിസ്റ്ററുകൾ, ജനനമരണവിവരങ്ങൾ എന്നിവ എഴുതി സൂക്ഷിക്കുന്നതിന് മാടമ്പിമാർ പുരോഹിതന്മാരെ നിയമിച്ചിരുന്നു.

പതിനഞ്ചാം നൂറ്റാണ്ടിൽ രാജാക്കന്മാർ വീണ്ടും പഴയ പ്രതാപത്തിലേക്കു തിരിച്ചുവന്നു, അധികാരങ്ങൾ സ്വയം പ്രയോഗിക്കാനവർക്കു കഴിഞ്ഞു. “ദൈവസ്നാനം” നേടിയിരുന്നു അവരെന്നതായിരുന്നു കാരണം. ഫ്യൂഡൽ മാടമ്പിമാർക്ക് മുമ്പുണ്ടായിരുന്ന സ്വാതന്ത്ര്യം നഷ്ടപ്പെട്ടു. ഉൾനാടൻ അകമ്പടിക്കാരന്റെ പദവിയിലേക്ക് അവർ തരം താണു. അവരുടെ ആവശ്യം ഇല്ലാതായി; ഒരുതരം ശല്യമായിത്തീർന്നു, മാടമ്പിമാർ.

ഒരു കാര്യം തീർച്ചയാണ്. “ഫ്യൂഡലിസം” ഉണ്ടായിരുന്നില്ലെങ്കിൽ യൂറോപ്പ് നശിച്ചുപോകുമായിരുന്നു. ഇന്ന് അനേകം മോശം ആളുകളുള്ളതുപോലെ അക്കാലത്ത് അനേകം മോശം മാടമ്പിമാരുണ്ടായിരുന്നു.

സാമാന്യമായി പറഞ്ഞാൽ പന്ത്രണ്ട്, പതിമൂന്ന് നൂറ്റാണ്ടുകളിലെ ഉരുക്ക് മുഷ്ടിക്കാരായ പ്രഭുക്കന്മാർ കഠിന പ്രയത്നം ചെയ്ത ഭരണാധികാരികളായിരുന്നു. മാനവപുരോഗതിയിൽ അവരുടെ സേവനവുമുണ്ട്. ആ കാലഘട്ടത്തിൽ ഈജിപ്ഷ്യന്മാരും ഗ്രീക്കുകാരും റോമാക്കാരും ഉദ്ദീപിപ്പിച്ച വിജ്ഞാനത്തിന്റെയും കലയുടെയും പന്തം വളരെ ശക്തികുറഞ്ഞാണ് കത്തിയിരുന്നത്. മാടമ്പിമാരും അവരുടെ നല്ല സുഹൃത്തുക്കളായ സന്ന്യാസിമാരുമില്ലായിരുന്നെങ്കിൽ നാഗരികത പൂർണ്ണമായി ഇല്ലാതാകുമായിരുന്നു, ഗുഹാമനുഷ്യൻ അവസാനിപ്പിച്ചിടത്ത് ആരംഭിക്കുവാൻ മനുഷ്യവംശം നിർബ്ബന്ധിതമാകുമായിരുന്നു.

ഷിവൽറി

ശൗര്യം

മദ്ധ്യയുഗത്തിലെ പ്രൊഫഷണൽ പോരാളികൾക്ക് അന്യോന്യ പ്രയോജനത്തിനും സംരക്ഷണത്തിനും വേണ്ടി ഏതെങ്കിലും തരത്തിലുള്ള ഒരു സംഘടന ആവശ്യമായിരുന്നു. ഈ ആവശ്യത്തിൽനിന്നാണ് മാടമ്പിത്തവും (Knighthood) ശൗര്യവും (Chivalry) ഉയർന്നുവന്നത്.

മാടമ്പിത്തത്തിന്റെ ഉല്പത്തിയെ പറ്റി നമുക്ക് വളരെ കുറച്ചേ അറിയുകയുള്ളൂ. പക്ഷേ, ആ സംവിധാനം ഉണ്ടായപ്പോൾ ലോകത്തിന് വളരെ അത്യാവശ്യമുള്ള എന്തോ ചിലത് അത് നല്കി. അക്കാലത്തെ അപരിഷ്കൃതമായ ആചാരങ്ങളെ മൃദുലപ്പെടുത്തിയ നിയതമായ ഒരു പെരുമാറ്റ രീതിയായിരുന്നു അതിന്റെ സംഭാവന. അതിനു മുമ്പുണ്ടായിരുന്ന അഞ്ഞൂറുവർഷക്കാലത്തെ അന്ധകാരയുഗത്തിലേതിനേക്കാൾ ജീവിതത്തെ അത് ജീവിതയോഗ്യമാക്കിത്തീർത്തു. മിക്കസമയവും മുസ്ലീങ്ങളോടും ഹൂണന്മാരോടും നോഴ്സെ ജനങ്ങളോടും യുദ്ധം ചെയ്യാൻ നിർബ്ബന്ധിതരായിരുന്ന അതിർത്തി ദേശക്കാരെ പരിഷ്കരിക്കുകയെന്നത് എളുപ്പമുള്ള കാര്യമായിരുന്നില്ല. പലപ്പോഴും പ്രതിജ്ഞകൾ പാലിക്കാൻ കഴിയാത്ത അവസ്ഥ അവർക്കുണ്ടായിട്ടുണ്ട്. രാവിലെ ഉണർന്നെണിക്കുമ്പോൾ കാരുണ്യത്തെയും ഉദാരതയെയും പറ്റിയുള്ള പ്രതിജ്ഞകൾ എടുക്കുകയും സന്ധ്യയ്ക്കു മുമ്പ് എല്ലാ തടവുകാരെയും വധിക്കുകയും ചെയ്യുമായിരുന്നു അവർ. പക്ഷേ, പുരോഗതി എല്ലായ്പ്പോഴും സാവധാനത്തിലുള്ള, വിരാമമില്ലാത്ത അദ്ധ്വാനത്തിന്റെ ഫലമാണ്. അതുകൊണ്ടു തന്നെ അന്തിമമായി യാതൊരു തത്ത്വദീക്ഷയുമില്ലാത്ത മാടമ്പിമാരും സ്വന്തം 'വർഗ്ഗ'ത്തിന്റെ നിയമങ്ങൾ അനുസരിക്കാൻ നിർബ്ബന്ധിതരാകുമായിരുന്നു. അല്ലെങ്കിൽ അതിന്റെ ഭവിഷ്യത്തുക്കൾ നേരിടേണ്ടിവരുമായിരുന്നു.

ഈ നിയമങ്ങൾ യൂറോപ്പിന്റെ വിവിധ ഭാഗങ്ങളിൽ വ്യത്യസ്തമായിരുന്നു. പക്ഷേ, അവരെല്ലാവരും വലിയ സേവനം നടത്തുകയും കർത്തവ്യ നിർവ്വഹണത്തിൽ വിശ്വസ്തത പുലർത്തുകയും ചെയ്തു. മദ്ധ്യയുഗങ്ങൾ സേവനത്തെ വളരെ കുലീനവും മനോജ്ഞവുമായിട്ടാണ് കരുതിയിരുന്നത്. ഒരാൾ നല്ല ഭൃത്യനായിരുന്നെങ്കിൽ തൊഴിലിനോട് വൈമുഖ്യം പ്രകടിപ്പിക്കുന്നില്ലെങ്കിൽ ഭൃത്യനാവുന്നത് അപമാനകരമായിരുന്നില്ല. ഇഷ്ടത്തിനു നിരക്കാത്ത പല കാര്യങ്ങളും വിശ്വസ്തതയോടെ ചെയ്യുന്നതിനെ ആശ്രയിച്ചാണ് അക്കാലത്ത് ജീവിതം നിലനിന്നത്. അങ്ങനെയൊരുകാലത്ത് വിശ്വസ്തതയെന്നത് പോരാളിയുടെ ഏറ്റവും വലിയ ഗുണമായിരുന്നു.

അതുകൊണ്ട് ഒരു യുവമാടമ്പിയോടാവശ്യപ്പെട്ടിരുന്നത് ദൈവത്തിന്റെ ദാസനെന്ന നിലയിലും രാജാവിന്റെ ദാസനെന്ന നിലയിലും വിശ്വസ്തനായിരിക്കുമെന്ന് പ്രതിജ്ഞയെടുക്കാനായിരുന്നു. വ്യക്തിപരമായ പെരുമാറ്റത്തിൽ വിനയാന്വിതനായിരിക്കുമെന്നും സ്വന്തം നേട്ടങ്ങളെപ്പറ്റി മേനി പറയുകയില്ലെന്നും കഷ്ടപ്പെടുന്ന എല്ലാ മനുഷ്യരുടെയും സ്നേഹിതനായിരിക്കുമെന്നും അയാൾ പ്രതിജ്ഞ ചെയ്തു. (ഇതിൽ നിന്ന് മുഹമ്മദിന്റെ മതക്കാർ ഒഴിവായിരുന്നു. അവരെ കണ്ടമാത്രയിൽ കൊല്ലണമെന്നായിരുന്നു ചട്ടം.)

മദ്ധ്യയുഗത്തിൽ ജനങ്ങൾ പത്തുകല്പനകളെ മനസ്സിലാക്കുന്ന രീതിയായിരുന്നു ഈ പ്രതിജ്ഞ. ഈ പ്രതിജ്ഞകൾക്കു ചുറ്റും സങ്കീർണ്ണമായ ഒരു ആചാരസംഹിതയും ബാഹ്യപെരുമാറ്റരീതിയും വളർന്നുവന്നു. മാടമ്പിമാർ അവരുടെ ജീവിതം ഇതനുസരിച്ച് രൂപപ്പെടുത്തി. ആർതറിന്റെ റൗണ്ട് ടേബിളിലെയും ചാർലിമെയിന്റെ രാജധാനിയിലേയും ധീരനായകന്മാരായിരുന്നു മാതൃക. ഈ ഗ്രന്ഥത്തിന്റെ അവസാനം കൊടുത്തിട്ടുള്ള രസകരമായ പുസ്തകങ്ങളിൽ നിന്ന് ട്രോബദാർമാരെന്ന കവികൾ അവരെ പറ്റി പറയുന്ന കഥകൾ നിങ്ങൾക്കു മനസ്സിലാകും. ലാൻസിലോട്ടിനെപോലെ ധീരരും, റോളണ്ടിനെ പോലെ വിശ്വസ്തരുമാകും തങ്ങളെന്ന് അവർ പ്രത്യാശിച്ചു. അവർ മാന്യതയോടെയാണ് പെരുമാറിയത്, അവർ പറഞ്ഞത് മാന്യവും ശ്രദ്ധാപൂർവ്വവുമായ വാക്കുകളായിരുന്നു, കോട്ടിന്റെ ഭംഗി എത്ര വിനീതമായാലും പഴ്സ് എത്ര കനം കുറഞ്ഞതായാലും ശരിയായ മാടമ്പികളായി അറിയപ്പെടണമെന്നേ അവർക്കുണ്ടായിരുന്നുള്ളൂ.

ഈ രീതിയിൽ, സമൂഹമെന്ന യന്ത്രത്തിന്റെ സുഗമമായ പ്രവർത്തനത്തിനുള്ള ഓയിൽ (എണ്ണ) ആയിരുന്നു മാടമ്പിത്തം. നല്ല ആചാരങ്ങളും പെരുമാറ്റങ്ങളും പഠിപ്പിക്കുന്ന ഒരു സ്ഥാപനം. ഷിവാൽറിയെന്നാൽ പെരുമാറ്റമര്യാദയായിത്തീർന്നു. എന്തു വസ്ത്രം ധരിക്കണമെന്നും, എന്തു ഭുജിക്കണമെന്നും ഒരു സ്ത്രീയോടു എങ്ങനെ നൃത്താഭ്യർത്ഥന നടത്തണമെന്നും, അതുപോലെ ഒരായിരത്തൊന്നു കാര്യങ്ങൾ എങ്ങിനെ ചെയ്യണമെന്നും നാടുവാഴിയുടെ കോട്ട ലോകത്തിനു കാണിച്ചുകൊടുത്തു.

ഇതാണല്ലോ ജീവിതത്തെ രസകരവും സ്വീകാര്യവുമാക്കിത്തീർക്കുന്ന തെന്നായിരുന്നു മാടമ്പിമാരുടെ വിചാരം.

മറ്റെല്ലാ മാനവസ്ഥാപനങ്ങളുമെന്നപോലെ മാടമ്പിത്തവും നശി ക്കാൻ വിധിക്കപ്പെട്ടതായിരുന്നു, അതിന്റെ പ്രയോജനവും കാലക്രമത്തിൽ ഇല്ലാതായി.

വരാനിരിക്കുന്ന അദ്ധ്യായങ്ങൾ വിവരിക്കുന്ന പോലെ കുരിശുയു ദ്ധങ്ങളെതുടർന്ന് വാണിജ്യത്തിന്റെ വലിയൊരു പുനരുദ്ധാരണമുണ്ടാ യി. രാത്രിക്കു രാത്രി നഗരങ്ങൾ വളർന്നു. പുരവാസികൾ ധനികരായി, അവർ നല്ല സ്കൂളദ്ധ്യാപകരെ കൂലിക്ക് വെച്ചു, അങ്ങനെ അവർ മാട മ്പിമാർക്കു തുല്യരായിത്തീർന്നു. വെടിമരുന്ന് കണ്ടുപിടിച്ചതോടെ "ഷെവ ലിയർ"മാർക്കു മുമ്പുണ്ടായിരുന്ന പ്രാധാന്യം കുറഞ്ഞു. കൂലിപ്പട്ടാള ക്കാരെ ഉപയോഗിച്ചുള്ള യുദ്ധം വന്നതോടെ ഒരു ചെസ് ടൂർണമെന്റു പോലെ യുദ്ധം ചെയ്യാൻ കഴിയില്ലെന്ന അവസ്ഥ വന്നു. മാടമ്പി അനാവ ശ്യമായിത്തീർന്നു. യാതൊരു പ്രായോഗിക മൂല്യവുമില്ലാത്ത ആദർശ ങ്ങളോട് ഭക്തി പ്രകടിപ്പിക്കുന്ന മാടമ്പി അതിവേഗം അവജ്ഞയർഹി ക്കുന്ന ഒരു കഥാപാത്രമായി. ഡോൺ ക്വിക്സോട്ട് ദ ലാമാഞ്ചാ അവ സാനത്തെ മാടമ്പിയാണെന്നാണ് പറയപ്പെടുന്നത്. അയാളുടെ മരണ ത്തിനുശേഷം, അയാളുടെ വിശ്വസ്ത ഖഡ്ഗവും ചുരികയും വിറ്റാണ് കടം വീട്ടിയതെന്നു മാത്രം.

ഏതോ രീതിയിൽ ആ വാൾ അനേകം മനുഷ്യരുടെ കൈകളിലേ ക്കാണ് വീണത്. വാലി ഫോർജിലെ നൈരാശ്യജനകമായ നാളുകളിൽ അത് വാഷിങ്ടണിന്റെ കൈകളിലായിരുന്നു. ഗോർഡന്റെ ഏക രക്ഷ ആ വാളായിരുന്നു; തന്റെ സംരക്ഷണയിലായിരുന്ന ജനങ്ങളെ നിരാശ്ര യരാക്കി വിട്ടുപോവാനയാൾ തയ്യാറല്ലായിരുന്നു; അതുകൊണ്ട് ഖാർത്തൂ മിലെ വളയപ്പെട്ട ദുർഗ്ഗത്തിൽ മരണത്തെ നേരിടാനായിരുന്നു അയാൾ നിശ്ചയിച്ചത്.

എന്തോ എനിക്കു വലിയ നിശ്ചയമില്ല. പക്ഷേ, മഹായുദ്ധം ജയി ക്കുന്നതിൽ ആ ഖഡ്ഗം അമൂല്യമായ ഒരു ശക്തി തന്നെയായിരുന്നു.

പോപ്പും ചക്രവർത്തിയും തമ്മിൽ

മദ്ധ്യകാല ജനങ്ങളുടെ അസാധാരണമായ ഇരട്ടവിധേയത്വം പോപ്പുമാരും പുണ്യ റോമാചക്രവർത്തിമാരും തമ്മിലുള്ള അവസാനിക്കാത്ത കലഹമായിത്തീർന്നു

കഴിഞ്ഞു പോയ യുഗങ്ങളിലെ മനുഷ്യരെ മനസ്സിലാക്കുക പ്രയാസമാണ്. നിങ്ങൾ ദിവസവും കാണുന്ന നിങ്ങളുടെ പിതാമഹനുണ്ടല്ലോ, അദ്ദേഹം വ്യത്യസ്തമായ ആശയങ്ങളും വസ്ത്രങ്ങളും ആചാരങ്ങളുമുള്ള ലോകത്ത് ജീവിക്കുന്ന ഒരു നിഗൂഢമനുഷ്യനാണ്. നിങ്ങളുടെ ചില പിതാമഹന്മാരുടെ കഥയാണ് ഇനി ഞാൻ പറയുന്നത്. അവരുടേതായ ഇരുപത്തിയഞ്ച് തലമുറകൾ കഴിഞ്ഞുപോയി. ഈ അദ്ധ്യായം പലയാവർത്തി വായിക്കാതെ, വീണ്ടും വീണ്ടും വായിക്കാതെ ഇവിടെ ഞാനെഴുതുന്നതിന്റെ അർത്ഥം നിങ്ങൾക്കു മനസ്സിലാകുമെന്നു ഞാൻ കരുതുന്നില്ല.

മദ്ധ്യയുഗങ്ങളിലെ ശരാശരി മനുഷ്യൻ വളരെ ലളിതവും സംഭവരഹിതവുമായ ജീവിതമാണ് നയിച്ചിരുന്നത്. സ്വന്തം ഇച്ഛയ്ക്കനുസരിച്ച് വരാനും പോകാനുമൊക്കെ കഴിയുന്ന സ്വതന്ത്രപൗരനായിരുന്നെങ്കിൽ പോലും അയാൾ തന്റെ അയൽക്കൂട്ടം വിട്ടുപോയിരുന്നില്ല. അച്ചടിപുസ്തകങ്ങളുണ്ടായിരുന്നില്ല; അല്പം ചില കൈയെഴുത്തുരചനകളുണ്ടായിരുന്നു. അവിടവിടെയായി ഉത്സാഹശാലികളായ സന്ന്യാസിമാർ എഴുത്തും വായനയും പഠിപ്പിച്ചു, ഇത്തിരി ഗണിതവും. പക്ഷേ, ശാസ്ത്രവും ചരിത്രവും ഭൂമിശാസ്ത്രവും ഗ്രീസിന്റെയും റോമിന്റെയും നാശാവശിഷ്ടങ്ങൾക്കിടയിൽ മൂടിക്കിടക്കുകയായിരുന്നു.

ഭൂതകാലത്തെപ്പറ്റി ജനങ്ങൾ അറിഞ്ഞതൊക്കെയും കഥകളും ഐതിഹ്യങ്ങളും കേട്ടറിഞ്ഞതായിരുന്നു. പിതാവിൽ നിന്ന് പുത്രനിലേക്ക് കൈമാറ്റംചെയ്യുന്ന അത്തരം അറിവുകൾ പലപ്പോഴും വിശദാംശങ്ങളിൽ നേരിയ തെറ്റുള്ളതായിരിക്കും; പക്ഷേ, അതിശയകരമായ കണിശതയോടുകൂടി ചരിത്രത്തിന്റെ പ്രധാനവസ്തുതകൾ അവ സംരക്ഷിക്കും.

രണ്ടായിരത്തിലധികം വർഷം കഴിഞ്ഞിട്ടും ഇന്ത്യയിലെ അമ്മമാർ അവരുടെ വികൃതിക്കുട്ടികളെ പേടിപ്പിക്കുന്നത്. "ഇസ്കന്തർ പിടിച്ചുകൊണ്ടുപോകുമെന്ന്" പറഞ്ഞിട്ടാണ്, ഈ ഇസ്കന്തർ മഹാനായ അലക്സാണ്ടറല്ലാതെ മറ്റാരുമല്ല. അദ്ദേഹം ഇന്ത്യയിൽ വന്നത് ക്രിസ്തുവിനു മുമ്പ് 330-ാമാണ്ടിലായിരുന്നു. പക്ഷേ, അദ്ദേഹത്തിന്റെ കഥ ഈ കാലമത്രയും നിലനിന്നിട്ടുണ്ട്.

മദ്ധ്യയുഗങ്ങളുടെ തുടക്കത്തിൽ ജീവിച്ച ആളുകൾ റോമാചരിത്രത്തിന്റെ ഒരു പാഠപുസ്തകവും കണ്ടിരുന്നില്ല. ഇന്നത്തെ സ്കൂൾ കുട്ടി മൂന്നാം ഗ്രേഡിലെത്തുന്നതിനു മുമ്പ് പഠിക്കുന്ന പല കാര്യങ്ങളിലും ആ മദ്ധ്യയുഗമനുഷ്യർ അജ്ഞരായിരുന്നു. എന്നാൽ നിങ്ങൾക്ക് ഒരു പേരു മാത്രമായ റോമാസാമ്രാജ്യം അവർക്ക് സചേതനമായ എന്തോ കാര്യമായിരുന്നു. അവർക്ക് അതനുഭവപ്പെട്ടു. പോപ്പിനെ അവർ ആത്മീയ നേതാവായി പരപ്രേരണയില്ലാതെ സ്വീകരിച്ചു, റോമൻ അധീശശക്തിയെപ്രതിനിധാനം ചെയ്യുന്ന ശക്തിയെന്ന നിലയിലും അവർ പോപ്പിനെ അംഗീകരിച്ചു. ആദ്യം ചാർലിമെയിനും പിന്നീട് മഹാനായ ഓട്ടോയും ലോകസാമ്രാജ്യം എന്ന ആശയം പുനഃസ്ഥാപിക്കുകയും പുണ്യറോമാസാമ്രാജ്യം നിർമ്മിക്കുകയും ചെയ്തപ്പോഴും അവർ അതീവകൃതജ്ഞരായിരുന്നു. എന്നുമുണ്ടായിരുന്നതുപോലെ ലോകം ഇനിയും നിലനില്ക്കുമല്ലോ.

എന്നാൽ റോമാ പാരമ്പര്യത്തിന് രണ്ട് അനന്തരാവകാശികളുണ്ടായിരുന്നത് വിശ്വസ്തരായ മദ്ധ്യകാല മനുഷ്യർക്ക് പ്രയാസമുണ്ടാക്കി. മദ്ധ്യകാല രാഷ്ട്രീയ വ്യവസ്ഥയുടെ തത്ത്വം വളരെ ശക്തവും എന്നാൽ വളരെ ലളിതവുമായിരുന്നു. ഐഹികയജമാനനായ ചക്രവർത്തി പ്രജകളുടെ ഭൗതികക്ഷേമം നോക്കി നടത്തിയപ്പോൾ, ആത്മീയ യജമാനനായ പോപ്പ് അവരുടെ ആത്മാക്കളെ സംരക്ഷിച്ചു നിർത്തി.

എന്നാൽ പ്രയോഗത്തിൽ വളരെ മോശമായിട്ടാണ് ഇത് നടന്നത്. എല്ലാ ചക്രവർത്തിമാരും പള്ളിക്കാര്യത്തിൽ ഇടപെട്ടു. ഇതിന് പോപ്പ് തിരിച്ചടി നല്കി; എങ്ങനെയാണ് ഭരിക്കേണ്ടതെന്ന് ചക്രവർത്തിമാർക്ക് നിർദ്ദേശങ്ങൾ നല്കി. പിന്നെ അവർ രണ്ടുപേരും അന്യോന്യം വളരെ അമാന്യമായ ഭാഷയിൽ പോയി പണിനോക്ക് എന്ന് പറയുകയും അത് അനിവാര്യമായും യുദ്ധത്തിൽ കലാശിക്കുകയും ചെയ്തു.

ആ സാഹചര്യങ്ങളിൽ എന്തായിരുന്നു ജനങ്ങൾ ചെയ്യേണ്ടിയിരുന്നത്? നല്ല ക്രിസ്ത്യാനി പോപ്പിനെയും രാജാവിനെയും ഒരുപോലെ അനുസരിച്ചിരുന്നു. പക്ഷേ, ഇപ്പോൾ പോപ്പും ചക്രവർത്തിയും ശത്രുക്കളായിമാറിയിരിക്കുന്നു. ചുമതലാബോധമുള്ള ഒരു പ്രജയും അതുപോലെ തന്നെ ചുമതലാബോധമുള്ള ഒരു ക്രിസ്ത്യാനിയുമായ ഒരാൾ ഏത് പക്ഷമാണ് പിടിക്കേണ്ടിയിരുന്നത്?

ശരിയായ ഉത്തരം കണ്ടെത്തുക ഒരിക്കലും എളുപ്പമായിരുന്നില്ല. ചക്രവർത്തി ഊർജ്ജസ്വലനാണെങ്കിൽ ഒരു സൈന്യം സംഘടിപ്പിക്കാ

നുള്ള പണം അയാൾക്ക് സ്വരൂപിക്കാൻ കഴിഞ്ഞിരുന്നെങ്കിൽ അയാൾ ആല്പ്സ് പർവ്വതം കടന്ന് റോമിനെതിരെ മാർച്ച് ചെയ്ത്, പോപ്പിനെ കൊട്ടാരത്തിൽ വളയുമായിരുന്നു; ചക്രവർത്തിയുടെ ആജ്ഞകളനുസരിക്കാനും, അല്ലെങ്കിൽ ഭവിഷ്യത്തുക്കളനുഭവിക്കാനും ആവശ്യപ്പെടുമായിരുന്നു.

പക്ഷേ, മിക്കപ്പോഴും പോപ്പിനായിരുന്നു കൂടുതൽ ശക്തി. അപ്പോൾ ചക്രവർത്തിയോ രാജാവോ ആരായിരുന്നാലും, അവരുടെ പ്രജകളോടൊപ്പം സമുദായ ഭ്രഷ്ടരാക്കപ്പെട്ടു. ഇതിനർത്ഥം എല്ലാ പള്ളിയും അടച്ചുപൂട്ടിയെന്നാണ്, ആരേയും മാമോദീസ ചെയ്യാൻ കഴിയില്ലായിരുന്നു എന്നാണ്, ആസന്നമരണനായ മനുഷ്യന് അന്ത്യകൂദാശ ലഭിക്കുമായിരുന്നില്ലെന്നാണ്– ചുരുക്കത്തിൽ മദ്ധ്യകാല ഗവൺമെന്റിന്റെ പകുതി പണി ഇല്ലാതായി എന്നാണ്.

വേറൊരു സാദ്ധ്യതയുണ്ടായിരുന്നത് പരമാധികാരിയായ രാജാവിനോടുള്ള പ്രതിജ്ഞ ലംഘിക്കാൻ ജനങ്ങൾക്ക് പോപ്പ് അനുമതി നല്കിയെന്നതായിരുന്നു. അത് നല്കുകയും ചെയ്തു. അതോടെ രാജാവിനെതിരെ വിദൂരത്തുള്ള പോപ്പിന്റെ ഉപദേശമനുസരിച്ച് കലാപം നടത്തി പിടിക്കപ്പെട്ടാൽ അവരെ തൂക്കിക്കൊല്ലുമായിരുന്നു. ഇത് ഒട്ടും സന്തോഷമുണ്ടാക്കുന്ന കാര്യമായിരുന്നില്ല.

സത്യത്തിൽ പാവങ്ങൾ വളരെ വിഷമം പിടിച്ച ഒരു സ്ഥിതിയിലായിരുന്നു. പതിനൊന്നാം നൂറ്റാണ്ടിന്റെ രണ്ടാം പകുതിയിൽ ജീവിച്ചവരാണ് ഏറെ കഷ്ടമനുഭവിക്കേണ്ടിവന്നത്. അക്കാലത്ത് ജർമ്മനിയിലെ ഹെൻറി നാലാമൻ ചക്രവർത്തിയും പോപ്പ് ഗ്രിഗറി ഏഴാമനും തമ്മിൽ രണ്ടു തവണയുദ്ധമുണ്ടായി. എന്നാൽ ഒരു തീരുമാനവുമുണ്ടായില്ല, പക്ഷേ, അമ്പതു കൊല്ലക്കാലത്തേക്ക് യൂറോപ്പിന്റെ സമാധാനം താറുമാറായി.

പതിനൊന്നാം നൂറ്റാണ്ടിന്റെ മദ്ധ്യകാലത്ത് ചർച്ചിൽ പരിഷ്കരണത്തിനുവേണ്ടിയുള്ള ശക്തമായൊരു പ്രസ്ഥാനം വളർന്നുവന്നു. പോപ്പുമാരുടെ തിരഞ്ഞെടുപ്പ്, ഇതുവരെ, ഒരു ക്രമവുമില്ലാത്ത ഒരു സംഗതിയായിരുന്നു. ആ പരിശുദ്ധപദവിയിലേക്ക് നല്ല പരിജ്ഞാനമുള്ള ഒരു പുരോഹിതനെ തിരഞ്ഞെടുക്കുന്നത് ചക്രവർത്തിമാർക്ക് പ്രയോജനം ചെയ്യുമായിരുന്നു. മാർപാപ്പയെ തിരഞ്ഞെടുക്കുന്ന വേളയിൽ ചക്രവർത്തി പലപ്പോഴും റോമിൽ വരുമായിരുന്നു, ഇഷ്ടപ്പെട്ട പുരോഹിതനെ പോപ്പായി തിരഞ്ഞെടുക്കുന്നതിന് സ്വാധീനം ഉപയോഗിക്കുമായിരുന്നു.

1059-ാമാണ്ടിൽ ഈ രീതി മാറി. റോമിലും പരിസരപ്രദേശങ്ങളിലുമുള്ള പ്രധാന പുരോഹിതന്മാരും ഡീക്കന്മാരും ഉൾപ്പെടുന്ന കർദ്ദിനാൾമാരുടെ ഒരു കോളേജ് സ്ഥാപിച്ചുകൊണ്ട് പോപ്പ് നിക്കളാസ് രണ്ടാമൻ ഒരു വിളംബരമിറക്കി. ഈ കോളേജിനെ (പ്രധാന ചർച്ചധികാരികളുടെ സംഘം) ഭാവിയിൽ പോപ്പുമാരെ തിരഞ്ഞെടുക്കുന്ന സമ്പൂർണ്ണ ഉത്തരവാദിത്തം ഏല്പിച്ചു.

1073-ാമാണ്ടിൽ ഈ കർദ്ദിനാൾ സംഘം ഹിൽഡ് ബ്രാന്റ് എന്നു

ദുർഗ്ഗം

പേരുള്ള ഒരു പുരോഹിതനെ പോപ്പായി തിരഞ്ഞെടുത്തു. ടസ്കണിയിലെ വളരെ സാധാരണക്കാരായ രക്ഷിതാക്കളുടെ മകനായിരുന്നു അദ്ദേഹം. അദ്ദേഹം ഗ്രിഗറി ഏഴാമൻ എന്ന പേരു സ്വീകരിച്ചു. ഊർജ്ജസ്വല നായിരുന്നു പുതിയ പോപ്പ്. തന്റെ പാവനമായ പദവിയുടെ പരമാധികാ രത്തെ പറ്റി അദ്ദേഹത്തിനുണ്ടായിരുന്ന വിശ്വാസം പാറപോലെ ഉറച്ച ബോദ്ധ്യത്തിന്റെയും ധൈര്യത്തിന്റെയും ഫലമായിരുന്നു. ഗ്രിഗറിയുടെ മനസ്സിൽ പോപ്പ് ക്രൈസ്തവസഭയുടെ പരമാധികാരി മാത്രമായിരുന്നി ല്ല, എല്ലാ ലൗകികകാര്യങ്ങളിലുമുള്ള പരമോന്നതമായ അപ്പീൽ കോട തിയായിരുന്നു. നിസ്സാരന്മാരായ ജർമ്മൻ രാജാക്കന്മാരെ ചക്രവർത്തിപ ദവിയിലേക്കുയർത്തിയ പോപ്പിന് അവരെ അധികാരത്തിൽ നിന്നിറ ക്കാനും കഴിയും. ഡ്യൂക്കോ രാജാവോ ചക്രവർത്തിയോ കൊണ്ടുവന്ന ഏത് നിയമവും വീറ്റോ ചെയ്യാൻ പോപ്പിന് കഴിയും. പോപ്പിന്റെ വിളം ബരം ചോദ്യചെയ്യുന്നവർ ആരായാലും, അവർക്കുള്ള ശിക്ഷ സത്വരവും ദയാരാഹിതവുമായിരിക്കും.

തന്റെ പുതിയ നിയമങ്ങളെപ്പറ്റി അറിയിക്കാൻ എല്ലാ യൂറോപ്യൻ ഭരണാധികാരികളുടെ അടുത്തേക്കും ഗ്രിഗറി അംബാസഡർമാരെ അയ ച്ചു. നിയമം ശരിയായി മനസ്സിലാക്കി നടപടി സ്വീകരിക്കാൻ അദ്ദേഹം നിർദ്ദേശിച്ചു. വില്യം രാജാവ് അനുസരിച്ചു. എന്നാൽ ഹെൻറി നാലാമൻ രാജാവ്, അതെ ആറാം വയസ്സു മുതൽ സ്വന്തം പ്രജകളുമായി കലഹി ച്ചുകൊണ്ടിരുന്ന ഹെൻറി രാജാവു തന്നെ, പോപ്പിന്റെ ഇച്ഛയ്ക്കു മുമ്പിൽ കീഴടങ്ങാൻ തയ്യാറായില്ല. അദ്ദേഹം ജർമ്മൻ ബിഷപ്പുമാരുടെ ഒരു സമ്മേ ളനം വിളിച്ചു ചേർത്തു, പോപ്പ് ഗ്രിഗറി സൂര്യന് കീഴിലുള്ള എല്ലാ കുറ്റ ങ്ങളും ചെയ്തതായി കുറ്റപത്രം തയ്യാറാക്കി, എന്നിട്ട് വേംസ് എന്ന സ്ഥലത്ത് വച്ച് നടന്ന സഭാ കൗൺസിലിനെക്കൊണ്ട് ഗ്രിഗറിയെ സ്ഥാന ഭ്രഷ്ടനാക്കി.

പോപ്പ് ഇതിന് തിരിച്ചടി നല്കിയത് രാജാവിന് സമുദായഭ്രഷ്ട് കല്പി ച്ചുകൊണ്ടാണ്. ജർമ്മൻ രാജാക്കന്മാർ അവരുടെ കൊള്ളരുതാത്ത ഭര ണാധികാരിയെ ഒഴിവാക്കണമെന്നൊരാവശ്യവും പോപ്പ് മുന്നോട്ടുവച്ചു. ഹെൻറിയെ ഒഴിവാക്കുന്നതിൽ ജർമ്മൻ രാജാക്കൾക്ക് സന്തോഷമേയു ണ്ടായിരുന്നുള്ളൂ. അവർ പോപ്പിനെ ഓഗ്സ്ബർഗിലേക്ക് ക്ഷണിച്ചു. പുതിയ ചക്രവർത്തിയെ തിരഞ്ഞെടുക്കാൻ സഹായിക്കണമെന്നപേ ക്ഷിച്ചു.

ഗ്രിഗറി റോമിൽനിന്ന് വടക്കോട്ട് യാത്രചെയ്തു. തന്റെ പദവിക്കു മുമ്പിലുള്ള ആപത്തിനെപ്പറ്റി മനസ്സിലാക്കാത്ത വിഡ്ഢിയായിരുന്നില്ല ഹെൻറി. എന്തുവിലകൊടുത്തും പോപ്പുമായി സമാധാനം സ്ഥാപിക്ക ണമെന്നും അതു വളരെ പെട്ടെന്നുതന്നെ ചെയ്യണമെന്നും ഹെൻറി ഉറ പ്പിച്ചു. മഞ്ഞുകാലത്തിന്റെ മദ്ധ്യത്തിൽ അയാൾ ആൽപ്സ് പർവ്വതം കട ന്ന്, പോപ്പ് വിശ്രമിക്കുന്ന കനോസയിലേക്ക് ചെന്നു. പശ്ചാത്താപവിവ ശനായ ഒരു തീർത്ഥാടകനായി വസ്ത്രധാരണം ചെയ്തു ഹെൻറി

രാജാവ് 1077 ജനുവരി 25 മുതൽ 28 വരെ മൂന്ന് ദീർഘദിനങ്ങൾ കനോസാകോട്ടയുടെ ഗെയ്റ്റിന് പുറത്തു കാത്തുനിന്നു (ഈ സന്ന്യാസിവേഷത്തിനുള്ളിൽ നല്ല ചൂടുള്ള ഒരു സ്വെറ്റർ രാജാവ് ധരിച്ചിരുന്നു). പിന്നീട് രാജാവിന് കോട്ടയിലേക്ക് പ്രവേശാനുമതി കിട്ടുകയും, പാപങ്ങൾ ക്ഷമിക്കപ്പെടുകയും ചെയ്തു. പക്ഷേ, ഈ പ്രായശ്ചിത്തം അധികകാലം നീണ്ടു നിന്നില്ല. ജർമ്മനിയിൽ തിരിച്ചെത്തിയ ഹെൻറി പഴയതുപോലെ തന്നെ പെരുമാറി, വീണ്ടും സമുദായ ഭ്രഷ്ടനാക്കപ്പെട്ടു. ഒരിക്കൽ കൂടി ജർമ്മൻ ബിഷപ്പുമാരുടെ കൗൺസിൽ പോപ്പ് ഗ്രിഗറിയെ സ്ഥാനഭ്രഷ്ടനാക്കി. പക്ഷേ, ഇത്തവണ ഹെൻറി ആൽപ്സ് പർവ്വതം കടക്കുമ്പോൾ, ഒപ്പം വലിയൊരു സൈന്യമുണ്ടായിരുന്നു; സൈന്യം റോമിനെ വലയം ചെയ്തു. ഗ്രിഗറിയെ സ്ഥാനത്യാഗം ചെയ്ത് സലേർനോവിലേക്ക് പോയി വിശ്രമിക്കാൻ നിർബ്ബന്ധിച്ചു. അവിടെ പോപ്പ് ഭ്രഷ്ടനായി മരിച്ചു. പോപ്പും ചക്രവർത്തിയും തമ്മിലുള്ള ആദ്യത്തെ ഹിംസായുദ്ധത്തിൽ ഒരു കാര്യത്തിനും തീരുമാനമായില്ല. ഹെൻറി ജർമ്മനിയിൽ തിരിച്ചെത്തിയപ്പോൾ പോപ്പും ചക്രവർത്തിയും തമ്മിലുള്ള സംഘർഷം തുടർന്നു.

ഹെന്റി നാലാമൻ കെനോസയിൽ പോപ്പിന്റെ കൊട്ടാരത്തിനരികിൽ

വൈകാതെ സാമ്രാജ്യ സിംഹാസനം ലഭിച്ച ഹോഹൻസ്റ്റോഫൻ കുടുംബം മുൻഗാമികളേക്കാൾ സ്വാതന്ത്ര്യവാഞ്ഛയുള്ളവരായിരുന്നു. എല്ലാ രാജാക്കന്മാരുടെയും മേൽ പോപ്പിന്നധികാരമുണ്ടെന്ന് ഗ്രിഗറി അവകാശപ്പെട്ടിരുന്നു; കാരണം, വിധി ദിവസത്തിൽ ഇടയസംഘത്തിലെ എല്ലാ കുഞ്ഞാടുകളുടെയും ഉത്തരവാദിത്വം പോപ്പിനാണ്; ദൈവത്തിന്റെ കണ്ണിൽ വിശ്വസ്തരായ പറ്റത്തിൽ ഒന്നായിരുന്നു രാജാവ്.

എന്നാൽ ഇതിനെതിരായ അവകാശവാദങ്ങളാണ് ഹോഹൻ സ്റ്റോഫൻ കുടുംബത്തിലെ ഫ്രെഡറിക് രാജാവ് നിരത്തിയത്. അദ്ദേഹം അറിയപ്പെട്ടിരുന്നത് ബാർബറോസാ അഥവാ ചെമന്ന താടി എന്നായിരുന്നു. തന്റെ മുൻഗാമിക്ക് സാമ്രാജ്യം നല്കിയത് 'ദൈവം തന്നെ'യായിരുന്നു. സാമ്രാജ്യത്തിൽ ഇറ്റലിയും റോമും ഉൾപ്പെടുന്നുണ്ട്. ആയതിനാൽ ഇവ തന്റെ രാജ്യത്തിന് നഷ്ടമായ പ്രവിശ്യകളാണ്, അവ തന്റെ ഉത്തര രാജ്യത്തോടു കൂടിച്ചേർക്കണം. രണ്ടാം കുരിശുയുദ്ധത്തിൽ ബാർബറോസാ ഏഷ്യാമൈനറിൽവച്ച് മുങ്ങിമരിച്ചു. എങ്കിലും അദ്ദേഹത്തിന്റെ

മകനായ ഫ്രഡറിക് രണ്ടാമൻ യുദ്ധം തുടർന്നു. യൗവനത്തിൽ സിസിലിയിലെ മുസ്ലീം നാഗരികതയുമായി ഇടപഴകാൻ കഴിഞ്ഞ സമുജ്ജ്വലനായ ഒരു രാജകുമാരനായിരുന്നു ഫ്രെഡറിക് രണ്ടാമൻ. പോപ്പുമാർ അദ്ദേഹത്തെ മതവിദ്രോഹം ചുമത്തി ശകാരിച്ചു. വടക്കുള്ള അപരിഷ്കൃത ക്രൈസ്തവലോകത്തോടു കടുത്ത പുച്ഛമായിരുന്നു ഫ്രഡറിക്കിനെന്നത് സത്യമാണ്. വൈരസ്യമുണ്ടാക്കുന്ന ജർമ്മൻ മാടമ്പിമാരോടും ഗൂഢാലോചനക്കാരായ ഇറ്റാലിയൻ പുരോഹിതന്മാരോടും അഗാധമായ അവജ്ഞയായിരുന്നു അദ്ദേഹത്തിന്. ഇതൊക്കെയാണെങ്കിലും അദ്ദേഹം നാവടക്കിപ്പിടിച്ചു, കുരിശുയുദ്ധത്തിൽ പങ്കെടുക്കുകയും അവിശ്വാസികളിൽ നിന്ന് യെറുശലേം പിടിച്ചെടുക്കുകയും ചെയ്തു. പുണ്യനഗരത്തിന്റെ രാജാവായി അദ്ദേഹം അഭിഷേകം ചെയ്യപ്പെട്ടു. എന്നാൽ ഇവയൊന്നും പോപ്പുമാർക്കു ബോധിച്ചില്ല. അവർ ഫ്രഡറിക്കിനെ സ്ഥാനഭ്രഷ്ടനാക്കുകയും അദ്ദേഹത്തിന്റെ ഇറ്റാലിയൻ പ്രദേശങ്ങൾ ആഞ്ചോവിലെ ചാൾസിന് കൊടുക്കുകയും ചെയ്തു. സെയിന്റ് ലൂയി എന്നു പ്രസിദ്ധനായ ഫ്രാൻസിലെ ലൂയി രാജാവിന്റെ സഹോദരനായിരുന്നു ചാൾസ്, ഇത് കൂടുതൽ യുദ്ധങ്ങൾക്കു കാരണമായി. കോൺറാഡ് നാലാമന്റെ മകനായ കോൺറാഡ് അഞ്ചാമൻ ആയിരുന്നു അവസാന ഹോഹൻസ്റ്റോഫൻ രാജാവ്. അയാൾ രാജ്യം പുനഃസ്ഥാപിക്കാൻ ശ്രമിച്ചു. എന്നാൽ അയാൾ നേപ്പിൾസിൽവെച്ച് പരാജയപ്പെടുകയും അംഗഛേദം വരുത്തപ്പെടുകയും ചെയ്തു. എന്നാൽ 20 വർഷം കഴിഞ്ഞ്, സിസിലിയിൽ ജനരോഷത്തിന് വിധേയരായ ഫ്രഞ്ചുകാരെല്ലാവരും വധിക്കപ്പെട്ടു. സിസിലിയൻ വെസ്പേഴ്സ് എന്നറിയപ്പെട്ട കലഹത്തിലായിരുന്നു ഇത്.* ഇതിങ്ങനെ തുടർന്നു.

പോപ്പുമാരും ചക്രവർത്തിമാരും തമ്മിലുള്ള കലഹം ഒരിക്കലും ഒരു തീരുമാനത്തിലെത്തിയില്ല. പക്ഷേ, കുറേ കഴിഞ്ഞപ്പോൾ രണ്ടു ശത്രുക്കളും അന്യോന്യം വെറുതെ വിട്ടു.

1273 ൽ ഹാപ്സ്ബർഗ്ഗ് വംശജനായ റുഡോൾഫ് ചക്രവർത്തിയായി. തന്റെ കിരീടധാരണത്തിനായി റുഡോൾഫ് റോമിലേക്ക് പോകാൻ തയ്യാറായില്ല. പോപ്പുമാർ അതിനെ എതിർത്തുമില്ല. അവർ ജർമ്മനിയുടെ കാര്യങ്ങളിൽ ഇടപെട്ടില്ല. ഇതിനർത്ഥം സമാധാനം സ്ഥാപിക്കപ്പെട്ടുവെന്നാണ്. ആഭ്യന്തരസംഘാടനത്തിനായി ഉപയോഗിക്കാമായിരുന്ന രണ്ടു മുഴുവൻ നൂറ്റാണ്ടുകൾ അർത്ഥമില്ലാത്ത യുദ്ധത്തിനായി ദുർവ്യയം ചെയ്യപ്പെട്ടുവെന്ന ദുരന്തസത്യം അവശേഷിക്കുന്നു.

ചിലപ്പോൾ ചില കാറ്റുകൾ വീശും; ചിലർക്കത് നന്നായി തോന്നുകയില്ല. ഇറ്റലിയിലെ ചെറിയ നഗരങ്ങൾ അവയുടെ അധികാരവും സ്വാതന്ത്ര്യവും വർദ്ധിപ്പിക്കുകയായിരുന്നു. നല്ലൊരു സന്തുലനപ്രക്രിയ വഴിയാണവർക്കിത് സാധിച്ചത്. ചക്രവർത്തിക്കും പോപ്പിനുമാണിതുകൊണ്ട്

* സിസിലിയൻ വംശജൻ ചാൾസ് ആഞ്ചോവുമായി നടത്തിയ യുദ്ധമാണിത്.

നഷ്ടമുണ്ടായത്. പുണ്യഭൂമിയിലേക്കുള്ള പ്രവാസം വർദ്ധിപ്പിച്ചപ്പോൾ കുരിശുയുദ്ധത്തിൽ പങ്കെടുക്കാൻ തല്പരരായ തീർത്ഥാടകർക്കുള്ള ഗതാഗതസൗകര്യം ഏർപ്പെടുത്തിക്കൊണ്ടാണ് ഇറ്റാലിയൻ നഗരങ്ങൾക്ക് ഇത് കഴിഞ്ഞത്. കുരിശുയുദ്ധങ്ങൾ അവസാനിച്ചതോടെ ഈ നഗരങ്ങൾ ഇഷ്ടിക കൊണ്ട് ശക്തമായ പ്രതിരോധം തീർത്തു; അവർ സമ്പാദിച്ച സ്വർണ്ണത്തിന്റെ കരുത്തിൽ പോപ്പിനെയും ചക്രവർത്തിയെയും ഒരുപോലെ ധിക്കരിക്കാനവർക്കു കഴിഞ്ഞു.

പള്ളിയും ഭരണകൂടവും അന്യോന്യം യുദ്ധം ചെയ്തു. മൂന്നാമതൊരു കക്ഷി - മദ്ധ്യകാലനഗരം- യുദ്ധനേട്ടങ്ങൾ കൈക്കലാക്കി.

കുരിശുയുദ്ധങ്ങൾ

തുർക്കികൾ പുണ്യഭൂമി കൈവശപ്പെടുത്തി, അവിടെയുള്ള പുണ്യസ്ഥലങ്ങൾ തകർക്കുകയും കിഴക്കുനിന്ന് പടിഞ്ഞാറേക്കുള്ള വാണിജ്യത്തിൽ ഇടപെടുകയും ചെയ്തപ്പോൾ ഈ കലഹങ്ങളെല്ലാം വിസ്മരിക്കപ്പെട്ടു. യൂറോപ്പ് കുരിശുയുദ്ധവുമായി മുന്നേറി

മൂന്നു നൂറ്റാണ്ടുകാലം ക്രിസ്ത്യാനികളും മുസ്ലീങ്ങളും തമ്മിൽ സമാധാനമുണ്ടായിരുന്നു, രണ്ടു പ്രദേശങ്ങളൊഴികെ - സ്പെയിനും, പൗരസ്ത്യറോമാസാമ്രാജ്യവും ; ഇവ രണ്ടും യൂറോപ്പിലേക്കുള്ള പ്രവേശന കവാടങ്ങളായിരുന്നു. ഏഴാം നൂറ്റാണ്ടിൽ സിറിയ കൈവശപ്പെടുത്തിയ മുസ്ലീങ്ങളുടെ കൈകളിലായിരുന്നു പുണ്യഭൂമി. എന്നാൽ അവർ ജീസസിനെ മഹാനായ ഒരു പ്രവാചകനായിട്ടാണ് പരിഗണിച്ചിരുന്നത് (മുഹമ്മദിനെപ്പോലെ അത്ര മഹാനല്ലെങ്കിലും). അതുകൊണ്ട് പുണ്യഭൂമിയിൽ കോൺസ്റ്റന്റൈൻ ചക്രവർത്തിയുടെ മാതാവായ സെയിന്റ് ഹെലന പണികഴിപ്പിച്ച പള്ളിയിൽ തീർത്ഥാടകന്മാർ വന്ന് പ്രാർത്ഥിക്കുന്നതിൽ മുസ്ലീങ്ങൾ ഇടപെട്ടിരുന്നില്ല. പക്ഷേ, പതിനൊന്നാം നൂറ്റാണ്ടിന്റെ തുടക്കത്തിൽ ഏഷ്യയിലെ വിശാലമായ വന്യദേശങ്ങളിൽ നിന്നുള്ള ഒരു താർത്താർ ഗോത്രം പശ്ചിമേഷ്യയിലെ മുസ്ലീം രാഷ്ട്രത്തിന്റെ അധിപതികളായി ത്തീർന്നു. സെൽജൂക്കുകൾ അഥവാ തുർക്കികൾ എന്നാണിവരറിയപ്പെട്ടത്. അതോടെ സഹിഷ്ണുതയുടെ കാലം അവസാനിച്ചു. തുർക്കികൾ ഏഷ്യാമൈനർ മുഴുവനും പൗരസ്ത്യ റോമാചക്രവർത്തിമാരിൽ നിന്ന് പിടിച്ചെടുത്തു. പൗരസ്ത്യ പാശ്ചാത്യ വ്യാപാരം നിർത്തലാക്കി.

അന്നുവരെ പാശ്ചാത്യലോകത്തെ ക്രൈസ്തവ സഹോദരന്മാരെ കണ്ടിട്ടേയില്ലാത്ത അലക്സിസ് ചക്രവർത്തി അവരോടും സഹായാഭ്യർത്ഥന നടത്തി; തുർക്കികൾ കോൺസ്റ്റാന്റിനോപ്പിൾ പിടിച്ചാലുണ്ടാകുന്ന വിപത്ത് അവരോടും സൂചിപ്പിച്ചു.

ഏഷ്യാമൈനറിന്റെയും പലസ്തീനിന്റെയും തീരപ്രദേശത്ത് കോളനികൾ സ്ഥാപിച്ചിരുന്ന ഇറ്റാലിയൻ നഗരങ്ങൾ തുർക്കികളുടെ അക്രമങ്ങളെപ്പറ്റിയും ക്രിസ്ത്യാനികളുടെ ദുരിതങ്ങളെപറ്റിയും ഭയങ്കരമായ കഥ

കൾ പ്രചരിപ്പിച്ചു. അവരുടെ സ്വത്തിനെ പറ്റിയുള്ള ഭീതിമൂലമായിരുന്നു ഇത്. യൂറോപ്പ് ആകമാനം ഉത്ക്കണ്ഠാകുലമായി.

റീംസിൽ നിന്നുള്ള ഒരു ഫ്രഞ്ചുകാരനായിരുന്നു പോപ്പ് അർബൻ രണ്ടാമൻ. ഗ്രിഗറി ഏഴാമന് ശിക്ഷണം നല്കിയ ക്ലൂനി സന്ന്യാസിമഠത്തിൽ തന്നെയാണ് അദ്ദേഹവും വിദ്യാഭ്യാസം ചെയ്തത്. കർമ്മനിരതനാകാനുള്ള സമയം സമാഗതമായെന്ന് അർബൻ രണ്ടാമൻ കരുതി. അന്നത്തെ യൂറോപ്പിന്റെ പൊതുസ്ഥിതി ഒട്ടും തൃപ്തികരമായിരുന്നില്ല. അക്കാലത്തെ പ്രാകൃതമായ കൃഷിരീതികൾ (റോമൻകാലം മുതൽ മാറ്റമില്ലാതെ തുടരുന്നവ) കാരണം തുടർച്ചയായ ഭക്ഷ്യദൗർല്ലഭ്യമുണ്ടായിരുന്നു. തൊഴിലില്ലായ്മയും വിശപ്പും വ്യാപകമായി. അസംതൃപ്തിയും കലാപവും സ്വാഭാവികമായിത്തീർന്നു. പഴയകാലത്തെ പശ്ചിമേഷ്യ ദശലക്ഷക്കണക്കിൽ മനുഷ്യരെ ഊട്ടിയിരുന്നു. കുടിയേറ്റത്തിന് പറ്റിയ ഒന്നാം തരം സ്ഥലമായിരുന്നു അത്.

1095-ാംമാണ്ടിൽ ഫ്രാൻസിലെ ക്ലെർമോണ്ടിൽ വെച്ചു നടന്ന കൗൺസിലിൽ പോപ്പ് എഴുന്നേറ്റു നിന്ന് പുണ്യഭൂമിയിൽ അവിശ്വാസികൾ നടത്തുന്ന ഭീകരതകളെപ്പറ്റി വിവരിച്ചു. മോശയുടെ കാലം മുതൽ തേനും പാലുമൊഴുകിയിരുന്ന ആ രാജ്യത്തെപ്പറ്റി പോപ്പ് വർണ്ണശബളമായി വർണ്ണിച്ചു. ഫ്രാൻസിലെ മാടമ്പിമാരെയും യൂറോപ്പിലെ ജനങ്ങളേയും തുർക്കികളിൽ നിന്ന് പലസ്തീൻ വിമോചിപ്പിക്കുന്നതിന് പോപ്പ് ആഹ്വാനം ചെയ്തു. ഭാര്യയേയും കുഞ്ഞുങ്ങളെയും വിട്ട് പലസ്തീനിലേക്ക് പുറപ്പെടാനുള്ള ആവേശജനകമായ അഭ്യർത്ഥനയായിരുന്നു പോപ്പിന്റേത്.

വൻകരയിലാകമാനം മതപരമായ ഹിസ്റ്റീരിയയുടെ തരംഗം പടർന്നു. എല്ലാ യുക്തിവിചാരവും നിലച്ചു. പുരുഷന്മാർ അവരുടെ ചുറ്റികയും ഈർച്ചവാളും വലിച്ചെറിഞ്ഞു, കടകളുപേക്ഷിച്ചു, ഏറ്റവും അടുത്ത റോഡിലൂടെ പൗരസ്ത്യലോകത്ത് പോയി തുർക്കികളെ കൊല്ലാൻ പുറപ്പെട്ടു. “പലസ്തീനിൽ പോകാൻ” കുട്ടികളും പുറപ്പെട്ടു. യൗവനസഹജമായ ആവേശം കൊണ്ടും ക്രൈസ്തവധർമ്മം കൊണ്ടും തുർക്കികളെ മുട്ടുകുത്തിക്കാനാവുമെന്ന് അവർ കരുതി. ആവേശം മുഴുത്തുപോയവരിൽ തൊണ്ണൂറ് ശതമാനവും പുണ്യഭൂമി കാണുകപോലും ചെയ്തില്ല. അവരുടെ കൈയിൽ പണമുണ്ടായിരുന്നില്ല. ജീവിക്കണമെങ്കിൽ യാചിക്കുകയോ മോഷ്ടിക്കുകയോ ചെയ്യണമെന്ന അവസ്ഥ വന്നു. പ്രധാനവീഥികൾക്ക് അവർ ആപത്തായിത്തീർന്നു. രോഷാകുലരായ ഗ്രാമീണ ജനങ്ങൾ അവരെ നിഷ്കരുണം വധിച്ചു.

ഒന്നാം കുരിശുയുദ്ധത്തിൽ സത്യക്രിസ്ത്യാനികളുടേതായ ഒരു പ്രാകൃതസംഘം— പാപ്പരായവർ, കാശിനുവകയില്ലാത്ത പ്രഭുക്കൾ, നിയമത്തിൽ നിന്ന് രക്ഷപ്പെട്ടോടിയവർ - അരക്കിറുക്കനായ പീറ്റൻ സന്ന്യാസിയേയും, ഒരു ചില്ലിക്കാശില്ലാത്ത വാൾട്ടറിനേയും പിന്തുടർന്ന് അവിശ്വാസികൾക്കെതിരെ പ്രചാരണം നടത്തി, വഴിയിൽ കണ്ട ജൂതന്മാരെ

യെല്ലാം കൊന്നു. അവർ ഹംഗറിവരെ എത്തി. പിന്നെ എല്ലാവരും കൊല്ലപ്പെട്ടു.

ഈ അനുഭവം പള്ളിയെ ഒരു പാഠം പഠിപ്പിച്ചു. ആവേശം കൊണ്ടു മാത്രമായി പുണ്യഭൂമിയെ സ്വതന്ത്രമാക്കാൻ കഴിയില്ല. സംഘടന വേണം, സദ്ഭാവനയും ധൈര്യവും വേണം. രണ്ടുലക്ഷം പേരെടങ്ങുന്ന ഒരു സൈന്യം സജ്ജീകരിച്ച് ഒരുവർഷക്കാലം ശിക്ഷണം നല്കി. ബോയിലണിലെ ഗോഡ്ഫ്രെ, നോർമാണ്ടിയിലെ റോബർട്ട് പ്രഭു, ഫ്ളാന്റേഴ്സിലെ റോബർട്ട് പ്രഭു, മറ്റനേകം പ്രഭുകുലജാതർ, എല്ലാവരും യുദ്ധത്തിൽ നൈപുണ്യമുള്ളവർ - ഇവരായിരുന്നു സൈന്യത്തിന്റെ കമാണ്ടർമാർ. ഇവരെല്ലാം യുദ്ധകലയിൽ നല്ല നൈപുണ്യമുള്ളവരായിരുന്നു

1096-ാമാണ്ടിൽ രണ്ടാം കുരിശുയുദ്ധസംഘം ദീർഘമായ യാത്രയാരംഭിച്ചു. കോൺസ്റ്റാന്റിനോപ്പിളിൽ മാടമ്പിമാർ ചക്രവർത്തിയെ അഭിവാദ്യം ചെയ്തു. (ഞാൻ പറഞ്ഞില്ലേ, പാരമ്പര്യം മരിക്കുന്നില്ല; എത്ര ദരിദ്രനും അധികാരമറ്റവനുമെങ്കിലും റോമാചക്രവർത്തിക്കു അന്നും വലിയ ആദരവ് ലഭിച്ചിരുന്നു.) പിന്നെ അവർ ഏഷ്യയിലേക്ക് കടന്നു,

ഒന്നാം കുരിശുയുദ്ധം

മുന്നിലെത്തിയ മുസ്ലീങ്ങളെയാകെ കൊന്നുതള്ളി, ജെറുശലേം നശിപ്പിച്ചു, മുസ്ലീം ജനതയെ കൂട്ടക്കൊല ചെയ്തു. ധർമ്മബോധത്തിന്റെയും കൃതജ്ഞതയുടെയും കണ്ണീരണിഞ്ഞ് ഹോളിസെപാൾക്കറിന് സ്തുതിയും നന്ദിയും അർപ്പിച്ചു.പുതിയ സൈന്യത്തിന്റെ ആഗമനത്തോടെ തുർക്കികൾ വീണ്ടും ശക്തിയാർജ്ജിച്ചു. അവർ ജെറുശലേം തിരിച്ചു പിടിക്കുകയും കുരിശിന്റെ അനുയായികളെ കൂട്ടം കൂട്ടമായി കൊന്നൊടുക്കുകയും ചെയ്തു.

കുരിശുയുദ്ധകാല ലോകം

അടുത്ത രണ്ടു നൂറ്റാണ്ടുകളിൽ ഏഴു കുരിശുയുദ്ധങ്ങൾ കൂടി നടന്നു. ക്രമേണ കുരിശുപോരാളികൾ യാത്രയുടെ ടെക്നിക്ക് മനസ്സിലാക്കി. കരമാർഗ്ഗത്തിലുള്ള യാത്ര മുഷിപ്പനും ആപല്ക്കരവുമായിരുന്നു. ആൽപ്സ് പർവ്വതം കടന്ന്, ജിനോവയിലോ വെനീസിലോ പോയി. പൗരസ്ത്യദേശത്തേക്കുള്ള കപ്പൽ കയറി ജിനോവക്കാരും വെനീസുകാരും മദ്ധ്യധാരണ്യാഴിവഴിയുള്ള പാസഞ്ചർ കപ്പൽ സർവ്വീസ് നല്ലൊരു ലാഭക്കച്ചവടമാക്കി വളർത്തി. അവർ വലിയ യാത്രാനിരക്കാണ് ഈടാക്കിയത്. മിക്ക കുരിശുപോരാളികളും ചില്ലിക്കാശിനു വകയില്ലാത്തവരായിരുന്നു. ഇതു മനസ്സിലാക്കിയ പാസഞ്ചർ സർവ്വീസുകാരായ 'ലാഭക്കൊതിയന്മാർ' വഴിനീളെ അവരെക്കൊണ്ട് ജോലി ചെയ്യിച്ചു. വെനീസിൽ നിന്ന് ആക്രവരെയുള്ള യാത്രക്കൂലിയായി, കപ്പലുടമസ്ഥർക്കു വേണ്ടി നിശ്ചിത അളവിൽ യുദ്ധം ചെയ്യാനവർ നിർബ്ബന്ധിതരായി. ഈ രീതിയിൽ വെനീസ്, അഡ്രിയാട്ടിക് തീരത്തും ഗ്രീസിലും ധാരാളം ഭൂപ്രദേശം നേടിയെടുത്തു. ഏഥൻസ് ഒരു വെനീഷ്യൻ കോളനിയായി ത്തീർന്നു, അതുപോലെ സൈപ്രസിലും ക്രീറ്റിലും റോഡ്സിലും അവർ ഭൂപ്രദേശങ്ങൾ പിടിച്ചെടുത്തു.

കുരിശുപോരാളികൾ ജെറുസലേം കൈവശപ്പെടുത്തുന്നു

ഇതൊന്നും പുണ്യഭൂമിയെ സംബന്ധിച്ച തർക്കം പരിഹരിക്കുന്നതിന് സഹായകമായില്ല. ആദ്യത്തെ ആവേശം തണുത്തതോടെ, നല്ല കുടുംബത്തിൽ പെട്ട എല്ലാ യുവാക്കളുടെയും വിദ്യാഭ്യാസത്തിന്റെ ഭാഗമായി ഒരു ഹ്രസ്വകുരിശുയുദ്ധയാത്ര ഉൾപ്പെടുത്തി, പലസ്തീനിൽ സേവനത്തിന് ആവശ്യമായത്ര ആളുകളില്ലാത്ത അവസ്ഥ ഒരിക്കലും ഉണ്ടായില്ല. പക്ഷേ, പഴയ ആവേശം നഷ്ടപ്പെട്ടിരുന്നു. മുസ്ലീങ്ങളോടുള്ള കടുത്ത വിദ്വേഷത്തോടെയും റോമാസാമ്രാജ്യത്തിൽ നിന്നും ആർമീനിയയിൽ നിന്നും വന്ന ക്രൈസ്തവജനതയോടുള്ള വലിയ സ്നേഹത്തോടെയുമായിരുന്നു കുരിശു യുദ്ധക്കാർ യുദ്ധം തുടങ്ങിയത്. പക്ഷേ, പിന്നീട് അവരുടെ മനസ്സ് മാറി. തങ്ങളെയും കുരിശിന്റെ പേരിലുള്ള ലക്ഷ്യത്തെയും പലപ്പോഴും വഞ്ചിച്ച ബൈസാന്റിയത്തിലെ ഗ്രീക്കുകാരെ അവർ വെറുക്കാൻ തുടങ്ങി. ആർമീനിയക്കാരെയും ഇതര ലെവാന്ത്വംശക്കാ

രെയും ഇതേകാരണത്താൽ അവർ വെറുത്തു. ഉദാരമതികളും മിതത്വം പാലിക്കുന്നവരുമായ ശത്രുക്കളുടെ ഗുണവിശേഷങ്ങൾ അവർ അംഗീകരിക്കാൻ തുടങ്ങി.

തീർച്ചയായും കുരിശുപോരാളി ഇത് പരസ്യമായി പറഞ്ഞിരുന്നില്ല. തിരിച്ചെത്തിയപ്പോൾ ശത്രുക്കളിൽ നിന്ന് പഠിച്ച രീതികൾ അയാൾ അനുകരിച്ചു. അവരോട് താരതമ്യപ്പെടുത്തുമ്പോൾ ശരാശരി പാശ്ചാത്യമാടമ്പി ഒരു തനിനാടൻ ആയിരുന്നു. മാത്രമല്ല അയാൾ പുതിയ ഭക്ഷണസാധനങ്ങളും കൊണ്ടുവന്നു; പയറും ചീരയും ഒക്കെ. അവയെല്ലാം അയാൾ തോട്ടത്തിൽ കൃഷി ചെയ്തു, സ്വന്തമായി ഉപയോഗിച്ചു. ഭാരമുള്ള കവചം ധരിക്കുന്ന പ്രാകൃതമായ രീതി അയാൾ ഉപേക്ഷിച്ചു, സിൽക്കുകൊണ്ടോ പരുത്തികൊണ്ടോ നിർമ്മിച്ച മിനുസമുള്ള അങ്കി ധരിക്കാൻ തുടങ്ങി. ഇതായിരുന്നു പ്രവാചകന്റെ അനുയായികളുടെയും തുർക്കികളുടെയും പരമ്പരാഗതവസ്ത്രം. അങ്ങനെ ആക്രമണയാത്രയായി തുടങ്ങിയ കുരിശുയുദ്ധങ്ങൾ ദശലക്ഷക്കണക്കായ യൂറോപ്യൻ യുവാക്കൾക്ക് നാഗരികതയിലുള്ള ഒരു പൊതുപാഠമായി തീർന്നു.

കുരിശുപോരാളിയുടെ ശവകുടീരം

സൈനികമായും രാഷ്ട്രീയമായും കുരിശുയുദ്ധങ്ങൾ ഒരു പരാജയമായിരുന്നു. ജെറുശലേമും മറ്റനേകം നഗരങ്ങളും പിടിച്ചടക്കുകയും നഷ്ടപ്പെടുകയും ചെയ്തു. സിറിയയിലും പലസ്തീനിലും ഏഷ്യാമൈനറിലുമായി ഒരു ഡസൻ രാജ്യങ്ങൾ സ്ഥാപിതമായി. പക്ഷേ, തുർക്കികൾ അവ തിരിച്ചുപിടിച്ചു. 1244 ന് ശേഷം (ആ വർഷമാണ് പുണ്യഭൂമി പൂർണ്ണമായും തുർക്കികളുടെ കൈകളിൽ വന്നത്) പുണ്യഭൂമി പഴയ പദവി വീണ്ടും കൈവരിച്ചു. 1095 ലുണ്ടായിരുന്ന അതേ പദവി.

പക്ഷേ യൂറോപ്പിൽ വലിയ മാറ്റങ്ങളുണ്ടായി. പൗരസ്ത്യലോകത്തിന്റെ വെളിച്ചവും സൂര്യപ്രഭയും സൗന്ദര്യവും കാണാനുള്ള അവസരം പാശ്ചാത്യ ലോകത്തെ ജനങ്ങൾക്കു ലഭിച്ചു. ഭയജനകമായ പഴയ കോട്ടകൾ അവരെ സംതൃപ്തരാക്കിയില്ല. അവർക്കു കൂടുതൽ വിശാലമായ ഒരു ലോകം വേണ്ടിയിരുന്നു. പള്ളിയോ രാഷ്ട്രമോ ഇതവർക്ക് നല്കിയില്ല.

നഗരങ്ങളിലാണ് അവർ അത് കണ്ടെത്തിയത്.

മദ്ധ്യകാല നഗരം

എന്തുകൊണ്ടാണ് മദ്ധ്യകാല ജനങ്ങൾ 'നഗരവായു സ്വതന്ത്രവായു" വാണെന്നു പറഞ്ഞത്?

മദ്ധ്യയുഗങ്ങളുടെ ആദ്യഘട്ടം പുതിയ ആശയങ്ങൾ പ്രയോഗിക്കുന്നതിന്റെയും കുടിയേറ്റത്തിന്റെയും കാലമായിരുന്നു. റോമാസാമ്രാജ്യത്തിന്റെ വടക്കുകിഴക്കൻ അതിർത്തിയുടെ സംരക്ഷണമായിരുന്ന വനങ്ങൾക്കും പർവ്വതങ്ങൾക്കും ചതുപ്പുകൾക്കും പുറത്ത് താമസിച്ചിരുന്ന ഒരുകൂട്ടം ആളുകൾ പുതിയ ഒരു ജനതയായി സ്വയം പരിവർത്തനം ചെയ്യുകയായിരുന്നു. ആ പുതിയ ജനത പശ്ചിമയൂറോപ്യൻ സമതലങ്ങളിലേക്ക് കടക്കുകയും ആ പ്രദേശത്തെ ഭൂമിയിലധികഭാവവും കൈവശപ്പെടുത്തുകയും ചെയ്തു. ഈ ജനങ്ങൾ അസ്വസ്ഥരായിരുന്നു; കാലത്തിന്റെ ഉദയം മുതൽക്കേ എല്ലാ പ്രാരംഭകരും ഇങ്ങിനെ അസ്വസ്ഥരായിരുന്നു. അവർ എല്ലായ്പ്പോഴും പ്രയാണം ചെയ്യാൻ ഇഷ്ടപ്പെട്ടു. അവർ വനങ്ങൾ വെട്ടിമാറ്റി; ഒപ്പം അതേ ഊർജ്ജത്തോടെ അന്യോന്യം കഴുത്തുകളും വെട്ടിമാറ്റി; അവർക്കാർക്കും നഗരവാസം ഇഷ്ടമല്ലായിരുന്നു. സ്വതന്ത്രരായിരിക്കണമെന്ന ശാഠ്യമായിരുന്നു അവർക്ക്. കുന്നിൻചെരിവുകളിലെ ശുദ്ധവായു ശ്വാസകോശത്തിൽ നിറയണം, അതനുഭവിച്ചറിയണം, അതായിരുന്നു അവർക്കിഷ്ടം. സ്വന്തം ആട്ടിൻപറ്റങ്ങളെ അവർ കാട്ടിലുണ്ടാവുന്ന പുൽമേടുകളിലേക്കു കൊണ്ടുപോയി. പഴയ വാസകേന്ദ്രങ്ങൾ മടുക്കുമ്പോൾ അവർ പുതിയ സാഹസങ്ങളിലേർപ്പെട്ടു.

ദുർബ്ബലർ മരിച്ചു. യോദ്ധാക്കളും അവരെ പിന്തുടർന്ന ധീരവനിതകളും അതിജീവിച്ചു. ഈ രീതിയിൽ അവർ കരുത്തുള്ള ഒരു മനുഷ്യവംശമായിത്തീർന്നു. ജീവിതത്തിന്റെ ആർഭാടങ്ങളിലൊന്നും അവർ ഒട്ടും ശ്രദ്ധിച്ചില്ല. ഫിഡിൽ വായിക്കാനോ കാവ്യശകലങ്ങൾ രചിക്കാനോ അവർക്കു നേരമുണ്ടായിരുന്നില്ല, അത്ര തിരക്കായിരുന്നു അവർക്ക്. സംവാദങ്ങളിൽ അവർക്കു താല്പര്യമുണ്ടായിരുന്നില്ല. ഗ്രാമത്തിലെ

ജ്ഞാനിയായ പുരോഹിതൻ, പ്രത്യക്ഷത്തിൽ പ്രായോഗികമൂല്യമില്ലാത്ത എല്ലാ പ്രശ്നങ്ങളും പരിഹരിക്കുമെന്നവർ കരുതി. (13-ാം നൂറ്റാണ്ടിന്റെ മദ്ധ്യത്തിനുമുമ്പ് എഴുതാനും വായിക്കാനുമറിയുന്ന സാധാരണക്കാരനെ വെറുമൊരു സിസ്സി [വട്ടൻ] ആയാണ് പരിഗണിച്ചിരുന്നത്.) അതേസമയം ജർമ്മൻ പ്രമാണിയും ഫ്രാങ്കിഷ് ബാരണും നോർത്ത്മെൻ ഡ്യൂക്കുമെല്ലാം (അവരുടെ പേരും സ്ഥാനപ്പേരും എന്തായാലും) പ്രദേശത്തിൽ അവരുടെ പങ്കു സ്വന്തമാക്കി; ആ പ്രദേശങ്ങൾ ഒരു കാലത്ത് റോമാസാമ്രാജ്യത്തിന്റേതായിരുന്നു. ഭൂതകാല മഹത്വത്തിന്റെ അവശിഷ്ടങ്ങൾക്കു മേൽ അവർ സ്വന്തമായ ഒരു ലോകം പടുത്തുയർത്തി. അത് അവർക്കു അളവറ്റ സന്തോഷം നല്കി; അവയൊക്കെ വളരെ പൂർണ്ണതയുള്ളതാണെന്നും അവർ കരുതി.

കോട്ടയുടേയും ചുറ്റുപാടുമുള്ള ഗ്രാമങ്ങളുടെയും കാര്യങ്ങൾ അവർ കഴിവിന്റെ പരമാവധി നോക്കി നടത്തി. ദുർബ്ബലനായ ഏത് മർത്ത്യനേയും പോലെ പള്ളിയുടെ കല്പനകളോട് അവർ പരമാവധി വിശ്വസ്തത പുലർത്തി. രാജാവിനോട് അല്ലെങ്കിൽ ചക്രവർത്തിയോട് അവർ വേണ്ടത്ര വിശ്വസ്തത കാണിച്ചു. വിദൂരത്തുള്ള ആപല്ക്കാരികളായ അധീശശക്തികളോട് നല്ല ബന്ധം പുലർത്താൻ ഇതുവഴി സാധിച്ചു. ചുരുക്കത്തിൽ അയൽക്കാരോട് ശരി പ്രവർത്തിക്കാനും ന്യായം ചെയ്യാനും അവർ ശ്രമിച്ചു, ഒപ്പം സ്വന്തം താല്പര്യങ്ങൾ സംരക്ഷിക്കുകയും ചെയ്തു.

എന്നാൽ അവർ സ്വയം കണ്ടെത്തിയത് ആദർശപരമായ ഒരു ലോകത്തിലൊന്നുമായിരുന്നില്ല. വലിയ വിഭാഗം ജനങ്ങൾ അടിയാളന്മാരായിരുന്നു, അഥവാ 'വില്ലീനു'കളായിരുന്നു, കൃഷിപ്പണിയിൽ ഏർപ്പെട്ടവരായിരുന്നു അവർ; മണ്ണുമായി ആടിനും പശുവിനുമുള്ള അതേ ബന്ധമാണവർക്കുണ്ടായിരുന്നത്. അവയുടെ തൊഴുത്തിൽ തന്നെ അവർ കിടന്നുറങ്ങി. അവരുടേത് സന്തുഷ്ടമായ ഒരു ഭാഗധേയമായിരുന്നില്ല; എന്നാൽ സവിശേഷമാംവിധം അസന്തുഷ്ടവുമായിരുന്നില്ല അത്. പക്ഷേ, എന്താണൊരാൾക്ക് ചെയ്യാൻ കഴിയുക? മദ്ധ്യകാലത്ത് ലോകനന്മയ്ക്കായി ഭരണം നടത്തിയിരുന്ന നല്ലവനായ പ്രഭു എല്ലാകാര്യങ്ങളും സംശയരഹിതമായി മുൻകൂട്ടി ആജ്ഞാപിച്ചിട്ടുണ്ട്. മാടമ്പിമാരും അടിയാളന്മാരും വേണ്ടതാണെന്ന്, അവിടുന്ന്, അവിടുത്തെ വിവേകത്താൽ നിശ്ചയിച്ചിട്ടുണ്ടെങ്കിൽ പള്ളിയുടെ വിശ്വസ്തസന്തതികൾ ആ ഏർപ്പാടിനെ ചോദ്യം ചെയ്യേണ്ടതില്ല. അതുകൊണ്ടു തന്നെ അടിയാളന്മാർ (സെർഫുകൾ) പരാതിയൊന്നും പറഞ്ഞില്ല. പക്ഷേ ജീവിതം കഠിനമാവുമ്പോൾ അവർ കന്നുകാലികളെപോലെ മരിക്കുമായിരുന്നു; ശരിയായ ഭക്ഷണം കിട്ടാത്ത, നല്ല തൊഴുത്തിൽ കെട്ടാത്ത കന്നുകാലികളെപോലെ. അപ്പോൾ സെർഫുകളുടെ സ്ഥിതി നന്നാക്കാൻ എന്തെങ്കിലുമൊക്കെ താല്ക്കാലികമായി ചെയ്യും. പക്ഷേ, ലോക പുരോഗതിയുടെ ഉത്തരവാദിത്വം അടിയാളന്നും അയാളുടെ യജമാനന്നും ഏല്പിച്ചുകൊടുത്തിരുന്നെങ്കിൽ നാം ഇപ്പോഴും പന്ത്രണ്ടാം നൂറ്റാണ്ടിലെ ജീവിതമായിരുന്നു നയിക്കുക. പല്ലുവേദന

വന്നാൽ 'അബ്രക്കാഡബ്ര" എന്നരുവിട്ടുകൊണ്ടിരിക്കുമായിരുന്നു. നമ്മെ സഹായിക്കാൻ ശാസ്ത്രസഹായവുമായെത്തുന്ന ദന്തചികിത്സകനെ പുച്ഛത്തോടെ, വെറുപ്പോടെ വീക്ഷിക്കുമായിരുന്നു; അത് മുസ്ലീങ്ങളുടെയോ അവിശ്വാസികളുടെയോ രീതിയായതിനാൽ ദുഷ്ടവും ഉപയോഗശൂന്യവുമാണെന്ന് പറയുമായിരുന്നു.

നിങ്ങൾ വളർന്നു വരുമ്പോൾ നിങ്ങൾ മനസ്സിലാക്കും, വളരെയധികമാളുകൾ 'പുരോഗതി'യിൽ വിശ്വസിക്കുന്നില്ലെന്ന്; നമ്മുടെ കാലത്ത് ജീവിക്കുന്ന ചിലരെ ഉദാഹരണമാക്കിക്കൊണ്ട്, അവരുടെ ഭീകരമായ ചെയ്തികൾ ചൂണ്ടിക്കാണിച്ചുകൊണ്ട് തെളിയിക്കുമായിരുന്നു "ലോകം മാറുന്നില്ലെ"ന്ന്. അത്തരം വർത്തമാനങ്ങൾക്ക് നിങ്ങൾ ചെവി കൊടുക്കുകയില്ലെന്ന് ഞാൻ പ്രത്യാശിക്കട്ടെ. നോക്കൂ പിൻകാലുകളിൽ നടക്കാൻ നമ്മുടെ പൂർവ്വികർ ഏതാണ്ട് പത്ത് ലക്ഷം വർഷമെടുത്തു. ഏറെ നൂറ്റാണ്ടുകൾ കഴിഞ്ഞാണ് അവരുടെ മൃഗതുല്യമായ ശബ്ദങ്ങൾ തിരിച്ചറിയാനാവുന്ന ഒരു ഭാഷയായി വികാസം പ്രാപിച്ചത്. നമ്മുടെ ആശയങ്ങൾ ഭാവിതലമുറകൾക്കായി രേഖപ്പെടുത്തിവയ്ക്കാൻ സഹായിക്കുന്ന എഴുത്ത് കണ്ടുപിടിച്ചിട്ട് നാലായിരം വർഷമേ ആയിട്ടുള്ളൂ. ഭാഷയില്ലാതെ പുരോഗതി ഉണ്ടാവുക സാദ്ധ്യമല്ലല്ലോ. പ്രകൃതിശക്തികളെ മനുഷ്യന്റെ അനുസരണയുള്ള വേലക്കാരായി മാറ്റാൻ കഴിയുമെന്ന കാര്യം നമ്മുടെ മുത്തച്ഛന്റെ കാലത്തു പോലും തികച്ചും പുതിയ ഒരു കാര്യമായിരുന്നു. അതുകൊണ്ട് മുമ്പ് കേട്ടിട്ടില്ലാത്തത്ര വേഗത്തിലാണ് നാം പുരോഗതി കൈവരിക്കുന്നതെന്നെനിക്കു തോന്നുന്നു. ഒരുപക്ഷേ, ജീവിതത്തിന്റെ ഭൗതികസുഖങ്ങളിൽ നാം കൂടുതൽ ശ്രദ്ധ ചെലുത്തിയിരിക്കാം. അത് കാലക്രമേണ മാറും, ആരോഗ്യത്തെയും കൂലിയെയും പ്ലംബിങ്ങിനെയും യന്ത്രങ്ങളെയും ബാധിക്കാത്ത പ്രശ്നങ്ങളും നമ്മുടെ പരിഗണനാവിഷയങ്ങളാവും.

ദയവായി "ആ നല്ല പഴയകാലത്തെ"പ്പറ്റി അധികം വികാരം കൊള്ളരുതേ. മദ്ധ്യകാലത്തിന്റേതായി അവശേഷിക്കുന്ന മനോഹരമായ പള്ളികളും മഹത്തായ കലാസൃഷ്ടികളും മാത്രം കണ്ടിട്ടുള്ള ചിലർ നമ്മുടെ നഗരങ്ങളെ ഒരായിരം വർഷം മുമ്പുള്ളവയുമായി താരതമ്യം ചെയ്തേക്കും; നമ്മുടെ കാലത്തെ നാഗരികത വിരൂപമാണ്. അതിന് താങ്ങാനാവാത്ത വേഗവും ശബ്ദവും മോട്ടോർ ട്രക്കുകൾ വമിക്കുന്ന ദുർഗ്ഗന്ധവും ഉണ്ട്. ഇതിനെപറ്റിയൊക്കെ അവർ വാചാലരായേക്കും. പക്ഷേ, ഈ മദ്ധ്യകാല ചർച്ചിനുചുറ്റും ദുരിതപൂർണ്ണമായ ജീവിതം നയിക്കുന്ന കുടിലുകളുണ്ടായിരുന്നു. ഈ കുടിലുകളുമായി തട്ടിച്ചുനോക്കുമ്പോൾ ആധുനികകാലത്തെ സാധാരണ വീട് സുഖജീവിതം സാധിക്കുന്ന ഒരു കൊട്ടാരം തന്നെയാണ്. കുലീനനായ ലാൻസിലോട്ടും ഹോളി ഗ്രയിൽ അന്വേഷിച്ച് യാത്ര ചെയ്ത അത്രതന്നെ കുലീനനായ പാഴ്സിഫാലും ഗാസോലിന്റെ ദുർഗ്ഗന്ധത്തെപ്പറ്റി വേവലാതിപ്പെടേണ്ടി വന്നിട്ടില്ലെന്നത് സത്യമാണ്. പക്ഷേ, വേറെ ചില ദുർഗ്ഗന്ധങ്ങളുണ്ടായിരുന്നു– തെരുവി

ലേക്കെറിയപ്പെടുന്ന ചീഞ്ഞ മലിനവസ്തുക്കളുടെ ദുർഗ്ഗന്ധം— ബിഷപ്പിന്റെ കൊട്ടാരത്തിനടുത്തുള്ള പന്നിക്കൂടിലിൽ നിന്നുള്ള ദുർഗ്ഗന്ധം— പിതാമഹന്മാരിൽ നിന്ന് പൈതൃകമായി ലഭിച്ച കോട്ടും ഹാറ്റുമണിഞ്ഞ കുളിക്കാത്ത മനുഷ്യരുടെ ദുർഗ്ഗന്ധം - സോപ്പ് എന്ന അനുഗ്രഹത്തെപ്പറ്റി കേട്ടിട്ടില്ലാത്തവരുടെ ദുർഗ്ഗന്ധം; പഴയകാലത്തെപ്പറ്റി തികച്ചും വിരൂപമായ ഒരു ചിത്രംവരയ്ക്കാൻ ഞാനുദ്ദേശിക്കുന്നില്ല. പക്ഷേ, പഴയകാലത്തെ ചില ക്രോണിക്കിളുകൾ വായിച്ചുനോക്കൂ. ഫ്രാൻസിലെ രാജാവ് കൊട്ടാരത്തിൽ നിന്ന് പുറത്തേക്ക് നോക്കിയിരിക്കുമ്പോൾ പാരീസ് തെരുവിലെ പന്നികളിൽ നിന്ന് പുറപ്പെടുന്ന കെട്ടനാറ്റം കാരണം തലകറങ്ങി വീണു; പഴയ ഒരു കൈയെഴുത്തുപ്രതിയിൽ നിന്ന് അന്നത്തെ മഹാമാരികളെപ്പറ്റി - പ്ലേഗിനെയും വസൂരിയെയും പറ്റി - നാമറിയും. ഇതൊക്കെ അറിയുമ്പോഴാണ് 'പുരോഗതി' എന്നത് ആധുനികകാലത്തെ പരസ്യവാക്കിനപ്പുറം പ്രധാനമായൊരു പദമാണെന്ന് നാമറിയുന്നത്.

അല്ല, കഴിഞ്ഞ ആറ് നൂറ്റാണ്ടുകാലത്തെ പുരോഗതി നഗരങ്ങളില്ലാതെ സാദ്ധ്യമാവുകയില്ലായിരുന്നു. അതുകൊണ്ട് ഈ അദ്ധ്യായം മറ്റുള്ളവയെ അപേക്ഷിച്ച് അല്പം ദീർഘിപ്പിക്കേണ്ടിവരും. വെറും രാഷ്ട്രീയ സംഭവങ്ങളിൽ ഒതുങ്ങി നില്ക്കുമ്പോൾ മൂന്നോ നാലോ പേജുകളായി ചുരുങ്ങും, ഇത് വളരെ പ്രധാനമാണ്.

ഈജിപ്തും ബാബിലോണിയയും അസ്സിറിയയും അടങ്ങിയ പുരാതനലോകം നഗരങ്ങളുടെ ലോകമായിരുന്നു. ഗ്രീസ് നഗരരാഷ്ട്രങ്ങളുടെ രാജ്യമായിരുന്നു. ഫിനീഷ്യയുടെ ചരിത്രം സിഡോൺ, ടയർ എന്ന രണ്ടു നഗരങ്ങളുടെ ചരിത്രമാണ്. റോമാസാമ്രാജ്യം ഒരു പട്ടണത്തിന്റെ പ്രദേശം ആയിരുന്നു. എഴുത്ത്, കല, ശാസ്ത്രം, ജ്യോതിശാസ്ത്രം, വാസ്തുശില്പം, സാഹിത്യം, നാടകം ഈ പട്ടിക അനന്തമാണ്. എല്ലാം നഗരോല്പന്നങ്ങളാണ്.

കഴിഞ്ഞ നാലായിരം കൊല്ലമായി നാം പട്ടണമെന്ന് വിളിക്കുന്ന ഈ തേനീച്ചക്കൂട് ലോകത്തിന്റെ വർക്ക്ഷോപ്പായിരുന്നു. പിന്നെ വലിയ കുടിയേറ്റങ്ങളുണ്ടായി. റോമാസാമ്രാജ്യം നശിച്ചു. നഗരങ്ങൾ അഗ്നിക്കിരയായി. യൂറോപ്പ് ഒരിക്കൽക്കൂടി പുൽമേടുകളുടെയും കാർഷികഗ്രാമങ്ങളുടെയും ഭൂമിയായി, അന്ധകാരയുഗങ്ങളിൽ നാഗരികതയുടെ മേഖലകൾ തരിശായി മാറി.

കുരിശുയുദ്ധങ്ങൾ പുതിയൊരു വിളവെടുപ്പിന് മണ്ണൊരുക്കി. കൊയ്ത്തിന് കാലമായിരുന്നു, പക്ഷേ, ഫലങ്ങൾ പറിച്ചെടുത്തത് സ്വതന്ത്ര നഗരങ്ങളിലെ ജനങ്ങൾ ആയിരുന്നു.

കോട്ടകളുടെയും സന്ന്യാസിമഠങ്ങളുടെയും കഥ ഞാൻ പറഞ്ഞു. വലിയ കല്ക്കെട്ടുകൾക്കൊണ്ട് വലയം ചെയ്ത മാടമ്പിമാരുടെയും സന്ന്യാസിമാരുടെയും വാസസ്ഥലങ്ങളിലായിരുന്നു അവ. അവരായിരുന്നു മനുഷ്യശരീരങ്ങളുടെയും ആത്മാക്കളുടെയും രക്ഷകന്മാർ. ചില കൈവേലക്കാർ (കശാപ്പുകാർ, അപ്പക്കൂട്ടുകാർ, ചിലപ്പോൾ മെഴുകുതിരിയുണ്ടാ

ക്കുന്നവരും) കോട്ടക്കരികിൽ വന്നു താമസിച്ച് യജമാനന്മാരുടെ ആവശ്യങ്ങൾ നിർവ്വഹിക്കുകയും കോട്ട നല്കുന്ന സംരക്ഷണത്തിന്റെ തണലിൽ ജീവിക്കുകയും ചെയ്തു. പക്ഷേ, എല്ലായ്പ്പോഴും ശക്തനായ ദുർഗ്ഗാധിപതിയുടെ കാരുണ്യത്തിലാണ് അവർ കഴിഞ്ഞുകൂടിയത്. അയാൾ പുറത്തിറങ്ങുമ്പോൾ അവർ അയാൾക്കുമുന്നിൽ തലകുനിക്കുകയും അയാളുടെ കൈകൾ ചുംബിക്കുകയും ചെയ്തു.

പിന്നെ കുരിശുയുദ്ധങ്ങൾ വന്നു. പല കാര്യങ്ങളും മാറി. കുടിയേറ്റങ്ങൾ ജനങ്ങളെ വടക്കുകിഴക്കൻ ദേശങ്ങളിൽ നിന്ന് പടിഞ്ഞാറൻ ദേശങ്ങളിലേക്കെത്തിച്ചു. കുരിശുയുദ്ധങ്ങൾ കാരണം ദശലക്ഷക്കണക്കിൽ ജനങ്ങൾ യൂറോപ്പിൽ നിന്ന് പരിഷ്കൃതമായ തെക്കുകിഴക്കൻ ലോകത്തേക്ക് സഞ്ചരിച്ചു. ലോകം തങ്ങളുടെ നാലുചുമരുകൾക്കുള്ളിലെ വാസകേന്ദ്രമല്ലെന്നവർ കണ്ടെത്തി. അവർ നല്ല വസ്ത്രങ്ങൾ രസിക്കാൻ തുടങ്ങി. കൂടുതൽ സൗകര്യമുള്ള വസതികൾ, പുതിയ ആഹാരപദാർത്ഥങ്ങൾ എല്ലാം അവരുപയോഗിച്ചു തുടങ്ങി. ഇവയൊക്കെ പൗരസ്ത്യലോകത്തിന്റെ ഉല്പന്നങ്ങളായിരുന്നു. വീട്ടിൽ തിരിച്ചെത്തിയപ്പോൾ ആ സാധനങ്ങൾ കിട്ടണമെന്ന് അവർ നിർബ്ബന്ധം പിടിച്ചു. അന്ധകാരയുഗത്തിലെ ഒരേയൊരു കച്ചവടക്കാരൻ വഴിവാണിഭക്കാരനായിരുന്നു. അയാൾ വില്പനസാധനങ്ങൾ തലച്ചുമടായികൊണ്ടുനടന്നുവിറ്റു. ഈ പുതിയ സാധനങ്ങൾ കൂടി അയാൾ തന്റെ വില്പനവസ്തുക്കളിൽ ചേർത്തു. സാധനങ്ങൾ അധികമായപ്പോൾ അയാൾ ഒരുന്തുവണ്ടി വാങ്ങി. മുമ്പത്തെ ചില കുരിശുപോരാളികളെ തന്റെ സുരക്ഷയ്ക്കായി കൂലിക്കൊടുത്തു. കുരിശുയുദ്ധത്തിനുശേഷം കുറ്റകൃത്യങ്ങൾ വർദ്ധിച്ചിരുന്നു. അങ്ങനെ അയാൾ പുതിയ രീതിയിൽ വികസിപ്പിച്ച കച്ചവടം നടത്തി. അയാളുടെ ജീവിതം എളുപ്പമൊന്നുമായിരുന്നില്ല. മറ്റൊരു പ്രഭുവിന്റെ അധികാരപരിധിയിലേക്ക് കടന്നുപോയാൽ ചുങ്കവും നികുതിയും കൊടുക്കേണ്ടിവരുമായിരുന്നു. പക്ഷേ, കച്ചവടം ലാഭകരമായിരുന്നു. വഴിവാണിഭക്കാരൻ തന്റെ യാത്രകൾ തുടർന്നുകൊണ്ടിരുന്നു.

വൈകാതെ സമർത്ഥരായ ചില കച്ചവടക്കാർക്കൊരു കാര്യം മനസ്സിലായി. വിദൂരദേശത്തുനിന്ന് ഇറക്കുമതി ചെയ്യുന്ന വസ്തുക്കൾ നാട്ടിൽ തന്നെ നിർമ്മിക്കാം. അവരുടെ ഭവനങ്ങളുടെ ഒരുവശം അവർ പണിയാലകളാക്കി മാറ്റി. പിന്നെയങ്ങോട്ടും അവർ കച്ചവടക്കാരായിരുന്നില്ല, ഉല്പാദകന്മാരായിരുന്നു. ഈ ഉല്പന്നങ്ങൾ അവർ കോട്ടയിലെ തമ്പുരാന് മാത്രമല്ല, സന്ന്യാസിമഠത്തിലും വിറ്റു. കൂടാതെ പുറത്തേക്കുള്ള പട്ടണങ്ങളിലേക്ക് കയറ്റുമതി ചെയ്തു. തമ്പുരാനും സന്ന്യാസിമാരും കൃഷിയിടത്തിലെ ഉല്പന്നങ്ങളാണ് അയാൾക്ക് വിലയായി നല്കിയത് മുട്ട, വീഞ്ഞ്, തേൻ. തേനാണ് അക്കാലത്ത് പഞ്ചസാരയ്ക്ക് പകരം ഉപയോഗിച്ചിരുന്നത്. വിദൂരപട്ടണങ്ങളിലെ പൗരന്മാർ പണം തന്നെ നല്കേണ്ടിയിരുന്നു. ഇതുവഴി ഉല്പാദകന്മാരും വണിക്കുകളും സ്വർണ്ണശകലങ്ങൾ കൈവശം വയ്ക്കുന്നവരായിത്തീർന്നു. ഇത് ആദ്യമദ്ധ്യയുഗത്തിലെ അവ

രുടെ സമൂഹപദവി മാറ്റി മറിച്ചു.

പണമില്ലാത്ത ഒരു ലോകം നിങ്ങൾക്ക് ഭാവനയിൽ പോലും കാണാനാവില്ല. ആധുനികനഗരത്തിൽ പണമില്ലാതെ ഒരാൾക്കു ജീവിക്കാനാവില്ല. ദിവസം മുഴുവൻ പോക്കറ്റിൽ വൃത്താകൃതിയിലുള്ള ലോഹത്തകിടുകളുമായിട്ടാണ് നാം യാത്ര ചെയ്യുന്നത്; നമ്മുടെ ആവശ്യങ്ങൾക്കുള്ള വില കൊടുക്കാനാണത്. യാത്രചെയ്യാൻ കാശു വേണം, ഡിന്നറിന് പണം വേണം, സായാഹ്നദിനപത്രത്തിനും കാശു വേണം. പക്ഷേ, ആദ്യമദ്ധ്യകാലത്തെ അനേകം മനുഷ്യർ ജനനം മുതൽ മരണം വരെ നാണയം കണ്ടിട്ടേയുണ്ടായിരുന്നില്ല. ഗ്രീസിലെയും റോമിലെയും സ്വർണ്ണവും വെള്ളിയും നഗരങ്ങളുടെ നാശാവശിഷ്ടങ്ങൾക്കടിയിൽ മൂടിക്കിടക്കുകയായിരുന്നു. സാമ്രാജ്യാനന്തരമുണ്ടായ കുടിയേറ്റക്കാരുടെ ലോകം കാർഷികലോകമായിരുന്നു.. എല്ലാ കർഷകരും ആവശ്യമായത്ര ധാന്യം കൃഷി ചെയ്തു. ആവശ്യമായ ആടുകളെയും പശുക്കളെയും വളർത്തി - എല്ലാം സ്വന്തം ആവശ്യത്തിനുവേണ്ടി.

മദ്ധ്യകാല മാടമ്പി സാധാരണയായി ഒരു ഗ്രാമീണ ജന്മിയായിരുന്നു. അതിനാൽ വാങ്ങുന്ന സാധനങ്ങൾക്ക് പണമായി വില നല്കാൻ നിർബ്ബ

ദുർഗ്ഗവും നഗരവും

ന്ധിക്കപ്പെടാറില്ലായിരുന്നു. അയാൾക്കും കുടുംബത്തിനുമാവശ്യമുള്ള ഭക്ഷണ-പാനീയ-വസ്ത്രസാധനങ്ങളെല്ലാം സ്വന്തം എസ്റ്റേറ്റിൽ ഉല്പാദിപ്പിച്ചിരുന്നു. വീട്ടിനാവശ്യമുള്ള ഇഷ്ടിക അടുത്തുള്ള നദിയുടെ തീരത്ത് നിർമ്മിച്ചു. മുറിയിലാവശ്യമുള്ള തടി പ്രഭുവിന്റെ കാട്ടിൽ നിന്ന് വെട്ടിയെടുത്തു. വിദേശത്തു നിന്ന് വരുന്ന വസ്തുക്കൾക്ക് ഉല്പന്നങ്ങൾ പകരമായി നല്കി - തേൻ, മുട്ട, വിറകുകെട്ടുകൾ എന്നിങ്ങനെ.

എന്നാൽ കുരിശുയുദ്ധങ്ങൾ പഴയ കാർഷിക ജീവിതത്തിന്റെ പതിവ് രീതിയെ അടിസ്ഥാനപരമായിത്തന്നെ മാറ്റിമറിച്ചു. ഹിൽഡെഷീമിലെ ഡ്യൂക്ക് പുണ്യഭൂമിയിലേക്കു പോകുകയായിരുന്നുവെന്ന് വിചാരിക്കുക. അയാൾ ആയിരക്കണക്കിൽ മൈലുകൾ യാത്ര ചെയ്യേണ്ടിയിരുന്നു, യാത്രയ്ക്കും ഹോട്ടലിലും എല്ലാം പണം കൊടുക്കേണ്ടിയിരുന്നു. നാട്ടിലാണെങ്കിൽ കാർഷികോല്പന്നങ്ങൾ കൊടുത്താൽ മതിയാകുമായിരുന്നു. എന്നാൽ യാത്രയിൽ നൂറു ഡസൻ മുട്ടയും, ഒരു വണ്ടി നിറയെ ഇറച്ചിയുമായി പോവാൻ അയാൾക്കു കഴിയില്ലായിരുന്നു. വെനീസിലെ ഷിപ്പിങ് ഏജന്റിന്റെയോ ബ്രണ്ണർ പാസിലെ പത്രം നടത്തിപ്പുകാരന്റേയോ ആർത്തി തൃപ്തിപ്പെടുത്തുവാനുള്ള ഉല്പന്നങ്ങളുമായി എങ്ങനെ സഞ്ചരിക്കാൻ കഴിയും? അവർക്കാണെങ്കിൽ പണമായിരുന്നു വേണ്ടിയിരുന്നത്. അതിനാൽ പ്രഭുതിരുമേനിക്ക് യാത്രാവേളകളിൽ കുറഞ്ഞ അളവിൽ സ്വർണ്ണം കൈയിൽ വയ്ക്കേണ്ടതായി വന്നു. ഈ സ്വർണ്ണം എവിടെ നിന്നുകിട്ടും? ലൊംബാർഡുകളിൽ നിന്ന് വായ്പ വാങ്ങാം, പഴയ ലോംഗോബാഡുകളുടെ പിൻഗാമികളായിരുന്നു ലൊംബാഡുകൾ. അവർ പ്രൊഫഷണൽ വായ്പക്കച്ചവടക്കാരായി മാറിയിരുന്നു. അവർ (ബാങ്കോ എന്നോ ബാങ്ക് എന്നോ വിളിക്കുന്ന) വിനിമയ മേശയ്ക്ക് പിന്നിലിരുന്ന് പണവിനിമയം നടത്തുമായിരുന്നു. പ്രഭു തിരുമനസ്സിന്റെ കൃഷിയിടങ്ങൾ ഈടു നല്കിയാൽ കുറച്ചു സ്വർണ്ണനാണയങ്ങൾ വായ്പ നല്കുന്നതിന് അവർക്ക് സന്തോഷമായിരുന്നു. തുർക്കികൾ പ്രഭുതിരുമനസ്സിനെ വധിച്ചാൽ പോലും പണം തിരിച്ചുകിട്ടുമെന്നവർക്കുറപ്പായിരുന്നു.

വായ്പ വാങ്ങുന്നയാൾക്ക് അപകടംപിടിച്ചൊരു കച്ചവടമായിരുന്നു ഇത്. അവസാനം ലൊംബാർഡുകൾ കൃഷിയിടത്തിന്റെ ഉടമസ്ഥരാവുമായിരുന്നു. മാടമ്പി പൊളിഞ്ഞുപാളീസാകുമായിരുന്നു. ഫലമോ? ഈ മുൻമാടമ്പി കൂടുതൽ അധികാരവും പണവുമുള്ള അയൽ പ്രഭുവിന്റെ അംഗരക്ഷകനോ പോരാളിയോ ആയി മാറുമായിരുന്നു.

തിരുമനസ്സിന് പട്ടണത്തിലെ ജൂത ഭവനങ്ങളിൽ പോകാമായിരുന്നു. അവിടെ അമ്പതോ അറുപതോ ശതമാനം പലിശയ്ക്ക് കടം കിട്ടുമായിരുന്നു. അതെ പലിശ തന്നെ. അതും വളരെ മോശം കച്ചവടമായിരുന്നു. വേറെന്തെങ്കിലും പോംവഴിയുണ്ടായിരുന്നോ? കോട്ടയ്ക്കു ചുറ്റും വളർന്നുവന്ന ചെറുനഗരത്തിൽ ചിലരുടെ പക്കൽ പണമുണ്ടായിരുന്നതായി പറയപ്പെട്ടിരുന്നു. അവർക്ക് യുവപ്രഭുവിനെ ചെറുപ്പം മുതലേ അറിയാമായിരുന്നു. രണ്ടുപേരുടെയും പിതാക്കൾ നല്ല ചങ്ങാതിമാരായിരുന്നു. അവർ

മദ്ധ്യകാലത്തെ ഒരു പട്ടണം

അഹിതമായയൊന്നും ആവശ്യപ്പെടുമായിരുന്നില്ലെന്നാണ് കരുതിയിരുന്നത്. ശരി, തിരുമനസ്സിന്റെ കണക്കപ്പിള്ളയായ സന്ന്യാസി അറിയപ്പെടുന്ന ഏറ്റവും നല്ല വണിക്കിന് ചെറിയൊരു വായ്പയ്ക്കായി ഒരു കുറിപ്പെഴുതുമായിരുന്നു. നഗരവാസികൾ ആഭരണനിർമ്മാതാവിന്റെ വർക്ക് റൂമിൽ സമ്മേളിച്ച് ഈ ആവശ്യത്തെ പറ്റി ചർച്ച ചെയ്യുമായിരുന്നു. അടുത്തുള്ള പള്ളികൾക്കാവശ്യമായ പാനപാത്രങ്ങൾ ഈ ആഭരണപ്പണിക്കാരനാണ് നിർമ്മിച്ചിരുന്നത്. അവർക്ക് ഈ അപേക്ഷ നിരസിക്കാൻ കഴിയുമായിരുന്നില്ല. "പലിശ"യ്ക്ക് ചോദിക്കുന്നതുകൊണ്ട് ഫലമുണ്ടായിരുന്നില്ല. ഒന്നാമതായി അത് മിക്ക ആളുകളുടെയും മതവിശ്വാസത്തിനെതിരായിരുന്നു. രണ്ടാമതായി, കാർഷികോല്പന്നങ്ങളുടെ രൂപത്തിലല്ലാതെ അവർ ഒരു പണവും നല്കുകയില്ല. കാർഷികോല്പന്നങ്ങൾ അവരുടെ കൈകകളിൽ ആവശ്യത്തിനുണ്ടായിരുന്നു.

അപ്പോൾ അവരുടെ കൂട്ടത്തിലെ തത്ത്വജ്ഞാനിയായ ടെയ്‌ലർ ഒരു നിർദ്ദേശം വയ്ക്കും. "ഒരുപക്ഷേ, അദ്ദേഹത്തോട് നമ്മൾ ഒരു ഫേവർ, ആനുകൂല്യം ചോദിച്ചാലോ? നമുക്കൊക്കെ മീൻപിടുത്തം ഇഷ്ടമാണ്. എന്നാൽ തിരുമനസ്സ് നമ്മളെ അവിടുത്തെ നദികളിൽ നിന്ന് മീൻപിടിക്കാനനുവദിക്കുന്നില്ല. നമ്മൾ തിരുമനസ്സിന് 100 പണം കൊടുക്കുന്നു. അദ്ദേഹം തിരിച്ച് നദികളിൽ നിന്നു മീൻപിടിക്കാനുള്ള അവകാശം എഴുതി നല്കുന്നു. അദ്ദേഹത്തിനാവശ്യമുള്ള നൂറുപണം കിട്ടുന്നു. നമുക്ക് മീനും കിട്ടുന്നു. അത് നല്ലൊരു കച്ചവടമായിരിക്കും."

തിരുമനസ്സ് ഈ നിർദ്ദേശം സ്വീകരിക്കുന്ന ദിവസം (നൂറു സ്വർണ്ണപ്പണം കിട്ടാനെളുപ്പം!) അദ്ദേഹം തന്റെ അധികാരത്തിന്റെ മരണവാറന്റ് ഒപ്പിടുകയായിരുന്നു. അദ്ദേഹത്തിന്റെ കണക്കപ്പിള്ള എഗ്രിമെന്റ് എഴുതി തയ്യാറാക്കി. തിരുമനസ്സ് എഗ്രിമെന്റിൽ തന്റെ മുദ്ര പതിച്ചു. അവിടുത്തേക്ക് ഒപ്പിടാനറിയില്ലായിരുന്നു. പണം വാങ്ങി അവിടുന്ന് പൗരസ്ത്യനാട്ടിലേക്കു പോയി. രണ്ടുവർഷം കഴിഞ്ഞ് തകർന്നുപോയ തിരുമനസ്സ് തിരിച്ചെത്തി. നഗരവാസികൾ ദുർഗ്ഗത്തിലെ കുളത്തിൽ മീൻ പിടിക്കുകയായിരുന്നു. ചൂണ്ടക്കമ്പ് കൈയിൽ വെച്ച് നിരനിരയായി ആളുകൾ ഇരിക്കുന്നത് തിരുമനസ്സിന് രസിച്ചില്ല. അദ്ദേഹം അകമ്പടിക്കാരോട് ആളുകളെ ആട്ടിയകറ്റാൻ പറഞ്ഞു. അവർ പോയി. പക്ഷേ, അന്നു രാത്രി കച്ചവടക്കാരുടെ ഒരു പ്രതിനിധിസംഘം അവിടത്തെ സന്ദർശിച്ചു. അവർ വളരെ മര്യാദയോടെയാണ് സംസാരിച്ചത്. സുരക്ഷിതനായി തിരിച്ചുവന്നതിൽ അവർ തിരുമനസ്സിനെ അഭിനന്ദിച്ചു. മീൻപിടുത്തക്കാർ തിരുമനസ്സിനെ നൊമ്പരപ്പെടുത്തിയതിൽ അവർ ഖേദം രേഖപ്പെടുത്തി. പക്ഷേ, തിരുമനസ്സ് മീൻ പിടിക്കാൻ രേഖാമൂലം അനുവാദം നല്കിയ കാര്യം അവിടത്തേക്ക് ഓർമ്മയുണ്ടോ എന്നവർ ചോദിച്ചു. ടെയ്‌ലർ അതിന്റെ പ്രമാണം അവിടുത്തെ കാണിച്ചു. അത് ഇത്രനാളും ആഭരണക്കാരന്റെ അലമാറയിലായിരുന്നു.

തിരുമനസ്സിന് വലിയ മനശ്ശല്യമായി. പക്ഷേ അദ്ദേഹത്തിന്

ഇപ്പോഴും വലിയ പണത്തിനാവശ്യമുണ്ടായിരുന്നു. ഇറ്റലിയിൽ അദ്ദേഹം ചില പ്രമാണങ്ങൾ ഒപ്പുവച്ചിരുന്നു. അവ ഇപ്പോൾ പ്രശസ്ത ബാങ്കറായ സാൽവെസ്ട്രോ ഡി മെഡിസിയുടെ കൈകളിലാണ്. "പ്രോമിസറി നോട്ടു"കളായിരുന്നു അവ. രണ്ടുമാസം കൊണ്ട് അവയുടെ കാലാവധി ആകുമായിരുന്നു. അവരുടെ ആകെ തുക 340 പൗണ്ടായിരുന്നു, ഫ്ളെമിഷ് സ്വർണ്ണത്തിലുള്ളത്. ഈ സന്ദർഭത്തിൽ പ്രഭു തിരുമനസ്സിന് കോപം കാണിക്കാൻ കഴിയുമായിരുന്നില്ല; തന്റെ മനസ്സിനെയും ആത്മാവിനെയും അത് രോഷനിർഭരമാക്കുന്നുണ്ടായിരുന്നെങ്കിലും. പകരം പുതിയൊരു വായ്പയ്ക്ക് അദ്ദേഹം ആവശ്യപ്പെട്ടു. കച്ചവടക്കാർ അതിനെപ്പറ്റി ചർച്ച ചെയ്യാനായി പിരിഞ്ഞു.

മൂന്നുനാൾ കഴിഞ്ഞ് അവർ തിരിച്ചു വന്ന് വായ്പതരാൻ തയ്യാറാണെന്ന് പറഞ്ഞു. ചോദിച്ച 345 സ്വർണ്ണ പൗണ്ട് നല്കാവുന്നതാണ്; പകരം ഒരു കൗൺസിലുണ്ടാക്കാൻ അവരെ അനുവദിക്കേണ്ടിയിരുന്നു. ദുർഗ്ഗത്തിന്റെ ഇടപെടലില്ലാതെ പട്ടണത്തിന്റെ കാര്യങ്ങൾ, സ്വതന്ത്ര പൗരന്മാർക്കു തന്നെ ചർച്ച ചെയ്യാനും പരിഹരിക്കാനും വേണ്ടിയായിരുന്നു കൗൺസിൽ; അതനുവദിച്ചുകൂടേ?

ബെൽഫ്രൈ

തിരുമനസ്സിന് കടുത്ത രോഷം വന്നു.പക്ഷേ, അവിടുത്തേക്ക് പണം ആവശ്യമായിരുന്നു. "ശരി ആവാം," അവിടുന്ന് പറഞ്ഞു. പ്രമാണം ഒപ്പുവച്ചു. അടുത്ത ആഴ്ച അവിടുന്ന് പശ്ചാത്തപിക്കേണ്ടി വന്നു. അദ്ദേഹം യോദ്ധാക്കളുമായി ആഭരണക്കാരന്നടുത്ത് ചെന്ന് തന്നിൽനിന്നവർ പിടിച്ചു പറിച്ച രേഖകൾ തിരികെ ആവശ്യപ്പെട്ടു. അവിടുന്ന് അവയെല്ലാം തിരിച്ചുകൊണ്ടുപോയി കത്തിച്ചു. പക്ഷേ, പിന്നെ തിരുമനസ്സിന്റെ വിവാഹസമയത്ത് സ്ത്രീധനം നല്കാൻ പണം ആവശ്യമായിവന്നപ്പോൾ അവിടുത്തേക്ക് ഒരു ചില്ലിക്കാശും കിട്ടിയില്ല. ആ സംഭവത്തെത്തുടർന്ന് അദ്ദേഹത്തിന് കടം നല്കുന്നതും അദ്ദേഹവുമായുള്ള ഇടപാടും നല്ലതായി അംഗീകരിക്കപ്പെട്ടില്ല. അദ്ദേഹം വളരെ വളരെ താഴേണ്ടിവന്നു; പ്രായശ്ചിത്തം ചെയ്യേണ്ടി വന്നു. നിശ്ചിത സംഖ്യ കിട്ടുന്നതിന് മുമ്പായി അദ്ദേഹം പഴയ പ്രമാണങ്ങളെല്ലാം വീണ്ടും നല്കേണ്ടിവന്നു;

കൂട്ടത്തിൽ 'നഗരഹാൾ' നിർമ്മിക്കാനവകാശം നല്കുന്ന പുതിയൊരു പ്രമാണവും നല്കേണ്ടിവന്നു. കൂട്ടത്തിൽ എല്ലാ പ്രമാണങ്ങളും, അവയെ അഗ്നിയിൽ നിന്നും മോഷണത്തിൽനിന്നും സുരക്ഷിതമാക്കി നിർത്തുന്നതിനും, ഒരു ഗോപുരം പണിയാനുള്ള അവകാശവും അനുവദിക്കേണ്ടിവന്നു. അതിന്റെ അർത്ഥം സുവ്യക്തമായിരുന്നു— പ്രഭുവിൽ നിന്നുള്ള ഭാവി വാഗ്ദാന ലംഘനങ്ങളും അദ്ദേഹത്തിന്റെ സായുധ സംഘത്തിന്റെ നടപടിയും തടയുന്നതിനായിരുന്നു ഇത്.

ഇതാണ് സാമാന്യമായി കുരിശുയുദ്ധങ്ങളെ തുടർന്നുള്ള ഈ നൂറ്റാണ്ടുകളിൽ സംഭവിച്ചിട്ടുണ്ടാവുക. വളരെ സാവധാനത്തിലുള്ള ഒരു പ്രക്രിയയായിരുന്നു അത്; അധികാരം ദുർഗ്ഗത്തിൽ നിന്ന് നഗരത്തിലേക്ക് കൈമാറുന്ന പ്രക്രിയയായിരുന്നു അത്. ചെറിയൊരു യുദ്ധമൊക്കെ ഉണ്ടായിരുന്നിരിക്കാം. കുറെ ടെയിലർമാരും ആഭരണക്കാരും കൊല്ലപ്പെട്ടിരിക്കാം. കുറെ ദുർഗ്ഗങ്ങൾ അഗ്നിക്കിരയായിരിക്കാം. പക്ഷേ, അത്തരം സംഭവങ്ങൾ സാധാരണമായിരുന്നില്ല. അറിയാതെ അറിയാതെ നഗരങ്ങൾ സമ്പന്നമായി, നാടുവാഴി പ്രഭുക്കന്മാർ ദരിദ്രരായിത്തീർന്നു; നിലനില്പിന്നായി നാടുവാഴികൾ പുതിയ പ്രമാണങ്ങൾ നല്കി. കുറേ പണം കൈക്കലാക്കി, പൗരാവകാശരേഖകളായിരുന്നു പലതും. നഗരങ്ങൾ വളർന്നു. ഓടിപ്പോവുന്ന സെർഫുകൾക്ക് അവർ അഭയകേന്ദ്രങ്ങൾ നല്കി. നഗരഭിത്തികൾക്കുള്ളിൽ അനേകവർഷത്തെ വാസത്തിനു ശേഷം അവർ സ്വതന്ത്രരായിത്തീർന്നു. ചുറ്റുമുള്ള ഉൾനാടൻ പ്രദേശങ്ങളിലെ ഊർജ്ജസ്വലരായ ആളുകൾക്കുള്ള അഭയകേന്ദ്രമായി നഗരം. പഴയ സെർഫുകൾ തങ്ങൾക്കു ലഭിച്ച പുതിയ പ്രാധാന്യം ആസ്വദിച്ചു. അവർ പള്ളികളിലും പൊതുസ്ഥലങ്ങളിലും ഈ പുതിയ പ്രാധാന്യം—അധികാരം—പ്രകടിപ്പിച്ചു. പഴയ അങ്ങാടികളിൽ, ബാർട്ടർ അങ്ങാടികളിൽ അവർ തന്നെ പടുത്തുയർത്തിയതായിരുന്നു എല്ലാ പൊതുസ്ഥാപനങ്ങളും. നൂറ്റാണ്ടുകളോളം, മുട്ടയും ആടും തേനും ഉപ്പും കൈമാറ്റം ചെയ്യപ്പെട്ട ബാർട്ടർ ചന്തകളായിരുന്നു അവ. മക്കൾക്ക് തങ്ങളുടെ അനുഭവമുണ്ടാകരുതെന്നും അവർക്ക് കൂടുതൽ ജീവിതസാദ്ധ്യതകളുണ്ടാകണമെന്നും അവ

വെടിമരുന്ന്

രാഗ്രഹിച്ചു. സന്ന്യാസിമാരെ കൊണ്ടുവന്ന് അവരെ നഗരത്തിലെ സ്കൂള ദ്ധ്യാപകരാക്കി. ചിത്രം പെയിന്റ് ചെയ്യുന്നൊരാളെ പറ്റി കേട്ടപ്പോൾ അയാളെ വിളിച്ചു കൊണ്ടുവന്ന് മരപ്പലകകളിലും ഭിത്തികളിലും പുണ്യ ഗ്രന്ഥങ്ങളിലെ ദൃശ്യങ്ങൾ പെയിന്റ് ചെയ്യിച്ചു.

ഇതിനിടയിൽ പ്രഭു തിരുമേനി തന്റെ ദുർഗ്ഗത്തിന്റെ ഭീതിജനകവും ഭയാനകവുമായ ഹാളുകളിൽ ഈ കൊള്ളരുതായ്മകൾ കണ്ടു സങ്കട പ്പെട്ടു. പരമാധികാരത്തിലും പ്രത്യേകാവകാശങ്ങളിലും ഒരെണ്ണം അടി യറ വെച്ച ആദ്യപ്രമാണത്തെ അയാൾ ശപിച്ചു. പക്ഷേ, അയാൾ നിസ്സ ഹായനായിരുന്നു. പണം നിറഞ്ഞ ഇരുമ്പുപെട്ടികൾക്കു മുമ്പിൽ നഗര വാസികൾ തിരുമനസ്സിനു നേരെ കൈചൂണ്ടി. അവർ സ്വതന്ത്ര മനുഷ്യ രായിരുന്നു. സ്വന്തം വിയർപ്പു കൊണ്ടു നേടിയെടുത്തതെല്ലാം സംരക്ഷി ക്കാനവർ സജ്ജരായിരുന്നു. പത്തുതലമുറക്കാലം നീണ്ടു നിന്ന ഒരു സമ രത്തിന്റെ വിജയമായിരുന്നു അത്.

മദ്ധ്യകാലസ്വയംഭരണം

രാജകീയ സഭകളിൽ സ്വന്തം ശബ്ദം കേൾപ്പിക്കുവാനുള്ള അവകാശം നഗരവാസികൾ പ്രഖ്യാപിക്കുന്നു.

ജനങ്ങൾ നായാടികൾ മാത്രമായിരുന്നപ്പോൾ, സഞ്ചരിച്ചുകൊണ്ടിരിക്കുന്ന ഇടയന്മാർ മാത്രമായിരുന്നപ്പോൾ, എല്ലാ മനുഷ്യരും തുല്യരായിരുന്നു. എല്ലാവരും സമൂഹത്തിന്റെ ക്ഷേമത്തിനും സുരക്ഷിതത്വത്തിനുള്ള ഉത്തരവാദികളായിരുന്നു.

പിന്നെ ജനങ്ങൾ സ്ഥിരതാമസമാരംഭിച്ചു. അതോടെ ചിലർ ധനികരും, മറ്റുചിലർ ദരിദ്രരുമായി. സ്വാഭാവികമായും ഭരണം ജീവിക്കാൻ വേണ്ടി കഠിനാദ്ധ്വാനം ചെയ്യേണ്ടതില്ലാത്ത ആളുകളുടെ കൈകളിലായി; അവർക്ക് രാഷ്ട്രീയത്തിൽ സ്വയം സമർപ്പിക്കാൻ കഴിഞ്ഞു.

ഈജിപ്തിലും മെസൊപ്പൊട്ടാമിയയിലും ഗ്രീസിലും റോമിലും ഇതെങ്ങനെ സംഭവിച്ചുവെന്ന് ഞാൻ പറഞ്ഞിട്ടുണ്ട്. ക്രമം പുനഃസ്ഥാപിക്കപ്പെട്ടതിനെ തുടർന്ന് പശ്ചിമയൂറോപ്പിലെ ജർമ്മാനിക്ക് ജനവിഭാഗങ്ങൾക്കിടയിലും ഇതു സംഭവിച്ചു. പശ്ചിമയൂറോപ്യൻ ലോകത്തെ ഭരിച്ചിരുന്നത് പ്രഥമമായും ഒരു ചക്രവർത്തിയായിരുന്നു. ജർമ്മൻ രാഷ്ട്രത്തിലെ ഏഴോ എട്ടോ ഏറ്റവും പ്രധാനികളായ രാജാക്കന്മാരാണ് ചക്രവർത്തിയെ തിരഞ്ഞെടുത്തത്. അവർക്ക് വലിയ അളവിൽ സാങ്കല്പികമായ അധികാരവും വളരെ കുറച്ച് മാത്രം യഥാർത്ഥ അധികാരവുമുണ്ടായിരുന്നു. ഇളക്കമുള്ള സിംഹാസനങ്ങളിൽ പ്രതിഷ്ഠിതരായ അനേകം രാജാക്കന്മാരാണത് ഭരിച്ചിരുന്നത്. ദൈനംദിന ഭരണം ആയിരക്കണക്കിൽ ഫ്യൂഡൽ രാജാക്കന്മാരുടെ കൈകളിലായിരുന്നു. അവരുടെ പ്രജകൾ കൃഷിക്കാരോ അടിയാളന്മാരോ ആയിരുന്നു. നഗരങ്ങൾ അപൂർവ്വമായിരുന്നു. ഇടത്തരക്കാരുടെ വർഗ്ഗം ഉണ്ടായിരുന്നില്ല. പക്ഷേ, പതിമൂന്നാം നൂറ്റാണ്ടിൽ (ഏതാണ്ടൊരായിരംവർഷത്തെ അസാന്നിദ്ധ്യത്തിനുശേഷം) ഇടത്തരക്കാരുടെ വർഗ്ഗം— വണിക്കുകളുടെ വർഗ്ഗം -

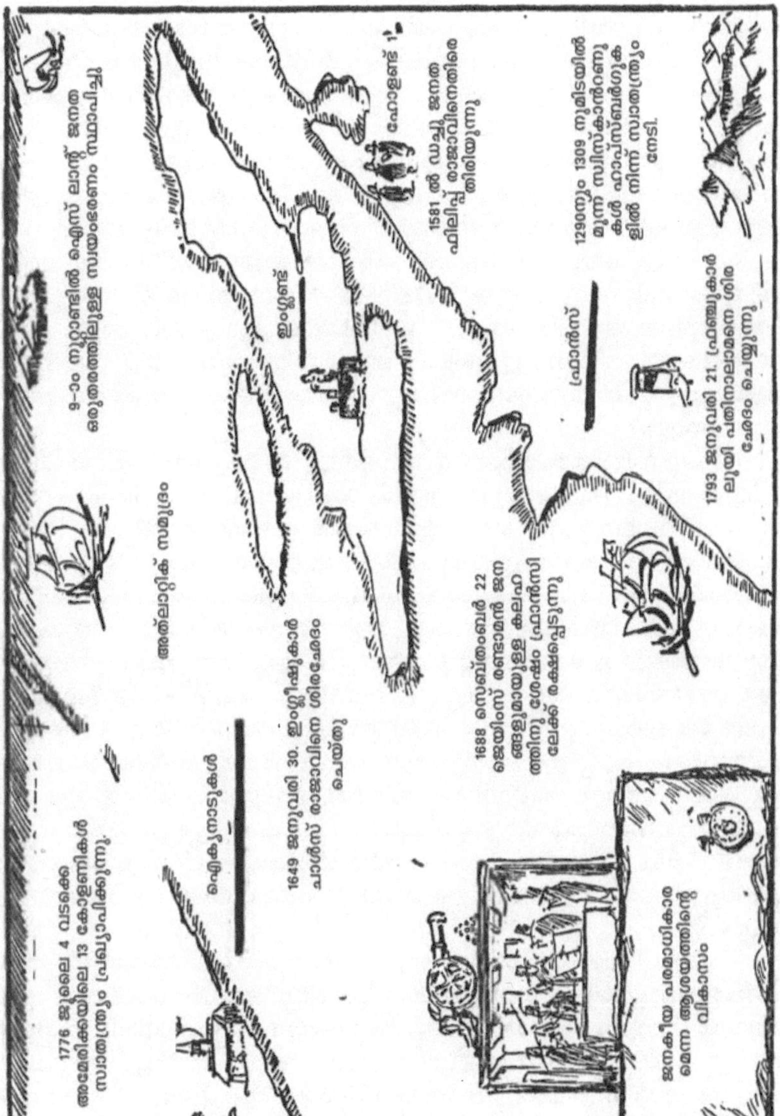

ജനകീയ പരമാധികാരം എന്ന ആശയം വ്യാപകമായിത്തീരുന്നു

വീണ്ടും ചരിത്രത്തിന്റെ രംഗവേദിയിൽ പ്രത്യക്ഷപ്പെട്ടു. കഴിഞ്ഞ അദ്ധ്യായത്തിൽ നാം കണ്ടതുപോലെ ആ വർഗ്ഗത്തിന്റെ ആവിർഭാവത്തിന്റെ അർത്ഥം ദുർഗ്ഗവാസികളുടെ സ്വാധീനം ദുർബ്ബലമായെന്നതായിരുന്നു.

അതുവരെ തന്റെ അധീനദേശങ്ങൾ ഭരിക്കുമ്പോൾ രാജാവ് പ്രഭുക്കളുടെയും ബിഷപ്പുമാരുടെയും അഭിലാഷങ്ങൾ മാത്രമാണ് ശ്രദ്ധിച്ചിരുന്നത്. എന്നാൽ കുരിശുയുദ്ധങ്ങളോടെ വ്യാപാരവും വാണിജ്യവും വളർന്നു. ഈ പുതിയ ലോകം ഇടത്തരക്കാരെ അംഗീകരിക്കുവാൻ രാജാവിനെ പ്രേരിപ്പിച്ചു, അപ്രകാരം ചെയ്യുന്നില്ലെങ്കിൽ ഖജനാവ് തുടർച്ചയായി കാലിയാവുന്ന ദുരന്തമനുഭവിക്കാൻ രാജാവ് നിർബ്ബന്ധിതനായി. മനസ്സിലെ ആഗ്രഹങ്ങൾ സാക്ഷാത്ക്കരിക്കാൻ രാജാക്കന്മാർക്ക് ഒരു മാർഗ്ഗവുമുണ്ടായിരുന്നില്ല. കൂടിയാലോചന നടത്താൻ ആരുമുണ്ടായിരുന്നില്ല. നഗരത്തിലെ കൂടിയാലോചനാ സമിതിയംഗങ്ങളായി പശുക്കളും പന്നികളുമേയുണ്ടായിരുന്നുള്ളൂ. പക്ഷേ അവർ നിസ്സഹായരായിരുന്നു. അവർ കയ്പുള്ള കഷായം കുടിക്കാൻ സന്നദ്ധരായി; പക്ഷേ, അത് പോരാട്ടമില്ലാതെയായിരുന്നില്ല.

ഇംഗ്ലണ്ടിൽ രാജാവായ സിംഹമനസ്സായ റിച്ചാർഡ് (Richard the Lion Hearted) കുരിശുയുദ്ധത്തിനുപോയിരുന്നു. പക്ഷേ, അദ്ദേഹം അധികകാലം ചെലവഴിച്ചത് ഒരു ആസ്ത്രിയൻ തടവറയിലായിരുന്നു. അദ്ദേഹത്തിന്റെ അസാന്നിദ്ധ്യത്തിൽ ഭരണം അനുജനായ ജോണിന്റെ കൈകളിലായിരുന്നു. അയാൾ യുദ്ധകാര്യങ്ങളിൽ സഹോദരൻ റിച്ചാർഡിനേക്കാൾ മോശമായിരുന്നു. എന്നാൽ ചീത്ത ഭരണകാര്യത്തിൽ രണ്ടുപേരും തുല്യരായിരുന്നു. ജോണിന്റെ ഭരണമാരംഭിച്ചതുതന്നെ നോർമാണ്ടിയുടെ നഷ്ടത്തോടെയായിരുന്നു; ഒപ്പം ഇംഗ്ലണ്ടിന്റെ കൈവശമുള്ള ഫ്രഞ്ചുഭൂപ്രദേശങ്ങളുടെ നഷ്ടത്തിലും. പിന്നെ അദ്ദേഹം ഹോഹൻസ്റ്റോഫന്മാരുടെ ശത്രുവായ പോപ്പ് ഇന്നസന്റും മൂന്നാമനുമായി ഒരു കലഹത്തിലേർപ്പെട്ടു. പോപ്പ് ജോൺ രാജാവിനെ സമുദായഭ്രഷ്ടനാക്കി, ഗ്രിഗറി ഏഴാമൻ രണ്ടുനൂറ്റാണ്ടുമുൻപ് ഹെൻറി നാലാമന് ഭ്രഷ്ട് കല്പിച്ചതുപോലെ. 1213-ാമാണ്ടിൽ പോപ്പുമായി അപമാനകരമായ ഒരു കരാറിലേർപ്പെടാൻ ജോൺ നിർബ്ബന്ധിതനായി, 1077 ൽ ഹെൻറി നാലാമൻ നിർബ്ബന്ധിതനായതുപോലെ.

വിജയം വരിക്കാത്തതിൽ ഒട്ടും ക്ഷീണിതനാകാതെ ജോൺ രാജകീയാധികാരത്തിന്റെ ദുരുപയോഗം തുടർന്നു. അസംതൃപ്തരായ സാമന്തന്മാർ അവരുടെ രാജാവിനെ തടവുകാരനാക്കി; താനിനി നന്നായി പെരുമാറിക്കൊള്ളാമെന്നും പ്രജകളുടെ പണ്ടു പണ്ടേയുള്ള അവകാശങ്ങളിൽ ഇടപെടുകയില്ലെന്നും ജോൺ രാജാവ് ഉറപ്പ് നല്കി. ഇതെല്ലാം സംഭവിച്ചത് തേംസ് നദിയിലെ ഒരു കൊച്ചുദ്വീപിലായിരുന്നു; 1215 ജൂൺ 15 ന് റണ്ണിമീഡ് ഗ്രാമത്തിലനടുത്ത്. ജോൺ ഒപ്പുവെച്ച ഈ പ്രമാണം മഹത്തായ പ്രമാണം അഥവാ മാഗ്നാകാർട്ട എന്നറിയപ്പെടുന്നു. അതിൽ പുതുതായൊന്നുമുണ്ടായിരുന്നില്ല. വളച്ചുകെട്ടില്ലാത്ത സുവ്യക്തമായ

വാക്യങ്ങളിൽ രാജാവിന്റെ ചിരപുരാതനമായ ചുമതലകളും സാമന്തന്മാരുടെ പ്രത്യേകാവകാശങ്ങളും അതിൽ എഴുതിവെച്ചു, അത്രമാത്രം. മഹാഭൂരിപക്ഷം ജനങ്ങളുടെ, കൃഷിക്കാരുടെ, അവകാശങ്ങളെപ്പറ്റി ആ പ്രമാണത്തിൽ ഒന്നും പറയുന്നില്ല. എന്നാൽ പുതുതായി ഉയർന്നുവരുന്ന കച്ചവടക്കാരെ പറ്റി പറയുന്നുണ്ട്. വളരെ പ്രധാനമായ ഒരു പ്രമാണമായിരുന്നു മാഗ്നാകാർട്ട. അത് രാജാധികാരങ്ങളെ മുമ്പൊരിക്കലും ചെയ്തിട്ടില്ലാത്ത രീതിയിൽ കൃത്യമായി നിർവ്വചിച്ചു. അപ്പോഴും അത് ഒരു മദ്ധ്യകാലരേഖയായിരുന്നു. സാധാരണ മനുഷ്യരെപ്പറ്റി അതിൽ പരാമർശമില്ല, സാമന്തന്മാരുടെ സ്വത്താണെങ്കിൽ മാത്രമേ അവർ പരാമർശിക്കപ്പെട്ടുള്ളൂ. അങ്ങനെയാണെങ്കിൽ കാടിനെയും ഗോവിനെയും സംരക്ഷിക്കുന്നതുപോലെ അവരെയും സംരക്ഷിക്കേണ്ടതുണ്ടായിരുന്നു.

കുറച്ച് കൊല്ലങ്ങൾക്കുശേഷം രാജകീയ കൗൺസിലുകളെ പറ്റി വ്യത്യസ്തമായ കാര്യങ്ങളാണ് നാം കേൾക്കാൻ തുടങ്ങുന്നത്.

ജന്മംകൊണ്ടും പെരുമാറ്റംകൊണ്ടും ചീത്തയായിരുന്ന ജോൺ ഉത്തമവിശ്വാസത്തോടെ മഹത്തായ പ്രമാണം അനുസരിക്കുമെന്ന് പ്രതിജ്ഞ ചെയ്തു. എന്നിട്ടും അതിലെ എല്ലാ നിബന്ധനകളും ലംഘിച്ചു. ഭാഗ്യവശാൽ രാജാവ് വേഗത്തിൽ ദിവംഗതനായി. അദ്ദേഹത്തിന്റെ പുത്രൻ ഹെൻറി മൂന്നാമൻ അധികാരത്തിൽ വന്നു. അദ്ദേഹവും മഹത്തായ പ്രമാണം അംഗീകരിക്കാൻ നിർബ്ബന്ധിതനായി. അതിനിടെ കുരിശുയുദ്ധത്തിനുപോയ റിച്ചാർഡമ്മാവൻ രാജ്യത്തിന് വലിയ കടം വരുത്തിയിരുന്നു. പുതിയ വായ്പ വാങ്ങി ജൂതഹുണ്ടികക്കാർക്കുള്ള കടം വീട്ടാനദ്ദേഹം നിർബ്ബന്ധിതനായി. രാജകീയ കൗൺസിലർമാരായ വലിയ ഭൂപ്രഭുക്കൾക്കും ബിഷപ്പുമാർക്കും അദ്ദേഹത്തിനാവശ്യമായ സ്വർണ്ണവും വെള്ളിയും നല്കാൻ കഴിഞ്ഞില്ല. അപ്പോൾ നഗരങ്ങളുടെ പ്രതിനിധികളെ രാജകീയ കൗൺസിലിലേക്ക് വിളിക്കണമെന്ന് രാജാവിന്റെ ഉത്തരവുണ്ടായി. 1265 ലാണ് നഗരപ്രതിനിധികൾ രാജകീയ കൗൺസിലിൽ ആദ്യമായി പങ്കെടുത്തത്. അവരെ ധനകാര്യവിദഗ്ധർമാത്രമായാണ് പരിഗണിച്ചത്. ഭരണകൂടവുമായി ബന്ധപ്പെട്ട ഇതര കാര്യങ്ങളുടെ ചർച്ചയിൽ പങ്കെടുക്കാനവർക്കധികാരമുണ്ടായിരുന്നില്ല. നികുതിയെപ്പറ്റിയുള്ള ഉപദേശം നല്കാൻ മാത്രമേ അധികാരമുണ്ടായിരുന്നുള്ളൂ.

എന്നാൽ ക്രമേണ ഈ സാധാരണ (Common) ജനപ്രതിനിധികളെ രാജകീയ കൗൺസിലിന്റെ എല്ലാ യോഗങ്ങൾക്കും വിളിക്കാൻ തുടങ്ങി. പ്രഭുക്കന്മാരും ബിഷപ്പുമാരും നഗരപ്രതിനിധികളും ചേർന്ന യോഗങ്ങൾ ശരിയായ പാർലമെന്ററി രൂപം കൈവരിച്ചു. രാജ്യത്തിന്റെ പ്രധാന കാര്യങ്ങളിൽ തീരുമാനമെടുക്കുന്നതിന് മുമ്പ് സംസാരിക്കുന്ന ഇടം എന്ന അർത്ഥത്തിലാണ് ഇതിനെ പാർലമെന്റ് എന്നു വിളിച്ചത്.

നിർവ്വഹണാധികാരമുള്ള പൊതു ഉപദേശകസമിതി വഴിയുള്ള ഭരണം സത്യത്തിൽ ഇംഗ്ലീഷുകാരുടെ കണ്ടുപിടുത്തമൊന്നുമല്ല. ഇംഗ്ലീഷുകാരാണ് ഇതിന്റെ ഉപജ്ഞാതാക്കൾ എന്നാണ് പൊതുവിൽ വിശ്വ

സ്വിസ് സ്വാതന്ത്ര്യം ഇവിടെയായിരുന്നു

സിക്കപ്പെടുന്നത്. യൂറോപ്പിന്റെ എല്ലാ ഭാഗത്തും ഇതുണ്ടായിരുന്നു. ഫ്രാൻസ് പോലെയുള്ള ചില രാജ്യങ്ങളിൽ മദ്ധ്യകാലത്തിനുശേഷം രാജകീയാധികാരം ക്രമാതീതമായി വർദ്ധിച്ചതുമൂലം പാർലമെന്ററി സ്ഥാപനങ്ങൾക്ക് വേണ്ടത്ര സ്വാധീനമുണ്ടായിരുന്നില്ല. എന്നാൽ 1302 ൽ നഗര പ്രതിനിധികൾക്ക് പാർലമെന്റിൽ പ്രവേശനം ലഭിച്ചു. എന്നാൽ അഞ്ചു നൂറ്റാണ്ടുകൾക്ക് ശേഷം മാത്രമേ ഇടത്തരക്കാരുടെ അവകാശങ്ങൾക്കുവേണ്ടി, മൂന്നാം എസ്റ്റേറ്റിന്റെ അവകാശങ്ങൾക്കുവേണ്ടി ഉറച്ച ശബ്ദമുയർത്തുവാനവർക്ക് കഴിഞ്ഞുള്ളൂ. ഇതാണ് ഫ്രഞ്ച് വിപ്ലവം. അവർ രാജപദവി ഇല്ലായ്മ ചെയ്തു. പൗരോഹിത്യവും വർഗ്ഗപദവിയും ഇല്ലായ്മ ചെയ്തു. ജനപ്രതിനിധികൾ രാജ്യത്തിന്റെ ഭരണാധികാരികളായി. സ്പെയിനിൽ 12-ാം നൂറ്റാണ്ടിന്റെ ആദ്യപകുതിയിൽ തന്നെ രാജസഭയായ കോർട്ടെസ് ജനപ്രതിനിധികളേയും പ്രവേശിപ്പിച്ചു തുടങ്ങി. ജർമ്മൻ സാമ്രാജ്യത്തിലെ അനേകം നഗരങ്ങൾക്ക് ഇംപീരിയൽ നഗരങ്ങൾ (ചക്രവർത്തിയുടെ നഗരങ്ങൾ) എന്ന പേര് കിട്ടി; അവയുടെ പ്രതിനിധികൾക്ക് ജർമ്മൻ ഡയറ്റിൽ പ്രവേശം ലഭിച്ചു.

1359 ലെ ആദ്യ സമ്മേളനത്തിലാണ് സ്വീഡിഷ് റിക്സ്ദാഗിൽ ജനപ്രതിനിധികൾ പങ്കെടുത്തത്. ഡെന്മാർക്കിൽ പ്രാചീന ദേശീയ അസംബ്ലിയായ ഡേൻഹോഫ് 1314 ൽ പുനഃസ്ഥാപിക്കപ്പെട്ടു. രാജാവിന്റെയും ജനങ്ങളുടെയും മേൽ പ്രഭുക്കന്മാർക്ക് നിയന്ത്രണമുണ്ടായിരുന്നെങ്കിലും ജനപ്രതിനിധികൾക്കുള്ള അധികാരാവകാശങ്ങൾ പൂർണ്ണമായി നിഷേധിക്കപ്പെട്ടിരുന്നില്ല.

സ്കാന്റിനേവിയൻ രാജ്യത്തെ പ്രാതിനിധ്യ ഭരണത്തിന്റെ കഥ സവി

ഫിലിപ്പ് രണ്ടാമന്റെ സ്ഥാനത്യാഗം

ശേഷതാല്പര്യമുണർത്തുന്നതാണ്. ഐസ്‌ലാന്റിൽ സ്വതന്ത്രഭൂവുടമകളുടെ അസംബ്ലിയായ അൾത്തിങ്ങ് (Althing) ഒമ്പതാം നൂറ്റാണ്ടു മുതൽ ഒരായിരം വർഷത്തിലധികം ക്രമപ്രകാരം യോഗങ്ങൾ നടത്തി. അൾത്തിങ്ങാണ് ദ്വീപ് ഭരണകാര്യങ്ങൾ നിർവ്വഹിച്ചിരുന്നത്.

സ്വിറ്റ്സർലാന്റിൽ വ്യത്യസ്തകാന്റണുകൾ അവയുടെ അസംബ്ലികളെ നാടുവാഴികളുടെ നുഴഞ്ഞു കയറ്റത്തിൽനിന്ന് വിജയപൂർവ്വം തടസ്സപ്പെടുത്തി.

നിമ്നദേശമായ ഹോളണ്ടിൽ വ്യത്യസ്ത ഡച്ചികളുടെയും കൗണ്ടികളുടേയും കൗൺസിലുകളിൽ ജനപ്രതിനിധികൾ 13-ാം നൂറ്റാണ്ടു മുതൽ പങ്കെടുത്തിരുന്നു.

പതിനാറാം നൂറ്റാണ്ടിൽ ഈ ചെറുപ്രവിശ്യകളിൽ പലതും ചേർന്ന് രാജാവിനെതിരെ കലാപം നടത്തി, 'എസ്റ്റേറ്റ്സ് ജനറലി'ന്റെ ഒരു സമ്മേളനത്തിൽ പങ്കെടുക്കാൻ രാജാവിനെ പ്രതിബദ്ധനാക്കി, പൗരോഹിത്യത്തെ ചർച്ചകളിൽ നിന്നൊഴിവാക്കി, പ്രഭുവർഗ്ഗാധികാരം ഇല്ലായ്മ ചെയ്തു. പുതുതായി സ്ഥാപിച്ച ഏഴു നെതർലാന്റുകളുടെ (United Seven Netherlands) ഏകീകൃത റിപ്പബ്ലിക്കിന്റെ അധികാരം നഗരപ്രതിനിധികളിൽ അർപ്പിച്ചു. രണ്ടു നൂറ്റാണ്ടുകാലം പട്ടണ കൗൺസിലുകളുടെ പ്രതിനിധികൾ രാജാവില്ലാതെ, ബിഷപ്പില്ലാതെ പ്രഭുവില്ലാതെ രാജ്യം ഭരിച്ചു. നഗരം പരമാധികാരിയായി, നഗരവാസികൾ രാജ്യഭരണാധികാരികളുമായി.

മദ്ധ്യകാലലോകം

മദ്ധ്യയുഗങ്ങളിലെ ജനങ്ങൾ അവർ ജീവിക്കാനിടയായ ലോകത്തെപ്പറ്റി എന്തു ചിന്തിച്ചു?

തീയതികൾ വളരെ പ്രയോജനമുള്ള ഒരു കണ്ടുപിടുത്തമാണ്. അവയില്ലാതെ നമുക്ക് നിലനില്ക്കാനാവില്ല. പക്ഷേ, വളരെ ശ്രദ്ധിച്ചില്ലെങ്കിൽ അവ ചില സൂത്രങ്ങൾ കാണിച്ചുകളയും. ചരിത്രത്തെ വളരെ കൃത്യമാക്കാനാണവ ഉപയോഗപ്പെടുത്തുന്നത്. ഉദാഹരണത്തിന് മദ്ധ്യകാല മനുഷ്യന്റെ വീക്ഷണത്തെ പറ്റി ഞാൻ പറയുമ്പോൾ 476-ാമാണ്ട് ഡിസംബർ 31-ാം തീയതി യൂറോപ്പിലെ എല്ലാ മനുഷ്യരും ഇങ്ങനെ പറഞ്ഞുവെന്നല്ല: "ങ്ആ ഇപ്പോൾ റോമാ സാമ്രാജ്യം ഇല്ലാതായിരിക്കുന്നു, അതിനാൽ നാം മദ്ധ്യയുഗങ്ങളിലാണ് ജീവിക്കുന്നത്. എത്ര രസകരം!"

പെരുമാറ്റരീതികളിലും ആചാരമര്യാദകളിലും വീക്ഷണത്തിലും റോമാക്കാരായ മനുഷ്യരെ ചാർലിമെയിന്റെ ഫ്രാങ്കിഷ് രാജധാനിയിൽ നമുക്ക് കണ്ടുമുട്ടാമായിരുന്നു. മറിച്ച്, നിങ്ങൾ വളരുമ്പോൾ മനസ്സിലാവും, ഗുഹാമനുഷ്യന്റെ ഘട്ടത്തിൽ നിന്ന് അല്പവും വളരാത്തവരാണ് ചില മനുഷ്യരെന്ന്. കാലങ്ങളും യുഗങ്ങളും പരസ്പരം കടന്നുനില്ക്കുന്നു, പിന്തുടർന്നു വരുന്ന തലമുറകളുടെ ആശയങ്ങൾ അന്യോന്യം കടന്നു കയറുന്നു. എന്നാൽ മദ്ധ്യയുഗങ്ങളുടെ ശരിയായ പ്രതിനിധികളുടെ മനസ്സ് പഠിക്കാൻ കഴിയും, അതിൽ നിന്ന് ജീവിതത്തിന്റെ വിഷമപ്രശ്നങ്ങളോടും ജീവിതത്തോടുമുള്ള ശരാശരി മനുഷ്യന്റെ മനോഭാവം കണ്ടെത്താൻ കഴിയും.

ഒന്നാമതായി, മദ്ധ്യയുഗമനുഷ്യർ സ്വതന്ത്ര പൗരന്മാരാണ് തങ്ങളെന്ന് ഒരിക്കലുംകരുതിയിരുന്നില്ല; ഇഷ്ടാനുസാരം യാത്രചെയ്യാനും കഴിവോ ശക്തിയോ, ഭാഗ്യമോ അനുസരിച്ച് സ്വന്തം വിധി രൂപപ്പെടുത്താനുമാവുമെന്നവർ കരുതിയിരുന്നില്ല. മറിച്ച്, അവർ സ്വയം ഒരു പൊതു

സമൂഹത്തിന്റെ ഭാഗമായിട്ടാണ് പരിഗണിച്ചത്– അതിൽ ചക്രവർത്തിമാരും അടിയാളന്മാരുമുണ്ട്. പോപ്പുമാരും മതധ്വംസകരുമുണ്ട്. ധീരന്മാരും പേടിത്തൊണ്ടന്മാരുമുണ്ട്, ധനികരുണ്ട്, ദരിദ്രരുണ്ട്, യാചകരും കള്ളന്മാരുമുണ്ട്. ദൈവികമായ ഈ നിശ്ചയത്തെ അവർ സ്വീകരിച്ചു; ചോദ്യങ്ങളൊന്നും ചോദിച്ചില്ല. ഇക്കാര്യത്തിൽ തീർച്ചയായും അവർ ആധുനിക ജനങ്ങളിൽ നിന്ന് അടിസ്ഥാനപരമായി വ്യത്യസ്തരായിരുന്നു. ആധുനിക മനുഷ്യർ ഒന്നും അംഗീകരിക്കുന്നില്ല, സ്വന്തം സാമ്പത്തിക രാഷ്ട്രീയ നില അഭിവൃദ്ധിപ്പെടുത്താൻ സ്ഥിരമായി യത്നിക്കുന്നു.

പതിമൂന്നാം നൂറ്റാണ്ടിലെ സ്ത്രീപുരുഷന്മാർക്ക് പരലോകമെന്നത്– അത്ഭുതകരമായ ആനന്ദങ്ങൾ ഉള്ള സ്വർഗ്ഗവും കൊടും യാതനകളുള്ള നരകവും– ശൂന്യമായ പദങ്ങൾക്കോ അവ്യക്തമായ മതശാസ്ത്രശൈലികൾക്കോ അപ്പുറം എന്തോ ആയിരുന്നു. അത് അവർക്ക് ശരിക്കും സത്യമായിരുന്നു; മദ്ധ്യകാല നഗരമനുഷ്യരും മാടമ്പിമാരുമെല്ലാം ജീവിതത്തിന്റെ അധികഭാഗവും പരലോക ജീവിതത്തിനുവേണ്ടിയുള്ള തയ്യാറെടുപ്പിലായിരുന്നു. നല്ലൊരു ജീവിതത്തിനുശേഷമുള്ള കുലീനമായ മൃതിയെ പുരാതന ഗ്രീസിലേയോ റോമിലേയോ ജനങ്ങളെപ്പോലെ പൂർണ്ണമായ ശാന്തിയിലാണ് നാം ആധുനിക മനുഷ്യർ കാണുന്നത്. അറുപത് വർഷത്തെ ജോലിക്കും പ്രയത്നത്തിനും ശേഷം, എല്ലാം നന്നായിരിക്കുമെന്ന തോന്നലോടെ നാം ഉറങ്ങാൻ പോവുന്നു, അത്രമാത്രം.

പക്ഷേ, മദ്ധ്യയുഗങ്ങളിൽ ഭീതിയായിരുന്നു മനുഷ്യന്റെ സ്ഥിരം കൂട്ടുകാരൻ. ഈ ഭീതിയിലായിരുന്നു അവർക്കേറ്റവുമടുത്തറിയാവുന്ന രാജാവ്, ഭയാനകമായ തലയോടും എടുത്തുപിടിച്ചിരിക്കുന്ന അസ്ഥികളുമൊക്കെയായി ഭീതി എന്നും അയാളോടൊപ്പമുണ്ടായിരുന്നു. ഭക്ഷണമേശക്കരികിൽ തന്റെ ഇരകളോടൊപ്പം ഫിഡിലിൽ ഭീതിദമായ ട്യൂണുകൾ വായിച്ച്, അല്ലെങ്കിൽ ഒരു യുവാവ് ഒരു പെൺകുട്ടിയുമായി നടക്കാൻ പോവുമ്പോൾ മരങ്ങൾക്കും കുറ്റിച്ചെടികൾക്കും പിന്നിൽ നിന്ന് പുഞ്ചിരിച്ച്, ശവപ്പറമ്പുകളെയും ശവപ്പെട്ടികളെയും മാരകരോഗങ്ങളെയും പറ്റിയുള്ള ഭയജനകമായ, മുടി കുത്തനെ നിർത്തുന്ന കഥകളല്ലാതെ മറ്റൊന്നും നിങ്ങൾ കേട്ടിട്ടില്ലെങ്കിൽ ആന്റേഴ്സന്റെയും ഗ്രിമ്മിന്റെയും കഥകൾക്കു പകരം ഇതുമാത്രമാണ് നിങ്ങൾ കേട്ടതെങ്കിൽ നിങ്ങളും അവസാനമണിക്കൂറിനെ ഭയന്ന്, അന്ത്യവിധിയെപ്പറ്റി ഭയന്ന് ജീവിക്കുമായിരുന്നു. അതാണ് കൃത്യമായും മദ്ധ്യയുഗത്തിലെ കുഞ്ഞുങ്ങൾക്ക് സംഭവിച്ചത്. പിശാചുക്കളുടെയും പ്രേതങ്ങളുടെയും വല്ലപ്പോഴും മാത്രമുള്ള മാലാഖമാരുടെയും ഇടയിലായിരുന്നു അവർ ചരിക്കുക. ചിലപ്പോൾ ഭാവിയെപ്പറ്റിയുള്ള ഈ ഭയം അവരിൽ അല്പം വിനയവും ധാർമ്മികതയും ഉണ്ടാക്കിയേക്കാം. എന്നാൽ മിക്കപ്പോഴും അത് അവരെ സ്വാധീനിക്കുന്നത് നിഷേധാത്മകമായിട്ടായിരുന്നു; അവർ ക്രൂരരും വികാരത്തിൽ

വൈവശ്യം കൊള്ളുന്നവരുമായി മാറി. പിടിച്ചടക്കപ്പെട്ട നഗരത്തിലെ സ്ത്രീകളെയും കുഞ്ഞുങ്ങളെയും അവർ ഒന്നടങ്കം വധിക്കുമായിരുന്നു. എന്നിട്ടവർ അഗാധമായ ആരാധനാഭാവത്തോടെ ഏതെങ്കിലും പുണ്യ കേന്ദ്രത്തിൽ ചെല്ലുമായിരുന്നു, നിഷ്കളങ്കരായ ഇരകളുടെ ചോരപുരണ്ട കൈകളുയർത്തി, കരുണാവാരിധിയായ ദൈവം തങ്ങളുടെ പാപങ്ങൾ പൊറുത്തുതരട്ടേ എന്ന് പ്രാർത്ഥിക്കുമായിരുന്നു. ഉവ്വ്, അവർ പ്രാർത്ഥി ക്കുകമാത്രമല്ല, ദീനമായി കരയുമായിരുന്നു, ഏറ്റവും ദുഷ്ടമായ പാപ ങ്ങൾ ഏറ്റുപറയുമായിരുന്നു. പക്ഷേ, പിറ്റേ ദിവസം, വീണ്ടും പുതിയൊരു സാരസൻ ശത്രുപാളയത്തിൽ കശാപ്പ് തുടരുമായിരുന്നു, ഹൃദയത്തിൽ കരുണയുടെ ചെറിയ ഒരു പൊടിപോലുമില്ലാതെ.

തീർച്ചയായും കുരിശുപോരാളികൾ മാടമ്പിമാരായിരുന്നു. സാധാര ണമനുഷ്യരുടേതിൽ നിന്ന് ഭിന്നമായ ഒരു പെരുമാറ്റസംഹിതയാണവർ അനുസരിച്ചത്. പക്ഷേ, ഇത്തരം കാര്യങ്ങളിൽ സാധാരണമനുഷ്യനും തന്റെ യജമാനനെപ്പോലെത്തന്നെയായിരുന്നു. ഒരു നിഴലുകൊണ്ടോ ഒരു കഷണം കടലാസുകൊണ്ടോ പേടിപ്പിക്കാൻ കഴിയുന്ന ലജ്ജാലുവായ കുതിരയെപ്പോലെയായിരുന്നു അയാൾ, സമുജ്ജ്വലവും വിശ്വസ്തവുമായ സേവനം നല്കാൻ കഴിയുന്നൊരാൾ. പക്ഷേ, തന്റെ വികാരബാധിത മായ ഭാവനയിൽ ഒരു പ്രേതത്തെ കാണുമ്പോൾ ഒളിച്ചോടിപ്പോയി, ഭീക രമായ നാശമുണ്ടാക്കുന്നൊരാൾ.

ഈ നല്ല മനുഷ്യരെപ്പറ്റി വിധി പ്രസ്താവം നടത്തുമ്പോൾ അവർ ജീവിച്ച ദുസ്സഹസാഹചര്യങ്ങളെപ്പറ്റി ഓർമ്മിക്കുക. പരിഷ്കൃത മനുഷ്യ രായി ഭാവിച്ച പ്രാകൃതരായിരുന്നു സത്യത്തിൽ അവർ. ചാർലിമെയിനും ഓട്ടോയും റോമാചക്രവർത്തിമാരായി അറിയപ്പെട്ടു. അവർക്കു റോമൻ ചക്രവർത്തിയോട് ഒരു സാമ്യവുമുണ്ടായിരുന്നില്ല (അഗസ്റ്റസ്, മാർക്കസ് ഒറീലിയസ് തുടങ്ങിയവരോട്). മഹത്തായ അവശിഷ്ടങ്ങൾക്കിടയിൽ ജീവിച്ച പ്രാകൃതന്മാരായിരുന്നു അവർ; അവരും പിതാക്കളും പിതാമഹ ന്മാരും നശിപ്പിച്ച പരിഷ്കൃതിയുടെ നേട്ടങ്ങൾ പങ്കുവയ്ക്കാൻ കഴിയാത്ത വർ. അവർക്കൊന്നുമറിയില്ലായിരുന്നു. ഇന്ന് പന്ത്രണ്ട് വയസ്സുള്ളൊരു കുഞ്ഞിനറിയാവുന്ന കാര്യങ്ങൾ പോലും അവർക്കറിയില്ലായിരുന്നു. എല്ലാ അറിവിനുമായി ഒരു പുസ്തകത്തെയാണവരാശ്രയിച്ചത്. അത് ബൈബിൾ ആയിരുന്നു. എന്നാൽ മനുഷ്യവംശത്തിന്റെ ചരിത്രത്തെ സ്വാധീനിച്ച ബൈബിൾ ഭാഗങ്ങളുണ്ട്. പുതിയ നിയമത്തിലെ അദ്ധ്യായ ങ്ങൾ, അവ നമ്മെ സ്നേഹം, ദാനധർമ്മങ്ങൾ, ക്ഷമ എന്നിവ പഠിപ്പിച്ചു തരുന്നു. ജ്യോതിശാസ്ത്രത്തെയോ ജന്തുശാസ്ത്രത്തെയോ സസ്യശാ സ്ത്രത്തെയോ ക്ഷേത്രഗണിതത്തെയോ മറ്റു ശാസ്ത്രങ്ങളെയോ പറ്റി പഠിക്കാൻ ആദരണീയഗ്രന്ഥം അത്രയൊന്നും ആശ്രയിക്കാവുന്നതല്ല. പന്ത്രണ്ടാം നൂറ്റാണ്ടിൽ മദ്ധ്യകാലലൈബ്രറികളിലേക്ക് രണ്ടാമതൊരു

പുസ്തകം കൂട്ടിച്ചേർക്കപ്പെട്ടു. *പ്രയോജനശാസ്ത്രങ്ങളുടെ എൻസൈക്ലോപീഡിയ*. ക്രിസ്തുവിന് മുമ്പ് നാലാം നൂറ്റാണ്ടിൽ ജീവിച്ച ഗ്രീക്ക് ദാർശനികനായ അരിസ്റ്റോട്ടിലാണത് സമാഹരിച്ചത്. അലക്സാണ്ടറുടെ ഈ ഗുരുനാഥന് ഇത്ര വലിയ പ്രാധാന്യം എന്തിനാണ് ക്രൈസ്തവസഭ നല്കിയത്? ഇതര ഗ്രീക്ക് ദാർശനികന്മാരെ അവരുടെ നരകതത്ത്വങ്ങളുടെ പേരിൽ തള്ളിപ്പറയുകയാണ് ചെയ്തിരുന്നത്. പക്ഷേ, ബൈബിൾ കഴിഞ്ഞാൽ അരിസ്റ്റോട്ടിൽ കൃതികൾക്കായിരുന്നു, സത്യക്രിസ്ത്യാനികൾക്കിടയിൽ ആധികാരികതയുണ്ടായിരുന്നത്.

ഏതാണ്ട് വളഞ്ഞവഴിയിലാണ് അദ്ദേഹത്തിന്റെ ഗ്രന്ഥങ്ങൾ യൂറോപ്പിലെത്തിയത്. ഗ്രീസിൽ നിന്ന് അവ അലക്സാണ്ട്രിയയിലേക്ക് പോയി. പിന്നീട് ഏഴാം നൂറ്റാണ്ടിൽ ഈജിപ്ത് കൈവശപ്പെടുത്തിയ മുസ്ലീങ്ങൾ അവ ഗ്രീക്കുഭാഷയിൽ നിന്ന് അറബിക് ഭാഷയിലേക്ക് വിവർത്തനം ചെയ്തു. മുസ്ലീം സൈന്യങ്ങളോടൊപ്പം അവ സ്പെയിനിലെത്തി. മഹാനായ ഈ സ്റ്റഗിറൈറ്റിന്റെ ദർശനം (മാസിഡോണിയയിലെ സ്റ്റഗിറസ് എന്ന സ്ഥലത്താണ് അരിസ്റ്റോട്ടിൽ ഭൂജാതനായത്) കോർഡോവയിലെ മൂറിഷ് സർവ്വകലാശാലയിൽ പഠിപ്പിച്ചിരുന്നു. ഈ അറബിക് ടെക്സ്റ്റുകൾ തുടർന്ന് ലത്തീനിലേക്ക് പരിഭാഷപ്പെടുത്തി. ക്രിസ്ത്യൻ വിദ്യാർത്ഥികളാണ് ഇത് ചെയ്തത്. സ്വതന്ത്രമായ വിദ്യാഭ്യാസം നേടുന്നതിനായി പിറനീസ് മലനിരകൾ കടന്നുവന്നവരായിരുന്നു അവർ. അവസാനം ഈ ദീർഘയാത്രകൾക്കുശേഷം പ്രശസ്തമായ ഈ ഗ്രന്ഥങ്ങൾ വടക്കുപടിഞ്ഞാറൻ യൂറോപ്പിലെ വ്യത്യസ്ത പാഠശാലകളിൽ പഠിപ്പിച്ചു. അവ വളരെ വ്യക്തമൊന്നുമായിരുന്നില്ല. പക്ഷേ, വളരെ രസകരമായിരുന്നു.

ബൈബിളിന്റെയും അരിസ്റ്റോട്ടിൽ കൃതികളുടേയും സഹായത്തോടെ, മദ്ധ്യയുഗങ്ങളിലെ ഏറ്റവും ധിഷണാശാലികളായവർ ആകാശത്തിനും ഭൂമിക്കുമിടയിലെ എല്ലാ കാര്യങ്ങളെയും അവയ്ക്കു ദൈവേച്ഛയുമായുള്ള ബന്ധത്തെയും കുറിച്ച് പഠിച്ചു. ഈ ധിഷണാശാലികൾ സ്കോളർമാർ അഥവാ സ്കൂൾമെൻ എന്നറിയപ്പെട്ടു. അവർ ശരിക്കും ബുദ്ധിമാന്മാരായിരുന്നു; പക്ഷേ അവരുടേത് പൂർണ്ണമായും പുസ്തകജ്ഞാനമായിരുന്നു. സ്വന്തം നിരീക്ഷണം വഴിയുള്ള ഒരു ജ്ഞാനവും അവർക്കുണ്ടായിരുന്നില്ല. ചൂരമീനിനെ പറ്റിയോ കൂറയെപ്പറ്റിയോ പഠിപ്പിക്കണമെങ്കിൽ അവർ ബൈബിളിന്റെ പഴയതും പുതിയതുമായ നിയമങ്ങളും അരിസ്റ്റോട്ടിൽ കൃതികളും പരിശോധിച്ച് ആ വസ്തുക്കളെപ്പറ്റി ആ കൃതികളിൽ നിന്ന് അറിവ് പഠിതാക്കൾക്ക് പ്രദാനം ചെയ്തു. തൊട്ടടുത്ത നദിക്കരികിൽ ചെന്ന് ഒരു പൊന്മാനെ പിടിക്കാനൊന്നും അവർ മിനക്കെട്ടില്ല. ലൈബ്രറിയിൽ നിന്ന് പുറത്തുപോയി അടുക്കള മുറ്റത്തു നിന്ന് കുറച്ച് കൂറകളെ പിടിച്ചുകൊണ്ടുവന്ന് ആ ജീവികളെ നിരീക്ഷിച്ച് പഠിക്കാനവർ ശ്രമിച്ചില്ല. ആർബെർട്ടസ് മാഗ്നസിനേയും തോമസ് അകി

മദ്ധ്യകാലലോകം

നാസിനേയും പോലുള്ള പ്രശസ്ത പണ്ഡിതന്മാർപോലും പലസ്തീനിലെ ചൂരമത്സ്യങ്ങളും മാസിഡോണിയയിലെ കൂറകളും പശ്ചിമയൂറോപ്പിലെ ചൂരമീനുകളിൽ നിന്നും കൂറകളിൽ നിന്ന് വ്യത്യാസമുള്ളതാകാമോ എന്നുപോലും അന്വേഷിച്ചില്ല.

വല്ലപ്പോഴുമൊരിക്കൽ അപൂർവ്വമായ ജിജ്ഞാസയുള്ള റോജർ ബേക്കനെപ്പോലൊരാൾ പണ്ഡിതസദസ്സിൽ വന്നുചേരുകയും, മാഗ്നിഫൈയിങ് ഗ്ലാസുപയോഗിച്ച് പരീക്ഷണങ്ങൾ നടത്തുകയും, രസകരമായ കൊച്ചുദൂരദർശിനികൾ ഉപയോഗിക്കുകയും ചെയ്തപ്പോൾ, പൊന്മാനെയും കൂറയെയും പരീക്ഷണശാലയിൽ കൊണ്ടുവന്നപ്പോൾ, ക്ലാസുമുറിയിൽ പ്രദർശിപ്പിച്ചപ്പോൾ, അവ പഴയനിയമത്തിലും അരിസ്റ്റോട്ടിൽ കൃതികളിലും വിവരിച്ചതിൽ നിന്ന് ഭിന്നമാണെന്ന് തെളിയിച്ചപ്പോൾ സ്കോളാർമാർ അവരുടെ ഘനഗംഭീരശീർഷങ്ങൾ കുലുക്കിക്കളഞ്ഞു. ബേക്കൺ വളരെ അകന്നുപോവുകയാണെന്നവർ കരുതി. പത്തുകൊല്ലം അരിസ്റ്റോട്ടിൽ കൃതികളിൽ അഭിരമിക്കുന്നതിനേക്കാൾ ഒരു മണിക്കൂർ നേരത്തെ പ്രത്യക്ഷനിരീക്ഷണമാണ് പ്രയോജനംചെയ്യുകയെന്നദ്ദേഹം പറഞ്ഞപ്പോൾ, അരിസ്റ്റോട്ടിലിനെ വിവർത്തനം ചെയ്യാതെ നിലനിർത്താതിരിക്കലായിരുന്നു നല്ലതെന്നു കൂടി അദ്ദേഹം സൂചിപ്പിച്ചപ്പോൾ, പണ്ഡിതസമൂഹം പൊലീസിനെ സമീപിച്ചു: "ഇയാൾ രാജ്യരക്ഷയ്ക്ക് അപകടകാരിയാണ്. അരിസ്റ്റോട്ടിലിനെ മൂലകൃതികളിൽ നിന്ന് പഠിക്കുന്നതിനായി ഞങ്ങൾ ഗ്രീക്ക് ഭാഷ പഠിക്കണമെന്നയാൾ ശഠിക്കുന്നു. കഴിഞ്ഞ ഏറെ നൂറ്റാണ്ടുകളായി നമ്മുടെ ജനങ്ങളെ സംതൃപ്തരാക്കിയ ലത്തീൻ -അറബിക്ക് വിവർത്തനങ്ങൾകൊണ്ട് അയാൾക്കു തൃപ്തിയടഞ്ഞാലെന്താണ്? എന്തിനാണയാൾ മീനിന്റെയും പക്ഷിയുടെയും പാറ്റകളുടെയും ഉൾഭാഗത്തെപ്പറ്റി ഇത്രമാത്രം ശ്രദ്ധാലുവാകുന്നത്? അയാൾ ഒരു ദുഷ്ടമാന്ത്രികനാവാം, തന്റെ കറുത്ത ജാലവിദ്യകൊണ്ട് വ്യവസ്ഥാപിത സംവിധാനത്തെ തകർക്കാൻ ശ്രമിക്കുകയാവാം." അവർ വളരെ ശക്തമായി വാദമുഖങ്ങളുന്നയിച്ചു. ബേക്കണ് പത്തുകൊല്ലത്തേക്ക് ഒരു വാക്കുപോലും എഴുതരുതെന്ന് വിധിയുണ്ടായി. അദ്ദേഹം തന്റെ ഗ്രന്ഥങ്ങൾ അത്ഭുതകരമായ ചുരുൾ പുസ്തകങ്ങളിൽ എഴുതിവച്ചു. അദ്ദേഹത്തെ സമകാലീനന്മാർക്ക് വായിക്കാൻ കഴിഞ്ഞില്ല. പുതിയ ചോദ്യങ്ങളുയർന്നുവന്ന്, സഭയോട് അവിശ്വാസവും സന്ദേഹവും വളർന്നപ്പോൾ ഏറെ നിരാശമായ പള്ളി അറിയാതിരിക്കാൻ ഇത്തരം ചില സൂത്രങ്ങൾ പ്രയോഗിക്കേണ്ടിവന്നു.

ജനങ്ങളെ അജ്ഞരായി നിലനിർത്താനുള്ള ദുഷ്ടമായ ലക്ഷ്യമൊന്നും ഇതിനുണ്ടായിരുന്നില്ല. മതവിദ്രോഹികളെ വേട്ടയാടുന്നവരുടെ ലക്ഷ്യം സദുദ്ദേശ്യപരമായിരുന്നു. അവർ ശരിക്കും ദയാലുക്കളായിരുന്നു. അവർ വിശ്വസിച്ചിരുന്നു, അല്ല അവർക്ക് ശരിക്കും അറിയാമായിരു

ന്നു ഈ ലോകജീവിതം പരലോകത്തിലെ ശാശ്വത ജീവിതത്തിനുവേണ്ടിയുള്ള തയ്യാറെടുപ്പായിരുന്നുവെന്ന്. അധികമായ അറിവ്, ജനങ്ങളെ അസ്വസ്ഥരാക്കിയിരുന്നുവെന്ന കാര്യം അവർക്ക് ബോദ്ധ്യമായിരുന്നു. ജനങ്ങളുടെ മനസ്സിൽ അതിജ്ഞാനം ആപല്ക്കരമായ അഭിപ്രായങ്ങൾ സൃഷ്ടിച്ചിരുന്നു, സംശയമുളവാക്കിയിരുന്നു, അത് വഴി മതദ്രോഹം ഉണ്ടായിരുന്നു. തന്റെയൊരു ശിഷ്യൻ ബൈബിളിലൂടെ അരിസ്റ്റോട്ടിലൂടെ വെളിപ്പെട്ട അറിവ് നേടുന്നതിനുപകരം താൻ സ്വന്തം നിലയിൽ നിരീക്ഷിച്ച് കാര്യങ്ങളറിഞ്ഞുകൊള്ളാമെന്ന് പറഞ്ഞാൽ, കത്തുന്ന അടുപ്പിലേക്കോടുന്ന കുഞ്ഞിനെ അമ്മയെന്നപോലെ സ്കോളാർ ഗുരുനാഥൻ അത് മുടക്കുമായിരുന്നു. അടുപ്പ് തൊട്ടാൽ കുഞ്ഞിന്റെ കിളുന്നുവിരലുകൾ പൊള്ളുമെന്നും, അതു തടയേണ്ടതാണെന്നും, വേണ്ടി വന്നാൽ അതിന് ചെറിയ ബലം പ്രയോഗിക്കേണ്ടിവരുമെന്നും അമ്മയ്ക്കറിയാമായിരുന്നു. അമ്മയ്ക്ക് കുഞ്ഞിനെ അത്രയ്ക്കത്രയ്ക്കിഷ്ടമാണ്. ആ കുഞ്ഞ് അമ്മയെ അനുസരിക്കുകയാണെങ്കിൽ തനിക്കാവുന്ന മുഴുവൻ സ്നേഹവും അമ്മ അതിനു നല്കുമായിരുന്നു. അതേപോലെയായിരുന്നു മദ്ധ്യകാലത്തെ ആത്മരക്ഷകന്മാർ; വിശ്വാസവുമായി ബന്ധപ്പെട്ട എല്ലാ കാര്യങ്ങളിലും കർക്കശക്കാരായിരുന്നു അവർ; രാപ്പകലുകൾ കുഞ്ഞാടുകളെ സേവിച്ചുകൊണ്ടാണവർ കഴിഞ്ഞുവന്നിരുന്നത്. കഴിയുമ്പോഴൊക്കെ അവർ സഹായഹസ്തം നീട്ടി. ശരാശരി മർത്ത്യന്റെ വിധി പരമാവധി സഹനീയമാക്കുന്നതിന് വേണ്ടി പ്രയത്നിച്ച നല്ലവരായ സ്ത്രീ പുരുഷന്മാരുടെ സ്വാധീനമുള്ളവരായിരുന്നു അന്നത്തെ സമൂഹം.

അടിയാളൻ അടിയാളൻ തന്നെ, അയാളുടെ നിലയിൽ മാറ്റമൊന്നുമില്ലായിരുന്നു. ജീവിതകാലം മുഴുവൻ അടിമയായി കഴിയാൻ അടിയാളനെ അനുവദിച്ച നല്ലവനായ ദൈവം ആ പാവത്തിന് അനശ്വരമായ ഒരാത്മാവ് നല്കിയിരുന്നു. അതുകൊണ്ട് നല്ല ക്രൈസ്തവനായി ജീവിക്കാനും മരിക്കാനുമുള്ള അയാളുടെ അവകാശങ്ങൾ സംരക്ഷിക്കേണ്ടിയിരുന്നു. അയാൾ വളരെ വൃദ്ധനായാൽ അല്ലെങ്കിൽ ദുർബ്ബലനായാൽ അയാളുടെ യജമാനനായ നാടുവാഴി പ്രഭു അയാളെ സംരക്ഷിക്കേണ്ടിയിരുന്നു. അതിനാൽ ഭയാവഹവും വിരസവുമായ ജീവിതം നയിച്ച അടിയാളന് നാളെയെപ്പറ്റിയുള്ള ഭയമുണ്ടായിരുന്നില്ല. താൻ "സുരക്ഷിത"നാണെന്നയാൾക്കറിയാമായിരുന്നു. അയാളെ തൊഴിലിൽ നിന്ന് കളയാൻ പറ്റില്ലായിരുന്നു– അയാളുടെ തലയ്ക്കുമുകളിൽ ഒരു മോന്തായമുണ്ടായിരുന്നു (ചോർന്നൊലിക്കുന്നതെങ്കിലും ഒരു മോന്തായംതന്നെ). അതിൽ എല്ലായ്പ്പോഴും എന്തെങ്കിലും ആഹാരം ഉറപ്പായിരുന്നു.

ഈ 'സ്ഥിരതാ' ബോധവും 'സുരക്ഷിതത്വ'ബോധവും സമൂഹത്തിലെ എല്ലാവർഗ്ഗങ്ങളിലുമുണ്ടായിരുന്നു. പട്ടണങ്ങളിൽ എല്ലാവർക്കും സ്ഥിരമായ വരുമാനമുറപ്പു നല്കുന്ന ഗിൽഡുകൾ കച്ചവടക്കാരും കൈവേ

ലക്കാരും സ്ഥാപിച്ചിരുന്നു. ഉൽക്കർഷേച്ഛയുള്ളൊരാളെ മറ്റൊരാളേക്കാൾ നന്നായി പ്രവർത്തിക്കാൻ ഈ സംവിധാനം അനുവദിച്ചില്ല. എങ്ങനെയെങ്കിലും "കഴിഞ്ഞു കൂടുന്ന" "മന്ദഗതി"ക്കാർക്ക് ഈ ഗിൽഡുകൾ മിക്കപ്പോഴും സംരക്ഷണം നല്കി. കടുത്ത മത്സരം നടക്കുന്ന നമ്മുടെ കാലത്ത് കാണാത്ത സാമാന്യമായ സംതൃപ്തിയും ഉറപ്പും തൊഴിലെടുക്കുന്ന ജനങ്ങൾക്ക് അന്നുണ്ടായിരുന്നു. മദ്ധ്യയുഗങ്ങൾക്ക് നാം ആധുനികകാലത്ത് "കോർണറുകൾ" എന്നു വിളിക്കുന്ന സംവിധാനത്തിന്റെ ആപത്തിനെപ്പറ്റി നല്ല ബോദ്ധ്യമുണ്ടായിരുന്നു. ഒരു ധനികൻ ലഭ്യമായ എല്ലാ ധാന്യങ്ങളും സോസും പാകം ചെയ്ത ഭക്ഷ്യവസ്തുക്കളും കുത്തകയാക്കിവെച്ച് അയാൾ നിശ്ചയിക്കുന്ന വിലയ്ക്ക് ആളുകളെക്കൊണ്ട് വാങ്ങിപ്പിക്കുന്ന സംവിധാനമായിരുന്നു അത്. അധികാരികൾ അതുകൊണ്ട് വൻകിട വ്യാപാരം നിരുത്സാഹപ്പെടുത്തിയിരുന്നു; വിലനിയന്ത്രിച്ചിരുന്നു; ആ വിലയ്ക്കാണ് കച്ചവടക്കാർക്ക് സാധനങ്ങൾ വില്ക്കാൻ അനുവാദമുണ്ടായിരുന്നത്.

മദ്ധ്യയുഗങ്ങൾ മത്സരം ഇഷ്ടപ്പെട്ടിരുന്നില്ല. എന്തിനാണിങ്ങനെ മത്സരിക്കുന്നത്? ലോകത്തിൽ ധൃതിയും ശത്രുതയും ഉണ്ടാക്കുന്നത്? വിധിദിവസം ഇതാ വളരെ അടുത്തെത്തിയിരിക്കുന്നല്ലോ, ധനത്തിനൊന്നും ഒരർത്ഥവുമില്ലാത്തപ്പോൾ നല്ലവനായ അടിയാളൻ സ്വർഗ്ഗത്തിന്റെ സ്വർണ്ണകവാടം കടക്കാൻ പോവുമ്പോൾ ചീത്തമാടമ്പിയോ ഹാ! നരകത്തിന്റെ പാതാളഗർത്തത്തിൽ കടുത്ത ശിക്ഷയനുഭവിക്കുമ്പോൾ, എന്തിനാണ് മത്സരം?

ചുരുക്കത്തിൽ മദ്ധ്യയുഗ മനുഷ്യർ അവരുടെ ചിന്താ സ്വാതന്ത്ര്യത്തിന്റെയും പ്രവർത്തന സ്വാതന്ത്ര്യത്തിന്റെയും ഒരു ഭാഗം അടിയറവയ്ക്കേണ്ടിയിരുന്നു, അതുവഴി അവർക്ക് ശരീരത്തിന്റെയും ആത്മാവിന്റെയും ദാരിദ്ര്യത്തിൽ നിന്ന് രക്ഷനേടാൻ കഴിയുമായിരുന്നു!

അപൂർവ്വം ചിലരൊഴികെ ആരും എതിർത്തിരുന്നില്ല. തങ്ങൾ ഈ ഗ്രഹത്തിൽ കേവലം സന്ദർശകരാണെന്ന് അവർ ഉറച്ചു വിശ്വസിച്ചു - മഹത്വമേറിയതും കൂടുതൽ പ്രധാനവുമായ ഒരു ജീവിതത്തിനുവേണ്ടി തയ്യാറെടുക്കാനാണ് ഈ ഭൂമിയിലെ വാസമെന്നവർ കരുതി. ദുരിതങ്ങളും ദുഷ്ടതകളും അനീതിയും നിറഞ്ഞ ഒരു ലോകത്തിനു നേരെ അവർ ബോധപൂർവ്വം പിന്തിരിഞ്ഞുനിന്നു. അപോകാലിപ്സി (Apocalypse ദിവ്യവെളിപാട്)ന്റെ അദ്ധ്യായത്തിൽ നിന്ന് സൂര്യപ്രകാശം തങ്ങളെ വ്യതിചലിപ്പിക്കാതിരിക്കാൻ അവർ തിരശ്ശീലകൾ വലിച്ചു താഴ്ത്തി. ആ മഹത്തായ കൃതിയാണ് അവർക്ക് നിത്യപ്രകാശം ലഭിക്കുന്ന സ്വർഗ്ഗീയ ദീപം കിട്ടുമെന്നവരോടു പറഞ്ഞത്. ഐഹികജീവിതത്തിലെ മിക്ക ആനന്ദങ്ങളും അവർ പരിത്യജിച്ചു; വിദൂരമല്ലാത്ത ഭാവിയിൽ പരലോകത്ത് കാത്തിരിക്കുന്ന അനശ്വരാനന്ദം നുകരാമെന്നവർ ദൃഢമായി വിശ്വസി

ച്ചു. ജീവിതം അത്യാവശ്യമായൊരു തിന്മയായി അവർ അംഗീകരിച്ചു; മരണത്തെ, മഹത്തായ ഒരു ദിനത്തിന്റെ തുടക്കമെന്ന നിലയിൽ മരണത്തെ, അവർ സ്വാഗതം ചെയ്തു.

ഗ്രീക്കുകാരും റോമാക്കാരും ഒരിക്കലും ഭാവിയെപ്പറ്റി വിഹ്വലരായിരുന്നില്ല. ഇവിടെ ഈ ഭൂമിയിൽ സ്വർഗ്ഗം പണിയാനാണ് അവർ ശ്രമിച്ചത്. അടിമകളല്ലാത്ത സഹജീവികളുടെ ജീവിതം പരമാവധി സന്തോഷപ്രദമാക്കുന്നതിൽ അവർ വിജയിച്ചിരുന്നു. പിന്നെ മദ്ധ്യയുഗങ്ങളുടെ മറ്റൊരു ധ്രുവം നിലവിൽ വന്നു; അവിടെ മനുഷ്യൻ അവന്നായി അത്യുന്നതമേഘലങ്ങൾക്കപ്പുറത്ത് ഒരു പറുദീസ പണിതു; ഈ ലോകം എല്ലാ മനുഷ്യർക്കും അശ്രുതാഴ്വാരമായി; ഉന്നതർക്കും താഴ്ന്നവർക്കും, ധനികർക്കും ദരിദ്രർക്കും, ധിഷണാശാലികൾക്കും മന്ദന്മാർക്കും. പെന്റുലം എതിർദിശയിലേക്ക് നീങ്ങാൻ സമയമായിരുന്നു. അതാണ് ഞാൻ അടുത്ത അദ്ധ്യായത്തിൽ പറയാൻ പോകുന്നത്.

മദ്ധ്യകാല വാണിജ്യം

കുരിശുയുദ്ധങ്ങൾ മദ്ധ്യധരണിയെ വീണ്ടുമൊരു തിരക്കു പിടിച്ച വാണിജ്യകേന്ദ്രമാക്കി. ഏഷ്യയും ആഫ്രിക്കയുമായുള്ള വ്യാപാരത്തിൽ ഇറ്റാലിയൻ പെനിൻസുലയിലെ നഗരങ്ങൾ വലിയ വിതരണകേന്ദ്രങ്ങളായി

മദ്ധ്യയുഗങ്ങളിൽ ഇറ്റാലിയൻ നഗരങ്ങൾക്ക് പ്രമുഖ പദവി നേടാൻ കഴിഞ്ഞതിന് മൂന്ന് നല്ല കാരണങ്ങളുണ്ട്. ഇറ്റാലിയൻ പെനിൻസുല പണ്ട്, വളരെ പണ്ട്, റോമിന്റെ അധീനതയിലായിരുന്നു. അവിടെ യൂറോപ്പിൽ മറ്റെവിടുത്തേക്കാൾ കൂടുതൽ വീഥികളും, കൂടുതൽ പട്ടണങ്ങളും, കൂടുതൽ വിദ്യാലയങ്ങളും ഉണ്ടായിരുന്നു. മറ്റെവിടെയുമെന്നപോലെ ഇറ്റലിയിലും അപരിഷ്കൃത ബർബ്ബരന്മാർ ആസക്തിയോടെ തീവെട്ടിക്കൊള്ള നടത്തിയിരുന്നു. നശിപ്പിക്കാനേറെയുണ്ടായിരുന്നതിനാൽ അതിജീവിച്ചതും ഏറെയായിരുന്നു. രണ്ടാമതായി പോപ്പ് ഇറ്റലിയിലായിരുന്നു ജീവിച്ചത്. ഭൂമിയും അടിയാളന്മാരും കെട്ടിടങ്ങളും വനങ്ങളും പുഴകളുമടങ്ങുന്ന, നിയമക്കോടതികൾ നടത്തിയ വിശാലമായൊരു രാഷ്ട്രീയ സംവിധാനത്തിന്റെ അധിപനായിരുന്നു പോപ്പ്; ഇതൊക്കെ കാരണം അദ്ദേഹത്തിന് വൻതോതിലുള്ള പണം സ്ഥിരമായി കിട്ടിക്കൊണ്ടിരുന്നു. പോപ്പിനും അധികാരികൾക്കും സ്വർണ്ണവും വെള്ളിയുമായിരുന്നു വേണ്ടിയിരുന്നത്, അത് സുലഭമായി നല്കാൻ വെനീസിലേയും ജിനോവയിലേയും വണിക്കുകൾക്കും കപ്പലുടമകൾക്കും സാധിച്ചിരുന്നു. ഉത്തരദേശത്തെയും പശ്ചിമദേശത്തെയും പശുക്കൾ, മുട്ടകൾ, കുതിരകൾ, ഇതര കാർഷിക വിഭവങ്ങൾ എല്ലാം വിറ്റുപെറുക്കി പണമാക്കിയാൽ മാത്രമേ വിദൂര നഗരമായ റോമിലെ കടങ്ങൾ വീട്ടാൻ കഴിയുമായിരുന്നുള്ളൂ.

ഇങ്ങനെയാണ് അളവറ്റ സ്വർണ്ണവും വെള്ളിയുമുള്ള ഒരു നാടായി ഇറ്റലി മാറിയത്. അവസാനമായി, കുരിശുയുദ്ധങ്ങളുടെ കാലത്ത്, ഇറ്റാലിയൻ നഗരങ്ങൾ വഴിയാണ് കുരിശു പോരാളികൾ പോയിരുന്നത്; ഇതിൽ നിന്ന് നഗരങ്ങൾ അവിശ്വസനീയമായ അളവിൽ ലാഭം നേടിയിരുന്നു. കുരിശുയുദ്ധങ്ങൾ അവസാനിച്ചപ്പോൾ ഇതേ നഗരങ്ങൾ പൗര

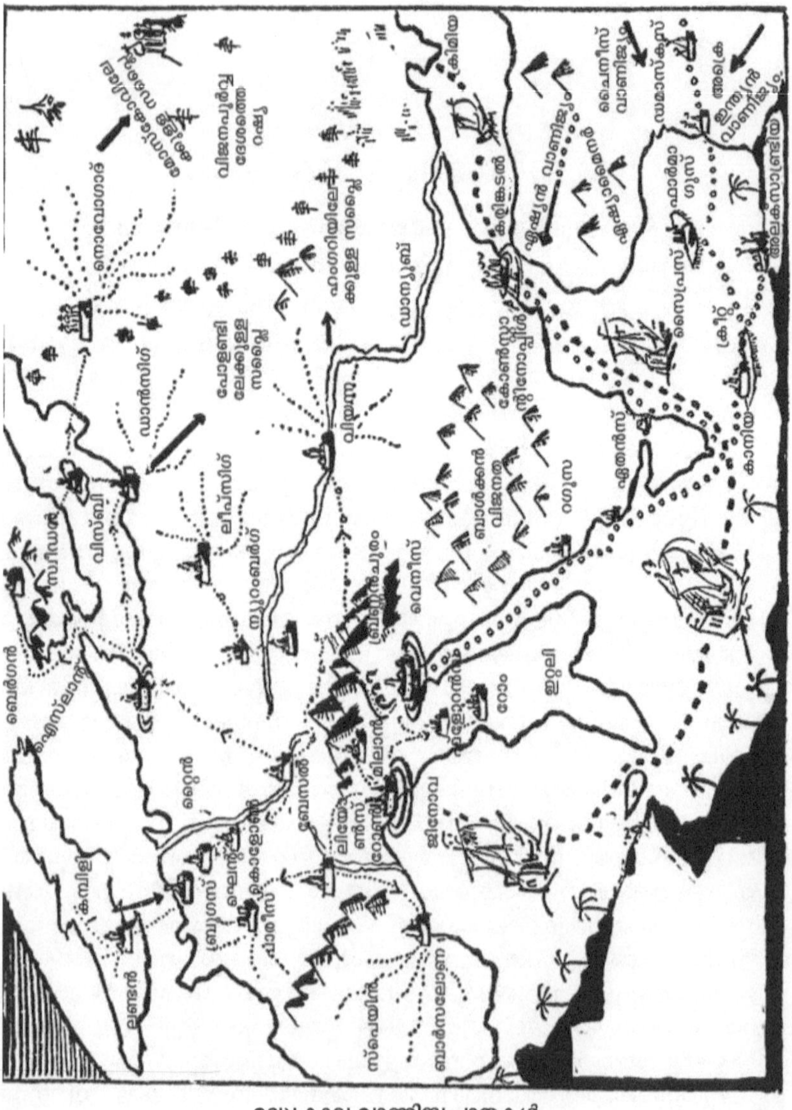

മദ്ധ്യകാല വാണിജ്യപാതകൾ

സ്ത്യഉല്പന്നങ്ങളുടെ വിതരണക്കാരായി നിന്നു; കുരിശുയുദ്ധകാലത്ത് പരിചയിച്ച ശീലങ്ങളിൽ നിന്ന് കുരിശുപോരാളികളായിരുന്നവർക്ക് മടക്കയാത്രയില്ലായിരുന്നു.

ഈ പട്ടണങ്ങളിൽ വെനിസായിരുന്നു ഏറ്റവും പ്രസിദ്ധം. ഒരു ചെളിത്തട്ടിൽ പടുത്തുയർത്തിയ റിപ്പബ്ലിക്കായിരുന്നു വെനീസ്. നാലാം നൂറ്റാണ്ടിൽ അപരിഷ്കൃതബർബ്ബര സമൂഹങ്ങളുടെ ആക്രമണമുണ്ടായപ്പോൾ വൻകരയിലെ ജനങ്ങൾ ഈ നഗരത്തെയാണ് ആശ്രയിച്ചിരുന്നത്. നാലു വശവും കടലുള്ള ഈ പ്രദേശത്തെ ജനത ഉപ്പ് നിർമ്മാതാക്കളായി മാറി. മദ്ധ്യയുഗങ്ങളിൽ ഉപ്പ് വളരെ ദുർല്ലഭമായിരുന്നു. വിലയാണെങ്കിൽ വളരെ വലുത്. നൂറുകണക്കിൽ വർഷങ്ങളായി വെനീസിന് ഉപ്പു കച്ചവടത്തിന്റെ കുത്തകയുണ്ടായിരുന്നു. ഭക്ഷണമേശയിലെ ഒഴിവാക്കാനാവാത്ത ഘടകമായിരുന്നു ഉപ്പ്. (ഒഴിവാക്കാനാവാത്തതെന്ന വാക്ക് ഞാൻ ബോധപൂർവ്വം പറയുന്നതാണ്; മനുഷ്യരും മൃഗങ്ങളുമെല്ലാം അല്പം ഉപ്പ് ചേർന്ന ആഹാരം കഴിക്കുന്നില്ലെങ്കിൽ അസുഖബാധിതരാകും) ഈ കുത്തകയുപയോഗിച്ച് വെനീസിലെ ജനങ്ങൾ നഗരത്തിന്റെ അധികാരം വളർത്തി. ചിലപ്പോഴൊക്കെ അവർ പോപ്പുമാരെപോലും ധിക്കരിച്ചിരുന്നു. നഗരം സമ്പന്നമായി കഴിഞ്ഞിരുന്നു. കപ്പൽ നിർമ്മിക്കാൻ തുടങ്ങിയിരുന്നു; അതുവഴി പൗരസ്ത്യലോകവുമായി വാണിജ്യം നടത്തിയിരുന്നു. കുരിശുയുദ്ധകാലത്തെ പുണ്യഭൂമിയിലേക്ക് യാത്രക്കാരെ കൊണ്ടുപോവുന്നതിന് ഈ കപ്പലുകൾ ഉപയോഗിച്ചു. യാത്രക്കാർക്ക് ടിക്കറ്റിന് പണം നല്കാൻ കഴിയാതെ വന്നപ്പോൾ അവർ വെനീഷ്യക്കാരുടെ കോളനി രൂപീകരണത്തിൽ സഹായിച്ചു. ഈജിയൻ കടലിലും ഏഷ്യാമൈനറിലും ഈജിപ്തിലുമെല്ലാം ഈ കോളനിവല്ക്കരണ സഹായമുണ്ടായി.

പതിനാലാം നൂറ്റാണ്ടിന്റെ അവസാനമായതോടെ വെനീസിലെ ജനസംഖ്യ ഇരുനൂറായിരം (രണ്ടുലക്ഷം) കവിഞ്ഞു; ഇതോടെ വെനീസ് മദ്ധ്യയുഗങ്ങളിലെ ഏറ്റവും ജനസംഖ്യയുള്ള വൻ നഗരമായിത്തീർന്നു. ജനങ്ങൾക്ക് ഭരണത്തിൽ ഒരു സ്വാധീനവുമുണ്ടായിരുന്നില്ല. ഭരണം അല്പം ചില സമ്പന്നമായ വണിക്കുടുംബങ്ങളുടെ സ്വന്തം കാര്യമായിരുന്നു. അവർ ഒരു സെനറ്റിനെയും ഒരു ദോഗയെയും അഥവാ ഡ്യൂക്കിനേയും തിരഞ്ഞെടുത്തു. എന്നാൽ നഗരത്തിന്റെ യഥാർത്ഥ ഭരണാധികാരികൾ പ്രസിദ്ധമായ ദശാംഗസമിതിയായിരുന്നു (Council of Ten). ആ സമിതി നിലനിന്നതാകട്ടെ സുസംഘടിതമായ ഒരു രഹസ്യാന്വേഷണ വിഭാഗത്തിന്റെയും കൊലപാതകം തൊഴിലായി സ്വീകരിച്ചവരുടെയും സഹായത്തോടെയായിരുന്നു. ഈ സംഘങ്ങൾ എല്ലാ പൗരന്മാരെയും എല്ലായ്പ്പോഴും നിരീക്ഷിച്ചു കൊണ്ടിരുന്നു. പൊതു രക്ഷാസമിതിക്ക് വിപത്തായി കരുതപ്പെടുന്ന ആരേയും വളരെ നിശ്ശബ്ദമായി ഈ സംഘങ്ങൾ ഇല്ലായ്മ ചെയ്തു.

ഇതിന് വിപരീതമായ ഒരു ജനാധിപത്യ ഭരണക്രമം ഫ്ളോറൻസ്

നഗരത്തിൽ വളർന്നുവന്നു. ഉത്തരയൂറോപ്പിൽ നിന്ന് റോമിലേക്കുള്ള വീഥി ഈ നഗരത്തിന്റെ നിയന്ത്രണത്തിലായിരുന്നു. ഇതുവഴി സമ്പാദിച്ച ധന മുപയോഗിച്ച് അവർ ഉല്പാദനസംരംഭങ്ങളിൽ ഏർപ്പെട്ടു. ഫ്ളോറൻസിലെ ജനങ്ങൾ പഴയ ഏഥൻസിന്റെ മാതൃക പിന്തുടർന്നു. പൗരസംബന്ധ മായ വിഷയങ്ങളെപ്പറ്റിയുള്ള ചർച്ചകളിൽ പ്രഭുക്കന്മാരും പുരോഹിത ന്മാരും ഗിൽഡംഗങ്ങളും പങ്കെടുത്തു. ഇത് വമ്പിച്ച ഒരു പൗരമുന്നേറ്റ ത്തിലേക്കു നയിച്ചു. ജനങ്ങൾ സദാ വിഭിന്ന രാഷ്ട്രീയകക്ഷികളായി തി രിഞ്ഞു. ഈ പാർട്ടികൾ കടുത്ത ശത്രുതയോടെ അന്യോന്യം പൊരു തി. ശത്രുക്കളെ ഭ്രഷ്ടരാക്കുകയും അവരുടെ സ്വത്തുവകകൾ കണ്ടുകെ ട്ടുകയും ചെയ്തു. പല നൂറ്റാണ്ടുകാലം നീണ്ടു നിന്ന സംഘടിതമായ ആൾക്കൂട്ടഭരണത്തിനുശേഷം അനിവാര്യമായതു സംഭവിച്ചു. ശക്തമാ യൊരു കുടുംബം നഗരാധിപത്യം പിടിച്ചെടുത്തു. അവർ ചുറ്റുപാടുമുള്ള പ്രദേശങ്ങളിലും ആധിപത്യം സ്ഥാപിച്ചു. പഴയ ഗ്രീക്ക് 'ടയറന്റു'കളുടെ രീതിയായിരുന്നു ഇത്. മെഡിസി എന്നായിരുന്നു ഈ കുടുംബത്തിന്റെ പേര്. ആദ്യത്തെ മെഡിസി ഒരു ഭിഷക്കായിരുന്നു (ഭിഷഗ്വരനുള്ള ലാറ്റിൻവാക്ക് മെഡിക്കസ് എന്നാണ്, അതിൽ നിന്നാണ് മെഡിസി എന്ന പദമുണ്ടായത്). പക്ഷേ, പില്ക്കാലത്ത് അവർ പണമിടപാടുകാ (ബാങ്കർമാർ)രായി. ലോകത്തെ എല്ലാ വാണിജ്യകേന്ദ്രങ്ങളിലും അവ രുടെ ബാങ്കുകളും പണമിടപാട് സ്ഥാപനങ്ങളും കാണാമായിരുന്നു. ഇന്നത്തെ അമേരിക്കൻ പണമിടപാടു സ്ഥാപനങ്ങൾ പോലും മൂന്ന് സ്വർണ്ണഗോളങ്ങൾ പ്രദർശിപ്പിക്കുന്നുണ്ട്. ഇത് പഴയ ഫ്ളോറൻസ് ഭര ണാധികാരികളായ മെഡിസി കുടുംബത്തിന്റെ കുലചിഹ്നം ആയിരുന്നു. അവർ പെൺകുട്ടികളെ ഫ്രഞ്ചുരാജാക്കന്മാർക്ക് വിവാഹം ചെയ്തു കൊടുക്കുകയും റോമൻ സീസറിന്റേതിനു തുല്യമായ ശവക്കല്ലറകളിൽ സംസ്കരിക്കപ്പെടുകയും ചെയ്തു.

പിന്നെയുണ്ടായിരുന്ന ഒരു നഗരം ജിനോവയായിരുന്നു, വെനീ സിന്റെ ശത്രു. അവിടെ കച്ചവടക്കാർ ആഫ്രിക്കയിലെ ടൂണീസുമായും കരിങ്കടൽത്തീരത്തെ ധാന്യപ്പുരകളുമായുള്ള കച്ചവടത്തിൽ സ്പെഷ്യ ലൈസ് ചെയ്തു. ഇവ കൂടാതെ ഇരുന്നൂറിലധികം മറ്റു നഗരങ്ങളുണ്ടാ യിരുന്നു. ചിലത് വലുത്, ചിലത് ചെറുത്. ഓരോന്നും ഒരു പൂർണ്ണവാ ണിജ്യഘടകമായിരുന്നു. അവർ അയല്ക്കാരുമായി പൊരുതിക്കൊണ്ടി രുന്നു, ശത്രുക്കളുമായി മത്സരിച്ചുകൊണ്ടിരുന്നു, അപരന് ലാഭം നിഷേ ധിക്കാനുള്ള എല്ലാ കൃത്യങ്ങളും ചെയ്തിരുന്നു.

ഈ വിതരണകേന്ദ്രങ്ങളിലേക്ക് പൗരസ്ത്യദേശത്തേയും ആഫ്രി ക്കയിലേയും ഉല്പന്നങ്ങൾ എത്തിക്കഴിഞ്ഞാൽ അവ പാശ്ചാത്യാഭിമു ഖമായും ഉത്തരാഭിമുഖമായും യാത്രയ്ക്ക് സന്നദ്ധമായിക്കഴിഞ്ഞി രിക്കണം.

ജിനോവയിൽനിന്ന് ഉല്പന്നങ്ങൾ മാഴ്സെയിൽസിലെത്തിയത് ജല

മാർഗ്ഗമായിരുന്നു. അവിടെ നിന്ന് അവ റോൺ നദി വഴി മറ്റു നഗരങ്ങളിലേക്കെത്തിച്ചു. അവിടങ്ങളാണ് ഉത്തര ഫ്രാൻസിന്റെയും പശ്ചിമ ഫ്രാൻസിന്റെയും കമ്പോളങ്ങളായി വർത്തിച്ചിരുന്നത്.

വെനീസ് കരമാർഗ്ഗമാണ് ഉത്തരയൂറോപ്പിലേക്കു പോയത്. ഈ പ്രാചീന പാത ബ്രെണ്ണർചുരത്തിലൂടെയാണ് കടന്നുപോയത്. ഇറ്റലിയെ ആക്രമിച്ച പ്രാകൃത ഗോത്രക്കാരുടെ പുരാതന വീഥിയായിരുന്നു അത്. ഇൻസ്ബ്രക്ക് വഴി ഉല്പന്നങ്ങൾ ബേസലിലേക്ക് കൊണ്ടുപോയി. അവിടെ

നോവ്ഗൊരോദ് നഗരം

നിന്ന് റൈൻ നദി വഴി അത് നോർത്ത് സീയിലേക്കും ഇംഗ്ലണ്ടിലേക്കും എത്തി; അല്ലെങ്കിൽ ഓഗ്സ്ബർഗിലേക്ക് കൊണ്ടുപോയി. അവിടെ നിന്ന് ഫുഗ്ഗർകുടുംബം ഉല്പന്നങ്ങൾ ന്യൂറംബർഗിലും ലീപ് സിഗിലും വിതരണം ചെയ്യാനുള്ള വഴിയാരാഞ്ഞു. (ഈ ഫുഗ്ഗർ കുടുംബം ബാങ്കർമാരുടെയും വ്യവസായികളുടെയും കുടുംബമായിരുന്നു. സ്വന്തം തൊഴിലാളികൾക്ക് നല്കുന്ന കൂലിപ്പണം രാകിയെടുക്കുന്നവരുമായിരുന്നു അവർ.) ബാൽട്ടിക്കിലെ നഗരങ്ങളിലേക്കും വിസ്ബിയിലേക്കും (ഗോട്ലാന്റ് ദ്വീപിൽ) ഉല്പന്നങ്ങൾ കൊണ്ടുപോവുന്നതും അവിടെ നിന്നായിരുന്നു. ഉത്തരബാൾട്ടിക്കിന്റെ ആവശ്യങ്ങൾ സംരക്ഷിച്ചിരുന്നത് വിസ്ബിയായിരുന്നു. റഷ്യയിലെ പഴയ വാണിജ്യകേന്ദ്രമായ നോവ് ഗോറോഡ് റിപ്പബ്ലിക്കുമായും അതിന് പ്രത്യക്ഷബന്ധമുണ്ടായിരുന്നു. പതിനാറാം നൂറ്റാണ്ടിന്റെ മദ്ധ്യത്തിൽ ഭീകരനായ ഐവാൻ (ഐവാൻ ദി ടെറിബിൾ) ഈ പ്രദേശം നശിപ്പിച്ചു.

യൂറോപ്പിന്റെ ഉത്തര പശ്ചിമതീരത്തെ കൊച്ചുനഗരങ്ങൾക്ക് സ്വന്തമായ ഒരു കഥയുണ്ടായിരുന്നു. മദ്ധ്യയുഗലോകം ഒരുപാട് മത്സ്യം ആഹ

രിച്ചിരുന്നു. അനേകം വ്രതാനുഷ്ഠാന ദിനങ്ങളുണ്ടായിരുന്നു. ആ ദിവസങ്ങളിൽ മാംസഭോജനം അനുവദിക്കപ്പെട്ടിരുന്നില്ല. കടൽത്തീരത്തുനിന്നും നദികളിൽ നിന്നും അകന്നു താമസിക്കുന്നവർ മുട്ടകഴിച്ചോ ഒന്നും ആഹരിക്കാതെയോ കഴിയേണ്ടിയിരുന്നു. എന്നാൽ 13-ാം നൂറ്റാണ്ടിന്റെ ആദ്യകാലത്ത് ഒരു ഡച്ച് മീൻപിടുത്തക്കാരൻ മത്തി ശുദ്ധീകരിക്കാനൊരു മാർഗ്ഗം കണ്ടുപിടിച്ചു. ശുദ്ധീകരിച്ച മത്തി വിദൂരസ്ഥലങ്ങളിലേക്കു കയറ്റി അയക്കാൻ കഴിഞ്ഞു. നോർത്ത് കടലിലെ മത്തിപിടുത്ത കേന്ദ്രങ്ങൾ വളരെ പ്രധാനമായിത്തീർന്നു. പക്ഷേ, 13-ാം നൂറ്റാണ്ടിൽ ഏതോ ഒരു ഘട്ടത്തിൽ, വളരെ ഉപയോഗമുള്ള മത്തി നോർത്ത് കടലിൽ നിന്ന് ബാൾട്ടിക് കടലിലേക്ക് ആവാസം മാറ്റി (അതിനു സ്വാഭാവികമായ കാരണങ്ങളുണ്ടാവാം). ബാൾട്ടിക്കിന്റെ തീരദേശനഗരങ്ങൾ മത്തിവ്യവസായം വഴി നല്ല പണമുണ്ടാക്കി. ലോകത്തെങ്ങുമുള്ള മത്തിപിടുത്തക്കാർ ബാൾട്ടിക്കിലേക്കു കപ്പൽ കയറി. കൊല്ലത്തിൽ ചില മാസങ്ങളിലേ മത്തി കിട്ടുമായിരുന്നുള്ളൂ (ബാക്കി മാസങ്ങളിൽ അവ ആഴക്കടലിൽ മുട്ടയിട്ട് വംശവർദ്ധനവുണ്ടാക്കുമായിരുന്നു). ആ സമയത്ത് കപ്പലുകളും തുറമുഖങ്ങളിൽ അലസമായി കിടന്നു. മറ്റു പണിയൊന്നുമില്ലെങ്കിൽ അതല്ലേ വഴിയുള്ളൂ. അത്തരമൊരു പണിയായിരുന്നു ഗോതമ്പ് കയറ്റൽ. ഉത്തരറഷ്യയിൽ നിന്നും മദ്ധ്യ റഷ്യയിൽനിന്നും അവ ദക്ഷിണയൂറോപ്പിലേക്കും പശ്ചിമയൂറോപ്പിലേക്കും ഗോതമ്പു കയറ്റികൊണ്ടുപോയി. തിരിച്ചുവരുമ്പോൾ അവ സുഗന്ധവ്യഞ്ജനങ്ങളും പട്ടും പരവതാനിയും പൗരസ്ത്യ രാജ്യങ്ങളിൽ നിന്നുള്ള ചവിട്ടുപായയും വെനീസിൽ നിന്നും ജിനോവയിൽ നിന്നും കൊണ്ടുവന്നു. ബ്രൂജസ്, ഹാംബർഗ്, ബ്രക്കൻ എന്നിവിടങ്ങളിലേക്ക് അവ കൊണ്ടുപോയി.

ഈ ചെറിയ തുടക്കങ്ങളിൽ നിന്നാണ് വൻതോതിലുള്ള അന്തർദ്ദേശീയ വാണിജ്യം വളർന്നുവന്നത്. ബ്രൂജസ്, ഘെന്റു തുടങ്ങിയ വ്യാവസായികോല്പാദക നഗരങ്ങളിൽ നിന്ന് ഉത്തരറഷ്യയിലെ നോവ്ഗോറോഡ് റിപ്പബ്ലിക്കിലേക്കാണ് ഉല്പന്നങ്ങൾ എത്തിയത് (ഉല്പാദകനഗരങ്ങളിൽ സർവ്വശക്തമായ ഗിൽഡുകൾ ഫ്രാൻസിലെയും ഇംഗ്ലണ്ടിലെയും രാജാക്കന്മാരുമായി തുടർച്ചയായ യുദ്ധങ്ങൾ നടത്തി. മുതലാളിമാരേയും തൊഴിലാളികളെയും ഒരുപോലെ മുച്ചൂടും നശിപ്പിച്ച ഒരുതരം തൊഴിലാളിമേധാവിത്വം സ്ഥാപിതമായി). ഉത്തര റഷ്യയിലെ നോവ്ഗോറോഡ് റിപ്പബ്ലിക്ക് ശക്തമായ ഒരു നഗരമായിരുന്നു. കച്ചവടക്കാരെ പൂർണ്ണമായി അവിശ്വസിച്ച സാർ ഇവാൻ ചക്രവർത്തി ഈ നഗരം പിടിച്ചടക്കുകയും ഒരു മാസത്തിൽ കുറഞ്ഞ സമയം കൊണ്ട് അറുപതിനായിരം പേരെ കൊന്നൊടുക്കുകയും ബാക്കിയായവർ കുത്തുപാളയെടുക്കേണ്ടിവരികയും ചെയ്തു.

കടൽക്കൊള്ളക്കാരെ നേരിടുന്നതിന്നും അമിതമായ ചുങ്കം ചുമത്തുന്നതിനെതിരെ ശബ്ദമുയർത്തുന്നതിനും ശല്യമാവുന്ന നിയമ നിർമ്മാണ

ത്തെ ചെറുക്കുന്നതിനും ഉത്തരദേശത്തെ കച്ചവടക്കാർ 'ഹാൻസ' എന്ന പേരിൽ ഒരു സുരക്ഷാസംഘടനയ്ക്ക് രൂപം നല്കി. ഹാൻസയുടെ ആസ്ഥാനം ല്യൂബക് ആയിരുന്നു. നൂറിലധികം നഗരങ്ങളുടെ സംഘടനയായിരുന്നു ഹാൻസ. അതിലെ അംഗത്വം നിർബ്ബന്ധമൊന്നുമായിരുന്നില്ല. ഇഷ്ടമുള്ള നഗരങ്ങൾ ചേർന്നാൽ മതിയെന്നായിരുന്നു നിശ്ചയം. ഈ സംഘടനയ്ക്ക് സ്വന്തമായ ഒരു നാവിക സൈന്യമുണ്ടായിരുന്നു. അവ കടലിൽ പട്രോളിങ്ങ് ഏർപ്പെടുത്തുകയും ഇംഗ്ലണ്ടിലേയും ഡെൻമാർക്കിലെയും രാജാക്കന്മാരുമായി യുദ്ധം നടത്തി അവരെ തോല്പിക്കുകയും ചെയ്തു. ഹാൻസയിലെ കച്ചവടക്കാരുടെ അവകാശാധികാരങ്ങളിൽ ഇടപെട്ടതിന്റെ പേരിലാണ് ഈ യുദ്ധം നടന്നത്.

പർവ്വതപ്രദേശങ്ങളിലും കടലിലും നടന്ന അത്ഭുതകരമായ ഈ വാണിജ്യത്തെ സംബന്ധിച്ചുള്ള കുറെ കഥകൾ പറയാനുള്ള ഇടം ലഭിച്ചിരുന്നെങ്കിൽ എന്ന് ഞാൻ ആശിച്ചു പോവുകയാണ്. ആപല്ക്കരമായ പ്രതിസന്ധികൾ മറി കടന്നു കൊണ്ടുള്ള ധീര സാഹസങ്ങളായിരുന്നു

ഹാൻസ നൗക

അവ. പക്ഷേ, അത് പറയണമെങ്കിൽ അനേകം വാല്യങ്ങൾ വേണ്ടിവരും. അതുകൊണ്ട് ഈ സംക്ഷിപ്ത ചരിത്ര വിവരണത്തിൽ അതുൾപ്പെടുത്താൻ കഴിയില്ല.

മാത്രമല്ല, മദ്ധ്യയുഗങ്ങളെപ്പറ്റി ഞാൻ വേണ്ടത്ര പറഞ്ഞുകഴിഞ്ഞു. വിശദമായ പഠനത്തിനുതകുന്ന ഗംഭീരമായ അനേകം ഗ്രന്ഥങ്ങളുണ്ട്. അവ നിങ്ങൾ ഉപയോഗപ്പെടുത്തും എന്നാണെന്റെ പ്രതീക്ഷ. ഗ്രന്ഥങ്ങളുടെ ഒരു പട്ടിക ഈ വാല്യത്തിന്റെ അവസാനം ഞാൻ ചേർക്കുന്നുണ്ട്.

മദ്ധ്യയുഗങ്ങൾ വളരെ മന്ദഗതിയിലുള്ള പുരോഗതിയുടെ കാലമായിരുന്നു. അതാണ് ഞാൻ വ്യക്തമാക്കാൻ ശ്രമിച്ചത്. അധികാരസ്ഥാനത്തുള്ളവർ വിശ്വസിച്ചത് 'പുരോഗതി' തിന്മയുടെ ശക്തികളുടെ അനഭിലഷണീയമായ ഒരു കണ്ടുപിടുത്തമായിരുന്നുവെന്നാണ്. അതിനെ നിരുത്സാഹപ്പെടുത്തേണ്ടതുണ്ട്. അവർ അധികാരിവർഗ്ഗമായിരുന്നു, അവരുടെ ഇച്ഛ ക്ഷമാശീലരായ അടിയാളന്മാരിലും നിരക്ഷരരായ മാടമ്പിമാരിലും നടപ്പിലാക്കുക എളുപ്പമായിരുന്നു. ചിലപ്പോൾ ചിലേടങ്ങളിൽ ധീരരായ ചിലർ ശാസ്ത്രത്തിന്റെ വിലക്കപ്പെട്ട മേഖലകളിൽ കടന്നുചെന്നിരുന്നു, പക്ഷേ, അവരുടെ കൃത്യങ്ങൾ ആശാവഹമായിരുന്നില്ല. അവർ ജീവനും കൊണ്ട് പത്തിരുപത് വർഷക്കാലം തടവറകളിൽ കഴിയേണ്ടി വന്നതു തന്നെ ഭാഗ്യമായിട്ടാണ് കരുതിയിരുന്നത്.

പന്ത്രണ്ടും പതിമൂന്നാം നൂറ്റാണ്ടുകളിൽ അന്തർദ്ദേശീയ വാണിജ്യത്തിന്റെ പ്രളയത്തിലായിരുന്നു പശ്ചിമയൂറോപ്പ്, പ്രാചീന ഈജിപ്ത് നൈൽനദിയുടെ സ്വാധീനത്തിൽപ്പെട്ടതുപോലെയായിരുന്നു അത്. അത് സമൃദ്ധിയുടെ ഒരു ഉപരിപടലം അവശേഷിപ്പിച്ചു. സമ്പദ്സമൃദ്ധിയെന്നാൽ വിശ്രമ സമയമുണ്ടാവുക എന്നായിരുന്നു അർത്ഥം. ഈ വിശ്രമസമയമം സ്ത്രീകൾക്കും പുരുഷന്മാർക്കും ഒരുപോലെ വൈജ്ഞാനിക സംരംഭങ്ങളിലേർപ്പെടാൻ സമയം നല്കി. അവർ ഇഷ്ടപ്പെട്ട കൈയെഴുത്തുപ്രതികൾ വാങ്ങി വായിച്ചു. സാഹിത്യത്തിലും കലയിലും സംഗീതത്തിലും താല്പര്യം വളർന്നു വന്നു.

ഒരിക്കൽക്കൂടി ദിവ്യമായ ആ ജിജ്ഞാസ മനുഷ്യനിൽ പ്രവേശിച്ചു. അതാണ് മനുഷ്യനെ ഇതരസസ്തനികളിൽ നിന്ന് ഉയർത്തി നിർത്തിയതും വ്യത്യസ്തനാക്കിയതും. ഇതരസസ്തനികൾ മൂകജീവികളായി നിലനിന്നുവല്ലോ. കഴിഞ്ഞ അദ്ധ്യായത്തിൽ നഗരങ്ങളുടെ ആവിർഭാവത്തെയും വളർച്ചയെയും പറ്റി ഞാൻ പറഞ്ഞുവല്ലോ. വ്യവസ്ഥാപിതാവസ്ഥയുടെ സങ്കുചിത പരിധിയിൽ നിന്ന് വിട്ടുമാറി ചിന്തിക്കാനും പ്രവർത്തിക്കാനും തുനിഞ്ഞ ധീരരായ ആദ്യകാല പഥികർക്ക് നഗരങ്ങൾ അഭയം നല്കി.

അവർ പ്രവർത്തനമാരംഭിച്ചു. അടഞ്ഞുകിടന്ന പഠനമുറികളുടെ ജനവാതിലുകൾ അവർ തുറന്നുവെച്ചു. പൊടിപിടിച്ച മുറികളിൽ സൂര്യപ്രകാശം പ്രവഹിച്ചു. അർദ്ധാന്ധകാരത്തിന്റേതായ ദീർഘമായ കാലത്ത്

അടിഞ്ഞുകൂടിയിരുന്ന മാറാലകളുടെ വിപുലമായ ശേഖരം അവർക്ക് കാണാൻ കഴിഞ്ഞു.

അവർ വീട് വൃത്തിയാക്കാൻ തുടങ്ങി. പിന്നെ അവർ വെടിപ്പാക്കിയത് സ്വന്തം പൂന്തോട്ടങ്ങളായിരുന്നു.

പിന്നെ അവർ നഗരങ്ങൾക്കു പുറത്തെ തുറസ്സായ ഇടങ്ങളിൽ ചെന്നു, എന്നിട്ടു പറഞ്ഞു. "ഇതൊരു നല്ല ലോകമാണ്. ഇവിടെ ജീവിക്കാൻ കഴിയുന്നതിൽ ഞങ്ങൾക്കു സന്തോഷമുണ്ട്."

ആ നിമിഷം മദ്ധ്യയുഗങ്ങൾ അവസാനിക്കുകയും പുതിയൊരു ലോകം ആരംഭിക്കുകയും ചെയ്തു.

നവോത്ഥാനം

ജീവിച്ചിരിക്കുന്നതുകൊണ്ടുമാത്രം സന്തുഷ്ടരായിരിക്കാൻ ഒരിക്കൽ കൂടി മനുഷ്യർ പ്രയത്നിച്ചു. പഴയതും കൂടുതൽ സ്വീകാര്യവുമായ റോമാ-ഗ്രീക്ക് നാഗരികതകളുടെ അവശിഷ്ടങ്ങൾ സംരക്ഷിച്ചു നിർത്താൻ അവർ നിശ്ചയിച്ചു. സ്വന്തം നേട്ടങ്ങളെപ്പറ്റി ഏറെ അഭിമാനിച്ചിരുന്നതിനാൽ അവർ ഒരു നവോത്ഥാനത്തെക്കുറിച്ച്, നാഗരികതയുടെ പുനർജ്ജന്മത്തെക്കുറിച്ച് സംസാരിച്ചു തുടങ്ങി

നവോത്ഥാനം രാഷ്ട്രീയമോ മതപരമോ ആയ ഒരു പ്രസ്ഥാനമായിരുന്നില്ല. അതൊരു മാനസികാവസ്ഥയായിരുന്നു.

നവോത്ഥാന മനുഷ്യർ ചർച്ചെന്ന മാതാവിന്റെ അനുസരണയുള്ള കുഞ്ഞുങ്ങളായി തുടർന്നു. അവർ രാജാക്കന്മാരുടേയും ചക്രവർത്തിമാരുടെയും പ്രഭുക്കന്മാരുടെയും പ്രജകളായിരുന്നു, അവർ ഒരു മുറുമുറുപ്പും നടത്തിയുമില്ല.

പക്ഷേ, അവരുടെ ജീവിതവീക്ഷണം മാറിക്കഴിഞ്ഞിരുന്നു. അവർ പഴയതിൽ നിന്ന് വ്യത്യസ്തമായ വസ്ത്രമാണ് ധരിച്ചിരുന്നത്. അവർ പുതിയ ഭാഷ സംസാരിച്ചു തുടങ്ങിയിരുന്നു. അവർ പുതിയ ഭവനങ്ങളിൽ പുതിയ ജീവിതം തുടങ്ങിയിരുന്നു.

സ്വർഗ്ഗത്തിൽ കാത്തിരിക്കുന്ന അസ്തിത്വത്തെ അടിസ്ഥാനമാക്കിയല്ല അവർ പ്രവർത്തിച്ചതും ചിന്തിച്ചതും. അവർ സ്വന്തം പറുദീസ ഈ ഗ്രഹത്തിൽ തന്നെ സ്ഥാപിക്കാൻ ശ്രമിച്ചു. സത്യം പറയട്ടെ, ഗണ്യമായ അളവിൽ അവർ വിജയിക്കുകയും ചെയ്തു.

ചരിത്രത്തിലെ തീയതികളിലന്തർഭവിച്ച അപകടത്തെപ്പറ്റി ഞാൻ പലപ്പോഴും നിങ്ങൾക്ക് മുന്നറിയിപ്പ് നല്കിയിട്ടുണ്ട്. ആളുകൾ തീയതികളെ വളരെ യാന്ത്രികമായാണ് മനസ്സിലാക്കുന്നത്. മദ്ധ്യയുഗങ്ങളെ അവർ ഇരുട്ടിന്റെയും അജ്ഞതയുടെയും കാലമായി മനസ്സിലാക്കുന്നു. "ക്ലിക്", ഘടികാരം പറയുന്നു; അപ്പോൾ നവോത്ഥാനം തുടങ്ങുന്നു; നഗരങ്ങളിലും കൊട്ടാരങ്ങളിലും ജിജ്ഞാസാപൂർവ്വമായ ധൈഷണികകൗതുകത്തിന്റെ സൂര്യപ്രഭ നിറയുന്നു.

സത്യം പറഞ്ഞാൽ അങ്ങനെ കൃത്യമായ വിഭജനരേഖകൾ വരയ്ക്കാനൊന്നും സാദ്ധ്യമല്ല. പതിമൂന്നാം നൂറ്റാണ്ട് നിശ്ചയമായും മദ്ധ്യ

യുഗങ്ങളുടെ ഭാഗമാണ്. എല്ലാചരിത്രകാരന്മാരും ഇക്കാര്യത്തിൽ യോജിക്കുന്നു. പക്ഷേ അത് അന്ധകാരത്തിന്റെയും ചലനമില്ലായ്മയുടെയും മാത്രം കാലമായിരുന്നോ? ഒരു കാരണവശാലും അല്ല. ജനങ്ങൾ വളരെ സജീവമായിരുന്നു. വലിയ രാഷ്ട്രങ്ങൾ സ്ഥാപിക്കപ്പെട്ടിരുന്നു. വലിയ വാണിജ്യ കേന്ദ്രങ്ങൾ വികസിക്കുന്നുണ്ടായിരുന്നു. കോട്ടകളുടെ മണികും ഭഗോപുരങ്ങൾക്കും ടൗൺ ഹാളിന്റെ ഉന്നതമായ മോന്തായങ്ങൾക്കും മുകളിൽ പുതുതായി നിർമ്മിക്കപ്പെട്ട ഗോഥിക് കത്തീഡ്രലിന്റെ മകുടങ്ങൾ ഉയർന്നു നിന്നിരുന്നു. എല്ലായിടത്തും ലോകം ചലനാത്മകമായിരുന്നു. നഗരശാലയിലെ ഉന്നതരും ശക്തരുമായ മാന്യമനുഷ്യർ (സമീപകാലത്ത് നേടിയെടുത്ത ധനത്തിന്റെ ബലത്തിൽ) പുതിയൊരാത്മബോധം നേടിയെടുത്തു. കൂടുതൽ അധികാരത്തിനായി അവർ സ്വന്തം ഫ്യൂഡൽ യജമാനന്മാരോട് പൊരുതിയിരുന്നു. ഗിൽഡുകളിലെ അംഗങ്ങൾ പുതിയൊരു ബോധം ആർജ്ജിച്ചിരുന്നു. എണ്ണം "വളരെ പ്രധാനമാണ്!" അവർ നഗരശാലയിലെ ഉന്നതരും ശക്തരുമായ മാന്യ മനുഷ്യരോട് പോരാടുകയായിരുന്നു! ഈ കലങ്ങി മറിഞ്ഞ അവസ്ഥയിൽ രാജാവും അദ്ദേഹത്തിന്റെ സമർത്ഥരായ ഉപദേശകരും മുതലെടുപ്പു നടത്തുകയായിരുന്നു. അതിലവർക്ക് അനേകം നേട്ടങ്ങളുണ്ടായി. അത്ഭുതപരതന്ത്രരും നിരാശ്രയരുമായ കൗൺസിലർമാരുടെയും ഗിൽഡംഗങ്ങളുടെയും കൺമുന്നിലാണ് രാജാവും ഉപദേശകരും ഈ നേട്ടം കൈവരിച്ചത്.

ജഡത്വം മുറ്റിയ സായാന്തനങ്ങളിൽ നല്ല വിളക്കുകൾ പ്രശോഭിക്കാനും, തെരുവുകളിൽ പുതിയ രാഷ്ട്രീയ സാമ്പത്തികതർക്കങ്ങളൊന്നും നടക്കാത്ത വേളകളിൽ ദൃശ്യസൗന്ദര്യത്തെ പുനരുജ്ജീവിപ്പിക്കുന്നതിനുമായി [1]ട്രോബഡോർമാരും [2]മിന്നെസിങ്ങർമാരും അവർ കണ്ടെത്തിയ എല്ലാ തരുണീമണികളോടും പഴയകഥകളും ധീരസാഹസങ്ങളും വിധേയത്വവും വിശ്വസ്തതയും ആവർത്തിച്ചു പറയുകയും അവർക്കായി പ്രണയഗാനങ്ങൾ പാടിക്കൊടുക്കുകയും ചെയ്തു. ഇതിനിടെ പുരോഗതിയുടെ മന്ദഗതിയിൽ അക്ഷമരായ യുവാക്കൾ സർവ്വകലാശാലകളിൽ ചേക്കേറി. അതിനെപ്പറ്റിയാണ് ഇനി പറയാനുള്ളത്.

മദ്ധ്യയുഗങ്ങൾ "അന്തർദ്ദേശീയ മാനസികാവസ്ഥ"യുള്ളൊരു കാലമായിരുന്നു. ഇത് വിഷമം പിടിച്ച ഒരു നിഗമനമാണ്. തീർച്ച. പക്ഷേ, ഞാൻ പറഞ്ഞുതരാം. അതുവരെ കാത്തിരിക്കുക. നമ്മൾ ആധുനിക മനുഷ്യർ എല്ലാവരും 'ദേശീയമനസ്സു'ള്ളവരാണ്. നമ്മൾ അമേരിക്കക്കാരാണ്, ഇംഗ്ലീഷുകാരാണ്, ഫ്രഞ്ചുകാരാണ്. ഇന്ത്യക്കാരാണ് (ഇന്ത്യക്കാർ വിവർത്തകൻ കൂട്ടിച്ചേർത്തത് —വിവർത്തകൻ). ഇറ്റലിക്കാരാണ്. നാം ഇംഗ്ലീഷോ ഫ്രഞ്ചോ ഇറ്റാലിയനോ ഹിന്ദിയോ മലയാളമോ (ഹിന്ദിയും മലയാളവും വിവർത്തകൻ ചേർത്തത് - വിവർത്തകൻ) സംസാരിക്കുന്നു; നാം ഇംഗ്ലണ്ടിലേയോ ഫ്രാൻസിലേയോ ഇറ്റലിയിലേയോ ഇന്ത്യയി

1. Troubadour = കവിതരചിക്കുന്നയാൾ
2. Minnesing = കഥാകാവ്യം ആലപിക്കുന്നവൻ

ലേയോ (ഇന്ത്യ കൂട്ടിച്ചേർത്തത് – വിവർത്തകൻ) സർവ്വകലാശാലക ളിൽ പഠിക്കുന്നു. ഈ നാടുകളിലില്ലാത്ത ഏതെങ്കിലും വിഷയത്തിൽ സ്പെഷ്യലൈസ് ചെയ്യണമെങ്കിൽ മാത്രമാണ് നാം മറ്റു രാജ്യങ്ങളിലെ സർവ്വകലാശാലകളിലേക്കു പോവുക. അപ്പോൾ നാം മറ്റൊരു ഭാഷ പഠി ക്കുന്നു. മ്യൂണിച്ചിലോ മാഡ്രിഡിലോ മോസ്കോവിലോ പോയി പഠിക്കു ന്നു. പക്ഷേ പതിമൂന്നാം നൂറ്റാണ്ടിലെ ജനങ്ങൾ ഇംഗ്ലീഷുകാരെന്നോ ഫ്രഞ്ചുകാരെന്നോ ഇറ്റാലിയന്മാരെന്നോ പറഞ്ഞിരുന്നില്ല. അവർ പറഞ്ഞു. "ഞാൻ ഷെഫീൽഡിലെ അല്ലെങ്കിൽ ബോർദ്യൂവിലെ അല്ലെങ്കിൽ ജിനോ വയിലെ പൗരനാണ്." എല്ലാവരും ഒരു ചർച്ചിന്റെ ഭാഗമായതിനാൽ അവർ തമ്മിൽ സാഹോദര്യബന്ധമുണ്ടായിരുന്നു. വിദ്യാസമ്പന്നരായ എല്ലാ വർക്കും ലത്തീൻ ഭാഷ വായിക്കാനറിയുമായിരുന്നു. അതായത് അവർക്കൊരു അന്തർദ്ദേശീയ ഭാഷ അറിയുമായിരുന്നു. ഇന്ന് യൂറോ പ്പിൽ ഉണ്ടായിരിക്കുന്ന ഭാഷാതടസ്സമൊന്നും അന്നില്ലായിരുന്നു. ഭാഷാ തടസ്സം കാരണം ചെറിയ രാജ്യങ്ങൾ ഏറെ പ്രയാസങ്ങൾ നേരിടുന്നു ണ്ട്. ഇറാസ്മസിനെ ഉദാഹരണമായെടുക്കാം. സഹിഷ്ണുതയുടെയും ഹാസത്തിന്റെയും പ്രചാരകനായിരുന്നു അദ്ദേഹം. പതിനാറാം നൂറ്റാണ്ടി ലാണ് അദ്ദേഹത്തിന്റെ ഗ്രന്ഥങ്ങൾ പുറത്തുവന്നത്. ചെറിയൊരു ഡച്ച് ഗ്രാമത്തിലാണദ്ദേഹം ഭൂജാതനായത്. എന്നാൽ അദ്ദേഹം ലത്തീൻ ഭാഷ യിലാണ് എഴുതിയത്. ലോകം മുഴുവനുമുള്ളവരായിരുന്നു അദ്ദേഹത്തിന്റെ വായനക്കാർ. ഇന്ന് ജീവിച്ചിരുന്നുവെങ്കിൽ അദ്ദേഹം ഡച്ചു ഭാഷയിലാണ് എഴുതുക. അപ്പോൾ അദ്ദേഹത്തിന്റെ ഗ്രന്ഥങ്ങൾ വായിക്കുവാനുണ്ടാ വുക അമ്പത് - അറുപത് ലക്ഷം ആളുകൾ മാത്രമാണ്. യൂറോപ്പിലും അമേരിക്കയിലുമുള്ള ഇതര ജനവിഭാഗങ്ങൾക്ക് ആ ഗ്രന്ഥങ്ങൾ വായി ക്കാൻ കഴിയണമെങ്കിൽ, പ്രസാധകന്മാർ ചുരുങ്ങിയത് ഇരുപത് ഭാഷക ളിലേക്ക് ആ ഗ്രന്ഥങ്ങൾ വിവർത്തനം ചെയ്യേണ്ടി വരും. അതിന് ഏറെ പണം വേണ്ടിവരും. മിക്ക പ്രസാധകന്മാരും ഈയൊരു പരീക്ഷണത്തിനു മുതിരുമെന്നു തോന്നുന്നില്ല.

അറുനൂറ് വർഷം മുമ്പ് ഇത് സംഭവിക്കുകയില്ലായിരുന്നു. മഹാഭൂ രിപക്ഷം ജനങ്ങളും അജ്ഞരായിരുന്നു; അവർക്ക് എഴുതാനും വായി ക്കാനും അറിയില്ലായിരുന്നു. എന്നാൽ തൂവലുപയോഗിക്കാൻ കഴിയുന്ന വർ അക്ഷരങ്ങളുടേതായ ഒരു സാർവ്വദേശീയ റിപ്പബ്ലിക്കിലെ പൗരന്മാ രായിരുന്നു. അത് ഭൂഖണ്ഡങ്ങളെ പുൽകുന്നതായിരുന്നു. അതിന് അതിർത്തികളില്ലായിരുന്നു; ഭാഷയുടെയും ദേശീയത്വങ്ങളുടെയും പരി ധികളില്ലായിരുന്നു. ആധുനിക കാലത്തെ അതിർത്തി ദുർഗ്ഗങ്ങളിൽ നിന്ന് വ്യത്യസ്തമായി അതിന് അതിർത്തിയില്ലായിരുന്നു. ഒരു ഗുരുനാഥനും കുറേ ശിഷ്യന്മാരുമുള്ള എവിടെയും അത് സാദ്ധ്യമാകുമായിരുന്നു. അക്കാര്യത്തിലും നമ്മുടെ കാലത്ത് നിന്ന് മദ്ധ്യയുഗങ്ങളും നവോത്ഥാ നവും വ്യത്യസ്തമായിരുന്നു. ഇക്കാലത്ത് ഒരു സർവ്വകലാശാല നിർമ്മി ക്കുന്നതിന്റെ പ്രക്രിയ ഇപ്രകാരമാണ്. സമൂഹത്തിനായി എന്തെങ്കിലും

ചെയ്യണമെന്നു ചില സമ്പന്നർക്ക് തോന്നുന്നു. അതല്ലെങ്കിൽ ഒരു മത വിഭാഗത്തിന് അതിലെ കുഞ്ഞുങ്ങളെ നേരായ വഴിക്കു നയിക്കുന്നതിനായി എന്തെങ്കിലും ചെയ്യണമെന്നു തോന്നുന്നു. അതുമല്ലെങ്കിൽ ഒരു രാജ്യത്തിന് കുറേ ഡോക്ടർമാരേയും അഭിഭാഷകരേയും വേണ്ടി വരുന്നു. സർവ്വകലാശാല തുടങ്ങുന്നതുതന്നെ പണത്തിന്റെ രൂപത്തിലാണ്. അത് ബാങ്കിൽ നിക്ഷേപിക്കുന്നു. പിന്നെ കെട്ടിടങ്ങൾ ഉണ്ടാക്കുന്നു. ലബോറട്ടറികൾ നിർമ്മിക്കുന്നു. ഡോർമിറ്ററികൾ പണിതുയർത്തുന്നു. അവസാനം അദ്ധ്യാപകരെ നിയമിക്കുന്നു, പ്രവേശന പരീക്ഷകൾ നടത്തുന്നു. അങ്ങനെ സർവ്വകലാശാലയുണ്ടാവുന്നു.

എന്നാൽ മദ്ധ്യയുഗങ്ങളിൽ വ്യത്യസ്തമായിരുന്നു കാര്യം. ഒരു ജ്ഞാനി ഇപ്രകാരം അരുൾ ചെയ്തു. "ഞാനൊരു സത്യം കണ്ടെത്തിയിരിക്കുന്നു. ഈ അറിവ് മറ്റുള്ളവർക്കായി പകർന്നുകൊടുക്കണം." അങ്ങനെ അദ്ദേഹം തന്റെ ജ്ഞാനത്തെപ്പറ്റി പ്രഭാഷണം നടത്തുന്നു. തന്നെ ശ്രവിക്കാൻ സന്നദ്ധരായ മനുഷ്യരുള്ളിടങ്ങളിലാണ് അദ്ദേഹം ഇത് ചെയ്തത്. അദ്ദേഹം നല്ല പ്രഭാഷകനാണെങ്കിൽ ആൾക്കൂട്ടം പ്രസംഗം കേട്ടിരിക്കുമായിരുന്നു. പ്രഭാഷണം വിരസമാണെങ്കിൽ ആളുകൾ ചുമൽകുലുക്കി തങ്ങളുടെ വഴിക്ക് പോകുമായിരുന്നു.

മദ്ധ്യയുഗ പരീക്ഷണശാല

ചില ഘട്ടങ്ങളിൽ ജ്ഞാനികളുടെ വാക്കുകൾ ശ്രവിക്കുന്നതിനായി ചില യുവാക്കൾ സ്ഥിരമായി വരാൻ തുടങ്ങി. അവരുടെ കൈയിൽ കോപ്പിബുക്കുകൾ ഉണ്ടായിരുന്നു. ഒരു പാത്രം മഷിയും ഒരു തൂവലും ഉണ്ടായിരുന്നു. അവർ പ്രധാന കാര്യങ്ങൾ എഴുതിയെടുത്തിരുന്നു. ഒരു ദിവസം പെട്ടെന്നൊരു മഴയുണ്ടായി. ഗുരുനാഥനും ശിഷ്യരും മോന്തായമുള്ള ഒരിടത്ത് അഭയം പ്രാപിച്ചു. അത് പതിവായപ്പോൾ ജ്ഞാനി (പ്രൊഫസർ) ഒരു കസാലയിൽ ഉപവിഷ്ടനായി, ശിഷ്യന്മാർ നിലത്തും. ഇതായിരുന്നു യൂണിവേഴ്സിറ്റിയുടെ തുടക്കം. മദ്ധ്യകാല സർവ്വകലാശാലകൾ പ്രൊഫസർമാരുടെയും ശിഷ്യന്മാരുടെയും ഒരു കോർപ്പറേഷനായിരുന്നു. ഗുരുനാഥനായിരുന്നു

പരമ പ്രധാനം. അവർ ഇരുന്ന് പഠിപ്പിക്കുകയും പഠിക്കുകയുംചെയ്ത കെട്ടിടത്തിന് യാതൊരു പ്രാധാന്യവുമുണ്ടായിരുന്നില്ല.

ഉദാഹരണത്തിന് ഒമ്പതാം നൂറ്റാണ്ടിൽ നടന്ന ഒരു കാര്യം ഞാൻ നിങ്ങളോടു പറയാം. നേപ്പിൾസിനടുള്ള സലേർണോ നഗരത്തിൽ കുറേ നല്ല വൈദ്യന്മാരുണ്ടായിരുന്നു. വൈദ്യശാസ്ത്രപഠനത്തിൽ താല്പര്യമുള്ളവരെ അവർ അത്യധികം ആകർഷിച്ചു. ഏതാണ്ട് ആയിരം വർഷക്കാലം (1817 വരെ) ഗ്രീക്ക് ഭിഷഗ്വരനായ ഹിപോക്രാറ്റിസിന്റെ ജ്ഞാനം പഠിപ്പിക്കുന്ന ഒരു സലേർണോ സർവ്വകലാശാല അവിടെ നിലനിന്നു. ക്രിസ്തുവിന് മുമ്പ് അഞ്ചാം നൂറ്റാണ്ടിൽ പുരാതന ഹെല്ലാസിൽ പ്രാക്ടീസ് ചെയ്ത വൈദ്യനായിരുന്നു ഹിപ്പോക്രാറ്റിസ്.

പിന്നെ പീറ്റർ അബലാഡിന്റെ കഥ. ബ്രിട്ടണിൽ നിന്നുള്ള യുവ പുരോഹിതനായിരുന്നു അദ്ദേഹം. പന്ത്രണ്ടാം നൂറ്റാണ്ടിന്റെ ആദ്യദശകങ്ങളിൽ പാരീസിൽ മതപഠനശാസ്ത്രത്തെയും തർക്കശാസ്ത്രത്തെയും കുറിച്ച് അദ്ദേഹം പ്രഭാഷണങ്ങൾ നടത്തി. ജിജ്ഞാസുക്കളായ ആയിരക്കണക്കിൽ യുവാക്കൾ അദ്ദേഹത്തിന്റെ പ്രഭാഷണം കേൾക്കുന്നതിനായി ഫ്രഞ്ചു നഗരത്തിലേക്ക് പ്രവഹിച്ചു. വിയോജിപ്പുള്ള മറ്റു പുരോഹിതന്മാർ അവരുടെ വീക്ഷണം അവതരിപ്പിച്ചു. പാരീസ് വലിയൊരു സംവാദകേന്ദ്രമായി. ഇംഗ്ലീഷുകാരും ജർമ്മൻകാരും ഇറ്റലിക്കാരും സ്വീഡനിൽ നിന്നും ഹംഗറിയിൽ നിന്നുമുള്ള വിദ്യാർത്ഥികളും പാരീസിൽ കടന്നുവന്നു. സീൻനദിയിലെ ഒരു കൊച്ചു ദ്വീപിലെ പഴയ കത്തീഡ്രൽ പ്രശസ്തമായ പാരീസ് സർവ്വകലാശാലയായി വളർന്നു. ഇറ്റലിയിലെ നഗരമായ ബൊളോണയിൽ ഗ്രാഷ്യൻ എന്നു പേരുള്ള ഒരു സന്ന്യാസി ചർച്ചു നിയമങ്ങളെപ്പറ്റി ഒരു പാഠപുസ്തകം തയ്യാറാക്കി. യൂറോപ്പിന്റെ നാനാ ഭാഗങ്ങളിൽ നിന്ന് യുവ പുരോഹിതരും സാധാരണ ജനങ്ങളും ഗ്രാഷ്യന്റെ വിശദീകരണം കേൾക്കാൻ ബൊളോണയിലേക്കുവന്നു. ഭൂവുടമകളുടെയും പത്രക്കാരുടെയും ലോഡ്ജു നടത്തിപ്പുകാരുടെയും എതിർപ്പ് മറികടക്കുന്നതിനുവേണ്ടി അവരെല്ലാം ചേർന്ന് ഒരു കോർപറേഷന് (യൂണിവേഴ്സിറ്റി) രൂപം നല്കി. ഇതായിരുന്നു ബൊളോണാ സർവ്വകലാശാലയുടെ തുടക്കം.

നവോത്ഥാനം

ഇതിനിടയിൽ പാരീസ് സർവ്വകലാശാലയിൽ ഒരു കലഹം നടന്നു. എന്താണതിന്റെ കാരണമെന്നറിയില്ല. പക്ഷേ,

അവിടത്തെ അസംതൃപ്തരായ കുറേ അദ്ധ്യാപകരും അവരുടെ ശിഷ്യന്മാരും ഇംഗ്ലീഷ് ചാനൽ കടന്ന് തെംസ് നദീതീരത്തെ ഓക്സ്ഫഡെന്ന ഒരു ഗ്രാമത്തിൽ എത്തിച്ചേർന്നു. അവിടത്തെ അനുകൂലമായ അന്തരീക്ഷത്തിൽ ഓക്സ്ഫഡ് സർവ്വകലാശാലസ്ഥാപിതമായി. അതേപോലെ 1222-ാണ്ടിൽ ബൊളോണാ സർവ്വകലാശാലയിലും ഒരു പിളർപ്പുണ്ടായി. അസംതൃപ്തരായ അദ്ധ്യാപകരും അവരുടെ ശിഷ്യരും പാദുവായിലേക്കു പോവുകയും അവിടെ പാദുവാ സർവ്വകലാശാല സ്ഥാപിക്കുകയും ചെയ്തു. അതുപോലെ സ്പെയിനിലെ വാലദോലിദിലും പോളണ്ടിലെ ക്രാക്കോവിലും ഫ്രാൻസിലെ പോയിറ്റിയേഴ്സിലും ജർമ്മനിയിലെ റോസ്തോക്കിലും സർവ്വകലാശാലകൾ സ്ഥാപിക്കപ്പെട്ടു.

അന്നത്തെ പ്രൊഫസർമാരുടെ ഭാഷണങ്ങൾ പലതും നമുക്ക് അസംബന്ധമായിത്തോന്നാം. നാം ആധുനിക കാലത്തുള്ളവർ ലോഗരിതവും ജ്യാമിതി തത്ത്വങ്ങളും കേൾക്കാനുള്ള ശിക്ഷണം ലഭിച്ചവരാണല്ലോ. (ഈ ഗ്രന്ഥം രചിക്കപ്പെട്ടത് 1922 ൽ. ഇപ്പോൾ വിവരസാങ്കേതിക വിദ്യയുടെയും ജൈവസാങ്കേതികവിദ്യയുടെയും അതിസൂക്ഷ്മതലങ്ങൾ ശ്രവിക്കുന്നതിനാണ് നമുക്കു ശിക്ഷണം ലഭിച്ചിരിക്കുന്നത്– വിവർത്തകൻ) ഞാൻ വ്യക്തമാക്കാനുദ്ദേശിക്കുന്ന കാര്യം ഇതാണ്. മദ്ധ്യയുഗങ്ങൾ, വിശിഷ്യ 13-ാം നൂറ്റാണ്ട്, ലോകം നിശ്ചലമായി നിന്ന ഒരു കാലമായിരുന്നില്ല. യുവതലമുറയിൽ പെട്ടവർക്കിടയിൽ നല്ല ചൈതന്യമുണ്ടായിരുന്നു. ആവേശമുണ്ടായിരുന്നു, അസ്വസ്ഥവും പലപ്പോഴും ലജ്ജാപൂർണ്ണവുമായ ചോദ്യം ചെയ്യലുകൾ ഉണ്ടായിരുന്നു. ഈ കുഴപ്പത്തിൽ നിന്നാണ് നവോത്ഥാനമുണ്ടായത്.

മദ്ധ്യകാല ലോകത്തിന്റെ അവസാന രംഗത്തിന് തിരശ്ശീല വീഴുന്നതിനു തൊട്ടുമുമ്പ് ഏകാകിയായ ഒരാൾ രംഗവേദിയിലൂടെ നടന്നുപോയി. അദ്ദേഹത്തെപ്പറ്റി ആ പേരിനുമപ്പുറം ഏറെ അറിയേണ്ടതുണ്ട്. അദ്ദേഹം ദാന്തേ എന്ന പേരിലാണറിയപ്പെട്ടത്. ഫ്ളോറൻസിലെ അലഘീരികുടുംബത്തിൽപ്പെട്ട ഒരഭിഭാഷകന്റെ മകനായിരുന്നു ദാന്തേ. 1265 ൽ അദ്ദേഹം ഭൂജാതനായി. ഗിയോട്ടോ എന്ന വിഖ്യാതചിത്രകാരൻ ഹോളിക്രോസ് ചർച്ചിന്റെ ചുമരുകളിൽ അസിസിയിലെ ഫ്രാൻസിസ് പുണ്യാളന്റെ ജീവിതരംഗങ്ങൾ പകർത്തിക്കൊണ്ടിരുന്ന കാലത്ത് തന്റെ പൂർവ്വികരുടെ നഗരത്തിൽ ദാന്തേ വളർന്നു വരികയായിരുന്നു. പക്ഷേ, പലപ്പോഴും സ്കൂളിൽ ചെല്ലുമ്പോൾ പോപ്പുപക്ഷക്കാരായ ഗുവെൽഫുകളും ചക്രവർത്തി പക്ഷക്കാരായ ഗിബലൈനുകളും തമ്മിൽ നടന്ന അനന്തവും ഭീകരവുമായ യുദ്ധങ്ങളെ അനുസ്മരിപ്പിക്കുന്ന ചോരത്തളങ്ങൾ അദ്ദേഹത്തിന്റെ ഭീതി പൂണ്ട കണ്ണുകൾ കാണുമായിരുന്നു.

വളർന്നപ്പോൾ അദ്ദേഹം പോപ്പുപക്ഷക്കാരനായി. കാരണം, അദ്ദേഹത്തിന്റെ അച്ഛൻ പോപ്പുപക്ഷക്കാരനായിരുന്നു. അമേരിക്കൻ കുട്ടി ഡെമോക്രാറ്റോ റിപ്പബ്ലിക്കനോ ആവുന്നതുപോലെ ആയിരുന്നു അത്. കുറെ വർഷങ്ങൾക്കു ശേഷം അദ്ദേഹം ശിഥിലമായ ഇറ്റലിയെ കണ്ടു;

ഒരു ഭരണാധികാരിക്കുകീഴിൽ ഏകീകരിക്കപ്പെടുന്നില്ലെങ്കിൽ ഒരായിരം നഗരങ്ങൾ തമ്മിലുള്ള അസൂയയുടെ ഇരയായി ഇറ്റലി നശിച്ച് പോവുമെന്ന് മനസ്സിലാക്കി. അങ്ങനെ അദ്ദേഹം ഒരു ഗിബലൈൻ ആയി മാറി.

സഹായത്തിനായി അദ്ദേഹം ആൽപ്സിനപ്പുറത്തേക്കു നോക്കി. ശക്തനായ ഒരു രാജാവ് വന്ന് ഐക്യവും ക്രമവും സ്ഥാപിക്കുമെന്ന് അദ്ദേഹം പ്രത്യാശിച്ചു. പക്ഷേ, കഷ്ടം! അദ്ദേഹത്തിന്റെ പ്രത്യാശ വിഫലമായിത്തീർത്തു. 1302 ൽ ഗിൽബെയിലിനുകൾ ഫ്ളോറൻസിൽ നിന്ന് നിഷ്കാസിതരായി. ആ സമയം മുതൽ 1321 ൽ റാവെന്നയുടെ ശപ്തമായ അവശിഷ്ടങ്ങൾക്കിടയിൽ അദ്ദേഹം മരിക്കുന്നതുവരെ ദാന്തേ അലഞ്ഞുതിരിഞ്ഞു. സമ്പന്നരായ രക്ഷാധികാരികളുടെ അന്നവും അപ്പവും ഭുജിച്ച് ചരിത്രത്തിലൂടെ നടന്നു. ഈ കവിയുടെ കഷ്ടപ്പാടിൽ സഹായിച്ചിരുന്നില്ലെങ്കിൽ ഈ രക്ഷാധികാരികളുടെ നാമധേയങ്ങൾ അന്ധകാരത്തിന്റെ പാതാളക്കുഴികളിൽ പെട്ടുപോകുമായിരുന്നു. അനേകവർഷം ഭ്രഷ്ടനായിക്കഴിഞ്ഞപ്പോൾ, തന്റെ അസ്തിത്വവും കർമ്മങ്ങളും ന്യായീകരിക്കേണ്ടതുണ്ടെന്ന് ദാന്തേക്കുതോന്നി. സ്വന്തം മാതൃനഗരത്തിൽ രാഷ്ട്രീയ നേതാവായിരുന്നു ദാന്തേ, ആർണോനദിയുടെ തീരത്ത് സുന്ദരിയായ ബിയാട്രിസ് പോർടിനാരിയുടെ ഒരു ദർശനത്തിനായി അദ്ദേഹം പലപ്പോഴും നടന്നിരുന്നു. ഗിബലൈൻ പരാജയത്തിന് പന്ത്രണ്ടുവർഷം മുമ്പ് മറ്റൊരാളുടെ പത്നിയായിരിക്കെ ബ്രിയാട്രിസ് മരിച്ചുപോയി.

ജീവിതത്തിന്റെ അഭിലാഷങ്ങൾ നേടിയെടുക്കുന്നതിൽ ദാന്തേ പരാജയപ്പെട്ടു പോയി. ജന്മനഗരത്തെ വിശ്വസ്തതയോടെ അദ്ദേഹം സേവിച്ചിരുന്നു. പൊതുമുതൽ മോഷ്ടിച്ചെന്ന കുറ്റം ചുമത്തി അഴിമതിക്കാരുടേതായ ഒരു കോടതി അദ്ദേഹത്തെ നഗരഭ്രഷ്ടമാക്കി; ഫ്ളോറൻസിലേക്കു തിരിച്ചുവരാൻ ശ്രമിച്ചാൽ ജീവനോടെ ചുട്ടുകൊല്ലേണ്ടവനായി മുദ്രകുത്തി. മനസ്സാക്ഷി

ദാന്തെ അലഘീരി

ക്കുമുമ്പിലും, ജനങ്ങൾക്കു മുമ്പിലും കുറ്റവിമുക്തനാക്കാൻ ദാന്തേ സ്വന്ത മായ ഒരു ഭാവനാലോകം സൃഷ്ടിച്ചു. തന്റെ പരാജയത്തിലേക്കു നയിച്ച സാഹചര്യങ്ങൾ അദ്ദേഹം വിശദമായി ചിത്രീകരിച്ചു. തന്നെ കുറ്റവാളി യാക്കിയ ആർത്തിയുടെ, കാമത്തിന്റെ, വിദ്വേഷത്തിന്റെ ഹതാശമായ സാഹചര്യങ്ങളെ അദ്ദേഹം ആവിഷ്കരിച്ചു. നികൃഷ്ടരും സ്വാർത്ഥികളു മായ ഏകാധിപതികളുടെ, ദയാരഹിതരും ദുഷ്ടരുമായ കൂലിപ്പട്ടാളക്കാ രുടെ യുദ്ധോന്മുഖതയുടേയും അത് ഇറ്റലിയെ കൊണ്ടെത്തിയ ദുരവ സ്ഥയുടെയും വിവരങ്ങൾ അദ്ദേഹം നല്കി.

1300-ാമാണ്ടിലെ ഈസ്റ്റർ ദിനത്തിനു മുമ്പുള്ള വ്യാഴാഴ്ച വഴി തെറ്റി താൻ നിബിഡമായ ഒരു വനത്തിലെത്തിച്ചേർന്നുവെന്നും വനത്തിലെ തന്റെ വഴി ഒരു പുലിയും സിംഹവും ചെന്നായയും കൂടി തടഞ്ഞുവെന്നും അദ്ദേഹം പറയുന്നു. തന്റെ അവസാനമായെന്നദ്ദേഹം നിനച്ചുപോയി, അപ്പോഴാണ് ഒരു ശുഭ്രരൂപം മരങ്ങൾക്കിടയിൽ പ്രത്യക്ഷമായത്. പുരാ തന റോമൻകവിയും ദാർശനികനുമായിരുന്ന വെർജിൽ ആയിരുന്നു അത്. തന്നോടു കാരുണ്യം തോന്നിയ കന്യാമറിയവും സ്വർല്ലോകത്തു നിന്ന് തന്റെ യഥാർത്ഥ കാമുകനെ തിരിച്ചറിഞ്ഞ ബിയാട്രിസും പറഞ്ഞയച്ച താണ് അദ്ദേഹത്തെ. തുടർന്ന് വെർജിൽ അദ്ദേഹത്തെ അന്തരാളഘട്ട ത്തിലൂടെ (Purgatory) നയിക്കുന്നു. പിന്നെ നരകത്തിലൂടെ ആനയിക്കു ന്നു. ആഴത്തിലാഴത്തിൽ സഞ്ചരിച്ച് അവസാനം അവർ പാതാളത്തിന്റെ അടിത്തട്ടിലെത്തിച്ചേരുന്നു; അവിടെയാണ് ലൂസിഫർ നില്ക്കുന്നത്; അവിടെ നിതാന്തമായ ഹിമമായി ലൂസിഫർ മരവിച്ചുകഴിഞ്ഞിരിക്കുന്നു; അയാൾക്കു ചുറ്റും ഭീകരരൂപികളായ പാപികളാണ്, രാജ്യദ്രോഹികളും നുണയന്മാരുമാണ്, അസത്യങ്ങളാലും വഞ്ചനയാലും പ്രശസ്തിയും വിജ യവും നേടിയവരാണ്. ആ ഭീകരസ്ഥലത്ത് ഇരുവരുമെത്തുന്നതിന് മുമ്പ് തന്റെ പ്രിയനഗരത്തിന്റെ ചരിത്രത്തിൽ എന്തെങ്കിലും പങ്ക് വഹിച്ച എല്ലാ വരേയും ദാന്തേ കണ്ടുമുട്ടുന്നു. ചക്രവർത്തിമാരും പോപ്പുമാരും ധീര രായ മാടമ്പിമാരും ക്രൂരരായ കൊള്ളപ്പലിശക്കാരും എല്ലാം ആ കൂട്ട ത്തിലുണ്ട്. അവരെല്ലാം ശാശ്വതമായ ശിക്ഷാവിധികാത്തുകഴിയുകയാണ്; അല്ലെങ്കിൽ വിമോചനദിനം പ്രതീക്ഷിച്ചിരിക്കുകയാണ്. അതോടെ അവർ അന്തരാളഘട്ടത്തിൽ നിന്ന് സ്വർഗ്ഗത്തിലേക്കുപോവും!

കൗതുകകരമായ കഥയാണിത്. പതിമൂന്നാം നൂറ്റാണ്ടിലെ ജനങ്ങൾ ചെയ്തതും അനുഭവിച്ചതും ഭയപ്പെട്ടതും പ്രാർത്ഥിച്ചതുമായ എല്ലാ കാര്യ ങ്ങളുടെയും ഒരു കൈപ്പുസ്തകമാണത്. പക്ഷേ അവയൊക്കെ ഏകാ കിയായ ഈ ഫ്ളോറന്റൈൻ ഭ്രഷ്ടന്റെ, സ്വന്തം നൈരാശ്യത്തിന്റെ നിഴൽ എപ്പോഴും പിന്തുടരുന്ന ഒരാളുടെ ചുറ്റുമാണ് ചരിച്ചുകൊണ്ടിരിക്കുന്നത്.

എന്നിട്ടും നോക്കുക! മദ്ധ്യയുഗങ്ങളിലെ ദുഃഖിതനായ ഈ കവി യുടെ മേൽ മരണത്തിന്റെ വാതിലുകൾ അടഞ്ഞപ്പോൾ ജീവിതത്തിന്റെ ചെപ്പുകൾ ഒരു കുഞ്ഞിന്റെ മുന്നിൽ തുറന്നുവന്നു. ആ കുഞ്ഞായിരുന്നു നവോത്ഥാന മനുഷ്യരിൽ ആദ്യത്തെയാൾ. അറെസോ എന്ന കൊച്ചുപ

ട്ടണത്തിന്റെ നോട്ടറി പബ്ലിക്കിന്റെ മകനായ ഫ്രാൻസിസ്കോ പെട്രാർക്ക് ആയിരുന്നു അയാൾ.

ദാന്തേയുടെ രാഷ്ട്രീയ പാർട്ടിയിൽ പെട്ടയാളായിരുന്നു. പെട്രാർക്കിന്റെ പിതാവ്. അദ്ദേഹവും നാടുകടത്തപ്പെട്ടിരുന്നു. അങ്ങനെ പെട്രാർക്കും ഫ്ളോറൻസിൽ നിന്ന് അകലെയാണ് ഭൂജാതനായത്. പതിനഞ്ചാം വയസ്സിൽ പെട്രാർക്കയെ (നാം അദ്ദേഹത്തെ പെട്രാർക്ക് എന്ന് വിളിക്കുന്നു) ഫ്രാൻസിലെ മോണ്ട് പില്ലറിലേക്ക് പറഞ്ഞയച്ചു. പിതാവിനെ പോലെ അദ്ദേഹത്തെയും അഭിഭാഷകനാക്കുകയായിരുന്ന ലക്ഷ്യം. പക്ഷേ ചെറുക്കന് വക്കീലാവേണ്ടായിരുന്നു. അയാൾ നിയമത്തെ വെറുത്തു. പണ്ഡിതനും കവിയുമാകാനായിരുന്നു അയാൾക്കിഷ്ടം. അയാൾ കവിയുമായി, പണ്ഡിതനുമായി; നല്ല ഇച്ഛാശക്തിയുള്ളവർക്ക് സ്വന്തം ലക്ഷ്യങ്ങൾ നേടാൻ കഴിയും. അദ്ദേഹം ദീർഘമായ യാത്രകൾ നടത്തി; ഫ്ളാന്റേഴ്സിൽനിന്ന് കൈയെഴുത്തുപ്രതികൾ പകർത്തിയെഴുതി. റൈനിൽ നിന്നും പാരീസിൽ നിന്നു ലീജിൽ നിന്നും ഒടുവിൽ റോമിൽ നിന്നും അദ്ദേഹം ഇത് തുടർന്നു. പിന്നെ അദ്ദേഹം വോക്ലൂസ് (Vaucluse)പർവ്വതതാഴ്വാരത്തെ ഏകാന്തമായൊരിടം തന്റെ വാസത്തിനായി തെരഞ്ഞെടുത്തു. അവിടെ അദ്ദേഹം വായനയിലും എഴുത്തിലും മുഴുകി. കവിയെന്ന നിലയിൽ പ്രശസ്തനായി. അദ്ദേഹത്തിന്റെ പാണ്ഡിത്യം വാഴ്ത്തപ്പെട്ടു. പാരീസ് സർവ്വകലാശാലയും നേപ്പിൾസിലെ രാജാവും അദ്ദേഹത്തെ അദ്ധ്യാപകനായി ക്ഷണിച്ചു. പുതിയ തൊഴിലിടത്തിലേക്കുള്ള യാത്രയിൽ അദ്ദേഹം റോമിലൂടെ കടന്നുപോകാനിടയായി. അവിടത്തെ ജനങ്ങൾ പെട്രാർക്കിനെ പറ്റി കേട്ടിരുന്നു. വിസ്മൃതരാവുന്ന റോമൻ ഗ്രന്ഥകർത്താക്കളെക്കുറിച്ചുള്ള ഒരു ഗ്രന്ഥത്തിന്റെ എഡിറ്ററായിരുന്നു അദ്ദേഹം. അവർ അദ്ദേഹത്തെ ആദരിക്കാൻ തീരുമാനിച്ചു. ആ മഹാസാമ്രാജ്യനഗരത്തിൽ പെട്രാർക്കിന് ആസ്ഥാനകവിയുടെ പുഷ്പഹാരം നല്കപ്പെട്ടു.

ആ നിമിഷം മുതൽ അദ്ദേഹത്തിന്റെ ജീവിതം അനന്തമായ ആദരവേല്പിന്റെയും ആസ്വാദനമേളത്തിന്റെയും ചരിത്രമായി മാറി. ജനങ്ങൾ കേൾക്കാനേറ്റവും ആഗ്രഹിച്ച കാര്യങ്ങളാണദ്ദേഹം എഴുതിയത്. മതശാസ്ത്രതർക്കവിതർക്കങ്ങൾ ജനങ്ങൾക്കു മടുത്തിരുന്നു. പാവം ദാന്തേക്ക് ഇഷ്ടമുള്ളത്ര നരകത്തിലൂടെ യാത്ര ചെയ്യാം. പക്ഷേ, പെട്രാർക്ക് പ്രേമത്തെയും പ്രകൃതിയെയും സൂര്യനെയും പറ്റി പേർത്തും പേർത്തുമെഴുതി. കഴിഞ്ഞ തലമുറയിൽ കൈവശം ഉണ്ടായിരുന്ന ഇരുണ്ട കാര്യങ്ങളെപ്പറ്റി അദ്ദേഹം ഒന്നും എഴുതിയില്ല. ഒരു നഗരത്തിലെത്തുമ്പോൾ പെട്രാർക്കിനെ കാണാൻ ആളുകൾ കൂട്ടുമായെത്തുമായിരുന്നു. ഒരു യുദ്ധവിജയിയെപ്പോലെയാണദ്ദേഹം എവിടെയും സ്വീകരിക്കപ്പെട്ടത്. കൂടെ തന്റെ യുവ സുഹൃത്തായ കഥാകാരൻ ബൊക്കാഷ്യോവുണ്ടെങ്കിൽ നന്നായി. രണ്ടുപേരും കാലത്തിന്റെ വക്താക്കളായിരുന്നു, ജിജ്ഞാസാഭരിതരായിരുന്നു. വിസ്തൃതമായ, പൊടിപുരണ്ട ഗ്രന്ഥാലയങ്ങളിലെ ഏതു

പുസ്തകവും അവർ വായിക്കുമായിരുന്നു. വെർജിലിന്റേയോ ഓവിഡിന്റേയോ ലൂക്രീഷ്യസിന്റേയോ അതുപോലെ മറ്റേതു ലത്തീൻകവിയുടെയോ പുതിയ കൈയെഴുത്തു പ്രതികൾക്കു വേണ്ടി അവർ അന്വേഷണം നടത്തി. അവർ നല്ല ക്രിസ്ത്യാനികളായിരുന്നു. അതെ, അവർ ക്രിസ്ത്യാനികളായിരുന്നു. അന്ന് (യൂറോപ്പിലെ) എല്ലാവരും ക്രിസ്ത്യാനികളായിരുന്നു. പക്ഷേ, എപ്പോഴെങ്കിലുമൊരിക്കൽ മരണമടയുമെന്നതുകൊണ്ട് മ്ലാനമായ മുഖത്തോടെ അഴുക്കു പുരണ്ട കോട്ടുമണിഞ്ഞ് നടക്കേണ്ടതില്ലല്ലോ. ജീവിതം നല്ലതായിരുന്നു. ജനങ്ങൾ ആനന്ദിക്കേണ്ടതുണ്ടായിരുന്നു. ഇതിനെന്താ തെളിവു വേണോ നിങ്ങൾക്ക്? നല്ലത്. ഒരു തൂമ്പായെടുത്ത് മണ്ണിലൊരു കുഴിവെട്ടുക. എന്താ കണ്ടത്? മനോഹരമായ പഴയ ശില്പങ്ങൾ. സുന്ദരമായ പഴയ പാത്രങ്ങൾ. പഴയ കെട്ടിടങ്ങളുടെ അവശിഷ്ടങ്ങൾ. മുമ്പ് നിലനിന്നിരുന്ന പഴയ സാമ്രാജ്യത്തിലെ ജനങ്ങളുണ്ടാക്കിയതാണിവയൊക്കെ. ഒരായിരം കൊല്ലക്കാലം അവർ ലോകത്തെ അടക്കിഭരിച്ചു. അവർ കരുത്തരും സമ്പന്നരും അഴകുള്ളവരുമായിരുന്നു. (അഗസ്റ്റസ് ചക്രവർത്തിയുടെ ആ പ്രതിമ നോക്കുക!) തീർച്ചയായും അവർ ക്രൈസ്തവരായിരുന്നില്ല. അവർക്ക് സ്വർഗ്ഗത്തിൽ പോകാൻ കഴിയുകയില്ല. കൂടിയാൽ അവർ അന്തരാളഘട്ടത്തിൽ കഴിഞ്ഞുകൂടും. അവിടെ ദാന്തേ അവരെ സന്ദർശിച്ചിട്ടുണ്ട്.

പക്ഷേ, ആരാണിത് കാര്യമാക്കുന്നത്? പുരാതന റോമിനെപോലുള്ള ഒരു ലോകത്ത് ജീവിക്കാനാവുകയെന്നതു തന്നെ ഏതു നശ്വരജീവിക്കും സ്വർഗ്ഗമല്ലേ? നോക്കൂ, നമുക്ക് ഒരു ജീവിതമേയുള്ളൂ. നമുക്ക് ആനന്ദിക്കാം. ആസ്വദിക്കാം. ജീവിച്ചിരിക്കുന്നുവെന്നതു കൊണ്ട് മാത്രം സന്തോഷിക്കാം.

ഇതായിരുന്നു പല ചെറിയ ഇറ്റാലിയൻ നഗരങ്ങളിലേയും വീതി കുറഞ്ഞു വളഞ്ഞുപുളഞ്ഞ തെരുവുകളിൽ പ്രകടമായ മനോഭാവം.

"സൈക്കിൾ ഭ്രാന്ത്" എന്നോ "ഓട്ടോമൊബൈൽ ഭ്രാന്ത്" എന്നോ പറഞ്ഞാൽ എന്താണർത്ഥമെന്ന് നമുക്കറിയാം. ഒരാൾ സൈക്കിൾ കണ്ടുപിടിക്കുന്നു. ശതസഹസ്രം വർഷങ്ങളായി പതുക്കെ, വേദനാപൂർവ്വം ഒരിടത്തുനിന്ന് മറ്റൊരിടത്തേക്ക് പോയിരുന്ന ജനങ്ങൾ, കുന്നിലും താഴ്വരയിലും അതിവേഗത്തിൽ എളുപ്പത്തിൽ ചരിക്കുന്ന സാദ്ധ്യതയെപ്പറ്റി 'ഉന്മത്ത'രാകുന്നു. അപ്പഴാണ് സമർത്ഥനായ ഒരു മെക്കാനിക് ആദ്യത്തെ ഓട്ടോമൊബൈൽ നിർമ്മിക്കുന്നത്. ഇനി പെഡൽ ചവിട്ടി ചവിട്ടി ചവിട്ടി പോവേണ്ടതില്ല. നിങ്ങൾ ചുമ്മാ ഇരുന്നാൽമാതി. തുള്ളിതുള്ളിയായി വരുന്ന ഗാസോലിൻ നിങ്ങൾക്കായി പണിയെടുത്തുകൊള്ളും. അപ്പോൾ എല്ലാവർക്കും ഓട്ടോമൊബൈൽ വേണം. എല്ലാവരും റോൾറോയ്സ്, ഫ്ളിവ്വർ, കാർബറേറ്റർ, മൈലേജ്, ഓയിൽ എന്നിങ്ങനെ പറഞ്ഞുകൊണ്ടിരിക്കുന്നു. അജ്ഞാതമായ രാജ്യങ്ങളുടെ ഹൃദയങ്ങളിലേക്കു പര്യവേക്ഷകന്മാർ കടന്നു ചെല്ലുന്നു. അവിടെ പുതിയ വാതക ഡെപ്പോസിറ്റുകൾ കണ്ടെത്താൻ ശ്രമിക്കുന്നു. സുമാത്രയിലും കോംഗോവിലുമുള്ള

കാടുകൾ നമുക്ക് റബ്ബർ തരുന്നു. റബ്ബറും എണ്ണയും വളരെ മൂല്യവത്തായിത്തീരുന്നു. അവയ്ക്കായി മനുഷ്യർ യുദ്ധം ചെയ്യുന്നു. ലോകത്തിനാകമാനം "ഓട്ടോമൊബൈൽ ഭ്രാന്താ"ണ്. കൊച്ചുകുഞ്ഞുങ്ങൾ "പപ്പ" എന്നും "മമ്മ" എന്നും പറയുന്നതിനു മുമ്പ് "കാർ" എന്നാണ് പറയുന്നത്.

പതിനാലാം നൂറ്റാണ്ടിലെ ജനങ്ങൾ പുതുതായി കണ്ടെത്തുന്ന റോമിന്റെ അവശിഷ്ടങ്ങളെപ്പറ്റി ഉന്മത്തരായി. അജ്ഞാതമായികിടന്നിരുന്ന ഒരു കൈയെഴുത്തുപ്രതി കണ്ടെത്തുന്നത് അവധി ലഭിക്കത്തക്ക സംഭവമായിരുന്നു. വ്യാകരണമെഴുതുന്നയാൾക്ക് ഇന്നത്തെ കാലത്ത് ഒരു സ്പാർക്ക് പ്ലഗ് കണ്ടുപിടിക്കുന്നയാളുടെ പ്രാധാന്യമുണ്ടായിരുന്നു. മനുഷ്യവംശത്തെപ്പറ്റി പഠിക്കുന്ന പണ്ഡിതനെ (അർത്ഥശൂന്യമായ മനശാസ്ത്രാന്വേഷണങ്ങൾക്കുപകരം) വലിയ ആദരവോടും അഗാധമായ ബഹുമാനത്തോടുമാണ് വീക്ഷിച്ചിരുന്നത്. നരഭോജികളുടെ ദ്വീപുകൾ കീഴടക്കിയ ധീരനായകനേക്കാൾ ആദരവ് അദ്ദേഹത്തിന് ലഭിച്ചു.

ഈ ധൈഷണിക മുന്നേറ്റത്തിനിടയിൽ പ്രാചീന ദാർശനികരുടെയും ഗ്രന്ഥകാരന്മാരുടെയും പഠനത്തിനനുകൂലമായ ഒരു സംഭവമുണ്ടായി. തുർക്കികൾ യൂറോപ്യൻ ആക്രമണം പുനരാരംഭിച്ചിരുന്നു. പഴയ റോമാസാമ്രാജ്യത്തിന്റെ അവസാന അവശിഷ്ടമായ കോൺസ്റ്റാന്റിനോപ്പിൾ വലിയ വിഷമസ്ഥിതിയിലായിരുന്നു. 1393 ൽ ചക്രവർത്തിയായ മാനുവൽ പാലിയോലോഗ് പഴയ ബൈസാന്റിയത്തിന്റെ ദയനീയ സ്ഥിതിയിൽ സഹായം ലഭിക്കുന്നതിനു വേണ്ടി പശ്ചിമ യൂറോപ്പിലേക്ക് ഇമ്മാനുവൽ ക്രിസാലോറസിനെ അയച്ചു. സഹായം ഒരിക്കലും വന്നെത്തിയില്ല. ഗ്രീക്കുകത്തോലിക്കരുടെ മതവിദ്രോഹത്തിനുള്ള ശിക്ഷ അവർ തന്നെ അനുഭവിക്കട്ടെയെന്ന മനോഭാവമായിരുന്നു റോമൻകത്തോലിക്കർക്കുണ്ടായിരുന്നത്. ബൈസെന്റൈൻകാരുടെ വിധിയെപ്പറ്റി പശ്ചിമ യൂറോപ്യൻ ക്രൈസ്തവരുടെ ശ്രദ്ധയില്ലായ്മ എത്രയായിരുന്നാലും അവർക്ക് പുരാതന ഗ്രീക്കുകാരുടെ നേട്ടങ്ങളിൽ താല്പര്യമുണ്ടായിരുന്നു; ഗ്രീക്കു കോളണിസ്റ്റുകളാണ് ട്രോജൻ യുദ്ധം കഴിഞ്ഞ് പത്തു നൂറ്റാണ്ടിനുശേഷം ബോസ്ഫറസിൽ നഗരം പണിതത്. പശ്ചിമയൂറോപ്പുകാർക്ക് ഗ്രീക്കുഭാഷ പഠിക്കണമായിരുന്നു; അരിസ്റ്റോട്ടിലിന്റെയും ഹോമറിന്റെയും പ്ലേറ്റോവിന്റെയും കൃതികൾ വായിക്കണമായിരുന്നു. അവ പഠിക്കണമെന്നു അതിയായ ആഗ്രഹമുണ്ടായിരുന്നെങ്കിലും അതിന് ഗ്രന്ഥങ്ങളോ വ്യാകരണമോ ഗുരുനാഥന്മാരോ ഉണ്ടായിരുന്നില്ല. ഫ്ളോറൻസിലെ മജിസ്ട്രേറ്റുമാർ ക്രിസോളോറസിന്റെ യാത്രയെപ്പറ്റി അറിഞ്ഞിരുന്നു. അവരുടെ നഗരവാസികൾക്ക് "ഗ്രീക്കുഭ്രാന്താ"യിരുന്നു. അദ്ദേഹം (ക്രിസാളോറസ്) അവരെ പഠിപ്പിക്കുമോ? അയാളതിനു തയ്യാറായിരുന്നു, നോക്കൂ. അയാളായിരുന്നു പശ്ചിമയൂറോപ്പിലെ ആദ്യ ഗ്രീക്ക് പ്രൊഫസർ– ആൽഫ ബീറ്റ, ഗാമ... നൂറുകണക്കിൽ ജിജ്ഞാസുക്കളായ യുവാക്കളെ അയാൾ പഠിപ്പിച്ചു. ഈ യുവാക്കൾ പലനാടുകളിൽ

നിന്ന് ആർണോവിലേക്കു തിക്കിത്തിരക്കിവരികയായിരുന്നു. അവർ തൊഴുത്തുകളിലും പുക നിറഞ്ഞ അട്ടങ്ങളിലും ഏറെ ബുദ്ധിമുട്ടു സഹിച്ചു താമസിച്ചു. ഗ്രീക്കുവ്യാകരണത്തിന്റെ കഠിനതകൾ അനുഭവിച്ചു. കാരണം അവർക്ക് സോഫോക്ലിസിന്റെയും ഹോമറിന്റെയും കൂട്ടുകാരാവേണ്ടിയിരുന്നു.

ഇതിനിടയിൽ സർവ്വകലാശാലകളിൽ പഴയ സ്കൂളുകാർ പ്രാചീന മതശാസ്ത്രവും, കാലഹരണപ്പെട്ട തർക്കവും പഠിപ്പിക്കുന്നുണ്ടായിരുന്നു. പഴയ നിയമത്തിന്റെ ഗുപ്ത നിഗൂഢതകൾ വിശദീകരിക്കുകയായിരുന്നു; അരിസ്റ്റോട്ടിലിന്റെ പഴയ ഗ്രീക്ക്, അറബിക്ക്, സ്പാനിഷ്, ലത്തീൻ എഡിഷനിലെ ദുരൂഹമായ ശാസ്ത്രത്തെ പറ്റി ചർച്ച ചെയ്യുകയായിരുന്നു; ഭയവും നൈരാശ്യവുമായിരുന്നു അവരുടെ നേട്ടം. പിന്നെ അവർ രോഷാകുലരായി. കാര്യങ്ങൾ കൈവിട്ടു പോവുകയായിരുന്നു. വ്യവസ്ഥാപിത സർവ്വകലാശാലകളിൽ നിന്ന് യുവാക്കൾ പിരിഞ്ഞു പോവുകയായിരുന്നു. പുതിയ 'മാനവികവാദി'കളുടെ ക്ലാസുകൾ ശ്രദ്ധിക്കാനാണ് അവർ പോയത്. ഈ മാനവികവാദികൾക്ക് 'നവജാതമായ നാഗരികത'യെപ്പറ്റി പലമുഖങ്ങളുള്ള ആശയങ്ങളുണ്ടായിരുന്നു.

വ്യവസ്ഥാപിത സർവ്വകലാശാലകളിലെ പണ്ഡിതന്മാർ അധികാരികളെ സമീപിച്ചു. പരാതിപ്പെട്ടു. പക്ഷേ, ഇഷ്ടമില്ലാത്ത കുതിരയെക്കൊണ്ട് വെള്ളം കുടിപ്പിക്കാനാർക്കും കഴിയുമായിരുന്നില്ല. ഇച്ഛയില്ലാത്ത കർണ്ണങ്ങളിലേക്കു താല്പര്യമില്ലാത്ത കാര്യങ്ങൾ പകർന്നു കൊടുക്കാൻ കഴിയുമായിരുന്നില്ല. സ്കൂളുകാരുടെ പിടി വേഗത്തിൽ നഷ്ടമാകുമായിരുന്നു. ചിലേടങ്ങളിൽ അവർക്ക് വിജയം കിട്ടിയിരുന്നിരിക്കാം. അവർ എല്ലാ മതഭ്രാന്തന്മാരുമായി സഖ്യം ചെയ്തു. തങ്ങൾക്കിഷ്ടമില്ലാത്ത ആനന്ദം മറ്റുള്ളവരനുഭവിക്കുന്നത് കാണാനാഗ്രഹിക്കാത്തവരാണ് മതഭ്രാന്തന്മാർ. ഈ മഹത്തായ പുനർജ്ജന്മത്തിന്റെ കേന്ദ്രം ഫ്ളോറൻസായിരുന്നു. അവിടെ പഴയക്രമവും പുതിയ ആശയങ്ങളും തമ്മിൽ ഭീകരമായ ഒരു സംഘട്ടനം നടന്നു. കഷായമുഖനും, സൗന്ദര്യത്തോടു കഠിനമായ വിദ്വേഷമുള്ളവനുമായ ഒരു ഡൊമിനിക്കൻ സന്ന്യാസിയായിരുന്നു മദ്ധ്യകാല പിന്നണിപ്പോരാളികളുടെ നേതാവ്. അയാൾ ധീരമായൊരു സമരം തന്നെയാണ് നടത്തിയത്. എല്ലാ ദിവസവും ദൈവത്തിന്റെ പുണ്യക്രോധത്തെ പറ്റി അയാൾ ഉണർത്തിച്ചുകൊണ്ടിരുന്നു. സാന്റാമറിയ ഡെൽ ഫിയോറിന്റെ വിശാലമായ ഹാളിലാണ് അയാളുടെ അരുളപ്പാടുകളുണ്ടായത്. "പശ്ചാത്തപിക്കുക" അയാൾ ആക്രോശിച്ചു. "നിങ്ങളുടെ ദൈവരാഹിത്യത്തെപ്പറ്റി പശ്ചാത്തപിക്കുക, പാവനമല്ലാത്ത കാര്യങ്ങളിൽ നിങ്ങൾ ആഹ്ലാദിക്കുന്നതിനെപ്പറ്റി പശ്ചാത്തപിക്കുക." അയാൾ പുതിയ ശബ്ദങ്ങൾ കേട്ടു. ആകാശത്തിൽ വെട്ടിത്തിളങ്ങുന്ന വാളുകൾ കണ്ടു. തെറ്റായ മാർഗ്ഗങ്ങളിലേക്ക് കുഞ്ഞുങ്ങളെങ്കിലും വ്യതിചലിക്കാതിരിക്കട്ടെയെന്ന ആശയിൽ അവരോട് പ്രഭാഷണം നടത്തി. തെറ്റായ ആശയങ്ങൾ അവരുടെ പിതാക്കളെ ദൈവദ്രോഹത്തിലേക്കു നയിച്ചിരിക്കുകയായിരുന്നുവെന്ന് അയാൾ

കരുതി. ദൈവത്തിൽ സമർപ്പിതമായ ബോയ്സ്കൗട്ടുകളുടെ കമ്പനികൾ തന്നെ അയാൾ സംഘടിപ്പിച്ചു. അവരുടെ പ്രവാചകനാണ് താനെന്നയാളവകാശപ്പെട്ടു. ഉന്മത്തമായ ഒരു നിമിഷത്തിൽ തെറ്റുകൾക്ക് പശ്ചാത്തപിക്കാമെന്ന്, സൗന്ദര്യത്തെയും ആനന്ദത്തെയും ഇഷ്ടപ്പെട്ടുപോയതിൽ പശ്ചാത്തപിക്കാമെന്ന് ഫ്ളോറൻസിലെ ജനങ്ങൾ പറഞ്ഞു. അവർ ഗ്രന്ഥങ്ങളും ശില്പങ്ങളും പെയിന്റിങ്ങുകളുമായി അങ്ങാടിയിൽ സംഗമിച്ചു. "പൊങ്ങച്ചങ്ങളുടെ വന്യമായ ഉത്സവം" അവർ ആഘോഷിച്ചു. പുണ്യഗാനങ്ങളാലപിച്ചു. അവ തികച്ചും വിചിത്രമായിരുന്നു. അപ്പോൾ ആ ഡൊമിനിക്കൻ സന്ന്യാസി, സവാനറോള, അവർ കൂമ്പാരം കൂട്ടിയ സമ്പത്തിന് തീകൊടുക്കുകയായിരുന്നു.

പക്ഷേ, ചാരം തണുത്തു തുടങ്ങിയപ്പോൾ നഷ്ടപ്പെട്ടതെന്തെന്നു ജനങ്ങൾക്കു മനസ്സിലായി. മറ്റെന്തിലുമുപരി അവർ സ്നേഹിച്ചതെല്ലാം ആ കടുത്ത മതഭ്രാന്തൻ നശിപ്പിച്ചു കഴിഞ്ഞിരുന്നു. അവർ അയാൾക്കെതിരെ തിരിഞ്ഞു. സവാനറോളയെ ജയിലിലടച്ചു. അയാളെ പീഡിപ്പിച്ചു. പക്ഷേ, ഒരു കുറ്റത്തിനും അയാൾ പശ്ചാത്തപിച്ചില്ല. അയാൾ സത്യസന്ധനായിരുന്നു. അയാളൊരു പുണ്യജീവിതം നയിക്കാൻ ശ്രമിച്ചു. തന്റെ ജീവിതവീക്ഷണം സ്വീകരിക്കാത്തവരെ അയാൾ ബോധപൂർവ്വം നശിപ്പിച്ചു. തിന്മ കണ്ടാൽ, അത് ദൂരീകരിക്കേണ്ടത് അയാളുടെ ചുമതലയായിരുന്നു. ഐഹിക ഗ്രന്ഥങ്ങളോടും ഐഹിക സൗന്ദര്യത്തോടുമുള്ള പ്രേമം പള്ളിയുടെ വിശ്വസ്തനായ ഈ പുത്രന്റെ കണ്ണിൽ തിന്മയായിരുന്നു. പക്ഷേ, അയാൾ ഒറ്റയ്ക്കായിരുന്നു. മൃതവും ഗതവുമായ ഒരു കാലത്തിന്റെ യുദ്ധമാണയാൾ ചെയ്തത്. അയാളെ രക്ഷിക്കുന്നതിന് റോമിലെ പോപ്പ് വിരലനക്കുക പോലും ചെയ്തില്ല. മറിച്ചു, സവാനറോളയെ കഴുമരത്തിലേക്കു വലിച്ചുകൊണ്ടുപോയ, അയാളെ തൂക്കിക്കൊന്ന, ആർത്തുവിളിക്കുന്ന ആൾക്കൂട്ടത്തിനു മുമ്പിൽ അയാളുടെ മൃതദേഹം അഗ്നിക്കിരയാക്കി. "വിശ്വാസികളായ ഫ്ളോറൻസുകാരെ" പോപ്പ് അംഗീകരിച്ചു.

അത് ശോകാകുലമായ ഒരന്ത്യമായിരുന്നു, പക്ഷേ, അനിവാര്യമായിരുന്നു. പതിനൊന്നാം നൂറ്റാണ്ടിലായിരുന്നെങ്കിൽ സവാനറോള ഒരു മഹാനാകുമായിരുന്നു. പതിനഞ്ചാം നൂറ്റാണ്ടിലാകട്ടെ നഷ്ടപ്പെട്ട ഒരു ലക്ഷ്യത്തിന്റെ നേതാവായിരുന്നു, അയാൾ. നല്ലതായാലും ചീത്തയായാലും പോപ്പ് മാനവികവാദിയായിത്തീർന്നതോടെ, റോമാ-ഗ്രേക്കോ പുരാതന ജ്ഞാനത്തിന്റെ സുപ്രധാന മ്യൂസിയമായി വത്തിക്കാൻ മാറിയതോടെ മദ്ധ്യയുഗങ്ങൾക്കു തിരശ്ശീലവീഴുകയായിരുന്നു.

ആശയപ്രകാശനത്തിന്റെ യുഗം

പുതിയ ജീവിതാനന്ദത്തിന് പ്രകാശനം നല്കേണ്ടതിന്റെ ആവശ്യകത ജനങ്ങൾക്കനുഭവവേദ്യമായി. കവിതകളിലും ശില്പവിദ്യയിലും വാസ്തുവിദ്യയിലും പെയിന്റിങ്ങിലും അച്ചടി പുസ്തകങ്ങളിലും ഈ ആനന്ദം അവർ ആവിഷ്കരിച്ചു

ആയിരത്തിനാന്നൂറ്റിഎഴുപത്തിയൊന്നാമാണ്ടിൽ 91 വയസ്സുള്ള ഒരു ധർമ്മ വൃദ്ധൻ നിര്യാതനായി. 91 ൽ 72 വർഷവും അദ്ദേഹം ചെലവഴിച്ചത് യസൽ നദീതീരത്തുള്ള ഡച്ച് ഹാൻസിയാറ്റിക്ക് നഗരമായ സ്വോളേയ്ക്കടുത്തുള്ള സെയിന്റ് ആഗ്നസ് മലയിലെ അടഞ്ഞൊരു അഭയകേന്ദ്രത്തിലായിരുന്നു. ബ്രദർ തോമസ് എന്നായിരുന്നു അദ്ദേഹത്തിന്റെ പേര്. അദ്ദേഹം കെമ്പൻ എന്ന ഗ്രാമത്തിലാണ് ജനിച്ചത്. അതിനാൽ തോമസ് കെമ്പിസ് എന്നറിയപ്പെട്ടു. പന്ത്രണ്ടാം വയസ്സിൽ അദ്ദേഹത്തെ ഡെവെന്റർ എന്ന സ്ഥലത്തേക്കയച്ചു. അവിടെ ഗെർഹാഡ് ഗ്രൂട്ട് എന്നൊരാൾ സൊസൈറ്റി ഓഫ് ദ ബ്രദേഴ്സ് ഓഫ് ദ കോമൺ ലൈഫ് എന്നൊരു സംഘം സ്ഥാപിച്ചിരുന്നു. പാരീസ്, കൊളോൺ, പ്രേഗ് സർവ്വകലാശാലകളിൽ നിന്ന് ബിരുദം നേടിയൊരാളായിരുന്നു ഗെർഹാഡ് ഗ്രൂട്ട്. അതിലെ അംഗങ്ങൾ വിനയശാലികളായ ദൈവവിശ്വാസികളായിരുന്നു. ക്രിസ്തുവിന്റെ ആദ്യ അപ്പോസ്തലന്മാരുടെ ലളിത ജീവിതം നയിക്കാനവർ ശ്രമിച്ചു. അതോടൊപ്പം തൊഴിൽ ചെയ്തു ജീവിക്കാനും യത്നിച്ചു. ആശാരിമാരായും, വീട് പെയിന്റ് ചെയ്യുന്നവരായും, കല്ലുകെട്ടുകാരായും പണിയെടുത്തു. അവർ നല്ലൊരു വിദ്യാലയം സ്ഥാപിച്ചിരുന്നു. ദരിദ്രരായ കുഞ്ഞുങ്ങൾക്ക് സഭയുടെ വിജ്ഞാനം പകർന്നു കൊടുക്കുന്നതിനുവേണ്ടിയായിരുന്നു ഇത്. ഈ സ്കൂളിൽ കൊച്ചുതോമസ് കെമ്പിസ്, ലത്തീൻ പദങ്ങൾ സംയോജിപ്പിക്കുവാനും കൈയെഴുത്തു പുസ്തകങ്ങൾ പകർത്തിയെഴുതാനും പഠിച്ചു. പിന്നെ അദ്ദേഹം തന്റെ ധർമ്മ പ്രതിജ്ഞകൾ ഉച്ചരിച്ചു. തന്റെ ചെറിയ പുസ്തകക്കെട്ടുമായി സ്വോളേയിൽ അലഞ്ഞു; തന്നെ ഒട്ടും ആകർഷിക്കാത്ത കലങ്ങി മറിഞ്ഞ ലോകത്തിനു മുന്നിൽ ആശ്വാസനിശ്വാസത്തോടെ സ്വന്തം വാതിലുകൾ അടച്ചു

തഴുതിട്ടു.

കുഴപ്പങ്ങളുടെ, രോഗങ്ങളുടെ, സത്വരമരണങ്ങളുടെ കാലത്താണ് തോമസ് ജീവിച്ചത്. മദ്ധ്യയൂറോപ്പിലെ ബൊഹീമിയയിൽ ഇംഗ്ലീഷ് മത നവീകരണ നായകനായ ജോൺ വൈക്ലിഫിന്റെ ശിഷ്യൻ ജോൺ ഹസ്സിന്റെ ശിഷ്യന്മാർ അവരുടെ പ്രിയ നേതാവിന്റെ മരണത്തിന് പ്രതികാരം ചെയ്യുകയായിരുന്നു. കോൺസ്റ്റൻസ് കൗൺസിലിന്റെ ഉത്തരവ് പ്രകാരം ജോൺഹസ്സിനെ ചുട്ടുകൊല്ലുകയായിരുന്നു. ഇതേ കോൺസ്റ്റൻസ് കൗൺസിലാണ് സ്വിറ്റ്സർലണ്ടിൽ വന്ന് തന്റെ ആശയങ്ങൾ പോപ്പിനോടു വിശദീകരിച്ചാൽ സുരക്ഷ നല്കുമെന്ന് ജോൺഹസ്സിന് ഉറപ്പു നല്കിയിരുന്നത്. പോപ്പ് മാത്രമല്ല ചക്രവർത്തിയും ഇരുപത്തിമൂന്ന് കർദ്ദിനാൾമാരും മുപ്പത്തിമൂന്നു ആർച്ചുബിഷപ്പുമാരും നൂറ്റമ്പത് ആബട്ടുമാരും നൂറിലധികം രാജാക്കന്മാരും സഭയെ പരിഷ്ക്കരിക്കാനുറച്ചെത്തിയ അനേകം പ്രഭുക്കന്മാരും അദ്ദേഹത്തിന്റെ തത്ത്വങ്ങൾ കേൾക്കാനുണ്ടാകുമെന്നും പറഞ്ഞിരുന്നു.

ജോൺ ഹസ്

പടിഞ്ഞാറ് ഫ്രാൻസ് ഒരു ശതവത്സരയുദ്ധത്തിലേർപ്പെട്ടിരിക്കുകയായിരുന്നു. ഇംഗ്ലീഷുകാരെ ഫ്രഞ്ചു മണ്ണിൽ നിന്നു പുറത്താക്കുന്നതിനു വേണ്ടിയായിരുന്നു അത്. ആ യുദ്ധത്തിൽ പക്ഷേ, ഫ്രാൻസ് സമ്പൂർണ്ണമായ തോല്വിയിൽ നിന്ന് രക്ഷ പ്രാപിച്ചത് ഭാഗ്യവശാൽ ജോൺ ഓഫ് ആർക്ക് രംഗപ്രവേശം ചെയ്തതു മൂലമായിരുന്നു. ഈ യുദ്ധം അവസാനിച്ച ഉടനെ ഫ്രാൻസും ബർഗണ്ടിയും അന്യോന്യം കഴുത്തിനുപിടിച്ചു; പശ്ചിമയൂറോപ്പിന്റെ ആധിപത്യത്തിനു വേണ്ടിയുള്ള ഒരു ജീവന്മരണ യുദ്ധത്തിൽ ഏർപ്പെട്ടു.

ദക്ഷിണദേശത്താണെങ്കിൽ റോമിലെ പോപ്പ് ദക്ഷിണഫ്രാൻസിലെ അവിഞ്ഞോൺ ആസ്ഥാനമായ മറ്റൊരു പോപ്പിനെ ദൈവികമായി ശകാരിച്ചുകൊണ്ടിരിക്കുകയായിരുന്നു. അവിഞ്ഞോണിലെ പോപ്പും അതേ നാണയത്തിൽ തിരിച്ചു നല്കിക്കൊണ്ടിരുന്നു. ദൂരപൗരസ്ത്യദേശങ്ങളിൽ തുർക്കികൾ റോമാസാമ്രാജ്യത്തിന്റെ അവസാനത്തെ അവശിഷ്ടങ്ങൾ നശിപ്പിക്കുകയായിരുന്നു. താർത്താരി യജമാനന്മാരുടെ അധികാരകുത്തക തകർക്കാൻ റഷ്യക്കാർ അന്തിമമായ കുരിശുയുദ്ധം ആരംഭിച്ചിരിക്കുകയായിരുന്നു.

കത്തീഡ്രൽ

പക്ഷേ, പ്രശാന്തമായ മുറിയിൽ ഇതിനെപ്പറ്റിയൊന്നും ബ്രദർതോമസ് കേട്ടിരുന്നില്ല. അദ്ദേഹത്തിന് തന്റെ കൈയെഴുത്തുപ്രതികളും സ്വന്തം ചിന്തകളുമുണ്ടായിരുന്നു; അദ്ദേഹം തൃപ്തനായിരുന്നു. തന്റെ ദൈവസ്നേഹം ഒരു ചെറിയ ഗ്രന്ഥത്തിലേക്ക് അദ്ദേഹം പകർന്നു. അതിനദ്ദേഹം *ക്രിസ്തുവിന്റെ അനുകരണം (Imitation of Christ)* എന്ന പേരു നല്കി. ബൈബിളൊഴികെ, ഇത്രയധികം ഭാഷകളിൽ വിവർത്തനം ചെയ്യപ്പെട്ട ഒരു ഗ്രന്ഥമുണ്ടാവില്ല. വേദപുസ്തകങ്ങൾ വായിച്ചത്ര ആളുകൾ ആ ഗ്രന്ഥം വായിച്ചു. കോടാനുകോടി ജീവിതങ്ങളെ അത് സ്വാധീനിച്ചു. "ഒരു ചെറുപുസ്തകവുമായി ഈ മൂലയിലിരുന്ന് ശാന്തമായി കഴിയുമാറാകണമേ" എന്ന് മാത്രമാഗ്രഹിച്ച, ഈ ആഗ്രഹം ജീവിതാദർശമായ ഒരു മനുഷ്യന്റെ രചനയായിരുന്നു ഇത്.

മദ്ധ്യയുഗങ്ങളുടെ ഏറ്റവും സംശുദ്ധമായ ആദർശങ്ങളുടെ പ്രാതിനിധ്യമാണ് ബ്രദർ തോമസിനുള്ളത്. നാലു ഭാഗത്തും വിജിഗീഷുവായ നവോത്ഥാനത്തിന്റെ ശക്തികളായിരുന്നു; മാനവികവാദികൾ അത്യുച്ചത്തിൽ ആധുനിക കാലത്തിന്റെ ആവിർഭാവം പ്രഖ്യാപിക്കുകയായിരുന്നു. അപ്പോൾ മദ്ധ്യയുഗങ്ങൾ അവസാന പിടിവള്ളിക്കുവേണ്ടി ശക്തിയാർജ്ജിച്ചു. സന്ന്യാസിമഠങ്ങൾ പരിഷ്കരിക്കപ്പെട്ടു. ധനത്തിന്റെയും തിന്മകളുടെയും സഹവാസം സന്ന്യാസിമാർ വെടിഞ്ഞു. ലാളിത്യവും, ആർജ്ജവവും, സത്യസന്ധതയുമുള്ള മനുഷ്യർ കളങ്കരഹിതവും സമർപ്പിതവുമായ ജീവിതം ഉദാഹരണമാക്കി, ജനങ്ങളെ ശരിയുടെയും ദൈവത്തിന്റെ മുന്നിലുള്ള വിനയത്തിന്റെയും വഴിയിലേക്കു ക്ഷണിക്കുകയായിരുന്നു. പക്ഷേ, ഫലമുണ്ടായില്ല. നല്ലവരായ മനുഷ്യരിലേക്കു നവകാലം കുതിച്ചെത്തുകയായിരുന്നു. പ്രശാന്തമായ ധ്യാനത്തിന്റെ കാലം കഴിഞ്ഞുപോയിരുന്നു. ആത്മപ്രകാശനത്തിന്റെ യുഗം ആരംഭിച്ചിരുന്നു.

ഇവിടെ ഞാൻ ഒരു കാര്യം പറയട്ടെ. കുറെ വലിയ വാക്കുകൾ ഉപയോഗിച്ചതിൽ ഞാൻ ദുഃഖിക്കുന്നു. ഏകമാത്ര പദങ്ങളുപയോഗിച്ച് ഇത് എഴുതണമെന്നായിരുന്നു എന്റെ ആഗ്രഹം. പക്ഷേ, അത് സാധിക്കില്ല. കർണ്ണവും ത്രികോണങ്ങളും ചതുരവും പാരലലോഗ്രവും പരാമർശിക്കാതെ ഒരു ജ്യാമിതീ പാഠപുസ്തകം എഴുതാൻ കഴിയില്ല. അവയുടെ അർത്ഥം അറിഞ്ഞേ പറ്റൂ. അല്ലെങ്കിൽ ഗണിതം പഠിക്കേണ്ടെന്ന് വെക്കണം. ചരിത്രത്തിൽ (ജീവിതത്തിലും) ലത്തീനിലും ഗ്രീക്കിലുമുള്ള അനേകം പദങ്ങൾ പഠിക്കേണ്ടിവരും. അവയുടെ അർത്ഥമറിയേണ്ടിവരും. അത് ഇപ്പോൾത്തന്നെ ആയാലെന്ത്?

നവോത്ഥാനം ആത്മപ്രകാശനത്തിന്റെ യുഗമായിരുന്നുവെന്ന് ഞാൻ പറയുന്നതിന്റെ അർത്ഥം ഇതാണ്: എന്തുചെയ്യണമെന്നും എന്തു ചിന്തിക്കണമെന്നും ചക്രവർത്തിയും പോപ്പും പറയുമ്പോൾ കേവലം നിശ്ചലസദസ്യരായിരിക്കുന്നതിൽ ജനങ്ങൾക്കു സംതൃപ്തിയില്ലാതായി. ജീവിതത്തിന്റെ അരങ്ങത്ത് അവർക്ക് സ്വയം അഭിനേതാക്കളായിമാറണം. സ്വന്തം വ്യക്തിഗത ആശയങ്ങൾക്ക് പ്രകാശനം നല്കാൻ കഴിയണം.

കൈയെഴുത്തും അച്ചടിയും

ഫ്ളോറൻസിലെ ചരിത്രകാരനായ നിക്കോളോ മാക്കിയവെല്ലിയെപോലെ ഭരണതന്ത്രജ്ഞതയിൽ ആകൃഷ്ടനാവുന്നൊരാൾ വിജയിക്കുന്ന ഭരണ കൂടത്തെയും ഭരണാധികാരിയെയും പറ്റിയുള്ള തന്റെ ആശയങ്ങൾ ഒരു ഗ്രന്ഥത്തിൽ പ്രകാശനം ചെയ്യുന്നു. മറിച്ച് അയാൾക്ക് പെയിന്റിങ്ങിലാണ് താല്പര്യമെങ്കിൽ അയാൾ സുന്ദരമായ രേഖകളിലൂടെ മനോജ്ഞവർണ്ണ ങ്ങളിലൂടെ സ്വയം പ്രകാശിപ്പിക്കുന്നു. അതാണ് ഗ്യോട്ടോവും ഫ്രാ ആ ഞ്ചലിക്കോവും റഫേലും വേറെയൊരായിരം പേരും ചെയ്തത്, ഈ പേരു കൾ എല്ലാ വീടുകളിലും അറിയുമായിരുന്നു.

വരയിലും വർണ്ണത്തിലുമുള്ള ഈ ആവേശം മെക്കാനിക്സും ഹൈഡ്രോളിക്സുമായി സംയോജിച്ചപ്പോൾ ലിയാനാഡോ ഡാവിഞ്ചി യുണ്ടായി. അദ്ദേഹം പെയിന്റ് ചെയ്തു; ബലൂണുകളും പറക്കും യന്ത്ര ങ്ങളും പരീക്ഷണം നടത്തി; ലൊംബാർഡിയൻ സമതലങ്ങളിലെ ചതു പ്പുകൾ വറ്റിച്ചു; സ്വർഗ്ഗത്തിനും ഭൂമിക്കുമിടയിലുള്ള എല്ലാ കാര്യങ്ങളിലും അദ്ദേഹം ആനന്ദം കണ്ടെത്തി; അവയൊക്കെ മധുരഗദ്യത്തിലും, ചിത്ര ത്തിലും, ശില്പത്തിലും, യന്ത്രങ്ങളിലുമായി ‘പ്രകാശനം’ ചെയ്തു. ബ്രഷും പാലെറ്റും തനിക്ക് പോരെന്ന് തോന്നിയ ഭീമശക്തനായ മൈക്കൽ ആഞ്ചലോ പ്രതിമാ നിർമ്മാണത്തിലേക്കും വാസ്തുവിദ്യയിലേക്കും തിരി ഞ്ഞു. ഭീമാകാരമായ വെള്ളക്കല്ലുകളിൽ നിന്ന് ഭീതിദമായ സൃഷ്ടികൾ മെനഞ്ഞു, സെയിന്റ് പീറ്റേഴ്സ് പള്ളിക്കു വേണ്ടിയുള്ള രൂപരേഖ തയ്യാ റാക്കി. അജയ്യമായ സഭയുടെ ഏറ്റവും മൂർത്തമായ രൂപമാണല്ലോ ആ

ചർച്ച്. അങ്ങനെ കാര്യങ്ങൾ നീങ്ങി.

ഇറ്റലിയിലുടനീളം (യൂറോപ്പിലും) വിജ്ഞാനത്തിന്റെ, സൗന്ദര്യത്തിന്റെ, വിവേകത്തിന്റെ മഹാശേഖരത്തിൽ തങ്ങളുടെ പങ്കും ഉണ്ടാവണമെന്നാഗ്രഹിക്കുന്ന സ്ത്രീപുരുഷന്മാരെക്കൊണ്ടു നിറഞ്ഞു. ജർമ്മനിയിലെ മെയിൻസ് എന്ന നഗരത്തിൽ ജോൺ ഗുടൻബർഗ്ഗ് എന്നറിയപ്പെടുന്ന യോഹാൻസ് ഗാൻസെഫ്ളിഷ് ഇക്കാലത്ത് ഗ്രന്ഥങ്ങളുടെ പകർപ്പെടുക്കാനുള്ള ഒരു രീതി കണ്ടുപിടിച്ചിട്ടുണ്ടായിരുന്നു. പഴയ മരക്കട്ടകൾ അദ്ദേഹം ശരിയായി പഠിക്കുകയും ഈയക്കട്ടികളിൽ അക്ഷരങ്ങളും വാക്കുകളും നിർമ്മിക്കുന്ന പുതിയൊരു രീതി ആവിഷ്ക്കരിക്കുകയും ചെയ്തു. അച്ചടിയുടെ ആദ്യ കണ്ടുപിടുത്തത്തെ സംബന്ധിച്ചുള്ള കേസിൽ അദ്ദേഹത്തിനു സമ്പാദ്യം മുഴുവൻ നഷ്ടപ്പെട്ടുവെന്നത് നേരു തന്നെ. അദ്ദേഹം ദരിദ്രനായി മരിച്ചു. എങ്കിലും ഈ പ്രതിഭാശാലിയുടെ ആത്മപ്രകാശനം അദ്ദേഹത്തിന്റെ മരണത്തിനു ശേഷവും നിലനിന്നു.

വൈകാതെ, വെനീസിലെ ആൾഡസ്, പാരീസിലെ എതിനേ, ആന്റ്‌വെർപിലെ പ്ലാന്റിൻ, ബേസലിലെ ഫ്രോബൻ എന്നിവർ ഗുടൻബർഗ്ഗ് ബൈബിളിന്റെ ഗോഥിക് അക്ഷരങ്ങളിൽ അച്ചടിച്ച ക്ലാസിക്കുകളുടെ പുതിയ എഡിഷനുകളുടെ ഒരു പ്രളയം തന്നെ തീർത്ത് ലോകത്തെ അത്ഭുതപ്പെടുത്തി. അച്ചടിച്ച രൂപത്തിലും ഗ്രന്ഥങ്ങളിറങ്ങി; ഗ്രീക്ക് അക്ഷരമാലകളും ഹെബ്രു അക്ഷരമാലകളുമെല്ലാം അച്ചടിച്ചു.

പറയാനെന്തെങ്കിലുമുള്ളവരെ ശ്രവിക്കുന്ന ഒരു സദസ്സായി ലോകം മുഴുവൻ മാറി. പഠനം സവിശേഷാവകാശമുള്ളവരുടെ കുത്തകയായിരുന്ന കാലം അവസാനിച്ചു. അജ്ഞനായിരിക്കുന്നതിന് ഒരു ഒഴിവുകഴിവുമില്ലാതായി. ഹാർലെത്തിലെ എൽസെവിർ എന്നയാൾ വില കുറഞ്ഞ, ജനപ്രിയ എഡിഷനുകൾ പുറത്തിറക്കി. അരിസ്റ്റോട്ടിലും, പ്ലേറ്റോയും, വെർജിലും, ഹോറേസും, പ്ലിനിയുമെല്ലാം, പഴയകാലത്തെ ഗ്രന്ഥകാരന്മാരുടെയും ദാർശനികരുടെയും ശാസ്ത്രജ്ഞരുടെയും മാത്രം ചങ്ങാതിമാരായിരുന്നവരെല്ലാം, കുറച്ച് കാശ് കൊടുത്താൽ മനുഷ്യരുടെ ഉത്തമസുഹൃത്തുക്കളാകുമെന്ന അവസ്ഥ വന്നു. മാനവികത അച്ചടിച്ച വാക്കുകൾക്കു മുന്നിൽ എല്ലാ മനുഷ്യരേയും സ്വതന്ത്രരും സമന്മാരുമാക്കി മാറ്റി.

മഹത്തായ കണ്ടുപിടുത്തങ്ങൾ

സങ്കുചിതമായ മദ്ധ്യകാല പരിമിതികൾ തകർത്തെറിഞ്ഞതിനാൽ യാത്രകൾക്കായി ജനങ്ങൾക്ക് കൂടുതൽ ഇടം ആവശ്യമായി വന്നു. അവരുടെ ലക്ഷ്യങ്ങൾക്ക് യൂറോപ്പ് വളരെ ചെറുതായിത്തീർന്നു. പര്യവേക്ഷണയാത്രകളുടെ കാലമായിരുന്നു അത്

യാത്രയുടെ ഉദാരമായ കലയിൽ ഒരു പാഠമായിരുന്നു കുരിശുയുദ്ധങ്ങൾ. പക്ഷേ, അധികമാരും വെനീസ് മുതൽ ജാഫേ വരെയുള്ള വഴിക്കപ്പുറം പോവാൻ ധൈര്യപ്പെട്ടിരുന്നില്ല. പതിമൂന്നാം നൂറ്റാണ്ടിൽ വെനീസിലെ കച്ചവടക്കാരായ പോളോ സഹോദരന്മാർ മംഗോളിയൻ മരുഭൂമി കടന്ന്, ചന്ദ്രനോളം ഉയരത്തിലുള്ള പർവ്വതങ്ങൾ താണ്ടി, കാത്തേയിലെ മഹാനായ ഖാന്റെ രാജധാനിയിലെത്തി; ചീനയിലെ ശക്തനായ ചക്രവർത്തിയായിരുന്നു ഖാൻ. തങ്ങളുടെ സാഹസങ്ങളെപ്പറ്റി ഒരു പോളോവിന്റെ പുത്രനായ മാർക്കോ ഒരു ഗ്രന്ഥം രചിച്ചിരുന്നു. ഇരുപതുകൊല്ലത്തെ അനുഭവങ്ങളാണ് ഈ ഗ്രന്ഥത്തിലുള്ളത്. അത്ഭുതസ്തബ്ധമായ ലോകം അതിശയദ്വീപായ സിപാംഗുവിന്റെ (അതാണ് ജപ്പാന് ഇറ്റാലിയൻ ഭാഷയിലെ സ്പെല്ലിങ്) സുവർണ്ണ ഗോപുരങ്ങളെപ്പറ്റിയുള്ള വിവരങ്ങൾ വിശ്വസിക്കാനാവാതെയാണ് വായിച്ചത്. പൗരസ്ത്യലോകത്തേക്കുപോകാൻ പലർക്കുമാഗ്രഹമുണ്ടായിരുന്നു; ഈ സുവർണ്ണഭൂമിയിലെത്തി സമ്പന്നരാകാമല്ലോ. പക്ഷേ, യാത്ര വളരെ വിദൂരമായ സ്ഥലങ്ങളിലേക്കായിരുന്നു, വളരെ ആപല്ക്കരമായിരുന്നു, അതുകൊണ്ട് അവർ വീട്ടിൽ തന്നെ സുരക്ഷിതരായികഴിഞ്ഞു.

കടൽ മാർഗ്ഗത്തിലുള്ള യാത്ര എല്ലായ്പ്പോഴും സാദ്ധ്യമായിരുന്നു. പക്ഷേ, മദ്ധ്യയുഗങ്ങളിൽ കടൽയാത്ര ഒട്ടും ജനപ്രിയമില്ലാത്തതായിരുന്നു. അതിന് പലകാരണങ്ങളുണ്ടായിരുന്നു. ഒന്നാമതായി കപ്പലുകൾ വളരെ ചെറുതായിരുന്നു. മാഗെലൻ അനേകം വർഷങ്ങൾകൊണ്ട് ലോകം ചുറ്റി സഞ്ചരിച്ചത് ആധുനികമായ ഒരു കടത്തുവള്ളത്തിന്റെ വലിപ്പം പോലുമില്ലാത്ത കപ്പലുകളിലായിരുന്നു. ഇരുപതുമുതൽ അമ്പതുവരെ നാവികർക്കാണ് അതിൽ യാത്ര ചെയ്യാമായിരുന്നത്. ഇടുങ്ങിയ വാസ

സൗകര്യം മാത്രമേ അതിനകത്തുണ്ടായിരുന്നുള്ളൂ. നിവർന്നു നില്ക്കാൻ പോലും സൗകര്യമുണ്ടായിരുന്നില്ല. അടുപ്പിൽ തീ പൂട്ടാൻ എപ്പോഴും കഴിയുമായിരുന്നില്ല, കാലാവസ്ഥ മിക്കപ്പോഴും പ്രതികൂലമായിരുന്നു. മോശമായി പാകം ചെയ്ത ഭക്ഷണമാണ് നാവികർക്ക് കിട്ടിയിരുന്നത്. മത്തികൊണ്ട് അച്ചാറുണ്ടാക്കാനും മത്സ്യം ഉണക്കി സൂക്ഷിക്കാനും മദ്ധ്യ യുഗങ്ങളിൽ കഴിഞ്ഞിരുന്നു. അടച്ചുസൂക്ഷിച്ചിരുന്ന ഭക്ഷണം (Canned food) ഇല്ലായിരുന്നു. തീരദേശം വിട്ടുകഴിഞ്ഞാൽ ശുദ്ധമായ പച്ചക്കറി യെപ്പറ്റി ആലോചിക്കാനേ കഴിയില്ലായിരുന്നു. ചെറിയ ബാരലുകളിൽ വെള്ളം കൊണ്ടു പോയിരുന്നു. അത് വളരെ പെട്ടെന്നു തന്നെ ചീത്ത യാകുമായിരുന്നു. കുറേ കഴിയുമ്പോൾ മരത്തിന്റെയും ഇരുമ്പിന്റെയും ചുവ വരുമായിരുന്നു; പല മാലിന്യങ്ങളും വെള്ളത്തിൽ അടിഞ്ഞു കൂടു

മാർക്കോ പോളോ യാത്രാമദ്ധ്യേ

മായിരുന്നു. മൈക്രോബുകളെപ്പറ്റി മദ്ധ്യയുഗമനുഷ്യർക്കറിവുണ്ടായിരു ന്നില്ല. (പതിമൂന്നാം നൂറ്റാണ്ടിലെ പണ്ഡിത സന്ന്യാസിയായ റോജർ ബേക്കണ് അവയെപ്പറ്റി അറിയുമായിരിക്കണം; പക്ഷേ, അദ്ദേഹം അത് തന്റെ അറിവുമാത്രമായി രഹസ്യമാക്കി വെച്ചു). മിക്കപ്പോഴും ശുചിത്വ മില്ലാത്ത ജലം കുടിച്ച് നാവികന്മാരെല്ലാം ടൈഫോയ്ഡ് ബാധിച്ചു മരി ച്ചിട്ടുണ്ട്. അക്കാലത്ത് കപ്പലിലെ മരണനിരക്ക് വളരെ ഭീകരമായിരുന്നു. മാഗെലനോടൊപ്പം 1519 ൽ സെവിലിൽ നിന്ന് യാത്രയാരംഭിച്ച ഇരുന്നൂറ് നാവികരിൽ പതിനെട്ടു പേർ മാത്രമാണ് തിരിച്ചെത്തിയത്. പശ്ചിമയൂ റോപ്പും ഇന്റീസും തമ്മിൽ വൻതോതിൽ വാണിജ്യ.മുണ്ടായിരുന്ന പതി

നേഴാം നൂറ്റാണ്ടിൽപ്പോലും ആംസ്റ്റർഡാമിൽ നിന്ന് ബതാവിയയിലേക്കും തിരിച്ചുമുള്ള യാത്രയിൽ 40 ശതമാനം മരണനിരക്ക് വളരെ സ്വാഭാവികമായിരുന്നു. ഇങ്ങനെ മരിച്ചവരിലധികവും സ്കർവി രോഗം മൂലമാണ് മരിച്ചത്. നല്ല പച്ചക്കറി ലഭിക്കാത്തതുമൂലം മോണകളെ ബാധിച്ച് രക്തത്തെ വിഷലിപ്തമാക്കുന്ന രോഗമാണിത്. കടുത്ത ക്ഷീണം മൂലമാണ് രോഗികൾ മരിക്കുക.

ഈ സാഹചര്യങ്ങളിൽ ജനങ്ങളിൽ നല്ലയാളുകൾ കടൽ യാത്രയിൽ ആകൃഷ്ടരായില്ല. പ്രശസ്തയാത്രക്കാരായ മാഗെലന്റെയും കൊളംബസിന്റെയും വാസ്കോ ദ ഗാമയുടെയും സംഘത്തിലുണ്ടായിരുന്നവർ അധികവും മുൻ ജയിൽപ്പുള്ളികളോ ഭാവിഘാതകരോ പോക്കറ്റടിക്കാരോ ഒക്കെയായിരുന്നു.

അവർ കാണിച്ച ധീരതയെയും സ്വപ്രത്യയസ്ഥൈര്യത്തെയും നാം അഭിനന്ദിക്കണം; ഇന്നത്തെ സുഖകരമായ ലോകത്ത് അവർ നേരിട്ട ബുദ്ധിമുട്ടുകളെ പറ്റി ഊഹിക്കാൻ പോലും കഴിയില്ല. അവരുടെ കപ്പലുകൾ സുഷിരങ്ങളുള്ളവയായിരുന്നു. അവയുടെ പലകകൾ ഘടിപ്പിച്ചത് വളരെ പ്രാകൃതമായ രീതിയിലായിരുന്നു. പതിമൂന്നാം നൂറ്റാണ്ടിന്റെ പകുതി മുതൽ അവർക്ക് ഒരുതരം കോമ്പസ് ലഭിച്ചിരുന്നു. (ചൈനയിൽ നിന്ന് അറേബിയ വഴിയും കുരിശുയുദ്ധങ്ങൾ വഴിയും യൂറോപ്പിലെത്തിയതാണിത്). പക്ഷേ, അവരുടെ ഭൂപടങ്ങൾ തികച്ചും തെറ്റായിരുന്നു. അവർ യാത്രാഗതി നിശ്ചയിച്ചിരുന്നത് ദൈവത്തെ വിളിച്ചും ഊഹത്തെ ആശ്രയിച്ചുമായിരുന്നു. ഭാഗ്യമുണ്ടെങ്കിൽ ഒന്നോ രണ്ടോ മൂന്നോ വർഷം കൊണ്ട് അവർ തിരിച്ചുവന്നു. അല്ലാത്തപക്ഷം അവരുടെ ധൂസരമായ അസ്ഥികൾ ഏതെങ്കിലും ഒറ്റപ്പെട്ട കടപ്പുറത്തെവിടെയോ അടിഞ്ഞുകൂടുമായിരുന്നു. പക്ഷേ, അവർ ശരിയായ പ്രാരംഭകരായിരുന്നു. അവർ ഭാഗ്യവുമായി ചൂതുകളി നടത്തി. അവരെ സംബന്ധിച്ചിടത്തോളം ജീവിതം മഹത്തായൊരു സാഹസമായിരുന്നു. പക്ഷേ, ഈ കഷ്ടപ്പാടും ദാഹവും വിശപ്പും വേദനയുമെല്ലാം, പുതിയൊരു കടൽത്തീരത്തിന്റെ രൂപരേഖ കാണുമ്പോൾ, വിസ്മരിക്കപ്പെടുമായിരുന്നു; അല്ലെങ്കിൽ കാലത്തിന്റെ തുടക്കം മുതൽ വിസ്തൃതമായി നിന്നിരുന്ന ഏതെങ്കിലും സമുദ്രത്തിന്റെ പ്രസന്നമായ ജലം കാണുമ്പോൾ.

വീണ്ടും ഞാനാഗ്രഹിച്ചു പോവുകയാണ്, ഇഷ്ടഗ്രന്ഥത്തിന് ഒരായിരം പേജുണ്ടായിരുന്നെങ്കിലെന്ന്. ആദ്യകാല കണ്ടുപിടുത്തങ്ങളുടെ വിഷയം അത്രമേൽ ആകർഷകമാണ്. പക്ഷേ, ചരിത്രമുണ്ടല്ലോ, ഭൂതകാലത്തെ പറ്റി നിങ്ങൾക്ക് ഒരു കൃത്യമായ ധാരണ നല്കുന്ന ആ മഹാവിഷയം, അത് റെംബ്രാന്റിന്റെ രൂപരേഖകൾ പോലുള്ള ഒന്നാണ്. ചില സവിശേഷമായും പ്രധാനപ്പെട്ട കാരണങ്ങൾക്കുമേൽ, ഏറ്റവും നല്ലതും മഹത്തരവുമായ കാരണങ്ങൾക്കുമേൽ, അത് വ്യക്തമായ വെളിച്ചം പകരണം. ബാക്കിയുള്ളവ മുഴുവൻ നിഴലിൽ തന്നെയായിരുന്നു കൊള്ളട്ടെ, അല്ലെങ്കിൽ അവ അല്പം ചില വരകളാൽ ആവിഷ്ക്കരിക്കപ്പെടട്ടെ. ഈ അദ്ധ്യാ

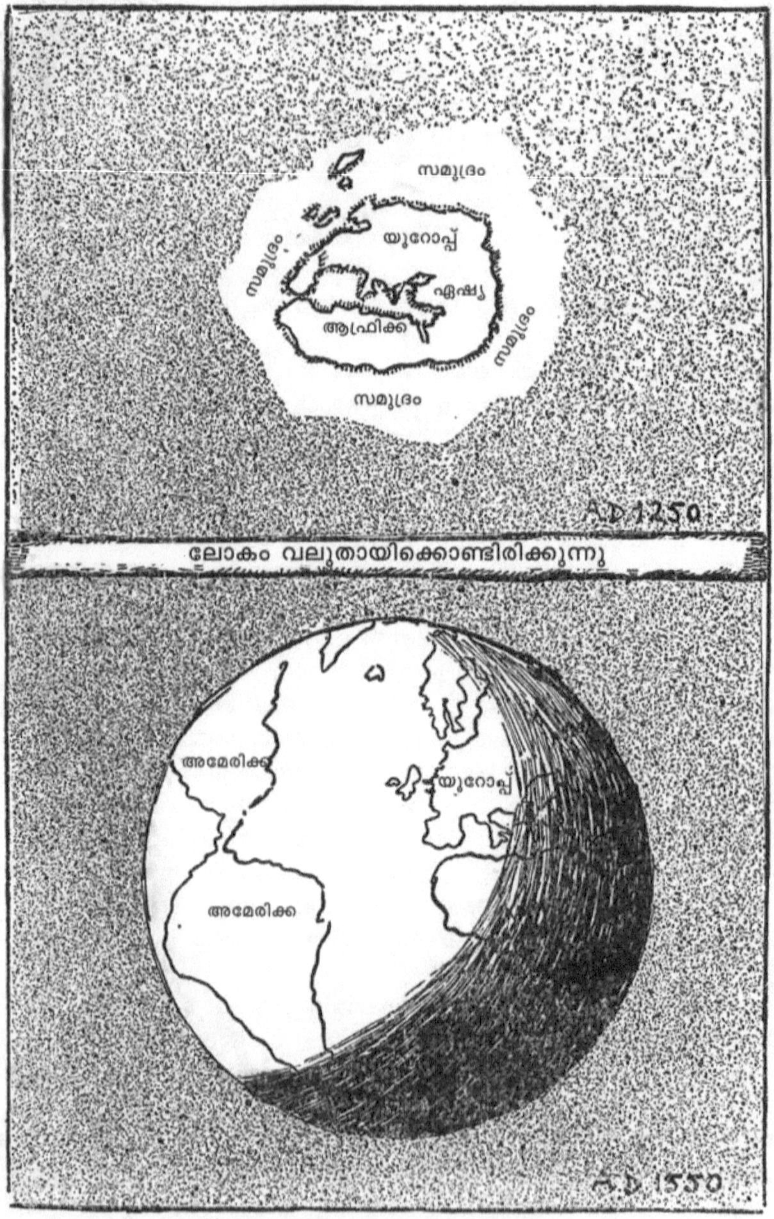
സമുദ്രം
യൂറോപ്പ്
സമുദ്രം
ഏഷ്യ
ആഫ്രിക്ക
സമുദ്രം
സമുദ്രം
A.D. 1250
ലോകം വലുതായിക്കൊണ്ടിരിക്കുന്നു
അമേരിക്ക
യൂറോപ്പ്
അമേരിക്ക
A.D. 1550

ലോകം വലുതായി മാറുന്നു

യത്തിൽ ഏറ്റവും പ്രധാനമായ ചില കണ്ടുപിടുത്തങ്ങളുടെ പട്ടിക മാത്രമേ നല്കാൻ കഴിയുകയുള്ളൂ.

പതിനാലും പതിനഞ്ചും നൂറ്റാണ്ടുകളിൽ കടൽയാത്രക്കാരുടെ മനസ്സിൽ ഒരൊറ്റ ലക്ഷ്യമേ ഉണ്ടായിരുന്നുള്ളൂവെന്ന് ഓർമ്മിക്കുക. കാത്തേ സാമ്രാജ്യത്തിലേക്ക് (ചീന), സിംപാംഗുദ്വീപിലേക്ക് (ജപ്പാൻ), കുരിശു യുദ്ധകാലം മുതൽ യൂറോപ്യന്മാർ ഇഷ്ടപ്പെടാനാരംഭിച്ച സുഗന്ധദ്രവ്യങ്ങളുണ്ടാവുന്ന അത്ഭുതദ്വീപുകളിലേക്ക് സുഖകരവും സുരക്ഷിതവുമായ ഒരു പാത കണ്ടെത്തുകയായിരുന്നു അത്— കുരിശുയുദ്ധങ്ങൾ മുതൽ ഈ സുഗന്ധദ്രവ്യങ്ങൾ യൂറോപ്യന്മാർക്ക് അത്യാവശ്യമായിരുന്നു. കോൾഡ് സ്റ്റോറേജ് സൗകര്യമൊന്നുമില്ലാത്ത, ഇറച്ചിയും മീനും എളുപ്പം ചീത്തയാവുന്ന അക്കാലത്ത്, കുരുമുളകിലോ ജാതിക്കയിലോ മുക്കിയെടുത്തല്ലാതെ അവ ഭക്ഷിക്കാൻ കഴിയുമായിരുന്നില്ല.

മദ്ധ്യധരണ്യാഴിയിലെ വലിയ കടൽയാത്രികർ വെനീഷ്യന്മാരും ജിനോവക്കാരുമായിരുന്നു. എന്നാൽ അത്‌ലാന്റിക് തീരത്ത് പര്യവേക്ഷണം നടത്തിയതിനുള്ള ബഹുമതി പോർച്ചുഗീസുകാർക്കാണ്. ആക്രമണകാരികളായ മൂറുകൾക്കെതിരെ നടത്തിയ ദീർഘകാലം നീണ്ടു നിന്ന സമരം പരിപോഷിപ്പിച്ച ദേശസ്നേഹത്തിന്റെ ഊർജ്ജം സ്പെയിനിലും പോർത്തുഗലിലും ഉണ്ടായിരുന്നു. അത്തരമൊരൂർജ്ജത്തെ പുതിയ കൈവഴികളിലേക്ക് തിരിച്ചുവിടാൻ എളുപ്പമായിരുന്നു. പതിമൂന്നാം നൂറ്റാണ്ടിൽ അൽഫോൺസോ മൂന്നാമൻ രാജാവ് സ്പാനിഷ് ഉപദ്വീപിന്റെ തെക്കുപടിഞ്ഞാറൻ മൂലയിലുള്ള അൽഗാർവേ രാജ്യം പിടിച്ചടക്കി, തന്റെ രാജ്യത്തിന്റെ ഭാഗമാക്കിയിരുന്നു. അടുത്ത നൂറ്റാണ്ടിൽ പോർത്തുഗീസുകാർ മുസ്ലീങ്ങൾക്കെതിരെതിരിഞ്ഞു; ജിബ്രാൾട്ടൻ കടലിടുക്കു കടന്ന് അറബിക് നഗരമായ തരിഫ(അറബിഭാഷയിൽ ഇൻവെന്ററി എന്നാണ് ഈ വാക്കിന്റെ അർത്ഥം. സ്പാനിഷ് ഭാഷയിലൂടെ നമുക്ക് തരിഫ് എന്ന പദം ലഭിച്ചത് ഇതിൽ നിന്നാണ്) പോർത്തുഗീസുകാർ പിടിച്ചടക്കി. പിന്നീട് അൽഗാർവേയുടെ ആഫ്രിക്കൻ പ്രദേശമായി മാറിയ ടാൻജിയേഴ്സും കൈവശപ്പെടുത്തി.

പര്യവേക്ഷക ജീവിതം തുടങ്ങാൻ അവർ സന്നദ്ധരായിക്കഴിഞ്ഞിരുന്നു.

1415-ാം ഹെൻറി രാജാവ് വടക്കുപടിഞ്ഞാറൻ ആഫ്രിക്കയുടെ ക്രമാനുഗതമായ പര്യവേക്ഷണത്തിനുള്ള തയ്യാറെടുപ്പുകൾ നടത്തി. നാവികനായ ഹെൻറി എന്നാണദ്ദേഹം അറിയപ്പെട്ടത്. പോർത്തുഗലിലെ ജോൺ ഒന്നാമൻ രാജാവിന്റെയും ഗോണ്ടിലെ ജോണിന്റെ മകളായ ഫിലിപ്പയുടെയും മകനായിരുന്നു ഹെൻറി. ഇതിനു മുമ്പ് അത്യുഷ്ണമുള്ള ആ മണൽത്തീരം ഫിനീഷ്യക്കാരും നോർസേകളും മാത്രമാണ് സന്ദർശിച്ചിരുന്നത്. അവർ ഈ പ്രദേശത്തെ രോമാവൃതമായ "കാട്ടുമനുഷ്യ"രുടെ പ്രദേശമായിട്ടാണ് ഓർമ്മിച്ചത്. നമ്മൾ അത്തരം ജീവികളെ ഗൊറില്ലകൾ എന്നാണ് വിളിക്കുന്നത്. ഒന്നിനു പിറകെ മറ്റൊന്നായി

ഹെൻറിരാജാവും അദ്ദേഹത്തിന്റെ കപ്പിത്താന്മാരും കാനറിദ്വീപുകൾ കണ്ടുപിടിച്ചു. ഒരു നൂറ്റാണ്ടു മുമ്പ് ഒരു ജിനോവൻ കപ്പൽയാത്രാസംഘം സന്ദർശിച്ചിരുന്ന മദീറാദ്വീപ് പോർച്ചുഗീസുകാർ വീണ്ടും കണ്ടെത്തി. പോർച്ചുഗീസുകാർക്കും സ്പെയിൻകാർക്കും അവ്യക്തമായി അറിയുമായിരുന്ന അസോർ ദ്വീപുകൾ കണ്ടുപിടിച്ചു. ആഫ്രിക്കയുടെ പശ്ചിമ തീരത്തെ സെനിഗൽ നദി കണ്ടെത്തി. നൈലിന്റെ പടിഞ്ഞാറൻ ശാഖയാണതെന്നവർ തെറ്റിദ്ധരിച്ചു. അവസാനം പതിനഞ്ചാം നൂറ്റാണ്ടിന്റെ പകുതിയായപ്പോൾ അവർ കേപ്പ്വേർഡ് അഥവാ ഗ്രീൻ കേപ്പ് കണ്ടു; ഇതോടെ അവർ കേപ്പ് വേഡ് ദ്വീപുകൾ കണ്ടെത്തി. ഏതാണ്ട് ആഫ്രിക്കൻ തീരത്തിനും ബ്രസീലിനും മദ്ധ്യേയാണ് ഈ ദീപുകൾ.

എന്നാൽ ഹെൻറി രാജാവ് തന്റെ പരീക്ഷണങ്ങൾ സമുദ്രജ്ജലത്തിൽ മാത്രം ഒതുക്കിനിർത്തിയില്ല. അദ്ദേഹം ക്രിസ്തുസഭയുടെ അധിപനായിരുന്നു. ഹെൻറിയുടേത് പഴയ ടെംപ്ലർമാരുടെ കുരിശുയുദ്ധാവേശത്തിന്റെ തുടർച്ചയായിരുന്നു. ടെംപ്ലർമാരുടെ സംഘത്തെ 1312 ൽ പോപ്പ് ക്ലെമന്റ് അഞ്ചാമൻ പിരിച്ചുവിട്ടിരുന്നു. ഫ്രഞ്ചു രാജവായ ഫിലിപ്പിന്റെ അഭ്യർത്ഥനമാനിച്ചാണ് പോപ്പ് ഇത് ചെയ്തത്. ഈ ഫ്രഞ്ച് രാജാവ് സ്വന്തം രാജ്യത്തെ ടെംപ്ലർമാരെ ചുട്ടുകൊല്ലുകയാണ് ചെയ്തത്. എന്നിട്ട് അവരുടെ സ്വത്തെല്ലാം കൈവശപ്പെടുത്തി. ഹെൻറി രാജാവ് തന്റെ മത സംഘത്തിന്റെ പ്രദേശങ്ങളിൽ നിന്നുള്ള റവന്യൂ വരുമാനം പര്യവേക്ഷണങ്ങൾക്കായി ചെലവഴിച്ചു. സഹാറയുടെ ഉൾപ്രദേശങ്ങളും ഗിനിയയുടെ തീരവും ഈ പര്യവേക്ഷണത്തിൽപ്പെടുന്നു.

അപ്പോഴും അദ്ദേഹം മദ്ധ്യയുഗത്തിന്റെ പുത്രനായിരുന്നു. അദ്ദേഹം തന്റെ സമയവും വലിയൊരളവിൽ ധനവും നിഗൂഢാത്മകതയുള്ള 'പ്രസ്റ്റർജോണി'നെ അന്വേഷിച്ച് ദുർവ്യയം ചെയ്തു. കെട്ടുകഥകളിലെ ഒരു ക്രൈസ്തവ പുരോഹിതനായിരുന്നു ഈ പ്രസ്റ്റർ ജോൺ, കഥയനുസരിച്ച് പൗരസ്ത്യലോകത്തെവിടെയോ വിശാലമായ സാമ്രാജ്യമുള്ളൊരു ചക്രവർത്തിയായിരുന്നു അയാൾ. ഇയാളെപ്പറ്റിയുള്ള കഥ യൂറോപ്പിലാദ്യം കേട്ടത് പന്ത്രണ്ടാം നൂറ്റാണ്ടിന്റെ മദ്ധ്യത്തിലായിരുന്നു. മൂന്നു വർഷക്കാലം പ്രസ്റ്റർ ജോണിനെയും പിൻഗാമികളെയും കണ്ടെത്താൻ ആളുകൾ ശ്രമിച്ചിരുന്നു. ഹെൻറി രാജാവ് ഈ അന്വേഷണത്തിൽ പങ്കുചേർന്നു. അദ്ദേഹം മരിച്ച് മുപ്പത് വർഷം കഴിഞ്ഞപ്പോൾ ദുരൂഹത പരിഹൃതമായി.

1486 ൽ ബാർത്തലോമിയോ ഡയസ് കടൽവഴി പ്രസ്റ്റർ ജോണിനെ കണ്ടെത്താൻ ശ്രമിച്ചു; ഈ ശ്രമത്തിനിടയിൽ അദ്ദേഹം ആഫ്രിക്കയുടെ തെക്കെയറ്റത്ത് എത്തി. ആദ്യം ഈ സ്ഥലത്തെ അദ്ദേഹം കൊടുങ്കാറ്റിന്റെ മുനമ്പ് എന്ന് വിളിച്ചു. ശക്തമായ കാറ്റുകൾ തന്റെ കിഴക്കോട്ടുള്ള യാത്ര തടഞ്ഞതാണ് അതിനുള്ള കാരണം. എന്നാൽ ഇന്ത്യയിലേക്കുള്ള ജലമാർഗ്ഗം തേടിയിരുന്ന ലിസ്ബണിലെ പര്യവേക്ഷകന്മാർക്ക് ഈ സ്ഥലത്തിന്റെ പ്രാധാന്യം മനസ്സിലായി. അവർ ഈ സ്ഥലത്തെ ഗുഡ്ഹോപ്

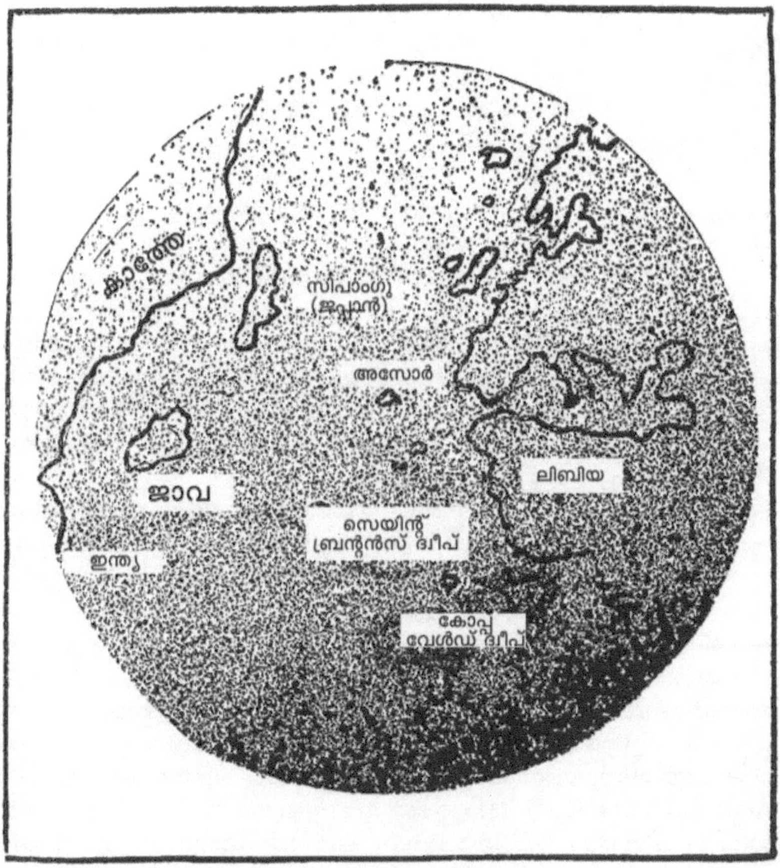

കൊളംബസ് കണ്ടെത്തിയ ലോകം

മുനമ്പ് (ശുഭപ്രതീക്ഷാ മുനമ്പ്) എന്നു വിളിച്ചു.

ഒരു വർഷം കഴിഞ്ഞ് പെഡ്രോ ദ കോവിൽഹാം എന്നൊരാൾ മെഡിസി കുടുംബത്തിന്റെ അധികാരപത്രവുമായി കരമാർഗ്ഗത്തിലൊരന്വേഷണയാത്രയാരംഭിച്ചു. അയാൾ മദ്ധ്യധരണ്യാഴി കടന്നു. ഈജിപ്ത് പിന്നിട്ടശേഷം തെക്കോട്ട് യാത്ര ചെയ്തു. ഈ യാത്രയിൽ ഏദൻ തുറമുഖത്തെത്തി. അവിടെ നിന്ന് പേർഷ്യൻ ഗൾഫിലൂടെ (പതിനെട്ടാം നൂറ്റാണ്ടിനുമുമ്പ് മഹാനായ അലക്സാണ്ടറിന്റെ കാലത്ത് തന്നെ കുറെ വെള്ളക്കാർ പേർഷ്യൻ ഗൾഫ് കണ്ടിരുന്നു) അയാൾ ഇന്ത്യൻ തീരത്തുള്ള ഗോവയും കോഴിക്കോട്ടും സന്ദർശിച്ചു. അവിടെ നിന്ന് ചാന്ദ്രദ്വീപിനെപ്പറ്റി (മഡഗാസ്കർ) അയാൾക്ക് ഏറെ വിവരങ്ങൾ കിട്ടി. ആഫ്രിക്കയു

ടെയും ഇന്ത്യയുടെയും ഇടയിൽ തുല്യ അകലത്തിലാണിതെന്ന് കരുതപ്പെട്ടു. പിന്നെ അദ്ദേഹം തിരിച്ചു പോയി; മാർഗ്ഗമദ്ധ്യേ രഹസ്യമായി മെക്കയും മദീനയും സന്ദർശിച്ചു. പിന്നീട് ചെങ്കടൽ കടന്നു. 1490 ൽ അയാൾ പ്രസ്റ്റർ ജോണിന്റെ രാജ്യം കണ്ടുപിടിച്ചു. ഈ പ്രസ്റ്റർ ജോൺ അബിസീനിയയുടെ ബ്ലാക്ക് നെഗസ് (രാജാവ്) ആയിരുന്നു. അദ്ദേഹത്തിന്റെ മുൻഗാമികൾ നാലാം നൂറ്റാണ്ടിൽ ക്രിസ്തുമതം സ്വീകരിച്ചിരുന്നു; ക്രൈസ്തവ മിഷനറിമാർ സ്കാൻറിനേവ്യയിലെത്തുന്നതിനും ഏഴു നൂറ്റാണ്ടുമുമ്പായിരുന്നു ഇത്.

പൗരസ്ത്യകടൽ മാർഗ്ഗത്തിലൂടെ ഇന്റീസിലേക്കുള്ള യാത്രകൾ സാദ്ധ്യമാണെന്നും എന്നാൽ ഇതെളുപ്പമല്ലെന്നും ഈ യാത്രകൾ പോർത്തുഗീസ് ഭൂമിശാസ്ത്രജ്ഞരേയും ഭൂപടനിർമ്മാതാക്കളേയും ബോദ്ധ്യപ്പെടുത്തി. തുടർന്ന് വലിയൊരു ചർച്ചയുണ്ടായി. ചിലർ ശുഭപ്രതീക്ഷാമുനമ്പിന്റെ കിഴക്കുഭാഗത്തേക്കുള്ള യാത്ര തുടരണമെന്നാവശ്യപ്പെട്ടു. മറ്റു ചിലർ പറഞ്ഞു: "വേണ്ട, നാം അത്‌ലാന്റിക് കടക്കണം, അങ്ങനെ നമുക്കു കാത്തേയിലെത്താം."

ഇവിടെയൊരു കാര്യം അസന്ദിഗ്ധമായി പറയേണ്ടതുണ്ട്. അക്കാലത്തെ ഏറെ ബുദ്ധിമാന്മാരായ മനുഷ്യർ ഭൂമിയെ ഒരു പാൻകേക്കു പോലെ പരന്ന ഒരിടമായിട്ടല്ല, ഗോളാകൃതിയുള്ളതായിട്ടാണ് കരുതിയിരുന്നത്. മഹാനായ ഈജിപ്ഷ്യൻ ഭൂമിശാസ്ത്രജ്ഞനായ ക്ലോഡിയസ് ടോളമി കണ്ടുപിടിച്ചതും വിവരിച്ചതുമായ ടോളമിയൻ പ്രപഞ്ച വ്യവസ്ഥയെ നവോത്ഥാന ശാസ്ത്രജ്ഞർ തള്ളിക്കളഞ്ഞിരുന്നു. നമ്മുടെ യുഗത്തിന്റെ രണ്ടാം നൂറ്റാണ്ടിലാണ് ടോളമി ജീവിച്ചിരുന്നത്. മദ്ധ്യ യുഗമനുഷ്യരുടെ ലളിതമായ ആവശ്യങ്ങൾക്ക് അദ്ദേഹത്തിന്റെ വ്യവസ്ഥ മതിയാകുമായിരുന്നു. എന്നാൽ നവോത്ഥാന ശാസ്ത്രജ്ഞർ മറ്റൊരു വ്യവസ്ഥയാണ് സ്വീകരിച്ചത്. പോളണ്ടിൽ നിന്നുള്ള ഗണിതജ്ഞനായ നിക്കോളാസ് കോപ്പർനിക്കസിന്റേതായിരുന്നു പുതിയ വ്യവസ്ഥ. സൂര്യനെ വലംവെക്കുന്ന പല ഗ്രഹങ്ങളിൽ ഒന്നാണ് ഭൂമിയെന്ന് തന്റെ പഠനനിരീക്ഷണങ്ങളിലൂടെ കോപ്പർ നിക്കസ് കണ്ടെത്തിയിരുന്നു. എന്നാൽ ഈ കണ്ടുപിടുത്തം മുപ്പത്തിയാറു വർഷക്കാലം മറ്റാരുമറിയാതെ അദ്ദേഹം സൂക്ഷിച്ചു (അദ്ദേഹത്തിന്റെ മരണവർഷമായ 1548 ലാണ് അത് അച്ചടിക്കപ്പെട്ടത്). ഇൻക്വിസിഷനെ പേടിച്ചാണ് അദ്ദേഹം അത് പ്രസിദ്ധം ചെയ്യാതിരുന്നത്. പതിമൂന്നാം നൂറ്റാണ്ടിൽ സ്ഥാപിതമായ ഒരു പാപ്പൽ കോടതി (പോപ്പിന്റെ അംഗീകാരമുള്ള കോടതി) ആയിരുന്നു ഇൻക്വിസിഷൻ. ഫ്രാൻസിലേയും ഇറ്റലിയിലേയും ആൽബിജെൻഷ്യന്മാരുടെയും വാൾഡൻഷ്യന്മാരുടേയും മതവിദ്രോഹ നടപടികൾ ഒരു വേള റോമിലെ ബിഷപ്പുമാരുടെ ആധിപത്യം ചോദ്യം ചെയ്ത ഘട്ടത്തിലാണ് ഇൻക്വിസിഷൻ സ്ഥാപിതമായത്. പക്ഷേ, ഭൂമിയുടെ ഗോളാകൃതി സമുദ്രയാന വിദഗ്ധരുടെയിടയിൽ വളരെ മുമ്പേ തന്നെ അംഗീകാരം നേടിയിരുന്നു. അവർ ഇപ്പോൾ കിഴക്കൻ മാർഗ്ഗമോ പടിഞ്ഞാറൻ മാർഗ്ഗമോ സ്വീകരി

ച്ചാലുണ്ടാവുന്ന താരതമ്യനേട്ടങ്ങളെ പറ്റി ചർച്ച ചെയ്യുകയായിരുന്നു.

പടിഞ്ഞാറൻ മാർഗ്ഗത്തിന്റെ ഒരു വക്താവ് ജിനോവാ നാവികനായ ക്രിസ്തഫർ കൊളംബസ് ആയിരുന്നു. ഒരു കമ്പിളി വ്യാപാരിയുടെ മകനായിരുന്ന കൊളംബസ്, പാവിയാ സർവ്വകലാശാലയിലെ വിദ്യാർത്ഥിയായിരുന്നു. അവിടെ അദ്ദേഹം ഗണിതവും ഭൂമിശാസ്ത്രവുമാണ് പഠിച്ചിരുന്നത്. പിന്നെ അദ്ദേഹം അച്ഛന്റെ കമ്പിളി വ്യാപാരത്തിലേക്ക് തിരിഞ്ഞു. വൈകാതെ മദ്ധ്യധരണി പ്രവിശ്യയിലെ ചിയോസിൽ വ്യാപാരാവശ്യാർത്ഥം അദ്ദേഹം സഞ്ചരിക്കുന്നതായിട്ടാണ് നാം കാണുന്നത്. പിന്നെ അദ്ദേഹം ഇംഗ്ലണ്ടിലേക്കു യാത്ര ചെയ്തതായി കാണുന്നു. പക്ഷേ, വട

പശ്ചിമാർദ്ധഗോളത്തിലെ മഹത്തായ കണ്ടുപിടുത്തങ്ങൾ

ക്കോട്ടുള്ള ഈ യാത്ര കമ്പിളിക്കുവേണ്ടിയായിരുന്നോ അതോ കപ്പിത്താനായിട്ടായിരുന്നോ എന്നറിയില്ല. 1477 ഫെബ്രുവരിയിൽ കൊളംബസ് (അദ്ദേഹത്തിന്റെ സ്വന്തം വാക്കുകൾ വിശ്വസിക്കാമെങ്കിൽ) ഐസ്‌ലാന്റ് സന്ദർശിച്ചു. പക്ഷേ, മിക്കവാറും അദ്ദേഹം ഫാറോദ്വീപുകൾ വരെ മാത്രമേ എത്തിയിരുന്നുള്ളൂ. ഫെബ്രുവരിയിൽ ഈ ദ്വീപുകളിൽ വലിയ തണുപ്പാണ്; അതുകൊണ്ട് അത് ഐസ്‌ലാന്റാണെന്ന് അദ്ദേഹം തെറ്റിദ്ധരിച്ചതാവണം. ഇവിടെ അദ്ദേഹം പത്താം നൂറ്റാണ്ടിൽ ഗ്രീൻലാന്റിൽ കുടിയേറിപ്പാർത്ത നോർസേകളുടെ പിൻഗാമികളെക്കണ്ടു, ഈ നോർസേകൾ പതിനൊന്നാം നൂറ്റാണ്ടിൽ അമേരിക്കയിലും എത്തിയിരുന്നു. അപ്പോഴാണ് ലീഫിന്റെ കപ്പൽ വൈൻലാന്റ് തീരത്തോ ലാബ്രഡോറിലോ വെച്ച് തകർന്നടിഞ്ഞുപോയത്.

ഈ പശ്ചിമ കോളനികൾക്ക് എന്തു സംഭവിച്ചുവെന്നാർക്കുമറിയില്ല. ലീഫിന്റെ സഹോദരനായ തോൺസ്റ്റീനിന്റെ വിധവ തോർഫിൽ കാൾസേഫൻ 1003 ൽ സ്ഥാപിച്ച അമേരിക്കൻ കോളനി മൂന്നുവർഷം കഴിഞ്ഞപ്പോൾ ഇല്ലാതായി. എസ്കിമോകളുടെ ശത്രുതയായിരുന്നു അതിന്റെ കാരണം. ഗ്രീൻലാന്റിനെ പറ്റി 1440 മുതൽ അവിടത്തെ കുടിയേറ്റക്കാരിൽ നിന്ന് ഒരു വിവരവും കേട്ടിട്ടില്ല. ഗ്രീൻലാൻഡുകാർ മുഴുവൻ വ്യാധീ മരണത്തിൽ* (Black death) പെട്ടിരിക്കാനാണ് സാദ്ധ്യത. നോർവേയിലെ പകുതി ജനങ്ങൾ ഈ മഹാമാരിയാൽ മരിച്ചുപോയിരുന്നു. അതെന്തായാലും "വിദൂര പശ്ചിമദേശത്തെ വിസ്തൃത ഭൂമി"യെ പറ്റിയുള്ള കഥ ഫാരോ ദ്വീപുകളിലേയും ഐസ്‌ലാന്റിലേയും ജനങ്ങൾക്കിടയിൽ അപ്പോഴും പ്രചാരത്തിലുണ്ടായിരുന്നു. കൊളംബസ് അതിനെ പറ്റി കേട്ടിരിക്കണം. വടക്കൻ സ്കോട്ടിഷ് ദ്വീപുകളിലെ മീൻപിടുത്തക്കാരിൽ നിന്ന് അദ്ദേഹം കൂടുതൽ വിവരം ശേഖരിച്ചു. പിന്നെ, കൊളംബസ് പോർച്ചുഗലിലേക്കു പോകുകയും നാവികനായ ഹെൻറി രാജാവിന്റെ കീഴിൽ സേവനമർപ്പിച്ച ഒരു കപ്പിത്താന്റെ പുത്രിയെ വിവാഹം കഴിക്കുകയും ചെയ്തു.

ആ നിമിഷം മുതൽ (1478-ാമാണ്ട്) ഇന്റീസിലേക്ക് ഒരു പടിഞ്ഞാറൻ വഴി കണ്ടെത്തുന്നതിനായി അദ്ദേഹം സ്വയം സമർപ്പിച്ചു. അത്തരമൊരു യാത്രയുടെ പദ്ധതി കൊളംബസ് പോർച്ചുഗലിലേയും സ്പെയിനിലേയും രാജാക്കന്മാർക്ക് സമർപ്പിച്ചു. കിഴക്കൻ വഴിയുടെ കുത്തകയുണ്ടെന്ന് സ്വയം വിശ്വസിച്ച പോർച്ചുഗീസുകാർ ഈ പദ്ധതിക്ക് ചെവികൊടുത്തില്ല. അന്ന് സ്പെയിൻ ഭരിച്ചിരുന്നത് ആരഗണിലെ ഫെർഡിനാന്റും കാസ്റ്റൈലിലെ ഇസെബല്ലയും ചേർന്നായിരുന്നു. 1469 ൽ അവർ വിവാഹിതരായപ്പോൾ സ്പെയിൻ ഒരേകീകൃതരാജ്യമായിത്തീർന്നു. കൊളംബസ് പ്രോജക്ട് സമർപ്പിച്ചപ്പോൾ ഗ്രനേഡയിൽ നിന്ന് മൂറുകളെ ഉച്ചാടനം ചെയ്യുന്നതിലായിരുന്നു രണ്ടുപേരുടെയും ശ്രദ്ധ. അപകടകരമായ പര്യവേക്ഷണങ്ങൾക്കായി ദുർവ്യയം ചെയ്യാനവരുടെ കൈയിൽ

* പ്ലാഗ്ബാധമൂലമുണ്ടായ കൂട്ടമരണം

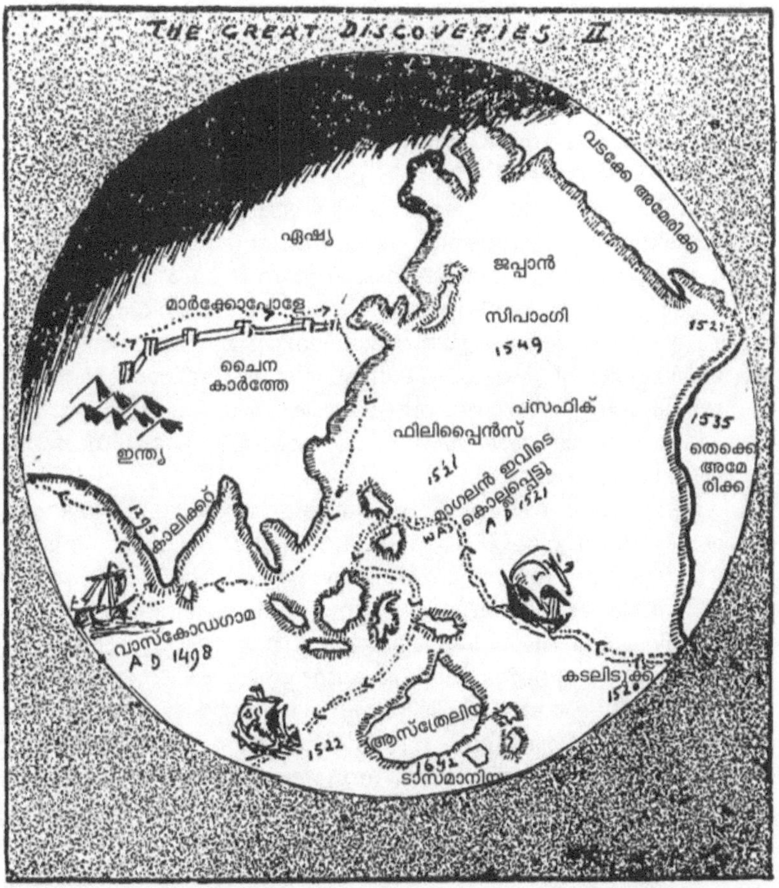

പൂർവ്വാർദ്ധഗോളത്തിലെ മഹത്തായ കണ്ടുപിടുത്തങ്ങൾ

പണമുണ്ടായിരുന്നില്ല. ഓരോ ചില്ലിക്കാശും പട്ടാളക്കാരുടെ സൗകര്യങ്ങൾക്കായി അവർക്കാവശ്യമായിരുന്നു.

സ്വന്തം ആശയങ്ങൾക്കായി ഇപ്രകാരം പോരാടേണ്ടി വന്ന അപൂർവ്വം മനുഷ്യരേയുള്ളൂ. പക്ഷേ, കൊളംബസിന്റെ കഥ വളരെ പ്രശസ്തമാണ്. അത് ഇവിടെ ആവർത്തിക്കേണ്ടതില്ല. 1492 ജനുവരി 2 ന് ഗ്രനേഡയിലെ മൂറുകൾ കീഴടങ്ങി. അതേ വർഷം ഏപ്രിൽ മാസത്തിൽ കൊളംബസ് സ്പെയിനിലെ രാജാവും രാജ്ഞിയുമായി ഒരു കരാർ ഒപ്പിട്ടു. ആഗസ്ത് 3 വെള്ളിയാഴ്ച മൂന്ന് കപ്പലുകളിൽ 88 നാവികരുമായി കൊളംബസ് യാത്ര തുടങ്ങി. ഈ നാവികരിൽ പലരും കുറ്റവാളികളായിരുന്നു. യാത്രയിൽ ചേർന്നാൽ അവർക്ക് ശിക്ഷയിൽ ഇളവ് വാഗ്ദാനം

ചെയ്യപ്പെട്ടു. ഒക്ടോബർ 12 ന് വെള്ളിയാഴ്ച രാവിലെ 2 മണിക്കു കൊളംബസ് ഭൂമി കണ്ടെത്തി. 1493 ജനുവരി 4 ന് ലാ നവിദാദ് ദുർഗ്ഗത്തിലെ 44 പേരോടും വിട പറഞ്ഞു അദ്ദേഹം നാട്ടിലേക്കുമടങ്ങി. ആ 44 പേരിലാരെയും പിന്നീട് ജീവനോടെ കണ്ടിട്ടില്ല. 1493 ഫെബ്രുവരി മദ്ധ്യത്തോടെ അദ്ദേഹം അസോർദ്വീപിലെത്തി, അവിടെ പോർത്തുഗീസുകാർ അദ്ദേഹത്തെ തടവിലിടുമെന്ന് ഭീഷണിപ്പെടുത്തി. 1493 മാർച്ചിൽ അദ്ദേഹം പാലോസിലെത്തിച്ചേർന്നു. കൂടെ കൂട്ടിയ ഇന്ത്യക്കാരോടൊപ്പം (താൻ കണ്ടെത്തിയത് ഇന്ത്യയാണെന്ന് പൂർണ്ണബോദ്ധ്യമായിരുന്നു കൊളംബസിന്; അതുകൊണ്ട് കൂട്ടത്തിൽ കൊണ്ടുവന്ന തദ്ദേശീയരെ അദ്ദേഹം റെഡ് ഇന്ത്യന്മാരെന്നു വിളിച്ചു) അദ്ദേഹം ബാഴ്സിലോണയിലേക്കു കുതിച്ചു. തന്റെ രക്ഷാകർത്താക്കളായ രാജാവിനേയും രാജ്ഞിയേയും കണ്ടു. യാത്രാവിജയം അറിയിക്കുകയും കാത്തേയിലേയും സിപാംഗുവിലോയും സ്വർണ്ണവും വെള്ളിയും നേടാനുള്ള വഴി കത്തോലിക്കാ അധിനാഥന്മാരായ രാജാവിന്റെയും രാജ്ഞിയുടെയും കാൽക്കീഴിലാണെന്ന് അവരെ അറിയിക്കുകയും ചെയ്തു.

പക്ഷേ, കൊളംബസ് ഒരിക്കലും സത്യം അറിഞ്ഞില്ല. ജീവിതാന്ത്യത്തോടടുത്ത് തന്റെ നാലാം യാത്ര ദക്ഷിണ അമേരിക്കാ വൻകര സ്പർശിച്ചപ്പോൾ എല്ലാം പ്രതീക്ഷിച്ചപോലെയല്ലെന്ന ഒരു സന്ദേഹം ആ മനസ്സിൽ വന്നിരിക്കാം. പക്ഷേ യൂറോപ്പിനും ഏഷ്യയ്ക്കുമിടയിൽ മറ്റൊരു ഭൂഖണ്ഡമില്ലെന്നും താൻ കണ്ടെത്തിയത് ചീനയിലേക്കുള്ള നേരിട്ടുള്ള മാർഗ്ഗമാണെന്നും ഉറച്ചുവിശ്വസിച്ചുകൊണ്ടാണദ്ദേഹം മൺമറഞ്ഞത്.

ഇതിനിടെ കിഴക്കൻ വഴിയിലുറച്ചുനിന്ന പോർത്തുഗീസുകാരായിരുന്നു കൂടുതൽ ഭാഗ്യവാന്മാർ. 1498 ൽ വാസ്കോ ഡ ഗാമ മലബാറിലെത്തുകയും അവിടെ നിന്ന് സുഗന്ധ ദ്രവ്യങ്ങളോടെ തിരിച്ചു ലിസ്ബണിലെത്തിച്ചേരുകയും ചെയ്തു. 1502 ൽ അദ്ദേഹം യാത്ര ആവർത്തിച്ചു. എന്നാൽ പടിഞ്ഞാറൻ മാർഗ്ഗത്തിൽ പര്യവേക്ഷണയാത്ര തികച്ചും ദുഷ്കരമായിരുന്നു. 1497 ലും 1498 ലും ജോൺ കാബട്ടും സെബാസ്റ്റ്യൻ കാബട്ടും ജപ്പാനിലേക്കൊരു വഴി കണ്ടുപിടിക്കാൻ ശ്രമിച്ചെങ്കിലും അവർ ഒന്നും കണ്ടെത്തിയില്ല; അവർ കണ്ടത് ന്യൂ ഫൗണ്ട്ലാന്റിലെ മഞ്ഞണിഞ്ഞ തീരവും പാറകളും മാത്രമായിരുന്നു. ആ സ്ഥലമാകട്ടെ അഞ്ചു നൂറ്റാണ്ടുമുമ്പ് നോർസേകൾ കണ്ടുപിടിച്ചതായിരുന്നു. സ്പെയിനിലെ പൈലറ്റു മേജറായി മാറിയ ഒരു ഫ്ളോറൻസുകാരനായിരുന്നു അമേരിഗോ വെസ് പൂസി. അയാളിൽ നിന്നാണ് അമേരിക്ക എന്ന പേരുണ്ടായത്. അയാൾ ബ്രസീലിന്റെ തീരപ്രദേശം കണ്ടു. എന്നാൽ ഇന്റീസിന്റെ ഒരടയാളവും അദ്ദേഹം കണ്ടില്ല.

1513 ൽ കൊളംബസ് നിര്യാതനായിട്ടു ഏഴു വർഷം കഴിഞ്ഞ് യൂറോപ്യൻ ഭൂമിശാസ്ത്രജ്ഞന്മാരിൽ സത്യം പ്രകാശിക്കാൻ തുടങ്ങി. വാസ്കോ നൂനിസ് ദ ബാൾബോ പനാമാ കടലിടുക്ക് കടക്കുകയും പ്രശസ്തമായ ദാരിയൻ കൊടുമുടി കയറുകയും മറ്റൊരു സമുദ്രത്തിന്റെ

അസ്തിത്വം വെളിവാക്കുന്ന വിശാലമായ ഒരു ജലശേഖരം കാണുകയും ചെയ്തു.

അവസാനം 1519 ൽ പോർത്തുഗീസ് നാവികനായ ഫെർഡിനാന്റ് മാഗെലന്റെ ആജ്ഞയ്ക്ക് കീഴിൽ അഞ്ച് സ്പാനിഷു കപ്പലടങ്ങിയ ഒരു വ്യൂഹം പടിഞ്ഞാറോട്ടു തുഴയുകയും (കിഴക്കൻ വഴിക്കല്ല, അത് തികച്ചും പോർച്ചുഗീസ് അധീനതയിലായിരുന്നു) സുഗന്ധദ്വീപുകൾ കണ്ടെത്തുന്നതിനു വേണ്ടി യത്നിക്കുകയും ചെയ്തു. ആഫ്രിക്കയ്ക്കും ബ്രസീലിനുമിടയിൽ അത്‌ലാന്റിക് സമുദ്രം മാഗെലൻ കടക്കുകയും, തെക്കു ഭാഗത്തേക്ക് യാത്രയാവുകയും ചെയ്തു. "വലിയ കാലടികളുള്ള ജനങ്ങളുടെ നാടാ"യ പാന്റഗോണിയയുടെ തെക്കൻ മുനമ്പിനും അഗ്നിദ്വീപിനും (നാവികർക്ക് ഈ ദ്വീപിനെ പറ്റി ഒന്നും അറിയില്ല; അവിടെ നിന്ന് കത്തിയ തീയിൽ നിന്ന് അവിടെ തദ്ദേശവാസികളുണ്ടാവാമെന്ന് അവർ കരുതി) ഇടയിലൊരു ചെറിയ തോട്ടിൽ മാഗെലൻ എത്തിച്ചേർന്നു. അഞ്ചാഴ്ചക്കാലം മാഗെലന്റെ കപ്പലുകൾ കഠിനമായ കൊടുങ്കാറ്റുകളുടെയും ചുഴലികളുടെയും ദാക്ഷിണ്യത്തിലായിരുന്നു. ഈ ഘട്ടത്തിൽ നാവികർക്കിടയിൽ ഒരു കലാപമുണ്ടായി. കടുത്ത നടപടികൾ സ്വീകരിച്ച് മാഗെലൻ കലാപം അടിച്ചമർത്തി. കുറ്റവാളികളായ രണ്ടു നാവികരെ തീരത്തേക്കയച്ചു. കുറ്റങ്ങളെപ്പറ്റി സമയമെടുത്തു പശ്ചാത്തപിക്കുന്നതിന്നായിരുന്നു ഇത്. അവസാനം കൊടുങ്കാറ്റ് ശമിച്ചു. തോട് വളർന്നുവന്നു. മാഗെലൻ പുതിയൊരു സമുദ്രത്തിലേക്കു പ്രവേശിക്കുകയായിരുന്നു. അതിലെ തിരമാലകൾ പ്രശാന്തവും പ്രസന്നവുമായിരുന്നു. അദ്ദേഹം ആ സമുദ്രത്തെ ശാന്തസമുദ്രം (The Mare Pacifico), പസഫിക് സമുദ്രം എന്നു വിളിച്ചു. പിന്നെ അദ്ദേഹം പടിഞ്ഞാറോട്ട് യാത്രയായി. തൊണ്ണൂറ്റിയെട്ടു നാളുകളാണ് അദ്ദേഹം യാത്ര ചെയ്തത്. അപ്പോഴൊന്നും അദ്ദേഹം കര കണ്ടില്ല. അദ്ദേഹത്തിന്റെ സഹയാത്രികർ മിക്കവരും വിശപ്പും ദാഹവും മൂലം പരവശരായി; അവർ കപ്പലിൽ അടിഞ്ഞുകൂടിയ എലികളെ ആഹരിച്ചു. ഇതെല്ലാം തീർന്നപ്പോൾ അവർ പാമരം കടിച്ചു തിന്നു.

1521 മാർച്ച് മാസത്തിൽ അവർ ഭൂമി കണ്ടു. മാഗെലൻ അതിനെ ലാഡ്രോൺസിന്റെ ഭൂമിയെന്നു വിളിച്ചു (കൊള്ളക്കാരുടെ ഭൂമിയെന്നാണിതിനർത്ഥം); തദ്ദേശീയർ കൈയിൽ കിട്ടിയതൊക്കെ കട്ടെടുത്തിരുന്നുവത്രേ. പിന്നെയവർ പടിഞ്ഞാറ് സുഗന്ധദ്വീപിൽ എത്തിച്ചേർന്നു!

പിന്നെയും ഭൂമി കണ്ടെത്തി. ഏകാന്തമായ ദ്വീപുകളുടെ ഒരു കൂട്ടം. മാഗെലൻ അവയെ ഫിലിപ്പീൻസ്സ് എന്നു വിളിച്ചു. തന്റെ നാഥനായ ചാൾസ് അഞ്ചാമൻ പുത്രനായ ഫിലിപ്പിന്റെ പേരിലാണ് ഈ നാമകരണം നടന്നത്. ഈ ഫിലിപ്പ് പിന്നീട് ഫിലിപ്പ് രണ്ടാമനായി, ചരിത്രത്തിന്റെ അസന്തുഷ്ടമായ ഒരു സ്മരണയായി. തുടക്കത്തിൽ മാഗെലൻ സ്നേഹത്തോടെ സ്വീകരിക്കപ്പെട്ടു. പക്ഷേ, നാട്ടുകാരെ ക്രിസ്തുമതത്തിലേക്ക് പരിവർത്തനം ചെയ്യാൻ അദ്ദേഹം തോക്കുപയോഗിച്ചപ്പോൾ ആദി

ഫെർഡിനാന്റ് മാഗെല്ലന്റെ യാത്ര

വാസികൾ അദ്ദേഹത്തെ കൊന്നു. കൂട്ടത്തിലുള്ള പല കപ്പിത്താന്മാരേയും നാവികരേയും കൊന്നു. അവശേഷിച്ചവർ രക്ഷപ്പെട്ടു. എന്നിട്ടും യാത്ര തുടർന്നു. യാത്രയിൽ പ്രശസ്ത സുഗന്ധദ്വീപുകളായ മൊളുക്കസ് കണ്ടെത്തി; അവർ ബോർണിയോ കണ്ടു. തിഡോറിലെത്തിച്ചേർന്നു. അവിടെ രണ്ടു കപ്പലുകളിലൊന്ന് അതിലെ സംഘത്തോടൊപ്പം യാത്ര തുടരാതെ നിന്നു. സെബാസ്റ്റ്യൻ ദെൽ കാനോയുടെ നേതൃത്വത്തിൽ "വിറ്റോറിയ" എന്ന കപ്പൽ ഇന്ത്യാ സമുദ്രം കടന്നു. എന്നാൽ ആ യാത്രയിൽ അവർ ആസ്ത്രേലിയയുടെ വടക്കൻ തീരം കണ്ടില്ല (അത് കണ്ടുപിടിക്കാൻ പതിനേഴാം നൂറ്റാണ്ടിന്റെ ആദ്യ പകുതി വരെ കാത്തിരിക്കേണ്ടി വന്നു; ഡച്ച് ഈസ്റ്റിന്ത്യാകമ്പനിയുടെ കപ്പലുകളാണ് അവിടെ ആദ്യം എത്തിച്ചേർന്നത്). ഒടുവിൽ അനേകം ദുരിതങ്ങളിലൂടെ അവർ സ്പെയിനിലെത്തിച്ചേർന്നു.

എല്ലാ യാത്രകളിലും വെച്ച് ഏറ്റവും ശ്രദ്ധേയമായ യാത്രയായിരുന്നു ഇത്. അത് മൂന്നുവർഷം നീണ്ടു നിന്നു. അനേകം ആളുകൾ ഈ യാത്രയിൽ മരിച്ചു; അളവറ്റ പണം ചെലവായി. പക്ഷേ ഭൂമി ഗോളാകൃതിയാണെന്ന സത്യം തെളിഞ്ഞു. കൊളംബസ് കണ്ടുപിടിച്ച പുതിയ പ്രദേശങ്ങൾ ഇന്ത്യയല്ലെന്നും വേറൊരു ഭൂഖണ്ഡമാണെന്നും തെളിഞ്ഞു. അതിനുശേഷം സ്പെയിനിന്റെയും പോർച്ചുഗലിന്റേയും ശ്രദ്ധ മുഴുവൻ അവരുടെ ഇന്ത്യൻ-അമേരിക്കൻ വ്യാപാരം വികസിപ്പിക്കുവാൻ വേണ്ടി

യായി. എതിരാളികൾ തമ്മിലുള്ള സംഘട്ടനം ഒഴിവാക്കാൻ അലക്സാണ്ടർ രണ്ടാമൻ പോപ്പ് മുമ്പുതന്നെ ലോകത്തെ രണ്ടായി ഭാഗിച്ചിരുന്നു. ഗ്രീൻവിച്ച് രേഖയിൽ നിന്ന് രേഖാംശം 50 ഡിഗ്രിയിൽ ഒരു സാങ്കല്പിക രേഖയുണ്ടാക്കിയാണിത് ചെയ്തത്; 1494 ലെ ഈ നിശ്ചയം ടോർഡസില്ലാസിന്റെ വിഭജനം എന്നാണ് പറയുന്നത്. പോർത്തുഗീസുകാർ ഈ രേഖയുടെ കിഴക്കും സ്പെയിൻകാർ പടിഞ്ഞാറുമായിട്ടാണ് കോളനികൾ സ്ഥാപിക്കേണ്ടിയിരുന്നത്. ബ്രസീലൊഴിച്ചുള്ള അമേരിക്കൻ ഭൂഖണ്ഡം പൂർണ്ണമായി സ്പെയിനിന് ലഭിച്ചു; ഇന്ത്യമുഴുവനും ആഫ്രിക്കയുടെ മിക്കഭാഗവും പോർച്ചുഗലിന്റേതായി; പതിനേഴും പതിനെട്ടും നൂറ്റാണ്ടുകളിൽ ഇംഗ്ലീഷ് ഡച്ചു കോളണിസ്റ്റുകൾ ഇവ കൈവശപ്പെടുത്തുന്നതുവരെ ഇതായിരുന്നു സ്ഥിതി. ഇംഗ്ലീഷുകാരും ഡച്ചുകാരും പോപ്പിന്റെ തീരുമാനം ആദരിച്ചില്ല.

കൊളംബസിന്റെ കണ്ടുപിടുത്തത്തെപ്പറ്റിയുള്ള വാർത്ത വന്നപ്പോൾ മദ്ധ്യയുഗങ്ങളിലെ വാൾസ്ട്രീറ്റായ വെനീസിലെ റിയാൾട്ടോവിൽ ആകെ അങ്കലാപ്പായിരുന്നു. സ്റ്റോക്കുകളുടെയും ബോണ്ടുകളുടെയും വില 40 –50 ശതമാനം കുറഞ്ഞു. കുറേക്കഴിഞ്ഞ് കൊളംബസിന് കാത്തേയിലേക്കുള്ള വഴി കണ്ടുപിടിക്കാൻ കഴിഞ്ഞില്ലെന്ന വാർത്ത വന്നപ്പോൾ വെനീഷ്യൻ കച്ചവടക്കാർ ഭയത്തിൽ നിന്ന് മുക്തരായി. എന്നാൽ ഗാമയുടെയും മാഗെലന്റേയും യാത്രകൾ ഇന്ത്യയിലേക്കൊരു പൗരസ്ത്യജലമാർഗ്ഗത്തിന്റെ പ്രായോഗിക സാദ്ധ്യതകൾ ഉറപ്പു വരുത്തി. അപ്പോഴാണ് മദ്ധ്യയുഗങ്ങളിലേയും നവോത്ഥാന കാലത്തേയും രണ്ടു വലിയ വ്യാപാര കേന്ദ്രങ്ങളായ വെനീസിന്റേയും ജിനോവായുടെയും ഭരണാധികാരികൾ തങ്ങൾ കൊളംബസിന്റെ നിർദ്ദേശം തള്ളിക്കളഞ്ഞതിൽ ദുഃഖിതരായത്. പക്ഷേ, വളരെ വൈകിപ്പോയിരുന്നു. അവരുടെ മദ്ധ്യധരണിക്കടൽ ഒരുൾക്കടലായി നിലനിന്നു. ഇന്ത്യയും ചീനയുമായി യൂറോപ്പിനുള്ള കരവഴിയുള്ള വ്യാപാരബന്ധം നിസ്സാരമായ അളവിലേക്കു കുറഞ്ഞു. ഇറ്റാലിയൻ മഹത്വത്തിന്റെ പഴയ ദിനങ്ങൾ മാഞ്ഞു. അത്‌ലാന്തിക്ക് പുതിയ വ്യാപാരകേന്ദ്രമായി, അതുകൊണ്ടു തന്നെ പുതിയ നാഗരികതാ കേന്ദ്രവുമായി. അതിനുശേഷം ഈ സ്ഥിതി എക്കാലവും തുടർന്നു.

ആ പഴയ കാലം മുതൽ, ഏതാണ്ട് അമ്പത് ശതാബ്ദം മുമ്പ് മുതൽ, നൈൽ നദീതീരത്ത് ജനങ്ങൾ ചരിത്രത്തിന്റെ വിഖ്യാത രേഖകൾ സൂക്ഷിക്കാൻ തുടങ്ങിയതു മുതൽ, മാനവനാഗരികത എപ്രകാരം വളർന്നുവെന്നത് ആശ്ചര്യകരമായ ഒരു കാര്യമാണ്. നൈൽ നദീതീരത്തു നിന്ന് അത് രണ്ടു നദികളുടെ നാടായ മൊസൊപ്പൊട്ടാമിയയിലെത്തി. പിന്നെ ക്രീറ്റും ഗ്രീസും റോമുമായി. ഒരുൾക്കടൽ വ്യാപാരകേന്ദ്രമായി; മദ്ധ്യധരണിയിലെ നഗരങ്ങൾ കലയുടെയും ശാസ്ത്രത്തിന്റെയും ദർശനത്തിന്റെയും വിജ്ഞാനത്തിന്റെയും ഗേഹമായി. പതിനാറാം നൂറ്റാണ്ടിൽ അത് ഒരിക്കൽക്കൂടി പടിഞ്ഞാറോട്ടു നീങ്ങി. അത്‌ലാന്തിക്കിന്റെ തീരത്തുള്ള രാജ്യങ്ങൾ ലോകാധിനാഥന്മാരായി.

നവലോകം

ലോകയുദ്ധവും (ഒന്നാം ലോകമഹായുദ്ധം കഴിഞ്ഞയുടനെയാണ് ഈ ഗ്രന്ഥം എഴുതിയത്– വിവർത്തകൻ) മഹത്തായ യൂറോപ്യൻ നാടുകളുടെ ആത്മഹത്യയും അത്‌ലാന്റിക് സമുദ്രത്തിന്റെ പ്രാധാന്യം കുറച്ചിട്ടുണ്ട് എന്ന് കരുതുന്നവരുണ്ട്. പരിഷ്കാരം അമേരിക്കാ വൻകരകടന്ന് പസഫിക് സമുദ്രത്തെ കേന്ദ്രമാക്കണമെന്നവർ കരുതുന്നു. പക്ഷേ, എനിക്കതിൽ സംശയമുണ്ട്.

പടിഞ്ഞാറൻ യാത്രകളിൽ കപ്പലുകളുടെ വലുപ്പം ക്രമത്തിൽ വർദ്ധിച്ചുവന്നു. നാവികന്മാരുടെ അറിവും വർദ്ധിച്ചു വന്നു. പരന്ന അടിത്തട്ടുള്ള നൈലിലേയും യൂഫ്രട്ടിസിലേയും കപ്പലുകൾ ഇല്ലാതായി; പകരം ഫിനീഷ്യക്കാരുടെയും ഈജിയന്മാരുടെയും കാർത്തേജിനിയന്മാരുടെയും റോമാക്കാരുടെയും യന്ത്രക്കപ്പലുകൾ വന്നു. ഇവയ്ക്ക് പകരം പോർത്തുഗീസുകാരുടെയും സ്പെയിൻകാരുടെയും സമചതുര റിഗ്ഗുകളുള്ള കപ്പലുകൾ വന്നു. ഒടുവിൽ ഇംഗ്ലീഷുകാരുടെയും ഡച്ചുകാരുടെയും പൂർണ്ണറിഗ്ഗുകളുള്ള കപ്പലുകൾ രംഗപ്രവേശം ചെയ്തു.

ഇന്ന് നാഗരികത കപ്പലുകളെ ആശ്രയിച്ചല്ല നില്ക്കുന്നത്. പായക്കപ്പലുകളുടെയും ആവിക്കപ്പലുകളുടെയും സ്ഥാനത്ത് വിമാനം വന്നു ചേർന്നിരിക്കുന്നു. അടുത്ത നാഗരികതാ കേന്ദ്രം വിമാനത്തിന്റെയും ജലശക്തിയുടെയും വളർച്ചയെ ആശ്രയിച്ചിരിക്കും. കടൽ ഒരിക്കൽ കൂടി കൊച്ചു മത്സ്യങ്ങളുടെ കലങ്ങിമറിയാത്ത വാസഗേഹമായി മാറും. മനുഷ്യവംശത്തിന്റെ ഏറ്റവും പഴയ മുൻഗാമികളുമൊത്ത് ആഴങ്ങളിൽ മത്സ്യങ്ങൾ വാസഗൃഹം പങ്കിടുകയായിരുന്നല്ലോ.

ബുദ്ധനും കൺഫ്യൂഷ്യസും

ബുദ്ധനെയും കൺഫ്യൂഷ്യസ്സിനെയും പറ്റി

പോർത്തുഗീസുകാരും സ്പെയിൻകാരും നടത്തിയ കണ്ടുപിടുത്തങ്ങൾ വഴി പശ്ചിമയൂറോപ്യൻ ക്രൈസ്തവമതം ഇന്ത്യയിലെയും ചീനയിലേയും ജനങ്ങളുമായി ബന്ധപ്പെട്ടു. ക്രിസ്തുമതം മാത്രമല്ല ലോകത്തിലുള്ളതെന്നവർക്കറിയാമായിരുന്നു. മുസ്ലീങ്ങളും ഉത്തരആഫ്രിക്കയിലെ പ്രാകൃതമതവിശ്വാസികളുമുണ്ടായിരുന്നു. ഈ പ്രാകൃതമതക്കാർ കമ്പും കല്ലും മരവുമെല്ലാം ആരാധിച്ചിരുന്നു. പക്ഷേ, ഇന്ത്യയിലും ചീനയിലും ദശലക്ഷക്കണക്കായ മനുഷ്യരുണ്ടെന്ന് ക്രൈസ്തവ ആക്രമണകാരികൾ മനസ്സിലാക്കി. അവർ ക്രിസ്തുവിനെ പറ്റി കേട്ടിരുന്നില്ല, കേൾക്കാനവർക്കാഗ്രഹമുണ്ടായിരുന്നില്ല. ബാഹ്യമതങ്ങളേക്കാൾ എത്രയോ ശ്രേഷ്ഠമായ മതങ്ങൾ തങ്ങൾക്കുണ്ടെന്നവർ അഹങ്കരിച്ചു. ആയിരക്കണക്കിൽ വർഷമായി നിലനില്ക്കുന്ന, ഏതു പാശ്ചാത്യമതത്തേക്കാളും മെച്ചമായ മതങ്ങൾ. ഇത് മനുഷ്യവംശത്തിന്റെ കഥയാണ്, യൂറോപ്പിലെ ജനങ്ങളുടെ മാത്രമായ കഥയല്ല; പാശ്ചാത്യ അർദ്ധഗോളത്തിന്റെ കഥയുമല്ല; അതുകൊണ്ട് രണ്ടു മനുഷ്യരെ പറ്റി നാം മനസ്സിലാക്കിയേ പറ്റൂ. അവരുടെ തത്ത്വങ്ങളും മാതൃകയും ഭൂമിയിലെ മഹാഭൂരിപക്ഷം മനുഷ്യരേയും നിതാന്തമായി സ്വാധീനിച്ചുകൊണ്ടിരിക്കുന്നുണ്ട്.

ഇന്ത്യയിൽ ബുദ്ധൻ മഹാനായ ഒരു മതാചാര്യനായി അംഗീകരിക്കപ്പെട്ടിരുന്നു. രസകരമായ ചരിത്രമാണ് ബുദ്ധന്റേത്. ക്രിസ്തുവിന് മുമ്പ് ആറാം നൂറ്റാണ്ടിലാണദ്ദേഹം ഭൂജാതനായത്; ഹിമാലയപർവ്വതത്തിനടുത്തായിരുന്നു ജനനം. അവിടെ നാനൂറ് വർഷം മുമ്പ് ആര്യവംശത്തിന്റെ (ഇന്തോ-യൂറോപ്യൻ വംശത്തിന്റെ കിഴക്കൻ ശാഖയുടെ പേര്) മഹാനേതാക്കന്മാരിൽ ഒരാളായ സാരതുഷ്ട്ര (അഥവാ സൊറാസ്റ്റർ) തന്റെ ജനതയെ പഠിപ്പിക്കുന്നുണ്ടായിരുന്നു. ജീവിതമെന്നത് അഹ്രീമാനും

ഓർമുസ്ദും തമ്മിലുള്ള അനസ്യൂതമായ സംഘട്ടനമാണ്; അഹ്രിമാൻ തിന്മയുടെയും ഓർമുസ്ദ് നന്മയുടെയും ദൈവമായിരുന്നു. ബുദ്ധന്റെ പിതാവ് ശുദ്ധോധനനായിരുന്നു, ശാക്യന്മാരുടെ ഗോത്രത്തിലെ ശക്തിമാനായൊരു തലവൻ. ബുദ്ധന്റെ അമ്മ മഹാമായയായിരുന്നു. അയൽപക്കത്തെ ഒരു രാജാവിന്റെ മകളായിരുന്നു അവർ. വളരെ ചെറിയ പ്രായത്തിൽ അവരെ വിവാഹം ചെയ്തയച്ചു. മലനിരകൾക്കു മുകളിലൂടെ അനേകം ചന്ദ്രന്മാർ കടന്നുപോയെങ്കിലും ശുദ്ധോധനന്ന് അനന്തരാവകാശിയുണ്ടായിരുന്നില്ല. അവസാനം മഹാമായക്ക് അമ്പത് വയസ്സായപ്പോൾ അവർ ഗർഭം ധരിച്ചു. പ്രസവസമയത്ത് തന്റെ സ്വന്തം ആളുകൾക്കിടയിലായിരിക്കണമെന്നതിനാൽ അവർ വലിയൊരു യാത്രക്കൊരുങ്ങി.

കോളിയന്മാരുടെ സ്ഥലത്തേക്കാണവർ പോയത്. ഒരു രാത്രി ലുംബിനിയിലെ തണുപ്പാർന്ന മരങ്ങൾക്കിടയിൽ വിശ്രമിക്കുന്നതിനിടെ അവർ മകന് ജന്മം നല്കി. അവനെ സിദ്ധാർത്ഥൻ എന്ന് വിളിച്ചു. പക്ഷേ, നാം അവനെ ബുദ്ധനെന്നാണ് വിളിക്കുന്നത്, ജ്ഞാനോദയം ലഭിച്ചവൻ എന്ന്.

കാലം ചെന്നപ്പോൾ സിദ്ധാർത്ഥൻ വലുതായി. സുമുഖനായ രാജകുമാരനായി. പത്തൊമ്പത് വയസ്സായപ്പോൾ മച്ചുനിയത്തിയായ യശോധരയെ വിവാഹം ചെയ്തു. പത്തുവർഷക്കാലം വേദനയും ദുരിതവുമില്ലാതെ രാജകീയ കൊട്ടാരത്തിന്റെ സംരക്ഷണത്തിൽ അദ്ദേഹം ജീവിച്ചു, പിതാവിന്റെ സ്ഥാനമേറ്റെടുക്കാനുള്ള ശിക്ഷണവുമായി.

മുപ്പതാം വയസ്സിൽ കൊട്ടാരകവാടങ്ങൾക്ക് പുറത്ത് അദ്ദേഹമൊരു വൃദ്ധനെ കണ്ടു. തൊഴിലെടുത്തു പരിക്ഷീണനായ അവയവങ്ങൾക്കു ജീവിതഭാരം താങ്ങാൻ കഴിയാത്തൊരാളായിരുന്നു അയാൾ. സിദ്ധാർത്ഥൻ തന്റെ സാരഥിയായ ചന്നന് ആ മനുഷ്യനെ ചൂണ്ടിക്കാണിച്ചു. അങ്ങനെ ദരിദ്രരും അവശരുമായ നൂറുകണക്കിൽ മനുഷ്യരുണ്ടെന്ന് ചന്നൻ പറഞ്ഞു; ഇയാൾ അത്ര വലിയ കാര്യമൊന്നുമല്ലെന്നും ചന്നൻ പറഞ്ഞു. യുവരാജാവിന് സങ്കടമായെങ്കിലും അദ്ദേഹം ഒന്നും പറഞ്ഞില്ല. അദ്ദേഹം ഭാര്യയുടേയും പിതാവിന്റെയും മാതാവിന്റെയും അടുത്ത് സന്തുഷ്ടനായി ജീവിക്കാൻ ശ്രമിച്ചു. കുറേ കഴിഞ്ഞ് രണ്ടാമതൊരിക്കൽക്കൂടി ബുദ്ധൻ കൊട്ടാരത്തിനു പുറത്തുപോയി. മാറാരോഗം ബാധിച്ചു കഷ്ടപ്പെടുന്ന ഒരു മനുഷ്യനെകണ്ടു. ഈ മനുഷ്യന്റെ ദുരിതത്തിന് കാരണമെന്തെന്ന് സിദ്ധാർത്ഥൻ ചന്നനോടു ചോദിച്ചു. ലോകത്തിൽ അനേകം രോഗികളുണ്ടെന്നായിരുന്നു ചന്നന്റെ മറുപടി; അതിനൊന്നും ഒരവസാനമുണ്ടാവുകയില്ല. അതൊന്നും അത്ര വലിയ കാര്യമൊന്നുമല്ല. യുവരാജാവിന് അപ്പോഴും സങ്കടമായി. എങ്കിലും അദ്ദേഹം രാജധാനിയിലേക്കു മടങ്ങി.

കുറേ ആഴ്ചകൾ കഴിഞ്ഞു. ഒരു ദിവസം നദിയിൽ കുളിക്കുവാൻ വേണ്ടി തേരു തെളിക്കാനദ്ദേഹം ആവശ്യപ്പെട്ടു. പെട്ടെന്ന് ഒരു മൃതദേഹം കണ്ട് തന്റെ കുതിര ഭയപ്പെട്ടു. ആ മൃതദേഹം ചീഞ്ഞളിയുകയായിരു

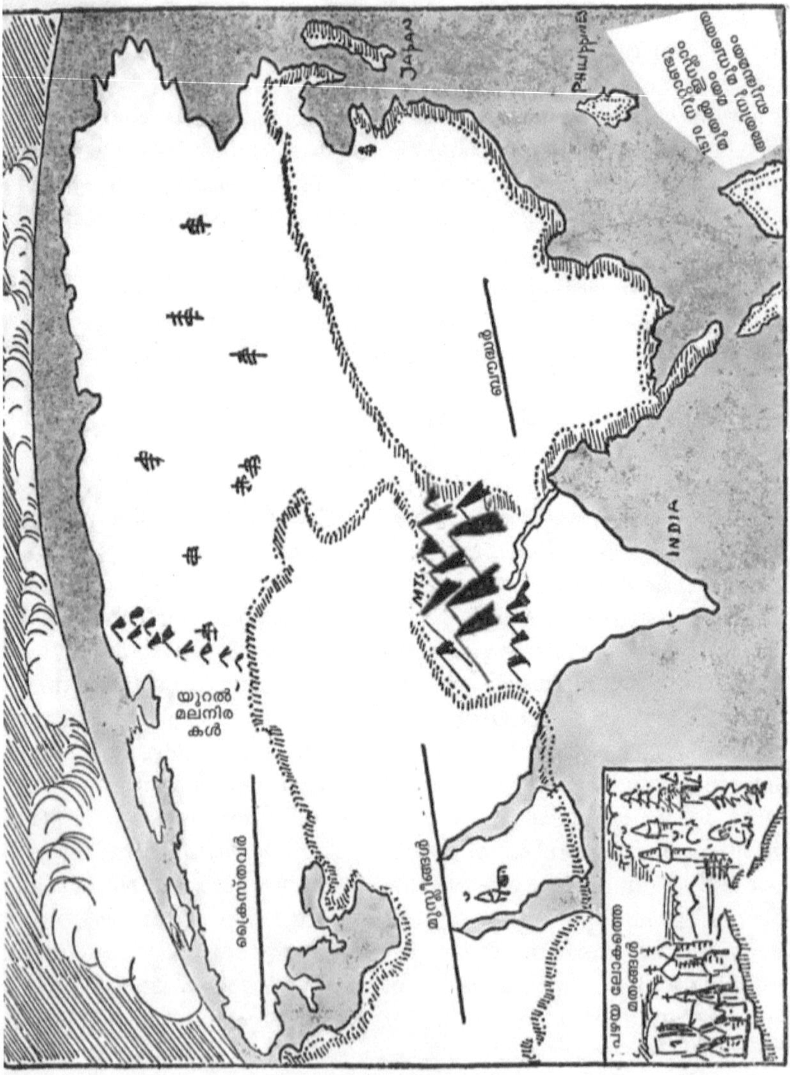
JAPAN
PHILIPPINES
INDIA
MTS.
യുറൽ മലനിരകൾ
ക്രൈസ്തവർ
മുസ്ലീങ്ങൾ
പഴയ ലോകത്തെ മതങ്ങൾ

മൂന്ന് മതങ്ങൾ

ന്നു. അത്തരം കാഴ്ചകൾ കാണാൻ യുവരാജാവിന് സൗകര്യം ലഭിച്ചിരുന്നില്ല. അദ്ദേഹം ഭയപ്പെട്ടു. അതൊന്നും ശ്രദ്ധിക്കേണ്ടെന്ന് ചന്തൻ പറഞ്ഞു. ലോകത്ത് അനേകം പേർ മരിക്കുന്നുണ്ട്. അത് ജീവിത നിയമമാണ്. എല്ലാറ്റിനും ഒരവസാനമുണ്ടാവും. ഒന്നും ശാശ്വതമല്ല. എല്ലാവരേയും ഒരു ശ്മശാനം കാത്തിരിപ്പുണ്ട്. അതിൽ നിന്ന് രക്ഷപ്പെടാനാവില്ല.

അന്ന് വൈകുന്നേരം സിദ്ധാർത്ഥൻ കൊട്ടാരത്തിലേക്കു മടങ്ങി. സംഗീതമാണ് അദ്ദേഹത്തെ സ്വീകരിച്ചത്. അദ്ദേഹം അകലെയായിരുന്നപ്പോൾ പത്നി ഒരു പുത്രനു ജന്മം നല്കിയിരുന്നു. ജനങ്ങൾക്കു സന്തോഷമായി. ഇപ്പോൾ രാജ്യത്തിന് ഒരു അനന്തരാവകാശി ഉണ്ടായിരിക്കുന്നു. ഇത് പെരുമ്പറയടിച്ച് ജനങ്ങൾ ആഘോഷിച്ചു. സിദ്ധാർത്ഥന് ഈ സന്തോഷത്തിൽ പങ്കുചേരാൻ കഴിഞ്ഞില്ല. ജീവിതത്തിന്റെ തിരശ്ശീല ഉയർന്നിരിക്കുന്നു. മനുഷ്യാസ്തിത്വത്തിന്റെ ബീഭത്സത അദ്ദേഹം പഠിച്ചു കഴിഞ്ഞിരുന്നു. മരണത്തിന്റെയും ദുരിതത്തിന്റെയും കാഴ്ച ഭീകരമായ ഒരു ദുസ്വപ്നം പോലെ അദ്ദേഹത്തെ പിന്തുടർന്നു കൊണ്ടിരുന്നു.

ആ രാത്രി ചന്ദ്രൻ നന്നായി പ്രകാശിക്കുന്നുണ്ടായിരുന്നു. സിദ്ധാർത്ഥൻ എഴുന്നേറ്റു പല കാര്യങ്ങളും ചിന്തിച്ചു. അസ്തിത്വത്തിന്റെ ദുരൂഹതയ്ക്ക് പരിഹാരം കാണാൻ കഴിയുന്നില്ലെങ്കിൽ അദ്ദേഹത്തിനൊരിക്കലും ആനന്ദം കൈവരുമായിരുന്നില്ല. തന്നെ സ്നേഹിക്കുന്നവരും താൻ സ്നേഹിക്കുന്നവരുമായ എല്ലാവരിൽ നിന്നും മാറിയകന്ന് ഈ പരിഹാരമന്വേഷിക്കാൻ അദ്ദേഹം തീരുമാനിച്ചു. കുഞ്ഞുമായി യശോധര കിടന്നുറങ്ങുന്ന മുറിയിലേക്ക് അദ്ദേഹം നിശ്ശബ്ദനായി കടന്നുചെന്നു. പിന്നെ അദ്ദേഹം വിശ്വസ്തനായ ചന്തനെ വിളിച്ച് തന്നെ അനുഗമിക്കാനാവശ്യപ്പെട്ടു.

രണ്ടുപേരുമൊരുമിച്ച് നിശയുടെ തമസ്സിലേക്കു പോയി. ഒരാൾ ആത്മാവിന് ശാന്തി നേടിക്കൊണ്ട്, മറ്റെയാൾ തന്റെ പ്രിയപ്പെട്ട യജമാനന്റെ വിശ്വസ്തസേവകനായിക്കൊണ്ട്.

സിദ്ധാർത്ഥൻ ജനങ്ങൾക്കിടയിലലഞ്ഞു. ഇക്കാലത്തെ ഇന്ത്യയിലെ ജനങ്ങൾ ഒരു പരിവർത്തനാവസ്ഥയിലായിരുന്നു. അവരുടെ മുൻഗാമികളായ തദ്ദേശീയ ഇന്ത്യക്കാരെ യുദ്ധോന്മുഖരായ ആര്യന്മാർ എളുപ്പത്തിൽ തോല്പിച്ചിരുന്നു. അതിനുശേഷം കോടിക്കണക്കായ ഈ ചെറുമനുഷ്യരുടെ ഭരണാധികാരികളും യജമാനന്മാരും ആര്യന്മാരുമായിരുന്നു. ഏറ്റവും കരുത്തരുടെ സ്ഥാനത്ത് സ്വയം അവരോധിക്കുന്നതിനുവേണ്ടി അവർ ജനങ്ങളെ വിഭിന്നവർണ്ണങ്ങളായി തിരിച്ചിരുന്നു. ക്രമത്തിൽ ഒരു ജാതിസമ്പ്രദായം വളർന്നുവന്നു. അതു വളരെ കർക്കശമായിത്തീർന്നു. തദ്ദേശീയ ജനങ്ങളിൽ ഈ ജാതിവ്യവസ്ഥ അടിച്ചേല്പിച്ചു. ഇന്തോ യൂറോപ്യൻ ആക്രമണകാരികളായിരുന്നു ഏറ്റവും ഉയർന്ന ജാതി; അവർ യോദ്ധാക്കളും പ്രഭുക്കളുമായി. അവരോടൊപ്പം പുരോഹിതവർണ്ണമുണ്ടായിരുന്നു. അതിന് താഴെ കൃഷിക്കാരും വ്യാപാരികളുമായിരുന്നു. പുരാ

തന ഇന്ത്യക്കാരോ? അവർ താഴ്ന്ന ജാതിയായി. അവരിൽ നിന്നാണ് പറയരുണ്ടായത്. (ചാതുർവർണ്യത്തിലെ നാലാംവർണ്ണം ശൂദ്രരായിരുന്നു, പറയരായിരുന്നില്ല. ശൂദ്രരേക്കാൾ എത്രയോ താഴെ, വളരെ ഭയനീയമായ സാഹചര്യങ്ങളാണ് പറയർക്കുണ്ടായിരുന്നത്. അവർ ചാതുർവർണ്യത്തിന് പുറത്തായിരുന്നു - വിവർത്തകൻ) അഭിശപ്തരായ അടിമകളായിരുന്നു അവർ. അതിൽ നിന്ന് അഭിവൃദ്ധിപ്പെടാനവർക്കൊരു മാർഗ്ഗവുമുണ്ടായിരുന്നില്ല.

ജനങ്ങളുടെ മതം പോലും ജാതീയമായിരുന്നു. ആയിരക്കണക്കിൽ വർഷങ്ങളായുള്ള യാത്രകളിൽ ആശ്ചര്യകരമായ പല സാഹചര്യങ്ങൾക്കും ഇന്തോയൂറോപ്യന്മാർ സാക്ഷ്യം വഹിച്ചു. അവയെ വേദങ്ങളിൽ ശേഖരിച്ചു. വേദങ്ങളുടെ ഭാഷ സംസ്കൃതമായിരുന്നു. യൂറോപ്പു വൻകരയിലെ ഗ്രീക്ക്, ലത്തീൻ, റഷ്യൻ, ജർമ്മൻ തുടങ്ങിയ നാല്പതിലധികം ഭാഷകളുമായി അടുത്ത ബന്ധമുണ്ടായിരുന്നു, സംസ്കൃതത്തിന്. ആദ്യത്തെ മൂന്നു ജാതിക്കാർക്കും വേദം പഠിക്കാമായിരുന്നു. പറയന്മാർക്ക് അതിനവകാശമുണ്ടായിരുന്നില്ല. പറയനെ വേദം പഠിപ്പിക്കുന്നവൻ പ്രഭുവായാലെന്ത് പുരോഹിതനായാലെന്ത്? അയാൾക്ക് കഷ്ടകാലംതന്നെ!

ഇന്ത്യൻ ജനങ്ങളിൽ മഹാഭൂരിപക്ഷം ദുരിതത്തിലാണ് ജീവിച്ചുവന്നത്. ഈ ഗ്രഹത്തിൽ അവർക്ക് ആനന്ദിക്കാൻ വകയൊന്നുമില്ല. അതുകൊണ്ട് മോക്ഷം മറ്റെവിടെയെങ്കിലും തേടണം. ഭാവിയിലുണ്ടാവാൻ പോവുന്ന അസ്തിത്വത്തെ പറ്റിയുള്ള ധ്യാനത്തിൽ നിന്ന് അല്പം ആശ്വാസം ലഭിക്കാനവർ ശ്രമിച്ചു.

ഇന്ത്യൻ ജനത ജനിമൃതികളുടെ പരമാധികാരിയായി ബ്രഹ്മത്തെയാണ് ആരാധിച്ചിരുന്നത്; സർവ്വചരാചരങ്ങളുടെയും സ്രഷ്ടാവാണ് ബ്രഹ്മം; പൂർണ്ണതയുടെ പ്രതീകമാണ് ബ്രഹ്മം. ബ്രഹ്മത്തെപ്പോലെയാവുക, ധനത്തിനും അധികാരത്തിനും വേണ്ടിയുള്ള എല്ലാ മോഹവും ത്യജിക്കുക - ഇതായിരുന്നു അസ്തിത്വത്തിന്റെ പരമമായ ലക്ഷ്യം. പുണ്യകർമ്മങ്ങളേക്കാൾ പുണ്യചിന്തകൾക്കായിരുന്നു പ്രാമാണ്യം. പലരും മരുഭൂമിൽ ചെന്ന് തപസ്സനുഷ്ഠിച്ചു. വൃക്ഷത്തലപ്പുകളിൽ ജീവിച്ചു. ഇലകൾ മാത്രം ആഹരിച്ചു. ശരീരത്തെ കടുത്ത പട്ടിണിക്കു വിധേയമാക്കി; മനീഷിയും നല്ലവനും കാരുണ്യവാനുമായ ബ്രഹ്മത്തിന്റെ മഹനീയ ഗുണവിശേഷങ്ങളെപ്പറ്റി ധ്യാനം ചെയ്തുകൊണ്ട് ആത്മാവുകൾക്ക് അന്നം നല്കുന്നതിനു വേണ്ടിയായിരുന്നു ഇത്.

സിദ്ധാർത്ഥൻ ഈ തപസ്വികളെ കണ്ടിരുന്നു. ഗ്രാമങ്ങളുടെയും നഗരങ്ങളുടെയും കലമ്പലുകളിൽ നിന്നുമകന്ന് സത്യാന്വേഷണം നടത്തുന്ന സഞ്ചാരികളായിരുന്നു അവർ. അദ്ദേഹം അവരെ പിന്തുടരാൻ തീരുമാനിച്ചു; അദ്ദേഹം ശിരസ്സ് സമ്പൂർണ്ണമായി ക്ഷൗരം ചെയ്തു; മുത്തും മണിയുമെല്ലാം എടുത്ത് കുടുംബത്തിന് തിരിച്ചയച്ചു; കുടുംബത്തോട് വിടപറയുന്ന സന്ദേശമയച്ചു. നിത്യവിശ്വസ്തനായ ചന്തനാണ് ഇവയൊക്കെ കൈമാറിയത്. ഒരനുയായിയുമില്ലാതെ യുവരാജാവ് വനവന്യതയിലേക്ക് പോയി.

പെട്ടെന്ന് തന്നെ അദ്ദേഹത്തിന്റെ യശസ്സ് പർവ്വതങ്ങളിൽ പ്രചരിച്ചു. അഞ്ചു യുവാക്കൾ അദ്ദേഹത്തെ സമീപിച്ച് അവിടത്തെ വാക്കുകൾ ശ്രവിക്കാനനുവദിക്കണമെന്നപേക്ഷിച്ചു. തന്നെ അവർ പിന്തുടരുകയാണെങ്കിൽ അവരുടെ ഗുരുനാഥനായ്ക്കൊള്ളാമെന്നദ്ദേഹം സമ്മതിച്ചു. അവർ അംഗീകരിച്ചു. അവരോടൊപ്പം കുന്നുകൾക്കിടയിൽ പോയി. ആറുവർഷം അവരെ പഠിപ്പിച്ചു. തനിക്കറിയാവുന്നതെല്ലാം വിന്ധ്യപർവ്വതത്തിന്റെ ശിഖരങ്ങളിൽവെച്ച് അദ്ദേഹം പറഞ്ഞുകൊടുത്തു. പക്ഷേ, ഇതിനുശേഷം അദ്ദേഹത്തിനും ബോദ്ധ്യമായി താൻ ഇനിയും സമ്പൂർണ്ണനായിക്കഴിഞ്ഞിട്ടില്ലെന്ന്. താൻ വിട്ടകന്നു പോയ ലോകം തന്നെ ഇപ്പോഴും ആകർഷിച്ചുകൊണ്ടിരിക്കുകയാണ്. അദ്ദേഹത്തിന്റെ അഭ്യർത്ഥന മാനിച്ച് ശിഷ്യന്മാർ അദ്ദേഹത്തിൽ നിന്നകന്നു. നാല്പത്തൊമ്പത് പകലുകളും നാല്പത്തൊമ്പത് രാത്രികളും അദ്ദേഹം ഉപവസിച്ചു. പഴയൊരു വൃക്ഷത്തിന്റെ വേരിൻമേലാണദ്ദേഹം ഇരുന്നത്. അവസാനം അദ്ദേഹത്തിന് ഇച്ഛിച്ച പ്രതിഫലം ലഭിച്ചു. അമ്പതാം നാളിന്റെ സന്ധ്യയിൽ ബ്രഹ്മം തന്റെ വിശ്വസ്ത സേവകനു മുമ്പിൽ പ്രത്യക്ഷപ്പെട്ടു. ആ നിമിഷം മുതൽ സിദ്ധാർദ്ധൻ ബുദ്ധനായിത്തീർന്നു. അസന്തുഷ്ടവും നശ്വരവുമായ വിധിയിൽ നിന്ന് മനുഷ്യനെ പരിരക്ഷ ചെയ്യാൻ അവതരിച്ച ജ്ഞാനോദയം ലഭിച്ച ആളായി അദ്ദേഹം ആരാധിക്കപ്പെട്ടു.

സമർപ്പണത്തിന്റെയും വിനയത്തിന്റെയും പാഠങ്ങളാണ് ബുദ്ധൻ പഠിപ്പിച്ചത്. ജീവിതത്തിന്റെ അവസാനത്തെ നാല്പത്തഞ്ചുവർഷം ഈ പാഠങ്ങൾ പഠിപ്പിച്ചുകൊണ്ട് ഗംഗാതടത്തിലാണദ്ദേഹം ജീവിച്ചത്. ബിസി 488-ാമാണ്ടിൽ ദീർഘകാലജീവിതത്തിനുശേഷം കോടിക്കണക്കിനാളുകളുടെ പ്രിയപ്പെട്ടവനായി ബുദ്ധൻ മരിച്ചു. ഏതെങ്കിലുമൊരു പ്രത്യേക വർണ്ണത്തിനുവേണ്ടിയല്ല അദ്ദേഹം തന്റെ തത്ത്വങ്ങൾ അവതരിപ്പിച്ചത്. ഏറ്റവും അധഃകൃതരായ പറയനും അദ്ദേഹത്തിന്റെ ശിഷ്യനായിത്തീരാമായിരുന്നു.

ഇത്, പക്ഷേ പ്രഭുക്കൾക്കും പുരോഹിതർക്കും വണിക്കുകൾക്കും ഇഷ്ടമായില്ല. എല്ലാ ജീവജാലങ്ങൾ തമ്മിലും സമത്വം കല്പിക്കുന്നമതത്തെ, മനുഷ്യന് സന്തുഷ്ടി നിറഞ്ഞൊരു രണ്ടാം ജന്മം വാഗ്ദാനം ചെയ്യുന്ന മതത്തെ നശിപ്പിക്കാൻ അവർ പാടുപെട്ടു. പഴയ ബ്രാഹ്മണമതത്തിന്റെ അനുഷ്ഠാനങ്ങളിലേക്കും ആചാരങ്ങളിലേക്കും തിരിച്ചുപോകുവാൻ അവർ പ്രേരിപ്പിച്ചു. പക്ഷേ ബുദ്ധമതത്തെ നശിപ്പിക്കാൻ കഴിഞ്ഞില്ല. സാവധാനത്തിൽ ബോധോദയം നേടിയ പ്രവാചകന്റെ അനുയായികൾ ഹിമാലയം കടന്ന് ചീനയിലെത്തി. അവർ മഞ്ഞക്കടൽ കടന്ന് ജപ്പാനിലെത്തുകയും ഗുരുനാഥദർശനം അവിടത്തെ ജനങ്ങളെ പഠിപ്പിക്കുകയും ചെയ്തു. അവർ ഗുരുവചനങ്ങൾ വിശ്വസ്തതയോടെ സംരക്ഷിച്ചു; ബലപ്രയോഗമില്ലാതെ (ബലപ്രയോഗം ബുദ്ധൻ തടഞ്ഞിരുന്നു) ബുദ്ധദർശനം അനുസരണയോടെ നടപ്പാക്കി. ഇങ്ങനെ ബുദ്ധനെ പിന്തുടരുന്നവരുടെ എണ്ണം വർദ്ധിച്ചിരിക്കുകയാണ്; ക്രിസ്തുവിന്റെയും മുഹ

ബുദ്ധൻ ഗിരിനിരകളിലേക്ക്

മ്മദിന്റെയും അനുയായികളെ ആകെ എടുത്താൽ അതിലധികമാണ് ബുദ്ധന്റെ അനുയായികൾ.

ചീനയിലെ വൃദ്ധമനീഷിയായ കൺഫ്യൂഷ്യസിന്റെ കഥ വളരെ ലളിതമാണ്. ബി സി 550 ലാണ് അദ്ദേഹം ഭൂജാതനായത്. അക്കാലത്ത് ചീനയിൽ ശക്തമായൊരു കേന്ദ്ര ഭരണമുണ്ടായിരുന്നില്ല. ചീന കൊള്ളക്കാരുടെയും പിടിച്ചുപറിക്കാരുടെയും ദാക്ഷിണ്യത്തിലായിരുന്നു. അവർ നഗരങ്ങളിൽ നിന്ന് നഗരങ്ങളിലേക്ക് അരാജകത്വം കയറ്റുമതി ചെയ്തിരുന്നു. നാശം വിതച്ചും കെട്ടിടങ്ങൾ തകർത്തും തീകൊടുത്തും കൊല നടത്തിയും ഈ കൂട്ടർ ചീനയെ നശിപ്പിച്ചു. വടക്കൻ ചീനയുടെയും മദ്ധ്യ ചീനയുടെയും ജനബഹുലമായ സമതലങ്ങൾ പട്ടിണിക്കാരായ ജനങ്ങളുടെ വന്യദേശമായി മാറിയിരുന്നു. ഈ കാലത്ത് ശാന്തവും മാന്യവും സംഭവരഹിതവുമായ ഒരു ജീവിതമാണ് കൺഫ്യൂഷ്യസ് നയിച്ചിരുന്നത്.

കൺഫ്യൂഷ്യസ് തന്റെ ജനങ്ങളെ സ്നേഹിച്ചിരുന്നു. അവരെ രക്ഷപ്പെടുത്താനദ്ദേഹം യത്നിച്ചു. ഹിംസയിൽ അദ്ദേഹം വിശ്വസിച്ചിരുന്നില്ല. ശാന്തിവാദിയായിരുന്നു അദ്ദേഹം. പുതിയ നിയമങ്ങൾ നല്കി ജനങ്ങളെ നന്നാക്കാൻ കഴിയുമെന്നദ്ദേഹം കരുതിയില്ല. ഹൃദയപരിവർത്തനത്തിലൂടെ മാത്രമേ മോക്ഷം കരഗതമാവൂ എന്നദ്ദേഹം അറിഞ്ഞിരുന്നു. കിഴക്കനേഷ്യയുടെ വിശാലമായ സമതലങ്ങളിൽ വസിച്ച കോടിക്കണക്കിൽ മനുഷ്യരുടെ സ്വഭാവപരിവർത്തനമെന്ന ദുസ്സാധ്യമായ കർത്തവ്യത്തിൽ അദ്ദേഹം ഏർപ്പെട്ടു. നാം മനസ്സിലാക്കുന്ന തരത്തിലുള്ള ഒരു മതത്തിൽ ചീനക്കാർക്കു ഒരിക്കലും താല്പര്യമുണ്ടായിരുന്നില്ല. പ്രാകൃത മനുഷ്യനെപോലെ അവരും പിശാചുക്കളിലും പ്രേതങ്ങളിലും വിശ്വസിച്ചു. അവർക്കു പ്രവാചകന്മാരില്ലായിരുന്നു, വെളിപാട് സത്യങ്ങളില്ലായിരുന്നു. മഹാന്മാരായ സന്മാർഗ്ഗ നേതാക്കളിൽ വെളിപാടുകൾ ഇല്ലാത്ത ഒരേയൊരാളായിരുന്നു കൺഫ്യൂഷ്യസ്; താൻ ദിവ്യശക്തിയുടെ സന്ദേശവാഹകനാണെന്നദ്ദേഹം വിളംബരം ചെയ്തില്ല. ആകാശത്തു നിന്നുള്ള ശബ്ദങ്ങളാൽ പ്രചോദിതനാണ് താനെന്ന് ഒരിക്കലും അദ്ദേഹം അവകാശപ്പെട്ടില്ല.

സുബോധമുള്ള ഒരു ദയാലുവായിരുന്നു അദ്ദേഹം. ഏകാന്തമായ യാത്രകൾ, തന്റെ പ്രിയപ്പെട്ട പുല്ലാങ്കുഴലിൽ ദുഃഖാർദ്രമായ ഈണങ്ങൾ—ഇതായിരുന്നു കൺഫ്യൂഷ്യസ്. അദ്ദേഹം ആരുടെയും അംഗീകാരം ആവശ്യപ്പെട്ടില്ല. ആരെങ്കിലും തന്നെ പിൻപറ്റണമെന്നോ ആരാധിക്കണമെന്നോ അദ്ദേഹം ആവശ്യപ്പെട്ടില്ല. അദ്ദേഹം നമ്മെ അനുസ്മരിപ്പിക്കുന്നത് പുരാതന യവന ദാർശനികന്മാരെയാണ്, വിശിഷ്യ സ്റ്റോയിക് ചിന്തകന്മാരെ; പ്രതിഫലേച്ഛ കൂടാതെ ശരിയായ ജീവിതവും ശരിയായ ചിന്തയും പുലർത്തുന്ന മനുഷ്യരെ; അവർ മറ്റൊന്നും പ്രതീക്ഷിക്കുന്നില്ല. നല്ല മനസ്സാക്ഷിക്കും ആത്മശാന്തിക്കും വേണ്ടി മാത്രമായിരുന്നു കൺഫ്യൂഷ്യസിന്റെ തേട്ടം.

വളരെ സഹിഷ്ണുവായിരുന്നു കൺഫ്യൂഷ്യസ്. തന്റെ ചര്യയിൽ

നിന്ന് വ്യത്യസ്തമായി അദ്ദേഹം ലാവോത്സെയെ കാണാൻ ചെന്നിരുന്നു. 'താവോ' മതത്തിന്റെ സ്ഥാപകനായിരുന്നു ലാവോത്സെ. സുവർണ്ണ നിയമത്തിന്റെ പഴയൊരു ചൈനീസ് മാതൃകയായിരുന്നു താവോമതം.

കൺഫ്യൂഷ്യസിന് ആരോടും ദേഷ്യമുണ്ടായിരുന്നില്ല. ആത്മനിയന്ത്രണമായിരുന്നു കൺഫ്യൂഷ്യസിന്റെ പ്രഥമ പാഠം. കൺഫ്യൂഷ്യസിന്റെ തത്ത്വമനുസരിച്ച് ശരിയായ ഒരു വ്യക്തി ദേഷ്യത്തിനടിമയാവുകയില്ല; വിധി എന്തായാലും അത് സഹിച്ചു ജീവിക്കുകയാണയാൾ ചെയ്യുക. സംഭവിക്കുന്നതെന്തും നന്മയ്ക്ക് വേണ്ടിയാണെന്ന് മനസ്സിലാക്കിയ ഋഷിമാരുടെ മാർഗ്ഗമായിരുന്നു അത്.

തുടക്കത്തിൽ അദ്ദേഹത്തിന് വളരെ കുറച്ച് ശിഷ്യന്മാർ മാത്രമേ ഉണ്ടായിരുന്നുള്ളൂ. ക്രമത്തിൽ അവരുടെ എണ്ണം വർദ്ധിച്ചു. ബി സി 478 ൽ കൺഫ്യൂഷ്യസ് മരിക്കുമ്പോൾ ചീനയിലെ പല രാജാക്കന്മാരും യുവരാജാക്കന്മാരും അദ്ദേഹത്തിന്റെ ശിഷ്യന്മാരായി കഴിഞ്ഞിരുന്നു. യേശു ബെത്‌ലഹേമിൽ ഭൂജാതനാവുന്ന കാലത്ത് കൺഫ്യൂഷ്യസ് ദർശനം ചീനക്കാരുടെ മനോഘടനയുടെ ഭാഗമായിക്കഴിഞ്ഞിരുന്നു. അന്നുമുതൽ അത് ചീനക്കാരുടെ ജീവിതത്തെ തന്നെ സ്വാധീനിച്ചുവരുന്നു. ആ സ്വാധീനം അതിന്റെ മൗലികവും ശുദ്ധവുമായ രൂപത്തിലല്ലെന്നു മാത്രം. കാലംചെല്ലുമ്പോൾ മിക്ക മതങ്ങളും മാറുന്നു. ക്രിസ്തുപഠിപ്പിച്ചത് വിനയവും വിധേയത്വവും ഐഹികമോഹങ്ങളുടെ അസാന്നിദ്ധ്യവുമായിരുന്നു. പക്ഷേ ഗോൽഗൊത്തയിലെ കുരിശാരോഹണം കഴിഞ്ഞ് 15 നൂറ്റാണ്ടുകൾ കഴിഞ്ഞപ്പോൾ, ക്രൈസ്തവസഭയുടെ തലവൻ ഒരു കെട്ടിടമുയർത്തുന്നതിനായി കോടിക്കണക്കിൽ ചെലവഴിക്കുകയായിരുന്നു; അതിന് ബത്‌ലഹേമിലെ തൊഴുത്തുമായി ഒരു ബന്ധവുമുണ്ടായിരുന്നില്ല.

ലാവോത്സെ പഠിപ്പിച്ചത് സുവർണ്ണനിയമമായിരുന്നു. മൂന്നു നൂറ്റാണ്ടിൽ കുറഞ്ഞ കാലം കൊണ്ട് അനുയായികൾ അദ്ദേഹത്തെ ശരിക്കും ക്രൂരനായ ഒരാളാക്കി മാറ്റി. അദ്ദേഹത്തിന്റെ വിവേകപൂർണ്ണമായ കല്പനകൾ അന്ധവിശ്വാസങ്ങളുടെ കൂമ്പാരമായി മാറി. ശരാശരി ചീനക്കാരുടെ ജീവിതം ഭയപ്പാടുകളുടെ ഭീതിയുടെ ഭീകരതയുടെ ദീർഘമായ ഒരു പരമ്പരയായിത്തീർന്നു.

മാതാവിനെയും പിതാവിനെയും ആദരിക്കുന്നതിന്റെ സൗന്ദര്യം തന്റെ ശിഷ്യരെ പഠിപ്പിച്ചിരുന്നു. എന്നാൽ അന്തരിച്ച രക്ഷിതാക്കളുടെ സ്മരണയിലേക്കായി ക്രമേണ അവരുടെ താല്പര്യം; സ്വന്തം മക്കളുടെയും കൊച്ചുമക്കളുടെയും ക്ഷേമത്തേക്കാൾ പ്രധാനമായി അവർ ഈ സ്മരണയെ കണ്ടു. ബോധപൂർവ്വം അവർ ഭാവിയിൽ നിന്ന് മുഖം തിരിച്ചു. ഭൂതകാലത്തെ അനന്തമായ അന്ധകാരത്തിലേക്കു കടന്നുചെല്ലാൻ അവരാഗ്രഹിച്ചു. പിതൃക്കളുടെ ആരാധന ഒരു പ്രത്യക്ഷമതസംവിധാനമായിത്തീർന്നു. പർവ്വതത്തിനു മുകളിൽ സൂര്യപ്രകാശമേല്ക്കുന്ന, ഫലപുഷ്ടമായൊരിടത്ത് സ്ഥിതി ചെയ്യുന്ന ഒരു സെമിത്തേരിയെ ശല്യം ചെയ്യുന്നതിനേക്കാൾ അവർ നെല്ലും ഗോതമ്പും മറ്റൊരു മലഞ്ചെരിവിലെ തരി

1300 ബി സി
മോശ ജൂതമതക്കാ
രുടെ നേതാവ്
1000 ബി സി
സാരതുഷ്ട
ആര്യൻ ജനത
യുടെ നേതാവ്
6000 ബി സി
ബുദ്ധൻ
ഇന്ത്യക്കാരുടെ
പ്രവാചകൻ
500 ബി സി
കൺഫ്യൂഷ്യസ്
വിവേകശാലിയാ
'യ ചീനക്കാരൻ
CHINA
400 ബി സി
യവനമഹാ
തത്വജ്ഞാനികൾ
എ ഡി 30
യേശുക്രിസ്തു
എ ഡി 622
മുഹമ്മദ
അറേബിയൻ
പ്രവാചകൻ

വിശ്വഗുരുനാഥന്മാർ

ശായൊരു പാറമേൽ കൃഷി ചെയ്യുമായിരുന്നു, അവിടെ ഒന്നും വളരുകയില്ലായിരുന്നു. പിതൃക്കളുടെ ശ്മശാനം തകർന്നു പോവുന്നതിനേക്കാൾ അവരിഷ്ടപ്പെട്ടത് വിശപ്പും ക്ഷാമവുമായിരുന്നു.

എന്നാൽ കിഴക്കനേഷ്യയിലെ വർദ്ധിച്ചുവരുന്ന ജനങ്ങൾക്കുമേലുള്ള കൺഫ്യൂഷ്യസിന്റെ വിവേകശബ്ദത്തിനുള്ള സ്വാധീനം ഒരിക്കലും ഇല്ലാതായില്ല. കൺഫ്യൂഷ്യാനിസം എന്നാണിതറിയപ്പെടുന്നത്. അഗാധമായ സന്ദേശങ്ങളും സമർത്ഥമായ നിരീക്ഷണങ്ങളുമായിരുന്നു കൺഫ്യൂഷ്യാനിസത്തിന്റെ സവിശേഷത. എല്ലാ ചീനക്കാരുടെയും ആത്മാവിന് അത് സാമാന്യ ബോധത്തിന്റെ ഒരു സ്പർശം നല്കി. ചീനക്കാരുടെ ജീവിതത്തെ സമ്പൂർണ്ണമായി സ്വാധീനിച്ചു. സാധാരണ അലക്കുകാരനായാലും വലിയ സാമ്രാജ്യത്തിന്റെ അധിപതിയായാലും ഈ സ്വാധീനം സ്പഷ്ടമായിരുന്നു.

പതിനാറാം നൂറ്റാണ്ടിൽ ആവേശഭരിതരായ, എന്നാൽ പാശ്ചാത്യ ലോകത്തെ താരതമ്യേന അപരിഷ്കൃതരായ ക്രിസ്ത്യാനികൾ പൗരസ്ത്യ ലോകത്തെ പഴയ മതങ്ങളുമായി മുഖത്തോടു മുഖം നേരിട്ടു. ആദ്യകാല സ്പെയിൻകാരും പോർത്തുഗീസുകാരും ബുദ്ധന്റെ പ്രശാന്തമായ പ്രതിമകളെ നോക്കി, കൺഫ്യൂഷ്യസിന്റെ ആദരണീയമായ ചിത്രങ്ങളെ നോക്കി ചിന്തിച്ചു; വിദൂരമായ മന്ദഹാസവുമായി നില്ക്കുന്ന ഈ പ്രവാചകരെ എന്തുചെയ്യണമെന്നറിയാതെ അവർ വിമ്മിട്ടത്തിലായി. ഈ പുണ്യാത്മാക്കൾ വിഗ്രഹാരാധനാപരവും മതവിദ്രോഹപരവുമായ പിശാചുശക്തികളുടെ പ്രതിനിധാനമാണെന്ന് അവർ നിഗമനത്തിലെത്തി. ഈ ശക്തികൾ സഭയുടെ മക്കളുടെ ആദരവർഹിക്കുന്നില്ലെന്ന് പാശ്ചാത്യർ വിശ്വസിച്ചു. സുഗന്ധദ്രവ്യങ്ങളുടെയും പട്ടിന്റേയും കച്ചവടത്തിൽ ബുദ്ധനോ കൺഫ്യൂഷ്യസോ അവരുടെ ചൈതന്യമോ ഇടപെടുന്നുവെന്ന് തോന്നുമ്പോൾ ഈ ചീത്തസ്വാധീനത്തെ പാശ്ചാത്യർ ബുള്ളറ്റുമായി നേരിട്ടു. ഇതിന് സുവ്യക്തമായ ചില തിന്മകളുണ്ടായിരുന്നു. ഭാവിക്ക് നല്ലതായ ഒരു വാഗ്ദാനവും നല്കാത്ത അസന്തുഷ്ടമായ പൈതൃകമാണ് അത് അവശേഷിപ്പിച്ചത്.

മതനവീകരണം

മനുഷ്യരാശിയുടെ പുരോഗതി മുന്നോട്ടും പിറകോട്ടും ആടുന്ന ഭീമമായ ഒരു പെൻഡുലത്തോട് താരതമ്യം ചെയ്യപ്പെടുന്നു. നവോത്ഥാനകാലത്ത് മതകാര്യങ്ങളിൽ അശ്രദ്ധയും കലാസാഹിത്യകാര്യങ്ങളിൽ അത്യാവേശ വുമായിരുന്നു. തുടർന്ന് കലാസാഹിത്യകാര്യങ്ങളിൽ അശ്രദ്ധയും മതകാര്യങ്ങളിൽ അത്യാവേശവുമുണ്ടായിവന്നു

തീർച്ചയായും നിങ്ങൾ മതനവീകരണത്തെപ്പറ്റി കേട്ടിട്ടുണ്ട്. നിങ്ങൾ വിചാരിക്കുന്നത് ചെറിയ, ധീരരായ തീർത്ഥാടകരുടെ ഒരു സംഘം "ആരാധനാ സ്വാതന്ത്ര്യത്തിനു" വേണ്ടി സമുദ്രം മുറിച്ചു കടന്നുവെന്നാണ്. അവ്യക്തമായ രൂപത്തിൽ കാലക്രമത്തിൽ (നമ്മുടെ പ്രൊട്ടസ്റ്റന്റ് രാജ്യങ്ങളിൽ സവിശേഷമായും) കരുതുന്നത് മതനവീകരണം "ചിന്താസ്വാതന്ത്ര്യ"മെന്ന ആശയത്തിന് പകരം നില്ക്കുന്നുവെന്നാണ്. മാർട്ടിൻ ലൂതറെ പുരോഗതിയുടെ മുന്നണിപ്പോരാളിയായിട്ടാണ് അവതരിപ്പിക്കുന്നത്. പക്ഷേ, ചരിത്രം മഹത്വമാർന്ന പിതൃക്കൾക്കു മുന്നിലുള്ള മുഖസ്തുതി വചനങ്ങൾക്കപ്പുറത്തെന്തോ ആണ്. ജർമ്മൻ ചരിത്രകാരനായ റാങ്കേയുടെ വാക്കുകളിൽ, ചരിത്രത്തിൽ നാം ശ്രമിക്കുന്നത് "ശരിക്കും സംഭവിച്ചതെന്തെന്ന് കണ്ടെത്താ"നാണ്. അപ്പോൾ ഭൂതകാലത്തെ വ്യത്യസ്തമായൊരു വെളിച്ചത്തിൽ കാണാൻ കഴിയും.

മനുഷ്യജീവിതത്തിലെ ഒരു കാര്യം മാത്രമായി തികച്ചും നല്ലതോ തികച്ചും ചീത്തയോ ആയിരിക്കുകയില്ല. അപൂർവ്വം കാര്യങ്ങൾ മാത്രമാണ് കറുപ്പോ വെളുപ്പോ ആയിരിക്കുന്നത്. എല്ലാ ചരിത്രസംഭവങ്ങളുടെയും നല്ലതും ചീത്തയുമായ എല്ലാ വശങ്ങളുടെയും ശരിയായ വിവരണം നല്കേണ്ടത് സത്യസന്ധനായ ഒരു ചരിത്രകാരന്റെ കർത്തവ്യമാണ്. നമുക്കെല്ലാവർക്കും വ്യക്തിപരമായ ഇഷ്ടാനിഷ്ടങ്ങൾ ഉണ്ട്; അതുകൊണ്ട് ഇപ്രകാരം ചെയ്യാൻ കഴിയുക ബുദ്ധിമുട്ടാണ്. എങ്കിലും നാം അതിനു ശ്രമിക്കണം. പരമാവധി നീതി പുലർത്തണം. നമ്മുടെ സ്പർദ്ധയും പക്ഷപാതിത്വവും നമ്മെ സ്വാധീനിക്കാതെ നോക്കണം.

എന്റെ കാര്യം തന്നെ ഉദാഹരണമായെടുക്കാം. വളരെയേറെ പ്രൊട്ടസ്റ്റന്റായ ഒരു രാജ്യത്തിന്റെ പ്രൊട്ടസ്റ്റന്റ് കേന്ദ്രത്തിലാണ് ഞാൻ വളർന്നു

വന്നത്. പന്ത്രണ്ടുവയസ്സാകുന്നതു വരെ ഞാൻ ഒരു കത്തോലിക്കനേയും കണ്ടിട്ടുണ്ടായിരുന്നില്ല. അവരെ കണ്ടപ്പോൾ എനിക്കൊരു തരം അസ്വാസ്ഥ്യമായിരുന്നു. എനിക്ക് അല്പം പേടിതന്നെയുണ്ടായി. അഗ്നിക്കിരയാക്കപ്പെട്ട, തൂക്കിക്കൊല്ലപ്പെട്ട, തടവിലാക്കപ്പെട്ട ആയിരങ്ങളുടെ കഥ എനിക്കറിയാമായിരുന്നു. ഡച്ചുകാരുടെ ലൂതറൻ– കാൽവിനിസ്റ്റ് മതവിദ്രോഹനടപടികൾ ഇല്ലായ്മ ചെയ്യാൻ ആൽബയിലെ ഡ്യൂക്ക് സ്പാനിഷ് ഇൻക്വിസിഷൻ വഴി നടത്തിയ ക്രൂരതകൾ എനിക്കറിയാമായിരുന്നു. അതെല്ലാം എന്റെ മനസ്സിൽ യഥാർത്ഥമായി തെളിഞ്ഞു നിന്നു. കഴിഞ്ഞ ദിവസമാണവയൊക്കെ സംഭവിച്ചതെന്ന് തോന്നി. അത് വീണ്ടും സംഭവിക്കാം. സെയിന്റ് ബാർത്തലോമിയോവിന്റെ രാത്രി ആവർത്തിക്കാം, പാവമായ ഈ ചെറിയ എന്നെ എന്റെ രാത്രിവസ്ത്രത്തോടെ കശാപ്പ് ചെയ്യാം. എന്റെ ശരീരം ജനവാതിലിലൂടെ പുറത്തെറിയാം. കുലീനനായ അഡ്മിറൽ ദ കോളിഞ്ഞിയെ അപ്രകാരമാണല്ലോ ചെയ്തത്.

ഏറെകഴിഞ്ഞ്, കുറേവർഷം ഞാനൊരു കത്തോലിക്കാരാജ്യത്തിലാണ് ജീവിച്ചത്. അവിടെ ജനങ്ങൾ ഏറെ സന്തുഷ്ടരായിരുന്നു, വളരെ സഹിഷ്ണുതാശാലികളായിരുന്നു, എന്റെ നാട്ടുകാരെപ്പോലെ ബുദ്ധിയുള്ളവരുമായിരുന്നു. അത്ഭുതമെന്നുപറയട്ടെ, മതനവീകരണത്തിന് ഒരു കത്തോലിക്കാവിശദീകരണമുണ്ട്, പ്രൊട്ടസ്റ്റന്റ് വിശദീകരണം പോലെയൊന്ന്.

പതിനാറും പതിനേഴും നൂറ്റാണ്ടുകളിലെ നല്ല മനുഷ്യർ, മതനവീകരണത്തിലൂടെ ജീവിച്ചുവന്നവർ, കാര്യങ്ങൾ നോക്കിക്കണ്ടത് തീർച്ചയായും അങ്ങിനെയായിരുന്നില്ല. അവർ എല്ലായ്പ്പോഴും ശരിയായിരുന്നു, ശത്രുക്കൾ എല്ലായ്പ്പോഴും തെറ്റായിരുന്നു. കൊല്ലുക അല്ലെങ്കിൽ കൊല്ലപ്പെടുക എന്നതുമാത്രമായിരുന്നു മുന്നിലുള്ളത്, രണ്ടുകൂട്ടരും ഇച്ഛിച്ചത് കൊല്ലാനായിരുന്നു. അത് കേവലം മാനുഷികമായിരുന്നു. അതിന് അവരെ കുറ്റപ്പെടുത്താനാവില്ല.

1500–ാമാണ്ടിലെ ലോകത്തെ നോക്കുമ്പോൾ ഇതാണ് നാം കാണുന്നത്. അത് ഓർമ്മിക്കാനെളുപ്പമുള്ളൊരു വർഷമാണ്. ഈ വർഷമാണ് ചാൾസ് അഞ്ചാമൻ ചക്രവർത്തി ജനിച്ചത്. മനുഷ്യയുഗങ്ങളിലെ ഫ്യൂഡൽ ക്രമരാഹിത്യത്തിനുപകരം അത്യധികം കേന്ദ്രീകൃതമായ അനേകം രാജ്യങ്ങളുടേതായ ഒരു പുതിയ ക്രമം വളർന്നുവന്നിരുന്നു. അവരിലേറ്റവും കരുത്തനായ പരമാധികാരി മഹാനായ ചാൾസാണ്. 1500 ൽ അയാൾ ഒരു പിഞ്ചു കുഞ്ഞായിരുന്നു. ഫർഡിനാന്റിന്റേയും ഇസെബല്ലയുടെയും ഹാപ്സ്ബർഗ് രാജാവായ മാക്സിമില്യന്റെയും പൗത്രനായിരുന്നു ചാൾസ്. ഇവരിൽ മാക്സിമില്യൻ ഒടുവിലത്തെ മദ്ധ്യയുഗമാടമ്പിയായിരുന്നു. അദ്ദേഹത്തിന്റെ പത്നിയായ മേരി ബർഗണ്ടിയൻ പ്രഭുവായ ചാൾസ് ദ ബോൾഡിന്റെ മകളായിരുന്നു. ഫ്രാൻസിനെതിരെ വിജയകരമായി യുദ്ധം ചെയ്തെങ്കിലും സ്വിസ്സ് കർഷകരുടെ കൈകൊണ്ട് കൊല്ലപ്പെട്ടയാളാണ് ഈ ബർഗണ്ടിയൻ പ്രഭു. അതുകൊണ്ട് അവരുടെ

യൊക്കെ പൗത്രനായ ചാൾസ് എന്ന പിഞ്ചു കുഞ്ഞ് ഭൂപടത്തിലെ വലിയൊരു ഭൂപ്രദേശത്തിന്റെ അധിപതിയായിട്ടാണ് ജനിച്ചത്. അച്ഛനമ്മമാരുടെ, പിതാമഹരുടെ, മാതുലരുടെ, മച്ചുനിയന്മാരുടെ, ജർമ്മനിയിലെയും ആസ്ത്രിയയിലേയും ഹോളണ്ടിലേയും ബൽജിയത്തിലേയും ഇറ്റലിയിലേയും സ്പെയിനിലേയും അമ്മായിമാരുടെ സമ്പത്ത്; കൂടെ ഏഷ്യയിലും ആഫ്രിക്കയിലും അമേരിക്കയിലും അവർക്കുള്ള കോളനികൾ! വിധിയുടെ വികൃതിയെന്നേ വേണ്ടു; അയാൾ ഭൂജാതനായത് ഘെന്റിലായിരുന്നു, ഫ്ളാന്റേഴ്സിലെ പ്രഭുക്കന്മാരുടെ ദുർഗ്ഗത്തിൽ. ഈ ദുർഗ്ഗത്തെ ജർമ്മൻകാർ ഉപയോഗിച്ചത് ഒരു തടവറയായിട്ടാണ്; അവർ ബൽജിയം പിടിച്ചടക്കിയപ്പോഴായിരുന്നു അത്. അയാൾ സ്പാനിഷ് രാജാവും ജർമ്മൻ ചക്രവർത്തിയുമായിരുന്നു. പക്ഷേ, അയാൾക്ക് ഫ്ളെമിങ്ങിന്റെ ശിക്ഷണമാണ് ലഭിച്ചത്.

അച്ഛൻ മരിച്ചു, അമ്മയുടെ മനോനില നഷ്ടമായി (ഭർത്താവിന്റെ ശവശരീരം സൂക്ഷിച്ച ശവപ്പെട്ടിയുമായി അവർ യാത്രചെയ്തുവെന്നാണ് കഥ); ഈ സാഹചര്യത്തിൽ കുഞ്ഞ് മാർഗ്ഗററ്റമ്മായിയുടെ കടുത്ത ശിക്ഷണത്തിലായിരുന്നു. ജർമ്മൻകാരെയും ഇറ്റാലിക്കാരെയും സ്പെയിൻകാരെയും അതുപോലെ അനേകം വംശങ്ങളേയും ഭരിക്കാൻ നിർബ്ബന്ധിതനായിരുന്ന ചാൾസ് ഒരു ഫ്ളാന്റേഴ്സ്കാരനായി, ഫ്ളെമിങ്ങായി വളർന്നുവരുന്നു, കത്തോലിക്കാസഭയുടെ വിശ്വസ്തപുത്രനാവുന്നു; അതേസമയം മതപരമായ അസഹിഷ്ണുതക്ക് തികച്ചും എതിരായിരുന്നു ചാൾസ്. അല്പം അലസനായിരുന്നു അദ്ദേഹം, ഒരു കുട്ടിയായിരുന്നപ്പോഴും പുരുഷനായിരുന്നപ്പോഴും. പക്ഷേ, വിധി അദ്ദേഹത്തിൽ ഭാരിച്ച കർത്തവ്യങ്ങളർപ്പിച്ചു. ലോകം മതാവേശത്തിന്റെ കലമ്പലിൽ കറങ്ങിത്തിരിഞ്ഞുകൊണ്ടിരുന്നപ്പോൾ വിധി അദ്ദേഹത്തെ ലോക ഭരണാധികാരിയായി അവരോധിക്കുന്നു. അദ്ദേഹം എല്ലായ്പ്പോഴും യാത്രയിലാണ്. മാഡ്രിഡിൽ നിന്ന് ഇൻസ്ബ്രക്കിലേക്ക്, ബ്രൂഷസിൽ നിന്ന് വിയന്നയിലേക്ക്; അദ്ദേഹം സമാധാനം ഇച്ഛിക്കുന്നു. ശാന്തി ഇച്ഛിക്കുന്നു. പക്ഷേ, അദ്ദേഹം എല്ലായ്പ്പോഴും യുദ്ധത്തിലാണ്. അമ്പത്തഞ്ചാം വയസ്സിൽ അദ്ദേഹം മനുഷ്യവംശത്തിൽ നിന്ന് മുഖം തിരിക്കുന്നു. കടുത്ത നൈരാശ്യമാണദ്ദേഹത്തിന്. എന്തൊരു വിദ്വേഷവും പകയും വിഡ്ഢിത്തവുമാണ് ഈ ലോകത്ത്! മൂന്ന് കൊല്ലം കഴിഞ്ഞ് അദ്ദേഹം മരിക്കുന്നു. പരിക്ഷീണനും നിരാശനുമായി.

ചാൾസ് ചക്രവർത്തിയെപ്പറ്റി ഇത്രയും മതി. ചർച്ചിന്റെ കാര്യമോ? ലോകത്തെ രണ്ടാമത്തെ ശക്തി? മദ്ധ്യയുഗങ്ങളുടെ ആദ്യദിനങ്ങൾ മുതൽ പള്ളി എത്രമാത്രം മാറിയിരിക്കുന്നു! അവിശ്വാസികളെ പരിവർത്തനം ചെയ്യാനും ധർമ്മനിരതവും വിശ്വാസപൂർണ്ണവുമായ ഒരു ജീവിതത്തിന്റെ നേട്ടങ്ങൾ കാണിച്ചുകൊടുക്കാനും ശ്രമിച്ചുകൊണ്ടാണ് ക്രൈസ്തവമതം തുടങ്ങിയത്. ഒന്നാമതായി ചർച്ച് വളരെ സമ്പന്നമായിരിക്കുന്നു. വിനയശാലികളായ ക്രൈസ്തവരുടെ പറ്റത്തിന്റെ ഇടയനല്ല ഇപ്പോൾ പോപ്പ്.

അദ്ദേഹം വലിയൊരു കൊട്ടാരത്തിൽ താമസിക്കുന്നു. ചുറ്റും കലാകാരന്മാരുണ്ട്. സംഗീത വിദ്വാന്മാരുണ്ട്. സാഹിത്യകാരന്മാരുണ്ട്, അദ്ദേഹത്തിന്റെ ചർച്ചുകളിലും കപ്പേളകളിലും പുതിയ ചിത്രങ്ങൾ നിറഞ്ഞിരിക്കുന്നു. അവിടെയുള്ള ചിത്രങ്ങളിൽ പുണ്യവാളന്മാർ ഗ്രീക്കു ദൈവങ്ങളെപോലെ തോന്നിക്കുന്നു. അദ്ദേഹം തന്റെ സമയം യാതൊരനുപാതവുമില്ലാതെ രാഷ്ട്രകാര്യങ്ങൾക്കും കലയ്ക്കും ഇടയിൽ വിഭജിക്കുന്നു. രാഷ്ട്ര കാര്യങ്ങൾക്ക് അദ്ദേഹം തന്റെ സമയത്തിൽ പത്തുശതമാനം മാത്രമേ ചെലവഴിക്കുന്നുള്ളൂ. ബാക്കിയുള്ള തൊണ്ണൂറു ശതമാനം സമയവും അദ്ദേഹം ചെലവാക്കുന്നത് റോമൻ പ്രതിമകളിലും സമീപകാലത്ത് കണ്ടുപിടിച്ച പാഠങ്ങളിലും പുതിയ വേനൽക്കാലവസതിയിലും പുതിയ നാടകത്തിന്റെ റിഹേഴ്സലിലുമാണ്. ആർച്ച് ബിഷപ്പുമാരും കർദ്ദിനാൾമാരും പോപ്പിന്റെ മാതൃക പിന്തുടരുന്നു. ബിഷപ്പുമാർ ആർച്ചുബിഷപ്പുമാരുടെ കാല്പാടുകൾ പിന്തുടരുന്നു. ഗ്രാമപുരോഹിതന്മാർ അവരുടെ ചുമതലാനിർവ്വഹണത്തിൽ വിശ്വസ്തത പുലർത്തുന്നു. അവർ ദുഷ്ടമായ ലോകത്തു നിന്ന് വിട്ടുനില്ക്കുന്നു. സൗന്ദര്യത്തിലും ആനന്ദത്തിലും മുങ്ങുന്നതിൽ നിന്ന് വിട്ടുനില്ക്കുന്നു. സന്ന്യാസിമാർ ലാളിത്യത്തിന്റേയും ദാരിദ്ര്യത്തിന്റേയും പുരാതനമായ പ്രതിജ്ഞകൾ മറന്നുപോയ സന്ന്യാസിമഠങ്ങളിൽ നിന്ന് വിട്ടുനില്ക്കുന്നു. അധികമൊന്നും അവമതിപ്പ് നേടാതെ അവർ സന്തുഷ്ടരായി കഴിഞ്ഞുവരുന്നു.

ഒടുവിൽ സാധാരണജനങ്ങളുണ്ടല്ലോ. അവർ മുമ്പത്തേതിനേക്കാൾ എത്രയോ നല്ല അവസ്ഥയിലാണ്. അവർക്ക് കൂടുതൽ ശ്രേയസ്സുണ്ട്. നല്ല വീടുകളുണ്ട്. കുട്ടികൾ നല്ല സ്കൂളുകളിൽ പോവുന്നുണ്ട്. അവരുടെ നഗരങ്ങൾ കൂടുതൽ സുന്ദരമാണ്. അവരുടെ വെടിമരുന്ന് അവരെ ശത്രുവിന് തുല്യരാക്കിയിരിക്കുന്നു. ഈ ശത്രുക്കൾ നൂറ്റാണ്ടുകളായി അവരെ കനത്ത നികുതി ചുമത്തി പിഴിഞ്ഞുകൊണ്ടിരുന്ന ഫ്യൂഡൽ പ്രഭുക്കളാണ്. ഇത്രയും മതി മതനവീകരണത്തിന്റെ പ്രധാന കഥാപാത്രങ്ങളെപ്പറ്റി.

ഇനി നമുക്ക് നവോത്ഥാനം യൂറോപ്പിനെന്തു ചെയ്തുവെന്നു നോക്കാം. കലയുടെയും അറിവിന്റെയും പുനരുത്ഥാനം മതതാല്പര്യങ്ങളുടെ പുനരുത്ഥാനത്തിലേക്കു നയിച്ചത് തികച്ചും സ്വാഭാവികമായിരുന്നു. നവോത്ഥാനം ഇറ്റലിയിലാണാരംഭിച്ചത്. അവിടെ നിന്ന് ഫ്രാൻസിൽ വ്യാപിച്ചു. സ്പെയിനിലത് അത്രമേൽ വിജയം വരിച്ചില്ല. അഞ്ഞൂറ് വർഷക്കാലം മുസ്ലീം മൂറുകളായി നടന്ന യുദ്ധത്തിൽ സ്പെയിൻകാർ സങ്കുചിത മനസ്കരായി മാറിയിരുന്നു. എല്ലാ മതകാര്യങ്ങളിലും മതഭ്രാന്തിന്റെ സമീപനമാണവർ സ്വീകരിച്ചത്. നവോത്ഥാനത്തിന്റെ വൃത്തം വികസിച്ചുവന്നു. എങ്കിലും ആൽപ്സ് കടന്നപ്പോൾ നവോത്ഥാനത്തിന് ചില മാറ്റങ്ങൾ സഹിക്കേണ്ടിവന്നു.

ഉത്തരയൂറോപ്പിലെ ജനങ്ങൾ വ്യത്യസ്തമായ കാലാവസ്ഥയിൽ ജീവിക്കുന്നവരാകയാൽ വ്യത്യസ്തമായ ഒരു ജീവിതവീക്ഷണമുള്ളവ

രായിരുന്നു. തെക്കൻ അയൽക്കാരുടേതിൽ നിന്ന് ആശ്ചര്യകരമാംവിധം ഭിന്നമായിരുന്നു അത്. ഇറ്റലിക്കാർ തുറസ്സായ സ്ഥലത്ത് സൂര്യപ്രകാശ മുള്ള ആകാശത്തിന് കീഴിലാണ് ജീവിച്ചത്. അവർക്കു ചിരിക്കുന്നതും പാടുന്നതും സന്തോഷിക്കുന്നതും എളുപ്പമായിരുന്നു. ജർമ്മൻകാരും ഡച്ചുകാരും ഇംഗ്ലീഷുകാരും സ്വീഡിഷുകാരും അധികസമയവും മുറി യിലടച്ചു കഴിയുന്നവരായിരുന്നു. അവർ അകത്തിരുന്ന് മഴ വസതിക ളുടെ ജനവാതിലിൽ ഉണ്ടാക്കുന്ന സുഖകരമായ ഒച്ച ശ്രദ്ധിച്ചിരുന്നു. അവർ അധികം ചിരിച്ചിരുന്നില്ല. അവർ എല്ലാകാര്യങ്ങളും ഗൗരവമായെ ടുത്തു. അവർ എപ്പോഴും അനശ്വരമായ സ്വന്തം ആത്മാക്കളെപ്പറ്റി ബോധ വാന്മാരായിരുന്നു. പുണ്യവും പവിത്രവുമായിക്കരുതുന്ന കാര്യങ്ങളെ നർമ്മമായിക്കാണാനവർക്ക് കഴിയില്ലായിരുന്നു. നവോത്ഥാനത്തിന്റെ മാന വിക ഭാഗമായിരുന്ന ഗ്രന്ഥങ്ങൾ, പുരാതന കൃതികളുടെ പഠനവും, വ്യാക രണവും, പാഠപുസ്തകങ്ങളും ഇവയെല്ലാം അവരിൽ താല്പര്യമു ണർത്തി. എന്നാൽ ഗ്രീക്ക്-റോമൻ നാഗരികതയുടെ പ്രാക്തനരീതികളി ലേക്കുള്ള തിരിച്ചുപോക്ക് അവരിൽ ഭീതിയുളവാക്കി. അതായിരുന്നല്ലോ ഇറ്റലിയിലെ നവോത്ഥാനത്തിന്റെ ഒരു ഫലം.

പക്ഷേ, പാപ്പസിയും കർദ്ദിനാൾ കോളേജും പൂർണ്ണമായി ഇറ്റാലി യന്മാരുടേതായിരുന്നു. അവരുടെ നേതൃത്വത്തിൽ സഭ, കലയും സംഗീ തവും നാടകവും ചർച്ച ചെയ്യുന്ന ക്ലബ്ബുപോലെയായിരുന്നു. മതത്തെപ്പ റ്റിയുള്ള ചർച്ച വളരെ അപൂർവ്വമായിരുന്നു. അതുകൊണ്ടുതന്നെ ഗരിമ യുള്ള വടക്കും സുഖാലസമായ തെക്കും തമ്മിലുള്ള പിളർപ്പ് വർദ്ധിക്കു കയായിരുന്നു. സഭയ്ക്ക് ഭീഷണിയായ പിളർപ്പിന്റെ രൂപത്തിനെപ്പറ്റി ആരും ചിന്തിക്കുന്നുണ്ടായിരുന്നില്ല.

മതനവീകരണം ഇംഗ്ലണ്ടിലോ സ്വീഡനിലോ നടക്കുന്നതിനു പകരം എന്തുകൊണ്ട് ജർമ്മനിയിൽ നടന്നു? ഇതിന് ചില കാരണങ്ങളുണ്ടായി രുന്നു. ജർമ്മൻകാർക്ക് റോമിനെതിരെ പഴയൊരു അസൂയ ഉണ്ടായിരു ന്നു. ചക്രവർത്തിയും പോപ്പും തമ്മിലുള്ള അനന്തമായ കലഹങ്ങൾ കാരണം പരസ്പരശത്രുത വളർന്നിരുന്നു. കരുത്തരായ ഭരണാധികാരി കളുണ്ടായിരുന്ന ആ രാജ്യങ്ങളിൽ, പുരോഹിതന്മാരുടെ ആർത്തിയിൽ നിന്ന് ഭരണാധികാരികൾ ജനങ്ങളെ സംരക്ഷിച്ചിരുന്നു. ചെറുചെറു രാജ്യ ങ്ങളായി പിരിഞ്ഞുനിന്ന ജർമ്മനിയിലെ നിഴൽ മാത്രമായ ചക്രവർത്തി യുടെ ഭരണത്തിൽ നഗരജനവിഭാഗങ്ങൾ പൂർണ്ണമായി ബിഷപ്പുമാരു ടെയും ഇതര പുരോഹിതന്മാരുടെയും വരുതിയിലായിരുന്നു. ഇവർ ഭീമാ കാരമായ പള്ളികൾക്കു വേണ്ടി ജനങ്ങളിൽ നിന്ന് വൻതുകകൾ ശേഖ രിക്കുന്നുണ്ടായിരുന്നു. ഇത് നവോത്ഥാനപോപ്പുമാരുടെ അനുമതിയോ ടെയായിരുന്നു. തങ്ങൾ അവഹേളിക്കപ്പെടുകയാണെന്ന് ജർമ്മൻകാർ കരുതി: അതവർ ഇഷ്ടപ്പെട്ടില്ല.

പലപ്പോഴും പറയാത്ത ഒരു കാരണം കൂടിയുണ്ട്: ജർമ്മനിയായി രുന്നു അച്ചടിയന്ത്രത്തിന്റെ ആസ്ഥാനം. വടക്കൻ യൂറോപ്പിൽ ഗ്രന്ഥ

ങ്ങൾക്ക് വിലകുറവായിരുന്നു. ബൈബിൾ ഏതെങ്കിലും പുരോഹിതൻ വിശദീകരിച്ചു തരേണ്ടതായ നിഗൂഢമായ കൈയെഴുത്തുപ്രതിയായിരുന്നില്ല. പിതാവിനും മക്കൾക്കും ലത്തീൻ ഭാഷയറിയാവുന്ന കുടുംബങ്ങളുടെ കുടുംബഗ്രന്ഥമായിരുന്നു ബൈബിൾ. കുടുംബങ്ങളൊന്നാകെ ബൈബിൾ പാരായണം ചെയ്തു; ഇത് സഭാനിയമത്തിനെതിരായിരുന്നു. പുരോഹിതന്മാർ ബൈബിൾ വിരുദ്ധമായ പലതും പറയുന്നുണ്ടെന്ന് ജനങ്ങൾക്കു മനസ്സിലായിത്തുടങ്ങി. ഇത് സംശയങ്ങൾ ഉളവാക്കി. ജനങ്ങൾ ചോദ്യങ്ങൾ ചോദിക്കാൻ തുടങ്ങി. ഉത്തരം പറയാനാവാത്ത ചോദ്യങ്ങൾ മിക്കപ്പോഴും കുഴപ്പങ്ങൾക്കു കാരണമാവുന്നു.

ആക്രമണം ആരംഭിച്ചത് വടക്കൻ പ്രദേശങ്ങളിലെ മാനവികവാദികൾ സന്ന്യാസിമാർക്കെതിരെ ആഞ്ഞടിച്ചപ്പോഴായിരുന്നു. ഹൃദയത്തിന്റെ ഹൃദയത്തിൽ അവർക്ക് അപ്പോഴും പോപ്പിനോട് വലിയ ആദരവും ആരാധനയുമുണ്ടായിരുന്നു. എന്നാൽ സമ്പന്നമായ സന്ന്യാസിമഠങ്ങളുടെ ചുവരുകൾക്കു പിന്നിൽ അഭയം തേടിയ അലസരും അജ്ഞരുമായ സന്ന്യാസിക്കൂട്ടങ്ങളെ അവർ വെറുത്തു.

അത്ഭുതമെന്നു പറയട്ടെ ഈ യുദ്ധത്തിലെ നേതാവ് ഒരു ദരിദ്രബാലനായിരുന്നു, ആദ്യം, ജെറാഡ് ജെറാഡ്സൂൺ എന്നാണദ്ദേഹത്തിന്റെ പേര്. പിന്നീടത് ഡെസിഡേരിയസ് ഇറാസ്മസ് എന്നായി മാറി. ഹോളണ്ടിലെ നോട്ടർഡാമിൽ ജനിച്ച് തോമസ് കെമ്പിസ് പഠിച്ച അതേ ഡെവന്റർ ലത്തീൻസ്കൂളിൽ പഠിച്ച ഒരാൾ. അദ്ദേഹം ഒരു പുരോഹിതനായി; ഒരുവേള അദ്ദേഹമൊരു സന്ന്യാസിമഠത്തിൽ താമസിച്ചിരുന്നു. അദ്ദേഹം ഏറെ യാത്ര ചെയ്തിരുന്നു, എഴുതിയിരുന്നു. അദ്ദേഹം നല്ലൊരു ലഘുലേഖാകാരനായി മാറി. നർമ്മം കലർന്ന എഴുത്തായിരുന്നു ഇറാസ്മസിന്റേത്. (ഇക്കാലത്ത് അദ്ദേഹം നല്ല എഡിറ്റോറിയൽ എഴുത്തുകാരനായിത്തീരുമായിരുന്നു). അദ്ദേഹം ഒരിക്കലെഴുതിയ *അജ്ഞാത മനുഷ്യരുടെ കത്തുകൾ* ജനങ്ങളെ ചിരിപ്പിച്ചു. മദ്ധ്യയുഗങ്ങളുടെ അവസാനഘട്ടത്തെ സന്ന്യാസിമാരുടെ സാമാന്യമായ അഹങ്കാരവും വിഡ്ഢിത്തവുമാണ് ഈ കൃതികളിലവതരിപ്പിച്ചത്. അതിന്റെ ഭാഷ ലത്തീൻ ജർമ്മൻ ഭാഷകളുടെ ഒരു നർമ്മമിശ്രിതമായിരുന്നു, വൃത്തമോ താളമോ പാലിക്കാത്ത ഒരു കവനരീതിയാണ് ഈ കൃതിയിൽ ഇറാസ്മസ് ഉപയോഗിച്ചത്. ഇറാസ്മസ് ജ്ഞാനിയും പണ്ഡിതനുമായിരുന്നു. അദ്ദേഹത്തിന് ലത്തീനും ഗ്രീക്കും അറിയാമായിരുന്നു. പുതിയ നിയമത്തിന്റെ ഏറ്റവും നല്ല ഒരു പരിഭാഷ അദ്ദേഹം നമുക്കു നല്കി. പഴയ ഗ്രീക്ക് ടെക്നിക്കിൽ നിന്ന് തിരുത്തിയ ഒരു പാഠം അദ്ദേഹം ലത്തീനിലും പ്രസിദ്ധീകരിച്ചു. എന്നാൽ റോമൻകവിയായ ഹൊറേസിനൊപ്പം അദ്ദേഹവും വിശ്വസിച്ചിരുന്നു: "ചുണ്ടിലൊരു മന്ദഹാസവുമായി സത്യം പറയുന്നതിൽ" നിന്ന് നമ്മെ ഒന്നും വിലക്കുന്നില്ല,

1500-ാമാണ്ടിൽ അദ്ദേഹം ഇംഗ്ലണ്ടിൽ സർ തോമസ് മൂറിനെ സന്ദർശിച്ചു. അതിനിടയിൽ കുറേ ആഴ്ച അദ്ദേഹം അവധിയെടുക്കു

കയും തമാശയുള്ളൊരു ചെറുപുസ്തകം *വിഡ്ഢിത്തത്തിന് സ്തുതി (Praise of folly)* എഴുതുകയും ചെയ്തു. അതിലദ്ദേഹം സന്ന്യാസിമാരേയും അവരുടെ ശുദ്ധാത്മാക്കളായ അനുയായികളെയും കടന്നാക്രമിച്ചു. പക്ഷേ, ആക്രമണത്തിന്റെ ആയുധം ഏറ്റവും ആപല്ക്കരമായിരുന്നു– നർമ്മം. പതിനാറാം നൂറ്റാണ്ടിലെ ബെസ്റ്റ് സെല്ലറായിരുന്നു ഈ ചെറുപുസ്തകം. മിക്കവാറും എല്ലാ ഭാഷകളിലേക്കും പുസ്തകം വിവർത്തനം ചെയ്യപ്പെട്ടു. ഇതോടെ ജനങ്ങൾ ഇറാസ്മസിന്റെ മറ്റു പുസ്തകങ്ങൾ വായിക്കാൻ തുടങ്ങി. സഭയിലെ അനാശാസ്യതകൾ അവസാനിപ്പിക്കണമെന്നും ക്രിസ്ത്യൻ വിശ്വാസത്തിന് പുനർജ്ജന്മം നല്കണമെന്നുമായിരുന്നു തന്റെ കൃതികളിലൂടെ ഇറാസ്മസ് ആവശ്യപ്പെട്ടത്. ഇതിൽ തന്നെ സഹായിക്കണമെന്ന് എല്ലാ മാനവികവാദികളോടും ഇറാസ്മസ് അഭ്യർത്ഥിച്ചു.

ബൈബിളിന്റെ
വിവർത്തനത്തിലേർപ്പെട്ട ലൂഥർ

പക്ഷേ, ഇതുകൊണ്ടൊന്നും ഒരു ഫലവുമുണ്ടായില്ല. ഇറാസ്മസ് വളരെ സഹിഷ്ണുവും സന്തുലിതചിത്തനുമായിരുന്നു. സഭയുടെ എതിരാളികളെ സന്തോഷിപ്പിക്കാനൊന്നും അദ്ദേഹത്തിനും സാധിച്ചില്ല. ശക്തനായ ഒരു നേതാവിനെ കാത്തിരിക്കുകയായിരുന്നു, അവർ.

അയാൾ വന്നു. മാർട്ടിൻ ലൂഥർ എന്നായിരുന്നു അയാളുടെ പേര്.

ഒന്നാംതരം മസ്തിഷ്കത്തിനുടമയായ ഉത്തര ജർമ്മൻകർഷകനായിരുന്നു മാർട്ടിൻ ലൂഥർ. വ്യക്തിപരമായി ധീരനുമായിരുന്നു അദ്ദേഹം. യൂണിവേഴ്സിറ്റി ഓഫ് എർഫർട്ടിൽ നിന്ന് മാസ്റ്റർ ഓഫ് ആർട്സ് ബിരുദം നേടിയ ഒരു സർവ്വകലാശാലാ ബിരുദധാരിയായിരുന്നു അദ്ദേഹം. പിന്നീട് അദ്ദേഹം ഒരു ഡൊമിനിക്കൻ മഠത്തിൽ അംഗമായി; തുടർന്ന് വിറ്റൻബർഗിലെ മതശാസ്ത്രവിദ്യാലയത്തിൽ പ്രൊഫസർ ആയി ചേർന്നു. മതകാര്യങ്ങളിൽ തല്പരരല്ലാത്ത കർഷക യുവാക്കൾക്ക് വേദശാസ്ത്രം വിശദീകരിച്ചു കൊടുക്കുകയായിരുന്നു അദ്ദേഹത്തിന്റെ ജോലി. അദ്ദേഹത്തിന് ഒഴിവുസമയം ധാരാളമുണ്ടായിരുന്നു. ബൈബിളിന്റെ പഴയ പുസ്തകത്തിന്റേയും പുതിയ പുസ്തകത്തിന്റെയും മൗലികമായ പാഠങ്ങൾ പഠിക്കുന്നതിനാണ് അദ്ദേഹം ഈ ഒഴിവുസമയം വിനിയോഗിച്ചത്. പെട്ടെന്നു തന്നെ അദ്ദേഹത്തിനൊരു കാര്യം ബോദ്ധ്യപ്പെട്ടു. ക്രിസ്തുവിന്റെ വാക്കുകളും പോപ്പുമാരും ബിഷപ്പുമാരും പറയുന്നതും തമ്മിൽ

വലിയ അന്തരമുണ്ട്. 1511 ൽ അദ്ദേഹം റോമിൽ ഔദ്യോഗികാവശ്യത്തിനുവേണ്ടി പോയി, ബോർജിയാ കുടുംബത്തിലെ അലക്സാണ്ടർ ആറാമൻ മരിച്ചിരുന്നു. തന്റെ പുത്രനും പുത്രിക്കുമായി അലക്സാണ്ടർ ആറാമൻ ഏറെ സമ്പത്ത് നേടിയിരുന്നു. അദ്ദേഹത്തിന്റെ പിൻഗാമി ജൂലിയസ് രണ്ടാമനായിരുന്നു. യാതൊരു സ്വഭാവ ദൂഷ്യമുണ്ടായിരുന്നില്ല അദ്ദേഹത്തിന്. പക്ഷേ, അദ്ദേഹം മിക്കസമയവും യുദ്ധം ചെയ്യുകയും പള്ളി പണിയുകയുമായിരുന്നു. വളരെ ഗൗരവക്കാരനായ ജർമ്മൻ മതശാസ്ത്രജ്ഞന്റെ ധർമ്മാനുസാരിതയെ തൃപ്തിപ്പെടുത്താനദ്ദേഹത്തിനു കഴിഞ്ഞില്ല. നിരാശനായാണ് ലൂഥർ വിറ്റൻബർഗിലേക്കു മടങ്ങിപ്പോയത്. പക്ഷേ, അതിനേക്കാൾ മോശമായ ചിലത് സംഭവിക്കാനിരിക്കുന്നതേ ഉണ്ടായിരുന്നുള്ളൂ.

പോപ്പ് ജൂലിയസ് തന്റെ നിഷ്കളങ്കരായ പിൻഗാമികൾക്കായി പണിതുണ്ടാക്കിയ ഭീമാകാരമായ സെയിന്റ് പീറ്റേഴ്സ് പള്ളിക്ക് അറ്റകുറ്റപണികൾ നടത്തേണ്ട സമയമായിക്കഴിഞ്ഞിരുന്നു. അലക്സാണ്ടർ ആറാമൻ സഭാ ഖജനാവിലെ അവസാനച്ചില്ലിവരെ ചെലവഴിച്ചുകഴിഞ്ഞിരുന്നു. 1513 ൽ പോപ്പ് ജൂലിയസിനെ പിന്തുടർന്നു വന്ന ലിയോ പത്താമൻ പോപ്പ് ഏതാണ്ട് പാപ്പരായിരുന്നു. പെട്ടെന്ന് പണം സ്വരൂപിക്കുന്നതിനുള്ള പഴയ ഒരു സമ്പ്രദായമുണ്ടായിരുന്നു. അദ്ദേഹം 'ദണ്ഡ വിമോചനപത്ര' ത്തിന്റെ വില്പന തുടങ്ങി. ഒരു കഷണം തുകൽ ആയിരുന്നു ദണ്ഡവിമോചനപത്രം (ഇണ്ടൾജൻസ്). നിശ്ചിതസംഖ്യ നല്കിയാൽ പാപം ചെയ്തവർക്ക് അന്തരാളഘട്ടത്തിലെ കാത്തിരിപ്പിന്റെ ദൈർഘ്യം കുറയുമെന്നായിരുന്നു പള്ളി നല്കിയ ഉറപ്പ്. മദ്ധ്യയുഗങ്ങളുടെ അവസാനകാലത്തെ വിശ്വാസമനുസരിച്ച് തികച്ചും ശരിയായ ഒരു സമ്പ്രദായമായിരുന്നു ഇത്. മരണത്തിനു മുമ്പ് പശ്ചാത്തപിക്കുന്നവരുടെ പാപങ്ങൾ ക്ഷമിക്കുവാൻ പള്ളിക്കധികാരമുണ്ടെങ്കിൽ, പുണ്യാളന്മാരുടെ ഇടപെടലോടെ അന്തരാളഘട്ടത്തിന്റെ നിഴലാണ്ട ഇടത്തെ ആത്മശുദ്ധീകരണവാസത്തിന്റെ കാലദൈർഘ്യം കുറച്ചുകൊടുക്കാനും പള്ളിക്കവകാശമുണ്ടെന്നായിരുന്നു മദ്ധ്യകാല ധർമ്മവ്യവസ്ഥ.

ഈ ദണ്ഡവിമോചനപത്രം പണത്തിനു വില്ക്കുന്നുവെന്ന ദൗർഭാഗ്യകരമായ അവസ്ഥയാണുണ്ടായിരുന്നത്. പള്ളിക്ക് എളുപ്പത്തിൽ പണം നേടാനൊരു വഴിയായിരുന്നു അത്. പണം നല്കാൻ കഴിയാത്ത ദരിദ്രർക്ക് സൗജന്യമായും അത് ലഭിച്ചിരുന്നു.

സാക്സണിയിൽ പത്രം വില്ക്കാനുള്ള അധികാരം ജൊഹാൻ ടെറ്റ്സൽ എന്ന ഡൊമിനിക്കൻ സന്ന്യാസിക്കാണ് ലഭിച്ചത്. 1517 ലായിരുന്നു ഇത്. ബ്രദർ ജോഹാൻ ടെറ്റ്സൽ നല്ലൊരു വില്പനക്കാരനായിരുന്നു. സത്യം പറഞ്ഞാൽ, അയാൾ അല്പം ജിജ്ഞാസുവുമായിരുന്നു. ഈ ചെറിയ സാമന്ത പ്രദേശത്തെ ജനങ്ങളെ ടെറ്റ്സലിന്റെ വില്പനാരീതി പ്രകോപിപ്പിച്ചു. സത്യസന്ധനായ മാർട്ടിൻ ലൂഥർ രോഷാകുലനായി കടുത്ത ഒരു കാര്യം ചെയ്തു. 1517 ഒക്ടോബർ 31 ന് അദ്ദേഹം ചർച്ചിൽ

പോയി. അതിന്റെ വാതിലിൽ തൊണ്ണൂറ്റിയഞ്ച് പ്രസ്താവനകളടങ്ങിയ ഒരു കടലാസ് പതിച്ചു. ദണ്ഡവിമോചന പത്രവില്പനയെ എതിർത്തു കൊണ്ടുള്ള പ്രസ്താവനകളായിരുന്നു അതിലുള്ളത്. ഇവ എഴുതിയത് ലത്തീൻഭാഷയിലായിരുന്നു. കലാപം തുടങ്ങാനുള്ള ഉദ്ദേശ്യമൊന്നും ലൂഥറിന്നുണ്ടായിരുന്നില്ല. അദ്ദേഹം ഒരു വിപ്ലവകാരിയൊന്നുമായിരുന്നില്ല. ഇണ്ടൾജൻഡ് നടപ്പാക്കുന്നതിനെ അദ്ദേഹം എതിർത്തു. തന്റെ സഹപ്രവർത്തകരായ പ്രൊഫസർമാർക്ക് ഇക്കാര്യത്തിലുള്ള തന്റെ അഭിപ്രായം അറിയിക്കുകമാത്രമായിരുന്നു ലൂഥറിന്റെ ലക്ഷ്യം.

നിർഭാഗ്യവശാൽ ലോകം മുഴുവൻ മതകാര്യങ്ങളിൽ വല്ലാത്ത താല്പര്യമെടുക്കുന്ന ഒരു കാലമായിരുന്നു അത്. അതുകൊണ്ട് തന്നെ ഒരു കാര്യവും പരസ്യമായി ചർച്ച ചെയ്യാൻ കഴിയില്ലായിരുന്നു. ചർച്ച വന്നാൽ ആളുകൾ ഇടപെടുമായിരുന്നു, വലിയ ശല്യവും മനോവേദനയും ഉണ്ടാകുമായിരുന്നു. രണ്ടുമാസക്കാലംകൊണ്ട് ഈ സാക്സൺ സന്ന്യാസിയുടെ തൊണ്ണൂറ്റിയഞ്ച് തീസിസുകളെപ്പറ്റി യൂറോപ്പിലാകമാനം ചർച്ചയായി. ആളുകളെല്ലാം രണ്ട് ഭാഗമായി. അജ്ഞാതരായ മതശാസ്ത്രജ്ഞർ പോലും അഭിപ്രായം അച്ചടിച്ചു പ്രദർശിപ്പിച്ചു. പാപ്പൽ അധികാരികൾക്കു ഭയമായി. അവർ വിറ്റൻബർഗ് പ്രൊഫസറോട് റോമിൽ ചെന്നു വിശദീകരണം നല്കാനാവശ്യപ്പെട്ടു. ജോൺഹസ്സിന് സംഭവിച്ചതെന്തെന്ന് ലൂഥറിനോർമ്മയുണ്ടായിരുന്നു. ലൂഥർ ജർമ്മനിയിൽ തന്നെ നിന്നു. അദ്ദേഹത്തെ ഭ്രഷ്ടനാക്കിക്കൊണ്ട് പോപ്പിന്റെ കല്പന വന്നു. പോപ്പിന്റെ ഇടയലേഖനം ലൂഥർ കത്തിച്ചുകളഞ്ഞു. ആരാധനാപൂർവ്വം നോക്കിനിന്ന ജനക്കൂട്ടത്തിനു മുമ്പിലാണദ്ദേഹം ഇതു ചെയ്തത്. ആ നിമിഷം മുതൽ ലൂഥറും പോപ്പും തമ്മിൽ സമാധാനത്തിന് ഒരു സാദ്ധ്യതയുമില്ലാതായി ത്തീർന്നു.

ഒരാഗ്രഹവുമില്ലാതെ, അസംതൃപ്ത ക്രൈസ്തവരുടെ നേതാവായി ലൂഥർ അവരോധിക്കപ്പെടുകയായിരുന്നു. അൾറിച്ച് വോൺ ഹട്ടനെപോലുള്ള ജർമ്മൻ ദേശസ്നേഹികൾ ഉടൻ ലൂഥറിന്റെ സഹായികളായി വന്നു. വിറ്റൻബർഗ്ഗിലേയും എർഫർട്ടിലേയും ലീപ്സിഗിലേയും വിദ്യാർത്ഥികൾ ലൂഥറിന്റെ പക്ഷത്തുചേർന്നു. അദ്ദേഹത്തെ പള്ളിമേധാവികൾ തടവിലിടുകയാണെങ്കിൽ രക്ഷയ്ക്ക് തങ്ങളുണ്ടാകുമെന്ന് അവർ ഉറപ്പുനല്കി. സാക്സണിലെ ഭരണാധികാരിയായ എലക്ടർ വിദ്യാർത്ഥികൾക്ക് പിന്തുണ നല്കി. സാക്സൺ മണ്ണിൽ നില്ക്കുവോളം ലൂഥറിന് ഒന്നും സംഭവിക്കില്ലെന്നദ്ദേഹം പ്രഖ്യാപിച്ചു.

ഇതൊക്കെ സംഭവിച്ചത് 1520 ലായിരുന്നു. ചാൾസ് അഞ്ചാമന് ഇരുപത് വയസ്സായിരുന്നു. ലോകത്തിൽ പകുതിയുടെ ഭരണാധികാരിയെന്ന നിലയിൽ അദ്ദേഹത്തിന് പോപ്പുമായുള്ള സൗഹൃദം നിലനിർത്തേണ്ടിയിരുന്നു. അതുകൊണ്ട് റൈൻ നദീതീരത്തുള്ള വേംസ് എന്ന പട്ടണത്തിൽ അദ്ദേഹം ഒരു രാജപ്രതിനിധിസഭാസമ്മേളനം (ഡയറ്റ്) വിളിച്ചു ചേർത്തു. ഈ സമ്മേളനത്തിൽ അസാധാരണ നടപടികൾ വിശദീകരി

ക്കണമെന്നാവശ്യപ്പെട്ടു. ഇതിനകം ജർമ്മനിയുടെ ദേശീയ നായകനായി കഴിഞ്ഞിരുന്ന ലൂഥർ സമ്മേളനത്തിനുപോയി. താനെഴുതിയ, പറഞ്ഞ ഒരു വാക്കും പിൻവലിക്കുകയില്ലെന്നദ്ദേഹം പ്രഖ്യാപിച്ചു. ദൈവത്തിന്റെ വചനങ്ങൾ മാത്രമാണ് തന്റെ മനസ്സാക്ഷിയെ നിയന്ത്രിക്കുന്നത്; മനസ്സാക്ഷിക്കു വേണ്ടി ജീവിക്കുകയും മരിക്കുകയും ചെയ്യും.

ദീർഘമായ ചർച്ചയ്ക്കും വിചിന്തനത്തിനുംശേഷം വേംസിലെ ഡയറ്റ് ലൂഥറെ ദൈവത്തിനും മനുഷ്യനും മുന്നിൽ നിയമഭ്രഷ്ടനായി പ്രഖ്യാപിച്ചു. അദ്ദേഹത്തിന് അഭയമോ, ഭക്ഷണമോ, പാനീയമോ നല്കാൻ ജർമ്മൻകാരാരും സന്നദ്ധരാകരുത്; സമൂഹവിരുദ്ധനും തെമ്മാടിയുമായ ഈ മതദ്രോഹി എഴുതുന്നതായ ഒരു വാക്കും ഒരാളും വായിച്ചു പോകരുതെന്നും വേംസിലെ ഡയറ്റ് തീരുമാനിച്ചു. പക്ഷേ, മഹാനായ ഈ പരിഷ്കർത്താവിന് ഒരപകടവുമുണ്ടായിരുന്നില്ല. ഉത്തരദേശത്തെ ജർമ്മൻകാർ ഈ ശാസനം ഏറ്റവും രീതിരഹിതവും ആക്രാമകവുമായ പ്രമാണമാണെന്ന് പ്രഖ്യാപിച്ചു. കൂടുതൽ സുരക്ഷയ്ക്കുവേണ്ടി ലൂഥറിനെ, സാക്സണിയിലെ എലക്ടറുടെ വാർട്ബർഗ് കോട്ടയിൽ താമസിപ്പിച്ചു. അവിടെ അദ്ദേഹം പോപ്പിനെ പൂർണ്ണമായി ധിക്കരിക്കുകയും ബൈബിൾ പൂർണ്ണമായി ജർമ്മൻ ഭാഷയിലേക്ക് വിവർത്തനം ചെയ്യുകയും ചെയ്തു; എല്ലാ മനുഷ്യരും ദൈവവചനം നേരിട്ട് വായിച്ചു പഠിക്കട്ടെ.

ഇതിനകം മതനവീകരണം കേവലം ആത്മീയമോ മതപരമോ ആയ കാര്യമായി നിലനിന്നില്ല. പുതിയ ചർച്ച് കെട്ടിടത്തിന്റെ സൗന്ദര്യത്തെ വെറുത്തവർ, അവർക്കു മനസ്സിലാവാത്ത ഈ കെട്ടിട നിർമ്മാണത്തെ ആക്രമിക്കാനും നശിപ്പിക്കാനും ഈ സന്ദർഭത്തെ ഉപയോഗിച്ചു. ദരിദ്രരായിത്തീർന്ന മാടമ്പിമാർ, സന്ന്യാസിമഠങ്ങളുടെ ഭൂമി പിടിച്ചെടുത്ത് സ്വന്തം നഷ്ടം നികത്താൻ ശ്രമിച്ചു. അസംതൃപ്തരായ രാജാക്കന്മാർ ചക്രവർത്തിയുടെ അസാന്നിദ്ധ്യം മുതലെടുത്ത് സ്വന്തം ശക്തി വർദ്ധിപ്പിക്കാൻ ശ്രമിച്ചു. അരക്കിറുക്കന്മാരായ പ്രക്ഷോഭകാരികളെ അനുഗമിച്ച പട്ടിണിക്കാരായ കൃഷിക്കാർ ഈ അവസരം മുതലെടുത്ത് കോട്ടകൾ ആക്രമിക്കുകയും കുരിശുപോരാളികളുടെ ആവേശത്തോടെ കൊള്ളയടിക്കുകയും തീവെയ്പ് നടത്തുകയും കൊല ചെയ്യുകയും ചെയ്തു.

സാമ്രാജ്യത്തിലുടനീളം ഭരണസംവിധാനം പൂർണ്ണമായി കുത്തഴിഞ്ഞു. ചില രാജാക്കന്മാർ പ്രൊട്ടസ്റ്റന്റുകളായിത്തീർന്നു (പ്രതിഷേധക്കാരായ ലൂതർ അനുയായികൾ ഈ പേരിലാണെന്നറിയപ്പെട്ടത്). അവർ കത്തോലിക്കാ പ്രജകൾക്കെതിരെ പീഡനം നടത്തി. മറ്റുള്ളവർ കത്തോലിക്കരായി നിലനിന്നു. അവർ പ്രൊട്ടസ്റ്റന്റുകളെ തൂക്കിക്കൊന്നു. 1526 ലെ സ്പിയറിലെ ഡയറ്റ് ഈ പ്രശ്നം പരിഹരിക്കുന്നതിനായി ഒരു തീരുമാനമുണ്ടാക്കി, “പ്രജകൾ രാജാക്കന്മാരുടെ മതവിഭാഗത്തിൽ തന്നെ വിശ്വസിക്കണം.” ചെറുകിട രാജ്യങ്ങൾ തമ്മിലുള്ള കിടമത്സരങ്ങളുടെ വേദിയായി മാറി, ജർമ്മനി. ആയിരക്കണക്കിൽ ചെറുരാജ്യങ്ങളുണ്ടായിരുന്നു.

പിന്നത്തെ ഒരു നൂറ്റാണ്ടുകാലം ജർമ്മനിയിൽ സാധാരണ നിലയിലുള്ള രാഷ്ട്രീയ വളർച്ചയുണ്ടായില്ല.

1546 ഫെബ്രുവരിയിൽ ലൂഥർ മരിച്ചു. ഇരുപത്തൊമ്പതു വർഷം മുമ്പ് ദണ്ഡവിമോചന പത്രത്തിന്റെ വില്പനയ്ക്കെതിരെ അദ്ദേഹം ശബ്ദമുയർത്തിയ ചർച്ചിൽ തന്നെ അദ്ദേഹത്തെ സംസ്കരിച്ചു. മുപ്പതുവർഷത്തിനുള്ളിൽ അശ്രദ്ധവും നർമ്മ പ്രധാനവും ക്രീഢാഭരിതവുമായ നവോത്ഥാനലോകം, വിവാദപൂർണ്ണവും കലഹം നിറഞ്ഞതും, പിന്നിൽ നിന്ന് കുത്തുന്നതുമായ മതനവീകരണ സംവാദസമൂഹമായി പരിവർത്തനം ചെയ്തു. പോപ്പുമാരുടെ സാർവ്വജനീനമായ ആദ്ധ്യാത്മിക സാമ്രാജ്യം പെട്ടെന്നവസാനിക്കുകയും പശ്ചിമയൂറോപ്പ് ഒരു യുദ്ധക്കളമായി മാറുകയും ചെയ്തു. അതിൽ പ്രൊട്ടസ്റ്റന്റുകളും കത്തോലിക്കരും അന്യോന്യം കൊന്നൊടുക്കി. കേവലമായ ചില മതശാസ്ത്രതത്ത്വങ്ങൾക്കുവേണ്ടിയാണവരിതുചെയ്തത്. പുരാതന എട്രസ്കന്മാരുടെ നിഗൂഢമായ ലിഖിതങ്ങളെന്നപോലെതന്നെ മനസ്സിലാക്കാൻ പ്രയാസമായിരുന്നു വർത്തമാനകാല തലമുറകൾക്ക് ആ തത്ത്വങ്ങൾ.

മതസംഘർഷങ്ങൾ

മഹത്തായ മതസംവാദങ്ങളുടെ യുഗം

പതിനാറും പതിനേഴും നൂറ്റാണ്ടുകൾ മതതർക്കങ്ങളുടെ യുഗമായിരുന്നു.

ശ്രദ്ധിക്കുകയാണെങ്കിൽ നിങ്ങൾക്കു കാണാനാകും, മിക്കവാറും എല്ലാ മനുഷ്യരും "സാമ്പത്തിക ശാസ്ത്രം' സംസാരിച്ചുകൊണ്ടിരിക്കുകയാണെന്ന്. അവർ കൂലി, തൊഴിൽ സമയം, പണിമുടക്ക് തുടങ്ങിയ കാര്യങ്ങളെപ്പറ്റിയും അവയ്ക്ക് സമൂഹജീവിതവുമായുള്ള ബന്ധത്തെപ്പറ്റിയും ചർച്ച ചെയ്തുകൊണ്ടിരിക്കുകയാണ്. നമ്മുടെ കാലത്തെ ഏറ്റവും താല്പര്യജനകമായ വിഷയം അതാണ്.

1600 ലെയോ 1650 ലെയോ പാവം കൊച്ചുകുട്ടികളുടെ സ്ഥിതി ഇതിലും കഷ്ടമായിരുന്നു. അവർ 'മതം' എന്നല്ലാതൊന്നും കേട്ടിരുന്നില്ല. അവരുടെ കൊച്ചുശീർഷങ്ങൾ നിറയെ പ്രീഡെസ്റ്റിനേഷൻ, ട്രാൻസ്സബ്സ്റ്റാൻഷ്യേഷൻ, ഫ്രീവിൽ തുടങ്ങി ഇത്തരം നൂറുകണക്കിൽ വാക്കുകളായിരുന്നു. 'ശരിയായ വിശ്വാസ'ത്തിന്റെ നിഗൂഢതകളുൾക്കൊള്ളുന്ന പദങ്ങളായിരുന്നു ഇവ. കത്തോലിക്കനായാലും പ്രൊട്ടസ്റ്റന്റായാലും ഇതു തന്നെയായിരുന്നു സ്ഥിതി. രക്ഷിതാക്കളുടെ ഇഷ്ടമനുസരിച്ച് ഈ കുട്ടികൾക്ക് കത്തോലിക്കനായോ ലൂതറനായോ കാൽവിനിസ്റ്റായോ സ്വിംഗ്ലിയനായോ അനബാപ്റ്റിസ്റ്റായോ മാമ്മോദിസാ നല്കപ്പെട്ടു. അവർ ലൂഥറിന്റെയോ കാൽവിന്റെയോ ഇംഗ്ലീഷുകാരുടെയോ ഗ്രന്ഥങ്ങളിൽ നിന്ന് മതശാസ്ത്രം പഠിച്ചു. ലൂതറിന്റെ *ഓഗ്സ്ബർഗ്ഗ് കാറ്റേഷിസം*, കാൽവിന്റെ *ഇൻസ്റ്റിറ്റ്യൂട്ട്സ് ഓഫ് ക്രിസ്ത്യാനിറ്റി*, ഇംഗ്ലീഷ് രാജാവിന്റെ *തേർട്ടി നയിൻ ആർട്ടിക്കിൾസ് ഓഫ് ഫെയ്ത്ത്* എന്നിവയായിരുന്നു ഈ കൃതികൾ. അവയോരോന്നും "ശരിയായ വിശ്വാസ"ത്തിന്റെ പ്രാതിനിധ്യം വഹിക്കുന്നുവെന്ന് ഓരോ വിഭാഗവും അവകാശപ്പെട്ടു.

ഇംഗ്ലണ്ടിലെ ഹെൻറി എട്ടാമൻ രാജാവ് ചർച്ച് വക സ്വത്ത് മോഷ്ടിച്ചുവെന്നും സ്വയം ഇംഗ്ലീഷ് ചർച്ചിന്റെ പരമാധികാരിയായിച്ചമഞ്ഞുവെന്നും ബിഷപ്പുമാരേയും പുരോഹിതന്മാരേയും നിയമിക്കുന്ന പഴയ അധികാരം പുനഃസ്ഥാപിച്ചുവെന്നുമെല്ലാം ഈ കുട്ടികൾ പഠിച്ചു. ഇൻകിസിഷൻ എന്നു കേൾക്കുമ്പോൾ അവർ പേടിച്ചരണ്ടു പോകുമായിരുന്നു. പാതാളങ്ങളും പീഡനമുറികളും നിറഞ്ഞ ഇടങ്ങളെപ്പറ്റി അവർ കേൾക്കുമായിരുന്നു. കോപാകുലരായ ഡച്ച് പ്രൊട്ടസ്റ്റന്റുകൾ നിസ്സഹായരായ പന്ത്രണ്ടു പുരോഹിതരെ വെറുതെ തൂക്കിക്കൊന്നുവെന്നും അവർ കേട്ടിരുന്നു; കത്തോലിക്കരായിരുന്നു ഈ പുരോഹിതന്മാർ. കൊല്ലലിന്റെ രസമറിയാൻ മാത്രമുള്ള കൊലപാതകമായിരുന്നു ഇത്. അതും ഭിന്നമായൊരു വിശ്വാസം പുലർത്തുന്നവരെ കൊല്ലുന്നതിന്റെ രസം. മത്സരിക്കുന്ന രണ്ടു കക്ഷികളും ഒരേപോലെ പെരുമാറിയെന്നത് വളരെ ദൗർഭാഗ്യകരമായിരുന്നു. അല്ലെങ്കിൽ യുദ്ധം പെട്ടെന്നവസാനിക്കുമായിരുന്നു. പക്ഷേ, അത് എട്ടു തലമുറകൾ നീണ്ടു നിന്നു. വളരെ സങ്കീർണ്ണമായിരുന്നു അത്. അതിന്റെ പ്രധാനവിശദാംശങ്ങൾ മാത്രമേ എനിക്ക് പറയാൻകഴിയുകയുള്ളൂ. ബാക്കിഭാഗം മതനവീകരണത്തെപ്പറ്റിയുള്ള ഏതെങ്കിലും ഗ്രന്ഥത്തിൽ നിന്ന് നിങ്ങൾ പഠിക്കണം.

മതവിദ്രോഹവിചാരണക്കോടതി

പ്രൊട്ടസ്റ്റന്റ് മതനവീകരണത്തെതുടർന്ന് സഭയ്ക്കകത്ത് സമ്പൂർണ്ണമായ പരിഷ്കരണമുണ്ടായി. കേവലം അമേച്വർ മാനവികവാദികളും റോമാ-ഗ്രീക്ക് പൗരാണിക കൗതുകവസ്തുക്കൾ കൈകാര്യം ചെയ്തിരുന്നവരുമായ പോപ്പുമാർ അപ്രത്യക്ഷരായി. അവർക്കു പകരം ഗൗരവക്കാരായ പോപ്പുമാർ വന്നു. ദിവസം ഇരുപതു മണിക്കൂർ പ്രവർത്തിക്കാൻ സന്നദ്ധരായ ചുമതലാബോധമുള്ള പോപ്പുമാർ രംഗപ്രവേശം ചെയ്തു.

സന്ന്യാസിമഠങ്ങളിലെ ദീർഘവും അപമാനകരവുമായ ആനന്ദത്തി

നറുതി വന്നു. സന്ന്യാസിമാരും കന്യാസ്ത്രീകളും സൂര്യോദയത്തിന്നുണരേണ്ടി വന്നു, സഭാപിതാക്കളെപ്പറ്റി പഠിക്കേണ്ടിവന്നു. രോഗികളെ ശുശ്രൂഷിക്കേണ്ടിവന്നു, ആസന്നമരണരെ സാന്ത്വനിപ്പിക്കേണ്ടിവന്നു. അച്ചടിയന്ത്രത്തിലൂടെ ആപല്ക്കരമായ തത്ത്വങ്ങൾ പ്രചരിപ്പിക്കുന്നുണ്ടോയെന്ന് ഇൻക്വിസിഷൻ രാപ്പകൽ വീക്ഷിച്ചുകൊണ്ടിരുന്നു. ഇവിടെ നമുക്ക് പാവം ഗലീലിയോവിനെ ഓർമ്മിക്കാം. ആകാശലോകത്തെപ്പറ്റിയുള്ള തന്റെ തമാശ നിറഞ്ഞ വീക്ഷണം വിശദീകരിക്കുന്നതിൽ വേണ്ടത്ര അവധാനത കാണിക്കാത്ത ഒരാളായിരുന്നു ഗലീലിയോ; തന്റെ പ്രാകൃതമായ ദൂരദർശിനിയുപയോഗിച്ച് ആകാശനിരീക്ഷണം നടത്തിയാണദ്ദേഹം ഇതു ചെയ്തത്. സഭയുടെ ഔദ്യോഗികവീക്ഷണത്തിനു വിരുദ്ധമായി ഗ്രഹങ്ങളുടെ ചലനത്തെപ്പറ്റി എന്തോ പറഞ്ഞു അദ്ദേഹം. അതിനായി അദ്ദേഹം തടവിലായി. പക്ഷേ, പോപ്പിനും പുരോഹിതന്മാർക്കും ഇൻക്വിസിഷനും അനുകൂലമായി ഒരു കാര്യം പറയാതെ വയ്യ: ശാസ്ത്രത്തിനും അതേ അളവിൽ എതിരായിരുന്നു ഇരുകൂട്ടരും. അജ്ഞതയുടെയും അസഹിഷ്ണുതയുടെയും കാര്യത്തിൽ ഇരുകൂട്ടരും സമന്മാരായിരുന്നു. മനുഷ്യനെയും അവനുമായി ബന്ധപ്പെട്ട കാര്യങ്ങളെയും പറ്റി സ്വന്തമായ പഠനങ്ങൾ നടത്തുന്നവരെ കത്തോലിക്കരും പ്രൊട്ടസ്റ്റന്റുകാരും ഒരുപോലെ ആപത്കാരികളായി കണ്ടു; അവരതിനെ മനുഷ്യശത്രുക്കളായി മുദ്രകുത്തി.

മഹാനായ ഫ്രഞ്ചു നവീകരണനായകനും, ജനീവയിലെ ഏകാധിപതിയുമായിരുന്ന ജോൺ കാൽവിൻ, മൈക്കിൾ സെർവിറ്റസിനെ വധിക്കാൻ ഫ്രഞ്ച് അധികാരികളെ സഹായിക്കുക മാത്രമല്ല ചെയ്തത്. (സ്പാനിഷ് മതശാസ്ത്രജ്ഞനും ഒന്നാമത്തെ വലിയ അനാട്ടമിസ്റ്റായ വെസാലിയസിന്റെ അസിസ്റ്റന്റായി പ്രവർത്തിച്ച ഭിഷക്കുമായിരുന്ന മൈക്കിൾ സെർവിറ്റസ്) പക്ഷേ, സെർവിറ്റസ് ഫ്രഞ്ചു ജയിലിൽ നിന്ന് അത്ഭുതകരമായി രക്ഷപ്പെട്ട് ജനീവയിലെത്തി, പക്ഷേ അവിടെ കാൽവിൻ അദ്ദേഹത്തെ തടവിലിട്ടു. ദീർഘകാലം നീണ്ടു നിന്ന വിചാരണയ്ക്കൊടുവിൽ, മതദ്രോഹങ്ങളുടെ പേരിൽ കാൽവിൻ നക്ഷത്രശോഭയുള്ള ഈ പ്രതിഭാശാലിയെ ചുട്ടുകൊല്ലാൻ വിട്ടുകൊടുത്തു; അദ്ദേഹം ഒരു ശാസ്ത്രജ്ഞനാണെന്ന ഒരു പരിഗണനയും നല്കിയില്ല.

അങ്ങനെയാണ് കാര്യങ്ങൾ നീങ്ങിയത്. ഈ വിഷയത്തെപ്പറ്റി ആശ്രയിക്കാവുന്ന സ്ഥിതിവിവരക്കണക്കുകൾ നമ്മുടെ കൈയിലില്ല. പക്ഷേ ഒരു കാര്യം തീർച്ചയാണ്: ഈ വൃത്തികെട്ട കളിയിൽ ആദ്യം ക്ഷീണിച്ചത് കത്തോലിക്കരല്ല പ്രൊട്ടസ്റ്റന്റുകളാണ്. കുറേയേറെ സത്യസന്ധരായ സ്ത്രീപുരുഷന്മാരെ അഗ്നിക്കിരയാക്കുകയും തൂക്കിക്കൊല്ലുകയും അംഗഛേദം വരുത്തുകയും ചെയ്തിട്ടുണ്ട്. അവരിലധികം പേരും വളരെ ഊർജ്ജസ്വലരായിരുന്നു, വളരെ കർക്കശസ്വഭാവമുള്ള റോമൻ പള്ളിയുടെ ഇരകളായിരുന്നു.

നോക്കൂ, സഹിഷ്ണുത വളരെ അടുത്തകാലത്തുണ്ടായ ഒരാശയ

മാണ്. നമ്മുടെ 'ആധുനികലോക' മനുഷ്യൻ പോലും അവരെ ഒരുതരത്തിലും ബാധിക്കാത്ത കാര്യത്തിലാണ് സഹിഷ്ണുക്കളാകുന്നത്. അവർ ആഫ്രിക്കൻ നിവാസികളോട് സഹിഷ്ണുക്കളാണ്, അവർ ബുദ്ധിസ്റ്റായാലും മുസ്ലീമായാലും അവർക്കൊന്നുമില്ല. പക്ഷേ, അയൽക്കാരനായ റിപ്പബ്ലിക്കൻ പാർട്ടിക്കാരൻ ഉയർന്ന സംരക്ഷണതീരുവയ്ക്കുവേണ്ടി വാദിച്ചയാൾ, സോഷ്യലിസ്റ്റ് പാർട്ടിയിൽ ചേർന്നുവെന്ന് കേട്ടാൽ ഇപ്പോൾ എല്ലാ താരിഫ് നിയമങ്ങളും പിൻവലിക്കണമെന്നയാൾ പറഞ്ഞാൽ അവരുടെ സഹിഷ്ണുത അവസാനിക്കുന്നു. പതിനേഴാം നൂറ്റാണ്ടിലെ കത്തോലിക്കനോ പ്രൊട്ടസ്റ്റന്റോ ഉപയോഗിച്ച അതേ ശകാരഭാഷ അവർ ഉപയോഗിക്കുന്നു. തന്റെ ഉത്തമസുഹൃത്ത്, താനെല്ലായ്പ്പോഴും ആദരിക്കുകയും സ്നേഹിക്കുകയും ചെയ്തയാൾ പ്രൊട്ടസ്റ്റന്റ് അഥവാ കത്തോലിക്കാ പള്ളിയുടെ ഇരയായിരിക്കുന്നുവെന്നാണ് അന്ന് പറഞ്ഞിരുന്നത്.

അല്പകാലം മുൻപ് വരെ 'മതദ്രോഹ'മെന്നത് ഒരു രോഗമായിട്ടാണ് പരിഗണിക്കപ്പെട്ടിരുന്നത്. ഇപ്പോൾ ഒരാൾ വ്യക്തിശുചിത്വം നിരാകരിക്കുകയും തന്റെ വീടും ശരീരവും വൃത്തിഹീനമായി നിലനിർത്തുകയും തന്നെയും കുട്ടികളെയും ടൈഫോയ്ഡ് ജ്വരത്തിന്റെയോ അതുപോലെ തടയാവുന്ന മറ്റേതെങ്കിലും രോഗത്തിന്റെയോ ആപത്തിനു മുമ്പിൽ ശ്രദ്ധയില്ലാതെ വിട്ടുകൊടുക്കുകയും ചെയ്താൽ നാം ഉടനെ ആരോഗ്യബോഡിനെ വിവരം അറിയിക്കും; ആരോഗ്യ ഓഫീസർ പൊലീസിനെ വിളിക്കും. മൊത്തം സമൂഹത്തിന്റെ സുരക്ഷയ്ക്ക് ആപത്തായ ഈ മനുഷ്യനെതിരെ നടപടികൾ സ്വീകരിക്കും. പതിനാറും പതിനഴും നൂറ്റാണ്ടുകളിൽ ഒരു മതദ്രോഹി, പ്രൊട്ടസ്റ്റന്റ് മതത്തിന്റെയോ കത്തോലിക്കാ മതത്തിന്റെയോ അടിസ്ഥാനതത്ത്വങ്ങളെ പരസ്യമായി സംശയിക്കുന്ന സ്ത്രീയോ പുരുഷനോ ആയ മതദ്രോഹി, ടൈഫോയ്ഡ് ജ്വരത്തേക്കാൾ ഭീകരന്മാരായ ആപത്തായിട്ടാണ് പരിഗണിക്കപ്പെട്ടിരുന്നത്. ടൈഫോയ്ഡ്പനി ശരീരത്തെ നശിപ്പിക്കും. എന്നാൽ മതദ്രോഹം അവരുടെ അഭിപ്രായത്തിൽ അനശ്വരമായ ആത്മാവിനെയാണ് നശിപ്പിക്കുക. സദ്ബുദ്ധിയുള്ളവരും യുക്തിയുള്ളവരുമായ എല്ലാ പൗരന്മാരും വ്യവസ്ഥാപിത സംവിധാനത്തിന്റെ ശത്രുക്കളെപ്പറ്റി പൊലീസിന് മുന്നറിയിപ്പ് നല്കണം, അത് ചെയ്യാത്തയാൾ അയൽവീട്ടിൽ കോളറയോ വസൂരിയോ ഉണ്ടെന്നറിഞ്ഞാൽ അടുത്ത ഡോക്ടറെയോ ആരോഗ്യ അധികാരികളെയോ ആ വിവരം അറിയിക്കാത്തൊരാളെപ്പോലെയാണ്.

വരാനിരിക്കുന്ന വർഷങ്ങളിൽ പ്രതിരോധമരുന്നിനെപ്പറ്റി നാം ഒരുപാട് കേൾക്കും. പ്രതിരോധമരുന്നിന്റെ അർത്ഥം രോഗികൾക്കു രോഗം വരുന്നതുവരെ കാത്തിരിക്കുവാനുള്ള ക്ഷമ ഡോക്ടർമാർക്കില്ലെന്നാണ്. അവർ ഒരുചുവട് മുൻകണ്ടെറിയുന്നു, രോഗിയെ ചികിത്സിക്കുന്നു, അവർ രോഗിയെ ശരിയായി പഠിക്കുന്നു, അയാളുടെ ജീവിതസാഹചര്യങ്ങൾ പഠിക്കുന്നു, രോഗത്തിന്റെ കാരണങ്ങൾ പൂർണ്ണമായി ഇല്ലായ്മ ചെയ്യുന്നതിനു വേണ്ടി അഴുക്കുകൾ നീക്കം ചെയ്യുന്നു. എന്തെല്ലാം ആഹരി

ക്കണമെന്നും, എന്തെല്ലാം ആഹരിക്കരുതെന്നും പഠിപ്പിക്കുന്നു, വ്യക്തി ശുചിത്വത്തെ പറ്റി അയാളെ പഠിപ്പിക്കുന്നു. അവർ അതിലപ്പുറം ചെയ്യുന്നു; സ്കൂളിൽ ചെന്ന് കുട്ടികളെ കാണുന്നു, എങ്ങനെ ബ്രഷുപയോഗിക്കണമെന്നും എങ്ങനെ ജലദോഷം ഒഴിവാക്കാമെന്നും പഠിപ്പിക്കുന്നു.

ശരീരരോഗത്തേക്കാൾ ആത്മാവിന്റെ രോഗത്തെ ഭയപ്പെട്ട പതിനാറാം നൂറ്റാണ്ടിൽ ഒരുതരം ആത്മീയ പ്രതിരോധ ചികിത്സ സംഘടിപ്പിച്ചു. ഒരു കുഞ്ഞ് ആദ്യപദങ്ങൾ പറഞ്ഞു തുടങ്ങുമ്പോൾ തന്നെ, ആ കുഞ്ഞിന് വിശ്വാസത്തിന്റെ ശരിയായ തത്ത്വങ്ങൾ പറഞ്ഞുകൊടുക്കുത്തു. യൂറോപ്പിലെ ജനങ്ങളുടെ സാമാന്യമായ പുരോഗതിയെ ഇത് പരോക്ഷമായി സഹായിച്ചുവെന്നു വേണം പറയാൻ. പ്രൊട്ടസ്റ്റന്റ് നാടുകളിലെല്ലാം അനേകം സ്കൂളുകൾ ഉയർന്നുവന്നു. ഒരുപാടു സമയം Catechism (മതതത്ത്വോപദേശങ്ങൾ) എന്താണെന്ന് കുട്ടികളെ പഠിപ്പിക്കാൻ ചെലവായി. പക്ഷേ, അതോടൊപ്പം മതശാസ്ത്രമല്ലാത്ത കാര്യങ്ങളും പഠിപ്പിച്ചു. വായന പഠിപ്പിച്ചു. ഇത് അച്ചടിക്ക് വലിയ പ്രോത്സാഹനമായി ത്തീർന്നു.

പക്ഷേ, കത്തോലിക്കന്മാരും പിറകിലായിരുന്നില്ല. അവരും വിദ്യാഭ്യാസത്തിനു വേണ്ടി ഒരുപാട് സമയവും ചിന്തയും ചെലവിട്ടു. ഇക്കാര്യത്തിൽ പുതുതായി രൂപീകരിച്ച ജീസസ് സംഘം ചർച്ചിനെ ഏറെ സഹായിച്ചു. ഒരു സ്പാനിഷ് പോരാളിയായിരുന്നു ഈ സംഘം സ്ഥാപിച്ചത്. കുറേക്കാലം സഭാവിരുദ്ധമായ, അപവിത്രജീവിതം നയിച്ചതിനുശഷമാണ് അയാൾക്ക് മനഃപരിവർത്തനമുണ്ടായത്. പല മുൻപാപികളേയുംപോലെ അയാളും സഭയെ സേവിക്കാനുറച്ചു. പാപികളായ മനുഷ്യരുടെ മതപരിവർത്തനത്തിനും അവരുടെ മതപരമായ പുനരധിവാസത്തിനും വേണ്ടി ഈ സംഘം പ്രവർത്തിച്ചു.

ഈ സ്പെയിൻകാരന്റെ പേര് ഇഗ്നേഷ്യസ് ലയോള എന്നായിരുന്നു. അമേരിക്ക കണ്ടുപിടിക്കുന്നതിന് ഒരു വർഷം മുമ്പാണദ്ദേഹം ജനിച്ചത്. അയാൾ യുദ്ധത്തിൽ മുറിവേറ്റ് മുടന്തനായി മാറിയിരുന്നു. ആശുപത്രിയിലായിരുന്നപ്പോൾ അയാൾക്ക് വിശുദ്ധമാതാവിന്റെയും ഉണ്ണിയേശുവിന്റെയും ദർശനം കിട്ടി. തന്റെ പഴയ ജീവിതത്തിന്റെ ദുഷ്ടത ത്യജിക്കാൻ അവർ അയാളോടാവശ്യപ്പെട്ടു. അവർ പുണ്യഭൂമിയിൽ ചെന്ന് കുരിശുയുദ്ധത്തിന്റെ ദൗത്യം പൂർണ്ണമാക്കാൻ തീരുമാനിച്ചു.പക്ഷേ, ജെറുസലേം സന്ദർശനത്തിൽ നിന്ന് ആ ദൗത്യം അസാദ്ധ്യമാണെന്നദ്ദേഹത്തിനു മനസ്സിലായി. തുടർന്നദ്ദേഹം മടങ്ങി; ലൂതറൻ മതവിദ്രോഹനടപടികൾക്കെതിരെ പൊരുതാൻ തീരുമാനിച്ചു.

1534 ൽ അയാൾ പാരീസിലെ സോർബോൺ സർവ്വകലാശാലയിൽ പഠിക്കുകയായിരുന്നു. ഏഴു വിദ്യാർത്ഥികൾക്കൊപ്പം അയാൾ ഒരു സഹോദരസംഘം സ്ഥാപിച്ചു. പവിത്രജീവിതം നയിക്കുമെന്നും ധനത്തിന് പിറകെയല്ല നന്മയുടെ പിറകെയാണ് തങ്ങൾ പോവുകയെന്നും ആത്മാവു കൊണ്ടും ശരീരം കൊണ്ടും സഭയെ സേവിക്കുമെന്നും എട്ടു

പേരും പ്രതിജ്ഞ ചെയ്തു. കുറച്ചുവർഷങ്ങൾ കൊണ്ട് ഈ സഹോദരസഭ ശരിയായൊരു സംഘടനയായിവളർന്നു. പോപ്പ് പോൾ മൂന്നാമൻ ഈ സംഘത്തെ ജീസസിന്റെ സംഘമായി അംഗീകരിച്ചു.

ലയോള ഒരു സൈനികനായിരുന്നു. അദ്ദേഹം അച്ചടക്കത്തിൽ വിശ്വസിച്ചു. സുപ്പീരിയർമാരെ പൂർണ്ണമായി അനുസരിക്കലാണ് ജെസ്യൂട്ടുകളുടെ ഗംഭീരവിജയത്തിന്റെ ഒരുകാരണം. വിദ്യാഭ്യാസത്തിലാണ് അവർ ശ്രദ്ധ കേന്ദ്രീകരിച്ചത്. കുട്ടികളെ പഠിപ്പിക്കാനനുവദിക്കുന്നതിനുമുമ്പ് അദ്ധ്യാപികന്മാർക്ക് കടുത്ത ശിക്ഷണമാണ് നല്കിയിരുന്നത്. അവർ ശിഷ്യരോടൊപ്പം ജീവിക്കുകയും അവരുടെ കളികളിൽ പങ്കെടുക്കുകയും ചെയ്തു. ആർദ്രതയോടെയാണ് കുട്ടികളെ നോക്കിയിരുന്നത്. വിശ്വസ്ത കത്തോലിക്കരുടേതായ ഒരു പുതിയ തലമുറയെ വാർത്തെടുക്കാൻ അവർക്കു കഴിഞ്ഞു. മദ്ധ്യയുഗമനുഷ്യരെപ്പോലെ മതകർത്തവ്യങ്ങൾ ഗൗരവത്തിലെടുക്കുന്നവരായിരുന്നു അവർ.

സമർത്ഥരായ ജെസ്യൂട്ടുകൾ പക്ഷേ, ദരിദ്രരുടെ വിദ്യാഭ്യാസത്തിൽ മാത്രം ഒതുങ്ങിനിന്നില്ല. അവർ സമ്പന്നരുടെയും അധികാരസ്ഥാനത്തിരിക്കുന്നവരുടേയും വസതികളിലും എത്തി. ചക്രവർത്തിമാരുടെയും രാജാക്കന്മാരുടെയും സ്വകാര്യ ട്യൂട്ടർമാരായി തൊഴിലെടുത്തു. ഇതിന്റെയർത്ഥം മുപ്പതു വർഷയുദ്ധത്തെപ്പറ്റി പഠിക്കുമ്പോൾ നമുക്ക് മനസ്സിലാകും. മതഭ്രാന്തിന്റെ ഭീകരമായ ഈ പൊട്ടിത്തെറിക്കുമുമ്പ് അനേകം സംഭവങ്ങൾ ഉണ്ടായിക്കഴിഞ്ഞിരുന്നു.

ചാൾസ് അഞ്ചാമൻ മരിച്ചിരുന്നു. ജർമ്മനിയും ആസ്ത്രിയയും അദ്ദേഹത്തിന്റെ സഹോദരൻ ഫെർഡിനാന്റിന് ലഭിച്ചിരുന്നു. മറ്റു സ്വത്തുക്കൾ മുഴുവൻ, സ്പെയിനും നെതർലാന്റ്സും ഇന്തീസും അമേരിക്കയുമെല്ലാം മകനായ ഫിലിപ്പിന് കിട്ടിയിരുന്നു. ചാൾസിന്റെ മകനായിരുന്നു ഫിലിപ്പ്, അയാളുടെ അമ്മ സ്വന്തം ഭർത്താവിന്റെ ഒന്നാം കസിനായ ഒരു പോർത്തുഗീസ് രാജകുമാരിയായിരുന്നു. അത്തരം ബന്ധങ്ങളിലുണ്ടാവുന്ന കുഞ്ഞുങ്ങൾ പല വൈകല്യങ്ങളുമുള്ളവരായിരിക്കും. ഫിലിപ്പിന്റെ പുത്രനായ ഡോൺ കാർലോസ് ഉന്മാദിയായിരുന്നു. (സ്വപിതാവിന്റെ അനുമതിയോടെ അയാൾ കൊല്ലപ്പെടുകയായിരുന്നു). ഫിലിപ്പ് ഉന്മാദിയൊന്നുമായിരുന്നില്ല. എന്നാൽ അയാളുടെ മതാവേശം ഭ്രാന്തിന്റെ വക്കിലെത്തിയിരുന്നു. മനുഷ്യരാശിയുടെ ഒരു രക്ഷകനായി ദൈവം തന്നെ നിയോഗിച്ചിരിക്കുകയാണെന്നയാൾ വിശ്വസിച്ചു. അതിനാൽ ചക്രവർത്തിയുടെ വീക്ഷണങ്ങൾ സ്വീകരിക്കാത്തവർ ആരായാലും മനുഷ്യവംശത്തിന്റെ ശത്രുക്കളാണെന്നും അവരുടെ സാന്നിദ്ധ്യം സന്മാർഗ്ഗികളെ കളങ്കപ്പെടുത്തുമെന്നതിനാൽ അവരെ ഇല്ലായ്മ ചെയ്യണമെന്നും അയാൾ വിശ്വസിച്ചു.

തീർച്ചയായും സ്പെയിൻ വളരെ സമ്പന്നമായ ഒരു രാജ്യമായിരുന്നു. പുതിയ ലോകത്തു നിന്നുള്ള സ്വർണ്ണവും വെള്ളിയും കാസ്റ്റിലിയൻ, ആർഗോണിയൻ ഖജനാവുകളിലേക്കൊഴുകുകയായിരുന്നു. പക്ഷേ സ്പെയിൻ സവിശേഷമായ ഒരു സാമ്പത്തിക പ്രതിസന്ധിയിലായിരു

ന്നു. സ്പാനിഷ് കർഷകർ കഠിനമായി വേല ചെയ്യുന്ന സ്ത്രീപുരുഷന്മാരായിരുന്നു. പക്ഷേ സമൂഹത്തിലെ മാന്യജനവിഭാഗത്തിന് എല്ലാതരം അദ്ധ്വാനത്തോടും പുച്ഛമായിരുന്നു. സൈന്യത്തിലോ നേവിയിലോ സിവിൽ സർവ്വീസിലോ അല്ലാത്ത ഒരു തൊഴിലും അവരംഗീകരിച്ചിരുന്നില്ല. ഉത്സാഹശാലികളായ മൂറുകളെ വളരെ മുമ്പു തന്നെ രാജ്യത്ത് നിന്ന് ആട്ടിയോടിച്ചിരുന്നു. ഇതിന്റെ ഫലമായി ലോകത്തിന്റെ ധനകോശമായ സ്പെയിൻ ഒരു ദരിദ്രരാജ്യമായി നിലനിന്നു. ഗോതമ്പും ധാന്യങ്ങളും മറ്റവശ്യവസ്തുക്കളും ഇതര രാജ്യങ്ങളിൽ നിന്ന് ഇറക്കുമതി ചെയ്യേണ്ടതുണ്ടായിരുന്നു.

സെയിന്റ് ബാർത്തലോണിന്റെ ദിവ്യരാത്രി

പതിനാറാം നൂറ്റാണ്ടിലെ ഏറ്റവും ശക്തമായ രാജ്യത്തിന്റെ അധിപനായിരുന്നു ഫിലിപ്പ്. പക്ഷേ, തന്റെ വരുമാനത്തിനായി അദ്ദേഹം നെതർലാന്റിലെ വ്യാപാരത്തിൽ നിന്നുള്ള നികുതികളെ ആശ്രയിക്കേണ്ടി വന്നു. പക്ഷേ ഫ്ളെമിങ്ങുകളും ഡച്ചുകാരുമെല്ലാം ലൂതറിന്റേയും കാൽവിന്റെയും സമർപ്പിത അനുയായികളായിരുന്നു. അവർ ചർച്ചിനെ എല്ലാ വിഗ്രഹങ്ങളിൽ നിന്നും പെയിന്റിങ്ങുകളിൽ നിന്നും വിമുക്തമാക്കിയിരുന്നു. ഇനിയും പോപ്പിനെ ഇടയനായി കാണുന്നില്ലെന്നും മനസ്സാക്ഷിയുടെ നിർദ്ദേശങ്ങളെയും പുതുതായി വിവർത്തനം ചെയ്ത ബൈബിളിനെയുമാണ് ഇനി പിന്തുടരുകയെന്നും അവർ പോപ്പിനെ അറിയിച്ചിരുന്നു.

ഇത് രാജാവിനെ വല്ലാത്തൊരവസ്ഥയിൽ എത്തിച്ചു. ഡച്ച് പ്രജകളുടെ മതദ്രോഹം അദ്ദേഹത്തിന് ക്ഷമിക്കാനാവില്ലായിരുന്നു. എന്നാൽ അദ്ദേഹത്തിന് അവരുടെ പണം വേണ്ടിയിരുന്നു. പ്രൊട്ടസ്റ്റന്റാവാനവരെ അനുവദിക്കുകയും അവരുടെ ആത്മാക്കളെ രക്ഷപ്പെടുത്തുന്നതിനു വേണ്ടി എന്തെങ്കിലും ചെയ്യാതിരിക്കുകയും ആയാൽ ദൈവത്തോടുള്ള കടമയിൽ ഇളവ് വരുത്തലായിപ്പോകുമായിരുന്നു. നെതർലാന്റ്സിലേക്ക് ഇൻക്വസിഷൻ അധികാരികളെ പറഞ്ഞയച്ചാൽ, തന്റെ പ്രജകളെ ചുട്ടുകൊന്നാൽ, വരുമാനത്തിൽ ഗണ്യമായ കുറവ് വരുമായിരുന്നു.

വേണ്ടത്ര ഇച്ഛാശക്തി ഇല്ലാത്ത ഒരാളായതിനാൽ അദ്ദേഹം ദീർഘകാലം സംശയിച്ചു നിന്നു. അദ്ദേഹം പല സമീപനങ്ങൾ പരീക്ഷിച്ചു. ദയയും, കാർക്കശ്യവും, വാഗ്ദാനവും, ഭീഷണിയും എല്ലാം. ഹോളണ്ടു

വലയം ചെയ്യപ്പെട്ട ലീഡൻ പട്ടണം

കാർ വാശിയിൽ തന്നെനിന്നു. പ്രൊട്ടസ്റ്റന്റു സങ്കീർത്തനങ്ങൾ ആലപിക്കുകയും ലൂതറൻ കാൽവിനിസ്റ്റ് പുരോഹിതന്മാരുടെ പ്രഭാഷണങ്ങൾ മാത്രം കേൾക്കുകയും ചെയ്തു. നിരാശനായ ഫിലിപ്പ് തന്റെ 'ഉരുക്കുമനുഷ്യ'നായ ആൽബയിലെ പ്രഭുവിനെ കടുപ്പക്കാരായ ഡച്ചുപ്രജകൾക്കെതിരെ നിയോഗിച്ചു. തന്റെ ആഗമനത്തിനു മുമ്പ് സ്ഥലം വിട്ടുപോവാത്ത പ്രൊട്ടസ്റ്റന്റ് നേതാക്കളെ ആൽബാപ്രഭു അംഗഛേദം വരുത്തി. 1572-മാണ്ടിൽ (അതേവർഷമാണ് ഫ്രഞ്ച് പ്രൊട്ടസ്റ്റന്റു നേതാക്കൾ വധിക്കപ്പെട്ടത്) ആൽബാപ്രഭു കുറെ ഡച്ചുനഗരങ്ങൾ ആക്രമിക്കുകയും ജനങ്ങളെ കൊന്നൊടുക്കുകയും ചെയ്തു. മറ്റുള്ളവർക്കുള്ള മുന്നറിയിപ്പായിരുന്നു ഇത്. അടുത്തവർഷം അയാൾ ലീഡൻ പട്ടണം വളഞ്ഞുവെച്ചു. ഹോളണ്ടിലെ വ്യാവസായിക കേന്ദ്രമായിരുന്നു ഇത്.

ഇതിനിടെ നെതർലാന്റ്സിലെ ഏഴു ചെറിയ പ്രവിശ്യകൾ ചേർന്ന് ഒരു രക്ഷായൂണിയന് രൂപം നല്കിയിരുന്നു. ഉട്രെക്റ്റ് യൂണിയനെന്നാണതറിയപ്പെട്ടിരുന്നത്. ജർമ്മനിയിലെ ഒരു രാജാവായ ഓറഞ്ചിലെ വില്യം രാജാവിനെ സൈന്യത്തിന്റെ നേതാവും Beggars of the Sea എന്ന പേരിലറിയപ്പെട്ടിരുന്ന നാവിക സൈന്യത്തിന്റെ കമാന്റന്റുമായി അംഗീകരിച്ചു. ചാൾസ് അഞ്ചാമന്റെ പ്രൈവറ്റ് സെക്രട്ടറിയായിരുന്നു വില്യം ഓഫ് ഓറഞ്ച്. ലീഡനെ രക്ഷപ്പെടുത്താൻ വേണ്ടി വില്യം അണകൾ

മുറിക്കുകയും കയം കുറഞ്ഞ ഒരുൾനാടൻ കടൽ സൃഷ്ടിക്കുകയും പട്ടണത്തെ രക്ഷപ്പെടുത്തുകയും ചെയ്തു. ചെളിയിലൂടെ നീങ്ങാൻ കഴിയുന്ന കപ്പലുകളും വള്ളങ്ങളുമെല്ലാമുള്ള തികച്ചും അപരിചിതമായ രീതിയിൽ സജ്ജീകരിച്ചിട്ടുള്ള നാവിക സൈന്യത്തിന്റെ സഹായത്തോടെയാണ് ഇതദ്ദേഹം സാധിച്ചത്.

സ്പാനിഷ് രാജാവിന്റെ അജയ്യമായ ഒരു സൈന്യം ഇത്രയും ദയനീയമായി പരാജയപ്പെടുന്നത് ആദ്യമായിട്ടായിരുന്നു. നമ്മുടെ കാലത്ത് റസ്സോ-ജാപ്പനീസ് യുദ്ധത്തിൽ മുക്ദനിൽ വെച്ച് ജപ്പാൻ വിജയിച്ചതിനു തുല്യമായിരുന്നു ഈ വിജയം. അത് ലോകത്തെയാകമാനം അദ്ഭുതപ്പെടുത്തി. പ്രൊട്ടസ്റ്റന്റ് ശക്തികൾക്ക് പുതു ധൈര്യം ലഭിച്ചു. കലാപകാരികളായ പ്രജകളെ നേരിടാൻ ഫിലിപ്പ് പുതിയ മാർഗ്ഗങ്ങൾ ആസൂത്രണം ചെയ്തു. വില്യം ഓഫ് ഓറഞ്ചിനെ വധിക്കാൻ വേണ്ടി അയാൾ ഒരു മതഭ്രാന്തനെ വിലക്കെടുത്തു. എന്നാൽ നേതാവിന്റെ ജഡം കണ്ട് ഏഴുപ്രവിശ്യകൾ മുട്ടുകുത്താൻ തയ്യാറായില്ല. ഇതവരെ രോഷാകുലരാക്കി. 1581-മാണ്ടിൽ എസ്റ്റേറ്റ്സ് ജനറൽ (ഏഴു പ്രവിശ്യകളുടെ പ്രതിനിധിസഭ) ഹേഗിൽ വെച്ച് സംയുക്തമായി സമ്മേളിക്കുകയും 'ദുഷ്ടരാജാവായ ഫിലിപ്പിനെ' സ്ഥാനഭ്രഷ്ടനാക്കുകയും സ്വയം പരമാധികാരം പ്രഖ്യാപിക്കുകയും ചെയ്തു. "ദൈവത്തിന്റെ കാരുണ്യത്താൽ" അതുവരെ പരമാധികാരം രാജാവിൽ നിക്ഷിപ്തമായിരുന്നല്ലോ.

വില്യം ദി സൈലന്റിന്റെ കൊല

രാഷ്ട്രീയ സ്വാതന്ത്ര്യത്തിനു വേണ്ടിയുള്ള പോരാട്ടത്തിൽ ചരിത്രത്തിലെ ഒരു പ്രധാന സംഭവമായിരുന്നു ഇത്. പ്രഭുക്കന്മാരുടെ കശപിശ കാരണം മാഗ്നാകാർട്ട ഒപ്പുവെച്ചതിനേക്കാൾ വലുതായിരുന്നു ഈ സംഭവം. നല്ലവരായ നഗരവാസികൾ പറഞ്ഞു: "രാജാവും പ്രജകളും തമ്മിൽ നിശ്ശബ്ദമായ ഒരു പരസ്പരധാരണയുണ്ട്. രണ്ടു ഭാഗവും ചില സേവനങ്ങൾ അർപ്പിക്കുകയും ചില നിശ്ചിത കർത്തവ്യങ്ങൾ അംഗീകരിക്കുകയും വേണം. ഇത് നിർവ്വഹിക്കുന്നതിൽ ഏതെങ്കിലുമൊരു കക്ഷി പരാജയപ്പെട്ടാൽ മറ്റേകക്ഷിക്ക് ഈ പരസ്പരധാരണ അവസാനിച്ചതായി കണക്കാക്കാവുന്നതാണ്. ജോർജ് മൂന്നാമൻ രാജാവിന്റെ അമേരിക്കൻ പ്രഭുക്കൾ 1776 ൽ സമാനമായ ഒരു നിഗമനത്തിൽ എത്തിച്ചേർന്നു. പക്ഷേ അവരും അവരുടെ രാജാവും തമ്മിൽ മൂവായിരം മൈൽ ദൈർഘ്യമുള്ള

സ്പാനിഷ് അർമേഡയുടെ ആഗമനം

സമുദ്രമുണ്ടായിരുന്നു. എന്നാൽ എസ്റ്റേറ്റ്സ് ജനറൽ ഈ തീരുമാനമെടുത്തത് സ്പാനിഷ് തോക്കുകളുടെ അലർച്ച കേട്ടുകൊണ്ടായിരുന്നു. സ്പാനിഷ് നാവികപ്പടയുടെ പ്രതികാരം ഭയന്നുകൊണ്ടായിരുന്നു.

കത്തോലിക്കയായ "ബ്ലഡി മേരി"യെ പിന്തുടർന്ന് പ്രൊട്ടസ്റ്റന്റായ എലിസബത്ത് രാജ്ഞി ഇംഗ്ലീഷ് ഭരണാധികാരിയായപ്പോൾ ഹോളണ്ടും ഇംഗ്ലണ്ടും കീഴടക്കാൻ നിയോഗിക്കപ്പെട്ട നിഗൂഢമായ ഒരു സ്പാനിഷ് നാവികപ്പടയെപ്പറ്റി ഒരു കഥയുണ്ട്. അതൊരു പഴയകഥയാണ്. കടലിലൂടെ കടന്നുപോവുന്ന നാവികന്മാർ വർഷങ്ങളോളം ആ കഥ പറഞ്ഞിരുന്നു. പതിനാറാം നൂറ്റാണ്ടിന്റെ എൺപതുകളിൽ ഊഹത്തിന് വ്യക്തമായ ഒരുരൂപം കൈവന്നു. ലിസ്ബണിലുണ്ടായിരുന്ന പൈലറ്റുകൾ പറഞ്ഞത്, എല്ലാ പോർച്ചുഗീസ് സ്പാനിഷ് തുറമുഖങ്ങളിലും കപ്പലുകൾ നിർമ്മിക്കുന്നുണ്ടായിരുന്നുവെന്നാണ്. ദക്ഷിണനെതർലാന്റ്സിൽ (ബൽജിയം) പാർമയിലെ പ്രഭു വലിയൊരു സൈന്യം സ്വരൂപിക്കുകയായിരുന്നു; ഓസ്റ്റൻറിൽ നിന്ന് ലണ്ടനിലേക്കും ആംസ്റ്റർഡാമിലേക്കും അയക്കുന്നതിനുവേണ്ടി.

1586 ൽ ഗ്രേറ്റ് അർമേഡാ എന്ന സ്പാനിഷ് നാവിക സൈന്യം വടക്കോട്ടു യാത്ര തുടങ്ങി. എന്നാൽ ഫ്ളാന്റേഴ്സ് തീരത്തെ തുറമുഖങ്ങളിൽ ഡച്ച് നാവികപ്പട തടസ്സം സൃഷ്ടിച്ചു. ഇംഗ്ലീഷ് ചാനലിന്റെ സുരക്ഷ ഇംഗ്ലീഷ് നാവികസൈന്യം ഉറപ്പുവരുത്തി. ദക്ഷിണ സമുദ്രങ്ങളുടെ പ്രശാന്തതരംഗങ്ങളിഷ്ടപ്പെട്ട സ്പെയിൻകാർ കോപാകുലമായ വടക്കൻ കാലാവസ്ഥയിൽ എങ്ങനെ മുന്നോട്ടു പോകണമെന്നറിയാതെ കുഴങ്ങി. കപ്പലുകളും കൊടുങ്കാറ്റും ആക്രമിച്ചപ്പോൾ അൽമേഡയ്ക്കെന്തു സംഭവിച്ചുവെന്ന് ഞാൻ പറയേണ്ടതില്ല. കുറച്ചുകപ്പലുകൾ അയർലണ്ട് ചുറ്റിരക്ഷപ്പെട്ടു. അവയാണ് അർമേഡയുടെ തോല്വിയുടെ കഥ പറഞ്ഞത്. മറ്റു കപ്പലുകൾ തകർന്നു. അവ നോർത്ത് സീയുടെ അടിത്തട്ടിലുണ്ട്.

തിരിച്ചടിക്കുന്നതും മാന്യമായ കളിയാണ്. ബ്രിട്ടീഷനുമതിയോടെ ഡച്ചുപ്രൊട്ടസ്റ്റന്റുകൾ യുദ്ധം ശത്രുവിന്റെ പ്രദേശത്തേക്ക് വ്യാപിപ്പിച്ചു. ആ നൂറ്റാണ്ടവസാനിക്കുന്നതിനു മുമ്പുതന്നെ ലിൻസ്കോട്ടൻ എന്നൊരാളെഴുതിയ ഒരു ചെറുഗ്രന്ഥത്തിന്റെ സഹായത്തോടെ ഹൗട്മാൻ എന്നൊരാൾ ഇന്ത്യയിലേക്കുള്ള മാർഗ്ഗം കണ്ടുപിടിച്ചു. (പോർത്തുഗീസ്

സർവ്വീസിലുള്ള ഒരു ഹോളണ്ടുകാരനായിരുന്നു ഈ ഗ്രന്ഥകാരൻ). ഇതിന്റെ ഫലമായി മഹത്തായ ഡച്ച് ഈസ്റ്റിന്ത്യാകമ്പനി സ്ഥാപിതമായി. ഏഷ്യയിലേയും ആഫ്രിക്കയിലേയും പോർത്തുഗീസ്-സ്പാനിഷ് കോളനികൾക്കെതിരായ യുദ്ധം പൂർണ്ണഗൗരവത്തിൽ ആരംഭിക്കുകയായിരുന്നു.

ഈ കൊളോണിയൽ യുദ്ധത്തിന്റെ കാലത്താണ് ഡച്ചു കോടതികളിൽ രസകരമായ ഒരു കേസ് നടന്നത്. ഹീംസ്കെർക്ക് എന്ന ഒരു ഡച്ചുകപ്പിത്താൻ ഉണ്ടായിരുന്നു. ഇന്ത്യയിലേക്ക് ഒരു വടക്കുകിഴക്കൻ മാർഗ്ഗം കണ്ടെത്താൻ ശ്രമിച്ച ഒരു പര്യവേക്ഷണത്തിന്റെ തലവനെന്ന നിലയിൽ പ്രശസ്തനായിരുന്നു അദ്ദേഹം. ഈ യത്നത്തിനിടയിൽ ഒരു മഞ്ഞുകാലം മുഴുവൻ തണുത്ത് മരവിച്ച നോവാ സെംബ്ല എന്ന ദ്വീപിന്റെ തീരത്ത് അയാൾ കഴിഞ്ഞിരുന്നു. അയാൾ മലാക്ക കടലിടുക്കിൽ നിന്ന് ഒരു പോർത്തുഗീസ് കപ്പൽ പിടിച്ചെടുത്തു. നിങ്ങളോർമ്മിക്കുന്നുണ്ടാവാം. പോപ്പ് ലോകത്തെ രണ്ടായി ഭാഗിച്ചിരുന്നു. അതിലൊരു ഭാഗം സ്പെയിൻകാർക്കും മറ്റേഭാഗം പോർത്തുഗീസുകാർക്കും നല്കിയിരുന്നു. അതിനാൽ ഇന്ത്യൻ ദ്വീപുകളെ ചുറ്റിനില്ക്കുന്ന കടലെല്ലാം സ്വന്തം പ്രദേശമാണെന്നായിരുന്നു പോർത്തുഗീസ് ധാരണ. അവർ ഏഴു ഡച്ചുപ്രവിശ്യകളുമായി യുദ്ധത്തിലായിരുന്നു. ഒരു ഡച്ച് കച്ചവടക്കമ്പനിയുടെ കപ്പിത്താന് ആ പ്രദേശത്തൊന്നും യാതൊരധികാരവുമില്ലെന്നും അയാൾ തങ്ങളുടെ ഒരു കപ്പൽ മോഷ്ടിച്ചുവെന്നും പോർച്ചുഗീസുകാർ അവകാശപ്പെട്ടു. അവരാണ് കേസ് കൊടുത്തത്. ഡച്ച് ഈസ്റ്റിന്ത്യാ കമ്പനി ഡയറക്ടർമാർ മിടുക്കനായ ഒരു യുവ അഭിഭാഷകനെ നിയമിച്ചു. ദ ഗ്രൂട്ട് അഥവാ ഗ്രോട്ടിയസ് എന്നായിരുന്നു അഭിഭാഷകന്റെ പേര്. അയാളുടെ വാദം ആശ്ചര്യകരമായിരുന്നു. സമുദ്രം ഒരു സ്വതന്ത്രമേഖലയാണ്, എല്ലാവരുടേതുമാണ്. കരയിൽ നിന്ന് പൊട്ടിക്കുന്ന ഒരു പീരങ്കിയുണ്ട എത്തുന്ന ദൂരത്തിന് പുറത്തേക്കുള്ള കടൽ എല്ലാ രാജ്യങ്ങളുടേയും കപ്പലുകൾക്ക് സ്വതന്ത്രവും തുറന്നതുമായിരിക്കണമെന്ന് ഗ്രോട്ടിയസ് വാദിച്ചു. ഇങ്ങനെ അതിശയകരമായൊരു തത്ത്വം ഒരു കോടതിയിൽ ആദ്യമായിട്ടായിരുന്നു അവതരിപ്പിക്കപ്പെട്ടത്. കടൽയാത്രക്കാരായ എല്ലാ ആളുകളും ഇതിനെ എതിർത്തു. ഗ്രോട്ടിയസിന്റെ "മാരേലിബറം" അഥവാ "തുറന്ന കടൽ" എന്ന വാദത്തിനെതിരെ ജോൺ സെൽഡൻ എന്ന ഒരിംഗ്ലീഷുകാരൻ "മാരോക്ലോസം" അഥവാ "അടഞ്ഞ കടൽ" എന്ന തത്ത്വം മുൻനിർത്തി ഒരുപഠനം എഴുതി; തന്റെ രാജ്യത്തിനു ചുറ്റുമുള്ള കടലെല്ലാം ഒരു പരമാധികാര രാജാവിന്റേതാണെന്നായിരുന്നു പഠനം സ്ഥാപിക്കാൻ ശ്രമിച്ചത്. ഞാൻ ഇതിവിടെ പറയുന്നത് എന്തിനെന്നോ? ഇക്കാര്യത്തിൽ ഇതുവരെ ഒരു തീരുമാനമായിട്ടില്ല. കഴിഞ്ഞ യുദ്ധത്തിൽ എല്ലാ ബുദ്ധിമുട്ടുകളും കെട്ടുപാടുകളും ഉണ്ടാക്കിയത് ഈപ്രശ്നമായിരുന്നു (ഈ ഗ്രന്ഥത്തിന്റെ രചന 1922 ലായിരുന്നു– വിവർത്തകൻ).

ഇനി നമുക്ക് സ്പെയിൻകാരും ഹോളണ്ടുകാരും ഇംഗ്ലീഷുകാരും

ഹെൻഡ്രി ഹഡ്സന്റെ മരണം

തമ്മിലുള്ള യുദ്ധത്തിലേക്കു തിരിച്ചുപോകാം. ഇരുപതു കൊല്ലം കഴിയുന്നതിനു മുമ്പ് ഇൻഡീസും ശുഭപ്രതീക്ഷാമുനമ്പും സിലോണും ചീനാതീരത്തുള്ള കോളനികളും ജപ്പാനും എല്ലാം പ്രൊട്ടസ്റ്റന്റുകാരുടെ അധീനതയിലായിക്കഴിഞ്ഞിരുന്നു. 1621 ൽ ഒരു വെസ്റ്റിന്ത്യൻ കമ്പനി സ്ഥാപിതമായി. അത് ബ്രസീൽ കൈവശപ്പെടുത്തി. വടക്കെ അമേരിക്കയിൽ ന്യൂ ആംസ്റ്റർ ഡാം എന്ന പേരിൽ ആ കമ്പനി ഒരു കോട്ട പണിതു, 1609 ൽ ഹെന്റി ഹഡ്സൺ കണ്ടുപിടിച്ചിരുന്ന നദിയുടെ തീരത്തായിരുന്നു ഇത്.

ഈ പുതിയ കോളനികൾ ഇംഗ്ലണ്ടിനെയും ഡച്ചു റിപ്പബ്ലിക്കിനെയും വളരെ സമ്പന്നമാക്കി. ഈ സമ്പത്തുപയോഗിച്ച് വിദേശ പട്ടാളക്കാരെ വിലക്കെടുക്കാൻ അവർക്കു കഴിഞ്ഞു; പണമുപയോഗിച്ച് ഈ രാജ്യങ്ങൾ വാണിജ്യവും വ്യാപാരവും വികസിപ്പിച്ചു. അവരെ സംബന്ധിച്ചിടത്തോളം പ്രൊട്ടസ്റ്റന്റ് കലാപം സ്വാതന്ത്ര്യവും സമൃദ്ധിയുമായിരുന്നു. പക്ഷേ, യൂറോപ്പിന്റെ പല ഭാഗങ്ങളിലും അതു തുടർച്ചയായ ഭീകരതകളായിരുന്നു; അവയോടു താരതമ്യം ചെയ്യുമ്പോൾ കഴിഞ്ഞ യുദ്ധം (ഒന്നാം ലോകയുദ്ധം-വിവ) സൺഡേ സ്കൂൾ കുട്ടികളുടെ ഒരു വിനോദയാത്രമാത്രമായിരുന്നു.

1618 ൽ തുടങ്ങിയതും 1648 ലെ വെസ്റ്റ് ഫാലിയാ ഉടമ്പടിയോടെ അവസാനിച്ചതുമായ മുപ്പത് വത്സരയുദ്ധം ഒരു നൂറ്റാണ്ടുകാലം നിലനിന്ന വർദ്ധമാനമായ മതവിദ്വേഷത്തിന്റെ ഫലമായിരുന്നു. ഞാൻ പറഞ്ഞതുപോലെ ഭീകരമായ ഒരു യുദ്ധമായിരുന്നു അത്. എല്ലാവരും എല്ലാവരുമായി യുദ്ധം ചെയ്തു; യുദ്ധം അവസാനിച്ചത് ഇനിയും യുദ്ധം ചെയ്യാനാവില്ലെന്നമട്ടിൽ എല്ലാവരും പരിക്ഷീണരായിക്കഴിഞ്ഞപ്പോഴായിരുന്നു.

ഒരു തലമുറക്കാലം കൊണ്ട് മദ്ധ്യയൂറോപ്പിന്റെ അനേകം ഭാഗങ്ങളെ അത് ഒരു തരിശുഭൂമിയാക്കി. അവിടങ്ങളിൽ വിശന്നവശരായ കൃഷിക്കാർ ചത്തകുതിരയുടെ ഇറച്ചിക്കു വേണ്ടി ചെന്നായ്ക്കളുമായി മത്സരിക്കേണ്ടി

വന്നു. ജർമ്മനിയിൽ ആറിലഞ്ചു ഭാഗം പട്ടണങ്ങളും ഗ്രാമങ്ങളും നശിച്ചുപോയി. പശ്ചിമജർമ്മനിയിലെ പലാറ്റിനേറ്റ് ഇരുപത്തിയെട്ട് തവണയാണ് കൊള്ളയ്ക്ക് വിധേയമായത്. പതിനെട്ട് ദശലക്ഷമായിരുന്നു യുദ്ധാരംഭത്തിലെ ജർമ്മൻ ജനസംഖ്യ; യുദ്ധാവസാനം അത് നാലു ദശലക്ഷമായി കുറഞ്ഞു.

ഹാപ്സ്ബർഗ്ഗ് കുടുംബത്തിലെ ഫെർഡിനാന്റ് രണ്ടാമനെ ചക്രവർത്തിയായി തെരഞ്ഞെടുത്തതോടെയാണ് യുദ്ധം തുടങ്ങിയത്. വളരെ ശ്രദ്ധാപൂർവ്വമായ ജെസ്യൂട്ട് ശിക്ഷണത്തിന്റെ ഉല്പന്നമായിരുന്ന അയാൾ, ചർച്ചിന്റെ ഉറച്ച, അനുസരണയുള്ള പുത്രനുമായിരുന്നു. യുവാവായിരുന്നപ്പോൾ അയാളുടെ പ്രതിജ്ഞ ഇതായിരുന്നു. എല്ലാ വിഭാഗീയതകളെയും മതവിദ്രോഹ നടപടികളെയും ഭൂപ്രദേശങ്ങളിൽ നിന്ന് ഇല്ലായ്മ ചെയ്യും; ഈ പ്രതിജ്ഞ അയാൾ പരമാവധി പാലിച്ചു. അയാളുടെ തിരഞ്ഞെടുപ്പിനു രണ്ടു ദിവസം മുമ്പ്, അയാളുടെ മുഖ്യ എതിരാളിയായ പലാറ്റിനേറ്റിലെ പ്രൊട്ടസ്റ്റന്റ് ഭരണാധികാരി, ഇംഗ്ലണ്ടിലെ ജെയിംസ് ഒന്നാമന്റെ ജാമാതാവ് ഫ്രെഡറിക്ക്, ബൊഹീമിയയിലെ രാജാവായി അവരോധിക്കപ്പെട്ടു. ഫെർഡിനാന്റിന്റെ ആഗ്രഹങ്ങൾക്കെതിരായിരുന്നു ഇത്.

പെട്ടെന്നു തന്നെ ഹാപ്സ്ബർഗ്ഗ് സൈന്യം ബൊഹീമിയയിലേക്കു മാർച്ച് ചെയ്തു. ശക്തനായ ശത്രുവിനെതിരെ സഹായത്തിനാളെ കിട്ടുവാൻ യുവാവായ രാജാവ് ശ്രമിച്ചു. വിഫലമായിരുന്നു ഈ ശ്രമം. ഡച്ച് റിപ്പബ്ലിക്കിന് സഹായിക്കാൻ താല്പര്യമുണ്ടായിരുന്നു. എന്നാൽ സ്പെയിനിലെ ഹാപ്സ്ബർഗ്ഗുകളുമായി തീക്ഷ്ണയുദ്ധത്തിലേർപ്പെട്ടിരുന്ന അതിന് ഒന്നും ചെയ്യാനാവില്ലായിരുന്നു. ഇംഗ്ലണ്ടിലെ സ്റ്റുവർട്ട് രാജാക്കന്മാർക്ക് താല്പര്യം ആഭ്യന്തര ശക്തി വർദ്ധിപ്പിക്കലായിരുന്നു; ദൂരെയുള്ള ബൊഹീമിയയിൽ നിസ്സഹായമായ ഒരു സാഹസത്തിൽ പണവും മനുഷ്യരും ദുർവ്യയം ചെയ്യാൻ ഇംഗ്ലണ്ട് തയ്യാറല്ലായിരുന്നു. കുറച്ചുമാസങ്ങൾ നീണ്ട യുദ്ധത്തിനുശേഷം പലാറ്റിനേറ്റിലെ എലക്ടറിനെ തുരത്തിയോടിക്കുകയും അദ്ദേഹത്തിന്റെ ഭൂപ്രദേശങ്ങൾ ബവേറിയയിലെ കത്തോലിക്കാ രാജകുടുംബത്തിന് നല്കുകയും ചെയ്തു. ഇത് വലിയൊരു യുദ്ധത്തിന്റെ തുടക്കമായിരുന്നു.

തുടർന്ന് ടില്ലിയുടെയും വാലൻസ്റ്റീന്റെയും നേതൃത്വത്തിലുള്ള ഹാപ്സ്ബർഗ്ഗ് സൈന്യങ്ങൾ ജർമ്മനിയുടെ പ്രൊട്ടസ്റ്റന്റ് പ്രദേശങ്ങളിലൂടെ മാർച്ച് ചെയ്യുകയും ബാൾട്ടിക്ക് തീരത്തെത്തുകയും ചെയ്തു. എന്നാൽ അയൽപക്കത്ത് ഒരു കത്തോലിക്കാ രാജ്യമുണ്ടാവുകയെന്നത് ഡെന്മാർക്കിലെ രാജാവിന് ഗൗരവമുള്ള ഒരാപത്തായിരുന്നു. ഡെന്മാർക്കിലെ പ്രൊട്ടസ്റ്റന്റ് രാജാവായ ക്രിസ്ത്യൻ നാലാമൻ തന്റെ ശത്രുക്കൾക്കെതിരായി കടന്നാക്രമണം നടത്തി. ശത്രുക്കൾ ശക്തിപ്രാപിക്കുന്നതിന് മുമ്പെ അവരെ തകർക്കുകയായിരുന്നു ലക്ഷ്യം. വാലൻസ്റ്റീൻ കടുത്ത ഹിംസാത്മകതയോടെ തന്റെ വിജയയാത്രകൾ

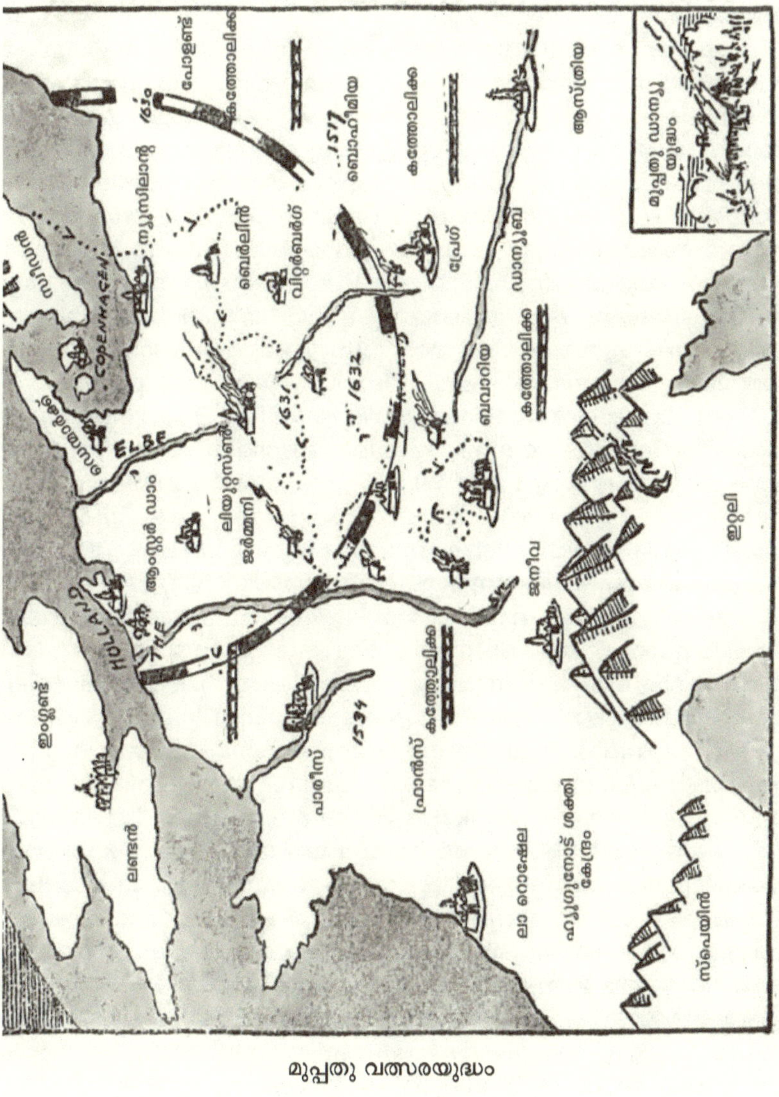

മുപ്പതു വത്സരയുദ്ധം

തുടർന്നപ്പോൾ ഡെന്മാർക്ക് സമാധാനാഭ്യർത്ഥന നടത്തി. ഇതോടെ ബാൾട്ടിക്കിലെ ഒരു പട്ടണം മാത്രമേ പ്രൊട്ടസ്റ്റന്റായി അവശേഷിച്ചുള്ളൂ. സ്ട്രാൽസുന്റു ആയിരുന്നു അത്.

അവിടെ 1630 ലെ വേനൽക്കാലത്തിന്റെ ആരംഭത്തിൽ സ്വീഡനിലെ രാജാവായാ ഗുസ്റ്റവസ് അഡോൾഫസ് സൈന്യവുമായി വന്നിറങ്ങി. റഷ്യക്കാർക്കെതിരെ തന്റെ രാജ്യത്തെ സംരക്ഷിച്ച പ്രഗത്ഭനായിരുന്നു ഈ രാജാവ്. അതിരറ്റ ഉൽക്കർഷേച്ഛയുള്ള ഒരു പ്രൊട്ടസ്റ്റന്റായിരുന്നു ഗുസ്റ്റവസ് അഡോൾഫസ്. സ്വീഡനെ മഹത്തായൊരു ഉത്തരസാമ്രാജ്യത്തിന്റെ കേന്ദ്രമാക്കാനായിരുന്നു അദ്ദേഹത്തിന്റെ ശ്രമം. ലൂഥറൻമതത്തിന്റെ സംരക്ഷകനെന്ന നിലയിൽ യൂറോപ്പിലെ പ്രൊട്ടസ്റ്റന്റ് രാജാക്കന്മാർ അദ്ദേഹത്തെ സ്വാഗതം ചെയ്തു. മാഗ്ദെബർഗ്ഗ് നിവാസികളായ പ്രൊട്ടസ്റ്റന്റുകാരെ കശാപ്പു ചെയ്ത ടില്ലിയെ അദ്ദേഹം പരാജയപ്പെടുത്തി. പിന്നീട് ഗുസ്തവസിന്റെ സൈന്യവ്യൂഹങ്ങൾ ജർമ്മനിയുടെ ഹൃദയത്തിലൂടെ ഇറ്റാലിയിലെ ഹാപ്സ്ബർഗ്ഗ് അധീനപ്രദേശങ്ങൾക്കായി മുന്നേറി. പിന്നിൽ നിന്ന് നിരന്തരമായ കത്തോലിക്കാ ഭീഷണിയുണ്ടെന്ന് അദ്ദേഹത്തിനറിയാമായിരുന്നു. അതുകൊണ്ടുതന്നെ യുദ്ധതന്ത്രത്തിൽ മാറ്റം വരുത്തി. അദ്ദേഹം പിന്തിരിഞ്ഞ്, ഹാപ്സ്ബർഗ്ഗുകാരുടെ പ്രധാന സൈന്യത്തെ ലുറ്റ്സനിൽ വെച്ച് പരാജയപ്പെടുത്തി. പക്ഷേ നിർഭാഗ്യവശാൽ സൈന്യത്തിൽ നിന്നകന്നു നിന്ന ഗുസ്തവസിനെ ശത്രുക്കൾ കൊന്നു. പക്ഷേ, ഹാപ്സ്ബർഗ്ഗുകളുടെ ശക്തിക്കു വിള്ളലേറ്റു.

സംശയാലുവായ ഫെർഡിനാന്റ് സ്വന്തം സേവകന്മാരെ പോലും അവിശ്വസിക്കാൻ തുടങ്ങി. സ്വന്തം സൈന്യാധിപനായ വാലൻസ്റ്റീനെ ഫെർഡിനാന്റിന്റെ പ്രേരണപ്രകാരം കൊല ചെയ്തു. ഫ്രാൻസ് ഭരിച്ചിരുന്ന കത്തോലിക്കാ ബൂർബൻ രാജകുടുംബം ഹാപ്സ്ബർഗ്ഗ് കുടുംബത്തിന്റെ എതിരാളികളായിരുന്നു; അവർക്കെതിരെ ഫ്രഞ്ച് രാജാവ് സ്വീഡിഷ് പ്രൊട്ടസ്റ്റന്റുകളോടൊപ്പം ചേർന്നു. ലൂയി പതിമൂന്നാമന്റെ സൈന്യവ്യൂഹങ്ങൾ ജർമ്മനിയുടെ കിഴക്കൻ ഭാഗം ആക്രമിച്ചു. ടൂറിനും കോണ്ടേയും സ്വീഡിഷ് ജനറൽമാരായ ബേയ്നറിന്റെയും വീമറിന്റെയും യശസ്സിന്മേൽ തൂവലുകൾ കൂട്ടിച്ചേർത്തു; ഹാപ്സ്ബർഗ്ഗ് പ്രദേശങ്ങളിലെ മനുഷ്യരെ കൊന്നൊടുക്കുകയും സ്വത്തുവകകൾ കവർന്നെടുക്കുകയും കൊള്ളിവയ്പ് നടത്തുകയും കൊള്ളയടിക്കുകയും അഗ്നിക്കിരയാക്കുകയും ചെയ്തു. ഇത് സ്വീഡിഷ് ഭാഗത്തിന് പ്രശസ്തിയും സമ്പത്തും ഉണ്ടാക്കിക്കൊടുത്തു. ഡെന്മാർക്കിലെ ജനങ്ങളിൽ ഇത് അസൂയയുണ്ടാക്കി. പ്രൊട്ടസ്റ്റന്റ് ഡെൻമാർക്ക് പ്രൊട്ടസ്റ്റന്റ് സ്വീഡനെതിരെ യുദ്ധം പ്രഖ്യാപിച്ചു. പ്രൊട്ടസ്റ്റന്റ് സ്വീഡൻ കത്തോലിക്കാഫ്രാൻസിന്റെ സഖ്യകക്ഷിയായിരുന്നു. എന്നാൽ ഫ്രഞ്ചുകാരുടെ രാഷ്ട്രീയ നേതാവായ കർദ്ദിനാൾ റിഷെല്യൂ ഫ്രഞ്ച് പ്രൊട്ടസ്റ്റന്റുകളായ ഹ്യൂഗുനോട്ടുകൾക്ക് പരസ്യമായ ആരാധനയ്ക്കുള്ള സ്വാതന്ത്ര്യം എടുത്തുകളഞ്ഞു. 1598 ലെ നാന്റീസ് ശാസനപ്രകാരം ഹ്യൂഗോനോട്ടുകൾക്കനുവദിച്ചുകിട്ടിയ സ്വാത

ആംസ്റ്റർഡാം 1648 ൽ

ന്ത്ര്യമായിരുന്നു ഇത്.

യുദ്ധം 1648 ലെ വെസ്റ്റ്ഫാലിയ ഉടമ്പടിയോടെ അവസാനിച്ചു. എങ്കിലും അത്തരം സംഘട്ടനങ്ങളിൽ സാധാരണ സംഭവിക്കുന്നതുതന്നെ ഇവിടെയും സംഭവിച്ചു. യുദ്ധം ഒരു പ്രശ്നത്തിലും തീരുമാനമുണ്ടാക്കിയില്ല. കത്തോലിക്കാശക്തികൾ കത്തോലിക്കനായും പ്രൊട്ടസ്റ്റന്റുശക്തികൾ പ്രൊട്ടസ്റ്റന്റായും നിലനിന്നു. പ്രൊട്ടസ്റ്റന്റ് സ്വിസർലാന്റും പ്രൊട്ടസ്റ്റന്റ് ഹോളണ്ടും സ്വതന്ത്ര റിപ്പബ്ലിക്കുകളായംഗീകരിക്കപ്പെട്ടു. മെറ്റ്സ്, ടൗൾ, വെർഡൻ എന്നീ നഗരങ്ങളും അൽസേസിന്റെ ഒരു ഭാഗവും ഫ്രാൻസിന്റെ കൈവശത്തിലായി. ഹോളി റോമാ സാമ്രാജ്യം ഏതാണ്ട് പേടിച്ച ഒരു കാക്കയെ പോലെ തുടർന്നു— ആളില്ലാതെ, പണമില്ലാതെ, പ്രത്യാശയില്ലാതെ, തന്റേടമില്ലാതെ.

മുപ്പതു വത്സരയുദ്ധത്തിന്റെ ആകെ നല്ല ഫലം നിഷേധാത്മകമായ ഒന്നായിരുന്നു. കത്തോലിക്കരെയും പ്രൊട്ടസ്റ്റന്റുകളെയും വീണ്ടുമത്തരമൊരു യത്നത്തിൽ നിന്ന് അത് നിരുത്സാഹപ്പെടുത്തി. രണ്ടുകൂട്ടരും സമാധാനത്തിൽ വർത്തിക്കാൻ തീരുമാനിച്ചു. അതിനർത്ഥം ഭൂമുഖത്ത് നിന്ന് മതവികാരവും മതശാസ്ത്രവിദ്വേഷവും ഇല്ലാതായെന്നല്ല. മറിച്ചാണ് സംഭവിച്ചത്. കത്തോലിക്കരും പ്രൊട്ടസ്റ്റന്റുകളും തമ്മിലുള്ള കലഹങ്ങൾ അവസാനിച്ചു; എന്നാൽ വിവിധ പ്രൊട്ടസ്റ്റന്റ് ഗ്രൂപ്പുകൾ തമ്മിലുള്ള തർക്കങ്ങൾ മുമ്പത്തെ പോലെതന്നെ കഠിനമായി തുടർന്നു. ഹോളണ്ടിൽ പ്രീഡസ്റ്റിനേഷൻ സിദ്ധാന്തത്തിന്റെ ശരിയായ സ്വഭാവത്തെ പറ്റിയുള്ള ഒരു തർക്കം നിലവിൽ വന്നു. (ഇത് മതശാസ്ത്രത്തിലെ തികച്ചും അജ്ഞാതമായ ഒരു കാര്യം; എന്നാൽ നമ്മുടെ മഹാപിതാമഹന്മാരുടെ വീക്ഷണത്തിൽ അതിപ്രധാനമായ കാര്യം.) ഇത് ഒരു കലഹത്തിലേക്കു നയിച്ചു. കലഹം ഓൾഡൻ ബാൺവെൽട്ടിലെ ജോണിന്റെ അംഗഛേദത്തിന് കാരണമായി. സ്വതന്ത്ര ഡച്ച് റിപ്പബ്ലിക്കിന്റെ ആദ്യ ഇരുപതു വർഷങ്ങളിലെ വിജയത്തിന് കാരണക്കാരനായ ഡച്ചു ഭരണതന്ത്രജ്ഞനായിരുന്നു അദ്ദേഹം; മാത്രമല്ല ഡച്ചുകാരുടെ ഇന്ത്യൻ കച്ചവടക്കമ്പനി സംഘടി

പ്പിച്ച മഹത്തായ സംഘാടന പ്രതിഭ അദ്ദേഹത്തിന്റെതായിരുന്നു. ഇംഗ്ല ണ്ടിലാകട്ടെ ഇത് ആഭ്യന്തരയുദ്ധത്തിലേക്കു നയിച്ചു.

ഈ യുദ്ധത്തെപ്പറ്റി പറയുന്നതിനു മുമ്പ് ഇംഗ്ലണ്ടിന്റെ മുൻകാല ചരിത്രത്തെപ്പറ്റി അല്പം പറയേണ്ടതുണ്ട്. ആഭ്യന്തരയുദ്ധത്തിലാണ് നിയ മപ്രക്രിയയിലൂടെ ഒരു യൂറോപ്യൻ രാജാവ് വധിക്കപ്പെട്ടത്. വർത്തമാന ലോകത്തിന്റെ സാഹചര്യങ്ങളിൽ വെളിച്ചം വീശുന്ന ഭൂതകാല സംഭവ ങ്ങൾ മാത്രമാണ് ഈ ഗ്രന്ഥത്തിൽ ഞാൻ വിശദീകരിക്കുന്നത്. ഏതെ ങ്കിലും രാജ്യത്തെ ഞാൻ പരാമർശിക്കുന്നില്ലെങ്കിൽ അത് എനിക്ക് ആ രാജ്യത്തോടുള്ള ഏതെങ്കിലും തരത്തിലുള്ള അനിഷ്ടം കൊണ്ടല്ല. നോർവേക്കും സ്വിറ്റ്സർലാന്റിനും സെർബിയ്ക്കും ചീനയ്ക്കും എന്തു സംഭവിച്ചുവെന്ന് പറയണമെന്നെനിക്കാഗ്രഹമുണ്ട്. എന്നാൽ പതിനാറും പതിനേഴും നൂറ്റാണ്ടുകളിലെ യൂറോപ്പിന്റെ വികാസത്തിൽ ഈ രാജ്യ ങ്ങൾ ഒരു സ്വാധീനവും ചെലുത്തിയിട്ടില്ല. അതുകൊണ്ട് മര്യാദപൂർവ്വ മായി, ആദരപൂർവ്വമായി അവയെ നമിച്ചു കൊണ്ട് ഞാൻ മുന്നോട്ടുപോ വുകയാണ്. എന്നാൽ ഇംഗ്ലണ്ടിന്റെ സ്ഥിതി വ്യത്യസ്തമാണ്. ആ ചെറിയ ദ്വീപിലെ ജനങ്ങളുടെ ചെയ്തികൾ കഴിഞ്ഞ അഞ്ഞൂറുവർഷക്കാലത്തെ ലോകചരിത്രത്തെ രൂപപ്പെടുത്തുന്നതിൽ ഏറ്റവും നിർണ്ണായകമായി സ്വാധീനിച്ചിട്ടുണ്ട്. ഇംഗ്ലീഷ് ചരിത്രത്തിന്റെ പശ്ചാത്തലമറിയാതെ വർത്ത മാനപത്രങ്ങളിൽ കാണുന്ന കാര്യങ്ങൾ നമുക്കു മനസ്സിലാവുകയില്ല. ഇംഗ്ലണ്ട് എങ്ങനെ ഒരു പാർലമെന്ററി ഭരണസംവിധാനം വളർത്തിയെ ടുത്തുവെന്നറിയേണ്ടത് ആവശ്യമാണ്. യൂറോപ്പു വൻകരയിലെ മറ്റു രാജ്യങ്ങൾ സ്വേച്ഛാധികാരികളുടെ വാഴ്ചയിൽ തുടർന്നപ്പോൾ ഇംഗ്ലണ്ടിൽ എങ്ങനെ ഒരു പാർലമെന്ററി ഭരണസംവിധാനം ഉരുത്തിരിഞ്ഞുവെന്ന് അറിയേണ്ടത് ആവശ്യമാണ്.

ഇംഗ്ലീഷ് വിപ്ലവം

"ദൈവികാധികാരമുള്ള രാജാക്കന്മാരും പാർലമെന്റും തമ്മിൽ സംഘർഷം നടക്കുന്നു. അതൊരു യുദ്ധത്തിൽ കലാശിക്കുന്നു. ചാൾസ് ഒന്നാമന്ന് അത് വലിയ ആപത്തായിത്തീരുന്നു

വടക്കു പടിഞ്ഞാറൻ യൂറോപ്പിന്റെ ഏറ്റവും ആദ്യത്തെ പര്യവേക്ഷകനായിരുന്ന ജൂലിയസ് സീസർ ബി സി അൻപത്തഞ്ചാമാണ്ടിലായിരുന്നു ഇംഗ്ലീഷ് ചാനൽ കടന്നത്. അദ്ദേഹം ഇംഗ്ലണ്ട് കൈവശപ്പെടുത്തി. തുടർന്നുള്ള നാല് നൂറ്റാണ്ടുകാലം ഇംഗ്ലണ്ട് ഒരു റോമൻ പ്രവിശ്യയായി തുടർന്നു. പക്ഷേ, അപരിഷ്കൃത ജനവിഭാഗങ്ങൾ റോമിന് ഭീഷണിയായതോടെ അതിർത്തികളിൽ നിന്ന് രക്ഷാസന്നാഹങ്ങൾ പിൻവലിക്കുകയും അവയെ റോമിന്റെ സംരക്ഷണത്തിനായി നിയോഗിക്കുകയും ചെയ്തു. ബ്രിട്ടനിയ്ക്ക് ഗവൺമെന്റില്ലാതായി, സുരക്ഷയുമില്ലാതായി.

ഇക്കാര്യമറിഞ്ഞ വടക്കൻ ജർമ്മനിയിലെ ആർത്തിക്കാരായ സാക്സൺ ഗോത്രക്കാർ നോർത്ത് സീ കടന്ന് സമ്പദ്സമൃദ്ധമായ ഇംഗ്ലണ്ടിന്റെ അധിപതികളായി. അവർ അനേകം സ്വതന്ത്ര ആംഗ്ലോ സാക്സൺ രാജ്യങ്ങൾ സ്ഥാപിച്ചു. (ഈ പേരു വന്നത് ആദ്യകാല ആക്രമണകാരികളായ ആംഗിളുകളുടെയും സാക്സണുകളുടെയും പേരിൽ നിന്നാണ്). എന്നാൽ ഈ ചെറിയ രാജ്യങ്ങൾ തമ്മിൽ നിരന്തരമായ കലഹത്തിലായിരുന്നു. ആ പ്രദേശങ്ങളാകമാനം ഏകീകരിച്ച് ഒരു രാജാവിന്റെ നിയന്ത്രണത്തിൽ കൊണ്ടുവരുന്നതിന് കഴിഞ്ഞില്ല. അഞ്ചു നൂറ്റാണ്ടിലധികം കാലം മെർഷ്യയും നോർത്തംബ്രിയയും വെസെക്സും സസക്സും കെന്റും ഈസ്റ്റ് ആംഗ്ലിയയും എല്ലാം വിവിധ സ്കാന്റിനേവിയൻ കടൽക്കൊള്ളക്കാരുടെ ആക്രമണത്തിലായിരുന്നു. അവസാനം പതിനൊന്നാം നൂറ്റാണ്ടിൽ നോർവേയോടും ഉത്തരജർമ്മനിയോടുമൊപ്പം ഇംഗ്ലണ്ട് ബൃഹത്തായൊരു ഡാനിഷ് സാമ്രാജ്യത്തിന്റെ ഭാഗമായിത്തീർന്നു. മഹാനായ കാന്യൂട്ട് ആയിരുന്നു ചക്രവർത്തി. ഇതോടെ സ്വാതന്ത്ര്യത്തിന്റെ അവസാന ലക്ഷണവും ഇംഗ്ലണ്ടിൽ നിന്ന് അപ്രത്യക്ഷമായി.

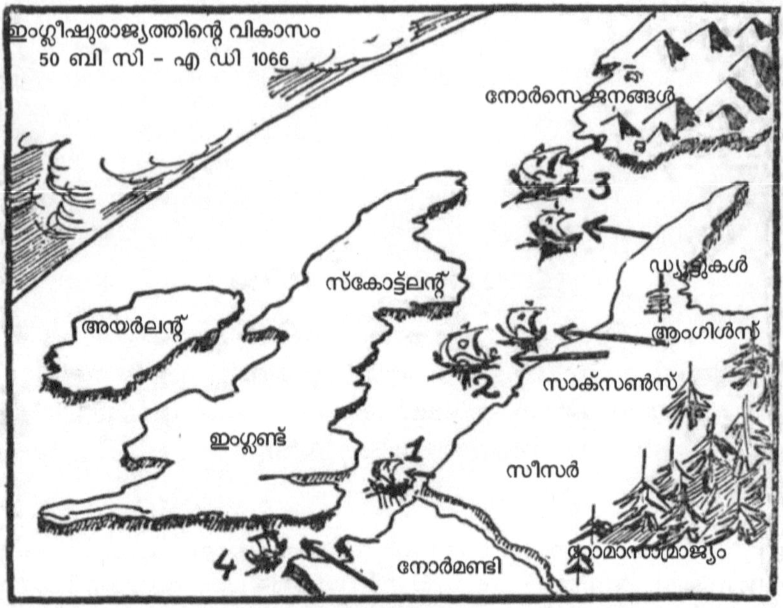

ഇംഗ്ലീഷ് രാഷ്ട്രം

കാലക്രമത്തിൽ ഡെന്മാർക്കുകാരെ ഇംഗ്ലീഷുകാർ തുരത്തിയെങ്കിലും ഇംഗ്ലണ്ട് നാലാമതും കീഴടക്കപ്പെട്ടു. ഒരു നോർസേ ഗോത്രത്തിന്റെ പിൻഗാമികളായിരുന്നു പുതിയ ആക്രമണകാരികൾ. ഇവർ പത്താം നൂറ്റാണ്ടിൽ ഫ്രാൻസിനെ ആക്രമിച്ച് നോർമാണ്ടി എന്ന ഡച്ചി സ്ഥാപിച്ചിരുന്നു. ദീർഘകാലമായി ചാനലിനപ്പുറത്തെ ഭൂപ്രദേശത്തെ അസൂയ നിറഞ്ഞ കണ്ണുകളോടെ വീക്ഷിച്ചുകൊണ്ടിരിക്കുകയായിരുന്നു അവർ. നോർമാണ്ടിയിലെ പ്രഭുവായ വില്യം അവസാനം 1066 ഒക്ടോബർ മാസം ഇംഗ്ലീഷ് ചാനൽ കടന്നു. ഒക്ടോബർ 14 ന് ഹേസ്റ്റിങ്സിലെ യുദ്ധത്തിൽ അവസാനത്തെ ആംഗ്ലോ സാക്സൺ രാജാവായ വെസെക്സിലെ ഹാരോൾഡിനെ വില്യം പരാജയപ്പെടുത്തി, തുടർന്ന് സ്വയം ഇംഗ്ലണ്ടിലെ രാജാവായി അവരോധിച്ചു. പക്ഷേ വില്യമോ ആഞ്ചോ കുടുംബത്തിലോ പലാറ്റിനേറ്റു കുടുംബത്തിലോ പെട്ട അദ്ദേഹത്തിന്റെ പിൻഗാമികളോ ഇംഗ്ലണ്ട് അവരുടെ ശരിയായ സ്ഥലമാണെന്ന് കരുതിയിരുന്നില്ല. അവർക്ക് ഈ ദ്വീപ് പൈതൃകമായി ലഭിച്ച ഒരു കോളനിമാത്രമായിരുന്നു. അവിടെ വസിച്ചിരുന്നത് പിന്നാക്കം നില്ക്കുന്ന ജനങ്ങളായിരുന്നു; അവരുടെ മേൽ തങ്ങളുടെ ഭാഷയും നാഗരികതയും അടിച്ചേല്പിക്കുകയായിരുന്നു. എന്നാൽ ക്രമത്തിൽ ഇംഗ്ലണ്ടെന്ന "കോളനി" മാതൃരാജ്യമായ നോർമാണ്ടിയുടെ മേൽ ആധിപത്യം നേടി. അതേസമയം ഫ്രഞ്ചു രാജാക്കന്മാർ കരുത്തരായ നോർമൻ-ഇംഗ്ലീഷ് അയൽക്കാരെ നിഷ്കാ

സനം ചെയ്യാൻ ശ്രമിക്കുകയായിരുന്നു. സത്യത്തിൽ അവർ ഫ്രഞ്ചു രാജാക്കന്മാരുടെ അനുസരണയില്ലാത്ത സേവകന്മാർ മാത്രമായിരുന്നു. ഒരു നൂറ്റാണ്ടു നീണ്ടു നിന്ന യുദ്ധത്തിന്റെ അവസാനം ജോൺ ആർക്ക് (ഴാങ് ദാർക്ക്) എന്ന പെൺകുട്ടിയുടെ നേതൃത്വത്തിൽ 'വിദേശികളെ' സ്വന്തം മണ്ണിൽ നിന്ന് ആട്ടിയോടിച്ചു. എന്നാൽ 1430–ാമാണ്ടിൽ കോംപീൻ യുദ്ധത്തിൽ ജോൺ ആർക്ക് തടവിലാക്കപ്പെടുകയും അവളെ തടവിലാക്കി ബർഗണ്ടിയൻ സൈനികർ ഇംഗ്ലീഷുകാർക്ക് വില്ക്കുകയും ഒരു പിശാചിനിയെന്ന കുറ്റം ചുമത്തി ഇംഗ്ലീഷുകാർ അവളെ ചുട്ടുകൊല്ലുകയും

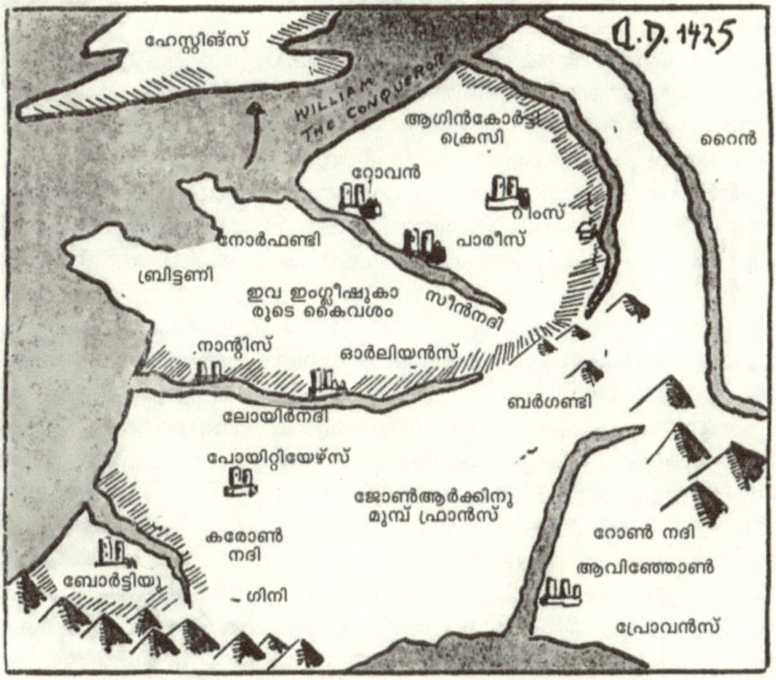

നൂറ്റാണ്ട് യുദ്ധം

ചെയ്തു. പക്ഷേ, യൂറോപ്പു വൻകരയിൽ ഒരു ചുവടുറപ്പിക്കാൻ ഇംഗ്ലീഷുകാർക്ക് ഒരിക്കലും കഴിഞ്ഞില്ല. അവരുടെ രാജാക്കന്മാരുടെ ശ്രദ്ധ മുഴുവൻ ദ്വീപിലെ സ്വത്തുക്കളിൽ മാത്രമായി കേന്ദ്രീകരിച്ചു. അന്നത്തെ ഇംഗ്ലണ്ടിലെ ഫ്യൂഡൽ പ്രഭുക്കന്മാർക്കിടയിൽ പൊട്ടിപോലെയും വസൂരിപോലെയും സ്വാഭാവികമായിരുന്നു കലഹങ്ങൾ. ഈ കലഹങ്ങളിലൊന്നായ റോസുകളുടെ യുദ്ധത്തിൽ (Battle of the Roses) ഈ ഭൂവുടമകൾ വൻതോതിൽ കൊല്ലപ്പെട്ടു. ഈ സാഹചര്യത്തിൽ രാജാധികാരം വർദ്ധിപ്പിക്കാൻ രാജാക്കന്മാർക്ക് എളുപ്പമായിരുന്നു. പതിനഞ്ചാം നൂറ്റാ

ണ്ടിന്റെ അവസാനത്തോടെ ഇംഗ്ലണ്ട് ശക്തമായ ഒരു കേന്ദ്രീകൃതരാജാധിപത്യമായി വളർന്നു. ട്യൂഡർ രാജാവായ ഹെൻറി ഏഴാമൻ ആയിരുന്നു രാജാവ്. ട്യൂഡർ ഭരണത്തിന്റെ വിഖ്യാതമായ നീതിന്യായ കോടതി ഭീതിദമായ ഓർമ്മകളവശേഷിപ്പിക്കുന്ന 'സ്റ്റാർചേംബർ', അവശേഷിച്ച എല്ലാ പ്രഭുക്കന്മാരെയും അടിച്ചമർത്തി; ഭരണത്തിൽ സ്വാധീനം ചെലുത്താനുള്ള പ്രഭുക്കന്മാരുടെ എല്ലാ ശ്രമങ്ങളും ഇതോടെ ഇല്ലാതായി.

1509 ൽ ഹെൻറി ഏഴാമനെ തുടർന്ന് ഹെൻറി എട്ടാമൻ അധികാരത്തിലേറി. ഈ സന്ദർഭം മുതൽ ഇംഗ്ലീഷ് ചരിത്രത്തിന് പ്രാധാന്യമേറി. ഇംഗ്ലണ്ട് ഒരു മദ്ധ്യയുഗദ്വീപെന്ന സ്ഥാനം കൈവെടിഞ്ഞ് ,ആധുനികമായ ഒരു രാഷ്ട്രമായിത്തീർന്നു.

ഹെൻറിക്ക് മതത്തിൽ കാര്യമായ താല്പര്യമുണ്ടായിരുന്നില്ല. ഒരു വിവാഹമോചനത്തിന്റെ പേരിൽ പോപ്പുമായുണ്ടായിരുന്ന സ്വകാര്യ അഭിപ്രായവ്യത്യാസം നിമിത്തമാക്കി ഹെൻറി രാജാവ് റോമിൽ നിന്ന് സ്വാതന്ത്ര്യം പ്രഖ്യാപിച്ചു. 'ഇംഗ്ലീഷ് സഭ' ഒരു ദേശീയ സഭയായി; രാജാവ് ആത്മീയസഭയുടെ തലവനായിത്തീർന്നു. സമാധാനപരമായ ഈ മതനവീകരണം നടന്നത് 1534 ാമാണ്ടിലായിരുന്നു. ഇക്കാര്യത്തിൽ ട്യൂഡർ രാജാവിന് ഇംഗ്ലീഷ് പൗരോഹിത്യത്തിന്റെ പിന്തുണകിട്ടി. അവർ ദീർഘകാലമായി ലൂതറൻ പ്രചാരകന്മാരുടെ വിമർശനത്തിനു വിധേയരായിക്കൊണ്ടിരിക്കുകയായിരുന്നു. സന്ന്യാസിമഠങ്ങളുടെ സമ്പത്തെല്ലാം രാജാവ് കണ്ടുകെട്ടി, ഇത് രാജാവിന്റെ സമ്പത്തും അധികാരവും വർദ്ധിപ്പിച്ചു. ഹെൻറി രാജാവിന് വണിക്കുകളുടെയും വ്യാപാരികളുടെയും പിന്തുണ ലഭിച്ചു. യൂറോപ്പിൽ വിസ്തൃതവും അഗാധവുമായ ഒരു ചാനൽ വഴി വേർപെട്ടു നില്ക്കുന്ന ദ്വീപിലെ അഭിമാനികളും സമ്പന്നരുമായ ജനങ്ങളായിരുന്നു അവർ; "വൈദേശിക"മായ ഒന്നും അവർക്കിഷ്ടമായിരുന്നില്ല; ഇറ്റാലിക്കാരനായ ബിഷപ്പ് തങ്ങളുടെ ബ്രിട്ടീഷ് ആത്മാക്കളെ ഭരിക്കുന്നത് അവർക്കിഷ്ടമായിരുന്നില്ല.

1547 ൽ ഹെൻറി നിര്യാതനായി. അദ്ദേഹത്തിന്റെ പിൻഗാമി പത്തു വയസ്സായ മകനായിരുന്നു. ആ കുട്ടിയുടെ രക്ഷാകർത്താക്കൾ ലൂതറൻ തത്ത്വങ്ങൾ അംഗീകരിക്കുന്നവരായിരുന്നു. അവർ പ്രൊട്ടസ്റ്റന്റുമതത്തെ പരമാവധി പ്രോത്സാഹിപ്പിച്ചു. പക്ഷേ, പതിനാറു വയസ്സാകുന്നതിനു മുമ്പ് ആ കുട്ടി മരിച്ചു. പിൻഗാമിയായി വന്നത് മേരിരാജ്ഞിയായിരുന്നു; സ്പെയിനിലെ ഫിലിപ്പ് രണ്ടാമന്റെ ഭാര്യയായിരുന്നു മേരി. പുതിയ 'ദേശീയസഭ'യുടെ ബിഷപ്പുമാരെ ചുട്ടുകൊന്നയാളായിരുന്നു ഫിലിപ്പ്. സ്പാനിഷ് ഭർത്താവിന്റെ മതവിശ്വാസം എല്ലാ അർത്ഥത്തിലും പിന്തുടരുന്ന പത്നിയായിരുന്നു മേരി.

ഭാഗ്യവശാൽ വൈകാതെ, 1558 ൽ മേരി മരിച്ചു. അവരുടെ പിൻഗാമി എലിസബത്ത് ആയിരുന്നു. ഹെൻറി എട്ടാമന് തന്റെ ആറ് ഭാര്യമാരിലൊരാളായ ആനി ബൊളീനിലുള്ള പുത്രിയായിരുന്നു എലിസബത്ത്, അപ്രീതി തോന്നിയപ്പോൾ വിവാഹമോചനം നടത്തി അംഗഛേദം ചെയ്തു

ഒഴിവാക്കിയതായിരുന്നു അവരെ. കുറച്ചുകാലം എലിസബത്ത് ജയിലിലായിരുന്നു. ഹോളി റോമാചക്രവർത്തിയുടെ അപേക്ഷ പ്രകാരമാണ് അവരെ വിമോചിപ്പിച്ചത്. കത്തോലിക്കനും സ്പാനിഷുമായ എല്ലാറ്റിനും എതിരായിരുന്നു എലിസബത്ത്. മതകാര്യങ്ങളിൽ പിതാവിനുണ്ടായിരുന്ന അശ്രദ്ധ തന്നെയാണ് എലിസബത്തിനും ഉണ്ടായിരുന്നത്. ഒപ്പം മനുഷ്യസ്വഭാവം നിർണ്ണയിക്കാനുള്ള ഹെൻറിയുടെ സാമർത്ഥ്യവും എലിസബത്തിനുണ്ടായിരുന്നു. നാല്പത്തിയഞ്ച് വർഷമാണ് എലിസബത്ത് ഭരിച്ചത്. തന്റെ കുടുംബത്തിന്റെ ശക്തി ഉറപ്പിക്കാനും താൻ ഭരിക്കുന്ന സന്തുഷ്ടമായ ദ്വീപുകളുടെ സമ്പത്തും വരുമാനവും വർദ്ധിപ്പിക്കാനും അവർ ശ്രമിച്ചു. ഈ ശ്രമത്തിൽ അവരുടെ സിംഹാസനത്തിന് ചുറ്റും സമ്മേളിച്ച അനേകം പുരുഷന്മാർ അവരെ സഹായിച്ചു. ഇത് എലിസബത്തൻ യുഗത്തെ ചരിത്രത്തിലെ സുപ്രധാനമായ ഒരു കാലഘട്ടമാക്കി വളർത്തി. ഈ വാല്യത്തിന്റെ അവസാനം ചേർക്കുന്ന ബിബിളിയോഗ്രാഫിയിൽ പരാമർശിക്കുന്ന ഒരു ഗ്രന്ഥത്തിൽ നിന്ന് അതിനെപ്പറ്റി നിങ്ങൾ വിശദമായി പഠിക്കണം.

എന്നാൽ എലിസബത്തിന് താൻ സിംഹാസനത്തിൽ അത്ര സുരക്ഷിതയാണെന്ന് തോന്നിയില്ല. അവർക്ക് ഒരു എതിരാളിയുണ്ടായിരുന്നു. ആപത്കാരിയായിരുന്നു ഈ എതിരാളി. സ്കോട്ട്ലാന്റ്കാരനായ പിതാവിന്റെയും ഒരു ഫ്രഞ്ച് പ്രഭ്വിയുടെയും പുത്രിയായ, സ്റ്റുവർട്ട് വംശജയായ മേരിയായിരുന്നു ഈ എതിരാളി. ഫ്രാൻസിലെ ഫ്രാൻസിസ് രണ്ടാമൻ രാജാവിന്റെ വിധവയായിരുന്നു അവർ, മെഡിസിയിലെ കാതറീന്റെ പുത്രവധുവുമായിരുന്നു. (ഈ കാതറീനായിരുന്നു ബാർത്തലോമിയോ നിശയിലെ കൊലകൾ ആസൂത്രണം ചെയ്തിരുന്നത്). പിന്നീട് ഇംഗ്ലണ്ടിലെ ആദ്യത്തെ സ്റ്റുവർട്ട് രാജാവായിത്തീർന്ന ഒരു കുട്ടിയുടെ അമ്മയുമായിരുന്നു ഈ സ്ത്രീ. ഉറച്ച കത്തോലിക്കാ വിശ്വാസിയായിരുന്നു മേരി. എലിസബത്തിന്റെ എല്ലാ ശത്രുക്കളുടേയും മിത്രമായിരുന്നു അവർ. അവരുടെ രാഷ്ട്രീയമായ കഴിവില്ലായ്മയും കാൽവിനിസ്റ്റ് പ്രജകളെ ശിക്ഷിക്കാൻ അവരുപയോഗിച്ച ഹിംസാരീതികളും സ്കോട്ട്ലാന്റിൽ ഒരു കലാപത്തിന് കാരണമായി. കലാപം കാരണം മേരി ഇംഗ്ലീഷ് മണ്ണിൽ അഭയം പ്രാപിക്കേണ്ടി വന്നു. പതിനെട്ട് വർഷക്കാലം അവർ ഇംഗ്ലണ്ടിൽ തങ്ങി. എന്നാൽ തനിക്ക് അഭയം നല്കിയ എലിസബത്തിനെതിരെ നിതാന്തമായ ഗൂഢാലോചനകളിൽ എർപ്പെടുകയായിരുന്നു അവർ; അവസാനം കൗൺസിലർമാരുടെ ഉപദേശപ്രകാരം “സ്കോട്ടിഷ് തലവേദന” അറുത്തുമാറ്റാൻ എലിസബത്തിന് തീരുമാനിക്കേണ്ടിവന്നു.

1587 ൽ മേരിയുടെ ശിരസ്സ് ഛേദിക്കപ്പെട്ടു. അത് സ്പെയിനുമായി ഒരു യുദ്ധത്തിനുകാരണമായി. പക്ഷേ, ഇംഗ്ലണ്ടിന്റെയും ഹോളണ്ടിന്റേയും സംയുക്തസൈന്യം സ്പാനിഷ് രാജാവായ ഫിലിപ്പ് രണ്ടാമന്റെ അജയ്യമെന്ന് കരുതപ്പെട്ടിരുന്ന അർമേഡയെ പരാജയപ്പെടുത്തി. ഇത് കത്തോലിക്കാ വിരുദ്ധഹോളണ്ടിനും ഇംഗ്ലണ്ടിനും ലാഭകരമായ ഒരു കച്ച

ജോൺ കാബട്ടും സെബാസ്റ്റ്യൻ കാബട്ടും
ന്യൂഫൗണ്ട്‌ലാന്റിന്റെ തീരപ്രദേശത്ത് എത്തിച്ചേരുന്നു

വടസംരംഭമായിത്തീർന്നു.

അനേകവർഷക്കാലത്തെ സന്ദേഹത്തിനുശേഷം ഇംഗ്ലീഷുകാരും ഡച്ചുകാരും, സ്പെയിൻകാർ പ്രൊട്ടസ്റ്റന്റു സഹോദരങ്ങൾക്കെതിരെ നടത്തിയ ക്രൂരതകൾക്ക് പകരം ചെയ്യാനുറച്ചു; അവർ ഇന്റീസും അമേരിക്കയും പിടിച്ചടക്കാനുള്ള ശ്രമം തുടങ്ങി. കൊളംബസിന്റെ ഏറ്റവും ആദ്യത്തെ പിൻഗാമികളായി മാറിയത് ഇംഗ്ലീഷുകാരായിരുന്നു. വെനീഷ്യൻ പൈലറ്റായ ഗിയോവനി കാബട്ട് നയിച്ച ബ്രിട്ടീഷു കപ്പലുകളാണ് ആദ്യമായി വടക്കേ അമേരിക്കൻ വൻകര കണ്ടെത്തി പര്യവേക്ഷണം ചെയ്തത്; 1496 ലായിരുന്നു ഇത്. ഒരു കോളനിയെന്ന നിലയിൽ ലാബ്രഡോറും ന്യൂഫൗണ്ട് ലാന്റ് ഒട്ടും അഭികാമ്യമായിരുന്നില്ല. എന്നാൽ ബ്രിട്ടീഷുകാരുടെ മീൻപിടുത്ത ബോട്ടുകൾക്ക് ന്യൂഫൗണ്ട്‌ലാന്റിലെ ബാങ്കുകൾ വളരെ ലാഭകരമായ പ്രതിഫലമാണ് വാഗ്ദത്തം ചെയ്തത്. ഒരു വർഷം കഴിഞ്ഞ് 1497 ൽ അതേ കാബട്ട് ഫ്‌ളോറിഡയുടെ തീരപ്രദേശത്തെത്തി.

പിന്നെയാണ് ഹെൻറി ഏഴാമന്റേയും ഹെൻറി എട്ടാമന്റെയും തിരക്കാർന്ന വർഷങ്ങൾ വന്നത്. അക്കാലത്ത് വിദേശയാത്രയ്ക്കും പര്യവേക്ഷണങ്ങൾക്കും ചെലവഴിക്കാൻ പണമുണ്ടായിരുന്നില്ല. എന്നാൽ എലിസബത്തിന്റെ കാലത്ത് സ്ഥിതി മാറി. രാജ്യത്ത് സമാധാനം കളിയാടിയിരുന്നു. മേരിസ്റ്റുവർട്ട് ജയിലിലായിരുന്നു. നാവികർക്ക് കുടുംബാംഗങ്ങൾ സുരക്ഷിതരാണെന്ന ബോദ്ധ്യത്തോടെ തുറമുഖങ്ങൾ വിട്ടുപോകാമായിരുന്നു. എലിസബത്ത് ഒരു കുഞ്ഞായിരിക്കുന്ന കാലത്തുതന്നെ വില്ലബി തന്റെ കപ്പലുകളുമായി നോർത്ത് കേപ്പ് കടന്നിരുന്നു; അയാളുടെ ഒരു കപ്പിത്താനായ റിച്ചാർഡ് ചാൻസലർ കൂടുതൽ കിഴക്കോട്ട് പോയി ഇന്റീസിലേക്ക് ഒരു വഴി കണ്ടുപിടിക്കാൻ ശ്രമിച്ചു; ഈ യാത്രയിൽ അവർ

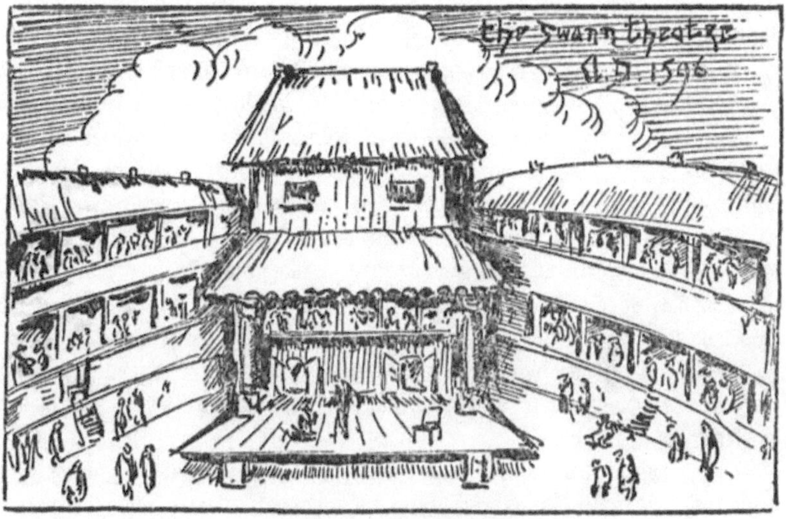

എലിസബത്തൻ രംഗവേദി

റഷ്യയിലെ ആർച്ച് എയ്ഞ്ചൽ എന്നിടത്തെത്തി. വിദൂരസ്ഥമായ മസ്കവൈറ്റ് സാമ്രാജ്യത്തിലെ നിഗൂഢാത്മകതയുള്ള ഭരണാധികാരികളുമായി അദ്ദേഹം നയതന്ത്രപരവും വാണിജ്യപരവുമായ ബന്ധം സ്ഥാപിച്ചു. എലിസബത്ത് ഭരണത്തിന്റെ ആദ്യവർഷങ്ങളിൽ തന്നെ ഈ യാത്രയെ പലരും അനുകരിച്ചു. വണിക് സാഹസികന്മാർ പുതിയ ജോയിന്റ് സ്റ്റോക്ക് കമ്പനിയുടെ പ്രയോജനത്തിനായി അവിടങ്ങളിലെല്ലാം കമ്പനികൾ സ്ഥാപിച്ചു. അവ പിന്നീട് കോളനികളായിത്തീർന്നു. പകുതി കടൽക്കൊള്ളക്കാരായും പകുതി നയന്ത്രജ്ഞരായും എല്ലാം ഒരു ഭാഗ്യയാത്രയ്ക്കായി സമർപ്പിച്ചു. കപ്പലിൽ കയറ്റാവുന്ന ഏതു വസ്തുവും കള്ളക്കടത്ത് നടത്തിയ. ലാഭമല്ലാതെ മനുഷ്യനെന്നോ കച്ചവടവസ്തുവെന്നോ ഭേദമില്ലാതെ എല്ലാ കാര്യത്തിലും തുല്യമായ അശ്രദ്ധ പ്രകടിപ്പിച്ചുകൊണ്ട് എലിസബത്തിന്റെ നാവികന്മാർ ഇംഗ്ലീഷു പതാകയും കന്യകാ റാണിയുടെ പ്രശസ്തിയും ഏഴുകടലിന്റേയും എല്ലാ മൂലകളിലും എത്തിച്ചു. ഇതിനിടയിൽ രാജ്ഞി തിരുമനസ്സിനെ രാജ്യത്തിനുള്ളിൽ വില്യം ഷെയ്ക്സ്പിയർ ആനന്ദിപ്പിച്ചു. ഏറ്റവും നല്ല ധിഷണാശാലികളും ഏറ്റവും നല്ല വാഗ്മികളും, ഹെൻറിഎട്ടാമനിൽ നിന്ന് ലഭിച്ച ഫ്യൂഡൽ പൈതൃകത്തെ ഒരാധുനിക ദേശീയരാഷ്ട്രമാക്കുന്നതിനുവേണ്ടി രാജ്ഞിയോടു സഹകരിച്ചു.

1603 മാണ്ടിൽ വയോധികമായ രാജ്ഞി എഴുപതാം വയസ്സിൽ അന്തരിച്ചു. അവരുടെ മച്ചുനൻ അവരുടെ സ്വന്തം പിതാമഹാനായ ഹെൻറി ഏഴാമന്റെ പൗത്രൻ മേരി സ്റ്റുവർട്ടിന്റെ മകൻ, എലിസബത്തിന്റെ എതി

രാളി, ശത്രു ജെയിംസ് ഒന്നാമൻ അവരെ പിന്തുടർന്ന് രാജാവായി. ദൈവ കാരുണ്യത്താൽ വൻകരയിലെ എതിരാളികളുടെ വിധിയിൽ നിന്ന് രക്ഷപ്പെട്ട ഒരു രാജ്യത്തെ ഭരണാധികാരിയായിട്ടാണ് ജെയിംസ് ഒന്നാമൻ പ്രത്യക്ഷപ്പെട്ടത്. എതിരാളികളുടെ ശക്തി ക്ഷയിപ്പിക്കാനും സ്വന്തം മതത്തിന്റെ സമ്പൂർണ്ണമായ ആധിപത്യം സ്ഥാപിക്കാനും വേണ്ടി യൂറോപ്യൻ പ്രൊട്ടസ്റ്റന്റുകളും കത്തോലിക്കരും അന്യോന്യം കൊന്നു കൊണ്ടിരുന്നപ്പോൾ ഇംഗ്ലണ്ട് സമാധാനത്തിൽ വർത്തിക്കുകയായിരുന്നു, ലൂതറിന്റേയോ ലയോളയുടെയോ തീവ്രനിലപാടിലേക്കു കടന്നുപോവാത്ത ഒരു നവീകരണസംരംഭത്തിലായിരുന്നു. കോളനികൾക്കു വേണ്ടിയുള്ള യുദ്ധത്തിൽ ഇത് ദ്വീപു രാജ്യത്തിന് വലിയ പ്രയോജനം ചെയ്തു ഇത് സാർവ്വദേശീയ കാര്യങ്ങളിൽ ഇംഗ്ലണ്ടിനുമേൽക്കൈ നല്കി; അത് ഇന്നും ഇംഗ്ലണ്ട് നിലനിർത്തുന്നുണ്ട്. സ്റ്റുവർട്ടുകളുമായുള്ള നാശോന്മുഖമായ സാഹസങ്ങൾക്കുപോലും സ്വാഭാവികമായ ഈ വികാസത്തെ തടുക്കാൻ കഴിഞ്ഞില്ല.

ട്യൂഡർമാരുടെ പിൻഗാമികളായി വന്ന സ്റ്റുവർട്ടുകൾ ഇംഗ്ലണ്ടിനു "വിദേശികളാ"യിരുന്നു. അവർ ഈ വസ്തുത അംഗീകരിച്ചതായി തോന്നുന്നില്ല. അവർക്കിത് മനസ്സിലായതായും തോന്നുന്നില്ല. തദ്ദേശീയമായ ട്യൂഡർവംശത്തിന് ഒരു കുതിരയെ കട്ടുകൊണ്ടുപോവാം, എന്നാൽ "വിദേശീയ"നായ സ്റ്റുവർട്ടിന് അതിന്റെ മൂക്കുകയർ നോക്കാൻപോലും അനുവാദമുണ്ടായിരുന്നില്ല; അങ്ങിനെ ചെയ്താൽ ജനങ്ങളുടെ വലിയ എതിർപ്പുണ്ടാകുമായിരുന്നു. പഴയ രാജ്ഞി ബെസ്സ് (എലിസബത്ത്) അവർക്കിഷ്ടമുള്ളതുപോലെ അവരുടെ നാട് ഭരിച്ചിരുന്നു. സാമാന്യമായി പറഞ്ഞാൽ അവരുടെ നയം സത്യസന്ധരായ ബ്രിട്ടീഷുകച്ചവടക്കാരുടെ പോക്കറ്റിൽ പണമെത്തണമെന്നുള്ളതായിരുന്നു. അതുകൊണ്ട് കൃതജ്ഞരായ ജനങ്ങളുടെ ഹൃദയപൂർണ്ണമായ പിന്തുണ എല്ലായ്പ്പോഴും രാജ്ഞിക്കു ലഭിച്ചിരുന്നു. പാർലമെന്റിന്റെ ചില അവകാശങ്ങളെടുത്തു കളഞ്ഞതും മറ്റും, പ്രത്യക്ഷത്തിൽ കിട്ടിയ ചില നേട്ടങ്ങൾ കാരണം, ജനങ്ങൾ കണ്ണടച്ചുകളഞ്ഞു.

ബാഹ്യമായി ജെയിംസ് ഒന്നാമനും ഇതേ നയമാണ് തുടർന്നത്. എന്നാൽ തന്റെ മുൻഗാമിക്കു ജന്മസിദ്ധമായിരുന്ന വൈയക്തികമായ ആവേശമൊന്നും അദ്ദേഹത്തിനുണ്ടായിരുന്നില്ല. വിദേശ വാണിജ്യത്തിന് തുടർന്നും പ്രോത്സാഹനം നല്കി. കത്തോലിക്കർക്ക് ഒരു സ്വാതന്ത്ര്യവും നല്കിയിരുന്നില്ല. സമാധാനപരമായ ബന്ധങ്ങൾക്കായി സ്പെയിൻ ഇംഗ്ലണ്ടിനെ നോക്കി മന്ദഹസിച്ചപ്പോൾ, ജയിംസ് തിരിച്ചും മന്ദഹസിച്ചു. ഭൂരിപക്ഷം ഇംഗ്ലീഷുകാരും ഇത് ഇഷ്ടപ്പെട്ടില്ല. പക്ഷേ, ജെയിംസ് അവരുടെ രാജാവായിരുന്നു, അവർ മൗനം പാലിച്ചു.

വൈകാതെ സംഘർഷത്തിനു മറ്റുചില കാരണങ്ങളുമുണ്ടായി. ജെയിംസ് ഒന്നാമനും 1625-ാമാണ്ടിൽ അദ്ദേഹത്തിന്റെ പിൻഗാമിയായി അധികാരത്തിൽ വന്ന ചാൾസ് ഒന്നാമനും രാജാധികാരം" ദൈവദത്ത

മാണെന്ന സിദ്ധാന്തത്തിൽ അടിയുറച്ചു വിശ്വസിച്ചു; പ്രജകളുടെ ഇഷ്ടാനിഷ്ടങ്ങൾ നോക്കാതെ രാജ്യത്തെ സ്വേച്ഛയ്ക്കനുസരിച്ച് ഭരിക്കാൻ രാജാവിന്നവകാശമുണ്ടെന്നവർ വിശ്വസിച്ചു. ഈ ആശയം പുതിയതൊന്നുമായിരുന്നില്ല. ഒന്നിലധികം രീതികളിൽ പോപ്പുമാർ റോമാ ചക്രവർത്തിമാരുടെ (അല്ലെങ്കിൽ അറിയപ്പെടുന്ന ലോകമെന്ന ഒരേയൊരവിഭാജ്യ രാഷ്ട്രത്തിന്റെ) പിൻഗാമികളായിരുന്നു; അവർ സ്വയം അവകാശപ്പെട്ടിരുന്നതും പൊതുവായി അംഗീകരിക്കപ്പെട്ടിരുന്നതും "ഭൂമിയിൽ ക്രിസ്തുവിന്റെ വൈസ് റീജന്റുമാർ എന്നായിരുന്നു. ദൈവം ഇച്ഛിക്കുന്നതുപോലെ ലോകത്തെ ഭരിക്കാനുള്ള ദൈവാവകാശത്തെ ആരും ചോദ്യം ചെയ്തില്ല. അതിന്റെ സ്വാഭാവികഫലമെന്ന നിലയിൽ ദൈവദത്താധികാരമുള്ള 'വൈസ് റീജന്റി"ന് ദൈവമാതൃക പിന്തുടരാനും ജനങ്ങളുടെ അനുസരണ ആവശ്യപ്പെടാനുമുള്ള അവകാശവും ആരും ചോദ്യം ചെയ്തില്ല; കാരണം പ്രപഞ്ചത്തിന്റെ ആന്തരികഭരണാധികാരിയുടെ പ്രതിനിധിയായിരുന്നു അയാൾ; അയാൾക്കു സർവ്വശക്തനായ ദൈവത്തോടു മാത്രമേ ഉത്തരവാദിത്വമുള്ളൂ."

ലൂതറൻ മതനവീകരണം വിജയം വരിച്ചപ്പോൾ മുമ്പ് പോപ്പിൽ നിക്ഷിപ്തമായിരുന്ന ദൈവദത്താവകാശം പ്രൊട്ടസ്റ്റന്റുമാരായിത്തീർന്ന അനേകം പരമാധികാര രാജാക്കന്മാരുടേതായിത്തീർന്നു. ദേശീയമോ വംശപരമോ ആയിരുന്ന ചർച്ചുകളുടെ തലവന്മാരെന്നനിലയിൽ അവരും "ക്രിസ്തുവിന്റെ വൈസ് റീജന്റ്" സ്ഥാനം സ്വന്തം രാജ്യങ്ങളിൽ തങ്ങൾക്കാണെന്ന് വാശിപിടിച്ചു. ഭരണാധികാരികളുടെ ഈയവകാശത്തെ ജനങ്ങൾ ചോദ്യം ചെയ്തില്ല. അവർ അത് സ്വീകരിച്ചു. നമുക്ക് ഏറ്റവും യുക്തിസഹവും നീതിയുക്തവുമായിത്തോന്നുന്ന പ്രാതിനിധ്യ ഭരണസംവിധാനത്തെപോലെ തന്നെയായിരുന്നു ഇതും. ലൂതറിന്റെ സഭയോ കാൽവിന്റെ സഭയോ ജെയിംസ് ഒന്നാമൻ ഉച്ചൈസ്തരം ഉദ്ഘോഷിച്ച "ദൈവദത്താവകാശ"ത്തെ സ്വീകരിച്ചുവെന്നതിൽ യാതൊരു നീരസവും തോന്നേണ്ടകാര്യമുണ്ടായിരുന്നില്ല. എന്നാൽ ഇംഗ്ലീഷു രാജാക്കന്മാരുടെ ദൈവദത്താവകാശത്തിൽ വിശ്വസിക്കാതിരിക്കാൻ വേറെ ചില കാരണങ്ങളാണുണ്ടായിരുന്നത്.

രാജാക്കന്മാരുടെ ദൈവദത്താവകാശം ആദ്യമായി നിഷേധിക്കപ്പെട്ടത് നെതർലാന്റ്സിലായിരുന്നു. 1581 ൽ അവരുടെ നിയമാനുസൃതപരമാധികാരിയായ സ്പെയിനിലെ ഫിലിപ്പ് രണ്ടാമൻ രാജാവിനെ അവർ തള്ളിപ്പറഞ്ഞപ്പോഴായിരുന്നു അത്. "രാജാവ് അദ്ദേഹത്തിന്റെ കരാർ ലംഘിച്ചിരിക്കുന്നു. ആയതിനാൽ വിശ്വാസലംഘനം നടത്തിയ ഏത് സേവകനെയും പോലെ രാജാവിനെ ഡിസ്മിസ് ചെയ്യുന്നു"വെന്ന് ഡച്ചുകാർ പറഞ്ഞു. അന്നുമുതൽ രാജാവിന് ജനങ്ങളോടു ഉത്തരവാദിത്വമുണ്ടെന്ന ആശയം നോർത്ത് സീ തീരത്തുള്ള അനേകം രാജ്യങ്ങളിൽ പ്രചരിച്ചു. അവർ തികച്ചും അനുകൂലമായ ഒരു സാഹചര്യത്തിലായിരുന്നു. അവർ ധനികരായിരുന്നു. ഭരണാധികാരികളുടെ ദാക്ഷിണ്യത്തിന്

വിധേയരായി ജീവിച്ചുകൊണ്ടിരുന്നു. മദ്ധ്യ യൂറോപ്പിന്റെ ഹൃദയഭാഗത്തെ ദരിദ്ര ജനങ്ങൾക്ക് ഇത്തരം പ്രശ്നങ്ങൾ ചർച്ച ചെയ്യാൻ കഴിയുമായിരുന്നില്ല; ആ ചർച്ച ഏറ്റവും അടുത്തുള്ള കോട്ടയുടെ അഗാധമായ കിടങ്ങുകളിലേക്ക് അവരെ വലിച്ചെറിയുന്നതിന് കാരണമാകുമായിരുന്നു. എന്നാൽ ഇംഗ്ലണ്ടിലെയും ഹോളണ്ടിലെയും കച്ചവടക്കാർ അങ്ങനെയായിരുന്നില്ല. വലിയ കരസൈന്യങ്ങളെയും നാവികസൈന്യങ്ങളെയും നില നിർത്താനാവശ്യമായ മൂലധനം അവരുടെ കൈകളിലുണ്ടായിരുന്നു. "വായ്പ"യെന്ന സർവ്വശക്തമായ ആയുധം എങ്ങനെ കൈകാര്യം ചെയ്യണമെന്നവർക്കറിയാമായിരുന്നു. അതുകൊണ്ട് അവർക്ക് ഒരു ഭയവുമുണ്ടായിരുന്നില്ല. സ്വന്തം പണത്തിന്റെ 'ദൈവദത്താവകാശ'ത്തെ ഏത് ഹാപ്സ്ബർഗ്ഗ് രാജാവിന്റെയും ബൂർബർ രാജാവിന്റെയും സ്റ്റുവർട്ട് രാജാവിന്റെയും 'ദൈവദത്താവകാശ'ത്തിനെതിരെ ഉയർത്തിപ്പിടിക്കാൻ അവർക്കു കഴിഞ്ഞിരുന്നു. അവരുടെ വാണിജ്യശ്രേണികൾക്കും പണത്തിനും മദ്ധ്യയുഗത്തിലെ ശേഷിയറ്റ സൈന്യങ്ങളെ പരാജയപ്പെടുത്താൻ കഴിയുമെന്നവർക്കറിയാമായിരുന്നു; ഈ സൈന്യങ്ങൾ മാത്രമായിരുന്നു രാജാവിന്റെ ആയുധം. മറ്റുള്ളവർ നിശ്ശബ്ദമായി സഹിക്കേണ്ടി വന്നപ്പോൾ, അല്ലെങ്കിൽ കഴുമരത്തിലേക്കുള്ള വഴിയിൽ ചരിച്ചുകൊണ്ടിരുന്നപ്പോൾ, ഈ കച്ചവടക്കാർ കർമ്മധീരത പ്രകടിപ്പിച്ചു.

സ്റ്റുവർട്ട് രാജാക്കന്മാർ ഇഷ്ടമുള്ളതുപോലെ ഭരിക്കാൻ തങ്ങൾക്കവകാശമുണ്ടെന്നും ജനങ്ങളോടുള്ള ഉത്തരവാദിത്വത്തെ മാനിക്കുന്നില്ലെന്നും പറഞ്ഞ് ശല്യം ചെയ്തു. ഇതിനെ ഇംഗ്ലണ്ടിലെ ഇടത്തരക്കാർ ചെറുത്തു. രാജകീയാധികാരത്തിന്റെ ദുർവ്വിനിയോഗത്തിനെതിരെ അവർ ജനപ്രതിനിധിസഭയെ (ഹൗസ് ഓഫ് കോമൺസ്) ഉയർത്തിക്കാട്ടി. രാജാവ് കീഴടങ്ങാൻ തയ്യാറായില്ല. പാർലമെന്റിനെ അതിന്റെ പാട്ടിനു വിട്ടു. പാർലമെന്റില്ലാതെ ഭരിച്ചു. ചാൾസ് ഒന്നാമൻ പതിനൊന്നു നീണ്ട വർഷങ്ങളാണ് പാർലമെന്റില്ലാതെ ഒറ്റയ്ക്ക് ഭരിച്ചത്. മിക്ക ജനങ്ങളും നിയമവിരുദ്ധമെന്ന് കരുതിയ നികുതികൾ രാജാവ് ചുമത്തി. തന്റെ ഗ്രാമീണ എസ്റ്റേറ്റെന്ന പോലെയാണ് രാജാവ് ബ്രിട്ടീഷ് രാജ്യത്തെ ഭരിച്ചത്. അദ്ദേഹത്തിന് കഴിവുറ്റ സഹായികളുണ്ടായിരുന്നു; തന്റെ ബോദ്ധ്യത്തിന്റെ ഫലമായ ധീരതയുമുണ്ടായിരുന്നു.

നിർഭാഗ്യവശാൽ വിശ്വസ്തരായ സ്കോട്ടിഷ് പ്രജകളുടെ പിന്തുണ ഉറപ്പാക്കുന്നതിനു പകരം സ്കോട്ട്ലാന്റിലെ പ്രെസ്ബിറ്റീരിയന്മാരുമായി ഒരു കലഹത്തിനാണദ്ദേഹം തയ്യാറായത്. തന്റെ ഇച്ഛയ്ക്ക് വിപരീതമായി, എന്നാൽ പണത്തിന്റെ അത്യാവശ്യം കാരണം, ഒരിക്കൽക്കൂടി പാർലമെന്റ് വിളിച്ചുചേർക്കാൻ രാജാവ് നിർബ്ബന്ധിതനായി. 1640 ഏപ്രിൽ മാസത്തിലാണ് പാർലമെന്റ് വിളിച്ചത്; പക്ഷേ വളരെ മോശമായ പ്രതികരണമാണ് ഉണ്ടായത്. കുറച്ചാഴ്ചകൾക്കുള്ളിൽ രാജാവ് പാർലമെന്റ് പിരിച്ചുവിട്ടു. നവംബർ മാസത്തിൽ ഒരു പുതിയ പാർലമെന്റ് വിളിച്ചു ചേർത്തു. പഴയതിനേക്കാൾ ദയാരഹിതമായിട്ടാണ് ഈ സഭ രാജാവി

നോട് പെരുമാറിയത്. "ദൈവികാവകാശം വഴിയുള്ള ഭരണമോ അല്ലെങ്കിൽ പാർലമെന്റിന്റെ ഭരണമോ" എന്ന ചോദ്യം ആത്യന്തികമായി പരിഹരിക്കേണ്ടതാണെന്ന് പാർലമെന്റംഗങ്ങൾ കരുതി. രാജാവിനേയും അദ്ദേഹത്തിന്റെ മുഖ്യകൗൺസിലർമാരേയും പാർലമെന്റു വിമർശിച്ചു. അരഡസനോളം രാജകീയ ഉപദേഷ്ടാക്കളെ വധിച്ചു. പാർലമെന്റിന്റെ അനുമതി കൂടാതെ അത് പിരിച്ചുവിടാൻ പാടില്ലെന്ന് പാർലമെന്റംഗങ്ങൾ പ്രഖ്യാപിച്ചു അവസാനം 1641 ഡിസംബർ 1 ന് അവർ രാജാവിന് വമ്പിച്ചൊരു നിവേദനം (Grand Remonstrance) സമർപ്പിച്ചു. രാജാവിനെതിരെ ജനങ്ങൾക്കുള്ള പരാതികളുടെ വിശദവിവരണങ്ങളായിരുന്നു അതിലുണ്ടായിരുന്നത്.

തന്റെ നയങ്ങൾക്ക് ഗ്രാമപ്രദേശങ്ങളിൽ നിന്നുള്ള പിന്തുണ പ്രതീക്ഷിച്ചു കൊണ്ട് ചാൾസ് 1642 ജനുവരിയിൽ ലണ്ടൻ വിട്ടു. രണ്ടുഭാഗവും സൈന്യം സംഘടിപ്പിച്ചു. രാജാവിന്റെ സമ്പൂർണ്ണാധികാരവും പാർലമെന്റിന്റെ സമ്പൂർണ്ണാധികാരവും തമ്മിൽ ഒരു യുദ്ധത്തിനുവേണ്ടിയുള്ള എല്ലാ തയ്യാറെടുപ്പുകളും രണ്ടു ഭാഗത്തുനിന്നുമുണ്ടായി. ഈ യുദ്ധത്തിനിടയിൽ ഇംഗ്ലണ്ടിലെ ഏറ്റവും ശക്തമായ മതവിഭാഗമായ പ്യൂറിട്ടന്മാർ വളരെ വേഗത്തിൽ മുൻനിരയിലേക്കു വന്നു (പരമമായ പരിധിവരെ മതസിദ്ധാന്തങ്ങളെ പവിത്രീകരിക്കാൻ ശ്രമിച്ച ആംഗ്ലിക്കന്മാരായിരുന്നു പ്യൂറിട്ടന്മാർ). ഒലിവർ ക്രോംവെൽ നയിച്ച ദൈവമനുഷ്യരുടെ റെജിമെന്റുകൾ അവയുടെ കടുത്ത അച്ചടക്കവും സ്വന്തം പവിത്രതയിലുള്ള അഗാധമായ ആത്മവിശ്വാസവും കാരണം എല്ലാവരുടേയും ശ്രദ്ധ പിടിച്ചുപറ്റി. രണ്ടുതവണ ചാൾസ് പരാജയമടഞ്ഞു. നാസ്ബിയിലെ യുദ്ധ (1645)ത്തെത്തുടർന്ന് അദ്ദേഹം സ്കോട്ട്ലന്റിലേക്ക് പലായനം ചെയ്തു. എന്നാൽ സ്കോട്ട്ലാന്റുകാർ അദ്ദേഹത്തെ ഇംഗ്ലീഷുകാർക്കു വിറ്റു.

തുടർന്നുവന്നത് ഗൂഢാലോചനകളുടെയും സംഘർഷങ്ങളുടെയും കാലമായിരുന്നു. ഇംഗ്ലണ്ടിലെ പ്യൂറിട്ടന്മാർക്കെതിരെ സ്കോട്ടിഷ് പ്രെസ്ബിറ്റീരിയന്മാരുടെ കലാപമുണ്ടായി. 1648 ആഗസ്ത്മാസം പ്രെസ്റ്റൺ പാൻസിലെ മൂന്നു ദിവസം നീണ്ടു നിന്ന യുദ്ധത്തിനുശേഷം ഈ രണ്ടാം ആഭ്യന്തരയുദ്ധത്തിന് ക്രോംവെൽ വിരാമമിട്ടു. അദ്ദേഹം എഡിൻബർഗ് പിടിച്ചെടുത്തു. ഇതിനിടെ തുടർച്ചയായ സംഭാഷണങ്ങൾ നടന്നു, മതസംവാദങ്ങളും നടന്നു. ഇതുമൂലം സമയം ഏറെ നഷ്ടപ്പെട്ടു. ക്രോംവെല്ലിന്റെ പടയാളികൾക്ക് മടുപ്പ് തോന്നി. അവർ സ്വന്തം മുൻകൈയിൽ പ്രവർത്തിക്കാൻ തീരുമാനിച്ചു. പ്യൂറിട്ടൻ വീക്ഷണങ്ങളംഗീകരിക്കാത്ത എല്ലാവരേയും അവർ പാർലമെന്റിൽ നിന്നു പുറത്താക്കി. അങ്ങനെ ഒരു അവശിഷ്ട പാർലമെന്റ് (Rump) ഉണ്ടായി. ഈ പാർലമെന്റ് രാജാവിനെതിരെ രാജ്യദ്രോഹക്കുറ്റം ആരോപിച്ചു. ഇതിനെപ്പറ്റി വിചാരണ ചെയ്യുന്നതിനുള്ള ട്രിബ്യൂണലായി പ്രവർത്തിക്കാൻ പ്രഭുസഭ (House of Lords) വിസമ്മതിച്ചു. അതിനായി ഒരു പ്രത്യേകട്രിബ്യൂണലിനെ നിയമിച്ചു. ഈ ട്രിബ്യൂണൽ രാജാവിനെ വധശിക്ഷയ്ക്ക് വിധിച്ചു. 1649 ജനുവരി 30

ചാൾസ് രാജാവ് വൈറ്റ്ഹാളിന്റെ ഒരു ജാലകത്തിലൂടെ കഴുമരത്തിലേക്ക് പതുക്കെ നടന്നു. അന്ന് പരമാധികാരമുള്ള ഒരു ജനത, അവരുടെ പ്രതിനിധികളിലൂടെ ചരിത്രത്തിലാദ്യമായി അവരുടെ രാജാവിനെ വധിച്ചു. ആധുനികരാഷ്ട്രത്തിൽ സ്വന്തം സ്ഥാനം മനസ്സിലാക്കാൻ കഴിയാത്തതായിരുന്നു രാജാവിന്റെ കുറ്റം.

ചാൾസിന്റെ മരണത്തെത്തുടർന്നുള്ളകാലം ഒലിവർ ക്രോംവെല്ലിന്റെ പേരുമായി ചേർന്നാണ് അറിയപ്പെടുന്നത്. തുടക്കത്തിൽ ഇംഗ്ലണ്ടിലെ അനൗദ്യോഗിക ഏകാധിപതിയായിരുന്ന ക്രോംവെൽ 1653 ൽ ലോഡ് പ്രൊട്ടക്റ്റർ ആയിത്തീർന്നു. അദ്ദേഹം അഞ്ചു കൊല്ലം ഭരിച്ചു. ഇക്കാലത്ത് അദ്ദേഹം എലിസബത്തിന്റെ നയങ്ങളാണ് പിന്തുടർന്നത്. സ്പെയിൻ ഒരിക്കൽക്കൂടി ഇംഗ്ലണ്ടിന്റെ പ്രധാന ശത്രുവായിത്തീർന്നു. സ്പെയിനുമായുള്ള യുദ്ധം ദേശീയവും ദൈവികവുമായ ചുമതലയായിത്തീർന്നു.

മറ്റെന്തിലും മീതെ ഇംഗ്ലീഷ് വാണിജ്യവും കച്ചവടക്കാരുടെ താല്പര്യവുമായിരുന്നു പുതിയ ഭരണത്തിനുണ്ടായിരുന്നത്. ഏറ്റവും കർക്കശമായ പ്രൊട്ടസ്റ്റന്റ് മതം കർശനമായി നടപ്പിലാക്കി. ഇംഗ്ലണ്ടിന്റെ വൈദേശിക നയത്തിൽ ക്രോംവെൽ വിജയം വരിച്ചു. പക്ഷേ, ഒരു സാമൂഹിക പരിഷ്കർത്താവെന്ന നിലയിൽ അദ്ദേഹം ദയനീയമായി പരാജയപ്പെട്ടു. ലോകത്തിൽ അനേകം മനുഷ്യരുണ്ട്, എന്നാൽ അവരെല്ലാവരും ഒരുപോലെയല്ലല്ലോ ചിന്തിക്കുന്നത്. ദീർഘകാലാടിസ്ഥാനത്തിൽ ഇത് നല്ലൊരു കാര്യമാണെന്നു തോന്നുന്നു. മൊത്തം സമൂഹത്തിന്റെ ഒരംശം ഉണ്ടാക്കുന്ന, അതിനാൽ രൂപീകരിക്കപ്പെടുന്ന, അതിനുവേണ്ടി മാത്രമുള്ള ഒരു ഗവൺമെന്റിന് അതിജീവിക്കാൻ കഴിയുകയില്ല. രാജകീയാധികാരത്തിന്റെ തിന്മകൾ തിരുത്താനുള്ള ശ്രമത്തിൽ പ്യൂറിട്ടന്മാർ മഹത്തായൊരു ശക്തിയായിരുന്നു. പക്ഷേ, ഇംഗ്ലണ്ടിന്റെ സമ്പൂർണ്ണാധികാരികളെന്ന നിലയിൽ അവരെ ആർക്കും സഹിക്കാൻ കഴിയുമായിരുന്നില്ല.

1658 ൽ ക്രോംവെൽ മരിച്ചു. സ്റ്റുവർട്ടുകൾക്കും അവരുടെ രാജ്യം പുനഃസ്ഥാപിക്കാൻ എളുപ്പമായിരുന്നു. ജനങ്ങൾ അവരെ “വിമോചകരാ”യി സ്വാഗതം ചെയ്തു. പ്യൂരിട്ടൻ ഭരണത്തിന്റെ നുകം ഏകാധിപതിയായ ചാൾസിന്റേതു പോലെതന്നെ സഹിക്കാനാവാത്തതാണെന്ന് ജനങ്ങൾ അറിഞ്ഞുകഴിഞ്ഞിരുന്നു. അന്തരിച്ച, വിലപിക്കപ്പെട്ട പിതാവിന്റെ ദൈവദത്താവകാശം സ്റ്റുവർട്ടുകൾ വിസ്മരിക്കുകയാണെങ്കിൽ, പാർലമെന്റിന്റെ മേൽക്കൈ അംഗീകരിക്കുകയാണെങ്കിൽ, വിശ്വസ്തരും സമർപ്പിതരുമായ പ്രജകളായിരിക്കുമെന്ന് ജനങ്ങൾ വാക്ക് നല്കി.

രണ്ടു തലമുറകൾ ഈ പുതിയ ഏർപ്പാട് വിജയിപ്പിക്കാൻ കഠിനമായി ശ്രമിച്ചു. പക്ഷേ, സ്റ്റുവർട്ടുകൾ ശരിയായ പാഠം പഠിച്ചില്ല. പഴയ ശീലങ്ങൾ ഒഴിവാക്കാൻ തയ്യാറായതുമില്ല. 1660 ൽ ചാൾസ് രണ്ടാമൻ രാജാവായി സ്റ്റുവർട്ട് ഭരണം പുനഃസ്ഥാപിതമായി. ചാൾസ് രണ്ടാമൻ സൗഹൃദം പ്രകടിപ്പിച്ച രാജാവായിരുന്നുവെങ്കിലും കൊള്ളരുതാത്ത

വ്യക്തിയായിരുന്നു. അദ്ദേഹത്തിന്റെ പ്രവൃത്തിവിമുഖതയും പഴയകാലത്തെ വഴികൾ തുടരണമെന്ന ഭരണഘടനാനിർബ്ബന്ധങ്ങളും, നുണപറയാനുള്ള താല്പര്യവും എല്ലാംചേർന്ന് അയാളും ജനങ്ങളും തമ്മിലുള്ള സംഘട്ടനം അനിവാര്യമാക്കുകയായിരുന്നു. എന്നാൽ ഈ സംഘട്ടനം നീട്ടിവയ്ക്കപ്പെടുകയായിരുന്നു. 1662 യൂണിഫോമിറ്റി നിയമപ്രകാരം അദ്ദേഹം പ്യൂരിട്ടൻ പുരോഹിതന്മാരുടെ അധികാരങ്ങൾ ഇല്ലായ്മ ചെയ്തു; രാജകീയ സഭാനുശാസനങ്ങൾ അംഗീകരിക്കാത്ത പുരോഹിതന്മാരെ പള്ളികളിൽ നിന്ന് വിലക്കിക്കൊണ്ടായിരുന്നു ഇത്. 1664 ലെ കൺവെന്റിക്കിൾ നിയമപ്രകാരം മതകാര്യങ്ങളിൽ അഭിപ്രായവ്യത്യാസമുള്ള വരെ മതപരിപാടികളിൽ പങ്കെടുക്കുന്നതിൽ നിന്ന് വിലക്കി. അത്തരക്കാരെ വെസ്റ്റിന്റീസിലേക്ക് നാടുകടത്തുമെന്നായിരുന്നു ഭീഷണി. ഇത് 'ദൈവദത്തവകാശ'ത്തിന്റെ നാളുകളെ ഓർമ്മിപ്പിച്ചു. ജനങ്ങളും അവരുടെ പഴയ പ്രസിദ്ധമായ അക്ഷമയുടെ ലക്ഷണങ്ങൾ പ്രകടിപ്പിക്കാൻ തുടങ്ങി. പാർലമെന്റാകട്ടെ, രാജാവിന്ന് ധനമനുവദിക്കുന്നത് പ്രയാസമാണെന്ന നിലപാട് സ്വീകരിച്ചു.

ഇഷ്ടമില്ലാത്ത പാർലമെന്റിൽ നിന്ന് പണം അനുവദിച്ചുകിട്ടുകയില്ലെന്നുറപ്പായ ചാൾസ് അയൽരാജ്യത്തെ രാജാവും തന്റെ കസിനുമായ ഫ്രാൻസിലെ ലൂയി രാജാവിൽ നിന്ന് രഹസ്യമായി പണം കടം വാങ്ങി. പ്രതിവർഷം രണ്ടുലക്ഷം പൗണ്ടിനുവേണ്ടി അദ്ദേഹം പ്രൊട്ടസ്റ്റന്റ് സഖ്യശക്തികളെ വഞ്ചിച്ചു; പാർലമെന്റിലെ മണ്ടന്മാരെയോർത്ത് മനസാ ചിരിച്ചു.

ഈ സാമ്പത്തിക ഭദ്രത പെട്ടെന്ന് രാജാവിന് തന്റെ ശക്തിയിൽ വലിയ വിശ്വാസം നല്കി. അദ്ദേഹം ദീർഘകാലം കത്തോലിക്കാ ബന്ധുക്കൾക്കിടയിൽ രാജ്യഭ്രഷ്ടനായി ജീവിച്ചിരുന്നു; ആ മതത്തോട് രഹസ്യമായ ഒരിഷ്ടം പോലും അദ്ദേഹത്തിനുണ്ടായിരുന്നു. ഒരുപക്ഷേ ചാൾസ് ഇംഗ്ലണ്ടിനെ വീണ്ടും റോമിന്റെ കീഴിൽ കൊണ്ടുവരുമെന്ന് തോന്നി. കത്തോലിക്കന്മാർക്കും ഭിന്നാഭിപ്രായക്കാർക്കുമെതിരായ പഴയ നിയമങ്ങൾ സസ്പെന്റ് ചെയ്തുകൊണ്ട് അദ്ദേഹം ഒരു ഡിക്ലറേഷൻ ഓഫ് ഇൻഡൾജൻസ് അംഗീകരിച്ചു. ഇത് സംഭവിച്ചതാകട്ടെ, ചാൾസിന്റെ ഇളയ സഹോദരൻ ജെയിംസ് കത്തോലിക്കാമതം സ്വീകരിച്ചുവെന്ന് പ്രചാരണം നടന്നുകൊണ്ടിരിക്കുന്ന കാലത്തായിരുന്നു. സാധാരണ മനുഷ്യരിൽ ഇതെല്ലാം സംശയങ്ങൾ വളർത്തി. വളരെ ഭീകരമായ ഒരു പോപ്പിഷ് ഗൂഢാലോചന നടക്കുകയായിരുന്നുവെന്ന് ജനങ്ങൾ ഭയപ്പെട്ടു തുടങ്ങി. നാട്ടിലുടനീളം അസ്വാസ്ഥ്യം വ്യാപിച്ചു. പുതിയൊരാഭ്യന്തര യുദ്ധം ഉണ്ടാവുന്നത് തടയണമെന്ന് മഹാഭൂരിപക്ഷവും ആശിച്ചു. രാജാവിന്റെ അടിച്ചമർത്തലും, കത്തോലിക്കാ രാജാവും— അതെ ദൈവദത്തവകാശം തന്നെ— എന്തായാലും ജനങ്ങൾ തമ്മിലുള്ള യുദ്ധത്തേക്കാൾ അഭികാമ്യം അതാണെന്ന് അവർ കരുതി. മറ്റുചിലർക്ക് അത്രയൊന്നും ക്ഷമയുണ്ടായിരുന്നില്ല. അവർ ഭിന്നാഭിപ്രായക്കാരായിരുന്നു, ഡിസന്റർമാ

രായിരുന്നു. അവർക്ക് ആത്മബോധ്യത്തിന്റെ തന്റേടവുമുണ്ടായിരുന്നു. അവരെ നയിച്ചിരുന്നത് ചില പ്രധാന പ്രഭുക്കളായിരുന്നു; പഴയകാലത്തെ ഏകാധിപത്യ രാജവാഴ്ച തിരിച്ചുവരരുതെന്ന പക്ഷക്കാരായിരുന്നു അവർ. ഏതാണ്ട് പത്ത് വർഷക്കാലം രണ്ടുവിഭാഗക്കാരും പരസ്പരം എതിർത്തു വന്നു. വിഗ്ഗുകളും (1640 ൽ കുതിരയെ ഓടിക്കുന്നവരായ അനേകം സ്കോട്ട്ലാന്റുകാർ അഥവാ വിഗ്ഗുമോറുകൾ പ്രെസ്ബിറ്റീരിയൻ പുരോഹിതന്മാരുടെ നേതൃത്വത്തിൽ രാജാവിനെതിരെ എഡിൻബർഗ്ഗിലേക്ക് മാർച്ച് ചെയ്തതിൽ നിന്നാണ് ഈ പേരു വരുന്നത്.) ടോറികളും (ആദ്യകാലത്ത് ഐറിഷ് രാജപക്ഷപാതികൾ ഈ പേരിലറിയപ്പെട്ടു; പിന്നെ രാജാവിനെ പിന്തുണയ്ക്കുന്നവർക്ക് ഈ പേരുവന്നു) ആയിരുന്നു ഈ വിഭാഗങ്ങൾ; പക്ഷേ, രണ്ടു വിഭാഗങ്ങൾക്കും ഒരു പ്രതിസന്ധിയുണ്ടാക്കണമെന്ന താല്പര്യമില്ലായിരുന്നു. അവർ ചാൾസിനെ സമാധാനത്തോടെ മരിക്കാനുവദിച്ചു, അദ്ദേഹത്തിന്റെ പിൻഗാമിയായ കത്തോലിക്കനായ ജെയിംസ് രണ്ടാമനെ 1685 ൽ രാജാവകാനനുവദിച്ചു. (ഒരു ഫ്രഞ്ച് കത്തോലിക്കാ സൈന്യാധിപന്റെ നേതൃത്വത്തിൽ) ഒരു സൈന്യം സംഘടിപ്പിച്ച് രാജ്യത്ത് വിദേശ ഇടപെടൽ എന്ന ഭീകരാവസ്ഥ സൃഷ്ടിച്ചതിന് പുറമെ, ജെയിംസ് രണ്ടാമൻ ഒരു രണ്ടാം ഡിക്ലറേഷൻ ഓഫ് ഇൻഡൾജൻസ് പ്രഖ്യാപിച്ചു. അത് എല്ലാ ആംഗ്ലിക്കൻ പള്ളികളിലും വായിക്കണമെന്നാജ്ഞാപിച്ചു; രാജാവിന് കടക്കാവുന്ന പരിധിക്കപ്പുറത്തായിരുന്നു ഇത്. ഏഴു ബിഷപ്പുമാർ രാജാവിന്റെ ആജ്ഞ അനുസരിക്കാൻ കൂട്ടാക്കിയില്ല. "നിയമവിരുദ്ധമായ രാജ/മതദ്രോഹം" എന്നാരോപിച്ചു കൊണ്ടു ഏഴു ബിഷപ്പുമാരെ വിചാരണചെയ്തു. ജൂറി അവർ "കുറ്റക്കാരല്ലെ"ന്നു വിധിച്ചു; ഇതു ജനങ്ങളുടെ പക്ഷത്തിനു വലിയ ന്യായീകരണമായി.

നിർഭാഗ്യകരമായ ഈ സന്ദർഭത്തിലാണ് ജെയിംസ് ഒരാൺകുഞ്ഞിന്റെ പിതാവായിത്തീർന്നത്. (രണ്ടാമത്തെ വിവാഹത്തിൽ കത്തോലിക്കാകുടുംബമായ മോഡേനാ എസ്തേയിലെ അംഗമായ മറിയയെ അദ്ദേഹം ഭാര്യയായി സ്വീകരിച്ചിരുന്നു). ഇതിനർത്ഥം സിംഹാസനം ഒരു കത്തോലിക്കാ മതവിശ്വാസിക്കുതന്നെ പോകുമെന്നായിരുന്നു. ഈ കുഞ്ഞു ജനിച്ചില്ലായിരുന്നെങ്കിൽ ജെയിംസിന്റെ സഹോദരങ്ങളായ മേരിയോ ആനിയോ അദ്ദേഹത്തിന്റെ പിൻഗാമിയാകുമായിരുന്നു. അവർ രണ്ടുപേരും പ്രൊട്ടസ്റ്റന്റുകാരായിരുന്നു. സാധാരണമനുഷ്യനു വീണ്ടും സംശയമായി. മോഡേനയിലെ മറിയ ശരിക്കും വൃദ്ധയായിരുന്നു. അവർക്കൊരു കുഞ്ഞുണ്ടാവുക അസാദ്ധ്യം! ഇതെല്ലാം തികഞ്ഞ ഗൂഢാലോചന! ഇംഗ്ലണ്ടിനൊരു കത്തോലിക്കാ രാജാവുണ്ടാവുന്നതിനുവേണ്ടി ഏതോ ജെസ്യൂട്ടു പാതിരി അപരിചിതനായൊരു കുഞ്ഞിനെ കൊട്ടാരത്തിലേക്ക് കടത്തുകയായിരുന്നു. അങ്ങനെ പോയി കഥകൾ. മറ്റൊരാഭ്യന്തരയുദ്ധമുണ്ടാകുമെന്നുതന്നെ ജനങ്ങൾ കരുതി. ആ ഘട്ടത്തിൽ വിഗ്ഗുകളും ടോറികളുമായ ഏഴു പ്രഗത്ഭന്മാർ ജെയിംസിന്റെ മൂത്ത മകളായ

മേരിയുടെ ഭർത്താവ് ഓറഞ്ചിലെ വില്യം മൂന്നാമന് ഒരു കത്തെഴുതി, ഇംഗ്ലണ്ടിൽ വന്ന് അനഭിമതനായ രാജാവിൽ നിന്ന് രാജ്യത്തെ രക്ഷിക്കണമെന്നായിരുന്നു കത്തിലെ പ്രാർത്ഥന.

1688 നവംബർ 5 ന് വില്യം ടോർബേ തുറമുഖത്തെത്തിച്ചേർന്നു. ശ്വശുരന് രക്തസാക്ഷിപരിവേഷം നല്കാൻ വില്യം ആഗ്രഹിച്ചില്ല. അതുകൊണ്ടു അദ്ദേഹത്തെ ഫ്രാൻസിലേക്ക് രക്ഷപ്പെടാൻ സഹായിച്ചു. 1688 ജനുവരി 22 ന് അദ്ദേഹം പാർലമെന്റ് വിളിച്ചുചേർത്തു. അതേ വർഷം ഫെബ്രുവരി 13 ന് അദ്ദേഹവും ജെയിംസിന്റെ പുത്രിയായ പത്നി മേരിയും ഇംഗ്ലണ്ടിന്റെ സംയുക്ത പരമാധികാരികളായി പ്രഖ്യാപിക്കപ്പെട്ടു. ഇംഗ്ലണ്ടിലെ പ്രൊട്ടസ്റ്റന്റു മതം സംരക്ഷിക്കപ്പെട്ടു.

രാജാവിന്റെ ഉപദേശകസമിതിയിൽക്കൂടുതൽ എന്തോ ആണ് പാർലമെന്റെന്ന് തെളിയിക്കുന്നതിനുതകുന്ന പല നടപടികളും പാർലമെന്റും സ്വീകരിച്ചു. ആർക്കൈവിന്റെ വിസ്മൃതമായ ഒരു മൂലയിൽ നിന്ന് 1628 ലെ പെറ്റിഷൻ ഓഫ് റൈറ്റ്സ് എന്ന പ്രമാണം പൊടിതട്ടിയെടുത്തു. ഇതിന്റെയൊക്കെ വെളിച്ചത്തിൽ പുതിയ ഒരു നിയമം പാസാക്കി. ബിൽ ഓഫ് റൈറ്റ് അഥവാ അവകാശ നിയമം എന്നാണതിന്റെ പേര്. ഇംഗ്ലണ്ടിന്റെ രാജാവ്/ രാജ്ഞി ആംഗ്ലിക്കൻ ചർച്ചിൽപ്പെട്ടയാളായിരിക്കണമെന്ന് ഈ നിയമം അനുശാസിച്ചു. നിയമങ്ങൾ സസ്പെന്റു ചെയ്യാനോ ചില സവിശേഷാധികാരങ്ങളുള്ള വ്യക്തികൾക്ക് നിയമം അനുസരിക്കാതിരിക്കാനുള്ള അവകാശം നല്കാനോ രാജാവിനവകാശമില്ലെന്നും ആ നിയമം പ്രസ്താവിച്ചു. "പാർലമെന്റിന്റെ അനുമതിയില്ലാതെ നികുതി ചുമത്താൻ പാടില്ലെന്നും സൈന്യം നിലനിർത്താൻ പാടില്ലെന്നും" നിയമം പ്രത്യേകമായി എടുത്തു പറഞ്ഞു. അങ്ങനെ 1689 ൽ യൂറോപ്പിലെ മറ്റൊരു രാജ്യത്തിനുമില്ലാത്ത സ്വാതന്ത്ര്യം ഇംഗ്ലണ്ടിനു കിട്ടി.

ഈ ഉദാരനടപടിയുടെ പേരിൽ മാത്രമല്ല ഇംഗ്ലണ്ടിലെ വില്യം ഭരണം ഇപ്പോഴും ഓർമ്മിക്കപ്പെടുന്നത്. അദ്ദേഹത്തിന്റെ കാലത്താണ് "ഉത്തരവാദിത്വമുള്ള" മന്ത്രിസഭ ഭരണം നടത്തുന്ന സമ്പ്രദായം ആരംഭിച്ചത്. ഒരു രാജാവിന് ഒറ്റയ്ക്ക് ഭരിക്കാനാവില്ല. അദ്ദേഹത്തിന് വിശ്വസ്തരായ ഉപദേശകർ വേണം. പ്രഭുക്കന്മാരും പുരോഹിതന്മാരുമടങ്ങിയ മഹാസഭയുണ്ടായിരുന്നു ട്യൂഡർമാർക്ക്. അത് വലിയൊരു സഭയായിരുന്നു. അതിനെ ചെറിയ 'പ്രിവി കൗൺസിലി'ന് വിധേയമാക്കി നിർത്തി. കാലം ചെന്നപ്പോൾ കൗൺസിലർമാരെ രാജാവിന്റെ കൊട്ടാരത്തിലെ ഒരു കാബിനിൽ (മുറി) ചെന്നു കാണുന്ന പതിവ് വളർന്നുവന്നു. അങ്ങിനെ അവർ "കാബിനറ്റ് കൗൺസിൽ" എന്നറിയപ്പെട്ടു. അല്പം കഴിഞ്ഞപ്പോൾ അവർ കാബിനറ്റ് എന്നുമാത്രം അറിയപ്പെടാൻ തുടങ്ങി.

തനിക്കുമുമ്പുള്ള മിക്ക രാജാക്കന്മാരെയുംപോലെ വില്യം എല്ലാ പാർട്ടികളിൽ നിന്നും ഉപദേശകരെ തെരഞ്ഞെടുത്തു. എന്നാൽ ക്രമത്തിൽ പാർലമെന്റിന്റെ അംഗസംഖ്യ വർദ്ധിച്ചു. അതോടെ വിഗ്ഗുകൾക്ക് കോമൺസിൽ ഭൂരിപക്ഷമുള്ളപ്പോൾ ടോറികളുടെ സഹായത്തോടെ

രാജ്യത്തിന്റെ രാഷ്ട്രീയം നിയന്ത്രിക്കാൻ കഴിയില്ലെന്ന അവസ്ഥ വന്നു. അങ്ങനെവന്നപ്പോൾ അദ്ദേഹം ടോറികളെ ഉപദേശകസമിതിയിൽ നിന്ന് പുറത്താക്കുകയും കാബിനറ്റ് കൗൺസിൽ വിഗ്ഗുകളുടേതു മാത്രമായി ത്തീരുകയും ചെയ്തു. കുറേവർഷങ്ങൾ കഴിഞ്ഞ് വിഗ്ഗുകൾക്ക് കോമൺസിൽ ഭൂരിപക്ഷം നഷ്ടപ്പെടുകയും ടോറികൾ ഭൂരിപക്ഷമാവു കയും ചെയ്തപ്പോൾ പ്രധാന ടോറി നേതാക്കളെ ഉൾപ്പെടുത്തി കാബി നറ്റ് കൗൺസിൽ രൂപീകരിച്ചു. 1702 ൽ മരിക്കുന്നതു വരെ വില്യം ഫ്രഞ്ചു രാജാവുമായി യുദ്ധത്തിൽ വ്യാപൃതനായിരുന്നതിനാൽ ഇംഗ്ലണ്ടിന്റെ ആഭ്യന്തരഭരണകാര്യങ്ങളിൽ ശ്രദ്ധിക്കാൻ കഴിഞ്ഞിരുന്നില്ല. അതു കൊണ്ട് ഭരണത്തിന്റെ പ്രധാന കാര്യങ്ങളെല്ലാം പ്രായോഗികമായി നിർവ്വ ഹിച്ചത് കാബിനറ്റു കൗൺസിൽ ആയിരുന്നു. 1702 ൽ വില്യത്തിന്റെ ഭാര്യാ സഹോദരി ആനി രാജ്ഞിയായപ്പോൾ ഇതേ സ്ഥിതി തുടർന്നു. ആനി 1714 ൽ അന്തരിച്ചു. (നിർഭാഗ്യവശാൽ അവരുടെ പതിനേഴു കുഞ്ഞു ങ്ങളിൽ ഒരാളും ജീവനോടെ അവശേഷിച്ചില്ല.) തുടർന്ന് ജെയിംസ് ഒന്നാ മന്റെ പൗത്രിയായ സോഫിയുടെ മകനായ ഹാനോവറിലെ ജോർജ്ജ് ഒന്നാമൻ രാജാവായി.

ഏതാണ്ട് നാടനായിരുന്ന ഈ രാജാവ് ജീവിതത്തിൽ ഒരു ഇംഗ്ലീഷ് വാക്കുപോലും പഠിച്ചില്ല. ഇംഗ്ലണ്ടിലെ രാഷ്ട്രീയ ഏർപ്പാടുകളുടെ സങ്കീർണ്ണമായ ചട്ടക്കൂടിൽ അദ്ദേഹം പെട്ടുപോയി. എല്ലാ കാര്യങ്ങളും കാബിനറ്റ് കൗൺസിലിനെ ഏല്പിച്ചു കൊണ്ട്, അദ്ദേഹം കാബിനറ്റ് യോഗങ്ങളിൽ നിന്നുവിട്ടുനിന്നു. ഈ യോഗങ്ങൾ അദ്ദേഹത്തെ വെറിപി ടിപ്പിച്ചിരുന്നു, കാരണം അവയിൽ നടക്കുന്ന ഒരു ചർച്ചയും അദ്ദേഹത്തിനു മനസ്സിലായിരുന്നില്ല. ഈ നിലയ്ക്ക് ഇംഗ്ലണ്ടും സ്കോട്ട്ലന്റും ഭരിക്കുക യെന്ന ശീലം കാബിനറ്റിനു കൈവന്നു. (1707 ൽ സ്കോട്ടിഷ് പാർലമെന്റ് ഇംഗ്ലീഷുപാർലമെന്റുമായി ലയിപ്പിച്ചിരുന്നു.) ഇത് രാജാവിനെ മടുപ്പിൽ നിന്ന് രക്ഷപ്പെടുത്തി. തന്റെ സമയത്തിന്റെ ഭൂരിഭാഗവും അദ്ദേഹം വൻക രയിൽ ചെലവഴിച്ചു.

ജോർജ്ജ് ഒന്നാമന്റേയും ജോർജ്ജ് രണ്ടാമന്റേയും ഭരണകാലത്ത് മഹാന്മാരായ വിഗ്ഗുകളുടെ (അവരിൽ സർ റോബർട്ട് വാൾപോൾ ഇരുപ ത്തൊന്ന് വർഷക്കാലം ഔദ്യോഗിക പദവിയിലുണ്ടായിരുന്നു) ഒരു നിര തന്നെയുണ്ടായിരുന്നു, രാജാവിന്റെ കാബിനറ്റ് കൗൺസിലിൽ. അവ രിലെ നേതാവിനെ ശരിക്കുള്ള കാബിനറ്റിന്റെ മാത്രമല്ല പാർലമെന്റിലെ ഭൂരിപക്ഷ പാർട്ടികളുടെയും നേതാവായി അംഗീകരിച്ചു. ഭരണച്ചുമതല കൾ തന്റെ കൈക്കുള്ളിലൊതുക്കാനും എല്ലാം കാബിനറ്റിനും വിട്ടുകൊ ടുക്കാതിരിക്കാനുമുള്ള ജോർജ്ജ് മൂന്നാമന്റെ ശ്രമങ്ങൾക്ക് വിപല്ക്കര മായ ഫലങ്ങളുണ്ടായതിനാൽ പിന്നീടവ ആവർത്തിച്ചില്ല. പതിനെട്ടാം നൂറ്റാണ്ടിന്റെ ആദ്യവർഷങ്ങളിൽ തന്നെ ഇംഗ്ലണ്ടിൽ പ്രാതിനിധ്യ ഭരണം നിലവിൽ വന്നുകഴിഞ്ഞിരുന്നു. നാട്ടിലെ ഭരണച്ചുമതലകൾ നിർവ്വഹി ച്ചത് ഉത്തരവാദിത്വമുള്ള ഒരു മന്ത്രിസഭയായിരുന്നു.

സത്യം പറഞ്ഞാൽ ഈ ഗവൺമെന്റിന് എല്ലാ വർഗ്ഗങ്ങളുടേയും പ്രാതിനിധ്യം ഉണ്ടായിരുന്നില്ല. ഒരു ഡസൻ ആളുകളിൽ ഒന്നിൽ കുറവ് ആളുകൾക്കേ വോട്ടവകാശമുണ്ടായിരുന്നുള്ളൂ. പക്ഷേ, ആധുനിക പ്രാതിനിധ്യ ഭരണരൂപത്തിന്റെ അടിത്തറയായിരുന്നു അത്. സമാധാനപൂർണ്ണവും ക്രമാനുഗതവുമായ രീതിയിൽ അത് രാജാവിൽനിന്ന് അധികാരങ്ങൾ ഏറ്റെടുക്കുകയും സ്ഥിരമായി വർദ്ധിച്ചുകൊണ്ടിരുന്ന ജനപ്രതിനിധികളുടെ കൈകളിലർപ്പിക്കുകയും ചെയ്തു. അത് ഇംഗ്ലണ്ടിലേക്ക് ഒരു സുവർണ്ണദശയൊന്നും കൊണ്ടുവന്നില്ല, എങ്കിലും പതിനെട്ടും പത്തൊമ്പതും നൂറ്റാണ്ടുകളിൽ യൂറോപ്പിലാകമാനം നാശം വിതച്ച മിക്ക വിപ്ലവ വിസ്ഫോടനങ്ങളിൽ നിന്നും ഇംഗ്ലണ്ടിനെ രക്ഷിച്ചു.

ശക്തിസന്തുലനം

ഫ്രാൻസിൽ രാജാക്കന്മാരുടെ ദൈവദത്തമായ അവകാശം മുമ്പത്തേക്കാൾ ആർഭാടപൂർവ്വം തുടർന്നു. പുതുതായി കണ്ടുപിടിച്ച 'അധികാരസന്തുലന'ത്തിന്റെ നിയമം മാത്രമാണ് രാജാക്കന്മാരുടെ അഭീഷ്ടത്തെ തടഞ്ഞുനിർത്തിയത്

ഇംഗ്ലണ്ടിലെ ജനങ്ങൾ സ്വാതന്ത്ര്യത്തിനുവേണ്ടി പോരാടിക്കൊണ്ടിരുന്നപ്പോൾ ഫ്രാൻസിൽ എന്തു സംഭവിക്കുകയായിരുന്നുവെന്ന് ഞാൻ പറയാം. ശരിയായ മനുഷ്യൻ ശരിയായ രാജ്യത്ത് ശരിയായ സമയത്ത് എന്ന സമന്വയം ചരിത്രത്തിൽ അത്യപൂർവ്വമാണ്. ഫ്രാൻസിനെ സംബന്ധിച്ചിടത്തോളം ലൂയി പതിനാലാമൻ ഈ ആദർശത്തിന്റെ സാക്ഷാത്ക്കാരമായിരുന്നു. പക്ഷേ മറ്റുള്ള രാജ്യങ്ങൾക്ക് അദ്ദേഹത്തിന്റെ അഭാവമായിരുന്നു സന്തുഷ്ടി നല്കുമായിരുന്നത്.

യുവാവായ രാജാവ് ഭരിക്കാൻ ആനയിക്കപ്പെട്ട രാജ്യം വളരെ ജനബഹുലമായിരുന്നു; അക്കാലത്തെ ഏറ്റവും ഉജ്ജ്വലമായ രാജ്യമായിരുന്നു അത്. മഹാകർദ്ദിനാളന്മാരായ മസാറിനും റിഷെല്യൂവും പഴയ ഫ്രഞ്ചുരാജ്യത്തെ പതിനേഴാം നൂറ്റാണ്ടിലെ ഏറ്റവും ശക്തമായ കേന്ദ്രീകൃത രാജ്യമായി വാർത്തെടുത്തിരുന്നു. ആ രാജ്യത്തെ സിംഹാസനത്തിലാണ് ലൂയി പതിനാലാമൻ ഉപവിഷ്ടനായത്. അസാധാരണമായ ശേഷിയുള്ള ഭരണാധികാരിയായിരുന്നു അദ്ദേഹം. നമ്മൾ, ഇരുപതാം നൂറ്റാണ്ടിലെ ജനങ്ങൾ (ഇപ്പോൾ ഇരുപത്തൊന്നാം നൂറ്റാണ്ടിലെ ജനങ്ങൾ- വിവർത്തകൻ) സൂര്യരാജാവിന്റെ മഹായുഗത്തിന്റെ സ്മരണയിൽ പുളകം കൊള്ളുന്നു! ലൂയിയുടെ രാജധാനിയിൽ സമ്പുഷ്ടമായിത്തീർന്ന പെരുമാറ്റ രീതികളും പ്രകാശനഗാംഭീര്യവുമാണ് ഇന്നത്തെ സാമൂഹിക ജീവിതത്തിന് അടിസ്ഥാനമായിരിക്കുന്നത്. അന്തർദ്ദേശീയ നയതന്ത്രബന്ധങ്ങളിൽ ഇന്നും ഫ്രഞ്ചാണ് നയതന്ത്രത്തിന്റേയും രാഷ്ട്രാന്തരീയ സമ്മേളനങ്ങളുടെയും ഭാഷ; കാരണം രണ്ടു നൂറ്റാണ്ടിനുമുമ്പ് (1922 നു മുമ്പാണ് ഈ ഗ്രന്ഥം എഴുതിയത്— വിവർത്തകൻ) അതിനു മിനുസപ്പെടുത്തിയ ഒരു ആഢ്യത്വമുണ്ടായിരുന്നു, പ്രകാശനസംശുദ്ധിയുണ്ടാ

യിരുന്നു. മറ്റൊരു ഭാഷയ്ക്കും എത്തിച്ചേരാൻ കഴിയാത്തൊരവസ്ഥയായിരുന്നു അത്. ലൂയി രാജാവിന്റെ കാലത്തെ നാടകപാഠങ്ങൾ നാം ഇന്നും പഠിക്കുന്നു. അവ പഠിച്ചെടുക്കുന്ന കാര്യത്തിൽ നാം വളരെ പതുക്കെയാണ്. ലൂയിയുടെ കാലത്തെ ഫ്രഞ്ച് അക്കാദമി (റിഷല്യൂവിന്റെ സംഭാവനയാണത്) വൈജ്ഞാനികരംഗത്ത് ഇതര രാജ്യങ്ങൾ അനുകരിക്കുക വഴി അതുല്യമായിത്തീർന്നു. ഈ പട്ടിക പേജുകളോളം തുടരാൻ കഴിയും. മാന്യമായ പാചകത്തിന്റെ കല ഈ മഹാചക്രവർത്തിക്കുവേണ്ടിയാണ് ആദ്യം തുടങ്ങിയത്. നാഗരികതയുടെ ഉന്നതമായ കലകളിൽ ഒന്നാണല്ലോ പാചകം. ലൂയി പതിനാലാമന്റെ കാലം ആർഭാടത്തിന്റെയും അലങ്കാരചാതുര്യത്തിന്റെയും കാലമായിരുന്നു. അതിൽ നിന്ന് നമുക്ക് ഇനിയും ഏറെ പഠിക്കുന്നുണ്ട്.

നിർഭാഗ്യമെന്നു പറയട്ടെ, ഈ തിളങ്ങുന്ന ചിത്രത്തിനൊരു മറുപുറമുണ്ട്. അതിത്രയൊന്നും ചമല്ക്കാരമുള്ളതല്ല. വിദേശത്തെ വിജയം മിക്കപ്പോഴും രാജ്യത്തിനകത്തെ ദുരിതമാണ്. ഈ നിയമം ഫ്രാൻസിന്നും ബാധകമായിരുന്നു. ലൂയി പതിനാലാമൻ പിതാവിനെ പിന്തുടർന്നധികാരത്തിൽ വന്നത് 1643 ലായിരുന്നു. അദ്ദേഹം 1715 ൽ മരിച്ചു. അതിന്റെ അർത്ഥം ഫ്രാൻസിന്റെ ഭരണം എഴുപത്തിരണ്ട് കൊല്ലക്കാലം ഒരൊറ്റയാളുടെ കൈകളിലായിരുന്നുവെന്നാണ്; അതായത് രണ്ടു തലമുറകളുടെ സമ്പൂർണ്ണമായ കാലം.

"ഒരൊറ്റയാൾ" എന്ന ഈ ആശയത്തെപ്പറ്റി വ്യക്തമായ ധാരണയുണ്ടാവണം. "ഉദ്ബുദ്ധ ഏകാധിപത്യം" എന്ന് വിശേഷിപ്പിക്കപ്പെടുന്ന ഏറെ കാര്യക്ഷമതയുള്ള ഏകാധിപത്യത്തിന്റെ കാലമായിരുന്നു അത്. അങ്ങനെ ഏറെ രാജാക്കന്മാരുണ്ടായിരുന്നു. അവരുടെ പട്ടികയിൽ ആദ്യത്തെ പേരാണ് ലൂയി പതിനാലാമന്റേത്. ഭരണാധികാരികളെന്ന് മേനി നടിക്കുകയും ഔദ്യോഗികകാര്യങ്ങൾ രസകരമായ പിക്നിക്കാക്കി മാറ്റുകയും ചെയ്യുന്ന രാജാക്കന്മാരെ അദ്ദേഹം ഇഷ്ടപ്പെട്ടില്ല. ഉദ്ബുദ്ധതാകാലഘട്ടത്തിലെ രാജാക്കന്മാർ പ്രജകളിലാരേക്കാളും കഠിനമായി അദ്ധ്വാനിച്ചിരുന്നു. അവർ നേരത്തെ എഴുന്നേറ്റു. മറ്റാരേക്കാളും വൈകിയുറങ്ങി. ജനങ്ങളുമായി കൂടിയാലോചനയില്ലാതെ ഭരിക്കാനവകാശം നല്കുന്ന "ദൈവദത്താവകാശം" പോലെ തന്നെ ശക്തവും പ്രധാനവുമാണ് "ദൈവദത്തമായ ഉത്തരവാദിത്വ"മെന്നും അവർ കരുതി.

നിശ്ചയമായും എല്ലാ കാര്യങ്ങളും രാജാവിനു നേരിട്ട് ചെയ്യാനാവില്ലായിരുന്നു. അദ്ദേഹത്തിനു ചുറ്റും സഹായികളും ഉപദേശകരും ആവശ്യമായിരുന്നു. ഒന്നോ രണ്ടോ സൈന്യാധിപന്മാർ, ചില വിദേശകാര്യവിദഗ്ദ്ധർ, സമർത്ഥരായ ചില സാമ്പത്തിക ശാസ്ത്ര വിദഗ്ദ്ധർ ഒക്കെ മതിയാകുമായിരുന്നു ഇതിന്. പക്ഷേ, ഈ മാന്യവിദഗ്ദ്ധർക്ക് പരമാധികാരിയായ രാജാവിലൂടെ മാത്രമേ പ്രവർത്തിക്കാൻ കഴിയുമായിരുന്നുള്ളൂ. ബഹുജനങ്ങളെ സംബന്ധിച്ചേടത്തോളം രാജാവ് തന്റെ ദിവ്യശരീരം വഴി രാജ്യഭരണത്തെ പ്രതിനിധീകരിക്കുകയായിരുന്നു. പൊതുവായ

പിതൃഭൂമിയുടെ വിജയം ഒരു രാജവംശത്തിന്റെ വിജയമായിത്തീരുകയായിരുന്നു. നമ്മുടെ അമേരിക്കൻ ആദർശത്തിന്റെ (വാൻലൂൺ അമേരിക്കൻ പൗരനായിരുന്നു - വിവർത്തകൻ) നേരെ വിപരീതമായിരുന്നു ഇത്. ഫ്രാൻസിന്റെ ഭരണം ബൂർബർ രാജവംശത്തിന്റേതായിരുന്നു, ബൂർബർ രാജവംശത്തിലുള്ളതായിരുന്നു, ബൂർബർ രാജവംശത്തിന് വേണ്ടിയുള്ളതായിരുന്നു.

ഇത്തരമൊരു സംവിധാനത്തിന്റെ കുറവുകൾ സുവ്യക്തമാണ്. രാജാവ് എല്ലാമായി വളർന്നു. മറ്റുള്ളവർ ഒന്നുമല്ലാതായിത്തീർന്നു. പഴയ പ്രയോജനകരമായ പ്രഭുത്വം പ്രവിശ്യാ ഭരണത്തിൽ നിന്ന് പിൻവാങ്ങി. നൂറുവർഷം മുമ്പ് ഫ്യൂഡൽ പ്രഭുവിന്റെ ചുമതലയായിരുന്ന ഭരണം ഇപ്പോൾ നിർവ്വഹിച്ചത് വിദൂരസ്ഥമായ പാരീസിലെ ഒരു ഗവൺമെന്റു കെട്ടിടത്തിൽ, ജാലകത്തിന് പിന്നിൽ മഷിപുരണ്ട കൈയുമായിരിക്കുന്ന ഒരു രാജകീയ ബ്യൂറോക്രാറ്റായിരുന്നു. ഇപ്പോൾ ഫ്യൂഡൽ പ്രഭുവിന് പണിയൊന്നുമില്ലാതായി.

അതുകാരണം, അയാൾ പാരീസിലേക്കു നീങ്ങി. രാജധാനിയിൽ തനിക്കാവുന്ന തരത്തിൽ ആനന്ദിച്ചു. പ്രഭുവില്ലാതെ വന്നപ്പോൾ അയാളുടെ ഭൂസ്വത്ത് വളരെ ഗുരുതരമായ സാമ്പത്തിക പ്രശ്നങ്ങളിൽപ്പെട്ടു. “ആബ്സന്റീ ലാന്റ്ലോഡിസം” എന്നാണ് ഈ സാമ്പത്തിക പ്രശ്നത്തിന്റെ പേര്. ഒരു തലമുറക്കാലം കൊണ്ട് പഴയ ഉത്സാഹശാലികളായ ഫ്യൂഡൽ ഭരണാധികാരികൾ വെഴ്സായി കൊട്ടാരത്തിലെ മാന്യമായ പെരുമാറ്റമുള്ള, എന്നാൽ ഒരുപണിയുമില്ലാത്ത ഒരു സംഘമായി മാറിക്കഴിഞ്ഞിരുന്നു.

വെസ്റ്റ്ഫാലിയാ ഉടമ്പടി ഒപ്പു വെക്കുന്ന കാലത്ത് ലൂയിക്ക് പത്തു വയസ്സായിരുന്നു. മുപ്പത് വർഷത്തെ യുദ്ധത്തിന്റെ ഫലമായി ഹാപ്സ്ബർഗ് രാജകുടുംബത്തിന്റെ ശക്തി ക്ഷയിക്കുകയും യൂറോപ്പിൽ അതിനുണ്ടായിരുന്ന ആധിപത്യം നഷ്ടമാവുകയും ചെയ്തു. ലൂയിയെ പോലെ പ്രതീക്ഷകളുള്ള ഒരു മനുഷ്യൻ ഈ അനുകൂല സാഹചര്യം മുതലെടുക്കുമായിരുന്നുവെന്ന കാര്യത്തിൽ സംശയമില്ല. മുമ്പ് ഹാപ്സ്ബർഗ്ഗുകൾക്കുണ്ടായിരുന്ന ആദരമെല്ലാം തന്റെ ബൂർബൺ കുടുംബത്തിനായി നേടിയെടുക്കാൻ ലൂയിക്ക് താല്പര്യമുണ്ടാവുക സ്വാഭാവികമായിരുന്നു. 1660 ൽ ലൂയി മറിയാ തെരേസയെ വിവാഹം ചെയ്തു. സ്പെയിനിലെ രാജാവിന്റെ പുത്രിയായിരുന്നു മറിയ തെരേസ. വൈകാതെ ശ്വശുരനായ ഫിലിപ്പ് നാലാമൻ അന്തരിച്ചു. ഉടനെ സ്പാനിഷ് നെതർലാന്റ്സി (ബെൽജിയം) നുമേൽ ലൂയി അവകാശവാദം ഉന്നയിച്ചു. തന്റെ പത്നിയുടെ സ്ത്രീധനത്തിൽപ്പെട്ടതാണ് ആ പ്രദേശമെന്നായിരുന്നു ലൂയിയുടെ വാദം. ബെൽജിയം ഫ്രാൻസിന്റെ ഭാഗമാണെന്നത് യൂറോപ്പിലെ സമാധാനത്തിന് തടസ്സമാകുമായിരുന്നു; പ്രൊട്ടസ്റ്റന്റ് രാജ്യങ്ങളുടെ സുരക്ഷയ്ക്ക് ഭീഷണിയാകുമായിരുന്നു. ഈ ഘട്ടത്തിൽ ഏഴ് ഐക്യനെതർലാന്റുകളുടെ വിദേശമന്ത്രിയായ ഴാങ്ദവിറ്റിന്റെ (Jan de witt)നേതൃ

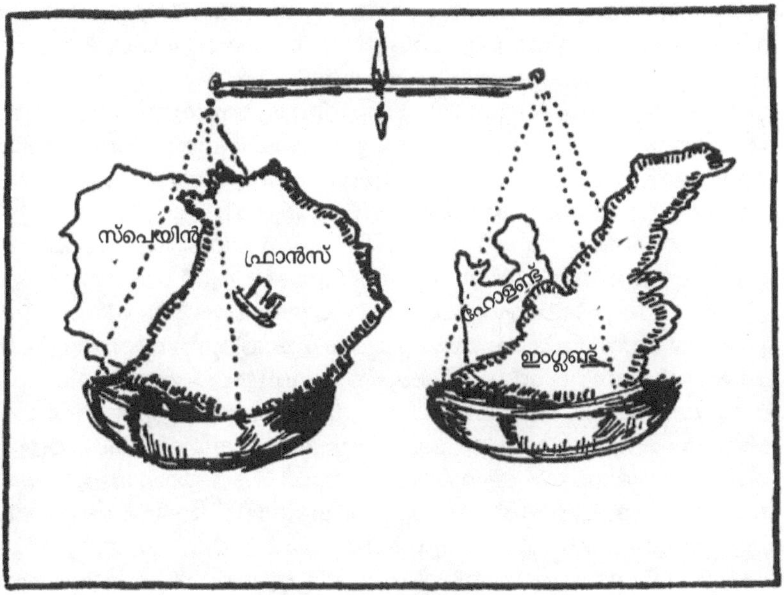

ശക്തിയുടെ തുലാസ്

ത്വത്തിൽ സ്വീഡനും ഇംഗ്ലണ്ടും ഹോളണ്ടും ചേർന്നുള്ള ലോകത്തിലെ പ്രഥമ അന്തർദ്ദേശീയ സഖ്യം രൂപീകൃതമായി. 1661 ലായിരുന്നു ഇത്. ഈ സഖ്യം അധികകാലം നീണ്ടു നിന്നില്ല. പണവും മധുരവാഗ്ദാനങ്ങളും വഴി ലൂയി ചാൾസിനേയും സ്വീഡനേയും പാട്ടിലാക്കി. സഖ്യശക്തികൾ ഹോളണ്ടിനെ വഞ്ചിച്ചു. 1672 ൽ ഫ്രാൻസ് ആക്രമണം തുടങ്ങി. ഫ്രഞ്ചു സൈന്യം ഹോളണ്ടിന്റെ ഹൃദയഭാഗത്തേക്കു കടന്നുകയറി. രണ്ടാമതൊരിക്കൽക്കൂടി അണകൾ മുറിച്ചു. ഫ്രാൻസിലെ രാജകീയ സൂര്യൻ ഡച്ച് ചതുപ്പിലെ ചെളിയിൽ പൂണ്ടു. 1678 ൽ നിംവെഗൻ ഉടമ്പടിയോടെ യുദ്ധം അവസാനിച്ചു. ഈ യുദ്ധത്തിൽ ഒരു തീരുമാനമുണ്ടായില്ല, മറ്റൊരു യുദ്ധം ഉണ്ടാവുമെന്ന ഉറപ്പല്ലാതെ.

മറ്റൊരു യുദ്ധം 1689 മുതൽ 1697 വരെ നടന്നു. റിസ്വിക്ക് ഉടമ്പടിയോടെ ആ യുദ്ധവും അവസാനിച്ചു. യുദ്ധത്തിലും യൂറോപ്യൻ രാഷ്ട്രീയത്തിൽ ലൂയി ആഗ്രഹിച്ച പേരും പദവിയും നേടിയെടുക്കാൻ കഴിഞ്ഞില്ല. അദ്ദേഹത്തിന്റെ പഴയ എതിരാളിയായ ഴാങ് ദാവിറ്റ് ഇതിനകം കൊല ചെയ്യപ്പെട്ടിരുന്നു. പിൻഗാമിയായ വില്യം മൂന്നാമൻ യൂറോപ്യൻ ആധിപത്യത്തിൽ ലൂയി വരുന്നത് തടയാൻ കഴിഞ്ഞു.

സ്പാനിഷ് പിന്തുടർച്ചാ യുദ്ധം 1701 ൽ ആരംഭിച്ചു. സ്പെയിനിലെ ഹാപ്സ്ബർഗ്ഗ് രാജാവായ ചാൾസിന്റെ മരണം നടന്ന ഉടനെയായിരുന്നു ഇത്. 1713 ലെ ഉട്രെക്റ്റ് ഉടമ്പടിയോടെ ആ യുദ്ധവും അവസാനിച്ചു. ആ

യുദ്ധത്തിലും ഒരു തീരുമാനമുണ്ടായില്ല. പക്ഷേ അത് ലൂയിയുടെ ഖജനാവിനെ തന്നെ നശിപ്പിച്ചു കഴിഞ്ഞിരുന്നു. കരയുദ്ധത്തിൽ ഫ്രഞ്ചു സൈന്യം വിജയിച്ചുവെങ്കിലും ഇംഗ്ലണ്ടിന്റെയും ഹോളണ്ടിന്റെയും നാവിക സൈന്യം യൂറോപ്യൻ ആധിപത്യത്തിനുള്ള ലൂയിയുടെ മോഹത്തെ ചാമ്പലാക്കി. മാത്രമല്ല ഈ യുദ്ധം പുതിയൊരു മൗലിക തത്വത്തിന് ജന്മം കൊടുത്തു. യൂറോപ്പാകട്ടെ ലോകമാകട്ടെ, ഒരു ശക്തിക്ക് മാത്രമായി ദീർഘകാലം ഭരിക്കാൻ കഴിയില്ല.

ഇതായിരുന്നു 'ശക്തി സന്തുലനം' എന്ന് പറയപ്പെട്ട ആ കാര്യം. ഇത് ഒരു ലിഖിതനിയമമായിരുന്നില്ല. പക്ഷേ, മൂന്ന് നൂറ്റാണ്ടുകാലം ഏതാണ്ട് പ്രകൃതിനിയമം പോലെ ഇത് പാലിക്കപ്പെട്ടു. ദേശീയത്വ രൂപീകരണത്തിന്റെയും വികാസത്തിന്റെയും കാലമായിരുന്നു അത്. ആ പ്രക്രിയയിലായിരുന്നു യൂറോപ്പ്, വൻകരയുടെ വ്യത്യസ്തവും വൈവിധ്യപൂർണ്ണവും പരസ്പരവിരുദ്ധവുമായ എല്ലാ താല്പര്യങ്ങളും തമ്മിൽ ശരിയായ സന്തുലനമുണ്ടെങ്കിൽ മാത്രമേ യൂറോപ്പ് നിലനില്ക്കുകയുള്ളൂ. ശക്തി സന്തുലനമെന്ന ആശയത്തിന്റെ ആവിഷ്കർത്താക്കളെ ഈ ധാരണയാണ് നയിച്ചിരുന്നത്. ഒരൊറ്റ ശക്തിയെയോ രാജവംശത്തെയോ മറ്റുള്ളവരുടെ മേൽ ആധിപത്യം ചെലുത്താൻ ഒരിക്കലും അനുവദിക്കരുത്. മുപ്പത് വർഷ യുദ്ധത്തിന്റെ കാലത്ത് ഈ നിയമം നടപ്പിലാക്കിയതിന്റെ ഇരകളായിരുന്നു ഹാപ്സ്ബർഗ്ഗ് രാജവംശം. പക്ഷേ, അവർ പരോക്ഷ ഇരകളായിരുന്നു. ആ യുദ്ധത്തിന്റെ അടിസ്ഥാന പ്രശ്നങ്ങൾ മതപരമായിരുന്നു; അതിലെ പ്രധാന പ്രവണതകളെ മതത്തിന്റെ ഇരുണ്ട മേഘപടലങ്ങളിൽ നിന്ന് വേർതിരിച്ചെടുക്കാൻ കഴിയുമായിരുന്നില്ല. പക്ഷേ, ആ യുദ്ധം മുതൽ നമുക്ക് മനസ്സിലാവുന്ന ഒരു കാര്യമുണ്ട്. നിസ്സംഗമായ സാമ്പത്തിക പരിഗണനകളും കണക്കുകൂട്ടലുകളും അന്തർദ്ദേശീയ ബന്ധങ്ങളിൽ സ്വാധീനം ചെലുത്തുന്നു. അതാണ് അന്തർദ്ദേശീയ ബന്ധങ്ങളിലെ പ്രബലമായ സ്വാധീനശക്തി. പുതിയൊരു തരം ഭരണതന്ത്രജ്ഞൻ രംഗപ്രവേശം ചെയ്യുന്നു, കണക്കു പുസ്തകത്തിന്റെ വികാരം മാത്രമുൾക്കൊള്ളുന്ന പുതിയ ഭരണതന്ത്രജ്ഞൻ. ഈ പുതിയ രാഷ്ട്രീയം ആദ്യം പ്രപഞ്ചനം ചെയ്തത് ഴാങ് ദവിറ്റായിരുന്നു. അദ്ദേഹം അതിൽ വിജയിച്ചു. വില്യം മൂന്നാമനായിരുന്നു ഴാങ് ദവിറ്റിന്റെ ആദ്യത്തെ ശിഷ്യൻ. യശസ്സും അജയ്യതയും കൈമുതലായ ലൂയി പതിനാലാമനായിരുന്നു ആദ്യത്തെ പ്രത്യക്ഷ ഇര. അതിനുശേഷം അനേകം ഇരകൾ ഉണ്ടായിട്ടുണ്ട്.

റഷ്യയുടെ ഉദയം

യൂറോപ്യൻ രാഷ്ട്രീയത്തിന്റെ മഹാരംഗവേദിയിൽ നിഗൂഢമായ മസ്കോവിറ്റ് സാമ്രാജ്യം ഉയർന്നു വരുന്നു.

നിങ്ങൾക്കറിയാവുന്നതുപോലെ, 1492 ൽ കൊളംബസ് അമേരിക്ക കണ്ടുപിടിച്ചു. അതേവർഷം തുടക്കത്തിൽ സ്ക്നപ്സ് എന്ന ഒരു ടൈറോൾ നിവാസി ടൈറോളിലെ ആർച്ചുബിഷപ്പിനു വേണ്ടി ഒരു ശാസ്ത്ര പര്യവേക്ഷകസംഘത്തിന്റെ തലവനായി യാത്ര ചെയ്യുകയായിരുന്നു. അവരെ പരിചയപ്പെടുത്തിക്കൊണ്ടുള്ള കത്തുകൾ കൈവശമുണ്ടായിരുന്നു. മോസ്കോ എന്ന കെട്ടുകഥകളിലെ നഗരം കണ്ടുപിടിക്കുകയായിരുന്നു ലക്ഷ്യം. അദ്ദേഹം വിജയം വരിച്ചില്ല. യൂറോപ്പിന്റെ ഏറ്റവും കിഴക്കുഭാഗത്തു സ്ഥിതിചെയ്യുന്ന ഈ സാമ്രാജ്യത്തിന്റെ അതിർത്തികളിലെവിടെയോ എത്തിച്ചേർന്നപ്പോൾ അദ്ദേഹത്തെ ബലം പ്രയോഗിച്ച് തിരിച്ചയച്ചു. അവർക്ക് വിദേശികളെക്കൊണ്ട് ആവശ്യമുണ്ടായിരുന്നില്ല. അവിടെ നിന്ന് സ്ക്നപ്സ് പോയത് കോൺസ്റ്റാന്റിനോപ്പിളിലെ അവിശ്വാസിയായ തുർക്കിയെ കാണാനാണ്. തന്റെ പര്യവേക്ഷണപരിപാടിക്കു ശേഷം ബിഷപ്പ് തിരുമേനിക്കുമുമ്പിൽ എന്തെങ്കിലും ഒരു റിപ്പോർട്ട് സമർപ്പിക്കേണ്ടതുണ്ടല്ലോ.

അറുപത്തൊന്ന് സംവത്സരങ്ങൾക്കുശേഷം ഇന്റീസിലേക്കുള്ള വടക്കുകിഴക്കൻ പാത കണ്ടെത്താൻ ശ്രമിക്കുകയായിരുന്ന റിച്ചാഡ് ചാൻസലർ കാറ്റിന്റെ ഗതിയിൽ വൈറ്റ്സീയിൽ എത്തിച്ചേർന്നു. അവിടെ നിന്ന് ഡ്വീനാനദിയുടെ തീരത്തെത്തി; അവിടെ അദ്ദേഹം ഖോൽമോഗറിയെന്ന മോസ്കോവിറ്റ് ഗ്രാമത്തിൽ എത്തി. 1584ൽ കണ്ടെത്തിയ ആർച്ച് എയ്ഞ്ചൽ പട്ടണത്തിൽ നിന്ന് കുറച്ചു മണിക്കൂർ യാത്ര മാത്രമേ ഈ ഗ്രാമത്തിലേക്കുണ്ടായിരുന്നുള്ളൂ. ഇത്തവണ വിദേശ സന്ദർശകരെ ആദരപൂർവ്വം മോസ്കോവിലേക്കു ക്ഷണിച്ചു; ഗ്രാന്റ് ഡ്യൂക്കിനെ കാണാൻ കൂട്ടിക്കൊണ്ടുപോയി. അവർ ഇംഗ്ലണ്ടിലേക്കു തിരിച്ചുപോയത് റഷ്യയുമായി ഒരു വാണിജ്യക്കരാറുമായിട്ടായിരുന്നു. പാശ്ചാത്യലോകം റഷ്യ

യുമായുണ്ടാക്കിയ ആദ്യത്തെ കരാറായിരുന്നു ഇത്. ഇത് മറ്റു രാജ്യങ്ങൾ പിന്തുടരുകയും ദുരൂഹമായ ഈ രാജ്യത്തെപ്പറ്റി പല കാര്യങ്ങളും അറിയാൻ കഴിയുകയും ചെയ്തു.

ഭൂമിശാസ്ത്രപരമായി റഷ്യ വിസ്തൃതമായ ഒരു സമതലമാണ്. യുറാൽ പർവ്വതങ്ങൾ വളരെ താഴ്ന്നതാണ്. ആക്രമണകാരികൾക്ക് അവ തടസ്സമാവുകയില്ല. നദികൾ വിസ്തൃതമാണെങ്കിലും മിക്കപ്പോഴും കയം കുറഞ്ഞവയാണ്. സഞ്ചാരികൾക്കു പറ്റിയ ഒരുത്തമ ഭൂപ്രദേശമായിരുന്നു അത്.

റോമാ സാമ്രാജ്യം സ്ഥാപിക്കപ്പെടുകയും ശക്തിയാർജ്ജിക്കുകയും പിന്നെ അപ്രത്യക്ഷമാവുകയും ചെയ്തപ്പോൾ മദ്ധ്യേഷ്യയിലെ സ്ലാവിക് ഗോത്രങ്ങൾ അവരുടെ ആദിമവാസകേന്ദ്രങ്ങൾ ഉപേക്ഷിച്ചു. തുടർന്ന് അവർ നീയ്സ്റ്റർ (DNIESTER)നദിക്കും നീയ്പർ (DNIEPER) നദിക്കും ഇടയിലുള്ള പ്രദേശത്തെ വനങ്ങളിലും സമതലങ്ങളിലും അലസമായി ലക്ഷ്യമില്ലാതെ സഞ്ചരിച്ചു. ഗ്രീക്കുകാർ ചിലപ്പോഴൊക്കെ ഈ സ്ലാവുകളെ കണ്ടുമുട്ടിയിരുന്നു, മൂന്നും നാലും നൂറ്റാണ്ടുകളിലെ ചില യാത്രക്കാർ അവരെപ്പറ്റി പരാമർശിക്കുന്നുണ്ട്. അതുകൂടിയില്ലെങ്കിൽ 1800 ൽ നെവാഡാ ഇന്ത്യാക്കാരെപോലെ തികച്ചും അജ്ഞാതരായിരുന്നു സ്ലാവുകൾ.

ഈ പ്രകൃത ജനവിഭാഗങ്ങളുടെ സമാധാനത്തിന് ഭംഗമായി അവരുടെ പ്രദേശത്തുകൂടി വളരെ സൗകര്യപ്രദമായ ഒരു വാണിജ്യപാതയുണ്ടായിരുന്നു. ഉത്തരയൂറോപ്പിൽ നിന്ന് കോൺസ്റ്റാന്റിനോപ്പിളിലേക്കുള്ള പ്രധാന പാതയായിരുന്നു അത്. നേവാനദിക്കരികിലെത്തുന്നതുവരെ, ആ പാത പോയിരുന്നത് ബാൾട്ടിക്ക് കടൽത്തീരത്തുടെയായിരുന്നു. പിന്നെ അത് ലഡോഗാ തടാകം കടക്കുകയും തെക്കോട്ട് വോൾഖോവ് നദിക്കരികിലെത്തുകയും ചെയ്തു. അതിനുശേഷം ഇൽമെൻ തടാകത്തിനടുത്തൂടെ ചെറിയ ലോവത് നദിക്കരയിലെത്തുമായിരുന്നു. അവസാനം അത് നീയ്പെർ നദിക്കരയിലും അവിടെ നിന്ന് കരിങ്കടൽത്തീരത്തും അവസാനിച്ചു.

പണ്ടുമുതൽക്കു തന്നെ നോർസെ ജനങ്ങൾക്കു ഈ പാതയെപ്പറ്റി അറിയാമായിരുന്നു. ഒമ്പതാം നൂറ്റാണ്ടിൽ അവർ റഷ്യയിൽ കുടിയേറ്റം തുടങ്ങിയിരുന്നു. ഈ സമയത്ത് മറ്റു നോർസേകൾ ജർമ്മനിയിലും ഫ്രാൻസിലും സ്വതന്ത്രരാഷ്ട്രങ്ങൾ സ്ഥാപിക്കുകയായിരുന്നു. പക്ഷേ, 862 -ാമാണ്ടിൽ സഹോദരന്മാരായ മൂന്നു നോർസേകൾ ബാൾട്ടിക് കടന്ന്, മൂന്ന് ചെറിയ രാജവംശങ്ങൾ സ്ഥാപിച്ചു. ഈ മൂന്ന് പേരിൽ ഒരാൾ, റൂറിക്, മാത്രമേ ദീർഘകാലം ജീവിച്ചുള്ളൂ. അയാൾ സഹോദരന്മാരുടെ ഭൂപ്രദേശങ്ങൾ കൈക്കലാക്കി. അവരുടെ ആഗമനം കഴിഞ്ഞ് ഇരുപത് കൊല്ലത്തിനുശേഷം കീവ് തലസ്ഥാനമായി ഒരു സ്ലാവ് രാജ്യം സ്ഥാപിതമായി.

കീവിൽ നിന്ന് കരിങ്കടലിലേക്ക് കുറച്ച് ദൂരമേയുള്ളൂ. സംഘടിത

ഇവിടെ പ്രാകൃത ഫിൻ ജനത അധിവസിച്ചത്
ഇവിടെ നോഴ്സേ ജനത അധിവസിച്ചത്
ലദോഗാ തടാകം
നേവ
വോൾതോഫ് നദി
നോവ്ഗരോദ്
ബാർട്ടിക് കടൽ
വോൾഗ
ഇൽമെൻ തടാകം
ലൊവാത് നദി
PORTAGE
ഡ്വിനാനദി
വാണിജ്യപാത
കീവ്
നീപർ നദി
വാർസ
ഇവിടെ പോളിഷ് ജനത താമസിക്കുന്നു
SEA OF AZOF
ബൈസാൻറിയം അഥവാ കോൺസ്റ്റാന്റിനോപ്പിൾ
കരിങ്കടൽ
ഏഷ്യ

റഷ്യയുടെ ഉല്പത്തി

മായ ഒരു സ്ലാവ് രാജ്യം നിലനില്ക്കുന്ന കാര്യം കോൺസ്റ്റാന്റിനോപ്പിളിൽ അറിഞ്ഞു. ക്രൈസ്തവമിഷനറിമാർ ഇത് പുതിയ വിളനിലമായി കണ്ടു. ബൈസന്റൈനിൽനിന്നുള്ള സന്ന്യാസിമാർ നീയ്പർ വഴി വടക്കോട്ടു യാത്രചെയ്ത്, റഷ്യയുടെ ഹൃദയഭാഗത്തെത്തിച്ചേർന്നു. മരത്തിലും പുഴയിലും മലയിൽ വസിക്കുന്ന നിഗൂഢദൈവിക ശക്തികളെ ആരാധിക്കുന്ന ജനങ്ങളെയാണവർ കണ്ടത്. അവർ ജനങ്ങളെ ജീസസിന്റെ കഥ പഠിപ്പിച്ചു. റോമൻ മിഷനറിമാരിൽ നിന്ന് മത്സരമൊന്നുമുണ്ടായില്ല. റോമൻ മിഷനറിമാർ അവിശ്വാസികളായ ട്യൂട്ടോണുകളെ പഠിപ്പിക്കുകയായിരുന്നു, വിദൂരത്തുള്ള സ്ലാവുകളെപ്പറ്റി വേവലാതിപ്പെടാൻ അവർക്കു സമയമില്ലായിരുന്നു. അങ്ങനെ റഷ്യയ്ക്ക് അതിന്റെ മതവും അക്ഷരമാലയും കലയെയും വാസ്തുവിദ്യയെയും സംബന്ധിച്ച ആശയങ്ങളും ലഭിച്ചത് ബൈസന്റൈൻ സന്ന്യാസിമാരിൽ നിന്നായിരുന്നു. ബൈസന്റൈൻ സാമ്രാജ്യം (റോമാസാമ്രാജ്യത്തിന്റെ അവശിഷ്ടമാണത്) തികച്ചും പൗരസ്ത്യമായിത്തീർന്നിരുന്നതിനാലും അതിന്റെ യൂറോപ്യൻ സ്വഭാവങ്ങൾ നഷ്ടമായിരുന്നതിനാലും റഷ്യയ്ക്ക് പില്ക്കാലത്ത് ഏറെ ബുദ്ധിമുട്ടുകളുണ്ടായി.

രാഷ്ട്രീയമായി പറഞ്ഞാൽ വിശാലമായ റഷ്യൻ സമതലങ്ങളിലെ പുതിയ രാജ്യങ്ങൾക്ക് നല്ല അവസ്ഥയൊന്നുമല്ല ഉണ്ടായിരുന്നത്. പൈതൃകമായി കിട്ടിയതെന്തും പുത്രന്മാർക്കിടയിൽ ഭാഗിക്കുകയെന്നതായിരുന്നു നോർസേകളുടെ രീതി. ഒരു രാജ്യമുണ്ടായി അധികകാലം കഴിയുന്നതിനു മുമ്പ് എട്ടോ ഒമ്പതോ മക്കൾക്കിടയിൽ ഭാഗിക്കുകയായിരുന്നു പതിവ്, അങ്ങനെ കിട്ടിയ മക്കൾ അവരുടെ ഭൂസ്വത്ത് എണ്ണമറ്റ അവകാശികൾക്കായി വിഭജിക്കപ്പെടുമായിരുന്നു. ഇവ ചെറുചെറു രാജ്യങ്ങളായി കിടമത്സരത്തിലേർപ്പെടുമായിരുന്നു. അരാജകത്വമായിരുന്നു അന്നത്തെ അവസ്ഥ. പ്രാകൃതമായ ഒരു ഏഷ്യൻ ഗോത്രം ആക്രമിക്കാൻ പോവുകയാണെന്ന ഭീഷണി വന്നപ്പോൾ ഈ ചെറുരാജ്യങ്ങൾക്ക് അതിനെ നേരിടാനുള്ള ശേഷിയുണ്ടായിരുന്നില്ല, അവ വളരെ ദുർബ്ബലവും ശിഥിലവും ആയിക്കഴിഞ്ഞിരുന്നു.

1224-ാമാണ്ടിലാണ് ആദ്യത്തെ വലിയ താർത്താർ ആക്രമണമുണ്ടായത്. ചീനയുടെയും ബൊക്കാറോവിന്റെയും താഷ്ക്കന്റിന്റേയും തുർക്കിസ്ഥാന്റെയും അധിപതിയായിക്കഴിഞ്ഞിരുന്ന ജെംഗിസ്ഖാന്റെ സൈനികർ പടിഞ്ഞാറുഭാഗത്തും എത്തിക്കഴിഞ്ഞിരുന്നു. സ്ലാവുകളുടെ സൈന്യം ദയനീയമായി പരാജയപ്പെട്ടു. കല്ക്കാനദിക്കടുത്ത് വെച്ചായിരുന്നു ഇത്. റഷ്യ മംഗോളിയന്മാരുടെ ദാക്ഷിണ്യത്തിലായിത്തീർന്നു. എന്നാൽ ആക്രമണകാരികൾ വന്നതുപോലെ തന്നെ അപ്രത്യക്ഷരായി. എന്നാൽ പതിമൂന്നുകൊല്ലം കഴിഞ്ഞ് 1237 ൽ അവർ വീണ്ടും വന്നു. ഒരു വർഷത്തിൽ താഴെ സമയം കൊണ്ട് റഷ്യൻ സമതലത്തിന്റെ എല്ലാഭാഗങ്ങളും അവർ കീഴടക്കി. 1380 ൽ മോസ്കോവിലെ ഗ്രാന്റ് ഡ്യൂക്ക് ദിമിത്രി ഡോൺസ്കോയ് അവരെ ആട്ടിയോടിക്കുന്നതുവരെ താർത്താ

റുകളായിരുന്നു റഷ്യൻ ജനതയെ അടക്കി ഭരിച്ചിരുന്നത്.

രണ്ടു നൂറ്റാണ്ടു കൊണ്ടു മാത്രമേ റഷ്യക്ക് ഈ നുകത്തിൽ നിന്ന് മോചനം ലഭിച്ചുള്ളൂ. അത് ശരിക്കും ഒരു നുകമായിരുന്നു. കുറ്റകരവും ആക്ഷേപാർഹവുമായ നുകം. സ്ലാവിക് കൃഷിക്കാരെ അത് വെറും അടിമകളാക്കി നിർത്തി. വൃത്തികെട്ട ഒരു കൊച്ചു മഞ്ഞമനുഷ്യന്റെ മുന്നിൽ മുട്ടിട്ടിഴയാൻ തയ്യാറാവുന്നില്ലെങ്കിൽ ഒരു റഷ്യക്കാരനും നിലനില്ക്കുമായിരുന്നില്ല. ആ മഞ്ഞമനുഷ്യൻ തെക്കൻ റഷ്യയിലെ സ്റ്റെപ്പി പുൽമേടുകളുടെ ഹൃദയഭാഗത്തെവിടെയോ ഒരു തമ്പുകെട്ടി അതിലിരിക്കുകയായിരുന്നു. ഇഴഞ്ഞുനീങ്ങുന്ന റഷ്യക്കാരന്റെ മുഖത്തയാൾ തുപ്പിയിരുന്നു. ആത്മാഭിമാനത്തിന്റെയും സ്വാതന്ത്ര്യത്തിന്റെയും അവസാനവികാരങ്ങൾ പോലും റഷ്യൻ ജനങ്ങൾക്കു നഷ്ടമായിപ്പോയിരുന്നു. പട്ടിണിയും കഷ്ടപ്പാടും അവഹേളനവും വ്യക്തിപരമായ അധിക്ഷേപവുമെല്ലാം മനുഷ്യാസ്തിത്വത്തിന്റെ സ്വാഭാവികാവസ്ഥയായി മാറിയിരുന്നു. സദാ തല്ലുകൊള്ളുന്ന ഒരു ചാവാലിപ്പട്ടിയെപ്പോലെ അവസാനത്തെ ശരാശരി റഷ്യക്കാരൻ, അയാൾ കൃഷിക്കാരനായാലും പ്രഭുവായാലും, തന്റെ പണിനോക്കി നടക്കുകയായിരുന്നു. അനുവാദമില്ലാതെ വാലാട്ടാൻ കഴിയാത്ത ചാവാലിപ്പട്ടിയായിരുന്നു അത്.

ഇതിൽ നിന്ന് രക്ഷപ്പെടാൻ കഴിയില്ലായിരുന്നു. താർത്താർഖാന്റെ കുതിരക്കാർ ധ്രുതഗതിക്കാരും ദയയില്ലാത്തവരുമായിരുന്നു. റഷ്യക്കാരന്റെ മുന്നിൽ അനന്തമായ പ്രയറി പ്രദേശമായിരുന്നു, അതിവിസ്തൃതമായ പുൽമേടുകൾ; അയൽക്കാരന്റെ രക്ഷാദേശത്തേക്കു രക്ഷപ്പെടാനയാൾക്കു കഴിയില്ലായിരുന്നു. അയാൾ ശാന്തനായിരിക്കണമായിരുന്നു. തനിക്കുവേണ്ടി മഞ്ഞ യജമാനൻ തീരുമാനിക്കുന്നത് എന്തും സഹിക്കണമായിരുന്നു, അല്ലെങ്കിൽ മരണം സ്വീകരിക്കണമായിരുന്നു. തീർച്ചയായും യൂറോപ്പ് ഇടപെടുമായിരുന്നിരിക്കണം. പക്ഷേ, യൂറോപ്പിന് സ്വന്തം കാര്യമുണ്ടായിരുന്നു. പോപ്പും ചക്രവർത്തിയും തമ്മിലുള്ള കലഹങ്ങളുണ്ടായിരുന്നു; ഒന്നല്ലെങ്കിൽ മറ്റൊരു മതദ്രോഹപ്രശ്നം ഉണ്ടായിരുന്നു. അതുകൊണ്ട് യൂറോപ്പ് സ്ലാവ് വംശജനെ അയാളുടെ വിധിക്കു വിട്ടു. തന്റെ മോക്ഷം സ്വയം കണ്ടെത്തണമെന്ന് നിർബ്ബന്ധിച്ചു.

അന്തിമരക്ഷകൻ ഒരു ചെറിയ രാജ്യമായിരുന്നു, പഴയ നോർസേ ഭരണാധികാരികൾ സ്ഥാപിച്ച ചെറിയൊരു രാജ്യം. അത് സ്ഥിതിചെയ്തിരുന്നത് റഷ്യൻ സമതലത്തിന്റെ ഹൃദയഭാഗത്തായിരുന്നു. അതിന്റെ തലസ്ഥാനം മോസ്കോ ആയിരുന്നു, മോസ്കോ നദിയുടെ തീരത്തെ ചെങ്കുത്തായ ഒരു കുന്നിലായിരുന്നു ആ നഗരം. ഈ ചെറുരാജ്യം (ആവശ്യം വരുമ്പോൾ) താർത്താറിനെ പ്രീണിപ്പിച്ചും (സുരക്ഷിതമായിരിക്കുമ്പോൾ) താർത്താറിനെ എതിർത്തും പതിനഞ്ചാം നൂറ്റാണ്ടിന്റെ മദ്ധ്യകാലത്ത് റഷ്യയിലെ പുതിയ ദേശീയ ജീവിതത്തിന്റെ നായകത്വത്തിൽ വന്നു. താർത്താറികൾക്ക് ക്രിയാത്മകരാഷ്ട്രീയശേഷി കുറവായിരുന്നുവെന്ന് ഓർമ്മിക്കേണ്ടതുണ്ട്. അവർക്ക് നശിപ്പിക്കാനേ അറിയുമായിരു

ന്നുള്ളൂ. പുതിയ ഭൂപ്രദേശങ്ങൾ അവർ കൈവശപ്പെടുത്തിയത് റവന്യൂ വരുമാനത്തിനു വേണ്ടിയായിരുന്നു. ഇത് നികുതി രൂപത്തിൽ പിരിച്ചെടുക്കുന്നതിന് പഴയ രാഷ്ട്രീയ ഘടനയുടെ ചില അവശിഷ്ടങ്ങൾ നിലനില്ക്കാനനുവദിക്കേണ്ടതുണ്ടായിരുന്നു. അതുകൊണ്ട് കുറേ ചെറുപട്ടണങ്ങളുണ്ടായിരുന്നു, മഹാരാജാധിരാജാവായ ഖാന്റെ ദയകൊണ്ടാണവ നിലനിന്നത്, ആ നഗരങ്ങൾ നിലനിർത്തിയത് നികുതി പിരിച്ചെടുക്കാനും അയൽപ്രദേശങ്ങളെ കൊള്ളയടിക്കാനും, ആ വരുമാനമൊക്കെ താർത്താർ ഖജനാവിലേക്ക് നല്കാനുമായിരുന്നു.

ചുറ്റുമുള്ള പ്രദേശങ്ങളെ മുതലെടുത്തു കൊഴുത്തുകൊണ്ടിരുന്നൊരു രാജ്യമായിരുന്നു മോസ്കോ; അവസാനം വിദേശാധിപതികളായ താർത്താരികൾക്കെതിരെ കലാപം നടത്താനുള്ള ശക്തി ആ രാജ്യം കൈവരിച്ചു. ഈ കലാപം വിജയം വരിച്ചു. റഷ്യൻ സ്വാതന്ത്ര്യത്തിന്റെ നേതാവെന്ന അതിന്റെ യശസ്സ് വർദ്ധിച്ചു. സ്ലാവിക് വംശത്തിന് നല്ലൊരു ഭാവിയുണ്ടെന്ന് വിശ്വസിക്കുന്നവർക്കെല്ലാം മോസ്കോ അവരുടെ സ്വാഭാവികകേന്ദ്രമായി മാറി. 1458 ൽ തുർക്കികൾ കോൺസ്റ്റാന്റിനോപ്പിൾ പിടിച്ചടക്കി. പത്തു വർഷം കഴിഞ്ഞപ്പോൾ ഐവാൻ മൂന്നാമന്റെ ഭരണത്തിലായിരുന്ന മോസ്കോ പാശ്ചാത്യ ലോകത്തെ അറിയിച്ചു, പഴയ ബൈസന്റൈൻ സാമ്രാജ്യത്തിന്റെ ആത്മീയവും ഭൗതികവുമായ പൈതൃകം മോസ്കോ കേന്ദ്രമായ സ്ലാവിക് രാജ്യത്തിനാണെന്ന്. അതുപോലെ കോൺസ്റ്റാന്റിനോപ്പിളിൽ അവശേഷിക്കുന്ന റോമാസാമ്രാജ്യ പാരമ്പര്യങ്ങളും മോസ്കോ അവകാശപ്പെട്ടു. ഒരു തലമുറകൂടി കഴിഞ്ഞപ്പോൾ ഭീകരനായ ഐവാന്റെ കീഴിലുള്ള മോസ്കോവിന്റെ ഡ്യൂക്കുമാർ കൂടുതൽ കരുത്തുനേടി; അവർ സീസർ അഥവാ സാർ എന്ന സ്ഥാനപ്പേരു സ്വീകരിച്ചു. യൂറോപ്പിലെ പാശ്ചാത്യശക്തികളോടു അംഗീകാരം ആവശ്യപ്പെട്ടു.

1598-ാമാണ്ടിൽ ഫിയദോർ ഒന്നാമൻ രാജാവായതിനെതുടർന്ന്, പഴയ മസ്കോവൈറ്റ് രാജവംശത്തിന്റെ അതായത് നോഴ്സേ ജനങ്ങൾ റോറിക്കിന്റെ നേതൃത്വത്തിൽ രൂപീകരിച്ച രാജവംശത്തിന്റെ പിൻഗാമികൾ ഇല്ലാതായിത്തീർന്നു. പിന്നത്തെ ഏഴുവർഷക്കാലം ഒരു അർദ്ധതാർത്താരിയായ ബോറിസ് ഗുഡ്നോവ്, സാർ ചക്രവർത്തിയായി നാടുവാണു. ഇക്കാലത്താണ് റഷ്യൻ ജനതയുടെ മഹാഭൂരിപക്ഷത്തിന്റെ ഭാഗധേയം നിർണ്ണയിക്കപ്പെട്ടത്. ഈ സാമ്രാജ്യം ഭൂമികൊണ്ട് സമ്പന്നവും പണംകൊണ്ട് ദരിദ്രവുമായിരുന്നു. വ്യാപാരമുണ്ടായിരുന്നില്ല. ഫാക്ടറികളുണ്ടായിരുന്നില്ല. അവിടത്തെ വിരളമായ നഗരങ്ങൾ വൃത്തിഹീനമായ ഗ്രാമങ്ങൾ മാത്രമായിരുന്നു. അവർക്ക് വളരെ ശക്തമായ ഒരു കേന്ദ്രഭരണ സംവിധാനമുണ്ടായിരുന്നു. എന്നാൽ ജനങ്ങൾ മഹാഭൂരിപക്ഷവും നിരക്ഷരരായ കർഷകരായിരുന്നു. രാജ്യതാല്പര്യത്തിനപ്പുറം ഈ ഗവൺമെന്റ് മറ്റൊന്നും അംഗീകരിച്ചിരുന്നില്ല. സ്ലാവിക്, നോർസേ, ബൈസന്റൈൻ, താർത്താർ വംശങ്ങളുടെ ഒരു മിശ്രമായിരുന്നു ആ

മോസ്കോ

ഗവൺമെന്റും ജനതയും. ഈ രാജ്യത്തിനെ സംരക്ഷിക്കാൻ അവർക്കൊരു സൈന്യം വേണമായിരുന്നു. പട്ടാളക്കാർക്ക് വേതനം നല്കാൻ നികുതി പിരിക്കണമായിരുന്നു; അതിന് സിവിൽ ഉദ്യോഗസ്ഥന്മാർ വേണമായിരുന്നു. ഇത്രയധികം ഉദ്യോഗസ്ഥന്മാർക്ക് ശമ്പളം കൊടുക്കണമെങ്കിൽ ഭൂമി വേണമായിരുന്നു. കിഴക്കും പടിഞ്ഞാറുമുള്ള വിസ്തൃതമായ വന്യതയിൽ ഭൂമി വേണ്ടത്രയുണ്ടായിരുന്നു. കൃഷി ചെയ്യാനും കന്നുകാലിവളർത്താനും കുറേ പണിക്കാരില്ലെങ്കിൽ ഭൂമിക്ക് ഒരു വിലയുമില്ല. അങ്ങനെ പഴയ സഞ്ചാരികളായ കൃഷിക്കാർക്ക് അവരുടെ അവകാശങ്ങൾ ഓരോന്നോരോന്നായി നഷ്ടപ്പെട്ടു. അവസാനം പതിനാറാം നൂറ്റാണ്ടിന്റെ ആദ്യവർഷത്തിൽ അവർ ജീവിക്കുന്ന ഭൂമിയുടെ ഭാഗമായിത്തീർന്നു. റഷ്യൻ കർഷകർ സ്വതന്ത്രമനുഷ്യരല്ലാതായിത്തീർന്നു. അവർ അടിയാളന്മാരോ അടിമകളോ ആയിത്തീർന്നു. 1861 വരെ അവർ അടിയാളന്മാരായി ജീവിച്ചു. ആ വർഷമായപ്പോഴേക്ക് അവരുടെ വിധി ദുസ്സഹവും ദുർഭരവുമായിത്തീർന്നിരുന്നു; അവർക്ക് വംശനാശം സംഭവിക്കാൻ തുടങ്ങിയിരുന്നു.

പതിനേഴാം നൂറ്റാണ്ടിൽ ഭൂപ്രദേശവിസ്തൃതി നിരന്തരമായി വർദ്ധിപ്പിച്ചുകൊണ്ടിരിക്കുന്ന ഈ പുതിയ രാജ്യം വളരെ വിപുലമായി. യൂറോപ്പിന് ഈ രാജ്യത്തെ ശ്രദ്ധിക്കാതിരിക്കാൻ കഴിയില്ലെന്നായി. ഇതിനകം റഷ്യൻ രാജ്യം സൈബീരിയയിലേക്കും വ്യാപിച്ചിരുന്നു. 1618 ൽ ബോറിസ് ഗുഡുനോവിന്റെ മരണത്തിനുശേഷം, റഷ്യൻ പ്രഭുക്കന്മാർ അവരിലൊരാളെ സാർ ചക്രവർത്തിയായി തെരഞ്ഞെടുത്തു. ഫിയദോറിന്റെ പുത്രനായ മൈക്കിൾ ആയിരുന്നു അത്; മോസ്കോവിലെ റോമാനോഫ് കുടുംബത്തിൽ പെട്ടൊരാളായിരുന്നു അത്. ക്രെംലിനപ്പുറത്ത് ഒരു ചെറിയ വീട്ടിലായിരുന്നു അയാളുടെ താമസം.

1672-ാമാണ്ടിൽ അയാളുടെ പൗത്രൻ, മറ്റൊരു ഫിയദോറിന്റെ മകൻ പീറ്റർ ഭൂജാതനായി. ആ കുഞ്ഞിന് പത്തുവയസ്സുള്ളപ്പോൾ അയാളുടെ അർദ്ധസഹോദരി സോഫിയ റഷ്യൻ സിംഹാസനം കൈക്കലാക്കി. കുട്ടിക്ക് തലസ്ഥാനനഗരത്തിൽ വിദേശികൾ പാർക്കുന്ന ഭാഗത്ത്, ഇടപഴകാനുള്ള സന്ദർഭം കിട്ടി. ചുറ്റിലും സ്കോട്ട്ലാന്റിൽ നിന്നുള്ള ബാർകീപ്പർമാർ, ഡച്ച് വണിക്കുകൾ, സ്വിസ്സ് വൈദ്യന്മാർ, ഇറ്റാലിയൻ ക്ഷുരകന്മാർ, ഫ്രഞ്ച് നൃത്താദ്ധ്യാപകർ, ജർമ്മൻ അദ്ധ്യാപകർ ആയിരുന്നു. കുട്ടിക്ക് വിദൂര ദേശങ്ങളിലെ വ്യത്യസ്തമായ മനുഷ്യജീവിതത്തെപ്പറ്റി, യൂറോപ്പിന്റെ നിഗൂഢമായ ജീവിതരീതികളെപ്പറ്റി ഒന്നാന്തരം വെളിച്ചം കിട്ടി.

പതിനേഴു വയസ്സായപ്പോൾ ആ കുട്ടി സഹോദരിയായ സോഫിയയെ സിംഹാസനത്തിൽ നിന്ന് പുറത്താക്കി. പീറ്റർ റഷ്യയിലെ ഭരണാധികാരിയായി. അർദ്ധപ്രാകൃതവും അർദ്ധ-ഏഷ്യനുമായ ഒരു രാജ്യത്തിന്റെ സാർ ആയതുകൊണ്ട് പീറ്റർ സംതൃപ്തനായില്ല. പരിഷ്കൃതമായൊരു രാജ്യത്തിന്റെ പരമാധികാരിയാവണമായിരുന്നു, പീറ്ററിന്.

ബൈസന്റൈൻ -താർത്താർ രാജ്യമായ റഷ്യയെ, ഒരു രാത്രികൊണ്ട് ഒരു യൂറോപ്യൻ സാമ്രാജ്യമായി പരിവർത്തനം ചെയ്യുകയെന്നത് ചെറിയൊരു കാര്യമല്ലായിരുന്നു. അതിന് കരുത്തുറ്റ കൈകളും കഴിവുള്ള മസ്തിഷ്കവും വേണ്ടിയിരുന്നു. പീറ്ററിന് ഇതു രണ്ടുമുണ്ടായിരുന്നു. 1698 മാണ്ടിൽ, ആധുനിക യൂറോപ്പിനെ പുരാതന റഷ്യയ്ക്കു മേൽ ഒട്ടിച്ചു വെയ്ക്കുന്ന മഹാപ്രക്രിയ നിർവ്വഹിക്കപ്പെട്ടു. രോഗി മരിച്ചില്ല. പക്ഷേ, അയാൾ ആ ഞെട്ടലിൽ നിന്ന് മുക്തമായില്ല, അവസാനത്തെ അഞ്ചുകൊല്ലത്തെ സംഭവങ്ങൾ അതാണ് തെളിയിച്ചത്.

റഷ്യ സ്വീഡനെതിരെ

വടക്കുകിഴക്കൻ യൂറോപ്പിന്റെ നേതൃശക്തിയാരെന്ന് നിർണ്ണയിക്കാൻ വേണ്ടി റഷ്യയും സ്വീഡനും അനേകം യുദ്ധങ്ങളിൽ ഏർപ്പെടുന്നു

മഹാനായ പീറ്റർ ചക്രവർത്തി ഡച്ച് കപ്പൽ നിർമ്മാണ കേന്ദ്രത്തിൽ

ആയിരത്തിയറുന്നൂറ്റി തൊണ്ണൂറ്റിയെട്ടാമാണ്ടിൽ സാർപീറ്റർ പശ്ചിമയൂറോപ്പിലേക്കുള്ള തന്റെ ആദ്യ പഠനയാത്രയ്ക്ക് പോയി. ബർലിനിലൂടെയാണ് അദ്ദേഹം പോയത്. പിന്നെ ഹോളണ്ടിലും ഇംഗ്ലണ്ടിലും പോയി. കുട്ടിയായിരിക്കുമ്പോൾ പിതാവിന്റെ ഗ്രാമവസതിക്കടുത്തുള്ള ഒരരയന്നത്തടാകത്തിൽ ഒരു നാടൻ വള്ളത്തിൽകളിച്ചുകൊണ്ടിരിക്കെ, പീറ്റർ മിക്കവാറും മുങ്ങിപ്പോയിരുന്നു. ജലത്തോടുള്ള ഈ ഭ്രമം അദ്ദേഹത്തോടൊപ്പം ജീവിതാവസാനം വരെയുണ്ടായിരുന്നു. കരമാത്രമുള്ള തന്റെ ഭൂപ്രദേശങ്ങൾക്കു കടലുമായി ബന്ധമുണ്ടാക്കാനുള്ള അഭിലാഷത്തിന്റെ പ്രകടനമായിരുന്നു ഇത്.

ജനങ്ങളിൽ നിന്നകന്ന കഠിനഹൃദയനായ രാജാവ് വിദേശത്തായിരുന്നപ്പോൾ, പഴയ റഷ്യൻ രീതികളുടെ വക്താക്കൾ അദ്ദേഹത്തിന്റെ ഭരണപരിഷ്കാര നടപടികൾ തകർക്കാനുള്ള ശ്രമം തുടങ്ങി. തന്റെ സംരക്ഷകസൈന്യമായ സ്ട്രെൽസി കലാപം നടത്തിയതറിഞ്ഞ് പീറ്റർ അതിവേഗത്തിൽ തിരിച്ചുവന്നു. അദ്ദേഹം സ്വയം മുഖ്യ ആരാച്ചാരായി അവ

രോധിക്കുകയായിരുന്നു. സ്ട്രെൽസിയിലെ അംഗങ്ങൾ, അവസാനത്തെയാൾ വരെ ഏതെങ്കിലും തരത്തിൽ വധിക്കപ്പെട്ടു, ചിലരെ തൂക്കിക്കൊന്നു, പലരേയും പല രീതികളിലും കൊന്നു. കലാപത്തിനു നേതൃത്വം നല്കിയ സഹോദരി സോഫിയയെ ഒരിടുങ്ങിയ മുറിയിൽ തടവിലിട്ടു. പീറ്റർ ശരിയായ ഭരണം തുടങ്ങി. 1716 ൽ അദ്ദേഹത്തിന്റെ രണ്ടാമത്തെ വിദേശയാത്രയിലും ഇതേ രംഗം ആവർത്തിച്ചു. ഇത്തവണ കലാപകാരികളുടെ നേതാവ് പീറ്ററിന്റെ മകൻ അലക്സിസായിരുന്നു. സാർ ചക്രവർത്തി പെട്ടെന്നു തന്നെ തിരിച്ചുവന്നു. അലക്സിസിനെ തടവിലിട്ടു. അവിടെവെച്ച് അടിച്ചുകൊന്നു. പഴയ ബൈസന്റൈൻ രീതികളുടെ ചങ്ങാതിമാർ ആയിരക്കണക്കിൽ മൈൽ നടന്ന് സൈബീരിയയിലെ ഈയ ഖനികളിലവസാനിച്ചു. അതിനുശേഷം ജനകീയ കലാപങ്ങളൊന്നുമുണ്ടായില്ല. മരണം വരെ പീറ്റർ സമാധാനത്തോടെ ഭരണപരിഷ്കാരം നടത്തിക്കൊണ്ടിരുന്നു.

അദ്ദേഹത്തിന്റെ ഭരണപരിഷ്കാരനടപടികളുടെ കാലാനുക്രമമായ പട്ടിക നല്കാൻ വിഷമമാണ്. ചക്രവർത്തി രൂക്ഷമായ വേഗത്തിലാണ് പ്രവർത്തിച്ചത്. ഏതെങ്കിലും ഒരു സമ്പ്രദായത്തെ അദ്ദേഹം പിന്തുടർന്നില്ല. അദ്ദേഹത്തിന്റെ ഉത്തരവുകൾക്കും വിളംബരങ്ങൾക്കും അതിവേഗമായിരുന്നു. അവയെ എണ്ണിത്തീർക്കാൻ പറ്റുകയില്ല. മുമ്പ് നടന്ന സംഭവങ്ങളെല്ലാം തെറ്റായിരുന്നുവെന്ന ഒരു തോന്നൽ പീറ്ററിനുണ്ടായിരുന്നു. അതുകൊണ്ടു സാദ്ധ്യമായ ഏറ്റവും ചുരുങ്ങിയ സമയത്തിനുള്ളിൽ റഷ്യയെ പൂർണ്ണമായി മാറ്റിയെടുക്കേണ്ടിയിരുന്നു. അദ്ദേഹം മരിക്കുമ്പോൾ റഷ്യയ്ക്ക് സുരക്ഷിതമായ രണ്ടുലക്ഷം പേരടങ്ങിയ ഒരു കരസൈന്യവും അമ്പതു കപ്പലുള്ള ഒരു നാവിക സൈന്യവുമുണ്ടായിരുന്നു. പഴയ ഭരണസംവിധാനം പൂർണ്ണമായി മാറ്റിമറിച്ചു. പ്രഭുക്കന്മാരുടെ പാർലമെന്റായ ഡ്യൂമ പിരിച്ചുവിട്ടു, അതിനുപകരം ഉദ്യോഗസ്ഥരായ ഉപദേശകരുടെ ഒരു സെനറ്റ് രൂപീകരിക്കുകയും ചെയ്തു.

റഷ്യ ഏഴു വലിയ പ്രവിശ്യകളായി വിഭജിക്കപ്പെട്ടു. റോഡുകൾ നിർമ്മിച്ചു. പട്ടണങ്ങൾ പടുത്തുയർത്തി. സാർ ചക്രവർത്തിക്ക് ഇഷ്ടമുള്ള വ്യവസായങ്ങൾ തുടങ്ങി. അതിനാവശ്യമായ അസംസ്കൃത വസ്തുക്കളുണ്ടോ എന്നൊന്നും നോക്കിയില്ല. കനാലുകൾ കുഴിച്ചു. കിഴക്കൻ പർവ്വതപ്രദേശങ്ങളിൽ ഖനികൾ തുറന്നു. നിരക്ഷരരുടേതായ റഷ്യയിൽ സ്കൂളുകൾ സ്ഥാപിക്കുകയും ഉന്നതവിദ്യാഭ്യാസ കേന്ദ്രങ്ങൾ തുടങ്ങുകയും ചെയ്തു. അവയോടൊപ്പം സർവ്വകലാശാലകളും ആശുപത്രികളും പ്രൊഫഷണൽ വിദ്യാഭ്യാസ സ്ഥാപനങ്ങളും തുടങ്ങി. ഡച്ച് നാവിക ഉദ്യോഗസ്ഥരേയും ലോകത്തിന്റെ നാനാഭാഗത്തുമുള്ള കച്ചവടക്കാരെയും കൈവേലക്കാരേയും റഷ്യയിലേക്ക് ക്ഷണിച്ചു. അവർക്ക് പ്രോത്സാഹനം നല്കി. അച്ചടിശാലകൾ സ്ഥാപിച്ചു. പക്ഷേ, അവിടെ അച്ചടിക്കുന്ന ഗ്രന്ഥങ്ങൾ ആദ്യമേ തന്നെ ഇംപീരിയൽ സെൻസർമാർ വായിക്കേണ്ടിയിരുന്നു. സമൂഹത്തിലെ ഓരോ വർഗ്ഗത്തിന്റെയും കർത്തവ്യങ്ങൾ പുതിയ

നിയമസംഹിതയായി എഴുതിച്ചേർത്തു, സിവിൽ-ക്രിമിനൽ നിയമങ്ങളെല്ലാം അച്ചടിച്ച വാല്യങ്ങളിൽ ക്രോഡീകരിച്ചു. ചക്രവർത്തിയുടെ വിളംബരം വഴി പഴയ റഷ്യൻ വസ്ത്രങ്ങൾ നിരോധിച്ചു. കത്രിക ആയുധമായ പൊലീസുകൾ ഗ്രാമീണ റോഡുകളിലൂടെ നടന്ന്, പരിശോധന നടത്തി, നീളൻ താടിയും മുടിയും വളർത്തിയ റഷ്യക്കാരെ ബലമായി ക്ഷൗരം ചെയ്തിരുന്നു; പാശ്ചാത്യ ലോകത്തെ അനുകരിച്ചു കൊണ്ടായിരുന്നു ഇത്.

മതകാര്യങ്ങളിൽ ഒരുതരത്തിലുള്ള അധികാരവിഭജനവും സാർ ചക്രവർത്തി അംഗീകരിച്ചില്ല. യൂറോപ്പിൽ സംഭവിച്ചതുപോലെ ചക്രവർത്തിയും ഏതെങ്കിലുമൊരു പോപ്പും തമ്മിൽ മത്സരമുണ്ടാവാൻ പാടില്ലെന്നുറപ്പുവരുത്തി. 1721 ൽ പീറ്റർ സ്വയം റഷ്യൻ സഭയുടെ അധിപനായി; മോസ്കോവിലെ പാത്രിയാർക്കേറ്റ് ഇല്ലായ്മ ചെയ്തു. വ്യവസ്ഥാപിത ചർച്ചിന്റെ എല്ലാ കാര്യങ്ങളിലും അധികാരസ്രോതസ് പുണ്യ സിനഡ് ആണെന്നംഗീകരിച്ചു.

പഴയ തലസ്ഥാനമായ മോസ്കോ എല്ലാ പഴഞ്ചൻ ഘടകങ്ങളുടെയും ശക്തിയുടെയും ആസ്ഥാനമാകയാൽ ഈ പരിഷ്കാരങ്ങളൊന്നും ഫലവത്താകുമായിരുന്നില്ലെന്ന് ചക്രവർത്തിക്ക് മനസ്സിലായി. അതിനാൽ പുതിയ ഒരു തലസ്ഥാന നഗരത്തിലേക്ക് ഭരണം മാറ്റണമെന്ന് പീറ്റർ

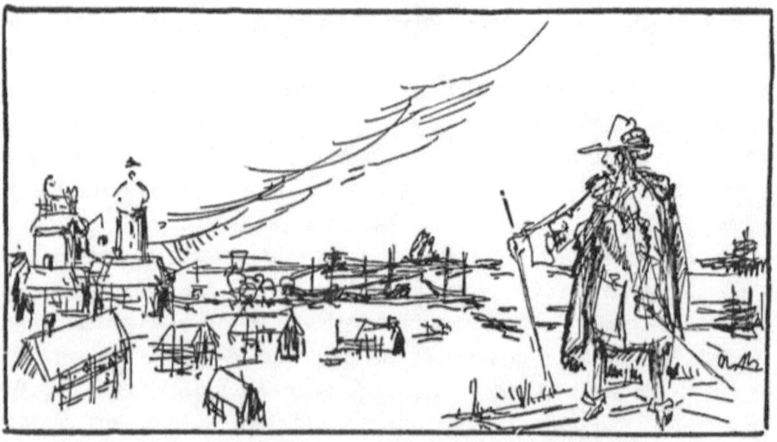

പീറ്റർ ചക്രവർത്തി പുതിയ തലസ്ഥാനം പണിയുന്നു

തീരുമാനിച്ചു. ബാൾട്ടിക് കടലിന്റെ അനാരോഗ്യകരമായ ചതുപ്പുകൾ നികത്തി പീറ്റർ ഒരു പുതിയ നഗരം പണിതു. അതിനാവശ്യമായ ഭൂമി ഏറ്റെടുത്തത് 1703 ലായിരുന്നു. ഈ രാജകീയ നഗരത്തിന്റെ അടിത്തറയിടാൻ നാല്പതിനായിരം കർഷകർ പണിയെടുത്തു. സ്വീഡുകൾ പീറ്ററെ ആക്രമിച്ച്, അദ്ദേഹത്തിന്റെ നഗരം തകർക്കാൻ ശ്രമിച്ചു. കൂട്ടത്തിൽ

രോഗവും കഷ്ടപ്പാടും ആയിരക്കണക്കിൽ കൃഷിക്കാരുടെ മരണത്തിനു കാരണമായി. പക്ഷേ, ജോലി തുടർന്നു, ഋതുഭേദമില്ലാതെ, തണുപ്പിലും വെയിലിലും തൊഴിലാളികൾ അദ്ധ്വാനിച്ചു. പട്ടണം ഉയർന്നുവരാൻ തുടങ്ങി. 1712 ൽ ആ നഗരം ചക്രവർത്തിയുടെ വാസഗൃഹമായംഗീകരിക്കപ്പെട്ടു. ഒരു വ്യാഴവട്ടം കഴിഞ്ഞപ്പോൾ അവിടെ ജനസംഖ്യ എഴുപത്തയ്യായിരമായിരുന്നു. ഒരു വർഷം രണ്ടുതവണ നേവാനദിയിലെ വെള്ളപ്പൊക്കത്തിൽ നഗരം പൂർണ്ണമായി മുങ്ങി. പക്ഷേ, സാർ ചക്രവർത്തിക്ക് ഉരുക്കൊത്ത ഇച്ഛാശക്തിയുണ്ടായിരുന്നു; അദ്ദേഹം അണകൾ കെട്ടി, കനാലുകൾകുഴിച്ചു; ഇതോടെ വെള്ളപ്പൊക്കം ശല്യം ചെയ്യാതെയായി. 1725 ൽ പീറ്റർ മരിക്കുമ്പോൾ വടക്കൻ യൂറോപ്പിലെ ഏറ്റവും വലിയ നഗരത്തിന്റെ ഉടമസ്ഥനായിരുന്നു അദ്ദേഹം.

തീർച്ചയായും ആപല്ക്കാരിയായ ഈ എതിരാളിയുടെ വളർച്ച എല്ലാ അയൽരാജ്യക്കാർക്കും ഭയത്തിനു കാരണമായി. ബാൾട്ടിക് തീരത്തെ റഷ്യയുടെ എതിരാളിയായ സ്വീഡന്റെ നീക്കങ്ങൾ പീറ്റർ നിരീക്ഷിച്ചിരുന്നു. 1654 ൽ മുപ്പത് വത്സരയുദ്ധത്തിന്റെ നായകനായ ഗുസ്തവസ് അഡോൾഫസിന്റെ ഏകപുത്രിയായ ക്രിസ്റ്റീന സിംഹാസനമുപേക്ഷിച്ച് ഉറച്ച കത്തോലിക്കാ വിശ്വാസിയായി റോമിൽ പോയി ജീവിക്കാൻ തീരുമാനിച്ചു. വാസ കുടുംബത്തിലെ അവസാനത്തെ രാജ്ഞിയുടെ പിൻഗാമിയായി ഗുസ്താവസ് അഡോൾഫസിന്റെ ഒരു പ്രൊട്ടസ്റ്റന്റ് ഭാഗിനേയൻ സ്വീഡനിലെ രാജാവായി. ചാൾസ് പത്താമന്റെയും ചാൾസ് പതിനൊന്നാമന്റെയും കാലത്ത് സ്വീഡൻ വളർച്ചയുടെ പാരമ്യത്തിലെത്തി. 1697 ൽ ചാൾസ് പതിനൊന്നാമൻ മരിക്കുകയും, പതിനഞ്ചുവയസ്സുകാരനായ ഒരു കുട്ടി ചാൾസ് പന്ത്രണ്ടാമനെന്ന പേരിൽ സ്വീഡനിലെ രാജാവായിത്തീരുകയും ചെയ്തു.

അനേകം വടക്കൻ രാജ്യങ്ങൾ കാത്തിരുന്ന നിമിഷം ഇതായിരുന്നു. പതിനേഴാം നൂറ്റാണ്ടിലെ മതയുദ്ധങ്ങളിൽ, അയൽ രാജ്യങ്ങളുടെ ചെലവിൽ സ്വീഡൻ വൻ ശക്തിയായി ഉയർന്നു. ഇതാ സമയം സമാഗതമായിരിക്കുന്നു, മറ്റു രാജ്യങ്ങൾ കരുതി, ആ കണക്ക് തീർക്കാൻ സമയം വന്നിരിക്കുന്നു. ഉടൻ റഷ്യ, പോളണ്ട്, ഡെന്മാർക്ക്, സാക്സണി എന്നീ രാജ്യങ്ങൾ ഒരു ഭാഗത്തും സ്വീഡൻ മറുഭാഗത്തുമായി യുദ്ധം തുടങ്ങി. 1700 ലെ നവംബറിൽ, നാർവായുദ്ധത്തിൽ, പീറ്ററിന്റെ പരിശീലനമില്ലാത്ത അസംസ്കൃത സൈന്യത്തെ ചാൾസിന്റെ സൈന്യം ദയനീയമായി പരാജയപ്പെടുത്തി. അതിനുശേഷം ചാൾസ് മറ്റു ശത്രുക്കൾക്കെതിരെ തിരിഞ്ഞു. ആ നൂറ്റാണ്ടിലെ ഒരു സൈനിക പ്രതിഭ തന്നെയായിരുന്നു ചാൾസ്. ഒമ്പത് വർഷക്കാലം പോളണ്ടിന്റെയും സാക്സണിയുടെയും ഡെൻമാർക്കിന്റെയും ബാൾട്ടിക് പ്രവിശ്യകളുടെയും ഗ്രാമങ്ങളിലൂടെ, നഗരങ്ങളിലൂടെ, ചാൾസ് ചുട്ടും കൊന്നും യാത്രചെയ്തു. ഈ സമയം വിദൂരസ്ഥലമായ റഷ്യയിൽ പീറ്റർ തന്റെ സൈന്യത്തിന് ശിക്ഷണം നല്കുകയായിരുന്നു.

ഇതിന്റെ ഫലമായി 1709 ൽ പോൾട്ടാവാ യുദ്ധത്തിൽ മസ്കോവിറ്റുകൾ പരിക്ഷീണമായ സ്വീഡിഷ് സൈന്യത്തെ പരാജയപ്പെടുത്തി. ചാൾസ് അപ്പോഴും ഒരു വർണ്ണാഭവ്യക്തിത്വമായി തുടർന്നു, പ്രണയകഥകളിലെ ധീരനായകനായി, പക്ഷേ, റഷ്യയോടു പകരം വീട്ടാനുള്ള ശ്രമത്തിനിടയിൽ അദ്ദേഹം തന്റെ രാജ്യത്തിന് നാശകാരണമായി. 1718 ൽ അദ്ദേഹം യാദൃച്ഛികമായി കൊല്ലപ്പെടുകയോ വധിക്കപ്പെടുകയോ ചെയ്തു (എന്തായിരുന്നുവെന്ന് നമുക്കറിയില്ല). 1721 ൽ നയ്സ്റ്റാഡിൽ വെച്ച് സമാധാന ഉടമ്പടി ഒപ്പു വെച്ചു. അതനുസരിച്ച് ഫിൻലന്റൊഴികെ സ്വീഡന് എല്ലാ ബാൾട്ടിക് പ്രദേശങ്ങളും നഷ്ടമായി. പീറ്റർ സൃഷ്ടിച്ച പുതിയ റഷ്യൻ രാഷ്ട്രം ഉത്തരയൂറോപ്പിലെ പ്രഥമ ശക്തിയായി മാറി. പക്ഷേ, ഒരെതിരാളി വളർന്നുവരികയായിരുന്നു. പ്രഷ്യൻ രാഷ്ട്രം രൂപപ്പെടുകയായിരുന്നു.

പ്രഷ്യയുടെ ഉദയം

ജർമ്മനിയുടെ ഭീതിജനകമായ ഒരു ഭാഗത്ത് പ്രഷ്യ എന്നു പേരുള്ള ഒരു കൊച്ചുരാഷ്ട്രത്തിന്റെ അസാധാരണമായ ഉദയം

പ്രഷ്യയുടെ ചരിത്രം ഒരതിർത്തി പ്രദേശത്തിന്റെ ചരിത്രമാണ്. ഒമ്പതാം നൂറ്റാണ്ടിൽ ചാർലിമെയ്ൻ പരിഷ്കാരത്തിന്റെ കേന്ദ്രം മദ്ധ്യധാരണ്യാഴിപ്രദേശത്തു നിന്ന് വടക്കു പടിഞ്ഞാറൻ യൂറോപ്പിലെ വന്യദേശങ്ങളിലേക്ക് മാറ്റിയിരുന്നു. അദ്ദേഹത്തിന്റെ ഫ്രാങ്കിഷ് പട്ടാളക്കാർ യൂറോപ്പിന്റെ അതിർത്തിയെ കിഴക്കുഭാഗത്തേക്കു വീണ്ടും വീണ്ടും വികസിപ്പിച്ചിരുന്നു. പ്രാകൃതമതക്കാരായ സ്ലാവുകളിൽ നിന്നും ലിത്വാനിയക്കാരിൽ നിന്നും അവർ കൂടുതൽ കൂടുതൽ ഭൂപ്രദേശങ്ങൾ കൈവശപ്പെടത്തിയിരുന്നു. സ്ലാവുകളും ലിത്വാനിയക്കാരുമെല്ലാം ജീവിച്ചിരുന്നത് ബാർട്ടിക് കടലിനും കാർപാത്തിയൻ പർവ്വതങ്ങൾക്കുമിടയിലുള്ള സമതലങ്ങളിലായിരുന്നു. അതിർത്തിക്കടുത്തുള്ള ആ പ്രദേശങ്ങൾ കൈവശപ്പെടുത്തുന്നതിനു മുമ്പുതന്നെ ഫ്രാങ്കുകളാണ് അവിടെ ഭരണം നടത്തിയിരുന്നത്; പല പ്രദേശങ്ങളും സ്റ്റേറ്റുകളാവുന്നതിനു മുമ്പുതന്നെ അമേരിക്കൻ ഐക്യനാടുകളായിരുന്നല്ലോ അവയെ ഭരിച്ചിരുന്നത്— അതുപോലെ.

പ്രാകൃതരായ സാക്സൺ ഗോത്രവിഭാഗങ്ങളിൽ നിന്ന് തന്റെ കിഴക്കൻ ഭൂപ്രദേശങ്ങൾ സംരക്ഷിക്കുകയെന്ന ലക്ഷ്യത്തോടെ ചാർലിമെയ്നായിരുന്നു ബ്രാന്റൺ ബർഗ് എന്ന അതിർത്തിസംസ്ഥാനം സ്ഥാപിച്ചത്. അവിടെ അധിവസിച്ചിരുന്ന വെന്റുകൾ എന്ന സ്ലാവിക് ഗോത്രത്തെ പത്താം നൂറ്റാണ്ടിൽ കീഴ്പ്പെടുത്തുകയും ബ്രെന്നബർ എന്നു പേരുള്ള അവരുടെ അങ്ങാടി അതിന്റെ കേന്ദ്രമാവുകയും ചെയ്തു. ആ പേരാണ് ബ്രാന്റൻബർഗ്ഗിനു കിട്ടിയത്.

പതിനൊന്ന്, പന്ത്രണ്ട്, പതിമൂന്ന്, പതിനാല് നൂറ്റാണ്ടുകളിൽ ഈ അതിർത്തി സംസ്ഥാനത്തിന്റെ ഗവർണ്ണർമാരായി പല പ്രഭുകുടുംബങ്ങളും ഒന്നിനു പിറകെ മറ്റൊന്നായി വന്നു. അവസാനം, പതിനഞ്ചാം

നൂറ്റാണ്ടിൽ ഹോഹൻസോളേൺ കുടുംബം രംഗപ്രവേശം ചെയ്തു. അവർ ബ്രാന്റൺബർഗ്ഗിലെ എലക്ടർമാരായി. പൂഴി നിറഞ്ഞ, നിസ്സഹായമായ ഈ അതിർത്തിപ്രവിശ്യയെ ആധുനിക ലോകത്തെ ഏറ്റവും കാര്യക്ഷമതയുള്ള ഒരു സാമ്രാജ്യമായി ഹോഹൻ സോളേൺ ഭരണാധികാരികൾ പരിവർത്തനം ചെയ്തു.

യൂറോപ്പിന്റെയും അമേരിക്കയുടെയും സംയുക്ത സൈന്യം ചരിത്രത്തിന്റെ അരങ്ങിൽ നിന്ന് ഉന്മൂലനം ചെയ്ത ഹോഹൻസോളേൺ കുടുംബം ദക്ഷിണജർമ്മനിയിൽ നിന്ന് വന്നതായിരുന്നു. ദരിദ്രമായ സാഹചര്യങ്ങളിൽ നിന്നാണ് ഈ കുടുംബമുണ്ടായത്. പന്ത്രണ്ടാം നൂറ്റാണ്ടിൽ ഒരു ഫ്രെഡറിക് ഹോഹൻ സോളേണിന് ഭാഗ്യപൂർണ്ണമായ ഒരു വിവാഹബന്ധമുണ്ടാക്കാൻ കഴിഞ്ഞു; അതുവഴി ന്യൂറംബർഗ് കൊട്ടാരത്തിന്റെ നടത്തിപ്പുകാരനാവാനും കഴിഞ്ഞു. അയാളുടെ പിൻഗാമികൾ അവരുടെ ശക്തിയും അധികാരവും മെച്ചപ്പെടുത്തുന്നതിനുള്ള എല്ലാ സന്ദർഭങ്ങളും ഉപയോഗപ്പെടുത്തി. പല നൂറ്റാണ്ടുകളിലൂടെ കുടുംബത്തിന്റെ ശ്രേയസ്സ് വർദ്ധിച്ചു. ഇങ്ങനെ ഹോഹൻ സോളേൺ കുടുംബാംഗങ്ങൾ എലക്ടർമാരായി നിയമിക്കപ്പെട്ടു. പഴയ ജർമ്മൻ സാമ്രാജ്യത്തിലെ പരമാധികാര രാജാക്കന്മാർക്ക് നല്കുന്ന പേരാണ് എലക്ടർ. മതനവീകരണത്തിന്റെ കാലത്ത് ഹോഹൻസോളേൺ കുടുംബം പ്രൊട്ടസ്റ്റന്റ് പക്ഷത്ത് ചേർന്നു. പതിനേഴാം നൂറ്റാണ്ടോടെ അവർ ഉത്തര ജർമ്മൻ രാജാക്കന്മാരിൽ ഏറ്റവും ശക്തരായിത്തീർന്നു.

മുപ്പതു വത്സരയുദ്ധത്തിൽ, പ്രൊട്ടസ്റ്റന്റുകാരും കത്തോലിക്കരും ഒരുപോലെ ബ്രാന്റൻബർഗ്ഗിനേയും പ്രഷ്യയേയും കൊള്ളയടിച്ചിരുന്നു. എന്നാൽ മഹാനായ എലക്ടർ ഫ്രെഡറിക് വില്യമിന്റെ നേതൃത്വത്തിൽ നാശനഷ്ടങ്ങൾ തീർത്ത് ബ്രാന്റൺബർഗ്ഗ് സുശക്തമായിത്തീർന്നു. രാജ്യത്തിനകത്തെ സാമ്പത്തിക-ധൈഷണികശക്തികളെ ശ്രദ്ധയോടും വിവേകത്തോടും കൂടി പ്രയോജനപ്പെടുത്തി, ഒന്നും പാഴായി മാറാത്ത ഒരു രാഷ്ട്രം അദ്ദേഹം സ്ഥാപിച്ചു.

ആധുനിക പ്രഷ്യയിൽ വ്യക്തിയും വ്യക്തിയുടെ അഭിലാഷങ്ങളും ആശകളും എല്ലാം സമൂഹത്തിന്റെ താല്പര്യത്തിൽ ലയിച്ചു ചേർന്നിരുന്നു. പ്രഷ്യയുടെ ഉദയം മഹാനായ ഫ്രെഡറിക് ചക്രവർത്തിയുടെ പിതാവിന്റെ കാലത്താണുണ്ടായത്. ഫ്രഡറിക് വില്യം ഒന്നാമൻ ഒരു പ്രയത്നശാലിയായിരുന്നു, ധീരനായ ഒരു പ്രഷ്യൻ യോദ്ധാവായിരുന്നു, മദ്യശാലയിലെ കഥകൾ കേൾക്കുന്നതിൽ തല്പരനായിരുന്നു, അദ്ദേഹത്തിന് കടുത്ത ഡച്ചു പുകയില ഇഷ്ടമായിരുന്നു. ജീവിതത്തിന്റെ നനുത്ത വശങ്ങളിൽ ഒട്ടും തല്പരനായിരുന്നില്ല അദ്ദേഹം. ഒരാശയം മാത്രമാണദ്ദേഹത്തിനുണ്ടായിരുന്നത്. കർത്തവ്യം ആയിരുന്നു അത്. തന്നോട് തന്നെ കർക്കശമായാണ് അദ്ദേഹം പെരുമാറിയത്. സൈന്യാധിപന്മാരായാലും സാധാരണ പട്ടാളക്കാരായാലും, പ്രജകളിൽ ഒരുതരത്തിലുള്ള ദൗർബ്ബല്യവും അദ്ദേഹം സഹിച്ചിരുന്നില്ല. മകൻ ഫ്രഡറിക്കുമായി അദ്ദേഹ

ത്തിന്റെ ബന്ധം ഹൃദ്യമായിരുന്നില്ല. പിതാവിന്റെ ഏകാധിപത്യമനോഭാവം ഫ്രഡറിക്കിനിഷ്ടമായിരുന്നില്ല. പുത്രന് ഫ്രഞ്ച് പെരുമാറ്റ രീതിയും സാഹിത്യവും ദർശനവും സംഗീതവുമായിരുന്നു ഇഷ്ടം; ഇതൊന്നും പിതാവിനിഷ്ടമായിരുന്നില്ല, ഇവയെല്ലാം കേവലമായ ദൗർബ്ബല്യങ്ങളാണെന്നായിരുന്നു എന്നാണ് അദ്ദേഹത്തിന്റെ അഭിപ്രായം. രണ്ടുസ്വഭാവങ്ങൾ തമ്മിൽ ഒരു പൊരുത്തവുമില്ലായിരുന്നു. രണ്ടും തമ്മിൽ ശക്തമായി ഏറ്റുമുട്ടി. ഫ്രഡറിക് ഇംഗ്ലണ്ടിലേക്ക് രക്ഷപ്പെടാൻ ശ്രമിച്ചു. ഈ യത്നം വിജയിച്ചില്ല. അദ്ദേഹം പിടിക്കപ്പെടുകയും കോർട്ടുമാർഷലിന് വിധേയനാവുകയും ചെയ്തു. സഹായിച്ച നല്ല സുഹൃത്തിനെ അംഗഛേദം ചെയ്യുന്നത് അദ്ദേഹം കാണേണ്ടി വന്നു. പിന്നെ ഒരു ശിക്ഷാനടപടിയെന്ന നിലയിൽ രാജത്വ പരിശീലനത്തിനായി ഫ്രഡറിക്കിനെ വിദൂരത്തുള്ള ഒരു കോട്ടയിൽ താമസിപ്പിച്ചു. അത് ഒരു കണക്കിൽ ഉപകാരമായി. 1740 ൽ ഫ്രഡറിക് സിംഹാസനാരൂഢനായപ്പോൾ അദ്ദേഹത്തിന് ഭരണത്തിന്റെ എല്ലാ വിശദാംശങ്ങളും അറിയമായിരുന്നു. പാപ്പരായ ഒരാളുടെ മകന്റെ ജനനസർട്ടിഫിക്കറ്റ് നല്കുന്നതുമുതൽ വാർഷിക ബജറ്റ് തയ്യാറാക്കുന്നതുവരെ എല്ലാം ഫ്രഡറിക് പഠിച്ചുകഴിഞ്ഞിരുന്നു.

ഫ്രഡറിക് ഒരു ഗ്രന്ഥകാരനായിരുന്നു. *ആന്റി മാക്കിയവെല്ലി* ആയിരുന്നു അദ്ദേഹത്തിന്റെ പ്രധാന ഗ്രന്ഥം. ഫ്ളോറന്റൈൻ ചരിത്രകാരനായ മാക്കിയവെല്ലിയുടെ രാഷ്ട്രീയാദർശത്തെ കടുത്ത ഭാഷയിൽ വിമർശിക്കുന്ന കൃതിയാണിത്. രാജ്യതാല്പര്യത്തിന് വേണ്ടിവന്നാൽ കളവ് പറയുകയും വഞ്ചിക്കുകയുമൊക്കെ ആവാമെന്നാണ് മാക്കിയവെല്ലി തന്റെ *പ്രിൻസ്* എന്ന കൃതിയിൽ സിദ്ധാന്തിക്കുന്നത്. ഫ്രെഡറിക്കിന്റെ ഗ്രന്ഥത്തിലെ ആദർശഭരണാധികാരി ജനങ്ങളുടെ പ്രഥമ സേവകനാണ്; ലൂയി പതിനാലാമന്റെ മാതൃകയിലുള്ള ഉദ്ബുദ്ധ ഏകാധിപതിയാണ്. പക്ഷേ, പ്രയോഗത്തിൽ ഫ്രഡറിക് ഒരു ഉപദേശകനേയും അംഗീകരിച്ചിരുന്നില്ല, ദിവസം ഇരുപതുമണിക്കൂർ അദ്ദേഹം ജോലി ചെയ്തിരുന്നുവെന്നത് ശരിയാണെങ്കിലും അദ്ദേഹത്തിന്റെ മന്ത്രിമാർ മേത്തരം ക്ലാർക്കുമാർ മാത്രമായിരുന്നു. പ്രഷ്യ തന്റെ സ്വകാര്യ സ്വത്താണെന്നും തന്റെ ആഗ്രഹത്തിനനുസരിച്ച് ഭരിക്കുമെന്നുമാണ് പ്രായോഗികമായി അദ്ദേഹം തെളിയിച്ചത്. രാജ്യതാല്പര്യത്തിൽ മറ്റൊന്നും ഇടപെടാൻ അദ്ദേഹം അനുവദിച്ചില്ല.

1740 ൽ ആസ്ത്രിയയിലെ ചാൾസ് ആറാമൻ ചക്രവർത്തി അന്തരിച്ചു. തന്റെ ഏകമകളായ മരിയാ തെരേസയുടെ നില സുരക്ഷിതമാക്കാൻ അദ്ദേഹം വലിയ ഒരു തുകൽ ഷീറ്റിൽ വില്പത്രമെഴുതി വെച്ചിരുന്നു. പക്ഷേ, ശവസംസ്കാരച്ചടങ്ങുകൾ കഴിഞ്ഞയുടനെ, ഫ്രഡറിക്കിന്റെ സൈന്യം സൈലേഷ്യയിലേക്ക് മാർച്ചു ചെയ്ത് സൈലേഷ്യയുടെ മേലും (മദ്ധ്യ യൂറോപ്പിലെ മറ്റെല്ലാ സ്വത്തുക്കളിലും) പ്രഷ്യ അവകാശവാദമുന്നയിച്ചു. ഇതിന്റെ സ്വീകാര്യത സംശയകരമായിരുന്നു. അനേകം യുദ്ധങ്ങളിലൂടെ ഫ്രഡറിക് സൈലേഷ്യ സ്വന്തമാക്കി; പലപ്പോഴും പരാജയ

ത്തിന്റെ വക്കത്തെത്തിയിരുന്നെങ്കിലും പുതുതായി ആർജ്ജിച്ച ഭൂപ്രദേശങ്ങൾ ഫ്രെഡറിക് നിലനിർത്തി.

ഈ പുതിയ ശക്തിയുടെ പൊടുന്നനെയുള്ള രംഗപ്രവശം യൂറോപ്പിന്റെ ശ്രദ്ധയിൽ വന്നു. പതിനെട്ടാം നൂറ്റാണ്ടിലെ ജർമ്മൻകാർ നിരന്തരമായ മതയുദ്ധങ്ങളാൽ നശിപ്പിക്കപ്പെട്ട ഒരു ജനതയായിരുന്നു; ആരും അവരെ ഗൗരവമായെടുത്തിരുന്നില്ല. സത്വരവും ഭീകരവുമായ നടപടികൾ വഴി റഷ്യയിലെ പീറ്റർ ചക്രവർത്തിയെപ്പോലെ, ഫ്രഡറിക്കും അവജ്ഞയുടേയും പുച്ഛത്തിന്റെയും മനോഭാവത്തെ ഭീതിയാക്കി മാറ്റി. പ്രഷ്യയിലെ ആഭ്യന്തര ഭരണം വളരെ സമർത്ഥമായി നിർവ്വഹിക്കപ്പെട്ടിരുന്നതിനാൽ ഒരിടത്തും പരാതിയൊന്നുമുണ്ടായിരുന്നില്ല. ഖജനാവ് എല്ലായ്പ്പോഴും മിച്ചം കാണിച്ചു. ഭീകരമായ ശാരീരികാക്രമണം നിരോധിച്ചു. നീതിന്യായ ഭരണം പരിഷ്കരിച്ചു. നല്ല റോഡുകളുണ്ടായി, നല്ല സ്കൂളുകളം സർവ്വകലാശാലകളുമുണ്ടായി; ഭരണം സത്യസന്ധമായിരുന്നു. ജനങ്ങൾ സംതൃപ്തരായിരുന്നു. ഏത് സേവനമാവശ്യപ്പെട്ടാലും ചെലവഴിക്കുന്ന പണത്തിന്റെ മൂല്യം അവർക്ക് കിട്ടിയിരുന്നു.

പല നൂറ്റാണ്ടുകളായി ഫ്രഞ്ചുകാരുടെയും ആസ്ത്രിയക്കാരുടെയും സ്വീഡൻകാരുടെയും ഡെൻമാർക്കുകാരുടെയും പോളണ്ടുകാരുടെയും യുദ്ധക്കളമായിരുന്നു ജർമ്മനി. ഇപ്പോൾ പ്രഷ്യയുടെ മാതൃകയാൽ പ്രചോദിതരായി, ജർമ്മൻകാർ ആത്മവിശ്വാസം നേടി. ഇത് ആ ചെറിയ വൃദ്ധന്റെ നേട്ടമായിരുന്നു; തന്റെ ചുണ്ട മൂക്കും പഴയ യൂണിഫോറവുമായി അയൽ രാജ്യങ്ങളെപ്പറ്റി തമാശ നിറഞ്ഞ അസന്തുഷ്ടകാര്യങ്ങൾ പറയുകയായിരുന്നു അയാൾ. സത്യവുമായി പുലബന്ധം പുലർത്താത്തതരത്തിൽ നയതന്ത്രത്തിന്റെ കളികളിക്കുകയായിരുന്നു അയാൾ. തന്റെ നുണകൾ കൊണ്ട് തനിക്കെന്തെങ്കിലും നേട്ടമുണ്ടെങ്കിലേ അയാൾ ഇതൊക്കെ ചെയ്തിരുന്നുള്ളൂ. *ആന്റിമാക്കിയവെല്ലി* എന്ന ഗ്രന്ഥമെഴുതിയിട്ടുപോലും ഇതായിരുന്നു അയാൾ ചെയ്തത്. 1786 ൽ അവസാനം വന്നു. സുഹൃത്തുക്കളെല്ലാം പോയ്ക്കഴിഞ്ഞിരുന്നു. അയാൾക്ക് മക്കളുണ്ടായിരുന്നില്ല. അയാൾ ഏകാകിയായിട്ടാണ് മരിച്ചത്, സേവിക്കാൻ ഒരു വേലക്കാരനും തന്റെ വിശ്വസ്തരായ നായ്ക്കളും മാത്രം. മനുഷ്യരേക്കാൾ അയാൾക്കിഷ്ടം നായ്ക്കളെയായിരുന്നു; കാരണം, അദ്ദേഹം പറഞ്ഞു, നായ്ക്കൾ ഒരിക്കലും നന്ദികെട്ടവരായിരുന്നില്ല, സുഹൃത്തുക്കളോട് എല്ലാകാലത്തും, സത്യസന്ധരായിരുന്നു അവ.

മെർക്കന്റൈൽ വ്യവസ്ഥ

പുതുതായി സ്ഥാപിച്ച യൂറോപ്പിലെ ദേശീയ-കുടുംബരാഷ്ട്രങ്ങൾ എങ്ങനെയാണ് സമ്പന്നരാവാൻ ശ്രമിച്ചത്; എന്താണ് മെർക്കന്റിലിസം

പതിനാറ്, പതിനേഴ് നൂറ്റാണ്ടുകളിൽ ആധുനിക ലോകത്തെ രാഷ്ട്രങ്ങൾ എങ്ങനെ രൂപപ്പെടുന്നുവെന്ന് നാം മനസ്സിലാക്കി. ഓരോന്നിന്റെ കാര്യത്തിലും ഉല്പത്തിരീതി വ്യത്യസ്തമായിരുന്നു. ചിലത് ഒരു രാജാവിന്റെ ബോധപൂർവ്വമായ യത്നത്തിന്റെ ഫലമായിരുന്നു. മറ്റുചിലത് സന്ദർഭവശാൽ രൂപപ്പെട്ടതായിരുന്നു. ഇനിയും ചിലത് സ്വാഭാവികമായ ഭൂമിശാസ്ത്രപരമായ അതിർത്തികളുടെ ദാനമായിരുന്നു. പക്ഷേ, അവ സ്ഥാപിതമായതോടെ, അവയെല്ലാം ആഭ്യന്തരഭരണം ശക്തിപ്പെടുത്താൻ ശ്രമിച്ചു. വിദേശകാര്യങ്ങളിൽ പരമാവധി സ്വാധീനം ചെലുത്താനും ശ്രമിച്ചു. എന്നാൽ ഇതിനൊക്കെ ധാരാളം പണം ആവശ്യമായിരുന്നു. കേന്ദ്രീകൃതമായ അധികാരമില്ലാത്ത മദ്ധ്യയുഗരാഷ്ട്രത്തിന് സമ്പന്നമായ ഖജനാവൊന്നുമുണ്ടായിരുന്നില്ല. രാജാവിന് റവന്യൂ വരുമാനമുണ്ടായത് രാജകീയ പ്രദേശങ്ങളിൽ നിന്നായിരുന്നു; സിവിൽ സർവ്വീസിന്റെ പണം അവർതന്നെയുണ്ടാക്കണമായിരുന്നു. ആധുനിക കേന്ദ്രീകൃതരാഷ്ട്രം കുറേക്കൂടി സങ്കീർണ്ണമായൊരു കാര്യമായിരുന്നു. പഴയകാല മാടമ്പികൾ അപ്രത്യക്ഷരാവുകയും കൂലിപ്പണിക്കാരായ സർക്കാരുദ്യോഗസ്ഥർ അഥവാ ബ്യൂറോക്രാറ്റുകൾ അവരുടെ സ്ഥാനത്തു വരികയും ചെയ്തു. കര-നാവിക സൈന്യത്തിനും, ആഭ്യന്തര ഭരണനടത്തിപ്പിനും ദശലക്ഷങ്ങൾ ആവശ്യമായിരുന്നു. ചോദ്യം ഈ പണം എവിടെ നിന്നു കിട്ടുമെന്നതായിരുന്നു.

മദ്ധ്യയുഗങ്ങളിൽ സ്വർണ്ണവും വെള്ളിയും അപൂർവ്വവസ്തുക്കളായിരുന്നു. ശരാശരി മനുഷ്യർ ജീവിതത്തിലൊരിക്കലും ഒരു സ്വർണ്ണത്തുണ്ടു കണ്ടിട്ടുണ്ടാവില്ല. വലിയ നഗരങ്ങളിലെ ജനങ്ങൾ മാത്രമാണ് വെള്ളി നാണയങ്ങൾ ഉപയോഗിച്ചിരുന്നത്. അമേരിക്കയുടെ കണ്ടുപിടുത്തവും

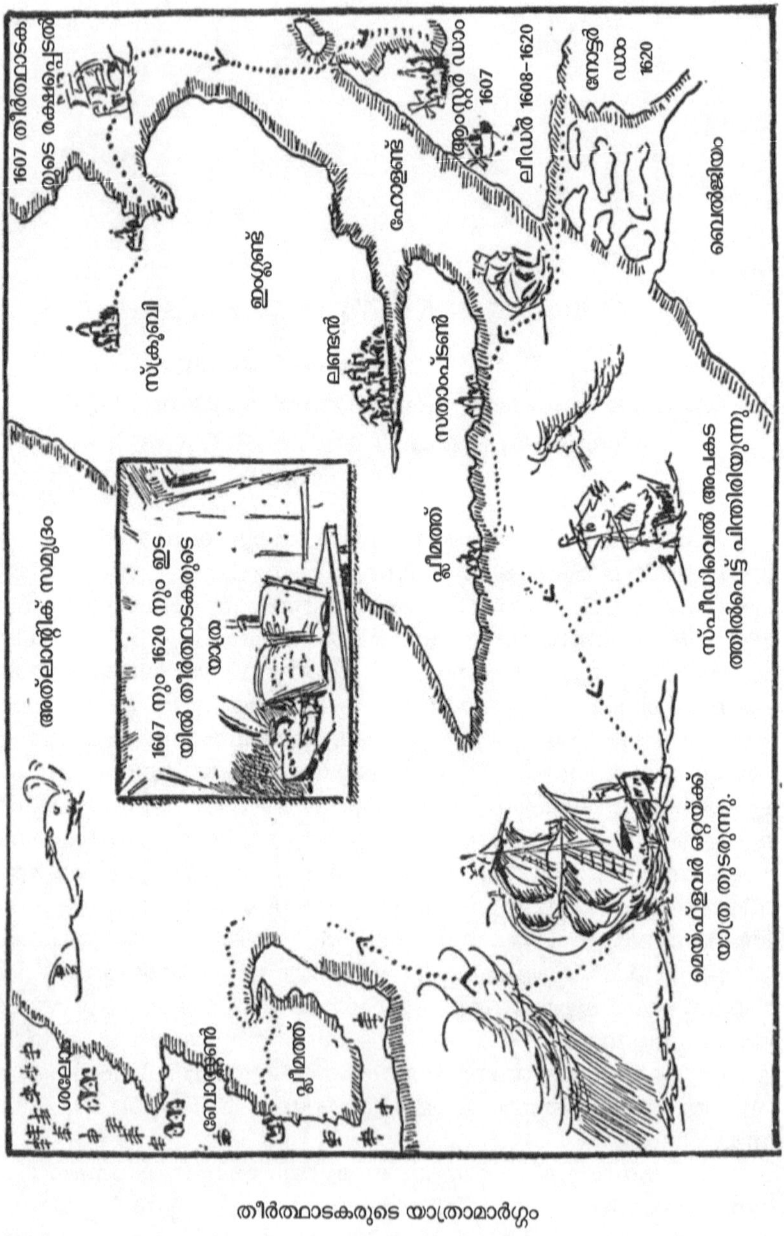

തീർത്ഥാടകരുടെ യാത്രാമാർഗ്ഗം

പെറുവിലെ ഖനികളുടെ ചൂഷണവും ഈ സ്ഥിതിയിൽ മാറ്റം വരുത്തി. വാണിജ്യത്തിന്റെ കേന്ദ്രം മദ്ധ്യധരണിയിൽ നിന്ന് അത്‌ലാന്റിക് തീരത്തേക്കു മാറി. ഇറ്റലിയിലെ പഴയ വാണിജ്യനഗരങ്ങളുടെ സാമ്പത്തിക പ്രാധാന്യം നഷ്ടമായി. അവയുടെ സ്ഥാനം പുതിയ വാണിജ്യരാജ്യങ്ങൾ ഏറ്റെടുത്തു, സ്വർണ്ണവും വെള്ളിയും കൗതുക വസ്തുക്കളല്ലാതായി.

സ്പെയിനിലൂടെ പോർച്ചുഗലിലൂടെ ഹോളണ്ടിലൂടെ ഇംഗ്ലണ്ടിലൂടെ അമൂല്യലോഹങ്ങൾ യൂറോപ്പിലെത്തി. അർത്ഥശാസ്ത്രത്തിന് പതിനാറാം നൂറ്റാണ്ടിൽ ചില എഴുത്തുകാരുണ്ടായിരുന്നു. അവർ ദേശീയ സമ്പത്തിനെപ്പറ്റി പുതിയൊരു സിദ്ധാന്തം രൂപപ്പെടുത്തി. അവരെ സംബന്ധിച്ചിടത്തോളം തികച്ചും പ്രസക്തമായ സിദ്ധാന്തമായിരുന്നു അത്; അവരുടെ രാജ്യങ്ങൾക്ക് വളരെയേറെ പ്രയോജനം ചെയ്യുന്നതുമായിരുന്നു ആ സിദ്ധാന്തം. സ്വർണ്ണവും വെള്ളിയും ശരിയായ സമ്പത്താണെന്നവർ പറഞ്ഞു. അതുകൊണ്ട് അവ ഏറ്റവും കൂടുതൽ കരുതലായി ട്രഷറിയിലും ബാങ്കിലുമുള്ള രാജ്യങ്ങൾ ഏറ്റവും സമ്പന്നമായ രാജ്യങ്ങളാണെന്നും അവർ സിദ്ധാന്തവല്ക്കരിച്ചു. പണം എന്നാൽ സൈന്യമെന്നായിരുന്നു അർത്ഥം. ഏറ്റവും സമ്പന്നമായ രാജ്യം ഏറ്റവും ശക്തമായ രാജ്യമാണെന്നും അതിനു ലോകത്തെ ഭരിക്കാൻ കഴിയുമെന്നും അവർ സിദ്ധാന്തീകരിച്ചു.

ഇതിനെ 'മെർക്കന്റൈൽ വ്യവസ്ഥ'യെന്നാണ് വിളിക്കുന്നത്. ആദ്യകാല ക്രൈസ്തവർ അത്ഭുതസിദ്ധികളിൽ (Miracles) വിശ്വസിച്ച അതേ ഉറപ്പോടെ ഈ സിദ്ധാന്തവും സ്വീകരിക്കപ്പെട്ടു; ഇന്നത്തെ അമേരിക്കൻ കച്ചവടക്കാരിൽ പലരും താരിഫ് നയത്തിൽ വിശ്വസിക്കുന്നതു പോലെയുമായിരുന്നു ഇത്. പ്രയോഗത്തിൽ മെർക്കന്റൈൽ സമ്പ്രദായം ഇങ്ങനെയാണ് പ്രാവർത്തികമാക്കുന്നത്: ഏറ്റവും കൂടുതൽ മിച്ച സ്വർണ്ണ, വെള്ളിലോഹങ്ങൾ കിട്ടുന്നതിന് അനുകൂലമായ കയറ്റുമതി ശിഷ്ടം ഉണ്ടാവണം. അയൽരാജ്യം നിങ്ങളുടെ രാജ്യത്തേക്ക് കയറ്റുമതി ചെയ്യുന്നതിനേക്കാൾ കൂടുതൽ നിങ്ങളുടെ രാജ്യം അയൽരാജ്യത്തേക്ക് കയറ്റുമതി ചെയ്യുന്നുണ്ടെങ്കിൽ ആ രാജ്യം നിങ്ങളുടെ രാജ്യത്തിന് കടപ്പെട്ടിരിക്കും. അങ്ങനെ കുറേസ്വർണ്ണം നിങ്ങൾക്കു തരാൻ അത് നിർബ്ബന്ധിതമാകും. അപ്പോൾ നിങ്ങൾ നേടുന്നു, അയൽ രാജ്യത്തിന് നഷ്ടമുണ്ടാവുന്നു. ഇതിന്റെ ഫലമായി പതിനേഴാം നൂറ്റാണ്ടിലെ മിക്ക രാജ്യങ്ങളുടെയും സാമ്പത്തിക പരിപാടി ഇപ്രകാരമായിരുന്നു.

1. കഴിയാവുന്നത്ര അമൂല്യലോഹം നേടുക.
2. ആഭ്യന്തരവാണിജ്യത്തേക്കാൾ വിദേശ വാണിജ്യത്തെ പ്രോത്സാഹിപ്പിക്കുക.
3. അസംസ്കൃതവസ്തുക്കളെ കയറ്റുമതി ചെയ്യാവുന്ന ഉല്പന്നങ്ങളാക്കി മാറ്റുന്ന തരം വ്യവസ്ഥകളെ പ്രോത്സാഹിപ്പിക്കുക.
4. വലിയ ജനസംഖ്യയെ പ്രോത്സാഹിപ്പിക്കുക; ഫാക്ടറികളിൽ ധാരാളം തൊഴിലാളികളുടെ ആവശ്യമുണ്ടാകും. കാർഷിക സമൂഹത്തിൽ

നിന്ന് അധികം തൊഴിലാളികൾ ഉണ്ടാവുകയില്ല.

5. രാജ്യം ഈ പ്രക്രിയ നിരീക്ഷിക്കുകയും ആവശ്യമായി വരുമ്പോൾ ഇടപെടുകയും ചെയ്യട്ടെ.

അന്തർദ്ദേശീയ വ്യാപാരത്തെ പ്രകൃതിശക്തിയുമായി ബന്ധപ്പെട്ട കാര്യമായല്ല പതിനാറ്- പതിനേഴു നൂറ്റാണ്ടുകളിലെ ജനങ്ങൾ കണ്ടത്, മനുഷ്യന്റെ ഇടപെടലൊന്നും വകവെക്കാതെ ചില പ്രകൃതി നിയമങ്ങൾ അനുസരിക്കുന്നതുപോലെയല്ല അവർ ചെയ്തത്. ഔദ്യോഗികവിളംബരങ്ങൾ വഴിയും രാജകീയ നിയമങ്ങൾ വഴിയും ഗവൺമന്റിന്റെ സാമ്പത്തിക സഹായം വഴിയും വാണിജ്യത്തെ ക്രമീകരിക്കുകയാണവർ ചെയ്തത്.

പതിനാറാം നൂറ്റാണ്ടിൽ ചാൾസ് അഞ്ചാമൻ മെർക്കന്റൈൽ സമ്പ്രദായം (അന്ന് തികച്ചും പുതിയതായിരുന്നു ഇത്) സ്വീകരിക്കുകയും തന്റെ അധീന പ്രദേശങ്ങളിലെല്ലാം നടപ്പിലാക്കുകയും ചെയ്തു. ഇംഗ്ലണ്ടിലെ എലിസബത്ത് രാജ്ഞി ഇതനുകരിച്ചു. ബൂർബർ രാജാക്കന്മാർ, വിശിഷ്യ ലൂയി പതിനാലാമൻ, ഏതാണ്ട് മതാവേശത്തോടെയാണ് ഈ സമ്പ്രദായം നടപ്പാക്കിയത്; ലൂയി പതിനാലാമന്റെ യശസ്വിയായ ധനമന്ത്രി കോൾബർ മെർക്കന്റൈൽ സംവിധാനത്തിന്റെ പ്രവാചകനായി അറിയപ്പെട്ടു. യൂറോപ്യൻ രാജ്യങ്ങളെല്ലാം നേതൃത്വത്തിനായി അദ്ദേഹത്തെ ആശ്രയിച്ചു.

ക്രോംവെല്ലിന്റെ വിദേശനയം മുഴുവൻ മെർക്കന്റൈൽ സമ്പ്രദായത്തിന്റെ പ്രായോഗികനിർവ്വഹണമായിരുന്നു. വാണിജ്യരംഗത്തെ ധനിക എതിരാളിയായ ഹോളണ്ടിനെയാണ് ക്രോംവെൽ ലക്ഷ്യമാക്കിയിരുന്നത്. യൂറോപ്യൻ ഉല്പന്നങ്ങൾ കയറ്റിക്കൊണ്ടുപോവാൻ ഡച്ചുകപ്പലുകളാണ് സാമാന്യമായി ഉപയോഗിച്ചിരുന്നത്. അതുകൊണ്ട് തന്നെ ഹോളണ്ടിന് സ്വതന്ത്രവ്യാപാരനയത്തിനനുകൂലമായ ഒരു ചായ്‌വുണ്ടായിരുന്നു. ഇത് എന്തു വിലകൊടുത്തും നശിപ്പിക്കേണ്ടിയിരുന്നു, ഇംഗ്ലണ്ടിന്.

ഇത്തരമൊരു നയം എങ്ങനെ കോളനികളെ ബാധിക്കുമായിരുന്നുവെന്ന് എളുപ്പത്തിൽ മനസ്സിലാക്കാവുന്നതാണ്. മെർക്കന്റൈൽ സംവിധാനത്തിന് കീഴിലുള്ള കോളനി സ്വർണ്ണം, വെള്ളി, സുഗന്ധദ്രവ്യങ്ങൾ എന്നിവയുടെ ഒരു സംഭരണി മാത്രമായിരുന്നു; സാമ്രാജ്യത്തിന്റെ ആവശ്യത്തിനുവേണ്ടി എപ്പോഴും അവ ഊറ്റിയെടുക്കാമായിരുന്നു. ഏഷ്യയിലെയും അമേരിക്കയിലെയും ആഫ്രിക്കയിലെയും അമൂല്യലോഹങ്ങളും ആ ഉഷ്ണമേഖലാ പ്രദേശത്തെ അസംസ്കൃത വിഭവങ്ങളും ഓരോ കോളനി മേധാവികളുടെയും കുത്തകയായിരുന്നു. പുറത്തുള്ള ഒരു വണിക്കിനെയും ഇതിന്റെ വ്യാപാരത്തിന് അനുവദിച്ചിരുന്നില്ല; മറ്റേതെങ്കിലും വിദേശ കച്ചവടക്കാരുമായി ക്രയവിക്രയം നടത്താൻ തദ്ദേശീയ ജനങ്ങൾക്ക് അവകാശമുണ്ടായിരുന്നില്ല.

മുമ്പ് വ്യവസായമൊന്നുമില്ലാതിരുന്ന ചില രാജ്യങ്ങളിൽ പുതു വ്യവസായങ്ങൾ വികസിക്കുന്നതിന് മെർക്കന്റിലിസം പ്രോത്സാഹനമായെന്ന

യൂറോപ്പ് ലോകം കീഴടക്കുന്നു

കാര്യത്തിൽ സംശയമില്ല. അത് റോഡുകൾ നിർമ്മിച്ചു, കനാലുകൾ കുഴിച്ചു, നല്ല ഗതാഗതമാർഗ്ഗങ്ങൾ സൃഷ്ടിച്ചു, തൊഴിൽ വൈദഗ്ദ്ധ്യം വർദ്ധിപ്പിക്കുകയും, കച്ചവടക്കാർക്ക് ഉയർന്ന സാമൂഹിക പദവി നല്കുകയും

കടലിലെ അധീശത്വം

ചെയ്തു; അതേസമയം ഭൂപ്രഭുക്കളുടെ ശക്തി ക്ഷയിച്ചുവന്നു.

വേറൊരുതരത്തിൽ, അത് വലിയ ദുരിതങ്ങൾക്കിട വരുത്തി. കോളനികളിലെ ജനങ്ങൾ ഏറ്റവും ലജ്ജാകരമായ ചൂഷണത്തിന് വിധേയരായി. മാതൃരാജ്യത്തിനകത്താവട്ടെ ജനങ്ങൾ ഭീതിദമായ ഒരു വിധിയുടെ ഇരകളായി. ഓരോ തുണ്ടു ഭൂമിയും ഒരു സായുധപാളയമായി. ലോകത്തെ അത് ചെറുഭൂപ്രദേശങ്ങളായി വിഭജിച്ചു. ഓരോന്നും അതിന്റെ മാത്രം പ്രയോജനത്തിനു വേണ്ടി പ്രവർത്തിച്ചു. അതേസമയം അയൽക്കാരുടെ ശക്തി നശിപ്പിക്കാനും അവരുടെ സമ്പത്ത് കവർന്നെടുക്കാനും ശ്രമിച്ചു. ധനികരായിത്തീരുന്നതിന് വലിയ പ്രാധാന്യം നല്കപ്പെട്ടു. ശരാശരി പൗരന്റെ ഏറ്റവും വലിയ ഗുണം ധനികനാവുന്നതാണെന്ന് ചിന്ത വ്യാപകമായി. സർജറിയിലെ ഫാഷനുകൾപോലെ, സ്ത്രീകളുടെ വസ്ത്രധാരണ രീതിപോലെ, സാമ്പത്തിക സംവിധാനങ്ങൾ വരികയും പോവുകയും ചെയ്യും. പത്തൊമ്പതാം നൂറ്റാണ്ടിൽ മെർക്കന്റിലിസം നിരാകരിക്കപ്പെട്ടു, പകരം സ്വതന്ത്രവും തുറന്നതുമായ മത്സരത്തിന്റെ വ്യവസ്ഥ നിലവിൽ വന്നു. ചുരുങ്ങിയത് അങ്ങനെയാണ് എനിക്ക് മനസ്സിലായത്.

അമേരിക്കൻ വിപ്ലവം

പതിനെട്ടാം നൂറ്റാണ്ടിൽ യൂറോപ്പ്
അസാധാരണ വാർത്തകൾ ശ്രവിച്ചു.
വടക്കെ അമേരിക്കാ വൻകരയുടെ വന്യവിശാലഭൂവിലുണ്ടായ എന്തോ ചില കാര്യങ്ങളെപ്പറ്റി 'ദൈവദത്തമായ അവകാശങ്ങ'ളുടെ പേരിൽ ചാൾസ് രാജാവിനെ ശിക്ഷിച്ച ജനങ്ങളുടെ പിൻഗാമികൾ സ്വയം ഭരണത്തിനു വേണ്ടിയുള്ള സമരത്തിന്റെ കഥയിൽ ഒരു പുതിയ അദ്ധ്യായം എഴുതിച്ചേർത്തു

സ്വാതന്ത്ര്യത്തിനുവേണ്ടിയുള്ള പോരാട്ടം

സൗകര്യത്തിനുവേണ്ടി നാം കുറേ നൂറ്റാണ്ടുകൾ പുറകോട്ട് പോകേണ്ടിയിരിക്കുന്നു. കോളനി പ്രദേശങ്ങൾക്കു വേണ്ടിയുള്ള ആ വലിയ സമരത്തിന്റെ ചരിത്രം ആവർത്തിക്കേണ്ടിയിരിക്കുന്നു.

യൂറോപ്പിൽ കുറേ ദേശീയ/കുടുംബരാഷ്ട്രങ്ങളുണ്ടായി. മുപ്പത് വത്സരയുദ്ധത്തിന്റെ കാലത്തും അതിനുശേഷവുമാണിതുണ്ടായത്. ഈ രാജ്യങ്ങൾ കച്ചവടക്കാരുടെ മൂലധനത്തിന്റെയും കച്ചവടക്കമ്പനികളുടെ കപ്പലുകളുടെയും പിന്തുണയോടെ, ഏഷ്യയിലും ആഫ്രിക്കയിലും അമേരിക്കയിലും കൂടുതൽ ഭൂപ്രദേശങ്ങൾക്കുവേണ്ടിയുള്ള യുദ്ധത്തിലേർപ്പെട്ടു.

ഒരു നൂറ്റാണ്ടിലേറെ കാലം സ്പെയിൻകാരും പോർത്തുഗീസുകാരും ഇന്ത്യാ സമുദ്രത്തിലും പസഫിക് സമുദ്രത്തിലും പര്യവേക്ഷണങ്ങൾ നടത്തുന്നുണ്ടായിരുന്നു. ഇവിടെ ഹോളണ്ടും ഇംഗ്ലണ്ടും രംഗപ്രവേശം ചെയ്തു. പുതുതായി വന്ന ഹോളണ്ടിനും ഇംഗ്ലണ്ടിനും ചില സൗകര്യങ്ങൾ ഉണ്ടായിരുന്നു. പ്രാരംഭദശയിലുള്ള കഠിനമായ പ്രവൃത്തിയെല്ലാം തുടക്കക്കാർ ചെയ്തു കഴിഞ്ഞിരുന്നു. മാത്രമല്ല, ആദ്യകാല പര്യവേക്ഷ

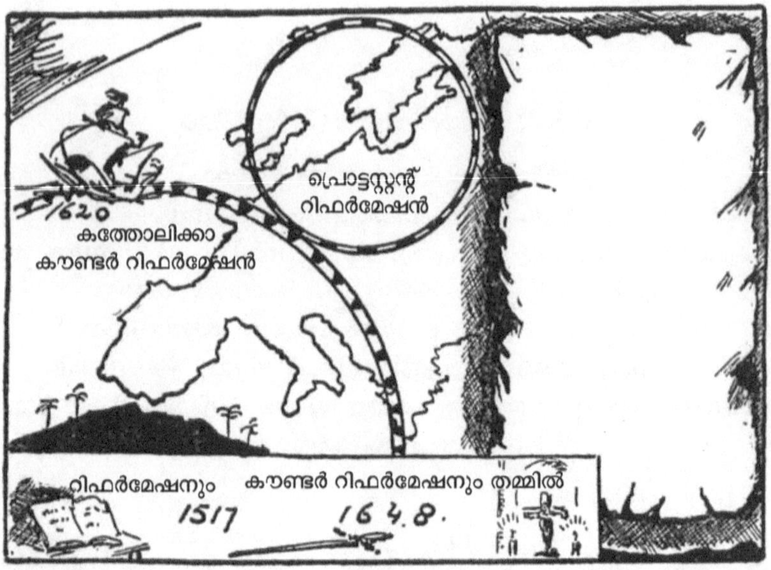

തീർത്ഥാടകർ

കർ ഏഷ്യയിലെയും ആഫ്രിക്കയിലെയും അമേരിക്കയിലെയും ജനങ്ങളുടെ അപ്രീതിക്കു പാത്രമായിരുന്നു; അതിനാൽ ഇംഗ്ലീഷുകാരെയും ഡച്ചുകാരെയും അവർ സുഹൃത്തുക്കളും വിമോചകരുമായി സ്വാഗതം ചെയ്തു. ഇവർക്കു രണ്ട് കൂട്ടർക്കും എന്തെങ്കിലും മേന്മയുണ്ടന്നൊന്നും നമുക്ക് കരുതാനാവില്ല. പക്ഷേ, അവർ മറ്റേതിലുമുപരി കച്ചവടക്കാരായിരുന്നു. സാമാന്യബുദ്ധിക്കപ്പുറം മതപരമായ പരിഗണനകൾ കച്ചവടത്തിൽ ഇടപെടാൻ അവർ ശ്രമിച്ചില്ല. തദ്ദേശ ജനങ്ങളുമായുള്ള ആദ്യസമ്പർക്കങ്ങളിൽ എല്ലാ യൂറോപ്യൻ രാജ്യങ്ങളും ഞെട്ടിപ്പിക്കുന്ന ക്രൂരതയോടെയായിരുന്നു പെരുമാറിയത്. എന്നാൽ ഇംഗ്ലീഷുകാർക്കും ഡച്ചുകാർക്കും ഇക്കാര്യത്തിൽ വിശേഷബുദ്ധിയുണ്ടായിരുന്നു. സമ്പർക്കത്തിന്റെ അതിർരേഖ എവിടെ, എങ്ങനെ, വരയ്ക്കണമെന്നവർക്കറിയാമായിരുന്നു. സുഗന്ധദ്രവ്യങ്ങളും സ്വർണ്ണവും വെള്ളിയും നികുതിയും കിട്ടിയാൽ മതി. തദ്ദേശീയർ അവർക്കിഷ്ടമുള്ള രീതിയിൽ ജീവിച്ചുകൊള്ളട്ടെ- ഇതായിരുന്നു അവരുടെ സമീപനം.

അതുകൊണ്ട് ലോകത്തിലെ ഏറ്റവും സമ്പന്നമായ ഭാഗങ്ങളിൽ ചുവടുറപ്പിക്കാൻ അവർക്ക് യാതൊരു വൈഷമ്യവുമുണ്ടായില്ല. അത് നേടിക്കഴിഞ്ഞ ഉടനെ കൂടുതൽ നേട്ടങ്ങൾക്കായി അവർ അന്യോന്യം പോരാടാൻ തുടങ്ങി. തികച്ചും അസാധാരണമെന്നു പറയട്ടെ കൊളോണിയൽ യുദ്ധങ്ങൾ ഒരിക്കലും കോളനികളിൽ അവസാനിച്ചില്ല. അവ മൂവായിരം മൈൽ അകലെയുള്ള യൂറോപ്പിൽ ഓരോ രാജ്യത്തിന്റെയും

വെള്ളക്കാരൻ വടക്കേ അമേരിക്കയിൽ കുടിയേറിപ്പാർക്കുന്നു

നാവിക സൈന്യത്തിന്റെ ഇടപെടലോടെ മാത്രമേ തീരുമാനത്തിലെത്തിയുള്ളൂ. പുരാതനവും ആധുനികവുമായ യുദ്ധതന്ത്രത്തിന്റെ രസകരമായൊരു തത്ത്വം ഇതാണ്: "കടലിനെ നിയന്ത്രിക്കുന്ന രാജ്യം തന്നെയാണ് കരയെ നിയന്ത്രിക്കുന്നതും" (ചരിത്രത്തിലെ സ്വീകാര്യമായ അപൂർവ്വം നിയമങ്ങളിലൊന്നാണിത്). ഇന്നുവരെ ഈ നിയമം ഒരിടത്തും ശരിയാവാതിരുന്നിട്ടില്ല. പക്ഷേ, ആധുനിക വായുവിമാനങ്ങൾ ഈ തത്ത്വത്തെ മാറ്റിയിട്ടുണ്ടാകാം. എന്നാൽ പതിനെട്ടാം നൂറ്റാണ്ടിൽ പറക്കും യന്ത്രങ്ങളുണ്ടായിരുന്നില്ലല്ലോ. ബ്രിട്ടീഷ് നേവിയായിരുന്നു ഇംഗ്ലണ്ടിനായി വിശാലമായ അമേരിക്കൻ, ഇന്ത്യൻ, ആഫ്രിക്കൻ കോളനികൾ നേടിയെടുത്തത്.

ഇംഗ്ലണ്ടും ഹോളണ്ടും തമ്മിൽ പതിനേഴാം നൂറ്റാണ്ടിൽ നടന്ന നാവികയുദ്ധപരമ്പര ഇവിടെ നമുക്ക് താല്പര്യമുള്ള കാര്യമല്ല തന്നെ. പരസ്പരം പൊരുത്തമില്ലാത്ത ശക്തികൾ തമ്മിൽ നടക്കുന്ന എല്ലാ സംഘട്ടനങ്ങളെയും പോലെ അതും അവസാനിച്ചു. എന്നാൽ ഇംഗ്ലണ്ടും ഫ്രാൻസും തമ്മിലുള്ള യുദ്ധം വളരെ പ്രധാനമാണ്. അവസാനം മെച്ചപ്പെട്ട ബ്രിട്ടീഷ് നാവിക സൈന്യം ഫ്രഞ്ച് നേവിയെ പരാജയപ്പെടുത്തിയെങ്കിലും, അനേകം പ്രാഥമിക യുദ്ധങ്ങൾ ഈ അമേരിക്കാ വൻകരയിൽ നടന്നിട്ടുണ്ട്. (വാൻലൂൺ അമേരിക്കക്കാരനായിരുന്നു. എന്നാൽ ഈ വസ്തുത ഇന്ത്യയ്ക്കും ബാധകമാണെന്ന് കാണാം. ഇംഗ്ലീഷ്-ഫ്രഞ്ച് കൊളോണിയൻ യുദ്ധങ്ങളിൽ ചിലപ്പോഴൊക്കെ ഫ്രഞ്ചുകാർ വിജയിച്ചിരുന്നുവെങ്കിലും ആത്യന്തിക വിജയം ബ്രിട്ടീഷുകാർക്കായിരുന്നു. ഫ്രഞ്ചുകാരുടെ അധീനദേശങ്ങൾ പോണ്ടിച്ചേരി, മാഹി, കാരയ്ക്കൽ, യാനം, ചാന്ദ്രനാഗൂർ എന്നിവിടങ്ങളായി ചുരുങ്ങി - വിവർത്തകൻ). അമേരിക്കയിൽ കണ്ടെത്തിയ എല്ലാ വസ്തുക്കളിലും ഇംഗ്ലണ്ടും ഫ്രാൻസും അവകാശമുന്നയിച്ചു; വെള്ളക്കാരൻ മുമ്പ് കണ്ടിട്ടില്ലാത്ത മറ്റനേകം കാര്യങ്ങളിലും അവകാശവാദമുണ്ടാക്കി. 1497 ൽ കാബട്ട് അമേരിക്കയുടെ വടക്കൻ ഭാഗത്ത് എത്തിച്ചേർന്നു. ഇരുപത്തേഴുവർഷം കഴിഞ്ഞപ്പോൾ ഗിയോവനി വെറാസനോ തീരദേശം സന്ദർശിച്ചു. കാബട്ട് ഇംഗ്ലീഷ് പതാക ഉയർത്തി, വെറാസനോ ഫ്രഞ്ച് പതാകയും. അതുകൊണ്ട് ഇംഗ്ലണ്ടും ഫ്രാൻസും വടക്കേ അമേരിക്കൻ വൻകര മുഴുവൻ ഓരോരുത്തരുടേതാണെന്ന് അവകാശവാദം നടത്തി.

പതിനേഴാം നൂറ്റാണ്ടിൽ മെയിൻ മുതൽ കരോലിനവരെ പത്തു ഇംഗ്ലീഷ് കോളനികൾ സ്ഥാപിതമായി. ഇംഗ്ലണ്ടിലെ മതകാര്യങ്ങളിലെ ഡിസന്റർമാരുടെ (മതകാര്യങ്ങളിൽ ഭിന്നാഭിപ്രായമുള്ളവരുടെ) അഭയകേന്ദ്രങ്ങളായിരുന്നു ഇവ. ഉദാഹരണത്തിന് 1620 ൽ പ്യൂരിട്ടന്മാർ ന്യൂ ഇംഗ്ലണ്ടിൽ എത്തിച്ചേർന്നു; 1681 ൽ ക്വാക്കർമാർ പെൻസിൽവാനിയയിൽ കുടിയേറിപ്പാർത്തു. ഇവരൊക്കെ ചെറുചെറു അതിർത്തി സമൂഹങ്ങളായിരുന്നു. കടൽത്തീരത്താണവർ കൂട് കൂട്ടിയത്; അവിടെ ജനങ്ങൾ പുതിയൊരു വാസകേന്ദ്രം സ്ഥാപിച്ചു; സന്തുഷ്ടസാഹചര്യങ്ങളിൽ ജീവിതം

തുടങ്ങി; അവിടെ രാജാവിന്റെ ക്രുദ്ധദൃഷ്ടികളുണ്ടായിരുന്നില്ല, ഇടപെട ലുണ്ടായിരുന്നില്ല.

ഫ്രഞ്ചു കോളനികളെല്ലാം രാജാവിന്റെ സ്വത്തായിരുന്നു. ഹ്യൂഗു നോട്ടുകൾക്കോ പ്രൊട്ടസ്റ്റന്റുകൾക്കോ അവിടെ പ്രവേശമനുവദിച്ചിരുന്നി ല്ല. അവർ ഇന്ത്യന്മാരുടെ മനസ്സിൽ ആപത്ക്കരമായ പ്രൊട്ടസ്റ്റന്റ് പൊരു ളുകൾ കുത്തിച്ചെലുത്തിയാലോ? ജെസ്യൂട്ട് പാതിരിമാരുടെ മിഷനറിപ്ര വർത്തനം തടസ്സപ്പെടുത്തിയാലോ? ഇതായിരുന്നു ഭയം. ഇംഗ്ലീഷു കോള

മേഫ്ളവറിന്റെ ഉള്ളിൽ

നികൾ കൂടുതൽ ആരോഗ്യകരമായ അടിത്തറയിലായിരുന്നു പണിതി രുന്നത്. എതിരാളികളും അയൽക്കാരുമായ ഫ്രഞ്ചുകാരുടെ കോളനിക ളിൽ നിന്ന് വ്യത്യസ്തമായിരുന്നു അവ. ഇംഗ്ലീഷ് ഇടത്തരക്കാരുടെ വാണിജ്യ നിർവ്വഹണ ഓജസ്സിന്റെ പ്രകാശനമായിരുന്നു അവ. മറിച്ച് ഫ്രഞ്ച് കോളനികൾ രാജസേവകന്മാരുടെ വാസകേന്ദ്രങ്ങളായിരുന്നു. കിട്ടുന്ന ആദ്യസന്ദർഭമുപയോഗിച്ച് പാരീസിലേക്ക് തിരിച്ചുപോവാൻ തയ്യാ റെടുക്കുകയായിരുന്നു. അവർ.

എന്നാൽ രാഷ്ട്രീയമായി ഇംഗ്ലീഷുകോളനികളുടെ അവസ്ഥ ഒട്ടും തൃപ്തികരമായിരുന്നില്ല. പതിനാറാം നൂറ്റാണ്ടിൽ ഫ്രഞ്ചുകാർ സെയിന്റ് ലോറൻസ് നദീമുഖം കണ്ടെത്തിയിരുന്നു. ഗ്രേറ്റ്യോക്സ് പ്രദേശത്തു നിന്ന് അവർ തെക്കോട്ട് പ്രയാണം ആരംഭിച്ചിരിക്കുന്നു. മിസിസിപ്പി തീര

ഫ്രഞ്ചുകാരുടെ പടിഞ്ഞാറൻ പര്യവേക്ഷണം

ത്തെത്തിയിരുന്നു; ഗൾഫ് ഓഫ് മെക്സിക്കോവിന്റെ തീരത്ത് അനേകം കോട്ടകൾ കെട്ടിയിരുന്നു. ഒരു നൂറ്റാണ്ടുകാലത്തെ പര്യവേക്ഷണങ്ങൾക്കു ശേഷം, അറുപതു ഫ്രഞ്ച് കോട്ടകളുടെ ഒരു നിര, അത്ലാന്തിക് തീരദേശത്തെ ഇംഗ്ലീഷ് വാസകേന്ദ്രങ്ങളെ ഉൾപ്രദേശങ്ങളിൽ നിന്ന് വേർതിരിച്ചു നിർത്തി.

വ്യത്യസ്തകൊളോണിയൽ കമ്പനികൾക്കുള്ള ഇംഗ്ലീഷ് ഭൂദാനരേഖകളനുസരിച്ച് "കടൽ മുതൽ കടൽ വരെയുള്ള മുഴുവൻ ഭൂമി"യും അവരുടെ കൈവശമായിരുന്നു. എന്നാൽ ഇത് കടലാസിൽ മാത്രമുള്ള കൈവശാവകാശമായിരുന്നു. ഫലത്തിൽ ഫ്രഞ്ച് കോട്ടകൾ ആരംഭിച്ചിടത്ത് ഇംഗ്ലീഷധീനഭൂദേശം അവസാനിച്ചിരുന്നു. ഇത് തകർത്തെറിയാൻ കഴിയുമായിരുന്നു. പക്ഷേ, അതിന് മനുഷ്യനഷ്ടവും ധനനഷ്ടവും ഉണ്ടാകുമായിരുന്നു. ഇത് ഭയാനകമായ അനേകം അതിർത്തിയുദ്ധങ്ങളിൽ കലാശിച്ചു. രണ്ടുകൂട്ടരും, ഈ യുദ്ധങ്ങളിൽ വെള്ളക്കാരായ അയൽക്കാരെ കശാപ്പ് ചെയ്തു. ഇതിനവർ ഇന്ത്യൻ ഗോത്രങ്ങളുടെ സഹായം സ്വീകരിച്ചു.

സ്റ്റുവർട്ടുകൾ ഇംഗ്ലണ്ടിലെ ഭരണാധികാരികളായിരുന്നേടത്തോളം ഫ്രാൻസുമായുള്ള യുദ്ധത്തിന്റെ ആപത്തുണ്ടായിരുന്നില്ല. ഇംഗ്ലണ്ടിൽ ഏകാധിപത്യ വാഴ്ച ഉറപ്പിക്കുന്നതിനും പാർലമെന്റ് അധികാരം തകർക്കുന്നതിനും അവർക്ക് ഫ്രഞ്ച് ബൂർബൺ രാജാക്കന്മാരുടെ സഹായം ആവശ്യമായിരുന്നു. എന്നാൽ 1689 ൽ അവസാനത്തെ സ്റ്റുവർട്ട് രാജാവ് ബ്രിട്ടന്റെ മണ്ണിൽ നിന്ന് തിരോധാനം ചെയ്തു. ഡച്ചുകാരനായ വില്യം പുതിയ രാജാവായി. വില്യം ലൂയി പതിനാലാമന്റെ കടുത്ത ശത്രുവായിരുന്നു. അതു മുതൽ 1763 ലെ പാരീസ് സമാധാന ഉടമ്പടി വരെ, ഫ്രാൻസും ഇംഗ്ലണ്ടും ഇന്ത്യയും വടക്കെ അമേരിക്കയും കൈവശപ്പെടുത്തുന്നതിനുവേണ്ടി നിരന്തരമായി യുദ്ധം ചെയ്തു കൊണ്ടിരുന്നു.

ഈ യുദ്ധങ്ങളിലെല്ലാം ഇംഗ്ലീഷ് നാവികസൈന്യം ഫ്രഞ്ചുകാരെ

വിജനതയിലൊരു രക്ഷാമാർഗ്ഗം

തോല്പിച്ചു കൊണ്ടിരുന്നു. കോളനികളിൽ നിന്നു വേറിട്ടു പോയ ഫ്രാൻസിന് അധീനപ്രദേശങ്ങളെല്ലാം നഷ്ടമായി. ഒടുവിൽ സമാധാനഉടമ്പടി ഒപ്പു വെച്ചപ്പോൾ വടക്കെ അമേരിക്കാ വൻകര പൂർണ്ണമായും ബ്രിട്ടീഷ് അധീനതയിൽ ആയിത്തീർന്നു. കാർട്ടിയർ, ഷാംപ്ലേയ്ൻ, ലാസാലി, മാർക്വറ്റ് എന്നിവരും മറ്റനേകം പേരും നടത്തിയ പര്യവേക്ഷണങ്ങളുടെ ഫലങ്ങളെല്ലാം ഫ്രാൻസിന് നഷ്ടപ്പെട്ടു.

ഈ വിശാലഭൂപ്രദേശങ്ങളിൽ ഒരു ചെറു ഭാഗത്തുമാത്രമേ മനുഷ്യ

ന്യൂ ഇംഗ്ലണ്ട് വാസത്തിൽ ആദ്യത്തെ തണുപ്പുകാലം

വാസമുണ്ടായിരുന്നുള്ളൂ. തീർത്ഥാടക പിതാക്കൾ വന്നിറങ്ങിയത് മസാച്ചുസെറ്റ്സിലായിരുന്നു; 1620 ലായിരുന്നു ഇത്. അവർ ഒരു സംഘം പ്യൂറിട്ടന്മാരായിരുന്നു, അസഹിഷ്ണുക്കളായിരുന്നു. ആംഗ്ലിക്കൻ ഇംഗ്ലണ്ടിലോ കാൽവിനിസ്റ്റ് ഹോളണ്ടിലോ അവർ ഒരു സൗഖ്യവും കണ്ടെത്തിയിരുന്നില്ല. ആ മസാച്ചുസെറ്റ്സ് മുതൽ കരോലിനവരേയും വെർജിനിയവരേയുമുള്ള നേർത്ത ഒരു പ്രദേശത്ത് നാമമാത്രമായ ജനവാസമുണ്ടായിരുന്നു (കരോലിനയും വെർജിനിയയും മറ്റും ലാഭത്തിനുമാത്രമായി പുകയില കൃഷി നടത്തിയ പ്രദേശങ്ങളായിരുന്നു): പക്ഷേ, ശുദ്ധവായുവിൽ ഉന്നതാകാശത്തിനു കീഴിൽ അധിവസിച്ച മനുഷ്യർ, മാതൃരാജ്യത്തെ സഹോദരങ്ങളിൽ നിന്ന് വ്യത്യസ്തരായിരുന്നു. ഈ വിശാലവന്യതയിൽ അവർ സ്വാതന്ത്ര്യവും സ്വാശ്രയത്വവും എന്തെന്ന് പഠിച്ചു. കഠിനാദ്ധ്വാനികളും ഊർജ്ജസ്വലരുമായ മുൻഗാമികളുടെ സന്തതികളായിരുന്നു അവർ. അലസരും സുഖിമാന്മാരുമായ ആളുകൾ അക്കാലത്ത് കടൽ കടക്കാൻ സന്നദ്ധരായിരുന്നില്ല. കോളണിസ്റ്റുകൾ നിയന്ത്രണങ്ങൾ ഇഷ്ടപ്പെട്ടില്ല; ശ്വസിക്കാനിടമില്ലാത്ത മാതൃരാജ്യത്തിലെ പഴയ ജീവിതം വളരെ അസന്തുഷ്ടമായിരുന്നു, അവർക്ക്. അവർ സ്വന്തം യജമാനന്മാരായിരിക്കാനുറച്ചു. ഇത് ഇംഗ്ലണ്ടിലെ ഭരണവർഗ്ഗങ്ങൾക്കു മനസ്സിലായില്ല.

ഗവൺമെന്റ് കോളണിസ്റ്റുകളെ പല രീതിയിലും ശല്യം ചെയ്തു; ഈ നിലയിൽ ബുദ്ധിമുട്ടാനിഷ്ടമില്ലാതിരുന്ന കോളണിസ്റ്റുകൾ ബ്രിട്ടീഷ് ഗവൺമെന്റിനും ശല്യമുണ്ടാക്കി.

നൈരാശ്യബോധം കൂടുതൽ നൈരാശ്യത്തിലേക്കു നയിച്ചു. ആ വിശദാംശങ്ങളൊന്നും ഇവിടെ ആവർത്തിക്കേണ്ടതില്ല. ജോർജ്ജ് മൂന്നാമനേക്കാൾ ബുദ്ധിയുള്ള മറ്റാരെങ്കിലുമായിരുന്നു ബ്രിട്ടീഷുരാജാവെങ്കിൽ എന്തു സംഭവിക്കുമായിരുന്നു? ലോഡ് നോർത്തിനു പകരം ഉറക്കം തൂങ്ങിയല്ലാത്ത, ശ്രദ്ധാലുവായ ഒരാളായിരുന്നു രാജാവിന്റെ മന്ത്രിയെങ്കിൽ എന്താവുമായിരുന്നു ചരിത്രം? ഇങ്ങനെയൊന്നും ചിന്തിക്കേണ്ടതില്ല. സമാധാനപരമായ വാദങ്ങൾ വഴി പ്രശ്നപരിഹാരം സാദ്ധ്യമാവില്ലെന്നു മനസ്സിലാക്കിയ കോളണിസ്റ്റുകൾ ആയുധമെടുക്കാൻ തയ്യാറായി. വിശ്വസ്തരായ പ്രജകളെന്ന സ്ഥനത്തു നിന്ന് അവർ കലാപകാരികളായി ജോർജ്ജ് മൂന്നാമന്റെ ജർമ്മൻ പട്ടാളക്കാർ പിടിച്ചാൽ മരണശിക്ഷ ഉറപ്പാണെന്നറിഞ്ഞുകൊണ്ടാണവരിതു ചെയ്തത്.

ഇംഗ്ലണ്ടും അമേരിക്കൻ കോളണികളും തമ്മിലുള്ള യുദ്ധം ഏഴു വർഷം നീണ്ടു നിന്നു. ഇക്കാലത്തൊരിക്കലും കലാപകാരികൾ അവസാനം വിജയിക്കുമെന്നൊരു തോന്നൽ ആർക്കുമുണ്ടായിരുന്നില്ല. വലിയൊരു വിഭാഗം ജനങ്ങൾ വിശിഷ്യ നഗരവാസികൾ, രാജകീയ പക്ഷത്ത് നിലയുറപ്പിച്ചിരുന്നു. അവർ ഒത്തുതീർപ്പിനനുകൂലമായിരുന്നു; സമാധാനാഭ്യർത്ഥന നടത്താൻ പോലും തയ്യാറായിരുന്നു. പക്ഷേ, വാഷിങ്ടൺ എന്ന നേതാവിന്റെ അനുപമ വ്യക്തിത്വം കോളണിസ്റ്റുകളിൽ സുരക്ഷാബോധം നിറച്ചു.

ധീരരായ ചില സഹപ്രവർത്തകരുടെ സഹായത്തോടെ, അദ്ദേഹം തന്റെ ഉറച്ച, എന്നാൽ ശരിയായി സജ്ജീകരിക്കപ്പെടാത്ത സൈന്യത്തെ രാജാവിന്റെ ശക്തിയെ ദുർബ്ബലപ്പെടുത്താനായി ശ്രമിച്ചു. പരാജയം ഉറപ്പാണെന്ന് തോന്നിയ പല ഘട്ടങ്ങളിലും അദ്ദേഹത്തിന്റെ തന്ത്രം യുദ്ധത്തിന്റെ ഗതി മാറ്റി മറിച്ചു. പലപ്പോഴും അദ്ദേഹത്തിന്റെ സൈന്യത്തിന് വേണ്ടത്ര ആഹാരം പോലും ലഭിച്ചിരുന്നില്ല; തണുപ്പുകാലത്ത് ഷൂവും കോട്ടുമുണ്ടായിരുന്നില്ല; വളരെ അനാരോഗ്യകരമായ സാഹചര്യങ്ങളിൽ പട്ടാളക്കാർ ജീവിക്കേണ്ടിവന്നു. എന്നാൽ മഹാനായ നേതാവിൽ അവർക്കുള്ള വിശ്വാസം സമ്പൂർണ്ണവും അചഞ്ചലവുമായിരുന്നു; വിജയത്തിന്റേതായ അവസാന സമയം വരെ അവർ പിടിച്ചു നിന്നു.

വാഷിങ്ടണ്ണിന്റെ യുദ്ധങ്ങളെക്കാൾ ഫ്രഞ്ച് ആംസ്റ്റർഡാം ബാങ്കുകളിൽ നിന്ന് പണം തേടിപ്പോയ ബെഞ്ചമിൻ ഫ്രാങ്ക്ളിന്റെ നയതന്ത്ര വിജയങ്ങളേക്കാൾ രസകരമായൊരു സംഭവം വിപ്ലവത്തിന്റെ ആദ്യദിനങ്ങളിൽ നടന്നു. വിഭിന്നകോളനികളുടെ പ്രതിനിധികൾ പൊതുപ്രാധാന്യമുള്ള വിഷയം ചർച്ചചെയ്യുന്നതിനുവേണ്ടി ഫിലാഡൽഫിയയിൽ സമ്മേളിച്ചു. വിപ്ലവത്തിന്റെ ആദ്യവർഷമായിരുന്നു അത്. സമുദ്രത്തീരത്തെ ഭൂരിഭാഗം നഗരങ്ങളും അപ്പോഴും ബ്രിട്ടീഷ് അധീനതയിലായിരുന്നു. ഇംഗ്ല

ജോർജ്ജ് വാഷിംഗ്ടൺ

ണ്ടിൽ നിന്നുള്ള സൈനിക ആയുധ സഹായങ്ങൾ കപ്പലുകൾ വഴി വരുന്നുണ്ടായിരുന്നു. ലക്ഷ്യത്തിന്റെ ശരിയെപ്പറ്റി ധാർമ്മികതയെപ്പറ്റി അഗാധമായ ബോദ്ധ്യമുള്ളവർക്കുമാത്രമേ 1776 ജൂണിലും ജൂലായിലും ഉണ്ടായ നിർണ്ണായകമായ തീരുമാനങ്ങൾ എടുക്കാൻ കഴിയുമായിരുന്നുള്ളൂ.

ജൂൺ മാസത്തിൽ വെർജിനിയയിലെ റിച്ചാർഡ് ഹെൻറി ലീ ഒരു പ്രമേയം കോണ്ടിനന്റൽ കോൺഗ്രസിനു മുമ്പാകെ അവതരിപ്പിച്ചു.

> ഈ കേന്ദ്രീകൃത കോളനികൾ സ്വതന്ത്രരാഷ്ട്രങ്ങളാണ്; അവകാശം വഴി അവ സ്വതന്ത്രരാഷ്ട്രങ്ങൾ ആയിരിക്കേണ്ടതുമാണ്. ബ്രിട്ടീഷ് രാജാവിനോട് അവയ്ക്ക് യാതൊരു വിധേയത്വമുണ്ടായിരിക്കുന്നതല്ല. അവയും ഗ്രേറ്റ് ബ്രിട്ടനും തമ്മിലുള്ള എല്ലാ രാഷ്ട്രീയബന്ധവും ഇതിനാൽ വിച്ഛേദിക്കുന്നു, വിച്ഛേദിക്കപ്പെടേണ്ടതാണ്.

മസാച്ചുസെറ്റ്സിലെ ജോൺ ആഡംസ് പ്രമേയത്തെ പിന്താങ്ങി. ജൂലൈ രണ്ടിന് പ്രമേയം പാസായി. ജൂലൈ നാലിന് ഔദ്യോഗികമായ സ്വാതന്ത്ര്യപ്രഖ്യാപനം അംഗീകരിച്ചു. തോമസ് ജെഫേഴ്സണായിരുന്നു ആ രേഖ എഴുതിത്തയ്യാറാക്കിയത്. രാഷ്ട്രീയത്തിന്റെയും ഭരണസംവിധാനത്തിന്റെയും കഴിവുറ്റൊരു പഠിതാവായിരുന്നു അദ്ദേഹം. അമേരിക്കൻ പ്രസിഡന്റുമാരിൽ ഏറ്റവും പ്രശസ്തനായ ഒരാളായിരുന്നു അദ്ദേഹം.

ഈ സംഭവത്തിന്റെ വാർത്ത യൂറോപ്പിലെത്തിയപ്പോൾ, ഇതിനെത്തുടർന്ന് കോളണിസ്റ്റുകൾ വിജയിച്ചപ്പോൾ, 1787 ൽ സുപ്രസിദ്ധമായ ഭരണഘടന സ്വീകരിക്കപ്പെട്ടപ്പോൾ (ആദ്യത്തെ ലിഖിത ഭരണഘടനയാണത്) അതിന് വലിയ പ്രചാരം ലഭിച്ചു. പതിനേഴാം നൂറ്റാണ്ടിലെ

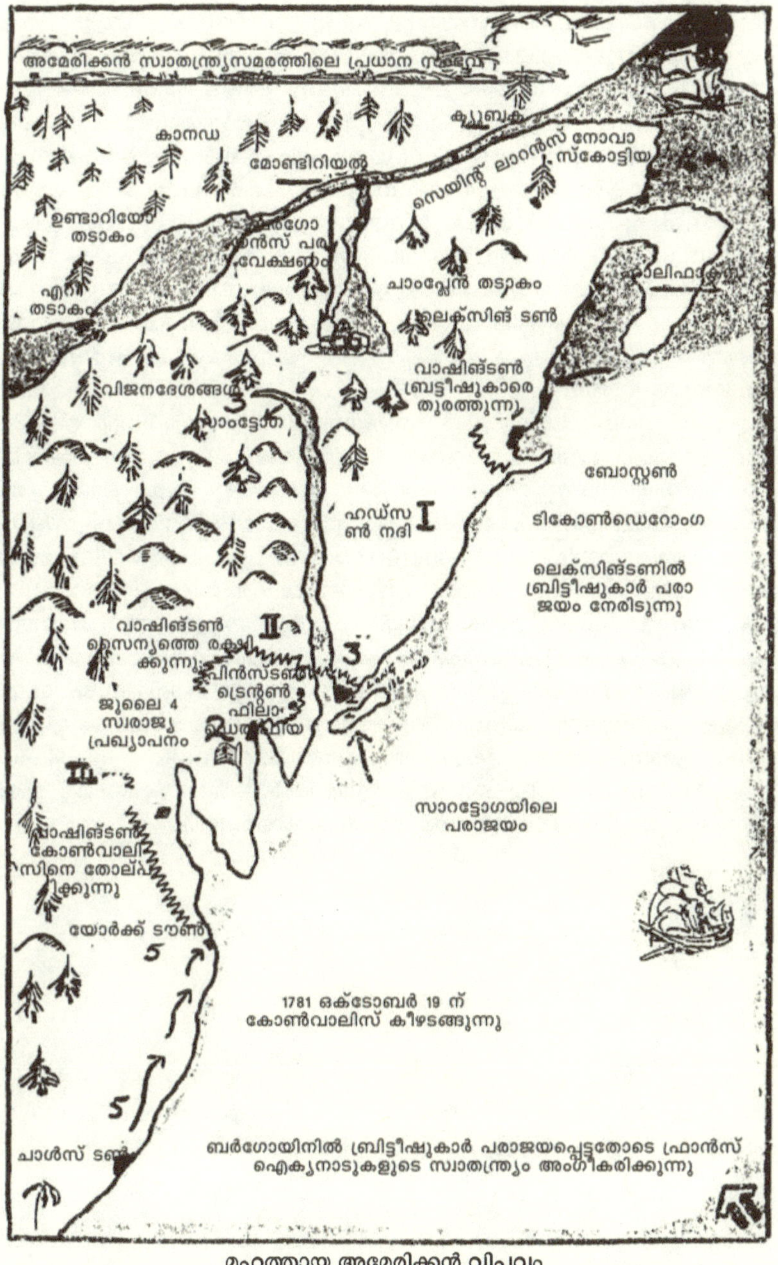

മഹത്തായ അമേരിക്കൻ വിപ്ലവം
അമേരിക്കൻ സ്വാതന്ത്ര്യസമരത്തിലെ പ്രധാന സംഭവങ്ങളിൽ

മതയുദ്ധങ്ങൾക്കുശേഷമുണ്ടായ കുടുംബാധിപത്യകേന്ദ്രീകൃത രാഷ്ട്ര ങ്ങൾ ശക്തിയുടെ പാരമ്യത്തിലെത്തിയിരുന്നു. എല്ലായിടവും രാജകൊ ട്ടാരങ്ങൾ അതിഗംഭീരമായി വളർന്നിരുന്നു. രാജകീയനഗരങ്ങളെല്ലാം അതിവേഗത്തിൽ വളർന്നുകൊണ്ടിരുന്ന വിസ്തൃതമായ ചേരികളാൽ വലയം ചെയ്യപ്പെട്ടിരുന്നു. ചേരിനിവാസികൾ എവിടെയും അസ്വാസ്ഥ്യം പ്രകടിപ്പിച്ചുകൊണ്ടിരുന്നു. അവർ നിസ്സഹായരായിരുന്നു. അവർ മാത്രമ ല്ല, ഉന്നത വർഗ്ഗക്കാർ പോലും അസ്വസ്ഥരായിരുന്നു. പ്രഭുക്കന്മാരും പ്രൊഫഷണലുകളും അവർ ജീവിക്കുന്ന സാമ്പത്തിക-രാഷ്ട്രീയ സാഹ ചര്യങ്ങളിൽ സംശയം പ്രകടിപ്പിച്ചുകൊണ്ടിരിക്കുകയായിരുന്നു. അമേരി ക്കൻ കോളണിസ്റ്റുകളുടെ വിജയം, കുറച്ചുകാലം മുമ്പുവരെ അസാദ്ധ്യ മാണെന്ന് കരുതിയിരുന്ന പല കാര്യങ്ങളും സാദ്ധ്യമാണെന്ന് അവരെ ബോദ്ധ്യപ്പെടുത്തി.

കവിയുടെ വാക്കുകളിൽ ലെക്സിങ്ടൺ യുദ്ധത്തിന്റെ തുടക്കം കുറിച്ച വെടിമുഴക്കം "ലോകത്താകമാനം കേട്ടു." അതല്പമൊരതിശ യോക്തിയായിരുന്നു. ചൈനക്കാരും ജപ്പാൻകാരും റഷ്യക്കാരും (ആ സ്ത്രേലിയക്കാരെപ്പറ്റി പറയേണ്ടതില്ല, അവരെ ക്യാപ്റ്റൻ കുക്ക് വീണ്ടും കണ്ടെത്തുകയായിരുന്നു; അങ്ങനെയൊരു കുഴപ്പം ചെയ്തതിന് അവർ അദ്ദേഹത്തെ കൊന്നു കളഞ്ഞു) എന്തായാലും അതിനെപ്പറ്റി ഒരിക്കലും കേട്ടിരുന്നില്ല. പക്ഷേ, അത്‌ലാന്റിക് സമുദ്രത്തിനപ്പുറം അത് നന്നായി കേൾക്കാൻ കഴിഞ്ഞു. യൂറോപ്പിലെ അസംതൃപ്തിയുടെ മരുന്നറയിലാണ് ആ ശബ്ദം ചെന്നുപതിച്ചത്. ഫ്രാൻസിൽ അതുണ്ടാക്കിയസ്ഫോടനം പെട്രോഗ്രാഡ് മുതൽ മാഡ്രിഡ് വരെയുള്ള ഭൂഖണ്ഡത്തെയാകെ ഇളക്കി മറിച്ചു. ഭരണതന്ത്രത്തിന്റെയും പഴയ നയതന്ത്രത്തിന്റെയും പ്രതിനിധി കളെ കൊന്നു കുഴിച്ചിട്ടു, ജനാധിപത്യത്തിന്റെ ടൺകണക്കിലുള്ള ഇഷ്ടി കക്കഷണങ്ങൾക്കിടയിലാണവർ സംസ്കരിക്കപ്പെട്ടത്.

ഫ്രഞ്ചുവിപ്ലവം

ഭൂമിയിലെ എല്ലാ മനഷ്യന്മാർക്കുമായി മഹത്തായ ഫ്രഞ്ചുവിപ്ലവം സ്വാതന്ത്ര്യത്തിന്റെ, സാഹോദര്യത്തിന്റെ സമത്വത്തിന്റെ തത്ത്വങ്ങൾ വിളംബരം ചെയ്യുന്നു

വിപ്ലവത്തെപ്പറ്റി പറയുന്നതിന് മുമ്പ് ആ വാക്കിന്റെ അർത്ഥമെന്തെന്ന് വിശദീകരിക്കുന്നത് നന്ന്. ഇതിനു നമുക്ക് ഒരു റഷ്യൻ എഴുത്തുകാരന്റെ വാക്കുകൾ കടമെടുക്കാം. (ഇക്കാര്യത്തിൽ റഷ്യക്കാർ പറയുന്നത് ശരിക്കും അർത്ഥമറിഞ്ഞുകൊണ്ടുതന്നെയായിരിക്കണം).

> വിപ്ലവം ത്വരിതഗതിയിലുള്ള ഒരു നിഷ്കാസനമാണ്; മണ്ണിൽ വേരോടാൻ നൂറ്റാണ്ടുകളെടുത്തിട്ടുള്ള സ്ഥാപനങ്ങളുടെ നിഷ്കാസനം; അടിയുറച്ചതും ചലിപ്പിക്കാനാവാത്തതുമെന്ന് ഏറ്റവും ശക്തരായ പരിഷ്കർത്താക്കൾപോലും കരുതുന്ന, അതുകൊണ്ടുതന്നെ അവർ സ്വന്തം എഴുത്തുകളിൽ വിമർശിച്ചൊരക്ഷരം എഴുതിയിട്ടില്ലാത്ത സ്ഥാപനങ്ങളുടെ നിഷ്കാസനം. അന്നുവരെ ഒരു രാജ്യത്തിന്റെ സാമൂഹിക, മത, രാഷ്ട്രീയ, സാമ്പത്തികജീവിതത്തിന്റെ സത്തയെന്ന് കരുതപ്പെട്ടിരുന്ന എല്ലാറ്റിന്റെയും ചുരുങ്ങിയ കാലം കൊണ്ടുള്ള പതനമാണത്, തകർച്ചയാണത്.

അത്തരമൊരു വിപ്ലവം പതിനെട്ടാം നൂറ്റാണ്ടിലെ ഫ്രാൻസിൽ നടന്നു. ആ രാജ്യത്തിന്റെ പഴയ പരിഷ്കാരം മുരടിച്ചു നിന്നപ്പോഴായിരുന്നു അത്. ലൂയി പതിനാലാമന്റെ കാലത്തെ രാജാവ് എല്ലാമെല്ലാമായി ത്തീർന്നിരുന്നു, രാജാവു തന്നെയായിരുന്നു രാഷ്ട്രം. മുമ്പ് ഫെഡറൽ രാജ്യത്തിന്റെ സിവിലുദ്യോഗസ്ഥരായിരുന്ന പ്രഭുക്കൾ ചുമതലകളൊന്നുമില്ലാത്ത രാജധാനിയിലെ കേവല തോരണങ്ങളായി മാറിയിരുന്നു.

പതിനെട്ടാം നൂറ്റാണ്ടിലെ ഈ ഫ്രഞ്ച് രാഷ്ട്രത്തിന് അവിശ്വസനീയമായ ചെലവായിരുന്നു. ഇതിനാവശ്യമായ പണം ജനങ്ങളിൽ നിന്ന് നികുതിയായി പിരിച്ചെടുക്കേണ്ടിയിരുന്നു. നിർഭാഗ്യവശാൽ നികുതിയുടെ

പങ്ക് നല്കാൻ പ്രഭുക്കളെയും പുരോഹിതന്മാരെയും നിർബ്ബന്ധിതക്കാൻ വേണ്ടത്ര ശക്തി ഫ്രാൻസിലെ രാജാക്കന്മാർക്കുണ്ടായിരുന്നില്ല. അതിനാൽ നികുതി മുഴുവൻ നല്കിയിരുന്നത് കാർഷിക ജനവിഭാഗമാണ്. എന്നാൽ കൃഷിക്കാർ മലിനമായ ചാളകളിലാണ് ജീവിച്ചിരുന്നത്. അവർക്ക് പഴയ ഭൂപ്രഭുക്കളുമായി ഇപ്പോൾ ഒരു ബന്ധവുമുണ്ടായിരുന്നില്ല; ക്രൂരരും കഴിവില്ലാത്തവരുമായ ഭൂ ഏജന്റുമാരുടെ ഇരകളായിരുന്നു അവർ. അവരുടെ സ്ഥിതി കൂടുതൽ കൂടുതൽ ദയനീയമാവുകയായിരുന്നു. അവരെന്തിന് കഠിനാദ്ധ്വാനത്തിലേർപ്പെടണം? ഭൂമിയിൽ നിന്ന് കൂടുതൽ വരുമാനമുണ്ടായാലതിനർത്ഥം കൂടുതൽ നികുതി നല്കണമെന്നായിരുന്നു. കൃഷിക്കാർക്കൊന്നും കിട്ടുമായിരുന്നില്ല: അതുകൊണ്ട് അവർ കൃഷിയിടങ്ങളെ അവർക്കിഷ്ടമുള്ളതുപോലെ അവഗണിച്ചു.

അങ്ങനെയൊരു രാജാവുണ്ടായിരുന്നു. പൊള്ളയായ ആർഭാടത്തിലാണ് അദ്ദേഹം ജീവിച്ചിരുന്നത്. തന്റെ കൊട്ടാരങ്ങളുടെ വിസ്തൃതമായ ഹാളുകളിൽ അയാൾ ഉലാത്തിക്കൊണ്ടിരുന്നു. അയാളുടെ പിന്നാലെ ഔദ്യോഗികസ്ഥാനങ്ങൾക്കായി ആർത്തി പൂണ്ട് നടക്കുന്നവരുണ്ടായിരുന്നു. കൃഷിക്കാരിൽ നിന്ന് പിരിച്ചെടുത്ത റവന്യൂ ചെലവാക്കിയാണവരും ജീവിച്ചിരുന്നത്. കൃഷിക്കാരുടെ സ്ഥിതി അതിദയനീയമായിരുന്നു. ഇത് സന്തോഷമുളവാക്കുന്ന ഒരു ചിത്രമല്ല. പക്ഷേ, അതിശയോക്തിപരവുമല്ല. പക്ഷേ, "പുരാതനഭരണ"മെന്ന ആ പ്രതിഭാസത്തിന് ഒരു മറുവശമുണ്ടായിരുന്നു. അത് നാം ഓർമ്മിക്കണം.

സമ്പന്നമായ ഒരു മദ്ധ്യവർഗ്ഗമുണ്ടായിരുന്നു ഫ്രാൻസിൽ. അവർ വിവാഹം വഴി പ്രഭുക്കളുമായി ബന്ധപ്പെട്ടിരുന്നു. (ധനിക ബാങ്കുകളുടെ മകളെ ദരിദ്രപ്രഭുവിന്റെ മകനു വിവാഹം ചെയ്തു കൊടുക്കുക വഴി.) കൂട്ടത്തിൽ എല്ലാത്തരം കലാകാരന്മാരുമടങ്ങിയ രാജധാനിയുണ്ടായിരുന്നു. ഇവയെല്ലാം ചേർന്ന് ഫ്രാൻസിൽ മര്യാദാപൂർണ്ണവും മാന്യവുമായ ഒരു ജീവിതം വളർന്നുവന്നിരുന്നു. ആ ജീവിതം ഏറ്റവും ഉയർന്ന ഒരവസ്ഥയിൽ എത്തിച്ചേർന്നിരുന്നു. രാജ്യത്തിലെ ഏറ്റവും നല്ല മസ്തിഷ്കങ്ങൾക്ക് അർത്ഥശാസ്ത്രചിന്തയിൽ മുഴുകാനനുവാദമുണ്ടായിരുന്നില്ല. അതുകൊണ്ട് അമൂർത്തമായ ആശയങ്ങളുടെ ചർച്ചയിൽ അവർ അഭിരമിച്ചു.

ചിന്താരീതിയിൽ പരിഷ്കാരമുണ്ടായി. വ്യക്തിസ്വഭാവത്തിലും പരിഷ്കാരമുണ്ടായി. ഇത് വസ്ത്രധാരണത്തിൽ പ്രതിഫലിച്ചു. അന്നത്തെ ഫ്രഞ്ച് സമൂഹം അതീവ കൃത്രിമമായിരുന്നു. അവർക്കെന്തെങ്കിലും മാറ്റം വേണമായിരുന്നു. അങ്ങനെയാണവർ 'ലളിതജീവിത'ത്തിൽ ആകൃഷ്ടരായത്. ഫ്രാൻസിന്റെയും കോളനികളുടെയും ആശ്രിതരാജ്യങ്ങളുടെയും എല്ലാം സമ്പൂർണ്ണാധികാരികളും എതിരില്ലാത്ത ഉടമസ്ഥരുമായിരുന്നു രാജാവും രാജ്ഞിയും. അവർ ഗ്രാമത്തിലെ തമാശ തോന്നുന്ന കൊച്ചു വീടുകളിൽ ചെന്നു പാർത്തു, പാൽക്കാരികളുടെയും തൊഴുത്ത് സൂക്ഷിക്കുന്നവരുടെയും ഇടയന്മാരുടെയും വസ്ത്രമണിഞ്ഞു, പഴയ ഹെല്ലാ

സിലെ ജീവിതം പുനഃസ്ഥാപിക്കുകയാണെന്നവർ ഭാവിച്ചു. അവർക്കു ചുറ്റും കൊട്ടാരം വിദൂഷകർ നൃത്തം ചെയ്തു; കൊട്ടാരം ഗായകർ മനോജ്ഞരാഗങ്ങൾ ആലപിച്ചു; കൊട്ടാരം ക്ഷുരകന്മാർ ക്ഷൗരോപകരണങ്ങളിലും ക്ഷൗരവൃത്തിയിലും പരിഷ്കാരം വരുത്തി. ആർക്കും ശരിക്ക് പണിയൊന്നുമുണ്ടായിരുന്നില്ല. കടുത്ത മടുപ്പും ചെടിപ്പുമായിരുന്നു എല്ലാവർക്കും. വെഴ്സായിയുടെ കൃത്രിമമായ ഈ ലോകത്ത് (ശബ്ദായമാനവും അസ്വസ്ഥവുമായ നഗരത്തിൽ നിന്ന് രക്ഷപ്പെടുന്നതിനായി ലൂയി പതിനാലാമൻ നഗരത്തിൽ നിന്നകന്ന സ്ഥലത്ത് നിർമ്മിച്ചതായിരുന്നു ഈ കൊട്ടാരം) എല്ലാം കൃത്രിമമായിരുന്നു. ജീവിതവുമായി ഒരു ബന്ധവുമില്ലാത്ത കാര്യങ്ങളാണവർ സംസാരിച്ചത്. അതായിരുന്നു അവരുടെ ജീവിതം. എന്നാൽ പട്ടിണികിടക്കുന്നവൻ ഭക്ഷണത്തെപ്പറ്റിയല്ലാതെ മറ്റൊന്നും സംസാരിച്ചില്ല.

അപ്പോഴാണ് വോൾട്ടയർ രംഗപ്രവേശം ചെയ്തത്. ധീരനായ തത്ത്വജ്ഞാനി, നാടകകൃത്ത്, ചരിത്രകാരൻ, നോവലിസ്റ്റ് ഇവയെല്ലാമായിരുന്നു വോൾട്ടയർ. മതപരവും രാഷ്ട്രീയവുമായ വ്യവസ്ഥാപിത സംവിധാനത്തിനെതിരെ വിമർശനത്തിന്റെ അഗ്നിബോംബുകൾ പൊട്ടിക്കുകയായിരുന്നു അദ്ദേഹം. ഫ്രഞ്ച് ലോകം അദ്ദേഹത്തെ കൈയടിച്ചു സ്വീകരിച്ചു. കൂട്ടത്തിൽ ഴാൻ ജാക്വിസ് റൂസോവും വന്നു. പ്രാകൃത മനുഷ്യന്റെ ഉത്തമ ലോകത്തെപ്പറ്റി, ഭൂമുഖത്തെ ആദിമനിവാസികളുടെ സന്തുഷ്ട ജീവിതത്തെപ്പറ്റി ഗൃഹാതുരതയോടെ അദ്ദേഹം എഴുതി. (അവരെപ്പറ്റിയോ കുട്ടികളെപ്പറ്റിയോ അദ്ദേഹത്തിനു വളരെ കുറച്ചുമാത്രമേ അറിവുണ്ടായിരുന്നുള്ളൂ. പക്ഷേ കുട്ടികളുടെ വിദ്യാഭ്യാസ കാര്യങ്ങളുടെ ആധികാരിക ചിന്തകനായിരുന്നു റൂസോ). ഫ്രാൻസ് മുഴുവൻ അദ്ദേഹത്തിന്റെ *സോഷ്യൽ കോൺട്രാക്ട്* ആവേശപൂർവ്വം വായിച്ചു. രാജാവും രാഷ്ട്രവും ഒന്നു തന്നെയായി സ്വാംശീകരിക്കപ്പെട്ട ഫ്രാൻസിനെ ഓർത്ത് ജനങ്ങൾ കരഞ്ഞു. റൂസോവിന്റെ ആഹ്വാനത്തിൽ അവർ രോമാഞ്ചമണിഞ്ഞു. പണ്ട്, പണ്ട്, പ്രാകൃതകാലത്ത് യഥാർത്ഥ പരമാധികാരം ജനങ്ങളുടെ കൈയിലായിരുന്നു; അന്ന് രാജാവ് ജനങ്ങളുടെ സേവകൻ മാത്രമായിരുന്നു.

അപ്പോഴാണ് മോണ്ടസ്ക്യൂ വന്നത്. "പേർഷ്യൻകത്തു"കളായിരുന്നു അദ്ദേഹത്തിന്റെ മാന്ത്രികവടി. രണ്ടുപേർഷ്യൻ യാത്രക്കാർ നിലവിലുള്ള ഫ്രഞ്ച് സമൂഹത്തെ തലതിരിച്ചു നിർത്തുന്നു. രാജാവിനെ മുതൽ അദ്ദേഹത്തിന്റെ അറുന്നൂറ് പാചകക്കാരിലെ ഏറ്റവും താഴ്ന്നയാളെവരെ അവർ പരിഹസിക്കുന്നു. ഈ പുസ്തകം പെട്ടെന്നു തന്നെ നാല് എഡിഷനുകൾ പ്രസിദ്ധീകരിക്കേണ്ടിവന്നു. ഇത് എഴുത്തുകാരന് ധൈര്യം നല്കി. *നിയമങ്ങളുടെ അന്തസ്സത്ത* (*The Spirit of the lands*) എന്ന ഗ്രന്ഥത്തിന് ആയിരക്കണക്കായ വായനക്കാരെ ആകർഷിക്കാൻ അദ്ദേഹത്തിനുകഴിഞ്ഞു. പുസ്തകം സംവാദരൂപത്തിലാണ് രചിക്കപ്പെട്ടിരുന്നത്. അതിലെ കുലീനനായ പ്രഭു ഉന്നതമായ ഇംഗ്ലീഷ് ഭരണസംവിധാനവു

മായി പിന്നാക്കം നില്ക്കുന്ന ഫ്രഞ്ച് സംവിധാനത്തെ താരതമ്യം ചെയ്യുകയാണ്. കേവലമായ രാജവാഴ്ചക്കു പകരം പുതിയൊരു ഭരണസംവിധാനമാണ് കൃതിയിൽ നിർദ്ദേശിക്കപ്പെടുന്നത്. എക്സിക്യൂട്ടീവും ലെജിസ്ലേച്ചറും ജുഡീഷ്യറിയും വേറിട്ടു നില്ക്കും. സ്വതന്ത്രമായി നില്ക്കുന്ന ഒരു സംവിധാനമാണത്. പാരീസിലെ പ്രമുഖ പുസ്തകപ്രസാധകനായ ലെബ്രെടൻ ഈ ഘട്ടത്തിൽ ഒരു പ്രഖ്യാപനം നടത്തി: ദിദറോ, ആലംബേർ, തർഗോത് തുടങ്ങി ഒട്ടനേകം പ്രശസ്ത എഴുത്തുകാർ ഒരു സർവ്വവിജ്ഞാനകോശം (*എൻസൈക്ലോപീഡിയ*) പ്രസിദ്ധീകരിക്കാൻ പോവുകയാണ്. അതിൽ എല്ലാ പുതിയ ആശയങ്ങളും പുതിയ ശാസ്ത്രവും പുതിയ ജ്ഞാനവും ഉണ്ടായിരിക്കും. ജനങ്ങൾ ഇതിനെ സർവ്വാത്മനാ സ്വാഗതം ചെയ്തു. ഇരുപത്തിരണ്ടുവർഷത്തിനുശേഷം *എൻസൈക്ലോപീഡിയ*യുടെ ഇരുപത്തെട്ട് വാല്യങ്ങളിൽ അവസാനത്തേത് പ്രസാധനം ചെയ്തു. അപ്പോഴാണ്, പോലീസ് ഇടപെടലുണ്ടായത്; വൈകിപ്പോയ ഒരു ഇടപെടലായിരുന്നു അത്. എന്നാൽ പോലീസിന് ജനങ്ങളെ അടിച്ചമർത്താൻ കഴിഞ്ഞില്ല. *സർവ്വവിജ്ഞാനകോശം* സൃഷ്ടിച്ച ആവേശം വളരെ വലുതായിരുന്നു.

ഇവിടെ, ഞാനൊരു മുന്നറിയിപ്പ് തരാനാഗ്രഹിക്കുകയാണ്. നിങ്ങൾ ഫ്രഞ്ച് വിപ്ലവത്തെപ്പറ്റി ഒരു നോവൽ വായിക്കുന്നു, അല്ലെങ്കിൽ ഒരു നാടകം അഥവാ ഒരു സിനിമ കാണുന്നു. വിപ്ലവം പാരീസിലെ ചേരിനിവാസികളുടെ പണിയാണെന്ന ഒരു തോന്നൽ വരും. വിപ്ലവത്തിന്റെ രംഗവേദിയിൽ പലപ്പോഴും ആൾക്കൂട്ടം വരുന്നുണ്ട്. ഇടത്തരക്കാരായ പ്രൊഫഷണലുകളുടെ നേതൃത്വത്തിലാണ് ആൾക്കൂട്ടം വരുന്നത്. വിശക്കുന്ന ജനക്കൂട്ടത്തെ അവർ രാജാവിനും രാജധാനിക്കുമെതിരായ യുദ്ധത്തിൽ ഒരു സഖ്യശക്തിയായ് ചേർക്കുകയാണ്. പക്ഷേ, വിപ്ലവത്തിന്റെ മൗലികമായ ആശയങ്ങൾ കുറേ ഉദ്ബുദ്ധമനസ്സുകളുടെ സൃഷ്ടിയാണ്. അവരാകട്ടെ പുരാതന ഭരണത്തിന്റെ സ്വീകരണമുറിയിലാണ് തുടക്കത്തിൽ ആനയിക്കപ്പെട്ടത്. മഹാരാജാവിന്റെ രാജധാനിയിലെ മാന്യന്മാർക്കും മഹിളകൾക്കുമനുഭവപ്പെട്ട മടുപ്പും ചെടിപ്പും ഇല്ലായ്മ ചെയ്യാ

ഗില്ലെറ്റിൻ

നാണവരെ ക്ഷണിച്ചിരുന്നത്. പക്ഷേ, അവരുടെ സാമൂഹിക വിമർശനത്തെ മൂടിവെക്കാൻ ആർക്കും കഴിഞ്ഞില്ല. അവ ശരിക്കും ബോംബുകളായിരുന്നു. അതിന്റെ സ്ഫുലിംഗങ്ങൾ കൊട്ടാരത്തിന്റെ തറയിലെ വിള്ളലുകളിലൂടെ എളുപ്പത്തിൽ ആളിക്കത്തി. ആ അഗ്നി കാലഹരണപ്പെട്ട എല്ലാറ്റിലും പടർന്നു പിടിച്ചു. അഗ്നി ആളിയാളിക്കത്തി. രാജാവിന് ഇതെങ്ങനെ നിയന്ത്രിക്കണമെന്നറിയില്ലായിരുന്നു. അഗ്നിനാളങ്ങൾ പടർന്നു. ജ്വാലകൾ ഫ്രഞ്ചു സമൂഹത്തിന്റെ മഹാവാസ്തുവിനെ വിഴുങ്ങാൻ തുടങ്ങി. ഇതായിരുന്നു ഫ്രഞ്ചുവിപ്ലവം.

സൗകര്യത്തിനുവേണ്ടി നമുക്ക് ഫ്രഞ്ചുവിപ്ലവത്തെ രണ്ടായി തിരിക്കാം. 1789 മുതൽ 1791 വരെ ഭരണഘടനാനുസൃതമായ രാജാധിപത്യം സ്ഥാപിക്കാനുള്ള ശ്രമമായിരുന്നു. അത് പരാജയപ്പെട്ടു. രാജാവിന്റെ വിശ്വസാമില്ലായ്മയും വിഡ്ഢിത്തവുമായിരുന്നു ഒരു കാരണം, അതിലുപരി ആർക്കും നിയന്ത്രിക്കാനാവാത്ത തരത്തിൽ സാഹചര്യങ്ങൾ മാറി കഴിഞ്ഞിരുന്നു.

1792 മുതൽ 1799 വരെ ഫ്രാൻസ് ഒരു റിപ്പബ്ലിക്കായിത്തീർന്നു, ഇതായിരുന്നു ജനാധിപത്യ ഭരണസംവിധാനത്തിനുവേണ്ടിയുള്ള ആദ്യപ്രയ്തനം. അനേകവർഷത്തെ അസ്വസ്ഥതയുടേയും പരിഷ്കാരത്തിനുവേണ്ടിയുള്ള ആത്മാർത്ഥമായ, എന്നാൽ ഫലശൂന്യമായ പ്രയാണങ്ങളുടേയും ഫലമായുണ്ടായതായിരുന്നു വൻതോതിലുള്ള ഹിംസ.

ഫ്രാൻസിന്ന് 4000 മില്യൺ ഫ്രാങ്ക് കടമുണ്ടായിരുന്നു. ഖജനാവ് എല്ലായ്പ്പോഴും അടഞ്ഞുകിടന്നു. പുതിയ നികുതി ചുമത്താൻ ഒന്നും ബാക്കിയില്ല. നല്ലവനായ ലൂയിരാജാവിനുപോലും (അദ്ദേഹം നല്ലൊരു പൂട്ടിടൽ വിദഗ്ധനും നല്ല വേട്ടക്കാരനുമായിരുന്നു. പക്ഷേ, വളരെ മോശം ഭരണാധികാരിയായിരുന്നു) അവ്യക്തമായ ഒരു തോന്നലുണ്ടായി, എന്തെങ്കിലും ചെയ്യേണ്ടതുണ്ടെന്ന്. അങ്ങനെയാണ് അദ്ദേഹം തർഗോട്ടിനെ വിളിച്ചത്. തന്റെ ധനകാര്യമന്ത്രിയാവാനായിരുന്നു അത്. ആൻ റോബർട്ട് ജാകിസ് തർഗോട്ട്, സാരൺ ദ ഓൾനി... അറുപതുകളുടെ ആദ്യഘട്ടത്തിലെത്തിയൊരാൾ... ത്വരിതമായി വംശനാശം സംഭവിച്ചുകൊണ്ടിരുന്ന ഭൂപ്രഭുക്കളിലൊരാൾ... അദ്ദേഹം ഒരു പ്രവിശ്യയെ വിജയകരമായി നയിച്ചൊരു ഗവർണ്ണറായിരുന്നു. കഴിവുള്ളൊരു അർത്ഥശാസ്ത്രജ്ഞനുമായിരുന്നു തർഗോട്ട്. പക്ഷേ, ഒരമേച്വർ ധനശാസ്ത്രജ്ഞൻ മാത്രം. കഴിവിന്റെ പരമാവധി അദ്ദേഹം ചെയ്തു. നിർഭാഗ്യവശാൽ കൺകെട്ടുവിദ്യ ചെയ്യാൻ അദ്ദേഹത്തിനു കഴിവില്ലായിരുന്നു. കഷ്ടപ്പെടുന്ന കർഷകരിൽ നിന്ന് ഒരു ചില്ലിക്കാശും കൂടുതലായി പിരിച്ചെടുക്കാൻ കഴിയില്ലായിരുന്നു. അതുകൊണ്ട് പ്രഭുക്കളിൽ നിന്നും പുരോഹിതരിൽ നിന്നും പുതിയ നികുതി പിരിക്കേണ്ടതുണ്ടായി, അവർ അന്നുവരെ ഒരു നികുതിയും നല്കിയിരുന്നില്ല. ഇതോടെ തർഗോട്ട് വെഴ്സായി കൊട്ടാരത്തിലെ ഏറ്റവും വെറുക്കപ്പെട്ട മനുഷ്യനായി മാറി. മേരി അന്റോയ്നറ്റ് രാജ്ഞിയുടെ ശത്രുതയും നേടി, അദ്ദേഹം. 'ചെലവുചുരുക്കൽ' എന്ന പദം തന്റെ കേൾവി

പ്പുറത്ത് ഉച്ചരിക്കുന്ന ആരോടും അവർക്കു ശത്രുതയായിരുന്നു. ഉടനെ തർഗോട്ടിന് പേരുകൾ കിട്ടി. 'പ്രായോഗികമതിയല്ലാത്ത ഭാവനാശാലി', 'സൈദ്ധാന്തികഗുരു' പിന്നെ അദ്ദേഹത്തിന്റെ പദവിക്കൊരർത്ഥവുമുണ്ടായിരുന്നില്ല. 1776 ൽ അദ്ദേഹം രാജി വയ്ക്കാൻ നിർബ്ബന്ധിതനായി.

'പ്രൊഫസർ'ക്കു ശേഷം, പ്രോയോഗികമതിയായൊരു കച്ചവടക്കാരനെ നിയമിച്ചു. ഉത്സാഹശാലിയായ ഒരു സ്വിറ്റ്സർലന്റുകാരനായിരുന്നു അദ്ദേഹം. നെക്കർ എന്നായിരുന്നു അദ്ദേഹത്തിന്റെ പേര്, ധാന്യക്കച്ചവടരംഗത്തെ ഒരു ഊഹക്കച്ചവടക്കാരനെന്ന നിലയിൽ ഏറെ പണം സമ്പാദിച്ചൊരാൾ, ഒരു അന്തർദ്ദേശീയ ബാങ്കിന്റെ പാർട്ണർ. ആർത്തിക്കാരിയായ പത്നിയാണ് അദ്ദേഹത്തെ ഗവൺമെന്റു സർവ്വീസിലേക്ക് നിർബ്ബന്ധിച്ചയച്ചത്. മകൾക്ക് നല്ലൊരു പദവി നേടുകയായിരുന്നു അവരുടെ ലക്ഷ്യം. പില്ക്കാലത്ത് പാരീസിലെ സ്വീഡിഷ് അംബാസഡറായ ബാരോൺ ദ സ്റ്റേയ്ലിന്റെ പത്നിയെന്ന നിലയിൽ പത്തൊമ്പതാം നൂറ്റാണ്ടിലെ പ്രശസ്തരായ ഒരു സാഹിത്യകാരിയായിരുന്നു ഈ മകൾ.

തർഗോട്ടിനെ പോലെ തന്നെ നെക്കറും ആവേശത്തോടെ പ്രവർത്തനം ആരംഭിച്ചു. 1781 ൽ അദ്ദേഹം ഫ്രാൻസിന്റെ സാമ്പത്തിക സ്ഥിതിയെപ്പറ്റി ശ്രദ്ധാപൂർവ്വമായ ഒരു റിവ്യൂ പ്രസിദ്ധീകരിച്ചു. ഇതിനെപ്പറ്റി രാജാവിന് ഒന്നും മനസ്സിലായില്ല. അദ്ദേഹം കോളനിസ്റ്റുകളെ സഹായിക്കുന്നതിന് പൊതുശത്രുവായ ഇംഗ്ലണ്ടിനെതിരെ അമേരിക്കയിലേക്ക് സൈന്യത്തെ അയച്ചു. ഇത് അപ്രതീക്ഷിതമാം വിധം ചെലവ് കൂടിയ ഒരു സൈന്യയാത്രയായിരുന്നു. അതിനാവശ്യമായ പണം കണ്ടെത്താൻ രാജാവ് നെക്കറിനോടാവശ്യപ്പെട്ടു. പണത്തിനു പകരം നെക്കർ കൂടുതൽ കണക്കുകൾ പ്രസിദ്ധീകരിച്ചു. സ്ഥിതിവിവരക്കണക്കുകൾ പുറത്തുകൊണ്ടുവന്നു. "അത്യാവശ്യമായ ചെലവുചുരുക്കൽ" ആവശ്യമാണെന്ന മുന്നറിയിപ്പ് നല്കി. നെക്കറിന്റെ ഔദ്യോഗിക ദിനങ്ങൾ എണ്ണപ്പെട്ടുകഴിഞ്ഞിരുന്നു. 1781 ൽ കഴിവില്ലാത്ത ഉദ്യോഗസ്ഥനെന്ന കുറ്റം ചുമത്തി നെക്കറിനെ പുറത്താക്കി.

ലൂയി പതിനാറാമൻ

പ്രൊഫസർക്കും പ്രായോഗികമതിയായ കച്ചവടക്കാരനും ശേഷം ഒരുപുതിയ സാമ്പത്തിക കാര്യ വിദഗ്ദ്ധൻ നിയമിക്കപ്പെട്ടു. തന്റെ കുറ്റമറ്റ വ്യവസ്ഥയെ വിശ്വസിക്കാമെങ്കിൽ നിക്ഷേപകർക്ക്

പ്രതിമാസം നൂറുശതമാനം വാഗ്ദാനം ചെയ്തുകൊണ്ടായിരുന്നു വിദഗ്ദ്ധന്റെ തുടക്കം.

ചാൾസ് അലക്സാണ്ടർ ദ കലോൺ ആയിരുന്നു വിദഗദ്ധൻ. ഉത്സാഹശീലവും പൂർണ്ണമായ സത്യസന്ധതയില്ലായ്മയും മര്യാദയില്ലായ്മയുമായിരുന്നു ഇയാളുടെ കൈമുതൽ. രാജ്യം വലിയ കടബാദ്ധ്യതയിലാണെന്നയാൾക്കു മനസ്സിലായി. പക്ഷേ, കൗശലക്കാരനായിരുന്നു ഇയാൾ. ആരെയും മുഷിപ്പിക്കാനയാൾ തയ്യാറില്ലായിരുന്നു. എല്ലാ പ്രശ്നങ്ങൾക്കും അയാൾ ഒരു സത്വര പരിഹാരം കണ്ടെത്തി. പുതിയ കടം വാങ്ങി, പഴയ കടങ്ങൾ വീട്ടി. ഇതൊരു പുതിയ ഏർപ്പാടൊന്നുമായിരുന്നില്ല. ഓർമ്മിക്കാൻ കഴിയുന്ന കാലത്തിനപ്പുറം ഇത് നടന്നിട്ടുണ്ട്. അന്നും എന്നും അതിന്റെ ഫലം അത്യാപൽക്കരമായിരുന്നു. മൂന്നിൽ താഴെ വർഷങ്ങൾക്കുള്ളിൽ ഫ്രഞ്ച് കടത്തിൽ എഴുപത് കോടി ഫ്രാങ്കുകൂടി വർദ്ധിച്ചു. അത് ഈ വിദഗ്ദ്ധൻ വരുത്തിയതായിരുന്നു. അയാൾ പക്ഷേ, ഒട്ടും ഭയന്നില്ല. രാജാവും അദ്ദേഹത്തിന്റെ സുന്ദരിയായ രാജ്ഞിയും അയക്കുന്ന ഓരോ ആവശ്യത്തിലും ഈ വിദഗദ്ധൻ മന്ദഹാസപൂർവ്വം ഒപ്പിട്ടു കൊടുത്തു. വിയന്നയിൽ തന്റെ യൗവനത്തിലാണ് രാജ്ഞി തന്റെ ദുർവ്യയം പഠിച്ചത്.

അവസാനം പാർലമെന്റിനും തോന്നി എന്തെങ്കിലും ചെയ്യണമെന്ന് (അത് സത്യത്തിൽ ഒരു നീതിന്യായകോടതിയായിരുന്നു, നിയമനിർമ്മാണസഭയില്ലായിരുന്നു.). പാർലമെന്റിനും പരമാധികാരിയായ രാജാവിനോടു ഭക്തിയുണ്ടായിരുന്നു. പക്ഷേ എന്തെങ്കിലും ചെയ്തേ തീരൂ എന്നതായിരുന്നു അവസ്ഥ. കലോൺ മറ്റൊരു എൺപതുകോടി ഫ്രാങ്ക് കടം വാങ്ങാനുള്ള ശ്രമത്തിലായിരുന്നു. വലിയ കൃഷിനാശമുണ്ടായ വർഷമായിരുന്നു അത്. ഗ്രാമപ്രദേശങ്ങളിൽ കഷ്ടപ്പാടും വിശപ്പും ഭീകരമാംവിധം വർദ്ധിച്ചിരുന്നു. ബുദ്ധിപൂർവ്വമായ എന്തെങ്കിലും ചെയ്തില്ലെങ്കിൽ, ഫ്രാൻസ് പൊളിഞ്ഞു പാളീസാകുമായിരുന്നു. സ്ഥിതിഗതികളുടെ ഗൗരവാവസ്ഥ രാജാവിന് അപ്പോഴും അറിയില്ലായിരുന്നു. ജനപ്രതിനിധികളുമായി ചർച്ച ചെയ്യുന്നത് നല്ലതല്ലേ? 1614 ന് ശേഷം എസ്റ്റേറ്റ്സ് ജനറൽ വിളിച്ചു ചേർത്തിരുന്നില്ല. സാമ്പത്തിക സ്ഥിതിയുടെ ആപല്ക്കരമായ പോക്ക് കാരണം പാർലമെന്റ് വിളിച്ചുചേർക്കണമെന്ന ആവശ്യം വ്യാപകമായി വന്നു. സ്വന്തമായി തീരുമാനമെടുക്കാൻകഴിയാത്ത ലൂയി പതിനാറാമൻ ആ അറ്റംവരെ പോകാൻ തയ്യാറായില്ല.

ജനകീയ വികാരം ശാന്തമാകുന്നതിനായി 1787 ൽ ലൂയി പതിനാറാമൻ പ്രമാണിമാരുടെ ഒരു യോഗം വിളിച്ചുചേർത്തു. ഇത് കുലീന കുടുംബത്തലവന്മാരുടെ ഒരു കൂട്ടം മാത്രമായിരുന്നു. എന്തുചെയ്യാം, എന്തു ചെയ്യണമെന്നൊക്കെ അവർ ചർച്ച ചെയ്തു. എന്നാൽ അവരുടെ ഫ്യൂഡൽ- പൗരോഹിത്യാവകാശങ്ങളെയോ നികുതി ഒഴിവിനെയോ സ്പർശിക്കാനവർ തയ്യാറായില്ല. മറ്റൊരു ജനവിഭാഗത്തിനുവേണ്ടി, വർഗ്ഗത്തിനുവേണ്ടി സമൂഹത്തിലെ ഒരു വർഗ്ഗം രാഷ്ട്രീയ സാമ്പത്തിക ആത്മ

ഹത്യ നടത്തണമെന്നാവശ്യപ്പെടുന്നത് യുക്തിസഹമല്ലല്ലോ. നൂറ്റി ഇരുപത്തിയേഴ് പ്രഭുക്കന്മാരായിരുന്നു സമ്മേളിച്ചത്. ഒരാളും അവരുടെ പുരാതനമായ അവകാശങ്ങളിലൊന്നും തന്നെ അടിയറവ് വെക്കാൻ അനുവദിച്ചില്ല. വിശപ്പ് ആളിക്കത്തിയിരുന്ന തെരുവിലെ ജനങ്ങൾ കൂട്ടമായി വന്ന് നെക്കറിനെ വീണ്ടും നിയമിക്കാനാവശ്യപ്പെട്ടു. നെക്കറിനെ അവർക്ക് വിശ്വാസമായിരുന്നു. പ്രമാണിമാർ സമ്മതിച്ചില്ല. തെരുവിലെ ജനങ്ങൾ ജനവാതിലുകൾ തകർത്തു. മറ്റു ചില അക്രമങ്ങൾ നടത്തി. പ്രമാണികൾ ഓടിക്കളഞ്ഞു. കലോണിനെ ഡിസ്മിസ് ചെയ്തു.

ഈ സാഹചര്യത്തിൽ പുതിയ ധനമന്ത്രി നിയമിക്കപ്പെട്ടു. കർദ്ദിനാൾ ലോമേനി ദ ബ്രയൻ ആയിരുന്നു മന്ത്രി. പട്ടിണികിടക്കുന്ന പ്രജകളുടെ ഹിംസാത്മകമായ ഭീഷണിക്കുമുമ്പിൽ ലൂയി പതിനാറാമൻ മുട്ടുകുത്തി. കഴിയുന്നത്ര വേഗത്തിൽ എസ്റ്റേറ്റ്സ് ജനറൽ വിളിച്ചുചേർക്കുമെന്ന് വാക്കു നല്കി. പക്ഷേ, അവ്യക്തമായ ഈ വാഗ്ദാനം ആരെയും തൃപ്തിപ്പെടുത്തിയില്ല.

ആ വർഷം കടുത്ത തണുപ്പായിരുന്നു. ഒരു നൂറ്റാണ്ടുകാലത്തിനുള്ളിൽ അത്രയും കൊടും തണുപ്പുള്ള ഒരു ഹേമന്തകാലം ഉണ്ടായിരുന്നില്ല. ധാന്യങ്ങൾ ഒന്നുകിൽ പ്രളയത്തിൽ നശിച്ചു. അല്ലെങ്കിൽ പാടങ്ങളിൽ തണുപ്പിൽ മരവിച്ചുകരിഞ്ഞുപോയി. പ്രോവൻസിലെ ഒലീവ് മരങ്ങളെല്ലാം നശിച്ചു പോയി. സ്വകാര്യചാരിറ്റി സ്ഥാപനങ്ങൾ ചിലത് ചെയ്യാൻ ശ്രമിച്ചു; പക്ഷേ, പതിനെട്ട് ദശലക്ഷം മനുഷ്യരാണ് പട്ടിണികിടന്നുകൊണ്ടിരുന്നത്. അതുകൊണ്ട് സ്വകാര്യസ്ഥാപനങ്ങൾക്ക് ഒന്നും ചെയ്യാൻ കഴിഞ്ഞില്ല. എല്ലായിടത്തും അപ്പത്തിനുവേണ്ടിയുള്ള കലാപങ്ങൾ നടന്നു. ഒരു തലമുറ മുമ്പാണെങ്കിൽ പട്ടാളം ഇവയൊക്കെ അടിച്ചമർത്തുമായിരുന്നു. പക്ഷേ, പുതിയ തത്ത്വചിന്താ പ്രചാരണത്തിന് ഫലമുണ്ടാവാൻ തുടങ്ങി. വിശക്കുന്ന വയറിന് വെടിയുണ്ട കൊണ്ട് കാര്യമില്ലെന്ന് ജനങ്ങൾ മനസ്സിലാക്കിത്തുടങ്ങി. (ജനങ്ങൾക്കിടയിൽ നിന്നുതന്നെ വരുന്ന) പട്ടാളക്കാരെ ആശ്രയിക്കാൻ പറ്റുമായിരുന്നില്ല. ജനങ്ങളുടെ പിന്തുണ നേടുന്നതിന് രാജാവ് എന്തെങ്കിലും ചെയ്യേണ്ടത് അത്യാവശ്യമായിരുന്നു. പക്ഷേ, പിന്നെയും രാജാവ് സംശയിച്ചു നിന്നു.

പ്രവിശ്യകളിൽ പലേടങ്ങളിലും സ്വതന്ത്രമായ ചെറു റിപ്പബ്ലിക്കുകൾ സ്ഥാപിതമായി. പുതിയ ചിന്താപദ്ധതിയുടെ അനുയായികളാണിതു ചെയ്തത്. വിശ്വസ്തരായ മദ്ധ്യവർഗ്ഗക്കാർക്കിടയിൽ നിന്ന് (കാൽനൂറ്റാണ്ടു മുമ്പ് അമേരിക്കൻ വിപ്ലവത്തിലുയർന്നുകേട്ട) "പ്രാതിനിധ്യമില്ലാതെ നികുതി ചുമത്തരുത്" എന്ന മുദ്രാവാക്യമുയർന്നു; വിശ്വസ്തരായ ഇടത്തരക്കാരാണ് ഈ മുദ്രാവാക്യമുയർത്തിയത്. പൊതുവായ അരാജകത്വത്തിന്റെ വക്കിലായിരുന്നു ഫ്രാൻസ്. രാജ്യങ്ങളെ പ്രീണിപ്പിക്കാനും രാജാവിന്റെ ജനകീയാംഗീകാരം ഉറപ്പിക്കാനും ഗവൺമെന്റു അപ്രതീക്ഷിതമായി പുസ്തകങ്ങളുടെ സെൻസർഷിപ്പ് നിർത്തലാക്കി. തുടർന്ന് ഫ്രാൻസിലേക്ക് മഷിയുടെ പ്രവാഹമായി. ഉന്നതകുലജാതരാ

യാലും അധഃകൃതരായാലും എല്ലാവരും വിമർശിച്ചു തുടങ്ങി, വിമർശനത്തിനു വിധേയരായി. രണ്ടായിരത്തിലധികം ലഘുലേഖകൾ പ്രചരിച്ചു. ലോമനീ ദ ബ്രയൽ കടുത്ത ശകാരത്തിൽ ഒഴുകിപ്പോയി. ജനങ്ങളെ പ്രീതിപ്പെടുത്താൻ നെക്കറിനെ തിരിച്ചുവിളിച്ചു. പെട്ടെന്ന് സ്റ്റോക്ക് മാർക്കറ്റിൽ ചെറിയ വിലക്കയറ്റം ഉണ്ടായി; മുപ്പത് ശതമാനം. ജനങ്ങൾ അവരുടെ വിധി അല്പം കൂടി വൈകിച്ചു. 1789 മെയ് മാസത്തിൽ എസ്റ്റേറ്റ്സ് ജനറൽ കൂടാനിരിക്കുകയായിരുന്നു. അവിടെ രാഷ്ട്രത്തിന്റെ മുഴുവൻ വിവേകം സംഗമിക്കുമായിരുന്നു; ഫ്രഞ്ച് രാഷ്ട്രത്തെ ആരോഗ്യമുള്ള സന്തുഷ്ടമായ ഒരു രാജ്യമാക്കി തീർക്കുകയെന്ന ബുദ്ധിമുട്ടറിയ കർത്തവ്യം നിർവ്വഹിക്കുമായിരുന്നു.

ജനങ്ങളുടെ യോജിച്ച വിവേകം എല്ലാ പ്രശ്നങ്ങൾക്കും പരിഹാരമായിരിക്കുമെന്ന ആശയം പക്ഷേ ആപത്ക്കരമാണെന്ന് തെളിഞ്ഞു. സുപ്രധാനമായ മാസങ്ങളിൽ വ്യക്തിപരമായ എല്ലാ പരിശ്രമങ്ങളേയും അത് തളർത്തിക്കളഞ്ഞു. ഏറ്റവും നിർണ്ണായകമായ നിമിഷങ്ങളിൽ അധികാരം സ്വന്തം കൈകളിൽ നിർത്തുന്നതിനു പകരം നെക്കർ എല്ലാം താറുമാറാകാനനുവദിച്ചു. പഴയ രാജഭരണത്തെ പുനഃസ്ഥാപിക്കുന്നതിനെപ്പറ്റി തികച്ചും അനാവശ്യമായ ഒരു ചർച്ച വ്യാപകമായിത്തീർന്നു. എല്ലാ സ്ഥലത്തും പൊലീസ് ദുർബ്ബലമായി. നല്ല പരിശീലനം സിദ്ധിച്ച പ്രക്ഷോഭകാരികളുടെ നേതൃത്വത്തിൽ പാരീസിന്റെ ചുറ്റുപാടുമുള്ള ജനങ്ങൾ അവരുടെ ശക്തി തിരിച്ചറിയാൻ തുടങ്ങി, അവർ രംഗത്തിറങ്ങി സ്വന്തം പങ്ക് നിർവ്വഹിക്കാൻ തുടങ്ങി. കലാപത്തിന്റെ വർഷത്തിലുടനീളം അവർ സജീവമായി നിലനിന്നു. വിപ്ലവത്തിന്റെ നേതാക്കൾ ജനങ്ങളുടെ മൃഗീയശക്തി ഉപയോഗിച്ചു. നിയമപരമായ മാർഗ്ഗങ്ങളിൽ നേടാനാവാത്ത പലതും നേടി.

കർഷകരെയും ഇടത്തരക്കാരെയും പ്രീണിപ്പിക്കുന്നതിനായി എസ്റ്റേറ്റ്സ് ജനറലിലെ അവരുടെ പ്രാതിനിധ്യം ഇരട്ടിയാക്കാൻ നെക്കർ തീരുമാനിച്ചു. ഇതിനെപ്പറ്റി അക്കാലത്ത് സീയെസ് ആബീ എന്നൊരാൾ പ്രശസ്തമായ ഒരു ലഘുലേഖ എഴുതി: എന്താണ് മൂന്നാം എസ്റ്റേറ്റിന്റെ ശക്തി? അദ്ദേഹത്തിന്റെ നിഗമനം മൂന്നാം എസ്റ്റേറ്റ് (അത് ഇടത്തരക്കാർക്ക് കൊടുത്ത ഒരു പേരാണ്) ആയിരുന്നു എല്ലാം എന്നാണ്. മുമ്പ തങ്ങനെയായിരുന്നു; എന്നാൽ അപ്പോൾ (വിപ്ലവകാലത്ത്) അത് എന്തോ ആവാനുള്ള ശ്രമത്തിലായിരുന്നു. രാജ്യതാല്പര്യം മനസ്സിലുണ്ടായിരുന്ന മഹാഭൂരിപക്ഷം ജനങ്ങളുടെ വികാരമാണ് ഇതിൽ പ്രതിഫലിക്കുന്നത്.

അവസാനമായി തെരഞ്ഞെടുപ്പ് നടന്നത് ചിന്തിക്കാൻ കഴിയുന്ന ഏറ്റവും മോശമായ സാഹചര്യങ്ങളിലായിരുന്നു. തെരഞ്ഞെടുപ്പ് കഴിഞ്ഞപ്പോൾ 308 പുരോഹിതരും 285 പ്രഭുക്കന്മാരും 621 മൂന്നാം എസ്റ്റേറ്റു പ്രതിനിധികളും വെഴ്സായി കൊട്ടാരത്തിലേക്കു പോകാൻ തയ്യാറായി. മൂന്നാം എസ്റ്റേറ്റു പ്രതിനിധികളുടെ കൈവശം ഒരു അധിക ലഗ്ഗേജ് ഉണ്ടായിരുന്നു. അത് ജനങ്ങളിൽ നിന്ന് കിട്ടിയ പരാതികളായിരുന്നു. "കാഹി

ബാസ്റ്റിൽ തടവറ

യർ" എന്നാണതറിയപ്പെട്ടിരുന്നത്. ജനങ്ങളുടെ അവശതകൾ അവയിൽ നിറയെ ഉണ്ടായിരുന്നു. ഫ്രാൻസിനെ രക്ഷിക്കാനുള്ള മഹത്തായ അവസാന അങ്കം തുടങ്ങുന്നതിനുള്ള മണിമുഴങ്ങിക്കഴിഞ്ഞിരുന്നു.

1789 മെയ് 5 നാണ് എസ്റ്റേറ്റ്സ് ജനറൽ ചേർന്നത്. രാജാവ് കോപിഷ്ഠനായിരുന്നു. തങ്ങളുടെ പ്രത്യേകാവകാശങ്ങൾ ഒരെണ്ണവും ഉപേക്ഷിക്കുകയില്ലെന്ന് പ്രഭുക്കളും പുരോഹിതന്മാരും അറിയിച്ചു. മൂന്ന് എസ്റ്റേറ്റുകളും വേറെ വേറെ മുറികളിൽ സമ്മേളിക്കാൻ രാജാവ് ആജ്ഞാപിച്ചു; ഓരോരുത്തരുടെയും അവശതകൾ വെവ്വേറെ ചർച്ച ചെയ്യണമെന്ന് കല്പിച്ചു. രാജകീയാജ്ഞ മൂന്നാം എസ്റ്റേറ്റ് നിരാകരിച്ചു. അവർ ഒരു സ്ക്വാഷ് കോർട്ടിൽ സമ്മേളിച്ച്, അവിടെ വെച്ച് ഒരു പ്രതിജ്ഞയെടുത്തു; 1789 ജൂൺ 20 നായിരുന്നു. മൂന്ന് എസ്റ്റേറ്റുകളും ഒരുമിച്ചുചേരണമെന്നവർ നിർബ്ബന്ധിച്ചു. രാജാവ് വഴങ്ങി.

'നാഷണൽ അസംബ്ലി' യെന്ന പേരിൽ എസ്റ്റേറ്റ്സ് ജനറൽ ഫ്രഞ്ചു രാജ്യത്തിന്റെ അവസ്ഥയെ പറ്റി ചർച്ച ചെയ്തു. രാജാവ് രോഷാകുലനായി. വീണ്ടും അദ്ദേഹം സംശയിച്ചു. തന്റെ കേവലാധികാരം ഒരിക്കലും ഉപേക്ഷിക്കുകയില്ലെന്ന് രാജാവ് പറഞ്ഞു. പിന്നെ രാജാവ് വേട്ടയ്ക്ക് പോയി. രാജ്യത്തെ പ്രശ്നങ്ങളെല്ലാം വിസ്മരിച്ചു. ഒടുവിൽ വേട്ട കഴിഞ്ഞു തിരിച്ചു വന്നപ്പോൾ അദ്ദേഹം കീഴടങ്ങി. അതായിരുന്നു രാജാവിന്റെ സ്വഭാവം– ശരിയായ കാര്യം തെറ്റായ സമയത്ത്, തെറ്റായ രീതിയിൽ

ചെയ്യുക. ജനങ്ങൾ A വേണമെന്നു പറഞ്ഞപ്പോൾ രാജാവ് ഒന്നും നല്കിയില്ല. അപ്പോൾ ജനങ്ങൾ കൊട്ടാരം വളഞ്ഞു. രാജാവ് കീഴടങ്ങി. A നല്കാൻ തയ്യാറായി. പക്ഷേ, അപ്പോൾ ജനങ്ങളുടെ ആവശ്യം മാറിയിരുന്നു. അവർക്ക് Aയും Bയും വേണം. Aയും Bയും അനുവദിച്ചുകൊണ്ടുള്ള ഉത്തരവിൽ രാജാവ് തുല്യം ചാർത്തുമ്പോഴേക്ക് ജനങ്ങൾക്ക് Aയും Bയും Cയും വേണ്ടിയിരുന്നു. അല്ലെങ്കിൽ രാജാവിനെയും കുടുംബത്തെയും കൊല്ലുമെന്ന് ജനങ്ങൾ ഭീഷണിപ്പെടുത്തി. അതങ്ങിനെ പോയി. അക്ഷരമാലയിലെ അവസാനത്തെ അക്ഷരം വരെ, കഴുമരം വരെ.

നിർഭാഗ്യവശാൽ രാജാവ് എപ്പോഴും ഒരക്ഷരം പിന്നിലായിരുന്നു. അദ്ദേഹത്തിന് ഇത് മനസ്സിലായില്ല. തന്റെ തല ഗില്ലറ്റിനിൽ വെച്ചപ്പോഴും, അദ്ദേഹത്തിന് തോന്നിയത്, താൻ വല്ലാതെ ദുരുപയോഗത്തിന് വിധേയനായ ഒരാളാണ്, ജനങ്ങൾ അന്യായമായിട്ടാണ് തന്നോടു പെരുമാറുന്നത്, തന്റെ പരിമിതമായ കഴിവിനുള്ളിൽ താൻ ജനങ്ങളെ അത്യധികം സ്നേഹിച്ചിരുന്നുവെന്നാണ്.

ചരിത്രത്തിലെ 'എങ്കിലു'കൾക്ക് ഒരു വിലയുമില്ല. ഇത് ഞാൻ മുമ്പേ പറഞ്ഞുതന്നിട്ടുണ്ട്. കൂടുതൽ കരുത്തനായിരുന്നെങ്കിൽ ഹൃദയാലുത കുറഞ്ഞ ഒരാളായിരുന്നെങ്കിൽ ലൂയി രക്ഷപ്പെടുമായിരുന്നുവെന്ന് പറയാൻ എളുപ്പമാണ്. പക്ഷേ, രാജാവ് ഒറ്റയ്ക്കായിരുന്നില്ല. നെപ്പോളിയന്റെ ക്രൂരത ഉണ്ടായിരുന്നു"വെങ്കിൽ" പോലും ഈ വിഷമനാളുകളിൽ ഭാര്യ അദ്ദേഹത്തിന്റെ ജീവിതം നശിപ്പിക്കുമായിരുന്നു. ഓസ്ത്രിയയിലെ മരിയ തെരേസയുടെ പുത്രിയായിരുന്നു അവർ. അന്നത്തെ ഏറ്റവും സ്വേച്ഛാധികാരപ്രമത്തവും മദ്ധ്യയുഗസമാനവുമായ രാജധാനിയിൽ ജീവിച്ച ഏത് യുവതിക്കുമുള്ള ഗുണവും ദോഷവും മേരി അന്റോയ്നറ്റിനും ഉണ്ടായിരുന്നു.

എന്തെങ്കിലും ചെയ്യണമെന്ന് കരുതി അവർ ഒരു പ്രതിവിപ്ലവം സംഘടിപ്പിച്ചു. നെക്കറിനെ പെട്ടെന്ന് പുറത്താക്കി. വിശ്വസ്തരായ സൈനികരെ പാരീസിലേക്കു വിളിപ്പിച്ചു. ജനങ്ങൾ ഇതുകേൾക്കെ, ബാസ്റ്റൈൽ തടവറ പൊളിച്ചു. 1789 ജൂലൈ 14 ന് അവർ ഏകാധിപത്യത്തിന്റെ കരുത്താർന്ന ഈ പ്രതീകം തകർത്തു. അത് അക്കാലത്ത് ഒരു രാഷ്ട്രീയ തടവറയൊന്നുമായിരുന്നില്ല, നഗരത്തിലെ പോക്കറ്റടിക്കാരെയും പിമ്പുകളെയും ലോക്കപ്പ് ചെയ്യുന്നൊരിടം മാത്രമായിരുന്നു. പല പ്രഭുക്കന്മാർക്കും സംഗതികളുടെ പോക്ക് മനസ്സിലായി, അവർ നാടുവിട്ടു. അപ്പോഴും രാജാവ് ഒന്നും ചെയ്തില്ല. ബാസ്റ്റൈൽ തകർന്നു വീണ ദിവസം അദ്ദേഹം നായാടുകയായിരുന്നു. അനേകം മാനുകളെ അദ്ദേഹം വെടിവെച്ചിരുന്നു. അദ്ദേഹം ഏറെ സന്തുഷ്ടനുമായിരുന്നു.

നാഷണൽ അസംബ്ലി പ്രവർത്തനമാരംഭിച്ചു. 1789 ആഗസ്ത് 4 ന് പാരിസിലെ ജനസഞ്ചയത്തിന്റെ ആരവം കേട്ടുകൊണ്ട്, അവർ എല്ലാ പ്രത്യേകാവകാശങ്ങളും റദ്ദു ചെയ്തു. ഇതിനെതുടർന്ന് ആഗസ്ത് 27

ന് "മനുഷ്യാവകാശപ്രഖ്യാപനം" അംഗീകരിച്ചു. ഒന്നാം ഫ്രഞ്ച് ഭരണഘടനയുടെ പ്രശസ്തമായ ആമുഖമായിത്തീർന്നു ഈ രേഖ. നടന്നേടത്തോളം നല്ലത്; പക്ഷേ, അപ്പോഴും രാജധാനി പാഠം പഠിച്ചില്ല. രാജാവ് ഭരണപരിഷ്ക്കരണ നടപടികളെ തുരങ്കം വെക്കാൻ ശ്രമിക്കുകയാണെന്ന സംശയം വ്യാപകമായി പ്രചരിച്ചു. അതിന്റെ ഫലമായി, ഒക്ടോബർ മാസം അഞ്ചാം തീയതി, പാരീസിൽ വീണ്ടുമൊരു കലാപം നടന്നു. അത് വെഴ്സായിലേക്കു വ്യാപിച്ചു. രാജാവിനെ പാരീസിലെ കൊട്ടാരത്തിലേക്കു തിരിച്ചുകൊണ്ടു വരുന്നതുവരെ ജനങ്ങൾ അടങ്ങിയില്ല. വെഴ്സായിലെ രാജാവിനെ അവർക്കു വിശ്വാസമായിരുന്നില്ല. ജനങ്ങൾക്കു ശ്രദ്ധിക്കാൻ കഴിയുന്നിടത്ത് അവർക്ക് രാജാവിനെ വേണ്ടിയിരുന്നു; വിയന്നയിലും മാഡ്രിഡിലും യൂറോപ്പിലെ ഇതര രാജധാനികളിലുമുള്ള ബന്ധുക്കളുമായി എഴുത്തുകുത്തുകൾ നടത്തുന്നതും അവർക്കറിയേണ്ടിയിരുന്നു.

അതിനിടെ മിറാബ്യൂ എന്ന പ്രഭു മൂന്നാം എസ്റ്റേറ്റിന്റെ നേതാവായിക്കഴിഞ്ഞിരുന്നു. കലങ്ങി മറിഞ്ഞ അന്തരീക്ഷത്തിൽ ക്രമം സ്ഥാപിക്കാനദ്ദേഹം ശ്രമിച്ചു. പക്ഷേ, രാജാവിന്റെ അവസ്ഥ സംരക്ഷിക്കാൻ കഴിയുന്നതിന് മുമ്പ് മിറാബ്യൂ, 1791 ഏപ്രിൽ 2 ന് മരിച്ചു. രാജാവിന് ഇപ്പോൾ തന്റെ ജീവൻ ആപത്തിലാണെന്ന ഭയമായിരുന്നു. ജൂൺ 21 ന് അദ്ദേഹം പലായനം ചെയ്യാൻ ശ്രമിച്ചു. ഒരു നാണയത്തിലെ ചിത്രത്തിൽ നിന്ന് രാജാവിനെ ജനങ്ങൾ തിരിച്ചറിഞ്ഞു. വാരെന്നെസ് എന്ന ഗ്രാമത്തിൽ വെച്ച് അദ്ദേഹത്തെ തടഞ്ഞു. നാഷണൽ ഗാഡിലെ അംഗങ്ങൾ അദ്ദേഹത്തെ പാരീസിലേക്കു തിരിച്ചു കൊണ്ടുവന്നു.

1791 സെപ്തംബറിൽ ഫ്രാൻസിന്റെ ഒന്നാം ഭരണഘടന അംഗീകരിക്കപ്പെട്ടു. നാഷണൽ അസംബ്ലി മെമ്പർമാർ പിരിഞ്ഞ് വീട്ടിലേക്കു പോയി. 1791 ഒക്ടോബർ 1 ന് നിയമനിർമ്മാണസഭ ചേരുകയും ദേശീയ അസംബ്ലിയുടെ പ്രവർത്തനം തുടർന്നു നടത്തുകയും ചെയ്തു. ജനപ്രതിധിനികളുടെ ഈ പുതിയ സഭയിൽ അത്യധികം വിപ്ലവകാരികളായ ചിലരുണ്ടായിരുന്നു. അവരിൽ ഏറ്റവും ധൈര്യശാലികളുണ്ടായിരുന്ന ഗ്രൂപ്പിന്റെ പേര് ജാക്കോബിൻസ് എന്നായിരുന്നു. രാഷ്ട്രീയ യോഗങ്ങൾ നടത്തിയിരുന്ന പഴയ ജാക്കോബിൻ മുറിയിൽ നിന്നാണ് ഈ പേരു വന്നത്. ഇതിലെ അംഗങ്ങളായ യുവാക്കൾ വളരെ ഹിംസാത്മകമായ പ്രസംഗങ്ങൾ നടത്തി (അവരിൽ പലരും പ്രൊഫഷണലുകളായിരുന്നു). ഈ പ്രഭാഷണങ്ങൾ പത്രങ്ങൾ റിപ്പോർട്ട് ചെയ്തു. അത് ബർലിനിലും വിയന്നയിലുമെല്ലാമെത്തി. അപ്പോൾ പ്രഷ്യൻ രാജാവും ചക്രവർത്തിയും നല്ലവരായ സഹോദരനെയും സഹോദരിയെയും രക്ഷിക്കാൻ എന്തെങ്കിലും ചെയ്യണമെന്ന് തീരുമാനിച്ചു. പോളണ്ടിനെ വിഭജിക്കുന്ന തിരക്കിലായിരുന്നു അവർ; പരസ്പര ശത്രുതയുള്ള രാഷ്ട്രീയ ഗ്രൂപ്പുകൾ പോളണ്ടിനെ തീർത്തും ക്രമരഹിതമാക്കിയിരുന്നു. ചില പ്രവിശ്യകൾ പിടിച്ചടക്കാൻ കഴിയുന്ന ആർക്കും എന്തും ചെയ്യാനാവുമെന്ന അവസ്ഥയായിരുന്നു. അത്തരം പിടിച്ചുപറിക്കാരുടെ ദാക്ഷിണ്യത്തിലായിരുന്നു പോളണ്ട്.

അപ്പോഴും ഫ്രാൻസിലേക്ക് ഒരു സൈന്യത്തെ അയക്കാനും രാജാവിനെ മോചിപ്പിക്കാനും അവർ നിശ്ചയിച്ചു.

അപ്പോൾ ഫ്രാൻസിലുടനീളം ഒരുതരം ഭയം ബാധിച്ചു. വർഷങ്ങളായുള്ള പട്ടിണിയും കഷ്ടപ്പാടും നിറഞ്ഞ ജീവിതം ഭയാനകമായ പാരമ്യത്തിലെത്തി. പാരീസിലെ ആൾക്കൂട്ടം ട്യൂയിലെറിസിലെ കൊട്ടാരം തകർത്തു. വിശ്വസ്തരായ സ്വിസ്സ് ബോഡീഗാഡുകൾ യജമാനനെ രക്ഷിക്കാൻ ശ്രമിച്ചു. പക്ഷേ, ലൂയി അപ്പോഴും തീരുമാനമെടുക്കാൻ കഴിയാത്ത ഒരാളായിരുന്നു. ജനക്കൂട്ടം പിരിഞ്ഞുപോവുന്ന സമയത്ത് വെടിനിർത്താൻ അദ്ദേഹം ആജ്ഞാപിച്ചു. ജനങ്ങൾ, ചോരയും, ശബ്ദവും, വില കുറഞ്ഞു വീഞ്ഞും വഴി ലഹരി മൂത്തവർ, സ്വിസ്സ് ബോഡിഗാഡിലെ അവസാനത്തെ ഭടനെയും കൊന്നു. അസംബ്ലിയുടെ മീറ്റിങ്ങ് ഹാളിലേക്ക് രക്ഷപ്പെട്ട ലൂയിയുടെ പിന്നാലെ അവർ ഓടി. അവിടെ അദ്ദേഹത്തെ പദവിയിൽ നിന്ന് സസ്പെന്റു ചെയ്തു; പിന്നെ തടവുകാരനാക്കി ടെമ്പിളിലെ(TEMPLE) പഴയ കോട്ടയിലെത്തിച്ചു.

എന്നാൽ പ്രഷ്യയുടെയും ആസ്ത്രിയയുടെയും സൈന്യങ്ങൾ മുന്നേറിക്കൊണ്ടിരുന്നു. ഭയം ഒരുതരം ഹിസ്റ്റീരിയയിലേക്കു മാറി; സ്ത്രീപുരുഷന്മാരെല്ലാം ഒരുതരം വന്യജീവികളായിമാറി. 1792 സെപ്തംബറിന്റെ ആദ്യത്തെ ആഴ്ച ജനക്കൂട്ടം ജയിലുകൾ തകർത്ത്, തടവുകാരെ മുഴുവൻ കൊന്നു. ഗവൺമെന്റ് ഇടപെടില്ല. ഡാന്റന്റെ നേതൃത്വത്തിലുള്ള ജാക്കോബിനുകൾക്കൊരു കാര്യമറിയാമായിരുന്നു, ഈ പ്രതിസന്ധി ഒന്നുകിൽ വിപ്ലവത്തിന്റെ വിജയം അല്ലെങ്കിൽ പരാജയത്തെ സൂചിപ്പിക്കുകയായിരുന്നു; ഏറ്റവും ക്രൂരമായ ധിക്കാരം മാത്രമേ അവരെ സംരക്ഷിക്കുകയുള്ളൂ. നിയമനിർമ്മാണസഭ അടച്ചുപൂട്ടി; 1792 സെപ്തംബർ 22 ന് ഒരു പുതിയ നാഷണൽ കൺവെൻഷൻ വിളിച്ചുചേർത്തു. തീവ്രവിപ്ലവകാരികളുടേതുമാത്രമായ ഒരു സഭയായിരുന്നു അത്. രാജാവ് രാജ്യദ്രോഹം നടത്തിയെന്ന കുറ്റാരോപണം ഔപചാരികമായി നടത്തുകയും കൺവെൻഷന്റെ മുമ്പാകെ അദ്ദേഹത്തെ കൊണ്ടുവരികയും ചെയ്തു. 360 നെതിരെ 361 വോട്ടുകൾക്ക് അദ്ദേഹം കുറ്റക്കാരനാണെന്ന് നിശ്ചയിക്കപ്പെട്ടു; (അധികവോട്ട് രാജാവിന്റെ മച്ചുനനായ ഓർലിയൻസ് ഡ്യൂക്കിന്റേതായിരുന്നു!); രാജാവിനെ വധശിക്ഷയ്ക്ക് വിധിച്ചു. 1793 ജനുവരി 21 ന് ലൂയി പതിനാറാമൻ ശാന്തമായി, വളരെമാന്യമായി കൊലക്കളത്തിലേക്ക് പോയി. അദ്ദേഹത്തിന് ഒന്നും മനസ്സിലായിരുന്നില്ല; ആ വെടിയൊച്ചയും ബഹളവുമൊന്നും. ചോദ്യങ്ങൾ ചോദിക്കാൻ അദ്ദേഹത്തിന്റെ അഭിമാനം സമ്മതിച്ചില്ല.

പിന്നീട് ജാക്കോബിൻസ്, നാഷണൽ കൺവെൻഷനിലെ മിതവാദികൾക്കെതിരെ തിരിഞ്ഞു. ദക്ഷിണജില്ലയായ ഗിറോണ്ടിയുടെ പ്രതിനിധികളായ ഗിറോണ്ടിസ്റ്റുകളായിരുന്നു അവർ. പ്രത്യേക വിപ്ലവ ട്രിബ്യൂണൽ ഇതിനായി രൂപീകരിച്ചു. ഇരുപത്തിയൊന്ന് ഗിറോണ്ടിസ്റ്റ് നേതാക്കൾ വധിക്കപ്പെട്ടു. മറ്റുള്ളവർ ആത്മഹത്യ ചെയ്തു. അവർ കഴിവുള്ള

വരും സത്യസന്ധരുമായിരുന്നു. എന്നാൽ ഭയജനകമായ ആ നാളുകളെ അതിജീവിക്കാൻ കഴിയാത്തവിധം ദാർശനികസ്വഭാവമുള്ളവരും മിതവാദികളുമായിരുന്നു അവർ.

1793 ഒക്ടോബർ മാസത്തിൽ ജാക്കോബിൻസ് ഭരണഘടന സസ്പെന്റ് ചെയ്തു; "സമാധാനം പുനഃസ്ഥാപിക്കുന്നതുവരെ" എന്നാണ് പറയപ്പെട്ടിരുന്നത്. അധികാരങ്ങളെല്ലാം പൊതുരക്ഷാസമിതി (Committee of Public Safety) എന്ന ഒരു ചെറിയ കമ്മിറ്റിയിൽ നിക്ഷിപ്തമായി. ഡാന്റനും റോബ്സ്പിയറും ആയിരുന്നു അതിന്റെ നേതാക്കൾ. ക്രിസ്തുമതവും പഴയ കലണ്ടറും റദ്ദാക്കപ്പെട്ടു. "യുക്തിയുടെ യുഗം" സമാഗതമായി (അമേരിക്കൻ വിപ്ലവത്തിന്റെ കാലത്ത് ഈ യുഗത്തെപ്പറ്റി തോമസ് പെയിൻ വാചാലമായി എഴുതിയിരുന്നു). അതോടൊപ്പം 'ഭീകരത'യും സമാഗതമായി; ദിവസം എഴുപത്, എൺപത് എന്ന നിരക്കിൽ നല്ല മനുഷ്യരെ, ചീത്ത മനുഷ്യരെ, അശ്രദ്ധരായ മനുഷ്യരെ ഭീകരഭരണം കൊന്നു കൊണ്ടിരുന്നു.

രാജാവിന്റെ സ്വേച്ഛാഭരണം അവസാനിച്ചു. എന്നാൽ തുടർന്നുവന്നത് കുറച്ചുപേരുടെ സ്വേച്ഛാവാഴ്ചയായിരുന്നു; അവർ ജനാധിപത്യത്തിന്റെ ഗുണവിശേഷങ്ങളിൽ വികാരപൂർവ്വം ആകൃഷ്ടരായിരുന്നു; അതുകൊണ്ട്, തങ്ങളോട് വിയോജിപ്പുള്ള എല്ലാവരേയും അവർ കശാപ്പ് ചെയ്തു. ഫ്രാൻസ് ഒരു കശാപ്പുശാലയായി മാറി. ആർക്കും സുരക്ഷിതത്വമുണ്ടായിരുന്നില്ല. എല്ലാവരും എല്ലാവരേയും സംശയിച്ചു. ഭയം കൊണ്ട്, വെറും

ഫ്രഞ്ച് വിപ്ലവ ഭരണകൂടം ഹോളണ്ടിനെ ആക്രമിക്കുന്നു

ഭയംകൊണ്ട്, പഴയ കൺവെൻഷനിലെ ചില അംഗങ്ങൾ, റോബസ്പിയറിനെതിരെ തിരിഞ്ഞു; തങ്ങളായിരിക്കും കൊലക്കളത്തിലെ അടുത്ത ഇരയെന്ന് അവർക്കറിയാമായിരുന്നു; റോബസ്പിയർ തന്റെ മുൻസഹപ്രവർത്തകരെയെല്ലാം കൊന്നൊടുക്കിയിരുന്നു. "ശരിയായ ശുദ്ധിയുള്ള ജനാധിപത്യവാദി"യായ റോബസ്പിയർ ആത്മഹത്യയ്ക്ക് ശ്രമിച്ചുവെങ്കിലും പരാജയപ്പെട്ടു. ഛിന്നഭിന്നമായ താടിയെല്ലിൽ ബാന്റേജിട്ട് അദ്ദേഹത്തെ ഗില്ലറ്റിനിലേക്ക് വലിച്ചിഴച്ചു. 1794 ജൂലൈ 27 ന് (വിപ്ലവ കലണ്ടർ പ്രകാരം II തെർമിഡോർ 9-ാം തീയ്യതി) ഭീകരഭരണത്തിന് തിരശ്ശീല വീണു; പാരീസ് ആകമാനം ആനന്ദനൃത്തമാടി.

ഫ്രാൻസിന്റെ അവസ്ഥ ആപല്ക്കരമായിരുന്നു. ഗവൺമെന്റ് ശക്തരായ കുറച്ചാളുകളുടെ നിയന്ത്രണത്തിൽ നിർത്തേണ്ടതുണ്ടായിരുന്നു. ഫ്രഞ്ച് പിതൃഭൂമിയിൽ നിന്ന് വിപ്ലവത്തിന്റെ ശത്രുക്കളെ പൂർണ്ണമായി നിഷ്കാസനം ചെയ്യുന്നതിന് ഇതാവശ്യമായിരുന്നു. അർദ്ധവസ്ത്രരും, അർദ്ധപട്ടിണിക്കാരുമായ വിപ്ലവ സൈന്യങ്ങൾ ഏറെ യുദ്ധങ്ങൾ ചെയ്തു; റൈനിലും ഇറ്റലിയിലും ബൽജിയത്തും ഈജിപ്തിലും എല്ലാം. വിപ്ലവത്തിന്റെ എതിരാളികളെയെല്ലാം സൈന്യം തോല്പിച്ചു. ഇതിനിടയിൽ അഞ്ച് ഡയറക്ടർമാർ തിരഞ്ഞെടുക്കപ്പെട്ടു. ഭരണച്ചുമതല അവരിൽ നിക്ഷിപ്തമായി. ഡയറക്ടറേറ്റ് നാലുവർഷം ഫ്രാൻസിനെ ഭരിച്ചു. പിന്നെ ഭരണം വിജിഗീഷുവായ ഒരു സൈന്യാധിപന്റെ കൈകളിലായി. നെപ്പോളിയൻ ബോണപ്പാർട്ട് എന്നായിരുന്നു അയാളുടെ പേര്. അദ്ദേഹം 1799 ൽ ഫ്രാൻസിന്റെ "ഒന്നാം കോൺസൽ" ആയി. പിന്നത്തെ പതിനഞ്ചു വർഷക്കാലം യൂറോപ്പു വൻകര പലതരം രാഷ്ട്രീയ പരീക്ഷണങ്ങളുടെ ഒരു ലബോറട്ടറി ആയിത്തീർന്നു. അത്തരത്തിലൊന്ന് ലോകം അതിനുമുമ്പ് കണ്ടിട്ടില്ലായിരുന്നു.

നെപ്പോളിയൻ

നെപ്പോളിയൻ

ആയിരത്തിയെഴുന്നൂറ്റി അറുപത്തിയൊൻപതിലാണ് നെപ്പോളിയൻ ജനിച്ചത്. കാർലോ മരിയാ ബോണപ്പാർട്ട് ആയിരുന്നു അച്ഛൻ; ലെത്തീസിയാ രമോലിനാ അമ്മയും. കോർസിക്കാ ദ്വീപിലെ അജാക്സിയോ നഗരത്തിലെ സത്യവാനായ നോട്ടറി പബ്ലിക്കായിരുന്നു അച്ഛൻ. ആ നിലയിൽ അദ്ദേഹം ഫ്രഞ്ചുകാരനായിരുന്നില്ല, ഇറ്റലിക്കാരനായിരുന്നു. അദ്ദേഹത്തിന്റെ ജന്മദ്വീപ് (മദ്ധ്യധരണ്യാഴിയിലെ പഴയൊരു ഗ്രീക്ക്, കാർത്തേജീനിയൻ റോമൻ കോളനി) എത്രയോ വർഷങ്ങളായി സ്വാതന്ത്ര്യത്തിനുവേണ്ടി, പൊരുതുന്നുണ്ടായിരുന്നു. ആദ്യം ജിനോവക്കാരിൽ നിന്ന്, പിന്നെ പതിനെട്ടാം നൂറ്റാണ്ടിന്റെ മദ്ധ്യത്തോടെ ഫ്രഞ്ചുകാരിൽ നിന്ന്. ഫ്രഞ്ചുകാർ മുൻപ് ദയയോടെ കോർസിക്കൻസ്വാതന്ത്ര്യ സമരത്തിൽ സഹായിക്കാമെന്നുറപ്പ് നല്കിയിരുന്നു. പക്ഷേ, പിന്നെ സ്വന്തം താല്പര്യത്തിനുവേണ്ടി ദ്വീപിൽ അധിനിവേശം നടത്തുകയായിരുന്നു.

ജീവിതത്തിന്റെ ആദ്യ ഇരുപതു വർഷക്കാലം ഒരു കോർസിക്കൻ ദേശാഭിമാനിയായിരുന്നു നെപ്പോളിയൻ; ഫ്രഞ്ചുശത്രുവിൽ നിന്ന് തന്റെ പ്രിയപ്പെട്ട നാടിനെ മോചിപ്പിക്കുമെന്ന് പ്രതിജ്ഞ ചെയ്തിരുന്ന ഒരാൾ. പക്ഷേ, ഫ്രഞ്ചു വിപ്ലവം അപ്രതീക്ഷിതമായി കോർസിക്കന്മാരുടെ അവകാശങ്ങൾ അംഗീകരിച്ചു; ക്രമത്തിൽ നെപ്പോളിയന്റേയും. ബ്രയനിലെ മിലിട്ടറിയ്ക്കുള്ളിൽ നല്ല പരിശീലനം ലഭിച്ചിരുന്നു നെപ്പോളിയന്. അയാൾ തന്റെ ദത്തുരാജ്യത്തിന്റെ സൈന്യത്തിൽ ചേർന്നു. ഒരിക്കലും ഫ്രഞ്ചുവാക്കുകൾ അക്ഷരത്തെറ്റുകൂടാതെ എഴുതാൻ അയാൾക്കു കഴിഞ്ഞിരുന്നില്ല, ഇറ്റാലിയൻ ശൈലിയിലാണ് അയാൾ ഫ്രഞ്ചുഭാഷ സംസാരിച്ചിരുന്നത്. എന്നിട്ടും നെപ്പോളിയൻ ഫ്രഞ്ചുകാരനായി. കാലം പോകെ എല്ലാ ഫ്രഞ്ചു ഗുണവിശേഷങ്ങളുടെയും ഉന്നതസ്വരൂപമായിമാറി, നെപ്പോളി

യൻ. ഗാളിക് (ഫ്രഞ്ച്) പ്രതിഭയുടെ പ്രതീകമായിട്ടാണ് അദ്ദേഹം ഇന്ന് പരിഗണിക്കപ്പെടുന്നത്.

വേഗമായിരുന്നു നെപ്പോളിയന്റെ സവിശേഷത. അദ്ദേഹത്തിന്റെ ഔദ്യോഗിക ജീവിതം ആകെ ഇരുപത് വർഷത്തിൽ കൂടുകയില്ല. ഈ ചുരുങ്ങിയ കാലപരിധിയിൽ നെപ്പോളിയൻ മഹാനായ അലക്സാണ്ടറേക്കാളും ജെംഗിസ്ഖാനെക്കാളും കൂടുതൽ യുദ്ധങ്ങൾ ചെയ്തു, കൂടുതൽ വിജയം കൊയ്തു, കൂടുതൽ മൈലുകൾ മാർച്ചു ചെയ്തു. കൂടുതൽ ചതുരശ്ര കിലോമീറ്റർ സ്ഥലം കൈവശപ്പെടുത്തി, കൂടുതൽ മനുഷ്യരെ കൊന്നു, കൂടുതൽ ഭരണപരിഷ്കാരങ്ങൾ കൊണ്ടുവന്നു, യൂറോപ്പിനെ പൂർണ്ണമായി തകിടം മറിച്ചു.

അദ്ദേഹം ഒരു കൊച്ചുമനുഷ്യനായിരുന്നു; ജീവിതത്തിന്റെ ആദ്യ വർഷങ്ങളിൽ നല്ല ആരോഗ്യമുണ്ടായിരുന്നില്ല. വ്യക്തിപരമായ കാഴ്ചയിൽ ആരെയും ആകർഷിച്ചിരുന്നില്ല നെപ്പോളിയൻ. പൊതുവേദികളിൽ എല്ലായ്പ്പോഴും തന്റെ ജീവിതാവസാനം വരെ സഭാകമ്പത്തോടെയാണദ്ദേഹം പെരുമാറിയത്. ജന്മത്തിന്റെയോ വളർത്തിന്റെയോ സമ്പത്തിന്റെയോ മേന്മയൊന്നും അദ്ദേഹത്തിനുണ്ടായിരുന്നില്ല. യൗവനത്തിൽ മിക്കവാറും ദരിദ്രനായിരുന്നു, അദ്ദേഹം. പലപ്പോഴും ആഹാരമില്ലാതെയാണ് അദ്ദേഹം പുറത്തുപോയിരുന്നത്; അത്യാവശ്യത്തിന് കാശുണ്ടാക്കാൻ ദുരൂഹമായ പല തൊഴിലുകളും ചെയ്യേണ്ടി വന്നിരുന്നു.

സാഹിത്യപരമായ ഒരു കഴിവും നെപ്പോളിയന് ഉണ്ടായിരുന്നില്ല. ലിയോൺസിലെ അക്കാദമി നടത്തിയ ഒരു ഉപന്യാസമത്സരത്തിൽ പതിനാറു പേരു പങ്കെടുത്തതിൽ പതിനഞ്ചാം സ്ഥാനമായിരുന്നു നെപ്പോളിയന്. ഈ പോരായ്മകളെയെല്ലാം നെപ്പോളിയൻ അതിജീവിച്ചത് സ്വന്തം ഭാഗധേയത്തിലുള്ള സമ്പൂർണ്ണവും അചഞ്ചലവുമായ വിശ്വാസം കൊണ്ടായിരുന്നു; തന്റെ ഭാവി അജയ്യമാണെന്ന വിശ്വാസം കൊണ്ടായിരുന്നു. ഉൽക്കർഷേച്ഛയായിരുന്നു അദ്ദേഹത്തിന്റെ ജീവിതത്തിന്റെ ചാലകശക്തി. തന്നെപ്പറ്റിയുള്ള ചിന്ത, എല്ലാ കടലാസുകളിലും കത്തുകളിലും താൻ ഒപ്പിട്ട 'N' എന്ന ക്യാപിറ്റൽ അക്ഷരം, ധൃതിപിടിച്ച് പണികഴിപ്പിച്ച കൊട്ടാരങ്ങളിലെങ്ങും കാണാൻ കഴിയുന്ന അക്ഷരം, ദൈവത്തിനുശേഷം ഏറ്റവും പ്രധാനമായത് നെപ്പോളിയൻ എന്ന പേരാണെന്ന് വരുത്താനുള്ള കടുത്ത ഇച്ഛാശക്തി- ഇവയാണ് നെപ്പോളിയനെ പ്രശസ്തിയുടെ കൊടുമുടിയിലെത്തിച്ചത്. മറ്റൊരാളും അത്ര ഉയരത്തിലെത്തിയിട്ടില്ല, ഒരിക്കലും.

പകുതി ശമ്പളക്കാരനായ ഒരു ലെഫ്റ്റനന്റായിരുന്നപ്പോൾ റോമാ ചരിത്രക്കാരനായ പ്ലൂട്ടാർക്കിന്റെ *പ്രശസ്തരുടെ ജീവിതങ്ങൾ* എന്ന ഗ്രന്ഥം അദ്ദേഹത്തിനു വളരെ ഇഷ്ടമായിരുന്നു. എന്നാൽ ഭൂതകാലത്തെ നായകന്മാരുടെ ഉയർന്ന സ്വഭാവനിലവാരത്തിലേക്കുയരാൻ അദ്ദേഹം ഒരിക്കലും ശ്രമിച്ചിരുന്നില്ല. മനുഷ്യരെ മൃഗങ്ങളിൽ നിന്ന് വ്യത്യസ്തരാക്കുന്ന

ചില ഗുണങ്ങളുണ്ട്. എല്ലാവരോടും പരിഗണന കാണിക്കുകയെന്നതാണൊന്ന്, ചിന്താപൂർവ്വമായ വികാരങ്ങൾ പ്രകടിപ്പിക്കുകയെന്നതാണ് വേറൊന്ന്. ഇതിൽ നിന്നെല്ലാം വേറിട്ടു നില്ക്കുകയായിരുന്നു നെപ്പോളിയൻ. തന്നെയല്ലാതെ മറ്റാരെയെങ്കിലും അദ്ദേഹം സ്നേഹിച്ചിട്ടുണ്ടോ എന്ന കാര്യം സംശയമാണ്. അമ്മയോട് മാത്രമാണ് അല്പം പൗരബോധത്തോടെ നെപ്പോളിയൻ സംസാരിക്കുന്നത്. എന്നാൽ അമ്മയായ ലെത്തീസിയ വ്യത്യസ്തയായിരുന്നു. ഒരു മാന്യമഹിളയുടെ ഭാവവും പെരുമാറ്റരീതിയും അവർക്കുണ്ടായിരുന്നു. മറ്റു ഇറ്റാലിയൻ അമ്മമാരെ പോലെ മക്കളെ പോറ്റാനും അവരുടെ ആദരവ് നേടാനും അവർക്ക് കഴിഞ്ഞിരുന്നു. കുറേ വർഷം ജോസഫൈനോടു ഇഷ്ടമായിരുന്നു നെപ്പോളിയന്. അദ്ദേഹത്തിന്റെ സങ്കരവംശജയായ പത്നിയായിരുന്നു ജോസഫൈൻ; മാർട്ടിനിക്കിലെ ഒരു ഫ്രഞ്ച് സൈനികോദ്യോഗസ്ഥന്റെ മകൾ; പ്രഷ്യക്കാരുമായുള്ള യുദ്ധത്തിൽ പരാജയപ്പെട്ടപ്പോൾ റോബസ്പിയർ വധിച്ച വൈകോംതേ ദ ബ്യൂഹർണായ്സിന്റെ വിധവ. പക്ഷേ, ഒരാൺകുഞ്ഞിനെ പ്രസവിക്കായ്കയാൽ നെപ്പോളിയൻ ചക്രവർത്തി ജോസഫൈനെ വിവാഹമോചനം ചെയ്തു. പിന്നെ നെപ്പോളിയൻ ആസ്ത്രിയൻ ചക്രവർത്തിയുടെ പുത്രിയെ വിവാഹം ചെയ്തു. അതാണേറ്റവും നല്ല നയമെന്നതിനാലായിരുന്നു ആ വിവാഹം.

ടൗളോൺ വളയപ്പെട്ട കാലത്ത്, അദ്ദേഹം മാക്കിയവെല്ലിയുടെ കൃതികൾ അത്യുത്സാഹപൂർവ്വം പഠിച്ചു. ടൗളോൺ വളയലിന്റെ കാലത്ത് അദ്ദേഹം വളരെയേറെ യശസ്സ് നേടി. ഫ്ളോറന്റൈൻ ഭരണതന്ത്രജ്ഞന്റെ ഉപദേശങ്ങൾ അദ്ദേഹം അക്ഷരംപ്രതി പിന്തുടർന്നു; തനിക്കു നേട്ടമുണ്ടെങ്കിൽ വാഗ്ദാനലംഘനം നടത്തുന്നത് പതിവാക്കി. അദ്ദേഹത്തിന്റെ വ്യക്തിഗത നിഘണ്ടുവിൽ 'കൃതജ്ഞത' എന്ന പദം ഉണ്ടായിരുന്നില്ല. മറ്റുള്ളവരിൽ നിന്ന് അദ്ദേഹം അത് പ്രതീക്ഷിച്ചുമില്ല. മനുഷ്യന്റെ കഷ്ടപ്പാടുകളോടു യാതൊരു സഹാനുഭൂതിയും നെപ്പോളിയൻ കാണിച്ചില്ല. 1798 ൽ ഈജിപ്തിൽ അദ്ദേഹം യുദ്ധത്തടവുകാരെ വധിച്ചു; അവരുടെ ജീവന് ഹാനി സംഭവിക്കുകയില്ലെന്നായിരുന്നു നെപ്പോളിയൻ നല്കിയിരുന്ന ഉറപ്പ്. സിറിയയിലെ പരുക്ക് പറ്റിയ ഫ്രഞ്ച് സൈനികർക്ക് അദ്ദേഹം ക്ലോറോഫോം നല്കി; അവരെ കപ്പലിലെത്തിക്കാൻ വിഷമമായിരുന്നതിനാലായിരുന്നു അത്. എൻഘ്യാനിലെ ഡ്യൂക്കിനെ തികച്ചും പക്ഷപാതപരമായ ഒരു കോർട്ടുമാർഷ്യൽ വഴിക്ക് വധശിക്ഷയ്ക്കു വിധിച്ചു. എന്നിട്ടു എല്ലാ നിയമങ്ങളും ലംഘിച്ചുകൊണ്ട് വെടിവെച്ചു കൊല്ലാനുത്തരവായി. "ബൂർബൻമാർക്ക് ഒരു മുന്നറിയിപ്പ്" നല്കേണ്ടതാവശ്യമാണെന്നായിരുന്നു, അതിന് നെപ്പോളിയൻ പറഞ്ഞ ന്യായം. മാതൃരാജ്യത്തിനുവേണ്ടി പോരാടി തടവിലായ ജർമ്മൻ ഉദ്യോഗസ്ഥരെ ചുമരിൽ ചാരി നിർത്തി വെടിവെച്ചു കൊല്ലാൻ ഉത്തരവിട്ടു. ടിറോളിൽ നിന്നുള്ള സമരനായകനായ ആർഡ്രിയാസ് ഹോഫർ, ധീരമായ ചെറുത്തുനില്പി

നുശേഷം, തടവിലായപ്പോൾ അദ്ദേഹത്തെ ഒരു സാധാരണ രാജ്യദ്രോഹിയെ പോലെ വധിച്ചു.

ചുരുക്കത്തിൽ നാം ചക്രവർത്തിയുടെ സ്വഭാവം പഠിക്കുമ്പോൾ ഉൽക്കണ്ഠാകുലരായ ബ്രിട്ടീഷമ്മമാരെ നമുക്കു മനസ്സിലാകുന്നുണ്ട്. അവർ കുഞ്ഞുങ്ങളെ ഉറക്കറയിലേക്ക് നയിച്ചത്, "കുഞ്ഞുങ്ങളെ പ്രാതലിന് തിന്നുന്ന ബോണപ്പാർട്ട് വന്ന് അവരെ കൊണ്ടുപോവും, അവർ നല്ല കുട്ടികളല്ലെങ്കിൽ" എന്നുപറഞ്ഞുകൊണ്ടായിരുന്നു. ഇത്രയേറെ അപ്രസന്നമായ കാര്യങ്ങൾ അസാധാരണനായ ആ സ്വേച്ഛാധിപതിക്കെതിരെ നാം പറയുന്നു. തന്റെ സൈന്യത്തിന്റെ ഓരോ വിഭാഗത്തേയും ഏറ്റവും നല്ല ശ്രദ്ധയോടെ അദ്ദേഹം കൈകാര്യം ചെയ്തിരുന്നു; പക്ഷേ, മെഡിക്കൽ വിഭാഗത്തെ അദ്ദേഹം അശ്രദ്ധമായി വിട്ടു. തന്റെ യൂണിഫോറം യൂഡികൊളോൺ പൂശിക്കൊണ്ടിരുന്നു അദ്ദേഹം, പട്ടാളക്കാരുടെ ദുർഗ്ഗന്ധം അദ്ദേഹത്തിന് സഹിക്കാൻ വയ്യായിരുന്നു. ഇത്രയെല്ലാം കുറ്റം പറഞ്ഞിട്ടും കൂടുതൽ കുറ്റം പറയാൻ സന്നദ്ധനായിട്ടും എന്നിലൊരു സംശയം മൊട്ടിടുന്നുവെന്ന് ഏറ്റു പറയാതെ നിവൃത്തിയില്ല.

ഇവിടെ ഞാൻ വളരെ സുഖമുള്ള മേശക്കരികിലാണിരിക്കുന്നത്. ആ മേശ നിറയെ പുസ്തകങ്ങളാണ്. എന്റെ ഒരു കണ്ണ് ടൈപ്പ്റൈറ്ററിലും മറ്റേകണ്ണ് ഒരു ലിക്കോറിസ് പൂച്ചയുടെ മേലും ആണ്. ഈ പൂച്ചയ്ക്ക് കാർബൺ കടലാസ് വലിയ ഇഷ്ടമാണ്. എന്നിട്ട് ഞാൻ പറയുകയാണ് നെപ്പോളിയൻ ചക്രവർത്തി അവജ്ഞ അർഹിക്കുന്നൊരാളാണെന്ന്. പക്ഷേ, ഞാൻ ജാലകത്തിലൂടെ പുറത്തേക്ക് നോക്കാനിട വന്നാൽ, ട്രക്കുകളുടെയും വണ്ടികളുടെയും അനന്തമായ ഘോഷയാത്ര പെട്ടെന്ന് നിന്നുപോയാൽ, പെരുമ്പറകളുടെ ഒച്ച കേട്ടാൽ, പഴയ പച്ചയൂണിഫോമിട്ട് വെള്ളക്കുതിരപ്പുറത്തിരിക്കുന്ന ആ കൊച്ചു മനുഷ്യനെ കണ്ടാൽ, അറിയില്ല, ഒരുപക്ഷേ, ഞാനെന്റെ പുസ്തകങ്ങളും പൂച്ചക്കുട്ടികളും വീടും എല്ലാം വിട്ട് അദ്ദേഹം എന്നെ നയിക്കുന്നിടത്തേക്ക് അനുഗമിക്കാനിടയുണ്ട്. എന്റെ പിതാമഹനിതു ചെയ്തിട്ടുണ്ട്; അദ്ദേഹം ഒരു ധീരനായകനായിരിക്കാൻ ജനിച്ചയാളല്ല. ദശലക്ഷക്കണക്കായ മനുഷ്യരുടെ പിതാമഹന്മാർ അത് ചെയ്തിട്ടുണ്ട്. അവർക്ക് പാരിതോഷികങ്ങൾ ലഭിച്ചില്ല, അവർ അതാഗ്രഹിച്ചുമില്ല. അവർ ആഹ്ലാദപൂർവ്വം ഈ വിദേശിക്ക് സേവനമർപ്പിക്കാൻ വേണ്ടി സ്വന്തം കാലുകൾ നല്കി. കൈകൾ നല്കി, ജീവിതം നല്കി. ആ വിദേശി അവരെ കുടുംബങ്ങളിൽ നിന്നകറ്റി. ആയിരക്കണക്കിൽ മൈലുകൾക്കകലെ കൊണ്ടുപോയി. റഷ്യൻ അല്ലെങ്കിൽ ഇംഗ്ലീഷ് അല്ലെങ്കിൽ സ്പാനിഷ് അല്ലെങ്കിൽ ഇറ്റാലിയൻ അല്ലെങ്കിൽ ആസ്ത്രിയൻ പീരങ്കികൾക്കിടയിലേക്കു പോയി. അപ്പോൾ ശാന്തനായി ബഹിരാകാശത്തിലേക്കെന്ന വണ്ണം യാത്രയായി; അവരോ? അവർ മരണവേദനയിലും ഭീതിയിലും പുളഞ്ഞു.

ആരെങ്കിലും ഒരു വിശദീകരണം ചോദിച്ചാലോ, ഒന്നും പറയാനി

ല്ലെന്ന് ഞാൻ പറയേണ്ടിവരും. ഒരു കാരണം ഊഹിക്കുകയേ നിർവ്വാഹമുള്ളൂ. നെപ്പോളിയൻ ഒരു മഹാനടനായിരുന്നു; യൂറോപ്പായിരുന്നു അദ്ദേഹത്തിന്റെ അരങ്ങ്. എല്ലാ സമയത്തും, ഏതു സാഹചര്യത്തിലും കാഴ്ചക്കാരെ ഏറ്റവും കൂടുതൽ ആകർഷിക്കുന്ന സമീപനമെന്തെന്ന് നെപ്പോളിയനറിയാമായിരുന്നു, ഏറ്റവും ആഴത്തിൽ സ്വാധീനിക്കുന്നവാക്കുകളേതെന്നും അദ്ദേഹത്തിനറിയാമായിരുന്നു. ഈജിപ്ഷ്യൻ മരുഭൂമിയിൽ സ്ഫിൻക്സിന്റെയും പിരമിഡുകളുടെയും പിന്നിൽ സംസാരിക്കുന്നതായാലും അല്ലെങ്കിൽ മഞ്ഞണിഞ്ഞ ഇറ്റാലിയൻ സമതലങ്ങളിൽ വിറപൂണ്ടു നില്ക്കുന്ന പട്ടാളക്കാരെ അഭിസംബോധന ചെയ്യുന്നതായാലും ഒരു വ്യത്യാസവും ഉണ്ടാവുമായിരുന്നില്ല. എല്ലാ സമയത്തും അദ്ദേഹമായിരുന്നു യജമാനൻ. അവസാന സമയത്തുപോലും അത്‌ലാന്റിക്കിന്റെ മദ്ധ്യത്തിൽ ഒരു കൊച്ചുപാറയിൽ ഒരു രാജ്യഭ്രഷ്ടനായിക്കഴിയുമ്പോഴും മന്ദബുദ്ധിയും അസഹിഷ്ണുവുമായ ഒരു ബ്രിട്ടീഷുഗവർണ്ണരുടെ ദാക്ഷിണ്യത്തിൽ കഴിയുന്ന രോഗിയായിരിക്കുമ്പോൾ പോലും രംഗവേദിയുടെ മദ്ധ്യത്തിൽ നെപ്പോളിയൻ തന്നെയായിരുന്നു.

വാട്ടർലൂവിലെ പരാജയത്തിനുശേഷം ഏറ്റവും വിശ്വസ്തരായ ചില സ്നേഹിതന്മാരൊഴികെ മറ്റാരും ചക്രവർത്തിയെ കണ്ടിരുന്നില്ല. സെയിന്റ് ഹെലനാ ദ്വീപിൽ അദ്ദേഹം ജീവിക്കുന്നുണ്ടെന്ന് യൂറോപ്പിലെ ജനങ്ങൾക്കറിയാമായിരുന്നു– ഒരു ബ്രിട്ടീഷ് രക്ഷാസൈന്യം അദ്ദേഹത്തിന് രാപ്പകൽ കാവലിരിക്കുകയാണെന്നവർക്കറിയുമായിരുന്നു- ചക്രവർത്തിയെ ലോങ്‌വുഡിലെ തന്റെ കൃഷിയിടത്തിൽ രക്ഷിക്കുന്ന രക്ഷാസൈന്യത്തെ ബ്രിട്ടീഷ് നാവികസേന രക്ഷിക്കുകയാണെന്നവർക്കറിയുമായിരുന്നു. പക്ഷേ, അദ്ദേഹം ഒരിക്കലും ശത്രുവിന്റേയോ മിത്രത്തിന്റെയോ മനസ്സിൽ നിന്നകന്നു പോയിരുന്നില്ല. അവസാനം രോഗവും നൈരാശ്യവും തന്നെ കീഴടക്കിയപ്പോൾ നെപ്പോളിയന്റെ നിശ്ശബ്ദമായ കണ്ണുകൾ തുടർച്ചയായി ലോകത്തെ വേട്ടയാടിക്കൊണ്ടിരുന്നു. ഇന്നും ഫ്രാൻസിൽ അദ്ദേഹം ഒരു ശക്തിയാണ്. ഒരു നൂറു കൊല്ലം മുമ്പ് (പുസ്തകം 1922 ന് മുമ്പെഴുതിയത് - വിവ) ഈ പരന്ന മുഖമുള്ള മനുഷ്യന്റെ കാഴ്ചയിൽ ജനങ്ങൾക്ക് മോഹാലസ്യമുണ്ടാകുമായിരുന്നു. റഷ്യൻ ക്രെംലിനിലെ ഏറ്റവും പാവനമായ ക്ഷേത്രങ്ങൾ നെപ്പോളിയൻ തന്റെ കുതിരകൾക്ക് തൊഴുത്താക്കിയിരുന്നു, പോപ്പിനേയും ഈ ഭൂഖണ്ഡത്തിലെ സർവ്വശക്തരായവരേയും അദ്ദേഹം കേവലം കളിപ്പാട്ടങ്ങളായി മാറ്റിയിരുന്നു.

നെപ്പോളിയന്റെ ജീവിതത്തിന്റെ ഒരു രൂപരേഖ മാത്രം നല്കുന്നതിന് കുറേ വാല്യങ്ങൾ വേണ്ടിവരും. ഫ്രഞ്ച് രാഷ്ട്രത്തിൽ അദ്ദേഹം നടപ്പിലാക്കിയ പരിഷ്കാരങ്ങൾ വിവരിക്കാൻ, ഭൂരിപക്ഷം യൂറോപ്യൻ രാജ്യങ്ങളിലും സ്വീകരിച്ച അദ്ദേഹത്തിന്റെ നിയമസംഹിതകളെ പറ്റി വിശദീകരിക്കാൻ, പൊതുജീവിതത്തിന്റെ നാനാമേഖലകളിലുള്ള നെപ്പോളിയോ

ണിക് സംഭാവനകൾ അക്കമിട്ടു പറയാൻ ആയിരക്കണക്കിൽ പേജുകൾ വേണ്ടിവരും. പക്ഷേ, ചുരുക്കം വാക്കുകൾ എനിക്കു പറയാൻ കഴിയും. എങ്ങനെ അദ്ദേഹം ആദ്യഘട്ടത്തിൽ വിജയിച്ചുവെന്ന്, എന്തുകൊണ്ട് അവ സാനത്തെ പത്തുവർഷം പരാജയപ്പെട്ടുവെന്ന്. 1789 മുതൽ 1804 വരെ നെപ്പോളിയൻ ഫ്രഞ്ച് വിപ്ലവത്തിന്റെ മഹാനായ നേതാവായിരുന്നു. അപ്പോഴദ്ദേഹം പോരാടിയത് തന്റെ മഹത്വത്തിനു വേണ്ടിമാത്രമായിരു ന്നില്ല. അദ്ദേഹം ആസ്ത്രിയയെയും ഇറ്റാലിയെയും ഇംഗ്ലണ്ടിനെയും റഷ്യയേയും തോല്പിച്ചത്, താനും തന്റെ സൈനികരും "സ്വാതന്ത്ര്യം സാഹോദര്യം, സമത്വ"മെന്ന വിപ്ലവാദർശങ്ങളുടെ പുണ്യവാളന്മാരായതു കൊണ്ടായിരുന്നു, രാജധാനികളുടെ ശത്രുക്കളും ജനങ്ങളുടെ ചങ്ങാതി കളും ആയിരുന്നതു കൊണ്ടാണ്.

പക്ഷേ, 1804 ൽ അദ്ദേഹം ഫ്രാൻസിന്റെ പരമ്പരാഗത ചക്രവർത്തി പദം സ്വീകരിച്ചു. ഫ്രാൻസിൽ വന്ന് തന്റെ ശിരസ്സിൽ കിരീടം വെക്കാൻ പോപ്പ് പയസ് ഏഴാമനെ ക്ഷണിച്ചു, 800-ാം മാണ്ടിൽ ലിയോ മൂന്നാമൻ പോപ്പ് ചാർലിമെയ്ന് കിരീടം നല്കിയതുപോലെ; ഈ മാതൃക എപ്പോഴും നെപ്പോളിയന്റെ കൺകളിലുണ്ടായിരുന്നു.

സിംഹാസനത്തിൽ കയറിക്കഴിഞ്ഞപ്പോൾ പഴയ വിപ്ലവനേതാവ് ഹാപ്സ്ബർഗ്ഗ് രാജാവിന്റെ പരാജിതമായ ഒരനുകരണമായിത്തീർന്നു. തന്റെ ആത്മീയ മാതാവായ ജാക്കോബിൻ ക്ലബ്ബിനെ നെപ്പോളിയയൻ മറന്നു. അടിച്ചമർത്തപ്പെട്ടവരുടെ സംരക്ഷകനെന്ന സ്ഥാനം അദ്ദേഹ ത്തിനു നഷ്ടമായി. എല്ലാ മർദ്ദകരുടെയും പ്രമാണിസ്ഥാനത്തേക്ക് അദ്ദേഹം വന്നു. തന്റെ സമ്രാട് മോഹങ്ങൾക്കെതിരെ തിരയുന്ന ആരെയും വെടിവെച്ചു കൊല്ലുന്നതിനുവേണ്ടി സൈന്യവിഭാഗങ്ങളെ അദ്ദേഹം സദാ ഒരുക്കി നിർത്തി. 1806 ൽ പുണ്യറോമാസാമ്രാജ്യത്തിന്റെ പാവം അവശിഷ്ടങ്ങൾ ചരിത്രത്തിന്റെ ചവറ്റു കൊട്ടയിലേക്ക് എറിഞ്ഞ പ്പോഴും, പുരാതന റോമാമഹത്വത്തിന്റെ അന്തിമാവശിഷ്ടം നശിപ്പിച്ച പ്പോഴും ആരും ഒരു തുള്ളി കണ്ണുനീർ ഒഴുക്കിയില്ല; ഇറ്റലിക്കാരനായ ഒരു കൃഷിക്കാരന്റെ പൗത്രനാണിതു ചെയ്തതെന്നും ഓർമ്മിക്കണം. പക്ഷേ, നെപ്പോളിയന്റെ സൈന്യം സ്പെയിനിനെ കടന്നാക്രമിച്ചപ്പോൾ വെറുക്കുന്നൊരു രാജാവിനെ അംഗീകരിക്കാൻ സ്പാനിഷ് ജനത നിർബ്ബ ന്ധിതരായപ്പോൾ, പഴയ ഭരണാധികാരിയോട് ജനങ്ങൾ കൂറുകാണിച്ച തിന്റെ പേരിൽ മാഡ്രിസിലെ പാവപ്പെട്ട ജനങ്ങളെ കൊന്നൊടുക്കിയ പ്പോൾ പൊതു ജനാഭിപ്രായം മാരെംഗോവിലെയും ഓസ്റ്റർലിസ്റ്റ്സിലേയും മറ്റനേകം വിപ്ലവയുദ്ധങ്ങളുടെയും നായകനെതിരെ തിരിഞ്ഞു. അപ്പോ ഴാണ്, അപ്പോൾ മാത്രമാണ് നെപ്പോളിയൻ വിപ്ലവനായകനല്ലാതായപ്പോ ഴാണ്, പഴയ ഭരണത്തിന്റെ ചീത്തത്തങ്ങളുടെ മൂർത്തഭാവമായപ്പോഴാണ് ഇംഗ്ലണ്ടിനു മേൽക്കൈകിട്ടിയത്, നെപ്പോളിയനെതിരെ എല്ലാ സത്യസ ന്ധരായ മനുഷ്യരും തിരിഞ്ഞത്.

തുടക്കം മുതൽ തന്നെ ഇംഗ്ലീഷുകാർ ഫ്രഞ്ചുഭീകരതയിൽ നിരാശരായിരുന്നു. ഇംഗ്ലീഷുകാർ ഒരു നൂറ്റാണ്ടിനു മുമ്പ് ചാൾസ് ഒന്നാമന്റെ കാലത്ത് വിപ്ലവം നടത്തിയിരുന്നു. പാരീസിലെ കലാപത്തെ അപേക്ഷിച്ച് വളരെ ലളിതമായിരുന്നു ആ വിപ്ലവം. ശരാശരി ഇംഗ്ലീഷുകാരന്റെ കണ്ണിൽ ജാക്കോബിൻ എന്നാൽ രാക്ഷസനായിരുന്നു, കണ്ട ഉടനെ വെടിവെച്ചു കൊല്ലേണ്ട ഒരാൾ. നെപ്പോളിയനായിരുന്നു മുഖ്യ പിശാച്. 1798 മുതൽ ഫ്രാൻസിനെ ഇംഗ്ലീഷ് നേവി തടയുന്നുണ്ടായിരുന്നു. ഈജിപ്ത് വഴി ഇന്ത്യയെ ആക്രമിക്കാനുള്ള നെപ്പോളിയന്റെ പദ്ധതി പൊളിയാനുള്ള കാരണം ഇതായിരുന്നു. ഇതുവഴി അപമാനകരമായ ഒരു പിന്മാറ്റം നടത്താൻ അദ്ദേഹം നിർബ്ബന്ധിതനായി. നൈൽ നദിയുടെ തീരത്ത് തുടർച്ചയായ അനേകം വിജയങ്ങൾ നേടിയതിനു ശേഷമായിരുന്നു അത്. അവസാനം, 1805ൽ ഇംഗ്ലണ്ടിന് കാത്തിരുന്ന സന്ദർഭം ലഭിച്ചു.

സ്പെയിന്റെ തെക്കു പടിഞ്ഞാറൻ തീരത്ത്, ട്രഫാൽഗർ മുനമ്പിനടുത്തുവെച്ച്, ഇംഗ്ലീഷ് നാവികസൈന്യാധിപനായ നെൽസൺ, നെപ്പോളിയന്റെ നാവികസൈന്യത്തെ ദയനീയമായി തോല്പിച്ചു, തിരിച്ചുവരാൻ പറ്റാത്ത തരത്തിലുള്ള ഒരു പരാജയമായിരുന്നു അത്. ആ നിമിഷം മുതൽ ചക്രവർത്തിക്കു കരയിൽ മാത്രമേ പ്രവർത്തിക്കാൻ കഴിഞ്ഞുള്ളൂ. അപ്പോഴും കാലത്തിന്റെ ലക്ഷണങ്ങൾ മനസ്സിലാക്കാൻ കഴിഞ്ഞിരുന്നെങ്കിൽ ഇതരശക്തികൾ വാഗ്ദാനം ചെയ്ത മാന്യമായ ഉടമ്പടികൾ സ്വീകരിച്ചിരുന്നുവെങ്കിൽ അദ്ദേഹത്തിന് വൻകരയുടെ അംഗീകൃത ഭരണാധികാരിയായി തുടരാൻ സാധിക്കുമായിരുന്നു. പക്ഷേ, സ്വന്തം മഹത്വത്തിന്റെ പുളപ്പുള്ള പ്രകാശത്തിൽ അന്ധനായിരുന്നു, നെപ്പോളിയൻ. തനിക്കു തുല്യരുണ്ടെന്ന് അംഗീകരിക്കാൻ അദ്ദേഹം തയ്യാറായിരുന്നില്ല. എതിരാ

മോസ്കോയിൽനിന്നുള്ള പിൻതിരിയൽ

ളികളെ സഹിക്കുമായിരുന്നില്ല. അദ്ദേഹത്തിന്റെ വിദ്വേഷം മുഴുവൻ റഷ്യക്കെതിരെയായിത്തീർന്നു, ഒരിക്കലും തീരാത്ത പീരങ്കിമരുന്ന് ലഭ്യമാകുന്ന അനന്തമായ സമതലങ്ങൾ നിറഞ്ഞ നിഗൂഢമായ ഭൂപ്രദേശമുള്ള റഷ്യക്കെതിരെ നെപ്പോളിയന്റെ ശത്രുത തിരിഞ്ഞു.

കാതറീൻ ചക്രവർത്തിനിയുടെ അല്പ ബുദ്ധിയായ സഹോദരൻ പോൾ ഒന്നാമൻ ഭരിക്കുന്നേടത്തോളം കാലം റഷ്യയെ എങ്ങനെ നേരിടണമെന്ന് നെപ്പോളിയന്നറിയാമായിരുന്നു. പക്ഷേ, പോൾ കൂടുതൽ കൂടുതൽ നിരുത്തരവാദപരമായി പെരുമാറി, നിരാശരും പരിക്ഷീണരുമായ ജനങ്ങൾ അദ്ദേഹത്തെ കൊന്നു (കൊന്നിട്ടില്ലെങ്കിൽ രാജാവ് അവരെ സൈബീരിയയിലെ ഈയഖനികളിലേക്ക് പറഞ്ഞയക്കുമായിരുന്നു). പോളിന്റെ മകനായ സാർ അലക്സാണ്ടർ ചക്രവർത്തിയാകട്ടെ പിതാവിൽ നിന്ന് ഭിന്നനായിരുന്നു; പിടിച്ചുപറിക്കാരനായ നെപ്പോളിയനോട് യാതൊരു മമതയും അലക്സാണ്ടറിന്നുണ്ടായിരുന്നില്ല; മനുഷ്യരാശിയുടെ ശത്രുവും സമാധാനത്തിന് ശല്യവുമാണ് അയാളെന്ന് സാർ കരുതി. കോർസിക്കൻ ശാപത്തിൽ നിന്ന് ലോകത്തെ മോചിപ്പിക്കാൻ ദൈവം തെരഞ്ഞെടുത്തയച്ചതാണ് തന്നെയെന്ന് അദ്ദേഹം വിശ്വസിച്ചു. അദ്ദേഹം പ്രഷ്യയും ഇംഗ്ലണ്ടും ആസ്ത്രിയയുമായി ചേർന്നെങ്കിലും പരാജയപ്പെട്ടു. അദ്ദേഹം അഞ്ചുതവണ ശ്രമിച്ചു, അഞ്ചുതവണയും തോറ്റു. 1812 ൽ അദ്ദേഹം ഒരിക്കൽ കൂടി നെപ്പോളിയനെ പ്രകോപിപ്പിച്ചു. രോഷംകൊണ്ട് അന്ധനായ നെപ്പോളിയൻ ചക്രവർത്തി, താൻ മോസ്കോവിൽ വെച്ച് സമാധാനവ്യവസ്ഥകൾ ആജ്ഞാപിക്കുമെന്ന് അഹംഭാവത്തോടെ പറഞ്ഞു. പിന്നെ വിദൂരസ്ഥലികളിൽ നിന്ന്, സ്പെയിനിൽ നിന്ന്, ജർമ്മനിയിൽ നിന്ന്, ഹോളണ്ടിൽ നിന്ന്, ഇറ്റലിയിൽ നിന്ന്, പോർച്ചുഗലിൽ നിന്ന് ഇഷ്ടമില്ലാത്ത പട്ടാളക്കാരെ റഷ്യയിലേക്കു വിളിച്ചുവരുത്തി. ചക്രവർത്തിയുടെ അഭിമാനത്തിനേറ്റ ക്ഷതത്തിന് പകരം ചെയ്യുന്നതിനുവേണ്ടിയായിരുന്നു ഇത്. പിന്നത്തെ കഥ എല്ലാവർക്കുമറിയാം. രണ്ടുമാസത്തെ മുന്നേറ്റത്തിനുശേഷം നെപ്പോളിയൻ റഷ്യൻ തലസ്ഥാനത്തെത്തി; പരിശുദ്ധമായ ക്രെംലിനിൽ തന്റെ ആസ്ഥാനം സ്ഥാപിച്ചു. 1812 സെപ്തംബർ 15 ന് രാത്രി മോസ്കോവിന്ന് തീപ്പിടിച്ചു. നാലുദിവസം നഗരം കത്തുകയായിരുന്നു. അഞ്ചാം ദിവസം വൈകുന്നേരം നെപ്പോളിയൻ പിൻമാറാൻ ഉത്തരവ് നല്കി. രണ്ടാഴ്ച് കഴിഞ്ഞപ്പോൾ മഞ്ഞുപെയ്യാൻ തുടങ്ങി. സൈന്യം ചെളിയിലും ചതുപ്പിലും നനഞ്ഞു നീങ്ങി; നവംബർ 26 ന് സൈന്യം ബെറേഡിനാനദിക്കടുത്തെത്തി. അപ്പോഴാണ് കാര്യമായ റഷ്യനാക്രമണങ്ങൾ തുടങ്ങിയത്. കൊസാക്കുകൾ ഫ്രാൻസിന്റെ 'മഹാസൈന്യ'ത്തെ വളഞ്ഞു പൊതിഞ്ഞു. അതിപ്പോൾ വെറുമൊരാൾക്കൂട്ടമായി മാറിക്കഴിഞ്ഞിരുന്നു. ഡിസംബർ പകുതിയായപ്പോൾ അതിജീവിച്ചവരിൽ ആദ്യമുള്ളവർ കിഴക്കൻ ജർമ്മൻ നഗരങ്ങളിലെത്തിയിരുന്നു.

ഊഹാപോഹങ്ങൾ പരന്നു. പട്ടാളക്കാരുടെ കലാപത്തെപ്പറ്റി കഥ

കളുണ്ടായി. "സഹിക്കാൻ കഴിയാത്ത ഈ നുകത്തിൽ നിന്ന് സ്വതന്ത്ര രാവാൻ സമയമായി" എന്ന് യൂറോപ്പിലെ ജനങ്ങൾ പറയാൻ തുടങ്ങി. ഫ്രഞ്ചുകാരുടെ കണ്ണിൽ പെടാതിരുന്ന പഴയ തോക്കുകൾക്കായി അവർ തേടിത്തുടങ്ങി. പക്ഷേ, അപ്പോഴേക്കും നെപ്പോളിയൻ പുതിയൊരു സൈന്യവുമായി വന്നെത്തിയിരുന്നു. പരാജയപ്പെട്ട യോദ്ധാക്കളെ വിട്ടെറിഞ്ഞു, കിട്ടിയ ചെറിയ ഇടവേളയിൽ പാരീസിലെത്തിയ നെപ്പോളിയൻ ഫ്രാൻസിന്റെ പാവനമായ മണ്ണ് സംരക്ഷിക്കുന്നതിന് കൂടുതൽ പട്ടാളക്കാരെ നല്കണമെന്ന് ആഹ്വാനം ചെയ്തു.

പതിനാറും പതിനേഴും വയസ്സുള്ള കുട്ടികൾ നെപ്പോളിയനെ അനുഗമിച്ചു. കിഴക്കോട്ടാണ് നെപ്പോളിയൻ പോയത്; സഖ്യശക്തികളുടെ സൈന്യത്തെ നേരിടുന്നതിനായിരുന്നു, അത്. 1813 ഒക്ടോബർ 16,18,19 ദിവസങ്ങളിൽ ഭീകരമായ ലീപ്സിഗ് യുദ്ധം നടന്നു. മൂന്ന് ദിവസവും കുട്ടികളുടെ യുദ്ധമായിരുന്നു; പച്ച യൂണിഫോറമിട്ട കുട്ടികൾ നീല യൂണിഫോറമണിഞ്ഞ കുട്ടികളെ നേരിട്ടു. അതിനിടയിൽ ഒക്ടോബർ 17 ന്ന് റഷ്യൻ കുതിരപ്പടയുടെ റിസർവ്വ് വിഭാഗം ഫ്രഞ്ച് സൈന്യനിര തുളച്ചു കയറി; നെപ്പോളിയൻ പലായനം ചെയ്തു.

പാരീസിലേക്കാണ് നെപ്പോളിയൻ പോയത്. തന്റെ കൊച്ചു മകനു വേണ്ടി അദ്ദേഹം സ്ഥാനത്യാഗം ചെയ്തു. പക്ഷേ, സഖ്യശക്തികൾ, ലൂയിപതിനാറാമന്റെ സഹോദരനായ ലൂയി പതിനെട്ടാമനെ രാജാവാക്കണമെന്ന് നിർബ്ബന്ധിച്ചു. കൊസാക്കുകളുടേയും ഉഹ്ലനുകളുടേയും അകമ്പടിയിൽ മന്ദാക്ഷനായ ബൂർബൻ രാജകുമാരൻ പാരീസിലേക്ക് വിജയകരമായി മുന്നേറി.

നെപ്പോളിയൻ മദ്ധ്യധരണ്യാഴിയിലെ എൽബാദ്വീപിലെ പരമാധികാര രാജാവായി വാഴിക്കപ്പെട്ടു! അവിടെ അദ്ദേഹം തൊഴുത്തുപണിക്കാരായ കുട്ടികളെ ചെറുതരം പട്ടാളമായി വളർത്തിയെടുത്തു, എന്നിട്ടു ചെസ്സ് ബോഡിൽ യുദ്ധം ചെയ്തു!

നെപ്പോളിയൻ പോയപ്പോഴാണ് തങ്ങൾക്ക് നഷ്ടപ്പെട്ടതെന്തെന്ന് ഫ്രാൻസിലെ ജനങ്ങൾക്കു മനസ്സിലായത്. കഴിഞ്ഞ ഇരുപത് വർഷം വലിയ വിജയങ്ങളുടെ കാലമായിരുന്നു. എത്ര വില കൊടുത്താലും ശരി. പാരീസ് ലോകതലസ്ഥാനമായിരുന്നു. ഒന്നും പഠിക്കാത്ത, ഒന്നും മറക്കാത്ത, പെരുന്തടിയനായ ബൂർബർ രാജാവ് ഒന്നും ചെയ്യായ്ക വഴി എല്ലാവരേയും നിരാശരാക്കി.

1815 മാർച്ച് ഒന്നിന്, സഖ്യശക്തികളുടെ പ്രതിനിധികൾ യൂറോപ്പിന്റെ ഭൂപടം മാറ്റി വരയ്ക്കാൻ തയ്യാറെടുക്കുകയായിരുന്നു. പെട്ടെന്നാണ് നെപ്പോളിയൻ കാനെക്ക(CANNES)ടുത്ത് കരേറിയത്. ഒരാഴ്ചയ്ക്കുള്ളിൽ ഫ്രഞ്ചു സൈന്യം മുഴുവൻ ബൂർബൻ രാജാവിനെ ഉപേക്ഷിച്ചു. വാളുകളും ബയണറ്റുകളും പ്രിയപ്പെട്ട കൊച്ചുകോർപ്പറലിന് സമർപ്പിക്കാൻ അവർ ചെന്നു. നെപ്പോളിയൻ നേരെ പാരീസിലേക്കു മാർച്ചു

ചെയ്തു. മാർച്ച് 20 ന് അദ്ദേഹം പാരീസിലെത്തി. ഇത്തവണ ശ്രദ്ധാപൂർവ്വ മാണ് അദ്ദേഹം മുന്നേറിയത്. അദ്ദേഹം സമാധാനം വാഗ്ദാനം ചെയ്തു. പക്ഷേ, സഖ്യശക്തികൾക്കു യുദ്ധമായിരുന്നു വേണ്ടത്. യൂറോപ്പ് ആക മാനം "ദുഷ്ടനായ കോർസിക്കക്കാര"ന്നെതിരെ ഉയർന്നു. വൈകാതെ ചക്രവർത്തി വടക്കോട്ടു മുന്നേറി. ശത്രുക്കൾ ഐക്യപ്പെടുത്തുന്നതിനു മുമ്പ് ശത്രുസൈന്യത്തെ തകർക്കുന്നതിനുവേണ്ടിയായിരുന്നു ഇത്. പക്ഷേ, ഇത് പഴയ നെപ്പോളിയനായിരുന്നില്ല. അദ്ദേഹം രോഗബാധിത നായിരുന്നു, പെട്ടെന്നു തന്നെ ക്ഷീണം ബാധിക്കുന്നുണ്ടായിരുന്നു. മുന്ന ണിയിൽ നിന്ന് സൈന്യ മുന്നേറ്റം നിയന്ത്രിക്കേണ്ടുന്ന സമയത്ത് നെപ്പോ ളിയൻ ഉറങ്ങിപ്പോകുമായിരുന്നു. വിശ്വസ്തരായ പല സൈന്യാധിപന്മാ രേയും നഷ്ടപ്പെട്ടിരുന്നു. അവരൊക്കെ മരിച്ചുപോയിരുന്നു.

ജൂൺ മാസം തുടക്കത്തിൽ അദ്ദേഹത്തിന്റെ സൈന്യം ബൽജിയ ത്തിൽ പ്രവേശിച്ചു. ആ മാസം 16 ന് അദ്ദേഹം പ്രഷ്യക്കാരെ തോല്പി ച്ചു; ബ്ലുച്ചറായിരുന്നു പ്രഷ്യൻ സൈന്യാധിപൻ. പക്ഷേ, ഒരുപസൈന്യാ ധിപന് പിന്മാറുന്ന സൈന്യത്തെ നശിപ്പിക്കാൻ കഴിഞ്ഞില്ല.

രണ്ടു നാൾ കഴിഞ്ഞ് നെപ്പോളിയൻ വാട്ടർലൂവിനടുത്ത് വെച്ച് വെല്ലി ങ്ടണെ അഭിമുഖീകരിച്ചു. ജൂൺ 18 ഞായറാഴ്ച ഉച്ചയ്ക്കു ശേഷം രണ്ടു മണിക്ക് ഫ്രഞ്ചുകാർ യുദ്ധം ജയിച്ചെന്ന് കരുതി. മൂന്ന് മണിക്ക് കിഴ ക്കൻ ചക്രവാളത്തിൽ ഒരു പൊടിപടലം കണ്ടു. തന്റെ കുതിരപ്പടയുടെ ആഗമനമാണതെന്ന് നെപ്പോളിയൻ വിശ്വസിച്ചു. ഇംഗ്ലീഷുകാരുടെ പരാ ജയം സമ്പൂർണ്ണമായ പലായനമാകുമെന്നദ്ദേഹം പ്രത്യാശിച്ചു. പക്ഷേ, നാലുമണിക്കാണ് അദ്ദേഹം സത്യമറിഞ്ഞത്. ശപിച്ചുകൊണ്ട്, വിലപിച്ചു കൊണ്ട് പഴയ ബ്ലൂച്ചർ തന്റെ പരിക്ഷീണമായ സൈന്യവുമായി വന്ന് യുദ്ധരംഗത്തിന് മദ്ധ്യത്തിലേക്കു പാഞ്ഞുകയറി. ഇത് രക്ഷാഭടന്മാരെ സ്തബ്ധരാക്കി. നെപ്പോളിയന്റെ കലവറയിൽ ഇനി ആയുധങ്ങളില്ലായി രുന്നു. എങ്ങിനെയെങ്കിലും രക്ഷപ്പെട്ടുകൊള്ളാൻ തന്റെ അനുയായിക ളോടു പറഞ്ഞ്, നെപ്പോളിയൻ ഓടിപ്പോയി.

രണ്ടാമതൊരിക്കൽ കൂടി നെപ്പോളിയൻ മകനുവേണ്ടി സ്ഥാനത്യാഗം ചെയ്തു. എൽബാ ദ്വീപിൽ നിന്ന് രക്ഷപ്പെട്ട് കൃത്യം നൂറുദിവസത്തിനു ശേഷം നെപ്പോളിയൻ തീരപ്രദേശത്തേക്ക് രക്ഷപ്പെടാൻ ശ്രമിക്കുകയാ യിരുന്നു. അമേരിക്കയിൽ പോകാനായിരുന്നു അദ്ദേഹം ഉദ്ദേശിച്ചത്. 1803 ൽ തുച്ഛമായ വിലയ്ക്ക്, (ഇംഗ്ലീഷുകാർ പിടിച്ചെടുക്കുമെന്ന അപകടത്തി ലായിരുന്ന) ഫ്രഞ്ച് ലൂയിസിയാനാപ്രദേശം പുതിയ അമേരിക്കൻ റിപ്പ ബ്ലിക്കിന് അദ്ദേഹം നല്കിയിരുന്നു. "അമേരിക്കക്കാർ അതിന്റെ നന്ദി കാണിക്കും; എനിക്ക് ഒരു തുണ്ട് ഭൂമി നല്കും, കൂടെ ഒരു വീടും; അവിടെ ഞാൻ എന്റെ ജീവിതത്തിന്റെ അവസാനനാളുകൾ സമാധാനത്തിലും ശാന്തിയിലും ചെലവഴിക്കും" നെപ്പോളിയൻ പറഞ്ഞു. എന്നാൽ ഇംഗ്ലീഷ് നാവികസൈന്യം എല്ലാ ഫ്രഞ്ച് തുറമുഖങ്ങളും നിരീക്ഷിക്കുന്നുണ്ടായി

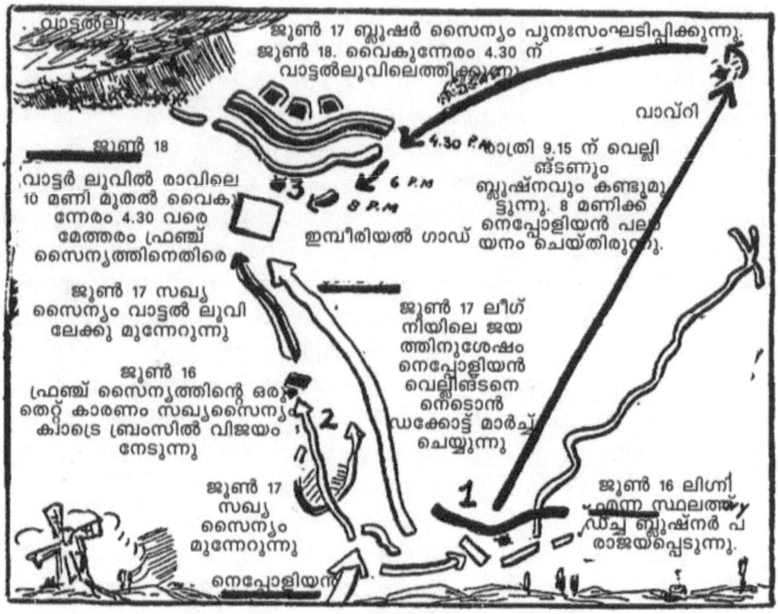

വാട്ടർലൂ യുദ്ധം

രുന്നു. സഖ്യശക്തികളുടെ സൈന്യങ്ങൾക്കും ഇംഗ്ലീഷ് നേവിക്കുമിടയിൽപ്പെട്ട നെപ്പോളിയനുമുന്നിൽ ഒരു പോംവഴിയുമില്ലായിരുന്നു. പ്രഷ്യക്കാരുടെ ലക്ഷ്യം അദ്ദേഹത്തെ വെടിവെച്ചു കൊല്ലുകയായിരുന്നു. ഇംഗ്ലീഷുകാർ കൂടുതൽ ഉദാരമായി പെരുമാറിയേക്കുമെന്നായിരുന്നു നെപ്പോളിയന്റെ പ്രത്യാശ. എന്തെങ്കിലും സംഭവിക്കുമെന്ന പ്രതീക്ഷയിൽ അദ്ദേഹം റോഷ്ഫോർട്ടിൽ കാത്തിരുന്നു. വാട്ടർലൂ കഴിഞ്ഞ് ഒരു മാസത്തിനുശേഷം, ഇരുപത്തിനാലു മണിക്കൂറിനുള്ളിൽ ഫ്രഞ്ച് മണ്ണ് വിട്ടുപോകാനുള്ള ഉത്തരവ് പുതിയ ഫ്രഞ്ച് ഗവൺമെന്റ് നെപ്പോളിയന് നല്കി. എല്ലായ്പ്പോഴും ദുരന്തകഥാപാത്രമായ നെപ്പോളിയൻ ഇംഗ്ലണ്ടിന്റെ പ്രിൻസ് റീജന്റിന് ഒരു കത്തെഴുതി. (ജോർജ്ജ് നാലാമൻ രാജാവ് ഭ്രാന്താശുപത്രിയിലായിരുന്നു.) "താൻ ശത്രുക്കളുടെ ദാക്ഷിണ്യത്തിനായി സ്വയം സമർപ്പിക്കുകയാണെന്നും തെമിസ്റ്റോക്കിൾസിനെപോലെ എതിരാളികളുടെ നെരിപ്പോടിനടുത്ത് സ്വാഗതം പ്രതീക്ഷിക്കുകയാണെന്നും" അദ്ദേഹം ഇംഗ്ലണ്ടിലെ കിരീടാവകാശിക്ക് എഴുതി.

ജൂലൈ 15 ന് "ബെല്ലെറോഫോൺ" എന്ന കപ്പലിൽ അദ്ദേഹം കയറി. തന്റെ ഖഡ്ഗം അഡ്മിറൽ ഹോത്തമിന്ന് അടിയറ വച്ചു. പ്ലീമത്തിൽ അദ്ദേഹം 'നോർത്തംബർലാൻറി'ലേക്ക് കൈമാറ്റം ചെയ്യപ്പെട്ടു. ഈ കപ്പൽ അദ്ദേഹത്തെ സെയിന്റ് ഹെലെന ദ്വീപിലേക്കു കൊണ്ടുപോയി. അവിടെയാണദ്ദേഹം അവസാനത്തെ ഏഴു വർഷം ചെലവഴിച്ച

ത്. അദ്ദേഹം അനുസ്മരണങ്ങൾ എഴുതാൻ ശ്രമിച്ചു; പക്ഷേ, അദ്ദേഹം തന്റെ സൂക്ഷിപ്പുകാരോടു കലഹിച്ചു. ഭൂതകാലത്തെപ്പറ്റി സ്വപ്നങ്ങൾ കണ്ടു (ഭാവനയിലെങ്കിലും). വിപ്ലവയുദ്ധങ്ങൾ നടത്തിയ കാലത്തെപ്പറ്റി നെപ്പോളിയൻ ഓർത്തു. "സ്വാതന്ത്ര്യം, സാഹോദര്യം, സമത്വ"മെന്ന മഹത്തായ തത്ത്വങ്ങളുടെ ഉത്തമ സുഹൃത്തായിരുന്നു എപ്പോഴും താനെന്ന് സ്വയം ബോദ്ധ്യപ്പെടുത്താൻ അദ്ദേഹം ശ്രമിച്ചു. വിപ്ലവ കൺവെൻഷന്റെ അവശരായ സേനാനികൾ ഈ തത്ത്വങ്ങൾ ലോകത്തിന്റെ എല്ലാ ഭാഗങ്ങളിലും എത്തിക്കാൻ ശ്രമിച്ചിരുന്നു. സൈന്യാധിപനും കോൺസലുമായിരിക്കാനായിരുന്നു നെപ്പോളിയന് ഏറ്റവുമിഷ്ടമായിരുന്നത്. സാമ്രാജ്യത്തെപ്പറ്റി അദ്ദേഹം അപൂർവ്വമായി മാത്രമാണ് സംസാരിച്ചിരുന്നത്. ചിലപ്പോഴദ്ദേഹം തന്റെ മകനെപ്പറ്റി ഓർത്തു. റീസ്റ്റഡിലെ ഡ്യൂക്കായിരുന്നു അയാൾ; കൊച്ചുകഴുകൻ! അയാൾ വിയന്നയിലായിരുന്നു താമ

നെപ്പോളിയൻ രാജ്യഭ്രഷ്ടനാകുന്നു

സിച്ചിരുന്നത്; അവിടെ അയാൾ യുവ ഹാപ്സബർഗ്ഗു മച്ചുനന്മാരുടെ "പാവപ്പെട്ട ഒരു ബന്ധു"വായി പരിഗണിക്കപ്പെട്ടു; ഈ മച്ചുനന്മാരുടെയൊക്കെ പിതാക്കൾ നെപ്പോളിയൻ എന്ന പേരു കേട്ടാൽ വിറയ്ക്കുമായിരുന്നു. അവസാനമായപ്പോൾ അദ്ദേഹം സൈന്യത്തെ വിജയത്തിലേക്കു നയിക്കുകയായിരുന്നു. രക്ഷാസൈന്യത്തെ ഉപയോഗിച്ച് ആക്രമിക്കുവാൻ അദ്ദേഹം ആജ്ഞാപിച്ചു. പിന്നെ അദ്ദേഹം മരിച്ചു.

അസാധാരണമായ ഈ ജീവിതത്തെപ്പറ്റി ഒരു വിശദീകരണം വേണമെങ്കിൽ, ഇച്ഛാശക്തി കൊണ്ടുമാത്രം ഒരു മനുഷ്യന് ഇത്രയേറെ ജനതങ്ങളെ ഇത്രയധികം കാലം എങ്ങനെ ഭരിക്കാൻ കഴിഞ്ഞുവെന്നറിയണമെങ്കിൽ, അദ്ദേഹത്തെ പറ്റി എഴുതിയ പുസ്തകങ്ങളൊന്നും വായിക്കരുത്. അവ എഴുതിയവർ ഒന്നുകിൽ ചക്രവർത്തിയെ വെറുത്തു. അല്ലെങ്കിൽ സ്നേഹിച്ചു. പല വസ്തുതകളും നിങ്ങൾക്ക് പഠിക്കാൻ കഴിയും. പക്ഷേ, ചരിത്രത്തെ അറിയുന്നതിനേക്കാൾ "അനുഭവിക്കുന്ന"താണ് പ്രധാനം. വായിക്കരുത്, പക്ഷേ, കാത്തിരിക്കുക; "രണ്ടു ഗ്രനേഡിയന്മാർ'

എന്ന ഗാനം നല്ല ഗായകർ ആലപിക്കുന്നതുവരെ കാത്തിരിക്കുക. ആ വരികൾ എഴുതിയത് മഹാനായ ജർമ്മൻ കവി ഹൈനെയാണ്; അദ്ദേഹം നെപ്പോളിയന്റെ കാലത്താണ് ജീവിച്ചത്. അതിന് ഈണം നല്കിയത് ഷൂമാൻ ആണ്; അദ്ദേഹം ചക്രവർത്തിയെ കണ്ടിട്ടുണ്ട്. തന്റെ രാജ്യത്തിന്റെ ശത്രു; ശ്വശുരനെകാണാൻ വരുമ്പോഴൊക്കെ ആ ശത്രുവിനെ കണ്ടിട്ടുണ്ട്. നെപ്പോളിയൻ എന്ന ടയറന്റിനെ, സ്വേച്ഛാധിപതിയെ വെറുക്കാൻ എല്ലാ കാരണവുമുണ്ടായിരുന്ന രണ്ടുപേരുടെ സൃഷ്ടിയായിരുന്നു ആ ഗാനം.

പോയി. ആ ഗാനം കേൾക്കുക. ഒരായിരം വാള്യങ്ങൾക്ക് പറയാൻ കഴിയാത്തത് നിങ്ങൾക്ക് മനസ്സിലാകും.

വിശുദ്ധസഖ്യം

നെപ്പോളിയനെ സെയിന്റ് ഹെലനയിലേക്കയച്ച ഉടനെ, വെറുക്കപ്പെട്ട 'കോർസിക്കക്കാരൻ' പലപ്പോഴും തോല്പിച്ച ഭരണാധികാരികൾ വിയന്നയിൽ സമ്മേളിച്ചു. ഫ്രഞ്ചുവിപ്ലവം നടപ്പാക്കിയ പല മാറ്റങ്ങളും ഇല്ലായ്മ ചെയ്യാൻ അവർ ശ്രമിച്ചു

സമ്രാട്ട് തിരുമനസ്സുകളും രാജകീയ തമ്പുരാന്മാരും ആദരണീയ പ്രഭുക്കന്മാരും മന്ത്രിപുംഗവന്മാരും നയതന്ത്രവിദഗ്ദ്ധരും കൂട്ടത്തിൽ തികച്ചും സാധാരണ മാന്യന്മാരും സെക്രട്ടറിമാരുടെ സൈന്യവും സേവകന്മാരും ചേവുകങ്ങളും എല്ലാം ഒരുമിച്ച് ചേർന്ന് പണിതുടർന്നു; ഭീകരനായ കോർസിക്കക്കാരന്റെ തിരിച്ചുവരവ് ഒരുവേള അവരെ സ്തബ്ധരാക്കിയിരുന്നു. (ആ കോർസിക്കക്കാരൻ ഇപ്പോൾ സെയിന്റ് ഹെലനയിലെ സൂര്യപ്രകാശത്തിൽ ഉലാത്തുകയായിരുന്നു.) അവരെല്ലാം വിജയം നന്നായി ആഘോഷിച്ചു. ഡിന്നറുകൾ, ഉദ്യാനവിരുന്നുകൾ, ബാൾ ഡാൻസുകൾ, പലപ്പോഴും രതിസുന്ദരമായ പുതിയ വാൾട്സിന്റെ ചുവടുകൾ– ദൈവമേ, അവരെല്ലാം ആ പഴയ ഭരണത്തിന്റെ രാഗം ആലപിക്കുകയായിരുന്നു.

ഏതാണ്ട് ഒരു തലമുറക്കാലം അവർ പെൻഷൻ പറ്റിയമാതിരിയായിരുന്നു. അവസാനം ആപത്ത് അകന്നുപോയിരിക്കുന്നു. സഹിച്ച ദുരിതങ്ങളെപ്പറ്റി എല്ലാവരും വാചാലമായി സംസാരിക്കുന്നുണ്ടായിരുന്നു. ജാക്കോബിൻമാരുടെ ആക്രമണങ്ങളിൽ നഷ്ടമായ ഓരോ ചില്ലിക്കാശും അവർക്ക് തിരിച്ചു കിട്ടണമായിരുന്നു. ദൈവികമായി നിയോഗിക്കപ്പെട്ട രാജാവിനെ ജാക്കോബിൻമാർ വധിച്ചതിന് പകരം വീട്ടണമായിരുന്നു; അവർ ആ ജാക്കോബിൻമാർ വിഗ്ഗുകൾ (തലപ്പാവ്) നിരോധിച്ചിരുന്നു. വെഴ്സായ് കൊട്ടാരത്തിലെ ചെറിയ ട്രൗസർ നിരോധിച്ചിരുന്നു. പാരീസ് ചേരികളിലെ അയഞ്ഞ പാന്റിട്ടവർ ഭരണം കൈക്കലാക്കിയിരുന്നു.

ഇത്തരം വിശദാംശങ്ങൾ പറയുന്നത് അസംബന്ധമാണെന്ന് തോന്നാം. പക്ഷേ, ദയവായി ശ്രദ്ധിക്കുക, വിയന്നാകോൺഗ്രസ് ദീർഘകാലം ചർച്ച ചെയ്തത് ഈ അസംബന്ധങ്ങളായിരുന്നു. "നീണ്ട ട്രൗസ

റോ, കുറുകിയ ട്രൗസറോ?" സാക്സൺ പ്രശ്നമോ സ്പാനിഷ് പ്രശ്നമോ പരിഹരിക്കുന്നതിനേക്കാൾ പ്രതിനിധികളെ ആകർഷിച്ചത് ഇതായിരുന്നു. പ്രഷ്യൻ മഹാരാജാ തിരുമനസ്സ് ഒരു സെറ്റ് കുറിയ ട്രൗസറിന് ഓഡർ നല്കുക പോലും ചെയ്തിരുന്നു; വിപ്ലവക്കാരുടെ എല്ലാ കാര്യങ്ങളോടുമുള്ള വിപ്രതിപത്തി പ്രകടിപ്പിക്കുന്നതിന്റെ പരസ്യമായ തെളിവായിട്ടായിരുന്നു അങ്ങനെ ചെയ്തത്.

മറ്റൊരു ജർമ്മൻ ഭരണാധികാരി ചെയ്തതോ? വിപ്ലവത്തോടുള്ള വിരോധം വെളിവാക്കാൻ അദ്ദേഹം എന്തു ചെയ്തെന്നോ? ഫ്രഞ്ചു പിടിച്ചുപറിക്കാരന് ജനങ്ങൾ കൊടുത്ത നികുതി നിയമേനയുള്ള ഭരണാധികാരിയായ തനിക്ക് അവർ വീണ്ടും നല്കണം; കോർസിക്കൻ ആപത്ത് ഭയന്ന് ദൂരെയിരുന്നു ജനങ്ങളെ നിർവ്യാജം സ്നേഹിച്ച തനിക്കല്ലേ അവർ നികുതി തരേണ്ടത്? അങ്ങനെ പലതും. ഒരു തെറ്റിൽ നിന്ന് മറ്റൊന്നിലേക്ക് അവർ നീങ്ങിക്കൊണ്ടിരുന്നു. അവസാനം കിതപ്പോടെ ആരോ ചോദിച്ചുവത്രേ: "ദൈവത്തിന്റെ പേരിൽ എന്തുകൊണ്ടാണ് ജനങ്ങൾ ഇതൊന്നും തടയാതിരുന്നത്?" എന്തുകൊണ്ട്? എന്തുകൊണ്ട് തടഞ്ഞില്ല? കാരണം ജനങ്ങൾ പൂർണ്ണമായും ക്ഷീണിതരായിരുന്നു, നിരാശരായിരുന്നു, എന്തു സംഭവിക്കുന്നു, എങ്ങിനെ എവിടെ സംഭവിക്കുന്നു, ആര് ചെയ്യുന്നു, ആരു ഭരിക്കുന്നു? ഇതൊന്നും അവർ ശ്രദ്ധിച്ചതേയില്ല. അവർക്കു സമാധാനം മതിയായിരുന്നു. അവരുടേത് രോഗാതുരമായ മാനസികാവസ്ഥയായിരുന്നു. യുദ്ധത്താലും വിപ്ലവത്താലും പരിഷ്കാരങ്ങളാലും ക്ഷീണിതരായിരുന്നു അവർ.

കഴിഞ്ഞ നൂറ്റാണ്ടിന്റെ എൺപതുകളിൽ അവർ സ്വാതന്ത്ര്യവൃക്ഷത്തിന് ചുറ്റും നർത്തനമാടിയിരുന്നു. രാജകുമാരന്മാർ പാചകക്കാരെ ആലിംഗനം ചെയ്തിരുന്നു. പ്രഭ്വികൾ വേലക്കാരോടൊപ്പം* ക്രോമഗ്നോളാഗാനം പാടി ആനന്ദനൃത്തം ചെയ്തിരുന്നു. ദുഷ്ടമായ ലോകത്ത് അവസാനമിതാ സമത്വത്തിന്റെയും സാഹോദര്യത്തിന്റെയും വസന്തം സമാഗതമായി എന്ന് അവർ സത്യമായും വിശ്വസിച്ചിരുന്നു. വസന്തത്തിനു പകരം അവരെ സന്ദർശിച്ചത് വിപ്ലവകമ്മിസാർമാർ ആയിരുന്നു. അവർ തങ്ങളുടെ വാസസ്ഥലത്തിനടുത്ത് ഒരു ഡസൻ പട്ടാളക്കാരെ, വൃത്തിഹീനരായ പട്ടാളക്കാരെ, പാറാവ് നിർത്തിയിരുന്നു, പട്ടാളക്കാർ തിരിച്ചു പോവുമ്പോൾ കുടുംബം ഉപയോഗിച്ചിരുന്ന പ്ലേറ്റുകൾ മോഷണം പോയിരുന്നു. "വിമോചിതരാജ്യം" എത്ര ആവേശത്തോടെയാണ് പുതിയ ഭരണഘടനയെ സ്വാഗതം ചെയ്തതെന്ന് റിപ്പോർട്ട് ചെയ്യാനാണ് ഈ പട്ടാളക്കാർ പാരീസിലേക്കു പോയത്. നല്ല അയൽ രാജ്യക്കാർക്കായി ഫ്രഞ്ചു ജനതയുടെ സംഭാവനയായിരുന്നു ഈ ഭരണഘടന!

വിപ്ലവകാലത്തുണ്ടായ ക്രമരാഹിത്യത്തെ യുവഓഫീസറായ

---

* ഫ്രഞ്ച് വിപ്ലവകാലത്ത് ജനങ്ങൾ ആലപിച്ച ഒരു ഗാനം. (ഫ്രഞ്ച് രാജ്ഞിയായിരുന്ന മേരി അന്റോയ്നറ്റിനെ പരിഹസിക്കുന്ന രചന- വിവർത്തകൻ)

ട്രഫാൽഗറിലേക്ക്

ബോണപ്പാർട്ട് അടിച്ചമർത്തിയെന്നറിഞ്ഞ് അവർ ആശ്വാസത്തിന്റെ നെടുവീർപ്പിട്ടിരുന്നു. ജനക്കൂട്ടത്തിനു നേരെ തോക്കു ചൂണ്ടിയായിരുന്ന ബോണപ്പാർട്ട് സമാധാനവും ക്രമവും സ്ഥാപിച്ചത്. സ്വാതന്ത്ര്യം, സാഹോദര്യം, സമത്വം അല്പം കുറഞ്ഞ അവസ്ഥയാണ് അഭിലഷണീയമെന്ന് അവരെല്ലാവരും കരുതി. പക്ഷേ, അധികം കഴിയുന്നതിനു മുമ്പ് യുവ ഓഫീസറായ ബോണപ്പാർട്ട് അഥവാ ബ്വാണപ്പാർട്ട് ഫ്രഞ്ച് റിപ്പബ്ലിക്കിന്റെ മൂന്ന് കോൺസൽമാരിൽ ഒരാളായിത്തീർന്നു, പിന്നെ അയാൾ ഏക കോൺസലായി, അതിനുശേഷം ചക്രവർത്തിയും. മുമ്പ് കണ്ടിരുന്ന മറ്റേതു ചക്രവർത്തിയേക്കാളും കാര്യക്ഷമതയുള്ള ചക്രവർത്തിയായിരുന്നു നെപ്പോളിയൻ. അതുകൊണ്ടുതന്നെ, കനത്ത തോതിൽ അദ്ദേഹത്തിന്റെ കരങ്ങൾ ജനങ്ങളെ പിഴിഞ്ഞു. ആരോടും ഒരു കരുണയും കാണിച്ചില്ല നെപ്പോളിയൻ. അവരുടെ മക്കളെ അദ്ദേഹം സൈന്യത്തിലെടുത്തു, മക്കളെ സൈന്യാധിപന്മാർക്കു വിവാഹം ചെയ്തു കൊടുത്തു. അവരുടെ ചിത്രങ്ങളും പ്രതിമകളും നിർമ്മിച്ച് മ്യൂസിയങ്ങളെ സമ്പന്നമാക്കി. നെപ്പോളിയൻ യൂറോപ്പിനെ ആകമാനം ഒരു സൈന്യപാളയമാക്കി; ഏതാണ്ട് ഒരു തലമുറക്കാലത്തെ പുരുഷസമൂഹത്തെ കൊന്നൊടുക്കി.

ഇപ്പോൾ അദ്ദേഹം പോയ്ക്കഴിഞ്ഞിരിക്കുന്നു. ജനങ്ങൾക്കു (അല്പം ചില പ്രൊഫഷണൽ സൈനിക മേധാവികളൊഴികെ)ഒരാഗ്രഹം മാത്രമേ ഉണ്ടായിരുന്നുള്ളൂ. അവരെ വെറുതെ വിട്ടേക്കണം. ഒരു വേള അവർക്ക് സ്വയം ഭരണാധികാരികളാവാനുള്ള സന്ദർഭം ലഭിച്ചു; മേയർമാരെയും നഗരാധികാരികളെയും ന്യായാധിപന്മാരെയും തെരഞ്ഞെടുക്കാനുള്ള സന്ദർഭം കിട്ടി. ആ സംവിധാനം ഭയങ്കരമായൊരു പരാജയമായിരുന്നു. പുതിയ ഭരണാധികാരികൾ അനുഭവമില്ലാത്തവരായിരുന്നു, ദുർവ്യയക്കാരായിരുന്നു. കടുത്ത നൈരാശ്യത്തിൽ ജനങ്ങൾ പഴയ ഭരണക്രമത്തിന്റെ പ്രതിനിധികളിലേക്കു തിരിഞ്ഞു. "നിങ്ങൾ ഭരിക്കുക" അവർ പറഞ്ഞു. "മുമ്പ് ഭരിച്ചതുപോലെ ഭരിക്കുക. ഞങ്ങൾ നികുതിവക എന്താണ് അടയ്ക്കാനുള്ളതെന്ന് പറയുക, ഞങ്ങളെ വെറുതെ വിടുക. സ്വാതന്ത്ര്യയുഗമുണ്ടാക്കിയ നാശനഷ്ടങ്ങൾ തീർക്കാനുള്ള ധൃതിയിലാണ് ഞങ്ങൾ."

വിയന്നാ കോൺഗ്രസിന്റെ സ്റ്റേജ് മാനേജർമാർ വിശ്രമത്തിനും ശാന്തതയ്ക്കും വേണ്ടിയുള്ള ജനങ്ങളുടെ അഭിലാഷം തൃപ്തിപ്പെടുത്തുന്നതിന് പരമാവധി പരിശ്രമിച്ചു. പാവനസഖ്യം അഥവാ ഹോളി അലയൻസ് ആയിരുന്നു കോൺഗ്രസിന്റെ പ്രധാനഫലം. ഈ സഖ്യം പോലീസുകാരനെ രാഷ്ട്രത്തെ ഏറ്റവും പ്രധാനപ്പെട്ട മാന്യവ്യക്തിയാക്കി മാറ്റി; ഏതെങ്കിലും ഔദ്യോഗിക നടപടിയെ വിമർശിക്കാൻ ധൈര്യം കാണിക്കുന്നവരെ കടുത്ത ശിക്ഷകൾക്കു വിധേയരാക്കി.

യൂറോപ്പിന് സമാധാനം ലഭിച്ചു; പക്ഷേ, ശവപ്പറമ്പിലെ സമാധാനമായിരുന്നു അത്.

വിയന്നാ കോൺഗ്രസിലെ മൂന്ന് പ്രധാന പങ്കാളികൾ റഷ്യയിലെ സാർ അലക്സാണ്ടർ ചക്രവർത്തിയും ഓസ്ട്രിയയുടെ മെറ്റർനിക്കും

വിശുദ്ധസഖ്യത്തിനെ പേടിപ്പെടുത്തിയ ഭൂതം

ഫ്രാൻസിന്റെ ടാലിറാന്റും ആയിരുന്നു. ആസ്ത്രിയയിലെ ഹാപ്സ്ബർഗ്ഗ് വംശത്തിന്റെ താല്പര്യങ്ങളുടെ പ്രതിനിധിയായിരുന്നു മെറ്റർനിക്ക്. ഫ്രാൻസിലെ ഓട്ടണിലെ ബിഷപ്പായിരുന്നു അതുവരെ ടാലിറാന്റ്. കൗശലം കൊണ്ടും ബുദ്ധികൊണ്ടും മാത്രം ഫ്രഞ്ച് ഗവൺമെന്റിലെ വിവിധ മാറ്റങ്ങൾക്കൊത്തു പോവാൻ കഴിഞ്ഞൊരാളായിരുന്നു അദ്ദേഹം. നെപ്പോളിയൻ ഉണ്ടാക്കിയ നാശനഷ്ടങ്ങളിൽ നിന്ന് കഴിയാവുന്നതരത്തിലൊക്കെ തന്റെ രാജ്യത്തെ രക്ഷിക്കുന്നതിനുവേണ്ടിയായിരുന്നു അദ്ദേഹം വിയന്നാ കോൺഗ്രസിലെത്തിച്ചേർന്നത്. തന്റെ പാരവശ്യം അറിയാതെ പെരുമാറാനറിയുന്നൊരാളായിരുന്നു അദ്ദേഹം. ക്ഷണിക്കപ്പെടാത്ത അതിഥിയായിരുന്നെങ്കിലും ക്ഷണിക്കപ്പെട്ടൊരാളാണെന്നമട്ടിൽ അദ്ദേഹം പാർട്ടികളിൽ പങ്കെടുത്തു. അവസാനമായപ്പോൾ തന്റെ കഥകൾ വഴി എല്ലാവരേയും രസിപ്പിച്ചു. തന്റെ പെരുമാറ്റത്തിന്റെ മാധുര്യം വഴി എല്ലാവരുടേയും അംഗീകാരം നേടിയെടുത്തു.

വിയന്നയിലെത്തി ഇരുപത്തിനാലു മണിക്കൂറിനകം സഖ്യശക്തികൾ രണ്ടു ശത്രുപാളയങ്ങളായി പിരിഞ്ഞിരിക്കുകയാണെന്ന് അദ്ദേഹത്തിനു മനസ്സിലായി. ഒരു ഭാഗത്ത് റഷ്യയും പ്രഷ്യയുമായിരുന്നു- റഷ്യയ്ക്ക് പോളണ്ട് വേണമായിരുന്നു, പ്രഷ്യയ്ക്ക് സാക്സണി പിടിച്ചടക്കണമായിരുന്നു. മറുഭാഗത്ത് ആസ്ത്രിയയും ഇംഗ്ലണ്ടുമായിരുന്നു. റഷ്യയുടെയും പ്രഷ്യയുടെയും പിടിച്ചെടുക്കൽ മോഹത്തിനെതിരായിരുന്നു അവർ; കാരണം, റഷ്യയോ പ്രഷ്യയോ യൂറോപ്പിൽ ആധിപത്യത്തിൽ വരുന്നത് അവരുടെ സ്വന്തം താല്പര്യത്തിന് വിരുദ്ധമായിരുന്നു. ടാലിറാന്റ് രണ്ടു ഭാഗങ്ങളേയും സമർത്ഥമായി തമ്മിലടിപ്പിച്ചു. അദ്ദേഹത്തിന്റെ സമർത്ഥമായ പരിശ്രമങ്ങളുടെ ഫലമായിട്ടാണ് പത്തുവർഷക്കാലം യൂറോപ്പ് സഹിച്ച സാമ്രാജ്യത്വ ഫ്രാൻസിന്റെ അടിച്ചമർത്തലിന് പകരം ഫ്രാൻസിനെതിരെ ആക്രമണങ്ങളും ദുരിതവർഷവും ഉണ്ടാകാതിരുന്നത്. ഫ്രഞ്ചു ജനങ്ങൾക്ക് ഇക്കാര്യത്തിൽ യാതൊരു പക്ഷവുമില്ലെന്നദ്ദേഹം പറഞ്ഞു. നെപ്പോളിയൻ സാമ്രാജ്യ ഓഫീസർമാർക്ക് ആജ്ഞകൾ നല്കിയത് ടാലിറാന്റിന്റെ ഉപദേശമനുസരിച്ചായിരുന്നു. പക്ഷേ, നെപ്പോളിയൻ പോയി. ലൂയിപതിനെട്ടാമൻ സിംഹാസനത്തിൽ വന്നു. "അദ്ദേഹത്തിന് ഒരവസരം നല്കുക" ടാലിറാന്റ് വാദിച്ചു. വിപ്ലവമണ്ണിൽ നിയമാനുസൃതനായ ഒരു രാജാവ് അധികാരത്തിൽ വരുന്നത് സഖ്യശക്തികൾക്കിഷ്ടമായിരുന്നു. അവർ വഴങ്ങി. ബൂർബന്മാർക്ക് ഒരവസരം കിട്ടി. അവർ അത് മോശമായി ഉപയോഗിച്ചു. പതിനഞ്ചുവർഷം കൊണ്ടു അവർ നിഷ്കാസനം ചെയ്യപ്പെട്ടു.

ആസ്ത്രിയയുടെ പ്രതിനിധിയായ മെറ്റർനിക്ക്, അവിടുത്തെ പ്രധാനമന്ത്രിയായിരുന്നു. ഹാപ്സ്ബർഗ് രാജവംശത്തിന്റെ വിദേശനയം രൂപപ്പെടുത്തിയത് മെറ്റർനിക്കായിരുന്നു. വെൽസൽ ലോതർ എന്നായിരുന്നു അദ്ദേഹത്തിന്റെ പേര്. മെറ്റർനിക്ക്-വിൻബർഗിന്റെ-രാജകുമാരനായിരുന്നു അദ്ദേഹം. സുമുഖനായ ഒരു മാന്യവ്യക്തിയായിരുന്നു മെറ്റർനിക്. നല്ല

പെരുമാറ്റരീതിയായിരുന്നു അദ്ദേഹത്തിന്റേത്; വളരെ സമ്പന്നനും കഴിവുറ്റവനുമായിരുന്നു അദ്ദേഹം. അദ്ധ്വാനിക്കുന്നവരും നഗരങ്ങളിലും കൃഷിയിടങ്ങളിലും അടിമകളുമായ വിയർപ്പ് ചിന്തുന്ന ജനസഞ്ചയങ്ങളിൽ നിന്ന് ആയിരക്കണക്കിൽ മൈലുകൾ അകലെ മാത്രം ജീവിക്കുന്ന ഒരു സമൂഹത്തിന്റെ ഉല്പന്നമായിരുന്നു മെറ്റർനിക്ക്. ഫ്രഞ്ച് വിപ്ലവം തുടങ്ങുന്ന കാലത്ത് സ്ട്രാസ്ബർഗ്ഗ് സർവ്വകലാശാലയിൽ പഠിക്കുകയായിരുന്നു അദ്ദേഹം. ജാക്കോബിൻ പ്രവർത്തനങ്ങളുടെ ഒരു പ്രധാന കേന്ദ്രമായിരുന്നു സ്ട്രാസ്ബർഗ്ഗ്. തന്റെ ആനന്ദജീവിതം തടയപ്പെട്ടുവെന്ന്, കഴിവില്ലാത്ത അനേകം പൗരന്മാർ അവർക്കു പറ്റാത്ത ഭരണകർത്തവ്യങ്ങളിലേക്ക് വിളിക്കപ്പെട്ടുവെന്ന്, തികച്ചും നിഷ്ക്കളങ്കരായ മനുഷ്യരെ കശാപ്പുചെയ്തുകൊണ്ട് ആൾക്കൂട്ടം പുതുതായി ലഭിച്ച സ്വാതന്ത്ര്യം ആഘോഷിച്ചുവെന്ന് അദ്ദേഹം ഓർമ്മിക്കുന്നുണ്ടായിരുന്നു. ബഹുജനങ്ങളുടെ സത്യസന്ധമായ ആവേശം മനസ്സിലാക്കാനദ്ദേഹത്തിനു കഴിഞ്ഞിരുന്നില്ല. വിപ്ലവ കൺവെൻഷനിലെ പരിക്ഷീണരും അർദ്ധവസ്ത്രധാരികളുമായ പട്ടാളക്കാർക്ക് അപ്പവും വെള്ളവും കൊണ്ടുപോവുന്ന സ്ത്രീകളുടെയും കുഞ്ഞുങ്ങളുടെയും കണ്ണുകളിലെ പ്രത്യാശയുടെ കിരണങ്ങൾ അദ്ദേഹം കണ്ടില്ല.

ഇതെല്ലാം യുവാവായ ഈ ആസ്ത്രിയക്കാരന് മടുപ്പും നൈരാശ്യവും ഉണ്ടാക്കിയിരുന്നു. അപരിഷ്കൃതമായിരുന്നു അതൊക്കെ. യുദ്ധമുണ്ടെങ്കിൽ അതു തിളങ്ങുന്ന യൂണിഫോറം ധരിച്ച ചുറുചുറുക്കുള്ള യുവാക്കൾ ചെയ്യണം, അവർ അശ്വാരൂഢരായി യുദ്ധക്കളത്തെ ക്രോസ് ചെയ്യണം. പക്ഷേ, ഒരു രാത്രികൊണ്ട് ഒരു മഹാരാജ്യത്തെ ദുർഗ്ഗന്ധപൂരിതമായൊരു സായുധപാളയമാക്കുന്നത്, തെണ്ടികൾ പെട്ടെന്ന് തന്നെ സൈന്യാധിപന്മാരായി മാറുന്നത്, ഇവയൊക്കെ നികൃഷ്ടവും അർത്ഥശൂന്യവുമായിരുന്നു. "നിങ്ങളുടെ ആ മനോഹരമായ ആശയങ്ങൾക്കെന്തു പറ്റിയെന്നു നോക്കൂ," ആസ്ത്രിയൻ ഗ്രാന്റ് ഡ്യൂക്കുമാർ നല്കിയ ഡിന്നറുകളിൽ അദ്ദേഹം ഫ്രഞ്ച് നയതന്ത്രജ്ഞരോടു പറഞ്ഞിരുന്നു: "നിങ്ങൾക്ക് സ്വാതന്ത്ര്യവും സമത്വവും സാഹോദര്യവും വേണ്ടിയിരുന്നു. നിങ്ങൾക്ക് കിട്ടിയതോ നെപ്പോളിയനെ. നിലവിലുള്ള സ്ഥിതിഗതികൾകൊണ്ട് നിങ്ങൾ സംതൃപ്തിയടഞ്ഞിരുന്നെങ്കിൽ എത്ര നന്നാകുമായിരുന്നു." എന്നിട്ടും അദ്ദേഹം തന്റെ സംവിധാനമായ 'സ്ഥിരത' എന്തെന്ന് വിശദീകരിക്കുമായിരുന്നു. യുദ്ധത്തിനുമുമ്പുള്ള നല്ല കാലത്തേക്കുള്ള തിരിച്ചുപോക്കിനുവേണ്ടി അദ്ദേഹം വാദിച്ചു. അന്ന് എല്ലാവർക്കും സന്തോഷമായിരുന്നു, "എല്ലാവരും മറ്റെല്ലാവരേയും പോലെ നല്ലവരാണെന്ന അസംബന്ധം ആരും പറയാത്തകാലമായിരുന്നു അത്. ഈ മനോഭാവം തികച്ചും ആത്മാർത്ഥമായിരുന്നു. വലിയ ഇച്ഛാശക്തിയും ശക്തമായ പ്രേരണാശേഷിയുമുള്ള ഒരാളായിരുന്നു മെറ്റർനിക്ക്. വിപ്ലവാശയങ്ങളുടെ ആപത്കാരിയായ ഒരു ശത്രുവായിരുന്നു അദ്ദേഹം. 1859 വരെ അദ്ദേഹം മരിച്ചില്ല. തന്റെ നയങ്ങളെല്ലാം സമ്പൂർണ്ണമായി പരാജയമടയുന്നത് കാണാ

നദ്ദേഹം ജീവിച്ചിരുന്നു. 1848 ലെ വിപ്ലവത്തിൽ ആ നയങ്ങളെല്ലാം തകർന്നുതരിപ്പണമായി. യൂറോപ്പിലെ ഏറ്റവും വെറുക്കപ്പെട്ട മനുഷ്യനാണ് താനെന്നദ്ദേഹം മനസ്സിലാക്കി. കോപാകുലരായ പൗരന്മാർ ഒന്നിലധികം തവണ അദ്ദേഹത്തിന് വധശിക്ഷ വിധിച്ച് കൊല്ലാൻ ശ്രമിച്ചു. പക്ഷേ, അവസാനം വരെ താൻ ശരിയായിരുന്നുവെന്ന ഉറച്ച വിശ്വാസത്തിൽ മെറ്റർനിക്ക് ജീവിച്ചു.

ജനങ്ങൾക്ക് സ്വാതന്ത്ര്യത്തേക്കാൾ സമാധാനമാണാവശ്യമെന്ന് അദ്ദേഹത്തിന് എല്ലായ്പോഴും ബോദ്ധ്യമായിരുന്നു. തന്റെ അഭിപ്രായത്തിൽ ജനങ്ങൾക്കേറ്റവും നല്ലതാണദ്ദേഹം നല്കിയത്. സാർവ്വത്രികമായ സമാധാനം സ്ഥാപിക്കാനുള്ള അദ്ദേഹത്തിന്റെ പ്രയത്നങ്ങൾ വലിയൊരളവ് വരെ വിജയമായിരുന്നു. മഹാശക്തികൾ ഏതാണ്ട് നാല്പത് കൊല്ലക്കാലം അന്യോന്യം ആക്രമിച്ചില്ല, 1854 ലെ ക്രിമിയൻ യുദ്ധം വരെ - റഷ്യയും ഇംഗ്ലണ്ടും തമ്മിൽ, ഫ്രാൻസും ഇറ്റലിയും തുർക്കിയും തമ്മിൽ ആയിരുന്നു ആ യുദ്ധം. യൂറോപ്പ് വൻകരയുടെ ചരിത്രത്തിൽ ഒരു റിക്കാഡായിരുന്നു അത്.

വിയന്നാ കോൺഗ്രസിലെ മൂന്നാമത്തെ നായകൻ സാർ അലക്സാണ്ടർ ചക്രവർത്തിയായിരുന്നു. മുത്തശ്ശിയായ കാതറീൻ ചക്രവർത്തിനി

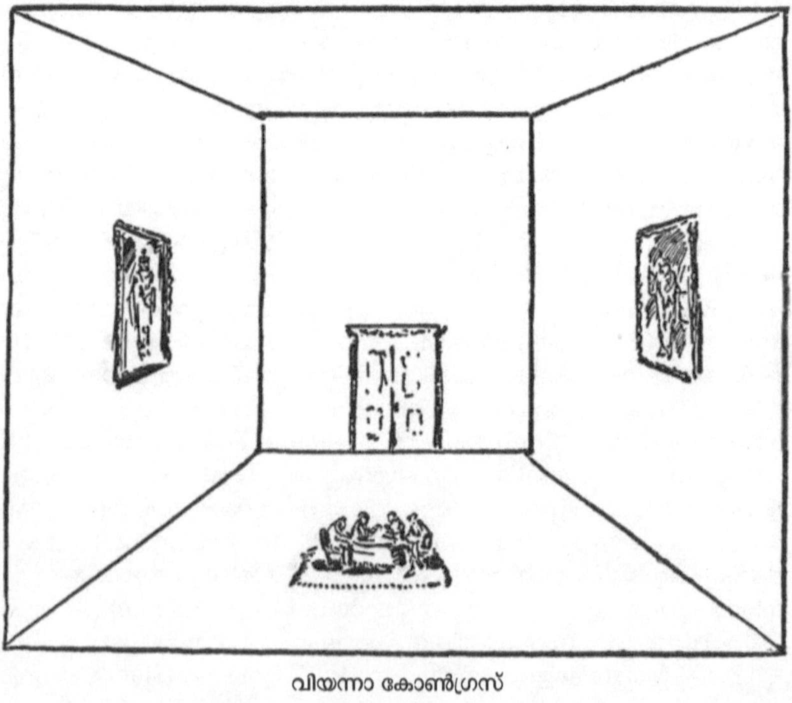

വിയന്നാ കോൺഗ്രസ്

യുടെ രാജധാനിയിലാണദ്ദേഹം വളർന്നത്. രണ്ടുപേരാണ് അലക്സാണ്ടറിന്റെ ആശയപരമായ പരിണാമത്തിൽ പങ്കു വഹിച്ചത്. ഒന്ന് മുത്തശ്ശിയായ കാതറീൻ തന്നെയായിരുന്നു. ജീവിതത്തിലെ ഏറ്റവും പ്രധാന കാര്യം റഷ്യയുടെ വിജയമാണ്. മഹത്വമാണ്– അതായിരുന്നു മുത്തശ്ശി പഠിപ്പിച്ച പാഠം. രണ്ടാമത്തെ സ്വാധീനം അദ്ദേഹത്തിന്റെ സ്വകാര്യ സ്വിസ്സ് അദ്ധ്യാപകനായിരുന്നു. വോൾട്ടയറിന്റെയും റൂസ്സോവിന്റെയും ആരാധകനായിരുന്നു ഈ അദ്ധ്യാപകർ. മനുഷ്യവംശത്തോടുള്ള സ്നേഹമായിരുന്നു അദ്ദേഹം അലക്സാണ്ടർക്ക് നല്കിയ സുപ്രധാനമായ പാഠം. അവസാനം അലക്സാണ്ടർ രണ്ടിന്റെയും ഒരു മിശ്രിതമായിത്തീർന്നു, സ്വാർത്ഥിയായ സ്വേച്ഛാധിപതിയും വൈകാരികവിപ്ലവകാരിയും. ഉന്മത്തനായ പിതാവ് പോൾ ഒന്നാമന്റെ കാലത്ത് അലക്സാണ്ടർ ഏറെ അവഹേളനങ്ങൾ സഹിച്ചിരുന്നു. നെപ്പോളിയന്റെ യുദ്ധരംഗങ്ങളിലെ കൂട്ടക്കൊലകൾക്ക് അലക്സാണ്ടർ സാക്ഷ്യം വഹിച്ചിരുന്നു. പിന്നെ യുദ്ധത്തിന്റെ ഗതിമാറി. റഷ്യൻ സൈന്യം വിജയിച്ചു, സഖ്യശക്തികൾ അത് സ്വന്തം വിജയമായിക്കണ്ടു. റഷ്യ യൂറോപ്പിന്റെ രക്ഷകസ്ഥാനത്തെത്തി; ലോകത്തിന്റെ ആതുരതകൾ ഭേദപ്പെടുത്താൻ ശേഷിയുള്ള അർദ്ധദൈവമാണ് കരുത്തനായ സാർ ചക്രവർത്തിയെന്ന് കരുതപ്പെട്ടു.

പക്ഷേ, അലക്സാണ്ടർ ചക്രവർത്തി സൂത്രശാലിയായിരുന്നില്ല. ടാലിറാന്റിനെയും മെറ്റർനിക്കിനെയും പോലെ സ്ത്രീപുരുഷന്മാരെ അദ്ദേഹത്തിന് അറിയുമായിരുന്നില്ല. നയതന്ത്രത്തിന്റെ അസാധാരണമായ കളികളൊന്നും അദ്ദേഹത്തിന് വശമായിരുന്നില്ല. അദ്ദേഹം അല്പമൊരു പൊങ്ങച്ചക്കാരനായിരുന്നു (അത്തരം സാഹചര്യങ്ങളിൽ ആരാണ് അങ്ങിനെയല്ലാതാവുക?). ജനസഞ്ചയത്തിന്റെ കൈയടി അദ്ദേഹത്തിനിഷ്ടമായിരുന്നു. വൈകാതെ അലക്സാണ്ടർ ചക്രവർത്തി വിയന്നാ കോൺഗ്രസ്സിന്റെ 'ആകർഷണ'മായിത്തീർന്നു. അപ്പോൾ ടാലിറാന്റും മെറ്റർനിക്കും കാസിൽറീയും (കഴിവുറ്റ ബ്രിട്ടീഷു പ്രതിനിധി) ഒരു മേശയുടെ ചുറ്റുമിരുന്ന്, ടോകേ എന്ന വീഞ്ഞ് പാനം ചെയ്യുകയായിരുന്നു, അവരാണ് വിയന്നാ കോൺഗ്രസിലെന്തു നടക്കണമെന്ന് നിശ്ചയിച്ചിരുന്നത്. അവർക്ക് റഷ്യയെ ആവശ്യമായിരുന്നു. അതുകൊണ്ട് അലക്സാണ്ടർ ചക്രവർത്തിയോടും വളരെ മാന്യമായാണ് പെരുമാറിയത്. പക്ഷേ, അദ്ദേഹം വളരെകുറച്ച് മാത്രം ഇടപെടുന്നതായിരുന്നു അവർക്കിഷ്ടം, അപ്പോൾ അവർ വളരെ സന്തുഷ്ടരാകുമായിരുന്നു. ഒരു പാവനസഖ്യം വേണമെന്ന അലക്സാണ്ടർ ചക്രവർത്തിയുടെ ആശയത്തിന് അവർ പ്രോത്സാഹനം നല്കി. ആ സമയത്ത് അവർ വിയന്നാ കോൺഗ്രസിന്റെ കർത്തവ്യങ്ങൾ നിർവ്വഹിക്കുകയായിരുന്നു.

അലക്സാണ്ടർ ബഹിർമുഖനായ ഒരു സാമൂഹിക മനുഷ്യനായിരുന്നു, പാർട്ടികളിൽ പങ്കെടുക്കാനും ആളുകളെ കാണാനും ഇഷ്ടമുള്ളൊരാൾ. അത്തരം സാഹചര്യങ്ങളിൽ അദ്ദേഹം സന്തുഷ്ടനും ആഹ്ലാദവാനും ആയിരുന്നു. എന്നാൽ ചക്രവർത്തിയുടെ സ്വഭാവത്തിനൊരു മറുവശമു

ണ്ടായിരുന്നു. മറക്കാൻ കഴിയാത്ത പലതും മറക്കാനദ്ദേഹം ശ്രമിച്ചു. 1801 മാർച്ച് 23ന് പീറ്റേഴ്സ്ബർഗ്ഗിലെ സെയിന്റ് മൈക്കിൾ കൊട്ടാരത്തിന്റെ ഒരു മുറിയിൽ അദ്ദേഹം ഇരിക്കുകയായിരുന്നു, പിതാവിന്റെ സ്ഥാനത്യാഗവാർത്ത കാത്തുകൊണ്ടായിരുന്നു ആ ഇരിപ്പ്. എന്നാൽ മദ്യപാനികളായ ഓഫീസർമാർ തയ്യാറാക്കി മുന്നിൽ വെച്ച പ്രമാണത്തിലൊപ്പിടാൻ പോൾ ഒന്നാമൻ ചക്രവർത്തി കൂട്ടാക്കിയില്ല, ആ രോഷത്തിൽ ഉദ്യോഗസ്ഥർ ഒരു സ്കാർഫ് പോൾ ചക്രവർത്തിയുടെ കഴുത്തിനു ചുറ്റി, അദ്ദേഹത്തെ വധിച്ചു. എന്നിട്ട് താഴേക്ക് ചെന്ന് അവർ അലക്സാണ്ടറിനോട് പറഞ്ഞു. ഇനി അദ്ദേഹമായിരിക്കും റഷ്യൻഭൂമിയുടെ മഹാചക്രവർത്തിയെന്ന്.

വികാരജീവിയായ അലക്സാണ്ടറിന്റെ മനസ്സിൽ ഭീകരരാത്രിയുടെ ഓർമ്മ എല്ലായ്പ്പോഴുമുണ്ടായിരുന്നു. ഫ്രഞ്ചു തത്ത്വജ്ഞാനികളുടെ പാഠശാലയിലാണദ്ദേഹം വിദ്യാഭ്യാസം ചെയ്തത്; ഈ തത്ത്വജ്ഞാനികൾ ദൈവത്തിലല്ല, മനുഷ്യയുക്തിയിലാണ് വിശ്വസിച്ചിരുന്നത്. പക്ഷേ, ഈ പ്രതിസന്ധിയിൽ വെറും യുക്തി അദ്ദേഹത്തെ സംതൃപ്തനാക്കിയില്ല. അദ്ദേഹം അശരീരി ശബ്ദങ്ങൾ കേൾക്കാൻ തുടങ്ങി, അനിഷ്ട ദൃശ്യങ്ങൾ കാണാൻ തുടങ്ങി. മനസ്സാക്ഷിയെ സമാധാനിപ്പിക്കാനുള്ള മാർഗ്ഗങ്ങൾ തേടുകയായിരുന്നു അദ്ദേഹം. അദ്ദേഹം വിശ്വാസത്തിലേക്ക് തിരിഞ്ഞു, മിസ്റ്റിസിസത്തിൽ താല്പര്യം കാണിക്കാൻ തുടങ്ങി. ദുരൂഹവും അജ്ഞാതവുമായ ശക്തികളോട് അസാധാരണമായ സ്നേഹം പ്രകടിപ്പിക്കാൻ തുടങ്ങി; പ്രാചീന തീബ്സിലെയും ബാബിലോണിലെയും ക്ഷേത്രങ്ങളുടെയത്ര പൗരാണികമായ വിശ്വാസമായിരുന്നു ഇത്.

മഹത്തായ വിപ്ലവകാലഘട്ടത്തിന്റെ സുലഭമായ വൈകാരികത ജനങ്ങളെ അസാധാരണമായ രീതിയിൽ സ്വാധീനിച്ചു. ഇരുപത് കൊല്ലക്കാലം ആകാംക്ഷയിലും ഭീതിയിലും ജീവിച്ച സ്ത്രീപുരുഷന്മാർ പിന്നീട് സ്വാഭാവികമട്ടുള്ളവരായിരുന്നില്ല. വാതിൽ മണിയടിക്കുമ്പോഴെല്ലാം അവർ ചാടിയെഴുന്നേറ്റു പോയിരുന്നു. ഏകപുത്രൻ "യുദ്ധക്കളത്തിൽ ആദരണീയ മൃത്യു" വരിച്ചിരിക്കുന്നുവെന്ന വാർത്തയായിരുന്നിരിക്കാം അത്. വ്രണിതഹൃദയരായ കർഷകരുടെ ചെവികളിൽ 'സഹോദരസ്നേഹം' 'സ്വാതന്ത്ര്യം' തുടങ്ങിയ പദങ്ങൾ വെറും പൊള്ളയായ വാക്കുകളായിരുന്നു. ജീവിതത്തിന്റെ ഭയാനകമായ പ്രശ്നങ്ങളിൽ നിലനില്ക്കാൻ സഹായിക്കുന്ന ഏതുകാര്യത്തിലും അവർ അള്ളിപ്പിടിക്കുമായിരുന്നു. അവരുടെ ദുഃഖത്തിലും ദുരിതത്തിലും ഏതു തട്ടിപ്പുക്കാരനും അവരെ സ്വാധീനിക്കാൻ കഴിയുമായിരുന്നു, തട്ടിപ്പുകാർ വന്ന് പ്രവാചകന്മാരായി, പുതുതത്ത്വങ്ങൾ പ്രചരിപ്പിച്ചു, വെളിപാടു പുസ്തകത്തിന്റെ അജ്ഞാതമായ അലേഖകളിൽ നിന്നാണവയെന്ന് പറഞ്ഞു അവരെ പറ്റിക്കാൻ സാധിക്കുമായിരുന്നു.

1814 ൽ അലക്സാണ്ടർ ചക്രവർത്തി പുതിയൊരു മന്ത്രവാദിനിയെ പരിചയപ്പെട്ടു. ഇതുപോലെ അനേകം മന്ത്രവാദക്കാരെ അദ്ദേഹം കണ്ടു

കൊണ്ടിരുന്നു. പുതിയ മന്ത്രവാദിനി ലോകത്തിന്റെ ഭാവിപ്രവചിക്കു മെന്നവകാശപ്പെട്ടിരുന്നു; ജനങ്ങൾ കുറ്റങ്ങളെപ്പറ്റി പശ്ചാത്തപിക്കണ മെന്നും അല്ലെങ്കിൽ വൈകിപ്പോകുമെന്നും അവർ ഓർമ്മിപ്പിച്ചുകൊണ്ടി രുന്നു. ബരോണസ് വോൺ ക്രൂഡ്നർ എന്നായിരുന്നു അവരുടെ പേരു. പ്രായം നിശ്ചയിച്ചു പറയാനാവാത്ത ഒരു റഷ്യൻ വനിതയായിരുന്നു അവർ. പോൾ ഒന്നാമൻ ചക്രവർത്തിയുടെ കാലത്ത് ഒരു റഷ്യൻ നയ തന്ത്രജ്ഞന്റെ പത്നിയായിരുന്നു അവർ. ഭർത്താവിന്റെ പണം മുഴുവൻ സുഖഭോഗങ്ങൾക്കു വേണ്ടി അവർ ദുർവ്യയം ചെയ്തിരുന്നു. അസാധാ രണമായ പ്രണയബന്ധങ്ങൾ വഴി ദുഷ്പേരുണ്ടായിരുന്നു. സദാചാരനി യന്ത്രണമില്ലാത്ത അയഞ്ഞ ജീവിതമായിരുന്നു അവർ നയിച്ചിരുന്നത്. ഞരമ്പു രോഗം ബാധിക്കുന്നത് വരെ അതായിരുന്നു സ്ഥിതി. കുറച്ചു കാലം അവർ ഉന്മാദിനിയായിരുന്നു. ഒരു സുഹൃത്തിന്റെ പെട്ടെന്നുള്ള മരണത്തിൽ അവർക്ക് മാനസിക പരിവർത്തനമുണ്ടായി. അതിനുശേഷം എല്ലാ ആഹ്ലാദങ്ങളും അവർക്കു മടുത്തു. തന്റെ കുറ്റങ്ങളെല്ലാം തന്റെ ചെരുപ്പുകുത്തിയോടവർ ഏറ്റുപറഞ്ഞു. ഒരു മൊറാവിയക്കാരനായിരുന്നു ഈ ചെരുപ്പുകുത്തി. 1415 ൽ കോൺസ്റ്റൻസ് കൗൺസിൽ മതദ്രോഹ ത്തിന്റെ പേരിൽ ചുട്ടുകൊന്ന ജോൺഹസ്സിന്റെ അനുയായി ആയിരുന്നു അയാൾ.

അടുത്ത പത്തുവർഷം ബറോണസ് ജർമ്മനിയിലാണ് ചെലവഴിച്ച ത്. രാജാക്കന്മാരെയും രാജകുമാരന്മാരെയും മനഃപരിവർത്തനം ചെയ്യു ന്നതായിരുന്നു അവരുടെ പ്രത്യേക ദൗത്യം. യൂറോപ്പിന്റെ രക്ഷകനായ അലക്സാണ്ടർ ചക്രവർത്തിയെ തന്റെ തെറ്റുകൾ ബോദ്ധ്യപ്പെടുത്തുക യെന്നതായിരുന്നു അവരുടെ ഏറ്റവും വലിയ ആഗ്രഹം. പ്രത്യാശയുടെ ഒരു നേരിയ വെളിച്ചവുമായി വരുന്ന ആരോടും സംസാരിക്കാനുള്ള സന്ന ദ്ധതയിലായിരുന്നു ഹതാശനായ സാർ അലക്സാണ്ടർ. രണ്ടുപേരും തമ്മിലുള്ള അഭിമുഖം പെട്ടെന്നുതന്നെ ഏർപ്പാടു ചെയ്യപ്പെട്ടു. 1815 ജൂൺ നാലാം തീയതി വൈകുന്നേരം ബറോണസിന് ചക്രവർത്തിയുടെ തമ്പി ലേക്ക് പ്രവേശനം ലഭിച്ചു. അദ്ദേഹം അപ്പോൾ ബൈബിൾ വായിക്കുക യായിരുന്നു. ബറോണസ് അലക്സാണ്ടറോട് എന്തു പറഞ്ഞുവെന്ന് നമു ക്കറിയില്ല; പക്ഷേ, മൂന്ന് മണിക്കൂർ കഴിഞ്ഞ് അവർ പോയപ്പോൾ അദ്ദേഹം കണ്ണീരിൽ കുളിച്ചിരുന്നു. അദ്ദേഹം പറഞ്ഞു. “അവസാനം ആത്മാവ് ശാന്തി കണ്ടെത്തി.” അന്നു മുതൽ ബറോണസ് ആയിരുന്നു അദ്ദേഹത്തിന്റെ വിശ്വസ്തയായ കൂട്ടുകാരി, അദ്ദേഹത്തിന്റെ ആത്മീയ ഉപദേശക. അവർ അദ്ദേഹത്തെ പാരീസിലേക്കും പിന്നെ വിയന്നയി ലേക്കും അനുഗമിച്ചു. നൃത്തവേദിയിലല്ലാത്ത സമയത്തൊക്കെ അല ക്സാണ്ടർ ചക്രവർത്തി ക്രൂഡ്നറിന്റെ പ്രാർത്ഥനാ യോഗത്തിലായിരുന്നു.

എന്തിന് ഞാൻ ഈ കഥ ഇങ്ങനെ പരത്തിപ്പറയുന്നു? നിങ്ങൾ ചോദിച്ചേക്കും. മനോനില തെറ്റിയ ഒരു സ്ത്രീയുടെ ജീവിതത്തേക്കാൾ പ്രധാനം പത്തൊമ്പതാം നൂറ്റാണ്ടിലെ സാമൂഹികമാറ്റങ്ങളല്ലേ? ആ

സ്ത്രീയെ മറന്നുകളയുന്നതല്ലേ നല്ലത്? നിശ്ചയമായും അതെ. പക്ഷേ, ആ കാര്യങ്ങളെപ്പറ്റി വിശദമായും കൃത്യമായും പറയുന്ന അനേകം ഗ്രന്ഥങ്ങളുണ്ടാവും. ഈ ചരിത്രത്തിൽ നിന്നും വസ്തുതകളുടെ തുടർച്ചയ്ക്കപ്പുറം ചില കാര്യങ്ങൾ കൂടി നിങ്ങളോട് പറയണമെന്നുണ്ട്. എല്ലാ ചരിത്രസംഭവങ്ങളേയും കൃത്യമായ മാനസിക ചട്ടക്കൂടിൽ നിങ്ങൾ സമീപിക്കണമെന്നാണെന്റെ ആഗ്രഹം; ആ ചട്ടക്കൂടനുസരിച്ച് ഒരു കാര്യവും ശരിയെന്ന അർത്ഥത്തിൽ സ്വീകരിക്കരുത്. “അത്തരമൊരു സംഗതി അപ്പോൾ അവിടെ സംഭവിച്ചു” വെന്നപ്രസ്താവം കൊണ്ട് തൃപ്തരാവരുത്. ഓരോ കർമ്മത്തിനും പിന്നിലുള്ള ഉദ്ദേശ്യം കൃത്യമായി മനസ്സിലാക്കണം, അപ്പോൾ നിങ്ങൾക്കു ചുറ്റുമുള്ള ലോകത്തെ കൂടുതൽ നന്നായി അറിയാൻ കഴിയും, മറ്റു മനുഷ്യരെ സഹായിക്കാനുള്ള നല്ല സന്ദർഭം കൈവരും; അതാണല്ലോ സംതൃപ്തരായ ജീവിതത്തിന്റെ വഴി.

ഹോളി അലയൻസ് 1815 ൽ ഒപ്പുവച്ച കേവലമായ ഒരു കടലാസ് കഷണമാണെന്നും അത് രാഷ്ട്രത്തിന്റെ ആർക്കൈവുകളിലെവിടെയോ ഒരിടത്ത് മൃതവും വിസ്തൃതവുമായി കിടക്കുകയാണെന്നും നിങ്ങൾ കരുതേണ്ട. അത് വിസ്മരിക്കപ്പെട്ടേക്കാം, പക്ഷേ, ഒരിക്കലും മൃതമല്ല. മൺറോ സിദ്ധാന്തത്തിന്റെ പ്രഖ്യാപനത്തിന് പ്രത്യക്ഷത്തിൽ കാരണമായ ഒരു സഖ്യമായിരുന്നു അത്. അമേരിക്ക അമേരിക്കകൾക്ക് എന്ന മൺറോ സിദ്ധാന്തത്തിന് നമ്മുടെ ജീവിതത്തിൽ നേരിട്ടുള്ള സ്വാധീനമുണ്ടല്ലോ. അതുകൊണ്ടാണ് ഈ പ്രമാണം എങ്ങനെ ഉണ്ടായെന്ന് കൃത്യമായി നിങ്ങൾ മനസ്സിലാക്കണമെന്ന് ഞാനാഗ്രഹിക്കുന്നത്; ധർമ്മബോധത്തിന്റെയും കർത്തവ്യത്തോടുള്ള ക്രൈസ്തവസമർപ്പണത്തിന്റെയും ബാഹ്യമായ പ്രകാശനത്തിലൂടെ നടത്തിയ ഈ കളിയുടെ യഥാർത്ഥലക്ഷ്യമെന്താണെന്നു നിങ്ങൾ മനസ്സിലാക്കണം.

ഒരു പുരുഷന്റെയും ഒരു സ്ത്രീയുടെയും സംയുക്തമായ യത്നത്തിന്റെ ഫലമായിരുന്നു ഹോളി അലയൻസ് (പാവനസഖ്യം). ആ പുരുഷൻ നിർഭാഗ്യവാനായിരുന്നു; കടുത്ത മാനസികസംഘർഷം അനുഭവിക്കുന്നുണ്ടായിരുന്നു; തന്റെ അസ്വസ്ഥമായ മനസ്സിനെ ശാന്തമാക്കാൻ ശ്രമിക്കുകയായിരുന്നു, അദ്ദേഹം. ആ സ്ത്രീയാവട്ടെ ഉൽക്കർഷം ആഗ്രഹിച്ചിരുന്നു; ദുർവ്യയം ചെയ്യപ്പെട്ട ജീവിതമായിരുന്നു അവരുടേത്; അവരുടെ സൗന്ദര്യം നഷ്ടപ്പെട്ടുപോയിരുന്നു, ആകർഷകത്വം ഇല്ലാതായിരുന്നു; സ്വന്തം പൊങ്ങച്ചവും കുപ്രസിദ്ധിക്കുവേണ്ടിയുള്ള അഭിലാഷവും അവർ തൃപ്തിപ്പെടുത്തിയത് പുതിയ, അസാധാരണമായ ഒരു വിശ്വാസത്തിന്റെ സ്വയം നിയോഗിക്കപ്പെട്ട മിശിഹായുടെ രൂപത്തിലായിരുന്നു. ഈ വിശദാംശങ്ങൾ പറയുമ്പോൾ ഒരു രഹസ്യവും ഞാൻ മാറ്റിവയ്ക്കുന്നില്ല. തെളിഞ്ഞ മനസ്സുള്ള കാസിൽറീക്കും മെറ്റർനിക്കിന്നും ടാലിറന്റിന്നുമറിയാമായിരുന്നു ബറോണസ്സിന്റെ കഴിവുകൾ വളരെ പരിമിതമാണെന്ന്. അവരെ സ്വന്തം ജർമ്മൻ എസ്റ്റേറ്റിലേക്ക് മടക്കി അയക്കാൻ മെറ്റർനിക്കിനു കഴിയുമായിരുന്നു. ശക്തനായ സർവ്വസൈന്യാധിപന് ഒരു വരി

എഴുതിയാൽ മതിയാകുമായിരുന്നു. കാര്യം നടക്കുമായിരുന്നു.

പക്ഷേ, ഫ്രാൻസും ഇംഗ്ലണ്ടും ആസ്ത്രിയയും റഷ്യയുടെ സദ്ഭാവനയെ ആശ്രയിക്കുകയായിരുന്നു. അലക്സാണ്ടർ ചക്രവർത്തിയെ നൊമ്പരപ്പെടുത്താനവർക്കു കഴിയില്ലായിരുന്നു. വേണ്ടിവന്നതുകൊണ്ടാണ് നിസ്സാരമായ ബറോണസിനെ അവർ സഹിച്ചത്. പാവനസഖ്യത്തെ അവർ കേവലം ഒരു ചവറ്റുകുട്ട വസ്തുവായിട്ടാണവർ കുരുതിയിരുന്നത്; അതെഴുതിയ കടലാസിന്റെ വിലയില്ലായിരുന്നു അവരെ സംബന്ധിച്ചിടത്തോളം അതിന്. പക്ഷേ അവർ സാർ ചക്രവർത്തിയുടെ വാക്കുകൾ ശ്രദ്ധയോടെ കേട്ടു, വിശുദ്ധ വേദതത്ത്വങ്ങളുടെ അടിസ്ഥാനത്തിൽ ഒരു മാനവസാഹോദര്യം സൃഷ്ടിക്കാൻ ശ്രമിച്ചുകൊണ്ടുള്ള പ്രമാണത്തിന്റെ കരട് സാകൂതം ശ്രവിച്ചു. ഹോളി അലയൻസിന്റെ ലക്ഷ്യം ഇതായിരുന്നു; ആ പ്രമാണത്തിലൊപ്പിട്ടവരെല്ലാം ഇപ്രകാരം പ്രതിജ്ഞയെടുത്തു.

> ഓരോരുത്തരുടെയും ബന്ധപ്പെട്ട രാജ്യങ്ങളുടെ ഭരണത്തിലും മറ്റു രാജ്യങ്ങളുമായുള്ള അവരുടെ ബന്ധത്തിലും പാവനമായ മതത്തിന്റെ തത്ത്വങ്ങളായിരിക്കും വഴികാട്ടിയിരിക്കുന്നത്, അതായത് നീതിയുടെ തത്ത്വങ്ങൾ, ക്രൈസ്തവചാരിറ്റിയുടെയും ശാന്തിയുടെയും തത്ത്വങ്ങൾ. ഇതുവരെ വ്യക്തികൾക്കു മാത്രം ബാധകമായിരുന്ന ഈ തത്ത്വങ്ങൾക്ക് രാജകീയസമിതികൾക്കുമേലും സത്വരസ്വാധീനമുണ്ടായിരിക്കണം; മാനവികസ്ഥാപനങ്ങളെയെല്ലാം ഏകോപിപ്പിക്കുന്നതും അവയുടെ അപൂർണ്ണതകൾ പരിഹരിക്കുന്നതുമായ ഒരേയൊരു മാർഗ്ഗം ആ തത്ത്വങ്ങളായിരിക്കണം." തുടർന്ന് എല്ലാവരും ഐക്യത്തിൽ വർത്തിക്കുമെന്ന് അവർ പരസ്പരം വാഗ്ദത്തം ചെയ്തു, ആ ഐക്യം "സത്യസന്ധവും അലിഞ്ഞില്ലാതാവാത്തതുമായ സാഹോദര്യത്താൽ ഊട്ടിയുറപ്പിച്ചതായിരിക്കണം, ഓരോ ആളും ഒരേ രാജ്യക്കാരായി കരുതണം; എല്ലാ സന്ദർഭങ്ങളിലും എല്ലാ സ്ഥലങ്ങളിലും അന്യോന്യം സഹായിക്കുകയും താങ്ങായിരിക്കുകയും വേണം. ഇതുപോലുള്ള ഏറെയേറെ വാക്കുകൾ.

ക്രമേണ പാവനസഖ്യത്തിൽ ആസ്ത്രിയൻ ചക്രവർത്തി ഒപ്പുവച്ചു. അതിന്റെ ഒരു വാക്കുപോലും അദ്ദേഹത്തിനു മനസ്സിലായിരുന്നില്ല. ബൂർബൺ കുടുംബം അതിൽ ഒപ്പുവച്ചു. അവർക്ക് നെപ്പോളിയന്റെ പഴയ ശത്രുക്കളുടെ സൗഹൃദം വേണ്ടിയിരുന്നു. പ്രഷ്യയിലെ രാജാവും അതൊപ്പിട്ടു. ഒരു വിശാലപ്രഷ്യ നിർമ്മിക്കാനുള്ള തന്റെ പദ്ധതിക്ക് അലക്സാണ്ടർ ചക്രവർത്തിയുടെ പിന്തുണ വേണമായിരുന്നു. എല്ലാ ചെറു യൂറോപ്യൻ രാജ്യങ്ങളും അതിൽ ഒപ്പിട്ടു. എല്ലാവരും റഷ്യയുടെ കാരുണ്യത്തെ ആശ്രയിക്കുകയായിരുന്നു. ഇംഗ്ലണ്ട് ആ പ്രമാണത്തിൽ ഒപ്പ് വച്ചില്ല. കാരണം ആ പരിപാടി തികഞ്ഞ വങ്കത്തമായി കാസിൽറീക്കിന് തോന്നി.

പോപ്പ് ഒപ്പുവെച്ചില്ല; തന്റെ മേഖലയിൽ ഒരു ഗ്രീക്ക് ഓർത്തഡോക്സു കാരനും ഒരു പ്രൊട്ടസ്റ്റന്റുകാരനും കയറി ഇടപെടുന്നത് അദ്ദേഹം ഇഷ്ട പ്പെട്ടില്ല. സുൽത്താൻ അത് ഒപ്പിട്ടില്ല. അദ്ദേഹം അതിനെപ്പറ്റി കേട്ടിട്ടേയു ണ്ടായിരുന്നില്ല.

യൂറോപ്പിലെ ബഹുജനങ്ങൾ, പക്ഷേ, വൈകാതെ ഇക്കാര്യമറിയാൻ നിർബ്ബന്ധിതരായി. പാവനസഖ്യത്തിന്റെ പൊള്ളവാക്കുകൾക്കു പിന്നിൽ വൻശക്തികൾക്കിടയിൽ മെറ്റർനിക്ക് സൃഷ്ടിച്ചെടുത്ത പഞ്ചശക്തി സഖ്യ ത്തിന്റെ സൈന്യങ്ങളുണ്ടായിരുന്നു. ഈ സൈന്യങ്ങൾ പ്രവർത്തിക്കാൻ തീരുമാനിച്ചിരുന്നു. ലിബറലുകൾ ഒരുകാരണവശാലും യൂറോപ്പിലെ സമാ ധാനം ഭഞ്ജിക്കരുതെന്ന് അവർ എല്ലാവരേയും ബോദ്ധ്യപ്പെടുത്തി; ലിബ റലുകൾ വേഷപ്രച്ഛന്നരായ പഴയ ജാക്കോബിനുകൾ തന്നെയാണെന്ന വർ എല്ലാവരോടും പറഞ്ഞു. ലിബറലുകൾ വിപ്ലവത്തിന്റെ നാളുകളി ലേക്കു തിരിച്ചുപോവാനാഗ്രഹിക്കുന്നവരാണെന്നും പറഞ്ഞു. 1812, 1814, 1815, 1818 എന്നീ വർഷങ്ങളിലെ വിമോചനയുദ്ധത്തിന്റെ ആവേശമെല്ലാം കെട്ടടങ്ങിയിരുന്നു. കൂടുതൽ സന്തോഷകരമായൊരു കാലത്തിന്റെ ആഗ മനം എല്ലാവരും പ്രതീക്ഷിച്ചു. യുദ്ധത്തിൽ അവശരായ പട്ടാളക്കാർക്ക് സമാധാനമായിരുന്നു വേണ്ടിയിരുന്നത്.

പക്ഷേ, പാവനസഖ്യവും യൂറോപ്യൻ രാജ്യങ്ങളുടെ കൗൺസിലും പ്രദാനം ചെയ്യുന്ന സമാധാനമായിരുന്നില്ല അവർക്ക് വേണ്ടത്. വഞ്ചിക്ക പ്പെട്ടുവെന്ന് അവർ വിലപിച്ചു. വളരെ ശ്രദ്ധാപൂർവ്വമാണ് അവർ പരാതി പ്പെട്ടത്; അല്ലെങ്കിൽ രഹസ്യപ്പോലീസ് കേട്ടാലോ? വിപ്ലവത്തിനെതിരായ ഈ പ്രതിലോമ പ്രതികരണം വിജയകരമായിരുന്നു; മനുഷ്യസമൂഹ ത്തിന്റെ നന്മയ്ക്ക് തങ്ങളുടെ മാതൃകകൾ ആവശ്യമാണെന്ന് അവർ ആത്മാർത്ഥമായി വിശ്വസിച്ചിരുന്നു.

വലിയ പിന്മാറ്റം

എല്ലാ പുതിയ ആശയങ്ങളെയും അടിച്ചമർത്തിക്കൊണ്ടുള്ള അസ്വസ്ഥമാകാത്ത സമാധാനത്തിന്റെ യുഗം ലോകത്തിന് നല്കാമെന്നവർ ഉറപ്പു നല്കി. പൊലീസ് ചാരവലയത്തെ അവർ രാഷ്ട്രത്തിലെ അത്യുന്നത സംവിധാനമാക്കി. ഇഷ്ടമുള്ള ഭരണം സ്ഥാപിക്കാൻ ജനങ്ങൾക്കവകാശമുണ്ടെന്ന് പറഞ്ഞ വരെക്കൊണ്ട് എല്ലാ രാജ്യങ്ങളുടെയും തടവറകൾ നിറഞ്ഞു

നെപ്പോളിയോണിക് പ്രളയമുണ്ടാക്കിയ വിനാശം ഇല്ലായ്മ ചെയ്യുക എളുപ്പമായിരുന്നില്ല. യുഗങ്ങളായി നിലനില്ക്കുന്ന വേലികൾ അപ്രത്യക്ഷമായിരുന്നു. നാല്പതോളം രാജകുടുംബങ്ങളുടെ കൊട്ടാരങ്ങൾ വാസയോഗ്യമല്ലാത്ത തരത്തിൽ നശിപ്പിക്കപ്പെട്ടിരുന്നു. അല്പഭാഗ്യം മാത്രമുള്ള അയല്ക്കാരുടെ ചെലവിൽ ഇതര രാജകുടുംബങ്ങൾ അവരുടെ വാസസൗധങ്ങൾ വികസിപ്പിച്ചിരുന്നു. വേലിയിറക്കത്തിൽ വിപ്ലവത്തിന്റെ അസാധാരണ സംജ്ഞകളും സിദ്ധാന്തങ്ങളും തിരസ്കരിക്കപ്പെട്ടു. വിയന്നാ കോൺഗ്രസിന്റെ രാഷ്ട്രീയ ശില്പികൾ അവർക്ക് കഴിയുന്നതൊക്കെ ചെയ്തുകൊണ്ട് ഏറ്റവും പ്രതിലോമപരമായ ഒരു രാഷ്ട്രീയാവസ്ഥ യൂറോപ്പിൽ സൃഷ്ടിച്ചു.

ഫ്രാൻസ് അനേകം വർഷങ്ങൾ ലോകസമാധാനത്തെ അസ്വസ്ഥമാക്കിയിരുന്നു; സഹജാവബോധം കൊണ്ടെന്നവണ്ണം ജനങ്ങൾ ആ രാജ്യത്തെ ഭയപ്പെടാൻ തുടങ്ങിയിരുന്നു. ടാലിറാന്റിലൂടെ ബൂർബൻ രാജാക്കന്മാർ നന്നായി പെരുമാറുമെന്ന് വാക്കു നല്കിയിരുന്നു. പക്ഷേ, അവരുടെ നൂറു നാളത്തെ ഭരണം എന്താണ് പ്രതീക്ഷിക്കാവുന്നതെന്ന്, നെപ്പോളിയൻ ഒരിക്കൽക്കൂടി രക്ഷപ്പെട്ടുവന്നാൽ എന്തു സംഭവിക്കുമെന്ന് യൂറോപ്പിനെ പഠിപ്പിച്ചിരുന്നു. ഡച്ച് റിപ്പബ്ലിക് ഒരു രാജാധിപത്യ ഭരണമായി മാറിക്കഴിഞ്ഞിരുന്നു; ബൽജിയം (ബൽജിയം പതിനാറാം നൂറ്റാണ്ടിലെ ഡച്ച് സ്വാതന്ത്ര്യസമരത്തിൽ ചേർന്നിരുന്നില്ല; ആദ്യം സ്പാനിഷ് ഭരണത്തിൻ കീഴിലും പിന്നീട് ആസ്ത്രിയൻ ഭരണത്തിലും ആ രാജ്യം ഹാപ്സ്ബർഗ്ഗുകളുടെ അധീനതയിലായിരുന്നു) ഈ നെതർലാന്റ് രാജ്യത്തിന്റെ ഭാഗമായിക്കഴിഞ്ഞിരുന്നു. പ്രൊട്ടസ്റ്റന്റധീനതയിലുള്ള വടക്കൻ യൂറോപ്പുകാരോ കത്തോലിക്കാ അധീനതയിലുള്ള തെക്കൻ യൂറോപ്പു

കാരോ ഈ ഐക്യം ഇഷ്ടപ്പെട്ടിരുന്നില്ല; പക്ഷേ, ആരും ഒരു ചോദ്യവും ചോദിച്ചിരുന്നില്ല. അത് യൂറോപ്യൻ സമാധാനത്തിനാവശ്യമാണെന്ന് കരുതപ്പെട്ടു; അതായിരുന്നു പ്രധാന പരിഗണന.

പോളണ്ടിന് വലിയ പ്രതീക്ഷകളായിരുന്നു. കാരണം ഒരു പോളണ്ടുകാരൻ, ആദം സാർടോറിസ്കി രാജകുമാരൻ സാർ അലക്സാണ്ടർ ചക്രവർത്തിയുടെ ഏറ്റവും അടുത്ത സ്നേഹിതന്മാരിലൊരാളായിരുന്നു; യുദ്ധകാലത്തും വിയന്നാകോൺഗ്രസ്സിലും അയാൾ ചക്രവർത്തിയുടെ സ്ഥിരം ഉപദേശകനായിരുന്നു. ഈ പരിഹാരം ആരെയും സന്തോഷിപ്പിച്ചില്ല. അത് കയ്പേറിയ അനുഭവങ്ങളുണ്ടാക്കി, മൂന്ന് വിപ്ലവങ്ങളും.

അവസാനം വരെ നെപ്പോളിയന്റെ സഖ്യശക്തിയായി വർത്തിച്ച ഡെന്മാർക്കിന് കടുത്ത ശിക്ഷ തന്നെ കിട്ടി. ഏഴുവർഷം മുമ്പ് ഒരു ഇംഗ്ലീഷ് കപ്പൽപ്പട കാറ്റേഗാറ്റുവരെ എത്തിയിരുന്നു; യുദ്ധപ്രഖ്യാപനമില്ലാതെ, മുന്നറിയിപ്പില്ലാതെ അത് കോപ്പൻഹാഗനിൽ ബോംബിട്ടിരുന്നു, നെപ്പോളിയനും സഹായകമാകാതിരിക്കാൻ ഡെന്മാർക്കിന്റെ കപ്പലുകൾ തട്ടിക്കൊണ്ടുപോയിരുന്നു.

വിയന്നാ കോൺഗ്രസ് ഒരു ചുവട് മുന്നോട്ടുപോയി. അത് നോർവ്വേയെ (1397 മുതൽ നോർവ്വേ ഡെന്മാർക്കിന്റെ ഭാഗമായിരുന്നു) ഡെന്മാർക്കിൽ നിന്ന് എടുത്തുമാറ്റി, നെപ്പോളിയനെ വഞ്ചിച്ച സ്വീഡനിലെ ചാൾസ് പതിനാലാമന് നല്കി. രസകരമായ കാര്യം ഈ സ്വീഡിഷ് രാജാവ് യഥാർത്ഥത്തിൽ ഫ്രഞ്ചുകാരനായിരുന്നുവെന്നതാണ്. ബർണാഡറ്റ് എന്ന ഫ്രഞ്ചുജനറലായിരുന്നു അദ്ദേഹം, നെപ്പോളിയന്റെ സഹായിയായി സ്വീഡനിൽ വന്നതായിരുന്നു. ഹോൾസ്റ്റീൻ –ഗോതോർപ് വംശത്തിലെ അവസാന രാജാവ് അനന്തരാവകാശികളില്ലാതെ മരിച്ചപ്പോൾ അദ്ദേഹം സിംഹാസനത്തിലേക്ക് ക്ഷണിക്കപ്പെടുകയായിരുന്നു. 1815 മുതൽ 1844 വരെ അദ്ദേഹം നല്ല പ്രാഗത്ഭ്യത്തോടെ തന്റെ പുതിയ രാജ്യം ഭരിച്ചു. (അവിടത്തെ ഭാഷ അദ്ദേഹം ഒരിക്കലും പഠിച്ചില്ല). സമർത്ഥനായിരുന്ന അദ്ദേഹം സ്വീഡിഷ് നോർവ്വേജീയൻ പ്രജകളുടെ സമ്പൂർണ്ണമായ ആദരം നേടിയെടുത്തു. എന്നാൽ പ്രകൃതിയും ചരിത്രവും വേർപെടുത്തിയ രണ്ടു രാജ്യങ്ങളെ സംയോജിപ്പിക്കാൻ അദ്ദേഹത്തിനു കഴിഞ്ഞില്ല. ഇരട്ട സ്കാന്റിനേവിയൻ രാഷ്ട്രം തികഞ്ഞ പരാജയമായിരുന്നു. 1905 ൽ വളരെ സമാധാനപരവും ക്രമപ്രകരമുള്ളതുമായ മാർഗ്ഗത്തിൽ നോർവ്വേ സ്വതന്ത്രരാഷ്ട്രമായിത്തീർന്നു. സ്വീഡിഷ് ജനത സദ്ഭാവനയോടെ നോർവ്വേയ്ക്ക് മംഗളങ്ങൾ നേർന്നു.

നവോത്ഥാനകാലം മുതൽ ഇറ്റലി അനേകം ആക്രമണങ്ങൾക്ക് വിധേയമായിരുന്നു. അതുകാരണം ഇറ്റലിക്ക് ജനറൽ ബോണപ്പാർട്ടിൽ വലിയ പ്രതീക്ഷയുണ്ടായിരുന്നു. പക്ഷേ, നെപ്പോളിയൻ ചക്രവർത്തി ഇറ്റലിക്കാരെ പൂർണ്ണമായും നിരാശരാക്കി. ജനങ്ങൾക്കാവശ്യം പൂർണ്ണമായി യോജിച്ച ഇറ്റലിയായിരുന്നു. പകരം ഇറ്റലി അനേകം ചെറുരാജ്യങ്ങളായി വിഭജിക്കപ്പെട്ടു. അവയിൽ ചിലത് ഡച്ചികളായി, ചിലത് റിപ്പ

ബ്ലിക്കുകളായി, ചിലത് രാജഭരണപ്രദേശങ്ങളായി, ഒരു ഭാഗം പോപ്പിന്റെ അധീനതയിലായി. നേപ്പിൾസ് കഴിഞ്ഞാൽ ഏറ്റവും മോശമായി ഭരിക്കപ്പെട്ട ഇറ്റാലിയൻ പ്രദേശം പോപ്പിന്റെ അധീനതയിലുള്ളതായിരുന്നു. വിയന്നാ കോൺഗ്രസ് ചില നെപ്പോളിയോണിക് റിപ്പബ്ലിക്കുകൾ ഇല്ലായ്മ ചെയ്തു; അവ ഹാപ്സ്ബർഗ്ഗ് രാജവംശത്തിലെ സ്ത്രീകളും പുരുഷന്മാരുമായ അവകാശികൾക്കു നല്കി.

നെപ്പോളിയന്നെതിരായ കലാപം തുടങ്ങിയത് സ്പെയിൻകാരായിരുന്നു. സ്വന്തം രാജാവിനു വേണ്ടി രാജ്യത്തിലെ ഏറ്റവും നല്ല ചോര ചൊരിഞ്ഞത് അവരായിരുന്നു. വിയന്നാ കോൺഗ്രസ് അവരെയും ശിക്ഷിച്ചു; മഹാരാജാ തിരുമനസ്സിനെ സ്പെയിനിൽ പുനഃസ്ഥാപിച്ചു. ഫെർഡിനാന്റ് ഏഴാമൻ എന്ന ഈ ദുഷ്ടജന്തു നാലുവർഷം നെപ്പോളിയന്റെ തടവറയിലായിരുന്നു. ജയിലിൽ അയാൾ തന്റെ ഇഷ്ടപ്പെട്ട പുണ്യാളശില്പങ്ങൾക്ക് ഉടുപ്പ് തുന്നുകയായിരുന്നു. സിംഹാസനത്തിലേക്കുള്ള തിരിച്ചുവരവ് അയാൾ ശരിക്കും ആഘോഷിച്ചു - ഇൻക്വിസിഷനും പീഡനമുറിയും പുനഃസ്ഥാപിച്ചു; വിപ്ലവകാലത്ത് ഇതുരണ്ടും നിർത്തലാക്കിയിരുന്നു. മടുപ്പിക്കുന്നൊരു മനുഷ്യനായിരുന്നു ഈ രാജാവ്, പ്രജകളും നാലു പത്നിമാരും അയാളെ വെറുത്തു. പക്ഷേ, പാവനസഖ്യം അയാളെ നിയമാനുസൃത സിംഹാസനത്തിൽ വാഴിച്ചു. മാന്യരായ സ്പെയിൻകാർ ഈ ശാപത്തെ ഒഴിവാക്കി, ഭരണഘടനാനുസൃത രാജ്യം സ്ഥാപിക്കാൻ നടത്തിയ എല്ലാ പ്രയത്നങ്ങളും രക്തച്ചൊരിച്ചിലിലും മനുഷ്യക്കശാപ്പിലും അവസാനിച്ചു.

1807 മുതൽ പോർച്ചുഗലിന്ന് ഒരു രാജാവുണ്ടായിരുന്നില്ല. രാജകുടുംബം ബ്രസീലിലേക്ക് പലായനം ചെയ്തിരുന്നു. വെല്ലിങ്ടൺ സൈന്യത്തിനാവശ്യമായ വസ്തുക്കൾ സപ്ലൈ ചെയ്യുന്നൊരിടമായിരുന്നു 1808 മുതൽ 1815 വരെ, പോർച്ചുഗൽ. 1815 നുശേഷം അത് ഒരുതരത്തിൽ ബ്രിട്ടീഷ് പ്രവിശ്യയായിരുന്നു. പിന്നീട് ബ്രഗൻസാന്റെ വംശം സിംഹാസനത്തിലേക്കു തിരിച്ചുവന്നു. അവരിലൊരാൾ ബ്രസീലിന്റെ ചക്രവർത്തിയായി റയോ ദി ജനീറോവിൽ നിന്നു. കുറേവർഷം നീണ്ടു നിന്ന ഒരേയൊരമേരിക്കൻ സാമ്രാജ്യമായിരുന്നു ബ്രസീൽ. 1889 ൽ ബ്രസീൽ ഒരു റിപ്പബ്ലിക്കായിത്തീർന്നു.

കിഴക്കൻ യൂറോപ്പിലെ സ്ലാവുകളുടെയും ഗ്രീക്കുകാരുടെയും സ്ഥിതി മെച്ചപ്പെടുത്താൻ ഒരു നടപടിയുമുണ്ടായില്ല. അവർ അപ്പോഴും സുൽത്താന്റെ പ്രജകളായിരുന്നു. 1804 ൽ ഒരു സെർബിയൻ പന്നിവളർത്തുകാരനായ ബ്ലാക്ക് ജോർജ് എന്നൊരാൾ (കാരജോർജേവിച്ച് രാജവംശം സ്ഥാപിച്ചത് ഇദ്ദേഹമായിരുന്നു) തുർക്കികൾക്കെതിരായ കലാപം ആരംഭിച്ചിരുന്നു. പക്ഷേ, ശത്രുക്കൾ അദ്ദേഹത്തെ തോല്പിച്ചു; സുഹൃത്തായി ഭാവിച്ച എതിർ സെർബിയൻ ഗ്രൂപ്പിലുള്ള ഒരാൾ അദ്ദേഹത്തെ വധിച്ചു. ആ സുഹൃത് നാട്യക്കാരന്റെ പേര് മിലോഷ് ഒബറേവിച്ച് എന്നായിരുന്നു. (ഒബ്രനോവിച്ച് രാജകുടുംബത്തിന്റെ സ്ഥാപകൻ അദ്ദേഹമാ

യിരുന്നു). അങ്ങനെ തുർക്കികൾ ബാൾക്കൻസിലെ ചോദ്യം ചെയ്യപ്പെടാത്ത യജമാനന്മാരായി തുടർന്നു.

ഗ്രീക്കുകാർക്ക് രണ്ടായിരം വർഷങ്ങൾക്കു മുമ്പ് സ്വാതന്ത്ര്യം നഷ്ടപ്പെട്ടതായിരുന്നു; അതുമുതൽ അവർ പലരുടെയും പ്രജകളായിരുന്നു– മാസിഡോണിയക്കാരുടെ, റോമാക്കാരുടെ, വെനീഷ്യന്മാരുടെ തുർക്കികളുടെ. ഗ്രീക്കുകാർക്കും പ്രതീക്ഷയുണ്ടായിരുന്നു. സാർടോറിസ്കിയോടൊപ്പം അലക്സാണ്ടർ ചക്രവർത്തിയുടെ അടുത്ത ചങ്ങാതിയായിരുന്ന കാപോ ദ ഇസ്ട്രിയ അവർക്കുവേണ്ടി എന്തെങ്കിലും ചെയ്യുമെന്നവർ പ്രതീക്ഷിച്ചിരുന്നു. പക്ഷേ, വിയന്നാ കോൺഗ്രസിന് ഗ്രീക്കുകാരുടെ കാര്യത്തിൽ ഒട്ടും താല്പര്യമില്ലായിരുന്നു. അവർക്ക് താല്പര്യമുണ്ടായിരുന്നത് "നിയമേന" അർഹരായ രാജാക്കളെ അവർ ക്രിസ്ത്യാനികളായാലും മുസ്ലീങ്ങളായാലും മറ്റേതു വിഭാഗത്തിൽ പെട്ടവരായാലും പുനഃസ്ഥാപിക്കുകയെന്നതായിരുന്നു. അതുകൊണ്ട് ഗ്രീക്കുകാരുടെ കാര്യത്തിൽ ഒന്നും ചെയ്തില്ല.

വിയന്നാ കോൺഗ്രസിന്റെ അവസാനത്തേതും എന്നാൽ ഏറ്റവും ഭയാനകവുമായ പ്രമാദം ജർമ്മൻപ്രശ്നം പരിഹരിച്ച രീതിയിലായിരുന്നു. മതനവീകരണവും മുപ്പതുവത്സരയുദ്ധവും രാജ്യത്തിന്റെ സമ്പൽസമൃദ്ധി നശിപ്പിക്കുക മാത്രമല്ല ചെയ്തത്, രാജ്യത്തെ ആകപ്പാടെ യാതൊരു പ്രതീക്ഷയ്ക്കും വകയില്ലാത്ത രാഷ്ട്രീയ ചവറ്റുകൂമ്പാരമാക്കി മാറ്റിയിരുന്നു. കുറേ രാജവാഴ്ചകളും കുറേ ഗ്രാന്റ് ഡച്ചികളും ഏറെ ഡച്ചികളും മാർഗ്രവേറ്റുകളും സാമന്തദേശങ്ങളും സ്വതന്ത്രനഗരങ്ങളും സ്വതന്ത്രഗ്രാമങ്ങളും ഒക്കെയായി വിഭജിച്ചുകിടക്കുകയായിരുന്നു ജർമ്മനി. അവിടങ്ങളിലെ ഭരണാധികാരികൾ ഓപറാ കോമഡികളിലെ കഥാപാത്രങ്ങളെ അനുസ്മരിപ്പിച്ചിരുന്നു. മഹാനായ ഫ്രെഡറിക് ഈ സ്ഥിതിക്ക് മാറ്റം വരുത്തി. അദ്ദേഹം സുശക്തമായ പ്രഷ്യാരാജ്യം സ്ഥാപിച്ചു. പക്ഷേ, അത് അദ്ദേഹത്തിന്റെ മരണത്തിനു ശേഷം അധികകാലം നിലനിന്നില്ല.

ഈ രാജ്യങ്ങളുടെ സ്വാതന്ത്ര്യത്തിനുവേണ്ടിയുള്ള ആവശ്യം നെപ്പോളിയൻ പ്രത്യേകമായി അടയാളപ്പെടുത്തിവച്ചിരുന്നു; അവയിൽ ആകെയുള്ള മുന്നൂറിലധികം രാജ്യങ്ങളിൽ 1806 ൽ അവശേഷിച്ചിരുന്നത് കേവലം അമ്പത്തിരണ്ടെണ്ണം മാത്രമായിരുന്നു. സ്വാതന്ത്ര്യത്തിനു വേണ്ടിയുള്ള മഹത്തായ സമരത്തിന്റെ കാലത്ത് അനേകം യുവാക്കൾ പുതിയൊരു ശക്തവും ഏകീകൃതവുമായ പിതൃഭൂമി സ്വപ്നം കണ്ടിരുന്നു. പക്ഷേ, ശക്തമായൊരു നേതൃത്വമില്ലാതെ ഐക്യം സാദ്ധ്യമല്ലായിരുന്നു. ആരായിരിക്കണം ഈ നേതാവ്?

ജർമ്മൻ സംസാരിക്കുന്ന ഇടങ്ങളിൽ അഞ്ചു രാജ്യങ്ങളാണുണ്ടായിരുന്നത്. ഇവയിൽ രണ്ടെണ്ണത്തിന്റെ, ആസ്ത്രിയയുടേയും പ്രഷ്യയുടെയും- ഭരണാധികാരികൾ ദൈവകൃപയാൽ രാജാക്കന്മാരായിത്തീർന്നവരായിരുന്നു. മറ്റു മൂന്നു രാജ്യങ്ങളുടെ, ബവേറിയയുടെയും സാക്സണിയുടെയും വുർട്ടൻബർഗ്ഗിന്റേയും, ഭരണാധികാരികൾ നെപ്പോളിയന്റെ

കൃപയാൽ രാജാവായിത്തീർന്നവരായിരുന്നു. അവർ ചക്രവർത്തിയുടെ വിശ്വസ്തസേവകന്മാരായിരുന്നു. അതുകൊണ്ട് തന്നെ ഇതര ജർമ്മൻ രാജ്യങ്ങളുടെ മുമ്പിൽ അവരുടെ രാജ്യസ്നേഹം ഒരു ചോദ്യചിഹ്നമായിരുന്നു.

വിയന്നാ കോൺഗ്രസ് ഒരുപുതിയ ജർമ്മൻ കോൺഫെഡറേഷൻ സ്ഥാപിച്ചു. മുപ്പത്തെട്ട് പരമാധികാരരാഷ്ട്രങ്ങളാണിതിലുണ്ടായിരുന്നത്. ആസ്ത്രിയൻ രാജാവായിരുന്നു ഇതിന്റെ ചെയർമാൻ. അദ്ദേഹം അറിയപ്പെട്ടത് ആസ്ത്രിയൻ ചക്രവർത്തിയെന്നായിരുന്നു. ഇതൊരു താല്ക്കാലിക ഏർപ്പാടാണെന്നെല്ലാവർക്കും അറിയാമായിരുന്നു. അത് ആരെയും തൃപ്തിപ്പെടുത്തിയില്ല. ഒരു ജർമ്മൻ ഡയറ്റ് സ്ഥാപിച്ചിരുന്നുവെന്നത് നേര്. അത് പഴയ കോറണേഷൻ നഗരമായ ഫ്രാങ്ക്ഫർട്ടിലാണ് സമ്മേളിച്ചിരുന്നത്. "പൊതു നയവും പ്രാധാന്യവു"മൊക്കെയാണിതിൽ ചർച്ച ചെയ്യാമായിരുന്നത്. പക്ഷേ ഈ ഡയറ്റിൽ മുപ്പത്തെട്ടു രാജ്യങ്ങളുടെ മുപ്പത്തെട്ടു പ്രതിനിധികൾ മുപ്പത്തെട്ട് വ്യത്യസ്ത താല്പര്യങ്ങളുടെ വക്താക്കളായിരുന്നു. ഏകകണ്ഠമായ വോട്ടിങ്ങില്ലായിരുന്നുവെങ്കിൽ (പണ്ടുകാലത്ത് ശക്തമായ പോളണ്ട് സാമ്രാജ്യത്തെ നശിപ്പിച്ച ഒരു പാർലമെന്റു നിയമം) ഒരു തീരുമാനവും എടുക്കാൻ കഴിയുകയില്ലായിരുന്നു. പ്രശസ്തമായ ജർമ്മൻ കോൺഫഡേഷൻ വൈകാതെ യൂറോപ്പിന്റെ പരിഹാസപാത്രമായിത്തീർന്നു. ആസ്ത്രിയൻ സാമ്രാജ്യത്തിന്റെ രാഷ്ട്രീയം ഏതാണ്ട് കഴിഞ്ഞ നൂറ്റാണ്ടിന്റെ (19-ാം നൂറ്റാണ്ട്) നാല്പതുകളിലേയും അമ്പതുകളിലേയും മദ്ധ്യ അമേരിക്കൻ രാജ്യങ്ങളുടേത് പോലെയായിത്തീർന്നു.

ദേശീയത്വമെന്ന ആദർശത്തിനു വേണ്ടി എല്ലാം ത്യജിച്ച ജനങ്ങളെ അവഹേളിക്കുന്നതിനു തുല്യമായിരുന്നു ഇത്. പക്ഷേ, വിയന്നാ കോൺഗ്രസിനു 'പ്രജകളുടെ' സ്വകാര്യവികാരങ്ങളിൽ താല്പര്യമില്ലായിരുന്നു; ചർച്ച അവിടെ അവസാനിക്കുകയായിരുന്നു.

ആരെങ്കിലും തടഞ്ഞുവോ? തീർച്ചയായും നെപ്പോളിയനെതിരായ ആദ്യഘട്ടത്തിലെ വിദ്വേഷം ശമിച്ചുതുടങ്ങിയപ്പോൾ, മഹായുദ്ധത്തിന്റെ ആവേശം തണുത്തുതുടങ്ങിയപ്പോൾ "സമാധാനത്തിന്റെയും സ്ഥിരതയുടേയും" പേരിൽ ചെയ്ത പാതകങ്ങളെക്കുറിച്ച് ജനങ്ങൾക്കു പൂർണ്ണ ബോദ്ധ്യം വന്നു; ജനങ്ങൾ പിറുപിറുക്കാൻ തുടങ്ങി. തുറന്നകലാപത്തിന്റെ ഭീഷണികൾ പോലുമുണ്ടായി. പക്ഷേ, അവർക്കെന്തു ചെയ്യാൻ കഴിയും? അവർക്കധികാരമുണ്ടായിരുന്നില്ല. ലോകം കണ്ടതിൽ വച്ച് ഏറ്റവും ശക്തമായ, ദാക്ഷിണ്യമില്ലാത്ത പൊലീസ് സംവിധാനത്തിന്റെ നിരീക്ഷണത്തിലായിരുന്നു അവർ.

വിയന്നാ കോൺഗ്രസിന്റെ അംഗങ്ങൾ ആത്മാർത്ഥമായി വിശ്വസിച്ചിരുന്നത്, "വിപ്ലവത്തിന്റെ തത്ത്വമാണ് മുൻചക്രവർത്തി നെപ്പോളിയൻ സിംഹാസനം പിടിച്ചടക്കുന്നതിലേക്ക് നയിച്ചത്" എന്നായിരുന്നു. 'ഫ്രഞ്ചു ആശയങ്ങൾ' ഉന്മൂലനം ചെയ്യാൻ ബാദ്ധ്യതപ്പെട്ടവരാണ് തങ്ങളെന്ന് വിയ

ന്നയിൽ സമ്മേളിച്ചവർ കരുതി; മുമ്പ് ഫിലിപ്പ് രണ്ടാമൻ പ്രൊട്ടസ്റ്റന്റുകളെയോ മൂറുകളെയോ ചുട്ടു കൊല്ലുമ്പോൾ അയാൾ മനസ്സാക്ഷിയുടെ ശബ്ദം അനുസരിക്കുകമാത്രമായിരുന്നുവെന്നു പറയുന്നതുപോലെയായിരുന്നു ഇത്. പതിനാറാം നൂറ്റാണ്ടിൽ പോപ്പിന് ഇഷ്ടമുള്ളതുപോലെ ഭരിക്കാനുള്ള ദൈവദത്തമായ അവകാശമുണ്ടെന്ന് വിശ്വസിക്കാത്ത ആരെങ്കിലുമുണ്ടെങ്കിൽ അയാൾ ഒരു 'മതദ്രോഹി' ആയിരുന്നു. അയാളെകൊല്ലേണ്ടത് വിശ്വസ്തപൗരന്മാരുടെ കർത്തവ്യമായിരുന്നു. പത്തൊമ്പതാം നൂറ്റാണ്ടിന്റെ തുടക്കത്തിൽ യൂറോപ്പു വൻകരയിൽ രാജാവിന് തനിക്കിഷ്ടമുള്ളതുപോലെ ഭരിക്കാനുള്ള ദൈവദത്തമായ അവകാശമുണ്ടെന്നംഗീകരിക്കാത്തവർ "മതദ്രോഹി" ആയിരുന്നു, വിശ്വസ്ത പൗരന്മാർ അവരെ തള്ളിപ്പറയുകയും അടുത്ത പോലീസ് സ്റ്റേഷനിൽ വിവരം അറിയിക്കുകയും അവർക്കു ശിക്ഷ ലഭിക്കുന്നുണ്ടെന്ന് ഉറപ്പുവരുത്തുകയും ചെയ്യേണ്ടതുണ്ടായിരുന്നു.

പക്ഷേ, 1815-ാമാണ്ടിലെ ഭരണാധികാരികൾ നെപ്പോളിയന്റെ സ്കൂളിൽ നിന്നാണ് കാര്യക്ഷമത സ്വായത്തമാക്കിയത്; അവർ 1517 ലെ ഭരണാധികാരികളേക്കാൾ നന്നായി ഉത്തരവാദിത്വങ്ങൾ നിർവ്വഹിച്ചിരുന്നു. 1815 മുതൽ 1860 വരെയുള്ളകാലം രാഷ്ട്രീയചാരന്മാരുടെ കാലമായിരുന്നു. ചാരന്മാർ എല്ലായിടത്തുമുണ്ടായിരുന്നു. അവർ കൊട്ടാരങ്ങളിൽ ജീവിച്ചിരുന്നു; ഏറ്റവും താണ ജിൻഷോപ്പിലും (മദ്യശാല) അവരെ കാണാമായിരുന്നു. മന്ത്രിമാരുടെ മുറികളിൽ അവർ ഒളിഞ്ഞുനോക്കുമായിരുന്നു. മുനിസിപ്പൽ പാർക്കിലെ ബെഞ്ചുകളിലിരുന്നു കാറ്റു കൊള്ളുന്നവരുടെ സംഭാഷണങ്ങൾ അവർ ശ്രദ്ധിക്കുമായിരുന്നു. അവർ അതിർത്തികളിൽ അതീവശ്രദ്ധ പുലർത്തി, ശരിയായ പാസ്പോർട്ടില്ലാതെ പോകുന്നവരെ പിടിച്ചു; രാജ്യത്തിനുള്ളിലേക്കു വരുന്ന ഓരോ പാക്കേജും സൂക്ഷ്മതയോടെ പരിശോധിച്ചു, ആപല്ക്കരമായ 'ഫ്രഞ്ച് ആശയങ്ങൾ' കടന്നുവരുന്നില്ലെന്നുറപ്പു വരുത്തി; ലക്ചർ ഹാളുകളിൽ വിദ്യാർത്ഥികൾക്കിടയിലിരുന്നു; പ്രൊഫസർമാർ വ്യവസ്ഥയ്ക്കെതിരായി എന്തെങ്കിലും പറയുന്നുണ്ടോ എന്നു നോക്കി. പള്ളിയിലേക്കൊരുമിച്ചു പോകുന്ന ആൺപിള്ളേരും പെൺപിള്ളേരും അനാവശ്യം കാണിക്കാതിരിക്കാൻ ശ്രദ്ധിച്ചു.

മിക്ക കാര്യങ്ങളിലും അവർക്കു പുരോഹിതന്മാരുടെ സഹായം കിട്ടി. വിപ്ലവകാലത്ത് പള്ളി ഏറെ സഹിച്ചിരുന്നു. പള്ളിയുടെ സമ്പത്ത് കണ്ടുകെട്ടിയിരുന്നു. അനേകം പുരോഹിതന്മാരെ കൊന്നൊടുക്കിയിരുന്നു. വോൾട്ടയറിൽ നിന്നും റൂസോവിൽ നിന്നും മറ്റു ഫ്രഞ്ചു ദാർശനികരിൽ നിന്നും നാസ്തികത പഠിച്ചെടുത്ത തലമുറ, 1793 ഒക്ടോബറിൽ ദൈവാരാധന നിർത്തലാക്കിയപ്പോൾ യുക്തിയുടെ അൾത്താരയിൽ ആനന്ദനൃത്തമാടി; പുരോഹിതന്മാർ ഭ്രഷ്ടജനങ്ങളോടൊപ്പം ദീർഘകാലത്തേക്കു നാടുവിട്ടു. സഖ്യസൈന്യങ്ങളുടെ സാന്നിദ്ധ്യത്തിൽ സുരക്ഷിതരാണെന്നു കണ്ട് എല്ലാവരും തിരിച്ചുവന്നു. അവരെല്ലാം പ്രതികാരമനോ

ഭാവത്തോടെ പ്രവർത്തിക്കാൻ തുടങ്ങി.

1814 ൽ ജെസ്യൂട്ടുകൾപോലും തിരിച്ചുവന്നു. അവർ ചെറുപ്പക്കാരെ പഠിപ്പിക്കാൻ തുടങ്ങി. സഭാശത്രുക്കൾക്കെതിരായ പ്രവർത്തനത്തിൽ ജെസ്യൂട്ടുകൾ ഒരല്പം വിജയം വരിച്ചു. അവർ ലോകത്തിലെ എല്ലാഭാഗങ്ങളിലും "പ്രോവിൻസുകൾ" സ്ഥാപിച്ചിരുന്നു; തദ്ദേശ ജനങ്ങൾക്ക് ക്രിസ്ത്യൻ മതത്തിന്റെ ആനന്ദാനുഗ്രഹങ്ങൾ പഠിപ്പിക്കുന്നതിനുവേണ്ടിയായിരുന്നു അത്. വൈകാതെ ഇതൊരു കച്ചവടക്കമ്പനിയായി മാറി; അവർ സിവിൽ അധികാരികളുമായി ഇടപഴകാൻ തുടങ്ങി. പോർച്ചുഗലിന്റെ നവീകരണാവേശമായിരുന്ന മാർക്വിസ് ദ പോംബാലിന്റെ ഭരണകാലത്ത് ജെസ്യൂട്ടുകൾ പോർത്തുഗീസ് പ്രദേശങ്ങളിൽ നിന്ന് ആട്ടിയോടിക്കപ്പെട്ടു. എന്നാൽ 1773 ൽ യൂറോപ്പിലെ ഭൂരിപക്ഷം കത്തോലിക്കാ രാജ്യങ്ങളുടേയും അഭ്യർത്ഥന മാനിച്ച്, പോപ്പ് ക്ലമന്റ് പതിനാലാമൻ ആ ഉത്തരവ് റദ്ദാക്കി. ജെസ്യൂട്ടുകൾ അവരുടെ ദൗത്യം പുനരാരംഭിച്ചു. 'അനുസരണം,' 'നിയമേനയുള്ള രാജവംശത്തോടുള്ള സ്നേഹം' തുടങ്ങിയ തത്ത്വങ്ങൾ പ്രസംഗിച്ചു നടന്നു.

എന്നാൽ പ്രഷ്യ പോലുള്ള പ്രൊട്ടസ്റ്റന്റ് രാജ്യങ്ങളിലും മെച്ചപ്പെട്ട ഒരന്തരീക്ഷമുണ്ടായിരുന്നില്ല. 1812 ലെ സ്വദേശാഭിമാനപ്രസ്ഥാന നേതാക്കന്മാരും, പിടിച്ചുപറിക്കാരനെതിരെ പുണ്യയുദ്ധം പ്രചരിപ്പിച്ച കവികളും എഴുത്തുകാരും എല്ലാം ഇപ്പോൾ ആപല്ക്കാരികളായ തെരുവുപ്രസംഗകരായി മുദ്രകുത്തപ്പെട്ടു. അവരുടെ വീടുകൾ സർച്ച് ചെയ്തു. അവരുടെ കത്തുകൾ പൊളിച്ചു വായിച്ചു. കൃത്യമായ ഇടവേളകളിൽ പൊലീസ് സ്റ്റേഷനിൽ ഹാജരായി സ്വന്തം പ്രവൃത്തികളെപ്പറ്റി വിവരം നല്കാനും ആജ്ഞാപിക്കപ്പെട്ടു. പ്രഷ്യൻ ഡ്രിൽമാസ്റ്റർമാരെ ഭയനാകമായ രൂപത്തിൽ യുവാക്കൾക്കെതിരെ അഴിച്ചുവിട്ടു. ഒരിക്കൽ ഒരുസംഘം വിദ്യാർത്ഥികൾ മതനവീകരണത്തിന്റെ മൂന്നാംനൂറ്റാണ്ട് ആഘോഷിച്ചു. അല്പം ശബ്ദബഹുലമായ ആഘോഷമായിരുന്നു അത്; എന്നാൽ മറ്റു കുഴപ്പങ്ങളൊന്നുമുണ്ടായിരുന്നില്ല. ഇതു കണ്ട പ്രഷ്യൻ ബ്യൂറോക്രാറ്റുകൾക്ക് കലാപം ആസന്നമാണെന്ന തോന്നലുണ്ടായി. മറ്റൊരിക്കൽ ഒരു മതശാസ്ത്രവിദ്യാർത്ഥി- അയാൾ ബുദ്ധിമാനൊന്നുമായിരുന്നില്ല, പക്ഷേ, സത്യസന്ധനായിരുന്നു– ജർമ്മനിയിൽ പ്രവർത്തിക്കുന്ന ഒരു റഷ്യൻ ചാരനെ കൊന്നു. ഇതോടെ സർവ്വകലാശാലകൾ പൊലീസ് മേൽനോട്ടത്തിലാക്കി. ശരിയായ ഒരു വിചാരണയുമില്ലാതെ പ്രൊഫസർമാരെ ജയിലിലടയ്ക്കുകയോ പിരിച്ചുവിടുകയോ ചെയ്തു.

വിപ്ലവവിരുദ്ധപ്രവർത്തനങ്ങളിൽ റഷ്യൻ നീക്കങ്ങൾ ഏറ്റവും അസംബന്ധപൂർണ്ണങ്ങളായിരുന്നു. അലക്സാണ്ടർ ചക്രവർത്തി തന്റെ അസുഖത്തിൽ നിന്ന് വിമുക്തനായിരുന്നു. പഴയ ധർമ്മ ഭയത്തിൽ നിന്ന് കടുത്ത ശോകത്തിലേക്ക് അദ്ദേഹം മാറിയെന്നു മാത്രം. തന്റെ പരിമിതമായ കഴിവുകളെപ്പറ്റി അദ്ദേഹത്തിന് നന്നായി അറിയാമായിരുന്നു. വിയന്നയിൽ താൻ മെറ്റർനിക്കിന്റേയും ക്രൂഡനർ സ്ത്രീയുടെയും ഇരയായി

രുന്നുവെന്നും അദ്ദേഹത്തിനറിയാമായിരുന്നു. അദ്ദേഹം കൂടുതൽ കൂടുതൽ പാശ്ചാത്യലോകത്ത് നിന്ന് പിന്തിരിയുകയും ശരിയായ റഷ്യൻ ഭരണാധികാരിയായി മാറുകയും ചെയ്തു. അദ്ദേഹത്തിന്റെ താല്പര്യം കോൺസ്റ്റാന്റിനോപ്പിളിൽ ആയിരുന്നു. ആ പഴയ പുണ്യനഗരമായിരുന്നു സ്ലാവുകളുടെ പ്രഥമാദ്ധ്യാപകൻ. വയസ്സാകുന്തോറും അദ്ദേഹം കഠിനാദ്ധ്വാനം ചെയ്തു, പക്ഷേ, വളരെ കുറച്ചു മാത്രമേ അദ്ദേഹത്തിന് നേടിയെടുക്കാൻ കഴിഞ്ഞുള്ളൂ. ചക്രവർത്തി പഠനമുറിയിലായിരുന്നപ്പോൾ മന്ത്രിമാർ റഷ്യയെ ആകമാനം സൈന്യബാരക്കുകളുടെ നാടായി പരിവർത്തനം ചെയ്തു.

ഇതൊരു സുഖമുള്ള ചിത്രമല്ല. ഒരുപക്ഷേ, ഈ വലിയ തിരിച്ചുപോക്കിന്റെ, പിന്മാറ്റത്തിന്റെ, വിവരണം ഞാൻ ചുരുക്കേണ്ടതായിരുന്നു. പക്ഷേ, ആ കാലത്തെപ്പറ്റി ശരിയായ ധാരണയുണ്ടാവുന്നതാണ് നല്ലത്. ചരിത്രത്തിന്റെ ഘടികാരം പിറകോട്ട് തള്ളാൻ നടന്ന ആദ്യത്തെ ശ്രമമായിരുന്നില്ല അത്. പക്ഷേ, ഫലം വളരെ സ്വാഭാവികമായിരുന്നു.

ദേശീയ സ്വാതന്ത്ര്യം

ദേശീയ സ്വാതന്ത്ര്യത്തോടുള്ള സ്നേഹം വളരെ ശക്തമായിരുന്നു. അത് എളുപ്പത്തിൽ തകർക്കാൻ കഴിയില്ലായിരുന്നു. വിയന്നാ കോൺഗ്രസിന്റെ പിന്തിരിപ്പൻ നടപടികൾക്കെതിരെ ആദ്യം കലാപമുയർത്തിയത് തെക്കെ അമേരിക്കക്കാരായിരുന്നു. ഗ്രീസും ബൽജിയവും സ്പെയിനും മറ്റനേകം യൂറോപ്യൻ രാജ്യങ്ങളും പിന്തുടർന്നു. പത്തൊമ്പതാം നൂറ്റാണ്ട് സ്വാതന്ത്ര്യസമരങ്ങളെപ്പറ്റിയുള്ള ഊഹാപോഹങ്ങളാൽ നിറഞ്ഞു

"**വി**യന്നാ കോൺഗ്രസ് എടുത്തിരുന്ന തീരുമാനങ്ങൾക്കു പകരം മറ്റു ചില കാര്യങ്ങൾ ചെയ്തിരുന്നെങ്കിൽ പത്തൊമ്പതാം നൂറ്റാണ്ടിലെ യൂറോപ്പിന്റെ ചരിത്രം വ്യത്യസ്തമാകുമായിരുന്നു എന്നു പറയുന്നതിൽ ഒരർത്ഥവുമില്ല. മഹത്തായൊരു വിപ്ലവത്തിലൂടെ കടന്നുവന്ന, ഇരുപത് വർഷക്കാലത്തെ ഭീകരവും മിക്കവാറും തുടർച്ചയായതുമായ യുദ്ധങ്ങളിലൂടെ കടന്നു വന്ന മനുഷ്യരുടെ ഒരു സമ്മേളനമായിരുന്നു വിയന്നാ കോൺഗ്രസ്. അവർ സമ്മേളിച്ചത് യൂറോപ്പിന് 'സമാധാനവും സ്ഥിരതയും' നല്കുന്നതിനു വേണ്ടിയായിരുന്നു. ജനങ്ങൾക്കതാണാവശ്യമെന്ന് അവർ വിശ്വസിച്ചു. നാം പിന്തിരിപ്പന്മാരെന്ന് വിളിക്കുന്നവരായിരുന്നു അവർ. ബഹുജനങ്ങൾക്ക് ഭരണശേഷിയില്ലെന്ന് അവർ ആത്മാർത്ഥമായി വിശ്വസിച്ചു. ദീർഘകാലം നീണ്ടു നില്ക്കുന്ന വിജയത്തിന് സാദ്ധ്യതയൊരുക്കുന്നതരത്തിൽ അവർ യൂറോപ്പിന്റെ ഭൂപടം മാറ്റിവരിച്ചു. അവർ പരാജയപ്പെട്ടു, അവരുടെ ബോധപൂർവ്വമായ ദുഷ്ടപ്രവൃത്തികൊണ്ടായിരുന്നില്ല അത്. അവരധികവും പഴയകാലത്തെ മനുഷ്യരായിരുന്നു. യൗവനത്തിന്റെ പ്രശാന്തതയിൽ അനുഭവിച്ച ആനന്ദങ്ങൾ അയവിറക്കുന്ന മനുഷ്യർ; ആ അനുഗൃഹീത കാലത്തിന്റെ തിരിച്ചുവരവിന്ന് അവർ ആഗ്രഹിച്ചു. യൂറോപ്പ് വൻകരയിലെ മനുഷ്യരുടെ മനസ്സിൽ വിപ്ലവ സിദ്ധാന്തങ്ങൾക്കുണ്ടായിരുന്ന സ്വാധീനം കണ്ടറിയുന്നതിൽ അവർ പരാജയപ്പെട്ടു. അത് ഒരു ദൗർഭാഗ്യമായിരുന്നു, പക്ഷേ പാപമൊന്നുമായിരുന്നില്ല. പക്ഷേ, ഫ്രഞ്ച് വിപ്ലവം യൂറോപ്പിനെ മാത്രമല്ല അമേരിക്കയെയും പഠിപ്പിച്ച പല കാര്യങ്ങളിലൊന്ന് സ്വന്തം 'ദേശീയത്വ'ത്തിന് ജനങ്ങൾക്കുള്ള അവകാശമായിരുന്നു.

നെപ്പോളിയൻ ഒന്നിനെയും ആരേയും ആദരിച്ചിരുന്നില്ല. ദേശീയവും

രാജ്യസ്നേഹപരവുമായ അഭിലാഷങ്ങളെ വളരെ ക്രൂരമായാണ് അദ്ദേഹം അടിച്ചമർത്തിയത്. പക്ഷേ, ആദ്യകാല വിപ്ലവനേതാക്കളുടെ വീക്ഷണം വ്യത്യസ്തമായിരുന്നു. "ദേശീയത്വമെന്നാൽ രാഷ്ട്രീയമായ അതിർത്തികളോ, വട്ടത്തലയോ, വീതികൂടിയ മൂക്കോ ആയിരുന്നില്ല. അത് ഹൃദയത്തിന്റെയും ആത്മാവിന്റെയും പ്രശ്നമായിരുന്നു." ഇതായിരുന്നു അവരുടെ നൂതന സിദ്ധാന്തം. ഫ്രഞ്ച് കുട്ടികളെ ഫ്രഞ്ച് ദേശത്തിന്റെ മഹത്വം പഠിപ്പിക്കുമ്പോൾ, സ്പെയിൻകാരേയും ഹോളണ്ടുകാരേയും ഇറ്റലിക്കാരേയും അതേകാര്യം ചെയ്യാൻ പ്രോത്സാഹിപ്പിക്കുകയായിരുന്നു അവർ. അവരെല്ലാവരും റൂസോവിന്റെ മഹദ് ഗുണങ്ങളെ പറ്റി ആവേശം കൊണ്ടിരുന്നു. അവർ വൈകാതെ സ്വന്തം ഭൂതകാലത്തേക്ക് തീർത്ഥയാത്ര നടത്തി. ഫ്യൂഡൽ വ്യവസ്ഥയുടെ അവശിഷ്ടങ്ങൾക്ക് താഴെ അടക്കം ചെയ്യപ്പെട്ട ശക്തമായ മനുഷ്യവംശങ്ങളുടെ അസ്ഥികൾ അവർ കണ്ടെത്തി. ആ വംശങ്ങളുടെ ദുർബ്ബലരായ പിൻഗാമികളാണ് തങ്ങളെന്നും അവർ കണ്ടെത്തി.

പത്തൊമ്പതാം നൂറ്റാണ്ടിന്റെ ആദ്യ പകുതി മഹത്തായ ചരിത്ര കണ്ടുപിടുത്തങ്ങളുടെ കാലമായിരുന്നു. എല്ലായിടത്തും ചരിത്രകാരന്മാർ മദ്ധ്യകാലപ്രമാണങ്ങളും വിവരണങ്ങളും കണ്ടെടുത്ത് പ്രസിദ്ധീകരിക്കുകയായിരുന്നു. പഴയ പിതൃഭൂമിയെപ്പറ്റിയുള്ള ശക്തമായ അഭിമാനബോധമായിരുന്നു ഇതിന്റെ ഫലം. ഇവയിൽ പലതും ചരിത്രവസ്തുതകളുടെ തെറ്റായ വ്യാഖ്യാനത്തിന്റെ ഫലമായിരുന്നു. പക്ഷേ, പ്രായോഗിക രാഷ്ട്രീയത്തിൽ സത്യമെന്താണെന്നതല്ല പ്രശ്നം, ജനങ്ങൾ എന്തു വിശ്വസിക്കുന്നുവെന്നതാണ്. ഭൂരിപക്ഷം രാജ്യങ്ങളിലും രാജാക്കന്മാരും പ്രജകളും അവരുടെ മുൻഗാമികളുടെ മഹത്വത്തിലും യശസ്സിലും ഉറച്ചു വിശ്വസിച്ചു.

വിയന്നാ കോൺഗ്രസിന് വൈകാരിക സമീപനമുണ്ടായിരുന്നില്ല. മഹാതിരുമനസ്സുകൾ യൂറോപ്പിന്റെ ഭൂപടം വിഭജിച്ചത് അര ഡസൻ രാജകുടുംബങ്ങളുടെ താല്പര്യമനുസരിച്ചായിരുന്നു. 'ദേശീയാഭിലാഷങ്ങ'ളെ അവർ ഇൻഡക്സിന്റെ ഭാഗമാക്കി; വിലയ്ക്കപ്പെട്ട പുസ്തകങ്ങളുടെ പട്ടികയായിരുന്നു ഇൻഡക്സ്; ഒപ്പം ആപല്ക്കരമായ 'ഫ്രഞ്ചു തത്ത്വങ്ങളുടെ'യും ഭാഗമാക്കി.

പക്ഷേ, ചരിത്രം കോൺഗ്രസുകളെ ആദരിക്കുന്ന ഒന്നല്ല. ഒന്നല്ലെങ്കിൽ വേറൊരു കാരണം കൊണ്ട് (അതൊരു ചരിത്ര നിയമമാവാം, പക്ഷേ, അതുവരെ പണ്ഡിതന്മാരുടെ ശ്രദ്ധയിൽ പെടാത്ത കാര്യമായിരുന്നു) 'ദേശ'ങ്ങൾ മനുഷ്യസമൂഹത്തിന്റെ ക്രമപ്രവൃദ്ധമായ വളർച്ചയ്ക്കാവശ്യമാണെന്നു തോന്നിത്തുടങ്ങിയിരുന്നു. ദേശീയത്വത്തിന്റെ വേലിയേറ്റം തടയാനുള്ള പരിശ്രമം തികഞ്ഞ പരാജയമായിരുന്നു; ആളുകൾ ചിന്തിക്കുന്നത് തടയാനുള്ള മെറ്റർനിക്കിന്റെ പ്രയത്നങ്ങളും പരാജയമായിരുന്നല്ലോ.

കൗതുകകരമായ കാര്യം, ആദ്യത്തെ അസ്വാസ്ഥ്യങ്ങൾ രൂപപ്പെട്ടത്

ലോകത്തിന്റെ വിദൂരസ്ഥമായ ഒരിടത്താണെന്നതാണ്, തെക്കെ അമേരിക്കയിൽ. നെപ്പോളിയന്റെ യുദ്ധങ്ങളുടെ കാലത്ത് തെക്കെ അമേരിക്കയിലെ സ്പാനിഷ് കോളനികൾ താരതമ്യേന സ്വാതന്ത്ര്യം അനുഭവിച്ചിരുന്നു. ഫ്രഞ്ചുചക്രവർത്തി സ്പാനിഷ് രാജാവിനെ തടവിലാക്കിയപ്പോൾ അവർ രാജാവിനോട് വിശ്വസ്തത പുലർത്തിയിരുന്നു; 1808 ൽ ജോസഫ് ബോണപ്പാർട്ടിനെ സ്പാനിഷ് രാജാവായി നെപ്പോളിയൻ അവരോധിച്ചപ്പോൾ ദക്ഷിണ അമേരിക്കൻ കോളണിസ്റ്റുകൾ അതംഗീകരിച്ചില്ല.

സത്യത്തിൽ വിപ്ലവത്തിൽ സ്തബ്ധമായിപ്പോയ ഒരേയൊരമേരിക്കൻ പ്രദേശം ഹെയ്തിയായിരുന്നു; കൊളംബസിന്റെ ആദ്യയാത്രയിലെത്തിച്ചേർന്ന സ്ഥലമായിരുന്നു അത്. ഇവിടെ 1791 ൽ ഫ്രഞ്ച് കൺവൻഷൻ കറുത്ത സഹോദരന്മാർക്ക് അതുവരെ വെള്ളയജമാനന്മാർ മാത്രം അനുഭവിച്ച പ്രത്യേകാവകാശങ്ങൾ നല്കിയിരുന്നു. സ്നേഹത്തിന്റെയും മനുഷ്യസാഹോദര്യത്തിന്റെയും പൊടുന്നനേയുള്ളൊരു പ്രകടനമായിരുന്നു അത്. പക്ഷേ, വൈകാതെ തന്നെ ഈ നടപടിയിൽ ഫ്രഞ്ചുകാർ പശ്ചാത്തപിച്ചു. പക്ഷേ, മുൻവാഗ്ദാനം പിൻവലിച്ചതോടെ ഫ്രഞ്ചു സൈന്യവും ഹെയ്തിയിലെ തദ്ദേശീയ സൈന്യവും തമ്മിൽ വർഷങ്ങൾ നീണ്ടു നിന്ന യുദ്ധം നടന്നു. നെപ്പോളിയന്റെ സഹോദരീഭർത്താവായ ജനറൽ ലെക്ലെർക്കും ഹെയ്ത്തിയിലെ നീഗ്രോതലവനായ ടൊസ്സന്റ് എൽ ഓവർച്ചറുമായിരുന്നു രണ്ടു ഭാഗത്തേയും സൈന്യാധിപന്മാർ. 1801 ൽ സമാധാനവ്യവസ്ഥകൾ ചർച്ച ചെയ്യുന്നതിന് ലെക്ലെർക്കിനെ സന്ദർശിക്കാൻ ടൊസ്സന്റിന് നിർദ്ദേശം ലഭിച്ചു.

ആപത്തൊന്നുമുണ്ടാവില്ലെന്ന വെള്ളക്കാരായ എതിരാളികളുടെ വാക്ക് ടൊസ്സന്റ് വിശ്വസിച്ചു. പക്ഷേ, ഒരു കപ്പലിൽ സംഭാഷണത്തിനു ചെന്ന ടൊസ്സന്റ് അവസാനം ഒരു ഫ്രഞ്ച് ജയിലിൽ വെച്ചാണ് മരിച്ചത്. പക്ഷേ, നീഗ്രോകൾക്ക് സ്വാതന്ത്ര്യം ലഭിക്കുകയും അവർ ഒരു റിപ്പബ്ലിക്ക് സ്ഥാപിക്കുകയും ചെയ്തു. ഈ റിപ്പബ്ലിക് സ്പാനിഷ്നുകത്തിൽ നിന്ന് രാജ്യത്തെ മോചിപ്പിക്കാനുള്ള ശ്രമത്തിൽ ആദ്യത്തെ ദക്ഷിണ അമേരിക്കൻ ദേശാഭിമാനിക്ക് ഏറെ സഹായം നല്കി.

സൈമൺ ബൊളിവർ 1783 ൽ വെനിസ്വലയിലെ കാരക്കാസിലായിരുന്നു ജനിച്ചത്. സ്പെയിനിലായിരുന്നു അദ്ദേഹത്തിന്റെ വിദ്യാഭ്യാസം. വിപ്ലവഗവൺമെന്റിന്റെ കാലത്ത് പാരീസ് സന്ദർശിച്ചിരുന്നു, അദ്ദേഹം. കുറച്ചുകാലം അദ്ദേഹം അമേരിക്കൻ ഐക്യനാടുകളിൽ താമസിച്ചു; പിന്നെ നാട്ടിലേക്കു തിരിച്ചു. നാട്ടിലന്ന് സ്പെയിനെതിരായ കടുത്ത വികാരമുണ്ടായിരുന്നു. ആ വികാരത്തിന് മൂർത്തരൂപം കൈവരികയായിരുന്നു. 1811 ൽ വെനിസ്വല സ്വാതന്ത്ര്യം പ്രഖ്യാപിച്ചു. ബൊളിവർ വിപ്ലവ സൈന്യാധിപനായി. എന്നാൽ, രണ്ടുമാസം കൊണ്ട് കലാപകാരികൾ പരാജയപ്പെട്ടു. ബൊളിവർ പലായനം ചെയ്തു.

അടുത്ത അഞ്ചുവർഷക്കാലം മിക്കവാറും പരാജിതമായ ഒരു ലക്ഷ്യത്തിന്റെ നേതാവായിരുന്നു ബൊളിവർ. അദ്ദേഹം തന്റെ സമ്പത്തെല്ലാം

ത്യജിക്കേണ്ടി വന്നു. ഹെയ്തിയൻ പ്രസിഡന്റിന്റെ സഹായമില്ലായിരുന്നെങ്കിൽ അദ്ദേഹത്തിന് അന്തിമസമരം നടത്താൻ കഴിയുമായിരുന്നില്ല. ആ സമരം വിജയം വരിച്ചു. തുടർന്ന് വിപ്ലവം ദക്ഷിണ അമേരിക്ക മുഴുവൻ വ്യാപിച്ചു, ബാഹ്യസഹായം കൂടാതെ സ്പെയിനിന് വിപ്ലവം അടിച്ചമർത്താൻ കഴിയില്ലായിരുന്നു. സ്പെയിൻ ഹോളി അലയൻസിന്റെ സഹായത്തിനപേക്ഷിച്ചു.

ഇത് ഇംഗ്ലണ്ടിന് ഭീതിയുളവാക്കി. ലോകത്തെമ്പാടുമുള്ള ചരക്കുകൾ കയറ്റി അയക്കുന്ന ചുമതല ഡച്ചുകാരിൽ നിന്ന് ഇംഗ്ലീഷ് കപ്പലുകൾ പിടിച്ചെടുത്തിരുന്നു. ഇതിൽ നിന്ന് അവർ വൻ ലാഭം പ്രതീക്ഷിക്കുന്നുണ്ടായിരുന്നു. ദക്ഷിണ അമേരിക്കൻ രാജ്യങ്ങളെല്ലാം സ്വാതന്ത്ര്യം പ്രഖ്യാപിച്ചാൽ ഇംഗ്ലണ്ടിന്റെ ലാഭം വർദ്ധിക്കുമായിരുന്നു. അമേരിക്കൻ ഐക്യനാടുകൾ ഇക്കാര്യത്തിൽ ഇടപെടുമെന്നായിരുന്നു ഇംഗ്ലണ്ടിന്റെ പ്രതീക്ഷ. പക്ഷേ, അമേരിക്കൻ സെനറ്റിന് അത്തരം പരിപാടികളൊന്നുമുണ്ടായിരുന്നില്ല. ജനപ്രതിനിധിസഭയിലാകട്ടെ, സ്പെയിനിന്ന് ഇഷ്ടാനുസരണം പ്രവർത്തിക്കാൻ സ്വാതന്ത്ര്യം നല്കണമെന്ന അഭിപ്രായപ്രകടനങ്ങളുണ്ടായി.

ആ ഘട്ടത്തിൽ ഇംഗ്ലണ്ടിൽ ഒരു മന്ത്രിസഭാ മാറ്റമുണ്ടായി. വിഗ്ഗുകൾ പോവുകയും ടോറികൾ മന്ത്രിസഭയുണ്ടാക്കുകയും ചെയ്തു. ജോർജ്ജ് കാനിങ് സ്റ്റേറ്റ് സെക്രട്ടറിയായി. ഹോളി അലയൻസ് ദക്ഷിണ അമേരിക്കാ വൻകരയിലെ കലാപം നടത്തുന്ന കോളനികൾക്കെതിരായി നടത്തുന്ന നടപടികൾ അമേരിക്ക അംഗീകരിക്കാതിരിക്കണമെന്നും, അങ്ങനെ ചെയ്താൽ ഇംഗ്ലീഷ് നാവിക സൈന്യത്തിന്റെ സമ്പൂർണ്ണമായ പിന്തുണ അമേരിക്ക ഗവൺമെന്റിന് ലഭിക്കുമെന്നും കാനിങ് സൂചിപ്പിച്ചു. മൺറോ ആയിരുന്നു അന്നത്തെ അമേരിക്കൻ പ്രസിഡന്റ്. 1823 ഡിസംബർ രണ്ടിന് പ്രസിഡന്റ് അമേരിക്കൻ കോൺഗ്രസിനെ അഭിസംബോധന ചെയ്തു. “സഖ്യശക്തികളുടെ ഭാഗത്ത് നിന്ന് പശ്ചിമാർദ്ധഗോളത്തിന്റെ ഏതു ഭാഗത്തേക്ക് തങ്ങളുടെ സംവിധാനം വ്യാപിപ്പിക്കാനുള്ള ശ്രമമുണ്ടായാലും അത് നമ്മുടെ സമാധാനത്തിനും സുരക്ഷയ്ക്കുമുള്ള ആപത്തായി അമേരിക്ക പരിഗണിക്കുന്നതാണ്” എന്നദ്ദേഹം പ്രസ്താവിച്ചു. “അത്തരം പ്രവർത്തനങ്ങളെ അമേരിക്കൻ ഗവൺമെന്റ് സൗഹൃദവിരുദ്ധ നടപടിയായി പരിഗണിക്കും” എന്നദ്ദേഹം മുന്നറിയിപ്പു നല്കി. നാലാഴ്ചയ്ക്കുശേഷം, ‘മൺറോ സിദ്ധാന്ത’ത്തിന്റെ പ്രമാണം ഇംഗ്ലീഷു പത്രങ്ങളിൽ അച്ചടിച്ചു വന്നു. പാവനസഖ്യത്തിലെ അംഗങ്ങൾ ഓരോന്നും സ്വന്തമായ അഭിപ്രായം രൂപീകരിക്കേണ്ടിവന്നു.

മെറ്റർനിക്ക് സംശയാലുവായിരുന്നു. വ്യക്തിപരമായി അമേരിക്കയുടെ അസന്തുഷ്ടി അദ്ദേഹം കാര്യമാക്കുമായിരുന്നില്ല. (1812 ലെ ആംഗ്ലോ-അമേരിക്കൻ യുദ്ധത്തിനുശേഷം അമേരിക്കൻ കരസൈന്യവും നാവികസൈന്യവും അവഗണിക്കപ്പെട്ടിരിക്കുകയായിരുന്നു). എന്നാൽ കാനിങിന്റെ ഭീഷണി മനോഭാവവും വൻകരയിലെ കുഴപ്പങ്ങളും ശ്രദ്ധാലു

വായിരിക്കാൻ അദ്ദേഹത്തെ നിർബ്ബന്ധിതനാക്കി. ചുരുക്കത്തിൽ ദക്ഷിണ അമേരിക്കയിൽ പാവനസഖ്യ രാജ്യങ്ങളുടെ സൈനിക ഇടപെടൽ നടന്നില്ല; ദക്ഷിണ അമേരിക്കയും മെക്സിക്കോവും സ്വാതന്ത്ര്യം നേടുകയും ചെയ്തു.

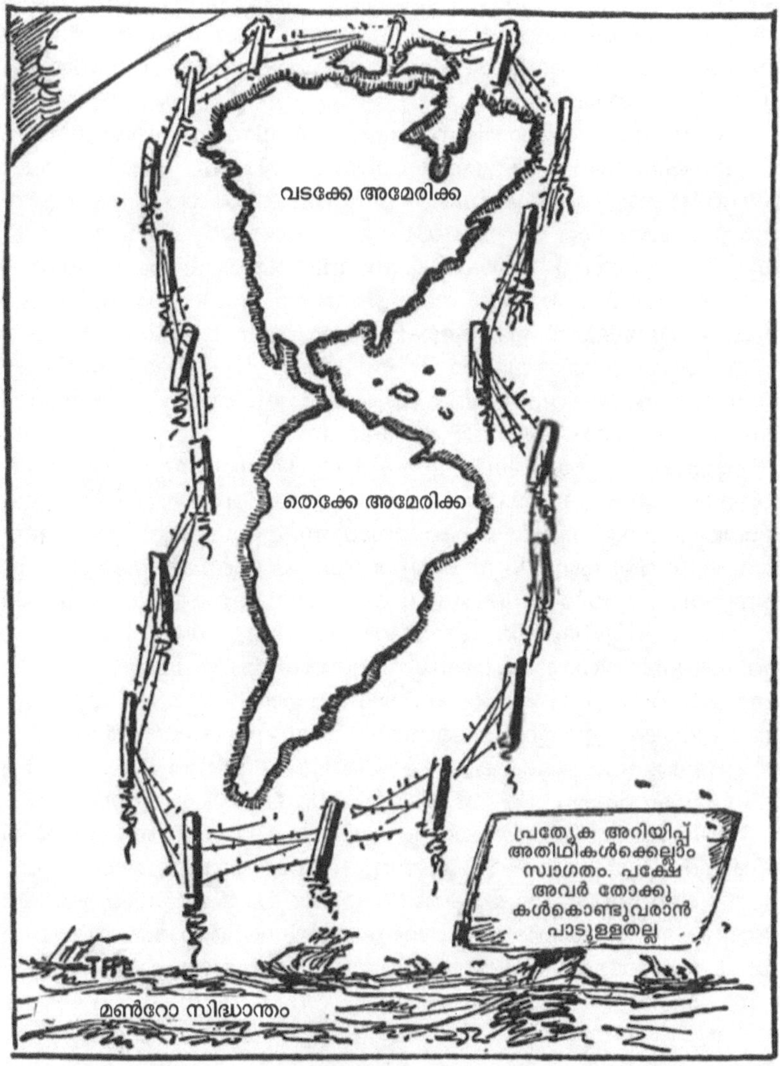

മൺറോ സിദ്ധാന്തം

യൂറോപ്യൻ വൻകരയിലെ അസ്വാസ്ഥ്യങ്ങൾ ധ്രുതഗതിയിലും ഭീകരമായും സംഭവിച്ചുകൊണ്ടിരിക്കുകയായിരുന്നു. പാവനസഖ്യം സമാധാനം സ്ഥാപിക്കുന്നതിനുവേണ്ടി 1820 ൽ ഫ്രഞ്ചു സേനാവ്യൂഹങ്ങളെ അയച്ചു. സമാനമായൊരു ലക്ഷ്യത്തിനുവേണ്ടി ആസ്ത്രിയൻ സേനാവ്യൂഹങ്ങളെ ഇറ്റലിയിലും ഉപയോഗിച്ചു. "കാർബോണാരി"(ചാർകോൾ ബേണേഴ്സ് എന്ന രഹസ്യസംഘത്തിന്റെ ചുരുക്കപ്പേര്) എന്ന സംഘടന ഐക്യ ഇറ്റലിക്കുവേണ്ടിയുള്ള പ്രചാരണം ശക്തിപ്പെടുത്തിയിരുന്നു; നേപ്പിൾസിലെ ഫെർഡിനാന്റിനെതിരെ കലാപം ആരംഭിക്കുന്നതിനും ഇതു കാരണമായി.

ചീത്ത വാർത്തകളായിരുന്നു റഷ്യയിൽ നിന്നു വന്നുകൊണ്ടിരുന്നത്. അലക്സാണ്ടർ ചക്രവർത്തി മരണമടഞ്ഞിരുന്നു. ഇതോടെ റഷ്യയിൽ വിപ്ലവത്തിന്റെ ലക്ഷണങ്ങൾ കണ്ടുതുടങ്ങി. സെയിന്റ് പീറ്റേഴ്സ് ബർഗ്ഗിൽ ഹ്രസ്വമായ എന്നാൽ രക്തരൂഷിതമായ ഒരു കലാപമുണ്ടായി. ഡിസംബ്രിസ്റ്റ്ബ്രിസ്റ്റ് കലാപം എന്നാണിതറിയപ്പെടുന്നത് (കാരണം ഡിസംബറിലായിരുന്നു അത് നടന്നത്). അനേകം ദേശസ്നേഹികളുടെ തൂക്കിക്കൊല്ലലിലാണ് ഈ കലാപം കലാശിച്ചത്. അലക്സാണ്ടർ ചക്രവർത്തിയുടെ അന്തിമ വർഷത്തെ നടപടികൾ ആ ദേശസ്നേഹികളെ നിരാശപ്പെടുത്തിയിരുന്നു; അതുകൊണ്ട് രാജ്യത്തൊരു ഭരണഘടനാ ഗവൺമെന്റ് സ്ഥാപിക്കാനവർ ശ്രമിച്ചിരുന്നു.

മോശമായ കാര്യങ്ങൾ വരാനിരിക്കുകയായിരുന്നു. മെറ്റർനിക്ക് വേറെയും ചില കോൺഫറൻസുകൾ സംഘടിപ്പിച്ചു. എയ്ക്സ്-ലാ-ഷപേലെ, ട്രൊപ്പാവു, ലയ്ബാക്ക്, വെറോണ എന്നിവിടങ്ങളിലായിരുന്നു അത്. ഇവ വഴി യൂറോപ്യൻ രാജ്യങ്ങളുടെ പിന്തുണ ഉറപ്പിക്കുകയായിരുന്നു അദ്ദേഹത്തിന്റെ ലക്ഷ്യം. വിവിധ രാജ്യങ്ങളുടെ പ്രതിനിധികൾ സന്തോഷപൂർവ്വം ജലസമൃദ്ധമായ ഈ സ്ഥലങ്ങളിലേക്കു യാത്രയായി. ഇവിടങ്ങളിലായിരുന്നു മെറ്റർനിക്ക് വേനൽക്കാലം ചെലവഴിച്ചിരുന്നത്. കലാപങ്ങൾ അടിച്ചമർത്താൻ കഴിയുന്നതെല്ലാം ചെയ്യാമെന്നവർ ഉറപ്പു നല്കി. പക്ഷേ, ഈ ഉറപ്പിൽ അവർക്കു തന്നെ സംശയമായിരുന്നു. ജനങ്ങളുടെ ആവേശം അപകടകരമായിത്തുടങ്ങിയിരുന്നു. ഫ്രാൻസിൽ വിശേഷിച്ചും രാജാവിന്റെ സ്ഥിതി ഒട്ടും സുരക്ഷിതമായിരുന്നില്ല.

യഥാർത്ഥത്തിൽ ഗൗരവമുള്ള പ്രശ്നം ഉണ്ടായത് ബാൾക്കൻസിലായിരുന്നു. പശ്ചിമയൂറോപ്പിലേക്കുള്ള കവാടമായിരുന്നു അത്. യൂറോപ്യൻ ഭൂഖണ്ഡത്തിലേക്ക് ആക്രമണകാരികൾ ബാൾക്കൻസിലൂടെയാണ് പണ്ടു പണ്ടേ എത്തിയിരുന്നത്. ആദ്യകലാപം മോൾഡാവിയയിലായിരുന്നു. പഴയ റോമൻ പ്രവിശ്യയായിരുന്ന ഡാഷ്യയാണ് മോൾഡാവിയ. മൂന്നാം നൂറ്റാണ്ടിൽ അത് റോമാ സാമ്രാജ്യത്തിൽ നിന്നു വേറിട്ടു പോയി. അതുമുതൽ അതൊരു നഷ്ടഭൂമിയായിരുന്നു, ഒരുതരം അറ്റ്ലാന്റിസ്. അവിടെ ജനങ്ങൾ പഴയ റോമൻ ഭാഷ സംസാരിച്ചു, സ്വയം റോമാക്കാരായി വിശേഷിപ്പിച്ചു, അവരുടെ രാജ്യത്തെ റുമാനിയ എന്നു വിളിച്ചു.

ഇവിടെ 1821 ൽ ഒരു യുവ ഗ്രീക്കുകാരനായ പ്രിൻസ് അലക്സാണ്ടർ വൈപ്സിലാന്റി തുർക്കികൾക്കെതിരെ കലാപം തുടങ്ങി. റഷ്യയുടെ പിന്തുണ കിട്ടുമെന്ന് അയാൾ അനുയായികളോട് പറഞ്ഞു. പക്ഷേ, അതിനകം മെറ്റർനിക്കിന്റെ സന്ദേശവാഹകർ പീറ്റേഴ്സ്ബർഗ്ഗിലെത്തിയിരുന്നു. ആസ്ത്രിയൻ ന്യായവാദങ്ങളുടെ പ്രേരണയിൽ അവസാനം സാർ ചക്രവർത്തി "സമാധാനത്തിനും സ്ഥിരതയ്ക്കും" അനുകൂലമായ നിലപാടെടുത്തു, റുമാനിയക്കാരെ സഹായിച്ചില്ല, വൈപ്സിലാന്റി ആസ്ത്രിയയിലേക്കു രക്ഷപ്പെടാൻ നിർബ്ബന്ധിതനായി. തുടർന്നുള്ള ഏഴു വർഷം അദ്ദേഹം ആസ്ത്രിയൻ തടവറയിലായിരുന്നു.

അതേവർഷം, 1821 ൽ ഗ്രീസിലും പ്രശ്നങ്ങൾ ആരംഭിച്ചു. 1815 മുതൽ ഗ്രീക്കു രാജ്യസ്നേഹികളുടെ ഒരു രഹസ്യ സംഘം കലാപത്തിനുള്ള തയ്യാറെടുപ്പുകൾ നടത്തുകയായിരുന്നു. പെട്ടെന്നൊരു ദിവസം അവർ മോറിയ എന്ന സ്ഥലത്ത് (പുരാതന പിലോപൊണിസസ്) സ്വാതന്ത്ര്യ പതാക ഉയർത്തി ടർക്കിഷ് രക്ഷാ സൈന്യത്തെ തുരത്തി. തുർക്കികൾ സ്വാഭാവികമായ രീതിയിൽ പ്രതികരിച്ചു. അവർ കോൺസ്റ്റാന്റിനോപ്പിളിലെ ഗ്രീക്ക് പത്രിയാർക്കിസിനെ പിടിച്ചുകൊണ്ടുപോയി. ഗ്രീക്കുകാരും വലിയൊരു വിഭാഗം റഷ്യക്കാരും അദ്ദേഹത്തെ പോപ്പായിട്ടാണ് കരുതിയിരുന്നത്. 1821 ലെ ഈസ്റ്റർ ദിനത്തിൽ തുർക്കികൾ പാത്രിയാർക്കീസിനെ തൂക്കിക്കൊന്നു; കൂട്ടത്തിൽ അനേകം ബിഷപ്പുമാരേയും തൂക്കിക്കൊന്നു. മോറിയയുടെ തലസ്ഥാനമായ ട്രിപോളിസ്റ്റയിലെ എല്ലാ മുസ്ലീങ്ങളെയും കശാപ്പുചെയ്തുകൊണ്ട് ഗ്രീക്കുകാർ തിരിച്ചടിച്ചു. തുർക്കികൾ അതിനു പകരം ചെയ്തത് ചിയോസ് ദ്വീപിൽ ആക്രമണം നടത്തിക്കൊണ്ടായിരുന്നു. അവിടെ അവർ ഇരുപത്തിഅയ്യായിരം ക്രിസ്ത്യാനികളെ കൊന്നൊടുക്കി. നാല്പത്തയ്യായിരം പേരെ ഏഷ്യയിലും ഈജിപ്തിലും അടിമകളായി വില്പന നടത്തി.

പിന്നെ ഗ്രീക്കുകാർ യൂറോപ്യൻ രാജാക്കന്മാരോടഭ്യർത്ഥിച്ചു. പക്ഷേ, ഒരുപാട് വാക്കുകളിലൂടെ മെറ്റർനിക്ക് അവരോടു പറഞ്ഞത് അവർക്ക് "സ്വന്തം ഗ്രീസ് എടുത്തു കറിവെക്കാം" എന്നാണ് (ഞാൻ ഒരു ശ്ലേഷോക്തിയും പറയുകയല്ല. പക്ഷേ, അത്യുന്നതനായ തിരുമനസ്സിന്റെ വാക്കുകൾ ഉദ്ധരിക്കുകയാണ്. അവിടുന്ന് സാർ ചക്രവർത്തി തിരുമനസ്സിനെ അറിയിക്കുകയുണ്ടായി, "കലാപത്തിന്റെ ഈ അഗ്നി നാഗരികതയുടെ പരിധിക്കും അപ്പുറത്തേക്ക് കത്തിപ്പടരേണ്ടതാണ്" എന്ന്). മാത്രമല്ല, രാജ്യസ്നേഹികളായ ഹെല്ലെനെകളുടെ രക്ഷയ്ക്കായി പോകാനാഗ്രഹിച്ച സന്നദ്ധഭടന്മാരെ തടയുന്നതിനുവേണ്ടി അതിർത്തികൾ അടയ്ക്കുകയും ചെയ്തു. അവരുടെ ലക്ഷ്യം പരാജയപ്പെട്ടതുപോലെ തോന്നി. തുർക്കിയുടെ അഭ്യർത്ഥനയെ തുടർന്ന് മോറിയയിൽ ഒരു ഈജിപ്ഷ്യൻ സൈന്യം വിന്യസിക്കപ്പെട്ടു. തുർക്കി പതാക വീണ്ടും പ്രാചീന ഏഥൻസിന്റെ ശക്തികേന്ദ്രമായ അക്രോപോളിസിൽ പറക്കുന്നത് കാണാറായി. ഈജിപ്ഷ്യൻ സൈന്യം 'തുർക്കി രാജ്യ'മെന്ന നിലയിൽ

രാജ്യത്തെ ശാന്തമാക്കി. ശാന്തമായ താല്പര്യത്തോടെ മെറ്റർനിക്ക് ഈ നടപടികൾ വീക്ഷിച്ചു, "യൂറോപ്യൻ സമാധാനത്തിനെതിരായ ഈ യത്നം" ഒരു ഭൂതകാല സംഭവമായി പരിഗണിക്കപ്പെടുന്ന ദിവസം വരുന്നത് കാത്തിരുന്നു.

ഒരിക്കൽക്കൂടി ഇംഗ്ലണ്ടാണ് മെറ്റർനിക്കിന്റെ പദ്ധതികൾ തകർത്തെറിഞ്ഞത്. ഇംഗ്ലണ്ടിന്റെ മഹത്തായ വിജയം വിശാലമായ കോളനികളല്ല, സമ്പത്തോ നാവിക സൈന്യമോ അല്ല; ശരാശരി ഇംഗ്ലീഷ് പൗരന്റെ ശാന്തമായ ധീരതയും സ്വാതന്ത്ര്യ ബോധവുമാണ്. ഇംഗ്ലീഷുകാരൻ നിയമങ്ങൾ അനുസരിക്കുന്നു; കാരണം, മറ്റു മനുഷ്യരുടെ അവകാശങ്ങളെ ആദരിക്കലാണ് നായക്കൂടും പരിഷ്കൃത സമൂഹവും തമ്മിലുള്ള അന്തരത്തെ അടയാളപ്പെടുത്തുന്നത്. എന്നാൽ മറ്റുള്ളവരുടെ അവകാശം തന്റെ ചിന്താസ്വാതന്ത്ര്യത്തിലിടപെടുന്നത് അയാൾ അംഗീകരിക്കുന്നില്ല. തനിക്കു തെറ്റാണെന്നു തോന്നുന്ന എന്തെങ്കിലും രാജ്യം ചെയ്താൽ അയാളതു തുറന്നുപറയുന്നു. അയാൾ എതിർക്കുന്ന ഗവൺമെന്റ് അയാളെ ആദരിക്കുന്നു; ആ ഗവൺമെന്റ് ആൾക്കൂട്ടത്തിൽ നിന്ന് അയാളെ സംരക്ഷിക്കുക തന്നെ ചെയ്യും. ആൾക്കൂട്ടം സോക്രട്ടീസിന്റെ കാലത്തെന്നപോലെ ഇന്നും തങ്ങളേക്കാൾ ധൈര്യവും ബുദ്ധിയുമുള്ളവരെ നശിപ്പിക്കാൻ ശ്രമിക്കും, എത്ര ജനപ്രിയമല്ലെങ്കിലും എത്ര വിദൂരമാണെങ്കിലും കുറേയേറെ ഇംഗ്ലീഷുകാർ അടിയുറച്ച അനുഭാവികളാകാത്ത ഒരു നല്ല ലക്ഷ്യവുമുണ്ടായിരുന്നിട്ടില്ല. ഇംഗ്ലണ്ടിലെ ബഹുജനങ്ങൾ ഇതര രാജ്യങ്ങളിലെ ബഹുജനങ്ങളിൽ നിന്ന് വ്യത്യസ്തരല്ല. അവർ വർത്തമാനകാലത്തെ ജീവിതം ജീവിക്കുന്നു, അപ്രായോഗികമായ മത്സര സന്നാഹങ്ങൾക്ക് അവരുടെ കൈയിൽ സമയമില്ല. എന്നാൽ ഏഷ്യയിലോ ആഫ്രിക്കയിലോ ഉള്ള അജ്ഞാത ജനവിഭാഗങ്ങൾക്കു വേണ്ടി പോരാടുന്ന കിറുക്കനായ അയൽക്കാരനോട് അവർക്ക് ആരാധനയാണ്. അങ്ങനെയൊരാൾ തന്റെ യത്നത്തിൽ കൊല്ലപ്പെട്ടാൽ, അയാൾക്ക് ശ്രദ്ധേയമായ ഒരു പൊതുശവസംസ്കാരം ഏർപ്പാട് ചെയ്യുന്നു, മക്കളോടു ധീരതയുടെയും സാഹസത്തിന്റെയും മാതൃകയാണയാളെന്ന് പറയുന്നു.

ഈ ദേശീയസ്വഭാവത്തിനെതിരെ പാവനസഖ്യത്തിന്റെ പൊലീസ് ചാരന്മാർ പോലും അശക്തരായിരുന്നു. 1824-ാമാണ്ടിൽ കവിതയെഴുതിയിരുന്ന ബൈറൺപ്രഭുവെന്ന സമ്പന്നനായ ഇംഗ്ലീഷ് യുവാവ് തന്റെ കൊച്ചു കപ്പലിന്റെ പായയുയർത്തി ഗ്രീസിലേക്കു പോയി; ഗ്രീക്കുകാരെ സഹായിക്കുന്നതിനു വേണ്ടിയായിരുന്നു ഇത്. മൂന്ന് മാസം കഴിയുമ്പോൾ വന്ന വാർത്ത ഗ്രീക്കുകാരുടെ അവസാന താവളമായ മിസോലോംഗിയിൽ വച്ച് ആ ധീരനായകൻ മരണപ്പെട്ടുവെന്നാണ്. അദ്ദേഹത്തിന്റെ ഏകാന്തമായ മൃത്യു ഇംഗ്ലീഷ് ജനതയുടെ ഭാവനയെ ഇളക്കി മറിച്ചു. എല്ലാ രാജ്യങ്ങളിലും ഗ്രീക്കുകാരെ സഹായിക്കാനുള്ള സൊസൈറ്റികൾ രൂപീകരിക്കപ്പെട്ടു. വിപ്ലവത്തിന്റെ വന്ദ്യവയോധികനായ നേതാവ് ലഫായത്ത് ഗ്രീക്കുകാരുടെ പ്രശ്നത്തിനുവേണ്ടി ഫ്രാൻസിൽ പ്രചാരണം നട

ത്തി. ബവേറിയയിലെ രാജാവ് നൂറുകണക്കിൽ സൈനിക ഓഫീസർമാരെ അയച്ചു. മിസോലോംഗിയിലെ പട്ടിണിക്കാരായ മനുഷ്യർക്കുവേണ്ടി പണവും ഭക്ഷണ സാധനങ്ങളും ഒഴുകിയെത്തി.

തെക്കെ അമേരിക്കയിലെ പാവനസഖ്യത്തിന്റെ ലക്ഷ്യത്തെ പരാജയപ്പെടുത്തിയത് കാനിങ് പ്രഭുവായിരുന്നു. അദ്ദേഹം ഇംഗ്ലണ്ടിലെ പ്രധാനമന്ത്രിയായി. മെറ്റർനിക്കിനെ ഒരിക്കൽക്കൂടി അടിയറവ് പറയിപ്പിക്കാൻ അദ്ദേഹത്തിന് അവസരം ലഭിക്കുകയായിരുന്നു. ഇംഗ്ലീഷ്-റഷ്യൻ പടക്കപ്പലുകൾ മദ്ധ്യധരണ്യാഴിയിലുണ്ടായിരുന്നു. ഗ്രീക്ക് ദേശാഭിമാനികൾക്കനനുകൂലമായ ജനകീയാവേശം അടിച്ചമർത്തുകയില്ലെന്ന് നിശ്ചയിച്ച ഗവൺമെന്റുകളാണവയെ അയച്ചിരുന്നത്. അവിടെ ഫ്രഞ്ച് നാവികസൈന്യം പ്രത്യക്ഷപ്പെട്ടു. കുരിശുയുദ്ധകാലം മുതൽ ഫ്രാൻസ് ഇസ്ലാമിക പ്രദേശങ്ങളിലെ ക്രൈസ്തവമതത്തിന്റെ രക്ഷകസ്ഥാനത്ത് സ്വയം പ്രതിഷ്ഠിച്ചിരുന്നു. 1827 ഒക്ടോബർ ഇരുപതിന് മൂന്നു രാജ്യങ്ങളുടെയും കപ്പലുകൾ നവാരിനോ ഉൾക്കടലിലെ ടർക്കിഷ്കപ്പൽപ്പടയെ ആക്രമിച്ച് നശിപ്പിച്ചു. ഇത്ര ആനന്ദത്തോടെ ഒരു യുദ്ധ വാർത്ത സ്വീകരിക്കപ്പെടുന്നത് അപൂർവ്വമായിട്ടായിരുന്നു. പശ്ചിമയൂറോപ്പിലെയും റഷ്യയിലെയും ജനങ്ങൾക്ക് സ്വന്തം രാജ്യങ്ങളിൽ ഒരു സ്വാതന്ത്ര്യവുമില്ലായിരുന്നു; അടിച്ചമർത്തപ്പെട്ട ഗ്രീക്കുകാർക്കുവേണ്ടി നടത്തിയ ഒരു ഭാവനായുദ്ധം കൊണ്ട് അവർ സമാശ്വസിച്ചു. 1829 ൽ അവർക്കതിന് പ്രതിഫലം കിട്ടി. ഗ്രീസ് സ്വതന്ത്രരാഷ്ട്രമായി; തിരിച്ചുപോക്കിന്റെയും സ്ഥിരതയുടെയും നയം അതിന്റെ രണ്ടാമത്തെ കനത്ത പരാജയം ഏറ്റുവാങ്ങി.

ഈ ചെറിയ ഗ്രന്ഥത്തിൽ എല്ലാരാജ്യങ്ങളിലെയും സ്വാതന്ത്ര്യസമരത്തിന്റെ വിശദാംശങ്ങൾ ചേർക്കാൻ ശ്രമിക്കുന്നത് അസംബന്ധമായിരിക്കും. ആ വിഷയത്തെപ്പറ്റി ഏറെയേറെ ഗംഭീരഗ്രന്ഥങ്ങളുണ്ട്. ഞാൻ ഗ്രീക്ക് സ്വാതന്ത്ര്യസമരത്തെപ്പറ്റി വിശദീകരിച്ചതിനൊരുകാരണമുണ്ട്. "യൂറോപ്പിന്റെ സ്ഥിരത" സംരക്ഷിക്കാൻ വിയന്നാ കോൺഗ്രസ് പടുത്തുയർത്തിയ ദുർഗ്ഗത്തിനേറ്റ ആദ്യത്തെ ആഘാതമായിരുന്നു അത്. അടിച്ചമർത്തലിന്റെ ആ കറുത്താർന്ന ദുർഗ്ഗം പിന്നീട് പിടിച്ചു നിന്നു, മെറ്റർനിക്ക് അതിന്റെ നായകസ്ഥാനത്തുതുടർന്നു. പക്ഷേ, അന്ത്യം അടുത്തുവരികയായിരുന്നു.

ഫ്രാൻസിൽ ബൂർബന്മാർ സ്ഥാപിച്ചത് അസഹ്യമായ പൊലീസ് രാജായിരുന്നു. പൊലീസുദ്യോഗസ്ഥർ ഫ്രഞ്ച് വിപ്ലവത്തിന്റേതായ എല്ലാ പ്രവൃത്തികളും തകർക്കാൻ ശ്രമിക്കുകയായിരുന്നു; പരിഷ്കൃതമായ യുദ്ധതന്ത്രത്തിന്റെ എല്ലാ വ്യവസ്ഥകളും നിയമങ്ങളും സമ്പൂർണ്ണമായി ലംഘിച്ചുകൊണ്ടായിരുന്നു ഫ്രഞ്ച് പൊലീസ് പ്രവർത്തിച്ചിരുന്നത്. 1824 ൽ ലൂയി പതിനെട്ടാമൻ മരിച്ചു; അതുവരെ ഫ്രഞ്ചുകാർ ഒമ്പതുവർഷത്തെ 'സമാധാനം' അനുഭവിച്ചു. ഫ്രഞ്ചു സാമ്രാജ്യത്തിന്റെ യുദ്ധോന്മുഖമായ പത്തുവർഷത്തേക്കാൾ അസന്തുഷ്ടി നിറഞ്ഞതായിരുന്നു ഇക്കാലം. ലൂയിയുടെ പിൻഗാമിയായി അദ്ദേഹത്തിന്റെ സഹോദരൻ ചാൾസ് പത്താമൻ

അധികാരമേറ്റു.

ലൂയി ആ പഴയ ബൂർബർ രാജകുടുംബത്തിലെ അംഗമായിരുന്നു. ബൂർബന്മാർ ഒന്നും പഠിച്ചിരുന്നില്ല, പക്ഷേ, ഒന്നും ഒരിക്കലും മറന്നുകളഞ്ഞിരുന്നില്ല. ഹാം എന്ന ടൗണിൽ വെച്ചായിരുന്നു തന്റെ സഹോദരന്റെ മരണവൃത്താന്തം ലൂയി അറിഞ്ഞത്; കാലത്തിന്റെ അടയാളങ്ങൾ ശരിയായി മനസ്സിലാക്കാനാവാത്ത രാജാക്കന്മാർക്ക് എന്തു സംഭവിക്കുമെന്ന മുന്നറിയിപ്പായിരുന്നു അത്. മറിച്ചായിരുന്നു ചാൾസിന്റെ അവസ്ഥ. ഇരുപത് വയസ്സാകുമ്പോഴേക്ക് അമ്പത് ദശലക്ഷം ഫ്രാങ്കിന്റെ സ്വകാര്യ കടം വരുത്തിയിരുന്നു അയാൾ. അയാൾ ഒന്നും അറിഞ്ഞില്ല, ഒന്നും ഓർമ്മിച്ചില്ല, ഒന്നും പഠിക്കാനുദ്ദേശിച്ചുമില്ല. സഹോദരനെ പിന്തുടർന്ന് രാജാവായപ്പോൾ അയാൾ സ്ഥാപിച്ചത് "പുരോഹിതന്മാരാലുള്ള, പുരോഹിതർ വഴിയുള്ള, പുരോഹിതർക്കു വേണ്ടിയുള്ള" ഗവൺമെന്റായിരുന്നു; ഈ അഭിപ്രായം പറഞ്ഞ വെല്ലിങ്ടൺ പ്രഭു ശക്തനായ ഒരു ലിബറൽ ഒന്നുമായിരുന്നില്ല, നിയമസമാധാനത്തിന്റെ ശക്തനായ വക്താവായിരുന്നു. എന്നാൽ ചാൾസിന്റെ ഭരണം അത്രമേൽ മോശമായിരുന്നു. വെല്ലിങ്ടൺ പ്രഭുവിനുപോലും അത് സഹിക്കുമായിരുന്നില്ല. തന്നെ വിമർശിച്ച പത്രങ്ങളെ അടിച്ചമർത്താൻ ചാൾസ് ശ്രമിച്ചപ്പോൾ, പത്രങ്ങളെ പിന്തുണച്ച പാർലമെന്റ് പിരിച്ചുവിട്ടപ്പോൾ, ചാൾസിന്റെ ദിനങ്ങൾ എണ്ണപ്പെട്ടുവെന്നുറപ്പായി.

1830 ജൂലൈ ഇരുപത്തേഴിന് രാത്രി പാരീസിൽ ഒരു വിപ്ലവം പൊട്ടിപ്പുറപ്പെട്ടു. അതേമാസം മുപ്പതിന് രാജാവ് തീരദേശത്തേക്കു പലായനം ചെയ്തു. ഇംഗ്ലണ്ടിലേക്ക് കപ്പൽകയറി. അങ്ങനെയാണ് ആ പതിനഞ്ചു വർഷത്തെ പ്രഹസനം അവസാനിച്ചത്. അവസാനം ബൂർബന്മാർ ഫ്രഞ്ച് സിംഹാസനത്തിൽ നിന്ന് ഒഴിവാക്കപ്പെട്ടു. നൈരാശ്യജനകമായ രീതിയിൽ കഴിവുകെട്ടവരായിരുന്നു അവർ. അതിനുശേഷം ഫ്രാൻസ് ഒരു റിപ്പബ്ലിക്കൻ രാഷ്ട്രമാകുമായിരുന്നു, പക്ഷേ, ആ നടപടി മെറ്റർനിക്ക് സഹിക്കുമായിരുന്നില്ല.

സ്ഥിതിഗതികൾ തികച്ചും ആപല്ക്കരമായിരുന്നു. കലാപത്തിന്റെ തീപ്പൊരി ഫ്രഞ്ചതിർത്തി കടന്നിരുന്നു. ദേശീയമായ പരാതികൾ നിറഞ്ഞ ഒരു വെടിമരുന്നറയ്ക്ക് തീ കൊടുത്തിരുന്നു. പുതിയ നെതർലാന്റ് രാജ്യം ഒരു വിജയമായിരുന്നില്ല. ബെൽജിയൻ-ഡച്ച് ജനതകൾ തമ്മിൽ പൊതുവായി ഒന്നും ഉണ്ടായിരുന്നില്ല. അവയുടെ രാജാവായ ഓറഞ്ചിലെ വില്യം (വില്യം ദ സയലന്റിന്റെ ഒരു മാതുലന്റെ പിൻഗാമി) കഠിനാദ്ധ്വാനിയും നല്ല കച്ചവടക്കാരനും ആയിരിക്കെത്തന്നെ, സാമർത്ഥ്യമോ ഒത്തുപോവാനുള്ള ശേഷിയോ ഇല്ലാത്ത ആളായിരുന്നു; സൗഹൃദമില്ലാത്ത പ്രജകൾക്കു മുമ്പിൽ നിസ്സഹായനായിരുന്നു അദ്ദേഹം. മാത്രമല്ല, ഫ്രാൻസിൽ കൂട്ടംകൂട്ടമായി വന്നിരുന്ന പുരോഹിതന്മാർ ഇപ്പോൾ ബെൽജിയത്തിലേക്കുള്ള വഴികണ്ടെത്തിയിരുന്നു. വില്യം രാജാവിന്റെ ഏതു പ്രൊട്ടസ്റ്റന്റ് നടപടിയും ബൽജിയത്തിലെ ജനക്കൂട്ടങ്ങൾ "കത്തോലിക്കാ സഭയുടെ

സ്വാതന്ത്ര്യം" നശിപ്പിക്കാനുള്ള നടപടിയായിട്ടാണ് കണ്ടത്. 1830 ആഗസ്ത് 25 ന് ബ്രസൽസിൽ ഡച്ച് അധികൃതർക്കെതിരെ ജനകീയ കലാപം പൊട്ടിപ്പുറപ്പെട്ടു. രണ്ടുമാസം കഴിഞ്ഞ്, ബെൽജിയക്കാർ സ്വാതന്ത്ര്യം പ്രഖ്യാപിച്ചു; കോബർഗിലെ ലിയോപോൾഡിനെ (ഇംഗ്ലണ്ടിലെ വിക്ടോറിയാ രാജ്ഞിയുടെ അമ്മാവൻ) സിംഹാസനത്തിലേക്കു ക്ഷണിച്ചു. പ്രശ്നം പരിഹരിക്കാനുള്ള ഏറ്റവും ഉചിതമായ തീരുമാനമായിരുന്നു അത്. രണ്ടു രാജ്യങ്ങളും, അവ ഒരിക്കലും ഏകീകരിക്കരുതായിരുന്നു, വേർപിരിയുകയും സമാധാനത്തിലും സഹവർത്തിത്വത്തിലും കഴിയുകയും ചെയ്തു; രണ്ടും മാന്യ അയൽക്കാരായി പെരുമാറി.

അക്കാലത്ത് ഗതാഗതവാർത്താവിനിമയസൗകര്യങ്ങൾ കുറവായിരുന്നു. അല്പം ചിലേടങ്ങളിൽ റെയിലുണ്ടായിരുന്നു. വാർത്തകൾ സഞ്ചരിച്ചത് വളരെ പതുക്കെയായിരുന്നു. പക്ഷേ, ഫ്രഞ്ചു ബെൽജിയൻ വിപ്ലവകാരികളുടെ വിജയത്തിന്റെ വാർത്ത പോളണ്ടിലെത്തിയപ്പോൾ പോളണ്ടുകാരും അവരുടെ റഷ്യൻ അധിപതികളും തമ്മിൽ സംഘട്ടനമുണ്ടായി. ഒരു വർഷം ഭയാനകമായ യുദ്ധം നടന്നു. യുദ്ധം അവസാനിച്ചത് റഷ്യയുടെ സമ്പൂർണ്ണവിജയത്തിലാണ്. അവർ "വിസ്തുലാനദിയുടെ തീരത്ത് നിയമക്രമം സ്ഥാപിച്ചു." അലക്സാണ്ടറിനു ശേഷം 1828 ൽ ചക്രവർത്തിയായ സാർ നിക്കളോസ് രാജാവിന്റെ ദൈവദത്താവകാശത്തിൽ അടിയുറച്ചു വിശ്വസിച്ച ഒരാളായിരുന്നു. ആയിരക്കണക്കിൽ പോളിഷ് അഭയാർത്ഥികൾക്ക് പശ്ചിമയൂറോപ്പിൽ അഭയം ലഭിച്ചു. അവർ ഒരു സത്യത്തിന് ദൃക്സാക്ഷികളായിരുന്നു - പാവനമായ റഷ്യൻ സാമ്രാജ്യത്തിൽ പാവനസഖ്യത്തിന്റെ തത്ത്വങ്ങൾ കേവലം പൊള്ളയായിരുന്നു.

ഇറ്റലിയിലും അസ്വാസ്ഥ്യങ്ങളുണ്ടായി. പാർമയിലെ ഡച്ചസ്സും നെപ്പോളിയൻ ചക്രവർത്തിയുടെ പത്നിയുമായിരുന്നു മേരി ലൂയിസ്. വാട്ടർലൂവിലെ പരാജയത്തെത്തുടർന്ന് അവർ നെപ്പോളിയനെ ഉപേക്ഷിക്കുകയായിരുന്നു. അവരെ ജനങ്ങൾ രാജ്യത്തുനിന്ന് പുറത്താക്കി, ആ പാപ്പൽ രാജ്യത്ത് ഒരു സ്വതന്ത്രറിപ്പബ്ലിക്ക് സ്ഥാപിക്കാൻ ശ്രമിച്ചു. പക്ഷേ, ആസ്ത്രിയൻ സൈന്യം റോമിലേക്കു മാർച്ചു ചെയ്തു. വൈകാതെ പഴയ സ്ഥിതി പുനഃസ്ഥാപിച്ചു. മെറ്റർനിക്ക്, ഹാപ്സ്ബർഗ്ഗ് രാജവംശത്തിന്റെ വിദേശമന്ത്രിയുടെ വസതിയായ ബാൾപ്ലാറ്റ്സിലെ താമസം തുടർന്നു, പൊലീസ് ചാരന്മാർ അവരുടെ ജോലിയിലേക്ക് തിരിച്ചുപോയി. സമാധാനം നിലനിന്നു. വിയന്നാ കോൺഗ്രസിന്റെ പൈതൃകത്തിൽ യൂറോപ്പ് വിമോചിതമാകുന്നതിനുള്ള വിജയകരമായ ഒരു ശ്രമം നടക്കുന്നതിന് പതിനെട്ട് വർഷം കാത്തിരിക്കേണ്ടി വന്നു.

യൂറോപ്പിലെ വിപ്ലവത്തിന്റെ കാലസൂചികയായ ഫ്രാൻസ് തന്നെയാണ് വീണ്ടും വിപ്ലവത്തിന്റെ ലക്ഷണങ്ങൾ പ്രകടിപ്പിച്ചത്. ചാൾസ് പത്താമന്റെ പിൻഗാമി ലൂയി ഫിലിപ്പായിരുന്നു. ഓർലിയൻസിലെ

ഡ്യൂക്കിന്റെ പുത്രനായിരുന്നു ലൂയി ഫിലിപ്പ്. ഈ ഡ്യൂക്ക് വിപ്ലവകാലത്ത് ജാക്കോബിൻ സംഘത്തിൽ ചേർന്നിരുന്നു, അദ്ദേഹമായിരുന്നു തന്റെ മച്ചുനനായ ലൂയി പതിനാറാമൻ രാജാവിനെ വധിക്കാൻ വോട്ടു ചെയ്തത്. വിപ്ലവത്തിന്റെ ആദ്യനാളുകളിൽ 'ഫിലിപ്പ് ഇഗാലൈറ്റ്' അഥവാ 'ഈക്വാലിറ്റി ഫിലിപ്പ്' എന്ന പേരിൽ അദ്ദേഹം സുപ്രധാനമായൊരു പങ്കുവഹിച്ചിരുന്നു. പിന്നീട് റോബ്സ്പിയർ എല്ലാ "രാജ്യദ്രോഹികളേയും ഉന്മൂലനം ചെയ്യുന്ന കൂട്ടത്തിൽ അദ്ദേഹവും വധിക്കപ്പെട്ടു. (രാജ്യദ്രോഹികൾ എന്നാൽ റോബസ്പിയറിന്റെ ആശയങ്ങൾ പങ്കുവെക്കാത്തവർ എന്നേ ഇവിടെ അർത്ഥമുള്ളൂ.) അദ്ദേഹത്തിന്റെ മകൻ വിപ്ലവസൈന്യത്തിൽ നിന്ന് പലായനം ചെയ്യാൻ നിർബ്ബന്ധിതനായി. യുവാവായ ലൂയി ഫിലിപ്പ് വിവിധ പ്രദേശങ്ങളിൽ യാത്ര ചെയ്തു. അദ്ദേഹം സ്വിറ്റ്സർലാന്റിലെ ഒരു സ്കൂളിൽ പഠിപ്പിച്ചു. പിന്നെ അമേരിക്കയുടെ അജ്ഞാതമായ 'വിദൂരപാശ്ചാത്യ' മേഖലകളിൽ പഠനപര്യവേക്ഷണം നടത്തി. നെപ്പോളിയന്റെ പതനത്തിനുശേഷം അദ്ദേഹം പാരീസിൽ തിരിച്ചെത്തി. ബൂർബർ മച്ചുനന്മാരേക്കാൾ ബുദ്ധിമാനായിരുന്നു ലൂയി ഫിലിപ്പ്. ലാളിത്യമുള്ളൊരു മനുഷ്യനായിരുന്നു അദ്ദേഹം. കുഞ്ഞുങ്ങളോടൊപ്പം ഒരു ചുവന്ന കുടയുമായി മറ്റേതൊരു കുടുംബനാഥനേയും പോലെ പാർക്കിൽ ചെന്നിരിക്കുമായിരുന്നു അദ്ദേഹം. പക്ഷേ, രാജപദവിയേക്കാൾ വളർന്നു കഴിഞ്ഞിരുന്നു, ഫ്രാൻസ്. ലൂയിഫിലിപ്പിന് ഇതറിയുമായിരുന്നില്ല. 1848 ഫെബ്രുവരി 23 ന് ടൂയിലേര്യ്സ് തകർത്തുകൊണ്ട് ഒരു ജനക്കൂട്ടം രാജാവ് തിരുമനസ്സിനെ നിഷ്കാസനം ചെയ്യുകയും ഫ്രാൻസിനെ റിപ്പബ്ലിക്കായി പ്രഖ്യാപിക്കുകയും ചെയ്തു.

ഈ വാർത്ത വിയന്നായിലെത്തിയപ്പോൾ മെറ്റർനിക്ക് അഭിപ്രായപ്പെട്ടത് അത് 1793 ന്റെ ആവർത്തമാണെന്നായിരുന്നു; സഖ്യശക്തികൾ ഒരിക്കൽക്കൂടി പാരീസിലേക്കു മാർച്ചു ചെയ്യേണ്ടിവരും, ജനാധിപത്യമെന്ന ഈ കളിക്ക് അവസാനമിടേണ്ടിവരും. പക്ഷേ, രണ്ടാഴ്ചയ്ക്കുള്ളിൽ മെറ്റർനിക്കിന്റെ ആസ്ത്രിയൻ തലസ്ഥാനത്തും തുറന്നകലാപം നടന്നു. കൊട്ടാരത്തിന്റെ പിൻവാതിലിലൂടെ മെറ്റർനിക്ക് ജനക്കൂട്ടത്തിൽ നിന്ന് രക്ഷപ്പെട്ടു. ഫെർഡിനാന്റ് ചക്രവർത്തി തന്റെ പ്രജകൾക്കായി ഒരു ഭരണഘടന നല്കാൻ നിർബ്ബന്ധിതനായി. ഈ ഭരണഘടനയിൽ വിപ്ലവത്തിന്റെ മിക്ക ആശയങ്ങൾക്കും മൂർത്തരൂപം നല്കിയിരുന്നു. ഈ ആശയങ്ങൾ അടിച്ചമർത്താനായിരുന്നു അദ്ദേഹത്തിന്റെ പ്രധാനമന്ത്രിയായ മെറ്റർനിക്ക് കഴിഞ്ഞ മുപ്പത്തിമൂന്ന് വർഷമായി പ്രവർത്തിച്ചുകൊണ്ടിരുന്നത്.

ഇത്തവണ യൂറോപ്പാകമാനം ഞെട്ടൽ അനുഭവപ്പെട്ടു. ഹംഗറി സ്വാതന്ത്ര്യം പ്രഖ്യാപിച്ചു. ലൂയി കൊസ്സത്തിന്റെ നേതൃത്വത്തിൽ ഹാപ്സ്ബർഗ്ഗുകൾക്കെതിരായ യുദ്ധം തുടങ്ങി. അസമമായ യുദ്ധം ഒരു വർഷക്കാലം നീണ്ടുനിന്നു. ഇതിനകം കാപാർത്ത്യൻ പർവ്വതനിരകളിലൂടെ വന്നെത്തിയ സാർനിക്കൊളസിന്റെ സൈന്യം കലാപക്കാരെ അടി

ച്ചമർത്തി; ഒരിക്കൽക്കൂടി ഹംഗറി സ്വേച്ഛാവാഴ്ചയിലായി. ഹാപ്സ്ബർഗ്ഗുകൾ അസാധാരണമായ കോർട്ട് മാർഷൽ നടപടികളിലൂടെ ഹംഗേറിയൻ ദേശാഭിമാനികളിൽ ഭൂരിപക്ഷത്തെ തൂക്കിക്കൊന്നു; അവരെ തുറന്ന യുദ്ധത്തിൽ പരാജയപ്പെടുത്താൻ സാമ്രാജ്യവാദികൾക്കു കഴിഞ്ഞിരുന്നില്ല.

ഇറ്റലിയുടെ കാര്യത്തിലാണെങ്കിൽ, സിസിലി നേപ്പിൾസിൽ നിന്ന് സ്വാതന്ത്ര്യം പ്രഖ്യാപിക്കുകയും ബൂർബർ രാജാക്കന്മാരെ ആട്ടിയോടിക്കുകയും ചെയ്തു. പോപ്പിന്റെ അധീനതയിലുള്ള രാജ്യങ്ങളിൽ പ്രധാനമന്ത്രി റോസ്സി കൊല്ലപ്പെടുകയും പോപ്പ് പലായനം ചെയ്യാൻ നിർബ്ബന്ധിതനാവുകയും ചെയ്തു. അടുത്തവർഷം ഒരു ഫ്രഞ്ച് സൈന്യത്തിനു മുന്നിൽ അദ്ദേഹം റോമിലേക്കു മാർച്ചു ചെയ്തു. സ്വന്തം പ്രജകളിൽ നിന്ന് പോപ്പിനെ സംരക്ഷിക്കാൻ ആ സൈന്യം 1870 വരെ റോമിൽ തന്നെ നിന്നു. പിന്നെ അത് ഫ്രാങ്കോ-പ്രഷ്യൻ യുദ്ധത്തിൽ പ്രഷ്യക്കെതിരെ ഫ്രാൻസിനെ സഹായിക്കാൻ തിരിച്ചുവിളിക്കപ്പെട്ടു. റോം ഇറ്റലിയുടെ തലസ്ഥാനമായി. വടക്ക് മിലാനും വെനീസും ആസ്ത്രിയൻ അധിപതികൾക്കെതിരായി കലാപം തുടങ്ങി. അവരെ സാർഡീനിയയിലെ ആൽബർട്ട് രാജാവ് പിന്തുണച്ചു. പക്ഷേ, റാഡെസ്കിയുടെ നേതൃത്വത്തിലെത്തിയ ശക്തമായ ആസ്ത്രിയൻ സൈന്യം പോ നദിയുടെ താഴ്വരയിലേക്കു മാർച്ചു ചെയ്തു. അവിടെ കുസ്തോവയ്ക്കും നൊവാരയ്ക്കുമടുത്തു വെച്ച് സാർഡീനിയക്കാരെ തോല്പിക്കുകയും പുത്രനായ വിക്ടർ ഇമ്മാനുവലിനു വേണ്ടി സ്ഥാനത്യാഗം ചെയ്യാൻ ആർബർട്ട് രാജാവിനെ നിർബ്ബന്ധിക്കുകയും ചെയ്തു. വിക്ടർ ഇമ്മാനുവലായിരുന്നു അല്പവർഷങ്ങൾക്കു ശേഷം ഏകീകൃത ഇറ്റലിയുടെ ആദ്യ രാജാവായിത്തീർന്നത്.

ജർമ്മനിയിൽ 1848 ലെ അസ്വാസ്ഥ്യങ്ങൾ രാഷ്ട്രീയൈക്യത്തിനും പ്രാതിനിധ്യ ഗവൺമെന്റിനും വേണ്ടിയുള്ള ദേശീയ മുന്നേറ്റമായി മാറി. ബവേറിയൻ രാജാവ് തന്റെ സമയവും പണവും സ്പാനിഷ് നർത്തകിയായി വേഷം കെട്ടിയ ഒരു ഐറിഷ് സ്ത്രീക്കു വേണ്ടി ദുർവ്യയം ചെയ്യുകയായിരുന്നു. (അവരുടെ പേര് ലോലമോണ്ടിസ് എന്നായിരുന്നു. അവർ അന്ത്യവിശ്രമം കൊള്ളുന്നത് ന്യൂയോർക്കിലെ പോട്ടേഴ്സ് ഫീൽഡിലാണ്.) രോഷാകുലരായ യൂണിവേഴ്സിറ്റി വിദ്യാർത്ഥികൾ രാജാവിനെ സ്ഥാനഭ്രഷ്ടനാക്കി. പ്രഷ്യയിലെ രാജാവ്, തെരുവുയുദ്ധങ്ങളിൽ കൊല്ലപ്പെട്ടവരുടെ ശവപ്പെട്ടികൾക്കു മുന്നിൽ നമ്രശിരസ്കനായി നില്ക്കാനും ജനങ്ങൾക്ക് വേണ്ടി ഒരു ഭരണഘടനാനുസൃത ഗവൺമെന്റ് രൂപീകരിക്കുമെന്ന് ഉറപ്പു നല്കാനും നിർബ്ബന്ധിതനായി. 1849 മാർച്ച് മാസത്തിൽ ജർമ്മനിയുടെ എല്ലാ ഭാഗങ്ങളിൽ നിന്നുമായി 550 പ്രതിനിധികൾ പങ്കെടുക്കുന്ന പാർലമെന്റും ഫ്രാങ്ക്ഫർട്ടിൽ നടന്നു. പ്രഷ്യയിലെ ഫ്രഡറിക്ക് വില്യം രാജാവ് ഏകീകൃതജർമ്മനിയുടെ ചക്രവർത്തിയാവണമെന്ന് പാർലമെന്റ് നിർദ്ദേശിച്ചു.

എന്നാൽ പിന്നീടു കാറ്റു തിരിഞ്ഞു വീശി. കഴിവില്ലാത്ത ഫെർഡി

നാന്റ് ചക്രവർത്തി തന്റെ ഭാഗിനേയനായ ഫ്രാൻസിസ് ജോസഫിനു വേണ്ടി സ്ഥാനത്യാഗം ചെയ്തു. സുശിക്ഷിതമായ ആസ്ത്രിയൻ സൈന്യം തങ്ങളുടെ യുദ്ധപ്രഭുവിനോടു വിശ്വസ്തരായി വർത്തിച്ചു. ആരാച്ചാർമാർക്ക് ധാരാളം പണികിട്ടി; അസാധാരണമായ ശേഷിവിശേഷമുള്ള ഹാപ്സ്ബർഗ്ഗ് കുടുംബം ഒരിക്കൽ കൂടി സ്വന്തം കാലിൽത്തന്നെ നില്ക്കാൻ തുടങ്ങി; ധ്രുതഗതിയിൽ അവർ പൂർവ്വയൂറോപ്പിന്റെയും പശ്ചിമയൂറോപ്പിന്റെയും അധിനാഥന്മാരെന്ന നിലയിൽ സ്വയം ശക്തിപ്പെട്ടു. അവർ വളരെ നൈപുണ്യത്തോടെ രാഷ്ട്രീയം കളിച്ചു; പ്രഷ്യൻ രാജാവിനെ ചക്രവർത്തിപദത്തിലേക്കുയർത്തുന്നതിനെതിരെ ഇതര ജർമ്മൻ രാജ്യങ്ങളിൽ അസൂയ വളർത്തി. പരാജയം സഹിക്കുന്നത് ഒരു കലയായി അഭ്യസിച്ചവരായിരുന്നു ആസ്ത്രിയയിലെ ഹാപ്സ്ബർഗ്ഗുകൾ; ഈ കല അവർക്ക് ക്ഷമാശീലത്തിന്റെ മൂല്യം മനസ്സിലാക്കിക്കൊടുത്തിരുന്നു. അവർക്ക് കാത്തിരിക്കാനറിയാമായിരുന്നു. അവർ കാത്തിരുന്നു. അപ്പോൾ പ്രായോഗികരാഷ്ട്രീയത്തിൽ ഒരു പരിചയവുമില്ലാത്ത ലിബറലുകൾ പേർത്തും പേർത്തും പ്രസംഗിച്ചുകൊണ്ടിരുന്നു, സ്വന്തം പ്രസംഗങ്ങളിൽ അഭിരമിച്ച് ലഹരി മൂത്തിരുന്നു; അതിനിടയിൽ ആസ്ത്രിയക്കാർ അവരുടെ സൈന്യം സ്വരൂപിക്കുകയും, ഫ്രാങ്ക്ഫർട്ട് പാർലമെന്റ് പിരിച്ചുവിടുകയും പഴയ ജർമ്മൻ കോൺഫെഡറേഷൻ പുനഃസ്ഥാപിക്കുകയും ചെയ്തു. വിയന്നാകോൺഗ്രസിന്റെ സ്വപ്നം സംശയമേതുമില്ലാതെ നടപ്പാവുകയായിരുന്നു.

അപ്രായോഗികരായ ആവേശക്കാരുടെ കൂട്ടത്തിൽ, ഈ അസാധാരണ പാർലമെന്റിൽ ബിസ്മാർക്ക് എന്നു പേരുള്ള ഒരുൾനാടൻ പ്രഭു പങ്കെടുത്തിരുന്നു. അദ്ദേഹം തന്റെ കണ്ണുകളേയും ചെവികളേയും വളരെ ഫലപ്രദമായി ഉപയോഗിച്ചു. പ്രസംഗത്തോട് അദ്ദേഹത്തിനു കടുത്ത പുച്ഛമായിരുന്നു. പ്രസംഗം കൊണ്ട് ഒന്നും ഒരിക്കലും നേടാൻ കഴിഞ്ഞിട്ടില്ലെന്ന് അദ്ദേഹത്തിനറിയാമായിരുന്നു (കർമ്മോദ്യുക്തനായ ഏതു മനുഷ്യനും എക്കാലത്തും അറിയാവുന്നകാര്യം). സ്വന്തം നിലയിൽ ആത്മാർത്ഥതയുള്ളൊരു രാജ്യസ്നേഹിയായിരുന്നു ബിസ്മാർക്ക്. നയതന്ത്രത്തിന്റെ പഴയ വിദ്യാലയത്തിലാണ് അദ്ദേഹം പഠിച്ചത്. എതിരാളികളെ എല്ലാതരത്തിലും തോല്പിക്കാൻ അദ്ദേഹത്തിനു കഴിയുമായിരുന്നു.

കൊച്ചുരാജ്യങ്ങളുടേതായ അയഞ്ഞ കോൺഫഡറേഷന്റെ സ്ഥാനത്ത് ശക്തമായൊരു ഏകീകൃത രാജ്യമുണ്ടാവണം, എങ്കിൽ മാത്രമേ യൂറോപ്പിലെ ഇതര ശക്തികൾക്കെതിരായി പിടിച്ചു നില്ക്കാനാവൂ എന്ന് ബിസ്മാർക്കിനു ബോദ്ധ്യമായിരുന്നു. വിശ്വസ്തതയെ സംബന്ധിച്ച ഫ്യൂഡൽ ആശയങ്ങൾക്കിടയിലാണ് അദ്ദേഹം വളർന്നുവന്നിരുന്നത്. ഹോഹൻസോളേൺ രാജവംശമാണ് ഭരിക്കേണ്ടതെന്ന് അദ്ദേഹം നിശ്ചയിച്ചു. താൻ ആ വംശത്തിന്റെ നല്ലൊരു സേവകനാണ്. കഴിവില്ലാത്ത ഹാപ്സ്ബർഗ്ഗുകളുടെ സ്വാധീനത്തിൽ നിന്ന് ജർമ്മനിയെ വിമുക്തമാക്കുകയാണ് ഇതിനുവേണ്ടി ആദ്യം ചെയ്യേണ്ടിയിരുന്നത്. ഇത് നിർവ്വ

ഹിക്കുന്നതിനു വേണ്ടിയുള്ള തയ്യാറെടുപ്പുകൾ അദ്ദേഹം ആരംഭിച്ചു.

ഇതിനിടയിൽ ഇറ്റലി സ്വന്തം പ്രശ്നത്തിനു പരിഹാരമുണ്ടാക്കിയിരുന്നു; അഭിശപ്തമായ ആസ്ത്രിയൻ ആധിപത്യം അവസാനിപ്പിച്ചിരുന്നു. ഇറ്റലിയുടെ ഐക്യം പ്രധാനമായി മൂന്നുപേരുടെ സംഭാവനയാണ്- കവൂർ, മസീനി, ഗാരിബാൽഡി. ഈ മൂവരിൽ കവൂർ ഒരു സിവിൽ എഞ്ചിനീയറായിരുന്നു; ഹ്രസ്വ ദൃഷ്ടിരോഗമുള്ളയാളായിരുന്നു അദ്ദേഹം. നല്ല സ്റ്റീൽ റിമ്മുകളുള്ള കണ്ണടയാണദ്ദേഹം ഉപയോഗിച്ചിരുന്നത്; ശ്രദ്ധാലുവായ രാഷ്ട്രീയ നേതാവിന്റെ പങ്കാണദ്ദേഹം വഹിച്ചത്. മസീനി തന്റെ ജീവിതത്തിലധികവും വ്യത്യസ്ത യൂറോപ്യൻ ഒളിത്താവളങ്ങളിലായിരുന്നു. ആസ്ത്രിയൻ പൊലീസിൽ നിന്ന് ഒളിച്ചുനടക്കുകയായിരുന്നു അദ്ദേഹം; അദ്ദേഹം ഒരു ബഹുജനപ്രക്ഷോഭകനായിരുന്നു. ഗാരിബാൾഡിയോടൊപ്പം ചെങ്കുപ്പായക്കാരായ ആയിരത്തോളം പട്ടാളക്കാരുണ്ടായിരുന്നു. അദ്ദേഹം ജനപ്രിയതയുള്ള പോരാളിയായിരുന്നു.

മസ്സീനിയും ഗാരിബാൾഡിയും റിപ്പബ്ലിക്കൻ ഭരണസംവിധാനത്തിൽ വിശ്വസിച്ചിരുന്നവരാണ്. എന്നാൽ കവൂർ ഒരു രാജപക്ഷപാതിയായിരുന്നു. കവൂറിന്റെ രാഷ്ട്രീയവും പ്രായോഗികവുമായ ഭരണതന്ത്രജ്ഞത മസീനിയും ഗാരിബാൾഡിയും അംഗീകരിച്ചിരുന്നു. അതുകൊണ്ട് രാജവാഴ്ചയെന്ന കവൂറിന്റെ അഭിപ്രായം ഇരുവരും സ്വീകരിച്ചു. പ്രിയപ്പെട്ട പിതൃഭൂമിയുടെ വിശാലനന്മയ്ക്ക് വേണ്ടി സ്വന്തം താല്പര്യങ്ങൾ ബലികഴിക്കുകയായിരുന്ന രണ്ടുപേരും.

ബിസ്മാർക്ക് ഹോഹൻസോളേൺ കുടുംബത്തെ വീക്ഷിച്ചതുപോലെയാണ് കവൂർ സാർഡീനിയൻ രാജകുടുംബത്തെ കണ്ടത്. അനന്തമായ ശ്രദ്ധയോടെ വലിയ സാമർത്ഥ്യത്തോടെ സാർഡീനിയർ രാജാവിനെ ഉയർത്തിക്കാട്ടി. തിരുമനസ്സ് മുഴുവൻ ഇറ്റലിക്കാരുടേയും രാജാവായിത്തീരണമെന്നദ്ദേഹം ആഗ്രഹിച്ചു. ഈ പദ്ധതി നടപ്പിലാക്കുന്നതിൽ യൂറോപ്പിലെ ഇതരരാജ്യങ്ങളിലെ അവ്യവസ്ഥ അദ്ദേഹത്തെ സഹായിച്ചു. ഇറ്റലിയുടെ സ്വാതന്ത്ര്യകാംക്ഷയിൽ ഇറ്റാലിക്കാരെ ഏറ്റവും കൂടുതൽ സഹായിച്ചത് പഴയ വിശ്വസ്ത അയൽരാജ്യമായ (പലപ്പോഴും അവിശ്വസ്തവും) ഫ്രാൻസായിരുന്നു.

നിതാന്തവിക്ഷുബ്ധമായ ഫ്രാൻസിൽ 1852 നവംബർ മാസം റിപ്പബ്ലിക് അപ്രതീക്ഷിതമായി അവസാനിച്ചു. ഹോളണ്ടിലെ രാജാവായിരുന്ന ലൂയി ബോണപ്പാർട്ടിന്റെ മകനും മഹാനായ അമ്മാവന്റെ കൊച്ചനന്തരവനുമായ നെപ്പോളിയൻ മൂന്നാമൻ ഫ്രാൻസിൽ ഒരു സാമ്രാജ്യം പുനഃസ്ഥാപിച്ചു, ദൈവകാരുണ്യത്താലും ബഹുജനേച്ഛയാലും അയാൾ ചക്രവർത്തിയായി സ്വയം അവരോധിച്ചു.

നെപ്പോളിയൻ മൂന്നാമൻ ജർമ്മനിയിലാണ് വിദ്യാഭ്യാസം നിർവ്വഹിച്ചത്. ഫ്രഞ്ച് ഭാഷയുമായി ട്യൂട്ടോണിക്ക് ഗളശബ്ദങ്ങൾ കൂടിക്കലർന്ന രീതിയിലാണയാൾ സംസാരിച്ചിരുന്നത്. (തന്റെ വലിയമ്മാവൻ ഫ്രഞ്ചുഭാഷ സംസാരിക്കുന്നത് ഇറ്റാലിയൻ ഉച്ചാരണരീതിയിലായിരുന്നല്ലോ).

ജോസഫ് മെസ്സീനി

തന്റെ സ്വന്തം കാര്യങ്ങൾ നേടാനാണ് അയാൾ ശ്രമിച്ചത്. പക്ഷേ, അയാൾക്ക് ഏറെ ശത്രുക്കളുണ്ടായിരുന്നു. കൃത്രിമമായി നേടിയ സിംഹാസനത്തിന്മേൽ തനിക്കുള്ള പിടി എത്രത്തോളമുണ്ടെന്നയാൾക്കറിയില്ലായിരുന്നു. അയാൾ വിക്ടോറിയാ രാജ്ഞിയുടെ ചങ്ങാത്തം സമ്പാദിച്ചിരുന്നു. പക്ഷേ, അത് ഒരു വല്ലാത്ത പ്രശ്നം തന്നെയായിരുന്നു. രാജ്ഞിക്ക് സവിശേഷമായ ബൗദ്ധികശേഷിയൊന്നുമുണ്ടായിരുന്നില്ല, മാത്രമല്ല, അവർ മുഖസ്തുതി വല്ലാതെ ഇഷ്ടപ്പെട്ടിരുന്നു. മറ്റു യൂറോപ്യൻ പരമാധികാരികളാണെങ്കിൽ അവർ പുതിയ ഫ്രഞ്ചു ചക്രവർത്തിയോട് അവഹേളനപരമായിട്ടാണ് പെരുമാറിയിരുന്നത്. ഓരോ രാത്രിയും അവർ പിടിച്ചുപറിക്കാരനായ ആ “നല്ല സഹോദരനെ” അപമാനിക്കുന്നതിനുള്ള പുതിയ മാർഗ്ഗങ്ങൾ അവർ ആവിഷ്ക്കരിച്ചു.

ഈ എതിർപ്പിനെ ഏതെങ്കിലും തരത്തിൽ മറികടക്കേണ്ടതുണ്ടായിരുന്നു, നെപ്പോളിയന് അത് സ്നേഹത്തിന്റെ വഴിയാവാം, അല്ലെങ്കിൽ ഭയത്തിന്റെ വഴിയാവാം. തന്റെ പ്രജകൾക്ക് “മഹത്വം’ അഥവാ “വിജയം” എന്ന പദത്തിനോടുള്ള കൗതുകം അയാൾക്കു നന്നായറിയാമായിരുന്നു. തന്റെ സിംഹാസനം നിലനിർത്താൻ വേണ്ടി ഏത് ചൂതുകളിയും നടത്താൻ അയാൾ ഉറച്ചു. അതുകൊണ്ട് അയാൾ വലിയ പന്തയത്തിനു തന്നെ ചൂതുകളിക്കാൻ നിശ്ചയിച്ചു. ഇതിനിടയിലാണ് റഷ്യ തുർക്കിയെ ആക്രമിച്ചത്. ഇത് ഒരവസരമാക്കിയെടുത്തുകൊണ്ട് നെപ്പോളിയൻ മൂന്നാമൻ ഇംഗ്ലണ്ടുമായിച്ചേർന്ന് തുർക്കിയുടെ ഭാഗത്ത് പോരാടി. റഷ്യൻ സാറിന്നെതിരായിരുന്നു ഈ പോരാട്ടം. ഇതാണ് ക്രിമിയൻ യുദ്ധം. വളരെ വില നല്കേണ്ടി വന്ന യുദ്ധമായിരുന്നു ഇത്; ഒരു ലാഭവും ലഭിച്ചുമില്ല. ഫ്രാൻസിനോ ഇംഗ്ലണ്ടിനോ റഷ്യയ്ക്കോ ഒരു മഹത്വവും നേടിയെടുക്കാൻ കഴിഞ്ഞില്ല.

പക്ഷേ, ക്രിമിയൻ യുദ്ധം ഒരു നല്ല കാര്യം ചെയ്തു. വിജയിക്കുന്ന പക്ഷത്ത് സേവനമർപ്പിക്കാൻ അത് സാർഡീനിയക്കവസരം നല്കി. സമാധാനം പ്രഖ്യാപിച്ചപ്പോൾ ഇംഗ്ലണ്ടിന്റേയും ഫ്രാൻസിന്റേയും കൃതജ്ഞതകളർഹിക്കുന്നുണ്ടെന്നവകാശപ്പെടാൻ കവൂറിന് സാധിച്ചു.

സാർഡീനിയയെ ഒരുയർന്ന പദവിയിലേക്കുയർത്തുന്നതിന്

അന്തർദ്ദേശീയ സാഹചര്യങ്ങൾ ഉപയോഗപ്പെടുത്തിക്കഴിഞ്ഞതിനു ശേഷം സൂത്രക്കാരനായ കവൂർ ആസ്ത്രിയയെ ഒരു യുദ്ധത്തിന് പ്രകോപിപ്പിച്ചു. 1859 ജൂണിലായിരുന്നു ഇത്. അദ്ദേഹം ഫ്രാൻസിലെ നെപ്പോളിയൻ മൂന്നാമന്റെ പിന്തുണ ഉറപ്പാക്കി. സാവോയ് പ്രവിശ്യയും നൈസ് നഗരവും ഫ്രാൻസിന് നല്കിക്കൊണ്ടായിരുന്നു ഇത്. നൈസ് പൂർണ്ണമായും ഒരു ഇറ്റാലിയൻ ടൗൺ ആയിരുന്നു. ഫ്രാങ്കോ- ഇറ്റാലിയൻ സൈന്യങ്ങൾ മാജെന്റയിൽ വച്ചും സോൾഫെറിനോവിൽ വെച്ചും ആസ്ത്രിയക്കാരെ തോല്പിച്ചു. ആസ്ത്രിയക്ക് ഇറ്റലിയിലുണ്ടായിരുന്ന പ്രവിശ്യകളും ഡച്ചികളും എല്ലാം ഇറ്റാലിയൻ രാജ്യത്തിൽ ലയിപ്പിച്ചു. 1870 വരെ ഈ പുതിയ ഇറ്റലിയുടെ തലസ്ഥാനം ഫ്ളോറൻസ് ആയിരുന്നു. 1870 ൽ ജർമ്മൻകാരിൽ നിന്ന് ഫ്രാൻസിനെ രക്ഷിക്കുന്നതിനു വേണ്ടി ഫ്രഞ്ചു സൈന്യത്തെ പിൻവലിച്ചു. അവർ പൊയ്ക്കഴിഞ്ഞ ഉടനെ ഇറ്റാലിയൻ സേനാവ്യൂഹങ്ങൾ നിത്യനഗരത്തിൽ പ്രവേശിച്ചു. പഴയൊരു പോപ്പ് ക്വിറിനൽ എന്ന സ്ഥലത്ത് പണിത പഴയ കൊട്ടാരത്തിൽ സാർഡീനിയൻ രാജകുടുംബം താമസം തുടങ്ങി.

എന്നാൽ പോപ്പ് ടൈബർ നദി കടന്ന്, വത്തിക്കാന്റെ ഭിത്തികൾക്കു പിന്നിൽ ഒളിച്ചു. 1377 ൽ അവിഞ്ഞോണിൽ നിന്ന് തിരിച്ചുവന്നതു മുതൽ മുൻപോപ്പുമാരുടെ വാസസ്ഥലമായിരുന്നു അത്. തന്റെ ഭൂപ്രദേശങ്ങൾ കവർന്നെടുക്കുന്നതിൽ പോപ്പ് പ്രതിഷേധിച്ചു. യൂറോപ്പിലെമ്പാടുമുള്ള കത്തോലിക്കാ പ്രമുഖർക്ക് അഭ്യർത്ഥനകൾ അയച്ചു. അവർ തന്നോടു സഹാനുഭൂതി കാണിക്കുമെന്ന് പോപ്പിനുറപ്പായിരുന്നു. പക്ഷേ, അത്തരം വിശ്വാസികളുടെ എണ്ണം കുറഞ്ഞു വരികയായിരുന്നു. ഭരണകൂടത്തിന്റെ ഉത്തരവാദിത്തത്തിൽ നിന്ന് മുക്തനാക്കപ്പെട്ടാൽ പോപ്പിന് ആത്മീയ കാര്യങ്ങളിൽ മുഴുവൻ ശ്രദ്ധയും ചെലുത്താൻ കഴിയുമായിരുന്നു. യൂറോപ്യൻ രാഷ്ട്രീയക്കാരുടെ നിസ്സാരകലഹങ്ങളിൽ നിന്ന് ഉയർന്നു നില്ക്കാൻ ഇതോടെ പോപ്പിന് കഴിഞ്ഞു. പാപ്പസിക്ക് പുതിയൊരു അന്തസ്സ് കൈവന്നു, അത് ചർച്ചിന് വലിയ പ്രയോജനം ചെയ്തു, സാമൂഹികവും മതപരവുമായ പുരോഗതിയിൽ പാപ്പസിക്കു കൂടുതൽ ശ്രദ്ധിക്കാൻ സാധിച്ചു. ആധുനിക കാലത്തെ സാമ്പത്തികപ്രശ്നങ്ങളിൽ പ്രൊട്ടസ്റ്റന്റ് വിഭാഗക്കാരേക്കാൾ കൂടുതൽ ശ്രദ്ധ ചെലുത്താൻ കഴിഞ്ഞത് കത്തോലിക്കാ സഭയ്ക്കായിരുന്നു.

ഈ രീതിയിൽ വിയന്നാ കോൺഗ്രസ് ഇറ്റലിയുടെ കാര്യത്തിലും പരാജയപ്പെട്ടു. ഇറ്റാലിയൻ അർദ്ധദ്വീപിനെ ആസ്ത്രിയൻ പ്രവിശ്യയിലാക്കി പ്രശ്നം പരിഹരിക്കാനുള്ള ശ്രമം തകർന്നു.

ജർമ്മൻ പ്രശ്നം അപ്പോഴും അപരിഹൃതമായി നിലകൊണ്ടു. ഏറ്റവും വിഷമം പിടിച്ച പ്രശ്നമായിരുന്നു അത്. 1848 ലെ വിപ്ലവത്തിന്റെ പരാജയം ജർമ്മൻ ജനതയിലെ ഏറ്റവും ഊർജ്ജസ്വലരും ഉദാരസമീപനമുള്ളവരുമായ ജനങ്ങളുടെ ഒഴിഞ്ഞുപോക്കിന് കാരണമായി. ഈ യുവാക്കൾ അമേരിക്കൻ ഐക്യനാടുകളിലേയും ബ്രസീലിലേയും ഏഷ്യയി

ലേയും അമേരിക്കയിലേയും പുതിയ കോളനികളിലേക്കാണ് പോയത്. അവരുടെ പ്രവർത്തനം ജർമ്മനിയിൽ തുടർന്നു, പക്ഷേ, വ്യത്യസ്തരായ ആളുകളാണെന്നു മാത്രം.

ഏകീകൃത ജർമ്മനി രൂപീകരിക്കുന്ന കാര്യത്തിൽ പ്രഷ്യയിലെ ലിബറലുകൾ പരാജയപ്പെട്ടിരുന്നു. ഇതോടെ ഫ്രാങ്ക്ഫർട്ടിൽ ചേർന്ന പാർലമെന്റ് പിരിച്ചുവിടപ്പെട്ടു. എന്നാൽ ഒരു പുതിയ ഡയറ്റ് വീണ്ടും സമ്മേളിച്ചു. അതിലും പ്രഷ്യയുടെ പ്രതിനിധി ഓട്ടോവോൺ ബിസ്മാർക്കായിരുന്നു. അദ്ദേഹത്തെ കുറേ പേജുകൾക്കു മുമ്പ് നാം താല്ക്കാലികമായി വിട്ടുപോന്നതാണ്. നമുക്ക് വീണ്ടും അദ്ദേഹത്തിലേക്കു പോകാം. ഇതിനകം അദ്ദേഹം പ്രഷ്യൻ രാജാവിന്റെ പൂർണ്ണവിശ്വാസം നേടിയെടുത്തിരുന്നു. അതേ അദ്ദേഹം ചോദിച്ചിരുന്നുള്ളൂ. പ്രഷ്യൻ പാർലമെന്റിന്റേയോ പ്രഷ്യൻ ജനങ്ങളുടേയോ അഭിപ്രായത്തിൽ ബിസ്മാർക്കിനു തെല്ലും താല്പര്യമുണ്ടായിരുന്നില്ല. സ്വന്തം കണ്ണുകൊണ്ടാണ് അദ്ദേഹം ലിബറലുകളുടെ പരാജയം കണ്ടത്. യുദ്ധം കൂടാതെ ആസ്ത്രിയയെ ഒഴിവാക്കാനാവില്ലെന്ന് അദ്ദേഹത്തിനറിയാമായിരുന്നു. അദ്ദേഹം പ്രഷ്യൻ സൈന്യത്തെ ശക്തിപ്പെടുത്താൻ തുടങ്ങി. ബിസ്മാർക്കിന്റെ തന്നിഷ്ടം കാരണം പ്രഷ്യൻ പാർലമെന്റായ ലാന്റ് ടാഗിൽ നിന്ന് അദ്ദേഹത്തിന് വായ്പയൊന്നും ലഭിച്ചില്ല. ബിസ്മാർക്ക് അതൊന്നും പ്രശ്നമാക്കിയില്ല. അദ്ദേഹം പരിഷ്കാരങ്ങളുമായി മുന്നോട്ടു പോയി. സൈന്യത്തെ ശക്തിപ്പെടുത്തൽ തുടർന്നു. പ്രഷ്യയിലെ പ്രഭുസഭയും രാജാവും നല്കിയ പണമാണ് അദ്ദേഹത്തെ അതിനു സഹായിച്ചത്. പിന്നയദ്ദേഹം ഒരു ദേശീയ ലക്ഷ്യത്തിനുവേണ്ടി അന്വേഷിച്ചു. അതുകൊണ്ട് എല്ലാ ജർമ്മനിക്കാരുടെയും രാജ്യസ്നേഹം തട്ടിയുണർത്താൻ കഴിയുമെന്ന് അദ്ദേഹത്തിനറിയാമായിരുന്നു.

ഉത്തര ജർമ്മനിയിൽ ഷ്ളെസ്വിഗ്, ഹോൾസ്റ്റീൻ എന്നീ ഡച്ചികൾ മദ്ധ്യയുഗങ്ങൾ മുതൽ പ്രശ്നപ്രദേശങ്ങളായിരുന്നു. രണ്ടു രാജ്യങ്ങളിലും കുറേ ഡേയ്നുകളും (ഡെന്മാർക്കുകാർ) കുറേ ജർമ്മൻകാരുമാണ് ജീവിച്ചിരുന്നത്. അവരെ ഭരിച്ചിരുന്നത് ഡെന്മാർക്കിലെ രാജാവായിരുന്നെങ്കിലും അവർ ഒരിക്കലും ഡെന്മാർക്ക് രാജ്യത്തിന്റെ അവിഭാജ്യഭാഗമായിരുന്നില്ല. ഇത് അനന്തമായ പ്രശ്നങ്ങളിലേക്കു നയിച്ചു. സമീപകാലത്തു നടന്ന വെഴ്സായി കോൺഗ്രസ് പരിഹരിച്ചുവെന്ന് കരുതിയ ഈ പ്രശ്നം വീണ്ടുമുന്നയിക്കുന്നതിന് ദൈവം എനിക്കു മാപ്പു നല്കട്ടെ. ഹോൾസ്റ്റീനിലെ ജർമ്മൻകാർ ഡെന്മാർക്കുകാരെ അധിക്ഷേപിച്ചുകൊണ്ടിരുന്നു, ഷ്ളെസ്വിഗിലെ ഡെയ്നുകൾ അവരുടെ ഡാനിഷ് പാരമ്പര്യത്തിൽ അഭിമാനവിജൃംഭിതരായിരുന്നു. യൂറോപ്പിലാകമാനം ഈ പ്രശ്നം ചർച്ചാവിഷയമായി. ജർമ്മനിക്കാർ അവരുടെ നഷ്ടസഹോദരങ്ങളെ പറ്റി പ്രസംഗിച്ചുകൊണ്ടിരുന്നു. എല്ലാ ഭരണവകുപ്പുകളും എന്താണ് സത്യത്തിൽ പ്രശ്നമെന്ന് ഗൗരവത്തിൽ അന്വേഷിച്ചുകൊണ്ടിരുന്നു. അപ്പോഴാണ് പ്രഷ്യ അവരുടെ "നഷ്ടപ്രവിശ്യകൾ രക്ഷിക്കുന്നതിനായി" സൈന്യത്തെ

അയച്ചത്. ജർമ്മൻ കോൺഫഡറേഷന്റെ ഔദ്യോഗിക മേധാവിയായ ആസ്ത്രിയയ്ക്ക് പ്രഷ്യയെ ഇത്തരമൊരു കാര്യത്തിൽ ഒറ്റയ്ക്ക് വിടാൻ കഴിയുമായിരുന്നില്ല. അങ്ങനെ ഹാപ്സ്ബർഗ്ഗ് സൈന്യവും വിന്യസിക്കപ്പെട്ടു. രണ്ടു രാജ്യങ്ങളുടെയും സംയുക്തസൈന്യം ഡെന്മാർക്കിലേക്കു പ്രവേശിച്ചു. ഡെയ്നുകളുടെ ധീരമായ ചെറുത്തുനില്പിനുശേഷം ജർമ്മൻ സൈന്യം രണ്ടു ഡച്ചികളും കരസ്ഥമാക്കി. ഡെന്മാർക്ക് യൂറോപ്പിന് അപ്പീൽ നല്കിയെങ്കിലും യൂറോപ്പിന് വേറെ പണിയുണ്ടായിരുന്നു. യൂറോപ്പ് പാവം ഡെന്മാർക്കുകാരെ അവരുടെ വിധിക്കു വിട്ടു.

പിന്നീട് ബിസ്മാർക്ക് തന്റെ സാമ്രാജ്യപരിപാടിയുടെ രണ്ടാം ഘട്ടത്തിലേക്കു കടന്നു. യുദ്ധ നേട്ടങ്ങൾ വിഭജിക്കുന്ന കാര്യം മുൻനിർത്തി ആസ്ത്രിയയുമായി ഒരു കലഹത്തിന് ബിസ്മാർക്ക് തയ്യാറെടുത്തു. ഹാപ്സ്ബർഗ്ഗുകൾ ആ കെണിയിൽ വീണു. ബിസ്മാർക്കും വിശ്വസ്തരായ സൈന്യനായകന്മാരും സംഘടിപ്പിച്ച പുതിയ പ്രഷ്യൻ സൈന്യം ബൊഹീമിയയെ ആക്രമിക്കുകയും ആറാഴ്ചയ്ക്കുള്ളിൽ അവസാനത്തെ ആസ്ത്രിയൻ സേനാവ്യൂഹവും തുടച്ചുമാറ്റപ്പെടുകയും ചെയ്തു. ക്രോണിഗ്രാസ്, സഡോവ എന്നിവിടങ്ങളിൽ വെച്ചായിരുന്നു ഈ ആസ്ത്രിയൻ പരാജയം. വിയന്നയിലേക്കുള്ള വീഥി തുറന്നുകിടന്നു. പക്ഷേ, ആവശ്യത്തിലധികം മുന്നോട്ടു പോകാൻ ബിസ്മാർക്ക് തയ്യാറായിരുന്നില്ല. യൂറോപ്പിൽ നിന്ന് കുറേ സുഹൃത്തുക്കൾ തനിക്കുണ്ടാവണമെന്നദ്ദേഹത്തിനറിയാമായിരുന്നു. പരാജിതരായ ഹാപ്സ്ബർഗ്ഗുകളുടെ മുന്നിൽ വളരെ മാന്യമായ സമാധാനവ്യവസ്ഥകളാണ് അദ്ദേഹം വെച്ചത്. ഒരു നിബന്ധനയേ ഉണ്ടായിരുന്നുള്ളൂ. ആസ്ത്രിയ ജർമ്മൻ കോൺഫെഡറേഷന്റെ ചെയർമാൻ പദവി ഒഴിയണം. ആസ്ത്രിയയുമായി ചങ്ങാത്തത്തിലായിരുന്ന ചെറിയ ജർമ്മൻ രാജ്യങ്ങളോട് ഇത്രയൊന്നും കാരുണ്യം ബിസ്മാർക്ക് കാണിച്ചില്ല. അവയെ അദ്ദേഹം പ്രഷ്യയോടു കൂട്ടിച്ചേർത്തു. ഉത്തര ജർമ്മൻ പ്രദേശങ്ങളിൽ ഭൂരിഭാഗവും ചേർന്ന് പുതിയൊരു സംഘടന രൂപീകരിക്കപ്പെട്ടു. അത് നോർത്ത് ജർമ്മൻ കോൺഫെഡറസി എന്നറിയപ്പെട്ടു. വിജയിയായ പ്രഷ്യ ജർമ്മൻ ജനതയുടെ അനൗദ്യോഗിക നേതാവായി സ്വയം അവരോധിച്ചു.

ഈ ഏകോപന പ്രക്രിയയുടെ അതിവേഗം കണ്ട് യൂറോപ്പു മുഴുവൻ പ്രേതാവിഷ്ടരെ പോലെ നിന്നു. ഇംഗ്ലണ്ടിന് വേവലാതിയൊന്നുമുണ്ടായിരുന്നില്ല. എന്നാൽ ഫ്രാൻസ് പ്രഷ്യൻ നടപടി അംഗീകരിച്ചില്ല. ഫ്രഞ്ച് ജനതയ്ക്കു മേൽ നെപ്പോളിയൻ മൂന്നാമന്റെ സ്വാധീനം കുറഞ്ഞു വരികയായിരുന്നു. ക്രിമിയൻ യുദ്ധത്തിന് വേണ്ടി ഒരുപാട് ചെലവ് വന്നിരുന്നു. പക്ഷേ, ഒരു നേട്ടവുമുണ്ടായിരുന്നില്ല.

1863 ൽ രണ്ടാമതൊരു സാഹസം കൂടി നെപ്പോളിയൻ കാണിച്ചു. ഫ്രഞ്ചുസൈന്യം ഒരു ആസ്ത്രിയൻ ഗ്രാന്റ് ഡ്യൂക്കിനെ മെക്സിക്കോവിലെ ചക്രവർത്തിയാക്കാനൊരു ശ്രമം നടത്തി. അത് സമ്പൂർണ്ണമായി പരാജയമടഞ്ഞു. അപ്പോൾ അമേരിക്കയിൽ നടന്നുകൊണ്ടിരുന്ന ആഭ്യ

ന്തരയുദ്ധത്തിൽ വടക്കെ അമേരിക്കക്കാർ വിജയം നേടി. വാഷിങ്ടണിലെ ഗവൺമെന്റ് മെക്സിക്കോവിൽ നിന്ന് പിന്മാറാൻ ഫ്രഞ്ചുകാരോടും ആവശ്യപ്പെട്ടു. മെക്സിക്കൻ ജനതയ്ക്ക് ശത്രുവിൽ നിന്ന് രക്ഷ ലഭിച്ചു, ക്ഷണിക്കപ്പെടാത്ത ചക്രവർത്തിയെ പുറത്താക്കാനും കഴിഞ്ഞു.

നെപ്പോളിയന്റെ സിംഹാസനത്തിന് വിജയവർണ്ണം ചാർത്തേണ്ടതുണ്ടായിരുന്നു. വരാനിരിക്കുന്നവർഷങ്ങളിൽ നോർത്ത് ജർമ്മൻ കോൺഫെഡറേഷൻ ഫ്രാൻസിനൊരു ഭീഷണിയായി തീരുമായിരുന്നു. ജർമ്മനിയുമായി ഒരു യുദ്ധം നല്ലതായിരിക്കുമെന്ന് നെപ്പോളിയൻ നിശ്ചയിച്ചു. അതിനുള്ള കാരണം കണ്ടെത്താൻ അയാൾ കാത്തിരുന്നു. അനേകം വിപ്ലവങ്ങളുടെ പാവം ഇരയായിരുന്ന സ്പെയിൻ അയാൾക്കൊരു കാരണം നല്കി.

ആ സമയത്താണ് സ്പാനിഷ് സിംഹാസനം ഒഴിഞ്ഞുകിടന്നത്. ഹോഹൻസോളേൺ വംശത്തിലെ ഒരു കത്തോലിക്കാ ശാഖയ്ക്ക് അത് വാഗ്ദാനം ചെയ്യപ്പെട്ടു. ഫ്രഞ്ച് ഗവൺമെന്റ് അതിനെ എതിർത്തു. മാന്യതയോടെ ഹോഹൻസോളേൺ കുടുംബം ക്ഷണം തിരസ്കരിച്ചു. ഇതിനകം രോഗലക്ഷണങ്ങൾ കാണിച്ചുതുടങ്ങിയ നെപ്പോളിയൻ സുന്ദരിയായ ഭാര്യ യൂജനി ദ മോണ്ടിജോയുടെ സ്വാധീനത്തിലായിരുന്നു. ഒരു സ്പാനിഷ് മാന്യന്റെ മകളും മലാഗയിലെ അമേരിക്കൻ കോൺസൽ ആയിരുന്ന വില്യം കിർക്ക് പാട്രിക്കിന്റെ പൗത്രിയുമായിരുന്നു അവർ. മലാഗയിൽ നിന്നാണല്ലോ മുന്തിരിയൊക്കെ വരുന്നത്. ആവശ്യത്തിന് സാമർത്ഥ്യമൊക്കെയുണ്ടായിരുന്നെങ്കിലും അക്കാലത്തെ മറ്റു സ്പാനിഷ് സ്ത്രീകളെപ്പോലെ യൂജനിക്കും വേണ്ടത്ര വിദ്യാഭ്യാസമുണ്ടായിരുന്നില്ല. ആത്മീയോപദേശകന്മാരുടെ സ്വാധീനത്തിൽ പെട്ടിരിക്കുകയായിരുന്നു അവർ. ഈ ഉപദേശകന്മാർക്കാകട്ടെ, പ്രഷ്യയിലെ പ്രൊട്ടസ്റ്റന്റ് രാജാവിനോട് യാതൊരു മമതയുമുണ്ടായിരുന്നില്ല. “ധീരനായിരിക്കൂ” എന്നായിരുന്നു ചക്രവർത്തിനി തന്റെ ഭർത്താവിന് നല്കിയ ഉപദേശം. പക്ഷേ, പ്രസിദ്ധമായ ആ പേർഷ്യൻ പഴഞ്ചൊല്ലിന്റെ രണ്ടാം ഭാഗം അവർ ബോധപൂർവ്വം ഒഴിവാക്കുമായിരുന്നു. “ധീരനായിരിക്കൂ. പക്ഷേ, അതിധീരനാവരുത്,” എന്ന താക്കീതാണ് ആ പഴഞ്ചൊല്ലിലുണ്ടായിരുന്നത്. തന്റെ സൈന്യത്തിന്റെ അജയ്യതയെപ്പറ്റി ബോദ്ധ്യപ്പെട്ട ചക്രവർത്തി പ്രഷ്യൻ രാജാവിനെ ബന്ധപ്പെട്ടു. മറ്റൊരു ഹോഹൺസോളേൺ സ്ഥാനാർത്ഥിയെ സ്പാനിഷ് സിംഹാസനത്തിലേക്ക് പരിഗണിക്കരുതെന്ന് നിർബ്ബന്ധിച്ചു. ഹോഹൻസോളോൺ കുടുംബം ക്ഷണം നിരസിച്ചിരിക്കെ ഈ ആവശ്യം അനാവശ്യമായിരുന്നു. ഈ വിവരം ബിസ്മാർക്ക് ഫ്രഞ്ച് ഗവൺമെന്റിനെ അറിയിച്ചു. പക്ഷേ നെപ്പോളിയൻ ഇതുകൊണ്ട് തൃപ്തിയടഞ്ഞില്ല.

1870-ാമാണ്ടായിരുന്നു അത്. വില്യം രാജാവ് എംസിൽ വിശ്രമിക്കുകയായിരുന്നു. അവിടെ അദ്ദേഹത്തെ ഫ്രഞ്ച് മന്ത്രി സന്ദർശിച്ച് ചർച്ചകൾ പുനരാരംഭിക്കാൻ ശ്രമിച്ചു. വില്യം രാജാവ് പ്രസന്നനായി കാലാവ

സ്ഥയെപ്പറ്റി പറയുകയും സ്പാനിഷ് പ്രശ്നം അവസാനിച്ചുവെന്നും ആ വിഷയത്തെപ്പറ്റി ഒന്നും പറയാനില്ലെന്നും അഭിപ്രായപ്പെടുകയും ചെയ്തു. സാധാരണ പതിവെന്ന നിലയിൽ ഈ അഭിമുഖത്തിന്റെ വിവരങ്ങൾ ബിസ്മാർക്കിന് ടെലഗ്രാഫ് ചെയ്തു. എല്ലാ വിദേശപ്രശ്നങ്ങളും അദ്ദേഹമായിരുന്നു കൈകാര്യം ചെയ്തിരുന്നത്. പ്രഷ്യൻ പത്രങ്ങൾക്കും ഫ്രഞ്ചു പത്രങ്ങൾക്കും വേണ്ടി ഈ വാർത്ത ബിസ്മാർക്ക് വേറെവേറെ എഡിറ്റു ചെയ്തു. പലരും അദ്ദേഹത്തെ ഇതിന്റെ പേരിൽ പഴി പറഞ്ഞു. ഔദ്യോഗിക വാർത്തകൾ എഡിറ്റു ചെയ്യുന്നത് പണ്ടു പണ്ടേയുള്ള ഏർപ്പാടായിരുന്നുവെന്ന് ബിസ്മാർക്ക് തിരിച്ചടിച്ചു. എഡിറ്റ് ചെയ്ത വാർത്തകൾ ജർമ്മൻ പത്രങ്ങളും ഫ്രഞ്ച് പത്രങ്ങളും പ്രസിദ്ധീകരിച്ചു. നല്ലവരായ ബർലിനിലെ ജനത, അവരുടെ രാജാവ് അപമാനിക്കപ്പെട്ടതിൽ രോഷാകുലരായി. നല്ലവരായ പാരീസ് ജനത അവരുടെ മന്ത്രി അപമാനിക്കപ്പെട്ടതിൽ ക്ഷുഭിതരായി.

അങ്ങനെ ഫ്രാൻസും പ്രഷ്യയും തമ്മിൽ യുദ്ധമായി. രണ്ടുമാസത്തിനകം നെപ്പോളിയനും അയാളുടെ സൈന്യത്തിൽ ഭൂരിഭാഗവും ജർമ്മൻ തടവുകാരായി. രണ്ടാം സാമ്രാജ്യം അവസാനിച്ചു. മൂന്നാം റിപ്പബ്ലിക്ക് ജർമ്മൻ ആക്രമണകാരികൾക്കെതിരെ തയ്യാറെടുപ്പുകൾ തുടങ്ങി. പാരീസ് അഞ്ചുമാസം പിടിച്ചുനിന്നു. പാരീസ് നഗരം കീഴടങ്ങുന്നതിന് പത്തു ദിവസം മുമ്പ്, ജർമ്മൻകാരുടെ കടുത്ത ശത്രുവായ ലൂയി പതിനാലാമൻ പണിത വെഴ്സായി കൊട്ടാരത്തിൽ പ്രഷ്യൻ രാജാവ് ജർമ്മൻ ചക്രവർത്തിയായി പരസ്യമായി പ്രഖ്യാപിക്കപ്പെട്ടു. പഴയ നിർദ്ദോഷമായ ട്യൂടോണിക് കോൺഫെഡറേഷന്റെ സ്ഥാനത്ത് പുതിയൊരു ജർമ്മൻ സാമ്രാജ്യം നിലവിൽ വന്നിരിക്കയാണെന്ന് പാരീസിലെ ജനങ്ങളോട് ഉച്ചത്തിലുള്ള വെടിയൊച്ചകൾ വിളിച്ചുപറഞ്ഞു.

ഇങ്ങിനെയാണ് ജർമ്മൻ പ്രശ്നം അന്തിമമായി പരിഹരിക്കപ്പെട്ടത്. 1871 ന്റെ അവസാനം വിയന്നാ കോൺഗ്രസ് കഴിഞ്ഞ് അമ്പത്താറു വർഷങ്ങൾക്കുശേഷം അതിന്റെ നിശ്ചയങ്ങൾ സമ്പൂർണ്ണമായി തകർന്നുവീണു. മെറ്റർനിക്കും അലക്സാണ്ടറും ടാലിറന്റും യൂറോപ്പിലെ ജനങ്ങൾക്ക് ശാശ്വതസമാധാനം പ്രദാനം ചെയ്യാനാണ് ശ്രമിച്ചത്. അവർ സ്വീകരിച്ച മാർഗ്ഗങ്ങൾ അസംഖ്യം യുദ്ധങ്ങളിലേക്കു വിപ്ലവങ്ങളിലേക്കും നയിച്ചു. പതിനെട്ടാം നൂറ്റാണ്ടിലെ പൊതു സാഹോദര്യത്തിന്റെ സ്ഥാനത്ത് ഏറെ അതിശയോക്തിപരമായ ഒരു ദേശീയത്വം നിലവിൽ വന്നു. അത് ഇന്നു വരെ അവസാനിച്ചിട്ടില്ല.

യന്ത്രയുഗം

യൂറോപ്പിലെ ജനങ്ങൾ ദേശീയ സ്വാതന്ത്ര്യത്തിനുവേണ്ടി പൊരുതിയിരുന്നപ്പോൾ അവർ ജീവിക്കുന്ന ലോകം കുറേ കണ്ടുപിടുത്തങ്ങളാൽ പാടെ മാറിപ്പോയിരുന്നു. പതിനെട്ടാം നൂറ്റാണ്ടിലെ പഴയ, വിലക്ഷണമായ ആവിയന്ത്രം മനുഷ്യന്റെ ഏറ്റവും വിശ്വസ്തവും ഫലപ്രദവുമായ അടിമയായിത്തീരുന്നു

മനുഷ്യവംശത്തിന്റെ ഏറ്റവും വലിയ ഉപകർത്താവ് ഏതാണ്ട് ഒരർദ്ധദശലക്ഷം വർഷം മുമ്പാണ് മരിച്ചത്. രോമാവൃതനായ ഒരു ജീവിയായിരുന്നു അയാൾ. താഴ്ന്ന നെറ്റിത്തടം, കുഴിഞ്ഞാണ്ട കണ്ണുകൾ, കനത്ത താടിയെല്ല്, കടുവാപ്പല്ല് എന്നിവയായിരുന്നു അയാളുടെ ശരീരസവിശേഷതകൾ. ആധുനിക ശാസ്ത്രജ്ഞരുടെ സമ്മേളനത്തിൽ അയാൾ പൊരുത്തപ്പെടാനിടയില്ല, പക്ഷേ, അയാളെ തങ്ങളുടെ ഗുരുവായി അവർ സ്വീകരിക്കുമായിരുന്നു. വിത്ത് പൊട്ടിച്ചെടുക്കാൻ അയാൾ ഒരു കല്ല് വിജയകരമായി ഉപയോഗിച്ചിരുന്നു; കനമുള്ളൊരു വസ്തു മേലോട്ടുയർത്താൻ ഒരു ദണ്ഡും ചുറ്റികയും ലിവറും കണ്ടുപിടിച്ചത് അയാളായിരുന്നു. ഇവയാണ് നമ്മുടെ ആദ്യത്തെ കരുക്കൾ. തനിക്കുശേഷം വന്ന മാറ്റാരേക്കാളും ഇതരമൃഗങ്ങൾക്കു മേൽ മനുഷ്യന് മേൽക്കൈ നല്കാൻ പ്രവർത്തിച്ചത് അയാളായിരുന്നു. മൃഗങ്ങളോടൊപ്പമാണല്ലോ മനുഷ്യർ ഭൂമി എന്ന ഈ ഗ്രഹത്തെ പങ്കുവയ്ക്കുന്നത്.

അതിനുശേഷം അനേകം ടൂളുകൾ ഉപയോഗിച്ച് ജീവിതം എളുപ്പമാക്കാൻ മനുഷ്യൻ ശ്രമിച്ചിട്ടുണ്ട്. ആദ്യത്തെ ചക്രം (പഴയ മരത്തടിയിൽ നിന്നുണ്ടാക്കിയ വട്ടത്തിലുള്ള ഒരു ഡിസ്ക്) ഏതാണ്ട് ഒരു ലക്ഷം ബി സി യിൽ മനുഷ്യസമൂഹത്തിൽ വലിയ ചലനങ്ങൾ ഉണ്ടാക്കി, കുറച്ച് വർഷങ്ങൾക്ക് മുമ്പ് പറക്കും യന്ത്രങ്ങളുണ്ടാക്കിയ അതേ കോലാഹലം തന്നെ.

വാഷിങ്ടണിൽ പ്രചാരത്തിലുള്ള ഒരു കഥയുണ്ട്. പത്തൊമ്പതാം നൂറ്റാണ്ടിന്റെ മുപ്പതുകളിൽ അവിടത്തെ പേറ്റന്റ് ഓഫീസിന്റെ ഡയറക്ടർ നിർദ്ദേശിച്ചുവത്രെ പേറ്റന്റ് ഓഫീസ് നിർത്തലാക്കണമെന്ന്. കാരണമെന്തെന്നല്ലേ? “കണ്ടുപിടിക്കാൻ സാദ്ധ്യമായതെല്ലാം കണ്ടുപിടിച്ചു

കഴിഞ്ഞിരിക്കുന്നു", അത്രതന്നെ! ഇതുപോലെ പല സന്ദർഭങ്ങളും ചരിത്രത്തിൽ ഉണ്ടായിരുന്നിരിക്കാം. കപ്പലിൽ ആദ്യത്തെ പായഘടിപ്പിച്ചപ്പോൾ, ഉന്തുകയോ തള്ളുകയോ തുഴയുകയോ ചെയ്യാതെ മനുഷ്യർക്ക് തീരത്തുനിന്ന് മറ്റൊരു തീരത്തേക്ക് സ്വച്ഛന്ദം യാത്രചെയ്യാൻ കഴിയുമെന്നു വന്നപ്പോൾ....!

മനുഷ്യചരിത്രത്തിലെ ഏറ്റവും രസകരമായ ഒരദ്ധ്യായം തനിക്കുവേണ്ടി മറ്റാരെങ്കിലും തൊഴിലെടുക്കുകയെന്നതാണ്, താൻ ഒഴിവു സമയം ആസ്വദിക്കുമ്പോൾ സൂര്യപ്രകാശമേറ്റോ പാറകളിൽ ചിത്രം വരച്ചോ കൊച്ചുചെന്നായ്ക്കളെയോ കടുവകളെയോ പരിശീലിപ്പിച്ചോ സമയം പോക്കുമ്പോൾ മറ്റുള്ളവർ എനിക്കായി പണിയെടുക്കുക! നല്ല രസം അല്ലേ?

തീർച്ചയായും പഴയ നാളുകളിൽ ദുർബ്ബലനായ ഒരയൽക്കാരനെ അടിമയാക്കി അയാളെ നിർബ്ബന്ധിച്ച് ജീവിതത്തിന്റെ അത്രയൊന്നും പ്രസന്നമല്ലാത്ത പണികൾ എടുപ്പിക്കാമായിരുന്നു. നമ്മളെപ്പോലെ തന്നെ ബുദ്ധിയുണ്ടായിരുന്ന ഗ്രീക്കുകാർക്കും റോമാക്കാർക്കും ഫലപ്രദമായ യന്ത്രോപകരണങ്ങൾ വേണ്ടത്ര കണ്ടുപിടിക്കാൻ കഴിയാതിരുന്നത് അവരുടെയിടയിൽ അടിമത്തം വ്യാപകമായിരുന്നതുകൊണ്ടാണ്. എന്തിന്, ഒരു വലിയ ഗണിതശാസ്ത്രജ്ഞൻ കമ്പിയും വയറും പുള്ളിയും ഉപയോഗിക്കണം? ശബ്ദഘോഷങ്ങൾക്കും പുകപടലങ്ങൾക്കുമിടയിൽ പണിയെടുക്കണം? അദ്ദേഹം അടിമക്കമ്പോളത്തിൽ ചെന്ന് തനിക്കാവശ്യമുള്ളത്ര അടിമകളെ വാങ്ങിയാൽ പോരേ?

മദ്ധ്യയുഗങ്ങളിൽ അടിമത്തം ഇല്ലായിരുന്നു. ഉണ്ടായിരുന്ന അടിയാളത്തം (Serfdom) വളരെ മൃദുലമായ രൂപത്തിലുള്ളതായിരുന്നു. എങ്കിലും ഗിൽഡുകൾ യന്ത്രം ഉപയോഗിക്കുന്നതിനെതിരായിരുന്നു. അനേകം സഹോദരങ്ങൾക്ക് തൊഴിലില്ലാതായിത്തീരുമെന്നായിരുന്നു അന്നു പറഞ്ഞത്. വലിയ അളവിൽ ഉല്പന്നങ്ങൾ ഉണ്ടാക്കുന്നതിനും മദ്ധ്യയുഗത്തിലെ ആളുകൾ എതിരായിരുന്നു. അവരുടെ ടെയ്‌ലർമാരും കശാപ്പുകാരും ആശാരിമാരുമെല്ലാം അവരുടെ ചെറിയ സമൂഹത്തിന്റെ അടിയന്തിരാവശ്യങ്ങൾക്കുവേണ്ടിയാണ് പണിചെയ്തിരുന്നത്. അവർ ജീവിക്കുന്ന സമൂഹമായിരുന്നു അത്, അയൽക്കാരുമായി അവർക്കു മത്സരമില്ലായിരുന്നു, ആവശ്യമുള്ളതിലധികം ഉല്പാദിപ്പിക്കാനും അവർക്ക് ആഗ്രഹമില്ലായിരുന്നു.

പിന്നെ നവോത്ഥാന കാലമായി. മുമ്പത്തെപ്പോലെ ശാസ്ത്രജ്ഞർക്കെതിരായ സഭയുടെ സ്പർദ്ധ കർക്കശമായി നടപ്പിലാക്കാൻ കഴിയില്ലെന്നായി. അനേകം മനുഷ്യൻ ഗണിതശാസ്ത്രവും ജ്യോതിശാസ്ത്രവും ഊർജ്ജതന്ത്രവും രസതന്ത്രവും പഠിക്കുന്നതിനായി അവരുടെ ജീവിതം സമർപ്പിച്ചു. മുപ്പത് വത്സരയുദ്ധത്തിന് രണ്ടുവർഷം മുമ്പ് സ്കോട്ട്ലന്റുകാരനായ ജോൺ നേപിയർ ഒരു ചെറിയ പുസ്തകം പ്രസിദ്ധീകരിച്ചിരുന്നു; ലോഗരിതം എന്ന പുതിയ കണ്ടുപിടുത്തമാണതിൽ വിവ

രിച്ചിരുന്നത്. യുദ്ധകാലത്തുതന്നെ ലീപ്സിഗിലെ ഗോട്ട്ഫ്രീഡ് ലിബ്നിസ് അതിസൂക്ഷ്മകലനം (infinitesimal calculus) എന്ന ഗണിത ശാസ്ത്ര മേഖലയെ കൃത്യമാക്കിയിരുന്നു. വെസ്റ്റ്ഫാലിയാ ഉടമ്പടിക്ക് എട്ടുവർഷം മുമ്പ്, മഹാനായ ഇംഗ്ലീഷ് പ്രകൃതിദാർശനികനായ ന്യൂട്ടൺ ഭൂജാതനായിരുന്നു. ആ വർഷം ഇറ്റാലിയൻ ജ്യോതിശാസ്ത്രജ്ഞനായ ഗലീലിയോ മരണമടഞ്ഞു. അതിനിടയിൽ മുപ്പതു വത്സരയുദ്ധം മദ്ധ്യയൂറോപ്പിന്റെ സമൃദ്ധി പാടെ സംഹരിച്ചുകളഞ്ഞിരുന്നു. അപ്പോൾ 'ആൽക്കെമി'യിൽ സത്വരമായ എന്നാൽ വളരെ സാമാന്യമായ ഒരു താല്പര്യം വളർന്നുവന്നു, മദ്ധ്യയുഗങ്ങളിലെ ഒരു കപടശാസ്ത്രമായിരുന്നു ഇത്, അടിസ്ഥാനലോഹങ്ങളെ സ്വർണ്ണമാക്കി മാറ്റാൻ ഈ ശാസ്ത്രം സഹായിക്കുമെന്നായിരുന്നു ധാരണ. ഇതു തെറ്റാണെന്നു തെളിഞ്ഞു. എന്നാൽ ആർക്കെമിസ്റ്റുകൾ സ്വന്തം പരീക്ഷണശാലകളിൽ പല പുതിയ ആശയങ്ങളിലേക്കും എത്തിച്ചേർന്നു. ഇത് രസതന്ത്രത്തിന്റെ (കെമിസ്ട്രി) വളർച്ചയ്ക്കു സഹായകമായി. രസതന്ത്രജ്ഞർ ആൽക്കെമിസ്റ്റുകളുടെ പിൻഗാമികളായിരുന്നല്ലോ.

ഇവരുടെയൊക്കെ പ്രവർത്തനങ്ങൾ ശാസ്ത്രത്തിന് കനത്ത ഒരടിത്തറയുണ്ടാക്കി. ശാസ്ത്രസാങ്കേതികരംഗത്തെ പിന്നീടങ്ങോട്ടുള്ള വികാസത്തിന് സഹായകമായി. വളരെ സങ്കീർണ്ണമായ യന്ത്രങ്ങൾ വരെ കണ്ടുപിടിക്കാൻ ഇത് ഉതകി. പ്രായോഗികബുദ്ധിയുള്ള അനേകം ആളുകൾ ഇത് ഉപയോഗപ്പെടുത്തി. മദ്ധ്യയുഗങ്ങളിൽ തടിയായിരുന്നു യന്ത്രനിർമ്മാണത്തിനുപയോഗിച്ചിരുന്നത്. പക്ഷേ, തടി എളുപ്പത്തിൽ ചീത്തയാകുമായിരുന്നു. ഇരുമ്പായിരുന്നു അതിന് പറ്റിയ ഏറ്റവും നല്ല വസ്തു. എന്നാൽ ഇംഗ്ലണ്ടിലൊഴികെ മറ്റെല്ലാ സ്ഥലങ്ങളിലും ഇരുമ്പ് വിരളമായിരുന്നു. ഇംഗ്ലണ്ടിലാണ് മിക്ക ഇരുമ്പുരുക്കലും നടന്നത്. ഇരുമ്പുരുക്കുന്നതിന് വൻതോതിൽ തീ വേണമായിരുന്നു. തുടക്കത്തിൽ തടി ഉപയോഗിച്ചാണ് തീ ഉണ്ടാക്കിയിരുന്നത്. പക്ഷേ, ക്രമത്തിൽ വനങ്ങൾ കുറഞ്ഞുവന്നു. കല്ക്കരിയായി പിന്നത്തെ ഇന്ധനം (ഭൂമിക്കടിയിൽ നിന്ന് ശിലാരൂപമായിത്തീർന്ന ചരിത്രാതീതകാലത്തെ വൃക്ഷങ്ങളാണിവ). പക്ഷേ, കല്ക്കരി ഭൂമിക്കടിയിൽ നിന്ന് കുഴിച്ചെടുക്കണം, ഉരുക്കുന്ന അടുപ്പുകൾക്കരികിലേക്ക് കയറ്റി അയക്കണം. കല്ക്കരിഖനികൾ എപ്പോഴും കിനിഞ്ഞെത്തുന്ന വെള്ളത്തിൽ നിന്ന് രക്ഷപ്പെടുത്തി ഉണക്കി സൂക്ഷിക്കണം.

പെട്ടെന്നു തന്നെ പരിഹരിക്കേണ്ടിയിരുന്ന പ്രശ്നങ്ങളായിരുന്നു ഇവ. തല്ക്കാലം കല്ക്കരിവാഗണുകൾ വലിച്ചുകൊണ്ടുപോകാൻ കുതിരകളെ ഉപയോഗിക്കാമായിരുന്നു. പക്ഷേ, വെള്ളം പമ്പ് ചെയ്തുകളയുന്ന പ്രശ്നം അപ്പോഴും അവശേഷിച്ചു. അതിനു പ്രത്യേകമായ യന്ത്രം വേണ്ടിയിരുന്നു. പല ശാസ്ത്രജ്ഞരും ഇത് പരിഹരിക്കാനുള്ള ശ്രമത്തിലായിരുന്നു. അതിനു വേണ്ടിയുണ്ടാക്കുന്ന പുതിയ യന്ത്രത്തിൽ നീരാവി ഉപയോഗിക്കേണ്ടിവരുമെന്ന് എല്ലാവർക്കും അറിയാമായിരുന്നു. ആവിയന്ത്ര

ആധുനിക നഗരം

ത്തിന്റെ ആശയം വളരെ പഴയതായിരുന്നു. ആവി ശക്തി ഉപയോഗിച്ചു പ്രവർത്തിപ്പിച്ചിരുന്ന പല യന്ത്രങ്ങളെപ്പറ്റിയും ബി സി ഒന്നാം നൂറ്റാണ്ടിൽ ജീവിച്ച അലക്സാണ്ട്രിയക്കാരനായ ഹീറോ വിവരിക്കുന്നുണ്ട്. ആവിശക്തിയിൽ മുന്നേറുന്ന യുദ്ധത്തേരുകളെപ്പറ്റി നവോത്ഥാനകാലത്തെ ജനങ്ങൾ ആലോചിച്ചിരുന്നു. ന്യൂട്ടന്റെ സമകാലികനായ വൊഴ്സസ്റ്ററിലെ മാർകിസ് പ്രഭു കണ്ടുപിടുത്തങ്ങളെപ്പറ്റിയുള്ള തന്റെ ഗ്രന്ഥത്തിൽ ആവിയന്ത്രത്തെപ്പറ്റി പറയുന്നുണ്ട്. കുറച്ച് കഴിഞ്ഞ് 1698 ൽ ലണ്ടനിലെ തോമസ് സാവേറി എന്നൊരാൾ ഒരു പമ്പിങ്ങ് യന്ത്രത്തിന് പേറ്റന്റ് നല്കണമെന്നപേക്ഷ നല്കി. അതേസമയം ഹോളണ്ടുകാരനായ ക്രിസ്ത്യൻ ഹ്യൂജൻസ് എന്നൊരാൾ വെടിമരുന്നുപയോഗിച്ച് പ്രവർത്തിപ്പിക്കാവുന്ന ഒരു മോട്ടോർ നിർമ്മിക്കുന്നുണ്ടായിരുന്നു; മോട്ടോറുകളിൽ നാമിന്ന് ഗ്യാസോലിൻ ഉപയോഗിക്കുന്നതുപോലെയായിരുന്നു ഇത്.

യൂറോപ്പിലാകമാനം, ജനങ്ങൾ ഈ ആശയത്തിൽ ധൃതിപ്പെട്ട് മുഴുകിയിരിക്കുകയായിരുന്നു. ഹ്യൂജൻസിന്റെ സ്നേഹിതനും സഹായിയുമായിരുന്ന ഡെനിസ് പാപ്പിൻ എന്നൊരാൾ, പല രാജ്യങ്ങളിലായി ആവിയന്ത്രപരീക്ഷണങ്ങൾ നടത്തുകയായിരുന്നു. ആവി കൊണ്ട് വലിച്ചുകൊണ്ടുപോകാവുന്ന ഒരു വാഗണും ഒരു തണ്ടുവള്ളവും അദ്ദേഹം കണ്ടുപിടിച്ചു. പക്ഷേ, ആ ബോട്ടിൽ അദ്ദേഹം യാത്ര ചെയ്യാൻ ശ്രമിച്ചപ്പോൾ അത് അധികാരികൾ കണ്ടുകെട്ടി. ബോട്ടുകാരുടെ യൂണിയൻ പരാതി കൊടുത്തതിനെ തുടർന്നായിരുന്നു ഇത്. അത്തരമൊരു യാത്രാവാഹനം തങ്ങളുടെ ഉപജീവനമാർഗ്ഗം നഷ്ടമാക്കുമെന്നായിരുന്നു അവരുടെ പേടി. പാപ്പിൻ ലണ്ടനിൽ വെച്ചാണ് മൃതിയടഞ്ഞത്. വളരെ ദരിദ്രനായിട്ടാണ് അദ്ദേഹം മരിച്ചത്. തന്റെ കൈയിലുള്ള പണമെല്ലാം കണ്ടുപിടിത്തങ്ങൾക്കായി ചെലവഴിച്ചതു കൊണ്ടായിരുന്നു ഇത്. അദ്ദേഹം മരിക്കുന്ന കാലത്ത് മറ്റൊരു ബലതന്ത്രവിദ്വാൻ, തോമസ് ന്യൂകോമൻ, സ്റ്റീം പമ്പിന്റെ പ്രശ്നങ്ങൾ പഠിക്കുകയായിരുന്നു. അമ്പത് കൊല്ലത്തിനു ശേഷം ന്യൂകോമന്റെ സ്റ്റീം എഞ്ചിൻ ജെയിംസ് വാറ്റ് എന്നൊരാൾ മെച്ചപ്പെടുത്തി. ഗ്ലാസ് ഗോവിലെ ഉപകരണനിർമ്മാതാവായിരുന്നു ജെയിംസ് വാറ്റ്. 1777 ൽ അദ്ദേഹം ലോകത്തിന് ശരിയായ പ്രായോഗികമൂല്യമുള്ള ആവിയന്ത്രം സംഭാവന ചെയ്തു.

പക്ഷേ, "അഗ്നിയന്ത്ര"വുമായുള്ള ഈ പരീക്ഷണങ്ങൾക്കിടയിൽ രാഷ്ട്രീയ ലോകം വൻതോതിൽ മാറിയിരുന്നു. ലോകവ്യാപാരത്തിന്റെ വാഹകസ്ഥാനം (carrier) ഡച്ചുകാരിൽ നിന്ന് ഇംഗ്ലീഷുകാർ ഏറ്റെടുത്തു കഴിഞ്ഞിരുന്നു. അവർ പുതിയ കോളനികൾ സ്ഥാപിച്ചിരുന്നു. കോളനികളിലെ അസംസ്കൃതവസ്തുക്കൾ അവർ ഇംഗ്ലണ്ടിലേക്ക് കൊണ്ടുപോയി. ഇംഗ്ലണ്ടിൽ അത് നല്ല ഉല്പന്നങ്ങളാക്കി. ആ ഉല്പന്നങ്ങൾ ലോകത്തിന്റെ നാനാഭാഗങ്ങളിലേക്കു കയറ്റുമതി ചെയ്തു. പതിനേഴാം നൂറ്റാണ്ടിൽ ജോർജിയയിലേയും കരോലിനയിലേയും ജനങ്ങൾ പുതിയൊരു തരം ചെടി വളർത്തിത്തുടങ്ങി. അതിൽ നിന്ന് അവർക്ക് സവിശേഷമായ

ഒരുതരം സാധനം, കമ്പിളി പോലൊരു സാധനം കിട്ടി, അവരതിനെ "പരുത്തിക്കമ്പിളി" (Cotton Wool) എന്നു വിളിച്ചു. അതു പറിച്ചെടുത്തശേഷം അവർ ഇംഗ്ലണ്ടിലേക്കു അയച്ചു. അവിടെ ലങ്കാഷയറിലെ ജനങ്ങൾ അത് വസ്ത്രമായി നെയ്തെടുത്തു. ഈ നെയ്ത്തു പണി കൈകൊണ്ടാണവർ ചെയ്തത്. 1730 ൽ ജോൺ കേ എന്നൊരാൾ "ഫ്ളയിങ്ങ് ഷട്ടിൽ" അഥവാ പറക്കും ഓടം കണ്ടുപിടിച്ചു. 1770 ൽ ജെയിംസ് ഹാർഗ്രീവ്സ് എന്നയാൾക്ക് തന്നെ 'സ്പിന്നിങ്ങ് ജെന്നി'ക്ക് പേറ്റന്റ് ലഭിച്ചു. അമേരിക്കക്കാരനായ എലി വിറ്റ്നി "കോട്ടൻ ജീൻ" കണ്ടുപിടിച്ചു. പരുത്തിയെ പരുത്തിക്കുരുവിൽ നിന്ന് വേർതിരിക്കുന്ന ഉപകരണമായിരുന്നു ഇത്. മുൻപ്, ഇത് കൈകൊണ്ടാണ് ചെയ്തിരുന്നത്. ഒരു ദിവസം പരമാവധി ഒരു റാത്തൽ പരുത്തിയാണ് ശുദ്ധീകരിക്കാൻ കഴിഞ്ഞിരുന്നത്. അവസാനം റിച്ചാർഡ് ആർക്ക്റൈറ്റ് എന്നയാളും റവറന്റ് എഡ്മണ്ട് കാർട്ട്റൈറ്റ് എന്ന പുരോഹിതനും വലിയ നെയ്ത്തു യന്ത്രങ്ങൾ നിർമ്മിച്ചു; ഇത് പ്രവർത്തിപ്പിച്ചത് ജലയന്ത്രം ഉപയോഗിച്ചായിരുന്നു. പിന്നെ 1780 കളിൽ ഫ്രാൻസിലെ എസ്റ്റേറ്റ്സ് ജനറൽ യൂറോപ്പിലെ രാഷ്ട്രീയ വ്യവസ്ഥയെ അടിസ്ഥാനപരമായി പരിവർത്തനം ചെയ്യാനുള്ള യോഗങ്ങൾ നടത്തിക്കൊണ്ടിരുന്നപ്പോൾ ജെയിംസ് വാട്ടിന്റെ യന്ത്രം പുതിയ ആവശ്യങ്ങൾക്കായി ഉപയോഗിച്ചുതുടങ്ങി. ആർക്ക്റൈറ്റിന്റെ യന്ത്രത്തിൽ അത് ഘടിപ്പിച്ചു. മറ്റു യന്ത്രങ്ങളിലും ഉപയോഗിച്ചു. ഇതോടെ ഇംഗ്ലണ്ടിൽ ഒരു സാമ്പത്തിക-സാമൂഹിക വിപ്ലവമുണ്ടായി. ഇത് ലോകത്തിന്റെ എല്ലാ ഭാഗങ്ങളിലുമുള്ള മനുഷ്യബന്ധങ്ങളെ മാറ്റി മറിച്ചു.

സുസ്ഥിരമായി നില്ക്കുന്ന യന്ത്രം വിജയകരമായി പ്രവർത്തിപ്പിക്കാൻ കഴിഞ്ഞു. തുടർന്ന് കണ്ടുപിടുത്തക്കാർ ആവിയന്ത്രം ബോട്ടുകളിലും യാത്രാ വണ്ടികളിലും ഘടിപ്പിക്കുന്നതിനെ പറ്റി ആലോചിച്ചു. ജെയിംസ് വാറ്റ് തന്നെ "സ്റ്റീംലോക്കോമോട്ടീവ്" ഡിസൈൻ ചെയ്തു. അദ്ദേഹത്തിന്റെ ആ ലോക്കോമോട്ടീവ് പ്രവർത്തനക്ഷമമാവുന്നതിനു മുമ്പുതന്നെ, 1804 ൽ റിച്ചാഡ് ലെവിത്തിക്ക് എന്നൊരാൾ, വെയിൽസിലെ ഖനനപ്രദേശത്തുള്ള പെനിഡാറൺ എന്ന സ്ഥലത്ത് ഇരുപത് ടൺ ഭാരം കയറ്റി കൊണ്ടുപോവാൻ ഒരു യന്ത്രം ഉപയോഗിച്ചു.

ആ ഘട്ടത്തിൽ റോബർട്ട് ഫുൾടൺ എന്ന പേരുള്ള രത്നവ്യാപാരിയും പെയിന്ററുമായ ഒരാൾ പാരീസിൽ ചെന്നു, തന്റെ മുങ്ങിക്കപ്പലായ "നോട്ടിലസും" (Nautilus) തന്റെ സ്റ്റീംബോട്ടും ഉപയോഗിച്ച് ഇംഗ്ലണ്ടിന്റെ സമുദ്രാധിപത്യം അവസാനിപ്പിക്കാൻ കഴിയുമെന്ന് നെപ്പോളിയനെ ബോദ്ധ്യപ്പെടുത്തുകയായിരുന്നു, ഫുൾടൺ.

സ്റ്റീം ബോട്ടിനെപ്പറ്റിയുള്ള ആശയം തികച്ചും മൗലികമായിരുന്നു. ഫുൾട്ടൺ അത് ജോൺ ഫിച്ച് എന്നയാളിൽ നിന്ന് പകർത്തിയതായിരുന്നു. കണക്റ്റിക്കട്ടിലെ ഒരു ബലതന്ത്ര പ്രതിഭയായിരുന്നു ജോൺവിച്ച്. അദ്ദേഹം സമർത്ഥമായി നിർമ്മിച്ച സ്റ്റീമർ 1787 ൽ തന്നെ ഡിലവെയർ നദിയിൽ യാത്ര ചെയ്തിരുന്നു. പക്ഷേ, നെപ്പോളിയനും അദ്ദേഹത്തിന്റെ

ശാസ്ത്രോപദേശകരും സ്വയം പ്രവർത്തിക്കുന്ന ബോട്ടിൽ വിശ്വാസമർപ്പിച്ചില്ല. സ്കോട്ട്ലാന്റിൽ നിർമ്മിതമായ ചെറിയ ബോട്ട് സീൻ നദിയിൽ ആഹ്ലാദപൂർവ്വം സഞ്ചരിച്ചുവെങ്കിലും ആ സൗകര്യം യുദ്ധരംഗത്ത് ഉപയോഗപ്പെടുത്താൻ ചക്രവർത്തി തയ്യാറായില്ല. അത് ഒരുപക്ഷേ, കരുത്തേറിയ ഒരായുധമാകുമായിരുന്നു. ട്രഫൽഗറിൽ തനിക്കേറ്റ പരാജയത്തിന് അതുവഴി ഒരുപക്ഷേ, പകരം വീട്ടാനാകുമായിരുന്നു.

ഫുൾട്ടൺ അമേരിക്കൻ ഐക്യനാട്ടിലേക്കു തിരിച്ചുപോയി. അദ്ദേഹം പ്രായോഗികമതിയായ ഒരു കച്ചവടക്കാരനുമായിരുന്നു. അദ്ദേഹം റോബർട്ട് ആർ ലിവിങ്സ്റ്റണുമായി ചേർന്ന് ഒരു സ്റ്റീം ബോട്ട് കമ്പനി തുടങ്ങി. അമേരിക്കൻ സ്വാതന്ത്ര്യപ്രഖ്യാപനത്തിൽ ഒപ്പുവെച്ചയാളും ഫുൾട്ടൺ പാരീസിലായിരുന്നപ്പോൾ ഫ്രാൻസിലെ അമേരിക്കൻ നയതന്ത്ര പ്രതിനിധിയുമായിരുന്നു ലിവിങ്സ്റ്റൺ. ഈ കമ്പനിയുടെ ആദ്യത്തെ സ്റ്റീമർ 'ക്ലെർമോണ്ട്' ആയിരുന്നു. ന്യൂയോർക്കു സംസ്ഥാനത്തെ ജലപാതകളിൽ മുഴുവൻ സഞ്ചരിക്കാനുള്ള കുത്തക ഈ സ്റ്റീമറിന് നല്കപ്പെട്ടു. ബൗൾട്ടൺ എന്നൊരാളും ഇംഗ്ലണ്ടിലെ ബർമിങ്ഹാമിലെ വാറ്റും ചേർന്നു നിർമ്മിച്ച എഞ്ചിൻ ഘടിപ്പിച്ച ഈ സ്റ്റീമർ 1807 ൽ ന്യൂയോർക്കിനും ആൽബണിക്കുമിടയിൽ റെഗുലർ സർവ്വീസ് ആരംഭിച്ചു.

പാവം ജോൺ ഫിച്ചിന്റെ കഥ ദാരുണമായിരുന്നു. മറ്റാരേക്കാളും മുമ്പ് സ്റ്റീംബോട്ട് നിർമ്മിച്ചതും വാണിജ്യാവശ്യങ്ങൾക്കായി അതുപയോഗിച്ചതും ഫിച്ചായിരുന്നു. പക്ഷേ അദ്ദേഹത്തിന്റേത് ദുഃഖകരമായ മരണമായിരുന്നു. ആരോഗ്യം ക്ഷയിച്ചും, സാമ്പത്തികമായി തകർന്നും അദ്ദേഹത്തിന്റെ വിഭവങ്ങളെല്ലാം ശോഷിച്ചു. ഒരു സ്ക്രൂ പ്രൊപെല്ലർ

1788 ൽ ജോൺഫിച്ചിന്റെ സ്റ്റീമർ 20 മൈൽ ദൈർഘ്യമുള്ള ഒരു ട്രയൽ യാത്ര നടത്തി. 1790 ൽ അത് ഡിലവേർ നദിയിൽ ഗതാഗതത്തിനുപയോഗിച്ചു. യാത്രാനിരക്കുകളറിയാൻ 1790 ലെ ഫിലാഡെൽഫിയ പേപ്പഴ്സ് നോക്കുക.

ആദ്യത്തെ ആവിനൗക

ഉപയോഗിച്ച് ഓടിപ്പിച്ച അഞ്ചാമത്തെ ബോട്ട് നശിപ്പിക്കപ്പെടുകയായിരുന്നു. അയൽക്കാർ അദ്ദേഹത്തെ അപഹസിച്ചു. നൂറുവർഷം കഴിഞ്ഞ് പ്രൊഫ. ലാങ്ലി തന്റെ പറക്കുംയന്ത്രം നിർമ്മിച്ചപ്പോൾ അപഹസിച്ചതുപോലെയായിരുന്നു അത്. പാശ്ചാത്യലോകത്തെ വിസ്തൃതനദികളിലേക്ക് തന്റെ രാജ്യത്തിന് എളുപ്പത്തിൽ പ്രവേശം ലഭിക്കുകയായിരുന്നു ജോൺ ഫിച്ചിന്റെ സ്വപ്നം. എന്നാൽ നാട്ടുകാർ പരന്ന ബോട്ടുകളിലോ കാൽനടയായോ യാത്രചെയ്യാനിഷ്ടപ്പെട്ടു. 1798 ൽ പൂർണ്ണദുരിതത്തിലും നൈരാശ്യത്തിലും ജോൺ ഫിച്ച് വിഷം കഴിച്ച് സ്വയം മരണം വരിച്ചു.

പക്ഷേ, ഇരുപതുവർഷം കഴിഞ്ഞ് "സാവന്ന" എന്ന 1850 ടൺ ഭാരമുള്ള സ്റ്റീമർ മണിക്കൂറിൽ ആറ് നോട്ട് (Knot) (മൗറിട്ടാനിയ എന്ന കപ്പൽ നാലിരട്ടി വേഗത്തിലാണ് പോവുന്നത്) വേഗത്തിൽ സാവന്നയിൽ നിന്ന് ലിവർപൂൾ വരെ ഇരുപത്തിയഞ്ച് ദിവസം കൊണ്ട് സഞ്ചരിച്ചു. അറ്റ്ലാന്റിക് സമുദ്രം മുറിച്ചു കടന്നുള്ള സ്റ്റീമർ യാത്രയായിരുന്നു അത്. ഇതോടെ ജനസഞ്ചയത്തിന്റെ അഭിപ്രായം മാറി. ആവേശത്തിൽ അവർ സ്റ്റീമറിന്റെ കണ്ടുപിടുത്തത്തിനുള്ള ബഹുമതി തെറ്റായ ആൾക്കു നല്കി.

ആറുവർഷത്തിനുശേഷം സ്കോട്ലന്റുകാരനായ ജോർജ്ജ് സ്റ്റീവൻസൺ അദ്ദേഹത്തിന്റെ പ്രസിദ്ധമായ 'യാത്രാഎഞ്ചിൻ' നിർമ്മിച്ചു. ഖനികളിൽ നിന്ന് ഇരുമ്പുരുക്ക് കേന്ദ്രങ്ങളിലേക്കും പരുത്തി ഫാക്ടറികളിലേക്കും കല്ക്കരികൊണ്ടുപോകാൻ ലോക്കോമോട്ടീവുകൾ നിർമ്മി

ആവിനൗകയുടെ ഉല്പത്തി

ക്കുകയായിരുന്നു സ്റ്റീവൻസൺ. ഈ യാത്രാഎഞ്ചിന്റെ കണ്ടുപിടുത്തത്തോടെ കല്ക്കരിവില എഴുപതു ശതമാനത്തോളം കുറഞ്ഞു. മാഞ്ചസ്റ്റർ മുതൽ ലിവർപൂൾവരെ ആദ്യത്തെ റെഗുലർ സർവ്വീസ് ആരംഭിക്കാൻ സാധിച്ചു. ആളുകൾ മണിക്കൂറിൽ പതിനഞ്ച് മൈൽ എന്ന അന്നുവരെ ഭാവന ചെയ്യാൻ പോലും കഴിയാത്ത വേഗത്തിൽ നഗരങ്ങളിൽ നിന്ന് നഗരങ്ങളിലേക്ക് യാത്രചെയ്തു തുടങ്ങി. ഒരു ഡസൻ വർഷം കഴിഞ്ഞപ്പോൾ വേഗം ഇരുപതു മൈലായി വർദ്ധിച്ചു.

ഈ പ്രായോഗികമതികളായ എഞ്ചിനീയർമാർ ഈ അഗ്നിയന്ത്രങ്ങൾ മെച്ചപ്പെടുത്തിക്കൊണ്ടിരിക്കുന്നതിനിടയിൽ ഒരു കൂട്ടം "ശുദ്ധ" ശാസ്ത്രജ്ഞർ പ്രകൃതിയുടെ രഹസ്യമയവും ഗുപ്തവുമായ മേഖല

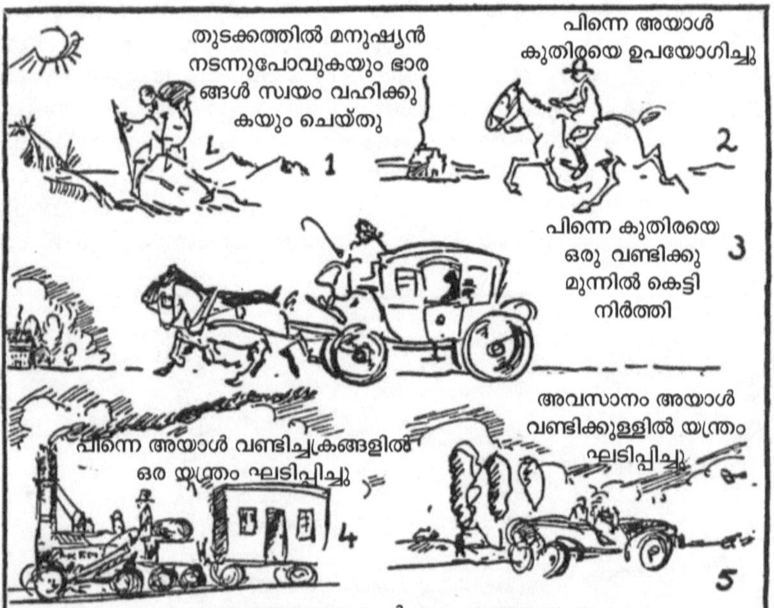

ഓട്ടോ മൊബൈൽ വാഹനങ്ങളുടെ ആരംഭം

കൾ കണ്ടെത്തുന്നതിനുള്ള യത്നങ്ങളിൽ ഏർപ്പെട്ടിരിക്കുകയായിരുന്നു. (ദിവസം പതിനാലുമണിക്കൂറെങ്കിലും ശാസ്ത്ര-സൈദ്ധാന്തിക പഠനത്തിന് വിനിയോഗിക്കുന്നവരായിരുന്നു അവർ. ഇതില്ലാതെ പുരോഗതി അസാദ്ധ്യമായിരുന്നു).

രണ്ടായിരം വർഷം മുമ്പ് അനേകം ഗ്രീക്ക് റോമൻ തത്ത്വചിന്തകന്മാർ (മൈലിറ്റഡിലെ ഥേലിസ്, എ ഡി 79-ാമാണ്ടിൽ വെസുവിയസ് അഗ്നി

പർവ്വതത്തിന്റെ സ്ഫോടനം പഠിക്കുന്നതിനിടെ കൊല്ലപ്പെട്ട പ്ലിനി. ആ അഗ്നിപർവ്വതസ്ഫോടനത്തിലായിരുന്നു പോമ്പിയും ഹെർക്കുലാനിയനും ചാരത്തിനിടയിൽ മൂടിപ്പോയത്) വൈക്കോൽ തുറുവും തൂവൽക്കഷണങ്ങളും കമ്പിളികൊണ്ടു തുടിയ്ക്കുന്ന ഒരു തുണ്ടു കട്ടിക്കുന്തുരുക്കത്തിനടുത്തു വെച്ചാൽ ഉണ്ടാവുന്ന അസാധാരണ പ്രതിഭാസങ്ങൾ നിരീക്ഷിച്ചിരുന്നു. മദ്ധ്യയുഗങ്ങളിലെ സ്കൂളുകൾ ദുരൂഹമായ ഈ "വൈദ്യുത" പ്രതിഭാസത്തിൽ തല്പരരായിരുന്നില്ല. എന്നാൽ നവോത്ഥാനത്തിനു ശേഷം എലിസബത്ത് രാജ്ഞിയുടെ സ്വകാര്യഭിഷക്കായ വില്യം ഗിൽബർട്ട് കാന്തത്തിന്റെ സ്വഭാവത്തെയും പെരുമാറ്റത്തെയും സംബന്ധിച്ച പ്രസിദ്ധമായ പ്രബന്ധം എഴുതി. മുപ്പതു വത്സരയുദ്ധത്തിന്റെ കാലത്ത് മാഗ്ഡിബർഗ്ഗിലെ ബർഗോമാസ്റ്ററും എയർ പമ്പിന്റെ ആവിഷ്ക്കർത്താവുമായ ഓട്ടോ വോൺ ഗിറാക്ക് ആദ്യത്തെ വൈദ്യുതയന്ത്രം നിർമ്മിച്ചു. അടുത്ത നൂറ്റാണ്ടിൽ അനേകം ശാസ്ത്രജ്ഞർ വിദ്യുച്ഛക്തി പഠനത്തിലേർപ്പെട്ടു. മൂന്ന് പ്രൊഫസർമാർ ചേർന്ന് 1795 ൽ പ്രസിദ്ധമായ ലീഡൻ ജാർ കണ്ടുപിടിച്ചു. ആ സന്ദർഭത്തിൽ ബെഞ്ചമിൻ ഫ്രാങ്ക്ളിൻ തന്റെ ശ്രദ്ധ ഈ വിഷയത്തിൽ കേന്ദ്രീകരിച്ചു. ബെഞ്ചമിൻ തോമസ് (ബ്രിട്ടീഷനുകൂല നിലപാടുകൾ കാരണം ന്യൂ ഹാമ്പ്ഷയറിൽ നിന്ന് ഓടിപ്പോകേണ്ടിവന്നതിനാൽ അദ്ദേഹം കൗണ്ട് റാംഫോഡ് എന്നാണറിയപ്പെട്ടത്) കഴിഞ്ഞാൽ അമേരിക്കയിലെ ഏറ്റവും മഹനായ സാർവ്വത്രിക പ്രതിഭയായിരുന്നു ബെഞ്ചമിൻ ഫ്രാങ്ക്ളിൻ. മിന്നലും വൈദ്യുത സ്ഫുലിംഗങ്ങളും ഒരേ വിദ്യുച്ഛക്തിയുടെ പ്രകാശനങ്ങളാണെന്നദ്ദേഹം കണ്ടുപിടിച്ചു. വിദ്യുച്ഛക്തിയെ സംബന്ധിച്ച അദ്ദേഹത്തിന്റെ പഠനം തിരക്ക് പിടിച്ച, വളരെ ഫലപ്രദമായ തന്റെ ജീവിതത്തിലുടനീളം അദ്ദേഹം തുടർന്നു. പിന്നീട് പ്രസിദ്ധമായ 'എലക്ട്രക്ക് പൈലു'മായി വോൾട്ട രംഗപ്രവേശം ചെയ്തു. തുടർന്ന് വന്ന ഗാൽവനി, ഡോ. ഡാനിഷ്, പ്രഫസറായ ഹാൻസ് ക്രിസ്റ്റ്യൻ ഓർസ്റ്റഡ്, ആംപിയർ, ആരാഗോ, ഫാരഡേ എന്നിവർ വൈദ്യുത ബലത്തിന്റെ ശരിയായ പ്രകൃതം അന്വേഷിച്ചവരാണ്.

അവർ തങ്ങളുടെ കണ്ടുപിടുത്തങ്ങൾ ലോകത്തിന് സൗജന്യമായി സംഭാവന ചെയ്തു. സാമുവൽ മോഴ്സ് (ഫുൾടണെ പോലെ അദ്ദേഹവും ഒരു കലാകാരനായിട്ടാണ് ജീവിതം ആരംഭിച്ചത്) ആലോചിച്ചത് പുതിയ വിദ്യുച്ഛക്തിയെ ഒരു നഗരത്തിൽ നിന്നും മറ്റൊരിടത്തേക്ക് സന്ദേശമയക്കാൻ ഉപയോഗിക്കാമെന്നാണ്. ചെമ്പുകമ്പിയും, സ്വയം കണ്ടുപിടിച്ച ഒരു ചെറിയ യന്ത്രവും ഇതിനായി ഉപയോഗിക്കാനാണ് അദ്ദേഹം ഉദ്ദേശിച്ചത്. ആളുകൾ അദ്ദേഹത്തെ പരിഹസിച്ചു. അതുകൊണ്ട് തന്റെ പരീക്ഷണങ്ങൾക്കുള്ള പണം അദ്ദേഹം തന്നെ ചെലവാക്കേണ്ടതായി വന്നു. വൈകാതെ അദ്ദേഹത്തിന്റെ പണമെല്ലാം തീർന്നു, അദ്ദേഹം ദരിദ്രനായിത്തീർന്നു. ജനങ്ങൾ അദ്ദേഹത്തെ കൂടുതൽ പരിഹസിച്ചു. പിന്നെ അദ്ദേഹം അമേരിക്കൻ കോൺഗ്രസിനോട് സഹായഭ്യർത്ഥന നടത്തി. കോമേഴ്സിനുള്ള സ്പെഷ്യൽ കമ്മിറ്റി അദ്ദേഹത്തിന് പിന്തുണ

വാഗ്ദാനം ചെയ്തു. പക്ഷേ, കോൺഗ്രസംഗങ്ങൾക്ക് ഇതിൽ ഒരു താല്പര്യവുമില്ലായിരുന്നു. പന്ത്രണ്ടുവർഷം കാത്തിരുന്നശേഷമാണ് മോഴ്സെക്ക് ചെറിയ കോൺഗ്രസ് സഹായം ലഭിച്ചത്. തുടർന്ന്, അദ്ദേഹം ബാൾട്ടിമൂറിനും വാഷിങ്ടണ്ണിനുമിടയിൽ ഒരു "ടെലഗ്രാഫ്" സ്ഥാപിച്ചു. 1837ൽ ആദ്യത്തെ വിജയകരമായ ടെലഗ്രാഫ് അദ്ദേഹം ന്യൂയോർക്ക് യൂണിവേഴ്സിറ്റിയിലെ ലക്ചർ ഹാളുകളിൽ പ്രദർശിപ്പിച്ചു. അവസാനം ആദ്യത്തെ ദീർഘദൂര ടെലഗ്രാഫ് സന്ദേശം വാഷിങ്ടണ്ണിൽ നിന്ന് ബാൾട്ടിമൂറിലേക്ക് 1844 മെയ്മാസം 24 ന് അയക്കപ്പെട്ടു. ഇന്ന് ലോകമെമ്പാടും ടെലഗ്രാഫ് ലൈനുകളുണ്ട്. (ഇൻഫർമേഷൻ ടെക്നോളജി ഇന്ന് ടെലഗ്രാഫിനെ അപ്രസക്തമാക്കിയിട്ടുണ്ട് - വിവർത്തകൻ). ഇരുപത്തിമൂന്ന് വർഷം കഴിഞ്ഞ് അലക്സാണ്ടർ ഗ്രഹാം ബെൽ വിദ്യുച്ഛക്തിയെ തന്റെ ടെലഫോൺ സംവിധാനത്തിനായി ഉപയോഗിച്ചു. അര നൂറ്റാണ്ടു കഴിഞ്ഞപ്പോൾ മാർക്കോണി സന്ദേശമയക്കുന്നതിന് കമ്പികളും വയറുകളും ആവശ്യമില്ലാത്ത പുതിയ സംവിധാനം നിർമ്മിച്ചു.

ന്യൂ ഇംഗ്ലണ്ടുകാരനായ മോഴ്സെ "ടെലഗ്രാഫ്' രംഗത്ത് പരീക്ഷണം നടത്തുന്ന സന്ദർഭത്തിൽ യോർക്ക് ഷയർകാരനായ മൈക്കിൾ ഫാരഡേ തന്റെ ആദ്യത്തെ "ഡൈനാമോ" നിർമ്മിച്ചു. ഈ ചെറിയ യന്ത്രം 1831 ൽ പൂർത്തിയായി. യൂറോപ്പ് ജൂലൈ വിപ്ലവത്തിന്റെ ഫലമായി വിറച്ചു കൊണ്ടിരുന്ന സന്ദർഭമായിരുന്ന അത്. വിയന്നാ കോൺഗ്രസിന്റെ പദ്ധതികൾ കഠിനമായി അട്ടിമറിക്കപ്പെടുകയായിരുന്നു. ആദ്യ ഡൈനാമോ വളർന്ന് വളർന്ന്, ഇന്ന് നമുക്ക് ചൂടും വെളിച്ചവും നല്കുന്നു. (ഫ്രഞ്ച്, ഇംഗ്ലീഷ് പരീക്ഷണങ്ങളുടെ അടിത്തറയിൽ നിന്നുകൊണ്ട് 1840 കളിലും 1850 കളിലും പ്രവർത്തിച്ചതിന്റെ ഫലമായി എഡിസൺ നിർമ്മിച്ച ബൾബുകളെപ്പറ്റി അറിയാമല്ലോ). ഡൈനാമോ എല്ലാതരത്തിലുള്ള യന്ത്രങ്ങൾക്കും ഊർജ്ജം നല്കുന്നു. പഴയ കാലത്ത് ഉയർന്ന തലത്തിലും തരത്തിലുമുള്ള പ്രാക് ചരിത്രമൃഗങ്ങൾ അവയേക്കാൾ കഴിവുകുറഞ്ഞ അയൽക്കാരെ നിഷ്കാസനം ചെയ്തു. അതുപോലെ വൈദ്യുതയന്ത്രങ്ങൾ ഉഷ്ണയന്ത്രങ്ങളെ പൂർണ്ണമായി പിന്തള്ളുമെന്ന കാര്യത്തിൽ സംശയമില്ല.

വ്യക്തിപരമായി (എനിക്ക് മെഷിനറിയെപ്പറ്റി ഒന്നുമറിയില്ല) ഇത് എന്നെ ഏറെ സന്തോഷിപ്പിക്കും. ജലശക്തി ഉപയോഗിച്ചു പ്രവർത്തിക്കുന്ന വൈദ്യുതയന്ത്രം വൃത്തിയുള്ളതും ഉപയോക്തൃസൗഹൃദപരവുമാണ്. എന്നാൽ പതിനെട്ടാം നൂറ്റാണ്ടിന്റെ അത്ഭുതമായിരുന്ന 'ആവിയന്ത്രം' വല്ലാത്ത ശബ്ദം പുറപ്പെടുവിക്കുന്ന വൃത്തിഹീനമായ ഒരു സൃഷ്ടിയായിരുന്നു; അത് എല്ലാടവും വൃത്തികെട്ട പുകക്കെട്ടുകളുണ്ടാക്കുന്നു, പൊടിപരത്തുന്നു, പുകപരത്തുന്നു; അതിന്റെ ഇന്ധനമോ, കല്ക്കരിയാണ്, ആയിരക്കണക്കിൽ മനുഷ്യർക്ക് അസൗകര്യവും ആപത്തുമുണ്ടാക്കിവേണം ഖനികളിൽ നിന്ന് അത് ശേഖരിക്കാൻ.

ചരിത്രകാരൻ വസ്തുതകളെ ആശ്രയിക്കണം, ഭാവന ഉപയോഗി

ക്കരുത്. ഞാൻ ഒരു നോവലിസ്റ്റായിരുന്നെങ്കിൽ ചരിത്രകാരൻ അല്ലായിരുന്നെങ്കിൽ അവസാനത്തെ ആവിത്തീവണ്ടി, ദിനോസറിനും പറക്കും പന്നഗത്തിനും പോയ്പോയകാലത്തെ മറ്റു നഷ്ടജീവികൾക്കും അരികിൽ നാചറൽ ഹിസ്റ്ററി മ്യൂസിയത്തിൽ സ്ഥാനം പിടിക്കുന്നത് ഞാൻ വളരെ സന്തോഷത്തോടെ വിവരിക്കുമായിരുന്നു.

സാമൂഹികവിപ്ലവം

പക്ഷേ, പുതിയ യന്ത്രങ്ങൾ വളരെ ചെലവ് കൂടിയതായിരുന്നു, സമ്പന്നർക്കു മാത്രമേ അവ ഉപയോഗിക്കാൻ കഴിയുമായിരുന്നുള്ളൂ. മുമ്പ് സ്വാശ്രിതനായിരുന്ന പഴയ ആശാരിക്കോ ചെരുപ്പുകുത്തിക്കോ സ്വന്തമായി നില്ക്കാൻ കഴിയാതെ വന്നു; വലിയ യന്ത്രോപകരണങ്ങളുടെ ഉടമസ്ഥർക്ക് തന്നെ സ്വയം വില്ക്കേണ്ടിവന്നു. പണ്ടത്തേതിനേക്കൾ പണം ഉണ്ടാക്കിയെങ്കിലും മുമ്പുണ്ടായിരുന്ന സ്വാതന്ത്ര്യം അയാൾക്കു നഷ്ടമായി. അത് അയാൾക്ക് ഇഷ്ടമായില്ല.

പഴയകാലത്ത് സ്വതന്ത്രരായ പണിക്കാരാണ് പണിയെല്ലാം ചെയ്തിരുന്നത്. വീടിന്റെ ഉമ്മറത്തുള്ള സ്വന്തം പണിശാലകളിലായിരുന്നു അവർ പണിയെടുത്തത്. അവർക്ക് സ്വന്തം പണിയായുധങ്ങളുണ്ടായിരുന്നു. അവർ അപ്രന്റീസുകളെ പരിശീലിപ്പിച്ചു. ഗിൽഡുകൾ അംഗീകരിച്ച പരിധിക്കുള്ളിൽ നിന്നുകൊണ്ട്, ഇഷ്ടമുള്ള പ്രവൃത്തി ചെയ്തു. വളരെ ലളിതമായി ജീവിച്ചു. ദീർഘനേരം ജോലിചെയ്യേണ്ടിവന്നെങ്കിലും അവരുടെ യജമാനന്മാർ അവർ തന്നെയായിരുന്നു. എഴുന്നേറ്റു നോക്കുമ്പോൾ ആ ദിവസം മീൻ പിടിക്കാൻ പറ്റിയ നല്ല നാളാണെന്നു കണ്ടാൽ അവർക്ക് മീൻ പിടിക്കാൻ പോകാമായിരുന്നു; അതുവേണ്ടെന്നു പറയാൻ ആരുമുണ്ടായിരുന്നില്ല.

എന്നാൽ യന്ത്രങ്ങളുടെ ആവിർഭാവം ഈ സ്ഥിതിയാകെ മാറ്റിമറിച്ചു. കുറെ വലുതായി വികസിപ്പിച്ച ഒരു കരുമാത്രമാണ് യന്ത്രം. ഒരുമിനിട്ട് ഒരു മൈൽ വേഗത്തിൽ നിങ്ങളെക്കൊണ്ടുപോവുന്ന ട്രെയിൻ സത്യത്തിൽ വേഗം കൂടിയ കാലുകൾ മാത്രമാണ്; വലിയ ഇരുമ്പുഖണ്ഡങ്ങളെ അടിച്ചുപരത്തുന്ന സ്റ്റീം ചുറ്റിക സത്യത്തിൽ ഭീകരമായ ഒരു മുഷ്ടിയാണ്, ഇരുമ്പുകൊണ്ട് നിർമ്മിച്ചതാണെന്നു മാത്രം.

പക്ഷേ, നമുക്കെല്ലാവർക്കും രണ്ടു നല്ല പാദങ്ങളും ഒരു മുഷ്ടിയുമുണ്ടെങ്കിലും, തീവണ്ടിയും സ്റ്റീം ചുറ്റികയും പരുത്തി ഫാക്ടറിയും വളരെ ചെലവ് കൂടിയ യന്ത്രസജ്ജീകരണങ്ങളാണ്. അവ ഒരാളുടെ ഉടമസ്ഥതയിലുള്ളതല്ല, കമ്പനികളുടെ ഉടമസ്ഥതയിലാണ്. അംഗങ്ങൾ ഒരു നിശ്ചിത തുക കമ്പനിയിൽ നിക്ഷേപിക്കുന്നു; അവരുടെ തീവണ്ടിയിൽ നിന്നും പരുത്തിമില്ലിൽ നിന്നും കിട്ടുന്ന ലാഭം, അവർ നിക്ഷേപിച്ച പണത്തിന് ആനുപാതികമായി വിഭജിച്ചെടുക്കുന്നു.

മനുഷ്യശക്തിയും യന്ത്രശക്തിയും

യന്ത്രങ്ങൾ മെച്ചപ്പെടുത്തിക്കൊണ്ടിരുന്നു. അവ പ്രയോഗക്ഷമത കൈവരിക്കുന്നതുവരെ, ലാഭം ഉറപ്പാക്കുന്നതുവരെ ഈ പ്രക്രിയ തുടർന്നു. അതിനിടയിൽ ആ വലിയ യന്ത്രങ്ങളുടെ നിർമ്മാതാക്കൾ അവയ്ക്ക് പണം ക്യാഷായി നല്കാൻ തയ്യാറുള്ളവരെ അന്വേഷിച്ചുകൊണ്ടിരുന്നു.

മദ്ധ്യയുഗങ്ങളിൽ ഭൂമി മാത്രമായിരുന്നു ധനം. അന്നു പ്രഭുക്കൾ മാത്രമാണ് ധനികന്മാരായി ഗണിക്കപ്പെട്ടിരുന്നത്. മുമ്പൊരദ്ധ്യായത്തിൽ ഞാൻ പറഞ്ഞിട്ടുണ്ട്, അവരുടെ കൈവശമുണ്ടായിരുന്നത് വളരെ നിസ്സാരമായ അളവിലുള്ള സ്വർണ്ണവും വെള്ളിയും മാത്രമായിരുന്നു. അതുകൊണ്ട് അവർ പഴയ ബാർട്ടർ (കൈമാറ്റം) സമ്പ്രദായം തന്നെ തുടർന്നു. കുതിരയ്ക്കു പകരം പശുവും തേനിനുപകരം മുട്ടയും നല്കുന്ന ആ പഴയ രീതി. കുരിശുയുദ്ധങ്ങളുടെ കാലത്ത് നഗരവാസികൾ പൗരസ്ത്യ പാശ്ചാത്യലോകങ്ങൾ തമ്മിൽ പുനരാരംഭിച്ച വാണിജ്യം വഴി സമ്പന്ന

രായിത്തീർന്നു. അവർ പ്രഭുക്കന്മാരുടെയും മാടമ്പിമാരുടെയും എതിരാളികളായി മാറുകയും ചെയ്തു.

ഫ്രഞ്ചു വിപ്ലവം പ്രഭുവർഗ്ഗത്തിന്റെ സ്വത്ത് പൂർണ്ണമായി നശിപ്പിച്ചിരുന്നു, മദ്ധ്യവർഗ്ഗത്തിന്റെ അഥവാ ബൂർഷ്വാസിയുടെ സമ്പത്ത് വലിയ അളവിൽ വർദ്ധിപ്പിച്ചിരുന്നു. മഹത്തായ വിപ്ലവത്തെത്തുടർന്നുള്ള അസ്വാസ്ഥ്യപൂർണ്ണമായ വർഷങ്ങളിൽ മദ്ധ്യവർഗ്ഗത്തിന് ലോകത്തെ ഉല്പന്നങ്ങളിൽ നിന്ന് അവർ അർഹിക്കുന്നതിനേക്കാൾ വലിയ പങ്ക് ലഭിച്ചു. ഫ്രഞ്ച് കൺവെൻഷൻ പള്ളിയുടെ തോട്ടങ്ങൾ ദേശസാല്ക്കരിക്കുകയും ലേലം ചെയ്തു വില്ക്കുകയും ചെയ്തിരുന്നു. ഭയാനകമായ തോതിൽ അഴിമതിയും നടന്നിരുന്നു. ഭൂമിയുടെ ഊഹക്കച്ചവടക്കാർ ആയിരക്കണക്കിൽ ചതുരശ്രമൈൽ വിലപിടിപ്പുള്ള ഭൂമി കവർന്നെടുത്തു. നെപ്പോളിയന്റെ യുദ്ധങ്ങൾക്കിടയിൽ അവർ പുതുതായി നേടിയ മൂലധനം ധാന്യത്തിന്റെയും വെടിമരുന്നിന്റെയും കച്ചവടത്തിലിറക്കി വൻതോതിൽ ലാഭം കൊയ്തെടുത്തു. ഇപ്പോൾ കുടുംബാവശ്യങ്ങൾക്കുവേണ്ടതിൽ കൂടുതൽ പണം അവരുടെ കൈയിൽ വന്നു. ഫാക്ടറികൾ നിർമ്മിക്കാനും യന്ത്രങ്ങൾ പ്രവർത്തിപ്പിക്കാനുള്ള സ്ത്രീപുരുഷന്മാരെ വിലയ്ക്കെടുക്കാനും കഴിഞ്ഞു.

ഇത് ലക്ഷക്കണക്കിൽ മനുഷ്യരുടെ ജീവിതത്തിൽ വലിയ മാറ്റമുണ്ടാക്കി. അല്പവർഷങ്ങൾകൊണ്ട് പല നഗരങ്ങളിലും ജനസംഖ്യ ഇരട്ടിച്ചു. പൗരന്മാരുടെ മേളനകേന്ദ്രമായിരുന്ന നഗരകേന്ദ്രങ്ങൾക്കു ചുറ്റും വൃത്തിഹീനവും വിലകുറഞ്ഞതുമായ കൊച്ചു ചാളകൾ രൂപം കൊണ്ടു. പതിനൊന്നും പന്ത്രണ്ടും പതിമൂന്നും മണിക്കൂർനേരം പണിയെടുത്തതിനുശേഷം പണിക്കാർ ഈ ചാളകളിൽ കിടന്നുറങ്ങി. വിസിൽ മുഴങ്ങുമ്പോൾ ഈ വീടുകളിൽ നിന്ന് അവർ വീണ്ടും ഫാക്ടറികളിലെത്തി.

പട്ടണങ്ങളിൽ ചെന്നാൽ അളവറ്റ പണം നേടാമെന്ന വലിയ സംസാരം ഗ്രാമപ്രദേശങ്ങളിൽ വ്യാപിച്ചു. തുറസ്സായ സ്ഥലത്ത് ജീവിച്ചു ശീലിച്ച കർഷക യുവാവ് നഗരത്തിലേക്കു പോയി. അയാളുടെ ആരോഗ്യം ക്ഷയിച്ചു. പുകയും അഴുക്കും പൊടിയും അയാളെ രോഗഗ്രസ്തനാക്കി. മോശമായ വെന്റിലേഷൻ മാത്രമുള്ള വർക്കുഷോപ്പുകളിൽ അയാളുടെ ജീവിതം ദുസ്സഹമായി. മിക്കപ്പോഴും അയാളുടെ അന്ത്യം അഗതിമന്ദിരത്തിലോ ആശുപത്രിയിലോ ആയിരുന്നു.

തീർച്ചയായും കൃഷിയിടത്തിൽ നിന്ന് പണിശാലയിലേക്കുള്ള ഈ പരിവർത്തനം വലിയൊരു വിഭാഗം ആളുകൾക്ക് എതിർപ്പില്ലാതെ നേടിയെടുക്കാൻ കഴിയില്ലായിരുന്നു. ഒരു എഞ്ചിന് ഒരു നൂറുമനുഷ്യരുടെ പണി ചെയ്യാൻ കഴിയുമെന്നിരിക്കെ ജോലി നഷ്ടപ്പെടുന്ന തൊണ്ണൂറ്റിയൊമ്പതു പേർ അതെന്തായാലും ഇഷ്ടപ്പെട്ടില്ല. അവർ പലപ്പോഴായി ഫാക്ടറി കെട്ടിടവും യന്ത്രങ്ങളും ആക്രമിക്കുകയും അഗ്നിക്കിരയാക്കുകയും ചെയ്തു. പക്ഷേ, പതിനേഴാം നൂറ്റാണ്ടിൽ തന്നെ ഇൻഷ്വറൻസ് കമ്പനികൾ രൂപീകരിക്കപ്പെട്ടിരുന്നതിനാൽ ഫാക്ടറിയുടമസ്ഥർക്ക് ഈ നഷ്ടം

ഫാക്ടറി

നികത്തിക്കിട്ടുമായിരുന്നു.

വൈകാതെ കൂടുതൽ പുതുമയാർന്നതും മേന്മയുള്ളതുമായ യന്ത്രങ്ങൾ സ്ഥാപിക്കപ്പെട്ടു. ഫാക്ടറികൾക്കുചുറ്റും വലിയ മതിലുകൾ ഉയർന്നുവന്നു. അതോടെ കലാപങ്ങൾ അടങ്ങി. ആവിയുടേതും ഇരുമ്പിന്റേതുമായ പുതിയ യുഗത്തിൽ പ്രാചീന ഗിൽഡുകൾക്ക് അതിജീവിക്കാൻകഴിഞ്ഞില്ല. അവ നിലനില്ക്കാതെയായി. അതോടെ തൊഴിലാളികൾ ശരിയായ ലേബർ യൂണിയനുകൾ സ്ഥാപിക്കാൻ തുടങ്ങി. പണം കൊണ്ട് രാഷ്ട്രീയക്കാരിൽ വൻ സ്വാധീനം ചെലുത്താൻ കഴിഞ്ഞ ഫാക്ടറിയുടമസ്ഥന്മാർക്ക് നിയമസഭയിലും മറ്റും പ്രാതിനിധ്യം ലഭിച്ചു. അവർക്ക് നിയമനിർമ്മാണസഭകളെക്കൊണ്ട് ട്രേഡ് യൂണിയനുകളെ നിരോധിക്കുന്ന നിയമം അംഗീകരിപ്പിക്കാൻ കഴിഞ്ഞു; തൊഴിലെടുക്കുന്ന മനുഷ്യരുടെ 'പ്രവർത്തനസ്വാതന്ത്ര്യ'ത്തിൽ ഇടപെടുന്നുവെന്നായിരുന്നു ട്രേഡ് യൂണിയനുകളെപ്പറ്റിയുള്ള പരാതി.

ഈ നിയമങ്ങൾ പാസാക്കിയ നല്ലവരായ പാർലമെന്റംഗങ്ങൾ ദുഷ്ടരായ ഏകാധിപതികളായിരുന്നുവെന്ന് ദയവായി ആരും കരുതരുത്. അവരെല്ലാവരും വിപ്ലവകാലഘട്ടത്തിന്റെ ശരിയായ സന്തതികളായിരുന്നു. എല്ലാവരും 'സ്വാതന്ത്ര്യ'ത്തെപ്പറ്റി സംസാരിക്കുകയും വേണ്ടത്ര സ്വാതന്ത്ര്യസ്നേഹികളല്ലാത്ത അയൽക്കാരെ കൊല്ലുകയും ചെയ്യുന്ന കാലമായിരുന്നു അത്. മനുഷ്യന്റെ ഏറ്റവും വലിയ ഗുണം 'സ്വാതന്ത്ര്യ' മായിരുന്നപ്പോൾ, സ്വന്തം മെമ്പർമാരോടു ലേബർ യൂണിയനുകൾ പണിയെടുക്കേണ്ട സമയത്തേയും വാങ്ങേണ്ട കൂലിയേയും പറ്റി ആജ്ഞാപിക്കുന്നത് ശരിയായിരിക്കുകയില്ലെന്നായിരുന്നു വാദം. എല്ലായ്പ്പോഴും

സ്വന്തം സേവനം "പരസ്യമാർക്കറ്റിൽ വില്ക്കാൻ സ്വതന്ത്ര്യ"മുള്ളയാളായിരിക്കണം തൊഴിലാളിയെന്നും വാദമുണ്ടായി. അതുപോലെ ഉടമസ്ഥന് തന്റെ ഇഷ്ടംപോലെ തന്റെ സ്ഥാപനം നടത്താനുള്ള "സ്വാതന്ത്ര്യം" വേണം. ഗവൺമെന്റ് സമൂഹത്തിന്റെ വ്യാവസായിക ജീവിതം നിയന്ത്രിച്ചിരുന്ന മെർക്കന്റൈൽ സമ്പ്രദായത്തിന്റെ ദിനങ്ങൾ അവസാനിക്കുകയായിരുന്നു. "സ്വാതന്ത്ര്യ"മെന്ന പുതിയ ആശയം, രാഷ്ട്രം മാനിക്കണം, വാണിജ്യം സ്വന്തം വഴിക്കു പോകണം എന്നതായിരുന്നു.

പതിനെട്ടാം നൂറ്റാണ്ടിന്റെ ഉത്തരാർദ്ധം ധൈഷണികവും രാഷ്ട്രീയവുമായ സന്ദേഹത്തിന്റെ മാത്രം കാലമായിരുന്നില്ല. പഴയ സാമ്പത്തികാശയങ്ങളുടെ സ്ഥാനം കാലാനുസൃതമായ പുതിയ ആശയങ്ങൾ ഏറ്റെടുത്ത കഴിഞ്ഞിരുന്നു; ഫ്രഞ്ചുവിപ്ലവത്തിനും പല വർഷങ്ങൾക്കു മുമ്പ് ലൂയി പതിനാറാമന്റെ വിജയിക്കാത്ത ധനമന്ത്രിയായിരുന്ന തർഗോട്ട് "സാമ്പത്തികസ്വാതന്ത്ര്യം" എന്ന പുതിയ ആശയം പ്രചരിപ്പിച്ചിരുന്നു. ഏറെ കാലതാമസം, ഏറെ ക്രമീകരണങ്ങൾ, ഏറെ നിയമങ്ങൾ നടപ്പാക്കുന്ന, ഏറെ ഉദ്യോഗസ്ഥർ ഉണ്ടായിരുന്നൊരു രാജ്യത്തായിരുന്നു ടർഗോട്ട് ജീവിച്ചത്. "ഈ ഉദ്യോഗസ്ഥമേൽനോട്ടം അവസാനിപ്പിക്കുക" അദ്ദേഹം എഴുതി, "ജനങ്ങൾ ഇഷ്ടമുള്ളത് ചെയ്യട്ടെ, എല്ലാം ശരിയാവും." പെട്ടെന്നുതന്നെ അദ്ദേഹത്തിന്റെ ഈ "ലെയ്സെ ഫെയർ" (Laissez-Faire) ഉപദേശം അക്കാലത്തെ ധനതത്ത്വശാസ്ത്രജ്ഞരുടെ മുദ്രാവാക്യമായിമാറി.

അതേ കാലത്ത് ഇംഗ്ലണ്ടിലെ ആഡംസ്മിത്ത് തന്റെ *രാഷ്ട്രങ്ങളുടെ സമ്പത്ത്' (Wealth of Nation)* എന്ന ബൃഹത്തായ ഗ്രന്ഥത്തിന്റെ രചനയിലായിരുന്നു. അതും "സ്വാതന്ത്ര്യ"ത്തിനായി വാദിച്ചു; കൂട്ടത്തിൽ "കച്ചവടത്തിന്റെ സ്വാഭാവികമായ അവകാശങ്ങൾക്കു വേണ്ടി"യും. മുപ്പതുവർഷം കഴിഞ്ഞ് അതായത് നെപ്പോളിയന്റെ പതനത്തിനുശേഷം, യൂറോപ്പിലെ പ്രതിലോമശക്തികൾ വിയന്നയിൽ വിജയം നേടിയപ്പോൾ, രാഷ്ട്രീയ ബന്ധങ്ങളിൽ ജനങ്ങൾക്ക് നിഷേധിക്കപ്പെട്ടിരുന്ന അതേ സ്വാതന്ത്ര്യം, അവരുടെ സാമ്പത്തിക ജീവിതത്തിൽ അടിച്ചേല്പിക്കപ്പെടുകയായിരുന്നു.

ഈ അദ്ധ്യായത്തിന്റെ തുടക്കത്തിൽ പറഞ്ഞതുപോലെ മെഷിനറിയുടെ പൊതുവായ ഉപയോഗം രാഷ്ട്രത്തിനു വലിയ നേട്ടമായിരുന്നു. സമ്പത്ത് ധ്രുതഗതിയിൽ വർദ്ധിച്ചുവന്നു. ഇംഗ്ലണ്ടിനെ പോലുള്ള ഒരു രാജ്യത്തിന് ചെലവേറിയ നെപ്പോളിയോണിക്ക് യുദ്ധങ്ങളുടെ ഭാരം മുഴുവൻ വഹിക്കാൻ യന്ത്രം കൊണ്ടു സാധിച്ചു. മുതലാളിമാർ (യന്ത്രം വാങ്ങാൻ ആവശ്യമായ പണം ചെലവഴിച്ചവർ) വൻതോതിൽ ലാഭം കൊയ്തുകൂട്ടി. അവർക്ക് ചില ആഗ്രഹങ്ങളുണ്ടായി; രാഷ്ട്രീയത്തിൽ താല്പര്യം പ്രകടിപ്പിക്കാൻ തുടങ്ങി. മിക്ക യൂറോപ്യൻ രാജ്യങ്ങളിലേയും ഗവൺമെന്റുകളിൽ അപ്പോഴും വൻ സ്വാധീനമുണ്ടായിരുന്ന ഭൂപ്രഭുത്വ

വുമായി ഒരു മത്സരത്തിന് അവർ തയ്യാറെടുത്തു.

ഇംഗ്ലണ്ടിലെ പാർലമെന്റിലേക്കു അപ്പോഴും മെമ്പർമാരെ തിരഞ്ഞെടുത്തിരുന്നത് 1265 ലെ ഒരു രാജകീയ വിളംബരത്തിന്റെ ബലത്തിലായിരുന്നു. അവിടെ അടുത്തകാലത്ത് നിർമ്മിക്കപ്പെട്ട വ്യവസായ കേന്ദ്രങ്ങൾക്കൊന്നും വോട്ടവകാശമുണ്ടായിരുന്നില്ല. അവരാണ് 1832 ലെ റിഫോം ബിൽ കൊണ്ടുവരാൻ കാരണമായത്. ഇതു വഴി തിരഞ്ഞെടുപ്പു രീതി മാറി. ഫാക്ടറി ഉടമസ്ഥന്മാരുടെ വർഗ്ഗത്തിന് നിയമനിർമ്മാണസഭയിൽ കൂടുതൽ സ്വാധീനമുണ്ടാക്കാൻ സാധിച്ചു. ഇത് ദശലക്ഷക്കണക്കായ ഫാക്ടറിത്തൊഴിലാളികളിൽ അസംതൃപ്തിയുണ്ടാക്കി. അവർക്ക് ഗവൺമെന്റിൽ ഒരു ശബ്ദവുമുണ്ടായിരുന്നില്ല. അവരും വോട്ടവകാശത്തിനുവേണ്ടിയുള്ള പ്രക്ഷോഭം തുടങ്ങി. അവരുടെ ആവശ്യങ്ങളെല്ലാം "ജനകീയ ചാർട്ടർ" എന്ന ഒരു പ്രമാണത്തിൽ അവർ എഴുതിച്ചേർത്തു. ഈ ചാർട്ടറിനെപ്പറ്റിയുള്ള സംവാദങ്ങൾ കൂടുതൽ കൂടുതൽ ഹിംസാത്മകമായിത്തീർന്നു. 1848 ലെ വിപ്ലവങ്ങൾ പൊട്ടിപ്പുറപ്പെടുമ്പോൾ ഈ ചർച്ചകൾ അവസാനിച്ചിരുന്നില്ല. പുതിയൊരു കലാപത്തെ അഥവാ ജാക്കോബിനിസത്തെയും ഹിംസയെയും ബ്രിട്ടീഷ് ഗവൺമെന്റ് ഭയപ്പെട്ടു. ഗവൺമെന്റ് എൺപതു വയസ്സുകാരനായ വെല്ലിങ്ടൺ പ്രഭുവിനെ ആശ്രയിച്ചു. അദ്ദേഹത്തിന് ഒരു സൈന്യത്തിന്റെ ചുമതല നല്കി, അതിനാവശ്യമുള്ള സന്നദ്ധഭടന്മാരെ റിക്രൂട്ട് ചെയ്തു. ലണ്ടൻ നഗരത്തിന്റെ ചുമതല വെല്ലിങ്ടൺ പ്രഭുവിന് നല്കി. ആ സൈന്യം ലണ്ടനെ വളഞ്ഞു; വരാനിരിക്കുന്ന വിപ്ലവത്തെ തടയാൻ തയ്യാറെടുപ്പുകൾ തുടങ്ങി.

പക്ഷേ, ചാർട്ടിസ്റ്റ് പ്രസ്ഥാനം മോശമായ നേതൃത്വം മൂലം സ്വയം നശിപ്പിച്ചു. ഒരു ഹിംസയും ഉണ്ടായില്ല. സമ്പന്നരായ ഫാക്ടറി ഉടമസ്ഥന്മാർ ഗവൺമെന്റിലുള്ള അതിന്റെ സ്വാധീനം സാവധാനം വർദ്ധിപ്പിച്ചു. (പുതിയ സാമൂഹിക ക്രമത്തിന്റെ വക്താക്കൾ തുടർച്ചയായുപയോഗിച്ച ബൂർഷ്വാസി എന്ന പദത്തിന് അർത്ഥനാശം സംഭവിച്ചിരിക്കുകയാൽ ഞാൻ ആ പദം ഉപയോഗിക്കുന്നില്ല). വൻനഗരങ്ങളിലെ വ്യാവസായിക ജീവിതം വിശാലമായ പുൽമേടുകളെയും ഗോതമ്പുപാടങ്ങളെയും ഭീതിദമായ ചേരികളായി മാറ്റി. ആധുനിക യൂറോപ്യൻ പട്ടണത്തിന്റെ വരവറിയിക്കുന്ന ലക്ഷണമായിരുന്നു അത്.

വിമോചനം

മെഷിനറിയുടെ ഉപയോഗം സന്തോഷത്തിന്റെയും സമൃദ്ധിയുടെയും യുഗം സൃഷ്ടിച്ചില്ല. കുതിരവണ്ടിക്കുപകരം റെയിൽറോഡും തീവണ്ടിയും വന്നപ്പോൾ അതാണ് പ്രവചിക്കപ്പെട്ടിരുന്നത്. പല പരിഹാരമാർഗ്ഗങ്ങളും നിർദ്ദേശിക്കപ്പെട്ടു. അവയൊന്നും പ്രശ്നത്തിന് പരിഹാരമായില്ല

നിയമനിർമ്മാണരീതികളുടെ ശ്രദ്ധാലുവായ വിദ്യാർത്ഥിയായിരുന്നു ജെറമി ബെന്താം. ഏറ്റവും പ്രായോഗികമതിയായ രാഷ്ട്രീയ പരിഷ്കർത്താവുമായിരുന്നു അദ്ദേഹം. 1831 ൽ റിഫോംബിൽ (ഭരണപരിഷ്ക്കാര നിയമം) പാസാക്കുന്നതിനു തൊട്ടു മുമ്പ് അദ്ദേഹം ഒരു സുഹൃത്തിന്ന് എഴുതി: "സുഖമായിരിക്കുവാനുള്ള മാർഗ്ഗം മറ്റുള്ളവർക്ക് സുഖം നല്കുക എന്നതാണ്. അവർക്കു സുഖം നല്കാനുള്ള മാർഗ്ഗം അവരെ ഇഷ്ടപ്പെടുന്നുവെന്ന് തോന്നിക്കുകയാണ്. ഇഷ്ടപ്പെടുന്നുവെന്നു തോന്നിക്കാനുള്ള മാർഗ്ഗം അവരെ യഥാർത്ഥത്തിൽ ഇഷ്ടപ്പെടലാണ്." ജെറമി സത്യസന്ധനായ മനുഷ്യനായിരുന്നു. തനിക്കു സത്യമാണെന്നു തോന്നുന്ന കാര്യങ്ങളാണദ്ദേഹം പറഞ്ഞത്. ആയിരക്കണക്കിൽ ഇംഗ്ലീഷുകാർ അദ്ദേഹത്തിന്റെ അഭിപ്രായങ്ങൾ പങ്കുവെച്ചു. വേണ്ടത്ര ഭാഗ്യമില്ലാത്ത അയൽക്കാരുടെ ആനന്ദത്തിന് ഉത്തരവാദിത്വം വഹിക്കേണ്ടതാണെന്നവർക്കും തോന്നി. നിർഭാഗ്യവാന്മാരെ സഹായിക്കുന്നതിനും അവർ നന്നായി പരിശ്രമിച്ചു. ദൈവത്തിന്നറിയാം, എന്തെങ്കിലും ചെയ്യേണ്ട സമയമായിക്കഴിഞ്ഞിരുന്നു.

'സാമ്പത്തിക സ്വാതന്ത്ര്യം' എന്ന ആദർശം (തർഗോട്ടിന്റെ ലെയിസ്സെ ഫെയർ) മദ്ധ്യകാല നിയന്ത്രണങ്ങൾ വഴി വ്യാവസായിക യത്നങ്ങളെ മന്ദീഭവിപ്പിച്ച പഴയ സമൂഹത്തിൽ ആവശ്യമായിരുന്നു. പക്ഷേ, ഈ 'പ്രവർത്തന സ്വാതന്ത്ര്യം' നാട്ടിന്റെ അത്യുന്നത നിയമമായിത്തീർന്നു. അത് ഭയാനകമായ ഒരു സ്ഥിതിയിലേക്കു നയിച്ചു. ഫാക്ടറിയിലെ പ്രവൃത്തി സമയം തൊഴിലാളികളുടെ കായിക ശക്തി പരിഗണിച്ചാണ് നിർണ്ണയിച്ചത്. തറിയുടെ മുമ്പിൽ ഇരിക്കാൻ കഴിയുന്നോളമായിരുന്നു ഒരു സ്ത്രീ ജോലി ചെയ്യേണ്ടിയിരുന്നത്; ക്ഷീണം പ്രകടിപ്പിക്കാതെ, തലകറങ്ങാതെ, ആ സ്ത്രീ തൊഴിലെടുക്കണമായിരുന്നു.

അഞ്ചും ആറും വയസ്സുള്ള കുഞ്ഞുങ്ങളെ പരുത്തിമില്ലുകളിൽ ജോലിക്കെടുത്തിരുന്നു. അവരെ തെരുവിൽ നിന്നും അലസജീവിതത്തിൽ നിന്നും രക്ഷപ്പെടുത്തുന്നതിനു വേണ്ടിയായിരുന്നുവത്രേ അത്. പാപ്പരായവരുടെ കുഞ്ഞുങ്ങൾ ജോലിക്കു പൊയ്ക്കൊള്ളണമെന്ന ഒരു നിയമം തന്നെ അംഗീകരിച്ചിട്ടുണ്ടായിരുന്നു, അല്ലെങ്കിൽ അവരെ യന്ത്രങ്ങളോട് ബന്ധിപ്പിക്കണമെന്നും. അവരുടെ സേവനത്തിന് ലഭിച്ച പ്രതിഫലം വേണ്ടത്ര കെട്ട ഭക്ഷണമായിരുന്നു, കിടന്നുറങ്ങാൻ പന്നിക്കൂടുപോലൊരിടവും. പലപ്പോഴും അവർ ക്ഷീണിച്ചു പോകുമായിരുന്നു, തൊഴിലെടുക്കെത്തന്നെ ഉറങ്ങിപ്പോയിരുന്നു. അവർ എപ്പോഴും ഉണർന്നിരിക്കുന്നതിനുവേണ്ടി കൈയിൽ ചാട്ടവാറുമായി ഒരു ഫോർമാൻ ചുറ്റിനടക്കുമായിരുന്നു. ആവശ്യമായി വന്നാൽ വീണ്ടും പണിയെടുപ്പിക്കാനായി ചെള്ള നോക്കി അടിക്കുമായിരുന്നു. ഈ സാഹചര്യങ്ങളിൽ ആയിരക്കണക്കിൽ കുഞ്ഞുങ്ങൾ മരിച്ചുപോയിരുന്നു. ഇത് വളരെ ദുഃഖകരമായിരുന്നു. ഉടമകൾ എന്തായാലും മനുഷ്യരല്ലേ? അവർക്കും ഹൃദയമില്ലേ? അവർ 'ശിശുവേല' നിർത്തലാക്കാൻ ആത്മാർത്ഥമായി ആഗ്രഹിച്ചിരുന്നു. പക്ഷേ, മനുഷ്യൻ 'സ്വതന്ത്ര'നായിരുന്നതുകൊണ്ട് കുഞ്ഞുങ്ങളും 'സ്വതന്ത്ര'രായിരുന്നു. മാത്രമല്ല, മി. ജോൺസ് ശിശുവേലയില്ലാതെ തന്റെ ഫാക്ടറി നടത്തിക്കൊണ്ടു പോകാൻ തീരുമാനിച്ചുവെന്നുവയ്ക്കുക. അപ്പോൾ അയാളുടെ എതിരാളി മി. സ്റ്റോണിന്ന് ബാലവേലയ്ക്ക് കൂടുതൽ കുട്ടികളെ കിട്ടുകയില്ലേ? അതുവഴി മി. ജോൺസ് പാപ്പരായിപ്പോവാൻ സാദ്ധ്യതയുണ്ട്. അതുകൊണ്ട് എല്ലാ ഉടമസ്ഥന്മാരും ശിശുവേല നിർത്തലാക്കണമെന്ന ഒരു നിയമം പാർലമെന്റ് പാസാക്കുന്നതുവരെ മി. ജോൺസിന് ശിശുവേല ഒഴിവാക്കാൻ പറ്റുമായിരുന്നില്ല.

പക്ഷേ, പാർലമെന്റിൽ ഇപ്പോൾ പഴയ ഭൂപ്രഭുത്വത്തിന് മേധാവിത്വമുണ്ടായിരുന്നില്ല. (ഫാക്ടറി ഉടമസ്ഥർ എന്ന തെമ്മാടിക്കൂട്ടത്തോടു വെറുപ്പായിരുന്നു ആ കൂട്ടർക്ക്. അവർ തങ്ങളെ പണസഞ്ചി കാണിച്ച് പുച്ഛത്തോട് കൂടിയാണ് നോക്കിയിരുന്നത്.) ഇപ്പോൾ പാർലമെന്റ് വ്യവസായ കേന്ദ്രങ്ങളുടെ പ്രതിനിധികളുടെ നിയന്ത്രണത്തിലായിരുന്നു. തൊഴിലാളികൾക്ക് യോജിച്ചു നില്ക്കാൻ നിയമമനുവദിക്കാത്തിടത്തോളം, ഒന്നും ചെയ്യാനാകുമായിരുന്നില്ല. അക്കാലത്തെ മനീഷികളും മാന്യരുമായ ആളുകൾക്ക് ഈ പ്രശ്നം മനസ്സിലാകാതെയായിരുന്നില്ല. അവർ നിസ്സഹായരായിരുന്നു. മെഷിനറി കണ്ണ് ചിമ്മിത്തുറക്കുന്നതിനുമുമ്പ് ലോകത്തെ കീഴടക്കിയിരുന്നു. ആയിരക്കണക്കിൽ കുലീന സ്ത്രീപുരുഷന്മാരുടെ ദീർഘകാലത്തെ പ്രയത്നം വേണ്ടി വന്നു യന്ത്രത്തെ അതിന്റെ സ്ഥാനത്ത് നിർത്താൻ, മനുഷ്യന്റെ സേവകനായി, യജമാനനായിട്ടല്ല.

ഈ തൊഴിൽ സാഹചര്യം ലോകത്തെമ്പാടുമുണ്ടായിരുന്നു. തൊഴിലെടുക്കുന്നവരുടെ മേൽ നടന്നത് കടുത്ത ആക്രമണം തന്നെയായിരുന്നു. ഇതിനെതിരായ ആദ്യത്തെ ആക്രമണം വന്നത് ആഫ്രിക്കയിലേയും

അമേരിക്കയിലെയും കറുത്തവരായ അടിമകളുടെ പേരിലായിരുന്നു. അമേരിക്കാ വൻകരയിൽ അടിമത്തം ആരംഭിച്ചത് സ്പെയിൻകാരായിരുന്നു. അവർ ഇന്ത്യന്മാരെ പാടങ്ങളിലും ഖനികളിലും തൊഴിലെടുപ്പിച്ചു. തുറസ്സിടങ്ങളിലെ ജീവിതത്തിൽ മാറ്റി നിർത്തിയ ഇന്ത്യന്മാർ രോഗഗ്രസ്തരാവുകയും മരിച്ചു മണ്ണടിയുകയും ചെയ്തു. അവരെ സമ്പൂർണ്ണ നാശത്തിൽ നിന്ന് രക്ഷിക്കുന്നതിനുവേണ്ടി ദയാലുവായ ഒരു പുരോഹിതനാണ് ആഫ്രിക്കയിൽ നിന്ന് നീഗ്രോകളെ പണിക്കുകൊണ്ടുവരാമെന്ന് നിർദ്ദേശിച്ചത്. നീഗ്രോകൾ കരുത്തുള്ളവരായിരുന്നു. ഏതു കടുത്ത നടപടിയും അവർക്കു താങ്ങാൻ കഴിയുമായിരുന്നു. മാത്രമല്ല വെള്ളക്കാരനുമായുള്ള ബന്ധം വഴി അവർ ക്രിസ്തുമതത്തെപ്പറ്റി മനസ്സിലാക്കും, അവർക്കു സ്വന്തം ആത്മാവുകളെ രക്ഷപ്പെടുത്താൻ കഴിയും. അങ്ങനെ സാദ്ധ്യമായ ഏത് വീക്ഷണകോണിൽ പരിശോധിച്ചാലും, അത് ദയാലുവായ വെള്ളക്കാരനും അയാളുടെ അജ്ഞനായ കറുത്ത സഹോദരനും തമ്മിലുള്ള നല്ലൊരു ഒത്തുതീർപ്പുമായിരുന്നു. പക്ഷേ മെഷിനറിയുടെ ആവിർഭാവത്തോടെ പരുത്തിയുടെ ആവശ്യം വർദ്ധിച്ചു. എന്നത്തേക്കാളും കഠിനമായി പ്രവർത്തിക്കാൻ നീഗ്രോകൾ നിർബ്ബന്ധിക്കപ്പെട്ടു. ഓവർസീയർമാരുടെ പീഡനങ്ങളാൽ, ഇന്ത്യന്മാരെപ്പോലെ തന്നെ, നീഗ്രോകളും രോഗഗ്രസ്തരായി മരിക്കാൻ തുടങ്ങി.

അവിശ്വസനീയമായ ക്രൂരതയുടെ കഥകൾ യൂറോപ്പിലേക്ക് എത്തിക്കൊണ്ടിരുന്നു. എല്ലാ രാജ്യങ്ങളിലും സ്ത്രീപുരുഷന്മാർ അടിമത്തത്തിന്റെ നിർമ്മാർജ്ജനത്തിനുവേണ്ടി പ്രക്ഷോഭം നടത്താൻ തുടങ്ങി. വില്യം വിൽബർഫോഴ്സ്, സക്കറി മെക്കോളേ (മഹാനായ ചരിത്രകാരൻ മെക്കോളേയുടെ പിതാവ്. അദ്ദേഹത്തിന്റെ *ഇംഗ്ലണ്ടിന്റെ ചരിത്രം* വായിക്കേണ്ടതുതന്നെയാണ്. ചരിത്രഗ്രന്ഥം എത്ര രസകരമാണെന്നതിന്റെ മികച്ച ഒരുദാഹരണമാണത്) എന്നിവർ ചേർന്ന് അടിമത്തം നിർമ്മാർജ്ജനം ചെയ്യുന്നതിനുവേണ്ടി ഒരു സൊസൈറ്റി ഉണ്ടാക്കി. അവർ ആദ്യമായി ചെയ്തത് 'അടിമക്കച്ചവടം" നിയമവിരുദ്ധമായി പ്രഖ്യാപിക്കുന്ന ഒരു നിയമം അംഗീകരിപ്പിച്ചതാണ്. 1840 ന് ശേഷം ഇംഗ്ലീഷ് കോളനികളിലൊന്നും ഒരടിമപോലും ഉണ്ടായിരുന്നില്ല. 1848 ലെ വിപ്ലവം എല്ലാ ഫ്രഞ്ചുകോളനികളിലും അടിമത്തം നിരോധിച്ചു. പോർച്ചുഗൽ 1858 ൽ ഒരു നിയമം പാസാക്കി. അതനുസരിച്ച് ഇരുപത് കൊല്ലത്തിനുള്ളിൽ എല്ലാ അടിമകൾക്കും സ്വാതന്ത്ര്യം ലഭിക്കുമെന്നുറപ്പ് നല്കപ്പെട്ടു. ഡച്ചുകാർ 1863 ൽ അടിമത്തം അവസാനിപ്പിച്ചു. അതേവർഷം സാർ അലക്സാണ്ടർ ചക്രവർത്തി രണ്ടു നൂറ്റാണ്ടുകൾക്കു മുമ്പ് അടിയാളന്മാർക്ക് നിഷേധിച്ച സ്വാതന്ത്ര്യം തിരിച്ചു നല്കി.

അമേരിക്കൻ ഐക്യനാടുകളിൽ ഈ പ്രശ്നം ഗൗരവമുള്ള ബുദ്ധിമുട്ടുകൾ സൃഷ്ടിച്ചു; ദീർഘമായ ഒരു യുദ്ധത്തിലേക്കു നയിച്ചു. "എല്ലാ മനുഷ്യരും സ്വതന്ത്രരും സമന്മാരുമായി സൃഷ്ടിക്കപ്പെട്ടിരുന്നു" എന്നാണ് സ്വാതന്ത്ര്യപ്രഖ്യാപനരേഖയിൽ എഴുതിയിരുന്നത്. എങ്കിലും ഇരുണ്ട

ചർമ്മമുള്ള സ്ത്രീപുരുഷന്മാരുടെ കാര്യത്തിൽ ഈ നിയമം ബാധകമാക്കിയില്ല. അവർ ദക്ഷിണ സംസ്ഥാനങ്ങളിലെ തോട്ടങ്ങളിലായിരുന്നു പണിയെടുത്തിരുന്നത്. കാലം പോകെ, ഉത്തര സംസ്ഥാനജനങ്ങൾക്കു അടിമത്തമെന്ന സ്ഥാപനത്തോടുള്ള അനിഷ്ടം വർദ്ധിച്ചു. അതവർ രഹസ്യമാക്കിവെച്ചുമില്ല. എന്നാൽ അടിമപ്പണിയില്ലാതെ പരുത്തിയുല്പാദിപ്പിക്കാനാവില്ലെന്ന അവകാശവാദമാണ് ദക്ഷിണ സംസ്ഥാനക്കാർ മുന്നോട്ടുവെച്ചത്. അമ്പതു വർഷക്കാലം കോൺഗ്രസിലും സെനറ്റിലും ഇതിനെപ്പറ്റിയുള്ള ഒരു മഹാസംവാദം നടന്നു.

വടക്കൻ സംസ്ഥാനങ്ങൾ മുന്നോട്ടുപോവാൻ തന്നെ തീരുമാനിച്ചു. തെക്കൻ സംസ്ഥാനങ്ങൾ വഴങ്ങിയില്ല. ഒത്തുതീർപ്പിന് സാദ്ധ്യതയില്ലാതെ വന്നപ്പോൾ, തെക്കൻ സംസ്ഥാനങ്ങൾ യൂണിയൻ വിട്ടുപോവുമെന്ന് ഭീഷണിപ്പെടുത്തി. യൂണിയന്റെ ചരിത്രത്തിലെ ഏറ്റവും വിപത്ക്കരമായൊരു ഘട്ടമായിരുന്നു അത്. പല കാര്യങ്ങളും സംഭവിക്കാമായിരുന്നു. അവ സംഭവിച്ചില്ലെന്നത് മഹാനായ, വളരെ നല്ലവനായ ഒരു മനുഷ്യന്റെനേട്ടമായിരുന്നു.

ഇല്ലിനോയ്സിൽ നിന്നുള്ള അഭിഭാഷകനായിരുന്നു അബ്രഹാം ലിങ്കൺ. സ്വന്തമായി ധൈഷണിക സൗഭാഗ്യം നിർമ്മിച്ചെടുത്ത ഒരാളായിരുന്നു അദ്ദേഹം. 1860 നവംബർ ആറാം തീയതി അടിമത്തവിരുദ്ധ സംസ്ഥാനങ്ങളിൽ പ്രബലമായിരുന്ന റിപ്പബ്ലിക്കൻ പാർട്ടി (ഇന്നത്തെ റിപ്പബ്ലിക്കൻ പാർട്ടിയല്ല. ചരിത്രത്തിന്റെ മാറ്റം മറിച്ചിലുകളിൽ ഉല്പതിഷ്ണുമനോഭാവമുള്ള പഴയ റിപ്പബ്ലിക്കൻ പാർട്ടി ഇല്ലാതായി. എല്ലാവർക്കുമറിയുന്നതുപോലെ ഇന്നത്തെ റിപ്പബ്ലിക്കൻ പാർട്ടി അതിയാഥാസ്ഥിതിക കക്ഷിയാണ് - വിവർത്തകൻ) അദ്ദേഹത്തെ അമേരിക്കൻ പ്രസിഡന്റായി തിരഞ്ഞെടുത്തു. മനുഷ്യ ബന്ധനത്തിന്റെ തിന്മകൾ വേറിട്ടറിയുന്നൊരാളായിരുന്നു ലിങ്കൺ. ശക്തമായ സാമാന്യബുദ്ധിയുണ്ടായിരുന്ന അദ്ദേഹം ഉത്തര അമേരിക്കാ ഭൂഖണ്ഡത്തിൽ അന്യോന്യം ശത്രുതയുള്ള രണ്ടു രാജ്യങ്ങൾക്ക് സ്ഥാനമില്ലെന്ന് മനസ്സിലാക്കി. ദക്ഷിണ അമേരിക്കൻ സംസ്ഥാനങ്ങൾ യൂണിയനിൽ നിന്നു പിന്മാറി "അമേരിക്കൻ കോൺഫെഡറേറ്റ് സ്റ്റേറ്റുകൾ" രൂപീകരിച്ചപ്പോൾ ലിങ്കൺ ആ വെല്ലുവിളി ഏറ്റെടുത്തു. സന്നദ്ധഭടന്മാരെ നല്കാൻ അദ്ദേഹം വടക്കൻ സംസ്ഥാനങ്ങളോട് ആഹ്വാനം ചെയ്തു. ജിജ്ഞാസാപൂർവ്വമായ ആവേശത്തോടെ ആയിരക്കണക്കിന് യുവാക്കൾ വളണ്ടിയർമാരായി ചേർന്നു. തുടർന്ന് നാലുവർഷം നീണ്ടു നിന്ന കടുത്ത ആഭ്യന്തരയുദ്ധം നടന്നു. നന്നായി തയ്യാറെടുക്കുകയും ലീയുടെയും ജാക്സന്റെയും മെച്ചപ്പെട്ട നേതൃത്വം അംഗീകരിക്കുകയും ചെയ്ത തെക്കൻ സംസ്ഥാനങ്ങൾ തുടർച്ചയായി വടക്കൻ സംസ്ഥാനങ്ങളെ പരാജയപ്പെടുത്തിക്കൊണ്ടിരുന്നു. പിന്നെ ന്യൂ ഇംഗ്ലണ്ടിന്റെ സാമ്പത്തിക ശേഷി യുദ്ധഗതി നിർണ്ണയിച്ചു. ഗ്രാന്റ് എന്ന പേരുള്ള അജ്ഞാതനായ ഒരു ഓഫീസർ രംഗപ്രവേശം ചെയ്തു; അദ്ദേഹം മഹത്തായ അടിമയുദ്ധത്തിന്റെ ചാൾസ് മാർട്ടലായി

ത്തീർന്നു. അദ്ദേഹം തെക്കൻ സൈന്യത്തിനു മേൽ തുടർച്ചയായ ആഘാതങ്ങൾ ഏല്പിച്ചുകൊണ്ടേയിരുന്നു. 1863 ന്റെ തുടക്കത്തിൽ പ്രസിഡന്റ് ലിങ്കൺ തന്റെ "വിമോചനവിളംബരം" പ്രഖ്യാപിച്ചു. ഇതുവഴി എല്ലാ അടിമകളും സ്വതന്ത്രരായി. 1865 ഏപ്രിൽ മാസത്തിൽ ലീ കീഴടങ്ങി, തന്റെ അവസാനത്തെ ധീരമായ സൈന്യത്തോടൊപ്പം അപ്രോമറ്റോക്സ് എന്ന സ്ഥലത്തുവെച്ചായിരുന്നു ഇത്. അല്പം നാളുകൾ കഴിഞ്ഞ് ഒരു ഭ്രാന്തൻ പ്രസിഡന്റ് ലിങ്കനെ വധിച്ചു. പക്ഷേ, അദ്ദേഹത്തിന്റെ ദൗത്യം പൂർത്തിയായിരുന്നു. സ്പെയിനിന്റെ കീഴിലായിരുന്ന ക്യൂബയിലൊഴികെ, പരിഷ്കൃത ലോകത്താകമാനം അടിമത്തം ഇല്ലാതായിക്കഴിഞ്ഞിരുന്നു.

എന്നാൽ കറുത്ത മനുഷ്യൻ വർദ്ധമാനമായ സ്വാതന്ത്ര്യം അനുഭവിച്ചുകൊണ്ടിരുന്നപ്പോൾ, യൂറോപ്പിലെ "സ്വതന്ത്ര"രായ പണിക്കാർക്ക് അത്രയൊന്നും നല്ല സ്ഥിതിയുണ്ടായിരുന്നില്ല. സത്യത്തിൽ സമകാലിക എഴുത്തുകാരിലും നിരീക്ഷകന്മാരിലും അത്ഭുതം വളർത്തുന്ന ഒരു കാര്യമാണ് സാധാരണ പണിക്കാർ (അതെ, തൊഴിലാളി വർഗ്ഗം – പ്രോലിറ്റേറിയറ്റ് തന്നെ) കടുത്ത ദുരിതം കാരണം മരിച്ചുപോയില്ല, എന്നത്. ചേരിപ്രദേശങ്ങളുടെ ഏറ്റവും മോശമായ ഇടങ്ങളിലായിരുന്നു അവരുടെ വാസം. അവരുടെ ഭക്ഷണം വളരെ മോശമായിരുന്നു. പണിക്കുപയുക്തമായ വിദ്യാഭ്യാസം മാത്രമേ അവർക്കു ലഭിച്ചിരുന്നുള്ളൂ. മരിക്കുകയോ, ആക്സിഡന്റ് പറ്റുകയോ ചെയ്താൽ അവരുടെ കുടുംബത്തിന് സഹായമൊന്നും കിട്ടിയിരുന്നില്ല. എന്നാൽ മദ്യനിർമ്മാണതാല്പര്യങ്ങൾ (അവയ്ക്ക് നിയമനിർമ്മാണസഭയിൽ നല്ല സ്വാധീനമായിരുന്നു) ദുഃഖങ്ങളെല്ലാം മറക്കാൻ അവരെ പ്രോത്സാഹിപ്പിച്ചുകൊണ്ടിരുന്നു; അനിയന്ത്രിതമായ അളവിൽ വിലകുറച്ച് അവർക്ക് വിസ്കിയും ജിന്നും കൊടുത്തുകൊണ്ടിരുന്നു.

പത്തൊമ്പതാം നൂറ്റാണ്ടിന്റെ മുപ്പതുകളിലും നാല്പതുകളിലുമുണ്ടായ വമ്പിച്ച പുരോഗതി ഏതെങ്കിലും ഒരു വ്യക്തിയുടെ പ്രയത്നത്തിന്റെ ഫലമല്ല. മെഷിനറിയുടെ പൊടുന്നനേയുള്ള ആവിർഭാവംമൂലം വിനാശകരമായ ഫലങ്ങൾ ഉണ്ടായിരുന്നു. അവയിൽ നിന്ന് ലോകത്തെ രക്ഷിക്കാൻ വേണ്ടി രണ്ടു തലമുറകളിലെ ഏറ്റവും നല്ല മസ്തിഷ്കങ്ങൾ സമർപ്പിത ബോധത്തോടെ പ്രവർത്തിച്ചു. അവർ മുതലാളിത്തവ്യവസ്ഥയെ നശിപ്പിക്കാൻ ശ്രമിച്ചില്ല. അത് വിഡ്ഢിത്തമാകുമായിരുന്നു, കാരണം, മറ്റുള്ളവർ ശേഖരിച്ചുവച്ചിരിക്കുന്ന സമ്പത്ത് ബുദ്ധിപൂർവ്വം ഉപയോഗിച്ചാൽ മനുഷ്യരാശിക്കാകമാനം വലിയ പ്രയോജനം ചെയ്യുമായിരുന്നു. സമ്പത്തിന്റെ ഉടമസ്ഥർ തന്നെ ഫാക്ടറിയുടേയും ഉടമസ്ഥർ, അവർക്ക് വിശപ്പറിയേണ്ടകാര്യമില്ല. തൊഴിലാളികളോ? കിട്ടിയ ഏതു ജോലിയും ചെയ്യണം, കൂലിയെത്രയായാലും പണിയെടുക്കണം, അല്ലെങ്കിൽ ഭാര്യയോടും കുഞ്ഞുങ്ങളോടുമൊപ്പം പട്ടിണി കിടക്കണം. അങ്ങിനെയുള്ള മുതലാളിയും തൊഴിലാളിയും തമ്മിൽ ശരിയായ സമത്വം സാദ്ധ്യമാകുമെന്ന ആശയത്തെ അവർ ശക്തമായി എതിർത്തു.

ഫാക്ടറി ഉടമസ്ഥരും ഫാക്ടറി തൊഴിലാളികളും തമ്മിലുള്ള ബന്ധങ്ങൾ ക്രമീകരിക്കുന്ന അനേകം നിയമങ്ങൾക്ക് അവർ മുൻകൈയെടുത്തു. ഇക്കാര്യത്തിൽ എല്ലാ രാജ്യങ്ങളിലെയും പരിഷ്കർത്താക്കൾ വർദ്ധമാനമായി വിജയം വരിച്ചു. ഇന്ന് മഹാഭൂരിഭാഗം തൊഴിലാളികൾക്കും നല്ല സുരക്ഷിതത്വമുണ്ട്. അവരുടെ തൊഴിൽ സമയം എട്ടുമണിക്കൂറായി പരിമിതപ്പെടുത്തിയിരിക്കുന്നു. അവരുടെ കുഞ്ഞുങ്ങളെ സ്കൂളിൽ പറഞ്ഞയക്കുന്നുണ്ട്. ഖനികളിലേക്കോ പരുത്തിമില്ലുകളിലെ കാർഡിങ്ങ് മുറികളിലേക്കോ അല്ല.

പക്ഷേ, വേറെ ചിലരുണ്ടായിരുന്നു. അവർ എല്ലാം കണ്ടു. ഓക്കാനിപ്പിക്കുന്ന, പുകവമിക്കുന്ന ഫാക്ടറികൾ, തീവണ്ടിയുടെ പുകയും അവസാനിക്കാത്ത കാതടപ്പൻ ഒച്ചയും, എല്ലാ സ്റ്റോർഹൗസുകളിലും ആവശ്യത്തിലധികം ഉല്പന്നങ്ങളും വസ്തുക്കളും. ഈ ഭീമമായ കാര്യങ്ങൾ ആത്യന്തികമായി മനുഷ്യവംശത്തെ എവിടെക്കൊണ്ടു ചെന്നെത്തിക്കും? ഇനി വരാനുള്ള വർഷങ്ങളിൽ എന്തു സംഭവിക്കും? വാണിജ്യ-വ്യവസായ മത്സരങ്ങളില്ലാതെ മനുഷ്യവംശം ലക്ഷക്കണക്കായ വർഷങ്ങൾ ജീവിച്ചു. നിലവിലുള്ള സ്ഥിതിയെ മാറ്റാനവർക്കു കഴിയുമോ? മനുഷ്യന്റെ സന്തോഷം നശിപ്പിക്കുന്ന ലാഭേച്ഛയിൽ അധിഷ്ഠിതമായ വൈരത്തിന്റെ സംവിധാനം അവസാനിപ്പിക്കാൻ കഴിയുമോ?

ഈ ആശയം- ഒരു നല്ല നാളിന്നുവേണ്ടിയുള്ള അവ്യക്തമായ പ്രത്യാശ- ഏതെങ്കിലും ഒരു രാജ്യത്തുമാത്രം ഒതുങ്ങിനിന്നില്ല. അനേകം പരുത്തി മില്ലുകളുടെ ഉടമസ്ഥനായിരുന്നു ഇംഗ്ലണ്ടിലെ റോബർട്ട് ഓവൻ. അദ്ദേഹം ഒരു "സോഷ്യലിസ്റ്റിക്ക് സമുദായം" രൂപീകരിച്ചു. നല്ല വിജയവുമായിരുന്നു അത്. പക്ഷേ, അദ്ദേഹം മരിക്കുമ്പോൾ തന്റെ സമുദായമായ ന്യൂലാനാർക്കിന്റെ സമൃദ്ധി അവസാനിച്ചു. ഫ്രഞ്ച് പത്രപ്രവർത്തകനായ ലൂയി ബ്ലാങ്ക് ഫ്രാൻസിലുടനീളം "സോഷ്യൽ വർക്കുഷോപ്പുകൾ" സ്ഥാപിക്കാൻ നടത്തിയ ശ്രമവും വിജയിച്ചില്ല. അതോടെ സോഷ്യലിസ്റ്റ് എഴുത്തുകാർ ഒരു നിഗമനത്തിലെത്തി. ശരിയായ വ്യാവസായിക ജീവിതത്തിൽ നിന്നകന്നു നില്ക്കുന്ന വ്യക്തിഗത 'സമുദായ' ങ്ങൾക്ക് കാര്യമായൊന്നും നേടാൻ കഴിയില്ല. ശരിയായ പരിഹാരം നിർദ്ദേശിക്കുന്നതിനു മുമ്പ് വ്യാവസായിക-മുതലാളിത്ത സമൂഹത്തെ സംബന്ധിച്ച മൗലികമായ തത്ത്വങ്ങൾ കണ്ടെത്താം.

പ്രായോഗിക സോഷ്യലിസ്റ്റുകളായിരുന്ന റോബർട്ട് ഓവൻ, ലൂയി ബ്ലാങ്ക്, ഫ്രാങ്കോ ഫൂർണിയേ എന്നിവരെ തുടർന്ന് സോഷ്യലിസത്തിന്റെ സൈദ്ധാന്തിക പഠിതാക്കളായ കാൾ മാർക്സിനെയും ഫ്രെഡറിക് എംഗൽസിനെയും പോലുള്ളവർ രംഗത്തുവന്നു. ഇവർ രണ്ടുപേരിൽ മാർക്സ് ആയിരുന്നു കൂടുതൽ അറിയപ്പെട്ടത്. ദീർഘകാലം ജർമ്മനിയിൽ താമസമായിരുന്ന ഒരു ജൂതകുടുംബത്തിലാണദ്ദേഹം ജനിച്ചത്. ഓവന്റെയും ബ്ലാങ്കിന്റെയും പരീക്ഷണങ്ങളെപ്പറ്റി അദ്ദേഹം കേട്ടിരുന്നു. അദ്ദേഹത്തിനും തൊഴിൽ, കൂലി, തൊഴിലില്ലായ്മ തുടങ്ങിയ പ്രശ്നങ്ങ

ളിൽ താല്പര്യമുണ്ടായി. പക്ഷേ, അദ്ദേഹത്തിന്റെ ലിബറൽ രാഷ്ട്രീയാശയങ്ങൾ ജർമ്മനിയിലെ പോലീസധികാരികൾക്ക് ഇഷ്ടപ്പെടാത്തതുകാരണം അദ്ദേഹം ബ്രസ്സൽസിലേക്കും പിന്നെ ലണ്ടനിലേക്കും പലായനം ചെയ്യേണ്ടിവന്നു. അവിടെ അദ്ദേഹം ദരിദ്രവും അനഭിലഷണീയവുമായ സാഹചര്യത്തിൽ *ന്യൂയോർക്ക് ട്രിബ്യൂണിന്റെ* കറസ്പോണ്ടന്റായി ജീവിച്ചു.

ഇന്നുവരെ ആരും അദ്ദേഹത്തിന്റെ സാമ്പത്തിക ശാസ്ത്രഗ്രന്ഥങ്ങൾ വേണ്ടത്ര ശ്രദ്ധിച്ചിട്ടില്ല. പക്ഷേ, 1864 ൽ അദ്ദേഹം തൊഴിലെടുക്കുന്നവരുടെ ആദ്യത്തെ ഇന്റർനാഷണൽ അസോസിയേഷൻ സംഘടിപ്പിച്ചു. 1867 ൽ അദ്ദേഹം തന്റെ വിഖ്യാതമായ *ക്യാപിറ്റൽ* എന്ന കൃതിയുടെ ഒന്നാം വാള്യം പ്രസിദ്ധം ചെയ്തു. ചരിത്രം ഉള്ളവരും ഇല്ലാത്തവരും തമ്മിലുള്ള ദീർഘമായ ഒരു സമരമാണെന്ന് അദ്ദേഹം വിശ്വസിച്ചു. മെഷിനറിയുടെ ആവിർഭാവവും സാമാന്യമായ ഉപയോഗവും മനുഷ്യസമൂഹത്തിൽ ഒരു പുതിയ വർഗ്ഗത്തെ സൃഷ്ടിച്ചു— മുതലാളിവർഗ്ഗം. അവർ മിച്ച സമ്പത്ത് ഉപകരണങ്ങൾ വാങ്ങാൻ വേണ്ടി ഉപയോഗിച്ചു. തൊഴിലാളികൾ ഈ ഉപകരണങ്ങളുപയോഗിച്ച് കൂടുതൽ സമ്പത്തുല്പാദിപ്പിച്ചു. അതുപയോഗിച്ച് കൂടുതൽ ഫാക്ടറികളുണ്ടായി. അതങ്ങനെ കാലാവസാനം വരെ തുടരും. ഇതിനിടെ, മാർക്സിന്റെ അഭിപ്രായത്തിൽ, മൂന്നാമത്തെ എസ്റ്റേറ്റായ ബൂർഷ്വാസി കൂടുതൽകൂടുതൽ സമ്പന്നമായിത്തീരും, നാലാമത്തെ എസ്റ്റേറ്റായ തൊഴിലാളിവർഗ്ഗം (പ്രൊലിറ്റേറിയറ്റ്) കൂടുതൽ കൂടുതൽ ദരിദ്രരായിത്തീരും. അവസാനം ഒരാൾ ലോകത്തിലെ സമ്പത്ത് മുഴുവൻ സ്വായത്തമാക്കും, മറ്റുള്ളവർ അയാളുടെ പണിക്കാരോ ആശ്രിതരോ ആയി ഭവിക്കുമെന്ന് മാർക്സ് പറഞ്ഞു.

അത്തരമൊരവസ്ഥ തടയുന്നതിന് എല്ലാ രാജ്യങ്ങളിലേയും തൊഴിലാളികൾ ഐക്യപ്പെടണമെന്ന് മാർക്സ് ഉദ്ബോധിപ്പിച്ചു. രാഷ്ട്രീയ-സാമ്പത്തിക ആവശ്യങ്ങൾ മുൻ നിർത്തി അവർ പോരാടണം. ആവശ്യങ്ങൾ അദ്ദേഹം ഒരു *മാനിഫെസ്റ്റോവിൽ* എണ്ണിപ്പറഞ്ഞിട്ടുണ്ട്. ഒടുവിൽ നടന്ന മഹത്തായ യൂറോപ്യൻ വിപ്ലവത്തിന്റെ അവസാനവർഷമായ 1848 ലാണദ്ദേഹം *മാനിഫെസ്റ്റോ* രചിച്ചത്.

ഈ വീക്ഷണങ്ങൾ യൂറോപ്പിലെ ഗവൺമെന്റുകൾക്ക് ഒട്ടും ഇഷ്ടമായിരുന്നില്ല. പല രാജ്യങ്ങളും, പ്രത്യേകമായി പ്രഷ്യ, സോഷ്യലിസ്റ്റുകൾക്കെതിരെ കടുത്ത നിയമങ്ങൾ പാസ്സാക്കി. സോഷ്യലിസ്റ്റുകാരുടെ സമ്മേളനങ്ങൾ അടിച്ചു തകർക്കാൻ പൊലീസിന് ആജ്ഞ നല്കി. പ്രസംഗകരെ അറസ്റ്റ് ചെയ്യാനുത്തരവുകൾ വന്നു. അത്തരം പീഡനങ്ങൾകൊണ്ടൊരു പ്രയോജനവുമില്ല. ജനപ്രിയമല്ലാത്ത ലക്ഷ്യങ്ങൾക്കുപോലും ഏറ്റവും നല്ല പരസ്യം രക്തസാക്ഷികളാണ്. യൂറോപ്പിൽ സോഷ്യലിസ്റ്റുകളുടെ എണ്ണം വർദ്ധിച്ചു. പക്ഷേ, വൈകാതെ ഒരു കാര്യം വ്യക്തമായി; സോഷ്യലിസ്റ്റുകൾ ഹിംസാത്മകമായ വിപ്ലവമായിരുന്നില്ല ഉദ്ദേശിച്ചത്. പാർലമെന്റിൽ അവർക്കുള്ള സ്വാധീനമുപയോഗിച്ച് അദ്ധ്വാനിക്കുന്നവർഗ്ഗ

ത്തിന്റെ താല്പര്യം സംരക്ഷിക്കുകയായിരുന്നു അവരുടെ ലക്ഷ്യം. കാബിനറ്റ് മന്ത്രിപദവിയിലേക്കു പോലും അവർ ക്ഷണിക്കപ്പെട്ടു. പുരോഗമനവാദികളായ കത്തോലിക്കരോടും പ്രൊട്ടസ്റ്റന്റുകളോടും അവർ സഹകരിച്ചു; വ്യവസായ വിപ്ലവം മനുഷ്യവംശത്തിനുണ്ടാക്കിയ തകരാറുകൾ ഇല്ലായ്മ ചെയ്യാനായിരുന്നു ഇത്. മെഷിനറിയും അതിന്റെ ഫലമായുണ്ടായ അധികസമ്പത്തും ഉണ്ടാക്കിയ പ്രയോജനങ്ങൾ കുറേക്കൂടി ന്യായമായി വിതരണം ചെയ്യുന്നതിനുവേണ്ടിയായിരുന്നു അവർ പ്രവർത്തിച്ചത്.

ശാസ്ത്രയുഗം

പക്ഷേ, ലോകത്ത് മറ്റൊരു മാറ്റമുണ്ടായിക്കഴിഞ്ഞിരുന്നു. അത് രാഷ്ട്രീയ വിപ്ലവത്തേക്കാളും വ്യവസായ വിപ്ലവത്തേക്കാളും പ്രധാനമായിരുന്നു. തലമുറകളായുള്ള അടിച്ചമർത്തലിനും പീഡനത്തിനും ശേഷം അവസാനം ശാസ്ത്രജ്ഞന് പ്രവർത്തന സ്വാതന്ത്ര്യം ലഭിച്ചു. പിന്നെ അയാൾ പ്രപഞ്ചത്തെ നിയന്ത്രിക്കുന്ന മൗലികനിയമങ്ങൾ കണ്ടെത്താൻ ശ്രമിക്കുകയായിരുന്നു

തത്ത്വജ്ഞാനി

ഈജിപ്ഷ്യന്മാരും ബാബിലോണിയന്മാരും കൽദായന്മാരും ഗ്രീക്കുകാരും റോമാക്കാരും എല്ലാം ശാസ്ത്രത്തിന്റേയും ശാസ്താന്വേഷണത്തിന്റേയും ആദ്യകാലധാരണകൾക്ക് സംഭാവന നല്കിയിരുന്നു. നാലാം നൂറ്റാണ്ടിലെ കുടിയേറ്റങ്ങൾ മദ്ധ്യധരണിയിലെ ക്ലാസിക്കൽ ലോകത്തെ നശിപ്പിച്ചിരുന്നു ക്രിസ്ത്യൻ ചർച്ചാവട്ടെ, ശരീരത്തിന്റെ ക്ഷേമത്തേക്കാൾ ആത്മാവിന്റെ മോക്ഷമാണ് പ്രധാനമായി കണ്ടത്. അതുകൊണ്ട് സയൻസിനെ മനുഷ്യധാർഷ്ട്യത്തിന്റെ പ്രകാശനമായിട്ടാണ് ക്രിസ്തുമതം കണ്ടത്. സർവ്വശക്തനായ ദൈവത്തിന്റെ അധികാരമേഖലകളിൽപ്പെട്ട ദിവ്യസംഗതികളിലേക്കു ഒളിഞ്ഞുനോക്കാനുള്ള യത്നമായിരുന്നു ക്രിസ്തുമതത്തിന് ശാസ്ത്രം; അതുകൊണ്ട് ഏഴു മഹാപാപങ്ങളുമായി അടുത്ത് ബന്ധമുള്ള ഒരു കാര്യമായിരുന്നു അത്.

ഈ മദ്ധ്യയുഗസ്പർദ്ധകളെ പരിമിതമായ അളവിൽ ഉല്ലംഘിക്കാൻ നവോത്ഥാനത്തിന് കഴിഞ്ഞിരുന്നു. പതിനാറാം നൂറ്റാണ്ടിന്റെ തുടക്കത്തിൽ നവോത്ഥാനത്തെ കടന്നുവന്ന മതനവീകരണം നവനാഗരികതയുടെ ആദർശങ്ങൾക്കെതിരായിരുന്നു. ഒരിക്കൽക്കൂടി ശാസ്ത്രകാരന്മാർക്ക്

കടുത്ത ശിക്ഷ ലഭിക്കുമെന്ന ഭീഷണി നേരിടേണ്ടിവന്നു, വേദഗ്രന്ഥമനുവദിച്ച ജ്ഞാനത്തിന്റെ പരിധിക്കപ്പുറം പോവാൻ ശാസ്ത്രജ്ഞനും അനുവാദമുണ്ടായിരുന്നില്ല.

നമ്മുടെ ലോകത്ത് അനേകം പ്രതിമകളുണ്ട്, ചാടുംകുതിരപ്പുറത്ത്, ആഹ്ലാദചിത്തരായ യോദ്ധാക്കളെ മഹാവിജയത്തിലേക്കു നയിക്കുന്ന മഹാസൈന്യാധിപന്മാരുടെ ശില്പങ്ങളുണ്ട്. അവിടവിടെയായി, ചെറിയ മാർബിൾ ഫലകത്തിൽ ഒരു ശാസ്ത്രജ്ഞൻ അന്ത്യവിശ്രമം കൊള്ളുന്നതായും കാണാവുന്നതാണ്. ഒരായിരം വർഷം കഴിഞ്ഞാൽ ഇത് നാം ചെയ്യുന്നത് വ്യത്യസ്തരൂപത്തിലായിരിക്കാം. അന്നത്തെ സന്തുഷ്ടമായ തലമുറയിലെ കുട്ടികൾ, ഗുണാത്മക വിജ്ഞാനത്തിന്റെ മാർഗ്ഗദർശികളായ മനുഷ്യരുടെ സമുജ്ജ്വലമായ ധീരതയും അചിന്ത്യമായ സമർപ്പണവും തീർച്ചയായും മനസ്സിലാക്കും. ഇവയാണ് ആധുനിക ലോകത്തെ പ്രായോഗികമായി സാധിപ്പിച്ചത്.

ഈ ശാസ്ത്രമാർഗ്ഗദർശികളിൽ പലരും ദരിദ്രരായിരുന്നു; അവർ സഹിച്ച അവജ്ഞയ്ക്കും അവഹേളനത്തിനും കണക്കില്ല. അവർ മച്ചിൻപുറങ്ങളിലോ ഇടുങ്ങിയ മുറികളിലോ താമസിക്കുകയും മിക്കപ്പോഴും തടവറകളിൽവെച്ചു മരിക്കുകയും ചെയ്തു. അവർക്ക് സ്വന്തം ഗ്രന്ഥങ്ങളുടെ ടൈറ്റിൽ പേജുകളിൽ പോലും പേര് വയ്ക്കാൻ കഴിഞ്ഞില്ല. നിഗമനങ്ങൾ സ്വന്തം നാട്ടിൽ പറയാൻ കഴിഞ്ഞില്ല, പുസ്തകങ്ങളുടെ കൈയെഴുത്തു പ്രതികൾ രഹസ്യമായി ആംസ്റ്റർഡാമിലേക്കോ ഹാർലത്തിലേക്കോ രഹസ്യമായി കടത്തുകയാണവർ ചെയ്തിരുന്നത്. അവരോട് ക്രൈസ്തവ സഭയ്ക്ക് കടുത്ത ശത്രുതയായിരുന്നു, പ്രൊട്ടസ്റ്റന്റുകാർക്കും കത്തോലിക്കർക്കും ഒരുപോലെ. സഭയുടെ പ്രഭാഷണങ്ങളിലെ നിത്യവിഷയമായിരുന്നു അവർ. ഇടവകയിലെ ജനങ്ങളെ മതവിദ്രോഹികളായ അവർക്കെതിരെ ഹിംസനടത്താൻ പ്രകോപിപ്പിക്കുന്നതായിരുന്നു ഈ പ്രഭാഷണങ്ങൾ.

എന്നാൽ അവർക്ക് അങ്ങിങ്ങ് ചില അഭയസ്ഥാനങ്ങൾ കിട്ടിയിരുന്നു. ഉദാഹരണം ഹോളണ്ടായിരുന്നു. അവിടെ സഹിഷ്ണുതാവികാരം വളരെ ശക്തമായിരുന്നു. എന്നാൽ അധികാരികൾക്ക് ശാസ്ത്രാന്വേഷണങ്ങളോട് താല്പര്യമൊന്നുമുണ്ടായിരുന്നില്ല. എങ്കിലും ജനങ്ങളുടെ ചിന്താസ്വാതന്ത്ര്യത്തിലിടപെടാൻ ഹോളണ്ടിലെ ഭരണാധികാരികൾ തയ്യാറല്ലായിരുന്നു. അങ്ങിനെ ഹോളണ്ട് ധൈഷണികസ്വാതന്ത്ര്യത്തിനുള്ള അഭയസ്ഥാനമായി. ഫ്രഞ്ച്, ഇംഗ്ലീഷ്, ജർമ്മൻ ദാർശനികർക്കും ഗണിതശാസ്ത്രജ്ഞർക്കും ഭിഷക്കുകൾക്കും വിശ്രമിക്കാനും സ്വതന്ത്രവായു ശ്വസിക്കാനും ഹോളണ്ടിലേക്കുപോകാമായിരുന്നു.

മറ്റൊരദ്ധ്യായത്തിൽ ഞാൻ റോജർ ബേക്കണെപ്പറ്റി പറഞ്ഞിട്ടുണ്ട്. പതിമൂന്നാം നൂറ്റാണ്ടിന്റെ പ്രതിഭയായിരുന്നു അദ്ദേഹം. വർഷങ്ങളോളം ഒരുവാക്കുപോലും എഴുതാനദ്ദേഹത്തിനു സാധിച്ചില്ല. എഴുതിയാൽ സഭാധികാരികളുമായി പുതിയ പ്രശ്നങ്ങളുണ്ടാകുമായിരുന്നു. അഞ്ഞൂറു

വർഷം കഴിഞ്ഞപ്പോൾ മഹത്തായ തത്ത്വശാസ്ത്ര *എൻസൈക്ലോപീഡിയ*യിലെ എഴുത്തുകാർ നിതാന്തമായി ഫ്രഞ്ച് സായുധ സേനയുടെ അന്വേഷണദൃഷ്ടിക്കു മുന്നിലായിരുന്നു. അര നൂറ്റാണ്ടു കഴിഞ്ഞപ്പോൾ ബൈബിളിലെ സൃഷ്ടിവാദത്തെ ചോദ്യം ചെയ്ത ഡാർവിൻ മനുഷ്യവംശത്തിന്റെ ശത്രുവായി ഓരോ മതപ്രഭാഷണത്തിലും ആക്ഷേപിക്കപ്പെട്ടു.

ഇന്നും ശാസ്ത്രത്തിന്റെ അജ്ഞാതമേഖലകളിലേക്കു കടന്നു ചെല്ലാൻ ശ്രമിക്കുന്നവരെ പീഡിപ്പിക്കുന്നത് അവസാനിച്ചിട്ടില്ല. ഞാനിതെഴുതിക്കൊണ്ടിരിക്കുമ്പോൾ മി. ബ്രയാൻ "ഡാർവിനിസത്തിന്റെ ആപത്ത്" എന്ന വിഷയത്തെപ്പറ്റി വലിയ ഒരു ജനസഞ്ചയത്തോടു പ്രസംഗിച്ചുകൊണ്ടിരിക്കുന്നുണ്ട്. മഹാനായ ഇംഗ്ലീഷ് പ്രകൃതിവാദിയുടെ പ്രമാദങ്ങളെപ്പറ്റി ശ്രോതാക്കൾക്കു മുന്നറിയിപ്പ് നല്കുന്നുണ്ട്.

ഇതൊക്കെ പക്ഷേ, വെറും വിശദാംശങ്ങളാണ്. ചെയ്യേണ്ടുന്ന പണി നിസ്സംശയം ചെയ്തിരിക്കും. കണ്ടുപിടുത്തങ്ങളുടെയും കണ്ടെത്തലുകളുടെയും ആത്യന്തികനേട്ടം, പ്രതിഭകളെ അപ്രായോഗിക ആദർശവാദികൾ എന്നാക്ഷേപിച്ച ആളുകൾക്കു തന്നെ ലഭിക്കും.

പതിനേഴാം നൂറ്റാണ്ട് അപ്പോഴും വിദൂരസ്ഥമായ ഗോളങ്ങളെ പറ്റി അന്വേഷിക്കാനാണിഷ്ടപ്പെട്ടത്, സൗരയൂഥവുമായി ബന്ധപ്പെട്ട് നമ്മുടെ ഗ്രഹത്തിന്റെ സ്ഥാനം അടയാളപ്പെടുത്താനും. എന്നാലും പള്ളി ഈ കൗതുകത്തെ തടഞ്ഞു വെച്ചിരുന്നു. പ്രപഞ്ചത്തിന്റെ കേന്ദ്രം സൂര്യനാണെന്നു തെളിയിച്ച കോപ്പർനിക്കസ്സ് മരണം വരെ തന്റെ നേട്ടം പ്രസിദ്ധപ്പെടുത്തിയിരുന്നില്ല. ഗലീലിയോ തന്റെ ജീവിതത്തിന്റെ സിംഹഭാഗം പൗരോഹിത്യ മേധാവികളുടെ മേൽനോട്ടത്തിലായിരുന്നു, എങ്കിലും അദ്ദേഹം ടെലസ്കോപ്പുപയോഗിക്കുന്നത് തുടർന്നു, പ്രായോഗികമായ അനേകം നിരീക്ഷണങ്ങൾ അദ്ദേഹം ഐസക് ന്യൂട്ടന് വേണ്ടി ബാക്കിവെച്ചു. താഴോട്ടു വീഴുന്ന വസ്തുക്കളുടെ രസകരമായ സ്വഭാവത്തിന്റെ അസ്തിത്വം കണ്ടുപിടിച്ചപ്പോൾ അത് ന്യൂട്ടന് വലിയ സഹായമായി. ആ സ്വഭാവത്തിന് ഗുരുത്വാകർഷണം എന്നാണ് പറയുന്നത്; അതിനെ സംബന്ധിച്ച നിയമമാണ് ഗുരുത്വാകർഷണനിയമം.

ഗലീലിയോ ഗലീലി

അത്, തല്ക്കാലത്തേക്ക് ആകാശത്തിലുള്ള താല്പര്യത്തിന് വിശ്രാന്തി നല്കി, മനുഷ്യൻ ഭൂമിയെപ്പറ്റി പഠിക്കാൻ തുടങ്ങി. പ്രവർത്തനക്ഷമമായ ഒരു സൂക്ഷ്മദർശിനി പതിനേഴാം നൂറ്റാണ്ടിന്റെ ഉത്തരാർദ്ധത്തിൽ നിർമ്മിക്കപ്പെട്ടു. (അസാധാരണവും കാഴ്ചയിൽ വൃത്തിഹീനവുമായ ഒരു വസ്തുവായിരുന്നു അത്). അന്തോണി വാൻ ല്യൂവൻ നോക്കായിരുന്നു അത് കണ്ടുപിടിച്ചത്. ഭൂമിയിലെ "സൂക്ഷ്മ"ജീവികളെ കണ്ടെത്താൻ ഈ ഉപകരണം മനുഷ്യനെ സഹായിച്ചു. ഇവയിൽ പലതും മനുഷ്യന് പലതരം അസുഖങ്ങൾ ഉണ്ടാക്കുന്നവയാണ്. അത് ബാക്ടീരിയോളജി എന്ന ശാസ്ത്രത്തിന് അടിത്തറയിട്ടു. കഴിഞ്ഞ നാല്പതു വർഷങ്ങളായി ലോകത്തെ ഈ ശാസ്ത്രം അനേകം രോഗങ്ങളിൽ നിന്ന് മോചിപ്പിച്ചു. രോഗകാരണമായ അതിസൂക്ഷ്മജീവികളെ കണ്ടെത്താൻ കഴിഞ്ഞുവെന്നതാണ് ഇതിനു കാരണം. ഈ ഉപകരണം ഭൂഗർഭ ശാസ്ത്രജ്ഞർക്കും സഹായമായി; വ്യത്യസ്ത പാറകളെ പറ്റി കൂടുതൽ ശ്രദ്ധാപൂർവ്വമായ പഠനത്തിന് ഇത് സഹായിച്ചു. ഫോസിലുകളെപ്പറ്റി പഠിക്കാനും ഇത് സഹായകമായി (ശിലാരൂപത്തിലായ പ്രാക്ചരിത്രസസ്യങ്ങളാണ് ഫോസിലുകൾ.) ഭൂമിയുടെ ഉപരിതലത്തിൽ നിന്ന് ഏറെ ആഴത്തിലാണ് ഫോസിലുകൾ കണ്ടെടുക്കപ്പെട്ടത്. ഈ ഗവേഷണങ്ങൾ വഴി ഭൂഗർഭശാസ്ത്രജ്ഞർക്ക് ഒരു കാര്യം ബോദ്ധ്യമായി. *ഉല്പത്തി പുസ്തകത്തിൽ (Book of Genesis)* വിവരിച്ചതിനേക്കാൾ എത്രയോ പ്രായം ചെന്നതാണ് ഈ ഭൂമി. 1830 ൽ സർ ചാൾസ് ലയൽ അദ്ദേഹത്തിന്റെ *ഭൂഗർഭശാസ്ത്ര തത്ത്വങ്ങൾ (Principles of Geology)* പ്രസിദ്ധം ചെയ്തു. ബൈബിളുമായി ബന്ധപ്പെട്ട സൃഷ്ടികഥ ഈ ഗ്രന്ഥം നിഷേധിച്ചു. സാവധാനത്തിലുള്ളതും ക്രമപ്രവൃദ്ധവുമായ വളർച്ചയുടെയും വികാസത്തിന്റെയും അത്ഭുതകരമായ വിവരണമാണ് ഗ്രന്ഥം നല്കിയത്.

അതേ സന്ദർഭത്തിൽ മാർക്വിസ് ദ ലാപ്ലാസ് സൃഷ്ടിയെപ്പറ്റിയുള്ള ഒരു പുതിയ സിദ്ധാന്തത്തെപ്പറ്റി ആലോചിച്ചുകൊണ്ടിരിക്കുകയായിരുന്നു, ഈ സിദ്ധാന്തമനുസരിച്ച് ഭൂമി ഒരു ചെറിയ ശിഥിലപിണ്ഡമായിരുന്നു, നെബുലകളുടെ കടലിൽ നിന്നുണ്ടായ ഒരു ശിഥിലപിണ്ഡം. ഈ നെബുലാ സമുദ്രത്തിൽ നിന്നത്രേ ഗോളവ്യവസ്ഥ രൂപപ്പെട്ടത്. സ്പെക്ട്രോസ്കോപ്പുപയോഗിച്ചുകൊണ്ട് ബുൺസെനും കിർച്ച് ഹോവും നക്ഷത്രങ്ങളുടേയും നമ്മുടെ നല്ല അയല്ക്കാരനായ സൂര്യന്റേയും രാസഘടന പഠിക്കുകയായിരുന്നു. സൂര്യനിലെ ദുരൂഹമായ പാടുകൾ ആദ്യം കണ്ടെത്തിയത് ഗലീലിയോ ആയിരുന്നു.

ഇതിനിടയിൽ കത്തോലിക്കരും പ്രൊട്ടസ്റ്റന്റുകളുമായ പൗരോഹിത്യാധികാരികളുമായി കടുത്തതും വിട്ടുവീഴ്ചയില്ലാത്തതുമായ ഒരു പോരാട്ടത്തിനു ശേഷം ശരീരവിച്ഛേദനശാസ്ത്രവും ശരീരശാസ്ത്രവും ശരീരം വിഛേദിക്കാനുള്ള അനുമതി നേടിയെടുത്തു; നമ്മുടെ അവയവങ്ങളെപ്പറ്റിയും അവയുടെ സ്വഭാവത്തെപ്പറ്റിയും ശരിയായ അറിവു സമ്പാദിച്ചു. മദ്ധ്യയുഗങ്ങളിലെ കപട വൈദ്യന്റെ ഊഹത്തിൽ നിന്നുള്ള മോച

ആകാശയാത്ര

നമായിരുന്നു ഇത്.

മനുഷ്യൻ പണ്ടുമുതല്ക്കേ നക്ഷത്രങ്ങളെ നിരീക്ഷിച്ചിരുന്നു, എന്തുകൊണ്ടാണവ ആകാശത്തിൽ കാണപ്പെടുന്നതെന്നത്ഭുതപ്പെട്ടിരുന്നു. ഇങ്ങനെ ആയിരക്കണക്കിൽ വർഷങ്ങൾ കഴിഞ്ഞുപോയി. എന്നാൽ ആ ദീർഘകാലത്താകമാനം ഉണ്ടായതിനേക്കാൾ ശാസ്ത്രത്തിന്റെ എല്ലാ ശാഖകളിലും പുരോഗതിയുണ്ടായത് ഒരു തലമുറക്കാലത്താണ്, 1810 മുതൽ 1840 വരെയുള്ള കാലത്ത്. പഴയ രീതിയിൽ വിദ്യാഭ്യാസം ചെയ്ത ആളുകൾക്ക് ദുഃഖകരമായ ഒരു കാലമായിരുന്നിരിക്കണം അത്. ലാമാർക്കിനേയും ഡാർവിനേയും പോലുള്ളവരോടു അവർക്കുണ്ടായിരുന്ന വിദ്വേഷഭരിതമായ വികാരത്തെ പറ്റി നമുക്ക് മനസ്സിലാവും. ഈ ശാസ്ത്രജ്ഞർ ജനങ്ങളോടു "മനുഷ്യൻ വാനരനിൽ നിന്ന് ഉണ്ടായി" എന്നൊന്നും കൃത്യമായി പറഞ്ഞിട്ടില്ല. (നമ്മുടെ പിതാമഹന്മാർ ഇതൊരു വ്യക്തിപരമായ അവഹേളനമായിട്ടാണ് പരിഗണിച്ചത്). ആ ശാസ്ത്രജ്ഞൻ ഇത്രയേ പറഞ്ഞുള്ളൂ. ആഭിജാത്യമുള്ള ഈ മനുഷ്യവംശം രൂപപ്പെട്ടുവന്നത് മുൻഗാമികളുടെ ദീർഘമായ ഒരു പരമ്പരവഴിയാണ്; ആ കുടുംബവൃക്ഷം ചെറിയ ജെല്ലിമത്സ്യങ്ങൾ വരെയെത്തും. അവയായിരുന്നല്ലോ നമ്മുടെ ഗ്രഹത്തിലെ ആദ്യനിവാസികൾ.

പത്തൊമ്പതാം നൂറ്റാണ്ടിനെ അടക്കിവാണിരുന്നത് സമ്പന്നരായ മദ്ധ്യവർഗ്ഗക്കാരായിരുന്നു. ആ വർഗ്ഗം ഗ്യാസോ വൈദ്യുത വെളിച്ചമോ ഉപയോഗിക്കാൻ ആഗ്രഹിക്കുന്നുണ്ടായിരുന്നു. സത്യത്തിൽ അന്നുവരെയുണ്ടായ പ്രായോഗികമായ അനേകം ശാസ്ത്ര കണ്ടുപിടുത്തങ്ങളിൽ അവയാണ് ആ വർഗ്ഗം ഉപയോഗിക്കാനിഷ്ടപ്പെട്ടത്. പക്ഷേ, ശാസ്ത്രാന്വേഷകൻ, 'ശാസ്ത്രസിദ്ധാന്ത'ത്തിന്റെ ആൾ, വളരെ അടുത്തകാലം വരെ അവിശ്വസിക്കപ്പെട്ടു. അയാളില്ലാതെ പുരോഗതി സാദ്ധ്യമല്ലായിരുന്നു. പിന്നെ അവസാനം അയാളുടെ സേവനങ്ങൾ അംഗീകരിക്കപ്പെട്ടു. ധനികർ പണ്ട് സംഭാവനകൾ നല്കിയിരുന്നത്, കത്തീഡ്രൽ കെട്ടിടനിർമ്മാണത്തിനും മറ്റുമായിരുന്നു. അവർ ഇന്ന് വിശാലമായ പരീക്ഷണശാലകൾ നിർമ്മിക്കുന്നു, അവയിലിരുന്ന് നിശ്ശബ്ദമനുഷ്യർ മനുഷ്യരാശിയുടെ ഗുപ്ത ശത്രുക്കളുമായി നിരന്തരം യുദ്ധം ചെയ്യുന്നു, പലപ്പോഴും വരാനിരിക്കുന്ന തലമുറകളുടെ ആനന്ദത്തിനും ആരോഗ്യത്തിനും വേണ്ടി അവർ സ്വന്തം ജീവിതം ത്യാഗം ചെയ്യുന്നു.

നമ്മുടെ മുൻഗാമികൾ "ദൈവത്തിന്റെ അനിവാര്യമായ കൃത്യങ്ങ' ങ്ങളെന്ന് കരുതിയിരുന്ന പല രോഗങ്ങളും നമ്മുടെ സ്വന്തം അജ്ഞതയുടെയും അവഗണനയുടെയും ഫലമാണെന്ന് ഇന്ന് നാം മനസ്സിലാക്കുന്നു. ഇന്ന് ഓരോ കുഞ്ഞിനുമറിയാം, കുടിവെള്ളത്തിന്റെ കാര്യത്തിൽ ശ്രദ്ധചെലുത്തിയാൽ ടൈഫോയ്ഡ് വരുന്നത് തടയാമെന്ന്. ജനങ്ങളെ ഇക്കാര്യം ബോദ്ധ്യപ്പെടുത്താൻ ഡോക്ടർക്ക് കഴിയുന്നതിനു മുമ്പ് അനേകവർഷക്കാലത്തെ കഠിന പ്രയത്നം വേണ്ടി വന്നിട്ടുണ്ട്. ഇന്ന് നമുക്കാർക്കും ഡെന്റിസ്റ്റിന്റെ കസാലയെ പേടിയില്ല. വായിൽ നിവസി

ക്കുന്ന സൂക്ഷ്മാണുക്കളുടെ പഠനം വഴി നമ്മുടെ പല്ലുകൾ നശിക്കാതെ സൂക്ഷിക്കാൻ കഴിയുന്നു. എപ്പോഴെങ്കിലും ഒരു പല്ല് പറിക്കേണ്ടി വന്നാൽ നമ്മൾ അത് ചെയ്ത്, സന്തോഷത്തോടെ തിരിച്ചുപോവുന്നു. 1846 ലെ പത്രങ്ങൾ ഈതറിന്റെ സഹായത്തോടെ 'വേദനയില്ലാത്ത ഓപ്പറേഷൻ' അമേരിക്കയിൽ നടത്തിയെന്ന വാർത്തകൾ പ്രസിദ്ധീകരിച്ചതുകണ്ട് യൂറോപ്പിലെ ആളുകൾ വിശ്വാസമില്ലാതെ തലകുലുക്കുകയാണ് ചെയ്തത്. അവരെ സംബന്ധിച്ചേടത്തോളം അത് ദൈവേച്ഛയ്ക്കെതിരായിരുന്നു; എല്ലാ നശ്വര ജീവികളും പകുത്തെടുക്കേണ്ടതെന്ന് ദൈവം നിശ്ചയിച്ച വേദനയിൽ നിന്ന് മനുഷ്യൻ രക്ഷപ്പെടുമെന്നവർ കരുതിയില്ല. ഓപ്പറേഷന് ഈതറോ ക്ലോറഫോമോ ഉപയോഗിക്കുന്നത് വ്യാപകമായിത്തീരാൻ ഒരുപാട് കാലം വേണ്ടിവന്നു.

പക്ഷേ, പുരോഗതിയുടെ പോരാട്ടം വിജയം വരിച്ചുകഴിഞ്ഞിരുന്നു. സ്പർദ്ധയുടെ പഴയ ഭിത്തികളിലെ വിള്ളൽ വർദ്ധിച്ചുകൊണ്ടിരുന്നു; കാലം കടന്നു പോകെ, അജ്ഞതയുടെ പുരാതനശിലകൾ ഉരുണ്ടുരുണ്ട് താഴേക്കുപോയി. നിശ്ചിതവും കൂടുതൽ ആനന്ദപ്രദവുമായ ഒരു സാമൂഹികക്രമത്തിന്റെ പുതിയ കുരിശുപോരാളികൾ മുന്നോട്ട് കുതിച്ചു. പെട്ടെന്ന് അവർ പുതിയൊരു തടസ്സം നേരിട്ടു. അതിഭൂതകാലത്തിന്റെ നാശാവശിഷ്ടങ്ങളിൽ നിന്ന്, പ്രതിലോമപരതയുടെ പുതിയൊരു ദുർഗ്ഗം ഉയർത്തപ്പെട്ടിരിക്കുന്നു, അവസാനത്തെ ഈ ദുർഗ്ഗം നശിപ്പിക്കപ്പെടുന്നതിനു മുമ്പ് ദശലക്ഷക്കണക്കായ മനുഷ്യർ ജീവത്യാഗം ചെയ്യേണ്ടിവന്നു.

കല

കലയെപ്പറ്റി ഒരദ്ധ്യായം

ഒരു കുഞ്ഞ് പൂർണ്ണ ആരോഗ്യമുള്ളതായിരിക്കുമ്പോൾ, അതിനു വേണ്ടത്ര തിന്നാനുള്ളപ്പോൾ, ആവശ്യമായത്ര ഉറങ്ങിക്കഴിയുമ്പോൾ അത് മൂളിത്തുടങ്ങുന്നു. ആനന്ദം പ്രകടിപ്പിക്കാനാണത്. മുതിർന്നവർക്ക് ഈ മൂളലിന്ന് യാതൊരർത്ഥവുമില്ല. എന്തോന്നിത്? "ഗൂ ഊൗസും ..... ഗൂഊൗസും.. ഗുഊൗ...." പക്ഷേ, കുഞ്ഞിന് ഇത് സമ്പൂർണ്ണ സംഗീത മാണ്. അത് കലയ്ക്കുള്ള കുഞ്ഞിന്റെ ആദ്യസംഭാവനയാണ്.

കുറച്ച് കൂടി പ്രായമാകുമ്പോൾ, ഇരിക്കാറാവുമ്പോൾ അവൻ/അവൾ നിലത്ത് മൂത്രമൊഴിക്കുന്നു. ചെളിയിൽ കുഴയ്ക്കുന്നു. ചെളിപിളി നിർമ്മിക്കുന്നു. ഈ ചെളിപിളി പുറം ലോകക്കാർക്ക് രസിക്കുകയില്ല. കോടാനുകോടി കുഞ്ഞുങ്ങളുണ്ട്. അവർ കോടാനുകോടി ചെളിപിളികൾ നിർമ്മിക്കുന്നുണ്ട്. പക്ഷേ, കൊച്ചുകുഞ്ഞിന് ഇത് കലയുടെ പ്രസന്ന ലോകത്തേക്കുള്ള മറ്റൊരു സാഹസികയാത്രയാണ്. കുഞ്ഞ് ഇപ്പോഴൊരു ശില്പിയാണ്.

മൂന്നോ നാലോ വയസ്സാകുമ്പോൾ, കൈകൾ, തലച്ചോറിനെ അനുസരിക്കാൻ തുടങ്ങുമ്പോൾ, കുഞ്ഞ് ഒരു പെയിന്റർ ആയിത്തീരുന്നു. അവന്റെ/അവളുടെ പ്രിയപ്പെട്ട അമ്മ ഒരു പെട്ടിനിറയെ കളർചോക്ക് കൊടുക്കുന്നു. എന്താണ് സംഭവിക്കുക? ഏത് പേപ്പറിലും ചിറുപിറുന്നനെ വരകളും വളയങ്ങളും ചൂണ്ടകളും കാണാം. അവ എന്തിന്? വീടുകൾ, കുതിരകൾ, കടലുകൾ, കപ്പലുകൾ, യുദ്ധങ്ങൾ!

പക്ഷേ, വൈകാതെ വെറുതെ "സാധനങ്ങൾ നിർമ്മിക്കൽ" അവസാനിക്കുന്നു. സ്കൂളിൽ പോകാൻ തുടങ്ങുന്നു. ദിവസത്തിന്റെ ഗണ്യമായ ഭാഗം അയാൾക്ക് പണിയുണ്ട്. ജീവിക്കുന്ന പണി, അഥവാ ഉപജീവനമുണ്ടാക്കുന്ന പണി" ഓരോ ആൺകുട്ടികളുടെയും പെൺകുട്ടികളു

ടെയും ജീവിതത്തിലെ ഏറ്റവും പ്രധാനമായ സംഭവമായിത്തീരുന്നു. ഗുണനപ്പട്ടികകൾക്കും ഫ്രഞ്ച് ക്രിയാശബ്ദങ്ങളുടെ പാസ്റ്റ്പാർട്ടിസിപ്പിളുകൾക്കുമിടയിൽ 'കല'യ്ക്ക് ഒട്ടും സമയം കിട്ടുന്നില്ല. (ഇവിടെ നമുക്ക് ഫ്രഞ്ചിനു പകരം ഇംഗ്ലീഷ് എന്നാക്കി മാറ്റാം - വിവർത്തനം). സൃഷ്ടിയുടെ ആനന്ദത്തിനു വേണ്ടിയാണ് കലാപ്രവർത്തനം നടത്തുന്നത്, പ്രതിഫലം അവിടെ പ്രശ്നമാകുന്നില്ല; ഈ ബോധവും വികാരവും വളരെ ശക്തമാകുന്നില്ലെങ്കിൽ കലയുണ്ടാവുകയില്ല. കുഞ്ഞു വളരുന്നു, പൂർണ്ണ മനുഷ്യനാവുന്നു. ജീവിതത്തിന്റെ ആദ്യത്തെ അഞ്ചുവർഷം കലയ്ക്കു മാത്രമായി സമർപ്പിക്കപ്പെട്ട ആ കാലം പൂർണ്ണമായി വിസ്മരിക്കപ്പെടുന്നു.

രാഷ്ട്രങ്ങൾ കുട്ടികളിൽ നിന്ന് വ്യത്യസ്തരല്ല. ഗുഹാമനുഷ്യൻ ഹിമയുഗത്തിന്റെ ദീർഘവും വിറകൊള്ളിക്കുന്നതുമായ ഭീഷണികളിൽ നിന്ന് രക്ഷപ്പെട്ടു സ്വന്തമായ വീട് സ്ഥാപിക്കുന്നു. തനിക്കു സുന്ദരമാണെന്ന് തോന്നുന്ന ചില കാര്യങ്ങൾ അയാൾ ചെയ്തു. അവകൊണ്ട് അയാൾക്ക് ഭൗതികമായ ഒരു പ്രയോജനവുമുണ്ടായിരുന്നില്ല. കാട്ടിലെ വന്യമൃഗങ്ങളുമായുള്ള പോരാട്ടത്തിൽ അവ സഹായകമായിരുന്നില്ല. വേട്ടയാടിയ ആനകളുടെ, മാനുകളുടെ പടങ്ങൾ വരച്ച് അയാൾ ഗുഹാഭിത്തികളെ മനോജ്ഞമാക്കി. ഒരു കഷണം കല്ലുകൊണ്ട് ആകർഷകത്വമുണ്ടെന്ന് തനിക്ക് തോന്നിയ സ്ത്രീകളുടെ ചിത്രങ്ങൾ അയാൾ കോറിവരച്ചു.

നൈലിന്റെയും യൂഫ്രട്ടിസ്സീന്റെയും മറ്റും തീരങ്ങളിൽ ഈജിപ്ഷ്യന്മാരും ബാബിലോണിയന്മാരും പേർഷ്യക്കാരുമൊക്കെ അവരുടെ ചെറിയ രാഷ്ട്രങ്ങൾ സ്ഥാപിച്ചു. അതു കഴിഞ്ഞ ഉടനെ അവർ വലിയ കൊട്ടാരങ്ങൾ പണിഞ്ഞു തുടങ്ങി. അവരുടെ രാജാക്കന്മാർക്കു വേണ്ടിയായിരുന്നു അത്. സ്വന്തം പെണ്ണുങ്ങൾക്കായി അവർ ഉജ്വലശോഭയുള്ള രത്നങ്ങൾ കണ്ടെത്തി. മനോജ്ഞമായ പുഷ്പങ്ങൾ വർണ്ണങ്ങളുടെ രാഗമാലപിക്കുന്ന പൂന്തോട്ടങ്ങൾ നിർമ്മിച്ചു.

നമ്മുടെ സ്വന്തം മുൻഗാമികൾ വിദൂരസ്ഥമായ ഏഷ്യാറ്റിക് പ്രയറികളിൽ നിന്നുള്ള സഞ്ചാരികളായിരുന്നു. അവർ നല്ല പോരാളികളായിരുന്നു, സ്വതന്ത്രരായിരുന്നു, അവർക്കു എവിടെയും പ്രവേശനമുണ്ടായിരുന്നു. അവർ ധീരനായകന്മാരുടെ സാഹസങ്ങളെപ്പറ്റി ഗാനങ്ങൾ രചിച്ചു, അവ ആലപിച്ചു. ആ ഗാനങ്ങളിൽ നിന്ന് ഒരു കാവ്യരൂപം ഉയർന്നുവന്നു. ആ കാവ്യരൂപം ഇന്നും നിലനില്ക്കുന്നുണ്ട്. ഒരായിരം വർഷങ്ങൾക്കുശേഷം അവർ ഗ്രീക്കുവൻകരയിൽ സുസ്ഥാപിതരായി. 'നഗരരാഷ്ട്രങ്ങൾ" പണിതു, സ്വന്തം ആനന്ദങ്ങൾ (ദുഃഖങ്ങളും) ഗംഭീരമായ ക്ഷേത്രങ്ങളിൽ ശില്പങ്ങളിൽ, പ്രഹസനങ്ങളിൽ, ദുരന്തനാടകങ്ങളിൽ, ആലോചിക്കാൻ കഴിയുന്ന വിവിധ കലാരൂപങ്ങളിൽ ആവിഷ്കരിച്ചു.

റോമാക്കാർ അവരുടെ കാർത്തേജിനിയൻ എതിരാളികളെപ്പോലെയായിരുന്നു. ഇതര ജനവിഭാഗങ്ങളെ ഭരിക്കുന്നതിലും പണമുണ്ടാക്കുന്നതിലുമായിരുന്നു അവർക്കു താല്പര്യം. "ഉപയോഗമില്ലാത്തതും ലാഭമില്ലാത്തു"മായ ആത്മസാഹസങ്ങളിലൊന്നും അവർക്കൊരു താല്പര്യ

വുമുണ്ടായിരുന്നില്ല. അവർ ലോകത്തെ കീഴ്പ്പെടുത്തി, റോഡുകൾ നിർമ്മിച്ചു. പാലങ്ങളുണ്ടാക്കി. പക്ഷേ, കലാരൂപങ്ങൾ മുഴുവൻ ഗ്രീക്കുകാരിൽ നിന്ന് കടമെടുക്കുകയാണ് ചെയ്തത്. പ്രായോഗികരൂപത്തിലുള്ള ചില വാസ്തുശില്പങ്ങൾ അവർ ഉണ്ടാക്കിയിരുന്നു. ആ കാലത്തിന്റെ ആവശ്യത്തിനുതകുന്നതായിരുന്നു അവ. പക്ഷേ, അവരുടെ പ്രതിമ, ചരിത്രം, ചുവർചിത്രം, കവിത എല്ലാം ഗ്രീക്ക് മൂലങ്ങളുടെ ലാറ്റിൻ അനുകരണങ്ങൾ മാത്രമായിരുന്നു. അവ്യക്തവും അനിർവ്വചനീയവുമായ ഒരു കാര്യമത്രേ "ആത്മവത്ത", വ്യക്തിത്വം. അതില്ലെങ്കിൽ കലയുണ്ടാവില്ല. റോമൻ ലോകം അത്തരത്തിലുള്ള ആത്മവത്തയെ അവിശ്വസിച്ചു. സാമ്രാജ്യത്തിന് നല്ല യോദ്ധാക്കളേയും വണിക്കുകളേയും ആവശ്യമായിരുന്നു. കവിതയെഴുത്തും ചിത്രമെഴുത്തുമെല്ലാം വിദേശികൾ ചെയ്യേണ്ടകാര്യങ്ങളായിരുന്നു.

പിന്നെ ഇരുണ്ട യുഗങ്ങൾ വന്നു. ബാർബേറിയൻ അഥവാ ബർബ്ബരൻ (അപരിഷ്കൃതൻ) പശ്ചിമയൂറോപ്പിനെ സംബന്ധിച്ചിടത്തോളം അപ്രസക്തനായിരുന്നു. അവിടെ എന്തു ചെയ്യണമെന്നോ പറയണമെന്നോ അയാൾക്കറിയില്ലായിരുന്നു. തനിക്കു മനസ്സിലാവാത്ത സംഗതികൾ കൊണ്ട് അയാൾക്കൊരു പ്രയോജനവുമില്ലായിരുന്നു. 1921 ലെ സ്ഥിതിയനുസരിച്ച് അയാൾ നല്ല മാഗസിനുകളുടെ കവറുകൾ ഏറെ ആസ്വദിച്ചു, അവയിലെ സുന്ദരിമാരുടെ ചിത്രങ്ങൾ. പക്ഷേ, റെംബ്രാന്റിന്റെ ചിത്രങ്ങൾ അയാൾ തന്റെ ചാരക്കലത്തിലിട്ടു. പക്ഷേ, പെട്ടെന്നു തന്നെ അയാൾ പഠിച്ചുതുടങ്ങി. പഠനം തുടങ്ങിയതോടെ തന്റെ പഴയ ചെയ്തികൾക്ക് അയാൾ പ്രായശ്ചിത്തം ചെയ്യാൻ തുടങ്ങി.

ഇക്കാലമാവുമ്പോഴേക്ക് അയാളുടെ സ്വന്തം കല വളരെ മനോഹരമായി കഴിഞ്ഞിരുന്നു. ഇത് അയാൾ പൗരസ്ത്യലോകത്തുനിന്ന് കൊണ്ടുവന്നതായിരുന്നു. കഴിഞ്ഞകാലത്ത് താൻ പ്രകടിപ്പിച്ച നിസ്സംഗതയ്ക്കും അവഗണനയ്ക്കും അശ്രദ്ധയ്ക്കും പ്രായശ്ചിത്തമായി "മദ്ധ്യയുഗകല"കൾ കൊണ്ടു അയാൾ പ്രായശ്ചിത്തം ചെയ്തു. വടക്കൻ യൂറോപ്പിനെ സംബന്ധിച്ചിടത്തോളം ജർമ്മാനിക്ക് മനസ്സിന്റെ ഉല്പന്നമായിരുന്നു അത്. അതിൽ ഗ്രീക്ക് ലത്തീൻ പാരമ്പര്യത്തിന്റെ ഒരംശവുമുണ്ടായിരുന്നില്ല. പഴയ ഈജിപ്തിലേയോ അസ്സിറിയയിലേയോ കലാസൃഷ്ടികളുടെ പാരമ്പര്യമുണ്ടായിരുന്നില്ല. ഇന്ത്യയേയും ചീനയേയും പറ്റി പറയാനുമില്ല. അങ്ങനെയുള്ള കലകളൊന്നും മദ്ധ്യകാല മനുഷ്യനെ സംബന്ധിച്ചിടത്തോളം നിലനിന്നിരുന്നില്ല. തെക്കൻ അയൽക്കാരുടെ സ്വാധീനം അല്പം പോലും വടക്കൻ യൂറോപ്യൻ വംശങ്ങളിൽ ഉണ്ടായിരുന്നില്ല, അതുകൊണ്ട് അവരുടെ വാസ്തുവിദ്യാസൃഷ്ടികൾ ഇറ്റലിക്കാർ തെറ്റിദ്ധരിച്ചു. അവജ്ഞാപൂർവ്വമായ പുച്ഛത്തോടെയാണ് അവർ അതിനെ കണ്ടത്.

നിങ്ങളെല്ലാവരും ഗോഥിക്ക് എന്ന വാക്ക് കേട്ടിട്ടുണ്ട്. മനോഹരമായ ഒരു പഴയ കത്തീഡ്രലിന്റെ ചിത്രവുമായി നിങ്ങൾ അതിനെ ബന്ധപ്പെ

ടുത്തുന്നു. അതിന്റെ മൃദുലമായ പിരികൾ ആകാശത്തോളമുയരുന്നതായി നിങ്ങൾ കാണുന്നു. പക്ഷേ, എന്താണ് ആ വാക്കിന്റെ അർത്ഥം?

"വിലക്ഷണമായ" "അപരിഷ്കൃതമായ" എന്നൊക്കെയാണതിനർത്ഥം. ഒട്ടും പരിഷ്കൃതനല്ലാത്ത ഒരു ഗോഥിന്റെ സൃഷ്ടി, ക്ലാസിക്കൽ കലയുടെ വ്യവസ്ഥാപിത നിയമങ്ങളെ ആദരിക്കാത്ത ഒരു കാടന്റെ രചന, അയാളുടെ 'പുതിയ ഭീകരത'കളോ? സ്വന്തം അധമവാസനകളെ തൃപ്തിപ്പെടുത്താനുള്ള വികലസൃഷ്ടികൾ മാത്രം. ഫോറത്തിന്റെയോ, അക്രോപോളിസിന്റെയോ മാതൃകകൾ പിന്തുടരാത്ത വൃത്തികെട്ട സൃഷ്ടികൾ മാത്രം.

എന്നിരിക്കിലും ഈ ഗോഥിക് കല പല നൂറ്റാണ്ടുകാലം ഉത്തരഭൂഖണ്ഡത്തെയാകമാനം പ്രചോദിപ്പിച്ചു കൊണ്ടിരുന്നു. മദ്ധ്യകാലഘട്ടത്തിലെ മനുഷ്യർ എങ്ങനെ ജീവിച്ചുവെന്ന് ഒരു മുൻ അദ്ധ്യായത്തിൽ നാം മനസ്സിലാക്കിയിട്ടുണ്ട്. അവർ കൃഷിക്കാരായിരുന്നില്ലെങ്കിൽ, ഗ്രാമവാസികളായിരുന്നില്ലെങ്കിൽ, അവർ നഗര (City അല്ലെങ്കിൽ Civitas) പൗരന്മാരായിരുന്നു. ഗോത്രത്തിനുള്ള പഴയ ലത്തീൻ പേരായിരുന്നു അത്. സത്യത്തിൽ അവരുടെ ഉന്നതഭിത്തികളുടേയും ആഴമേറിയ കിടങ്ങുകളുടെയും പിന്നിൽ ജീവിച്ച നല്ലവരായ നഗരവാസികൾ ശരിയായ ഗോത്രജനങ്ങളായിരുന്നു. അവർ പൊതുവിപത്തുകളെ കൂട്ടായി നേരിട്ടു. പൊതുവായ സുരക്ഷാ ഏർപ്പാടുകൾ ചെയ്തു. പൊതുവായി ക്ഷേമം ആസ്വദിച്ചു. പരസ്പര രക്ഷാസംവിധാനമെന്ന സവിശേഷ സമ്പ്രദായം കാരണമാണിതിനു കഴിഞ്ഞത്.

പഴയ ഗ്രീക്ക് റോമൻ നഗരങ്ങളിൽ അങ്ങാടിയായിരുന്നു പൗരജീവിതത്തിന്റെ കേന്ദ്രസ്ഥാനം. അവിടെയായിരുന്നു ക്ഷേത്രം സ്ഥിതി ചെയ്തിരുന്നത്. മദ്ധ്യയുഗങ്ങളിൽ ദൈവഭവനമായ പള്ളി അത്തരമൊരു കേന്ദ്രമായിത്തീർന്നു. ആധുനികകാലത്തെ പ്രൊട്ടസ്റ്റന്റ് വിശ്വാസികളായ നമുക്ക് മദ്ധ്യയുഗ ചർച്ചും സമുദായവും തമ്മിലുള്ള ബന്ധത്തെപ്പറ്റി ഒന്നുമറിയില്ല. നാം ആഴ്ചയിലൊരിക്കൽ മാത്രം പള്ളിയിൽ പോകുന്നു, അതുതന്നെ അല്പസമയം മാത്രം. അന്ന് ജനിച്ച് ഒരാഴ്ചകഴിയുമ്പോൾ നിങ്ങളെ പള്ളിയിൽ കൊണ്ടുപോവുമായിരുന്നു, അവിടെ നിങ്ങൾ ജ്ഞാനസ്നാനം ചെയ്യപ്പെടുമായിരുന്നു. കുട്ടിയായിരിക്കുമ്പോഴും നിങ്ങൾ ചർച്ചിൽ പോകുമായിരുന്നു, വേദപുസ്തകത്തിലെ പുണ്യകഥകൾ പഠിക്കുമായിരുന്നു. കുറേകഴിയുമ്പോൾ നിങ്ങൾ ഇടവകയിലൊരംഗമായി തീരുന്നു. സമ്പന്നനാണെങ്കിൽ സ്വന്തമായൊരു ചെറിയ കപ്പേള നിർമ്മിക്കുമായിരുന്നു, കുടുംബത്തിന്റെ രക്ഷാപുണ്യാളന്റെ നാമധേയത്തിലൊരു പള്ളി. പള്ളിയുടെ വിശുദ്ധസ്ഥാനം എല്ലായ്പ്പോഴും തുറന്നിരിക്കുമായിരുന്നു; പകൽ മുഴുവനും രാത്രി കുറെ നേരവും. ഒരർത്ഥത്തിൽ ഇന്നത്തെ ഒരു ക്ലബ്ബു പോലെയായിരുന്നു അത്; പട്ടണത്തിലെ എല്ലാ മനുഷ്യർക്കും അവിടെ പ്രവേശനമുണ്ടായിരുന്നു. പള്ളിയിൽ വെച്ച് ഭാവിയിൽ നിങ്ങളുടെ വധുവാകാൻ പോകുന്ന പെൺകിടാവിന്റെ ഒരു വീക്ഷണം, ഒരു

പക്ഷേ, നിങ്ങൾക്കു ലഭിക്കുമായിരുന്നു; രണ്ടുപേരും തമ്മിലുള്ള വിവാഹം ഉന്നതമായ അൾത്താരയുടെ മുന്നിൽ നടക്കുമായിരുന്നു. ഒടുവിൽ ജീവിതയാത്ര ഒടുങ്ങുമ്പോൾ പരിചിതമായ ഈ ദിവ്യസൗധത്തിനടുത്ത് നിങ്ങൾ സംസ്കരിക്കപ്പെടുമായിരുന്നു, നിങ്ങളുടെ മക്കളും അവരുടെ മക്കളും, പൗത്രരും പ്രപൗത്രരും വിധിദിവസംവരെ നിങ്ങളുടെ ശ്മശാനത്തിനടുത്തൂടെ നടക്കുമായിരുന്നു.

പള്ളി ദൈവഭവനം മാത്രമായിരുന്നില്ല. പൊതു ജീവിതത്തിന്റെ കേന്ദ്രവുമായിരുന്നു. അതുകൊണ്ട് മനുഷ്യഹസ്തം മുമ്പ് നിർമ്മിച്ചതിൽ നിന്ന് ഭിന്നമായ ഒരു കെട്ടിടമാവേണ്ടിയിരുന്നു പള്ളിക്ക്. ഈജിപ്തുകാരുടെയും ഗ്രീക്കുകാരുടെയും റോമാക്കാരുടെയും ക്ഷേത്രങ്ങൾ പ്രാദേശികദൈവത്തിന്റെ ആരാധനാലയങ്ങൾ മാത്രമായിരുന്നു. ഓസിരിസിന്റേയോ സിയൂസിന്റേയോ ജൂപിറ്ററിന്റേയോ വിഗ്രഹങ്ങൾക്കു മുന്നിൽ പ്രഭാഷണങ്ങളുണ്ടായിരുന്നില്ല. അതിനാൽ ക്ഷേത്രത്തിനുള്ളിൽ ഏറെ സ്ഥലത്തിന്റെ ആവശ്യമുണ്ടായിരുന്നില്ല. വലിയ ജനക്കൂട്ടമൊന്നും ക്ഷേത്രത്തിനുള്ളിൽ കടക്കുമായിരുന്നില്ല. പഴയ മദ്ധ്യധരണീജനതയുടെ എല്ലാ മതഘോഷയാത്രകളും പൊതുസ്ഥലത്തായിരുന്നു. പക്ഷേ, ഉത്തരദേശത്ത് കാലാവസ്ഥ സാമാന്യമായി മോശമായിരുന്നതിനാൽ മിക്ക പരിപാടികളും പള്ളിക്കകത്താണ് നടന്നിരുന്നത്.

ഗോഥിക് വാസ്തുശില്പം

വാസ്തുശില്പികൾ ഇത്രയും വലിയ ഒരു കെട്ടിടം പണിയുന്ന പ്രശ്നവുമായി നൂറ്റാണ്ടുകൾ കഴിച്ചുകൂട്ടി. കനത്ത കൽച്ചുമരോട് കൂടിയ ചെറിയ ജാലകങ്ങൾ മാത്രമുള്ള കെട്ടിടങ്ങൾ നിർമ്മിക്കുന്ന രീതി റോമൻ പാരമ്പര്യത്തിൽ നിന്ന് പഠിക്കാമായിരുന്നു; ചുവരുകളുടെ ശക്തിക്ഷയിക്കാതിരിക്കുന്നതിനായി

രുന്നു ഇത്. ഇതിന്റെ മുകൾഭാഗത്ത് അവർ വളരെ കനത്ത ഒരു ശിലാമേല്ക്കൂര സ്ഥാപിച്ചു. പക്ഷേ, പന്ത്രണ്ടാം നൂറ്റാണ്ടിൽ കുരിശുയുദ്ധകാലത്ത് വാസ്തുശില്പികൾ മുസ്ലീം കെട്ടിടനിർമ്മാണരീതി കണ്ടു. മുകളിലേക്ക് കേന്ദ്രീകരിക്കുന്ന കമാനങ്ങളായിരുന്നു ഈ രീതിയുടെ സവിശേഷത. ഇത് മതപരമായ ആവശ്യങ്ങൾ കൂടി നിർവ്വഹിക്കുന്നതരത്തിൽ പുതിയ കെട്ടിടങ്ങൾ പണിയാൻ മദ്ധ്യയുഗ യൂറോപ്യൻ ജനതയ്ക്ക് അവസരം നല്കി. അങ്ങനെയാണവർ, പിന്നീട് ഇറ്റാലിയന്മാർ പുച്ഛത്തോടെ "ഗോഥിക്ക്' അഥവാ അപരിഷ്കൃതം എന്നു വിശേഷിപ്പിച്ച വാസ്തുശില്പശൈലി രൂപപ്പെടുത്തിയത്. ഇതിനായി അവർ മോന്തായം കമാനരൂപത്തിൽ പണിതു; അവയെ താങ്ങുന്നതിനായി കഴുക്കോലുകൾ ഘടിപ്പിച്ചു. അത്തരം മോന്തായങ്ങളും വളരെ ഭാരമുള്ളതാണെങ്കിൽ ചുമർ തകർക്കാൻ സാദ്ധ്യതയുണ്ടായിരുന്നു. നൂറുകിലോഗ്രാം ഭാരമുള്ള ഒരാൾ ഒരു കുഞ്ഞിന്റെ കസാലയിൽ ഇരുന്നാൽ, കസാല തകർന്നുപോകുന്നതുപോലെയായിരുന്നു അത്. അതിനെ മറികടക്കാൻ ഫ്രഞ്ച് വാസ്തുവിദഗ്ധർ 'താങ്ങ് തൂണുകൾ' സ്ഥാപിച്ചു. അവയും കനത്തകല്ലുകൾ തന്നെയായിരുന്നു. മോന്തായത്തിന് വീണ്ടുമൊരു താങ്ങായി 'പറക്കും മുട്ടുതൂണുകൾ' സ്ഥാപിച്ചു (ഇത് ചിത്രത്തിൽ നോക്കിയാൽ എളുപ്പം മനസ്സിലാകും).

ഈ പുതിയ നിർമ്മാണരീതിയിൽ വലിയ ജാലകങ്ങൾ വെക്കാമായിരുന്നു. പന്ത്രണ്ടാം നൂറ്റാണ്ടിൽ ഗ്ലാസ് വളരെ വിലപിടിച്ചവസ്തുവായിരുന്നു. വളരെ കുറച്ച് സ്വകാര്യകെട്ടിടങ്ങൾക്കുമാത്രമേ ഗ്ലാസ് ജാലകങ്ങൾ ഉണ്ടായിരുന്നുള്ളൂ. പ്രഭുക്കന്മാരുടെ കോട്ടകൾപോലും വേണ്ടത്ര സുരക്ഷയില്ലാത്തവയായിരുന്നു. വീട്ടിനകത്തുപോലും തണുപ്പിൽ നിന്ന് രക്ഷ നേടാൻ കമ്പിളിവസ്ത്രങ്ങൾ ധരിക്കേണ്ടിയിരുന്നു.

ഭാഗ്യവശാൽ വർണ്ണസ്ഫടികം നിർമ്മിക്കുന്ന പ്രാചീന മദ്ധ്യധരണിക്കാരുടെ വിദ്യ നഷ്ടപ്പെട്ടു പോയിരുന്നില്ല. ആ വിദ്യ പുനരുജ്ജീവിപ്പിക്കപ്പെട്ടു. അതോടെ ഗോഥിക് ചർച്ചുകളുടെ ജാലകങ്ങൾ വിശുദ്ധഗ്രന്ഥത്തിലെ കഥകൾ പറയാൻ തുടങ്ങി. ഉജ്ജ്വലമായ വർണ്ണങ്ങൾ ചാർത്തിയ ജാലകപ്പോളകളിലൂടെ. അവ നല്ല ഈയ്യച്ചട്ടക്കൂട്ടിലാണ് വച്ചിരുന്നത്.

നോക്കൂ! ദൈവത്തിന്റെ നൂതനവും മഹത്തരവുമായ ഭവനം, ജിജ്ഞാസുവായ ഒരു ജനക്കൂട്ടം. മുമ്പോ അതിനുശേഷമോ മറ്റൊരു ജനതയും ചെയ്യാത്തുപോലെ അവരുടെ മതജീവിതം 'ജീവിക്കുക'യായിരുന്നു! ദൈവഭവനത്തിനും മനുഷ്യഗൃഹത്തിനും വേണ്ടിയുള്ള ഒന്നും ഏറ്റവും നല്ലതല്ല, ഏറ്റവും വില പിടിച്ചതല്ല, ഏറ്റവും അത്ഭുതകരമല്ല. റോമാസാമ്രാജ്യത്തിന്റെ നാശത്തോടെ തൊഴിൽരഹിതനായിത്തീർന്നിരുന്ന ശില്പികൾ അവരുടെ കുലീനമായ കലയിലേക്ക് തിരിച്ചുവന്നു. സ്തൂപങ്ങൾ, കമാനങ്ങളും മുട്ടുതൂണുകളും, കോട്ടത്തലപ്പുകൾ എല്ലാം നമ്മുടെ നാഥന്റെയും അനുഗൃഹീതപുണ്യവാളന്മാരുടെയും വിഗ്രഹങ്ങൾ കൊണ്ടു നിറയുന്നു. ഭിത്തികളിൽ ചിത്രകംബളം ആവിഷ്ക്കരിക്കാൻ എംബ്രോയ്ഡറി

ക്കാരെ നിയമിക്കുന്നു. രത്നപ്പണിക്കാർ അൾത്താരയിലെ വിഗ്രഹത്തിന് ഏറ്റവും നല്ല അലങ്കാരം നല്കുമെന്ന് വാക്ക് നല്കുന്നു. പെയിന്റർപോലും ഏറ്റവും നല്ല രീതിയിൽ പെയിന്റ് ചെയ്യുന്നു. പാവം അയാൾക്ക് ശരിയായ ഒരു മാധ്യമമില്ലാത്തതിന്റെ പ്രതിബന്ധങ്ങളുണ്ട്.

അങ്ങിനെ പോകുന്നു ആ കഥ.

ക്രൈസ്തവമതത്തിന്റെ ആദ്യകാലത്ത് റോമാക്കാർ അവരുടെ ക്ഷേത്രങ്ങളുടെയും വീടുകളുടെയും ഭിത്തികളും നിലവുമെല്ലാം മൊസൈക്ക് പാകിയിരുന്നു. വർണ്ണം ചാർത്തിയ സ്ഫടികക്കഷണങ്ങൾ ചേർത്തുണ്ടാക്കിയ ചിത്രങ്ങളായിരുന്നു അവ. പക്ഷേ, ഈ കല അത്യധികം വിഷമകരമായിരുന്നു. പെയിന്റർക്ക് ആവിഷ്കരിക്കാനുള്ളത് പൂർണ്ണമായി ആവിഷ്കരിക്കാൻ ഈ കലയിൽ സന്ദർഭമുണ്ടായിരുന്നില്ല; നിറം തേച്ച തടിക്കഷണങ്ങൾകൊണ്ട് രൂപങ്ങളുണ്ടാക്കാൻ ശ്രമിക്കുന്ന കുട്ടികൾക്കറിയാം ഈ പ്രശ്നം. മൊസൈക്ക് നിർമ്മാണം മദ്ധ്യയുഗങ്ങളുടെ അവസാനകാലത്ത് റഷ്യയിലൊഴികെ മറ്റെല്ലാ സ്ഥലങ്ങളിലും ക്ഷയിച്ചു. കോൺസ്റ്റാന്റിനോപ്പിളിന്റെ പതനത്തിനു ശേഷം ബൈസന്റൈൻ മൊസൈക്ക് കലാകാരന്മാരുടെ അഭയം റഷ്യയിലായിരുന്നു. അവർ റഷ്യയിലെ ഓർത്തഡോക്സ് പള്ളിയുടെ ഭിത്തികൾ അലങ്കരിച്ചു, ബോൾഷെവിക്കുകൾ അധികാരത്തിൽ വരുന്നതുവരെ.

തീർച്ചയായും മദ്ധ്യയുഗ പെയിന്റർക്ക്, ചർച്ചിന്റെ ചുമരുകളിൽ തേച്ച പ്ലാസ്റ്ററിന്റെ നനവിൽ തന്റെ കളർ മിക്സ് ചെയ്യാൻ കഴിയുമായിരുന്നു. “ഫ്രെഷ് പ്ലാസ്റ്ററി”ൽ (പുതിയ തേപ്പിൽ) പെയിന്റ് ചെയ്യുന്ന ഈ രീതി (ഇതിന് സാമാന്യമായ പേര് ഫ്രെസ്കോ അഥവാ ഫ്രെഷ് പെയിന്റിങ്ങ് എന്നായിരുന്നു) അനേകം നൂറ്റാണ്ടുകൾ വളരെ ഏറെ പ്രചാരത്തിലുണ്ടായിരുന്നു. ഇന്നത് വളരെ അപൂർവ്വമാണ്; കൈയെഴുത്തുപ്രതികളിൽ കൊച്ചു പതിപ്പുകൾ പെയിന്റ് ചെയ്യുന്ന കലപോലെ അപൂർവ്വമാണത്. ആധുനികനഗരങ്ങളിലെ നൂറുകണക്കിൽ പെയിന്റർമാരിൽ ഏതെങ്കിലും ഒരാൾക്കു മാത്രമേ ഈ മാധ്യമം വിജയകരമായി നിർവ്വഹിക്കാനറിയുകയുള്ളൂ. പക്ഷേ, മദ്ധ്യയുഗങ്ങളിൽ വേറെ മാർഗ്ഗമുണ്ടായിരുന്നില്ല; കലാകാരന്മാർ പൊതുവിൽ ‘ഫ്രെസ്കോ’ വരക്കുന്നവരായിരുന്നു. അതിനേക്കാൾ നല്ല കലാരീതിയൊന്നും അവരുടെ മുന്നിലുണ്ടായിരുന്നില്ല. ഈ കലാരീതിക്ക് ചില വലിയ കുഴപ്പങ്ങളുണ്ടായിരുന്നു. മിക്കപ്പോഴും ചില വർഷങ്ങൾ കൊണ്ട് ചുമരിൽ നിന്ന് അടർന്നുപോകുമായിരുന്നു; അല്ലെങ്കിൽ നനവ് ചിത്രങ്ങൾക്ക് കേടുവരുത്തുമായിരുന്നു. ഈ പ്ലാസ്റ്റർ ബാക്ക്ഗ്രൗണ്ട് ഒഴിവാക്കാൻ ആളുകൾ പല മാർഗ്ഗങ്ങളും ആരാഞ്ഞിരുന്നു. വീഞ്ഞുമായും വിനിഗറുമായും മറ്റും കളർ കൂട്ടിച്ചേർക്കാൻ അവർ ശ്രമിച്ചിരുന്നു. തേനുമായും മുട്ടയുടെ വെള്ളയുമായും അവർ കളർ മിക്സ് ചെയ്തിരുന്നു. അവയൊന്നും തൃപ്തികരമായിരുന്നില്ല. ഒരായിരം വർഷത്തിലധികം കാലം ഈ പരീക്ഷണങ്ങൾ തുടർന്നു. എഴുതാനുപയോഗിക്കുന്ന തുകലുകളിൽ ചിത്രങ്ങൾ പെയിന്റ് ചെയ്യുന്നതിൽ മദ്ധ്യയുഗക

ലാകാരന്മാർ വിജയം തന്നെയായിരുന്നു. പക്ഷേ, തടിയുടെയോ ശിലയുടെയോ വിശാലതലങ്ങളിലാവുമ്പോൾ പെയിന്റു ഒട്ടിപ്പോവുമായിരുന്നതിനാൽ അവർക്ക് വേണ്ടത്ര വിജയം വരിക്കാൻ കഴിഞ്ഞിരുന്നില്ല.

അവസാനം പതിനഞ്ചാം നൂറ്റാണ്ടിന്റെ പ്രഥമാർദ്ധത്തിൽ ഈ പ്രശ്നം പരിഹരിക്കപ്പെട്ടു. തെക്കൻ നെതർലാന്റ്സിലെ ജാൻ വാൻ ഐക്ക്, ഹ്യൂബർട്ട് വാൻ ഐക്ക് എന്നിവരാണിതു സാധിച്ചെടുത്തത്. പ്രശസ്തരായ ഈ സഹോദരന്മാർ സവിശേഷമായി തയ്യാറാക്കപ്പെട്ട ഓയിലിൽ പെയിന്റ് ചേർത്താണ് പ്രശ്നം പരിഹരിച്ചത്. ഇതോടെ തടിയോ, കാൻവാസോ, ശിലയോ അതുപോലെ ഏതു സാധനവും പെയിന്റിങ്ങിന് ബാക്ക് ഗ്രൗണ്ടായി ഉപയോഗിക്കാമെന്നുവന്നു.

പക്ഷേ, അപ്പോഴേക്ക് മദ്ധ്യയുഗങ്ങളുടെ ആദ്യ പകുതിയിലെ മതാവേശം ഇല്ലാതായിക്കഴിഞ്ഞിരുന്നു. ബിഷപ്പുമാരെ പിന്തുടർന്ന് ധനികരായ നഗരപ്രമാണിമാർ കലകളുടെ രക്ഷാധികാരികളായി. കലാകാരന്മാർ സമ്പന്നരായ രക്ഷാധികാരികൾക്കുവേണ്ടി പെയിന്റ് ചെയ്യാൻ തുടങ്ങി. രാജാക്കന്മാർക്കും ഗ്രാന്റ് ഡ്യൂക്കുമാർക്കും ബാങ്കർമാർക്കും എല്ലാം വേണ്ടി കലാകാരന്മാർ ചിത്രമെഴുതാൻ തുടങ്ങി. ചുരുങ്ങിയ കാലം കൊണ്ട് എണ്ണച്ചായചിത്രം യൂറോപ്പിലാകമാനം വ്യാപകമായി. ഓരോ രാജ്യത്തിലും ഓരോ ചിത്രകലാപദ്ധതി രൂപപ്പെട്ടു. പോർട്രെയ്റ്റുകളും ഭൂഭാഗദൃശ്യങ്ങളും വരയ്ക്കാൻ നിർദ്ദേശിക്കുന്നവരുടെ രുചിഭേദങ്ങൾക്കൊത്ത ആവിഷ്ക്കാരമായിരുന്നു ഇതിന്റെ സവിശേഷത.

ഉദാഹരണത്തിന് സ്പെയിനിൽ വെലാസ്ക്വിസ് രാജകീയ കുള്ളന്മാരെയും രാജകീയ ടേപ്സ്ട്രി ഫാക്ടറികളിലെ നെയ്ത്തുകാരേയും മറ്റെല്ലാതരം മനുഷ്യരെയും വസ്തുക്കളെയും പെയിന്റ് ചെയ്തു, രാജാവും രാജരാജധാനിയുമായി ബന്ധപ്പെട്ട എല്ലാം. പക്ഷേ, ഹോളണ്ടിൽ റെംബ്രാന്റും ഫ്രാൻസ് ഹാൽസും വെർമീറുമെല്ലാം വണിക് ശ്രേഷ്ഠന്റെ പാർപ്പിടമുറ്റം പെയിന്റു ചെയ്തു. വണിക്കിന്റെ വിലക്ഷണ വസ്ത്രയായ ഭാര്യയേയും ആരോഗ്യമുള്ള എന്നാൽ ഉണ്ടത്തടിയുള്ള മക്കളേയും വരച്ചു; പോരാഞ്ഞു അയാളെ സമ്പന്നനാക്കിയ കപ്പലുകളും ചിത്രത്തിന് വിഷയമായി. മറിച്ച് ഇറ്റലിയിൽ വന്നപ്പോഴും പോപ്പു തന്നെയായിരുന്നു കലകളുടെ ഏറ്റവും നല്ല രക്ഷാധികാരി. ഇറ്റലിയിൽ മൈക്കൽ ആഞ്ജലോ, കൊറീഗിയോ എന്നിവർ മഡോണകളുടെയും പുണ്യവാളന്മാരുടെയും ചിത്രങ്ങൾ വരച്ചു. ഇംഗ്ലണ്ടിൽ പ്രഭുവർഗ്ഗം വളരെ സമ്പന്നവും ശക്തവുമായിരുന്നു. ഫ്രാൻസിൽ രാജാക്കന്മാരായിരുന്നു പ്രബലർ. അവിടെയൊക്കെ കലാകാരന്മാർ ഗവൺമെന്റിൽ സ്ഥാനമുള്ള പ്രമാണിമാരായ മാന്യവ്യക്തികളുടെയും രാജാക്കന്മാരുടെ ചങ്ങാതിമാരായ സൗന്ദര്യമുള്ള തരുണിമാരുടേയും പടങ്ങൾ വരച്ചു.

പഴയ ചർച്ച് ഏതാണ്ട് പൂർണ്ണമായി അവഗണിക്കപ്പെട്ടു. സമൂഹത്തിൽ ഒരുപുതിയ വർഗ്ഗം ഉയർന്നുവന്നു. അതോടെ പെയിന്റിങ്ങിൽ വലിയ മാറ്റമുണ്ടായി. ഇത് എല്ലാ കലാരൂപങ്ങളിലും പ്രതിഫലിച്ചു. അച്ച

ടിയുടെ കണ്ടുപിടുത്തത്തോടെ എഴുത്തുകാർ വമ്പിച്ച യശസ്സ് നേടി. ജന സഞ്ചയത്തിനുവേണ്ടി പുസ്തകങ്ങളെഴുതി സമൂഹത്തിൽ വലിയ അംഗീ കാരം നേടിയെടുത്തു. ഇങ്ങനെയാണ് നോവലിസ്റ്റിന്റെയും ഇലസ്ട്രേറ്റ റുടെയും (ചിത്രകാരൻ) തൊഴിൽ ഉണ്ടായത്. എന്നാൽ പുസ്തകം വാങ്ങാ നുള്ള പണം കൈവശമുള്ളവർ രാത്രികാലത്ത് വീട്ടിനുള്ളിൽ അട്ടത്ത് നോക്കി കിടക്കുന്നവരായിരുന്നില്ല. അവർക്ക് ചില തമാശകളൊക്കെ വേണ്ടിയിരുന്നു. മദ്ധ്യയുഗങ്ങളിലെ വിരലിലെണ്ണാവുന്ന ഗായകർക്ക് എല്ലാ വരുടെയും ആനന്ദാവശ്യം സംതൃപ്തമാക്കാൻ കഴിയുമായിരുന്നില്ല. രണ്ടാ യിരം വർഷം മുമ്പത്തെ പഴയ നഗരരാഷ്ട്രങ്ങളുടെ കാലത്തിനുശേഷം നാടകകൃത്തുക്കൾക്ക് പുതിയ അവസരം ലഭിക്കുകയായിരുന്നു. മദ്ധ്യ യുഗങ്ങളിലെ തിയേറ്റർ, ചർച്ചുകളിലെ ആഘോഷങ്ങളുടെ ഭാഗമായി രുന്നു. പതിമൂന്നും പതിനാലും നൂറ്റാണ്ടുകളിലെ ട്രാജഡികൾ നമ്മുടെ നാഥന്റെ ദുഃഖാനുഭവങ്ങളായിരുന്നു. പക്ഷേ, പതിനാറാം നൂറ്റാണ്ടിൽ ഇഹലോകനാടകാവതരണം വീണ്ടും പ്രത്യക്ഷപ്പെട്ടു. തുടക്കത്തിൽ പ്രൊഫഷണൽ നാടകകൃത്തിന്റെയും അഭിനേതാവിന്റെയും നില അത്ര ഉയർന്നതൊന്നുമായിരുന്നില്ല. വില്യം ഷെയ്ക്ക്സ്പിയർ ഒരുതരം സർക്ക സുകാരനായിട്ടായിരുന്നു പരിഗണിക്കപ്പെട്ടിരുന്നത്. ട്രാജഡികളും കോമ ഡികളും വഴി അദ്ദേഹം അയൽക്കാരെ രസിപ്പിച്ചു. എന്നാൽ 1616 ൽ മരി ച്ചപ്പോഴേക്ക് അദ്ദേഹം അയല്ക്കാരുടേയും അഭിനേതാക്കളുടെയും ആദ രവ് പിടിച്ചുപറ്റിയിരുന്നു. അപ്പോഴേക്ക് അഭിനേതാക്കൾ പോലീസുകാ രുടെ നോട്ടപ്പുള്ളികളായിരുന്നില്ല.

ഷെയ്ക്ക്സ്പിയറിന്റെ സമകാലികനായിരുന്നു ലോപ് ദ വേഗക്കായി രുന്നു പോപ്പിന്റെ അംഗീകാരം. അദ്ദേഹം സ്പെയിൻകാരനായിരുന്നു. ആയിരത്തിഎണ്ണൂറ് ഐഹികനാടകങ്ങളും നാനൂറ് മതനാടകങ്ങളും അദ്ദേഹം എഴുതിയിരുന്നു. ഒരു നൂറ്റാണ്ട് കഴിഞ്ഞപ്പോൾ ഫ്രഞ്ചുകാര നായ മോളിയേ എന്ന നാടകകൃത്തിന് പ്രതാപശാലിയായ ലൂയി പതി നാലാമൻ രാജാവിന്റെ ചങ്ങാത്തം ലഭിച്ചു.

അതോടെ, നാടകരംഗത്തിന് ജനങ്ങളുടെ സ്നേഹാദരങ്ങൾ ലഭിച്ചു തുടങ്ങി. ഇന്ന് 'തിയേറ്റർ' ശരിയായി ക്രമീകൃതമായ ഏത് നഗരത്തി ന്റെയും ഭാഗമാണ്; ചലച്ചിത്രങ്ങളുടെ 'നിശ്ശബ്ദനാടകം" ഏറ്റവും ചെറിയ പ്രയറിഗ്രാമങ്ങളിൽപോലുമെത്തിയിട്ടുണ്ട് (സിനിമ നിശ്ശബ്ദമായിരുന്ന കാലത്ത് എഴുതിയതാണ് ഈ ഗ്രന്ഥം- വിവർത്തകൻ).

എന്നാൽ മറ്റൊരു കല ഏറ്റവുമധികം ജനപ്രിയത ആർജ്ജിച്ചുകഴി ഞ്ഞിരുന്നു. സംഗീതമായിരുന്നു അത്. പഴയ മിക്ക കലാരൂപങ്ങൾക്കും സാങ്കേതികവൈദഗ്ധ്യം ആവശ്യമായിരുന്നു. അതിന് വർഷങ്ങളായുള്ള ശിക്ഷണം വേണം. അപ്പോൾ മാത്രമേ നമ്മുടെ ഈ കൈക്ക് തലച്ചോ റിന്റെ ആജ്ഞകളനുസരിക്കാൻ കഴിയൂ. കാൻവാസിലോ മാർബിളിലോ നമ്മുടെ ദർശനം പുനർനിർമ്മിക്കാൻ കഴിയൂ. നന്നായി അഭിനയിക്കുന്ന തിനോ നല്ല ഒരു നോവലെഴുതുന്നതിനോ ഒരു ജീവിതകാലം വേണം.

ആസ്വാദകരായ ജനങ്ങൾക്കും നല്ല പെയിന്റിങ്ങോ എഴുത്തോ, ശില്പമോ ആസ്വദിക്കാൻ ശിക്ഷണം വേണം. പക്ഷേ, മിക്കവാറും എല്ലാവർക്കും ബധിരരല്ലാത്ത ആർക്കും സംഗീതം ആസ്വദിക്കാൻ കഴിയും. അവർക്കെല്ലാം സംഗീതത്തിൽ നിന്ന് ആനന്ദം ലഭിക്കും. മദ്ധ്യയുഗങ്ങൾ അല്പസ്വല്പം സംഗീതം ശ്രവിച്ചിരുന്നു; അത പൂർണ്ണമായും പള്ളിയുടെ സംഗീതമായിരുന്നുവെന്ന് മാത്രം. ദൈവികകലാപങ്ങൾ വളരെ കർശനമായ ശ്രുതി-താള-സ്വരനിയമങ്ങൾക്കു വിധേയമായിരുന്നു. അവ പെട്ടെന്നു വിരസമായിത്തീർന്നു. അവ തെരുവിലോ അങ്ങാടിയിലോ പാടാൻ പറ്റില്ലായിരുന്നു.

നവോത്ഥാനം ഇതിന് മാറ്റം വരുത്തി. സംഗീതം ഒരിക്കൽക്കൂടി മനുഷ്യന്റെ പ്രിയസുഹൃത്തായി മാറി. മനുഷ്യന്റെ ആനന്ദത്തിലും ദുഃഖത്തിലും സംഗീതം കൂട്ടുകാരനായി.

ഈജിപ്തുകാരും ബാബിലോണിയക്കാരും പുരാതന യഹൂദന്മാരുമെല്ലാം സംഗീതപ്രിയരായിരുന്നു. അവർ പല ഉപകരണങ്ങൾ ചേർത്ത് ഓർക്കസ്ട്ര രൂപീകരിച്ചിരുന്നു. പക്ഷേ ഗ്രീക്കുകാർ ഈ അന്യശബ്ദത്തെ വെറുത്തിരുന്നു. ഒരു മനുഷ്യൻ ഹോമറിന്റെയും പിന്ററിന്റെയും മറ്റും രാജകീയ കവിതകൾ ആലപിക്കുന്നതായിരുന്നു അവർക്കിഷ്ടം. അയാൾക്ക് കൂട്ടത്തിലൊരു തംബുരു ഉപയോഗിക്കാൻ അനുവദിച്ചിരുന്നു (ഏറ്റവും മോശമായ തന്തീവാദ്യമായിരുന്നു അത്). അതുതന്നെ ജനങ്ങളുടെ അംഗീകാരത്തിനു വിധേയമായിരുന്നു. എന്നാൽ റോമാക്കാർ വ്യത്യസ്തരായിരുന്നു. ഡിന്നറിനും പാർട്ടികൾക്കും അവർ ഓർക്കസ്ട്രാ സംഗീതം ഇഷ്ടപ്പെട്ടു. ഇന്നു നാമുപയോഗിക്കുന്ന മിക്ക ഉപകരണങ്ങളും (വളരെയേറെ മാറ്റം വരുത്തിയ രൂപത്തിൽ) അവരുടെ നിർമ്മിതികളാണ്. ആദ്യകാല ക്രൈസ്തവദർശനങ്ങളാൽ ഇല്ലായ്മ ചെയ്യപ്പെട്ട ദുഷ്ടമായ ആ പ്രാകൃത ലോകത്തിന്റെ സ്മരണ ഉയർത്തുന്നുണ്ടായിരുന്നു സംഗീതമെന്നവർ ഭയന്നു. വിശ്വാസികളുടെ സംഘം ഒന്നടങ്കം ആലപിക്കുന്ന ചില ഗാനങ്ങൾ മാത്രമാണ് മൂന്നും നാലും നൂറ്റാണ്ടുകളിലെ ബിഷപ്പുമാർ സഹിഷ്ണുതയോടെ കേട്ടിരുന്നത്. വിശ്വാസി സംഘം ഒരു താളവും ശ്രുതിയുമില്ലാതെ ഘോരശബ്ദത്തിൽ ആലപിക്കുകയായിരുന്നു,

ഭാവഗായകൻ

ഒരുപകരണവുമുണ്ടായിരുന്നില്ല. അതുകൊണ്ട് പതിയെ ചർച്ച് ഒരു ഓർഗൺ അനുവദിച്ചു. രണ്ടാം നൂറ്റാണ്ടിലാണത് കണ്ടുപിടിച്ചത്. കുറച്ചു പൈപ്പും ഒരു ജോഡി ബെല്ലോസുമായിരുന്നു അതിലുണ്ടായിരുന്നത്.

പിന്നെയാണ് വലിയ കുടിയിറക്കങ്ങൾ നടന്നത്. അവസാനത്തെ റോമൻ സംഗീതജ്ഞൻ ഒന്നുകിൽ കൊല ചെയ്യപ്പെട്ടു അല്ലെങ്കിൽ തെരുവു തെണ്ടിയായി നഗരത്തിൽ നിന്നു നഗരത്തിലേക്ക് അലഞ്ഞു. അയാൾ തെരുവിൽ പാടി ചില്ലിക്കാശിന് യാചിച്ചു; പുതിയകാലത്തെ കടത്തുവള്ളത്തിലെ തംബുരുപ്പാട്ടുകാരനെപോലെ.

പില്ക്കാലമദ്ധ്യയുഗങ്ങളിൽ ലൗകിക നാഗരികത പുനഃസ്ഥാപിച്ച തോടെ സംഗീതജ്ഞന്മാർക്ക് ആവശ്യം വർദ്ധിച്ചു. വേട്ടക്കാരുടെ അട യാളവാദ്യമായ കുഴൽ പരിഷ്കരിച്ച് സംഗീതോപകരണമാക്കി; അവ ഡാൻസ് ഹാളിലും സല്ക്കാരമുറികളിലും ഉപയോഗിച്ചു. പഴയ തരം ഗിറ്റാർ വായിക്കാൻ കുതിരരോമം ഘടിപ്പിച്ച ഒരു ബോ ഉപയോഗിച്ചു. (ചരിത്രത്തിലെ ഏറ്റവും പഴയ തന്തീവാദ്യമാവാം ഇത്. പുരാതന ഈ ജിപ്തുകാർക്കും അസ്സിറിയക്കാർക്കും ഇതുണ്ടായിരുന്നു). ഇതാണ് ആധു നികകാലത്തെ നാലുകമ്പിയുള്ള ഫിഡിൽ ആയി മാറിയത്. സ്ട്രാഡി വാരിയസും ഇതര ഇറ്റാലിയൻ വയലിൻ നിർമ്മാതാക്കളും അതിനെ പൂർണ്ണമായി കുറ്റമറ്റതാക്കി.

അങ്ങിനെ അവസാനം പിയാനോ ആവിഷ്കരിക്കപ്പെട്ടു. ഏറ്റവും വ്യാപകമായി ഉപയോഗിക്കപ്പെടുന്ന സംഗീതോപകരണമാണ് പിയാനോ. അത് മനുഷ്യനെ വനവന്യതകളിലേക്കും ട്രിൻലാന്റിലെ ഹിമപാടങ്ങളി ലേക്കും അനുഗമിച്ചിട്ടുണ്ട്. ഓർഗനാണ് കീകളുള്ള പ്രഥമ ഉപകരണം. പക്ഷേ അതിന്റെ ബെല്ലോസ് മറ്റാരെങ്കിലും പ്രവർത്തിപ്പിക്കേണ്ടിയിരു ന്നു. ഇപ്പോഴത് ഇലക്ട്രിസിറ്റിയിലാണ് പ്രവർത്തിപ്പിക്കുന്നത്. അതു കൊണ്ട് സംഗീതജ്ഞർ കുറേക്കൂടി എളുപ്പമുള്ളൊരു ഉപകരണത്തിനു വേണ്ടി ശ്രമിക്കുകയായിരുന്നു, ചർച്ച് കൊയറുകളിൽ പാടുന്ന കുട്ടികളെ പഠിപ്പിക്കാനൊക്കെ സൗകര്യപ്രദമായ ഒരുപകരണം. പതിനൊന്നാം നൂറ്റാ ണ്ടിൽ അരിസ്റ്റോനഗരത്തിലെ (പെട്രാർക്കിന്റെ ജന്മസ്ഥലം) ബെനിഡി ക്ടൈൻ സന്ന്യാസിയായ ഗ്യൂഡോ മ്യൂസിക്കൽ നൊട്ടേഷനുകൾ എഴു തുന്നരീതി ആവിഷ്ക്കരിച്ചു. ആ നൂറ്റാണ്ടിലൊരു ഘട്ടത്തിൽ ജനങ്ങൾക്കു സംഗീതത്തിൽ വലിയ താല്പര്യം ഉയർന്നു. അപ്പോഴാണ് കീയും തന്തിയും ഒരുമിച്ചുള്ള ഉപകരണം നിർമ്മിക്കപ്പെട്ടത്. ഏത് കളിപ്പാട്ടക്കട യിലും കിട്ടുന്ന കുട്ടികളുടെ കളിപ്പിയാനോ ഉണ്ടാക്കുന്നതുപോലൊരു ശബ്ദമാണ് അത് ഉണ്ടാക്കിയത്. വിയന്നാനഗരത്തിലാണ് സംഗീതജ്ഞ രുടെ ആദ്യത്തെ ഗിൽഡ് സ്ഥാപിക്കപ്പെട്ടത്. 1288 ലായിരുന്നു അത്. അവി ടെയാണ് ആദ്യത്തെ ചെറിയ മോണോകോഡ് ആവിഷ്ക്കരിക്കപ്പെട്ടത്. ആധുനികകാലത്തെ സ്റ്റീൻവേ എന്ന ഉപകരണത്തിന്റെ നേരിട്ടുള്ള മുൻഗാമിയായിരുന്നു ഇത്. ആസ്ത്രിയയിൽ നിന്ന് ഈ ഉപകരണം (ക്ലാവ് കോർഡ് എന്നാണതിനെ വിളിച്ചിരുന്നത്) ഇറ്റലിയിലെത്തി. അവിടെ അത്

സ്പിനറ്റ് എന്ന ഉപകരണമായി വികസിപ്പിക്കപ്പെട്ടു. നിർമ്മാതാവായ വെനീസിലെ ഗിയോവെന്നി സ്പിനറ്റിയുടെ പേരാണതിന് നല്കിയിരുന്നത്. അവസാനം പതിനെട്ടാം നൂറ്റാണ്ടിൽ, 1709 നും 1720 നും ഇടയിലെന്നോ, ബാർതലോമിയോ ക്രിസ്തോഫോറി എന്നൊരാൾ "ക്ലേവിയർ" എന്ന ഉപകരണം നിർമ്മിച്ചു. ഇത് സംഗീതജ്ഞനെ ഉച്ചത്തിലും മൃദുവായും വായിക്കാൻ സഹായിച്ചു. ഇറ്റലിക്കാർ പറയുന്നതു പോലെ പിയാനോവിന്റെ മാധുര്യവും 'ഫോർട്ടേ'യുടെ ശബ്ദഗൗരവവും കലർത്താൻകഴിഞ്ഞു. ഈ ഉപകരണമാണ് ചില മാറ്റങ്ങളോടെ പിയാനോ ഫോർട്ടേ അഥവാ പിയാനോ ആയിത്തീർന്നത്.

ചരിത്രത്തിലാദ്യമായി ലോകത്തിന് സൗകര്യപ്രദവും എളുപ്പവുമായ ഒരു സംഗീതോപകരണം ലഭിച്ചു. അല്പം വർഷങ്ങൾ കൊണ്ട് സംഗീതലോകം അതിൽ വൈദഗ്ദ്ധ്യം നേടി. വീണയുടെയും ഫിഡിലിന്റെയും നിതാന്തമായ ശ്രുതിപ്പെടുത്തലിന്റെ ആവശ്യമൊന്നും അതിനുണ്ടായിരുന്നില്ല. ശ്രോതാക്കൾക്ക് അതിന്റെ ശബ്ദം മദ്ധ്യകാലത്തെ തൂബാവിനേക്കാൾ, ക്ലാർനെറ്റിനേക്കാൾ, ട്രോംബോണിനേക്കാൾ, ഓബോവിനേക്കാൾ മധുരതരമായി അനുഭവപ്പെടുകയും ചെയ്തു. ഫോണോഗ്രാഫ് ദശലക്ഷക്കണക്കിൽ ജനങ്ങൾക്ക് സംഗീതത്തോട് മമതാ ബന്ധമുണ്ടാക്കി. 'പിയാനോ ഫോർട്ടേ' സംഗീതജ്ഞാനം വിപുലപ്പെടുത്തി. സംഗീതം വിദ്യാഭ്യാസത്തിന്റെ ഭാഗമായി. സാമ്പത്തികശേഷിയുള്ള സ്ത്രീപുരുഷന്മാർ സംഗീതാഭ്യാസനമാരംഭിച്ചു. രാജാക്കന്മാരും സമ്പന്നവണിക്കുകളും സ്വകാര്യ ഓർക്കസ്ട്രകളുടെ ഉടമസ്ഥരായി. സംഗീതജ്ഞൻ യാചകസ്ഥാനത്തുനിന്ന് സമൂഹത്തിലെ മാന്യതയുള്ളൊരു മനുഷ്യനായി വളർന്നു. സംഗീതം നാടകങ്ങളിലുപയോഗിച്ചു തുടങ്ങി. അതിൽ നിന്നാണ് നമ്മുടെ കാലത്തെ ഓപ്പറാകൾ ഉണ്ടായത്. തുടക്കത്തിൽ അപൂർവ്വം ചില രാജാക്കൾക്കു മാത്രമേ 'ഓപറാട്രൂപ്പ്' നിലനിർത്താൻ കഴിയുമായിരുന്നുള്ളൂ. ഇത്തരം കലാപരിപാടികളോടുള്ള താല്പര്യം വളർന്നപ്പോൾ പല നഗരങ്ങളും സ്വന്തം തിയേറ്ററുകൾ സ്ഥാപിച്ചു. അവിടങ്ങളിൽ ഇറ്റാലിയൻ ഓപ്പറകളും പിന്നീട് ജർമ്മൻ ഓപറാകളും അവതരിപ്പിക്കപ്പെട്ടു. അവ ആസ്വാദകർക്ക് അപരിതിമായ ആനന്ദം നല്കി. ചില ക്രൈസ്തവ വിഭാഗങ്ങൾ മാത്രമാണ് അതിനോടു വിമുഖത പ്രകടിപ്പിച്ചിരുന്നത്. സംഗീതത്തിനെപ്പറ്റി വലിയ സന്ദേഹങ്ങൾ വെച്ചു പുലർത്തിയവരായിരുന്നു അവർ; സംഗീതം വളരെ മനോജ്ഞമാകയാൽ ആത്മാവിന് നല്ലതാവാനിടയില്ലെന്നായിരുന്നു അവരുടെ വിലയിരുത്തൽ.

പതിനെട്ടാം നൂറ്റാണ്ടിന്റെ മദ്ധ്യത്തോടെ യൂറോപ്പിന്റെ സംഗീതജീവിതം അതിന്റെ സങ്കീർണ്ണാവസ്ഥയിലായിരുന്നു. അപ്പോഴാണ് ഒരാൾ രംഗപ്രവേശം ചെയ്തത്, മറ്റുള്ളവരേക്കാളൊക്കെ ഗംഭീരനായിരുന്ന ഒരാൾ, ലീപ്സിഗിലെ തോമസ് ചർച്ചിലെ ഓർഗാനിസ്റ്റ്; ജോഹാൻ സെബാസ്റ്റ്യൻ ബാക്ക് എന്നായിരുന്നു അദ്ദേഹത്തിന്റെ പേര്. അദ്ദേഹത്തിന്റെ രചനകൾ എല്ലാ ഉപകരണങ്ങൾക്കും അനുയോജ്യമായിരുന്നു.

കോമിക്ക് ഗാനങ്ങൾക്കും നൃത്ത സംഗീതത്തിനും ഒക്കെ അനുയോജ്യമായിരുന്നു; ഏറ്റവും പരിശുദ്ധമായ ക്രൈസ്തവ സംഗീതത്തിന് അനുയോജ്യമായിരുന്നു; രാജകീയ സംഗീതത്തിനും പറ്റിയതായിരുന്നു. ആധുനിക സംഗീതത്തിന്റെ അടിത്തറയിട്ടത് അദ്ദേഹമായിരുന്നു. 1750 ൽ അദ്ദേഹം മരിച്ചു. തുടർന്ന് അദ്ദേഹത്തിന്റെ സ്ഥാനം മൊസാർട്ട് ഏറ്റെടുത്തു. അതിമനോഹരമായ സംഗീതസ്വരങ്ങൾ അദ്ദേഹം ആവിഷ്കരിച്ചു, ലയവും താളവും സമന്വയിച്ച് നെയ്തെടുത്തവയായിരുന്നു അദ്ദേഹത്തിന്റെ രചനകൾ. തുടർന്ന് ലുഡ്‌വിഗ് വാൻ ബീഥോവൻ രംഗപ്രവേശം ചെയ്തു. അദ്ദേഹത്തിന്റേത് ഒരു ദുരന്തകഥയായിരുന്നു. നമുക്ക് ആധുനിക ഓർക്കസ്ട്ര നല്കിയത് അദ്ദേഹമായിരുന്നു. എന്നാൽ സ്വന്തം രചനകളൊന്നും അദ്ദേഹത്തിനു കേൾക്കാൻ കഴിഞ്ഞിരുന്നില്ല. അദ്ദേഹം ബധിരനായിരുന്നു. ദരിദ്രജീവിതത്തിന്റെ കാലത്തു ബാധിച്ച ഒരു ജലദോഷത്തിന്റെ ഫലമായിരുന്നു അത്.

ഫ്രഞ്ച് വിപ്ലവകാലത്താണ് ബീഥോവൻ ജീവിച്ചിരുന്നത്. പുതുകാലത്തെപ്പറ്റി നിറഞ്ഞ പ്രത്യാശയുമായി തന്റെ ഒരു സിംഫണി അദ്ദേഹം നെപ്പോളിയന് സമർപ്പിച്ചു. അതിലദ്ദേഹം സങ്കടപ്പെടേണ്ടിവന്നു. 1827 ൽ അദ്ദേഹം മരിക്കുമ്പോൾ നെപ്പോളിയന്റെ കാലം കഴിഞ്ഞിരുന്നു. ഫ്രഞ്ചു വിപ്ലവത്തിന്റെ കാലം കഴിഞ്ഞിരുന്നു, എന്നാൽ ആവിയന്ത്രം വന്നിരുന്നു. മൂന്നാം സിഫണിയിലെ സ്വപ്നങ്ങളുമായി ഒരു താരതമ്യവുമില്ലാത്ത ഒരുതരം ശബ്ദത്താൽ ലോകം മുഖരമായിരുന്നു.

ആവിയുടെയും ഇരുമ്പിന്റെയും കല്ക്കരിയുടെയും വൻകിട ഫാക്ടറികളുടെയും ലോകക്രമത്തിന് കലകൊണ്ട്, പെയിന്റിങ്ങും ശില്പവും കൊണ്ട്, കവിതയും സംഗീതവും കൊണ്ട് ഒരു പ്രയോജനവുമില്ലായിരുന്നു. കലയുടെ പഴയ സംരക്ഷകരായ ചർച്ചോ, രാജാക്കന്മാരോ മദ്ധ്യയുഗങ്ങളിലെയും പതിനേഴ് പതിനെട്ട് നൂറ്റാണ്ടുകളിലേയും വണിക്കുകളോ നിലനില്ക്കുന്നുണ്ടായിരുന്നില്ല. പുതിയ വ്യാവസായിക ലോകത്തിന് തിരക്കായിരുന്നു. അവർക്കാവട്ടെ വേണ്ടത്ര വിദ്യാഭ്യാസമുണ്ടായിരുന്നില്ല. വരകളെയോ സോണാറ്റകളെയോ ദന്തനിർമ്മിതികളേയോ പറ്റി ശ്രദ്ധിക്കാനോ മനസ്സിലാക്കാനോ അവർക്ക് കഴിയുകയില്ലായിരുന്നു. അവ നിർമ്മിച്ചവരെപ്പറ്റി അവർ ആലോചിച്ചിരുന്നില്ല. ജീവിച്ചിരുന്ന സമൂഹത്തിന് അവരെക്കൊണ്ട് ഒരു പ്രയോജനവുമുണ്ടായിരുന്നില്ല. ഫാക്ടറിത്തൊഴിലാളികൾ യന്ത്രങ്ങളുടെ അലറുന്ന ശബ്ദമാണ് കേട്ടത്. പുല്ലാങ്കുഴലിന്റെയോ ഫിഡിലിന്റെയോ മെലഡി അവർ മറന്നുപോയിരുന്നു. കലകൾ വ്യവസായ യുഗത്തിന്റെ വളർത്തുമകൾ മാത്രമായിരുന്നു. കലയും ജീവിതവും തമ്മിലുള്ള ബന്ധം പൂർണ്ണമായി വിച്ഛേദിക്കപ്പെട്ടു. അവശേഷിച്ച പെയിന്റിങ്ങുകൾ മ്യൂസിയങ്ങളിൽ നശിക്കുകയായിരുന്നു. സംഗീതം ചില "മാന്യന്മാരുടെ" കുത്തകയായി. അവർ സംഗീതത്തെ വീടുകളിൽ നിന്നകറ്റി, സംഗീതശാലകളിലേക്കു കൊണ്ടുപോയി.

എന്നാൽ ക്രമത്തിൽ, സാവധാനത്തിൽ കലകൾ സ്വന്തമായി തിരി

ച്ചുവരികയായിരുന്നു. ജനങ്ങൾ റെംബ്രാന്റിനെയും ബീഥോവനെയും റോഡിനെയും മനസ്സിലാക്കിത്തുടങ്ങി. മനുഷ്യരാശിയുടെ യഥാർത്ഥ പ്രവാചകരും നേതാക്കളും അവരാണെന്ന് ജനങ്ങളറിഞ്ഞുതുടങ്ങി. കലയും ആനന്ദവും ഇല്ലാത്ത ഒരു ലോകം ചിരിയില്ലാത്ത നഴ്സറി പോലെയാണെന്നവർക്ക് മനസ്സിലായിത്തുടങ്ങി.

കോളനി വികസനവും യുദ്ധവും

കഴിഞ്ഞ അമ്പത് വർഷക്കാലത്തെ (1922 നു മുമ്പുള്ള അമ്പത് വർഷക്കാലം -വിവ) രാഷ്ട്രീയ വിവരങ്ങളെപ്പറ്റി ഒരദ്ധ്യായം. കുറേ വിശദീകരണങ്ങൾ, കുറേ പശ്ചാത്താപങ്ങൾ.

ഒരു ലോചകചരിത്രം എഴുതുന്നത് ഇത്ര വിഷമമാണെന്നറിഞ്ഞിരുന്നെങ്കിൽ ആ കർത്തവ്യം ഞാൻ ഏറ്റെടുക്കുമായിരുന്നില്ല. അരഡസൻ വർഷക്കാലം ഒരു ലൈബ്രറിയിലെ പൊടിപുരണ്ട റാക്കുകൾക്കും പുസ്തകകൂമ്പാരങ്ങൾക്കും മുന്നിൽ ചെലവാക്കാൻ മാത്രമുള്ള ഉത്സാഹശീലമുള്ളൊരാൾക്ക്, ഒരു വലിയ വിവരശേഖരം നിർമ്മിക്കാൻ കഴിഞ്ഞേക്കും. അതിൽ നിന്ന് ഓരോ നൂറ്റാണ്ടിലും ഓരോ രാജ്യത്തുമുണ്ടായ സംഭവങ്ങൾ മനസ്സിലാക്കാൻ കഴിയുമായിരുന്നു. പക്ഷേ, അതായിരുന്നില്ല ഈ വാല്യത്തിന്റെ ലക്ഷ്യം. നല്ല താളമുള്ളൊരു ചരിത്രഗ്രന്ഥമായിരുന്നു പ്രസാധകന്മാരുടെ ആവശ്യം; നടക്കുന്ന കഥയല്ല, കുതിരസവാരി നടത്തുന്ന ഒരു കഥ. ഞാനിത് മിക്കവാറും പൂർത്തിയാക്കിയിരിക്കുന്നു. ചില അദ്ധ്യായങ്ങൾ കുതിരസവാരി നടത്തുന്നുണ്ട്. മറ്റു ചിലവ വിസ്മൃതയുഗങ്ങളുടെ ഭയജനകമായ പൂഴിപ്പരപ്പിലൂടെ നടക്കുകയാണ്. ചില ഭാഗങ്ങൾ ഒരു തരത്തിലുള്ള പുരോയാനവും നടത്തുന്നില്ല, ചില ഭാഗങ്ങളാവട്ടെ കർമ്മത്തിന്റെയും റൊമാൻസിന്റെയും വാദ്യമാലപിക്കുകയാണ്. ഇതെനിക്കിഷ്ടമായില്ല. ഇതിന്റെ കൈയെഴുത്തുപ്രതി നശിപ്പിക്കാമെന്ന് ഞാൻ നിർദ്ദേശിച്ചു. വീണ്ടും എഴുതാമെന്ന് പറഞ്ഞു.

ഇതു പക്ഷേ പ്രസാധകർ അനുവദിച്ചില്ല.

എന്റെ ഈ വിഷമങ്ങളിലുള്ള പിന്നത്തെ നല്ല പരിഹാരമെന്ന നിലയിൽ ഞാനെന്റെ ടൈപ്പ്റൈറ്റ് ചെയ്ത പേജുകൾ ഉദാരമതികളായ സുഹൃത്തുക്കളെ കാണിച്ചു; ഞാനെഴുതിയത് വായിക്കാൻ പറഞ്ഞു, ഉപദേശം നല്കാൻ പറഞ്ഞു. വേദനകരമായിരുന്നു അതിന്റെ ഫലം. ഓരോ ചങ്ങാതിക്കും സ്വന്തം സ്പർദ്ധകളുണ്ടായിരുന്നു. സ്വന്തം ഹോബികളും ഇഷ്ടങ്ങളുമുണ്ടായിരുന്നു. എന്തിന്, എവിടെ, എങ്ങനെ ഞാൻ അവരുടെ പ്രിയ

തുടക്കക്കാരൻ

രാജ്യത്തെ അവരുടെ പ്രിയ ഭരണാധികാരിയെ അവർക്കേറ്റവും പ്രിയപ്പെട്ട ക്രിമിനലിനെ ഒഴിവാക്കിയെന്നറിയുകയായിരുന്നു അവർക്കു വേണ്ടത്. ചിലർക്ക് നെപ്പോളിയനും ജെംഗിസ്ഖാനും ഉയർന്ന ബഹുമതിക്കാരാണ്. നെപ്പോളിയനോടു ന്യായം ചെയ്യാൻ ഞാൻ പരമാവധി ശ്രമിച്ചിട്ടുണ്ട്. എന്നാൽ ജോർജ് വാഷിങ്ടൺ, ഗുസ്തവസ് വാസ, അഗസ്റ്റസ്, ഹമുറാബി, ലിങ്കൺ എന്നിവർക്ക് വളരെ പിറകിലാണദ്ദേഹമെന്ന് ഞാൻ കരുതുന്നു, അതുപോലെ മറ്റനേകം പേരുടെയും. ഇത് ഞാനവരോടു പറഞ്ഞു. അവരെപ്പറ്റിയൊക്കെ കേവലമായൊരു പരാമർശമോ ചില ഖണ്ഡികകളോ മാത്രമേ ഈ വാല്യത്തിലുള്ളൂ. ജെംഗിസ്ഖാന്റെ കാര്യമാണെങ്കിൽ കൂട്ടക്കൊലയിലുള്ള അദ്ദേഹത്തിന്റെ പ്രാവീണ്യമാണ് ഞാനംഗീകരിക്കുന്നത്; ആവശ്യത്തിലധികം പ്രചാരണം അദ്ദേഹത്തിനു നല്കേണ്ടതില്ല.

"അതൊക്കെ ശരി" വേറൊരു വിമർശകൻ പറഞ്ഞു. "പക്ഷേ, പ്യൂറിട്ടന്മാരോ? അവർ പ്ലിമത്തിലെത്തിയതിന്റെ മൂന്നാം നൂറ്റാണ്ട് ആഘോഷിക്കുകയല്ലേ നമ്മൾ? അവർക്ക് കൂടുതൽ ഇടം നല്കേണ്ടതല്ലേ?" എന്റെ മറുപടി ഇപ്രകാരമായിരുന്നു. അമേരിക്കയുടെ ചരിത്രമാണ് എഴുതുന്നതെങ്കിൽ ആദ്യത്തെ പന്ത്രണ്ടദ്ധ്യായങ്ങളിൽ പകുതിയും പ്യൂരിട്ടന്മാരെപ്പറ്റിയാകുമായിരുന്നു; പക്ഷേ, ഇത് മനുഷ്യരാശിയുടെ ചരിത്രമാണ്. പ്ലീമത്ത് പാറയിലെ ആ സംഭവത്തിന് അന്തർദ്ദേശീയ പ്രാധാന്യം കൈവന്നത് നൂറ്റാണ്ടുകൾ കഴിഞ്ഞായിരുന്നു. അമേരിക്കൻ ഐക്യനാടുകൾ രൂപീകരിച്ചത് പതിമൂന്നു കോളനികളായിരുന്നു. ഒരു കോളനിമാത്രമല്ല; അമേരിക്കൻ ചരിത്രത്തിലെ ആദ്യ ഇരുപതുവർഷത്തെ പ്രാമാണികരായ നേതാക്കൾ വർജീനിയയിൽ നിന്നും പെൻസിൽവാനിയയിൽ നിന്നും നെവിസ് ദ്വീപിൽ നിന്നും ഉള്ളവരായിരുന്നു. മസാച്ചുസെറ്റ്സിനേക്കാൾ.

അതുകൊണ്ട് പ്യൂരിട്ടന്മാർ ഒരു പേജുകൊണ്ടും ഒരു മാപ്പ് കൊണ്ടും തൃപ്തിപ്പെടേണ്ടതാണ്.

പിന്നെ വന്നത് പ്രാക്ചരിത്രവിദഗ്ദ്ധനായിരുന്നു. മഹത്തായ ആ ടൈനോസറിന്റെ പേരിൽ ചോദിക്കട്ടെ, ക്രോ-മാഗ്നനിലെ ആ അത്ഭുതവംശത്തിനെന്തുകൊണ്ടു ഞാൻ കൂടുതൽ പേജ് നീക്കിവെച്ചില്ല? പതിനായിരം കൊല്ലം മുമ്പ് ഉയർന്ന പരിഷ്കാരം പടുത്തുയർത്തിയവരല്ലേ അവർ?

സത്യംതന്നെ, വേണ്ടതല്ലേ? ഉത്തരം വളരെ ലളിതമാണ്. നമ്മുടെ പ്രശസ്തമായ ചില നവവംശശാസ്ത്രജ്ഞർ ചെയ്യുന്നതുപോലെ ആ വംശത്തിന് അത്ര വലിയ പ്രാധാന്യം ഞാൻ നല്കുന്നില്ല. റൂസോവും പതിനെട്ടാം നൂറ്റാണ്ടിലെ തത്ത്വജ്ഞാനികളും, "കുലീനനായ പ്രാകൃത"നെന്ന സങ്കല്പം സൃഷ്ടിച്ചു. കാലത്തിന്റെ ആരംഭത്തിൽ ആ കുലീനനായ പ്രാകൃതർ വളരെ സന്തുഷ്ടമായ ജീവിതം നയിച്ചു. എന്നാൽ ആധുനികശാസ്ത്രജ്ഞർ "കുലീനപ്രാകൃതൻ" എന്ന സങ്കല്പം നിരാകരിച്ചിരിക്കുകയാണ്. പകരം "Splendid savage" (മഹാനുഭാവനായ പ്രാകൃതൻ) എന്ന സങ്കല്പം സ്വീകരിച്ചിരിക്കുന്നു. 35,000 വർഷം മുമ്പ് ഫ്രഞ്ച് താഴ്വരകളിൽ നിമ്നഫാലന്മാരും നിമ്നതലങ്ങളിൽ ജീവിക്കുന്നവരുമായ നിയാണ്ടർതാൽ മനുഷ്യരുടെയും മറ്റു ജർമ്മാനിക്ക് ഗോത്രക്കാരുടെയും സാർവ്വത്രിക വാഴ്ചയവസാനിപ്പിച്ചവരാണവർ. ആ ശാസ്ത്രജ്ഞർ നമുക്ക് ക്രോമാഗ്നൻ പെയിന്റിങ്ങുകളും അവർ വരച്ച ആനകളും നിർമ്മിച്ച ശില്പങ്ങളും കാണിച്ചു തന്നിരിക്കുന്നു. അങ്ങനെ ക്രോമാഗ്നൻമനുഷ്യനു ചുറ്റും മഹത്വത്തിന്റെ ഒരു പരിവേഷം പുതുതായി വന്നു ചേർന്നിരിക്കുന്നു.

അവർ പറയുന്നത് തെറ്റാണെന്ന് കരുതുകയല്ല ഞാൻ. ആ കാലത്തെപ്പറ്റി നമുക്ക് വളരെ തുച്ഛമായ അറിവേയുള്ളൂ. ആ കാലത്തെ പാശ്ചാത്യ യൂറോപ്പിന്റെ ചരിത്രം പുനർനിർമ്മിക്കാനാവശ്യമായ അറിവ് നമ്മുടെ കൈകളിലില്ല. തെറ്റായി കാര്യങ്ങൾ പറയുന്നതിനേക്കാൾ ചില കാര്യങ്ങൾ പറയാതിരിക്കുന്നതാണ് നല്ലതെന്നെനിക്കു തോന്നുന്നു.

വേറെയും വിമർശകരുണ്ട്. പ്രത്യക്ഷത്തിൽ ചില ജനവിഭാഗങ്ങളെ അവഗണിച്ചുവെന്നാണ് ആക്ഷേപം. എന്തുകൊണ്ടാണ് ഞാൻ അയർലാന്റിനെയും ബൾഗേറിയയെയും സയാമിനെയും ഒഴിവാക്കിയത്? ഹോളണ്ടിനെയും ഐസ്‌ലാന്റിനെയും സ്വിറ്റ്സർലണ്ടിനെയും മുൻനിരയിലേക്കു കൊണ്ടുവന്നില്ലേ? ഞാനൊരു രാജ്യത്തിനേയും മുൻ നിരയിലേക്കു കൊണ്ടുവന്നിട്ടില്ല. സാഹചര്യങ്ങളുടെ തള്ളലിൽ അവർ മുൻനിരയിലേക്കു വന്നതാണ്, അവരെ പുറത്തു നിർത്താൻ കഴിയുമായിരുന്നില്ല. ഈ കാര്യം മനസ്സിലാകുന്നതിന് ഈ ചരിത്രപുസ്തകത്തിലെ സജീവ അംഗത്വത്തിന് രാജ്യങ്ങളെയും സുഹൃത്തുക്കളേയും ഏതടിസ്ഥാനത്തിലാണ് ഞാൻ പരിഗണിച്ചതെന്ന് പറയാം.

ഒരു മനദണ്ഡം മാത്രമേയുണ്ടായിരുന്നുള്ളൂ. "രാജ്യമോ വ്യക്തിയോ പുതിയ ഏതെങ്കിലും ആശയം മുന്നോട്ടുവെച്ചിട്ടുണ്ടോ? മൗലികമായ

ഏതെങ്കിലും കർമ്മം നിർവ്വഹിച്ചിട്ടുണ്ടോ? അതില്ലാതെ മനുഷ്യവംശത്തെയാകെ ചരിത്രത്തിനു മുന്നോട്ടുപോകാൻ കഴിയാത്ത രീതിയിൽ, ചരിത്രം വ്യത്യസ്തമായിപ്പോകുമായിരുന്ന രീതിയിൽ?" ഇത് വ്യക്തിപരമായ അഭിരുചിയുടെ പ്രശ്നമായിരുന്നില്ല. വളരെ നിസ്സംഗമായ, ഒരുതരം ഗണിതശാസ്ത്രപരമായ വിധിനിർണ്ണയമായിരുന്നു അത്. വർണ്ണശബളമായ ഒരു പങ്ക് മംഗോളിയരെപോലെ മറ്റൊരുവംശവും ചരിത്രത്തിൽ വഹിച്ചിട്ടില്ല. എന്നാൽ നേട്ടങ്ങളുടേയോ ധൈഷണിക പുരോഗതിയുടേയോ കാര്യത്തിൽ മനുഷ്യരാശിക്ക് ഇത്രമേൽ മൂല്യം കുറഞ്ഞ സംഭാവന നല്കിയ വേറെ വംശമില്ല.

അസ്സിറിയൻ സാഹസികനായിരുന്ന തിഗ്ലത്ത് പിലേസറിന്റെ ജീവിതം നാടകീയരംഗങ്ങൾ നിറഞ്ഞതാണ്. പക്ഷേ, നമ്മെ സംബന്ധിച്ചിടത്തോളം അദ്ദേഹം ജീവിച്ചിരുന്നില്ലെങ്കിലും കുഴപ്പമില്ല. അതേപോലെ പണ്ടൊരിക്കൽ ദ റൂയിട്ടറിലെ നാവികന്മാർ തെംസ്നദിയിൽ മീൻപിടിക്കാൻ പോയിരുന്നു എന്നതു കൊണ്ടല്ല റിപ്പബ്ലിക്കിന്റെ ചരിത്രത്തിൽ നമുക്ക് താല്പര്യമില്ലാത്തത്; മറിച്ച് നോർത്ത് സീയുടെ തീരത്തെ ഈ ചെളിത്തിട്ടയിൽ ഏത് ജനവിഭാഗത്തിനും ചെന്ന് മീൻ പിടിക്കുകയോ മറ്റെന്തും ചെയ്യുകയോ ആവാമെന്നതു കൊണ്ടായിരുന്നു. ആരെയും സ്വാഗതം ചെയ്യുന്നൊരു പ്രദേശമായിരുന്നു അതെന്നതുകൊണ്ടാണ്.

ഏഥൻസിലും ഫ്ളോറൻസിലും അവയുടെ മഹത്വത്തിന്റെ അത്യുന്നതഘട്ടത്തിൽ ഇന്നത്തെ കാൻസാസ് നഗരത്തിലെ ജനങ്ങളുടെ പത്തിൽ ഒരു ഭാഗമേ ജനങ്ങൾ ഉണ്ടായിരുന്നുള്ളൂ. പക്ഷേ മദ്ധ്യധരണിയിലെ ഈ രണ്ടു നഗരങ്ങളുണ്ടായിരുന്നില്ലെങ്കിൽ നമ്മുടെ വർത്തമാന നാഗരികത വളരെ വ്യത്യസ്തമായിപ്പോകുമായിരുന്നു. എന്നാൽ ഇത് മിസ്സോറിനദിയുടെ തീരത്തുള്ള ഈ വലിയ മെട്രോപോളിസിനെപ്പറ്റി പറയാൻ കഴിയില്ല. (വ്യാൻഡോട്ട് കൗണ്ടിയിലെ ജനങ്ങളോടു ഖേദം രേഖപ്പെടുത്തട്ടെ).

ഞാൻ വളരെ വൈയക്തികമായി കാര്യങ്ങൾ കാണുന്നതിനാൽ മറ്റൊരു സത്യം കൂടി ഞാൻ ഇവിടെ പറയട്ടെ.

നാം ഒരു ഡോക്ടറെ സമീപിക്കുമ്പോൾ നമുക്ക് മുൻകൂട്ടി അറിയാം അദ്ദേഹം സർജനാണോ, രോഗനിർണ്ണയിക്കൽ മാത്രമാണോ, ഹോമിയോപത് ആണോ, വിശ്വാസ ശുശ്രൂഷകനാണോ എന്നൊക്കെ. നമ്മുടെ അസുഖത്തെ അദ്ദേഹം സമീപിക്കുന്ന രീതി നമുക്കറിയണം. ചികിത്സകനെ സ്വീകരിക്കുന്ന കാര്യത്തിലുള്ള ഈ ശ്രദ്ധ ചരിത്രകാരന്മാരെ സ്വീകരിക്കുന്ന കാര്യത്തിലും ഉണ്ടാവേണ്ടതുണ്ട്. നാം ആലോചിക്കുന്നു. "ഓ ശരി ശരി ചരിത്രം ചരിത്രം തന്നെ." അതങ്ങനെ ചുമ്മാ വിടുന്നു. പക്ഷേ, സ്കോട്ട്ലാന്റിന്റെ പിൻഭാഗങ്ങളിലെവിടെയോ ഉള്ള കർശനമായൊരു പ്രെസ്ബിറ്റീരിയൻ കുടുംബത്തിൽ പഠിച്ച എഴുത്തുകാരൻ എല്ലാ മാനവിക ബന്ധങ്ങളെയും വ്യത്യസ്തമായ രീതിയിലാണ് വീക്ഷിക്കുന്നത്. ഒരു കുട്ടിയായിരിക്കുമ്പോൾ റോബർട്ട് ഇംഗർസോളിന്റെ

അത്യുജ്ജ്വലമായ പ്രഭാഷണങ്ങൾ അയൽപക്കത്തെ കുട്ടിയോടൊപ്പം കേട്ടിട്ടുണ്ട്. എല്ലാ പിശാചുക്കളുടേയും ശത്രുവായ ഇംഗർസോൾ തന്നെ. കാലം പോകെ, രണ്ടുപേരും ഈ ആദ്യകാല ശിക്ഷണമെല്ലാം മറന്നു പോയേക്കാം. പിന്നെയൊരിക്കലും പള്ളിയിലോ പ്രഭാഷണശാലയിലോ പോയില്ലെന്നുവരാം. അസുലഭമായ ഈ കാലത്തിന്റെ ആകർഷണം നില നില്ക്കുന്നുണ്ട്. ആ സ്വാധീനം എപ്പോഴുമുണ്ട്. എഴുതുന്നതിലും പറയു ന്നതിലും ചെയ്യുന്നതിലുമെല്ലാം ആ സ്വാധീനമുണ്ട്.

ഈ ഗ്രന്ഥത്തിന്റെ ആമുഖത്തിൽ പറഞ്ഞിട്ടുണ്ട്, ഞാൻ അപ്രമാദി യായ ഒരു സഹായിയല്ലെന്ന്. ഈ പുസ്തകം ഏതാണ്ട് പൂർത്തിയായി, ആ മുന്നറിയിപ്പ് ഞാൻ ആവർത്തിക്കുന്നു. ഞാൻ ജനിച്ചതും പഠിച്ചതു മെല്ലാം പഴയ മട്ടിലുള്ള ലിബറലിസത്തിന്റെ അന്തരീക്ഷത്തിലാണ്. ഡാർവിന്റെ കണ്ടുപിടുത്തങ്ങളും പത്തൊമ്പതാം നൂറ്റാണ്ടിലെ മാർഗ്ഗദർശി കളുടെ അനശ്വരവചനങ്ങളും ഉണ്ടാക്കിയ അന്തരീക്ഷമായിരുന്നു അത്. ഒരു കുട്ടിയായിരിക്കെ, സമയത്തിന്റെ ഭൂരിഭാഗവും ഞാൻ ചെലവിട്ടത് ഒരമ്മാവന്റെ കൂടെയായിരുന്നു. മോണ്ടെയ്ൻ എഴുതിയ ഗ്രന്ഥങ്ങളെല്ലാം ശേഖരിച്ചു വെക്കുന്നൊരാളായിരുന്നു ആ അമ്മാവൻ. പതിനാറാം നൂറ്റാ ണ്ടിലെ മഹാനായ ഫ്രഞ്ചുപ്രബന്ധകാരനായിരുന്നു മോണ്ടെയ്ൻ. ഞാൻ ജനിച്ചത് റോട്ടർഡാമിലായിരുന്നു, എന്റെ വിദ്യാഭ്യാസം ഗൗഡാ നഗര ത്തിലായിരുന്നു. ഇറാസ്മസിനെ പലതവണ വായിക്കാൻ കഴിഞ്ഞിട്ടു ണ്ട്. അജ്ഞാതമായ എന്തോ കാരണത്താൽ അസഹിഷ്ണുവായ എന്നെ സഹിഷ്ണുതയുടെ ആ മഹാപ്രപഞ്ചകൻ പിടിച്ചെടുത്തുകളഞ്ഞു. പിന്നീടു ഞാൻ അനത്തോളെ ഫ്രാൻസിനെപ്പറ്റി പഠിച്ചു. ഇംഗ്ലീഷുഭാഷ യുമായുള്ള എന്റെ പ്രഥമാനുഭവം താക്കറേയുടെ *ഹെൻറി എസ്മണ്ട്* വായിച്ചതാണ്. ഇംഗ്ലീഷ് ഭാഷയിലെ മറ്റേതു കൃതിയേക്കാളും എന്നെ ആകർഷിച്ചത് ഈ കഥയാണ്.

പ്രസന്നമായ ഒരു പാശ്ചാത്യ നഗരത്തിലാണ് ഞാൻ ജനിച്ചിരുന്ന തെങ്കിൽ കുട്ടിക്കാലത്ത് പഠിച്ച പല സ്തോത്രങ്ങളും എനിക്കു പ്രിയങ്ക രമാകുമായിരുന്നു. പക്ഷേ, സംഗീതത്തെപ്പറ്റിയുള്ള എന്റെ അനുസ്മര ണങ്ങളിൽ ആദ്യത്തേത് അമ്മ എന്നെ ഒരു സായാഹ്നത്തിൽ ബാക്കിന്റെ സംഗീതത്തിന് കൊണ്ടുപോയതാണ്. മഹാനായ ആ പ്രൊട്ടസ്റ്റന്റ് മാസ്റ്റ റുടെ ഗണിതശാസ്ത്ര തുല്യമായ ആ സമഗ്രത എന്നെ വല്ലാതെ ആകർഷിച്ചു. സാധാരണപ്രാർത്ഥനായോഗങ്ങളിലെ സ്തോത്രങ്ങൾ കടുത്ത ആത്മനിന്ദയും വേദനയും കൂടാതെ കേൾക്കാൻ കഴിയാതെ യായി.

ഇറ്റലിയിലാണ് ഞാൻ ജനിച്ചിരുന്നതെങ്കിലോ? ആർണോനദീതീ രത്തെ സൂര്യപ്രകാശത്തിന്റെ ചൂടനുഭവിച്ചിരുന്നെങ്കിലോ? പ്രകാശമാ നവും വർണ്ണാഭവുമായ അനേകം ചിത്രങ്ങൾ ഞാൻ ഇഷ്ടപ്പെടുമായിരു ന്നു. ഇപ്പോഴവ ഞാൻ അശ്രദ്ധയോടെ തള്ളിക്കളയുന്നു. കാരണം, എന്റെ ആദ്യത്തെ ചിത്രകലാസ്വാദനാനുഭവങ്ങൾ സൂര്യപ്രകാശം അപൂർവ്വമായി

മാത്രം ലഭിക്കുന്നതും, മഴ ഏതാണ്ട് ക്രൂരമായി പെയ്തലയ്ക്കുന്നതുമായ ഒരിടത്തായിരുന്നു. അവിടെ എല്ലാം കാണുമായിരുന്നത് ഇരുട്ടിന്റെയും വെളിച്ചത്തിന്റെയും ഹിംസാത്മകമായ വൈരുദ്ധ്യത്തോടെയായിരുന്നു.

ഈ സത്യങ്ങൾ ഞാൻ പറയുന്നത് ബോധപൂർവ്വമാണ്. ഈ ചരിത്രമെഴുതിയ മനുഷ്യന്റെ പക്ഷപാതം നിങ്ങൾ അറിയണം, അയാളുടെ വീക്ഷണം മനസ്സിലാക്കണം. പുസ്തകത്തിന്റെ അവസാനം ഞാൻ ഒരു

പടിഞ്ഞാറൻ പ്രദേശങ്ങൾ കൈവശപ്പെടുത്തുന്നു

ബിബിലിയോഗ്രാഫി നല്കിയിട്ടുണ്ട്. അവ എല്ലാതരത്തിലുള്ള വീക്ഷണങ്ങളെയും അഭിപ്രായങ്ങളെയും പ്രതിനിധാനം ചെയ്യുന്നുണ്ട്. അതുവഴി എന്റെ ആശയങ്ങളെ മറ്റുള്ളവരുടേതുമായി താരതമ്യം ചെയ്യാൻ കഴിയും. ഈ രീതിയിൽ നിങ്ങൾക്കു സ്വന്തമായ നിഗമനങ്ങളിൽ എത്തിച്ചേരാൻ കഴിയും. ഏറെക്കുറെ ന്യായമായ നിഗമനങ്ങളാവും അവ; അതിന് ഇതല്ലാതെ വഴിയില്ല.

ഹ്രസ്വമായ, എന്നാൽ ആവശ്യമായ ഈ വിനോദയാത്രയ്ക്കു ശേഷം നമുക്ക് കഴിഞ്ഞ അമ്പതുവർഷത്തെ ചരിത്രത്തിലേക്കു മടങ്ങാം. ഇക്കാലത്ത് പല കാര്യങ്ങളും സംഭവിച്ചു. എന്നാൽ അക്കാലത്ത് അതിപ്രധാനമാണെന്ന് തോന്നിയ വളരെ കുറച്ച് സംഭവങ്ങളുണ്ടായി. വലിയ രാഷ്ട്രീയ ശക്തികളിൽ പലതും കേവലം ഏജൻസികളും വലിയ കച്ചവടസ്ഥാപനങ്ങളുമായി. അവർ റെയിൽ റോഡുകൾ നിർമ്മിച്ചു. അവർ ആവിക്കപ്പലുകൾ നിർമ്മിക്കുകയും ലോകത്തിന്റെ നാനാഭാഗങ്ങളിലേക്കും കപ്പൽ യാത്ര സജ്ജീകരിക്കുകയും ചെയ്തു. കപ്പൽ നിർമ്മാണത്തിനും ഗതാഗതത്തിനും സബ്സിഡികൾ നല്കി. അവരുടെ വ്യത്യസ്തമായ സമ്പത്തുക്കളും പ്രദേശങ്ങളും ടെലഗ്രാഫ് ലൈനുകൾ വഴി

പരസ്പരം ബന്ധിപ്പിച്ചു. മറ്റുവൻകരകളിലെ അവരുടെ കൈവശസമ്പത്ത് അടിക്കടി വർദ്ധിപ്പിച്ചു. ആഫ്രിക്കയിലേയോ ഏഷ്യയിലേയോ ചെറുഭൂപ്രദേശങ്ങൾക്കുപോലും എതിർശക്തികൾ അവകാശമുന്നയിച്ചു. അൾജീയേഴ്സിലും മഡഗാസ്കറിലും അന്നാമിലും കിഴക്കനേഷ്യയിലെ ടോങ്കിനിലും താല്പര്യങ്ങളുള്ള ഒരു കൊളോണിയൽ ശക്തിയായിത്തീർന്നു ഫ്രാൻസ്. ജർമ്മനി തെക്കുപടിഞ്ഞാറൻ ആഫ്രിക്കയിലും കിഴക്കനാഫ്രിക്കയിലും ചില പ്രദേശങ്ങളിൽ അവകാശമുന്നയിച്ചു. ആഫ്രിക്കയുടെ പടിഞ്ഞാറൻ തീരത്തുള്ള കാമറൂണിലും ന്യൂ ഗിനിയയിലും വാസസ്ഥലങ്ങൾ നിർമ്മിച്ചു. പസഫിക്കിലെ പലദ്വീപുകളിലും കുടിയേറ്റ സ്ഥലങ്ങൾ നിർമ്മിച്ചു. ചില മിഷനറിമാരുടെ വധം ചീനയിലെ മഞ്ഞനദിക്കരയിലെ കിയോചോ തുറമുഖം പിടിച്ചെടുക്കാൻ അവസരമാക്കി ഉപയോഗിച്ചു. ഇറ്റലി അബിസ്സീനിയയിലാണ് ഭാഗ്യം പരീക്ഷിച്ചത്. എന്നാൽ നെഗുസിന്റെ യോദ്ധാക്കൾ ഇറ്റലിയെ തോല്പിച്ചു. പകരം ട്രിപോളിയിലെ തുർക്കി പ്രദേശങ്ങൾ കൈവശപ്പെടുത്തി. റഷ്യ സൈബീരിയ മുഴുവൻ പിടിച്ചെടുത്തു, ചീനയിൽ നിന്നും പോർട്ട് ആർതർ സ്വന്തമാക്കി. 1895 ലെ യുദ്ധത്തിൽ ചീനയെ തോല്പിച്ച ജപ്പാൻ ഫോർമോസാ ദ്വീപ് പിടിച്ചെടുത്തു. 1905 ൽ കൊറിയക്കുമേൽ അവകാശം ഉന്നയിച്ചു.

ലോകം ഇന്നുവരെ കണ്ട ഏറ്റവും വലിയ കൊളോണിയൽ സാമ്രാജ്യമായ ഇംഗ്ലണ്ട് 1883 ൽ ഈജിപ്തിനെ സംരക്ഷിക്കുകയെന്ന പദ്ധതി ഏറ്റെടുത്തു. ഇംഗ്ലണ്ടു അത് വളരെ ഫലപ്രദമായി നടപ്പിലാക്കി. വല്ലാതെ അവഗണിക്കപ്പെട്ടിരുന്ന ആ രാജ്യത്തിന് വലിയ ഭൗതികനേട്ടമുണ്ടാക്കിക്കൊണ്ടാണിത് നടപ്പാക്കിയത്. 1868 ൽ സൂയസ് കനാൽ തുറന്നതിനു ശേഷം ഉണ്ടായ വിദേശാക്രമണങ്ങളെ തുടച്ചു നീക്കി. അടുത്ത മുപ്പതു വർഷങ്ങളിൽ ഇംഗ്ലണ്ട് ലോകത്തിന്റെ നാനാഭാഗങ്ങളിൽ അനേകം കൊളോണിയൽ യുദ്ധങ്ങൾ നടത്തി. 1902 ൽ (മൂന്ന് കൊല്ലത്തെ കഠിന യുദ്ധത്തിനുശേഷം) ഇംഗ്ലണ്ട് ട്രാൻസ്വാളിലേയും ഓറഞ്ച് ഫ്രീസ്റ്റേറ്റിലേയും സ്വതന്ത്ര ബോവർ റിപ്പബ്ലിക്കുകൾ കീഴ്പ്പെടുത്തി സ്വന്തമാക്കി. അതിനിടയിൽ ഒരാഫ്രിക്കൻ രാജ്യം സ്ഥാപിക്കാൻ ഇംഗ്ലണ്ട് സെവിൽ റോഡ്സിനെ പ്രോത്സാഹിപ്പിച്ചു. ശുഭപ്രതീക്ഷാ മുനമ്പ് മുതൽ നൈൽ നദിവരെ പരന്നുകിടക്കുന്ന ആ രാജ്യം യൂറോപ്യൻ രാജ്യങ്ങളുടെ വരുതിയിലല്ലാത്ത എല്ലാ പ്രദേശങ്ങളും സ്വന്തമാക്കി.

ഹെൻറി സ്റ്റാൻലിയുടെ കണ്ടുപിടുത്തങ്ങൾ നിമിത്തമാക്കി, സൂത്രശാലിയായ ബൽജിയത്തിലെ ലിയോപോൾഡ് രാജാവ് 1885 ൽ കോംഗോ ഫ്രീസ്റ്റേറ്റ് സ്ഥാപിച്ചു. തുടക്കത്തിൽ ഈ ഉഷ്ണമേഖലാ സാമ്രാജ്യം "കേവലരാജാധിപത്യ" മായിരുന്നു. കുറേവർഷത്തെ വളരെ മോശമായ ഭരണത്തിനുശേഷം ബൽജിയൻ ജനത 1908 ൽ അത് കോളനിയാക്കി മാറ്റി. തനിക്ക് ദന്തവും റബ്ബറും കിട്ടാൻ വേറൊന്നുമാലോചിക്കാതെ തദ്ദേശജനതയെ അനാഥരാക്കിയ രാജഭരണം അവസാനിപ്പിക്കപ്പെട്ടു.

അമേരിക്കൻ ഐക്യനാടുകളുടെ കൈവശം ആവശ്യത്തിനു ഭൂമി

യുണ്ടായിരുന്നു. അതുകൊണ്ട് കൂടുതൽ പ്രദേശങ്ങൾക്കായി അത് ആശിച്ചില്ല. എന്നാൽ സ്പെയിനിന്റെ കൈവശം പടിഞ്ഞാറൻ അർദ്ധകോളനിയിലുണ്ടായിരുന്ന അവസാന പ്രദേശമായ ക്യൂബയിലെ ദുർഭരണം കാരണം അമേരിക്ക ഇടപെടേണ്ടിവന്നു. ഹ്രസ്വവും സംഭവനിരതവുമായ ഒരു യുദ്ധത്തിനു ശേഷം ക്യൂബയും പോർട്ടോറിക്കോവും ഫിലിപ്പൈൻസും സ്പെയിൻകാരെ പുറത്താക്കി. പോർട്ടോറിക്കോവും ഫിലിപ്പൈൻസും അമേരിക്കൻ കോളനികളായിത്തീർന്നു.

ലോകത്തിന്റെ ഈ സാമ്പത്തിക വളർച്ച തികച്ചും സ്വാഭാവികമായിരുന്നു. ഇംഗ്ലണ്ടിലും ഫ്രാൻസിലും ജർമ്മനിയിലും വർദ്ധിച്ചുകൊണ്ടിരുന്ന ഫാക്ടറികളിൽ വർദ്ധമാനമായ അളവിൽ അസംസ്കൃത പദാർത്ഥങ്ങൾ ആവശ്യമായിരുന്നു. അതുപോലെ വർദ്ധിച്ചുവരുന്ന യൂറോപ്യൻ തൊഴിലാളികൾക്ക് വർദ്ധമാനമായ അളവിൽ ആഹാരം ആവശ്യമായിരുന്നു. എവിടത്തേയും ആവശ്യം കൂടുതൽ വിപണിക്കു വേണ്ടി, കൂടുതൽ സമൃദ്ധമായ വിപണിക്കുവേണ്ടിയായിരുന്നു, എളുപ്പത്തിൽ കടന്നു ചെല്ലാൻ പറ്റുന്ന കല്ക്കരി ഇരുമ്പ് ഖനികൾക്കുവേണ്ടിയായിരുന്നു, റബ്ബർ പ്ലാന്റേഷനുകൾക്കും എണ്ണക്കിണറുകൾക്കും വേണ്ടിയായിരുന്നു. കൂടുതൽ കൂടുതൽ ഗോതമ്പിന്റെയും ഇതര ധാന്യങ്ങളുടെയും ആദാനത്തിനു വേണ്ടിയായിരുന്നു.

ആളുകൾ വിക്ടോറിയാ തടാകത്തിൽ സ്റ്റീം ബോട്ട് ഗതാഗതം ആരംഭിക്കാനും ഷാൻടങ്ങിന്റെ ഉൾപ്രദേശങ്ങളിൽ റെയിൽ ലൈൻ സ്ഥാപിക്കാനുമുള്ള ശ്രമത്തിലായിരുന്നു. അവരുടെ കണ്ണുകളിൽ യൂറോപ്യൻ ഭൂഖണ്ഡത്തിലെ വെറും രാഷ്ട്രീയമായ സംഭവങ്ങളുടെ പ്രാധാന്യം കുറയുകയായിരുന്നു. പല യൂറോപ്യൻ പ്രശ്നങ്ങളും ഇനിയും പരിഹൃതമാവാതെ കിടക്കുന്നുണ്ടായിരുന്നു. പക്ഷേ, അവരത് കാര്യമാക്കിയില്ല. തികഞ്ഞ ഉത്തരവാദിത്വമില്ലായ്മയും അശ്രദ്ധയും വഴി പിൻഗാമികളിലേക്ക് വിദ്വേഷവും കഷ്ടപ്പാടുമാണ് അവർ പൈതൃകമായി നല്കിയത്. കടന്നുപോയ നൂറ്റാണ്ടുകളിലെല്ലാം യൂറോപ്പിന്റെ തെക്കുകിഴക്കുഭാഗത്ത് വിവരിക്കാനാവാത്തത്ര കലാപവും രക്തച്ചൊരിച്ചിലും നടക്കുകയായിരുന്നു. പത്തൊമ്പതാം നൂറ്റാണ്ടിന്റെ എഴുപതുകളിൽ സെർബിയയിലേയും ബൾഗേറിയയിലെയും മോണ്ടിനിഗ്രോവിലേയും റുമാനിയയിലേയും ജനങ്ങൾ ഒരിക്കൽ കൂടി സ്വാതന്ത്ര്യത്തിനു വേണ്ടി പരിശ്രമിക്കുകയായിരുന്നു; തുർക്കികൾ (പല പാശ്ചാത്യ ശക്തികളുടെയും സഹായത്തോടെ) ഇത് തടയാൻ ശ്രമിക്കുകയായിരുന്നു.

1876 ൽ ബൾഗേറിയയിൽ നടന്ന സവിശേഷമാംവിധം ക്രൂരമായ മനുഷ്യക്കുരുതിക്കുശേഷം റഷ്യൻ ജനതയുടെ ക്ഷമ മുഴുവൻ നഷ്ടമായി. പ്രശ്നത്തിൽ ഇടപെടാൻ ഗവൺമെന്റ് നിർബ്ബന്ധിതമായി. അതേസമയം ഐക്യനാടുകളുടെ പ്രസിഡന്റ് മാക്കിൻലി ക്യൂബയിൽ പോവാനും ഹവാനയിലെ ജനറൽ വീലറുടെ വെടിവയ്പുകൾ നിർത്തിവയ്പിക്കാനും നിർബ്ബന്ധിതനായി. 1877 ഏപ്രിൽ മാസത്തിൽ റഷ്യൻ

സൈന്യം ഡാന്യൂബ് നദി കടന്ന് ഷിപ്കാ ചുരം തകർത്ത്, പ്ലീവ്ന പിടിച്ചെടുക്കുകയും അതിനുശേഷം തെക്കോട്ടു മാർച്ച് ചെയ്ത് കോൺസ്റ്റാന്റിനോപ്പിളിൽ എത്തിച്ചേരുകയും ചെയ്തു. തുർക്കി ഇംഗ്ലണ്ടിനോടു സഹായാഭ്യർത്ഥന നടത്തി. ഇംഗ്ലണ്ട് സുൽത്താന്റെ പക്ഷത്തു ചേർന്നപ്പോൾ അനേകം ഇംഗ്ലീഷുകാർ ഗവൺമെന്റു നടപടിയെ എതിർത്തു. പക്ഷേ, ഡിസ്രേലി (അദ്ദേഹമാണ് വിക്ടോറിയാ റാണിയെ ഇതിനകം ഇന്ത്യൻ ചക്രവർത്തിനിയായി വാഴിച്ചത്. അദ്ദേഹം തുർക്കികളുടെ വർണ്ണാഭമായ രീതികൾ ഇഷ്ടപ്പെട്ടു. റഷ്യക്കാരെ വെറുത്തു. റഷ്യക്കാർ അവിടത്തെ ജൂതന്മാരോടു നിഷ്ഠുരമായ ക്രൂരതകാണിച്ചിരുന്നു) ഇടപെടാൻ തന്നെ തീരുമാനിച്ചു. റഷ്യ, സെയിന്റ് സ്റ്റെഫാനോ ഉടമ്പടി ഒപ്പുവെക്കാൻ നിർബ്ബന്ധിതമായി (1878). ബാൾക്കൻ പ്രശ്നം ഒരു കോൺഗ്രസിനു വിട്ടുകൊടുത്തു. ആ കോൺഗ്രസ് അതേവർഷം ജൂണിലും ജൂലായിലും ബർലിനിൽ യോഗം ചേർന്നു.

പ്രശസ്തമായ ഈ സമ്മേളനം പൂർണ്ണമായി ഡിസ്രേലിയുടെ നിയന്ത്രണത്തിലായിരുന്നു. ബിസ്മാർക്കുപോലും നന്നായി മിനുക്കിയ ചുരുൾ മുടിയുള്ള സൂത്രശാലിയായ ഈ വൃദ്ധനെ ഭയപ്പെട്ടിരുന്നു. ഡിസ്രേലി അത്യധികം അഹങ്കാരിയായിരുന്നു. ദോഷദർശനപരമായ നർമ്മമുണ്ടായിരുന്ന അദ്ദേഹത്തിന് മുഖസ്തുതി പറയാൻ അത്ഭുതകരമായ കഴിവുണ്ടായിരുന്നു. ബർലിനിൽ ഇംഗ്ലീഷ് പ്രധാനമന്ത്രി സുഹൃത്തുക്കളായ തുർക്കികളുടെ വിധി സശ്രദ്ധം വീക്ഷിക്കുകയായിരുന്നു. മോണ്ടിനിഗ്രോവും സെർബിയയും റുമാനിയയും സ്വതന്ത്ര രാഷ്ട്രങ്ങളായി പ്രഖ്യാപിക്കപ്പെട്ടു. ബൾഗേറിയക്ക് അർദ്ധസ്വതന്ത്ര പദവി നല്കപ്പെട്ടു. ബാറ്റൻബർഗ്ഗിലെ അലക്സാണ്ടർ രാജാവിന് ബൾഗേറിയയുടെ ചുമതല നല്കപ്പെട്ടു. സാർ അലക്സാണ്ടർ രണ്ടാമന്റെ ഒരു മാതുലനായിരുന്നു അദ്ദേഹം. ഈ രാജ്യങ്ങൾക്കൊന്നിനും സ്വന്തം ശക്തിയും വിഭവങ്ങളും വികസിപ്പിക്കാൻ സൗകര്യം കിട്ടിയില്ല, അവർക്കതിനു കഴിയുമായിരുന്നു, ഇംഗ്ലണ്ട് സുൽത്താന്റെ ഭാവിയിൽ അത്രമേൽ വേവലാതി പ്രകടിപ്പിച്ചിരുന്നില്ലെങ്കിൽ. പക്ഷേ, റഷ്യനാക്രമണത്തിനുള്ള പ്രതിരോധ ദുർഗ്ഗമായി സുൽത്താന്റെ പ്രദേശങ്ങൾ നിലനില്ക്കേണ്ടത് ബ്രിട്ടീഷ് സാമ്രാജ്യത്തിന്റെ ആവശ്യമായിരുന്നു.

ഇതോടെ കാര്യങ്ങൾ കൂടുതൽ മോശമായി. കോൺഗ്രസ് ആസ്ത്രിയക്ക് ബോസ്നിയയും ഹെഴ്സിഗോവിനയും നല്കി; തുർക്കികളിൽ നിന്ന് അവ പിടിച്ചെടുത്ത് ഹാപ്സ്ബർഗ്ഗുകൾക്ക് നല്കുകയായിരുന്നു. ആസ്ത്രിയ അവയെ നന്നായി പരിപാലിച്ചു. ഏറ്റവും നല്ല ബ്രിട്ടീഷ് കോളണികളെപ്പോലെ, ഹാപ്സ്ബർഗ്ഗുകൾ അവയെ ശ്രദ്ധിച്ചു. പക്ഷേ, അവിടെ അനേകം സെർബിയക്കാർ താമസമുണ്ടായിരുന്നു. മുൻകാലത്ത് അവ സ്റ്റെഫാൻ ദുഷന്റെ സെർബിയൻ സാമ്രാജ്യത്തിന്റെ ഭാഗമായിരുന്നു. സ്റ്റെഫാൻ ദുഷൻ പതിനാലാം നൂറ്റാണ്ടിൽ പശ്ചിമയൂറോപ്പിനെ ടർക്കിഷ് ആക്രമണത്തിൽ നിന്ന് രക്ഷപ്പെടുത്തിയിരുന്നു. അദ്ദേഹത്തിന്റെ

തലസ്ഥാനമായ ഉസ്കുബ് ഒരു പരിഷ്കാരകേന്ദ്രമായിരുന്നു, അതും കൊളംബസ് പശ്ചിമദേശത്തെ നാടുകൾ കണ്ടുപിടിക്കുന്നതിനും നൂററമ്പത് വർഷം മുമ്പ്. സെർബിയക്കാർ അവരുടെ പൗരാണിക മഹത്ത്വത്തെപ്പറ്റി ഓർമ്മിക്കുമായിരുന്നു, ആരാണ് ചെയ്യാത്തത്? രണ്ടു പ്രവിശ്യകളിലെ ആസ്ത്രിയൻ സാന്നിദ്ധ്യം അവർ വെറുത്തിരുന്നു, പാരമ്പര്യം കൊണ്ട് ആ പ്രദേശങ്ങൾ തങ്ങൾക്ക് അവകാശപ്പെട്ടതാണെന്നവർ വിശ്വസിച്ചു.

ബോസ്നിയൻ തലസ്ഥാനമായ സെരാജെവോവിൽ വെച്ചാണ് 1914 ജൂൺ 28 ന് ആസ്ത്രിയയുടെ സിംഹാസനാവകാശി ആർച്ച് ഡ്യൂക്ക് ഫെർഡിനാന്റ് കൊലചെയ്യപ്പെട്ടത്. ഘാതകൻ ഒരു സെർബിയൻ വിദ്യാർത്ഥിയായിരുന്നു. രാജ്യസ്നേഹപരമായ ലക്ഷ്യങ്ങളാലായിരുന്നു അയാൾ പ്രവർത്തിച്ചത്.

ലോക മഹായുദ്ധത്തിന്റെ അടിയന്തിരകാരണമായി മാറി ഈ സംഭവം. പക്ഷേ ഈ മഹാദുരന്തത്തിനുള്ള ഉത്തരവാദിത്വം അരക്കിറുക്കനായ ആ സെർബിയൻ കുട്ടിയോ അയാളുടെ ഇരയോ ആയിരുന്നില്ല. അത് ബർലിൻ സമ്മേളനത്തിന്റെ കാലത്തുണ്ടായതാണ്; അന്ന്, വിസ്മൃതമായ ഒരു വംശത്തിന്റെ അഭിലാഷങ്ങൾക്കും സ്വപ്നങ്ങൾക്കും മേൽ ബാൾക്കൻ ഉപദ്വീപിന്റെ ശപ്തമായ ഒരു മൂലയിൽ ഒരു ഭൗതിക പരിഷ്കൃതി സ്ഥാപിക്കാൻ ധൃതിപ്പെടുകയായിരുന്നു യൂറോപ്പ്.

ഒരു നവലോകം

പുതിയതും നല്ലതുമായ ഒരു ലോകത്തിനു വേണ്ടിയുള്ള ഒരു യുദ്ധമായിരുന്നു സത്യത്തിൽ മഹായുദ്ധം

ഫ്രഞ്ച് വിപ്ലവം ഉണ്ടാവാൻ ഉത്തരവാദികളായവരിൽപ്പെട്ട സത്യസന്ധരായ ആളുകൾക്കിടയിലെ ഏറ്റവും ഉന്നതനായ ഒരാളായിരുന്നു മാർക്വിസ് ദ കണ്ടോർസെറ്റ്. ദരിദ്രരും നിർഭാഗ്യവാന്മാരുമായ മനുഷ്യർക്കു വേണ്ടി സമർപ്പിക്കപ്പെട്ടതായിരുന്നു അദ്ദേഹത്തിന്റെ ജീവിതം. പ്രശസ്തമായ *എൻസൈക്ലോപീഡിയ* രചിക്കുന്ന കാലത്ത് ദ ആലംബർട്ടിന്റെയും ദിദറോവിന്റെയും സഹായികളിൽ ഒരാളായിരുന്നു അദ്ദേഹം. വിപ്ലവത്തിന്റെ ആദ്യ വർഷങ്ങളിൽ കൺവെൻഷന്റെ മിതവാദി നേതാവുമായിരുന്നു.

സഹിഷ്ണുത, ദയാവായ്പ്, ഉറച്ച സാമാന്യബുദ്ധി എല്ലാം അദ്ദേഹത്തെ വിപ്ലവകാരികളിലൊരു വിഭാഗത്തിന്റെ സംശയത്തിന് പാത്രമാക്കി. രാജാവിന്റെ രാജ്യദ്രോഹം, രാജധാനിയിലെ ഉപജാപകസംഘം എന്നിവരെല്ലാം ചേർന്ന് വിപ്ലവകാരികളിൽ ഏറ്റവും റാഡിക്കലായവർക്ക് ഭരണം പിടിച്ചെടുക്കാനും എതിരാളികളെ കൊന്നൊടുക്കാനും അവസരം നല്കിയിരുന്നു. 'അവർ കണ്ടോർസെറ്റിനെ നിയമഭ്രഷ്ടനാക്കി; എല്ലാ ശരിയായ രാജ്യസ്നേഹികളുടേയും ദാക്ഷിണ്യത്തിലായി, അദ്ദേഹം. സുഹൃത്തുക്കൾ അദ്ദേഹത്തെ ഒളിപ്പിക്കാമെന്ന് ത്യാഗപൂർവ്വം ഉറപ്പുനല്കി. കണ്ടോർസെറ്റ് അവരെ ത്യാഗം ചെയ്യാനനുവദിച്ചില്ല. അദ്ദേഹം രക്ഷപ്പെടുകയും വീട്ടിലെത്താൻ ശ്രമിക്കുകയും ചെയ്തു. മൂന്ന് രാത്രി തുറസ്സായ സ്ഥലത്ത്, തകർന്ന്, രക്തം വാർന്ന് കഴിഞ്ഞു. അദ്ദേഹം പിന്നെ ഒരു സത്രത്തിലെത്തി, അല്പം ആഹാരം ചോദിച്ചു. സംശയാലുക്കളായ നാട്ടുമ്പുറത്തുകാർ അദ്ദേഹത്തെ സർച്ച് ചെയ്തപ്പോൾ പ്രാചീന റോമാ കവി ഹൊറേസിന്റെ കവിതകൾ കിട്ടി. ഇതിനർത്ഥം തടവുകാരൻ മാന്യകുടുംബത്തിൽ നിന്നുള്ളയാളാണ്, അദ്ദേഹത്തിനെന്താ പാതിരാത്രിയിൽ

പൊതുനിരത്തിൽ കാര്യം? വിദ്യാസമ്പന്നരായ എല്ലാവരും വിപ്ലവവിരോധികളാണെന്നായിരുന്നു അവരുടെ ധാരണ. അവർ കണ്ടോർസെറ്റിനെ പിടിക്കുകയും കൈകാലുകൾ കെട്ടിവലിച്ചിഴക്കുകയും ഗ്രാമത്തിൽ ലോക്കപ്പിലിടുകയും ചെയ്തു. പിറ്റേന്ന് പട്ടാളക്കാർ പാരീസിലേക്കു അദ്ദേഹത്തെ കൊണ്ടുപോവാൻ വേണ്ടി, എന്നിട്ടു പാരീസിൽ നിന്നു കൊല ചെയ്യാൻ വേണ്ടി വന്നപ്പോൾ അദ്ദേഹം മരിച്ചു കഴിഞ്ഞിരുന്നു.

തനിക്കുള്ളതെല്ലാം നല്കുകയും തിരിച്ചൊന്നും സ്വീകരിക്കാതിരിക്കുകയും ചെയ്ത ഈ മനുഷ്യന് മനുഷ്യവംശത്തെപ്പറ്റി നിരാശപ്പെടാൻ കാരണമുണ്ട്. അദ്ദേഹം ചില വാക്യങ്ങൾ എഴുതിയിട്ടുണ്ട്. നൂറ്റിമുപ്പത് വർഷം മുമ്പെന്നപോലെ ഇന്നും സത്യമായി തോന്നുന്ന വാക്യങ്ങളാണവ. ഞാനവ ഇവിടെ പകർത്തട്ടെ:

"നമ്മുടെ പ്രത്യാശയ്ക്ക് പ്രകൃതി പരിധിയൊന്നു നിശ്ചയിച്ചിട്ടില്ല."

യുദ്ധം

അദ്ദേഹം എഴുതി,

> മനുഷ്യവംശം ഇപ്പോൾ ചങ്ങലകളിൽ നിന്ന് സ്വതന്ത്രമായിരിക്കുന്നു, സത്യത്തിന്റെയും ആനന്ദത്തിന്റെയും നന്മയുടെയും പാതയിലൂടെ ഉറച്ച ചുവടുവയ്പുമായി മുന്നേറുന്നു. ആ മനുഷ്യരാശിയുടെ ചിത്രം പ്രമാദങ്ങളെപ്പറ്റി, കുറ്റകൃത്യങ്ങളെയും അനീതികളെയും പറ്റി സമാശ്വസിപ്പിക്കുന്ന ദൃശ്യമാണ് തത്ത്വജ്ഞാനിയുടെ മുന്നിൽ അവതരിപ്പിക്കുന്നത്. അവ ഇപ്പോഴും ഭൂമിയെ മലിനമാക്കുകയും പീഡിപ്പിക്കുകയും ചെയ്യുന്നു.

ലോകം ഇപ്പോൾ ഒരു യാതനയിലൂടെ കടന്നുപോവുകയാണ്. ഇതുമായി തട്ടിച്ചുനോക്കുമ്പോൾ ഫ്രഞ്ചുവിപ്ലവം വെറുമൊരു സംഭവം മാത്രം. അതുണ്ടാക്കിയ ഞെട്ടൽ അതിഭീമമാണ്. കോടാനുകോടി മനുഷ്യരുടെ നെഞ്ചകങ്ങളിൽ പ്രത്യാശയുടെ അവസാനത്തെ സ്ഫുലിംഗത്തെപോലും അത് നശിപ്പിച്ചിരിക്കുന്നു. അവർ പുരോഗതിയുടേതായ ഒരു സ്തോത്രം ആലപിക്കുകയായിരുന്നു. നാലുവർഷത്തെ മനുഷ്യക്കശാപ്പാണ് സമാ

ധാനത്തിനുവേണ്ടിയുള്ള അവരുടെ പ്രാർത്ഥനകൾക്കു പിറകെ വന്നത്. “ഗുഹാമനുഷ്യരിൽ ഏറ്റവും പൗരാണികരായവരുടെ നിലവാരം പോലുമില്ലാത്ത ജന്തുക്കൾക്കു വേണ്ടി പ്രവർത്തിക്കുന്നതും അടിമപ്പണി ചെയ്യുന്നതും ആവശ്യമാണോ, അതിനെന്തെങ്കിലും വിലയുണ്ടോ?” അവർ ചോദിക്കുന്നു.

ഒരുത്തരം മാത്രമേയുള്ളൂ

ആ ഉത്തരം “ഉവ്വ്” എന്നാണ്.

ലോകയുദ്ധം ഭീകരമായ ഒരു വിപത്തായിരുന്നു. പക്ഷേ, അത് ലോകത്തിന്റെ അവസാനമാണെന്നർത്ഥമില്ല. മറിച്ച് അത് പുതിയൊരു നാളിനെ നമ്മുടെ മുന്നിലേക്കാനയിച്ചിരിക്കുന്നു.

ഗ്രീസിന്റെയോ റോമിന്റെയോ മദ്ധ്യയുഗങ്ങളുടെയോ ചരിത്രം എഴുതുക എളുപ്പമാണ്. എത്രയോ കാലമായി വിസ്മരിക്കപ്പെട്ട ആ രംഗവേദിയിൽ കളിച്ച കഥാപാത്രങ്ങളെല്ലാം മരിച്ചു മണ്ണടിഞ്ഞുപോയി. അവരെ നമുക്ക് നിസ്സംഗമായി വിമർശിക്കാം. അവരുടെ യത്നങ്ങൾക്ക് കൈയടി നല്കിയ പ്രേക്ഷകർ പിരിഞ്ഞുപോയി. നമ്മുടെ അഭിപ്രായങ്ങൾ അവരുടെ വികാരങ്ങളെ നൊമ്പരപ്പെടുത്തുകയില്ല.

പക്ഷേ, സമകാലിക സംഭവങ്ങളുടെ സത്യസന്ധമായ വിവരണം നല്കുക എളുപ്പമല്ല. നാം ഇടപഴകുന്ന മനുഷ്യരുടെ മനസ്സിലെ പ്രശ്നങ്ങൾ നമ്മുടേയും പ്രശ്നങ്ങളാണ്. അവ നമ്മെ ഏറെ നൊമ്പരപ്പെടുത്തുന്നു. അല്ലെങ്കിൽ അവ നമ്മെ നന്നായി സന്തോഷിപ്പിക്കുന്നു, വിവരിക്കാനാവാത്ത വിധം. ചരിത്രം എഴുതുമ്പോൾ ഇതാവശ്യമാണ്. പ്രചാരവേലയുടെ പെരുമ്പറ മുഴക്കുകയല്ല വേണ്ടത്. പാവം കണ്ടോർസെറ്റ് കൂടുതൽ നല്ല ഒരു ഭാവിയിൽ അടിയുറച്ച് വിശ്വസിച്ചിരുന്നു. അതിനോടു ഞാൻ യോജിക്കുന്നു. അതെന്തു കൊണ്ടെന്ന് ഞാൻ വിശദീകരിക്കാം.

മുമ്പു പല തവണ ഞാൻ മുന്നറിയിപ്പു നല്കിയിട്ടുണ്ട്, ചരിത്രഘട്ടങ്ങളെ നാലായി വേർതിരിക്കുന്നത് തെറ്റായ ധാരണകൾ സൃഷ്ടിച്ചേക്കാമെന്ന്. പുരാതനലോകം, മദ്ധ്യയുഗങ്ങൾ, നവോത്ഥാനവും മതനവീകരണവും, ആധുനിക കാലം എന്നിങ്ങനെയാണ് ആ വിഭജനം. ഇവയിൽ അവസാനത്തെ പേരാണ് ഏറ്റവും ആപത്കരമായിട്ടുള്ളത് ‘ആധുനികം’ എന്ന പദത്തിന്റെ അർത്ഥം, നമ്മൾ ഇരുപതാം നൂറ്റാണ്ടുകാർ (ഇരുപതാം നൂറ്റാണ്ടിന്റെ ആദ്യപകുതിയുടെ ആദ്യഭാഗത്താണ് ഈ ഗ്രന്ഥം എഴുതിത്തീർത്തത് - വിവർത്തകൻ) മനുഷ്യനേട്ടത്തിന്റെ ഉച്ചിയിലാണെന്നാണ്. അമ്പത് കൊല്ലം മുമ്പ്, ഗ്ലാഡ്സ്റ്റണെ നേതാവായംഗീകരിച്ച ഇംഗ്ലണ്ടിലെ ലിബറലുകൾ കരുതി ഏറ്റവും ശരിയായ ജനപ്രാതിനിധ്യ ജനാധിപത്യ ഗവൺമെന്റിന്റെ പ്രശ്നം രണ്ടാമത്തെ ഭരണപരിഷ്കാരനിയമത്തോടെ പരിഹൃതമായെന്ന്. തൊഴിലാളികൾക്ക് മുതലാളിമാരുടെയത്ര തന്നെ പ്രാതിനിധ്യം ഗവൺമെന്റിൽ ലഭിക്കുന്ന നിയമമായിരുന്നു അത്. ഡിസ്രേലിയും അദ്ദേഹത്തിന്റെ യാഥാസ്ഥിതിക സുഹൃത്തുക്കളും “ഇരുട്ടത്തെ ചാട്ട”മാണതെന്ന് വിമർശിച്ചപ്പോൾ അവർ “അല്ല” എന്ന് മറുപടി

പറഞ്ഞു. അവർ സ്വന്തം ലക്ഷ്യത്തെ വല്ലാതെ വിശ്വസിക്കുകയും ഇനിയങ്ങോട്ട് എല്ലാ ജനവിഭാഗങ്ങളും തോളോടു തോൾ ചേർന്ന് പൊതുവായ രാജ്യത്തിന്റെ ഉത്തമ താല്പര്യങ്ങൾക്കുവേണ്ടി നിലകൊള്ളുമെന്ന് വാദിക്കുകയും ചെയ്തു. പക്ഷേ, അതിനുശേഷം പല സംഭവങ്ങൾ ഉണ്ടായി. ഇപ്പോഴും ജീവിച്ചിരിക്കുന്ന അപൂർവ്വം ചില ലിബറലുകൾക്ക് മനസ്സിലാവുന്നുണ്ട്, അവർക്ക് തെറ്റിപ്പോയിരുന്നുവെന്ന്.

ഒര ചരിത്രപ്രശ്നത്തിനും നിയതമായ ഉത്തരമില്ല.

ഓരോ തലമുറയും അവരുടെ നല്ല സമരങ്ങൾ പുതുതായി ചെയ്യുകതന്നെ വേണം. അല്ലെങ്കിൽ പ്രാക് ചരിത്രകാലത്തെ അലസമൃഗങ്ങൾ നശിച്ചതുപോലെ നശിക്കണം.

ഒരിക്കൽ ഈ മഹാസത്യം അറിഞ്ഞുകഴിഞ്ഞാൽ നിങ്ങൾക്കു ജീവിതത്തെപ്പറ്റി നൂതനവും കൂടുതൽ വിശാലവുമായ ഒരു വീക്ഷണം ലഭിക്കും. അപ്പോൾ ഒരു ചുവടുകൂടി മുന്നോട്ടു വയ്ക്കുക; നിങ്ങളെ സ്വയം ഇനി വരാനിരിക്കുന്ന അനേകം തലമുറകളകലെയുള്ള മഹാപ്രപൗത്രരുടെ സ്ഥാനത്ത് പ്രതിഷ്ഠിക്കുക, അതായത് നിങ്ങളുടെ സ്ഥാനത്ത് എഡി പതിനായിരമാണ്ടിലെത്തുന്ന പ്രപ്രൗത്രരുടെ സ്ഥാനത്താണ് നിങ്ങളെന്ന് ഭാവനയിൽ കാണുക. അവരും ചരിത്രം പഠിക്കും. പക്ഷേ, അവരെന്താണ് രേഖപ്പെടുത്തിയ ആ ഹ്രസ്വമായ നാലായിരം കൊല്ലത്തെപ്പറ്റി വിചാരിക്കുക? ചെയ്തികളെയും ചിന്തകളെയും പറ്റി മനുഷ്യൻ രേഖപ്പെടുത്തിയ ആ കാലത്തെപ്പറ്റി? അവർ നെപ്പോളിയനെ അസ്സിറിയൻ രാജാവായ തിഗ്ലത്ത് പിലേസറിന്റെ സമകാലികനാണെന്ന് കരുതും. ഒരു പക്ഷേ, അവർ നെപ്പോളിയനെ ജെംഗിസ്ഖാനായോ മാസിഡോണിയക്കാരനായ അലക്സാണ്ടറായോ തെറ്റിദ്ധരിക്കും. ഇപ്പോഴവസാനിച്ച മഹായുദ്ധം (ഒന്നാം ലോക മഹായുദ്ധം- വിവർത്തകൻ) റോമാക്കാരും കർത്തേജുകാരും മദ്ധ്യധരണിക്കടലിന്റെ ആധിപത്യത്തിനുവേണ്ടി നടത്തിയ നൂറ്റിരുപത്തിയെട്ട് വർഷത്തെ വാണിജ്യയുദ്ധമായി അവർക്കനുഭവപ്പെടും. പത്തൊമ്പതാം നൂറ്റാണ്ടിലെ ബാൾക്കൻ പ്രശ്നങ്ങൾ (സെർബിയയുടെയും ഗ്രീസിന്റെയും ബൾഗേറിയയുടെയും മോണ്ടിനീഗ്രോവിന്റെയും സ്വാതന്ത്ര്യസമരം) അവർക്ക് മഹത്തായ കുടിയേറ്റങ്ങളുടെ ഭാഗമായി തോന്നും. അടുത്ത കാലത്തു മാത്രം നശിപ്പിക്കപ്പെട്ട ജർമ്മൻ പീരങ്കികൾ നശിപ്പിച്ച റീംസ് കത്തീഡ്രലിന്റെ ചിത്രങ്ങൾ അവർ കാണുക ഇരുനൂറ്റമ്പത് വർഷം മുമ്പ് തുർക്കികളും വെനീഷ്യക്കാരും തമ്മിൽ നടന്ന ഒരു യുദ്ധത്തിൽ നശിച്ചുപോയ അക്രോപോളിസ് ആയിട്ടാവും, ഇന്നും ചിലർക്ക് മരണഭയമുണ്ട്. 1692 ൽ മന്ത്രവാദിനികളെ കത്തിച്ചുകൊന്നിരുന്ന കാലത്തെ ആത്മവിശ്വാസം ഒട്ടുമില്ലാതിരുന്ന മനുഷ്യർക്കും മരണഭയമുണ്ടായിരുന്നു. വിദൂരഭാവികാലത്തെ നമ്മുടെ മഹാപ്രപൗത്രർ ആ ഭയത്തെ ബാലിശമായൊരു അന്ധവിശ്വാസമായി തള്ളിക്കളയും. നാം വളരെ അഭിമാനപൂർവ്വം കരുതുന്ന നമ്മുടെ ആശുപത്രികളും ലബോറട്ടറികളും സർജറിമുറികളുമെല്ലാം പ്രാചീനകാലത്തെ ആൽക്കെമിസ്റ്റുക

ളുടെയും മദ്ധ്യകാല സർജ്ജന്മാരുടെയും അല്പം മെച്ചപ്പെടുത്തിയ വർക്കുഷോപ്പുകളായി തോന്നും.

ഇതിനൊക്കെയുള്ള കാരണം വളരെ ലളിതമാണ്. നാം ആധുനിക സ്ത്രീപുരുഷന്മാർ ഒട്ടും ആധുനികം അല്ല. മറിച്ച് നാം ഇപ്പോഴും ഗുഹാവാസികളുടെ ഏറ്റവും അവസാനത്തെ തലമുറയാണ്. പുതുയുഗത്തിന്റെ അടിത്തറ പാകിയത് ഇന്നലെ മാത്രമാണ്. ചരിത്രത്തിന്റെ ഒരു ഘട്ടത്തിൽ മനുഷ്യൻ എല്ലാ കാര്യങ്ങളേയും ചോദ്യം ചെയ്യാൻ തുടങ്ങി. കൂടുതൽ യുക്തിസഹവും ബോധമുള്ളതുമായ ഒരു മാനവസമൂഹത്തെ സൃഷ്ടിക്കുന്നതിന് 'അറിവിനെയും ധാരണയെയും' അടിത്തറയാക്കി - ഇതിനുള്ള തന്റേടം കിട്ടിയതോടെയാണ് പരിഷ്കൃതമാവാനുള്ള അവസരം മനുഷ്യരാശിക്കു കിട്ടിയത്. ഈ പുതിയ ലോകത്തിന്റെ "വളർച്ചയുടെ നൊമ്പര"മായിരുന്നു മഹായുദ്ധം.

വരാനിരിക്കുന്ന ദീർഘകാലത്തേക്ക് ജനങ്ങൾ വലിയ വലിയ ഗ്രന്ഥങ്ങൾ എഴുതും. അവയിൽ അവർ, ഇയാൾ അല്ലെങ്കിൽ, അയാൾ ആയിരുന്നു യുദ്ധത്തിനുത്തരവാദിയെന്ന് എഴുതും. സാമ്പത്തികലാഭത്തിനുവേണ്ടി മുതലാളിമാർ യുദ്ധം വരുത്തിയെന്ന് സോഷ്യലിസ്റ്റുകാർ കുറ്റപ്പെടുത്തും. യുദ്ധത്തിൽ നിന്ന് കിട്ടിയതിനേക്കാൾ കൂടുതൽ നഷ്ടപ്പെടുകയാണ് ചെയ്തതെന്ന് മുതലാളിമാർ മറുപടി പറയും. അവരുടെ കുഞ്ഞുങ്ങളാണ് യുദ്ധത്തിൽ പങ്കെടുത്ത് മരിച്ചത് എന്നും അവർ പറയും. യുദ്ധം ഇല്ലാതിരിക്കാൻ ഓരോ രാജ്യത്തേയും ബാങ്കർമാർ എത്രമാത്രം ശ്രമിച്ചുവെന്നും അവർ വിവരിക്കും. ചാർലിമെയ്നിന്റെ കാലം മുതൽ ഹോഹൻസോളേൺ വംശത്തിലെ വില്യം രാജാവിന്റെ കാലം വരെ ജർമ്മനിക്കാർ ചെയ്തു കൂട്ടിയ പാപങ്ങളുടെ പട്ടികയിലൂടെ ഫ്രഞ്ചു ചരിത്രകാരന്മാർ കടന്നുപോകും. ജർമ്മൻകാർ ഈ അനുമോദനം തിരിച്ചുനല്കും. ചാർലിമെയ്ന്റെ കാലം മുതൽ പ്രസിഡണ്ടു പൊയിൻ കേറിന്റെ കാലം വരെ ഫ്രഞ്ചുകാർ നടത്തിയ ഭീകരകൃത്യങ്ങളുടെ പട്ടിക നിരത്തും. എന്നിട്ടെല്ലാവരും അവരുടെ സ്വന്തം സംതൃപ്തിക്കുവേണ്ടി, മറ്റേയാളാണ് "യുദ്ധത്തിനു കാരണ"മായതെന്ന് സ്ഥാപിച്ചെടുക്കും. എല്ലാ രാജ്യങ്ങളിലേയും മരിച്ചവരും ഇതുവരെ മരിച്ചിട്ടില്ലാത്തവരുമായ ഭരണതന്ത്രജ്ഞർ ടൈപ്പ് റൈറ്റിനടുത്ത് ചെന്ന് ശത്രുതകൾ ഇല്ലായ്മ ചെയ്യാൻ തങ്ങൾ ചെയ്ത കാര്യങ്ങൾ വിവരിക്കും. ദുഷ്ടന്മാരായ എതിരാളികൾ എങ്ങനെ അവരെ യുദ്ധത്തിലേക്ക് വലിച്ചിഴച്ചുവെന്ന് വ്യവസനസമേതം രേഖപ്പെടുത്തും.

ഒരു നൂറ്റാണ്ടുകഴിഞ്ഞ് എഴുതുന്ന ചരിത്രകാരന് ഈ പശ്ചാത്താപങ്ങളിലോ സമർത്ഥനങ്ങളിലോ യാതൊരു വേവലാതിയുമില്ല. യുദ്ധത്തിന്റെ അന്തർലീനമായ യഥാർത്ഥ കാരണങ്ങളെപ്പറ്റി അയാൾക്കു മനസ്സിലാവും. വ്യക്തിപരമായ അഭിലാഷത്തിനോ വ്യക്തിപരമായ ദുഷ്ടതക്കോ വ്യക്തിപരമായ ആർത്തിക്കോ യുദ്ധം അന്തിമമായി പൊട്ടിപ്പുറപ്പെട്ടതിന് യാതോരുത്തരവുമില്ലെന്ന് അയാൾ അറിയും. ഈ ദുരിത

സാമ്രാജ്യത്വമെന്ന ആശയത്തിന്റെ വ്യാപനം

ങ്ങൾക്കെല്ലാം ഹേതുവായ ആദ്യ തെറ്റ് ചെയ്തത്, നമ്മുടെ ശാസ്ത്രജ്ഞന്മാർ ഉരുക്കിന്റെയും ഇരുമ്പിന്റെയും രസതന്ത്രത്തിന്റെയും വിദ്യുച്ഛക്തിയുടേതുമായ നവലോകം സൃഷ്ടിക്കാൻ തുടങ്ങിയപ്പോഴായിരുന്നു; മനുഷ്യമനസ്സ് കടംകഥയിലെ ആമയേക്കാൾ മന്ദഗതിയാണെന്നും പ്രസിദ്ധനായ മടിയനേക്കാൾ അലസമാണെന്നും ധീരനേതാക്കളേക്കാൾ നൂറു മുതൽ മുന്നൂറുവർഷം വരെ പിന്നിലാണ് സഞ്ചരിക്കുന്നതെന്നുമുള്ള സത്യം ശാസ്ത്രജ്ഞർ മറന്നുപോയതാണ് തെറ്റ്.

സൈക്കിളോടിക്കാൻ പരിശീലിപ്പിക്കപ്പെട്ട നായ നായതന്നെയാണ്.

പതിനാറാം നൂറ്റാണ്ടിന്റെ മനസ്സുള്ള ഒരാൾ 1921 മോഡൽ റോൾസ് റോയ്സ് ഓടിച്ചാലും അയാൽ പതിനാറാം നൂറ്റാണ്ടിലെ കച്ചവടക്കാരൻ തന്നെയാണ്.

ആദ്യം മനസ്സിലാകുന്നില്ലെങ്കിൽ വീണ്ടും വായിക്കുക. ഒരു നിമിഷം കൊണ്ട് നിങ്ങൾക്കത് വ്യക്തമാവും; കഴിഞ്ഞ ആറു വർഷങ്ങളിൽ സംഭവിച്ച പലതും സ്വയം വിശദീകരിക്കും.

ഒരുപക്ഷേ, ഞാൻ മറ്റൊരുദാഹരണം, കൂടുതൽ പരിചിതമായൊരുദാഹരണം പറയാം. മൂവി കൊട്ടകകളിൽ തമാശകളും നർമ്മം കലർന്ന അഭിപ്രായങ്ങളും പലപ്പോഴും സ്ക്രീനിൽ കാണിക്കാറുണ്ട്. അവസരമുണ്ടെങ്കിൽ പ്രേക്ഷകരെ, അടുത്ത തവണ നിങ്ങളൊന്നു കാണുക. ചില ആളുകൾ പെട്ടെന്നു തന്നെ ആ വാക്കുകൾ വലിച്ചെടുക്കും. ആ വരികൾ വായിക്കാനവർക്കൊരു നിമിഷം മതി. മറ്റു ചിലർക്ക് സാവധാനത്തിലേ അതു വായിക്കാൻ കഴിയുകയുള്ളൂ. വേറെ ചിലരത് ഇരുപത് മുപ്പത് സെക്കന്റിൽ വായിക്കും. ഇനിയും ചില സ്ത്രീപുരുഷന്മാർ അവർക്ക് കഴിയുന്നത്ര മാത്രമേ വായിക്കുകയുള്ളൂ. അവരേക്കാൾ കഴിവുള്ളവർ അടുത്ത ഭാഗം വായിക്കാൻ തുടങ്ങുമ്പോൾ മാത്രമേ ഇവർക്ക് കാര്യം പിടികിട്ടുകയുള്ളൂ. മനുഷ്യ ജീവിതത്തിലും അത് വ്യത്യസ്തമല്ല. അത് ഞാൻ മനസ്സിലാക്കിത്തരാം.

മുമ്പൊരദ്ധ്യായത്തിൽ ഞാൻ നിങ്ങളോടു പറഞ്ഞിട്ടുണ്ട്. റോമാചക്രവർത്തിയുടെ മരണത്തിനു ശേഷവും ഒരായിരം വർഷം എങ്ങിനെ റോമാസാമ്രാജ്യമെന്ന ആശയം നിലനിന്നുവെന്ന്. ഇത് അനേകം 'ഇമിറ്റേഷൻ സാമ്രാജ്യങ്ങ'ളുടെ സ്ഥാപനത്തിലേക്കു നയിച്ചു. ഇത് റോമിലെ ബിഷപ്പുമാർക്ക് ക്രൈസ്തവസഭയുടെ ആകമാനം തലവന്മാരാകാൻ അവസരം കൊടുത്തു, കാരണം അവർക്ക് റോമൻ ലോകാധിപത്യമെന്ന ആശയത്തിന്റെ പ്രാതിനിധ്യമാണുണ്ടായിരുന്നത്. തികച്ചും നിരുപദ്രവികളായിരുന്ന ബാർബേറിയൻ പ്രമാണിമാരെ കുറ്റകൃത്യങ്ങളിലേക്കും അനന്തമായ യുദ്ധത്തിലേക്കും ഇത് നയിച്ചു, കാരണം അവരെല്ലാം 'റോം' എന്ന ആ പദത്തിന്റെ മാസ്മരികശക്തിക്കു കീഴ്പ്പെട്ടിരുന്നു. ഇവരെല്ലാം, പോപ്പുമാരും ചക്രവർത്തിമാരും പോരാളികളുമെല്ലാം നിങ്ങളെയും എന്നെയും പോലുള്ള മനുഷ്യരായിരുന്നു, ഒട്ടും വ്യത്യസ്തരായിരുന്നില്ല. പക്ഷേ, അവർ ജീവിച്ച ലോകത്തിൽ റോമാപാരമ്പര്യം ഊർജ്ജവത്തായ ഒരു കാര്യമായിരുന്നു - അച്ഛനും മകനും മകന്റെ മകനും ഒരേപോലെ അനുസ്മരിച്ച ഉന്മിഷത്തായൊരു പാരമ്പര്യം. അതുകൊണ്ട് അവർ ഇന്ന് ആരും തിരിഞ്ഞുനോക്കാത്തൊരു ലക്ഷ്യത്തിനു വേണ്ടി പോരാടുകയും സ്വയം ബലിയർപ്പിക്കുകയും ചെയ്തു.

ഇനിയുമൊരദ്ധ്യായത്തിൽ മതനവീകരണപ്രവർത്തനങ്ങൾ തുടങ്ങി ഒരു നൂറ്റാണ്ടിനുശേഷം വലിയ മതയുദ്ധങ്ങളുണ്ടായതിനെപ്പറ്റി ഞാൻ പറഞ്ഞിട്ടുണ്ട്. മുപ്പതു വത്സരയുദ്ധത്തെപ്പറ്റിയുള്ള അദ്ധ്യായം കണ്ടുപിടുത്തങ്ങളെപ്പറ്റിയുള്ള അദ്ധ്യായവുമായി താരതമ്യം ചെയ്യുകയാണെങ്കിൽ

നിങ്ങൾക്കു മനസ്സിലാകും, ഈ പൈശാചികമായ കശാപ്പ് നടന്നത് ആദ്യത്തെ വിലക്ഷണമായ ആവിയന്ത്രം ഫ്രഞ്ച്, ജർമ്മൻ, ഇംഗ്ലീഷ് ശാസ്ത്രജ്ഞരുടെ ലബോറട്ടറികളിൽ പുക വമിച്ചുകൊണ്ടിരിക്കുന്ന കാലത്താണ്. പക്ഷേ, ലോകം ഈ യന്ത്രങ്ങളിൽ ഒരു താല്പര്യവും എടുത്തില്ല, ലോകം അന്ന് മതശാസ്ത്ര ചർച്ചയുമായി മുന്നോട്ടുപോയി, എന്നാൽ ഇന്ന് ആ ചർച്ച കോട്ടുവായ്ക്ക് കാരണമാകും, എന്നാൽ ദ്വേഷ്യമുണ്ടാക്കുകയില്ല.

അങ്ങിനെ പോവുന്നു കാര്യങ്ങൾ. ഇനി ഒരായിരം കൊല്ലങ്ങൾക്കു ശേഷം, പത്തൊമ്പതാം നൂറ്റാണ്ടിനെപ്പറ്റിയും ഇതേ വാക്കുകളാണ് ചരിത്രകാരൻ ഉപയോഗിക്കുക. മനുഷ്യൻ എങ്ങിനെ ഭയജനകമായ ദേശീയ സമരങ്ങളിൽ ഉൾപ്പെട്ടിരുന്നുവെന്നയാൾ വിവരിക്കും. അതേസമയം ചുറ്റുമുള്ള പരീക്ഷണശാലകളിൽ രാഷ്ട്രീയത്തിലൊരു താല്പര്യവുമില്ലാത്ത മനുഷ്യർ, അല്പംകൂടി പ്രകൃതിരഹസ്യങ്ങൾ ലഭിക്കുന്നതിനുവേണ്ടി തല പുകയുകയായിരുന്നുവെന്നും പറയും.

ക്രമത്തിൽ നിങ്ങൾക്കു മനസ്സിലാവും ഞാനെന്താണ് പറയാൻ പോവുന്നതെന്ന്. ഒരു തലമുറയിൽ എഞ്ചിനീയറും ശാസ്ത്രജ്ഞനും രസതന്ത്രജ്ഞനും യൂറോപ്പിലും അമേരിക്കയിലും ഏഷ്യയിലും അവരുടെ യന്ത്രങ്ങൾ നിറച്ചു; അവരുടെ ടെലഗ്രാഫുകൾ, പറക്കും യന്ത്രങ്ങൾ കല്ക്കരിയുല്പന്നങ്ങൾ നിറച്ചു. കാലവും തലവും തികച്ചും അപ്രധാനമായ ഒരു നവലോകം അവർ സൃഷ്ടിച്ചു. അവർ പുതിയ ഉല്പന്നങ്ങൾ കണ്ടുപിടിച്ചു; അവയുടെ വില കുറച്ചു. എല്ലാവർക്കും അവ വാങ്ങാൻ കഴിയുമെന്നായി. ഇതെല്ലാം ഞാൻ നേരത്തെ പറഞ്ഞിട്ടുണ്ട്. അവ ഒരിക്കൽ കൂടി ആവർത്തിക്കുന്നതു കൊണ്ടു കുഴപ്പമില്ല.

നിതാന്തമായി വർദ്ധിക്കുന്ന ഫാക്ടറികൾ നിലനിർത്തുന്നതിനായി അവർക്ക് അസംസ്കൃത വസ്തുക്കളും കല്ക്കരിയും ആവശ്യമായിരുന്നു, വിശിഷ്യകല്ക്കരി. അവർ ഇതിനകം നാടിന്റെ ഭരണാധികാരികളായി കഴിഞ്ഞിരുന്നു. അതിനിടയിൽ സാമാന്യജനങ്ങൾ പതിനാറും പതിനേഴും നൂറ്റാണ്ടുകളിലെ ചിന്ത തന്നെയാണ് ചിന്തിച്ചത്; രാഷ്ട്രത്തെ സംബന്ധിച്ച് അവർക്ക് പഴയ ധാരണകൾ തന്നെയാണുണ്ടായിരുന്നത്— കുടുംബഭരണം അല്ലെങ്കിൽ രാഷ്ട്രീയ സംഘടനകളുടെ ആധിപത്യം. വൈരൂപ്യമാർന്ന ഈ മദ്ധ്യയുഗസ്ഥാപനത്തിന് പെട്ടെന്നൊരു പുതിയ കർത്തവ്യം കൈവന്നു, ഏറ്റവും പുതിയ യാന്ത്രിക-വ്യാവസായിക പ്രശ്നങ്ങൾ കൈകാര്യം ചെയ്യുകയെന്നതായിരുന്നു ആ കർത്തവ്യം. നൂറ്റാണ്ടുകൾക്കു മുമ്പ് തയ്യാറാക്കപ്പെട്ട കളിനിയമങ്ങളനുസരിച്ച് ആ സ്ഥാപനം നന്നായിത്തന്നെ ആ കർത്തവ്യം നിർവ്വഹിച്ചു. വ്യത്യസ്തരാജ്യങ്ങൾ വൻകിട സൈന്യങ്ങൾ സൃഷ്ടിച്ചു, അതിഭീമമായ നേവിയും; വിദൂര സ്ഥലങ്ങളിൽ കൂടുതൽ പ്രദേശങ്ങൾ സ്വന്തമാക്കുന്നതിന് ഈ സൈനിക ശക്തി ഉപയോഗിക്കപ്പെട്ടു. എവിടെയെങ്കിലും ഒരു ചെറുതുണ്ട് ഭൂമി ബാക്കിയുണ്ടായിരുന്നെങ്കിൽ അവിടെ ഇംഗ്ലണ്ടിന്റെയോ ഫ്രാൻസിന്റെയോ ജർമ്മനിയു

ടെയോ റഷ്യയുടെയോ കോളനി ഉയർന്നുവന്നു. തദ്ദേശവാസികൾ എതിർത്തപ്പോൾ അവർ കൊല ചെയ്യപ്പെട്ടു. മിക്ക സംഭവങ്ങളിലും തദ്ദേശജനങ്ങൾ എതിർത്തില്ല. അവർക്ക് സമാധാനപൂർവ്വം ജീവിക്കാൻ സാധിച്ചു; ഡയമണ്ട് ഖനികളുടേയോ കല്ക്കരി ഖനികളുടെയോ എണ്ണ ഖനികളുടെയോ സ്വർണ്ണഖനികളുടെയോ റബ്ബർ തോട്ടങ്ങളുടെയോ കാര്യത്തിൽ അവർ ഇടപെടരുതെന്നു മാത്രം. വിദേശികൾ വന്നതോടെ അവർക്ക് പല പ്രയോജനങ്ങളും കിട്ടി.

ചിലപ്പോൾ അസംസ്കൃത വസ്തുക്കളന്വേഷിക്കുന്ന രണ്ടു രാജ്യങ്ങൾക്ക് ഒരേസ്ഥലം, ഒരേ സമയത്തു വേണ്ടി വന്നു. അപ്പോൾ യുദ്ധമുണ്ടായി. അതാണ് റഷ്യയും ജപ്പാനും തമ്മിൽ നടന്നത്. ചീനക്കാർക്കവകാശപ്പെട്ട ഒരു സ്ഥലത്തിനു വേണ്ടിയാണവർ യുദ്ധം ചെയ്തത്. അത്തരം സംഘട്ടനങ്ങൾ സത്യത്തിൽ ഒരപവാദമായിരുന്നു. ആർക്കും യുദ്ധം ചെയ്യാനാഗ്രഹമുണ്ടായിരുന്നില്ല. സൈന്യംകൊണ്ടും പടക്കപ്പൽകൊണ്ടും മുങ്ങിക്കപ്പൽകൊണ്ടും യുദ്ധം ചെയ്യുന്നത് ഇരുപതാം നൂറ്റാണ്ടിന്റെ ആരംഭത്തിലെ മനുഷ്യന് അസംബന്ധമായിത്തോന്നി. ഹിംസയെ അവർ വളരെ പണ്ട് ഇല്ലാതായ രാജവാഴ്ചകളുമായും രാജകുടുംബങ്ങളുമായും ബന്ധപ്പെടുത്തി. ഓരോ ദിവസവും അവർ പുതിയ കണ്ടുപിടുത്തങ്ങളെപ്പറ്റി പത്രങ്ങളിൽ വായിക്കുകയായിരുന്നു. ഇംഗ്ലീഷുകാരും അമേരിക്കക്കാരും ജർമ്മൻകാരുമായ ശാസ്ത്രജ്ഞൻ തികഞ്ഞ സൗഹൃദത്തിൽ മെഡിസിനിലും നക്ഷത്രശാസ്ത്രത്തിലും നേട്ടങ്ങളുണ്ടാക്കാൻ ഒരുമിച്ച് പ്രവർത്തിക്കുകയായിരുന്നു. അവർ വ്യാപാരത്തിന്റെയും വാണിജ്യത്തിന്റെയും പണിശാലകളുടെയും ലോകത്ത് ജീവിക്കുകയായിരുന്നു. ദുർല്ലഭം ചിലർക്കു പക്ഷേ, ഒരുകാര്യം മനസ്സിലായി. രാഷ്ട്രത്തിന്റെ വികാസം (പൊതുവായ ചില ആദർശങ്ങൾ പങ്കുവയ്ക്കുന്ന ഭീമമായ ഒരു സമൂഹമാണ് രാഷ്ട്രം) കുറേ നൂറ്റാണ്ടുകൾ പിറകിലായിരുന്നു! അവർ മറ്റുള്ളവർക്കു മുന്നറിയിപ്പു നല്കാൻ ശ്രമിച്ചു. മറ്റുള്ളവർക്ക് വേറെ പണിയുണ്ടായിരുന്നു.

ഈ ഗ്രന്ഥത്തിൽ ഞാൻ അനേകം ഉപമകൾ ഉപയോഗിച്ചിട്ടുണ്ട്. ഒന്ന് കൂടി ഉപയോഗിക്കുന്നതിൽ ഞാൻ ഖേദം പ്രകടിപ്പിക്കുന്നു. ഈജിപ്തുകാരുടെയും ഗ്രീക്കുകാരുടെയും റോമാക്കാരുടെയും പതിനേഴാം നൂറ്റാണ്ടിലെ വണിക സാഹസികരുടെയും രാഷ്ട്രമെന്ന കപ്പൽ (ആ പഴയ ഉപമ തന്നെ. എന്നാൽ അത് എപ്പോഴും പുതിയതാണ്, വർണ്ണശബളമാണ്) നല്ല ഉറപ്പുള്ള ഒരു നിർമ്മിതിയായിരുന്നു; അത് നിർമ്മിച്ചിരിക്കുന്നത് നന്നായി പരുവപ്പെടുത്തിയ തടികൊണ്ടായിരുന്നു; അതിന്റെ കപ്പിത്താന്മാർ അവരുടെ കപ്പലിനെയും കപ്പക്കാരേയും അറിയാമായിരുന്നു; അവർക്ക് സമുദ്രയാനത്തിന്റെ പരിമിതികൾ അറിയാമായിരുന്നു, അതവർക്ക് മുൻഗാമികളിൽ നിന്ന് കിട്ടിയ അറിവായിരുന്നു.

പിന്നെ ഇരുമ്പിന്റേയും ഉരുക്കിന്റെയും യന്ത്രങ്ങളുടേയും നവീന കാലം വന്നു. ആദ്യം കപ്പലിന്റെ ഒരു ഭാഗത്തിന്, പിന്നെ മറ്റൊരു ഭാഗ

ത്തിന് മാറ്റംവരുത്തി. കപ്പലിന്റെ മാനങ്ങൾ വർദ്ധിച്ചു. കപ്പൽപ്പായകൾക്കു പകരം ആവിശക്തി വന്നു. കൂടുതൽ സുഖകരമായ വാസസൗകര്യങ്ങൾ ഏർപ്പെടുത്തി. ജോലിയിലും പല മാറ്റങ്ങളുണ്ടായി. കൂടുതൽ മനുഷ്യർ അടുപ്പിൻകൂട്ടിൽ പണിയെടുക്കാൻ നിർബ്ബന്ധിതരായി. ജോലി സുരക്ഷിതമായിരുന്നു, നല്ലവരുമാനമുള്ളതായിരുന്നു. എങ്കിലും പഴയ, കൂടുതൽ ആപത്കരമായ പാമരത്തിന്റെയത്ര അവർ പുതിയ പണി ഇഷ്ടപ്പെട്ടില്ല. ഒടുവിൽ മിക്കവാറും ആരുമറിയാതെ പഴയ തടിനിർമ്മിതമായ പാമരക്കപ്പൽ ആധുനിക യാത്രക്കപ്പൽ ആയി പരിണമിച്ചു. പക്ഷേ, കപ്പിത്താനും കപ്പക്കാരുമായി പഴയ ആൾക്കാർ തന്നെ തുടർന്നു. അവരെ നിയമിച്ചതും തെരഞ്ഞെടുത്തതും ഒരു നൂറ് കൊല്ലം മുമ്പത്തെ രീതിയിൽ തന്നെ. പതിനഞ്ചാം നൂറ്റാണ്ടിലെ നാവികർക്കു ഉപയുക്തമായ സമുദ്രയാനസമ്പ്രദായമാണവരെ പഠിപ്പിച്ചത്. അവരുടെ കാബിനിൽ പഴയ ചാർട്ടുകളും സിഗ്നൽ ഫ്ളാഗും തന്നെയാണ് തൂങ്ങിക്കിടന്നത്. ഇവ ലൂയി പതിനാലാമന്റെയും മഹാനായ ഫ്രെഡറിക്കിന്റെയും കാലത്ത് ഉപയോഗിച്ചവ തന്നെയായിരുന്നു. ചുരുക്കത്തിൽ ഒട്ടും കഴിവില്ലാത്തവരായിരുന്നു അവർ (പക്ഷേ, അത് അവരുടെ കുറ്റമായിരുന്നില്ല).

അന്തർദ്ദേശീയ രാഷ്ട്രീയത്തിന്റെ സമുദ്രം വളരെ വിശാലമൊന്നുമല്ല. സാമ്രാജ്യത്വപരവും കൊളോണിയലുമായ കപ്പലുകൾ പരസ്പരം പാഞ്ഞടുത്തപ്പോൾ അപകടം സംഭവിക്കുന്നത് സ്വാഭാവികമായിരുന്നു, സംഭവിക്കുകയും ചെയ്തു. ആ അപകടം മനസ്സിലാവണമെങ്കിൽ സമുദ്രത്തിന്റെ ആ ഭാഗത്തൂടെ നിങ്ങളൊന്ന് യാത്ര ചെയ്താൽ മതി.

കഥയുടെ ഗുണപാഠം വളരെ ലളിതമാണ്. ലോകത്തിന് പുതിയ നേതൃത്വത്തിന്റെ ആവശ്യമുണ്ട്— സ്വന്തം ദർശനത്തിന്റെ ധീരതയും, നാം യാത്രയുടെ പ്രാരംഭഘട്ടത്തിലാണെന്ന അറിവും, തികച്ചും പുതിയ തരത്തിലുള്ള ഒരു സമുദ്ര യാത്രാസംവിധാനം പഠിക്കാനുള്ള തന്റേടവും ഉള്ള നേതൃത്വം.

അവർ ദീർഘകാലം അപ്രന്റീസുകളായി സേവനമർപ്പിക്കണം; എല്ലാതരം എതിർപ്പുകളോടും പോരാടി അവർ മേൽത്തട്ടിലെത്തണം. കപ്പൽപ്പാലത്തിലെത്തുമ്പോൾ അസൂയാലുക്കളായ കപ്പൽക്കാരുടെ കലാപം അവരുടെ മരണത്തിന് കാരണമാവാം. പക്ഷേ, ഒരുനാൾ യാനപാത്രത്തെ തുറമുഖത്തെത്തിക്കുന്ന ഒരാൾ വരും. അയാൾ യുഗങ്ങളോളം മനുഷ്യരാശിയുടെ ധീരനായകനായിരിക്കും.

എന്നും ഇങ്ങനെയായിരിക്കട്ടെ

"നമ്മുടെ ജീവിതത്തിലെ പ്രശ്നങ്ങളെപ്പറ്റി ഞാൻ എത്ര കണ്ടാലോചിക്കുന്നുവോ, നമ്മെ വിലയിരുത്തുന്നവർക്കും വിധികർത്താക്കൾക്കും വേണ്ടി മുഖസ്തുതിയും സഹാനുഭൂതിയും തെരഞ്ഞെടുക്കാൻ ഞാൻ അത്രകണ്ട് പ്രേരിപ്പിക്കപ്പെടുന്നുണ്ട്. മരിച്ചവർക്കുവേണ്ടി ഐസിസ് ദേവതയേയും നെഫ്തിസ് ദേവതയേയും പ്രാചീന ഈജിപ്തുകാർ അഭിസംബോധന ചെയ്തതു പോലെയാണിത്. "മുഖസ്തുതിയും സഹാനുഭൂതിയും" നല്ല ഉപദേശങ്ങൾ തന്നെയാണ്; ആദ്യത്തേത് അവളുടെ "മന്ദഹാസങ്ങൾ" കൊണ്ട് ജീവിതത്തെ സ്വീകാര്യമാക്കി മാറ്റുന്നു; മറ്റേത് ജീവിതത്തെ കണ്ണുനീരു കൊണ്ട് പവിത്രമാക്കുന്നു." "ഞാൻ ശുപാർശ ചെയ്യുന്ന മുഖസ്തുതി ക്രൂരദേവതയല്ല. അവൾ സ്നേഹത്തെയോ സൗന്ദര്യത്തെയോ അപഹസിക്കുന്നില്ല. അവർ കുലീനയാണ്, ദയാവതിയാണ്. അവളുടെ ആമോദം എല്ലാറ്റിനേയും നിരായുധമാക്കുന്നു, തെമ്മാടികളുടേയും വിഡ്ഢികളുടെയും നേരെ ചിരിക്കാൻ നമ്മെ പഠിപ്പിക്കുന്നത് അവളാണ്. മുഖസ്തുതിയില്ലായിരുന്നുവെങ്കിൽ അവരെ എതിർക്കാനും വെറുക്കാനും കഴിയാത്ത ദുർബ്ബലരായിപ്പോകുമായിരുന്നു നമ്മൾ."

വളരെ മഹാനായ ഒരു ഫ്രഞ്ചുകാരന്റെ വിവേകപൂർണ്ണമായ ഈ വാക്കുകളോടെ ഞാൻ വിട പറയുന്നു.

8. ബാറോതെരുവ്, ന്യൂയോർക്ക്
ശനിയാഴ്ച, ജൂൺ 26 XXI

സചേതനമായ ഒരു ക്രോണോളജി

500,000 ബി സി – എ ഡി 1922

ശുഭം

സചേതനമായ ഒരു കാലഗണന

ബിസി 5,00,000 - എഡി 1973

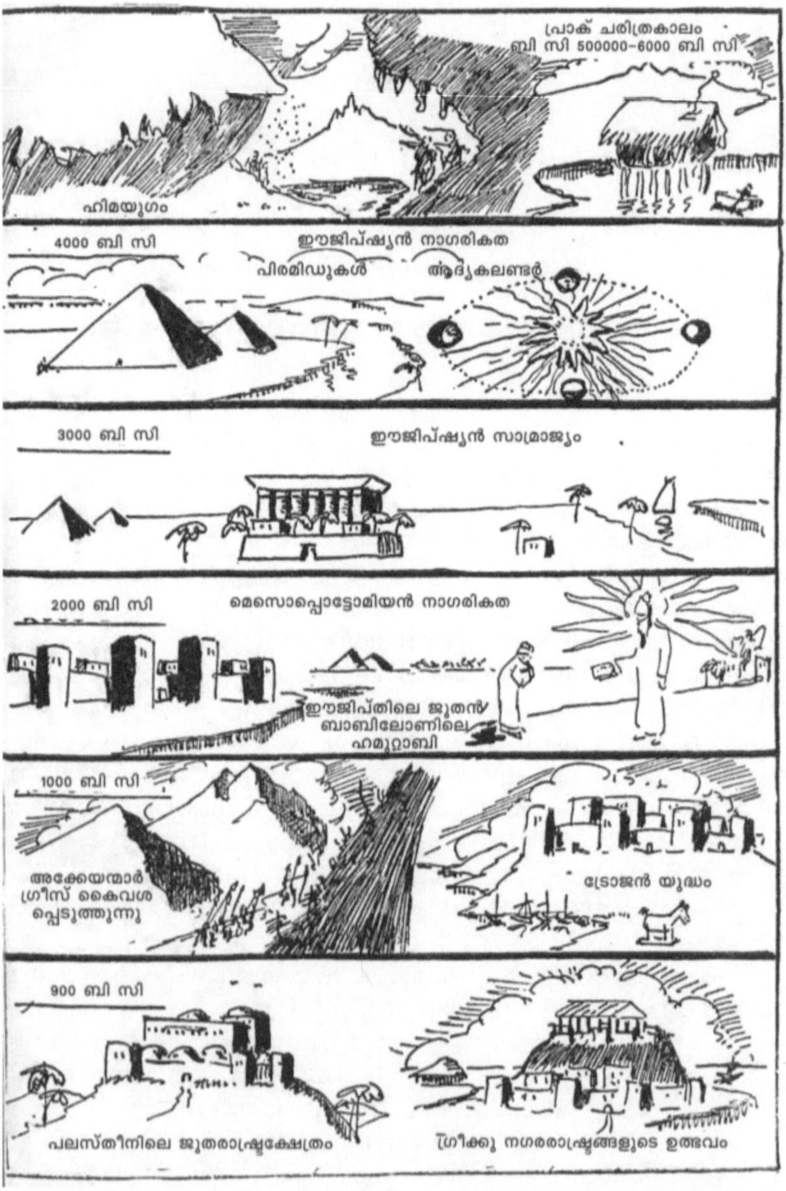

800 ബി സി
ഫിനീഷ്യൻ പടുത്തുയർത്തിയ കാർത്തേജ്
റോം നിർമ്മിക്കപ്പെട്ടു
ജൂതമാഹാപ്രവാചകമാർ
700 ബി സി
ഗ്രീക്കു കോളണികൾ സ്ഥാപിക്കപ്പെടുന്നു
അസ്സീറിയൻ സാമ്രാജ്യത്തിന്റെ ഉയർച്ചയും പതനവും നിനേവ നശിക്കുന്നു
600 ബി സി
സോളൻ ഗ്രീക്കുകാർക്ക് നിയമങ്ങൾ നല്കുന്നു
ഇന്ത്യയിലെ ബുദ്ധൻ
ചീനയിലെ കൺഫ്യൂഷസ്
500 ബി സി
മാരത്തോൺ
പെറിക്ലിസ്
ഏതൻസിന്റെ സുവർണ്ണ യുഗം
ഗ്രീക്കുനാടകവേദി
400 ബി.സി
ഏതൻസും സ്പാർട്ടയും തമ്മിലുള്ള യുദ്ധം ഏതൻസ് തകർക്കപ്പെടുന്നു
ഏതൻസ് ജ്ഞാനകേന്ദ്രമായി ഉയിർത്തെഴുന്നേല്ക്കുന്നു
സോക്രട്ടീസും പ്ലേറ്റോവും
300 ബി സി
മഹാനായ അലക്സാണ്ടർ
ഹാനിബാൾ
അരിസ്റ്റോട്ടിൽ
200 ബി സി
ഗ്രീസ് റോമൻ പ്രവിശ്യയാവുന്നു
SPQR
കാർത്തേജ് തകർക്കപ്പെടുന്നു
റോം മദ്ധ്യധരണിയുടെ അധിപതിയാവുന്നു.

100 ബി സി
പോംപി പശ്ചിമേഷ്യ കൈവശപ്പെടുത്തുന്നു.
സീസർ ഗോൾ പിടിച്ചടക്കുന്നു.
സീസർ കൊലപ്പെടുന്നു
മദ്ധ്യധാരണ്യാഴി
SPQR
7 എ ഡി
ജീസസ് ഭൂജാതനാവുന്നു
ക്രൈസ്തവ വാശയങ്ങൾ പശ്ചിമ യൂറോപ്പിലെത്തുന്നു
CONQUEST OF ENGLAND
100 എ ഡി
റോമാ സാമ്രാജ്യം ലോകം ഭരിക്കുന്നു
ട്രാജൻ ഹാഡ്രിയൻ മാർക്കസ് ഒറീലിയസ് സ്റ്റോയിൽ തത്ത്വചിന്ത
200 എ ഡി
300 എ ഡി
ബാർബേറിയന്മാർ റോമാ സാമ്രാജ്യത്തെ ആക്രമിക്കുന്നു
400 എ ഡി
സെയിന്റ് അഗസ്തിൻ പാപ്പസിയുടെ തുടക്കം
ഗോഥകൾ
പശ്ചിമ റോമാ സാമ്രാജ്യത്തിന്റെ പതനം
ഇംഗ്ലണ്ടിലെ സാകസണുകൾ
500 എ ഡി
600 എ ഡി
അന്ധകാരയുഗം
റോമിന്റെ നാശാവശിഷ്ടങ്ങളിൽ ചർച്ച് സ്ഥാപിതമാവുന്നു
പ്രവാചകനായ മുഹമ്മദ്

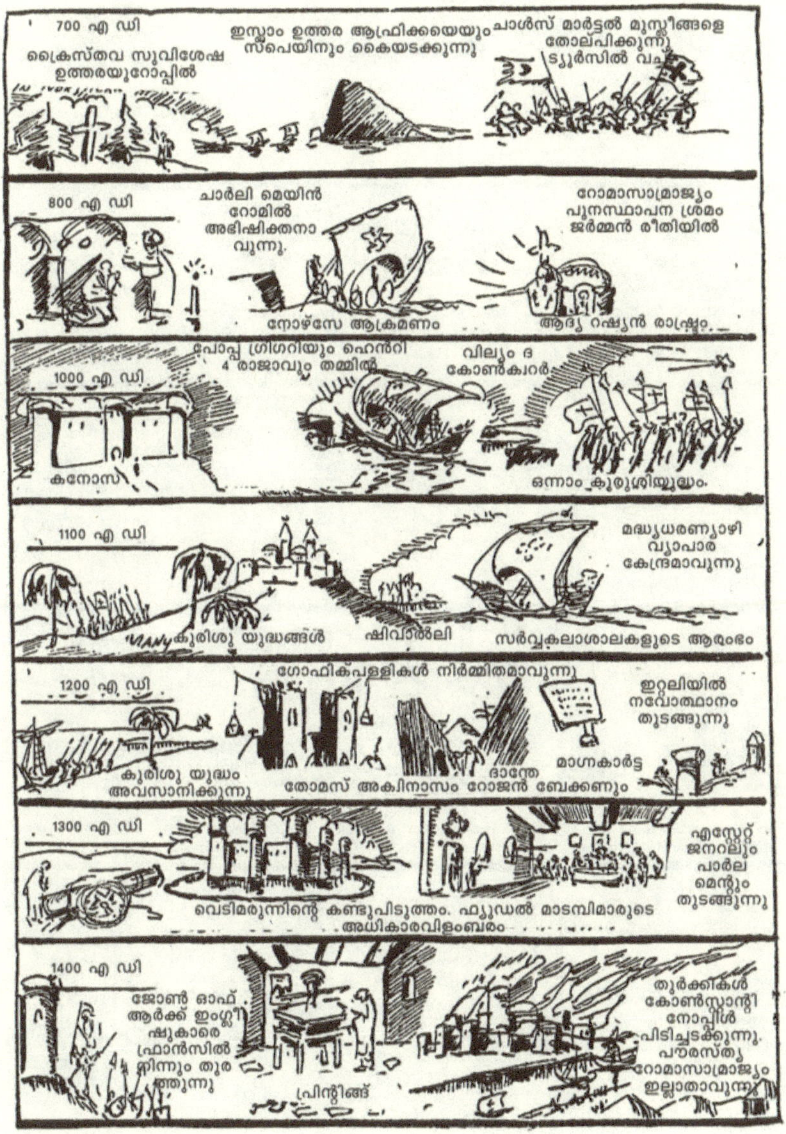

700 എ ഡി
ക്രൈസ്തവ സുവിശേഷ ഉത്തരയൂറോപ്പിൽ
ഇസ്ലാം ഉത്തര ആഫ്രിക്കയെയും സ്പെയിനും കൈയടക്കുന്നു
ചാൾസ് മാർട്ടൽ മുസ്ലീങ്ങളെ തോല്പിക്കുന്നു ട്യൂർസിൽ വച്ച്
800 എ ഡി
ചാർലി മെയിൻ റോമിൽ അഭിഷിക്തനാവുന്നു.
റോമാസാമ്രാജ്യം പുനസ്ഥാപന ശ്രമം ജർമ്മൻ രീതിയിൽ
നോഴ്സേ ആക്രമണം
ആദ്യ റഷ്യൻ രാഷ്ട്രം.
1000 എ ഡി
പോപ്പ ഗ്രിഗറിയും ഹെൻറി 4 രാജാവും തമ്മിൽ
വില്യം ദ കോൺക്വറർ
കനോസ്
ഒന്നാം കുരുശിയുദ്ധം.
1100 എ ഡി
മദ്ധ്യധരണ്യാഴി വ്യാപാര കേന്ദ്രമാവുന്നു
കുരിശു യുദ്ധങ്ങൾ
ഷിവാൽലി
സർവ്വകലാശാലകളുടെ ആരംഭം
1200 എ. ഡി
ഗോഥിക്പള്ളികൾ നിർമ്മിതമാവുന്നു
ഇറ്റലിയിൽ നവോത്ഥാനം തുടങ്ങുന്നു
മാഗ്നകാർട്ട
ദാന്തേ
കുരിശു യുദ്ധം അവസാനിക്കുന്നു
തോമസ് അക്വിനാസം റോജൻ ബേക്കണും
1300 എ ഡി
എസ്റ്റേറ്റ് ജനറലും പാർലമെന്റും തുടങ്ങുന്നു
വെടിമരുന്നിന്റെ കണ്ടുപിടുത്തം. ഫ്യൂഡൽ മാടമ്പിമാരുടെ അധികാരവിളംബരം
1400 എ ഡി
ജോൺ ഓഫ് ആർക്ക് ഇംഗ്ലീഷുകാരെ ഫ്രാൻസിൽ നിന്നും തുരത്തുന്നു
പ്രിന്റിങ്ങ്
തുർക്കികൾ കോൺസ്റ്റാന്റിനോപ്പിൾ പിടിച്ചടക്കുന്നു. പൗരസ്ത്യ റോമാസാമ്രാജ്യം ഇല്ലാതാവുന്നു

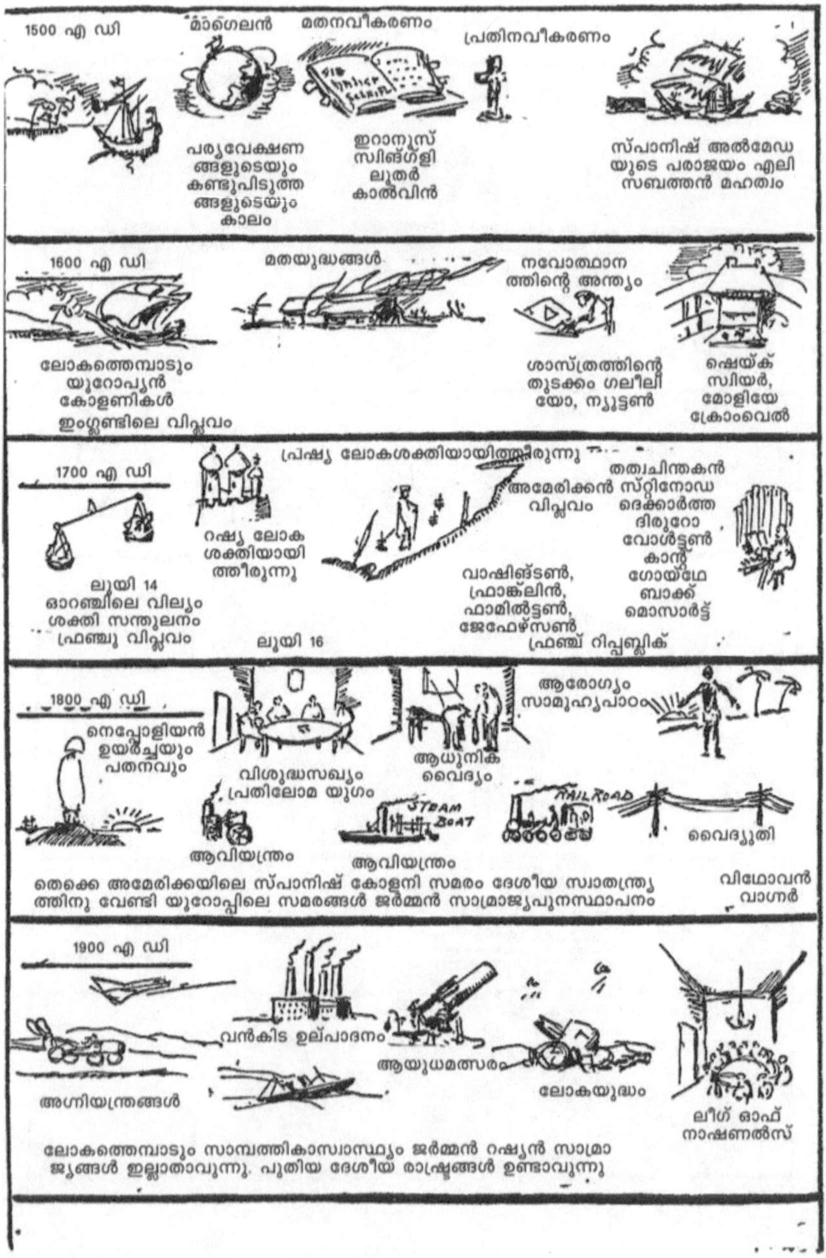
1500 എ ഡി
മാഗ്ഗലൻ
മതനവീകരണം
പ്രതിനവീകരണം
പര്യവേക്ഷണ ങ്ങളുടെയും കണ്ടുപിടുത്ത ങ്ങളുടെയും കാലം
ഇറാനുസ് സ്വിങ്ഗ്ളി ലൂതർ കാൽവിൻ
സ്പാനിഷ് അൽമേഡ യുടെ പരാജയം എലി സബത്തൻ മഹത്വം
1600 എ ഡി
മതയുദ്ധങ്ങൾ
നവോത്ഥാന ത്തിന്റെ അന്ത്യം
ലോകത്തെമ്പാടും യൂറോപ്യൻ കോളണികൾ
ഇംഗ്ലണ്ടിലെ വിപ്ലവം
ശാസ്ത്രത്തിന്റെ തുടക്കം ഗലീലി യോ, ന്യൂട്ടൺ
ഷെയ്ക് സ്പിയർ, മോളിയേ ക്രോംവെൽ
1700 എ ഡി
പ്രഷ്യ ലോകശക്തിയായിത്തീരുന്നു
റഷ്യ ലോക ശക്തിയായി ത്തീരുന്നു
അമേരിക്കൻ വിപ്ലവം
തത്വചിന്തകൻ സ്റ്റിനോഡ ദെക്കാർത്ത ദിരുറോ വോൾട്ടൺ കാന്റ് ഗോയ്ഥേ ബാക്ക് മൊസാർട്ട്
ലൂയി 14
ഓറഞ്ചിലെ വില്യം
ശക്തി സന്തുലനം
ഫ്രഞ്ചു വിപ്ലവം
ലൂയി 16
വാഷിങ്ടൺ, ഫ്രാങ്ക്ലിൻ, ഹാമിൽട്ടൺ, ജേഫേഴ്സൺ
ഫ്രഞ്ച് റിപ്പബ്ലിക്
1800 എ ഡി
നെപ്പോളിയൻ ഉയർച്ചയും പതനവും
വിശുദ്ധസഖ്യം പ്രതിലോമ യുഗം
ആധുനിക വൈദ്യം
ആരോഗ്യം സാമൂഹ്യപാഠം
STEAM BOAT
RAILROAD
ആവിയന്ത്രം
ആവിയന്ത്രം
വൈദ്യുതി
തെക്കെ അമേരിക്കയിലെ സ്പാനിഷ് കോളനി സമരം ദേശീയ സ്വാതന്ത്ര്യ ത്തിനു വേണ്ടി യൂറോപ്പിലെ സമരങ്ങൾ ജർമ്മൻ സാമ്രാജ്യപുനസ്ഥാപനം
വിഥോവൻ വാഗ്നർ
1900 എ ഡി
വൻകിട ഉല്പാദനം
ആയുധമത്സരം
അഗ്നിയന്ത്രങ്ങൾ
ലോകയുദ്ധം
ലീഗ് ഓഫ് നാഷണൽസ്
ലോകത്തെമ്പാടും സാമ്പത്തികാസ്വാസ്ഥ്യം ജർമ്മൻ റഷ്യൻ സാമ്രാ ജ്യങ്ങൾ ഇല്ലാതാവുന്നു. പുതിയ ദേശീയ രാഷ്ട്രങ്ങൾ ഉണ്ടാവുന്നു

ശുഭം

ചിത്രങ്ങളെപ്പറ്റി

ഈ പുസ്തകത്തിലെ ചിത്രങ്ങളെപ്പറ്റിയും ബിബിലിയോഗ്രാഫിയെപ്പറ്റിയും അല്പം ചില വാക്കുകൾ

ചിത്രങ്ങളില്ലാത്ത ചരിത്രപാഠപുസ്തകങ്ങളുടെ കാലം കഴിഞ്ഞുപോയിരിക്കുന്നു. പ്രശസ്ത വ്യക്തികളുടെയും അതുപോലെ പ്രശസ്തമായ സംഭവങ്ങളുടെയും ചിത്രങ്ങളും ഫോട്ടോഗ്രാഫുകളും ബെസ്റ്റെഡിന്റെയും റോബിൻസണിന്റെയും ബിയേഡിന്റെയും പേജുകളിൽ നിറയുന്നു. ഈ വാള്യത്തിൽ ഫോട്ടോഗ്രാഫുകൾ ഒഴിവാക്കിയിരിക്കുന്നു; സംഭവങ്ങളേക്കാൾ ആശയങ്ങളെ പ്രതിനിധാനം ചെയ്യുന്ന ചിത്രങ്ങൾക്ക് സ്ഥലമൊരുക്കുന്നതിനു വേണ്ടിയാണിത്.

ഗ്രന്ഥകാരന് ചിത്രകലയിൽ വലിയ പ്രാവീണ്യമൊന്നുമില്ല. (ചിത്രംവരയിൽ ഒരു കുട്ടിയുടെ കൗതുകമാണ് ഗ്രന്ഥകാരനെ നയിച്ചതെങ്കിൽ, ഒരു പ്രത്യേകപഠനവിഷയമെന്ന നിലയിലാണ് അയാൾ വയലിൻ പഠിച്ചത്). എങ്കിലും സ്വന്തം ഭൂപടങ്ങളും സ്കെച്ചുകളും ഉണ്ടാക്കാനാണ് അയാൾ ഇഷ്ടപ്പെടുന്നത്. കാരണം എന്താണ് പറയേണ്ടതെന്ന് കൃത്യമായറിയുന്നത് അയാൾക്കു തന്നെയാണ്; അത് കലാരംഗത്തെ സഹോദരങ്ങളോടു വിശദീകരിച്ചുകൊടുക്കാൻ അയാൾക്കു കഴിയില്ല. മാത്രമല്ല, ചിത്രങ്ങളെല്ലാം കുട്ടികൾക്കു വേണ്ടിയാണ് വരഞ്ഞത്; കലയെപ്പറ്റിയുള്ള കുട്ടികളുടെ ആശയങ്ങൾ രക്ഷിതാക്കളുടേതിൽ നിന്ന് വ്യത്യസ്തമാണ്.

എല്ലാ അദ്ധ്യാപകർക്കും ഈ ഗ്രന്ഥകാരൻ ഒരു ഉപദേശം നല്കാം- നിങ്ങൾക്കു കിട്ടുന്ന അവസരമുപയോഗിച്ച്, നിങ്ങളുടെ പെൺകുട്ടികളെക്കൊണ്ടും ആൺകുട്ടികളെക്കൊണ്ടും ചരിത്രം ആവുന്നത്ര അവരുടെ രീതിയിൽ ചിത്രമായി വരപ്പിക്കുക. ഒരു ക്ലാസിൽ ഗ്രീക്കു ക്ഷേത്രത്തിന്റെ ഫോട്ടോഗ്രാഫ് കാണിക്കാവുന്നതാണ്, അല്ലെങ്കിൽ ഒരു മദ്ധ്യയുഗ ദുർഗ്ഗത്തിന്റെ; ക്ലാസ് ചുമതലാബോധത്തോടെ പറയും. "അതേ സാർ." എന്നി

ട്ടവർ അതിനെപ്പറ്റി പാടെ മറക്കുകയും ചെയ്യും. പക്ഷേ, ഗ്രീക്കു ക്ഷേത്രത്തെയോ റോമൻ ദുർഗ്ഗത്തെയോ ഒരു സംഭവത്തിന്റെ കേന്ദ്രമാക്കുക, എന്നിട്ടു പിള്ളേരോടു "ക്ഷേത്രനിർമ്മാണ"ത്തിന്റെ സ്വന്തം ചിത്രം വരയ്ക്കാൻ പറയുക, അല്ലെങ്കിൽ "ദുർഗ്ഗം തകർക്കുന്ന"തിന്റെ ചിത്രം വരയാൻ പറയുക; സ്കൂൾ സമയം കഴിഞ്ഞാലും ചിത്രം വരഞ്ഞു തീരുന്നതുവരെ അവർ അവിടെയിരിക്കും. പ്ലാസ്റ്റർ മോഡലുകൾ വെച്ച് വര പഠിക്കുന്നതിനു മുമ്പ്, മിക്ക കുട്ടികളും സ്വന്തമായ ഒരു രീതിയിൽ നന്നായി വരയ്ക്കുന്നുണ്ട്. അവരുടെ പെൻസിലിന്റെ ഉല്പന്നം അല്പമൊരു പ്രാക് ചരിത്രസ്വഭാവമുള്ളതാവാം. പക്ഷേ, കുട്ടികളുടെ വാസനകൾക്കനുസരിച്ച് അവർ അല്പം പ്രാക് ചരിത്രസ്വഭാവരാണ്. സ്വന്തം പ്രാകൃതബോധങ്ങൾ അത്ഭുതകരമായ കൃത്യതയോടെ അവർ പ്രകാശിപ്പിക്കാറുണ്ട്.

ചരിത്രാദ്ധ്യാപനത്തിലെ പ്രധാനകാര്യം, കുട്ടികൾ ചില സംഭവങ്ങൾ ''അവയുടെ ശരിയായ ക്രമത്തിൽ'' ഓർമ്മിക്കുമെന്നതാണ്. ന്യൂയോർക്കിലെ ചിൽഡ്രൻസ് സ്കൂളിലെ പല വർഷങ്ങളായുള്ള പരീക്ഷണങ്ങളിൽ ഗ്രന്ഥകാരനനുഭവപ്പെട്ട ചില സത്യങ്ങളുണ്ട്. ചിത്രങ്ങൾ വരച്ച കുട്ടികളാരും ഒന്നും മറക്കുന്നില്ല; മറിച്ച് വെറും വായന വഴി ചരിത്രം പഠിച്ചവരധികവും അവർ പഠിച്ചത് മറന്നുപോവുന്നു.

മാപ്പുകളുടെ കാര്യവും അങ്ങനെ തന്നെയാണ്. കുട്ടിക്ക് ഒരു സാധാരണ പരമ്പരാഗത മാപ്പ് കൊടുക്കുക, പുള്ളികളും വരകളും പച്ചക്കടലും എല്ലാം ഉള്ള ഒന്ന്. ആ ഭൂമിശാസ്ത്രരംഗം അയാളുടെ സ്വന്തം നിലയിൽ പുനർനിർണ്ണയം ചെയ്യാൻ പറയുക. പർവ്വതങ്ങൾ അല്പം തെറ്റായിരിക്കും. നഗരങ്ങൾ അത്ഭുതകരമാംവണ്ണം മദ്ധ്യയുഗസ്വഭാവമുള്ളതായിരിക്കും. രൂപരേഖകൾ പലപ്പോഴും തെറ്റായിരിക്കും. എന്നാൽ സമാന്യമായി നമ്മുടെ പരമ്പരാഗത മാപ്പിന്റെ ഫലം തന്നെ അവയും നല്കും, സത്യസന്ധമായിരിക്കും അവ. ജെറാർഡസ് മേർക്കേറ്ററുടെ അസാധാരണമാംവിധം തെറ്റായ മാപ്പുകളാണല്ലോ നാം ശീലിക്കുന്നത്. ഏറ്റവും പ്രധാനമായ കാര്യം, അത് കുട്ടിക്ക് ചരിത്ര, ഭൂമിശാസ്ത്രസത്യങ്ങളുമായി അടുത്ത ബന്ധമുണ്ടാക്കും. മറ്റൊരുതരത്തിലും ഇത് സാധിക്കുകയില്ല.

ഇവിടെ പ്രസാധകന്മാരോ ഗ്രന്ഥകാരനോ "മനുഷ്യരാശിയുടെ കഥ" കുട്ടികൾക്കുള്ള ചരിത്രത്തിലെ അവസാനവാക്കാണെന്നവകാശപ്പെടുന്നില്ല. അതൊരു തരം അപ്പെറ്റൈസറാണ്, രസവർദ്ധിനിയാണ്. ശരാശരി കുട്ടിക്ക് ചരിത്രതാല്പര്യം വളർത്താവുന്ന തരത്തിലാണിതിന്റെ രചന; വായിച്ചു കഴിഞ്ഞാൽ അയാൾ കൂടുതൽ ചോദിക്കും.

രക്ഷിതാക്കളുടെയും അദ്ധ്യാപകരുടെയും പ്രയത്നം ലഘൂകരിക്കുന്നതിനുവേണ്ടി പ്രസാധകർ മിസ് ലിയണോർ സെയിന്റ് ജോൺ പവറിനോടു (ഇക്കാര്യത്തെപ്പറ്റി ഏറ്റവും നന്നായറിയാവുന്നയാൾ) വായനായോഗ്യവും ജ്ഞാനദായകവുമായ ഗ്രന്ഥങ്ങളുടെ ഒരു പട്ടിക തയ്യാറാ

ക്കാൻ ആവശ്യപ്പെട്ടിട്ടുണ്ട്. (മലയാള വിവർത്തനം പ്രസിദ്ധീകരിക്കുന്നത് തിരുവനന്തപുരത്തെ ചിന്താ പബ്ലിഷേഴ്സാണ്)

കേരളത്തിലെ രക്ഷിതാക്കൾക്ക് ഈ വാള്യങ്ങൾ വാങ്ങുന്നതിനു പ്രയാസമുണ്ടാവില്ല. ശുദ്ധവായുവും സമാധാനവും തേടി വിദൂരസ്ഥല ങ്ങളിൽ വസിക്കുന്നവർക്ക് പുസ്തകശാലകളുമായി ബന്ധം വെക്കാൻ പ്രയാസമുണ്ടാവും. അവരെ സഹായിക്കാനുള്ള ഇടനിലക്കാരുണ്ട്.

കുട്ടികൾക്ക് വായിക്കാവുന്ന പുസ്തകങ്ങളുടെ പട്ടിക

ഹെബി (ഒരിക്കലെങ്കിലും) സിയൂസിന്റെ ശരിയായ പുത്രിയാണെന്ന് വിശദീകരിക്കുന്നത് നിർത്തരുത്; അങ്ങനെ ദൈവങ്ങൾക്കായി വീഞ്ഞെടുക്കാനവകാശമുള്ളവളാണെന്നും. ആരാണ് ദൈവങ്ങളെന്നും വിശദീകരിക്കുന്നതും നിർത്തരുത്. അംബറിനെപ്പറ്റി, അല്ലെങ്കിൽ അംബർഗ്രിസിനെപ്പറ്റി, ചർച്ച ചെയ്യേണ്ട; ഗ്രിസ് എന്നാൽ ഗ്രീസല്ലെന്ന് വിശദീകരിക്കാൻ നില്ക്കണ്ട. അറബിക്കിലൂടെ അതും നോഹയുടെ പെട്ടകവും തമ്മിൽ ബന്ധിപ്പിക്കണ്ട; കടലാസ് കീറി അതിന്മേലുരച്ചോ പൈപ്പിന്റെ മൗത്ത്പീസ് വഴി കുപ്പായകൈയിലുരച്ചോ അവയുടെ വൈദ്യുതി ശക്തി തെളിയിക്കാൻ നില്ക്കണ്ട. ഇടയന്മാർ "കഥ പറയുമ്പോൾ" അയാൾ ഏതെങ്കിലും സംഭവം അയവിറക്കുകയല്ലെന്നു, തന്റെ പറ്റത്തിന്റെ എണ്ണം തിട്ടപ്പെടുത്തുകയാണെന്നു ഭാഷാ ശാസ്ത്രപരമായി തെളിയിക്കാൻ നില്ക്കണ്ട, വെറുതെ വായിക്കുക, കഴിയാവുന്നത്ര നന്നായി വായിക്കുക; കുട്ടികൾക്ക് കഥയുടെ രസം അനുഭവപ്പെടുമ്പോൾ- അതാണല്ലോ നിങ്ങൾ കാത്തിരിക്കുന്നത് - അവർ കൂടുതൽ ചോദ്യങ്ങൾ ചോദിച്ചുകൊണ്ടിരിക്കും. നിങ്ങൾക്കുത്തരം പറയാൻ കഴിയുന്നതിനേക്കാൾ ഉചിതമായ ചോദ്യങ്ങൾ-

(*കുട്ടികൾക്കുവേണ്ടി വായിക്കുകയെന്ന കലയെപ്പറ്റി* - സർ ആർതർ ക്വില്ല - കൂച്ച്)

സഹായകഗ്രന്ഥങ്ങൾ

ചരിത്രത്തിനു മുമ്പുള്ള കാലത്തെപ്പറ്റി

1. "How the Present came from the Past" Volume 1 Margaret E Wells.
2. The Story of Ab - Stanley Waterloo
3. Industrial and Social History Series - Katherine E. Dopp
4. The Tree Dwellers - The Age of Fear
5. The Early Cave- Men - The age of Combat
6. The Later Cave - Men - The Age of Chase
7. The Early Sea people - First Steps in the Conquest of the waters
8. The Tent - Dwellers - The Early Fishing Men.
9. Ancient Man -Hendrik Willem Van Loon

ചരിത്രത്തിന്റെ ഉദയം

10. The Civilization of The Ancient Egyptians - A Bothwell Gosse.
11. How the Present came from the Past -Margereet E wells. Volume II
12. Stories of Egyptian Gods and Heroes - F H Broosbank.
13. Wonder Tales of the Ancient World - Rev. James Baikie
14. Ancient Assyria - Rev. James Baikie
15. The Bible for the young people
16. Old, Old, Tales from the Old, Old Book - Nora Archibald Smith.
17. The Jewish Fairy Book - Translated and Adopted by Gerald Fired lander.

18. Eastern Stories and Legends - Marie L Shedlock
19. The Story of the Golden Age - James Baldwin.
20. A Wonder Book and Tanglewood Tales - Nathaniel Hawthorne.
21. The Adventures of Odysseus and the Tale of Troy - Padraic colum.
22. The Story of Rome - Mary Macgregor.
23. Plutarch's Lives for Boys and Girls - Retold by W.H. Weston
24. The Lays of Ancient Rome - Lord Macaulay
25. Children of the Dawn - Elsie Finnemore Buckley
26. The Heroes or Greek Fairy Tales for My Children Charles Kingsley.
27. The Story of Greece - Mary Margregor.
28. The Story of Jesus. - Ethel Natalie Dana
29. The Seven Champions of Christendom -F J H Darton
30. Stories From the Christian East - Stephen Gaselee.
31. Jerusalem and the Crusades - Estelle Blyth.

കെട്ടുകഥകളുടെയും സാഹസികതത്തിന്റെയും കഥകൾ

32. Stories of the Norse Heroes from Eddas and Sagas - retold by E M Wilmot Buxton
33. The Story of King Arthur and his Knights _ Howard Pyle
34. The Story of the Champion of the Round Table.
35. The Story of Sir Launce and his Companions
36. The Story of Grail and the passing of Arthur
37. The Boy's King Arthur
38. Irish Fairy Tales - James Stephens.
39. Stories of Charlemagne and the Twelve Peers of France- A J Church
40. The Merry Adventures of Robin Hood - Howard Pryle
41. A Book of Ballad Stories - Mery Macleod
42. The Story of Roland -James Baldwin.
43. Tales of Canterbury Pilgrims -J H Dartan
44. Joan of Arc - M Boutet de Monvel
45. When Knights were Bold - Eva March Tappan

പുതിയ ലോകത്തെ സാഹസങ്ങൾ

46. A Book of Discovery - M B Synge
47. The Story of Marco Polo - Noah Brooks

48. Olaf the Glorious - Robert Leghton
49. The Conquerors of Mexico
50. The Conquest of Mexico
51. The Conquerors of Peru
52. Vikings of the Pacific - A C Laut
53. The Argonauts of Faith - Basil Mathews
54. Pathfinders of the West -A C Laut.
55. Beyond the Old Frontier - George Bird Grinnel.
56. A History of Travel in America - Seyman Dunbar
57. The Golden Book of the Dutch Navigator - Hendrik Willem Van loon

കണ്ടുപിടുത്തങ്ങൾ, കല, സംഗീതം

58. Gabriel and the Hour Book - Evaleen Stein
59. Historic Inventions - Rupert S Holland.
60. A History of Everyday Things in England - Marjorie and C V B Quennell. 2 Volume
61. First steps in the Enjoyment of Pictures - Maude I G Oliver.
62. Knights of Art - Amy Steedman
63. Story Lives of Men of Science - F J Rowbothan
64. All About Treasures of the Earth - Frederick A Talbot
65. The Boy's Book of New Inventions - Harry E Maule
66. Masters of space - Walter Kellogg Towers
67. All About Railways - F S Hartnell
68. The Man-of-war, What she Has Done and What she Is doing - Commander E. Hamilton Currey

ഇന്നത്തെ ജനാധിപത്യം

69. The Land of Fair play - Geoffrey Parsons.
70. The Making of An American - Jacob A Riris
71. The Promised Land - Mary Antin

ഇവകൂടാതെ ഫ്രഞ്ചുഭാഷയിലും അനേകം ചിത്രീകൃത ഗ്രന്ഥങ്ങളുണ്ട്.

www.ingramcontent.com/pod-product-compliance
Lightning Source LLC
LaVergne TN
LVHW100616051026
849519LV00001B/28